எனக்கு நிலா வேண்டும்

உள் அட்டையில் காணும் சிற்பக் காட்சியில், பகவான் புத்தரின் அன்னை மாயாதேவி கண்ட கனவின் பலனை மன்னர் சுத்தோதனருக்கு நிமித்திகர் மூவர் விளக்குகின்றனர். அவர்களுக்குக் கீழே அமர்ந்து அந்த விளக்கத்தை எழுதுகிறார் ஓர் எழுத்தர். எழுதும் கலையைச் சித்திரிக்கும் முதல் இந்தியச் சிற்பம் இதுவாகவே இருக்கலாம்.

நாகார்ஜுன் மலைச்சிற்பம் கி.பி. இரண்டாம் நூற்றாண்டு. (படஉதவி: நேஷனல் மியூசியம், புதுதில்லி)

சாகித்திய அகாதெமி விருது பெற்ற இந்தி நாவல்

எனக்கு நிலா வேண்டும்

இந்தி மூலம்
சுரேந்திர வர்மா

தமிழாக்கம்
எம். சுசீலா

சாகித்திய அகாதெமி

Enakku Nila Vendum : *Tamil translation by M. Suseela of Sahitya Akademi Award winning Hindi Novel 'Mujhe Chand Chahiye',* Sahitya Akademi, New Delhi 2014

© சாகித்திய அகாதெமி
முதல் பதிப்பு: 2014

தலைமை அலுவலகம்

சாகித்திய அகாதெமி, 'இரவீந்திர பவன்',
35 பெரோஸ்ஷா சாலை, புது தில்லி : 110001

விற்பனை அலுவலகம்

'ஸ்வாதி' மந்திர் சாலை, புது தில்லி 110 001

மண்டல அலுவலகங்கள்

மத்தியக் கல்லூரி வளாகம், பல்கலைக்கழக நூலகக் கட்டடம், டாக்டர் அம்பேத்கர் வீதி, பெங்களூரு 560 001

4, டி.எல். கான் சாலை, கல்கத்தா 700 025

172, மும்பய் மராத்தி கிரந்த சங்கிரகாலய சாலை, தாதர், மும்பய் 400 014

சென்னை அலுவலகம்

குணா பில்டிங்ஸ், 443, அண்ணாசாலை, தேனாம்பேட்டை, சென்னை 600 018.

ISBN-978-81-260-4201-2

Rs. 550/-

Visit out website at http://www.sahitya-akademi.gov.in
E-mail:sahityaakademichennai@gmail.com

ஒளி அச்சு : Rameswari Graphics, Chennai, Cell: 9840097254
அச்சகம் : Mani Offset Printers, Chennai.

திடீரென்று எனக்குள் அடைய முடியாத ஒன்றை அடைய ஆவல் எழுந்தது. இந்த உலகம் தாங்க முடியாததாக இருக்கிறது. ஆகையால் எனக்கு நிலா, அதாவது ஆனந்தம் வேண்டும். நான் அடைய முடியாததைத் தேடிக் கொண்டிருக்கிறேன்....தர்க்கம் எங்கே கொண்டு செல்கிறது, பாருங்கள் - சக்தி(ஆற்றல்)தன் உச்ச எல்லை வரை, விருப்பத்தின் பேராற்றல் தன் முடிவற்ற நுனி வரை! இருண்ட நியதியின் முன் தன்னை அர்ப்பணிக்கும் வரை சக்தி முழுமை பெறுவதில்லை. இப்போது என்னால் திரும்பிப் போகமுடியாது. நான் முன்னேறி சென்று கொண்டே இருக்கவேண்டும்.

-காலி குலா

உள்ளடக்கம்

பாகம்-ஒன்று

1. விஷவிருட்சம் 11
2. ஏழு வண்ண வானவில் 20
3. இராமனின் பசு 28
4. இருட்டில் ஒளிப்பிரவாகம் 34
5. சபிக்கப்பட்ட செளம்யமுத்ரா 40
6. மூன்றாவது மணி அடித்த பிறகு 48
7. அவரவர்தம் சுக வரைவு (பரிபாஷை) 56
8. ஃப்ரண்ட், ஃபிலாசஃபர், கைடு 72
9. அடைபட்ட சுவரில் இறைவனின் கருணை 84
10. 'ஹோப்லெஸ் கேஸ்' 94
11. ஷாஜஹான்பூர் மும்தாஜ் 103
12. மீண்டும் அதே சிறை, அதே வேடன் வீடு 116
13. என் அழகிய சிங்கார மணவாளன் 127
14. ஒரு நம்பிக்கை ஒளி எங்கோ இட்டுச் செல்கிறது 137

பாகம்-இரண்டு

1. ஷாஜஹான்பூரிலிருந்து ஷாஜஹானாபாத் வரை 153
2. ஐஸ்பெர்க்கின் அவரவர் நரகத்திலிருந்து விடுதலை 167
3. 'ஐ ஆம் இன் லவ்!' 180
4. நீ கண்காணிக்கப்படுகிறாய் 200
5. 'என் வாழ்க்கையின் மூன்றாவது பக்கம்' 208
6. லட்சியக் காதலி சிட்ராம் என்னும் மண்டிஹவுஸ் சாபம் 226
7. மாநகரத்தில் தன் முகவரி 245
8. குருவி இறகால் வன்னிமரத்தை வெட்டுவீர்களா? 269
9. வாழ்க்கை நாடகம் ஊசலாடுகிறது 288

10. இருண்ட நகரத்தில் தற்கொலை 305
11. வாழ்க்கை: ஒரு தொடர்பற்ற நாடகம் 329
12. விதி டிராஜிக்காக ஒருவரோடு இணையும்போது 360
13. காதலின் குறியீடு வரைவு 378
14. பிறகும் எத்தனை வேதனை 402
15. நாடகமேடைக் காதலன் 427
16. நீண்ட தூரம் ஓடும் ஓட்டவீரனின் தனிமை 457

பாகம்-மூன்று

1. அறியாத மொழிக் கடிதம் 487
2. ‘வர்ஷா-நிவாஸ்’ 508
3. அழகிய மும்பை, பசுமை மும்பை 531
4. அறிமுகமில்லாத சகபயணி 560
5. தங்கள்-தங்கள் காட்ஃபாதர் 598
6. 101, சில்வர் சேண்ட், அரபிக்கடல்,
என் அடுத்த வீட்டு நம்பர் 624
7.‘தி எம்பயர் ஸ்ட்ரைக்ஸ் பேக்’ 657
8. வர்ஷா மேடம் பாத்ரூமில் இருக்கிறார்கள் 688
9. ஆர்வங்களின் சமாதியில் மனதின்
அகல் விளக்கு என்னும் சினிமா நகர
இக்காலஜி (சுற்றுப்புற உயிரின ஆராய்ச்சி) 727
10. இன் அண்ட் அஸ் என்னும் சக்தியின் உச்ச
எல்லை 768
11. உங்கள் சந்திப்பு மங்களகரமாகட்டும் 804
12. கில்லிங் ஃபீல்ட்ஸ் (கொல்லும் கனங்கள்) 851
13. ஒன் ஃப்ளூ ஓவர் தி குக்கூ’ஸ் நெஸ்ட் 879
14. சோக - அறை 913
15. உணர்வுநிலை விதவை 928
பின்னிணைப்பு
காதலின் இறுதி வரைவு

பாகம் - ஒன்று

1. விஷ விருட்சம்

திவ்யா கத்யால் அவளுடைய வாழ்க்கையில் குறுக்கிடாம லிருந்திருந்தால் அவள் தற்கொலை செய்துகொண்டிப்பாள். அல்லது அழுது வடிந்துகொண்டே நான்கு ஐந்து குழந்தைகளைப் பெற்று, வளர்த்து சமாளித்துக் கொண்டிருக்கும் சாதாரணத் தாயாக, யாரோ ஒரு குமாஸ்தாவின் அலுத்துச் சலித்துப் போன வாழ்க்கைத் துணையாக இருந்திருப்பாள்.

சென்ற ஆண்டு வர்ஷா இண்டர்மீடியட் படித்துக்கொண்டிருந்தபோதுதான் திவ்யா லக்னோவிலிருந்து மிஷ்ரிலால் டிகிரி கல்லூரிக்கு வந்தாள்-அவள் பழகுமொழி ஆங்கிலம், செம்மொழி ஆங்கிலம் இரண்டையும் கற்பித்தாள். அத்துடன் மகளிர் விடுதி வார்டனாகவும் இருந்தாள். தலை வாயிலைத் தாண்டி உள்ளே நுழைந்ததும் வலது பக்கம் அவளுடைய சிறிய, அழகிய பங்களா, போர்ட்டிகோவில் அவளைப் போலவே நேர்த்தியான கார்.

திவ்யா மிஷ்ரிலால் கல்லூரி வரலாற்றில் அறிவியல், கலையியல் இரு துறைகளிலும் பொற்காலத்தைத் தோற்றுவித்திருந்தாள். அவளே சிவந்த மேனியும் வசீகரத் தோற்றமும் கொண்டவள். ஒருநாள் சுடிதார் உடுத்திய அழகிய நங்கை, ஒருநாள் பறக்கும் முந்தானையுடன் சேலை கட்டிய கம்பீரமான மங்கை. ஒரு நாள் இரட்டைப் பின்னல். மற்றொரு நாள் பெரிய கொண்டை. ஒப்பனை எதுவாக இருந்தாலும் திருமகளுடன் செல்வம் இணைந்திருப்பதுபோல் அவளுடன் கலைமகள்

கல்வித்திறனும் இணைந்திருந்தது. கல்லூரியில் கையில் நோட்ஸ் வைத்திராத ஒரே ஆசிரியை அவள்தான். திவ்யா கல்லூரித் தாழ்வாரங்களில் நடந்து செல்லும்போது, மாணவ சமுதாயத்தின் பார்வைகள் அவளுக்கு மதிப்பாகிய சிவப்புக் கம்பளத்தை விரித்துச் செல்லும்.

எப்போதும் நிறுவனர் ஆண்டு தினத்தன்று சேட் மிஷ்ரிலாலின் கொடை வள்ளன்மை பற்றிய உரைகள்தான் நிகழும். உரையின் தொடக்கத்தில் கடவுள் வாழ்த்துபோல 'நம் வாழ்வில் மிஷ்ரிலால் கலந்து இணைந்து விட்டார். நீங்கள் மிஷ்ரியின் பாலகர்கள். மடமைக் கதவுகளைத் திறந்து விட்டார். நீங்கள் ஞானவேரின் துளிர்கள்....என்ற கவிதைகள் வாசிக்கப்படும். திவ்யா வந்தவுடனே இந்த நிகழ்ச்சியை 'துருவ ஸ்வாமினி' நாடக வடிவில் கொண்டாடினாள். (கல்லூரியில் அதுதான் முதல் நாடகம்.) நகரின் முக்கிய கடைவீதியில் 'மகளிர் அழகு நிலையத்' திற்கு வெளியே வாசலில் வைத்திருந்த போஸ்டர் உற்சாகமான 'கண்களின் அலங்கார வளைவால்' அழகு பெற தொடங்கியது. ஒரு திறன் மிக்க இளம் பெண்ணின் நடவடிக்கைகளால் வியப்பில் ஆழ்ந்திருந்த நகரம் இந்த நாடக நிகழ்ச்சியால் பிரமித்துப் போயிற்று. திவ்யாவின் புகழ் மிஷ்ரிலால் டிகிரி கல்லூரி எல்லைகளைத் தாண்டிச் சென்று நகரத்தை சிந்திக்க வைக்கத் தொடங்கியது.

அந்த நாட்கள் வர்ஷா வசிஷ்டின் வாழ்க்கையில் துன்பம் நிறைந்த நாட்கள்.

சென்ற மாதத்தை விட அவளுடைய ப்ரா சைஸ் அதிகமாகியிருந்தது. அவளுடைய உடல் பாகங்களும், அமைப்பும் வாளிப்பாக மெருகேறி வந்தன. உடலின் இந்தப் பொலிவு மிகு வசந்தமும் அவளுடைய நிலையும் பொருத்தமில்லாமல் இருந்தது தான் நாளுக்குநாள் தீவிரமாகி வந்த சிக்கல். அவள் மனதில் ஓயாத சோக கீதம் ஒலித்துக் கொண்டே இருந்தது. ஏன்? சில கேள்விக் கணைகள் அவளை உறுத்திக் கொண்டேயிருந்தன. அவள் ஏன் பிறந்தாள்? அவளுடைய வாழ்க்கையின் குறிக்கோள் என்ன? 54, சுல்தான் கஞ்சின் இயல்பு நிலைதான் வாழ்க்கையின் இயல்பா? அம்மா, அப்பா, அக்கா வாழும் வாழ்க்கையைத்தான் அவளும் வாழவேண்டியிருக்குமா?

தன் இரத்த பந்த உறவுகளைக் குறித்த அவளுடைய உணர்வுகள் அனுதாபம், துயரம்,இரக்கம், கோபம் எல்லாம் கலந்த சுழலில் சுழன்று கொண்டிருந்தன. அந்த நாட்களில் இறுதி உணர்வுகள் கொதித்தன.

★ ★ ★ ★

கிஷன்தாஸ் சர்மா ஒரு ஆரம்பப் பாடசாலையில் சமஸ்கிருத ஆசிரியர். நகரத்தின் புராதனமான கீழ் மத்திய தர வர்க்கப் பிரதேசத்தில் குறுகிய மேடுபள்ளமான சந்துகள், நாற்றம் அடிக்கும் திறந்த சாக்கடைகளுக்கிடையில் அவருடைய பதினைந்து ரூபாய் வாடகையிலான இரண்டு அடுக்கு வீடு இருந்தது. மூத்த மகன் மகாதேவ் மாநில நெடுஞ்சாலைத்துறையில் எழுத்து அலுவலர். இரண்டு ஆண்டுகளுக்கு முன் அவருக்கு பீலி பீத்துக்கு மாற்றலாகி இருந்தது.மூத்த மகள் காயத்திரி அம்மாவைக் கொண்டிருந்தாள்- சிவப்பு, வசீகரம். படிப்பு என்றாலே அவளுக்கு அழுகைதான், ஆகவே இண்டர்மீடியட்டிற்குப் பிறகு படிப்பை நிறுத்திவிட்டு கல்யாண எதிர்பார்ப்புகளுடன் வீட்டில் உட்கார்ந்துவிட்டாள். இதனால் அம்மாவுக்கு ஓய்வு கிடைத்தது. 'வாழ்நாள் முழுதும் அடுப்படியில் வெந்த பிறகு இப்போது எஞ்சிய காலத்தை சீதாராம ஸ்மரணையில் கழிக்கலாமே!' எல்லோருக்கும் இளையவள் ஒன்பது வயது கௌரி என்கிற ஜல்லி. அவளுக்கு மூத்தவள் மாநிறமான, சுழலும் அகன்ற கண்களை உடைய பதின்மூன்று வயது 'சில்பில்' (மக்குப்பெண்) என்ற யசோதா சர்மா.

அனுஷ்டூப் இல்லாமல் 54 சுல்தான் கஞ்சின் வரைபடம் முழுமையாகாது. இந்தக் கிளி துளசி மாடத்திற்கு அருகில் மாடி முகப்புச் சுவரில் தொங்கிக் கொண்டிருந்தது. இந்தப் பச்சை ஜீவன் நன் பெயரை வீணாக்காமல்(காவிய சாஸ்திரத்தில் இந்த சந்தம் உபதேசிப்பதற்கு மிகச் சிறந்ததாக அங்கீகரிக்கப்பட்டுள்ளது.) இருள் விலகுவதற்கு முன்பிருந்தே சுறுசுறுப்பாக வேலையைத் தொடங்கிவிடும், 'ஜல்லீ, சீதாராம் சொல்லு' 'கிஷோர், காயத்ரி-மந்திரம் ஜபித்துவிட்டாயா?' அனுஷ்டூப்பிற்கும் சில்பிலுக்கும் இடையே உள்ள உறவு புலிக்கும் மானுக்கும் இடையே உள்ள உறவு. சில்பில் கண்ணில் பட்டதுமே அனுஷ்டூப்பின் அதட்டல்கள் கேட்கத் தொடங்கிவிடும். 'சில்பில்,

மெதுவாகப் பேசு. 'சில்பில் துளசி மாடத்துக்குத் தண்ணீர் விடவில்லையா?' 'சில்பில் நேரம் ஆயிற்றுப்.'

சில்பிலின் முதல் போர் நடவடிக்கை அனுஷ்டுப்பைத் தன் பக்கம் இழுப்பதாக இருந்தது. அவள் அதற்காக இனிப்பான திராட்டைச் சாறு கொடுத்தாள்; குளிர்காலத்தில் கிளிக் கூண்டை வெயிலில் வைத்தாள், வெல்லக்கட்டி கொடுத்தாள். ஆனால் அதன் பிறகும் அனுஷ்டுப் தன் சந்தத்தின் அடிப்படைத் தத்துவத்தை விடாததால் அவள் பச்சை மிளகாயில் சாணியை நிரப்பி கூண்டுக் கிண்ணத்தில் வைத்துவிட்டாள். இதன் பேரில் அனுஷ்டுப் 'சில்பில் வஞ்சகி' (அதனுடைய சொல் தெரிவு ஹிந்தி இலக்கிய வரலாற்று அணி அலங்கார காலத்தை ஒட்டியது. வாழ்வியல் நோக்கோ பக்தி காலத்தை ஒட்டியது!) என்று கீச்சிட்டு அம்மாவின் அதட்டலுக்கு ஆளாக்கி விட்டது.

கிளியின் பெயர் உண்மையில் 'பிருத்வி பர் க்ஷமா' (பூமியளவு பொறுமை) என்று இருக்க வேண்டும் என்பது சில்பிலின் கருத்து (ஆட்சேபணை, குரோதம் வெறுப்பு ஆகியவற்றிற்கு இந்தச் சந்தம் பயன்படுத்தப் படுகிறது. தந்தையின் அலமாரியிலிருந்து மகாகவி க்ஷேமேந்திரரின் 'சுவ்ருத்த திலகம்' (சந்தசாஸ்த்திரம்) புத்தகத்தைப் படித்திருந்தாள்.)

★ ★ ★ ★

அனுஷ்டுப் விஷயத்தில் சாதிக்க முடியாததை சில்பில் தன் விஷயத்தில் சாதிக்கத் துணிந்துவிட்டாள். உயர் நிலைப்பள்ளி விண்ணப்பப் படிவத்தை நிரப்பும்போது(வாழ்நாள் முழுதும் நீளும் நீண்ட சுயதேடல் பயணத்தின் தொடக்கத்தில்) முதலில் தன் பூர்வீக உரிமையை நிராகரித்துவிட்டு தன்னைத் தூய்மைப்படுத்திக் கொண்டு தன் பெயரை வர்ஷா வசிஷ்ட் என்று மாற்றிக் கொண்டாள்.

சில்பில் பிறந்த சில வாரங்களில் அவளுடைய வீட்டுப் பெயர் தீர்மானிக்கப்பட்டது. மூன்று, நான்கு வயது வரை அவள் தன் பெயரை அர்த்தமுள்ளதாக வைத்திருந்தாள். நடக்கும்போது அவளுடைய ஜட்டி நழுவிக்கொண்டேயிருந்தது. சட்டென்று ஒழுகும் மூக்கை கவுனாலேயே துடைத்துக்கொள்வதில் அவளுக்குத்

தயக்கம் இல்லை, சிந்தாமல் சாப்பிடுவது அவளுக்குக் கஷ்டமாக இருந்தது. ஆனால் ஐந்து வயதிற்குள் சில்பில் தன் பெயரை அர்த்தமற்றதாக்கி விட்டாள். சர்மா தன் மகள் யசோதா மற்ற குழந்தைகளிலிருந்து வேறுபட்டவள் என்பதை உணர்ந்து கொண்டார். அவள் மற்றவர்களிலிருந்து விலகி தனிமையை விரும்பியவளாகவும் சிந்தனை வசப்பட்டவளாகவும் இருந்தாள். மாலை நேரங்களில் அவள் மாடியில் கிடந்த கட்டிலில் பத்திரிகை படிப்பதையும், பிற்பகல் விடுமுறைகளில் தன்னை மறந்து எதிரில் பார்வை லயித்தவளாய் ஏதோ சிந்தித்துக் கொண்டிருப்பதையும் (அதற்கு முன்னால் நெஞ்சைப் பிழியும் நிரந்தர பணப்பற்றாக்குறையால் ஏதாவது குடும்பப் பிரச்சினை ஏற்பட்டிருக்கும்.) அவர் பார்த்திருந்தார். வீட்டில் நெய் இல்லாதபோது மற்ற பிள்ளைகளைப் போல் முரண்டு செய்யாமல் அவள் வறட்டு ரொட்டியை சாப்பிட்டுக் கொள்வாள். பண்டிகை நாட்களில் புதுத் துணிக்காக அவள் பிடிவாதம் செய்ததும் இல்லை. இத்தகைய தருணங்களில் அவள் முகத்தில் ஒரு கடினத்தன்மை தோன்ற ஆரம்பித்து நாள் செல்ல செல்ல அதுவே அவள் முகபாவமாக மாறி விட்டது.

ஒரு நாள் மாலை கடைத்தெருவில் மிஷ்ரிலால் இண்டர் கல்லூரி ஆசிரியர் ஜனார்தன்ராய் சர்மாவிடம் சில்பில் தன் பெயரை மாற்றிக் கொண்டதைக் கூறியபோது, அவர் திகைத்து நின்றுவிட்டார். யாரோ ஒரு பெண் வீட்டை விட்டு ஓடி விட்டதாகவும், வேறு யாரோ ஒருத்தி தற்கொலை செய்து கொண்டு விட்டதாகவும் அவர் கேள்விப்பட்டதுண்டு. ஆனால் இத்தகைய விபரீதத்தை அவர் கேட்டதில்லை. அவருடைய பரம்பரையின் ஏழு தலைமுறை வரலாற்றில் இவ்வாறு ஒருபோதும் நடந்ததில்லை.

சர்மா வீட்டிற்குள் நுழைந்தபோது மிகவும் நிலை குலைந்திருந்தார். அவர் தன் குடையை நடு முற்றத்தை ஒட்டிய தாழ்வாரத்துக் கொடுங்கை ஆணியில் மாட்டினார். செருப்புகளை ஒரு மூலையில் கழற்றிப் போட்டார். வெள்ளைக்குல்லாவைக் கழற்றி மற்றொரு ஆணியில் மாட்டினார்.

காயத்திரி சமையலறையில் மசாலா வதக்கிக் கொண்டிருந்தாள். அம்மா முற்றத்தில் பூசணிக்காய் நறுக்கிக் கொண்டிருந்தாள். கிஷோர் மாடி கீழ்ப்படியில் உட்கார்ந்து தன் பூட்ஸுக்கு பாலிஷ் போட்டுக்கொண்டிருந்தான்.

"அப்பா, டீ குடிக்கிறீர்களா?" காயித்திரி சமையலறை வாசலுக்கு வந்து கேட்டாள்.

அதற்கு பதில் சொல்லாமல் சர்மா கேட்டார், "சில்பில் வீட்டில் இருக்கிறாளா?"

காயத்திரி அம்மாவைப் பார்த்துக் கொண்டே சொன்னாள், 'மேலே இருக்கிறாள்."

"சில்பில்...." என்று சர்மா சத்தமாகக் கூப்பிட்டார்.

"சில்பில்..." அனுஷ்டூப் அதை இரட்டித்தது.

அம்மா காய் நறுக்குவது நின்று விட்டது. கிஷோரின் பாலிஷ் போடும் வேலையும் நின்று விட்டது.

'என்ன?"

அம்மா சொன்னாள், 'அப்பா கூப்பிடுகிறார்."

சர்மா கம்பளத்தில் உட்கார்ந்தார், பக்கத்திலிருந்த புகையிலை டப்பாவை எடுத்தார். சில்பில் கீழே இறங்கிவந்தாள்.

சர்மா அவளை ஏறிட்டுப் பார்த்தார். நாடகக் கலை அகராதியில் இது நாடக மோதல். எதிர்காலத்தில் சில்பில் இது மாதிரியான பல சந்தர்ப்பங்களை எளிதாக்கிவிடுவாள் என்பதை சர்மா அப்போது அறிந்திருக்கவில்லை.

'நீ உன் பெயரை மாற்றிக் கொண்டுவிட்டாயா?"

சில்பில் குற்ற உணர்வுடன் தரையைப் பார்க்கவில்லை. அவள் முன்போலவே நிமிர்ந்து பார்த்தாள். 'ஆமாம்" அவள் குரல் திடமாக இருந்தது.

"ஏன்?"

"எனக்கு அந்தப் பெயர் பிடிக்கவில்லை"

வினாடி நேர அமைதி.

சில்பில் அதே திடமான குரலில் தொடர்ந்து கூறினாள் ''ஹைஸ்கூலில் மாற்றவில்லையென்றால் பிறகு மிகவும் கஷ்டமாகிவிடும். பத்திரிக்கையில் போட வேண்டியிருக்கும்.''

இந்த நாடகக் காட்சியின் பார்வையாளர்கள் மூவரும் தந்தையையும் மகளையும் பார்த்துக் கொண்டே பேசாமல் இருந்தார்கள். சர்மா சில்பிலைக் கூப்பிடும்போதே அம்மா, காயத்திரி இருவர் மனதிலும் பயம் நடுக்கியது. கிஷோரும் மனதிற்குள் நடுங்கினான். சில்பில் என்ன செய்தாள்? காரணம் தெரிந்தவுடனேயே பயம் விலகிவிட்டது. அம்மாவும் காயத்திரியும் நிம்மதிப் பெருமூச்சு விட்டார்கள்.

'உன் பெயருக்கு என்ன கேடு?' தந்தை சினந்த குரலில் கேட்டார்.

"நிறைய பேர் பெயரில் சர்மா இணைந்திருக்கிறது. என் கிளாசிலேயே ஏழு சர்மாக்கள் இருக்கிறார்கள்.....பிறகு யசோதா? அடிபட்டு நசுங்கிப்போன பெயர். அவள் என்ன செய்தாள்? கண்ணனை வளர்த்ததைத் தவிர?'' சில்பில் அப்பாவைப் பார்த்தபடியே ஒரு வினாடி நிறுத்தினாள், பிறகு, ''யசோதா சர்மா என்ற பெயரில் எந்த அழகும் இல்லை'' என்று பின்னிணைப்பு தந்து விட்டாள். (காலப்போக்கில் இந்த முழக்கம் தேசீய அளவில் 'வெள்ளையனே வெளியேறு' 'ரத்தம் சிந்து, சுதந்திரம் தருகிறோம்', 'சுதந்திரம் எங்கள் பிறப்புரிமை' போன்ற முழக்கங்களைப் போன்று 54, சுல்தான் கஞ்சில் வரலாற்று முக்கியத்துவம் பெற்றது.)

இந்த விஷயம் அம்மா அறிவிற்குக் கொஞ்சம்தான் எட்டியது. வழக்கு அவளுடைய அதிகார வட்டத்தில் இல்லை என்பது மட்டும் தெளிவாயிற்று. சில்பிலின் நுண்ணிய சிந்தனையும் விவாதத் திறனும் காயத்திரி மனதில் ஆச்சரியம் நிறைந்த அன்பைத் தோற்றுவித்தது. கிஷோரின் மனதில் மதிப்பு நிறைந்த சிரத்தையை உண்டாக்கியது. சில்பில் இருவர் மனதிலும் சிறிது உயர்ந்த இடத்தைப் பிடித்துவிட்டாள்.

இந்தச் சிறுமி பெயருக்கு ஒரு அழகான விளக்கம் கூறுவாள்

என்று அவளுடைய தந்தை கனவில் கூட நினைக்கவில்லை. எளிதாக ஒப்புக் கொள்ளக் கூடிய பெயர் விஷயத்தைக் குறித்து மகளின் புதிய-புரட்சி நோக்கு அவரை நிலைகுலையச் செய்தது.

'பெயரைக் கொண்டுதானே சாதி விவரம் தெரிய வரும்?'

''நம்முடைய கோத்திரம் வசிஷ்ட கோத்திரம்.அதைக் கொண்டு இவர் பிராமணர் என்று தெரிந்து விடும். பெரிய ரிஷியின் பெயர்'

'வர்ஷா?'

''நான் உங்கள் அலமாரியிலிருந்து 'ருது சம்ஹாரத்தை'எடுத்துப் படித்தேன். ஆறு காலங்களில் வர்ஷா(மழை) காலம்தான் எனக்குப் பிடித்திருந்தது.'' அவள் ஒரு வினாடி தாமதித்து மேற்கோளைக் கூறினாள். ''அன்பிற்குரியவர்களே, பாருங்கள்! நீர்த்துளிகளால் நிறைந்த மேகமாகிய மத யானையின் மீது ஏறி, மின்னல் கொடிகளைப் பறக்கவிட்டுக் கொண்டு, மேக கர்ஜனை யாகிய முரசை முழங்கிய வண்ணம் காதலர்களின் மனம் விரும்பும் மழை மன்னர்களைப்போல கோலாகலமாக வந்து விட்டது.''(இங்கு சில்பில் கொஞ்சம் தர்க்கத்தை நிறைத்து காலத்தை வென்ற காவிய வரியில் அன்பிற்குரியவளே(ப்ரியே) என்ற சொல்லை அன்பிற்குரியவர்களே(ப்ரிய) என்று மாற்றி தன் அறிவில் சிறுவர் கூட்டத்தோடு இணைத்துவிட்டாள். காமம் நிறைந்தவர்கள் (காமிஜன்) என்ற சொல்லை காதலர்கள் (அனுகிராகிஜன்) என்று மாற்றிவிட்டாள். கெட்டிக்கார மகளின் நலன் கருதி இலக்கியத்தை மூடி மறைக்கும் அப்பாவின் சென்சார் போக்குதான் இதற்குக் காரணம். இரண்டு ஆண்டுகளுக்கு முன்பு மகாகவி காளிதாசரின் மேகதூதம் படிக்கும்போது சில்பில் கள்ளமில்லாத ஆர்வத்துடன் கேட்டாள்,'அப்பா, ஆலிங்கனம் என்றால் என்ன?' காலப்போக்கில் 'நகக்குறி' தலைவி''அலர்' போன்ற கிளர்ச்சி ஊட்டும் சொற்கள் தன் அறிவு வளர்ச்சியில் கீறல் விழாமல் செய்ததற்காக சில்பில் தன் அம்மா வணங்கும் சீதா ராமனுக்கு நன்றி சொன்னாள். அப்பா தயங்கினார். பிறகு சொன்னார், 'குடும்பத்தினர் குழந்தைகளை அணைத்துக் கொள்ளுதல்....'' இதன் பின்னர் அவர் உடனே 'காளிதாச கிரந்தாவலி தொகுப்பு நூல்கள் முழுதும் பல சொற்களைப்

பென்சிலால் அடித்துவிட்டார். சில்பில் பக்கம் பார்க்காமல், ‘இப்போதைக்கு சில சொற்கள் உனக்குத் தேவையற்றவை’’ என்று சொன்னார்.

‘ருதுசம்ஹாரம்’ என்ற பெயரைக் கேட்டு அப்பா பேச்சிழந்து போனார். ‘கவிகுல குரு’ வின்(மகாகவி காளிதாசன்) படைப்பை அவர் இந்திய இலக்கியங்களின் பொற்சிகரமாக மதித்தார். சௌக்கம்பா சுரபாரதி பதிப்பித்த ‘கிரந்தாவலி’ நூல் அவர் அலமாரியின மேல்தட்டு மூலையில் பகவத் கீதைக்குப் பக்கத்தில் இடம் பெற்றிருந்தது.

சிறிது தாமதித்துவிட்டு சில்பில் திரும்பி மேலே செல்ல ஆரம்பித்தாள்.

அவள் காலடி ஓசையைக் கேட்டுக்கொண்டே அப்பா ஆழ்ந்த பெருமூச்சு விட்டு மெல்ல சொன்னார், ‘‘கவிகுல திலகம் சரியாகத்தான் சொன்னார்- ‘தன் கையால் வளர்த்த விஷ விருட்சத்தை ஒருவன் தானே எப்படி வெட்டுவான்.’....’’

2. ஏழு வண்ண வானவில்

புது செமஸ்டர் தொடங்கிய பிறகு வர்ஷா வசிஷ்ட் ஜூலையில்தான் கட்டணம் கட்டியிருந்தாள். இப்போது கட்டணம் கட்டாமலே இரண்டாவது மாதம் தொடங்கிவிட்டது. நாள் செல்லச்செல்ல மொத்தமாக சேர்த்து கட்டணம் கட்டக்கூடிய சாத்தியம் குறைந்து கொண்டே போகும் என்பதைக் கடந்த கால அநுபவங்களால் அவள் அறிந்திருந்தாள்.

போன மாதம் பல அவசியச் செலவுகள் தொடர்ந்து வந்து விட்டன. மகாதேவ் அண்ணன் புது சைகிள் வாங்கியிருந்தார். அதனால் அவர் மூன்று மாதத்திற்கு பணம் எதுவும் அனுப்ப முடியாத நிலையில் இருந்தார். காயத்திரி அக்கா கர்ப்பமாகியிருந்தாள். அதனால் சேலை, பலகாரம், பழம், வெள்ளிக்கிண்ணம் சீர் அனுப்ப வேண்டியிருந்தது. கிஷோர் கோட்டுக்காக தனக்குப் பிடித்த கட்டம் போட்ட துணி கேட்டு நாள் முழுவதும் அழுது கொண்டிருந்தான். இந்த எண்பது ரூபாய் கோரிக்கை இன்னும் நிறைவேறிய பாடில்லை. காரணம் இந்த வித்தியாசமான ட்வீட் டிசைன் 'கன்ச்சன் பந்து' வில்தான் இருந்தது. பழைய ஆசிரியர் என்ற முறையில் அப்பாவிடம் மரியாதை வைத்திருந்த 'ஹரே ராம் அண்ட் சன்ஸி'ல் இல்லை. மாலையில் வர்ஷாதான் கிஷோரை பாசத்துடன் சமாதானப்படுத்த வேண்டியிருந்தது. வீட்டிலிருந்தவர்கள் நாள் முழுவதும் முயன்றும் செய்ய முடியாததை வர்ஷா ஒரு நிமிடத்தில் செய்துவிட்டாள். பத்து வரிகள் கொண்ட தன் நாடகப் பேச்சை('தம்பி, நாம் ஏழைகள்' என்ற

இறுதி வாக்கியத்துடன்) முடித்துவிட்டு, அவள் சோகத்துடன் கிஷோரின் தலைமுடியை வருடினாள். அந்த வினாடியிலிருந்து கிஷோருக்குள் அக்காவைக் குறித்து உயர்ந்த மதிப்பும் பரஸ்பரப் புரிதல் உணர்வும் தழைக்கத் தொடங்கின. அவனுடைய முழுக்கை சட்டையைத் தானே பின்னித் தருவதாக அவள் சொன்னதை ஒத்துக் கொண்டு தன் போராட்டத்தை அவன் முடித்துக் கொண்டான், தன் ஆசையை கோல்டு கிடங்கில் தூக்கிப் போட்டு விட்டான். *(54, சுல்தான் கஞ்சில் இந்த கிடங்கு பெரிதாக இருந்தது. சில சமயத்தில் வர்ஷாவுக்கு அது தன் வீட்டை விடப் பெரியதாகத் தோன்றும்.)*

அக்காவின் கல்யாணக் கடனைத் தீர்க்க அப்பாவிற்கு வெகு நாள் பிடிக்கும் என்று வர்ஷாவுக்குத் தெரியும். அவருடைய இருமல் வலுத்துவிட்டது. ஆனாலும் இருபது, முப்பது ரூபாய் மிச்சம் பிடித்து எல்லாவற்றையும் சரி செய்துவிடலாம் என்று எண்ணியவர் போல அவர் டாக்டரிடம் போவதில்லை.

★ ★ ★ ★

'குட் மார்னிங்' தாழ்வாரத்தில் நடந்துகொண்டே திவ்யா புன்னகையுடன் வர்ஷாவின் வணக்கத்திற்கு பதிலளித்தாள்.

வகுப்பில் வர்ஷா அடிக்கடி குறிப்பு எடுப்பதை நிறுத்தி விட்டு மறைவாக அவளை கூர்ந்து பார்ப்பாள். அவள் வர்ஷாவின் சிறிய உலகத்தில் புதிய தொடுவான எல்லையைத் திறந்திருந்தாள். இலக்கியக் கல்வியில் அழகுணர்வை வளமாக்கும் பொருண்மையை நிறைத்திருந்தாள். (அழகுணர்வு' 'கருத்து இழைகள்' வாழ்க்கை-அழகு, 'உணர்வு' நிலைத்த தன்மை' போன்ற நவீனச் சொற்கள் வர்ஷாவின் அகராதியில் அவள் உதவியால்தான் இடம் பெற்றன.) 'ரோஜாவை எந்தப் பெயரிட்டும் கூறுங்கள், அதன் மணம் மனத்திற்கு ரம்யமாகவே இருக்கிறது' 'டென்மார்க் நகரில் சில பாழிடங்கள்' 'இருப்பதா, இறப்பதா இதுவே பிரச்சனை' போன்ற ஒளிரும் வரிகளை அவளுடைய மெல்லிய இதழ்களிலிருந்து கேட்டு வர்ஷாவின் உடல் சிலிர்த்தது. முதல் முறையாக அவளுக்கு வாழ்க்கை உணர்வு பூர்வமாகவும், அழகாகவும் இருக்கமுடியும் என்ற உணர்வு தோன்றியது. ஆனால் எப்படி? எந்த வகையில்? நான் என்னை 'யசோதா' என்று சொன்னாலும் 'வர்ஷா' என்று

சொன்னாலும் பழைய சில்பிலா' கத்தான் இருக்க வேண்டியிருக்கிறது.

பிற்பகலில் அவள் மாணவிகளுக்கான பொது அறையில் இருந்தபோது பணியாள் வந்து கூறினான், 'திவ்யா மேடம் உங்களை வீட்டுக்கு வரச் சொன்னார்கள்.''

வர்ஷா படபடக்கும் இதயத்துடன் அந்த சிறிய தூரத்தைக் கடந்தாள். அவளுடைய உள்ளங்கைகள் வியர்வையில் நனைந்தன. என்ன தவறு செய்துவிட்டாள்?

வீட்டு கேட் திறந்திருந்தது. தோட்டக்காரன் களைவெட்டியால் பூம்பாத்திகளிலிருந்து புற்களை அகற்றிச் சீராக்கிக் கொண்டிருந்தான். புல்வெளியில் திறந்த குழாயிலிருந்து தண்ணீர் வழிந்தோடிக் கொண்டிருந்தது.

சிவப்புக் கூழாங்கற்கள் பரவிய பாதையில் சென்று அவள் போர்ட்டிகோ படியில் ஏறினாள்

வாசலில் கனத்த வண்ணத்திரை அசைந்து கொண்டிருந்தது.

'வர்ஷா, உள்ளே வா.''

அவள் உள்ளே சென்றாள்.

திவ்யா சோபாவில் உட்கார்ந்திருந்தாள். எதிரில் பேப்பர் பண்டில். அவள் எதிரில் இருந்த சோபாவைக் காட்டினாள். வர்ஷா கலக்கத்துடன் சோபாவில் உட்கார்ந்தாள்.

வரவேற்பறை எளிமையாக, வசீகரமாக இருந்தது. பொலிவான நாற்காலி சோபாக்கள் இதமான வண்ணத்துடன் விளங்கின. மூன்று ஓவியங்கள் தொங்கின. இத்தகைய கலைப் படைப்புகளை வர்ஷா ஷாஜஹான்பூரில் பார்த்ததில்லை.(அப்போது அவளுக்கு 'லேண்ட்ஸ்கேப்' என்பதன் பொருள் தெரியாது.) மூலையில் இருந்த தானியங்கி ரிகார்ட் பிளேயரில் ஆறு ரிக்கார்டுகள் போடப்பட்டிருந்தன. (அப்போது அவளுக்கு 78 ஆ.பி. என்.னும் தெரியாது.) பார்த்துக்கொண்டிருக்கும்போதே ஒலித்துக் கொண்டிருந்த 'இப்போது நான் இளைஞன்' பாடலின் இசை முடிந்து ரிக்கார்ட் கீழே நழுவியது. ஏதேதோ பரிச்சயமற்ற

இசைக்கருவி ஒலிகளுடன் 'ஹார்ட் டேஸ் நைட்' ஒலிக்கக் தொடங்கியது. வர்ஷா கண்ணைக் கவரும் வகையில் சுழலும் ரிக்கார்ட் தட்டைப் பார்த்தாள்.(54, சுல்தான் கஞ்சில் ரேடியோ கூட இல்லை. சில ஆண்டுகள் முன்பு வரை வர்ஷா ஞாயிற்றுக்கிழமை காலை வேளைகளில் சிறுவர் நிகழ்ச்சி கேட்பதற்காக பக்கத்தில் ஜோதியின் வீட்டுக்குப் போய்க் கொண்டிருந்தாள். மகாதேவ் அண்ணனுக்கு வேலை கிடைத்து ஒரு ஆண்டிற்குப் பிறகுதான் அவள் வீடு 'மின்சார யுக'த்தில் அடியெடுத்து வைத்தது.)

இது எத்தகைய வண்ண உலகம்! வர்ஷாவுக்குள் லேசான மகிழ்ச்சி பரவியது.

திவ்யா வர்ஷாவைப் பார்த்தாள்.'மிஸஸ் சம்பத் உன் குறிப்பை என்னிடம் காட்டினாள்.''

ஆமாம். இரு வாரங்களுக்கு முன் 'நான் எதிர்காலத்தில் என்ன ஆக விரும்புகிறேன்?' என்ற தலைப்பில் வகுப்பிலேயே குறிப்பு எழுதச் சொன்னார்கள்.

திவ்யா லேசாக புன்னகை செய்தாள். ''எல்லோரும் பாரதப் பிரதமர் அல்லது டாட்டா அல்லது இசைமேதை ரவிசங்கர் ஆக விரும்பும் போது, உன் லட்சியம் மட்டும் வித்தியாசமாக இருந்தது.''

வர்ஷா கூச்சப்பட்டாள். சுணங்கிய மனநிலையில் அவள் ஏதோ அர்த்தமில்லாமல் எழுதிவிட்டிருந்தாள். 'என்னால் முடிந்தால், நான் ஆகாயவெளியில் தோன்றும் ஏழு வண்ண வானவில்லின் வடிவம் ஆவேன், ஆசிரமத்தில் சகுந்தலையின் 'வன ஒளி' தோழி ஆவேன், நிலவைப் பார்த்து மலரும் அல்லி மலர் ஆவேன்....' ஆனால் தான் பிறந்த இடத்திற்கேற்ப ஒரு மத்திய தரக் குடும்பத்துப் பெண்ணின் லட்சிய எல்லை. ஒரு லோயர் டிவிஷன் கிளர்க்கின் கையால் மண மாலை அணிந்து வழக்கமான வரதட்சணை கொடுத்த பிறகும் மாமியார் வீட்டு சமையலறையில் அவளுக்கு எந்த 'அசம்பாவிதமும்' நேர்ந்து விடாமலிருக்க வேண்டும் என்பதாகத்தான் இருக்க முடியும்....'

வேலைக்காரி தேநீர்த் தட்டுடன் வந்தாள். திவ்யா இரு கோப்பைகளில் தேநீர் நிரப்பத் தொடங்கினாள், 'இங்கே ஜூனியர்

ஸ்கூல் பிள்ளைகள் இரண்டு பேர் இருக்கிறார்கள்..... அண்ணன்-தங்கை. ஏழாம் வகுப்பு, எட்டாம் வகுப்பு. அவர்கள் கிராமத்து ஜமீன்தார் வீட்டை சேர்ந்தவர்கள். உன்னால் அவர்களுக்கு தினமும் ஒரு மணிநேரம் ட்யூஷன் எடுக்க முடியுமா? மாதம் நூற்றைம்பது ரூபாய் சம்பளம்.''

வர்ஷாவுக்கு வியப்பில் மூச்சு முட்டியது... 'அநாதரவான இருளில் எங்கிருந்தோ இப்படி ஒரு ஒளிக்கதவு எனக்காகத் திறக்கிறதா?...'

கோப்பையை வாங்கியபோது வர்ஷாவின் விரல்கள் லேசாக நடுங்கின.

திவ்யா தேநீரை ஒரு வாய் பருகிவிட்டுக் கேட்டாள், ''சர்க்கரை சரியாக இருக்கிறதா?''

வர்ஷா ஆமோதிப்பாகத் தலையசைத்தாள்.

''நான்கு மணிக்கு கல்லூரி முடிந்துவிடும். அங்கேயே பெண்கள் பொது அறையில் பாடம் எடு. நான் பியூனிடம் சொல்லி வைக்கிறேன். சரியா?''

வர்ஷா நன்றியுடன் சொன்னாள், ''சரி மேடம்!''

''நாளைக்கே தொடங்கிவிடலாமா?'' திவ்யாவைப் போல வர்ஷாவும் புன்னகை செய்தாள், ''நிச்சயம்!''

ராமகிரியில் துணைவியைப் பிரிந்த ஹேமமாலி எனும் யக்ஷன் கூட ஒவ்வொரு நாளையும் வர்ஷா மாதிரி இப்படி கனத்த, அமைதியிழந்த ஏக்கத்தில் கழித்திருக்க மாட்டான். 'ரகுவம்ச'த்தில் இலங்கையிலிருந்து திரும்பிய அனுமன் தான் சீதையை சந்தித்ததற்குச் சாட்சியாகத் தந்த சூடாமணியை ராமன் பார்த்ததைப் போல, வர்ஷா காலண்டரைப் பார்த்துக்கொண்டே நாட்களைக் கழித்தாள்.

அவள் வீட்டில் இதுபற்றிக் கூறவில்லை. ஒரு மாதம் முடிந்த பிறகு புதிய ரூபாய் நோட்டுகளைக் காட்டி எல்லோரையும்

வியப்பில் ஆழ்த்த நினைத்திருந்தாள்.

ஆனால் கடைத்தெருவில் ஜனார்தன் ராய் மீண்டும் சர்மாவை சந்தித்துவிட்டார்.

'சில்பில்!''

இந்த முறை சர்மாவின் குரலில் வேகம் இல்லை, நிலைமையைத் தெரிந்துகொள்ளும் அமைதியின்மை மட்டுமே இருந்தது.

இரவு ஒன்பது மணி. அவர் ஒரு ட்யூஷன் எடுத்துவிட்டுத் திரும்பியிருந்தார்.

சில்பில் அடுப்படியில் உட்கார்ந்து சப்பாத்தி சுட்டுக் கொண்டிருந்தாள். தம்பி-தங்கைகள் சாப்பிட்டுக்கொண்டிருந்தார்கள். அம்மா எதிரில் சுவரில் பதித்த பூஜை தீபத்திற்குத் திரி தயாரித்துக் கொண்டிருந்தாள்.

சில்பில் அப்பாவின் குரலிலிருந்து விஷயத்தை ஊகித்துக் கொண்டாள். ''என்ன?'' என்று இயல்பான குரலில் கேட்டாள்.

''நீ ட்யூஷன் எடுக்க ஆரம்பித்திருக்கிறாயா?'' சர்மா சமையலறை வாசலில் வந்து நின்றார்.

எல்லோருடைய பார்வையும் சில்பில் மீது நிலைத்தது. கும்மட்டிச் சூட்டினால் அவள் முகம் சிவந்திருந்தது. நெற்றியில் ஓரிரு முடிக்கற்றைகள் ஒட்டிக்கொண்டிருந்தன.

''ஆமாம்!'' அவள் உப்பிய சப்பாத்தியை எடுத்து நெய் தடவி கிஷோரின் தட்டில் வைத்தாள்.

சர்மா ஒரு வசதியான தொழிலதிபரின் சில்பில் வயதே உள்ள மகளுக்கு ட்யூஷன் எடுத்துவிட்டுத் திரும்பியிருந்தார், இரு பெண்களுக்குமிடையே இருந்த முரணான வாழ்க்கைநிலையை நினைத்து ஒரு வினாடி அதிர்ந்தார். கவிகுல தீபத்தின் (மகாகவி காளிதாசன்) காவிய வரிகள் நினைவுக்கு வந்தன. 'மரம் வெப்பத்தைத் தன் தலையில் தாங்கிக் கொள்கிறது, ஆனால் தன் நிழலில் மற்றவர்களைக் காப்பாற்றுகிறது.' அவர் ஆழ்ந்த

பெருமூச்சுடன் நினைத்துக் கொண்டார். 'என்னால் என் மகளையே நன்கு வளர்க்க முடியவில்லை!'

சில்பில் அப்பாவைப் பார்த்தாள். அவர் காலையில் கிளம்பிப் போனவர் இப்போதுதான் திரும்பி வந்திருந்தார். முகத்தில் வயோதிக வயதின் ஆழமான சோர்வு, சுலங்கிய மனநிலை, அப்பாவோடு தீவிர கருத்து வேற்றுமையிலும்கூட வர்ஷாவின் மனம் சற்று இளகியது. ''இரண்டு ரூபாய் கூட கிடைத்தால் நம் வீட்டிற்கு உதவிதானே!'' என்று கனிவாகக் கூறினாள்.

அம்மா நீண்ட பெருமூச்சு விட்டாள்.

கிஷோரின் பார்வை மீண்டும் தட்டிற்கு இறங்கியது. அவன் மனதிற்குள்ளேயே சின்ன அக்காவை இன்னும் கொஞ்சம் உயர்த்தினான். ஜல்லி மட்டும் அக்காவையும், அப்பாவையும் மாறி மாறிப் பார்த்துக் கொண்டிருந்தாள்.

''அக்கம் பக்கத்தார் என்ன சொல்வார்கள்?'' ஒரு திறனற்ற தந்தையின் பலவீனக்குரல்.

அப்பாவின் குடையையும் பையையும் பார்த்துவிட்டு சில்பில் அவர் முகத்தைப் பார்த்தாள். மற்ற பிள்ளைகள் அங்கே இல்லாமல் இருந்திருந்தால், ''நான் இரண்டு மாதமாக பீஸ் கட்டவில்லை, அதற்கு அக்கம்பக்கத்தார்கள் பொறுப்பு ஏற்பார்களா?'' என்று கேட்டிருப்பாள். இப்போது, ''இது மற்றவர்களுக்கு சம்பந்தமில்லாத விஷயம்.'' என்றாள்.

சர்மா பெருமூச்சுடன் சொன்னார், ''ஆனாலும் இது அக்கிரமம்!'' (எதிர்மறையைக் குறிக்கும் 'அ' ஒலியோடு கூடிய சொற்கள் அப்பாவிற்கு மிகவும் பிடித்தமானவை... அதிலும் சில்பில் விஷயத்தில். 'அனுசித்' (உசிதமில்லை), 'அஷோபனீய' (அழகில்லை), 'அன்யாய' (நியாயமில்லை) போன்ற சொற்கள் 'ஜய ஜகதீஷ் ஹரே' ஆரத்தி போல காலையிலிருந்து மாலை வரை வீட்டில் ஒலித்துக் கொண்டேயிருக்கும். சொல்லின் பொருண்மை எப்படி விரிவடைகிறது என்பதை சில்பில் அப்பாவிடமிருந்தே அறிந்தாள்).

வர்ஷாவும் அப்பாவைப் போலவே நீண்ட பெருமூச்செறிந்தாள்.

★ ★ ★ ★

வர்ஷா எதிர்பார்த்திருந்த அந்த நாளும் வந்தது. அநிருத் தன் பையிலிருந்து ஒரு கவரை எடுத்து நீட்டினான். அந்த நாளின் ஒவ்வொரு மணி நேரத்தையும் வர்ஷா எப்படி கழித்தாள் என்பது அவளுக்குதான் தெரியும்.

குழந்தைகள் போன பிறகு அவள் அருகிலிருந்த கழிவறைக்குள் போய் கதவைத் தாழிட்டு விட்டு கவரைத் திறந்தபோது விரல்கள் நடுங்கின.

...பதினைந்து பத்து ரூபாய் நோட்டுகள்... புதிய சலவை நோட்டுகள். அவள் கண்களை மூடிக்கொண்டு முகத்தைக் கீழே தாழ்த்தினாள். பின்னர் நோட்டுக் காகிதத்தின் அச்சின் மணத்தை மூக்கில் நிறைத்துக் கொண்டாள்... (இரண்டு ஆண்டுகளுக்குப் பின்னர் புதுடில்லி, மாக்ஸ்முல்லர் பவனில் 'மேகங்கள் மூடிய நட்சத்திரம்' சினிமாவில் கதாநாயகி இவ்வாறே டாய்லட்டில் போய் முதல் சம்பளத்தைப் பார்த்ததை அவள் பார்த்தபோது ஸ்தம்பித்துவிட்டாள். அந்தக் கணங்கள்தான் அவளுக்கு முதல் முதலாக கலை உணர்வின் உலகளாவிய பொது நியதியை உணர்த்தின).

அவள் உடனே அலுவலகத்திற்கு சென்று இரண்டு மாத பீஸ் கட்டணம் முப்பது ரூபாயைக் கட்டிவிட்டு வீட்டிற்குப் போய் கை நிறைய இனிப்புடன் அம்மா காலடியில் நூறு ரூபாயை வைத்தாள்.

அம்மா ஒரு இனிப்புத் துண்டை வர்ஷாவின் வாயில் வைத்த போது, தாயின் கண்கள் கலங்கிப் பனித்தன.

இந்தக் குடும்பத்தின் கடந்த ஏழு தலைமுறையில், இப்போது இந்த வர்ஷாதான் வேலை பார்க்கும் முதல் கன்னிப் பெண்!

3. இராமனின் பசு

என் எதிர்காலம் என்ன?

பச்சை குத்தியதும் சிறுமியின் கையில் பெயர், இலை, பூ பதிவதுபோல இந்தக் கூரிய கேள்வி வர்ஷாவின் மனதை ஓயாமல் துளைக்கத் தொடங்கிவிட்டது.

''பி.ஏ. முடித்துவிட்டு நான் ஹோட்டல் மேனேஜ்மெண்ட் கோர்சில் சேர்வதற்கு டில்லி போகிறேன்'' பொது ஹாலில் சரளா பெருமையுடன் அறிவித்தாள். (அவள் தந்தை நகரத்தில் பிரபல வக்கீல்). பல சக மாணவிகளைப் போல் வர்ஷாவும் அவளைப் பொறாமையுடன் பார்த்தாள். திறனும், அன்பும் மிக்க ஒரு தந்தை மகளின் பாதுகாப்பிற்கும், மகிழ்ச்சிக்கும் எப்படி ஏற்பாடு செய்துவிடுகிறார் என்று வர்ஷா நினைத்துக் கொண்டாள் ('சிவபெருமான் மன்மதனை எரித்த பின் அவரை மயக்க முயற்சித்த பார்வதி துயரமும் நாணமும் அடைந்தாள். உடனே அவளுடைய தந்தை (இமயவன்) அங்கு வந்து, ஐராவதம் யானை தன் துதிக்கையால் தாமரையைத் தூக்குவதுபோல துயரத்திலாழ்ந்திருந்த தன் மகளைத் தோளில் தூக்கிக்கொண்டு விரைந்து சென்றுவிட்டார்.' ''பார்வதியின் விருப்பம் விரைவில் நிறைவேறிவிடும்'' என்று வர்ஷா மனதிற்குள் கூறிக்கொண்டாள்.'' அவளுடைய தந்தை அவளிடம் மிக்க அன்பு கொண்டிருந்தது மட்டுமல்ல... ''வண்டினம் வசந்தகாலப் பூக்களின் குவியலை விட்டு மாந்தோப்புகளில் சென்று ரீங்கரிப்பதைப் போல பல மக்கள் இருந்தபோதிலும் இமயவனின் கண்கள் பார்வதியின் மீதே நிலைத்திருந்தன.'... அத்துடன் மிகவும் திறன் மிக்கவர்!''

ஆனால் 54, சுல்தான் கஞ்சின் அசட்டு சில்பிலினுடைய எதிர்காலம் என்ன?

அவளிடம் இன்னும் ஒன்றரை முக்கால் ஆண்டுகள்தான் இருக்கின்றன. பி.ஏ. பாஸ் செய்தவுடன் அவளுக்கு தெளிவான, சுயேச்சையான ஒரு பாதை வேண்டும். ஆனால் என்ன செய்ய முடியும்? பி.ஏ. டிகிரி மட்டும் வைத்துக் கொண்டு அவளுக்கு என்ன வேலை கிடைக்கும்? சுருக்கெழுத்து, தட்டச்சு கோர்ஸில் சேரலாம், ஆனால் இந்த ஊரில் அதற்கேற்ற நல்ல வேலை எங்கே கிடைக்கும்?

சுயேச்சையான பாதையின் உள் அர்த்தம் அவளை ஷாஜஹான்பூரின் எல்லைகளுக்கு வெளியே கொண்டு செல்லும் பாதை என்பதுதான். இங்கே இருந்துகொண்டு காயத்திரி அக்காவை விட மோசமான ஒரு அவல விதியைத்தான் பார்க்க முடியும்.

சர்மா வீட்டில் காயத்திரி கல்யாணச் சுமை இன்றுவரை பெரிய கஷ்டமாக இருந்தது. பணம் இல்லை, அப்பாவிற்கு சமூகத்தில் எந்த மரியாதையும் இல்லை, பெண்ணுக்கு நல்ல படிப்பு இல்லை-அழகு மட்டும்தான் இருந்தது. நான்கு, ஐந்து வரன்கள் தட்டிப்போன பிறகு அப்பா, அம்மா, அண்ணன் மூவரும் விழித்துக் கொண்டார்கள். இப்போது அவர்கள் சம்பந்தம் பேசத் தொடங்கும்போதே பெண்ணைக் காண்பிக்க விரும்பினார்கள். நாவிதன் மனைவி ஜுனியாவுக்கு ''பெண் பேரழகி. ஊர்வசிதான். முகத்தில் சீதாதேவி போலப் பொலிவு. அன்னபூரணி அம்மன் போல் வீட்டார்களைச் சமாளிக்கிறாள். அவள் போகிற வீடு ஒளி வீசும்.'' என்ற வரிகள் அடிக்கடி கேட்டு மனப்பாடம் ஆகிவிட்டது.

மூன்று தேவியரின் குணமும் இணைந்திருந்தாலும், குணத்தை மதித்து வாங்குபவன் எவனும் வரவில்லை... பெண் பார்க்கும் நிகழ்ச்சிகளில் வர்ஷாதான் காயத்திரிக்கு உதவியாகவும், சாட்சியாகவும் இருந்தாள். அவள் மாடி அறையில் காயத்திரியைக் கவனமாக அலங்கரிப்பாள். அதற்குள் வரவேற்பு அறையில் வருங்கால மாப்பிள்ளையின் குடும்பத்திற்குத் தேநீருடன் ஏதாவது பலகாரம் (பெண்ணின் சமையல் திறனுக்கு எடுத்துக்காட்டாக) பரிமாறப்பட்டு சாப்பிட்டிருப்பார்கள். (அது உண்மையாகவே காயத்திரியின் கையால் செய்யப்பட்டிருக்கும்). பட்டாம்பூச்சி பின்னிய மேஜை விரிப்பும் எதிரே இருக்கும். தூதுப்பெண் ஜல்லியிடமிருந்து தகவல் வந்தபிறகு வர்ஷா மெல்ல காயத்திரியைக்

கீழே அழைத்து வருவாள். (மாடிப்படிக்கட்டில் கால் வைக்கும்போது காயத்திரி கை கூப்பி வேண்டிக்கொள்வாள், ''கடவுளே, ஐந்து ரூபாய் காணிக்கை செலுத்துகிறேன்...''). வரவேற்பு அறையில் குனிந்து கீழே பார்த்தவண்ணம் காயத்திரி தீர்மானக் குழுவின் அங்கத்தினர்களை நமஸ்கரித்துவிட்டு அவர்கள் காட்டிய மூலையில் வர்ஷாவுடன் உட்காருவாள். படிப்பு, சமையல், பின்னல்வேலை பற்றி மூன்று, நான்கு கேள்விகள். ஒருமுறை ஒரு வருங்கால நாத்தனார் கல்யாணத்திற்குப் பிறகு சங்கீதத்தின் பயனைப்பற்றிக் கோடிட்டுக் காட்டினாள். வர்ஷா காயத்திரியை முன்பே எச்சரித்து வைத்திருந்தாள்... அவள் தன் பாத்ரூம் பாடகிப் பின்னணியிலும் நல்ல இனிய சுரத்தில் ஒரு பாட்டு பாடிவிட்டாள்.

ஆனால் காயத்திரிக்கு அனுதாபம் கிடைக்கவில்லை. தீர்மானக் குழு ஒரு வாரத்தில் தகவல் அனுப்புவதாக அல்லது கடிதம் எழுதுவதாக கூறி சென்றுவிட்டது. தகவல் வரவில்லை.

ஒவ்வொரு நிகழ்ச்சிக்குப் பிறகும் குடும்ப உறுப்பினர்கள் மேலும் மேலும் மௌனமானார்கள். வீட்டுச் சூழலில் இறுக்கமும் சோகமும் தோன்றத் தொடங்கின.

அப்பா செவ்வாய்க்கிழமை விரதம் ஆரம்பித்துவிட்டார். அம்மா வெள்ளிக்கிழமை விரதம். அக்கா துர்க்கா சப்தசதி துதிக்க (படிக்க) ஆரம்பித்தாள். தினமும் மாலையில் கோவிலில் விளக்கு ஏற்ற சென்றாள். வர்ஷா ''ஒரு மாப்பிள்ளைக்காக இத்தனை கஷ்டங்களா?'' என்று எரிந்து விழுந்தபோது அவள் அழுது வெடித்தாள்.

ஒருநாள் மாலை காயத்திரி அக்கா மண்ணெண்ணை டின்னைக் கண்ணிமைக்காமல் பார்த்துக் கொண்டிருப்பதை வர்ஷா கவனித்தாள்...

இந்த மனவேதனையும், அனுதாபமும் வர்ஷாவை அக்காவுக்கு நெருக்கமாக்கிவிட்டன. காயத்திரி குற்ற உணர்வுடன் ஊமையாகிக் கொண்டே செல்ல வர்ஷா அவளுக்காக உருகினாள். அக்கா ஒரு பழைய சப்பாத்தி, கொஞ்சம் சாதம் சாப்பிட்டுவிட்டு எழுந்திருப்பதைப் பார்த்து வர்ஷாவுக்கு கோபம் கொதித்து எழும்,

அதன் மையம் அப்பா. பெற்ற மக்களை வாழ வைக்கத் திறனற்றவர் ஏன் வரிசையாக குழந்தைகளைப் பெற்றுக் கொண்டாராம்? ஏன் குடும்பத்தைக் கட்டுப்படுத்தவில்லை? அதற்கு எத்தனை வழிமுறைகள் இருக்கின்றன! ஏன் பன்றிக்குட்டிகளைப் போல உண்டாக்கி சேற்றில் உழலவிட்டிருக்கிறார்?

கடைசியில் காயத்திரி என்ற அசைக்க முடியாத பாறை சுல்தான் கஞ்சின் நெஞ்சிலிருந்து இறங்கியதென்றால் அந்தப் புண்ணியம் 'மதர் இண்டியா' சினிமாவுக்குதான்.

மகாதேவ் அண்ணனின் நண்பர் சிவலால் நகரத்திலிருந்து முப்பது மைல் தொலைவில் கிராம வளர்ச்சி அதிகாரியாக இருந்தார். ஒரு சனிக்கிழமை மாலை கிராமவாசிகளுக்காக ஒரு சினிமாக்காட்சிக்கு ஏற்பாடு செய்திருந்தார். பிற்பகலில் ஜீப் எடுத்துக் கொண்டு நகரத்திற்கு வந்தபோது அண்ணனுக்கு அழைப்பு தந்தார். காயத்திரி தேநீர் கொண்டு சென்றபோது 'ஏம்மா சோம்பேறி, நாள் முழுதும் அம்மா உயிரை வாங்குகிறாய்? வீட்டுக்கு வா, இன்று அண்ணிக்கு பதிலாக நீ சமையல் செய்' என்றார்.

இந்த மாற்றத்திற்குதான் இரு சகோதரிகளும் ஏங்கியிருந்தார்கள்.

திறந்தவெளியில் புரொஜெக்டர் வைக்கப்பட்டிருந்தது. ஒரு பக்கம் சிறப்புப்பார்வையாளர்களுக்காக இருபது நாற்காலிகள் இருந்தன. இரண்டு சகோதரிகளும் தங்களை மறந்து பாரதமாதாவின் இதயத்தைப் பிளக்கும் கதையில் மூழ்கி உணர்ச்சி மயமானார்கள். காயத்திரி ஒரு சாதாரண சேலை உடுத்தியிருந்தாள் தோளில் முந்தானை. அவ்வப்போது அசையும் முடிப் பின்னல். வெள்ளைச் சேலை அணிந்த ஒரு பெண்மணி ஆர்வத்துடன் அக்காவைப் பார்த்துக் கொண்டிருப்பதை வர்ஷா கவனித்தாள். (வர்ஷாவுக்கு 'குமார சம்பவ'த்தின் ஒரு காட்சி நினைவுக்கு வந்தது. அதில் உமா யோக சமாதியிலிருந்து எழுந்த சங்கரனை வணங்கி அவருடைய கழுத்தில் வெயிலில் காய வைத்த மந்தாகினி ஆற்று தாமரை விதை மாலையைப் போடுவாள். சங்கரன் பக்தையின் அன்பிற்காக அந்த மாலையைக் கழுத்தில் ஏற்றவுடன் மன்மதன் சம்மோகனம்(மயக்கம்) என்ற குறி தவறாத அம்பைத் தன் வில்லில்

ஏற்றி விடுவான்.....) அந்தப் பெண்மணியின் முகத்தில் அத்தகைய ஆர்வம் இருந்தது.

★ ★ ★ ★

மறுநாள் சகோதரிகள் இருவரும் சிவலாலின் மனைவியுடன் சமையலறையில் உருளைக்கிழங்கு பரோட்டா செய்வதில் முனைந்திருந்தார்கள். சிவலாலைக் காணவில்லை. வர்ஷா விசாரித்தபோது அண்ணி பொருள் பொதிந்த புன்னகையுடன் காயத்திரியைப் பார்த்துவிட்டு சொன்னாள். ''முக்கியமான வேலையாகப் போயிருக்கிறார்.''

சற்று நேரத்தில் சிவலால் திரும்பி வந்தார், குடியிருப்பின் வெளிச்சுவர் அருகில் சிகரெட் புகைத்துக் கொண்டே மகாதேவுடன் பேசிக் கொண்டிருந்தார். இருவரும் சீரியஸாக இருந்தார்கள். பரோட்டா, ஊறுகாய் தட்டு மேசை மேலேயே இருந்தது, இருவரும் வெளியே போய்விட்டார்கள்.

மதியம் பன்னிரண்டு மணி. விவிதபாரதியின் பின்னணியில் வர்ஷா அண்ணிக்கு ஸ்வெட்டர் பின்னக் கற்றுக் கொடுத்துக் கொண்டிருந்தாள். அப்போது வெளியே சத்தம் கேட்டது. சிவலால், அண்ணன் இருவருடன் ஒரு நடுத்தர வயது மனிதரும் நேற்றிரவு பார்த்த பெண்மணியும் வருவதை வர்ஷா பார்த்தாள்.

ஆச்சரியத்தோடு நின்ற காயத்திரி கழுத்தில் ஒரு தங்கச்சங்கிலியைப் போட்டுக் கொண்டே அந்தப் பெண்மணி சொன்னாள், ''காயத்திரி, நீதான் என் மருமகள்.''

காயத்திரி குழம்பியவளாக அந்தப் பெண்மணியையே பார்த்துக் கொண்டிருந்தபோது அண்ணன் நீர் நிறைந்த கண்களுடன் சொன்னார், ''அசடு! உன் மாமியார் காலைத் தொட்டு வணங்கு''.

சிகோஹாபாத் நகரத்து மூங்கேரிதேவி தன் மகன் தீனதயாளுக்கு இரண்டு ஆண்டுகளாக அழகான, குணமான, சாதுவான ஒரு மணப்பெண்ணைத் தேடிக் கொண்டிருந்தார். அவர்களுக்கு இரண்டு அடுக்கு மாடிவீடு இருந்தது. அப்பா காலத்திற்குப் பிறகு தீனதயாள் தங்கள் மின்சாதனங்கள் கடையை

நடத்திக் கொண்டிருந்தான். ஸ்கூட்டர் வைத்திருந்தான். மூங்கேரிதேவி மருமகள் பெண்ணைத் தேடித்தான் சகோதரன் வீட்டிற்கு வந்திருந்தாள். மூன்று பெண்களைப் பார்த்தும் பிடிக்கவில்லை. காயத்திரியைப் பார்த்தவுடனே மூங்கேரிதேவியின் மூன்று குண உரைகல்லில் அவள் தேறிவிட்டாள் (''அவள் முகத்தில் ராமனின் பசு போன்ற சாயல் இருந்தது!'').

இந்தச் செய்தி கிடைத்தவுடன் 54, சால்தான் கஞ்சில் எழுந்த மகிழ்ச்சி அந்தத் தலைமுறை வரலாற்றில் அதுவரை இல்லாதது. நினைவு தெரிந்து முதல் முறையாக வர்ஷா அப்பாவின் கண்களில் ஆனந்தக் கண்ணீரைக் கண்டாள்! அவர் தொண்டை அடைக்கக் கூறினார், ''இறைவன் அருள் பாலிப்பார் என்று எனக்கு நம்பிக்கை இருந்தது... மேகம் இடி இடிக்காமலே சாதக பட்சிக்கு நீரைப் பொழிந்து திருப்தி செய்விக்கிறது என்று கவிகுல குரு (காளிதாசன்) சொல்லியிருக்கிறார். ஒன்றும் சொல்லாமலே யாசிப்பவர்களின் வேண்டுதலை நிறைவேற்றுவது இறைவனின் மரபு. நானோ அவனையே நம்பி வேண்டியிருந்தேன்...''

அம்மா பிரமை பிடித்தவளைப் போல துளசி மாடத்தில் நெற்றியை வைத்து சாய்த்திருந்தாள். காயத்திரி தன் வாழ்விற்குப் பொருள் கிடைத்த நிம்மதியில் உருகிநின்றாள். அண்ணன் அகன்ற புன்னகையுடன் இனிப்பு வாங்கி வருவதற்காக கிஷோரிடம் ஐந்து ரூபாய் கொடுத்துக் கொண்டிருந்தார், வெளியே தாவி ஓடிய ஜல்லி அக்கம்பக்கத்தில் ஒலிபரப்பிக் கொண்டிருந்தாள். ''எங்கள் வீட்டில் பெரியக்காவுக்கு கல்யாணம் வரப்போகிறது.''

மாடி முகப்பிலிருந்து இந்தக் காட்சிகளைப் பார்த்து வர்ஷா நீண்ட பெருமூச்செறிந்தாள்... இல்லை, வாழ்வின் அழகு இது இல்லை. இதெல்லாம் எனக்கு நடக்காது. இவர்கள் என் ரத்த உறவு, இவர்களுடைய சுக-துக்கம் என்னுடையது, ஆனால் என் சுக-துக்கம் என்னுடையதாகவே இருக்கும். இவர்களால் அதைப் பங்கு போட்டுக் கொள்ள முடியாது. ஒரு எல்லைக்கு அப்பால் அதைப் புரிந்து கொள்ளவும் இவர்களால் முடியாது.

54, சுல்தான் கஞ்சில் நிறைய அழுகிய குப்பைகள் கிடக்கின்றன என்று அவள் சோகத்துடன் நினைத்துக் கொண்டாள்.

4. இருட்டில் ஒளிப்பிரவாகம்

அவளுடைய வாழ்க்கையை நிர்ணயிக்கும் அறிவிப்பு மகளிர்விடுதி பொதுக்கூடத்து நோட்டீஸ் போர்டில் ஒட்டியிருந்தது.

அவள் வழக்கம் போல் உள்ளே நுழைந்தாள்.

கீதா பரபரப்போடு கூறிக் கொண்டிருந்தாள், ''நான் உடனே பெயர் கொடுத்துவிட்டேன். மேடம் ஃபர்ஸ்ட் கம் ஃபர்ஸ்ட் சர்வ்ட் என்று சொன்னாலும் சொல்லுவார்கள்.''

கான்வெண்டில் படித்த சரளா, ''அப்படி இருக்காது. அவர்கள் தனித்தனியாக எல்லோரையும் ட்ரை அவுட் பண்ணி டெஸ்ட் பண்ணுவார்கள்.'' என்றாள்.

''என்ன டெஸ்ட்?'' வர்ஷா கேட்டாள்.

கீதா வெளியே போர்ட் பக்கம் கையைக் காட்டினாள்.

வர்ஷா சுவற்றருகே சென்று படித்தாள்.

''சென்ற ஆண்டு போல இந்த ஆண்டும் நிறுவனர் நினைவுநாள் அன்று ஒரு நாடகம் நடத்த தீர்மானிக்கப்பட்டுள்ளது. பங்கு பெற விரும்பும் மாணவ, மாணவியர் மிஸ். திவ்யாவிடம் தங்கள் பெயரைத் தரவும்.''

தன்னைப் பொறுத்தவரை இதை வேண்டாமென்று சொல்ல வர்ஷாவுக்கு வினாடி நேரம் கூட ஆகவில்லை. வர்ஷா வசிஷ்ட் மேடையில் நடிப்பதா?... ஒளிவிளக்குகளால் ஜொலிக்கும் மேடையில் வர்ஷா வசிஷ்ட் நாடக நடை நடந்து வந்து டயலாக்

பேசுவாளா? நூற்றுக்கணக்கான ஜோடிக்கண்களின் முன் வர்ஷா வசிஷ்ட் இயல்பாக இருப்பாளா?...

வர்ஷா லேசாக சிரித்துவிட்டாள். கீதா திரும்பிப் பார்த்துக் கேட்டாள், ''என்ன ஆயிற்று?''

''ஒன்றுமில்லை,'' அவள் திரையை விலக்கிக் கொண்டு வெளியே போய்விட்டாள்.

இன்று வரை அவள் மேடையில் அடி எடுத்து வைத்ததே இல்லை. அவள் நான்காம் வகுப்பில் படிக்கும்போது இப்படி ஒரு ஆபத்து வரவிருந்தது, தப்பித்துவிட்டாள். ஃபேன்ஸி டிரஸ் போட்டியில் சக்கிலியப்பெண் வேடத்தில் மேடையில் நடிக்கவேண்டியிருந்தது. டீச்சர் கடுமையாக மிரட்டி அவளைச் சம்மதிக்க வைத்திருந்தாள். அவள் வீட்டிலிருந்து கோடு போட்ட முக்கால் கால்சட்டையும், அழுக்கு பனியனும் பையில் போட்டு கொண்டு வந்திருந்தாள். கூடவே பாலிஷ் டப்பாவும் பிரஷ்ஷும். சரியான சமயத்தில் மற்ற குழந்தைகளோடு அவளும் தயாராகிவிட்டாள். முக்கிய விருந்தாளி முதல் வரிசையில் நடுவில் உட்கார்ந்திருந்தார். மேடையில் அவர் முன் சென்று, ''பாலிஷ் போட்டுக் கொள்ளுங்கள் சார், பாலிஷ்...'' என்று சொல்லிவிட்டு மறுபக்க வழியாக கீழே குதித்துவிட வேண்டுமென்று டீச்சர் கூறியிருந்தார்.

ஆனால் மாணவ, மாணவியரும், கார்டியன்களும் நிறைந்த ஹாலைப் பார்த்தவுடன் (அவள் வீட்டிலிருந்து யாரும் வரும் பேச்சே இல்லை) அவள் மனம் நடுங்கிவிட்டது. அவளுக்குப் போட்டியாக ராஜகுமாரி, தேவதை, ஜெனரல், சிந்துபாத், அலிபாபா போன்ற கவர்ச்சியான, மதிப்புள்ள ஆடை அணிகள் அணிந்த குழந்தைகளைப் பார்த்தபோது (தன் தந்தையின் சமூக அந்தஸ்திற்கேற்ப சக்கிலியப்பெண் வேடம் அமைந்ததும்- அவளுடைய அறியாத மனதில் சிறிது வெளிச்சம் போட்டது) அவளுடைய கொஞ்சநஞ்ச தைரியமும் தவிடு பொடியாகிவிட்டது. உரத்த கைதட்டல் ஒலியுடன் பார்வையாளர்கள் முதல் போட்டியாளரை வரவேற்றவுடன் - சில்பில் வில்லிலிருந்து விடுபட்ட அம்பு போல மேக்அப் ரூமுக்கு ஓடினாள். அவள் தன்னுடைய கவுன் இருந்த பையை எடுத்தபோது-டீச்சர் அவள் கையைப் பற்றியபோது...

சில்பில் உரக்க அழுதுவிட்டாள்!

இந்த மேடை அச்சம் பின்னர் நன்றாக வளர்ந்துவிட்டது. 'அந்தாக்ஷரி' (முதல் பாடல் முடிந்த அட்சர ஒலியுடன் தொடங்கும் அடுத்த பாடலைத் துவக்குவது), பட்டிமன்றம், கவிதைப்போட்டி - எல்லா நிகழ்ச்சிகளிலும் அவள் பார்வையாளர்கள் வரிசையில் கடைசி ஓர நாற்காலியில் இருப்பாள். அதில் அவளுக்கு சந்தோஷம்தான். தான் கூச்ச சுபாவம் உள்ளவள், குறைவாகப் பேசுபவள், மேடை பயம் நிறைந்தவள் - என்பது அவளுக்குத் தெரியும். மேடை வெளிச்சத்திற்கும் கைதட்டலுக்கும் அவளுக்கும் இடையில் எந்த ஒட்டுறவும் ஆர்வமும் இருந்ததில்லை.

★ ★ ★ ★

''வர்ஷா, நீ பெயர் கொடுக்கவில்லையா?''

நான்கு-ஐந்து நாட்களுக்குப் பிறகு கல்லூரித்தாழ்வாரத்தில் திவ்யா எதிர்பட்டாள்.

அவள் கூச்சத்தோடு நின்றுவிட்டாள், ''மேடம்... நான்...நான்...''

''நான்...நான்...என்ன?'' திவ்யா புன்னகையோடு கேட்டாள்.

''எனக்கு சுத்தமாக ஒன்றும் தெரியாது.'' அவள் கூச்சம் நிறைந்த முறுவலிப்புடன் சொன்னாள்.

தாழ்வாரத்தில் யார்யாரோ வந்து போய்க்கொண்டிருந்தார்கள். திவ்யா அவளை வரும்படி கைகாட்டிவிட்டு ஸ்டாஃப் ரூமை நோக்கிச் சென்றாள். ஒரு அடி பின்தங்கி நடந்து கொண்டே வர்ஷா யோசித்தாள் 'நாடகத்திற்கு சுமார் நூறு பேர் பெயர் கொடுத்திருப்பதாக கீதா சொல்லிக் கொண்டிருந்தாளே, பிறகு மேடம் ஏன் என்னைத் தனியாகக் கூப்பிடுகிறார்கள்?...'

திவ்யா கைகாட்டியதும் வர்ஷா நாற்காலியில் உட்கார்ந்தாள். திவ்யா முழங்கையை மேசை மேல் ஊன்றி, உள்ளங்கையில் மோவாயைத் தாங்கி சில வினாடிகள் எதிரில் பார்த்தபடி யோசித்தாள். அவளிடமிருந்து மெல்லிய செண்ட் மணம் வீசியது.

''நீ சோடா பாட்டில் திறப்பதைப் பார்த்திருக்கிறாயா?'' திவ்யா புன்னகையோடு கேட்டாள்.

வர்ஷா ஒன்றும் புரியாமல் அவளைப் பார்த்தாள்.

''உனக்குள் நிறைந்திருக்கும் ஊற்றை விடுவிப்பதற்கு அதன் மூடியைத் திறக்க வேண்டும்''. திவ்யாவின் பேச்சு தீவிரமாயிற்று, ''நீ உன்னை வெளிப்படுத்துவதற்கு ஒரு ஊடகம் வேண்டும். அது என்னவென்று என்னால் இப்போது உறுதியாகச் சொல்ல முடியாது. ஆனால் ஒருமுறை நாடக மேடையில் நடிக்க முயற்சிப்பதில் நஷ்டம் ஒன்றுமில்லை.''

வர்ஷா மௌனமாக இருந்தாள். திவ்யா கூறியது அவளுக்குப் புரிந்தது. ஆனால் அடுத்த கணமே நாடகமேடையில் மூன்றாவது மணி அடித்தவுடனே பல நூறு ஜோடிக்கண்களின் ஒன்றிணைந்த பார்வை தன்னைப் பார்க்கும் காட்சி தோன்றியது. அவள் தன் உள்ளங்கைகள் வியர்த்து ஈரமாவதை உணர்ந்தாள். அவள் தன் சக்கிலிப்பெண் வேட சம்பவத்தைத் தெரிவித்தாள்.

திவ்யா புன்னகைத்தாள். ''இந்த முறை நீ மேடை ஏறுவதானால் குறைந்தது நான்கு வார ஒத்திகைக்குப் பிறகுதான்... இப்போது நீ ஒரு வாரம் மட்டும் வா. இந்தப் பயம், பலவீனம் உன்னை விட்டுப் போகவில்லையென்றால் அல்லது உனக்கு ஆர்வம் இல்லையென்றால் அல்லது எனக்குத் திருப்தி இல்லையென்றால் நான் உன்னைக் கட்டாயப்படுத்த மாட்டேன். சரியா?''

வர்ஷா சரியென்று தலையசைத்தாள்.

திவ்யா தன் மேசையிலிருந்து ஒரு புத்தகத்தை எடுத்தாள், ''இதுதான் நாடகம்! நன்றாகப் படித்துக்கொள். திங்கள் கிழமையிலிருந்து ஒத்திகை ஆரம்பம்.''

அடுத்த மூன்று நாட்களில் வர்ஷா 'சபிக்கப்பட்ட சௌம்யமுத்ரா' நாடகத்தைப் பலமுறை படித்துவிட்டாள். கொடை வள்ளலான மகத நாட்டு மன்னர் பிரசேனஜித். அவருடைய ஒரே மகள் சௌம்யமுத்ரா எனும் சௌம்யதத்தா. அழகானவள். கள்ளங்கபடமற்றவள். பிரசேனஜித்தின் அழைப்பின்பேரில்

சிராவஸ்தி கவிஞன் மயங்கதத்தன் அவருடைய வம்ச வரலாற்றைக் காப்பியமாக எழுதுவதற்கு மகததேசத்திற்கு வருகிறான். வசீகரமானவன். நல்லவன். மெல்ல மெல்ல அவனும் சௌம்யதத்தாவும் காதலில் கட்டுண்டுவிடுகிறார்கள். உத்தராஞ்சலின் வஞ்சக மன்னன் கஜகர்ஜன் சௌம்யதத்தாவை விரும்புகிறான். ஆனால் பிரசேனஜித் அவனுக்குத் தம் மகளைத் தர மறுத்துவிடுகிறார். கஜகர்ஜனின் வேவுகாரி-ஒற்றுப்பெண் வாசவி வேட்டையாடும் சந்தர்ப்பத்தில் ஒரு திட்டமிட்ட சதியில் சௌம்யதத்தாவைக் காப்பாற்றி அவள் அன்புத்தோழியாகிவிடுகிறாள். அவள் அனுப்பிய ரகசியத் தகவலினால் கஜகர்ஜன் சிராவஸ்தியிலிருந்து வெளியே புறப்பட்ட பிரசேனஜித்தை ஏமாற்றி சிறைப்பிடித்துவிடுகிறான். பிரசேனஜித் அப்போதும் அவனுடைய கோரிக்கையை நிராகரித்துவிடுகிறார். கஜகர்ஜன் சௌம்யவைத் தூக்கி வருவதற்காக ஒரு படையை அனுப்புகிறான். அரண்மனையில் அவர்களை எதிர்த்துப் போரிட்ட மயங்கத்தன் இறந்துவிடுகிறான். சௌம்யமுத்ரா விஷம் குடித்து விடுகிறாள்.

★ ★ ★ ★

ஒத்திகைக்கு முதல்நாள் கல்லூரி ஹாலில் மாணவ-மாணவியரடங்கிய நாடக ரசிகர்களின் கூட்டம் நிறைந்திருந்தது. மேடைக்குக் கீழே முதல் வரிசைக்கு முன் திவ்யாவின் நாற்காலி. ஒரு பக்கம் மாணவர்கள், மறுபக்கம் மாணவியர். வர்ஷா மூன்றாவது வரிசையில் ஓரத்தில் உட்கார்ந்திருந்தாள். மனதில் இலேசான பயம்.

சுமார் பதினைந்து பேர் தங்கள் வசனத்தைப் பேசிவிட்டார்கள். மேடம் ரிஜிஸ்டரில் ஏதோ எழுதிக்கொண்டாள். திடீரென்று அவள் வர்ஷாவை அழைத்தாள், ''வர்ஷா, பக்கம் பன்னிரண்டு, நீ வாசவி... ரக்ஷா! நீ சௌம்யமுத்ரா...''

நூற்றுக்கணக்கான ஜோடிக் கண்கள் கூரிய பார்வையால் தன்னைத் துளைப்பது போல வர்ஷா உணர்ந்தாள். உள்ளங்கை வியர்த்தது. பன்னிரண்டாவது பக்கத்தை எடுத்துக் கொண்டே கொஞ்சம் பல்லைக்கடித்து தன்னைக் கட்டுப்படுத்திக் கொள்ள முயற்சித்தாள்.

அப்போதுதான் ரக்ஷாவின் குரல் எழுந்தது, "வாசவி!, என் அருகே உட்கார்."

வர்ஷாவின் காதுகளில் சட்டென்று மூன்றாவது மணி அடிக்கத் தொடங்கியது. அவள் புத்தகம் இருந்த கையை உயர்த்தி அதைக் கேட்காமலிருக்க முயற்சித்தபடி மெல்லிய புன்னகையுடன் இனிய குரலில் கூறினாள், "கட்டளை தேவி!"

அவளுக்கு அந்த வினாடி அப்படியே நிலைத்து நின்றுவிட்டது போலவும், நான்கு சுவர்களிலும் அவள் குரல் மோதி மோதி "கட்டளை தேவி! கட்டளை தேவி! கட்டளை தேவி! என்று எதிரொலிப்பது போலவும் தோன்றியது.

ஆனால் எதிரொலியை இடையிலேயே வெட்டிக்கொண்டு ரக்ஷாவின் குரல் வந்தது, "தேவி இல்லை, என்னைப் பெயர் சொல்லி அழை!"

வர்ஷா தன் புன்னகையை மேலும் இனிதாக்கியபடி பதிலளித்தாள், "தங்கள் கட்டளை தேவி!"

இம்முறை எதிரொலி எதுவும் கேட்கவில்லை. அதற்குப் பதில் உரையாடலின் திறனால் சில மாணவர்கள் சிரித்துவிட்டார்கள்.

"வாசவி, உனக்கு என் பெயர் பிடிக்கவில்லையா?"

வர்ஷா புன்னகை செய்தாள், "உங்கள் பெயர் இனிமையாக இருக்கிறது..." அவள் தேவையான இடைவெளி விட்டுத் தொடர்ந்து கூறினாள், "...உங்களைப் போலவே!"

இப்போது மாணவர்களுடன் சில மாணவிகளும் சிரித்தார்கள். வர்ஷாவும் புத்தகத்தைப் பார்த்தபடியே புன்னகை செய்வதில் வெற்றி பெற்றாள்.

"வாசவி, உன் சொற்கள் வெறும் ஒலிகள் அல்ல, மனதையும், உடலையும் மணக்கச் செய்யும் பூமாலைகள்."

"தேங்க்ஸ்!" என்று சொல்லியபடியே திவ்யா வர்ஷாவை பொருள் பொதிந்த புன்னகையுடன் பார்த்தாள்.

5. சபிக்கப்பட்ட செளம்யமுத்ரா

மூன்றாவது வாரத்திற்குள் ஒரு புதிய வர்ஷா பிறந்துவிட்டாள்!

உட்கார்ந்தால் - எழுந்தால், தூங்கினால் - விழித்தால் அவள் உணர்வில் செளம்யதத்தாதான் வியாபித்திருந்தாள். (ஆம், கடைசியில் அவளுக்கு இந்தப் பாத்திரமே தரப்பட்டுவிட்டது).

முதல் காட்சி: பிற்பகல் சாயும் நேரம், செளம்யதத்தா சாளரத்தின் அருகில் நிற்கிறாள். சோகம். வெளியே பறவைகளின் ஒலி.

பணிப்பெண் வந்து அறிவிக்கிறாள்: ''எல்லைப்புறக் கிராமத்திலிருந்து நாடகக் குழு வந்திருக்கிறது தேவி! தங்கள் எதிரே நடத்திக் காண்பிக்க அனுமதி கேட்கிறார்கள்.''

செளம்யமுத்ரா ஒரு வினாடி மெளனமாக இருந்துவிட்டுக் கூறுகிறாள்: ''விருப்பம் இல்லை சாரு! தக்க பரிசு கொடுத்து அவர்களை அனுப்பிவிடு.''

பணிப்பெண்: ''அவர்களுடன் நாட்டியப் பெண் தரங்கமாலா வந்திருக்கிறாள். அவளுடைய மயில் நடனத்தைப் பார்க்க விரும்புவதாக நீங்கள் தெரிவித்திருந்தீர்கள்.''

செளம்யதத்தா: ''தரங்கமாலாவிடம் என் சார்பாக மன்னிப்பு கேள், சாரு! அரசகுமாரிக்கு உடல்நிலை சரியில்லை என்று சொல்லிவிடு.''

பணிப்பெண்: (கவலையுடன்): ''தங்களுக்கு என்ன தேவி?''

சௌம்யதத்தா: (சோகப் புன்னகையுடன்) ''பைத்தியக்காரி! தெரிந்திருந்தால் நீயே குணப்படுத்தியிருக்க மாட்டாயா?''

பணிப்பெண்: ''தங்களுக்கு ஏதாவது கவலையா தேவி?''

(இடைவெளி)

சௌம்யமுத்ரா: ''சோகப்புகை உள்ளே நிரம்பியிருக்கிறது. வெளியேற சாளரம் எதுவும் இல்லை.''

பணிப்பெண் (கவலையுடன்): ''இந்த இரண்டு அழகிய கண்கள்தான் சாளரம். இதன் வழியாகத்தான் காதலரின் வெப்பம் உள்ளே வரும், சோகப் புகையை சுகமான நறுமணமாக மாற்றிவிடும்.''

இரண்டாவது காட்சியில் சௌம்யமுத்ராவின் அறையில் நடு இரவில் வெளிச்சத்தைப் பார்த்தவிட்டு தந்தை பிரசேனஜித் வருகிறார். அன்புமகளுக்குத் தூக்கம் வரவில்லை, சௌம்யதத்தாவுக்கு குமார விக்கிரமனைத் திருமணம் செய்து கொள்ள விருப்பமில்லை என்ற துயரச் செய்தியால் இந்தக் கவலை இன்னும் அதிகரிக்கிறது.

பிரசேனஜித்(நம்பிக்கையற்ற குரலில்): ''மகளே, ஒவ்வொரு வயதிற்கும் ஏற்ப ஒரு தேவை ஏற்படுகிறது. சிறுவயதில் உனக்கு புறாவுடனும், மான்குட்டியுடனும் விளையாடுவது பிடித்திருந்தது. இப்போது உனக்கு உணர்வுகளின் வெப்பம் தேவை.''

சௌம்யதத்தா:(இறுக்கத்துடன்) ''அப்பா! நான் என்ன செய்வேன்? எவருடைய பார்வையும் என்னுள் உணர்வுகளின் வெப்பத்தை எழுப்பவில்லை. எவருடைய குரலும் என் விருப்பத்தில் சிலிர்க்கச் செய்யும் இழையை மீட்டவில்லை. என்னுள் ஏன் இந்த உணர்வுச் சூன்யம் என்று என்னை நானே கேட்டுக்கேட்டு களைத்துப் போயிருக்கிறேன்.''

★ ★ ★ ★

இரவு. வர்ஷா தன் அறையில் யோசித்துக்கொண்டிருந்தாள்.

சௌம்யதத்தா உண்மையில் சௌம்யாவாகவும் பிரசேனஜித் அரண்மனைப் பாடசாலை ஆசிரியராகவும் இருந்தால் காட்சி எப்படி இருக்கும்?

பிரசேனஜித் (கோபமாக): நடு இரவில் விளக்கை எரியவிட்டு எண்ணெயை வீணடித்துக் கொண்டிருக்கிறாய்!

சௌம்யமுத்ரா (இயல்பாக): தூக்கம் வரவில்லை அப்பா! உங்களோடு சேர்ந்து நானும் என் கல்யாணத்தைப் பற்றித்தான் கவலைப்பட்டுக் கொண்டிருக்கிறேன்.

பிரசேனஜித்(எரிச்சலுடன்): நாளை உன்னைப் பார்ப்பதற்காக குசீநகர் எழுத்தர் குமாரவிக்கிரமன் வருகிறார்.

சௌம்யமுத்ரா (திடுக்கிட்டு): அவர் நொண்டி, ஒற்றைக் கண் ஆயிற்றே!

பிரசேனஜித் (எச்சரிக்கும் குரலில்): பார் சௌம்யா, ராமனின் பசுபோல எங்கே அழைத்துப் போகிறார்களோ அங்கேயே கிட!

மூன்றாவது காட்சியில் மயங்கதத்தன், சௌம்யதத்தாவின் முதல் சந்திப்பு. இருவரும் ஒருவரை ஒருவர் விரும்புகிறார்கள். ஆனால் இருவருமே தயக்கத்தில் இருக்கிறார்கள். மயங்கதத்தன் மிகவும் கண்ணுக்கினிய, புகழ் பெற்ற கவிஞன். அவனுக்கு நிச்சயமாக யாராவது ஒரு காதலி இருப்பாள் என்று சௌம்யதத்தாவுக்குத் தோன்றுகிறது. அரசகுமாரி சௌம்யாவுக்கு யாராவது ஒரு காதலன் இல்லாமலிருக்க மாட்டான் என்பது மயங்க தத்தனின் சந்தேகம். தன்னைப் போன்ற ஏழைக்கு அவள் வாழ்வில் ஏது இடம்? சௌம்யாவின் ஆணையின் பேரில் சாரு மயங்கதத்தனின் மனதை சோதிக்கிறாள். மயங்கதத்தன் சொன்னதின்பேரில் விதூஷகன் கிரிபட்டன் சௌம்யாவின் மனதை சோதிக்கிறான். இதன் பின்னர் இருவருக்கும் இடையில் வளரும் காதல், நம்பிக்கையைச் சித்தரிக்கும் மூன்று அழகிய, இனிய காட்சிகள்.

இந்த நாடகம் வர்ஷாவை ஏன் இவ்வாறு ஆக்கிரமித்தது என்று சற்று அலசிப் பார்க்கலாம். அவளுக்கு அது கடுமையான உண்மை நிலையிலிருந்து தப்பி ஓடும் ஒரு வெல்வெட் பாதை.

நிலையில்லாததுதான் (ஓடு பாதைகளைப் போலவே). ஆனால் அந்த நேரத்தில் அவளுக்கு மனச்சாந்தியுடன் மகிழ்ச்சியின் புதிய தொடுவானத்து எல்லை தெரிந்தது. அதனால் அவளுடைய உண்மையான இல்லாமை நீங்கி 'முழுமை' நிறைந்தது. அவளுக்கு கற்பனையில் அயலவளின் சுகம் கிடைத்தது. அவள் ஒரு அரண்மனையின் ஒரே அரசகுமாரி. அவளுடைய சிரிப்பிற்காக முத்துமாலைகள் அர்ப்பணிக்கப்பட்டன. அவள் தன் தந்தையின் வாழ்க்கைக்கு அச்சாணி. அவளுடைய சோகம் நாடு முழுதும் கவலைக்குரிய விஷயம். வண்மையிழந்த, ஏலாமை-இல்லாமைகளால் சிதிலமான 54, சுல்தான் கஞ்சின் நிராகரிக்கப்பட்ட, துன்பப்பட்ட சில்பில் தன் மூலம் பட்டாடைகளாலும், பொன் ஆபரணங்களாலும் ஒளி வீசும் அழகிய, நாகரிகமான ஒரு அரசகுமாரிக்கு வடிவம் கொடுத்துக் கொண்டிருந்தாள் (தன் உடலை விட்டு நீங்கமுடியவில்லையென்றாலும், தன்னிலிருந்து வேறுபட்ட, தன்னைவிடச் சிறந்த ஒன்றை வெளிப்படுத்தும் திறனின் காரணமாக நாடகக்கலை பிற திறன்களிலிருந்து குறைவானதாக வர்ஷாவுக்குத் தோன்றவில்லை. இதுதான் வாழ்வின் அழகா! என்று சற்று சிலிர்ப்புடன் அவள் வியந்தாள்).

''சில்பில்!...''

ஸௌம்யமுத்ரா சற்று திடுக்கிறட்டாள். பிரசேனஜித் அன்பு மிகுதியில் வீட்டுப்பெயரை சொல்லி அழைக்கிறாரா?

''இது என்ன என் காதில் விழுந்த செய்தி?'' சர்மா கதவருகே நின்றிருந்தார். ஒரு கையில் குடை, இன்னொரு கையில் பை. ''நீ நாடகத்தில் நடிக்கிறாயா?... நன்றாகக் கேட்டுக் கொள், எதற்கும் ஒரு எல்லை இருக்கிறது. நம் வீட்டிற்கும் கொஞ்சம் கௌரவம் இருக்கிறது.''

சில்பில் நிம்மதி மூச்சு விட்டாள். இந்த நாடக மோதலை அவள் எதிர்பார்த்துதான் இருந்தாள், ஆனால் அது நாடகம் முடிந்தபின், முன்னர் அல்ல.

''இது நாடகம் இல்லை, 'கிளாசிக்கல் டிராமா.'('கிளாசிக்கல்' திவ்யாவின் கொடை!) அதில் நடிக்கும் பெண்களின் வீட்டுக்

கௌரவம் நம் வீட்டை விட அதிகம்தான், குறைவு இல்லை!''

சர்மா ஒரு வினாடி ஆச்சரியப்பட்டார், பின்னர் கடுமையாகி விட்டார், ''நான் நம் வீட்டை மட்டும்தான் சொல்லுகிறேன். உன்னோடு பையன்களும் நடிக்கிறார்கள். ஒரு பையனோடு நீ ஆடுகிறாய், பாடுகிறாய். நாளைக்கு ஏதாவது ஏறுமாறாக நடந்துவிட்டால், நமக்கு முகத்தை மறைத்துக்கொள்ள இடமில்லை... பெண்ணின் மானம் மண் கோப்பை போன்றது.''

சில்பில் ஆவேசமாகிவிட்டாள், ''நான் எந்தப் பையனுடனும் தனியாக ஆடவில்லை, பாடவில்லை. டீச்சர் மேடம் முன்னால்தான் முழு ஒத்திகையும் நடக்கிறது. நீங்கள் எப்போது வேண்டுமானாலும் வந்து பார்த்துக் கொள்ளுங்கள். என் மானத்தைப் பொறுத்தவரை...''

சில்பில்லின் இந்தக் கோலத்தைப் பார்த்து சர்மா ஆக்ரோஷமாகிவிட்டார். ''வெட்கங்கெட்டவளே, எப்படி வாயடிக்கிறாய்?... சொல்லிவிட்டேன், இந்த வீட்டில் நாடகம், நடிப்பு நடக்காது.''

''நானும் சொல்லிவிட்டேன், இது நாடகம் இல்லை. சௌகம்பாவின் புத்தகம்.''

சௌகம்பா என்ற பெயரைக் கேட்டு சர்மா அதிர்ந்தார். சௌகம்பா சுரபாரதியின் கிரந்தமாலையை அவர் நோபல் பரிசைவிட அதிகமாக மதித்தார். ஆனால் இப்போது அவர் வாயிலிருந்து சொற்கள் வெடித்தன.

''நாளை முதல் உன் ஒத்திகை கிடையாது!'' அவர் வேகமாக கீழே இறங்கத் தொடங்கினார்.

சில்பில் ஆவேசமாகக் கூறினாள், ''அப்பா, டு பி ஆர் நாட் டு பி, தட் இஸ் தி கொஸ்சின்.''

★ ★ ★ ★

மறுநாள் காலை வர்ஷா திவ்யா வீட்டிற்கு நாடக உடைக்கு அளவு கொடுக்கப் போனபோது முகம் வாடியிருந்தது. டேப்பை அவள் இடுப்பைச் சுற்றி சுற்றியபடி திவ்யா புன்னகையோடு கேட்டாள், ''இருபது அங்குலம்... என்ன ஆயிற்று வர்ஷா?''

''காலையிலேயே உங்கள் மூட் கெட்டுப் போய்விடும், மேடம்!''

''பையன்கள் ஏதாவது கேலி செய்தார்களா?''

''கொஞ்சம் அதுவும்தான். என் வருத்தத்திற்குக் காரணம் அதைவிடப் பெரியது.'' திவ்யா அளவுகளைக் குறித்துக் கொண்டபோது, அப்பாவின் கட்டளை தனக்குள் சமுத்திரத்தினுள் வடவாக்கினிபோல் கனன்று கொண்டிருப்பதை வர்ஷா தெரிவித்தாள்.

திவ்யா தீவிரமானாள், ''சிறிய ஊர்களில் பெற்றவர்கள் இப்படி ஒரு மனப்போக்கைக் கொண்டிருக்கிறார்கள். நீ உன் மனதை சோதித்துக் கொள். உன் விருப்பத்தில் மாற்றமிருந்தால் விட்டுவிடு. நம் நட்பு இதனால் பாதிக்கப்படாது.''

வர்ஷாவின் கண்கள் நனைந்தன. ''நீங்கள் காட்டிய வழியை விட்டுவிடச் சொல்லாதீர்கள், மேடம்!''

அவள் கண்களின் பாவத்தை (குறிப்பை)ப் பார்த்து திவ்யா மனம் கசிந்துவிட்டாள். வர்ஷாவின் கைகளைப் பற்றி இதமாக அழுத்தினாள்.

★ ★ ★ ★

''இந்த மருந்தால் நான் குணமடைவேன் என்று நம்பி நோயாளி மருந்தைப் பருகுவது போல் ராஜா திலீபனும் நல்லவர்களாக இருந்த விரோதிகளைக் கூட தன்னுடையவர்களாக்கிக் கொண்டான். பாம்பு கடித்துவிட்டால் தன் விரலைக் கூட மக்கள் வெட்டி எறிந்து விடுவதைப் போல, ராஜா திலிபனும் தீலீவர்களான தன் நண்பர்களை வெளியே துரத்தினான்...''

சர்மா வகுப்பில் 'ரகுவம்சம்' பாடம் நடத்திக்கொண்டிருந்தார். அப்போது பணியாள் வந்து தலைமையாசிரியர் உடனே அழைப்பதாகக் கூறினான். வகுப்பை விட்டுவிட்டு வரும்படி அழைப்பது சற்று வியப்பாக இருந்ததால் சர்மா காரணம் கேட்டார். பணியாள் பரபரப்பாக மிஷ்ரிலால் கல் லூரி முதல்வர் டாக்டர்

சிம்ஹல், மிஸ் திவ்யா இருவரும் சேர்ந்து வந்திருப்பதாகச் சொன்னான்.

தலைமையாசிரியர் சுக்லா செல்வாக்கு மிக்க விருந்தினர்களின் வருகையால் நிலைகொள்ளாமல் இருந்தார். அவர் வேகமாக மணி அடித்து தேநீர் கொண்டுவரச் சொன்னார். சர்மா உள்ளே நுழைந்தபோது திவ்யா எழுந்து நின்று வணக்கம் கூறினாள். டாக்டர் சிம்ஹலின் முகத்தில் கொஞ்சம் கவலை தெரிந்தது.

''வாருங்கள் சர்மாஜி!'' என்றார் தலைமையாசிரியர். சர்மா உட்கார்ந்ததும், திவ்யா சுத்ததமான உச்சரிப்புடன் ஆங்கிலததில் பேசத் தொடங்கினாள், ''முதலில் உங்கள் வீட்டு விஷயத்தில் நான் தலையிடுவதற்காக மன்னிப்பு கேட்டுக்கொள்கிறேன். ஆனால் வர்ஷா உங்கள் மகள் என்றால் அவள் எங்கள் நல்ல மாணவி. ஆகவே உங்கள் முன் என் கருத்தைக் கூறுவதற்கு எனக்கு உரிமை இருக்கிறது. நாங்கள் நாடகத்தை நம் கலாச்சாரத்தின் கலை வடிவமாகக் கருதுகிறோம். அதன்மூலம் மாணவர்கள் நம் உன்னத கலாச்சாரத்தை அறிந்துகொள்வார்கள், மேலும், இந்தக் கலையின் வழியே தங்களை வெளிப்படுத்திக் கொண்டு பயன் அடைவார்கள். இதில் வர்ஷாவிற்குக் கெட்ட பெயர் ஏற்படும் என்று எனக்குத் தோன்றவில்லை. இந்த நாடகம் சமஸ்கிருத இலக்கியத்தின் ஒரு அற்புதப் படைப்பு. நீங்களே படித்துப் பாருங்கள். நம் மீது குற்றம் சுமத்தக் கூடிய விஷயம் எதுவும் இதில் இல்லை. ஒத்திகையும் என் கண் முன்னே, என் பொறுப்பில்தான் நடக்கிறது.''

சில வினாடிகள் சூழல் ஸ்தம்பித்திருந்தது. அவளுடைய சொல்லாடலின் சிறப்பும் வசீகரமும், நட்பு உணர்வும் எல்லோரையும் வசீகரித்தன.

சர்மா மேஜையைப் பார்த்துக்கொண்டிருந்தார். திவ்யா தம் முன் வைத்த புத்தகத்தை அவர் எடுக்கவில்லை. இலேசாக இருமி தொண்டையைச் சரி செய்துகொண்டு யாரையும் பார்க்காமலே மெல்லச் சொன்னார், ''நான் வெளியே கேள்விப்பட்டதை வைத்துக்கொண்டு வர்ஷாவைத் தடுத்தேன். நான் ஒரு எளிய மனிதன், மிக சிரமத்தோடு என் பொறுப்புகளை நிறைவேற்றி வருகிறேன். என் நம்பிக்கைகளும் எனக்குத் தகுந்தாற்போலவே

அமைந்தவைதான். மழையால் நிரம்பும் தண்ணீர்க்குளம் கங்கை நீரால் நிரம்ப விரும்பினால் அசுத்தமாகத்தான் போகும். இரண்டொரு இடத்திலிருந்து வர்ஷாவைப் பெண் கேட்டு வருகிறார்கள். எப்படிப்பட்ட செய்திகள் அவர்கள் காதுக்கு எட்டுமோ, தெரியாது.. நீங்கள் இவ்வளவு தூரம் வந்திருக்கிறீர்கள், உங்களை மதிப்பது என் கடமை.''

சர்மா திவ்யாவின் கருத்தை எவ்வளவு புரிந்து கொண்டாரோ, தெரியவில்லை. ஆனால் திவ்யா ஒரு தந்தையின் கோணத்தில் சர்மாவின் கருத்தைத் தெளிவாகப் புரிந்துகொண்டாள். அது வர்ஷாவின் வாழ்க்கையோடு தொடர்புடையதாக இருந்தாலும் அவள் விருப்பத்திற்கு விரோதமாக இருந்ததால் திவ்யாவால் அதை ஆதரிக்க முடியவில்லை.

இந்த விஷயத்திற்கு வர்ஷா இவ்வளவு திடமான பாதுகாப்பு தேடுவாள் என்று சர்மா நினைக்கவில்லை. இரவு அவர் தூங்குவதற்கு முன் ஆழ்ந்த பெருமூச்சுடன் மனைவியிடம் சொன்னார்,'' எனக்கு இந்தப் பெண்ணின் போக்கு சரியாகத் தோன்றவில்லை. முட்புதரில் இருந்து கொண்டு, எதிர்காலத்தில் பூத்துக் குலுங்கும் அசோக மரமாக விரும்புகிறாள்...''

6. மூன்றாவது மணி அடித்த பிறகு

'சபிக்கப்பட்ட செனம்யமுத்ரா' அமோக வெற்றி பெற்றது.

இப்போது வர்ஷா நினைத்துப் பார்க்கும்போது, நாடகத்திற்கு முந்திய கடைசி வாரம், ஒன்றரை மாத கடினமான பயிற்சியின் இறுக்கமான, மயிர் சிலிர்க்கச் செய்யும் கிளைமேக்ஸ் காட்சியாகத் தோன்றுகிறது.

வெள்ளிக்கிழமை டிரஸ் ஒத்திகை நடந்தபோது வாசவியாக நடிக்கும் மஞ்சரி இல்லை. அவள் வியாழக்கிழமையே பிரோஜாபாத்திலிருந்து வந்திருக்கவேண்டியவள், இன்னும் வரவில்லை. டாக்டர் சிம்ஹலின் காரை எடுத்துக் கொண்டு போய் புரொபஸர் சின்ஹா பஸ் நிலையத்தில் நின்றிருந்தார். வரும் பஸ்களை எல்லாம் கவலையோடு எட்டிப் பார்த்துக் கொண்டிருந்தார். டிரஸ் ஒத்திகையின்போது வினீதா வாசவியாக நடித்தாள். பிரசேன்ஜித்தாக நடிக்கும் நந்தகிஷோருக்கு சென்றவாரம் ஆக்சிடெண்ட் ஆகிவிட்டது. அவன் இன்னும் சற்று நொண்டி நடந்துகொண்டிருந்தான். திவ்யா வர்ஷாவிற்குத் தன் ஆயிரமாவது கட்டளையை இட்டாள், ''இவன் நாளைக்குள் சரியாகவில்லையென்றால் நீ இரண்டாவது காட்சியின் தொடக்கத்தில் ''அப்பா! வேட்டையில் உங்களுக்குப் பட்ட காயம் இன்னும் சரியாகவில்லை. நீங்கள் ஏன் சிரமப்படுகிறீர்கள்? என்னை அழைத்திருக்கலாமே!'' என்ற வரியை சேர்த்துக்கொள்.'' மயங்கதத்தனின் சட்டைத் தோள்பட்டை மிகவும் அகலமாகி விட்டது. அந்தப் பாத்திரத்தை ஏற்ற முரளி தையல்காரனின் சட்டைக்

காலரைப் பிடித்து இழுத்து போட்ட அதட்டல் சத்தத்தில், அவன் கம்மிய குரலில் சோகத்துடன் "எங்களுக்கும் மானம், மரியாதை இருக்கிறது." என்று பாடியபடி சட்டையை சரி செய்வதற்கு முன், டாக்டர் சிம்ஹலிடம் புகார் செய்யப் பறந்தான்! சௌம்ய தத்தாவின் கவரிங் நகைகள் திவ்யாவுக்குப் பிடிக்கவில்லை. அவள் தங்க நகைகளுக்காக நிறுவனரின் பேரன், நிர்வாகக் குழுத் தலைவர், சகன்லாலுக்குப் போன் செய்யப் போயிருந்தாள் (அந்த நகைகளைப் பாதுகாப்பது வர்ஷாவின் பொறுப்பு). ஐந்தாவது காட்சியில் வர்ஷா அணியும் காலணிகள் அவள் விரலை அறுத்தன. அதை அகலமாக் குவதற்காக அவள் சக்கிலியிடம் ஓடினாள். வர்ஷா உட்கார்ந்ததும் ஊஞ்சலின் ஒரு சங்கிலி அறுந்துவிட்டது. வர்ஷாவின் வலது முழங்கையில் ஆழமான சிராய்ப்பு. மிஸஸ் சிம்ஹல் கையில் பேண்ட் எய்டுடன் வர்ஷாவைத் தேடிக்கொண்டிருந்தாள். பின்னணி இசை ஒலி நாடாவில் மூன்றாவது காட்சியின் வீணை ஒலி, முதல் காட்சியின் இறுதி ஒலியுடன் ஒத்துப்போய்விட்டது. அதை மீண்டும் ஒலிப்பதிவு செய்யவேண்டியிருந்தது. ஆனால் ஒரு கார் பஸ் ஸ்டாண்டில் மாட்டிக்கொண்டது, திவ்யா அங்கே இருப்பது அவசியமாக இருந்ததால் அவளால் காரை எடுத்துக்கொண்டு போக முடியவில்லை மிஸஸ் சின்ஹாவுக்கும், மிஸஸ் சிம்ஹலுக்கும் டிரைவிங் தெரியாது... பூங்கா கட் அவுட்டின் ஒரு பகுதி ஓரத்திலிருந்த பெடஸ்டல் மின்விசிறியின் காற்றிலேயே மடங்கிப் போய்க் கொண்டிருந்தது. பூந்தொட்டியில் இருந்த செடிகளை ஆடச் செய்வதற்குக் காற்றும் வேண்டியிருந்தது...

இவ்வளவு கவலைகளிலும் இறுக்கத்திலும் வர்ஷா முடிந்தவரை இயல்பாகி, தான் ஏற்கவேண்டிய பாத்திரத்தில் கவனமாக இருந்தாள். அவள் உச்சரிப்பும், குரலின் ஏற்ற இறக்கமும் திவ்யாவுக்கு திருப்தியாக இருந்தன, ஆனால் டிரஸ் ஒத்திகையின்போது சில நடைமுறைத் தவறுகளை சுட்டிக்காட்டியிருந்தாள். வீணை மீட்டும்போது அவள் தன் முகத்தைப் பின்னால் இழுத்துக்கொண்டாள், திவ்யா முழு வடிவ அமைப்பை விரும்பினாள் (முழு வடிவ அமைப்பு என்றால் என்னவென்று வர்ஷாவுக்கு அது வரை தெரியாது). மயங்க தத்தனிடமிருந்து பூங்கொத்தை வாங்கும்போது 'இது வெறும் பூங்கொத்து அல்ல, என் ஆசாபாசங்களின் வண்ணமிகு வானவில்'

என்று கூறி அவள் பூங்கொத்தால் முகத்தை மூடிக்கொண்டாள். கடைசியில் அந்தக் காட்சிக்காக திவ்யா மேடை மீது ஒரு கோடு வரைந்தாள். அதைத் தாண்டி வர்ஷா காலை வைக்கக்கூடாது! ''என் சபிக்கப்பட்ட கனவுகளே, குவிந்த அரும்புகளில் மலர்வதற்கான சிலிர்ப்பு தோன்றும் வினாடியில், மறையும் கிரணங்கள் வாடிப்போகும் தகவலைக் கொண்டுவந்துவிட்டன!'' என்று கூறிக்கொண்டே சோகத்துடன் வர்ஷா விஷத்தைப் பார்த்தவண்ணம் அதை மெல்ல மெல்லக் கையில் உயர்த்தி, தன் மீது ஒளிவெள்ளம் விழுந்தவுடன் வாயருகில் வைக்கவேண்டும், ஆனால் அவள் வசனத்தைக் கூறிக்கொண்டே விஷத்தை ஒரே மூச்சில் குடித்து விட்டாள்!

★ ★ ★ ★

இரவு வர்ஷா சரியாகத் தூங்கவில்லை. சற்று நேரத்திற்கொரு முறை தூக்கம் கலைந்துகொண்டிருந்தது. நடுநிசி இரண்டு மணி, இனி தூக்கம் வராது என்று தோன்றியது. அவள் தானே தயாரித்த தேனீரை மெல்லக் குடித்தவாறு நாற்காலியில் உட்கார்ந்திருந்தாள். எதிரில் நாடகப் புத்தகம் விரிந்திருந்தது.

அந்த நாடகம் கி.மு. நான்காம் நூற்றாண்டில் எழுதப்பட்டது. சௌம்யமுத்ரா கற்பனைப் பாத்திரமாக இருக்கலாம்! யாராவது ஒரு சாமானியப் பெண் அல்லது அரசகுமாரியின் பிரதிநிதியாகவும் இருக்கலாம்! இன்று பல நூற்றாண்டுகளுக்குப் பிறகு ஷாஜஹான்பூரின் வர்ஷா வசிஷ்ட் ஓலைச் சுவடியில் எழுதி வைக்கப்பட்ட ஒரு பெண் பாத்திரத்திற்கு உருவம் தர முயற்சித்துக் கொண்டிருக்கிறாள். சௌம்யமுத்ராவின் நம்பிக்கைகள்- கனவுகள், மனக் கலக்கம், கண்ணீர்-புன்னகைகளில் அவள் தன் உணர்வு இழைகளைத் தேட முயற்சித்துக் கொண்டிருக்கிறாள்!

டிசம்பர் மாதத்தின் இடைப்பட்ட நாட்கள். திறந்த ஜன்னல் வழியாக பாதி நிலா தென்பட்டது. சுற்றிலும் ஆழ்ந்த அமைதி. மெல்லிய காற்று வீச புத்தகத்தின் பக்கங்கள் புரண்டன. அது சௌம்யமுத்ரா- மயங்கதந்தன் தொடர்பான காட்சி. வர்ஷா சொல்லத் தொடங்கினாள், ''மயங்கரே! என் வாழ்க்கையை முழுதும் இருட்டாக்கிவிட்டு நீங்கள் சென்றுவிட்டீர்கள்!... நீங்கள் எங்கள்

வம்ச வரலாற்றை எழுத வந்தீர்கள். அந்த வம்சத்தைக் காப்பாற்ற உங்கள் உயிரை அர்ப்பணித்துவிட்டீர்கள்... நாம் இருவரும் இணைந்து எத்தனை கனவுகள் கண்டோம்... இப்போது அவை எல்லாம் என்னவாகும்?... ஆவியாகி பயங்கர கழுகுகளைப் போல என் ஆசைகளைப் பிய்த்துத் தின்னும். உங்களுடைய எத்தனை நினைவுகள் என் உயிரோடும் உடலோடும் கலந்துள்ளன! உங்களைப் பிரிந்த துயரத்தின் முள்ளாய்க் குத்தும் துன்பத்தோடு அவையும் சேர்ந்து எரியும் நெருப்பாய் சுட்டெரிக்கும்... நாள் முழுதும் என் உணர்வுகளை வறுத்தெடுக்கும். நானே உங்கள் சமாதியின் வரிகள் மயங்கரே!... நீங்கள் இல்லாமல் நான் வாழ்ந்து என்ன பயன்?...'' ஒரு கண்ணீர்த்துளி அவள் கன்னத்தில் உருண்டோடியது.

கன்னத்தின் ஈரத்தை விரலால் தடவி, வர்ஷா கண நேரம் பார்த்துக் கொண்டிருந்தாள்... முதலில் பயந்தாள், பிறகு வியந்தாள், பிறகு தன்னை மறந்தாள்... சௌம்யமுத்ராவின் கண்ணீர் என் கண்களில் வந்து விட்டது!

★ ★ ★ ★

மறுநாள் பிற்பகல் இரண்டு மணிக்கு வர்ஷா சௌம்ய முத்ராவின் உடைகளை உடுத்தினாள். மென்மையான பட்டின் ஸ்பரிசம் சுகமாக இருந்தது. அலங்காரம் முடிந்து நகைகள் அணிய மணி ஐந்து ஆகிவிட்டது. நிலைக் கண்ணாடி முன் நின்றபோது 'குழந்தைப் பருவம் முதல் தான் அறிந்த சில்பில்தான் இவள்' என்பதையே வர்ஷாவால் நம்ப முடியவில்லை.

''செனம்யமுத்ராவுக்கு திருஷ்டிப் பொட்டு வைத்து விடுங்கள்'' என்று மேக்கப் மேற்பார்வையாளர் மிஸஸ் சிம்ஹல் சிரித்துக்கொண்டே கூறினாள்.

செம்பஞ்சு பூசிய கால்களில் ஒலிக்கும் சலங்கை, இடுப்பில் அகலமான ஒட்டியாணம், தொடையிலும் அடிவயிற்றிலும் அசையும் அதன் தொங்கல்கள் அழகிய மார்பகங்களுக்கு இறுக்கமான ரவிக்கை, நெஞ்சின் மத்தியில் தகதகக்கும் ரத்தினமாலை,முழங்கைக்கு மேல் வங்கி, மணிக்கட்டில் வளையல்கள், தங்கக் கங்கணம், குண்டலத் தோடுகள், முதுகில் புரண்ட கூந்தலில் பின்னிய மொட்டுகள், வகிட்டில் மின்னும்

நெற்றிச்சுட்டி, மை தீட்டிய ஒளிரும் கண்கள்.

வர்ஷா மேடைக்கு வந்தாள்.

மேடையின் முன்பக்கம் ஓரத்தில் வீணை, மறு ஓரத்தில் மூன்று சிம்மாசனங்களுடன் ஒரு மதுஜாடி. மேடையின் பின்பக்கம் இடது ஓரத்தில் ஊஞ்சல், வலது ஓரத்தில் சித்திரப் பலகை, அதற்குப் பின்னால் சாளரம், ஊஞ்சலிலிருந்து சற்றுத் தள்ளி வலது புறம் விளக்குத் தம்பம்.

வர்ஷா அலங்கார ஆடை, அணிகளுடன் சோபித்தவளாய் நடிப்பைத் துவங்கினாள். அவள் ஒரு ஆசனத்தில் அமர்ந்து குனிந்து வீணை தந்தியைச் சுண்டினாள். ஊஞ்சலில் அமர்ந்து சற்று ஆடினாள். தூரிகையை எடுத்து சித்திரப் பலகையில் ஓவியக் கோடுகள் வரைந்தாள். பின்னர் சாளரத்தின் முன் சென்று நின்றாள். கொஞ்சம் குனிந்தாலும் மேல் ஆடை நழுவியது. மிஸஸ் சிம்ஹலிடம் கூறி அதில் ஒரு ஊக்கு போடச் செய்தாள். ''திவ்யா மேடம் எங்கே?'' மேக்கப்பிற்குப் பிறகு அவளைப் பார்க்கவேயில்லை.

''வெயிட்டிங் ரூமில்.''

திவ்யா பின்னணி இசை, ஒளி அமைப்பு நிர்வாகிகளிடம் நிகழ்ச்சி வரிசைப் பேப்பர் சரியாக இருக்கிறதா என்று பரிசீலித்துக் கொண்டிருந்தாள்.

கதவைத் திறந்தவுடன் நிறைந்த நறுமணம் வீசியது, பிறகு பட்டின் மிருதுவான சரசரப்புடன் சலங்கை ஒலி கேட்டது. இசை, ஒளி அமைப்பு நிர்வாகிகளான இரு மாணவர்களும் சொக்கவைக்கும் சௌம்யமுத்ராவைப் பார்த்து மயங்கித் திகைத்துப் போனார்கள். திவ்யா பின்னால் பார்த்தபோது, அரச வம்சத்தின் கம்பீரமான தோரணையில் மூன்று அடி எடுத்து வைத்து வர்ஷா அவள் முன் குனிந்துகொண்டிருந்தாள்,'' தேவி, அடிமையின் வணக்கத்தை ஏற்றுக்கொள்ளுங்கள்.'' என்று அழகாக வசனம் பேசினாள்.

திவ்யா புன்னகையுடன் அவளைப் பார்த்தாள், பின்னர் மெல்ல அவளைத் தோளோடு அணைத்து நெற்றியில் முத்தமிட்டாள்.

★ ★ ★ ★

மூன்றாவது மணி அடித்த பிறகு 53

முதல் மணி அடித்தபோது வர்ஷா குனிந்து மேடையைத் தொட்டு விரலை நெற்றியில் ஒத்திக்கொண்டாள். ''ராமா,என் கௌரவத்தைக் காப்பாற்று ஐந்து ரூபாய் காணிக்கை செலுத்துகிறேன்.'' என்று மனதிற்குள் சொல்லிக்கொண்டாள்.

திரைக்கு அப்பால் காட்சியாளர்கள் பேசிக்கொள்டிருக்கும் ஒலி கேட்டது மொத்தம் பன்னிரண்டு நடிக-நடிகையர். திவ்யா ஒவ்வொருவராக எல்லோரையும் கைகுலுக்கிக் கொண்டிருந்தாள். ஒன்றரை மாத உழைப்பிற்குப் பிறகு இறுதிப் போட்டியில் அவள் பங்கு முடிவடைந்துகொண்டிருந்தது. இப்போது ஸ்விட்ச் நடிக, நடிகையர் கையில் இருந்தது. திவ்யா கடைசியாக வர்ஷாவிடம் வந்தாள். கை கொடுத்துக்கொண்டே புன்னகை செய்தாள், ''பெஸ்ட் ஆஃப் லக்!''

மூன்றாவது மணி அடித்தது. ஹாலில் மெல்ல இருள் பரவியது... இசை ஒலிக்கத் தொடங்கியதும் மேடையில் ஒளி மெல்லப் பரவியது. வர்ஷா மேடையின் ஓரத்தில் மறைவில் இருந்தாள். சோகமான குழல் இசை ஒலி மிதந்து வந்தபோது அவள் அரச கம்பீரத்துடன் ஐந்து அடி எடுத்து வைத்தாள்... இப்போது அவள் ஒளி வட்டத்திற்குள் வந்து நின்றாள்.. ஆயிரக்கணக்கான கண்களின் மையம் ஆனாள். ஆனால் இப்போது சிறுவயதில் இருந்த பய உணர்வு இல்லை, மனதில் மெல்லிய படபடப்பு இருந்தது. இன்னும் ஐந்து அடி நடந்து சித்திரப்பலகையின் எதிரில் நின்றபோது மிக இயல்பான நிலைக்கு வந்துவிட்டாள். அவள் தூரிகையை எடுத்துக் கோடுகள் இழுத்தாள். நான்காவது கோட்டின் இறுதியில் தாதி வரவேண்டும் என்பது அவளுக்கு நினைவிருந்தது. இப்போது அவள் ஐந்தாவது கோட்டையும் முடித்துவிட்டாள். ருசி எங்கே போனாள்? அவள் பின்னால் திரும்பிப் பார்க்காமல் தன்னைக் கட்டுப்படுத்திக் கொண்டாள்.

அப்போதுதான் ருசியின் குரல் எழுந்தது, ''தேவி, நீங்கள் இங்கேயா இருக்கிறீர்கள்? நான் பூங்காவெங்கும் தேடினேன்.''

ஹால் நிறைந்திருந்தது.

திவ்யா சர்மாவுக்கு பிரத்யேகமாக அழைப்பு அனுப்பியிருந்தாள், ஆனால் அவர் வரவில்லை. வர்ஷா

வற்புறுத்தியும் அம்மாவும் ஆர்வம் காட்டவில்லை. ஆர்வம் நிறைந்த கிஷோர் உற்காகத்துடன் ஜல்லியை அழைத்துக் கொண்டு வந்திருந்தான்.

சௌம்யமுத்ரா ராணிவேடத்தில் தோன்றியபோது கிஷோருக்கு ஆச்சரியம் தாளவில்லை. சில வினாடிகளுக்குப் பிறகு ஜல்லி பயந்துபோய் கிசுகிசுத்தாள், ''சின்ன அக்கா..''

சௌம்யமுத்ரா ரோஜாப்பூவைப் பறித்து முகர்ந்து கொண்டே ஊஞ்சலில் அமர்ந்து இரண்டு-மூன்று முறை ஆடியபோது குடும்பத்தின் இரண்டு சிறிய அங்கத்தினர்களும் சொக்கிப் போனார்கள். அந்த ஒரு வினாடியில் வர்ஷா அக்கா கிஷோரின் மனதில் மிக உயர்ந்த இடத்தில் பதிந்துவிட்டாள் (பிறகு அவனால் பல நாட்கள் வரை வழக்கமான முறையில் வர்ஷாவிடம் ஒரு டம்ளர் தண்ணீர் கேட்கக் கூட முடியவில்லை)!

மூன்றாவது மணி அடித்த பிறகு இரண்டு மணி நேரம் வர்ஷா உன்மத்தம் பிடித்தவளைப் போல இருந்தாள். வாயில் சூலம் குத்தியபடி அம்மன் ஆவேசம் வந்த இரண்டு, மூன்று பேரை அவள் பார்த்திருந்தாள். கொஞ்ச நேரம் அவர்களுக்கு வலி உணர்வே இருக்காது என்று கேள்விப்பட்டிருந்தாள். தன் அதீத உணர்வு அதிலிருந்து சற்று வேறுபட்டிருப்பதை வர்ஷா உணர்ந்தாள். அவளுடைய தனிப்பட்ட துன்பங்கள்- துயரங்கள் உணர்வுகளின் அடித்தளத்தில் இருந்தன. மேல் மட்டத்தில் சௌம்யமுத்ராவின் துயர அலைகள் நிறைந்து ததும்பின. இந்தத் துயரத்தின் தன்மையும் வேறுபட்டது. சௌம்யமுத்ராவை நிலைகுலையச் செய்யும் துயரத்தை வெளிப்படுத்துவதில் வர்ஷா அபரிமிதமான பெரு மகிழ்ச்சியால் விதிர்த்துப்போனாள். நினைவு தெரிந்ததிலிருந்து இதுவரை அவளிடம் இருந்த அவநம்பிக்கை, கூச்சம், சீற்றம் எல்லாம் இந்த இரண்டு மணி நேரத்தில் விலகி மாயமாகிவிட்டன, விவக்க இயலாத சுகானுபவத்தால் மேனி சிலிர்த்தது. பார்வையாளர்கள் முன் ஒளிரும் மேடையில், தான் இளமையின் முதல் காதல் லீலை அனுபவத்துடன் நடமாடுவதாக வர்ஷாவுக்குத் தோன்றியது... 'இதுதான் வாழ்வின் அழகா?...' அவளுக்கு மெய்சிலிர்த்தது. சிந்தனை இன்பமயமாகியது.

திரை விழும் சமயம் பலத்த கைதட்டல் ஒலிகளுக்கிடையில் (திவ்யா சொல்லியிருந்தபடி) வர்ஷா சற்று தலையைக் குனிந்தவண்ணம் முதல் முறையாக பார்வையாளர் கூட்டத்தை ஒரு சுழன்ற பார்வை பார்த்தாள். எந்த முகத்திலும் அவள் பார்வை நிலைக்கவில்லை. எல்லா முகங்களும் ஒன்று மற்றொன்றில் கலந்து மறைந்தது.

காற்றில் மிதந்து செல்வதைப் போல சென்று மேடை ஓர மறைவில் திவ்யாவுடன் மோதிக்கொண்டபோது அவள் திவ்யாவை இறுக அணைத்து கன்னத்தில் முத்தமிட்டாள் (கல்லூரி ஆசிரியர்கள் அறையில் இந்த இரண்டு முத்தங்கள் மிகுந்த சர்ச்சைக்குள்ளாயின. தத்துவப்பேராசிரியர் உப்ரேதி இருமியபடி சொன்னார், "பெரிய நகரங்களிலிருந்து இளம் பெண் பிரின்சிபால்கள் வரும்போது தங்களுடன் பல கொடிய வியாதிக் கிருமிகளையும் கொண்டுவருகிறார்கள்!").

7. அவரவர் தம் சுகவரைவு (பரிபாஷை)

மூன்று மாதங்கள் கழிந்துவிட்டன.

பெரிய பெண்ணின் கல்யாணத்தின்போது 54, சுல்தான் சஞ்சில் நிலவிய நிம்மதியும், மகிழ்ச்சியும் மறைந்து, அதற்குப் பதில் அந்த இடத்தை மீண்டும் பழைய கவலையின் கனத்த சங்கிலி ஆக்கிரமித்துக்கொண்டது. காரணம், சில்பில்! இந்தக் கவலை கூரிய முள்ளாக மாறுவதற்கும் இரண்டு காரணங்கள். காயத்திரியின் 'ரோஜா சிவப்பிற்கு நேர்மாறாக சின்னவள்(சில்பில்) கறுப்பாக இருந்தாள். அம்மாவும், அப்பாவும் வீட்டிற்குள்ளும், வெளியிலும் தயக்கமின்றி சில்பில் இருக்கும்போதும் கூட அடிக்கடி இந்த உண்மையைச் சொல்லி (சில்பில் நொண்டியோ, குருடோ போல) ஆழ்ந்த பெருமூச்சு விட்டுக்கொண்டிருந்தார்கள். அதே மாதிரி யோசிக்கவேண்டிய இரண்டாவது காரணம் சில்பில்லின் 'நாளுக்கு நாள் அதிகரித்துவந்த சுயேச்சையான நடத்தை (இது சர்மாவின் கொடை). ''எந்த ஜென்மத்துப் பாவத்திற்கு ஆண்டவன் இப்படித் தண்டனை கொடுத்துக் கொண்டிருக்கிறானோ, தெரியவில்லை.'' என்று சர்மா ஒரு சிட்டிகை புகையிலையை வாயில் அடக்கிக் கொள்வதற்கு முன் புலம்புவார்.

காயத்திரி புக்ககம் போன பிறகு சமையல், வீட்டுவேலைகள் அம்மாவின் பொறுப்பாயின. வயதாகி விட்டதால் இந்த வீட்டுச் சுமையால் அவளுக்கு மூச்சு வாங்கியது. சில்பில் கல்லூரி, ட்யூஷன், 'எக்ஸ்ட்ரா கர்ரிகுலர் ஆக்டிவிடீஸ்' (மகாதேவ் அண்ணன் கொடை) இவற்றிற்கிடையில் செய்த அற்ப உதவிகள் கூட குடும்பத்தின் பெரிய உறுப்பினர்களுக்குப் பிடிக்கவில்லை. ''சாயங்காலம்

பொழுது சாய்ந்து வீட்டுக்கு வருகிறாளே, அவளுடைய இந்த கடமை என்ன குறைவானதா!'' என்று அப்பா விமரிசித்தார். இத்தகைய வெளி அழுத்தத்தினால், அம்மாவுக்கு 'நல்லதோரு மாமியார்' ஆகும் ஆர்வம் வலுத்தது. அவளுடைய பக்கத்து வீட்டு நெருங்கிய சிநேகிதி பூல்வதி சொன்னாள், ''ஆயுள் முழுதும் எலும்பு தேய உழைத்திருக்கிறீர்கள். இப்போது நீங்கள் உட்கார்ந்து வெற்றிலை போடுங்கள். மருமகளை வேலை வாங்குங்கள்.'' (கற்பனைச் சித்திரத்தின் இந்த ஊக்கம் அம்மாவை இன்னும் தீவிரமாக்கியது).

இதற்கு மாறாக சர்மா முதலில் சில்பில்லைத் 'தொழுவத்தில் கட்டிப்போட' நினைத்தார். இது 'பகீரதப் பிரயத்தனமாக' இருக்கும் என்று அவருக்குத் தெரியும். ஆனால் இது முடிந்து விட்டால் அவரும் மகாதேவும் 'நான்கு சொர்க்கங்களுக்கான புண்ணியத்தைப்' பெற்றுவிடுவார்கள்.

சென்ற மாதம் முதன்முதலாக இப்படி ஒரு சந்தர்ப்பம் வந்தது.

வர்ஷா மாலையில் தன் அறையில் படித்துக்கொண்டிருந்தபோது ஜல்லி வந்து சொன்னாள், ''அக்கா, அப்பா கூப்பிடுகிறார்.''

வர்ஷா ட்யூஷனுக்குப் போகும் நேரம். அவள் கண்களில் அச்சத்தின் சாயல் படர்ந்தது.

சர்மா தாழ்வாரத்தில் பாயில் உட்கார்ந்திருந்தார். வேட்டி-சட்டை அணிந்திருந்தார். அவர் மீண்டும் உடனே வெளியே செல்ல இருக்கிறார் என்று இதற்கு அர்த்தம். பையும் குடையும் கூட மூலையில் இருந்தன. எதிரில் இருந்த கோப்பையிலிருந்து ஒரு வாய் தேநீர் பருகினார்.

வர்ஷா எதிரில் வந்து நின்றாள். பின்னால் வால் மாதிரி ஜல்லி நின்றுகொண்டிருந்தாள். தூணில் சாய்ந்து நின்றிருந்த அம்மா சொன்னாள், ''ஜல்லி, சுவாமிக்கு நைவேத்தியம் வைத்த பட்சணம் கொஞ்சம் எடுத்துக்கொண்டு வா.''

சர்மா முன்னால் இருந்த ஸ்டூலை கைகாட்டினார்.

வர்ஷா உட்கார்ந்தாள்.

சர்மா மேலும் ஒரு வாய் தேநீர் பருகினார். பிறகு வர்ஷாவைப் பார்த்தார், "ஸ்கூலில் சிவிக்ஸ் ஆசிரியர் மிஸ்ரா இருக்கிறார், இல்லையா? அவர் பெரியம்மா பிள்ளை அன்மோல் பூஷண். பிஜநேளர் கோர்ட்டில் வேலை பார்க்கிறார். கிராமத்தில் வயல்-தோட்டமும் இருக்கிறது. வயது முப்பதுதான் இருக்கும்…" என்றார். அப்பா இப்போது தரையைப் பார்த்துக்கொண்டிருப்பதை வர்ஷா கவனித்தாள்.

"ஒரு வருஷத்திற்கு முன் பிரசவத்தில் முதல் மனைவி இறந்துவிட்டாள். ஒரு சின்ன குழந்தை இருக்கிறான். அவனுக்கு மூத்தவள் ஐந்து வயது பெண் குழந்தை ஒருத்தி இருக்கிறாள்." கண நேரம் நிறுத்தி சர்மா வர்ஷாவைப் பார்த்தார், "எட்டு, எட்டரை மணிக்கு ஸ்டேஷன் வெயிட்டிங் ரூமில் வைத்து பெண் பார்க்க நிச்சயித்திருக்கிறது."

"எனக்குக் கல்யாணம் வேண்டாம்." வர்ஷா திடமான குரலில் சொன்னாள்.

"என்ன பேச்சு பேசுகிறாய்?" என்று சர்மா அன்புடன் கடிந்தார். "வாழ்க்கையில் வயதிற்குத் தக்கவாறு மனித தர்மமும் நிர்ணயிக்கப்பட்டிருக்கிறது. வேத புராணங்கள் கிருஹஸ் தாசிரமத்தை சும்மாவா ஏற்படுத்தியிருக்கின்றன? வாழ்க்கைச் சக்கரத்தை ஓட்டுவதற்கு எல்லாரும் அவரவர் பொதுப்புகளை நிறைவேற்றியே ஆகவேண்டும். ரகு மகாராஜா கௌத்ஸ்ய மகரிஷியிடம் தங்களுக்கு வயதாகிவிட்டது, திருமணம் செய்துகொள்ளுங்கள், எல்லாருக்கும் நன்மை தரும் கிருஹஸ்தாசிரமத்தில் அடியெடுத்து வையுங்கள் என்று சொன்னான். கவிகுலகுரு கிருஹஸ்தாசிரமத்தை 'எல்லாருக்கும் நன்மை தருவது' என்று சும்மாவா சொன்னார்?"

"இப்போதுதான் நான் பி.ஏ. படிக்கிறேன்." என்றாள் வர்ஷா.

"நம் வம்ச பரம்பரையும், கௌரவமும் பெரிதா, உன் பி.ஏ பெரிதா?" இம் முறை சர்மாவின் குரல் சற்று உயர்ந்துவிட்டது.

வர்ஷா எழுந்து நின்றாள்.

"பார் சில்பில், வெயிட்டிங் ரூமில் சந்திக்கிறோம் என்று நான் வாக்கு கொடுத்துவிட்டேன்." - சர்மாவின் குரல் மாறிவிட்டது.

இப்போது அவர் மனைவி அவருக்கு ஆதரவாக, "இந்தப் பெண்ணைப் புரிந்துகொள்ளவே முடியவில்லை. அப்பாவிடம் எப்படி அழிச்சாட்டியம் பண்ணுகிறாள்!... காயத்திரியும்தான் இருந்தாள். சொன்ன இடத்தில் கிளி மாதிரி உட்கார்ந்துவிடுவாள்."

சர்மா சில்பில்லின் நாடகப் பார்வையைக் கவனித்தார். எழுந்து நின்றார், "மகளே! நீ மேலே போ, நல்ல சேலை உடுத்திக்கொண்டு வா!"

வர்ஷா பல்லைக் கடித்துக்கொண்டாள், "நீங்கள் என்னைக் கட்டாயப்படுத்தினால் நான் கிணற்றில் குதித்துவிடுவேன்." என்றாள்.

அவள் முகத்தில் சாடும் கடுமையைப் பார்த்து அம்மா-அப்பா இருவரும் அதிர்ந்துபோனார்கள், "என்ன!" சர்மாவிடமிருந்து இந்த ஒரு சொல்தான் வெளிப்பட்டது.

வர்ஷா திரும்பி அழுத்தமாக அடி வைத்து மாடிப்படியில் ஏறினாள்.

★ ★ ★ ★

"ஒரு மதிப்பு மிக்க கவியின் கூற்றை வறண்ட, கரடுமுரடான தொழிலாளியுடன் இணைக்க விரும்புகிறார்கள்." சில்பில் கட்டிலில் உட்கார்ந்து முணுமுணுத்தாள். பின்னர் தலையணைக்கு அடியிலிருந்து சுருங்கிக் கசங்கிய ஒரு காகிதத்தை எடுத்து படிக்க ஆரம்பித்தாள். "அழகழகான எத்தனை, எத்தனை பாவனைகள், அன்பிற்குரியவளே!..."

வசீகரமான கமலேஷ் 'கமல்' தன் இன்ஜீனியர் அப்பாவின் மாற்றலுக்குப் பிறகு செமஸ்டர் தொடக்கத்தில் கல்லூரிக்கு வந்திருந்தான், விரைவிலேயே கல்லூரியின் மிகப்பிடித்தமான கவிஞனாகி விட்டான். ஆகஸ்ட், 15 அன்று 'பாரதமாதாவுக்கு வெற்றி! என்ற கவிதையால் அவன் தன்னை வெளி உலகிற்கு தெரியப்படுத்தினான். பின்னர் அடுத்த மாதம் நடந்த கவிதைப்

போட்டியில் 'இரவு யாரோ ஒருவரின் நினைவு மிகுந்தது' என்ற கவிதையால் அவன் 'மிஷ்ரிலால் கல்லூரியின் பைரன்' ஆகிவிட்டான். (இது நாடகத்துடன் கவிதையையும் கொடிய வியாதியாகக் கருதும் புரொபஸர் உப்ரேதியின் கொடை. அவர் கருத்தில் தவறில்லை, ஏனென்றால் கான்வெண்டிலிருந்து வந்த சரளா கூட ஹிந்தி கவிஞனிடம் மயங்கிவிட்டாள்!)

''மேடை சக்ரவர்த்தினிக்கு சொல்லோவியனின் சிறிய பரிசு...''

நாடகத்திற்குப் பிறகு ஒரு வாரம் கழித்து, ஒரு நாள் வர்ஷா மாலை நேரத்து மங்கிய வெளிச்சத்தில் திவ்யாவின் வீட்டிலிருந்து திரும்பிக் கொண்டிருந்தபோது, மரத்தின் பின்னால் மறைந்திருந்த கமலேஷ் சட்டென்று முன்னால் வந்து கையிலிருந்த காகிதத்தை நீட்டினான்.

தனியாக ஒரு இளைஞனுடன் பேசுவது கல்லூரி ஒழுங்கிற்கும் வீட்டுக் கௌரவத்திற்கும் பாதகமானது. என்னவென்று அவள் கேட்கவிருந்தபோது கேட்டில் ஒரு பியூன் தென்பட்டார். அந்த சிறிய பரிசை வாங்க மறுத்தால் கமலேஷ் 'கமல்' பிடிவாதம் செய்யக்கூடும். காகிதத்தை வாங்கிக் கொள்வதைத் தவிர வேறு வழியில்லை என்று வர்ஷாவுக்குத் தோன்றியது.

தெருவில் நடக்கும்போது வர்ஷாவின் முகத்தில் வீரம் ததும்பியது. (சம்பந்தமில்லாத ஒரு இளைஞனிடம் அவள் பேசியது இதுதான் முதல் தடவை).

'த்ரீ இயர்ஸ் ஷீ க்ரூ இன் சன் அண்ட் ஷவர் தென் நேச்சர் செட், ஏ லவ்லியர் ஃப்ளவர் ஆன் எர்த் வாஸ் நெவர் சீன்...'

சில நாட்களுக்கு முன்பு திவ்யா இந்த வரிகளைக் கூறி வேர்ட்ஸ்வொர்த் இக்கவிதையில் லூசியை காலத்தை வென்றவளாக்கி விட்டார் என்று கூறியிருந்தாள்.

மனதின் அடித்தளத்தில் உணர்ச்சி பொங்க வர்ஷா படித்தாள்:

''அழகழகான எத்தனை எத்தனை பாவனைகள் அன்பிற் குரியவளே,

அவரவர்தம் சுகவரைவு (பரிபாஷை) 61

சௌம்யமுத்ரா, அணு அணுவில் என் மனம் கவர்ந்தவள்.

மேடை மீது வந்தாய், என் அமைதியைத் திருடி விட்டாய்,

சித்தத்தின் குலுக்கலே, ஓ அழகிய சித்தம் திருடி.

பார்க்குமிடமெல்லாம் உன் அழகு

கதிரவனின் ஒளிமுகமே, நிலவின் சகோரபட்சி நீ.

மிஷ்ரிலால் கல்லூரி முகப்பின் மின்னலே,

ஷாஜஹான்பூரின் இனிய இதயத்துடிப்பும் நீயே!

(பாடத்திட்டத்தில் இருந்த இந்திக்காவியம் 'சாகேத்' (அயோத்தி) தின் முக்கியமான சந்தத்தில்தான் 'சௌம்யமுத்ரா' மீது இக்கவிதை எழுதப்பட்டிருந்தது. கமலேஷ் 'கமலி'ன் அறிவு தேசீய கவியுடன் (மைதிலி சரண் குப்த) இணைந்துவிட்டது, தன் அழகு கதாநாயகி ஊர்மிளாவுடன் இணைந்து விட்டது என்று வர்ஷாவுக்குத் தோன்றியது)!

அன்றிரவு சில்பில்லுக்கு தூக்கம் வரவில்லை. இப்போது அவள் ஒரு மதிப்பு மிக்க கவிஞனின் ஆர்வப் பொருள், இலக்கிய வரலாற்றில் அழியாத இடம் பெறப் போகிறாள், நூறு ஆண்டுகளுக்குப் பிறகு இதே கவிதை மிஷ்ரிலால் கல்லூரியியில் பி.ஏ. கோர்ஸில் பாடமாகக் கற்பிக்கப்படலாம்.

அந்த வாரம் முழுதும் அவள் இறக்கை கட்டிப் பறந்தாள்.

''என் கவிதை எப்படி இருந்தது?''

சாயங்காலம் திவ்யாவின் வீட்டிலிருந்து திரும்புகையில் கமலேஷ் 'கமல்' அவளை மீண்டும் சந்தித்தான்.

அதிர்ந்துபோன வர்ஷா புன்னகைக்காமல் பாராட்டலாகத் தலையசைத்தாள்.

''இது ஒரு கலைஞன் மற்றொரு கலைஞருக்கு செய்யும் அஞ்சலி!'' கவிஞனும் சற்று பயத்தில் இருந்தான்...

''நன்றி. ஆனால் என் வீட்டினர் என்னை சமாதி கட்டி விடுவார்கள். நான் உங்களை கைகூப்பி கேட்டுக்கொள்கிறேன்,

என்னைத் தனியாக விட்டுவிடுங்கள்''

கமலேஷின் அன்பு நிறைந்த கண்களில் வெளிப்பட்ட அடிபட்ட கோபம் வர்ஷாவின் மனதைத் துன்புறுத்திக்கொண்டிருந்தது.

கல்லூரித் தாழ்வாரத்தில் நடமாடும் போது வர்ஷா ஒரு வினாடி அவனைக் கண்ணோடு கண்ணாக பார்ப்பதுண்டு. (வர்ஷாவின் பார்வை மகாகவி காளிதாசனின் ரகுவம்ச காவியத்தில் தன் புன்னகைப் பார்வையை அஜன் மீது வீசி, அந்தப் பார்வையையே சுயம்வர மாலையாகக் கொண்டு அவனை கணவனாக வரித்த இந்துமதியினுடையதைப் போல இருக்கும்).

★ ★ ★ ★

'காளிதாஸ்-கிரந்தாவளி' யினால் (தொகுப்புநூல்) சில்பில்லின் மனதில் எழும்பிய இளமை உணர்வுக் கேள்விகளுக்கான விடை 'சௌம்யமுத்ரா மீது' என எழுதிய காகிதத்தில் அவளுக்குக் கிடைத்தது என்பதை அறிந்தால் சர்மா 'இது விதியின் விளையாட்டு!' என்றே நொந்து சொல்லியிருப்பார். 'ஆடிமாதம் முதல்நாள் மலை உச்சியின் மீது மேகங்கள் மோதுவதைப் பார்த்து, பிரிவுத் துயரத்தில் வாடிய யக்ஷன் ஏன் துடித்தான்? ஆசிரமத்தில் மன்னன் துஷ்யந்தனை சந்தித்த சகுந்தலை மனதிற்குள் 'என்னால் முடிந்தால் போவேன்' என்று ஏன் சொன்னாள்? விக்ரமனை சந்தித்த பிறகு பாரிஜாத மஞ்சத்தில் படுத்திருந்த ஊர்வசியை நந்தவனத்தின் குளிர்ந்த காற்று ஏன் எரிக்கத் தொடங்கியது?... இத்தகைய உணர்ச்சிவசப்படுத்தும் கேள்விகளுக்கான விடைகள் சில்பிலினுள் இப்போது தெளிவுபடத் தொடங்கின.

வசீகரமான கவிஞனின் ஆர்வப்பொருள் ஆன பிறகு, சில்பில் முதல் முறையாக தன்னை ஒரு ஆணின் கண்களால் பார்க்க முயற்சித்தாள். தன் உடலைக் குறித்த ஆரிவம் இந்த உணர்வின் இரண்டாவது அடி. அறைக்கதவை சாத்திக்கொண்டு சில்பில் உஜ்ஜயினி நாட்டியக்காரியைப் போல, வாழைத் தண்டைப் போன்ற தன் தொடைகளின் வழுவழுப்பை உணர்ந்தாள். மாளவிகாவைப் போல மார்பில் சந்தனம் பூசிக்கொண்டாள் (பூஜை செய்யும் சீதா ராமபிரானின் நெற்றியில் அழகு படுத்துவதற்காக அரைத்த

சந்தனத்தை இவ்வாறு பயன்படுத்துவது அம்மாவுக்குத் தெரிந்துவிட்டால்?), இந்துமதியைப்போல் தாமரைத் தண்டை இரு மார்புகளுக்கிடையில் வைத்து அழகு பார்த்தாள் (வித்தியாசம் இவ்வளவு தான், தாமரைத்தண்டு இல்லாததால் இலை இல்லாத பச்சை கொத்துமல்லித் தண்டைப் பயன்படுத்த நேர்ந்தது), பின்னலை அவிழ்த்து கரிய, மென்மையான குந்தளப் பூங்கொத்து போன்ற முடியின் நீளத்தைப் பரிசோதித்தாள்.

சில்பில்லைக் குறி வைத்து காமன் ஆகாய சாள ரத்திலிருந்து சம்மோகனம் என்ற அம்பை ஏற்றி மெல்ல நாணை இழுக்க ஆரம்பித்திருந்தான்... ஆனால் தாய்-தந்தையரின் ஓயாத சீதாராமபிரான் பூஜையோ அல்லது ராமனே தன் சந்தனத்தை வர்ஷா இப்படி பயன்படுத்தியதால் கோபப்பட்டாரோ என்னவோ, விரைவிலேயே அயோத்தி மன்னர் (ராமர்) கவிஞனின் இன்ஜீனியர் அப்பாவுக்கு சித்திரகூடத்திற்கு மாற்றல் ஆணை அனுப்பிவிட்டார்!

'பிளோட்டானிக் காதல்' என்றால் என்ன என்று வர்ஷா அறிந்துகொண்டாள்.

★ ★ ★ ★

"அக்கா!" கிஷோர் உற்சாகமாக அழைத்தான், "பெரியக்கா வந்திருக்கிறாள்."

வசதியான மாமியார் வீட்டில் அன்பும் மதிப்பும் பெறும் மருமகளான அதிர்ஷ்டத்தில் திருப்தி அடைந்திருந்த காயத்திரி முதல்முறையாக தாய்வீடு வந்திருந்தாள். கர்ப்பமாக இருந்தாள். கூடவே ஒரு பெட்டி, தோல் பை, சுருட்டிக் கட்டிய படுக்கை, கூடை, பிளாஸ்க், பர்ஸ், குட்டையாக கொஞ்சம் குண்டாகியிருந்த கணவன். தீனதயாள் வரவேற்பறையில் முக்கிய மனிதனாக மாமனார்-மாமியார், சின்ன மைந்துனன்-மைத்துனி எதிரில் எலக்ட்ரிக் தொழிலின் நுண்ணிய சமாச்சாரங்களைக் கூறிக்கொண்டிருந்தபோது காயத்திரி வர்ஷாவின் கட்டிலில் படுத்துக்கொண்டு 'பெண்கள் வாழ்க்கையில் புகுந்தவீட்டின் சிறப்பை' விளக்கிக்கொண்டிருந்தாள். கணவனின் அன்பில் முழ்கிய மனைவி ஒவ்வொரு விஷயத்திற்கும் கலகலத்து சிரிந்தாள். கணவன் ஸ்கூட்டரில் ஏற்றிக்கொண்டு ஷிகோஹாபாத்தை சுற்றிக் காட்டியது,

கல்யாணத்திற்கு மூன்று மாதத்திற்குப் பிறகு நைனிதாலுக்கு தேனிலவு போனது, அங்கே முதல் தடவையாக அவள் ஹோட்டலில் தங்கியது - இந்தப் பயணத்தின் நினைவாக சில போட்டோக்களையும் அவள் காட்டினாள், கூடவே விவரித்தாள். தன் தினப்படி வேலைகளை விவரித்து மாமியாரைப் பற்றி பேச்சைத் திருப்பினாள், 'மூங்கேரி, நீயே ஒரு காவியம்' என்ற ஆழமான உணர்வில் மூழ்கிவிட்டாள்.

லேசான புன்னகையுடன் எதிரில் நாற்காலியில் உட்கார்ந்திருந்த வர்ஷா கல்யாணத்திற்கு முன் அக்கா இந்த வீட்டில் மனக்கசப்புடனும் அவமானத்துடனும் உடலும் மனமும் குன்றிக் கழித்த நாட்களின் மெல்லிய சுவடு கூட அவளிடம் இப்போது இல்லாததைக் கவனித்தாள். அந்தத் துன்பத்தோடு தொடர்புடைய அப்பா-அம்மாவிடம் அக்காவுக்கு துளிக்கூட கோபம் இல்லை! அதற்கு பதில் அவர்களைப் பற்றிப் பேசும்போதே பாசத்தில் பொங்கினாள்,'' இப்போது பாவம் அம்மா நாள் முழுதும் வேலை செய்கிறாள், அப்பா எப்படி மெலிந்துவிட்டார்!"

வர்ஷாவுக்கு பாரதத்தின் மத்திய தரக் குடும்பப் பெண்ணின் விசாலமான இதயத்தைப் பார்த்து வியப்பு ஏற்பட்ட அதே சமயம், ஒவ்வொரு கண்ணீரையும், தூக்கமில்லாத இரவையும் கணக்கு வைத்து பதிந்துகொள்ளும் தன் சுபாவத்தை நினைத்து வருத்தமும் ஏற்பட்டது.

கடைசியில் வர்ஷாவால் தன்னைக் கட்டுப்படுத்திக்கொள்ள முடியவில்லை. "இங்கே நீ பட்டதெல்லாம் உனக்கு நினைவில்லையா அக்கா?"

''எனக்கு சாவதற்குக் கூட நேரம் இல்லை சில்பில்!'' அக்கா சிரித்தாள், வளையலும் கங்கணமும் அணிந்த கையால் தன் வயிற்றில் லேசாக தட்டினாள் ''இப்போது இது ஒன்று வந்திருக்கிறது. ராமபிரான் கிருபையால் பிள்ளையாக இருந்துவிட்டால், நிம்மதி. சந்திர ஹாரம் செய்து தருவதாக மாமியார் சொல்லிருக்கிறார்.'' என்று சொல்லிச் சிரித்தாள்.

வர்ஷா அக்காவுடன் தனக்கு இருந்த முந்திய நெருக்கத்தின் இழைகளைப் பொருத்த முயற்சித்தாள், முடியவில்லை.

அவளிடமிருந்து ஒரு நீண்ட பெருமூச்சு வெளிப்பட்டது.

★ ★ ★ ★

"சில்பில், நீ ஏன் அம்மா- அப்பாவையே சார்ந்திருக்கிறாய்?"

தீனதயாள் மைத்துனன்-மைத்துனிகளோடு படம் பார்க்கவும், டிபன் சாப்பிடவும் போகத் திட்டமிட்டபோது அக்கா அந்தச் சந்தர்ப்பத்தை வர்ஷாவுக்குப் பெண்களின் கடமையை உணர்த்தும் நாளாக பயன்படுத்தினாள்.

"சரிதான். அவர்கள் உனக்கும் சாவி கொடுத்து விட்டார்களா?"

காயத்திரி அவள் கையை அழுத்தினாள், "வர்ஷா, நீ ஒரு முறை மணமேடையில் 'ஸப்தபதி' (ஏழு அடிகள்) நடந்து பார். கணவனின் அன்பு கிடைக்கும்போது உனக்குள் இருக்கும் கோபம் எல்லாம் காற்றாகப் பறந்துவிடும்." காயத்திரி **புன்னகையுடன்** அவளைக் கிள்ளினாள்.

கோபம் தீரவில்லையென்றால்? பிறகு என்ன செய்வது? எஞ்சிய வாழ்க்கையை கோபம் தீர்ந்துவிடும் என்ற எதிர்பார்ப்பிலேயே கழிப்பதா? அந்த எதிர்பார்ப்பிலேயே அவள் மடியில் 'குட்டிக் கண்ணன்கள்' வந்து விழுந்து கொண்டே இருப்பார்களா? என்று கேட்க மனம் விரும்பியது.

ஆனால் வீண் விவாதம் செய்ய மனம் வரவில்லை. மெல்லக் கையை விடுவித்துக்கொண்டு சொன்னாள், "நான் வெறும் பெண்பிராணி இல்லை."

காயத்திரி தான் எதையோ தவறாக புரிந்துகொண்டு விட்டதைப் போல திடுக்கிட்டு அவளைப் பார்த்தாள்.

மகாதேவ் தங்கையையும், தங்கை-கணவனையும் பார்க்க வந்தார். வர்ஷா 'நமஸ்தே' சொன்னதற்குப் பதிலாக எதுவும் பேசாமல் அவள் தலையைத் தொட்டார். அண்ணன் சற்று சோர்ந்தவர் போல காணப்பட்டார்.

அந்த வாரம் முழுதும் வீட்டில் திருவிழா போல இருந்தது.

அத்தான் இல்லாதபோது குடும்பத்தினரின் கவலை, சர்ச்சைக்குரிய ஒரே விஷயம் தான்தான் என்பதை வர்ஷா புரிந்துகொண்டாள். அவர்கள் பேசிக்கொண்டிருக்கும்போது அங்கே அவள் வந்து விட்டால் பேச்சை நிறுத்திவிடுவார்கள். முன்பே அவள் வீட்டில் ஒட்டாமல்தான் இருந்தாள், ஆனால் அது இப்படி வெளிப்படையாகவே ஆனது இதுதான் முதல்முறை.

அந்த மாதிரி நேரங்களில் அவள் பேசாமல் தன் அறைக்கு வந்து படிக்க முயற்சிப்பாள். சில சமயம் அத்தானும் 'கலையரசி மைத்துனி'யோடு அரட்டை அடிக்க வந்துவிடுவார்.

அம்மா வழக்கப்படி காயத்திரியின் பிரசவத்தைத் தாய்வீட்டிலேயே வைத்துக்கொள்ள விரும்பினாள். காயத்திரி மனதிற்குள் அவர்கள் மீது இந்தச் சுமையை சுமத்த விரும்பவில்லை. நல்லவேளையாக மாமியாரும் கணவனும் கூட அப்படித்தான் நினைத்தார்கள். பேரன் ஆசையில் மாமியார் 'ராமனின் பசு'வுக்கு பால், வெண்ணெய், நெய் என்று ஊட்டினாள் (வீட்டில் ஒவ்வொரு லிட்டர் பால் கறக்கும் பசுக்கள் நிறைந்த மாட்டுக்கொட்டகை இருந்தது).

மகாதேவ் வந்தவுடன் அம்மாவுக்கு வருத்தம் வராமல் அவளிடம் விடைபெறுவதற்கு அனுமதி வாங்கித் தரும்படி அக்கா வேண்டினாள். மகாதேவ் சாலிகிராமம் கோவிலில் வேண்டுதல் நிறைவேற்ற அம்மாவை அழைத்துச் சென்று, அவள் சம்மதத்தைப் பெற்று வந்தார். அப்பா சம்பந்தம் இல்லாதவர் போல காட்டிக்கொண்டாலும் பிள்ளையின் கெட்டிக்காரத்தனத்தைப் பாராட்டினார். அம்மா, காயத்திரியின் அழுகையுடன் விடை பெறும் சடங்கு நடந்தது (அதற்கு முன் கணவனுக்குத் தெரியாமல் மகள் அம்மாவிடம் ஐநூறு ரூபாய் கொடுத்திருந்தாள்). அப்பா, மகாதேவ் இருவர் கண்களும் கண்ணீரால் நிரம்பின. வர்ஷாவைக் கட்டி அணைத்துக்கொண்டு அக்கா விம்மல்களுக்கிடையில் சொன்னாள், "உன் வாழ்க்கையை சீர்படுத்திக்கொள்ளடி, சில்பில்!". சில்பில்லின் மனமும் பொங்கியது. முந்தானையால் கண்ணீரைத் துடைத்துக்கொண்டே 'நானும் அதைத்தான் முயற்சித்துக்கொண்டிருக்கிறேன்,' என்று நினைத்துக்கொண்டாள்.

இருட்டிவிட்டது. வாரம் முழுதும் இருந்த கலகலப்பு ஓய்ந்து வீடு வெறிச்சோடியது. வர்ஷா மேசை முன் உட்கார்ந்து படிப்பில் மூழ்கியிருந்தாள். அப்போதுதான் அண்ணன் மேலே வந்து கட்டிலில் உட்கார்ந்தார் சற்று நேரம் அமைதி நிலவியது.

பிறகு ''இந்த நாடகப் பிசாசு உன் தலையில் எப்படி ஏறியது?'' என்று அண்ணன் இயல்பான குரலில் கேட்டார்.

''வந்து...''

''நீ இப்படி விடாப்பிடியாக பிடித்துக்கொள்வதற்கு அதில் என்ன இருக்கிறது?''

அவள் உணர்ச்சிவசப்பட்டு''எனக்குள் தகித்துக் கொண்டிருக்கும் நெருப்பு கொஞ்ச நேரம் தணிகிறது.'' என்றாள்.

அண்ணன் அவள் வாயால் இப்படி ஒரு பேச்சைக் கேட்டதில்லை. அவர் கவனமாக அவளைப் பார்த்தார். அவர் எவ்வளவு தூரம் புரிந்துகொண்டார் என்று அவளால் ஊகிக்க முடியவில்லை.

''ஊரில் பலவிதமாகப் பேசிக்கொள்கிறார்களே!''

''யாரும் குற்றம் கூறும்படியாக நான் எதுவும் செய்யவில்லை. வழக்கமே தவறாக இருந்தால் நான் என்ன செய்வது?'' அவள் குரல் திடமாக இருந்தது.

''நாம் இங்கேதான் இருக்கவேண்டியிருக்கிறது.''

அண்ணன் தொடர்ந்து கேட்டார் ''கல்லூரி பாத்ரூமில் உன்னைப் பற்றி ஏதோ எழுதியிருந்தது, இல்லை?''

அவள் பெருமூச்சு விட்டாள். இது நாடகம் நடந்து மூன்று நாட்களுக்குப் பிறகு நடந்த நிகழ்ச்சி. 'உன் இதழ்களில் என் பெயர் உச்சரிக்கப்படும்போது சௌம்யமுத்ரா, என் சூடான இதழ்கள் உன் தேனிதழ்களை முத்தமிடுவதாக உணர்வேன்' மயங்க தத்தனின் இந்த வசனத்தை மாணவர்களின் பாத்ரூமில் யாரோ எழுதிவிட்டிருந்தார்கள். கூடவே 'சௌம்யமுத்ரா' என்ற பெயரை அடித்துவிட்டு 'வர்ஷா' என்று எழுதியிருந்தார்கள். மறுநாள் இந்தச்

செய்தி திவ்யாவிற்கு எட்டியபோது அவள் மாணவர் சங்கத் தலைவனை அழைத்து எச்சரித்தாள். சுவரில் எழுதியிருந்தது அழிக்கப் பட்டது. பிறகு அப்படி ஒரு நிகழ்ச்சி நடக்கவில்லை.

''டில்லிக்காரர்கள் செய்வதை நீ ஷாஜஹான்பூரில் செய்ய விரும்புகிறாய்.'' அண்ணன் குரலில் இலேசான கண்டிப்பு தொனித்தது.

அவள் குற்றவாளி போல் கீழே பார்த்துக்கொண்டிருந்தாள். 'அது என்னவோ உண்மைதான்!'

ஒரு ஞாயிற்றுக்கிழமை காலை. பியூன் திவ்யாவின் கடிதத்தை எடுத்துக்கொண்டு வந்தான். வர்ஷா போனபோது திவ்யா அவளிடம் ஒரு அழகான காஞ்சிபுரம் பட்டுச்சேலையைக் கொடுத்து உடுத்தச் சொன்னாள். பிறகு தன் வீட்டுப் பூம்பாத்தியில் வெவ்வேறு கோனங்களில் ஐந்து, ஆறு போட்டோக்கள் எடுத்தாள். மாலையில் வர்ஷா திரும்பும்போது அவள் அந்தச் சேலைப் பாக்கெட்டை அவள் கையில் திணித்து,புன்னகையோடு சொன்னாள், ''மகளிர் அழகு நிலைய' முதலாளி இந்தச் சேலைக்கு விலையாக உன்னுடைய ஒரு ஃப்ளோஅப்பைக் கடையில் வைக்க விரும்புகிறார். இந்தப் பட்டுப்புடவை கணிசமான விலைமதிப்புகொண்டது.''

பதினைந்து நாட்கள் கழித்து ஒருநாள் மாலை அப்பாவோடு நாடகமோதல் நடந்தது. 'மோசமான போஸ்டரைப் பற்றி ஊர் முழுதும் ஒரே பேச்சு.' என்பது அவருடைய குற்றச்சாட்டு. ''படம் மகாலக்ஷ்மி சிலைக்குப் பக்கத்தில் வைக்கப்பட்டு அதற்கு மேல் 'வர்ஷா வசிஷ்டின் உண்மையான விருப்பம்... மகளிர் அழகு நிலைய சேலை' என்று எழுதியிருக்கிறது'' என்று அவள் பணிவுடன் கூறினாள். (மகாலக்ஷ்மிதேவி அருகில் இருந்தும் தந்தை மனம் இளகவில்லை. மகாலக்ஷ்மி மீது அம்மாவிற்கும் நிறைய பக்தி இருந்தது. அவள் தாழ்வாரத்துப் பூஜைமாடத்திற்கு அருகில் தீபாவளி பண்டிகையின் போது மகாலக்ஷ்மி படத்தை அரிசியால் அமைத்து கீழே 'மாகாலக்ஷ்மிதேவி எப்போதும் கிருபை செய்யவேண்டும்' என்று எழுதுவாள். ஆனால் இதுவரை மகாலக்ஷ்மி வீட்டிற்கு வந்து உதவி செய்ததாகத் தெரியவில்லை)

மறுநாள் திவ்யாவிடம் உதவி செய்யும்படி வர்ஷா

வேண்டினாள். திவ்யா உடனே கடை முதலாளிக்கு ஒரு கடிதம் எழுதி சேலைப் பாக்கெட்டுடன் அனுப்பிவிட்டாள். ஃப்ளோஅப் உடனே நீக்கப்பட்டு விட்டது. ஆனால் சேலைப் பாக்கெட் ஏற்றுக்கொள்ளப்படவில்லை.

"அந்த திவ்யா யார்?" என்று அண்ணன் கேட்டார். அவர் குரலில் சற்று ஏளனம் தெரியவே வர்ஷாவால் தன்னைக் கட்டுப்படுத்திக்கொள்ள முடியவில்லை,'' என் டீச்சர்... என் தோழி... எனக்கு எல்லாம்..." அவள் நேராக நிமிர்ந்து அண்ணனின் கண்களைச் சந்தித்தாள்.

"நீ அவர்கள் வீட்டிற்கு அடிக்கடி போகிறாய், பல நாட்கள் இரவில் கூட அங்கு தங்குகிறாய், இல்லையா?"

"ஆமாம். அவர்களோடு இருக்க எனக்கு பிடித்திருக்கிறது."

அண்ணன் சிகரெட் பற்றவைத்தார். "அன்மோல் பூஷணைப் பார்ப்பதற்காக பிஜநௌர் போயிருந்தேன். என் கடிதம் கிடைத்தபிறகுதான் அப்பா உன்னிடம் பேசினார். அன்மோலுக்கும் உனக்கும் அவ்வளவு பொருத்தம் இல்லை என்பதை நான் ஒப்புக்கொள்கிறேன். ஆனால் நம் சமூகத்தில் திருமணங்களை நிச்சயம் செய்ய மிக அவசியமான பொருள் நம் வீட்டில் மிகக் குறைவு. என்னால் முடிந்தால் என் தோலை விற்றுக் கூட உனக்குத் தகுந்த வரனை முடிப்பேன். ஆனால் அதற்கு வழியில்லை. விதி! உனக்கு காயத்திரியைப் போல அழகு இல்லை. இப்போது நீயே சொல், நாம் என்ன செய்யலாம்?"

அண்ணன் நேராக, எளிதாக தன் கருத்தை முன் வைத்துவிட்டார். அதில் அவருடைய வேதனை, அன்பு, நிராதரவான நிலை எல்லாம் இருந்தன. வர்ஷாவின் மனம் சற்று இளகியது. அவர் பீலிபீத்தில் ஒரு மோசமான வாடகை அறையில் தம்பி,தங்கைகளின் எதிர்காலத்திற்காக வயிற்றைக் கட்டி வாயைக் கட்டி வாழ்ந்துகொண்டிருக்கிறார். தன் எதிர்கால வாழ்க்கையை அமைத்துக்கொள்வதைத் தள்ளிப்போட்டுக் கொண்டிருக்கிறார். அவர் தம்பி-தங்கைகளுக்கு எதிரில் தன்னை ஒரு தியாகியாக நிறுத்திக்கொள்ள முயற்சித்ததில்லை என்பது இதை விட நெஞ்சை உருக்கும் விஷயம்.

"அண்ணா! இந்த வயதில் என் சொந்தக் காலில் நிற்பது கல்யாணத்தை விட முக்கியமானது என்று எனக்குத் தோன்றுகிறது."

"இது என்ன பேச்சு? நம் குலம் - வமிசத்திற்கு ஒரு பாரம்பரியம் இருக்கிறது. அதற்கு மாறாக நடக்கமுடியுமா?"

"வேறு வழி இல்லையென்றால் மீறி நடக்கத்தான் வேண்டும்." என்றாள் வர்ஷா. "என்னால் என் வீட்டினர் வெளியே ஏச்சுப் பேச்சு கேட்கவேண்டி வரும் என்பதை ஒத்துக்கொள்கிறேன், ஆனால் எனக்கு வேறு வழி இல்லை அண்ணா!"

அண்ணன் சிகரெட் சாம்பலைத் தட்டிவிட்டு சில வினாடிகள் சும்மா இருந்தார். பிறகு சொன்னார், "நீ ஏன் கல்யாணம் வேண்டாம் என்கிறாய்..."

"அந்த வாழ்க்கை எனக்குப் பிடிக்கவில்லை."

"ஏன் ஏடாகூடமாகப் பேசுகிறாய்?" அண்ணன் குரலில் கடுமை.

வர்ஷா தெளிவுபடுத்தினாள், "பொருத்தமில்லாதவரோடு கட்டப்படுவதை விட தனியாக இருப்பது நல்லது."

இப்போது அண்ணன் ஒரு வினாடி அவளைக் கவனமாகப் பார்த்துவிட்டுப் பெருமூச்சு விட்டார், "பி.ஏ. டிகிரியை வைத்துக்கொண்டு நீ உன் காலில் நின்றுவிடுவாயா? இதற்குமேல் உன்னைப் படிக்க வைப்பது இங்கே சாத்தியமில்லை."

இதைச் சொல்லும்போதே அண்ணன் முகத்தில் தாழ்வுணர்வு தெரிந்தது. அவள் உடனே அவரை அந்த நிலையிலிருந்து காப்பாற்றினாள். "முயற்சி செய்வேன். உங்கள் பாராட்டையும் பெறுவேன், அண்ணா!"

அண்ணன் சிகரெட்டை அணைத்துவிட்டு எழுந்து நின்றார். சில வினாடிகள் அவளையே பார்த்துக் கொண்டிருந்துவிட்டு சொன்னார், "ஒன்று மட்டும் சொல்லிவிடுகிறேன். நல்ல வரன் கிடைத்தால் நான் உன்னுடைய இந்த நாடகத்தனமான வாதத்தையெல்லாம் காதில் போட்டுக்கொள்ள மாட்டேன்." தன்

குரலின் கடுமையால் அவர் மீண்டும் சற்று அவமானப்பட்டாரோ அல்லது பல ஆண்டுகளுக்கு முந்திய செல்லத் தங்கை நினைவுக்கு வந்துவிட்டாளோ, அவள் தலையில் கைவைத்து பேசியபோது அவர் குரல் அழுகைக் குரலாக ஒலித்தது. ''நாங்கள் உனக்கு விரோதிகள் அல்ல... நீ நன்றாக இருப்பதைப் பார்த்து... எங்களுக்கு சந்தோஷமாக இருக்கும்.''

அவர் போவதைப் பார்த்துக்கொண்டிருந்த வர்ஷாவிற்கு 'சுகத்திற்கான வரைவு என்றுடையது வேறு, உங்களுடையது வேறு,' என்று சொல்ல விரும்பினாள், துணிவு வரவில்லை.

8. ஃப்ரண்ட், ஃபிலாசஃபர், கைடு

ஜில்லியோடு கடைத்தெருவிற்குப் போனபோது சிம்ஹல் குடும்பத்தினரை சந்திக்க நேர்ந்தது. டாக்டர் சிம்ஹல் சொன்னார், ''வர்ஷா, அடுத்த ஆண்டு நீ நாடக டைரக்ஷனும் பண்ண வேண்டியிருக்கும்.''

அவள் அதிர்ந்துபோனாள், ''திவ்யா மேடம் இருக்கும்போது...''

''அதுதான் கஷ்டம்.'' மிஸஸ் சிம்ஹல் வருத்தத்தோடு சொன்னாள்.'' அவள் லக்னோவுக்குத் திரும்பிப் போய்விட நினைத்திருக்கிறாள்...''

இதைக் கேட்டு வர்ஷா அதிர்ந்து போனாள்.

★ ★ ★ ★

''என் சௌம்யமுத்ராவில் என்னென்ன குறைகள், தவறுகள் இருந்தன, சொல்லுங்கள்'' ஒரு ஞாயிற்றுக்கிழமை பிற்பகல் அவள் திவ்யா வீட்டு டிராயிங்ரூமில் கேட்டாள்.

திவ்யா சோபாவில் தலையணையில் சாய்ந்து உட்கார்ந்திருந்தாள். பின்னால் இருந்த ஜன்னல் வழியாக ஜனவரி மாத மித வெப்பமான, சுகமான வெயில் பாதி அறையை நிறைத்திருந்தது. வர்ஷா தன் நாற்காலியை சோபாவிற்கு மிக அருகில், அவள் கால்களுக்குப் பக்கத்தில் இழுத்துக்கொண்டாள்.

திவ்யா அவளைப் பார்த்து மெல்லிய புன்னகை செய்தாள், ''ஆமாம், இந்த ஊரில் நாடகம் நடத்துவதில் இது ஒரு பெரிய குறை,

இங்கு செய்தித்தாள் எதுவும் இல்லை. காலையில் நாடக விமரிசகர்களின் தயவில் நீ எவ்வளவு தூரம் தேறினாய் என்று தெரிந்துகொள்ள முடியாது.''

வர்ஷா 'சாகுந்தலம்' நாடகக் கதாநாயகியின் தோழி காட்சியில் நடித்தாள். ''அதனால்தான் நான் உன் அழகிய திருவாய்க்கு இந்த சிரமத்தைத் தந்து கொண்டிருக்கிறேன்.''

''ஆனால் நான் நாடகத்தில் ஒன்றியிருக்கிறேன். என் விமரிசனம் பாரபட்சமின்றி இருக்காது.'' திவ்யா அவளைச் சீண்டுவது அவள் புன்னகையில் வெளிப்பட்டது.

''இருக்கலாம். ஆனால் உங்களை எனக்குக் கொஞ்சம் தெரியும்'' அவள் திவ்யாவின் கால்களுக்கு இருபுறமும் முழங்கையை ஊன்றி உள்ளங்கையில் மோவாயைத் தாங்கி திவ்யாவை உற்றுப் பார்த்தாள்.

சில வினாடிகள் மௌனத்திற்குப் பின் திவ்யா சொன்னாள், '' இன்னும் நீ சில பொதுவான விஷயங்களைச் சரி செய்துகொள்ள வேண்டும் நடையில் தடுமாற்றம், கையை எப்படிப் பயன்படுத்துவது என்று தெரியாமல் இருப்பது, வெவ்வேறு காட்சிகளில் நடிப்புத் தன்மையில் தொடர்ச்சியின்மை... நாடகம் முழுதும் உன் பாத்திரத்தின் தனிப்பட்ட முழுமையான வடிவத்தைத் தருவதுதான் உன் லட்சியமாக இருக்கவேண்டும்.''

வர்ஷா சம்மதத்தின் அறிகுறியாக தலையசைத்தாள்.

''ஒரு முக்கியமான விஷயம், உன்னுடைய காதல் காட்சியில் உணர்ச்சியின் உச்ச கட்டம் வரவில்லை. 'இந்த அழகான அரசகுமாரி புத்திபூர்வமாகக் காதலிக்கிறாள், மனப்பூர்வமாக அல்ல' என்பது போலிருக்கிறது. அவள் சொல்கிறாள். ''உங்கள் காதல் நிறைந்த கண்கள் என் ஆவல் பொக்கிஷத்தின் தாழ்களை உடைத்துவிட்டன.', ஆனால் அவள் கண்களில் உணர்ச்சி பாவம் காணப்படவில்லை. இடையிடையே முகத்தில் ஆழமான ஆர்வத்தின் செம்மை மின்னியது, ஆனால் அது தீவிரமாகி வரம்பை உடைக்க வில்லை. அரசகுமாரி தன் எழுபது சதவிகித உணர்வுகளை ஸ்டேட் பாங்க் ஆஃப் மகத லாக்கரில் வைத்துவிட்டு வந்துவிட்டதுபோல் தோன்றுகிறது.''

வர்ஷா மீண்டும் ஆமோதிக்கும் பாவனையில் தலையசைத்தாள். ''ஒருநேரம் வசனத்திற்கு முக்கியத்துவம் தருகிறேன், ஒரு நேரம் முகபாவனைக்கு முக்கியத்துவம் கொடுக்கிறேன். இரண்டையும் இணைக்க முடியவில்லை.''

''கண்கள் இன்னும் கொஞ்சம் கற்பனையுடன், தாக்கத்துடன் இருந்தால் இதை சாதித்துவிடலாம். மேடையில் நடிகனின் மிகப் பெரிய சக்தி, அவனுடைய கண்கள்... வர்ஷா ராணி, உன் கண்கள் அழகான மனதைத் துளைக்கும் கண்கள்! கொஞ்சம் அதைப் பயன்படுத்த கற்றுக்கொள்ளேன்!''

வர்ஷா குறும்பாகப் புன்னகை செய்தாள். ''நீங்கள் கிடைத்துவிட்டால் கற்றுக்கொள்வேன்.''

திவ்யா சிரித்தாள், பிறகு சட்டென்று மௌனமாளாள், ''இலலை, என்னிடம் கற்றுக்கொள்ளாதே. மிகவும் துன்பப்படுவாய்.'' குரல் தீவிரமாக இருந்தது.

சற்று நேரம் கழித்து வர்ஷா சொன்னாள், ''நீங்கள் ஏதோ சொல்ல வந்தீர்கள்... இப்படி முன்பும் நடந்திருக்கிறது.''

அவள் கண்களைப் பார்த்துக்கொண்டே திவ்யா நிமிர்ந்தாள், அவள் கைகளைத் தன் கன்னத்தில் வைத்துக்கொண்டு மென்மையான குரலில் சொன்னாள், ''நீ உண்மையில் என்னைப் புரிந்துகொள்ளத் தொடங்கியிருக்கிறாய்.''

★ ★ ★ ★

'ரகு மகாராஜா சிம்மாசனத்தில் உட்கார்ந்தவுடனே நீரின் இனிமை அதிகரித்தது, பூக்களின் மணம் மிகுந்தது, பூமி, நீர், நெருப்பு, காற்று, வானம் - ஐம்பூதங்களின் தன்மையும் அதிகரிக்கத் தொடங்கின.' திவ்யாவின் நட்பால் வர்ஷாவின் வாழ்க்கையில் இத்தகைய சுகமான மாற்றம்தான் நிகழ்ந்தது.

இப்போதெல்லாம் ஞாயிற்றுக்கிழமை அவள் வாழ்க் கையில் நல்ல நாளாகி விட்டது. அவள் மனதின் ஒரு பகுதி திங்கள்கிழமை காலையிலிருந்தே ஞாயிற்றுக்கிழமையை எதிர்பார்க்கத் தொடங்கிவிடும். ஞாயிற்றுக்கிழமை அவள் வாழ்க்கைக்கு சிறப்பும்

பயனும் அர்த்தமும் அளித்துக்கொண்டிருந்தது. ஆறு நாட்களில் வீட்டில் சேர்ந்துவிடும் மன அழுத்தத்திற்குப் பிறகு ஞாயிற்றுக்கிழமை சுகமான தென்றல் காற்றாக விளங்கியது. அன்றுதான் அவள் தூய்மையான, நுண்ணிய சுகமான நிலையில் சுவாசிப்பாள்.

ஒரு நாள் இருவரும் நாள் முழுதும் வீட்டில் இருந்து பாட்டு கேட்பார்கள். ஒரு நாள் நீண்ட பட்டியலோடு கடைத்தெருவிற்குப் போவார்கள். ஒரு நாள் திவ்யா நோட்ஸ் எடுத்துக்கொண்டிருப்பாள், வர்ஷா தன் கோர்ஸ் புத்தகத்தைப் படித்துக்கொண்டிருப்பாள். ஒரு சமயம் சமையலறையில் பனீர்-பரோட்டா அல்லது முட்டைக் கறி செய்வார்கள் (அசைவ உணவுப் பாதையில் வர்ஷாவின் ஒரு சிறிய முயற்சி இது). ஒரு நேரம் சாண்ட்விச்சும், பிளாஸ்கில் காபியும் எடுத்துக்கொண்டு நகரிலிருந்து ஐம்பது, அறுபது கிலோமீட்டர் தொலைவில் ஏதாவதொரு பாழடைந்த இடத்திற்கு வந்து உட்காருவார்கள், அல்லது பசுமையான தோப்புகளில் சுற்றுவார்கள். திவ்யாவை டாக்டர் சிம்ஹல், புரொபசர் சௌத்ரி அல்லது வேறு யாராவது தங்கள் வீட்டிற்கு அழைத்து திவ்யா போகும்போது வர்ஷாவையும் கூட அழைத்துப் போவாள்.

அல்லது வீட்டுப் பூம்பாத்தியில் மாமரத்தின் கீழ் உட்கார்ந்து இருவரும் ஏதாவது நாடகம் படிப்பார்கள்.

''நிம்மதி இல்லை... இன்று என் மனதில் நிம்மதி இல்லை... இன்று காலையிலிருந்து என் மனம் நடுங்கிக் கொண்டிருக்கிறது.'' தன் வசனத்தை முடித்துவிட்டு திவ்யா ஃபில்டர் சிகரெட் புகையை இழுத்தாள் (ஞாயிற்றுக்கிழமை அவர்கள் கேட்டிலேயே பார்வையைப் பதிக்கவேண்டியிருந்தது. இல்லையென்றால்,பிலாசபி புரொபசர் உபரேத்தி, மிஷ்ரிலால் கல்லூரி ஆசிரியர்கள் அறையில் வம்பு பேசுவார், ''சார், கல்லூரி முகப்பிலேயே அநியாயமான சுயேச்சாதிகார நெருப்பு பரவிக்கொண்டிருக்கிறது. இன்று ஷாஜஹான்பூரில் பாரதப்பெண் களின் இதற்கு முன் இல்லாத வீழ்ச்சி நடந்து கொண்டிருக்கிறது).''

''இல்லை... இன்று என் கண்களுக்கு என்ன ஆகிவிட்டது... தாஜ்மகால் எனக்கு வெண்மையாகத் தெரியவில்லை. சலவைக்கல் புறாவின் இறகுகளைப் போன்ற அழகில் ரத்தத்துளிகள்...

தொலைவில் ஆகாயத்தில் என் அன்னை துன்பத்தால் களைத்துப் போன இமைகளை மூடியிருக்கிறார், துயரத்துளிகள் கீழே கொட்டிக் கொண்டிருக்கின்றன... மூர்த்தஜா, நீ எப்போது வந்தாய்? ஷாஜஹானாபாத்திலிருந்து ஏதாவது செய்தி உண்டா? போர்க்களத்தில் தாராஷிக்கோஹ் தன் வெற்றிக் கொடியைப் பறக்கவிட்டு விட்டானா?'' வர்ஷா தன் வசனத்தைப் படித்துச் சொன்னாள், ''அப்பா ஜான்! தங்கள் உடல்நிலை சரியில்லை. ஓய்வெடுத்துக்கொள்ளும்படி வேண்டிக்கொள்கிறேன்.''

''வர்ஷா, குணசித்திர அமைப்பு இன்னும் தெளிவாக இருக்கவேண்டும்.'' திவ்யா சற்று தாமதித்துச் சொன்னாள். ''ஜஹானாரா எப்படி இருக்கிறாள்? மிக அழகானவள், உணர்வு பூர்வமானவள், தூய்மையானவள். வாரிசுப் போரில் அவள் அன்பிற்குரிய சகோதரன் தோற்று கொலையும் செய்யப்பட்டுவிட்டான். அவள் அக்பராபாத்தில் நாடு கடத்தப்பட்ட தந்தையுடன் துயரத்தைப் பகிர்ந்து கொண்டிருக்கிறாள். உன் சௌம்யமுத்ராவைப் போல அவளும் ஒரு கவிஞனைக் காதலிக்கிறாள், ஆனால் உணர்வுநிலையில் அவள் உதடுகள் தாகத்தால் காய்ந்துபோய் இருக்கின்றன... இப்போது சில தெளிவான சொற்களால் குணசித்திரத்தை வரைந்துகொள். ஔரங்கஜீப்பின் குணத்தை ரத்தக் காட்டேறி, சர்வாதிகாரி போன்ற சொற்களால் விளக்க முடியுமென்றால் ஜஹானாராவை எப்படி வரைவாய்?''

வர்ஷா இரண்டு வினாடிகள் யோசித்துவிட்டு சொன்னாள், ''சோகம்... இரக்கம்...''

திவ்யா பாராட்டுப் புன்னகை அளித்தபோது வர்ஷா கையை முன்னே நீட்டினாள், ''கொடுங்கள், இன்று பரிசாக ஒரு இழுப்பு!''

திவ்யா பயந்தவள் போல நடித்தாள், ''உன் அப்பா கழி எடுத்துவந்து என்னை வெளுத்துவிடுவார். முட்டை சாப்பிடவைத்து ஏற்கனவே உன் ஆசாரத்தை நான் கெடுத்துவிட்டேன்.''

''நாடகத்தில் நடிக்க வந்த அன்றே அவரைப் பொறுத்தவரை நான் சீர் கெட்டுப்போய்விட்டேன்.''

★ ★ ★ ★

ஞாயிற்றுக்கிழமை காலைக் காட்சியில் ஏதாவது நல்ல ஆங்கிலப் படம் காண்பித்தால் (வாரத்திற்கு ஒரு காட்சிதான்) இருவரும் போவார்கள். 'சிட்டி லைட்', 'ப்ரிட்ஜ் ஆன் த ரிவர் க்வாயி', 'ஜாயிண்ட்ஸ்', 'ஏ பிளேஸ் இன் த சன்', 'டு கேட்ச் ஏ தீஃப்', 'கிளியோபட்ரா' ஆகிய படங்கள் ஒரு புதிய அனுபவ உலகத்தை அவள் முன் திறந்தன. ஜேம்ஸ் டீன், மாண்ட்கோமரி கிலிப்ட் ஆகியோரின் நுண்ணிய, உள்நோக்கு நடிப்பில் அவள் தன்னை மறந்தாள். எலிஜெபெத் டெய்லர் அவளைக் கவர மட்டுமே செய்தாள்.

''ஹூ இஸ் அஃப்ரைடு ஆஃப் வர்ஜீனியா வுல்ஃப்' இங்கே வந்தால் பார்ப்போம்.'' என்றாள் திவ்யா, ''அதில் எலிஜெபெத் தன் எல்லைகளுக்குள் நின்று தன் திறனை சிறப்பாக வெளிப் படுத்தியிருப்பாள்.''

ஒரு பத்திரிக்கையில் மர்லின் ப்ராண்டோவின் சிறப்பான நடிப்பைப் பற்றி அவள் ஒரு கட்டுரை படித்திருந்தாள், ஆனால் படம் எதுவும் பார்க்க முடியவில்லை. திவ்யா மர்லினின் மூன்று நடிப்பு மைல் கல்களைப் பற்றி சொன்னாள்- 'ஆன் த வாட்டர்பிரின்ட்', 'ஏ ஸ்டிரீட் கார் நேம்டு டிஜாயர்', 'காட்ஃபாதர்'.

''இன்று நான் என்னுடைய மிக ஆழமான ஒரு அனுபவத்தை உன்னோடு பகிர்ந்துகொள்ள விரும்புகிறேன்.'' என்று சொல்லிக் கொண்டே திவ்யா காபி ட்ரேயை முக்காலிமேல் வைத்தாள்.

பிற்பகல் சாய்ந்துகொண்டிருந்தது. படிப்படியாக பின்வாங்கிக் கொண்டிருந்த குளிர் தன் மத்திமமான நிழலை விட்டுச் சென்றிருந்தது. வெயிலில் உட்கார்ந்தால் உள்ளே செல்ல மனம் விரும்பியது, உள்ளே உட்கார்ந்தால் வெளியே போகவேண்டும்போல் இருந்தது. இருவரும் சற்று நேரத்திற்கு முன்புதான் வெளிவராந்தாவிலிருந்து உள்ளே வந்திருந்தார்கள். மீண்டும் வெளியே செல்லும் விருப்பத்தை அடக்கிக்கொள்வதற்காக திவ்யா தோளில் சால்வை போட்டிருந்தாள், வர்ஷா கார்ட்டிகன் அணிந்திருந்தாள்.

இருவரும் படுக்கை அறையில் இரட்டைப் படுக்கையில் சாய்ந்து படுத்திருந்தார்கள்.

மூன்று, நான்கு காற்றலைகள் சேர்ந்து வீசும் போது ஜன்னல் திரைச்சீலைகள் அசைந்தன. இங்கிருந்து பார்வைக்கு எட்டியவரை மூன்று அறைகளின் தரையிலும், சுவர்களிலும் வெயிலும் நிழலும் கண்ணாமூச்சி ஆடிக்கொண்டிருந்தன.

வர்ஷா காபியை ஒரு வாய் குடித்தாள். ஆரம்பத்தில் காபி அவளுக்குக் கசப்பாக இருந்தது, ஆனால் இப்போது அதன் ருசி நாக்கிற்குப் பிடித்துவிட்டது.

"எனக்கும் பிரசாந்திற்கும் இடையே காதல் ஏற்பட்டு நான்கு ஆண்டுகள் ஆயிற்று. அவர் கெமிக்கல் இன்ஜீனியர். நாங்கள் வெவ்வேறு ஜாதியை சேர்ந்தவர்கள் என்பதால் இதில் அவருடைய குடும்பத்தினருக்கு சம்மதம் இல்லை. என் அம்மாவிற்கும் இஷ்டமில்லை. 'எனக்குக் கொஞ்சம் அவகாசம் கொடு, நான் என் குடும்பத்தினரை சம்மதிக்க வைத்துவிடுகிறேன்' என்று பிரசாந்த் சொன்னார். இதற்கிடையில் மேலும் ஒரு நல்ல வேலை கிடைத்து அவர் கல்கத்தா போய் விட்டார். "திவ்யா இரண்டு, மூன்று மடக்கு காபி குடித்தாள்," பிரசாந்த் இல்லாமல் நான் ஒரு வருஷத்தைக் கழித்த வேதனையை என்னால் மறக்க முடியாது. லக்னோவில் ஒவ்வொரு அடியிலும் அவர் நினைவுகள் இருந்தன. அம்மாவுடனும் உறவு இறுக்கமாகிக்கொண்டிருந்தது. ஓரிரு ஆண்டுகள் வேறு ஊரில் இருப்பது என்று முடிவு செய்தேன். அதற்குள் ஏற்பட வேண்டிய திருப்பம் ஏற்பட்டுவிடும். பிரசாந்திடமிருந்து நிலைமை நமக்கு அனுகூலமாகி விடும் என்ற நம்பிக்கை அளிக்கும் கடிதங்கள் வந்துகொண்டிருந்தன." திவ்யா வர்ஷாவைப் பார்த்தாள், "இப்போது நான்கு மாதங்களாக கடிதம் எதுவும் வரவில்லை... என் புத்தாண்டு வாழ்த்து அட்டைக்குக் கூட எந்தப் பதிலும் வரவில்லை."

வர்ஷா நிமிர்ந்து உட்கார்ந்தாள், ஒரு மிருதுவான தலையணையை எடுத்து மடியில் வைத்துக்கொண்டாள்.

சில வினாடிகள் மௌனம். வெளியே ஒரு குருவி கத்தியது.

"அவர் போட்டோவைக் காட்டுங்கள்."

திவ்யா மேஜை டிராயரைத் திறந்தாள். ஒரு பெரிய கவரை

எடுத்து வர்ஷாவிடம் தந்தாள். உள்ளே மூன்று போட்டோக்கள் திவ்யாவின் வாழ்க்கையில் மையமாக இருந்திருக்கிறான்...

ஒவ்வொரு மனிதனுக்குள்ளும் எத்தனை புதைந்து கிடக்கின்றன! மேல் மட்ட நிலையில் யாருடனும் பழகி அவரைப் பற்றி நிறையத் தெரிந்திருந்தாலும் அவர் உள்மனதின் ஆழமான மூலைகளை எவ்வளவு அறியாதவர்களாகவே இருக்கிறோம். நமக்கு நம் அறியாமை கூட தெரிவதில்லை. கல்லூரித் தாழ்வாரத்தில் ரிஜிஸ்டரை வைத்துக்கொண்டு, வணக்கங்களுக்குப் புன்னகையால் பதில் அளித்துச் செல்லும் திவ்யாவைப் பார்த்து, 'இந்த அழகிய பெண் தூக்கமில்லாத இரவுகளைக் கழித்துக் கொண்டிருக்கிறாள், இவளுக்கு ஒரு காதலன் இருக்கிறான்' என்று யாரும் நினைத்துக் கூட பார்க்கமுடியுமா?

திவ்யா அவளைத் தனக்கு நெருக்கமாக்கினாள். அவளுக்கு இனித்தது. பகிர்ந்துகொள்வது என்பது வேறு என்ன? அடுத்தவரைத் தன் அந்தரங்கத்தின் எல்லைகளுக்குள் சேர்த்துக்கொள்வதுதானே... 'நீ என் அன்பிற்குரியவள். என்னுடைய அந்தரங்க அனுபவங்களைத் தெரிந்துகொள். நம்முடைய அநுபவப் பகிர்வு அதிகரிக்கட்டும்.'

மீண்டும் மீண்டும் போட்டோக்களைப் புரட்டியபடி எப்போதாவது நானும் ஒரு சிநேகிதிக்கு இப்படி ஒரு கவரைக் காட்டி, ''இவர்தான் பரேஷ்... என் மிக ஆழமான அனுபவம்...'' என்று கூறும் நாள் வருமா என்று வர்ஷா யோசித்தாள்.

''பேசாமல் இருக்கிறாய் வர்ஷா! ஏதாவது சொல்லேன்!''

''என்ன சொல்வது...'' வர்ஷா சோகமாக புன்னகை செய்தாள். திவ்யாவின் மிருதுவான விரல்களைத் தன் விரல்களால் பற்றினாள், ''இதைத்தான் சொல்லமுடியும்... உங்கள் சந்தோஷம்தான் எனக்கும் சந்தோஷம் தரும்...''

★ ★ ★ ★

உன்மையில் காதல் களத்தின் அனுபவமின்மை சில்பில்லை இப்போது உறுத்த ஆரம்பித்தது.

பிப்ரவரியில் லயன்ஸ் கிளப்பிற்காக திவ்யா இருபது நாட்கள் முயன்று 'இந்திரஜித்' என்ற நாடகத்தை நடத்தினாள். கலைஞர்கள்

அனைவரும் வெவ்வேறு கல்லூரிகளைச் சேர்ந்தவர்கள். வர்ஷாவிற்கு மானசி பாத்திரம் தரப்பட்டது (வீட்டிற்குத் தெரிந்துவிடக் கூடாதே என்ற பயத்திலேயே இருந்தாள் வர்ஷா.'

''நான் இரண்டு நாடக அனுபவத்தின் அடிப்படையில் சொல்கிறேன், வர்ஷா! நீ... ஒரு ஜடம், இதுதான் என் பணிவான அபிப்ராயம்.'' என்று தனிமையில் திவ்யா அவளைச் சீண்டினாள் (சுவையான உண்மை என்னவென்றால் வர்ஷாவிற்கு 'ஜடம்' என்றால் என்னவென்று செரியாது. விளக்கியபோது அவள் கன்னங்கள் சிவந்தன).

பதினாறு வயது ஆயுட்காலத்திற்குப் பின் தன் அனுபவ பொக்கிஷத்தில் ஒரு ஓட்டைக்கிளிஞ்சல் மட்டுமே இருக்கிறது என்பதை யோசித்து, வர்ஷா வருந்தினாள். பெரியவளான பிறகு ஒரு ஆணின் சுண்டுவிரலைத் தொடும் அதிர்ஷ்டம் கூட அவளுக்குக் கிடைக்கவில்லை. ஆமாம், ஒன்பது வயதில் அவளுக்கு ஒரு முத்தம் கிடைத்தது!

ஒரு கல்யாணத்திற்காக அவள் குடும்பத்தோடு பதாயூன் போயிருந்தாள். ஒரு செவ்வாய்க்கிழமை மாலைப் பொழுது மங்கி தன் அத்தை மகன் பத்து வயதுச் சிறுவனுடன் ஆஞ்சனேயர் கோவிலுக்கு அர்ச்சனை செய்யப் போனாள். பிரகார இருட்டில் அவன் அவள் வலது கன்னத்தில் முத்தமிட்டுவிட்டான். அவள் அவனைக் கீழே தள்ளி விட்டு வீட்டிற்கு ஓடி வந்தாள். முகத்தை சோப்பு போட்டு நன்றாக தேய்த்துத் தேய்த்துக் கழுவிளாள். இதனால் விமோசனமே இல்லாத பாவம் செய்துவிட்ட குற்ற உணர்வு பல நாட்கள் அவளைச் சூழ்ந்திருந்தது!

''பாவி! ஆசாரம் கெட்டவளே!... பால பிரம்மச்சாரி ஆஞ்சநேயர் கோவிலில் பகிரங்கமாய் காதல் விளையாட்டு! அதுவும் செவ்வாய்க்கிழமை''... திவ்யா சிரித்துச் சிரித்து நிலைகுலைந்தாள். அவள் மோவாயைத் தூக்கிச் செயற்கையான கோபத்துடன் சொன்னாள், ''அந்த பாவ முத்திரை' எங்கே விழுந்தது?''

வர்ஷா காட்டியபோது அவள் தன் சூடான, மென்மையான இதழ்களை அங்கு பதித்தாள், ''இதோ, நீ மீண்டும் புனிதமாகி விட்டாய்!''

புனிதப்படுத்துதல் அல்லது விழிப்பூட்டுதல் மற்றொரு நிலையிலும் நடந்துகொண்டிருந்தது.

திவ்யாவின் அறிவுரைப்படி இப்போது அவள் தனக்கு வகுப்பு இல்லாத நேரத்தில் மாணவிகளின் பொது அறையில் டிரஸ், சினிமா பேச்சுகளைக் கேட்பவளாக இல்லை. நூல் நிலையத்திற்குப் போய் ஹிந்தி, ஆங்கில செய்தித் தாள்கள் வார, மாத இதழ்களைப் படித்தாள். (வீட்டில் செய்திப்பத்திரிக்கைக்காக 'வெட்டிச்செலவு' செய்வதில்லை. அப்பா ஸ்கூலில் ஹிந்தி செய்திப் பத்திரிக்கைகளில் முக்கியச் செய்திகளைப் பார்ப்பார். நாட்டு நடப்புகளைத் தெரிந்துகொள்ள அது போதுமானதாக இருந்தது.), கஷ்டமான ஆங்கிலச் சொற்களை ஒரு நோட்டில் குறித்துக் கொண்டு அகராதியில் பார்த்து அர்த்தம் தெரிந்துகொண்டாள். மனதில் பதிந்துகொள்வதற்காக கொஞ்ச நாட்கள் திருப்பித் திருப்பி சொல்லிப் பார்த்துக்கொண்டாள் (அவள் வாயால் 'எமோஷனல் ஆங்கர்' என்ற சொல்லைக் கேட்டு அர்த்தம் புரியாவிட்டாலும் அத்தான் பிரமித்துவிட்டார்).

உருதுச் சொற்களைக் கற்றுக்கொள்ளவும், உச்சரிப்பைத் திருத்திக்கொள்ளவும் அவள் உருது கவிதைப் புத்தகங்களைத் தன் கார்டில் எடுப்பாள் ('ஓ துயர நெஞ்சே, என்ன செய்வேன்' என்ற அவளுடைய உணர்ச்சி மிக்க வாசிப்பை திவ்யா தன் டேப் ரிகார்டரில் பதிந்திருந்தாள், அதை சிம்ஹல் தம்பதியர் அடிக்கடி போடச்சொல்லி கேட்பார்கள்). அந்த நூல்நிலையத்தில் கிடைத்த எல்லா நாடகங்களையும் (மொழிபெயர்ப்பு நாடகங்கள் உட்பட) அவள் படித்துவிட்டாள். ஏதாவது ஒரு புதிய புத்தகத்தின் நல்ல விமரிசனம் வந்திருந்தால், அதன் ஆசிரியர், கிடைக்கும் முகவரி எல்லாவற்றையும் குறித்து நூல் நிலைய நிர்வாகியிடம் அவர் அதை வரவழைக்க வசதியாகக் கொடுத்துவிடுவாள்.

நூல் நிலையத்தில் அட்டைத் துண்டுகளில் அழகிய எழுத்தில் பல அறிவிப்புகள் தொங்கிக்கொண்டிருந்தன... நூல்களைக் கவனமாகப் பயன்படுத்தவும்; எல்லாருக்கும் அறிவைப்பெறும் உரிமை உண்டு; நூல்களை உரிய நேரத்தில் திருப்பித் தரவும், வேறு யாரோ ஒருவர் எதிர்பார்க்கிறார்; நூல்கள் இருட்டில் ஒளிதரும் விளக்குகள்... இதற்கெல்லாம் காரணம் வர்ஷாதான்.

'நூல்கள் தினத்'தில் திவ்யா நிகழ்த்திய அர்த்தம் நிரம்பிய சொற்பொழிவைக் கேட்ட பிறகுதான் வர்ஷாவிற்கு இவ்வாறு அறிவிப்புகள் எழுதிவைக்கும் யோசனை தோன்றியது (அந்த சொற்பொழிவு மிஷ்ரிலால் கல்லூரி வரலாற்றில் ஒரு மைல் கல்லாகக் கருதப்பட்டது), ''நூல்கள் நம் உண்மை நண்பர்கள், உறவினர்கள், நண்பர்களுடனான நம் நட்பு கெடக்கூடும், நூல்களுடனான நட்பு ஒருபோதும் கெடாது. இது லட்சியவாதிக்கும், லட்சியத்திற்கும் இடையிலான உறவு. ஏனெனில், ஒவ்வொரு நூலும் ஞானத்தின் ஒரு பகுதி அல்லது அனுபவக் கருவூலம்.'' நூல்கள் வாழ்க்கையில் பெரும் மாற்றத்தை ஏற்படுத்துவதற்கான காரணத்தைக் காட்ட அவள் எடுத்துக்காட்டாக ஆண்டன் செக்காவின் கதையைக் கூறினாள். 'உன் தகுதிக்குத் தக்க ஒரு அறையில் உனக்குப் பிடித்த புத்தகங்களை மட்டும் துணையாகக் கொண்டு இருபத்தைந்து ஆண்டுகள் சிறைப்பட்டிருந்தால் ஒரு லட்சம் ரூபாய் தருவேன்' என்று தன் நண்பன் விதித்த நிபந்தனையை ஒருவன் ஒப்புக்கொள்கிறான். முதலில் மனம் விரும்பிய புத்தகங்களைப் படித்த அவன் மெல்ல மெல்ல உயர்ந்து சமய, தத்துவ நூல்களால் கவரப்படுகிறான். நிபந்தனைக் காலம் முடியும் நாளில் அவன் ஒரு ஆன்மீகவாதியின் உச்ச நிலைக்கு சென்றுவிடுகிறான், அவனுக்கு செல்வம் துச்சமாகிவிடுகிறது, நிபந்தனைக் காலம் முடிவதற்கு ஐந்து நிமிடம் முன்பு அவன் தானே அறையை விட்டு வெளியே வந்து நிபந்தனையை மீறத் தீர்மானித்துவிடுகிறான்...

இந்தக் கதை வர்ஷாவை நிலைகுலையச் செய்தது. சாதாரண குடும்ப வாழ்க்கையில் இருப்பவர்களை விட கலை உணர்வு மிக்க பாத்திரங்களின் முடிவுகள் புத்திபூர்வமாக, நம்பிக்கைக்குரியதாக இருப்பதை அவளே பரிசீலித்து உணர்ந்தாள்.

சுல்தான் கஞ்சில் அவளுடன் கூடப் படிக்கும் ஜோதியின் அண்ணன் பிரகாஷ்மணி கான்பூரில் ஒரு அரசுடைமையாக்கப்பட்ட வங்கியில் ஆபீசராக இருந்தார். அவர் தன் அப்பா நிச்சயித்த பெண்ணுக்குப் பதில் தன்னோடு வேலை பார்க்கும் ஒரு தென்னிந்தியப் பெண் குங்கும நாயகியை 'காதல் திருமணம்'

செய்துகொள்ள விரும்பினார். சுல்தான் கஞ்சில் தன்னுள் இப்படி ஒரு பரபரப்பு உணர்வை வர்ஷா உணர்ந்ததில்லை. வெள்ளித் திரையில் நடப்பது அவள் வீட்டிற்கு மூன்று வீடுகள் தள்ளி நடந்துகொண்டிருந்தது. சுல்தான் கஞ்சின் சூழலால் வாழ்க்கை மீது தனக்குக் குறைந்துவரும் நம்பிக்கைக்காக வர்ஷா தன்னையே கடிந்துகொண்டாள். அப்பா-பிள்ளையின் தீவிர மோதலுக்குப் பிறகு கடைசியில் பிரகாஷ்மணியின் கல்யாண ஊர்வலம் நடந்தது, அவர் வாழ்க்கைத்துணைவியை அழைத்து வந்தார்- திருச்சூரிலிருந்து குங்கும நாயகியை அல்ல, பிரோஜா பாத்திலிருந்து காமினிதேவியை. காதல்-கல்யாண ஊர்வலத்தின் இந்தத் திருப்பம் சில்பில்லை சிலையாக்கிவிட்டது. பிரகாஷ்மணி இப்போது கூட விஷம் சாப்பிட்டிருந்தால் சில்பில்லுக்கு வாழ்க்கையில் நம்பிக்கை மிகுந்திருக்கும். ஆனால் அவர் முகத்திரையில் மறைந்திருந்த புதுமணப்பெண்ணுடன் கான்பூர் போய்க் கொண்டிருந்தார், மாடியில் நின்று விடைபெறும் சடங்கைப் பார்த்துக்கொண்டு வேதனையில் சிதைந்த சில்பில்லிற்கு தேவதாஸின் நினைவு வந்தது. தன் எக்ஸ்ட்ரா கர்ரிகுலர் ஆக்டிவிட்டியை விட்டுவிட்டு, முகத்திரையால் முகத்தை மூடி அன்மோல் பூஷணுடன் பிஜநௌர் போக தான் கட்டாயப்படுத்தப் பட்டால் அவள் சந்தோஷமாக தேவதாஸைப் போல தன்னை அழித்துக்கொள்ளும் பாதையில் போய்விடுவாள்- இதை சொல்வதில் சில்பில்லுக்குக் கொஞ்சமும் தயக்கமில்லை (மது குடித்து அல்ல, அவளுக்கு அவ்வளவு நேரம் கிடைக்காது, கிணறுதான் சரியாக இருக்கும்).

அந்த நிகழ்ச்சிக்குப் பிறகு சாதாரண வாழ்க்கையை விட கலைப்பாதையை மேற்கொள்வது சிறந்தது என்று அவள் திட சங்கல்பம் செய்துகொண்டாள்.

9. அடைபட்ட சுவரில் இறைவனின் கருணை

வர்ஷா திவ்யா வீட்டிற்கு சென்றபோது உணர்ச்சி ஜன்னி வந்த நிலையில் இருந்தாள். திவ்யா இப்படி ஒரு முடிவு எடுக்கும்படியாக இந்த மூன்று நாட்களில் என்ன ஆகிவிட்டது? (பரிட்சைக்கு முந்திய நாட்களில் படிப்பின் காரணமாக வர்ஷாவால் அங்கு வரமுடியவில்லை).

அழைப்புமணியைத் தொட்டபோது அவள் எப்போதும் போல மென்மையாக, உற்சாகமாக இல்லாமல் நிலை குலைந்து பதட்டமாக தொட்டாள். தலையிலிருந்து பாதம் வரை பலவீன அலை ஓடியது. மயக்கம் வரும்போல இருந்தது. அவள் சுவற்றின் மீது சாய்ந்துகொண்டாள். நெற்றி வியர்த்தது.

கதவு திறந்தது.

வர்ஷாவின் நிலையைப் பார்த்து திவ்யா ஒரு வினாடி பயந்துவிட்டாள்.

வர்ஷா மங்கிய பார்வையுடன் அந்த முகத்தைப் பார்த்தாள், விம்மிக்கொண்டே சொன்னாள், ''இது பொய் என்று சொல்லிவிடுங்கள்... இங்கிருந்து போகமாட்டேன் என்று சொல்லிவிடுங்கள்...''

''சரி, முதலில் நீ உள்ளே வா'' குரலில் அவசரம்.

வர்ஷா வராந்தாவில் அடியெடுத்து வைத்தாள். சட்டென்று திவ்யாவைக் கட்டிக்கொண்டு விம்மினாள், ''என்னை விட்டுவிட்டுப்

போகாதீர்கள்... நான் செத்துப்போய்விடுவேன்..." வர்ஷா ஆவேசம் வந்தவளைப்போல திருப்பித் திருப்பி அவள் நெற்றி, கண்கள், கன்னம், இதழ்களை முத்தமிட்டாள், தொடர்ந்து, "நீங்கள் இல்லாமல் என்னால் உயிரோடு இருக்கமுடியாது... என்னை நட்டாற்றில் விட்டுவிடாதீர்கள்." என்றாள்.

கதவைச் சாத்திவிட்டு, அவளை ஒரு கையால் அணைத்து திவ்யா படுக்கை அறைக்கு அழைத்துச் சென்றாள். தோளில் கையை வைத்து கட்டிலில் உட்காரவைத்தாள், "நீ சும்மா இரு!... நான் எல்லாம் சொல்கிறேன்".

திவ்யா தன் பக்கத்தில் உட்காரும்பொழுதே வர்ஷா சட்டென துடித்தெழுந்து தரையில் மண்டி போட்டு உட்கார்ந்தாள், அவள் பாதங்களைத் தன் மடியில் வைத்துக்கொண்டு முத்தமழை பொழியத் தொடங்கினாள், "நீங்கள் இல்லாமல் நான் இங்கே ஒருநாள் கூட உயிரோடு இருக்கமாட்டேன்... நீங்கள் புறப்பட்டுப் போகும் வண்டியின் கீழேயே இரண்டு துண்டாகி விடுவேன்."

அவளைத் தூக்க முயற்சித்தபடியே திவ்யா உடைந்த குரலில் சொன்னாள், "வர்ஷா, அப்படியெல்லாம் செய்யக் கூடாது."

வர்ஷா முத்தமிடுவதை நிறுத்தினாள், கண்ணிலிருந்து பெருகிய கண்ணீருக்கிடையில் திவ்யாவைக் குற்றம் சாட்டும் பார்வை பார்த்தாள் "இப்படி விட்டுவிட்டுப் போவதாயிருந்தால் ஏன் பக்கத்தில் வரவிட்டீர்கள்?... வெறுத்து விரட்டி இருக்கலாமே..."

"நீ அழுகையை நிறுத்தும்வரை நான் எதுவும் பேச மாட்டேன்."

"சரி, நான் போகிறேன்... உங்கள் நேரத்தை வீணாக்கிவிட்டேன். முடிந்தால் மன்னித்துவிடுங்கள்." துப்பட்டா நுனியால் கண்களைத் துடைத்துக்கொண்டே மீண்டும் விம்மியபடி வர்ஷா கதவை நோக்கிச் சென்றாள்.

திவ்யா மௌனமாக அவளைப் பார்த்துக் கொண்டே யிருந்தாள். அவள் படுக்கை அறைக்கு வெளியே அடி எடுத்து வைத்தவுடன் திவ்யாவின் திடமான குரல் எழுந்தது.

''வர்ஷா, பேசாமல் இங்கே வந்து உட்கார்''

வர்ஷா நின்றாள், உள்வேதனையின் நிழலைக் கண்களில் படரவிட்டு அவளைப் பார்த்தாள், விம்மல்களுக்கிடையே அடைபட்ட குரலில் சொன்னாள், ''உங்கள் வாழ்க்கையிலிருந்து தூக்கி எறிந்துவிடுவீர்கள்... பிறகு அதட்டவும் செய்வீர்கள்...''

திவ்யா தன் கைகளை விரித்தாள்.

வர்ஷா வினாடி நேரம் நின்றாள், பிறகு ஓடி வந்தாள். அவள் கைகளில் அடங்கி முகத்தை அவள் மார்பில் புதைத்துக் கொண்டாள். திவ்யா சில வினாடிகள் அவள் முடியை விரல்களால் கோதினாள். பிறகு மெல்ல சொன்னாள், ''இரண்டு நாட்களுக்கு முன் அம்மாவிடமிருந்து கடிதம் வந்திருந்தது. பிரசாந்த் கல்யாணம் செய்துகொண்டுவிட்டார்.''

வர்ஷாவின் மூச்சு நின்றுவிட்டது.

''...சுஹாசினி சான்யாலை. பிரசாந்தின் வீட்டில் இந்த சம்பந்தத்தை ஒத்துக் கொண்டார்கள்.''

வர்ஷா அவளைப் பார்த்தாள். திவ்யாவின் கண்களில் கண்ணீர் நிறைந்தது, பார்த்துக் கொண்டிருக்கும்போதே கண்ணீர்க்கோடுகள் கன்னத்தில் பதிந்தன. திவ்யா உடனே அதைத் துடைத்துக்கொண்டாள், ஆனால் சில வினாடிகளில் கோடுகள் மீண்டும் பதிந்தன. சில வினாடிகள் வர்ஷா தன் எல்லா துயரங்களையும் மறந்து விட்டாள். அவளுடைய எல்லா உணர்வுகளும் இந்தப் புதிய விஷயத்தில் மையம் கொண்டன. கதவைத் திறந்த போது திவ்யாவின் முகம் வாடியிருந்தது லேசாக நினைவு வந்தது.

''கல்யாணத்தை இந்த சமயத்தில் வைத்துக்கொண்டதற்கு நான் பிரசாந்திற்குக் கடமைப்பட்டிருக்கிறேன்'' அவள் துயரக் குரலில் கசப்பு தெரிந்தது. ''லக்னோவில் எனக்கு அளித்திருந்த இரண்டு ஆண்டு கால விடுப்பு இந்த செமஸ்டரோடு முடிந்துவிடும். இந்தக் கல்லூரி நிர்வாகம் எனக்கு நிறைய செய்திருக்கிறது. புதிய டீச்சர் நியமிப்பதற்கு அவர்களுக்குப் போதிய சமயம் தருவது என் கடமையில்லையா?''

வர்ஷா நேராக நிமிர்ந்தாள். தன் துப்பட்டா துணியால் திவ்யாவின் கண்ணீர்க் கோடுகளைத் துடைத்தாள். திவ்யா கண்ணீர் நிறைந்த கண்களால் அவளைப் பார்த்துக் கொண்டிருந்தாள். ''உன்னை விட்டுச் செல்வதால் எனக்கு எவ்வளவு வருத்தம் ஏற்படும் என்று உனக்குத் தெரிந்திருக்கும். இதைப் பற்றி உன்னிடம்தான் முதலில் சொல்ல விரும்பினேன். ஆனால் கொஞ்ச நாளாக உன்னை சந்திக்கவேயில்லை. நேற்று முன்தினம் மாலை திடீரென்று சிம்ஹல் என்னை அழைத்து நிர்வாகம் மாதம் இருநூற்றைம்பது ரூபாய் வெகுமானம் தந்து எல்லா எக்ஸ்ட்ரா கர்ரிகுலர் ஆக்டிவிட்டிஸ் பொறுப்பையும் என்னிடம் ஒப்படைக்க விரும்புவதாகக் கூறினார். அப்போது நான் அவரிடம் இதை சொல்ல நேர்ந்தது.''

வர்ஷா பெருமூச்சு விட்டாள். உதட்டைக் கடித்து உள் மனக்கசிவை அடக்கினாள்.

திவ்யா மேஜையிலிருந்து கவரை எடுத்து தன் அம்மாவின் கடிதத்தைக் காட்டினாள். பத்து பக்கம். 'நீ உன் வாழ்க்கையில் இரண்டு ஆண்டுகளை வீணாக்கிவிட்டாய். உன் வாழ்க்கை உன்னுடையதுதான். உண்மை! ஆனால் எனக்கு உன்னிடம் எந்த உரிமையும் இல்லையா?... என் வயதான காலத்தில் திவ்யா சந்தோஷமாக இருக்கிறாள் என்ற ஒரு சந்தோஷம் மட்டும் எனக்குப் போதும். (ஒவ்வொரு வீட்டிலும் இதுதான் பிரச்னை- அப்பா-அம்மா, அண்ணன்-அக்கா எல்லாரும் தங்கள் வீட்டுப் பெண் சுகமாக இருப்பதைப் பார்க்க விரும்புகிறார்கள் என்று நினைத்துக் கொண்டாள் வர்ஷா.) நீ ஒரு உறவிற்காக இரண்டு ஆண்டு அவகாசம் கேட்டாய். இப்போது வீட்டிற்குத் திரும்பி வா. எதிர்காலத்திற்காக உன்னை எதுவும் கட்டாயப்படுத்தமாட்டேன் என்று உறுதி கூறுகிறேன். நீ எப்படி இருக்க விரும்புகிறாயோ இரு, ஆனால் என்னோடு இரு. இப்போது என்னிடம் வாழ்வதற்கு அதிக காலம் இல்லை...'

வர்ஷா கடிதத்தை மடியில் வைத்துக்கொண்டு தன்னை மறந்து உட்கார்ந்திருந்தாள். காலம் நின்று விட்டதுபோலிருந்தது (நாடகமொழியில் இதை 'உறைதல்' என்று சொல்வார்கள் என்று பின்னர் அவளுக்குத் தெரிந்தது).

கண்ணீர் வடித்து வடித்து கண்கள் வறண்டு விட்டன. அவள் உண்மையில் உயிரோடுதான் இருக்கிறாளா?

ஆம், அவள் உயிரோடுதான் இருக்கிறாள். இந்த அறை தெரிகிறது. கட்டில், மேஜை, படங்கள் எல்லாம் அறிமுகமானவைதான். ஜன்னல் திரை அசைகிறது. மாமரக் கிளைகள் தெரிகின்றன.

இரண்டு, மூன்று மாதங்களுக்குப் பிறகு இங்கு வேறு யாரோ ஒருவருடைய அறிமுகமில்லாத பொருள்கள் இருக்கும். இந்த வீட்டில் வேறு யாரோ ஒருவர் இருப்பார். அவள் இந்த வீட்டு கேட்டைத் தாண்டிப் போகும் போது ஒரு வினாடி தயங்கி நின்றுவிட்டுப் போவாள். மனதில் ஒரு உறுத்தலோடு அவள் நினைவுகூரும் பெண் வேறு ஏதோ ஒரு ஊரில் தன் உலகத்தில் மூழ்கி இருப்பாள். இப்படித்தான் இடங்களோடு உறவுகள் அமைகின்றன. இன்று முதல்முறையாக அவள் திவ்யாவை அமைதியிழந்து தன் ஊரை விட்டு வரச்செய்த அந்த விஷத்தன்மையை உணர்ந்தாள் (திவ்யா திடீரென்று அந்நியமாகத் தோன்ற ஆரம்பித்தாள்).

"வர்ஷா,... நீ எங்கே இருக்கிறாய்?"

திவ்யா அவள் முன் காபி கப்பை நீட்டியபடி நின்றிருந்தாள். அவள் கப்பை வாங்கிக் கொண்டாள்.

"இதோ பார், டாக்டர் சிம்ஹலுடன் உன்னைப் பற்றிப் பேசிவிட்டேன்." திவ்யா அவள் பக்கத்தில் உட்கார்ந்தாள், "பட்டம் வாங்கிய பிறகு நீ பி.எட்.டில் சேர்ந்துவிடு. கல்லூரியில் உனக்கு நூறு ரூபாய் ஸ்காலர்ஷிப் கிடைக்கும். கூடவே ட்யூஷனும் எடு. டிரெயினிங் முடிந்த பிறகு உனக்கு இங்கேயே ஜூனியர் காலேஜில் டீச்சர் வேலை கிடைக்கும், அதன் வார்டனாகவும் ஆகலாம்."

வர்ஷா வெறித்த பார்வையுடன் எதிரில் பார்த்துக் கொண்டிருந்தாள்.

"இன்னும் ஒரு வருஷத்தை நீ கழிக்கவேண்டும். இதுதான் இப்போது பிரச்சனை. தசரா, கிறிஸ்துமஸ், ஹோலிப் பண்டிகை என்று மூன்று விடுமுறைகள் வரும். நீ லக்னோ வந்துவிடு, நாம்

நாடகம் நடத்துவோம். எங்கள் பழைய குரூப் ஒன்று அங்கே இருக்கிறது என்று நான் சொல்லியிருக்கிறேன். உனக்கு அவர்களைப் பிடிக்கும்.''

திவ்யா வர்ஷாவைப் பார்த்தாள். அவள் அப்படியே சலனமில்லாமல் உட்கார்ந்திருந்தாள்.

சற்று நேரம் அமைதி நிலவியது. திவ்யாவிற்கு மௌனம் தன்னை ஸ்திரப்படுத்திக்கொள்ள உதவும் சாதனமாக இருந்தது. வர்ஷாவுடைய மேல்மட்ட நிலையில் திவ்யா தன் மனவேதனையின் பிரதிபலிப்பைப் பார்க்க முடிந்தது, ஆனால் வர்ஷாவுக்குள் நிகழ்ந்து கொண்டிருந்த கடும் கொந்தளிப்பை கண்டுகொள்ள ஒரு வழியுமில்லை.

''என் மீது கோபப்படாதே, வர்ஷா! நான் ஏற்கனவே மிகவும் புண்பட்டிருக்கிறேன்...'' சொல்லும்போதே திவ்யாவிற்குத் தொண்டை அடைத்தது.

வர்ஷாவின் உடம்பில் அசைவு வந்தது, இமைகள் துடித்தன.

''இல்லை, உங்கள் மீது என்ன தப்பு? என் விதி இப்படி... நான் ஒரு சபிக்கப்பட்டவள்...''

அவள் சட்டென்று எழுந்து நின்றாள். திவ்யா அவளைத் தடுக்க முயற்சித்தாள், ஆனால் அவள் நிற்கவில்லை. திவ்யா அவளை மாலையில் வரச் சொன்னபோது அவள் அப்படியே தன்னுள் மூழ்கியபடி தலையை மட்டும் ஆட்டினாள்.

இந்த நிலை சில வினாடிகள் மட்டுமே நீடித்தது. அவள் கேட்டிற்கு வெளியேயிருந்து திரும்பி திவ்யாவைப் பார்த்தாள்.

வர்ஷா மாலையில் வரவில்லை. திவ்யாவிற்கு நிலைகொள்ளவில்லை. ப்யூனை அனுப்பலாமா என்று யோசித்தாள். பிறகு மனதை இரும்பாக்கிக் கொண்டாள். அவள் தன் வலியோடு தனியாக இருக்கட்டும். அப்போதுதான் நிலைமையை ஏற்றுக்கொள்ளும் தைரியம் அவளுக்கு இயல்பாகும்.

காலை ஆறு மணிக்கு டெலிபோன் மணி ஒலித்தது. இரவு முழுவதும் புரண்டு புரண்டு படுத்துவிட்டு அப்போதுதான் திவ்யா லேசாக கண்ணை மூடியிருந்தாள். கொஞ்சம் பதட்டமாகவும்

இருந்தது. அந்த நேரத்தில் எப்போதாவது அம்மாவிடமிருந்து போன் வரும், ஆனால் கடிதம் வந்த பிறகு போனுக்கு என்ன அவசியம்? ஒருவேளை அம்மா பிரசாந்தின் கல்யாண செய்தியை திவ்யா தாங்கிக்கொண்டாளா, இல்லையா என்று அறிந்து தன்னை ஆசுவாசப்படுத்திக்கொள்ள விரும்புகிறாளோ...

திவ்யா ரிசீவரை எடுத்தாள். டாக்டர் சிம்ஹலின் குரல்.

திவ்யாவின் கால்களுக்குக் கீழ் பூமி நழுவியது...

''இந்தப் பெண் என் வம்சத்தின் பெயரை எவ்வளவு கெடுத்துவிட்டாள்!'' என்று சர்மா பெருமூச்சுவிட்டு தெளிவற்ற குரலில் சொன்னார்.

வர்ஷா முதல்நாள் இரவு சாப்பிடவில்லை. வீட்டில் யாரும் அதைப் பெரிதாக நினைக்கவில்லை. தன் இருண்ட மனநிலையால் அவள் தன்னையும் வதைத்துக்கொண்டு அடுத்தவர்களையும் வதைக்கும் வேலை செய்துகொண்டிருக்கிறாள் என்பது அம்மா-அப்பா எண்ணம். அன்மோல் பூஷண் விவகாரத்திற்குப் பிறகு வர்ஷா அவர்களுடன் பேசுவதும் நின்றுவிட்டது.

இரவு எட்டு மணிக்கு வர்ஷா அமைதியாக தன் அறையில் ஊமத்தை விதைகளைச் சாப்பிட்டாள். உலகத்தை விட்டுப் போக முடிவு செய்த பின்னர் கழிந்த இந்த எட்டு மணி நேரத்தில் தன்னை ஆசைகளின் கட்டுகளிலிருந்து விடுவித்துக்கொண்டாள். 'வர்ஷா வசிஷ்டின் உண்மையான விருப்பமாகிய' காஞ்சிபுரம் பட்டுச் சேலையை உடுத்திக் கொள்ளும் எந்த விசேஷ நிகழ்ச்சியும் நடக்கவில்லை என்ற வருத்தம் கூட அவளுக்கு இல்லை (அதை அவள் மரண தண்டனை விதிக்கப்பட்ட ஒரு குற்றவாளியின் இறுதி ஆசையைப் போல ஒரு குறிப்புடன் திவ்யாவிற்காக விட்டு விட்டாள்). ''இந்த உலகம் எனக்குத் தகுதியானது இல்லை.'' என்று அவள் மெல்ல தனக்குள் சொல்லிக்கொண்டாள். இனி அவள் நாடகமேடையில் தோன்றமாட்டாள்... காந்தாரி, சாருலதா, வசந்தசேனா போன்ற பாத்திரங்கள் அவளால் உயிர் கொடுக்கப்பட்டு ஒளி வீசாமல் விடுபட்டுப் போவார்கள் என்பதுதான் அவளுக்கு இருந்த ஒரே வருத்தம். இந்த வீட்டின் நான்கு சுவர்களுக்குள், இந்த ஊரின் எல்லைகளுக்குள் மூச்சு விடும் அவலம் முடிந்துவிடும்

அடைபட்ட சுவரில் இறைவனின் கருணை 91

என்பதே பெரிய விடுதலை. எல்லாரும் அவரவர் இருக்கும் இடத்தில் நன்றாக இருக்கட்டும். நான் போய் விடுகிறேன் என்று அவள் கர்வத்துடன் நினைத்துக்கொண்டாள். ''என்னுடைய மரணத்திற்கு நான்தான் பொறுப்பு.'' என்று ஒரு காகிதத்தில் எழுத ஆரம்பித்தாள் (இப்போது இந்த நாசகாரி நம்மைப் போலீசில் மாட்டி வைத்துவிட்டாள் என்று வீட்டில் யாரும் சொல்லமாட்டார்கள்).

மிகவும் திட்டமிட்டு கொலை செய்யும் கொலையாளி கூட குற்றம் நடந்த இடத்தில் ஏதாவது ஒரு தடயத்தை விட்டுவிடுவது போல் மிகவும் எச்சரிக்கையுடன் இருந்தும் வர்ஷா ஒரு தவறு செய்துவிட்டாள் (இது உலகத்தை விட்டுப் போவதற்கான அவளுடைய எளிய முதல் முயற்சிதானே!).

அவள் அறை விளக்கை அணைக்க மறந்துவிட்டாள்.

பிற்பகல் பன்னிரண்டு மணிக்கு வர்ஷாவிற்கு உணர்வு திரும்பியது.

டாக்டர் சிம்ஹல் போலீஸ் இன்ஸ்பெக்டரிடம் பேசிவிட்டார். அவர் செய்தியை மறைத்துவிடுவதாக ஆறுதல் கூறியிருந்தார்.

தீவிர சிகிச்சைப் பிரிவின் வெண்மையான சுவர்களின் பின்னணியில் வெள்ளைத் தலையணை மீது தலை வைத்து வெள்ளைப் போர்வையில் கழுத்து வரை மூடிப் படுக்கவைக்கப்பட்டிருந்த வர்ஷாவின் தோற்றம் திவ்யாவின் மனதை விட்டு நீண்ட நாள் வரை அகலவில்லை.

ரத்தமெல்லாம் இழந்தது போல அவள் முகம் வெளுத்திருந்தது. கண்கள் எந்த உணர்வும் இன்றி வெறுமையாக இருந்தன. அவள் 'நான் யார்? எங்கே இருக்கிறேன்? ஏன்?...' என்ற குழப்பத்தில் இருந்தாள்.

திவ்யாவிற்கு முதலில் அவளை வலுவாக தன் கைகளில் இழுத்து விம்மி அழத் தோன்றியது. தன்னை அடக்கிக்கொண்டாள்.

சில வினாடிகளுக்குப் பிறகு வர்ஷா தூங்குபவளைப் போல கண்ணை மூடிக்கொண்டாள். டாக்டர் சொன்னபடி திவ்யாவைத் தவிர மற்ற எல்லாரும் வெளியே போய்விட்டார்கள்.

பக்கத்திலிருந்த நாற்காலியில் திவ்யா சலனமில்லாமல் உட்கார்ந்திருந்தாள். சில சமயம் நமக்கு மிகவும் பிடித்த மானவர்களைக் கூட நாம் எவ்வளவு குறைவாக அறிந்து கொள்கிறோம் என்று நினைத்தாள். நேற்று வர்ஷா தன் வீட்டிலிருந்து போனபோது அவளுக்குள் எத்தகைய அழிவுத் தாண்டவம் நடந்து கொண்டிருக்கிறது என்று கனவில் கூட யோசித்துப் பார்க்க முடிந்ததா?...

★ ★ ★ ★

வர்ஷா தன் முயற்சியில் தோல்விதான் அடைந்தாள் (அதற்காக அவள் மிகவும் வருந்தினாள்), ஆனால் அதன் பிறகு அவள் துயரத்தை அடக்கிக்கொள்வதில் திறமைசாலி ஆகிவிட்டாள். ஒவ்வொரு விஷயத்திலும் திவ்யாவிடம் போய் ஆறுதல் பெறும் அவசியம் குறையத் தொடங்கியது.

இதற்கு மாறாக திவ்யா குற்ற உணர்வால் மிகவும் பாதிக்கப் பட்டாள். அவளுடைய இந்த குற்ற உணர்வு நீடிக்கவில்லையென்றால் அதற்குக் காரணம் வர்ஷாவின் நடவடிக்கைதான். ''தவறு என்னுடையதுதான். உணர்வு பூர்வமாக நான் உங்களையே சார்ந்திருப்பது அதிகமாகிவிட்டது (வர்ஷா வாயால் இந்த சீரிய சொற்களைக் கேட்டு திவ்யா அவளைப் பார்த்துக்கொண்டே இருந்தாள்.) அவரவர் சுமையை அவர்களே சுமக்கும்படிதான் எல்லாரும் சபிக்கப்பட்டிருக்கிறார்கள் (இது அவளுக்கு மிகவும் பிடித்த சொலவடையாகிவிட்டது) என்பதை நான் உணர்ந்திருக்கவேண்டும்.''

வர்ஷாவின் இந்த எதார்த்தமான சிந்தனைக்குப் பிறகும் திவ்யா லக்னோ கல்லூரியிலிருந்து மேலும் ஒரு ஆண்டு விடுப்பு பெற்றுக்கொண்டாள். வர்ஷாவிற்கு இது தெரிந்தபோது அவள் தடுத்தாள், ''நீங்கள் இரண்டு ஆண்டுகள் ஒரு தவறான உறவிற்காக செலவழித்துவிட்டீர்கள். இன்னும் ஒரு வருஷத்தை வீணாக்காதீர்கள். நான் நிச்சயமாக நீங்கள் இல்லாமல் உயிரோடு இருப்பது மட்டுமில்லை, குண்டாகவும் ஆகிக் காட்டுகிறேன்.'' (மரணத்தை அரை குறையாக சந்தித்தது அவளுடைய நகைச்சுவை உணர்வைத் தூண்டிவிட்டிருந்தது).

சோகத்தின் நிழலில் அவள் சிரிக்க முயற்சிப்பதை திவ்யா கவனித்தாள். அவள் கையின் மீது தன் கையை வைத்துத் தளர்ந்த குரலில் சொன்னாள், ''இப்போது நீ எனக்கு நெருக்கமாக இருக்கிற அளவு எந்தப் பெண்ணும் இருந்ததில்லை. அதனால் இந்த ஒரு வருஷம் இந்த ஒப்பற்ற உறவிற்கு அர்ப்பணம். இதற்கிடையில் இன்னும் முடிக்காத என் தீஸிஸ்ஸை (ஆய்வு நூலை) முடித்து விடுவேன். இது இரண்டாவது லாபம். நான் உனக்காகத் தியாகம் எதுவும் செய்யவில்லை. இது எனக்கு அவசியமாக இருக்கிறது.''

வீட்டிலும் வெளியேயும் இந்த விவகாரத்தின் எதிர் நடவடிக்கை வெவ்வேறாக இருந்தது.

அம்மா-அப்பாவால் இதற்கான உடனடிக் காரணம் தெரிந்து கொள்ள முடியவில்லை. பிஜநெனர் சம்பந்தத்தை வற்புறுத்தியதால் என்றால் அது நடந்து பல நாட்களாகி விட்டன. வாழ்க்கையைக் குறித்த வர்ஷாவின் பார்வையே 54 சுல்தான் கஞ்சுக்கு விரோதமாக போய்க்கொண்டிருந்தது என்பது மட்டும் இதனால் தெளிவாயிற்று. ஜல்லிக்கு சுதந்திரமாக யோசிக்கும் வயதில்லை, ஆனால் கிஷோர் அம்மா- அப்பாவிற்கு விரோதமாக நிற்கத் துணிந்தான் ''நீங்கள் ஒரு கலை அரசியின் மனதைப் புண்படுத்துகிறீர்கள்.''

தெரு இதை இரண்டாம் தாரமாக கல்யாணம் செய்துவைக்க வற்புறுத்தப்பட்டதுடன் முடிச்சு போட்டது. டாக்டர் சிம்ஹல் போன்றவர்களும் இப்படித்தான் நினைத்தார்கள். கேட்காமலேயே போதுமான அனுதாபம் வர்ஷாவின் மடியில் வந்து விழுந்தது.

வர்ஷாவுக்கு நடந்த இந்த விபத்தின் ஏதோ ஒரு இழை திவ்யாவுடன் தொடர்புடையது என்பது அவர்கள் இருவர் மட்டுமே அறிந்த ஒன்று. இல்லையென்றால் மிஷ்ரிலால் கல்லூரி ஆசிரியர்கள் அறையில் புரெபஸர் உபரேத்தியின் வம்புப்பேச்சுக்கு மிகவும் வண்ணம் கூடியிருக்கும்.

''சில்பில், எங்கே போய்விட்டாய்?''

தெம்பில்லாதவளைப் போல வர்ஷா கிஷோரின் தோளைப் பிடித்துக்கொண்டு தாழ்வாரப்படியில் ஏற ஆரம்பித்தபோது தன் வட்டக் கண்களை உருட்டி அனுஷ்டுப் கேட்டது.

10. 'ஹோப்லெஸ் கேஸ்'

ஏப்ரல் பதினைந்து தேதிக்குள் முதல் ஆண்டுத் தேர்வுகள் முடிந்துவிட்டன. வர்ஷாவிற்கு எப்போதும் இரண்டாவது ரேங்க் கிடைக்கும். சுமார் ஐம்பது சதவிகித மார்க் கிடைக்கும். இந்த முறையும் இப்படித்தான் இருக்கும்.

கோடை கால விடுமுறை நாட்களை 54, சுல்தான் கஞ்சில் கழிக்கவேண்டுமே என்ற கவலையினால் சில மாதங்களுக்கு முன்பிருந்தே அவள் வருந்திக்கொண்டிருந்தாள். அதற்கு ஒரு தீர்வு கிடைத்தது. ஏப்ரல் பதினாறிலிருந்து மே முப்பத்தொன்று வரை நூல்நிலையப் புனரமைப்பில் உதவி செய்ய அவள் நியமிக்கப் பட்டாள். ஜூனியர் ஸ்கூல் கிளை நூலகம் அதற்குரிய கட்டிடத்தில் இயங்கிக்கொண்டிருந்தது. வர்ஷா தலைமை நூலகத்திலிருந்து பாலர் புத்தகங்களைப் பிரித்தெடுக்க வேண்டியிருந்தது, ஒரு ஐம்பது கேட்லாக் பட்டியல்களிலிருந்து வாங்கவேண்டிய புத்தகங்களைத் தேர்ந்தெடுத்து அவற்றின் பெயர்ப்பட்டியல் தயாரிக்க வேண்டியிருந்தது. முன்னூற்றைம்பது ரூபாய் தருவதாக சொல்லியிருந்தார்கள். வர்ஷாவிற்கு மிகவும் சந்தோஷம். ஒன்றரை மாதமும் கழிந்துவிடும், படிக்க புத்தகங்களும் கிடைக்கும், பணமும் கிடைக்கும்.

''நான் உங்களுக்கு எப்படி நன்றி சொல்வதென்றே தெரியவில்லை.'' என்று வர்ஷா டாக்டர் சிம்ஹலின் வரவேற்பறையில் சொன்னாள்.

''ஒரு முறை 'ஓ துயர நெஞ்சே!...' சொல்லு.'' மிஸஸ் சிம்ஹல் புன்னகை செய்தாள்.

வீட்டிற்குத் திரும்பும்போது வர்ஷா யோசித்தாள்- அவள் ஒரு சாதாரண பி.ஏ. மாணவி. அவளுக்கு எந்த சமூக அந்தஸ்தும் இல்லை. இவ்வளவு பெரிய மனிதர்கள் தங்கள் வீட்டில் அனுமதிக்கிறார்கள், டீ கொடுத்து சிரித்துப் பேசுகிறார்கள், அவளுக்கு உதவி செய்ய விரும்புகிறார்கள் என்றால், எதற்காக?

போன வாரம்தான் எக்ஸ்கியூட்டிவ் கமிட்டி தலைவர் சகன்லால் திவ்யாவையும், வர்ஷாவையும் சாப்பிட அழைத்திருந்தார். வாசல் கேட் வழியாக வர்ஷா வருவதைப் பார்த்த உடனே வீட்டு மருமகள் சிரித்துக் கொண்டே வாசல் முகப்பிற்கு வந்தாள், ''வா வர்ஷா, உன் அண்ணன் உன் வீட்டிற்குக் கார் அனுப்பியிருந்தார். வர்ஷா ஒரு மணி நேரம் முன்பே போய்விட்டாள் என்று அம்மா சொன்னார்களாம்.'' விஷமமான மெல்லிய குரலில் தொடர்ந்தாள், ''யாராவது மயங்கததத்தனைப் பார்க்கப் போய்விட்டாயா?''.

''அப்படி ஒரு அதிர்ஷ்டம் எனக்கு ஏது?'' என்று வர்ஷா புன்னகை செய்தாள்.

வீட்டுத் தலைவி சிரித்துக்கொண்டே தன் அருகில் உட்காரவைத்தாள். சகன்லால் பெருமையோடு அறிவித்தார், ''வர்ஷா நம் கல்லூரியின் பெருமை.''

★ ★ ★ ★

ஒரு ஸ்காலர்ஷிப்பிற்காக கிஷோருக்கு கல்வி அதிகாரியின் சான்றிதழ் தேவைப்பட்டது. அப்பா மூன்று, நான்கு முறை முயன்று பார்த்தார், அதிகாரிகளைப் பார்க்கக் கூட முடியவில்லை. வர்ஷா போனபோது பியூன் கடுமையாகக் கூறினான், ''சார் வேலையாக இருக்கிறார். உங்கள் பெயரைப் பதிந்துகொள்ளுங்கள்.''

வர்ஷா முகப்பில் பெஞ்சில் உட்கார்ந்தாள், ஒரு டஜன் பேர் காத்திருந்தார்கள். பத்து, பதினைந்து நிமிடங்களுக்குப் பிறகு எதிரிலிருந்து வந்த ஒரு கிளார்க் இளைஞன் சட்டென்று நின்றான், ''நீங்கள் வர்ஷா இல்லை?''

வர்ஷா 'ஆமாம்' என்று தலையசைத்தவுடன் அவள் வந்த காரணத்தைக் கேட்டான். உடனே அதிகாரியின் அறைக்குள் சென்றான், ஒரு நிமிடத்திற்குப் பின்னர் அழைப்பு வந்தது. பத்து

நிமிடத்தில் தட்டச்சு செய்த ஒரு சான்றிதழ் அவள் முன் வந்தது.

வர்ஷா நன்றி தெரிவித்தபோது அதிகாரி புன்னகை செய்து சொன்னார், ''கலைஞர்களைச் சந்திப்பதில் யாருக்குதான் சந்தோஷம் இருக்காது?''

நாடகமேடையின் ஒளியில் தோன்றுவதால் இப்படி உபயோகமான செல்வாக்கு இருப்பதை அறிந்து வர்ஷாவும் மகிழ்ச்சி அடைந்தாள்.

வர்ஷா நூல்நிலைய வேலையைத் தொடங்கி இரண்டு நாட்கள்தான் ஆயின, அம்மா படுக்கையில் விழுந்துவிட்டாள். ரத்த அழுத்தம், ஆஸ்துமா, பலவீனம் ஏற்கனவே இருந்தது, இப்போது டாக்டர்களுக்கே புரியாத காய்ச்சலும் வந்துவிட்டது. அறிவுபூர்வமான நடைமுறை இல்லாத வீட்டில் வீட்டுத் தலைவியின் காய்ச்சல் வேகம் முறையற்று ஏறுவதும் இறங்குவதுமாகி விட்டால் ஆச்சரியப்படக் கூடாது. வர்ஷா ஆச்சரியப்படவில்லை, அவள் மௌனமாக சமையல் பொறுப்பையும் ஏற்றுக் கொண்டாள். ஐந்து மணிக்கு எழுந்துவிடுவாள், அம்மாவிற்கு டீ, மருந்து பத்திய உணவு கொடுப்பாள். எட்டு மணிக்குள் சாப்பாடு தயார் செய்துவிடுவாள். பின்னர் குளித்துவிட்டு ஒரு பழைய மிட்டாய் டப்பாவில் இரண்டு பரோட்டா- காய்கறி எடுத்துக் கொண்டு கல்லூரிக்குப் புறப்பட்டுவிடுவாள்.

ஒன்பது மணியிலிருந்து ஐந்து மணி வரை வேலை செய்வது சிரமமாக இருந்தாலும் மனதிற்கு அமைதியாக இருந்தது. அவள் வாழ்க்கையும். பல குணாதிசயங்களும் அறிவு பூர்வமாக இணையும் புத்தக உலகில் இருந்தாள். கடும் வெயில்வெப்பத்தின் தகிப்பினால் ஜன்னல்கள் மூடியிருந்தன. திரைகள் இழுத்துவிடப் பட்டிருந்தன. அவள் ஆழ்ந்த அமைதியில், மின்விசிறியின் இதமான காற்றின் கீழ் புத்தகங்களின் பக்கங்களைப் புரட்டுவாள். புத்தகங்களைத் தெரிவு செய்வாள். இந்த எட்டு மணி நேரப் பகல்பொழுது அவளுக்குள் அமைதியை நிரப்பியது.

மாலையில் வீடு திரும்பியதும் அவள் மீண்டும் சமையலில் மூழ்கி விடுவாள். அம்மாவிற்கு மருந்தும், பத்திய உணவும் தருவாள். எல்லாரும் சாப்பிட்ட பிறகு ஜல்லியோடு பாத்திரங்களைத் துலக்கிக் கழுவுவாள். குளித்துவிட்டு படுக்கப் போகும்போது பத்து மணி ஆகிவிடும். ஏதாவது புத்தகத்தை எடுத்து நான்கு பக்கங்கள் புரட்டியவுடன் கண்கள் சொக்கிவிடும்.

தேர்வுகள் முடிந்தவுடனே திவ்யா லக்னோ போய்விட்டாள். வர்ஷா முடிந்தவரை தன்னைத் திடமாக வைத்துக் கொள்ள முயற்சி செய்தாள். ஆனால் திவ்யா இல்லாதது உறுத்திக்கொண்டே இருந்தது. அவள் கண்ணை மூடி திவ்யாவின் கடிதத்தை மார்பில் வைத்து அழுத்திக்கொள்வாள், திவ்யாவைத் தொடும் உடல் வாசனையை உணர்வாள். பிறகு தன் பலவீனத்திற்காகச் சினந்துகொண்டு கடிதத்தைத் தலையணைக்குக் கீழ் வைத்துவிடுவாள்.

★ ★ ★ ★

'அட, அண்ணா!... வணக்கம்!''

ஒருநாள் மாலை அவள் வீடு திரும்பியபோது அம்மா பக்கத்தில் மகாதேவ் அண்ணன் உட்கார்ந்திருந்தார். பதிலுக்கு ''நன்றாக இருக்கிறாயா?'' என்று கேட்டுவிட்டு அவர் அவளிடம் எதையோ தேடுவதுபோல பார்த்தார்.

''பெரிய மருமகளை என் பாடையை எடுத்தபிறகுதான் கொண்டுவருவாயா?'' அம்மா தன் வழக்கமான பாடலை மீண்டும் கூறினாள்.

இரண்டு நாட்கள் லீவில் வந்திருந்த அண்ணன் நீண்ட முயற்சிக்குப் பின் ஷாஜஹன் பூருக்கு மாற்றல் வாங்கிக்கொள்வதில் வெற்றி பெற்றார்.

அம்மாவைப் பரிசோதிக்க டாக்டர் டண்டன் வந்தார். அம்மா முன்பு போல அதிகம் நடமாடக் கூடாது, ஓய்வும், அமைதியும் தேவை என்று சொல்லிவிட்டார் (இந்த இரண்டும் இங்கே பலருக்குத் தேவை என்று தூணில் சாய்ந்து நின்ற வர்ஷா நினைத்துக்கொண்டாள்).

★ ★ ★ ★

அப்பா, அண்ணன் இருவருடைய உச்ச ஆலோசனைக் கூட்டத்தில் அண்ணனின் மாற்றல், உடம்பு சரியில்லாத அம்மா இந்த இரண்டு விஷயங்களும் 54, சுல்தான் கஞ்சின் எதிர்கால போர்க்கள முறையை மறுபரிசீலனை செய்யும் அவசியத்தை உண்டாக்கின. ஒரு வாரத்திற்குப் பின்னர் அவள் ஒரு நாவலை வைத்துக்கொண்டு ஒரு ஞாயிற்றுக்கிழமை பிற்பகலைக் கழிக்க முயற்சித்துக் கொண்டிருந்தபோது ஜல்லி ஒரு போட்டோவை எடுத்துக் கொண்டு காதை சொறிந்தபடி வந்தாள், ''இது எப்படி இருக்கிறது என்று அம்மா கேட்டாள்''.

தன் வருங்கால வரனைக் குறித்த பயத்தில் ஒரு வினாடி சில்பில்லின் மனம் நடுங்கிவிட்டது. ஆனால் அது யாரோ ஒரு பெண்ணின் போட்டோ. பிளாஸ்டிக் பூத்தொட்டி அருகில் சற்று சஞ்சலத்துடன் நின்றிருந்தாள். 'அம்மாவிற்கு என் பணிவிடை வேண்டியிருக்கிறது. ஆனால் என்னுடன் பேச்சுவார்த்தை இல்லை!' என்று நினைத்தபடி அவள் ''நன்றாக இருகிறது''. என்று சொல்லி போட்டோவைத் திருப்பித் தந்தாள்.

★ ★ ★ ★

அவள் மே மாத இறுதி வாரத்தில் தன்னுடைய சில நல்ல உடைகளைத் தயார் செய்துகொண்டாள் (ஆனால் ஷாஜஹான்பூரில் வழக்கத்தில் இருந்த அவளுடைய தளர்வான சல்வார்கள் லக்னோவில் பயன்படாமல் போயின. திவ்யா தலைநகர நாகரிகத்திற்கு ஏற்றபடி அவளுக்கு இரண்டு சுடிதார் பத்திரப்படுத்தி வைத்திருந்தாள்).

ஒருநாள் மாலை வீடு திரும்புகையில் அவள் திவ்யா வீட்டிலிருந்து ஒரு சிறிய சூட்கேஸை எடுத்து வந்தபோது (திவ்யா ஒரு டூப்ளிகேட் சாவியை அவளிடம் தந்திருந்தாள். இது சர்மாவிற்குப் பிடிக்கவில்லை, ''இப்படி ஒரு ஆபத்தான பொறுப்பை எடுத்துக் கொள்கை கூடாது. திருட்டுகிருட்டு நடந்துவிட்டால் பதில் சொல்ல வேண்டியவள் நீதானே!'' என்றார். வர்ஷாவிற்கு கோபம் முட்டியது, அவள் வாய் திறக்கவில்லை. இவர்கள் 'வேவ் லெட்டே' வேறு என்று நினைத்துக்கொண்டாள்.) அப்பா புருவத்தை நெரித்து அவளைப் பார்த்தார், ''இது என்ன?''

அவள் கசப்போடு சொன்னாள், ''சூட்கேஸ்''

''அதுதான் தெரிகிறதே! இன்னும் எனக்குக் கண்குருடாகவில்லை. இதை ஏன் கொண்டுவந்தாய்?'' அப்பாவிற்கு சில்பில் லக்னோ போவது தெரியும், ஆனாலும் கேள்வி பிறந்தது.

''ஜூன் இரண்டாம் தேதி நான் லக்னோ போகவேண்டும்.''

சர்மா வர்ஷாவை உற்றுப் பார்த்தார் 'இந்தப் பெண்ணின் தான்தோன்றித்தனத்திற்கு எல்லையே இல்லையா?' பிறகு ''அம்மாவின் உடல்நிலை உனக்குத் தெரியாதா? ஜல்லியால் தனியாகச் சமையலை சமாளிக்க முடியுமா?'' என்று எரிச்சலோடு கேட்டார்.

''நான் ஒரு மாதத்திற்கு சமையல்காரியை ஏற்பாடு செய்துவிட்டேன்.''

அப்பா திகைத்துப்போனார், ''சமையல்காரியா?... யார்?''

''மாதாபுல் சமேலி. அவள் முதல் தேதியிலிருந்து இரண்டுவேளையும் வந்து சமையல் செய்துவிட்டுப் போவாள்'' வர்ஷா திடமான குரலில் சொன்னாள்.

''உனக்கு மூளை பிசகிவிட்டதா? இங்கே பணத்திற்குப் படுகிற கஷ்டத்தில்...''

சில்பில் பேச்சை இடையில் வெட்டினாள், ''பணம் நான் தருகிறேன். அறுபது ரூபாய்... முதல் தேதி எனக்கு கல்லூரியில் ஊதியம் கிடைத்துவிடும்.''

'ஆஹாஹா! பெரிய பணக்காரி ஆகிவிட்டாய்!'' அப்பா எரிந்துவிழுந்தார், ''நிறைய ஆட்டம் ஆடியாயிற்று! பேசாமல் உட்கார் வீட்டில்...''

''நான் போகவேண்டும். ஜூன் மாதம் அங்கே நாடகம் இருக்கிறது.''

அப்பா கோபத்தில் பதட்டமடைத்தார். ''சில்பில்! நான் கையை ஓங்கிவிடுவேன்... தொலைந்துபோ இங்கிருந்து...''

சில்பில் இவ்வளவு கோபமாக அப்பாவைப் பார்ப்பது இதுதான் முதல் தடவை. ஆனால் அவள் பயப்படவில்லை. வெறுப்புதான் ஏற்பட்டது (இன்னும் ஒரு வருஷம் இவர்கள் முகத்தைப் பார்த்துக்கொண்டு நாளைக் கழிக்க வேண்டுமே!). அவள் பல்லை இறுகக் கடித்துக்கொண்டு மேலே போய்விட்டாள்.

அடுத்து வந்த நாட்களில் ஏராலமான இறுக்கம் வீட்டில் நிலவியது. திட்ட வேண்டிய நிர்ப்பந்தத்தால் அம்மா அவளோடு நேரடியாகப் பேசவேண்டி நேர்ந்தது. ''இந்த கேடு கெட்டவளைப் பாருங்கள்... இப்போது வயதான காலத்தில் ஒரு கீழ்சாதி சமையல்காரியை வைத்து என் வயிற்றை நிரப்புவாளாம்!... (சமையல்காரி உயர்ந்த பிராமண ஜாதியை சேர்ந்தவள்தாள் என்ற வர்ஷாவின் சொற்கள் தூக்கி எறியப்பட்டுவிட்டன). நாசகாரி, உங்கள் அப்பா நல்லவர்... வேறு யாராவதாக இருந்திருந்தால் கடப்பாறையால் நொறுக்கியிருப்பார்)... என் தலைவிதி, பெண்கொல்லி மருத்துவச்சியாக இல்லாமல் போய்விட்டேன்... இல்லையென்றால் பிறந்தவுடனே மருந்து கொடுத்து இவள் மூச்சை நிறுத்தியிருப்பேன்...''

சென்ற தலைமுறை கூட்டுக்குடும்பங்களில் பெண் கொல்லி மருத்துவச்சி ஒரு தீர்மானிக்கப்பட்ட பாத்திரம். அவர்கள் பிரசவ அறையிலேயே பிறந்த பெண்குழந்தையைக் கொன்றுவிடுவார்கள். அவர்கள் இவ்வாறு செய்து குறைந்தது முப்பத்தைந்து 'கேடு'களிலிருந்து குடும்பத்தைக் காப்பாற்றுவதாக பண்டிதர்களின் அபிப்ராயம். அடுத்த ஒரு ஆண்டில் அம்மாவின் இந்த ஆழமான பச்சாதாபத்தில் குடும்பத்தின் பிற பெரியவர்களும் சேர்ந்து கொண்டார்கள்!

★ ★ ★ ★

ஜூன் இரண்டாம் தேதி காலை ஒன்பது மணிக்கு வர்ஷா கையில் சூட்கேஸுடன் மாடிப்படியில் இறங்கினாள். இதைப் பார்த்து ஜல்லியும் கிஷோரும் பயத்தால் அழுவதுபோல் ஆகிவிட்டார்கள் அம்மாவிடம் ஏதோ சொல்லிக்கொண்டிருந்த பூல்வதி பேச்சை நிறுத்திவிட்டாள். திகைத்திருந்த அம்மாவைப் பார்த்தபடி வர்ஷா எதிரில் வந்து நின்றாள். கையிலிருந்த ஒரு

பேப்பரையும், இரண்டு நூறு ரூபாய் நோட்டுகளையும் கட்டில் கால் பக்கம் வைத்துவிட்டு சொன்னாள், ''இது லக்னோ முகவரி, கொஞ்சம் பணம்... ஜூலை ஆறு, ஏழு தேதிக்குள் திரும்பி வந்துவிடுவேன்.''

''ஏங்க, இதைக் கேட்டீங்களா?...'' உரக்கப்பேசியதால் அம்மாவின் குரல் உடைந்துவிட்டது.

வரவேற்பு அறையில் வெளிக்கதவு சங்கிலி போட்டிருந்தது. அப்பா நாற்காலியில் உட்கார்ந்து ஒரு புத்தகத்தைத் தைத்துக் கொண்டிருந்தவர் மனைவியின் குரல் கேட்டு புத்தகத்தை மேசை மேல் வைத்தார். சில்பில் உள்ளே இருந்து வருவதைப் பார்த்து அவர் கோபத்துடன் கத்தினார், ''சில்பில், கதவு சங்கிலியைத் தொட்டால் என்னை விட மோசமானவன் யாரும் இருக்கமுடியாது.''

''நான் போகவேண்டும்.'' சில்பில்லின் குரல் திடமாக இருந்தது.

''உனக்கு மிகவும் திமிர் ஏறிவிட்டது.''

அப்பா சில்பில்லைக் கன்னத்தில் அறைந்தார், வாசல் முகப்பு வரை வந்த ஜல்லி சத்தம் போட்டு அழுதாள்... இத்தனை நாள் தன் கோபத்தை விழுங்கி அடக்கி வைத்திருந்த அப்பாவின் அடி மிக வலுவாக இருந்தது. அந்த அடியில் சில்பில்லின் முகம் கோணிவிட்டது... கையிலிருந்த சூட்கேஸ் கீழே விழுந்தது... அவள் தன் கன்னப் பொட்டில் தீய்க்கும் எரிச்சலை உணர்ந்தாள்... அப்பாவைக் கண்ணில் நெருப்பு பறக்க பார்த்தாள், அதில் சவாலை சந்திக்கும் வெறுப்பு இருந்தது... அவள் சூட்கேஸை எடுக்கக் குனிந்தபோது அப்பாவின் கை மீண்டும் உயர்ந்தது.''

''அக்காவை அடிக்காதீர்கள், அப்பா!'' என்று கிஷோர் ஒன்றும் செய்ய முடியாத வேதனை வலியுடன் அழுதான்.

அதற்குள் அப்பாவின் கை மீண்டும் கன்னத்தில் அறைந்தது. இரண்டாவது அடிக்குப் பிறகு சில்பில்லின் கண்களில் கண்ணீர் வந்துவிட்டது. ஆனால், அவள் அழவில்லை... முன்பு போலவே கடுமையான உணர்வுடன் ஒரு அடி முன்னால் வைத்து மூடியிருந்த வாசல் கதவின் சங்கிலியைத் திறந்தாள்.

"வெளியே கால் எடுத்து வைத்தால், பிறகு உள்ளே வராதே..." அடித்த பிறகு அப்பாவின் குரலில் கோபத்தின் முந்திய கனம் இல்லை.

"சில்பில், எங்கே போய்விட்டாய்?" அனுஷ்டுப் கீச்சிட்டது.

ஆனால் சில்பில் வெளியேறிவிட்டாள்.

இந்த நிகழ்ச்சி பற்றிய விவரம் கிடைத்ததும் மகாதேவ் அண்ணன் "சில்பில் ஹோப்லெஸ் கேஸ் ஆகிவிட்டாள்..." என்றார்.

11. ஷாஜஹான்பூர் மும்தாஜ்

நாடகத்திற்கு இரண்டு நாட்களுக்கு முன் முன்பயிற்சி (ஒத்திகை) நடந்துகொண்டிருந்தது.

"எனக்குப் புரியவில்லை அனுராதா! உன் மனதின் ஒரு பகுதி எனக்கு எப்போதும் புதிராகவே. இருக்கிறது." என்றான் மிட்டு சோகமாக.

வர்ஷா சோர்வுடன் சொன்னாள், "பக்தி செலுத்தும் இடமான கோவிலில் இப்படிப் பேசாதீர்கள், மோஹித்!... சுப்ரியா எப்படி இருக்கிறாள்? அவளை மகிழ்ச்சியுடன் வைத்திருக்கிறீர்களா?"

"ம்!"

"நான் உங்களிடம் கேட்டுக்கொள்வதெல்லாம் இதுதான். என் மீது உங்கள் மனதில் அதே பழைய உணர்வின் மணம் ஏதாவது இருந்தால் சுப்ரியா மீது சோகத்தின் நிழல் படியாமல் பார்த்துக்கொள்ளுங்கள்."

"உனக்குப் பதில் சொல்ல வேண்டிய பொறுப்பாக நினைத்து சுப்ரியாவை நான் பாதுகாப்பேன். ஆனால் எனக்குள் இருக்கும் இந்தப் புயலை யார் தணிப்பார்கள்?" மிட்டு காதலுடன் ஒரு அடி முன்னால் வந்தான், "உன்னுடைய இந்தக் கடல் போன்ற கண்களில் ஒரு காலத்தில் நான் என் கனவுகளின் நிழலைத் தேடிக் கொண்டிருந்தேன்..."

"இது இறைவனின் ஆலயம். இங்கு ஆசைகளின் அற்பக்கூவல் கூடாது." வர்ஷா எதிர்ப்பக்கம் திரும்பிநின்று திடமாகச் சொன்னாள்.

"அனுராதா, மீண்டும் மீண்டும் இறைவன் பெயரைச் சொல்லி எந்த மொட்டுக்களின் அவிழும் ஒலியைக் கேட்காமலிருக்கச் செய்ய விரும்புகிறாயோ, அவை என் மனதில் நந்தவனத்தின் மணத்தை நிறைத்துவிட்டிருக்கின்றன."

"பாவமான வார்த்தைகளை சொல்லாதீர்கள், மோஹித்! என் மனம் இறைவன் காலடியில் இலயித்திருக்கிறது."

"ஆனால், என் மனம் வேறு எங்கோ இருக்கிறது. அனுராதா! அதை என்னால் கட்டுப்படுத்த முடியவில்லை."

"ஆராதனை ஆரத்தி எடுக்கும் நேரம். நான் போகிறேன். இறைவன் உங்களுக்கு சக்தி தரட்டும்." மேடை ஓரத்தில் வர்ஷா நின்றாள், "சுப்ரியாவை விசாரித்ததாக சொல்லுங்கள்."

மிட்டு சற்று முன்னால் வந்தான், "உன்னால் மனதைக் கல்லாக்கிக் கொள்ளமுடியும். என்னால் முடியவில்லை."

திவ்யா கையைக் காட்டியதும் ரோஹன் அரங்கின் பக்கவாட்டிலிருந்து சங்கு ஊதினான்.

"சங்கு ஊதிவிட்டது... இதோ பாருங்கள், மோஹித்! இனி இங்கு வராதீர்கள். உங்களைப் பார்த்த பிறகு..." வர்ஷாவின் குரல் எழவில்லை.

மிட்டு அவளைக் கண் இமைக்காமல் பார்க்கிறான், "ஏன் நிறுத்திவிட்டாய்?"

தன் பெரிய கண்களால் வர்ஷா காதல் வேதனையை வெளிப்படுத்தினாள், "போய் வருகிறேன்..."

டீ கோப்பையைக் கையில் வைத்துக்கொண்டு வர்ஷா ரவீந்திர நாடகசபாவின் புல்வெளியில் சிறிய மடக்குகளில் தொண்டையை நனைத்தபடி தனியாக உட்கார்ந்திருந்தாள். இந்த நாடகத்தின் முன்பயிற்சி அவளை உணர்வுகள் நோக்கில் சோர்வடையச் செய்தது. இருபத்தைந்து கிலோ மீட்டர் ஓடிய பிறகு மூச்சு இரைக்க, வறண்ட நாக்கை வெளியே நீட்டியபடி உட்கார்ந்திருப்பதுபோல்

தோன்றியது... காதல் துன்பம், தோழி மீது அன்பு, இறைவன் மீது நெருங்கிய ஈடுபாடு, இளமையின் வேகம், ஆசைகளை வலுக்கட்டாயமாக அடக்குதல்- ஆகிய தீவிர முரண்பட்ட உணர்வுகளை வினாடிக்கு வினாடி மாற்றி மாற்றி வெளிப்படுத்த வேண்டியிருந்தது... தொண்டை காய்ந்துவிட்டது. மேல் அண்ணத்தில் நாக்கு ஒட்டிக்கொண்டது. அவள் பேசிய வசனச் சொற்களே எதிரொலி போல் காதுகளில் ஒலித்துக் கொண்டிருந்தன.

ஒரு மாதம் கழிந்தது. இந்த மாதம் முழுதும் மூச்சு விடும் வேகம் நான்கு, ஐந்து மடங்கு கூடியது போல் இருந்தது. அவள் தனியாக இருக்க சந்தர்ப்பமே இல்லை (திவ்யா வீட்டில் அவளுக்குத் தனியாக அறை கொடுக்கப்பட்டிருந்தது. ஆனால் அவள் திவ்யாவோடுதான் தூங்கினாள்).

நாடகக்குழுவில் அவள் முதலில் சந்தித்தது மிட்டுவைத்தான் (பாட்டி வைத்த பெயர் எல்லாருக்கும் பிடித்துவிட்டதால் உண்மையான பெயர் சான்றிதழ்களோடு மட்டும் நின்றுவிட்டது). வந்த முதல் நாள் திவ்யா வீட்டு வரவேற்பறையில் சோபாவில் சாய்ந்துகொண்டு வர்ஷா தன் நாடகப்பிரதியைப் படித்துக் கொண்டிருந்தாள். வசனத்தின் முக்கியமான சொற்களைப் பென்சிலால் அடிக்கோடிட்டுக் கொண்டிருந்தாள். பின்னணியில் ஸ்டீரியோவின் மெல்லிய சிதார் ஒலி ஒலித்துக் கொண்டிருந்தது. அப்போதுதான் வெளிக் காம்பவுண்டில் கார் வந்து நிற்கும் ஒலி கேட்டது. சில வினாடிகளுக்குப் பிறகு பைஜாமா, குர்த்தாவில் ஒரு இளைஞன் இயல்பாக உள்ளே வந்தான். வர்ஷா 'வணக்கம்' கூறியபோது அவன் 'ஹலோ' சொல்லிவிட்டு எதிரில் நின்றான்.

"என் பெயர் மிட்டு. கொஞசம் தனியாக வருகிறீர்களா?"

வர்ஷா திடுக்கிட்டாள். பிறகு மறுக்கும் பாவனையில் தலையை அசைத்தாள்.

"நாடகத்தைப் படித்துவிட்டீர்களா? எப்படி இருக்கிறது?"

வர்ஷா சில வினாடிகள் யோசித்துவிட்டு சொன்னாள், "மிகவும் சிக்கலாக இருக்கிறது."

மிட்டு எதிரில் உட்கார்ந்து சிகரெட்டை எடுத்தபடி கேட்டான், ''ஆட்சேபணை எதுவும் இல்லையே?''

வர்ஷாவிற்கு அதிர்ச்சியாக இருந்தது. இல்லையென்று தலையசைத்தாள்.

ஒரு இழுப்பு இழுத்துவிட்டு, மிட்டு உள்புறக் கதவின் பக்கம் திரும்பினான், ''அம்மா, டீ கொடுங்கள்... கடலைமாவு லட்டு இன்னும் இருக்கிறதா, தீர்ந்து விட்டதா? மிகவும் பசிக்கிறது.''

திவ்யாவின் அம்மா புன்னகையோடு ஒரு வினாடி கதவருகே காணப்பட்டாள், ''இதோ தருகிறேன். வரும் போதெல்லாம் பசியோடுதான் வருகிறாய்.''

மிட்டு வர்ஷாவைப் பார்த்தான், ''திவ்யா அக்கா எங்கே?''

''குளியலறையில்...''

மிட்டு அவர்களைத் தன் வீட்டிற்கு அழைத்துச் சென்றபோது வர்ஷா மேலும் அதிர்ந்தாள். அந்த வீடு மிக நவீனமாக, அழகாக இருந்தது.

மூன்றாவது பாத்திரமாக நடித்துக்கொண்டிருந்த நீஹாரிகாவிற்கு சில மாதங்களுக்கு முன்புதான் கல்யாணமாகியிருந்தது. அவள் வீடு சிறியதாக கலை உணர்வுடன் இருந்தது. 'பகுவசன்' நாடகக்குழுவின் நிர்வாக இயக்குனர் ரோஹன். தன் ஏ.சி. வண்டியோடு (வர்ஷா அப்படி ஒரு வண்டியைப் பார்த்தது அதுதான் முதல் முறை) எப்போதும் வேலை செய்ய சித்தமாக இருந்தான். (''வருஷத்திற்கு இரண்டு நாடகங்கள்தான் நடத்தமுடிகிறது, ஆனால் நான் கலைக்காக என்னையே அர்ப்பணித்துக்கொண்டிருக்கிறேன். மேடைக்குப் பின்னால் சங்கு ஊதுவதிலும், தபேலா தட்டுவதிலும் எனக்குக் கிடைக்கிற சந்தோஷம் ஆயிரக்கணக்கான ரூபாய்க்கு ஆர்டர் கிடைத்தாலும் கிடைப்பதில்லை.'' என்று அவன் வர்ஷாவிடம் சொன்னான்).

மூன்று, நான்கு நாட்கள் நாடகம் வாசித்தல் திவ்யா வீட்டில் நடந்தது. பிறகு அவர்கள் ப்ளாக்கிற்கு தியேட்டருக்குப் போய் விட்டார்கள். இப்போது உலகம் இதுதான், காலை டிபன் திவ்யா

வீட்டில், பிறகு மத்தியான, இரவு சாப்பாடு ஒருநாள் மிட்டு வீட்டில், ஒரு நாள் நீஹாரிகா வீட்டில், ஒருநாள் ரோஹனின் மிக நவீனமான தேவைக்கு அதிகமாக அலங்கரிக்கப்பட்ட அழகிய வீட்டில். இடையிடையே டீ, அரட்டை இவற்றுடன் பகலில் ஒத்திகை, இரவு நீண்ட நேரம் நாடக மதிப்பீடு, அலசல்.

"சுப்ரியாவும் அனுராதாவும் நெருங்கிய தோழிகள். அவளுக்கு மோஹித்தைப் பற்றிய அனுராதாவின் உணர்வுகள் எப்படித் தெரியாமல் போகும்?'' ரோஹன் வீட்டில் நீஹாரிகா ஐஸ் பீர் பருகியபடி சொன்னாள்.

அதிக நேரம் ஓடிக்கொண்டிருந்த ஏர்கண்டிஷனர் அறையை மிகவும் குளிரச் செய்திருந்தது (அந்த யந்திரத்தை வர்ஷா அப்போதுதான் முதல் முறையாகப் பார்த்தாள்). அவள் தன் துப்பட்டாவால் தோளை மூடிக்கொள்ளவேண்டியிருந்தது.

"அனுராதா அதிகம் பேசாதவளாக இருக்கலாம். சுப்ரியா அதற்கு நேர் எதிர். அதனால் அனுராதா இன்னும் தன் உணர்வுகளைத் தனக்குள்ளேயே வைத்துக்கொள்ள விரும்பியிருக்கலாம்''. திவ்யா தெளிவுபடுத்தினாள், "சரளமாகப் பழகுவதால் சுப்ரியா யாரிடமும் எதையும் சொல்லிவிடுவாள் என்று அவளுக்குத் தெரியும். தன் உணர்வு உலகத்தில் ஒரு வெளிச்சம் புகுவதை அவள் விரும்பவில்லை.''

நீஹாரிகா ஏதோ சொல்ல வாயெடுத்தாள், ஆனால், மிட்டு முந்திரிப்பருப்பை வாயில் அடக்கிக்கொண்டே புகார் சொன்னான், " 'நீ என்னை விட்டு விடு! சுப்ரியாவைக் காதலி' என்று அனுராதா மோஹித்தை வேண்டியதும் அவன் உடனே சுப்ரியாவிடம் போய்விடுகிறான். இது எனக்கு இயற்கைக்கு முரணாகத் தோன்றுகிறது.''

ரோஹன் தட்டை நீட்டியதும் வர்ஷா ஒரு சிரியா கபாபை எடுத்துக் கொண்டாள் (பாருங்கள் அப்பா, நான் எப்படிப்பட்ட அபாயமான காரியம் செய்துகொண்டிருக்கிறேன்!).'' மிட்டு, நாம் மனமார நேசிக்கும்-கூடவே மனவலிமை, செயல்கள், குணம் ஆகியவற்றிற்காக மதிக்கும்- ஒருவருடைய மனதை வருத்தும், விரோதமான வற்புறுத்தலை ஏற்றுக்கொள்ளலாம், ஏனெனில்

இதற்குப் பிறகு அனுராதா தீட்சை பெறுவதற்காக மடத்திற்குப் போய்விடுகிறாள். அதாவது அவளுடைய வேண்டுகோளை ஏற்றுக் கொண்டாலும், ஏற்றுக்கொள்ளாவிட்டாலும் அனுராதா தன்னிடமிருந்து விலகிச் சென்றுவிட்டதை மோஹித் பார்க்கிறான், அவன் மனதில் அனுராதா மீது புதிய மதிப்பு-ஈர்ப்பு தோன்றுகிறது.''

''வர்ஷா, நீங்கள் இப்படி ஒரு தியாகத்தை செய்வீர்களா?'' என்று மிட்டு புன்னகையோடு கேட்டான்.

''மேடையில்!'' எல்லாருடைய சிரிப்புக்கிடையில் வர்ஷா ஒரு வாய் பீர் பருகினாள் (மது அருந்தும் மகத்தான பாதையில் நுரை பொங்கும் குளிர்ச்சியின் எளிய முதல் முயற்சியில் வர்ஷா தனக்கு பைத்தியம் பிடித்துவிட்டதா என்று ஒரு வினாடி ஆச்சரியப் பட்டாள். ஆனால் பக்கத்தில் திவ்யா இருந்த ஆறுதலில் அவள் துணிந்தாள். ''நிபுணிகா, மது அருந்துவதால் பெண்கள் மிகவும் அழகாகத் தோன்றுகிறார்கள் என்று கேள்விப்படுகிறேன். இது உண்மையா?'' வர்ஷாவிற்கு 'மாளவிகாக்னிமித்ர' நாடகத்தின் இந்த வசனம் நினைவு வந்தது).

வர்ஷா சில சமயம் இந்த நாடகக் குழுவினரையும் இவர்கள் உலகத்தையும் ஆச்சரியத்தோடு பார்ப்பாள். இவர்கள் வாழ்க்கையில் நாடகத்தைத் தவிர வேறு சிந்தனை எதுவும் இல்லை- இவர்கள் இரவும் பகலும் கலை உலக மகிழ்ச்சிக்காகவே அர்ப் பணித்திருந்தார்கள்.

தொடக்கத்தில் நீஹாரிகா சில நாட்கள் வர்ஷாவிடமிருந்து விலகியே இருந்தாள் அவள் கதாநாயகி அனுராதாவின் பாத்திரத்தை ஏற்க விரும்பினாள். ஆனால் பிறகு வர்ஷாவின் நடிப்புத்திறன், இயல்பான எளிமையை அறிந்து 'ஷாஜஹான்பூர் மும்தாஜை' (கொடையாளி மிட்டு) நெருங்கி வந்துவிட்டாள்.

மிட்டு இடையிடையே ஊரை சுற்றிப் பார்க்க அழைத்துப் போவான்- ஹஜரத் கஞ்ச், இமாம்பாடா, யூனிவர்சிட்டி. உயர் ரக ரெஸ்டாரண்டுகளில் அவள் சற்று விழிப்பாக இருப்பாள். ஆனால் மிட்டு உற்சாகமான பேச்சால் அவள் தயக்கத்தைப் போக்கிவிடுவான். திவ்யா சொன்னதன் பேரில் (''வர்ஷாவிற்கு எக்ஸ்போஷர் வேண்டும்.'') மிட்டு அவளை மூன்று

நாடகங்களுக்கும் அழைத்துச் சென்றான். ஷாஜஹான்பூரோடு ஒப்பிடும்போது இவை கலைநோக்கில் உயர்ந்து இருப்பதை வர்ஷா பார்த்தாள். அவற்றின் பாத்திரப் படைப்பு, நடிப்பு ஆகியவை குறித்து வர்ஷா யோசித்தாள், அவற்றின் குறை-நிறைகளை விவாதித்தாள். இங்குதான் வர்ஷாவிற்கு தன் வயதுள்ள ஒரு ஜீவனின் முதல் முத்தம் கிடைத்த அனுபவம் நேர்ந்தது.

மாலை மங்கிய வேளையில் அவர்கள் ஒரு பூங்காவின் பத்திரமான தனிமையில் இருந்தார்கள். திடீரென்று மிட்டு திரும்பினான், அவளை அணைத்து இதழ்களில் முத்தமிட்டான். இருவரையும் தொட்ட கவர்ச்சி அலையை அவள் உணர்ந்திருந்தாள். முன் பயிற்சியின்போது மோஹித்தும் அனுராதாவும் அணைப்பில் கட்டுண்டு போகும் மூன்றாவது காட்சியில் வர்ஷா கூசிப் போனாள்- வாழ்க்கை, நாடகம் இரண்டிலுமே ஒரு ஆண்மகனைத் தழுவுவது அவளுக்கு அதுதான் முதல் முறை. வர்ஷாவின் முதுகெலும்பில் மெல்லிய நடுக்கம் ஏற்பட்டது.

இந்த உணர்வு கொடிமண்டபத்தில் மிட்டு அவள் இதழ்களில் சூடான அழுத்தத்தை அதிகரித்தபோது மிகுதியாயிற்று... இளமையின் பல துடிப்புகள் சட்டென்று உயிர்த்தெழுந்தன.

இந்த முத்தம் நீண்ட நேரம் நீடித்தது. ஒரு புத்தகம் பல அத்தியாயங்கள், உட்பிரிவுகள் என்று பல பகுதிகளாக பிரிந்திருப்பது போல இந்த முத்தமும் நெருக்கத்தின் பல படிகளைத் தன் மூச்சிழையில் அடக்கியிருந்தது... மூச்சு முட்டி முட்டி இறுதியில் மூச்சு வாங்கியபோது வர்ஷா சட்டென்று தன்னை விலக்கிக்கொண்டு மெல்லிய புன்னகையுடன் சொன்னாள், "சேவை, பக்தி, பூஜைகளுக்கு இடமான கோவிலில் இப்படி செய்யாதீர்கள், மிட்டு!"

மிட்டுவுடன் வர்ஷாவிற்கு ஒரு தொடர்பும் இல்லை, மோஹித்தும் அனுராதாவும் காதலர்கள். இருவரும் மேடையில் அணைப்பில் கட்டுண்டு போகிறார்கள். ஆனால் கொடி மண்டப முத்தம் வர்ஷாவிற்கும் மிட்டுவிற்கும் இடையேயானது - வாழ்க்கைக்கும் நாடகமேடைக்கும் இடையில் இவ்வாறு பிரமையால் குழம்பிய போதும் காதல் கணங்களில் தன் நகைச்சுவை

உணர்வு மேலும் ஒளி வீசுவதை வர்ஷா உணர்ந்தாள் (பின்னால் இது பல முறை உறுதிப்பட்டது).

★ ★ ★ ★

"நினைத்தேன், நீங்கள் இங்குதான் இருப்பீர்கள் என்று." மிட்டு இரண்டு கைகளிலும் ஒவ்வொரு டீ கிளாசை ஏந்தி நடந்து வந்து கொண்டிருந்தான்.

சூடான தேனீரால் தொண்டையை நனைத்துக்கொள்வது நல்லதென்று வர்ஷாவிற்குத் தோன்றியது. நரம்புகள் வறண்டு விட்டதைப் போலிருந்தது.

"உங்களுக்கு காட்சி தொடங்கும் முன் பயமாக இருக்குமா?" மிட்டு எதிரில் உட்கார்ந்து சிகரெட் பிடித்துக்கொண்டிருந்தான்.

"முதல் தடவை கொஞ்சம் இருந்தது ஆனால் பிறகு இல்லை, இறுக்கம் இருக்கும்."

"உங்களுடைய முந்தைய நாடகம் என்ன?"

"இந்திரஜித்"

மிட்டு புன்னகை செய்தான், "அதிசயமான ஒற்றுமை! என்னுடையதும் அதுதான்."

"எந்த ரோல் பண்ணினீர்கள்?"

"இந்திரஜித்... ஆனால் அந்த கேரக்டர் எனக்குப் பொருந்தவில்லை. உண்மையில் நான் எழுத்தாளன் பாத்திரம் ஏற்க விரும்பினேன். ஆனால் டைரக்டர் ஒத்துக்கொள்ளவில்லை. ஏன் தெரியுமா? ஏனெனில் அவரே அந்தப் பாத்திரத்தை ஏற்க விரும்பினார். டைரக்டரே ஏதாவது ஒரு பாத்திரத்தில் நடிப்பது நாடகத்தைக் கெடுத்து விடுகிறது. நீங்கள் என்ன நினைக்கிறீர்கள்?"

வர்ஷா இரண்டு வினாடிகள் மௌனமாக இருந்தாள். பிறகு சொன்னாள். "எனக்கு இன்னும் இப்படி ஒரு அனுபவம் ஏற்படவில்லை. நடிகர்கள் புதியவர்களாக இருந்தால் பயம்தான்."

சில வினாடிகள் மௌனம்.

ஆகாயத்தில் மாலைச் சிவப்பு பரவிக்கொண்டிருந்தது. மெல்லிய காற்று வீசியது. நீண்ட ஆழ்ந்த முன்பயிற்சிக்குப் பின்னர் வெளியே நன்றாக இருந்தது.

"நீங்கள் திவ்யாவை ஸ்டேஜில் பார்த்திருக்கிறீர்களா?" என்று கேட்டாள் வர்ஷா.

"ம். தேவசேனா பாத்திரத்தில்."

"எப்படி இருந்தார்கள்?"

"மிக நன்றாக. ஆனால் திடீரென்று டைரக்ஷன் மட்டுமே செய்வதென்று முடிவு செய்துவிட்டார்கள்."

லக்னோ பஸ் நிலையத்தில் அவள் திவ்யாவைப் பார்த்தபோது முதலில் ஆவேசமாக கழுத்தோடு கட்டிக்கொள்ளத் தோன்றியது. ஆனால் தன்னைக் கட்டுப்படுத்திக்கொன்டு கையை மட்டும் பற்றினாள்.

"சிரமம் எதுவும் இல்லையே?" என்று கேட்டாள் திவ்யா.

அவள் ஒரு வினாடி தயங்கினாள், "இல்லை." ஆனால் அவளால் திவ்யாவை ஏறிட்டுப் பார்க்க முடியவில்லை.

பல நாட்களுக்குப் பிறகு உள்ளே இருந்த துயரம் வெடித்தது. இரவு நேரம் சென்று இருவரும் திரும்பினார்கள். தூங்குவதற்கு ஏற்பாடு செய்யப்பட்டிருந்தது. பட்டு லுங்கி-சட்டையில் திவ்யா பாத்ரூமிலிருந்து வெளியே வந்தாள். விரிந்த கூந்தலில் ரிப்பன் கட்டியிருந்தாள்.

வர்ஷா அவளையே பார்த்துக்கொண்டிருந்தாள், "மிக அழகாக இருக்கிறீர்கள்."

"உனக்கு ஒரு ஜோடி தருகிறேன். தூங்கும்போது உடுத்தலாம்."

பாம்பு தன் சட்டையை உரிவது போல அவள் கடந்த சில நாட்களில் தன் பழைய வாழ்க்கையை மறந்து விட்டிருந்தாள்... தன் வீட்டில் இந்த உடையை அணிந்தால் எத்தகைய பிரளய அபாயத்தை

அவள் எதிர்கொள்வாள்? 54, சுல்தான் கஞ்சின் பழக்கவழக்கம் முழு வேகத்துடன் அவளைத் தாக்கியது. அவளை உற்சாகத்தால் ஒளிரச் செய்த திவ்யா வீட்டு சுதந்திரம் இதை இன்னும் எளிதாக்கியது.

திடீரென்று அவளுடைய கட்டு உடைந்தது... திவ்யாவின் மார்பகம் அவள் கண்ணீரால் நனைந்தது, தடுத்தாலும் நிற்காத வேகம் அதில் இருந்தது.

பின்னர் சட்டென்று அதே வேகத்துடன் அவள் விலகினாள், தன்னை சுதாரித்துக்கொண்டு கண்ணீரைத் துடைத்துக்கொண்டாள் (அம்மா பார்த்தால் என்ன நினைப்பாள்?).

★ ★ ★ ★

அம்மாவிற்கு திவ்யா-வர்ஷா ஜோடி மிகவும் பிடித்திருந்தது. ரோஹனிடம் சிரித்துக்கொண்டே ''பாத்ரூம் போவதற்கு மட்டும்தான் பிரிகிறார்கள்.'' என்று சொன்னாள். ஒருமுறை தனிமையில் 'ஷாஜஹான்பூரில் 'திவ்யாவின் வாழ்க்கை - ஒரு மறு ஆய்வு' என்ற விஷயத்தைக் கிளப்பியபோது வர்ஷா அவள் கருத்தைப் புரிந்து கொண்டாள். திவ்யா மீது ரோஹனுக்கு இருந்த காதல் நுண்ணியதாக இருந்தாலும் வர்ஷா அறிந்து கொண்டாள். ஒருநாள் இரவு திவ்யாவும் 'அம்மாவின் உண்மையான விருப்பம்' என்ன என்று சொல்லிவிட்டாள், ''இது ரோஹனின் வளைந்து கொடுக்கும் தன்மை (அவள் 'பரந்த இதுயத்'திற்கு இந்தச் சொல்லைப் பயன்படுத்தியதைப் பார்த்து வர்ஷா ஆச்சரியப் பட்டாள்). என் கடந்த காலம் தெரிந்தும் அவர் எண்ணம் மாறவில்லை.''

''வர்ஷா, உன் தோழி என்னதான் விரும்புகிறாள்?'' என்று அம்மா கேட்டாள், ''இப்போது அந்த கல்கத்தாக்காரனுக்காக காத்திருக்கும் எதிர்பார்ப்பும் இல்லை. முப்பது வயதாகிறது. வயது என்ன திரும்பிவருமா? வெளியே பல மாதிரியாகப் பேசுவதைக் கேட்கவேண்டியிருக்கிறது (புதிய தலைமுறையின்' சுயேச்சைப் போக்கை'ப் பற்றிப் பேசும்போது ஒவ்வொரு பெற்றொரின் முக்கியமான வாதமும் இதுதான்). அவளிடம் ஏதாவது குறை இருந்தால், மனதை ஆற்றிக்கொள்வேன்... அழகில், அறிவில், குணத்தில்... என் பெண் தங்கம்...'' அம்மா முந்தானையால்

கண்களைத் துடைத்துக்கொண்டாள்.

அவளுடைய வாழ்க்கையையே திசை திருப்பிய ஒன்றை அவள் முதல் முதலாக நீஹாரிகாவின் வாயால் கேட்டாள்.

நாடகத்திற்குப் பிறகு ரோஹன் வீட்டில் ஷாம்பேன் பாட்டில் திறக்கப்பட்டுக்கொண்டிருந்தது. சிறிய வெடிப்பு ஒலியுடன் மூடி திறந்தவுடன் மது கோப்பைகளில் ஊற்றப்பட்டபோது வர்ஷாவிற்கு மெய்சிலிர்த்தது. கேளிக்கைச்சூழல் நிலவியது. வர்ஷா தலையைச் சுற்றி ஒளிவட்டம் சூழ தான் ஏதோ உயரமான இடத்தில் நிற்பது போல் உணர்ந்தாள். தியேட்டரில் பார்த்த உயர் வர்க்க மக்களைப் பார்த்து அவள் பயந்துவிட்டாள். இது மாநிலத் தலைநகரம் என்று எண்ணிக்கொண்டாள். பிறகு சில மதிப்பிற்குரிய மனிதர்கள் பாராட்டுவதற்கு வந்தார்கள். அவர்களில் இரண்டு அமைச்சர்களும் இருந்தார்கள். பெண்களின் ஆடை-அணிகள், கூந்தல் அலங்காரத்தைப் பார்த்து வர்ஷாவிற்கு கற்காலத்தில் இருப்பதைப் போல தோன்றியது. அவள் மிக எச்சரிக்கையாக புன்னகையால் நன்றி கூறினாள், பேசியது கொஞ்சம்தான். 'ஆமாம்', 'நிச்சயம்', உங்கள் ஆசீர்வாதம்' போன்ற சொற்களால் சமாளித்தாள்.

நான் எங்கே இருக்கிறேன்? இது எந்த உலகம்? அவள் உடம்பில் நடுங்கச் செய்யும் ஒரு பரவசம் தோன்றி ரோமங்கள் சிலிர்த்தன.

வர்ஷா ஒரு வாய் ஷாம்பேன் பருகினாள்... நாக்கில் ஒரு உன்னத குளிர்ச்சியின் ஸ்பரிசம்... வாயிலிருந்து வயிறு வரை உற்சாக அலை ஊடுருவியது.

"வர்ஷா... நீங்கள்... போங்கள்." நீஹாரிகா அவள் அருகில் வந்தாள்.

தூரத்தில் ஒரு மூலையில் திவ்யா டெலிபோனில் யாரோ ரசிகரிடமிருந்து பாராட்டு பெற்றுக்கொண்டிருந்தாள். அருகில் ரோஹன் அவள் கோப்பையைப் பிடித்துக்கொண்டு நின்றான்.

வர்ஷாவின் கண்களில் நுண்மையான, எங்கோ தொலைவில் நோக்கும் பார்வையின் ரேகை தோன்றியது. "என்ன?" அவ ளுக்கு ஒன்றும் புரியவில்லை.

''நேஷனல் ஸ்கூல் ஆஃப் டிராமா... நான் இரண்டு ஆண்டுகளுக்கு முன் விண்ணப்பித்திருந்தேன். ஆனால் என்னை எடுக்கவில்லை.''

வர்ஷா அவளையே பார்த்துக்கொண்டிருந்தாள்.

★ ★ ★ ★

அவர்கள் இருவரும் தூங்கிக்கொண்டிருந்தார்கள், காலை ஒன்பது, ஒன்பதரை மணிக்கு கதவு தட்டப்படும் சத்தம் கேட்டது.

''யார்?'' திவ்யா கனத்த இமைகளைத் திறந்தாள்.

ஏதோ செய்திப் பத்திரிக்கையை எடுத்துக்கொண்டு அகன்ற புன்னகையுடன் நீஹாரிகா உள்ளே நுழைந்தாள். ''ஊரெல்லாம் உங்களைப் பற்றியே புகழாரம், நீங்கள் இரண்டுபேரும் எங்களுக் கென்ன என்று தூங்கிக் கொண்டிருக்கிறீர்கள்.''

படங்களுடன் மூன்று, நான்கு வரிகளில் தலைப்பு (நாடகச் குழுவின் நடவடிக்கைகளுக்கு முக்கியத்துவம் தருவதில் ரோஹனின் உண்மையான பங்களிப்பும் உதவி செய்தது)- 'பஹுவசனின் புதிய சிகரம்', 'ஆர்வத்தின் உன்னத வெளிப்பாடு', 'திவ்யாகத்வாலின் புதிய வெற்றிக்கொடி' ஆகிய தலைப்புகளின் கீழ் இருந்த விமரிசனங்கள், தங்கள் தங்கள் நோக்கில் சில குறைகளைக் கூறி பொதுவாக நாடகத்தைப் பாராட்டியிருந்தன. நாடகக் கதை அமைப்பைப் பற்றிய கருத்துகள் வேறுபட்டிருந்தாலும் இயக்கம் உயர்தரமாக இருந்தது என்ற கருத்தில் எல்லாருக்கும் உடன்பாடு இருந்தது. ஒரு பத்திரிக்கை வர்ஷாவிடம் 'உன்னத எதிர்பார்ப்புகளை'க் கண்டது, இரண்டாவது பத்திரிக்கை அவளுடைய 'உணர்வு பூர்வமான நடிப்பை நாடகத்தின் உயிர்' என்று கூறியது. மூன்றாவது பத்திரிக்கை ''ஷாஜஹான்பூர் மும்தாஜினால் லக்னோவுக்கும் பெருமை.'' என்று சான்றிதழ் வழங்கியது.

வர்ஷா ஆர்வம் நிறைந்த பயத்துடன் அச்சில் வந்திருந்த தன் பெயரையும், படங்களையும் பார்த்துக் கொண்டிருந்தாள். பத்திரிக்கைகளில் அவளைப் பற்றிய முதல் நாடக விமரிசனம் இது.

★ ★ ★ ★

"பை பை வர்ஷா!"

"பிறகு எப்போது வருவீர்கள்?"

"பத்திரம் வர்ஷா!"

லக்னோவிலிருந்து வர்ஷா எப்படி விடைபெற்றாள் என்பது அவளுக்குதான் தெரியும். பஸ் புறப்பட்டவுடனே அவள் வெறிச்சிட்ட கண்களால் ஜன்னல் வழியாகப் பார்த்தாள்- ரோஹன், நீஹாரிகா, மிட்டு, திவ்யா எல்லாரும் கை ஆட்டிக் கொண்டிருந்தார்கள்... தன் உற்ற உறவுகளைப் பிரிந்துபோவது போல வர்ஷாவின் மனம் வருந்தி படபடத்தது.

பஸ் மேலே செல்லச்செல்ல வர்ஷா மேலேயிருந்து உருட்டிவிட்ட பானை கிணற்றுக்குள் அமிழ்ந்து போவதைப்போல் உணர்ந்தாள்.

12. மீண்டும் அதே சிறை, அதே வேடன் வீடு

வர்ஷா சூட்கேஸுடன் வீட்டிற்குள் நுழைந்தபோது, மாலை நேரம் நெருங்கிக் கொண்டிருந்தது. மனதில் என்ன நடக்குமோ என்ற திகில்.

முகப்பில் யாரும் இல்லை. உள்வராந்தாவில் அம்மாவின் பக்கத்தில் அப்பாவும், அண்ணனும் உட்கார்ந்திருந்தார்கள், அவள் ஹாலுக்கு சென்றபோது முற்றத்தில் காய் நறுக்கிக்கொண்டிருந்த பூல்வதியின் பக்கத்தில் அக்கா உட்கார்ந்திருந்தாள்.

அவள் உள்ளே நுழைந்த உடனேயே வீட்டின் காட்சி உறைந்து விட்டது போல் ஆகிவிட்டது.

''இதோ, சில்பில் வந்துவிட்டாள்.'' என்று அனுஷ்டூப் அறிவித்தது.

அவள் ஒரே மூச்சில் அண்ணனுக்கு வணக்கம் சொல்லிவிட்டு, அக்காவிடம் ''நீ எப்போது வந்தாய், அக்கா?'' என்று கேட்டாள். அண்ணன் ஒரு நெருப்புப் பார்வை பார்த்தார். ஒன்றும் சொல்லவில்லை. அக்கா பதில் சொல்ல வாயெடுத்தாள், அதற்குள் அம்மாவின் கடுமையான குரல் முற்றத்தில் பரவியது, ''மாதம் முழுக்க இருந்த இடத்திலேயே செத்துத் தொலையவேண்டியதுதானே! இவளை முடியைப் பிடித்து இழுத்து தெருவில் தள்ளுங்கள்... நம் பாவம் தொலையட்டும்!''

மீண்டும் அதே சிறை, அதே வேடன் வீடு

அப்பா அவளிடமிருந்து தன் வெறுப்புப் பார்வையை விலக்கி கட்டிலில் விளையாடிக்கொண்டிருந்த பேரனின் கிலுகிலுப்பையை ஆட்டினார் (அக்காவிற்கு ஆண்குழந்தைதான் பிறந்திருந்தது). மூங்கரி தேவி அருமை மருமகளுக்கு தங்கத்தில் சந்திரஹாரம் செய்து போட்டிருந்தாள்.

வர்ஷா மாடிப்படியில் ஏறத் தொடங்கினாள். ஒருவரும் ஒன்றும் சொல்லவில்லை.

ரூமுக்கு வந்து அவள் சூட்கேஸை மூலையில் வைத்தாள். கட்டிலில் உட்கார்ந்தாள். நேற்று இந்த நேரம் அவள் எப்படி இருந்தாள், இன்று... இல்லை, அவள் அழக்கூடாது, அவள் இறுகப் பல்லைக் கடித்துக்கொண்டாள்.

★ ★ ★ ★

இரவு வெகு நேரம் கழித்து அப்பா சத்தம் போட்டாலும் ("குடிகேடிக்கு எங்கே பிடிக்கிறதோ அங்கேயே போய்த் தொலையட்டும்!") அக்கா இந்த தீண்டத்தகாத, ஒதுக்கப்பட்ட ஜீவனுக்காக சாப்பாட்டுத்தட்டை எடுத்துக்கொண்டு வந்தாள். சின்ன, சின்ன உருண்டைகளாக விழுங்கிக்கொண்டே சில்பில் அக்காவின் சந்தோஷமான, திருப்தியான வீட்டு உலகத்தைப் பற்றி கேட்டாள். ஆனால் அக்கா சில்பில்லுக்கும் எதிர்த்தரப்பினருக்கும் இடையே மத்தியஸ்தம் செய்வதில் தீவிரமாக இருந்தாள், "சில்பில், உன் வாழ்க்கையைத் திருத்திக்கொள்ளடி! இது என்ன டிராமா பைத்தியம் பிடித்து அலைகிறாய்! தையல், பூவேலை மாதிரி ஏதாவது கற்றுக்கொண்டாலும் சரி. மாப்பிள்ளை வீட்டுக்காரர்களுக்குப் பிடித்ததாக ஏதாவது இருந்தால்தானே கரையேற முடியும்."

சில்பில் மௌனமாக சப்பாத்தித் துண்டால் வேகவைத்த மசாலா வேர்க்கடலையை சாப்பிட்டுக் கொண்டிருந்தாள்.

"நீ ஏன் வீட்டில் உள்ளவர்களுக்கு தலைவலி தருவதில் முனைந்திருக்கிறாய்?" என்று காயத்திரி எரிச்சலோடு கேட்டாள்.

காயத்திரியின் இந்தக் கேள்வி வீட்டுச் சூழலில் முள்புதராக மாறியது. இரவுபகலாக வர்ஷாவைக் குத்திக் கொண்டிருந்தது. இதுவரை கடந்து சென்ற வாழ்க்கையில் வினாடிக்கு வினாடி

ஆத்மாவை சிதைத்துக் கொண்டிருந்த துன்பம் இந்த ஒரு வருஷத்தில் உச்ச கட்டத்தை அடைந்தது. இதை வர்ஷாவின் துன்பயுகப் பொற்காலம் என்று கூறலாம். 54, சுல்தான் கஞ்சில் வெகு காலமாக எதிர்பார்க்கப்பட்ட நிகழ்ச்சி இதற்கு தொடக்கமாக அமைந்தது.

அடுத்து வந்த மாதத்தில் அண்ணன் திருமணம் நடந்தது. இதன் முதல் உடனடி விளைவு, புதுமணத் தம்பதிகளுக்கு சில்பில் தன் அறையை விட நேர்ந்தது. அவள் வாழ்க்கையில் அடிப்படை, நடைமுறை மாற்றம் வந்துவிட்டது. இதுவரை தன் தனிமை அவளுக்குத் கவசமாக இருந்தது. ஒரு சிறிய ஜன்னலோடு கூடிய, யாரும் நுழைய முடியாத கோட்டையில் அவள் தன் கனவுகள் விம்மல்களோடு பத்திரமாக இருப்பதாக உணர்ந்தாள். இப்போது குடும்பம் முழுவதற்கும் படுக்கை அறையான பெரிய பக்கவாட்டு அறையின் வலது பக்கத்தில் ஐந்தாவதாக அவளுடைய கட்டில் போடப்பட்டது. இது தவிர்க்க முடியாதது என்று அவள் சமாதானப்படுத்திக்கொள்ள முயற்சித்தாள். ஆனால் இன்னொரு தீவிரமான நிர்ப்பந்தம் இரண்டு, இரண்டரை மாதத்திற்குள்ளேயே தோன்றத் தொடங்கியது. இது நேரிட்டபோது எதிரில் கூரிய கொம்புகளை ஆட்டிக்கொண்டு மண்ணைப் பறித்தபடி வாயில் நுரை பொங்கப் பாயும் வெறி பிடித்த காளையிடமிருந்து தப்பிக்கும் முயற்சியில் புரியாத சந்தின் கடைசி சுவரில் முட்டியது போல அவள் பயப்பிராத்தியுடன் உணர்ந்தாள்.

இட்டாவா, கலாபிரசாத்தின் எட்டு மக்களில் ஐந்தாவது மோகினி (அண்ணி). ஹெட்கான்ஸ்டபிள் என்ற காவல்துறைப் பதவியை அடைந்துவிட்ட அப்பாவின் வஞ்சக புத்தி அவள் ரத்தத்திலேயே கலந்திருந்தது. அவள் தன் அம்மா வீட்டிலேயே தன் நாடகக்காரி நாத்தனாரைப் பற்றிக் கேள்விப்பட்டு தன் போர் வியூகத்தை வகுத்திருந்தாள்.

கல்யாணத்திற்கு முன்பும் அண்ணன் எதிர்த்தரப்பில்தான் இருந்தார். ஆனால் அவர் இரு தரப்பையும் பிரித்த கோட்டின் அருகில் இருந்தார். சில்பில்லின் பேச்சை குறைந்தபட்சம் கேட்கத் தயாராக இருந்தார். ஆனால் கல்யாணம் ஆன பிறகு கொஞ்சம் கொஞ்சமாக சில்பில் விஷயத்தில் கடுமையான போக்கே அவருடைய நிலையான போக்கு என்று ஆகிவிட்டது. மோகினி தன்

பெயருக்கு ஏற்றாற்போல நடந்து அதை நிரூபித்தாளோ, பெண்ணின் உறவு கிடைக்கப் பெற்ற கீழ் மத்தியதர வர்க்க இளைஞனின் கதியே இதுதானோ, தெரியவில்லை. சில்பில்லைப் பற்றி மனைவியின் கருத்தே தன் கருத்து என்று மகாதேவ் முற்றிலுமாகக் கருதியது என்னவோ நிச்சயம். ஆனால், அவருடைய சொற்கள் மனைவியினுடையதைப் போலக் குத்தலாக, கொடூரமாக இல்லை.

ஒரு பெண் இன்னொரு பெண்ணை சகித்துக் கொள்ளமாட்டாள் என்பது உண்மையானால் மோகினி இதன் சரியான நிரூபணம். வீட்டின் நிலையை வேகமாக பரிசீலனை செய்த பிறகு, உடனே அவள் சில்பில்லை அலட்சியப்படுத்தும் நிலையிலிருந்து மாறி, வதைக்கும் நிலைக்கு வந்துவிட்டாள் (முகத்துக்கு எதிரில் ஒரு வார்த்தை பேசாததே அவள் நடவடிக்கையின் அழகு). சில்பில்லின் உலர்ந்த துணிகளைக் கசக்கி மாடியில் எறிவது, அவள் புத்தகங்களைக் கலைத்துப் போடுவது, அவள் முன் சாப்பாட்டுத்தட்டை எறிவது, சப்பாத்தியைக் கருக வைப்பது போன்ற முறைகளால் தன் மன ஆத்திரத்தை வெளிப்படுத்தினாள்.

தன் அப்பாவித்தனத்தாலும், வேறு வழி இல்லாததாலும் அண்ணி வடிவில் அனுதாபத்தைப் பெறும் பேராசையை வளர்த்து வைத்திருந்த சில்பில் இந்த வறண்ட- வக்கிர நடத்தையைப் பார்த்து அதிர்ந்து போனாள்.

மோகினியின் கருணையால் பரணில் போட்டு வைக்கப்பட்டிருந்த அன்மோல் பூஷண் கல்யாணப் பேச்சு தூசு தட்டி எடுக்கப்பட்டது, அத்தோடு அவளுடைய பெரியக்காவின் மனைவியை இழந்த ஒரு தூரத்து உறவுக்காரர் வரனாக வரும் காட்சியில் தோன்றினார். இவர் எட்டா அருகில் மக்ரெளனியில் தாசில்தார். நர்மதா சங்கர் அன்மோல் பூஷணை விட இரண்டு வயது சிறியவர். ஒரு குழந்தைக்கு மட்டுமே தந்தை. தன்னிடம் இயற்கையாகவே உள்ள அல்லது பின்னால் ஏற்பட்ட எந்தக் குறை தனக்கு இரண்டாவது மனைவியாக மட்டுமே ஆகும் அருகதையைத் தருகிறது என்று வர்ஷாவிற்குப் புரியவில்லை!

''பெரிய ஆபீசர். தாசில்தார்- நல்லது, கெட்டது எல்லாம்

இஷ்டம் போல. ராணி மாதிரி இருப்பாய். உனக்கு வேறு என்ன வேண்டும்?'' என்றார் அப்பா.

சில்பில் நகத்தால் தரையை சுரண்டியபடி இருந்தாள்.

''உன்னைப் பல்லக்கில் வைத்து அழைத்துக்கொண்டு போக கலெக்டர் வருவார் என்று நினைத்துக்கொண்டிருக்கிறாயா?'' என்று அண்ணன் கடுமையாகக் கேட்டார் (நாளாவட்டத்தில் இது அவருக்குப் பிடித்த எகத்தாள ஏச்சாகி விட்டது.)

சுவரில் கையை ஊன்றி நின்றிருந்த மோகினி முகத்திரைக்குள் புன்னகை செய்தாள்.

''இவளைக் கையைக் காலைக் கட்டி பாடையில் உட்காரவையுங்கள். செத்துத் தொலையட்டும்.'' என்றாள் அம்மா.

சில வினாடிகள் அமைதி நிலவியது.

''சில்பில், நீ ஒவ்வொரு விஷயத்திலும் எல்லை மீறி போகிறாய்.'' என்றார் அப்பா.

''நான் முதலில் பி.ஏ. முடிக்கிறேன். பிறகு வேலை பார்க்கிறேன்.''

அண்ணன் எரிந்து விழுந்தார். ''மறுபடியும் அதே தான் பிடித்த முயலுக்கு மூன்றே கால். பி.ஏ.க்குப் பிறகு உனக்கு பெரிய சிறகு முளைத்துவிடுமா? என்னவேலை கிடைக்கும் உனக்கு?''

''டாக்டர் சிம்ஹல் வேலை தருவதாக சொல்லியிருக்கிறார்.''

வேண்டுமென்றே அவள் திவ்யா பெயரைத் தவிர்த்தாள்- அந்தப் பெயர் அப்பாவிற்கும் அண்ணனுக்கும் காளைக்கு எதிரில் சிவப்புத்துணியைக் காட்டுவது போல. சிம்ஹல் வேலை தருவதாக சொல்லியதாக சொன்னதும் முழுதும் உண்மையில்லை, ஆனால் அப்படி ஒரு அவசியம் ஏற்பட்டால் சிம்ஹலும், சகன்லாலும் அவளுக்காக ஏதாவது ஒரு தற்காலிக ஏற்பாடாவது நிச்சயமாக செய்வார்கள்- சில ட்யூஷன்களாகக் கூட இருக்கலாம். என்ற நம்பிக்கை அவளுக்கு இருந்தது. திவ்யா பி.எட். படிக்கச்சொன்னதை சில்பில் சொல்லவில்லை. அதனால் மேலும் இரண்டு ஆண்டுகள்

இங்கே இருக்க நேரும். அதை அவள் விரும்பவில்லை. உயிரோடு நல்லபடியாக ஜூன் வரை இங்கு கழிந்துவிட்டால் பன்னிரண்டு ரூபாய் காணிக்கை செலுத்துவதாக அவள் கடவுளை வேண்டிக் கொண்டாள்.

"நம் பரம்பரையில் ஒருபோதும் பெண்கள் வேலைக்குப் போனதில்லை." என்றார் அப்பா.

"பரம்பரையில் இதுவரை நடக்காதது எதிர்காலத்திலும் நடக்கக்கூடாது என்று ஒன்றும் கட்டாயமில்லை" இப்போது சில்பில்லால் பொறுக்க முடியவில்லை, "இந்தக் கல்யாணத்திற்கு நான் சம்மதிக்கமாட்டேன். நீங்கள் என்னை அடித்தாலும் சரி, மிதித்தாலும் சரி."

சில வினாடிகள் அவள் நின்றாள். யாராவது அடிக்க நினைத்தால் தொடங்கட்டும். அப்பாவும் அண்ணனும் அப்படி எதுவும் செய்ய முனையாததால் அவள் திரும்ப மாடிப்படியில் ஏறினாள் (இவ்வாறு சில்பில் மக்ரௌனி தாசில்தாரிணி ஆவதிலிருந்து மயிரிழையில் தப்பித்தாள்).

இப்போது விலகிச் சென்ற ஒன்று கொஞ்ச நாள் கழித்து நடந்தது. அதற்குக் காரணம் நாடகமேடையாகவே அமைந்ததுதான் ஆச்சரியம்.

★ ★ ★ ★

நிறுவனர் நாளன்று 'கல்யாணமானவள்' என்ற புதிய நாடகம் நடந்தது. நரோத்தம் டவுன் டீக்கடையில் சொன்னான், "ஒரு மாலையைப் போட்டவுடன் அவள் தன்னைக் கல்யாணமானவள் என்று நினைத்துக்கொண்டாளா? உண்மையில் அதற்கு அவள் கர்ப்பமாகியிருக்கவேண்டும். அப்போதுதான் கதாநாயகன் பாத்திரத்திற்கு நான் எல்லாரையும் விட தகுதியாக இருப்பேன்."

நிர்மல் ஆட்சேபித்தான். "சக மாணவியைப் பற்றி இப்படி தவறாகப் பேசக் கூடாது. நீ சொன்னதை வாபஸ் வாங்கிக்கொள்".

தான் சொன்னதை வாபஸ் வாங்கிக்கொள்ளாமல் நரோத்தம் நிர்மலைக் கன்னத்தில் அறைந்தான். நிர்மல் தன் ஹாக்கி

மட்டையால் பதில் அடி தந்தான், அடி சற்று பலமாக விழுந்ததால் போலீஸ் தலையிட நேர்ந்தது. கல்லூரி நிர்வாகத்தினர் விஷயத்தை அமுக்கி விட்டாலும், ஊரில் செய்தி பரவிவிட்டது.

வர்ஷா பயத்தால் இரண்டு நாட்கள் நடுங்கிக் கொண்டிருந்தாள். நிர்மலின் உருவம் மட்டுமே அவளுக்குப் பரிச்சயமானது. அவன் வர்ஷாவுடன் பேசக் கூட முயற்சித்ததில்லை.

மூன்றாவது நாள் இரவு ஒன்பது மணி இருக்கும், அண்ணனின் உரத்த குரல் கேட்டது, "யசோதா..."

அவள் மாடிப்படியில் இறங்கி வரும்போதே அண்ணன் கர்ஜித்தார், "உன்னால் இப்போது பையன்கள் ஒருவர் மண்டையை ஒருவர் உடைத்துக்கொள்ளவும் தொடங்கிவிட்டார்கள்."

"இதில் என் தவறு என்ன இருக்கிறது?..." வர்ஷாவின் தொண்டை வறண்டுவிட்டது.

"தப்பு உன்னுடையது இல்லையென்றால், என்னுடையதா? இந்த நாடகமெல்லாம் நமக்கு சரிப்பட்டு வராது என்று உன்னிடம் முன்பே சொன்னேன். சொன்னேனா, இல்லையா? சொல்லு."

வர்ஷா பேசாமல் இருந்தாள்.

"இப்போது இந்த அவமானத்தை யார் சமாளிப்பது?"

ஒரு வினாடி மௌனம் நிலவியது.

"சொல்லு, யார் இதை சமாளிப்பது?" அண்ணன் முகத்தில் கோபத்தின் கொதிப்பு.

"சின்ன ஊரில் மக்கள் சின்னத்தனமாகப் பேசுகிறார்கள். லக்னோவில் யாரும் இதையெல்லாம் கவனிப்பதில்லை."

இந்த வார்த்தைதான் பஞ்சில் பட்ட நெருப்பின் வேலையை செய்துவிட்டது. என்ன சொன்னாலும் விளைவு இதுதான். போர் உச்சகட்டத்தை அடைந்துவிட்டது, வெடிப்பு தவிர்க்க முடியாதது. இதுவும் ஒரு வகையில் நல்லதாயிற்று. எல்லாருக்கும் உணர்வு பூர்வமாக விடுதலை கிடைத்து விட்டது என்று சில்பில் நினைத்தாள்.

''உனக்கும் எனக்கும் இந்த இடத்தில்தான் சாவு.'' விகாரமான குரலில் கூறியபடி அண்ணன் பாய்ந்து ஆணியில் தொங்கிக் கொண்டிருந்த அப்பாவின் கைத்தடியை எடுத்தார்...

வராந்தாவில் உட்கார்ந்து கண் கொட்டாமல் பார்த்துக்கொண்டிருந்த அம்மா ஒரு சாட்சி. சமையல் அறை வாசலில் வந்து நின்ற அண்ணி இரண்டாவது சாட்சி... ஏழு, எட்டு அடி விழுந்திருக்கும்- முதுகு, தோள், வலதுகையின் பின்புறம்... வர்ஷா அழவில்லை, தன்னைக் காப்பாற்றிக்கொள்ளவும் முயற்சிக்கவில்லை. அண்ணன் விவாதம் செய்திருந்தால் பதில் தந்திருப்பாள். ஆணின் உடல் வலிவின் முன் அவளால் முடிந்தது சும்மா இருப்பதுதான்...

★ ★ ★ ★

நடு இரவில் ஜல்லி முன் அறையில் படுத்திருந்த அக்காவுக்கு ஒத்தடம் கொடுத்தாள். கண்ணில் நீர் நிறைய கிஷோர் மாடிப்படியில் உட்கார்ந்து கிடந்தான் (சில்பில்லின் முதுகைத் துணியால் மூடாமல் விடவேண்டியிருந்தது). அடி விழுந்தபோது வராத கண்ணீர் இப்போது வந்துவிட்டது.

யாருடைய ஸ்பரிசத்தால் வலி குறையக் கூடுமோ அவளிடம் இதை சொல்வது நல்லது என்று வர்ஷா நினைக்கவில்லை. அவள் வீட்டின் இறுக்கத்திற்குத் தானே காரணம் என்று திவ்யா நினைக்கத் தொடங்கியிருந்தாள், ''இந்த விஷயம் எனக்குக் கொஞ்சமாவது தெரிந்திருந்தால் நான் உன்னை நாடகத்தில் சேர சொல்லியிருக்கமாட்டேன்.''

மூன்று நாட்கள் வீட்டில் முக்கியமான வேலை என்று சாக்கு சொல்லி வர்ஷா திவ்யாவிடமிருந்து விலகியே இருந்தாள். உட்காரும்போது, எழுந்திருக்கும்போது அல்லது அவள் தற்செயலாக தொடுகையில் வாயிலிருந்து 'ஆ' என்ற சத்தம் வந்துவிட்டால்? பட்ட அடியில் உடலில் வலி உண்டானது போலவே திவ்யாவிடமிருந்து அதை மறைப்பதிலும் வலி உண்டாகிக்கொண்டிருந்தது.

நான்காவது நாள் அவள் ட்யூஷன் சொல்லிக்கொடுத்துக்

கொண்டிருக்கும்போது ப்யூன் வந்து, "ஒரு நிமிடம் வீட்டிற்கு வந்து போகும்படி மேடம் சொன்னார்கள்." என்று சொன்னான் (அவள் தெருவில் வசித்த சகமாணவி ஜோதி ட்யூட்டோரியலில் அண்ணனிடம் சில்பில் அடிபட்ட ரகசியத்தைச் சொல்லிவிட்டாள்).

திவ்யா வரவேற்பு அறையில்தான் உட்கார்ந்திருந்தாள். வர்ஷா உள்ளே நுழைந்தவுடன் அவள் வாசல் கதவை மூடினாள். திவ்யா வர்ஷாவின் சட்டையைத் தூக்கி பார்ப்பதற்காக தொட்டபோது வர்ஷா அழுது வெடித்தாள். மணலில் நெளிந்தோடிய பாம்பின் சுவடு போல அவள் உடம்பில் நீண்டு வளைந்த கோடுகளைப் பார்த்து திவ்யாவின் கண்களில் கண்ணீர் பெருகியது...

★ ★ ★ ★

இதற்குப் பிறகு வீடு மயானபூமியாகிவிட்டது. ஒருவரோடு ஒருவர் பேசுவதில்லை. இப்போது அவள் தனக்காக அண்ணிக்குத் தட்டைத் தூக்கி எறிய சந்தர்ப்பம் தருவதில்லை. இரண்டு சப்பாத்தி, காய்கறி, ஒரு சிறிய கிண்ணத்தில் பருப்பு நிறைத்து மெதுவாக சாப்பிட்டால் ஒவ்வொரு வினாடியையும் கணக்கிட்டு கூடுதலாக சாப்பிடுகிறாள் என்று நினைத்துவிடுவார்களோ என்று பயந்தவளைப்போல அவசரம் அவசரமாக சாப்பிட்டுவிட்டு தான் சாப்பிட்ட பாத்திரங்களைக் கழுவி வைத்துவிட்டு கல்லூரிக்குப் போய்விடுவாள் (இரவு பாத்திரங்களைத் துலக்குவது அவள் பொறுப்பு).

அண்ணி கர்ப்பமானதும் இரவு சமையல் பொறுப்பும் அவள் மீது விழுந்தது. மாலையில் சமையலறைக்குள் நுழைந்ததும் பருப்பு, காய் என்ன செய்யவேண்டும் என்று ஜல்லி மூலமாக அண்ணியைக் கேட்டுக்கொள்வாள். (ஒரு நாள் இதிலேயே வீண்விவாதம் வந்துவிட்டது).

"பாருங்கள், சில்பில் பருப்பைத் தீய்த்துவிட்டாள்!" அனுஷ்டுப் இந்த புது வசனத்தைக் கற்றுக்கொண்டுவிட்டது.

சாயங்காலமானால் வீட்டிலேயே கால் தரிக்காத ஜல்லி முற்றத்திலேயே வட்டமிட்டுக் கொண்டிருந்தாள். சின்ன அக்காவிற்கு எப்போது, எப்படி உதவி தேவைப்படுமோ,

மீண்டும் அதே சிறை, அதே வேடன் வீடு

தெரியவில்லையே! (''இவர்கள் அக்காவைப் பாடாய்ப் படுத்துகிறார்கள்.'' என்று கிஷோர் அவளிடம் சொல்லியிருந்தான்).

மீண்டும் ஒருமுறை அவள் தற்கொலை செய்துகொள்ள நினைத்தது இந்த காலகட்டத்தில்தான். வகுப்பில் 'உன்னுடைய வாழ்வு ஐயோ, அபலை வாழ்வு!' என்ற அடியின் பொருளைக் கேட்டுக்கொண்டிருந்த சில்பில்லின் கண்களில் நீர் நிறைந்தது. மறுநாள் அமாவாசையன்று வழக்கம்போல அக்கம்பக்கத்திலுள்ள கன்னிப் பெண்கள் கூட்டம் பத்தினிக் கடவுள் கோவிலுக்கு பூஜை செய்ய சென்றது. பிறகு வெளியே விழாவில் மூழ்கிவிட்டது. சில்பில் இருநூற்று இருபத்தோரு படிகளையும் ஏறி கோவில் உச்சிக்கு சென்றாள். பின்புறம் ஆழமான மலைப் பள்ளத்தாக்கு. பிற்பகல் சாயும் நேரம். ஆகாயத்தில் மேகங்கள். திரைகளினூடே மறைந்து வருவதுபோல் ஒளி வந்துகொண்டிருந்தது.

புதரில் ஒரு குயில் கூவியது, அதன் இனிய ஒலி சுற்றிலும் நிறைந்தது. குயில் தன் அவலட்சணமான, அழகற்ற வாழ்க்கைக்காக வருந்தி அழகுடன் இணைய எழுப்பும் சோக ஒலியாக அது வர்ஷாவிற்குத் தோன்றியது. கைப்பிடிச்சுவரில் கையை வைத்து அவள் கீழே பார்த்துக்கொண்டேயிருந்தாள்... இறுதிநேரம் நெருங்கிவிட்டதா? அவள் ஒன்றும் சாதிக்காமலே வெறுமனே இந்த உலகிலிருந்து விடைபெறவா? அவளுடைய எஞ்சிய வாழ்க்கையில் அழகுடன் இணையும் வாய்ப்பு இருக்கிறதா? ஜூன் வரை காத்திருந்து பார்க்கலாமா?

தான் சாக விரும்பவில்லை என்பதைக் கண்களில் பெருகிய கண்ணீருடன் அவள் உணர்ந்தாள். இப்போதும் அவளுக்குள் நம்பிக்கை விளக்கின் ஒளி மின்னுகிறது...

''அக்கா...'' கீழே எங்கிருந்தோ ஜல்லியின் கவலைக்குரல் கேட்டது.

அந்த சமயத்தில்தான் அவள் வேகமாக பத்திரிக்கைகளில் வாராந்தர பலன்களின் பக்கம் திரும்பினாள். தன் சிம்மராசியின் வார பலனில் அவள் முதலில் 'குடும்பம்' என்ற சொல்லைக் கூர்ந்து

தேடுவாள். அது கிடைக்கவில்லையென்றால் சில்பில் சந்தோஷ மூச்சு விட்டுக்கொள்வாள். 'குடும்பத்தில் கலக அறிகுறி' போன்ற எச்சரிக்கையைப் பார்த்ததும் சில்பில்லின் மனம் நடுங்கும். அந்த வாரம் முழுதும் அவள் மைன்புரியிலிருந்து யாராவது மனைவியை இழந்த ஒருவர் பெண் கேட்டு வந்துவிடுவாரோ என்று பயந்துகொண்டே இருப்பாள்.

இந்த காலகட்டத்தில்தான் அவள் சாந்திமடத்தின் பிரதான சுவாமிகளிடமும் போயிருந்தாள். பத்து ரூபாய் காணிக்கை தந்து தன் ஜாதகத்தைக் கொடுத்தாள். ஆசனத்தில் அமர்ந்திருந்த சுவாமிஜி சில வினாடிகள் ஜாதகத்தைப் பார்த்தார்.

"என்ன கஷ்டம்?" என்று கம்பீரமான குரலில் கேட்டார்.

"மிகவும் கவலை. மனம் ஒரு நிலையில் இல்லை. இந்தக் கஷ்டம் பூர்வஜென்ம பாவத்தின் விளைவா?"

"இப்படி ஒரு கணக்கு-வழக்கை இறைவன்தான் அறிவார். தன் கடமையை செய்வதுதான் மனிதன் செய்யக் கூடியது."

"கடமை என்பது என்ன? மனிதன் விரும்புவதா அல்லது அவன் உறவினர்கள் அவனிடம் விரும்புவதா?" என்று சில்பில் கேட்டாள்.

"இரண்டும் இணைந்தது."

"இரண்டும் முற்றிலும் வேறுபட்டிருந்தால்?"

"தன் அறிவைப் பயன்படுத்தி உறவினர்களுக்குத் தரும் கவலையை குறைந்தபட்சமாக்கிக்கொண்டு மனிதன் தன் கடமைக்குத் தக்க வழியைத் தெரிவு செய்யலாம்."

13. என் அழகிய சிங்கார மணவாளன்

மிட்டுவிடமிருந்து ஆறு கடிதங்கள் வந்துவிட்டன.

வர்ஷாவின் வெறுமையான ஃப்ரேமில் ஒரு வடிவம், ஒரு முகம் குடியேறிவிட்டது. அவளுடைய மௌனத்தில் ஒரு ஒலி இணைந்துவிட்டது. சில உணர்வுகளின் அறிமுகம் ஏற்பட்டுவிட்டது. இப்போது எங்காவது காதலைப் பற்றிப் படிக்கும்போது அல்லது காதல் காட்சியில் நடிக்கும்போது அவளிடம் காதல் சூழலின் இளம் அனுபவம் இருந்தது.

மிட்டு தன் முதல் கடிதத்தில் எழுதியிருந்தான், ''உன் சிரிப்பும், உன் கண்களின் சோகமும் நினைவு வருகிறது. அங்கே என் இதழ்களைப் பதித்து உன் சோகங்கள் அனைத்தையும் எடுத்துக் கொள்ள விரும்புகிறேன்.''

''டார்லிங், மேஜை மேல் உன் கடிதம் இருக்கிறது.''

திவ்யா லக்னோவிலிருந்து வந்த செய்திப் பத்திரிக்கையைப் படித்துக்கொண்டிருந்தாள். வர்ஷா அதிர்ந்தாள். அவளுக்கு யார் எழுதுவார்? அந்த சிறிய கடிதத்தைப் படித்து உற்சாகம் ஏற்பட்டது. இது திவ்யா பெயருக்கு வந்த கவரில் வெளிப்படையாகவே வைக்கப்பட்டிருந்தது. அது காப்பி நோட்டின் ஒரு பக்கத்தில் எழுதப் பட்டிருந்தது. அதில் உத்வேக எழுச்சி எதுவும் இல்லை. (வர்ஷா மிட்டுவின் புத்திசாலித்தனத்தைப் பாராட்டினாள். அவன் கடிதத்தை நேராக அவள் வீட்டு முகவரிக்கு அனுப்பவில்லை. அனுப்பி யிருந்தால் அவள் கதி அதோகதிதான்).

இன்று வீடு திரும்புகையில் சில்பில்லின் நடையில் நிமிர்வின் சாயல் இருந்தது. இரவு தூங்கும் முன் அவள் தலையணையில் முகம் புதைத்து மிட்டுவின் பெயரைத் தனக்குள் சொல்லிக்கொண்டாள். அவனுடைய முத்தம் நினைவு வந்தது. அந்தப் பழைய சிலிர்ப்பு உடம்பில் மலர்ந்தது.

'யாரோ ஒருவன் என் இருட்டைப் பகிர்ந்துகொள்ள விரும்புகிறான் என்று அறிந்து சுகமாக இருக்கிறது;... இப்போது நான் என் கண்களை மூடியிருக்கிறேன், என் இமைகளில் பரிச்சயமான ஸ்பரிசம் இருக்கிறது...' -மனத்துள் முணுமுணுத்தாள்.

★ ★ ★ ★

புதிய ஆண்டு தொடங்கிவிட்டது.

திவ்யா 'மகத்தான பெண்மணிகள்' என்ற பெயரில் ஆறு பாத்திரங்களைக் கொண்ட தனி நடிப்பு நாடகம் நடத்த தயார் செய்துகொண்டிருந்தாள். குந்தி, சீதா, காந்தாரி, ராதா, திரௌபதி, சாவித்திரி ஆகியவர்களின் வாழ்க்கைச் சிக்கல், வேதனை, தவிப்பு, ஏக்கம் ஆகியவை நுண்மையாக வடிக்கப்பட்டிருந்தன. இந்த நாடக அமைப்பை சென்ற ஆண்டு வர்ஷாதான் திவ்யாவிற்குக் காட்டினாள்.

வர்ஷா வீட்டில் அடி வாங்கியதால் திவ்யா அவளைத் தடுக்க முயற்சித்தாள். ''வீட்டிலிருப்பவர்கள் உன்னை மோசமாக நடத்துவதற்கு இன்னொரு காரணம் கிடைத்துவிடும்.''

வர்ஷா திடமாக இருந்தாள். ''இப்போது இன்னும் என்ன செய்துவிடுவார்கள்? கழுத்தை நெரிப்பதாக இருந்தால் நெரிக்கட்டும். இரு தரப்பினருக்கும் விடுதலை கிடைத்துவிடும். கோடை விடுமுறைக்குப் பிறகும் இந்த ஊரில் இருக்க நேர்ந்தால் ஹாஸ்டலில் இருப்பேன். அந்த வீட்டில் இனி என்னால் இருக்க முடியாது''.

இப்போதெல்லாம் 'கோடை விடுமுறைக்குப் பிறகு' என்று சொல்லும்போதே அவள் குரல் நடுங்கியது. பி.ஏ. தேர்வுக்குப் பிறகு அவளுடைய முதல் இலக்கு நேஷனல் ஸ்கூல் ஆஃப் டிராமாவில் சேர்வது. அங்கு திறமையான மாணவர்களுக்கு ஸ்காலர்ஷிப் கூட கிடைக்கும்.

''நீங்கள் ஏன் எனக்கு என்.எஸ்.டி.யைப் பற்றி ஒன்றும் சொல்லவில்லை?''

திவ்யா சற்று யோசித்துவிட்டு சொன்னாள், ''நீ ஒரு சிறிய ஊரில் நல்ல நடிகையாக இருந்தாய். அது தேசீய அளவில் தரமான நிறுவனம். நீஹாரிகாவின் விண்ணப்பத்தை நிராகரித்துவிட்டது போல உனக்கும் நடந்துவிட்டால்? உனக்குப் பலத்த அடியாக இருக்குமே என்று பயந்தேன்...''

சில்பில் திவ்யாவின் வாதத்தை ஏற்றுக்கொண்டாள். நட்பு என்ற கோணத்தில் மட்டும் பார்த்து அழகான மதிப்பீடு ஒன்றை செய்வதில்லை என்ற திவ்யாவின் போக்கு அவளுக்குப் பிடித்திருந்தது. அவளுடைய அனுபவமின்மையைப் பார்த்து அவளுக்குள் கொஞ்சம் மென்மை, உற்சாகம் ஆகியவற்றை திவ்யா நிச்சயம் உண்டாக்கிவிடுவாள்.

★ ★ ★ ★

'மகத்தான பெண்மணிகள்' வெற்றி பெற்றது (இதை ஆடை விற்பனையாளர்கள் சங்கம் ஏற்பாடு செய்திருந்தது, 'மகளிர் அழகு நிலையத்'தின் முதலாளிதான் இதன் தலைவர். திவ்யாவுடன் வர்ஷாவிற்கும் ஐநூறு ரூபாய் வெகுமானம் கிடைத்தது. (அவள் அதைத் தன் போஸ்ட் ஆபீஸ் சேமிப்பில் சேர்த்துவிட்டாள்). கிட்டத்தட்ட இரண்டு மணி நேரம் வர்ஷா தனியாக மேடையில் நின்று போதிய அளவு விரிவாக, ஆழமாக ஆறு வேதனை மிகுந்த பாத்திரங்களையும் உயிர்ப்பித்துக் காட்டினாள்.

இந்த நாடகத்தின் மூலம் வர்ஷாவிடம் ஒரு கம்பீரமும் மேன்மையும் தோன்றியது. முன்பு முதல் நாடகத்திற்குப் பிறகு மூன்று, நான்கு நாட்கள் கல்லூரி முகப்பில் அர்த்தம் நிறைந்த பார்வைகள், கேலி ஆகியவற்றிற்கு இலக்காகியிருந்தாள். இந்த முறை மாணவர்கள் மரியாதையான மௌனத்துடன் அவளுக்கு வழி விட்டு விலகினார்கள். கலைநோக்கில் இதன் ஒரு விளைவு,அவள் 'ட்ராஜடி குவீன்' என்ற வடிவத்தில் முத்திரை குத்தப்பட்டாள். இது வரை அவள் துன்பப்பட்ட, வேதனை மிக்க பாத்திரங்களை ஏற்று நடித்த நாடகங்களே வெற்றிபெற்றன. 'மகத்தான பெண்மணிகள்' அவள் நடிப்பு இயல்பிற்கு ஒரு முத்திரை குத்திவிட்டது.

''எப்படிச் சொல்லமுடியும்?'' என்று அவள் திவ்யாவிடம் ஆட்சேபித்தாள், ''நான் லேசான, சந்தோஷமான பாத்திரங்களும் ஏற்று நடிக்க விரும்புகிறேன்.''

''ஒரு நடிகன் ஒரு பாத்திரத்தை ஏற்று வெற்றிகரமாக நடிப்பது அவனுடைய உடல் அமைப்பு, மனிதத் தன்மை மூலம் நிர்ணயிக்கப்படுகிறது. அவனுடைய உள்-வெளி இயல்பு நிலைகளில் உள்ள தன்மைகள் அவனுக்கு சுகம், துக்கம் இன்பதுன்பம் முதலான முரண்பட்ட மனோபாவங்களுடன் தன்னை இணைத்துக்கொள்வதை எளிதாகவும், இயல்பாகவும் ஆக்குகின்றன. ஆனால் 'இலேசான பாத்திரங்களையும் நான் ஏற்க விரும்புகிறேன்' என்று நீ சொல்வதை நான் ஆட்சேபிக்கவில்லை.''

★ ★ ★ ★

மிட்டுவும் ரோஹனும் திடீரென்று வந்துவிட்டார்கள்.

வர்ஷா பிற்பகலில் ட்யூஷன் எடுத்துக்கொண்டிருக்கும்போது காவலாளி வந்து சொன்னான், ''போகும்போது உங்களை மேடம் வீட்டுக்கு வரச் சொன்னார்கள்.''

கனத்த தூசிப்படலத்துடன் பரிச்சயமான ஏ.சி. கார் கேட்டுக்கு வெளியே நின்றிருந்தது. அவள் உற்சாகமாக டிராயிங் ரூமிற்குள் னுழைந்தபோது ரோஹனும் மிட்டுவும் எழுந்து நின்றார்கள். மாதக்கணக்காக துயரத்தால் குன்றியதன் பின் அவர்களைப் பார்த்தது மகிழ்ச்சியாக இருந்தது. அவளுடைய இருண்ட சிறையில் வெளி உலகத்தின் பிரகாசமான சுதந்திரக் காற்று வீசியது. அரட்டையிலும், சிரிப்பிலும் நேரம் போனதே தெரியவில்லை.

மாலைப்போது இருண்டு கொண்டிருப்பதைக் கவனித்து அவள் எழுந்தாள். ''நான் போகவேண்டும். நாளை சந்திப்போம்.''

''நாங்கள் உன்னைக் கொண்டு விட்டுவிடுவோம். என்ன அவசரம்?'' என்றான் ரோஹன்.

''விருந்தாளிகளோடு இப்படி ஒரு அநாகரிகம்...'' மிட்டு காயப்பட்ட தன்மையுடன் சொன்னான்.

வர்ஷா திவ்யா பக்கம் திரும்பி சோகமாக புன்னகை செய்தாள், ''அண்ணிக்கு குழந்தை பிறக்கவிருக்கிறது. இரவு

சமையல் என் பொறுப்பு... ஆண்கள் காரில் நான் வந்து இறங்குவதை வீட்டார் பார்த்தால் பயங்கர களேபரம் ஆகிவிடும்.''

ஒட்டுமொத்தமாக இத்தனை வெளிப்படையாக உண்மைகள் வெளியானபோது இருவர் முகமும் மாறிவிட்டது. அந்த மௌனத்தில் வேறு எதுவும் சொல்ல அவசியம் நேரவில்லை.

'என் இரு உலகங்களும் ஏன் இவ்வளவு வேறுபட்டு எதிர் எதிராக இருக்கின்றன?...' வீடு திரும்பும்போது அவள் யோசித்தாள், 'ஒன்றிலிருந்து மற்றொன்றிற்கு செல்வதற்கும், இயல்பாக இருப்பதற்கும் எவ்வளவு சக்தி செலவிட வேண்டியிருக்கிறது!...'

அந்த சின்ன ஊரின் கட்டுப்பாடுகளுக்குக் கட்டுப்பட்டு இருவரும் சகன்லாலின் விருந்தினர் இல்லத்தில் தங்கினார்கள் (பிறகும் மிஷ்ரிலால் டிகிரி கல்லூரியில் ஆசிரியர்கள் அறை புரொபஸர் உபரேத்தியின் வம்புப்பேச்சில் கலகலத்தது).

★ ★ ★ ★

''இங்கு எவ்வளவு அமைதியாக இருக்கிறது!'' ஞாயிறு பிற்பகல் ரோஹன் தலைக்குக் கீழ் கையை வைத்தபடி சொன்னான்.

நால்வரும் தோட்டத்தில் உட்கார்ந்தும், படுத்தும், சாய்ந்தும் இருந்தார்கள். பிப்ரவர் மாத மத்தியின் மங்கிய வெயில். சுற்றிறும் அமைதி. மாமரத்தில் சாய்ந்தபடி வர்ஷா கோப்பைகளில் காப்பி ஊற்றிக் கொண்டிருந்தாள்.

''சில சமயம் அவசியத்திற்கு அதிகமாக...'' என்றாள் திவ்யா.

கோப்பையை மிட்டுவிடம் தந்தபோது வர்ஷாவின் பார்வை தாழ்ந்தது. நேற்று இரவு இங்குதான் அவள் மிட்டுவின் அணைப்பில் கட்டுண்டாள். அவன் சிறிய, பெரிய முத்தங்களுக்கிடையில் சொன்னான்,''உன்னை அணைப்பதில் நான் அமைதி அடைகிறேன்.''

அவள் பெருமூச்சு விட்டாள்.

''நீ எதிர் காலத்தைக் குறித்து என்ன திட்டமிட்டிருக்கிறாய்?''

''நான் திட்டமிட்டு எனக்கு எதுவும் நடப்பதில்லை மிட்டு!''

''தற்போது நான் மெடிக்கல் ஸ்டோர் திறந்திருக்கிறேன்.'' (அவன் அப்பா பெரிய டாக்டர்.) ''நீ கோடையில் வந்தால்...''

வர்ஷாவால் ஒன்றும் சொல்லமுடியவில்லை. எதிர் காலத்தைப் பொறுத்தவரை மௌனத்தையும், ஒரு இறுக்கத்தையும் தவிர அவளிடம் ஒன்றுமில்லை.

வரவேற்பு அறை ஜன்னல் வழியாக சித்தாரின் சோக ராக அலைகள் வெளியே சிதறிக் கொண்டிருந்தன (திவ்யாவிற்காக ரோஹன் அந்த லாங் பிளேயிங் ரிகார்டை லக்னோவிலிருந்து கொண்டு வந்திருந்தான்). மிட்டுவின் இதமான வெம்மை சுகமாக இருந்தது. அவனால் தன் வாழ்விற்கு ஒரு அர்த்தத்தை அவள் உணர்ந்தாள். அவளுக்குள் சுகமான தன்னம்பிக்கை நிறைந்தது.

"எப்போதாவது அதிகமான அமைதியும் நன்றாகத்தான் இருக்கிறது." என்றாள் வர்ஷா.

ஒரு வாய் டீ பருகியபடி, 'நம் நான்கு பேரில் மூவரின் பாதை நிச்சயமானது, அவள் மட்டும்தான் பனிமூட்டத்தால் சூழப் பட்டிருக்கிறாள்' என்று வர்ஷா நினைத்துக்கொண்டாள்.

போவதற்கு முன் ரோஹன் சொன்னான், "வர்ஷா, கோடையில் லக்னோவுக்கு வா. அங்கே சோஷியல் வெல்ஃபேர் கோர்சில் சேர்ந்துவிடு. உனக்கு பார்ட் டைம் வேலை ஏற்பாடு செய்கிறோம். கோர்ஸ் முடித்தவுடன் உனக்கு நல்ல இடத்தில் வேலை கிடைக்கும்."

அவள் திடுக்கிட்டு திவ்யாவைப் பார்த்தாள். அவள் புன்னகைத்தாள்... (அப்படியானால் திவ்யா அவளை நட்டாற்றில் விட்டு விட்டுப் போக மாட்டாள்.)

மிட்டுவும் ரோஹனும் கைகுலுக்கினார்கள். பின்னர் கார் வளைவில் சென்று மறைந்துவிட்டது. பின்னால் தூசிப்புயல் எழுந்து சோகத்தை இன்னும் அதிகரித்தது.

"கொஞ்ச நேரம் இருக்கிறாயா டார்லிங்? மனம் அழுத்தமாக இருக்கிறது."

இருவரும் மாமரத்தடியில் அமர்ந்தார்கள்.

வெயில் தாழ ஆரம்பித்திருந்தது. மெல்லிய குளிர்ந்த காற்று வீசிக்கொண்டிருந்தது.

''நான் எத்தனை காலம் காத்திருப்பது என்று ரோஹன் கேட்கிறார். நான் என்ன சொல்வது? என் மனம் சூனியமாக இருக்கிறது... முன்பிருந்த வருத்தம் குறைந்திருப்பது உண்மைதான், ஆனால் எதிர்காலத்தைக் குறித்து எந்த ஆர்வமும் இல்லை.'' என்றாள் திவ்யா.

மரத்தில் குயில் கூவியது. 'நாம் முக்கியமான விஷயம் பேசும் போதெல்லாம் குயில் கூவுகிறது' என்று வர்ஷா நினைத்துக்கொண்டாள்.

''லக்னோவில் நீ என்னோடு இரு. இந்த விஷயத்திற்காக குழம்பவேண்டாம். சரியா?'' திவ்யா முறைப்படி மிஷ்ரிலால் டிகிரி கல்லூரியில் தன் ராஜிநாமா கடிதத்தைத் தந்துவிட்டாள்.

வர்ஷா சரியென்று தலையசைத்தாள். மனம் ஆறுதல் அடைந்தது. அவள் திவ்யாவின் தோளில் கன்னத்தைப் பதித்து பேசாமல் உட்கார்ந்திருந்தாள். இத்தனை ஆண்டுகளுக்குப் பிறகு அவள் பின்னால் திரும்பி தன் எதிர்காலத்தை நிர்ணயித்த இந்த மாலை நேரத்தைப் பற்றி நினைக்கும்போது எத்தகைய அலங்கோலமான வினாடிகளில் அவளுக்கு ஆறுதல் தரப்பட்டது என்று யோசிப்பாள். இன்றைய இந்த அனுபவத்தையும் நினைவு கூர்வாள்.

அவளுக்கு 'ட்ராஜடி குவீன்' என்று பட்டம் தந்து சோகபாத்திரங்களில் தேர்ந்த நடிகை என்ற கௌரவத்தைத் தந்த 'மகத்தான பெண்மாணிகள்' நாடகமே குடும்பத்தில் எரியும் நெருப்பாக இருந்த சில்பில் என்ற ப்ரச்னையை மெகநல்ஹாரிலிருந்து பெண் கேட்டு வருவதற்குக் காரணமாக அமைந்தது.

மகளிர் அழகு நிலையத்தின் முதலாளி புலந்த்ஷஹரிலிருந்து வந்த தன் பிசினஸ் கூட்டாளி சச்சிதானந்த அவஸ்தியிடம் 'மகத்தான பெண்மணிகள்' நாடகத்தைப் பார்க்க வற்புறுத்தியபோது 'முன்பே புண்பட்டிருந்த' சில்பில்லின் வாழ்க்கையில் எப்படி ஒரு சங்கடத்திற்கான ஆரம்பத்தை செய்துகொண்டிருக்கிறார் என்று அறிந்திருக்கவில்லை. அவஸ்தி தன் இளைய மகன் பாஸ்கர் விஷயமாக கவலையில் இருந்தார். குறைப் பிரசவத்தில் பிறந்த

பாஸ்கர் பலவீனமாக, விகாரமாக இருந்ததோடு திக்குவாயுடன் சூம்பிப் போன வலது காலிற்குப் பதிலியாக கோல் ஊன்றி நடந்தான்.

நாடகமேடையில் நடித்த பெண் குருடனான தன் கணவனின் விதியைப் பகிர்ந்துகொண்டு தன் ஒளி மிக்க கண்களைத் துணியால் கட்டி மறைத்தபோது, உலக அபவாதச் சொற்களால் நிலைகுலைந்த கணவனை அதிலிருந்து மீட்டு நிம்மதி அளிக்க பூமித்தாயைப் பிளக்கும்படி அழைத்தபோது, கணவனின் உயிரைக் காப்பாற்ற அசையாத யமனையும் மனம் இளகச்செய்தபோது 'இந்த பத்தினிப்பெண் தன் வீட்டு மருமகளாக வந்துவிட்டால் பாஸ்கருக்கு காயகல்பம் கிடைத்தது போல' என்று அவஸ்தி நிச்சயித்தார் (பார்க்கப்போனால், இது இலக்கிய நியாயங்களின் ஒரு விரிவாக்கம். வாழ்க்கையின் தர்க்கவிதிகளுக்கு அப்பாற்பட்ட அலங்கோலங்களின் முன்னால் நன்கு தீர்க்காலோசனை செய்து அமைத்த அமைப்பிற்கு சில்பில் தலைவணங்கியிருந்தாள். அவஸ்தி நாடகத்தின் அந்த உன்னத, சிறப்பு மிக்க கலை முழுமையால் யதார்த்த வாழ்வின் குறைபாட்டைப் பூர்த்தி செய்ய விரும்பினார்).

மகாதேவ் ஒருநாள் ஆர்வத்தோடு புலந்த்ஷஹர் போனார். திரும்பி வந்து அப்பாவிடம் விளக்கும்போது அவர் மூன்றடுக்கு மாடி வீட்டையும், பெட்ரோல் பம்பையுமே அதிகமாகக் கூறினார். பையனைப் பற்றிய விவரம் மிகக் குறைவாகவே சொன்னார். அவர் அமைதியாக போர் நடவடிக்கையைத் தயார் செய்துகொண்டார்.

★ ★ ★ ★

மார்ச் மாதம், பரிட்சைக்கு முந்திய விடுமுறை நாட்கள். சில்பில் மாடி அறையில் படித்துக்கொண்டிருந்தாள். திடீரென்று எதிரில் சிரித்தபடி அக்கா தோன்றினாள்.

''சில்பில்,நீ உன் வாழ்க்கையைத் திருத்திக்கொண்டாயடி!'' என்று அவளைக் கழுத்தோடு கட்டிக்கொண்டு அக்கா சொன்னாள், ''சந்தோஷத்தில் நான் அழுதுவிட்டேன்!''

உண்மையில் அவள் கண்களில் கண்ணீர்.

மாலையில் கண்ணில் நீர் நிறைய, சகல அவங்காரங்களுடன் சில்பில் முற்றத்தில் உயிரில்லாமல் உட்கார்ந்திருந்தாள். இந்தக் கண்ணீர் ஒன்றும் செய்ய இயலாத நிலையில் பொங்கிய கண்ணீர். அவளை சூழ்ந்திருந்த பெண்கள் 'என் அழகான சிங்கார மணவாளன் , இளைஞர்களில் மன்னன்' என்று பாடிக்கொண்டிருந்தார்கள். எதிரிலிருந்த தட்டில் மாப்பிள்ளை வீட்டிற்குக் கொண்டுசெல்லும் வரிசைப்பொருள்கள்- பழம், இனிப்யு, தேங்காய், சூட் துணி,நூறு ரூபாய் பணம்- இருந்தன.

சில்பில் சிறப்பு ராணுவத்தை எதிர்கொண்டாள். இது முதல் நாடக மோதல். இதன் தொடக்கம் சில்பில்லின் பக்கத்திலிருந்துதான் நடந்தது.

''இது என்ன வேடிக்கை?'' அவள் வரவேற்பு அறைக்கு வந்தாள், ''நான் இப்போது கல்யாணம் செய்துகொள்ளமாட்டேன் என்று சொன்னேனே?''

''கல்யாணம் எங்கே நடக்கிறது? நிச்சயம்தான் நடக்கிறது.'' என்றார் அண்ணன் இதமாக.

''ஏன்? இப்போது என்ன அவசரம்?''

''நல்ல இடம். கைநழுவிப் போய்விடக்கூடாது.''

சில்பில் கசப்பை மறைக்க முயற்சிக்கவில்லை, ''கவலைப்பட வேண்டாம். திக்குவாயனும், நோஞ்சான் நொண்டியும் எங்கும் கைநழுவிப் போய்விடமாட்டான்.''

ஒரு வினாடி மௌனத்திற்குப் பின்னர் அப்பா சொன்னார், ''நாக்கு கொஞ்சம் குளறல். அதனால் என்ன? அவர்கள் மாளிகை வீட்டைப் பார், வெள்ளித் தட்டில் சாப்பிடுகிறார்கள்.''

''நான் பி.ஏ. படிக்கப்போகிறேன் என்று சொல்லிவிட்டேனே!''

''படியேன். யார் தடுத்தார்கள்?'' அண்ணன்.

வேறு வழியில்லாத சில்பில்லுக்கு அழுகை வந்தது. ''நீங்கள் ஜூன் வரை பொறுக்கமாட்டீர்களா? எனக்கு சோறு போடுவது அவ்வளவு கஷ்டமாக இருக்கிறதா?''

இந்த முறை மௌனம் சற்று நீடித்தது. நாசகாரி வலிக்கின்ற புண்ணில் விரல் வைத்துவிட்டாள். எதிர்த்தரப்பில் குற்ற உணர்வு நிரம்பியது. இந்த வாய்ப்பை விட்டுவிடக்கூடாது என்பதும் தெளிவு. இப்போதே சில்பில்லைக் கட்டுப்படுத்தாவிட்டால், மழை வெள்ளம் புரண்டோடும் ஆறுபோல் கரையை உடைத்துவிடுவாள்.

மாலை நேரம் மறைவதற்கு முன் சில்பில் தற்கொலையை விடக் குறைந்த மாற்று வகைகளை யோசித்தாள். இப்போதே வீட்டை விட்டு ஓடுவது சாத்தியமில்லை. எங்கே போவாள்? அடுத்த மாதம் பரிட்சை. (என்.எஸ்.டி.க்கும் குறைந்தபட்ச கல்வித்தகுதி பி.ஏ.) ஜூன் மாதம் மரப்பொந்திலிருந்து பறந்துவிடலாம் என்று நினைத்துக் கொண்டிருந்தாள். ஆனால் இவர்கள் அவள் இறக்கையையே வெட்டிக் கொண்டிருந்தார்கள்...

''பன்னா மேரா ரங்கீலா!... (என் அழகிய சிங்கார மணவானன்)'' என்று நெஞ்சில் ஒலித்த பாடல் வரிக்கிடையில் அவள் இறுகப் பல்லைக் கடித்தாள்.

''பாருங்கள், சில்பில் போய்விட்டாள்!'' என்றது அனுஷ்டுப்.

14. ஒரு நம்பிக்கை ஒளி எங்கோ இட்டுச் செல்கிறது

நேஷனல் ஸ்கூல் ஆஃப் டிராமாவிலிருந்து மே மாதம்,மூன்றாவது வாரம் நேர்காணலுக்கான கடிதம் டாக்டர் சிம்ஹல் முகவரிக்கு வந்தது.

நிச்சயதார்த்த- காண்டத்தைக் கேள்விப்பட்டு திவ்யா உணர்விழந்து நின்றாள். அவளுடைய நோக்கில் இது 'அடியை விட மோசமான தாக்குதல்', ''அவர்கள் உன்னைக் கட்டிப்போடுவதற்காக இன்னும் தாழ்ந்து போய்விடுவார்களோ என்று பயமாக இருக்கிறது.'' என்றாள். அவளுக்கு வேறொரு பயமும் இருந்தது. தற்கொலையைப் பற்றி நினைக்கமாட்டேன் என்று வர்ஷா அவள் தலையைத் தொட்டு சத்தியம் செய்ய நேர்ந்தது.

பரிட்சைகள் முடிந்துவிட்டன. வாரம் முழுதும் நடக்கும் விடை பெறும் விழாவிற்குப் பிறகு திவ்யா கிளம்பிக் கொண்டிருந்தாள். வர்ஷா புதுடில்லியில் இண்டர்வியூ முடித்துவிட்டு லக்னோ போய்விடுவது என்று தீர்மானம் ஆயிற்று.

திவ்யா வீட்டில் அவள் அங்கே தங்கும் கடைசி இரவு. வர்ஷா அவளுடனேயே இரவைக் கழித்தாள். இருவரும் மௌனமாக, எண்ணங்களில் மூழ்கி இருந்தார்கள். திவ்யா தன் ஆய்வேட்டைத் தயாரித்துக்கொண்டிருந்தாள், அதன் கடைசி அத்தியாயத்தில் திருத்தம் எஞ்சியிருந்தது. திவ்யா புன்னகையுடன் சொன்னாள், ''ஷாஜஹான்பூரில் என்னுடைய மூன்று ஆண்டு வாசத்தின் பரிசு இரண்டு- ஒன்று வர்ஷா, அடுத்தது தீசிஸ் (ஆய்வேடு)...''

இந்தக் கடைசி இரவு இருவர் நினைவை விட்டும் அகலாததாக இருந்தது. தூக்கம் கலையும்போதெல்லாம் வர்ஷா திவ்யாவையே பார்த்துக்கொண்டிருந்தாள். புரண்டு படுக்கும்போது கண்களைத் திறந்தால் திவ்யா வர்ஷாவின் கைமேல் தன் கையை வைத்தாள்.

காலையில் டிரக் வந்துவிட்டது. வர்ஷா நெருங்கிப் பழகிய, நன்கு பரிச்சயமான வீட்டுப்பொருள்கள் பார்த்துக்கொண்டிருக்கும்போதே டிரக்கில் நிறைத்துக் கயிற்றால் கட்டப்பட்டன. கட்டில், மேஜை- நாற்காலிகள், அலமாரி, முக்காலிகள், திண்டுகள், படங்கள், பூ ஜாடிகள்...

வெறுமையான வீட்டின் சூனியம் வர்ஷாவின் மனதை அழுத்தியது. அவள் கண்களைப் பொத்தியபடி வெளியே வந்துவிட்டாள்.

டாக்டர் சிம்ஹலின் குடும்பமும், சகன்லாலின் குடும்பமும் திவ்யாவை வழியனுப்ப வந்திருந்தன. ''மிஷ்ரிலால் டிகிரி கல்லூரியின் பொற்காலம் முடிந்துவிட்டது.'' என்று சகன்லால் உணர்ச்சி பொங்க கூறினார், ''ஆனால் நீங்கள் வளர்த்துவிட்ட செடி பூத்து, கனிந்து என்றும் மணம் தரும்.''

எல்லோரிடமும் விடைபெற்றுக்கொண்டு திவ்யா நனைந்த கண்களுடன் காரின் பின் சீட்டில் உட்கார்ந்தாள்.

கார் வளைவில் திரும்பி மறைந்தபோது வர்ஷாவின் கண்ணீர் பொங்கியது. இதுவரை வாழ்க்கையை நிர்ணயித்த மிகப் பெரிய அத்தியாயம் முடிந்துகொண்டிருந்தது. எல்லாரையும் விடப் பிரியமான ஒருவருடைய உறவு புதிய திருப்பம் மேற்கொண்டிருந்தது. புதுடில்லியில் நம்பிக்கை இல்லாமல் போனாலும் ஷாஜஹான்பூருக்குத் திரும்ப மாட்டேன் என்று வர்ஷா நினைத்துக்கொண்டாள்.

★ ★ ★ ★

சில்பில் தன் தளர்ந்த சல்வார், கமீஸிலேயே இண்டர்வியூ போக நினைத்திருந்தால் நிலைமையில் இப்படி ஒரு நாடகத் திருப்பம் ஏற்பட்டிருக்காது. ஆனால்,அவள் போன கோடையிலேயே மாநிலத் தலைநகரிலிருந்து சுடிதார் உடுத்தி நவநாகரிகப் பெண்

ஆகிவிட்டாள். இந்த நேர்தகாணல் நாட்டின் தலைநகரில் நடக்கிறது. அவள் எப்படி பழைய உடையில் போவாள்?

அண்ணி தன் அறையில் புதிதாகப் பிறந்த பெண்குழந்தைக்குப் பால் கொடுத்துக்கொண்டிருந்தாள் (பிரசவ அறையிலிருந்து வெளியே வந்த அம்மா, ''பவானி வந்திருக்கிறாள்'' என்று அறிவித்தாள். தொடர்ந்து ''கடவுளே, சில்பில் மாதிரி இருக்கக்கூடாது.'' என்று வேண்டிக்கொண்டாள்). அண்ணி மேலே பார்வையை உயர்த்தியபோது மாடிக் கயிற்றில் இரண்டு சுடிதார்கள் காய்வதைப் பார்த்தாள்.

(திட்டமிட்ட இந்தப் பயணம் மறைத்து வைக்கப்பட்டிருந்தது.) ஹெட்கான்ஸ்டபிளின் புத்திசாலி மகள் கடந்த சில நாட்களாக சில்பில்லிடம் காணப்பட்ட உற்சாகத்துடன் இதை இணைத்துவிட்டாள். கொஞ்சம் கிசுகிசுப்பிற்குப் பிறகு மகாதேவ் சில்பிலின் பொருள்களை சோதனையிட்டபோது கவிதைப் பாட புத்தகத்தில் 'நான் நீர் நிறைந்த துயர மேகம்' பக்கத்தில் வைக்கப்பட்டிருந்த நாடகக் கல்லூரி கடிதம் கிடைத்துவிட்டது. பிறகு நாடக மோதல் தொடங்கியது.

''இது என்ன?'' என்று ஹிட்லர் யாரோ ஒரு யூதனுக்கு எரிவாயு அறைக்கதவின் பிடியைக் காட்டுவது போல மகாதேவ் கடிதத்தைக் காட்டி கேட்டார்.

''இண்டர்வ்யூ கடிதம்'' சில்பில் கடுப்புடன் சொன்னாள். ''அதுதான் நானும் பார்க்கிறேனே! எனக்குக் கண் தெரிகிறது! எனக்கு கண் உன்னைப் போல அழகுக்காக இல்லை.'' மகாதேவ்.

''அப்படியென்றால்?''

''மூன்று மாதத்தில் கல்யாணம். நீ புதுடில்லியில் இந்தக் கோர்சில் சேருவாயா, புலந்த்ஷஹரில் வீட்டைப் பார்ப்பாயா?''

சில்பில் காட்டிய வெறுப்பில் அண்ணனும் அப்பாவும் ஒருமுறை பார்வையைப் பரிமாறிக்கொள்ள நேர்ந்தது. துயர மேகம் ஒன்று பரந்து விரிந்த ஆகாயத்தில் (புதுடில்லி) ஒரு மூலையைத் தன் இருப்பிடமாக்கிக் கொள்ளத் தயாராக இருந்தது வெளிப்படையாகத் தெரிந்தது (மறுநாள் காலை பத்துமணிக்கு அவள் கல்லூரியில்

இருக்கவேண்டும்). தோளில் ஏர்பேக்கைத் தொங்கவிட்டபடி சில்பில் மாடிப் படியிலிருந்து இறங்கியதும் மகாதேவ் அவள் கையைப் பிடித்துக் குளியல் அறையில் தள்ளி கதவை மூடினார், வெளியில் சங்கிலி போட்டு விட்டார் (இந்த முறை சில்பில் வீட்டை விட்டுக் கிளம்புவதன் அர்த்தம் அவள் நிரந்தரமாக தங்கள் கையை விட்டுப் போவதுதான் என்பது சிறப்பு ராணுவத்தின் திடமான கருத்து) சில்பில் பலமாக கதவைத் தட்டினாள், கத்தி கூச்சல் போட்டாள். ஒரு மணி நேரம் தண்ணீர்க்குழாயைத் திறந்துவிட்டாள்,காலி டிரம்மில் குவளையைத் தட்டினாள். ஆயிரம் 'ஆர்ப்பாட்டம்' செய்தும் தான் 'அழிந்து' தான் போகவேண்டும் என்பது தெளிவாகத் தொடங்கியது.

திடீரென்று டாக்டர் சிம்ஹலும், மிஸ்ஸ் சிம்ஹலும் வந்ததைப் பார்த்து எதிர்த்தரப்பினர் ராவணனின் அரண்மனையில் காவலர்கள் சீதாதேவிக்கு செய்தி தர வந்த அனுமனைக் கண்டு அதிர்ந்ததைப் போல அதிர்ந்துபோனார்கள் (கிஷோர் 'கலை அரசி மீதான அடக்குமுறை' பற்றி விபீஷணனின் ஸ்டைலில் துரோகம் செய்துவிட்டான்).

''என் வீட்டில் பிள்ளைகள் பாட்டு நிகழ்ச்சிக்கு ஏற்பாடு செய்திருக்கிறார்கள். சற்று நேரத்திற்கு வர்ஷாவை அனுப்புங்கள்'' என்று டாக்டர் சிம்ஹல் வணக்கத்துடன் சொன்னார்.

மகாதேவ் திடீரென்று நிஷ்டூரமானார்,''அவளுக்கு உடம்பு சரியில்லை. ஓய்வெடுத்துக்கொண்டிருக்கிறாள். நீங்கள் தயவுசெய்து போங்கள்.''

அதற்குள் கல்லூரிக் காவலாளிகள் இருவர் வெளித் திண்ணையிலிருந்து முன்னே வந்து வாசல் கதவின் முன் ''கட்டளை என்ன?'' என்ற பாவனையில் தயாராக நின்றுவிட்டனர்.

''மகாதேவ், வளர்ந்த பெண்ணிடம் இப்படி அடக்குமுறை செய்வது சட்டப்படி குற்றம். நான் போலீஸ் சூப்ரிண்டெண்டை அழைத்து வரவில்லை, ஏனென்றால், இந்த வீட்டின் கௌரவம் என்னுடைய கௌரவம்.'' என்று டாக்டர் சிம்ஹல் மிக கம்பீரமாகக் கூறிவிட்டு உடனே உள்ளே போகும்படி மிஸஸ் சிம்ஹலுக்கு சமிக்ஞை செய்தார்.

''அடுத்தவர் வீட்டில் பலாத்காரமாக நுழைவதும் சட்டப்படி குற்றம்தான்.'' கோபத்தினால் தடுமாறியபடி மகாதேவ் முன்னால் வந்தார்,ஆனால் கொண்டைபோட்டு உதட்டில் லிப்ஸ்டிக்குடன் காணப்பட்ட மேல்மட்டப் பெண்மணியைக் கையால் தடுக்கும் தைரியம் வரவில்லை.

இதற்கிடையில் சிம்ஹலைப் பார்த்த உடனேயே தங்கள் தோல்வியை உணர்ந்துவிட்டதைப் போல சர்மா அமைதியாக உட்கார்ந்திருந்தார்.

''பாருங்கள், சில்பில் போய்விட்டாள்!'' என்று அனுஷ்டுப் எச்சரித்தது.

வெளுத்த முகத்துடன் இருந்த சில்பில்லை ஒரு கையால் அணைத்தபடி மிஸஸ் சிம்ஹல் திரும்பினாள். மறு கையில் சில்பில் தன் சுருங்கிய சல்வார் (சுடிதாரை இஸ்திரி செய்ய நேரம் இல்லை), சட்டை, ஸ்னோ-பவுடர், சீப்பு எல்லாம் வைத்திருந்த பை. சில்பில் உள்ளேயிருந்து வரும்போது அம்மா-அண்ணியைப் பார்க்காதது போலவே வெளியே போகும்போது அப்பா-அண்ணனை ஏறிட்டும் பார்க்கவில்லை. இரு தரப்பிற்கிடையில் கடும் கடுப்பு இருந்தும் சில்பில் ஒருபோதும் இப்படி நடந்துகொள்ள விரும்பியதில்லை. அவள் உண்மையில் இந்த நிகழ்ச்சியை 'அடியை விட மோசமான தாக்குதல்' என்று நினைத்தாள். அண்ணன்-அப்பாவுடன் இணைந்த அவள் மனதின் ஒரு நுண்ணிய இழை இன்று உடைந்தது, பிறகு அது இணையவே முடியவில்லை.

சிம்ஹல் தம்பதியினர் ரயில்வே ஸ்டேஷனில் வர்ஷாவை டீயுடன் பேஸ்ட்ரி சாப்பிடச் செய்து கொண்டிருந்த போது டிரெயின் வந்துவிட்டது. காவலாளி டிக்கட் எடுத்து வந்திருந்தான். வர்ஷாவின் பர்ஸில் முன்னூறு ரூபாய் இருந்தது. அவள் டிக்கட் பணத்தைத் தர விரும்பினாள், ஆனால் சிம்ஹல் வாங்கிக்கொள்ளவில்லை.

''இவ்வளவு பெருந்தன்மையான பெண்ணிடம் யாராவது இப்படி நடந்துகெள்வார்களா?'' மிஸஸ் சிம்ஹல் அவள் தலையை வருடியபடி இளகிய குரலில் சொன்னாள்.

மிஸஸ் சிம்ஹல் அவளைப் பெண்கள் கோச்சில் உட்கார

வைத்தாள். மிஸ்டர் சிம்ஹல் பிஸ்கட் பாக்கெட், பழங்கள், இரண்டு பத்திரிக்கைகளை அவள் அருகில் வைத்தார்.

வண்டி புறப்பட்டபோது வர்ஷா 'நமஸ்தே' என்றாள்.

ஷாஜஹான்பூர் ஸ்டேஷன் பின்னால் விடுபடத் தொடங்கியது. பிறகு வெளி சிக்னல் வந்தது.

அவள் முதல்முறையாகத் தனியாக வெளியில் சென்று கொண்டிருந்தாள். 'நிகழ்காலம் ரத்தத்தோடு கூடிய மாமிசத்துண்டு, எதிர்காலம் இருள் சூழ்ந்தது... இறைவா, என் நிலை என்ன ஆகும்?...' அவள் துப்பட்டா நுனியால் கண்களை மூடியபடி யோசித்தாள்.

★ ★ ★ ★

காலையில் வண்டி டில்லி ஸ்டேஷனை சென்றடைந்தது. அவள் பெண்கள் ஓய்வு அறைக்குச் சென்று குளித்து உடை மாற்றி, தலை வாரினாள். பையைப் பூட்டி கிளோக் ரூமில் வைத்தாள். ஒரு கையில் நாடகப் போட்டோக்கள், நாடக விமரிசனங்களின் கத்தரித்த பத்திரிக்கைத் துண்டுகள் அடங்கிய பைலை எடுத்துக்கொண்டு தோளில் ஹேண்ட்பேக்கைத் தொங்கவிட்டாள். இங்கும் அங்கும் பார்த்துக்கொண்டு, வேகமான போக்குவரத்தால் தடுமாறியபடி, விழிப்புடன் சில்பில் ஸ்டேஷனிலிருந்து வெளியே வந்தாள்.

ஒரு ஆட்டோரிக்ஷாக்காரன் படியேறி வந்தான், ''எங்கே போகவேண்டும்?''

''பஹாவல்பூர் ஹவுஸ்''

அவன் மீட்டரைக் கீழே இறக்கினான். நீண்ட வீதியில் நெரிசலான போக்குவரத்தைப் பார்த்து சில்பில் பயந்தாள். எவ்வளவு டிராபிக் சத்தம்! எத்தனை கார்கள், டாக்சிகள், பஸ்கள், ஆட்டோக்கள். கன்னாட் பிளேசை வட்டமிட்டுத் திரும்பியபோது சில்பில் வலது புற பெரிய, அழகிய கடைகளைப் பார்த்துக்கொண்டே வந்தாள். ஆட்டோ பாரக்கம்பா ரோடில் திரும்பியபோது சில்பில் உயர்ந்த கட்டிடங்கள், நீண்ட, அகலமான நடைபாதைகள், மரங்களின் வரிசை கண்டு ஆச்சரியப்பட்டாள்.

நால்வழிப் பாதையை வட்டமடித்து ஆட்டோ மண்டிஹவுஸ் ஸ்டாண்டில் நின்று விட்டது, ''இதுதான் மண்டிஹவுஸ்!''

''நான் பஹாவல்பூர் ஹவுஸ் போகவேண்டும்.'' என்றாள் சில்பில் கவலையோடு. மணி பத்து அடிக்கவிருந்தது.

''இங்கேதான் எங்காவது இருக்கும். யாரிடமாவது கேட்டுக்கொள்ளுங்கள். பத்து ரூபாய் ஆகிறது.''

பத்து ரூபாய் நோட்டைக் கொடுத்துவிட்டு (பிறகுதான் சில்பில்லுக்கு தான் ஏமாற்றப்பட்டுவிட்டோம் என்பது தெரிந்தது) சில்பில் இங்கும்-அங்கும் பார்த்தாள். பின்னால் டீக்கடைக்கு வெளியே சில பையன்களும், பெண்களும் உட்கார்ந்திருந்தார்கள். அவள் சற்று கூச்சத்துடன் ஒரு பெண்ணிடம் சென்று, ''ஸ்கூல் ஆஃப் டிராமா எங்கிருக்கிறது? என்று கேட்டாள்.

அவள் ஆங்கிலத்தில் கேட்டாள், ''நீங்கள் எங்கே போக வேண்டும்- ஸ்கூலுக்கா, ரிப்பர்ட்டரிக்கா?''

ஒரு வினாடி அவளுக்கு ஒன்றும் புரியவில்லை. பிறகு தன் மொழியில் ஒரு ஆயுதத்தை சேர்த்தாள்.

''நான் அதில் சேர்வதற்கான இண்டர்வியூவிற்குப் போக வேண்டும்.''

அந்தப் பெண் ஒரு அடி முன்னால் வந்து கையைக் காட்டினாள், ''இது பகவான்தாஸ் ரோடு, இல்லையா... அதோ தெரிகிறதே கேட்... அது வழியாக உள்ளே சென்று ரைட் சைட்... வேன் நிற்கிற இடத்தில்...''

சில்பில் 'நன்றி' கூறியபோது அந்தப் பெண் சிறிது புன்னகையுடன் 'யூ ஆர் வெல்கம்' என்று சொல்லிவிட்டுத் திரும்பினாள்,பிறகு ''பெஸ்ட் ஆஃப் லக்!'' என்றாள்.

பஹாவல்பூர் ஹவுசின் வலதுபுற வாசலில் பையன்கள்-பெண்களின் கூட்டம். அவள் சில நிமிடங்கள் அங்கேயே சுற்றினாள். ஆனால் அவர்கள் ஆங்கில உரையாடலின் மிகச் சிறிய பகுதியைத்தான் அவளால் புரிந்துகொள்ளமுடிந்தது.

பெரும்பாலும் ஜீன்ஸ், பெல்பாட்டம், சுடிதார்கள்தான் காணப்பட்டன. அவள் மட்டும்தான் அங்கே பழங்கால இந்தியப் 'பெண்மணி'. மேக்அப் எதுவும் இல்லாமல் புடவை உடுத்தி, உயர் ரக கண்ணாடி அணிந்து ஒரு பெண் மொபெட்டின் பிடியைப் பிடித்துக்கொண்டு நின்றாள். அவள் தனக்கு சற்று நெருக்கத்தில் இருப்பதாக சில்பில்லுக்குத் தோன்றியது. அவள் அருகில் சென்று 'நமஸ்தே' சொல்லி தன் பிரச்சனையைக் கூறினாள்.

எதிரில் ஒரு கதவை சுட்டிக்காட்டி அவள் சொன்னாள், ''யூ கோ இன்சைட் அண்ட் ரிப்போர்ட் அட் தி ரிசப்ஷன்!''

எதிரில் நிறுவனத்தின் பெயர்ப்பலகையும், இலச்சினைச்சின்னமும் இருந்தன. சில்பில்லின் உடலில் நடுக்கம் நிறைந்தது. படியேறி கார்ப்பெட் விரித்த லவுஞ்சுக்கு வந்தாள். இரண்டு பக்கமும் அயல்நாட்டு நாடகக் காட்சிகளின் பெரிய சித்திரங்கள். எதிரில் தாழ்வாரத்தின் கோடியில் தொலைபேசியுடன் கூடிய கண்ணாடி பிளேட் பதித்த மேளஜயில் நான்கு, ஐந்து பேர் சூழ ஒரு பெண் உட்கார்ந்திருந்தாள்.

சில்பில் பேசாமல் பின்னால் நின்றாள். ஒரு ஐந்து நிமிடம் செய்வதறியாமல் அவள் சங்கடத்துடன் நின்ற போது அந்தப் பெண் தொண்டையை சீர்படுத்திக்கொண்டு கேட்டாள்,''மே ஐ ஹெல்ப் யூ?''

''நான் இண்டர்வியூவிற்கு வந்திருக்கிறேன்- வர்ஷா வசிஷ்ட்...'' என்று அவள் தயங்கியபடி சொன்னாள்.

அந்தப் பெண் மேசை மேல் இருந்த நீண்ட டைப் செய்த பேப்பரைப் பார்த்து, அவள் பெயருக்கு எதிரே விரலை நிறுத்தி, உறுதிப்படுத்திக்கொண்டு சொன்னாள்,'' யூ வெய்ட் அவுட்சைட். வி வில் கால் யூ.''

'அட கடவுளே,இங்கே பியூன் கூட ஆங்கிலம்தான் பேசுவானா?' சில்பில் வெளியே வந்துவிட்டாள். படி அருகில் ஐந்து, ஆறு பேர் கூட்டமாக நின்றிருந்தார்கள். அவள் தயங்கி அருகில் நின்றாள். ஒரு பெண் புன்னகை செய்தபோது சில்பில்லும் பதிலுக்கு புன்னகை செய்தாள்.

''ரீட்டா சாஹ்னி, ஃப்ரம் சண்டிகர்.'' என்றாள் அந்தப் பெண்.

நீண்ட முடி வைத்திருந்த ஒரு அழகிய இளைஞன் சில்பில்லைப் பார்த்தான். ''நரேந்திரகுமார், ஃப்ரம் பாம்பே.''

''சூரி, ஃப்ரம் நியூ டெல்ஹி இட்செல்ஃப்!''

''ரக்ஷாதர்,ஃப்ரம் ஸ்ரீநகர்!''

''வர்த்திகா தேசாய், ஃப்ரம் அஹமதாபாத்!''

சில்பில் காய்ந்துபோன தொண்டையுடன் சொன்னாள், ''வர்ஷா வசிஷ்ட்... ஃப்ரம் ஷாஜஹான்பூர்...'' (அவள் தன்னைப் பார்த்து தானே மயங்கிப்போனாள்)!

இருபத்தைந்து இடங்களுக்கு எண்பதுக்கும் மேற்பட்டவர்கள் இண்டர்வியூவிற்கு வந்திருப்பதாக நரேந்திர குமார் சொன்னான், ஃபிலிம் அண்ட் டெலிவிஷன் இன்ஸ்டிடியூட்டில் நடிப்புக்கல்வியை நிறுத்தியவுடன் இங்கே கூட்டம் அலைமோதியது. இங்கிருந்து வெளியே சென்ற ஓரிருவர் சினிமாவில் வெற்றி பெற்று உயர்ந்த நிலையில் இருந்தார்கள்.

அப்போதுதான் ஒரு வசீகரமான கேண்டிடேட் கைக்குட்டையால் முகத்தைத் துடைத்தபடி வெளியே வந்தான். இந்தக் கூட்டம் அவனை சூழ்ந்து கொண்டது. ''எனக்குப் பிடித்த நாடகம் 'வெயிட்டிங் ஃபார் கோடோ' என்று நான் சொன்னவுடனே 'அப்சர்ட் தியேட்டர்' பற்றி கேள்விமழை பொழியத் தொடங்கிவிட்டது. நான் என்ன ஸ்பெஷலிஸ்டா?'' என்று அவன் நம்பிக்கையில்லாமல் சொன்னான் ''என்னுள் வாழும் நடிகன் செத்துக்கொண்டிருக்கிறான். நாளையிலிருந்து நான் வீட்டுத்திண்ணையிலுள்ள பெட்டிக் கடையில் உட்கார்ந்துவிடுவேன்.''

சில்பில்லுக்கு அழுகை வந்தது. பப்ளிக் ஸ்கூலிலிருந்து வந்த இவ்வளவு திறமையானவர்களுக்கே இந்த நிலை என்றால், சில்பில் இங்கே மேடையில் விளக்குமாறு எடுத்து கூட்டிப் பெருக்கக் கூட தகுதி பெறமாட்டாள்!

"இண்டர்வியூ போர்டில் யார்-யார் இருக்கிறார்கள்?" என்று யாரோ கேட்டார்கள்.

"ஸ்கூல் டைரக்டர், 'டைம்ஸ் ஆஃப் இண்டியா' டிராமா கிரிட்டிக், டில்லி யூனிவர்சிடி இங்கிலீஷ் புரொபசர், இன்ஃபர்மேஷன் அண்ட் பிராட்காஸ்டிங் மினிஸ்டிரி செக்ரட்டரி, உருது டிராமாட்டிஸ்ட் மன்சூர்."

"சில்பில், ஸ்டேஷனுக்கு நட!" என்று அவள் தனக்குள் சொல்லிக் கொண்டாள். அவள் தன் கனவு எதிரே இருந்த விரிப்பில் செத்து மடிவதைக் கண்டாள்.

"வர்ஷா வசிஷ்ட்..." கதவருகே வந்த பெண் அவள் பெயரை அழைத்தாள்.

அவள் பியூனுக்குப் பின்னால் நீண்ட வராந்தாவில் நடந்தாள். இரு புறமும் இருந்த அறைகளின் பக்கம் பார்க்க தைரியம் இல்லை. வலது புறம் 'டைரக்டர்' என்று மின்னிய போர்டின் மீது ஒரு நொடி பார்வை நிலைத்தது. ஒரு திருப்பத்தில் சில படிகள் இறங்கி அவர்கள் அடித்தளத்திற்கு முன்னால் நின்றார்கள். வெளியே பெயர்ப் பட்டியல் பேப்பருடன் ஒரு கிளார்க் நின்றிருந்தான்.

"உள்ளே ஒரு கேண்டிடேட் இருக்கிறார். பிறகு உங்கள் முறை."

சில்பில் தலையை ஆட்டினாள். டில்லி வரை வந்தாயிற்று, இந்தக் காட்சியையும் பார்த்துவிட்டுப் போவோமே! ஐம்பது வருடம் கழித்து பேரன்-பேத்திகளுக்கு நான் ஒரு காலத்தில் நடிகை ஆக விரும்பினேன் என்று சொல்லுவாள், அவர்கள் கைதட்டி சிரிப்பார்கள், அவர்களோடு அவளும் சிரிப்பாள்.

சற்று நேரம் கழித்து அவள் வெளியில் வந்தபோது உணர்ச்சிகளின் கொதிப்பில் இருந்தாள்.

கால, இட உணர்வு குழம்பிப்போயிருந்தது.

"எப்படி இருந்தது?" யாரோ தாவி அவள் அருகில் வந்தார்கள்.

அவள் ஏதோ முணுமுணுத்தாள். என்னவென்று அவளுக்கே நினைவில்லை. மேலே சென்றாள்.

"இன்னும் ஒரு நட்சத்திரம் மின்னுவதற்கு முன் விழுந்துவிட்டது!" என்று பின்னால் யாரோ சொன்னார்கள்.

அவள் வீதி ஓரமாகவே நடந்து சென்றாள். திருப்பம் வந்தபோது திரும்பினாள் (அது பெங்காலி மார்க்கெட்). ஒரு ரெஸ்டாரண்டில் யாரோ சிலர் உட்கார்ந்திருந்தார்கள். அவள் தொண்டை வறண்டிருந்தது. அவள் உள்ளே நுழைந்து ஒரு மேஜையில் போய் உட்கார்ந்தாள். வெயிட்டர் வந்தபோது அவள் "டீ" என்றாள். டீ கோப்பை வந்தவுடன் பெரும் மடக்காகக் குடித்தாள் (முதல் முறையாக ஒரு ரெஸ்டாரண்டில் தனியாக இருக்கும் உணர்வு கூட இல்லை).

இண்டர்வியூவை வரிசைப்படுத்தி நினைத்துப் பார்க்க அவளுக்குச் சில மணித்துளிகள் நேரம் பிடித்தது.

அவள் அடித்தளத்தில் நுழைந்து தனக்குப் பின்னால் கதவை மெல்ல மூடினாள். எதிரில் நிர்ணயக்குழு இருந்தது. கனத்த அடிகளோடு முன்னே சென்று மேசை அருகில் நின்றாள். தன் பையை மேசை மேல் வைத்தாள். ஒருவர் அதை எடுத்து பக்கங்களைப் புரட்டினார்.

அதற்குப் பின் அவள் கைக்குட்டையால் கண்ணின் ஈரத்தைத் துடைத்தபடி நாற்காலியில் உட்கார்ந்தபோது நடந்த பகுதி நினைவுக்கு வந்தது. முதல் கேள்வியிலேயே தன்னிடம் தன்னுடைய மொழியிலேயே கேள்வி கேட்கும்படி அவள் சொல்லிவிட்டாள். உங்களுக்குப் பிடித்த மூன்று நாடகங்களின் பெயரை சொல்லுங்கள், எந்தப் பாத்திரத்தை ஏற்று நடிக்கும்போது மிகவும் மகிழ்ச்சியாக இருந்தது? உங்களுக்கு சுபமுடிவு நாடகம் பிடிக்குமா, சோக முடிவு நாடகம் பிடிக்குமா?

"சோக முடிவு நாடகம்."

"ஏன்?"

"சோகத்தின் நாடகத் தாக்கம் ஆழமாகவும், நிலைத்தும் இருக்கும். என் தனிப்பட்ட ஆர்வம் அதில்தான் இருக்கிறது."

''நடிப்பில் உங்களுக்கு ஏன் ஆர்வம் ஏற்பட்டது?''

''ஆரம்பம் சந்தர்ப்பவசமாக ஏற்பட்டது, பிறகு நாடகத்தில் நடிக்கும்போது எனக்கே தெரியாத என்னுடைய சில மூலைமுடுக்குகளை நான் காணத்தொடங்கினேன்.''

''நாடகத்தைத் தவிர வேறு எதில் உங்களுக்கு ஆர்வம்?''

''கவிதை.''

''உங்களுக்குப் பிடித்த ஏதாவது ஒரு கவிதையை சொல்லுங்கள்.''

அவள் 'ஓ துயர நெஞ்சே, என்ன செய்வேன்' கவிதையின் சில அடிகளை சொன்னாள்.

இங்கிருந்து 'கட் டு' செய்து (இது சினிமா இலக்கண சொல் என்று அவளுக்கு பின்னர் தெரிந்தது). அவளுக்கு இண்டர்வியூவின் முதல் பகுதி நினைவுக்கு வந்தது.

''எந்த நாடகக் காட்சியை நடித்துக் காண்பிப்பீர்கள்?''

... நிர்ணயக் குழுவின் எதிர்ப் பக்கம் திரும்பி அவள் சில அடிகள் முன்னே சென்றாள். சில வினாடிகள் பேசாமல் நின்றுகொண்டிருந்தாள். சௌம்யமுத்ரா 54, சுல்தான் கஞ்சின் தன் அறையில் இருக்கிறாள், கதவு உள்பக்கம் தாளிட்டிருக்கிறது. பாண்டு வாத்தியம் முழங்க பாஸ்கர் மாப்பிள்ளை அழைப்பு ஊர்வலத்தில் வருகிறான்- தன் ஊன்றுகோலின் உதவியோடு மேலே மேலே நடந்து வருகிறான். அக்கா கதவருகே இருந்து கதவைத் தட்டுகிறாள், ''சீக்கிரம் வா, சௌம்யா, உனக்கு வாழ்வு அளிக்கப்போகிறவன் வருகிறான்!'' அவள் நஞ்சு நிறைந்த பாத்திரத்தை மேலே உயர்த்துகிறாள்...

வர்ஷா நிர்ணயக்குழுவின் பக்கம் முகத்தைத் திருப்பினாள், ''இதோ, இறுதிவிடை பெறும் நேரம் நேருங்கிவிட்டது. சூழல் எப்படி ஸ்தம்பித்துள்ளது! பறவைகளின் ஒலி கூட இல்லை... அதோ மயங்க தத்தன் அனுப்பிய பூங்கொத்து! அதை நான் என் கனவுகளின் வானவில் என்று சொல்லிக்கொண்டிருந்தேன்... என் கனவுகளைப் போல் இதன் பூக்களும் காய்ந்துபோய்க் கொண்டிருக்கின்றன...''

உரையாடலின்போது வர்ஷாவின் மனதில் ஒரு தளத்தில் பாண்டு வாத்திய ஒலி மாறிமாறி உரக்க ஒலித்தது. அக்கா கதவைத் தட்டும் ஒலி உயர்ந்தது. பாஸ்கரின் முகம் மட்டும் அவளுக்கு காதல் செய்தி அனுப்பியது. ஆனால் உமிழ்நிர்தான் அவன் வாயிலிருந்து வழிந்தது. சாந்தி முகூர்த்தக் கட்டிலில் கோபாவேசமான பாஸ்கர் அவளுடைய வெறுமையான முதுகில் தன் ஊன்று கோலால் அண்ணன் தடியால் அடித்ததைப் போல ஓங்கி அடித்தான். சிரித்துக்கொண்டே அப்பாவும் அண்ணனும் அவள் புண்ணில் உப்பு தூவினார்கள்... ஆழமான துயரத்தோடு அவள் விஷம் உள்ள பாத்திரத்தைப் பார்த்தாள்,'ஓ என் சபிக்கப்பட்ட கனவுகளே, மூடிய மொட்டுகளில் மலருவதற்கான நடுக்கம் தோன்றியவுடனே மறைந்து கொண்டிருந்த சூரிய கிரணங்கள் மொட்டுகள் காய்ந்துபோகும் செய்தியைக் கொண்டு வந்துவிட்டன...'', அவளை அறியாமல் அவள் கண்களில் இரு சின்னஞ்சிறிய கண்ணீர்த்துளிகள் அரும்பின...

★ ★ ★ ★

கதவு மூடியதும் அடித்தளத்தில் சில வினாடிகள் மௌனம் நிலவியது. பின்னர் நாடக விமரிசகர் இயக்குநரிடம் ஆங்கிலத்தில் கேட்டார், ''ப்ளேன் ஜேன்னைப் பற்றி உங்கள் கருத்து என்ன?''

டாக்டர் அடல் அர்த்தம் நிறைந்த மெல்லிய புன்னகையுடன் ஒரு வினாடி அவரைப் பார்த்தார்.

பாகம் - இரண்டு

1. ஷாஜஹான்பூரிலிருந்து ஷாஜஹானாபாத் வரை

நாடகக் கல்லூரியில் வர்ஷா சேர்ந்து மூன்று மாதங்கள் ஆயின.

முதல் ஆண்டு வகுப்பில் நடிப்பிற்குப் பதினைந்து ஆசிரியர்களும், இயக்கத்திற்கு ஆறு ஆசிரியர்களும், நாடக டெக்னிக்கிற்கு நான்கு ஆசிரியர்களும் இருந்தார்கள். சிலபஸை(பாடப்பகுதிகளை)ப் பார்த்தபோது வர்ஷாவிற்கு வியர்த்துவிட்டது. நாடகக் கோட்பாடு,நாடக வரலாறு ஆகியவற்றோடு நான்கு சமஸ்கிருத நாடகங்கள், ஆறு தற்கால இந்திய நாடகங்கள், நான்கு ஆசிய நாடகங்கள்,ஆறு மேலைநாட்டு நாடகங்கள் படிக்கவேண்டியிருந்தது. பயிற்சிப்பகுதியில் யோகாசனம், நாட்டிய அசைவுகள், மௌன நடிப்பு, இம்ப்ரொவிசேஷன், ஜூடோ, மணிப்புரி சண்டைப்பயிற்சிகள், தற்கால நாட்டியம் ஆகியவை இருந்தன. குரல் வளத்திற்காக பேச்சு, இசை, வாய்ஸ் புரொடக்ஷன், சித்தரிப்பு, நாடகக்காட்சி,ஒவ்வொரு ஆண்டும் ஒரு பாரம்பரிய கிராமிய நாடகக் கல்வி. அத்துடன் மேடை அமைப்பு. ஆடை-அலங்கார அமைப்பு, ஒளி அமைப்பு, ஒப்பனை. தியேட்டர் ஆர்க்கிடெக்சரில் சமஸ்கிருத, கிரேக்க, ரோமன், இடைக்கால, எலிஜெபெத் கால, பத்தொன்பதாம் நூற்றாண்டு பாரம்பரிய, தற்கால ப்ரோசேனியம், முக்தாகாக்ஷி. எரீனா தியேடரின் விவரணங்கள். மேடைக்காட்சிப் பகுதியில் ஒவ்வொரு ஆண்டும் ஆறு முக்கிய நாடகங்கள் இருந்தன- ஒரு சமஸ்கிருத நாடகம் அல்லது பாரம்பரிய கிராமிய நாடகம். இரண்டு தற்கால இந்திய நாடகங்கள், மூன்று மேற்கத்திய நாடகங்கள். இவற்றுடன்

ஆறு மாணவர்குழு நாடகங்கள், நாட்டின் பல பாகங்களுக்கும் சென்று மேடை யேற்றம்.

முதல்நாள் வர்ஷா தன் தளர்ந்த சல்வார்-கமீஜில் ('நான் இயல்பிற்கு ஏற்றவாறு மெல்ல மெல்ல மாறுவேன்') காலை ஒன்பது மணி அடிப்பதற்கு சற்று முன் கல்லூரிக்கு சென்றபோது போர்டில் இயக்குநர் டாக்டர் அடல் சரியாக ஒன்பது மணிக்கு முதல் ஆண்டு மானவர்களை சந்திப்பார் என்ற அறிவிப்பு இருந்தது.

நாட்டின் பலவேறு பகுதிகளிலிருந்து வந்திருந்த இருபத்தைந்து மாணவ, மாணவியர் வகுப்பில் உட்கார்ந்திருந்தார்கள். தான் ஒருத்திதான் எல்லாரையும் விட வகுப்பில் நிலைகொள்ளாமல் இருந்ததாக வர்ஷாவிற்குத் தோன்றியது.

"நேஷனல் ஸ்கூல் ஆஃப் டிராமா உங்களை வரவேற்கிறது." டாக்டர் அடல் போன்ற ஒரு கம்பீரமான மனிதரை வர்ஷா அப்போதுதான் முதல்முறையாக பார்த்தாள், "இதுவரை நீங்கள் ஒரு ஆர்வத்தில் நாடகமேடை நடவடிக்கைகளில் பங்கு பெற்றிருக்கிறீர்கள். இப்போது நீங்கள் இந்தக் கலையில் விதிப்படி கல்வி, பயிற்சி பெறுவீர்கள் இது எல்லையற்ற ஆர்வம் தருவதாக, மிகக் கடுமையான சட்டதிட்டங்களோடு கூடியதாக, உங்கள் உணர்வு ஆளுமை, மனிதத்துவ ஆளுமையில் அடியோடு மாற்றம் விளைவிப்பதாக இருக்கும். தொடக்கத்தில் உங்களுக்கு எங்கள் கல்விமுறை மிகவும் சாதிக்க இயலாததாக, கடினமானதாக, ஆதிக்கம் செலுத்துவதாக தோன்றக்கூடும். ஆனால், நான் உங்களுக்கு நம்பிக்கை அளிக்கிறேன். தலைசிறந்த நாடகநடிகனாவதற்கு இதைத் தவிர வேறு மாற்றுவழி இல்லை. இந்த மூன்று ஆண்டுகளில் உங்கள் உடல்-மனம் இரண்டின் ஒவ்வொரு கணுவிலும், ஒவ்வொரு மூலையிலும் இந்த சூழலின் அலைகள் ஒன்றிணையும். ஒவ்வொரு நாள் இரவும் களைப்பினால் சோர்ந்து நீங்கள் கண்ணை மூடும்போது இந்த இருபத்துநான்கு மணி நேரத்தில் 'என் தனித்தன்மை இன்னும் சற்று வளம் பெற்றிருக்கிறது' என்று உணர்வீர்கள்... இதுவே நம் இலட்சியமாக இருக்கவேண்டும். ஒவ்வொரு ஆசிரியரும், எந்த நேரத்திலும் உங்களுக்குக் கிடைப்பார். நானும் கிடைப்பேன். எந்த உதவி, தேவை அல்லது புகார்- அது என்

மீதே இருந்தாலும் கூட- சொல்லுங்கள்! நீங்கள் எப்போது வேண்டுமானாலும் என் அறைக்கதவைத் தட்டலாம்... ஒரு விஷயம் உங்களுக்கு அறிவிக்கிறேன். எனக்கு சோம்பல், நேரத்தை வீணடிப்பது, காலதாமதம் சாக்குபோக்கு சொல்வது சுத்தமாகப் பிடிக்காது... பெஸ்ட் ஆஃப் லக்!''

வர்ஷா இந்த சொற்பொழிவை செயல்வடிவத்தில் கொண்டு வந்தாள். காலை ஆறு மணிக்கு எழுந்துவிடுவாள். கொஞ்சம் படிப்பாள். பிறகு காலை டிபன் சாப்பிட்டுவிட்டு கல்லூரிக்கு வந்துவிடுவாள் (மாணவியர் விடுதி பஹாவல்பூர் ஹவுசின் காம்பவுண்டுக்குள்ளேயே இருந்தது). பிறகு ஒன்றன் பின் ஒன்றாக வகுப்புகள். இரண்டு மணிக்கு சாப்பிட மெஸ்ஸுக்கு வருவாள். பிறகு ஆரம்பப் பயிற்சி தொடங்கும். அவள் தவறாமல் நூல்நிலையம் போவாள். புதுடில்லியில் பல பத்திரிக்கைகள் வெளியாகின்றன. பல பத்திரிக்கைகளை அவள் முதல் முறையாக அங்குதான் பார்த்தாள். நாடக வரலாற்றைப் பார்த்து அவள் ஆச்சரியப்பட்டுப் போனாள் (மிஷ்ரிலால் டிகிரி கல்லூரியின் ஒரு அலமாரியில் இருந்த நாடகங்களைப் படித்துவிட்டு சில்பில் அகத்தியரைப் போல தான் சமுத்திரத்தைக் குடித்துவிட்டதாக நினைத்திருந்தாள்).

மாலையில் திரிவேணி அல்லது ஸ்ரீராம் சென்டரில் யாராவது மாணவியோடு உட்காருவாள் அல்லது திரிவேணி அல்லது ரவீந்திரபவன் ஆர்ட் காலரியில் ஏதாவது ஓவியக்கண்காட்சிக்குப் போவாள். எட்டு மணி சுமாருக்கு சாப்பிட்டுவிட்டு இரண்டு, மூன்று மணி நேரம் படிப்பாள்- படிப்பதற்கு நிறையவே இருந்தது. பெரும்பாலும் ஒன்று விட்டு ஒரு நாள் தன் கார்டில் அவள் புது புத்தகம் எடுப்பாள்.

கல்லூரி முகப்பு வர்ஷாவிற்கு மிகவும் இதமாக இருக்கும். மின்னும் தரை, தாழ்வாரங்கள். நன்கு திறந்த, காற்றோட்டமான அறைகள். உள் காம்பவுண்டில் பூம்பாத்திகள், பச்சைப்புல் மைதானம். இடையில் கொடிப்பந்தல் வளைந்த குறுகிய பாதை. விதம் விதமான கருவிகளுடன் பட்டை உரித்த குச்சிகளின் மணம் நிறைந்த முடிந்த- அரைகுறையாக முடிந்த மாடல்கள் கொண்ட ஓர்க்ஷாப்.

வர்ஷா ரவீந்திரபவனின் மேல்மாடியில் ரிப்பர்ட்டரி கம்பெனியை சுற்றிப் பார்த்துவிட்டு வந்திருந்தாள். லவுஞ்சிலும், தாழ்வாரங்களிலும் அவர்களுடைய முக்கியமான நாடகக் காட்சிகளின் படங்கள் இருந்தன. அவள் சிறிய ஸ்டுடியோ தியேட்டர் பார்த்தாள், வெளியே எத்தனையோ நினைவை விட்டு அகலாத நாடகங்களுக்குப் புகழ்பெற்ற திறந்தவெளி 'மேக தூதம்'.

இரண்டாவது மாதமே அவர்களுடைய 'ஆண்டிகனி' நாடகத்தைப் பார்க்கும் வாய்ப்பு கிடைத்தது. லக்னோ பார்வையாளர் கூட்டத்தைப் பார்த்து மெய்மறந்த சில்பில் ரிப்பட்டரி லவுஞ்சில் கூடிய கூட்டத்தைப் பார்த்து நடுங்கிவிட்டாள். எவ்வளவு உயர் அதிகாரிகள். தூதரக அரசு அலுவலர்கள், உயர்வர்க்கத்தினர். பெண்களும் உன்னதமாக இருந்தார்கள். நாடகம் அவளை மிகவும் கவர்ந்தது. புரொபசர் ஜ்யோத்சனா முந்தடா முன்பே கிரேக்க சோக நாடகம் குறித்து விளக்கம் தந்திருந்தார். சமஸ்கிருத நாடகங்களோடு ஒப்பிடுகையில் அதன் போராட்ட மூல அமைப்பு வர்ஷாவிற்கு பல நாடக எதிர்பார்ப்புகள் நிறைந்ததாகத் தோன்றியது. ஸ்டுடியோ தியேட்டர் மேடையில் ரிப்பர்ட்டரியின் புகழ் பெற்ற கலைஞர்களைப் பார்த்து அவள் மெய்சிலிர்த்துப்போனாள் (ஒருநாள் நானும் இதே மேடையில் ஒளிவிளக்குகளின் முன் தோன்றுவேனா என்று அவள் மிகுந்த துடிப்புடன் யோசித்தாள்).

அந்தக் கால கட்டத்தில்தான் அங்கு அவளுடைய முதல் நாடகப் பிரவேசமும் நடந்தது. இரண்டாவது வருஷம் மறுமுறையாக நடத்தப்பட்ட 'ராய்கட் விழித்தெழுந்தது' என்ற மாணவர்-நாடகத்தில் இயக்குனர் குட்டி அவளிடம் அவளுடைய பாத்திரத்தைக் கூறினார். நடிப்புப் பிரிவு மாணவர்கள் எல்லாரும் முக்கிய பாத்திரங்களில் நடித்தார்கள். தான் வேலைக்காரியாக டில்லி தர்பாரில் சாமரம் வீசப்போவதை ஷாஜஹான்பூர் மும்தாஜ் அறிந்தாள்!

★ ★ ★ ★

''வர்ஷா,இன்று 'ஆன் தி வாட்டர் ஃப்ரன்ட்' பிற்பகல் காட்சிக்குப் 'போவோம்.'' ஞாயிற்றுக்கிழமை காலை அவளுடைய ரூம் மேட் ரீட்டா சாஹ்னி வடை-சாம்பார் டிபனுக்கிடையில் சொன்னாள்.

டீயைக் குடித்துக்கொண்டே வர்ஷா சொன்னாள், ''நான் கொஞ்சம் என் பர்சைப் பார்க்கிறேன்.''

விடுதிக்கட்டணம், மெஸ்பில், ஸ்கூல் பீஸ் எல்லாம் கட்டிய பிறகு சில்பில் அடிக்கடி தன் பர்சைத் துழாவநேர்ந்தது (ஸ்காலர்ஷிப் மாதம் முன்னூற்று ஐம்பது ரூபாய்).

''பக்கத்தில் ரீகலில்தான்- நடந்தே போலாம்.'' என்றாள் ரீட்டா.

கூட யாரும் ஆண்கள் இல்லை. தனியாக இரண்டு பெண்கள் கன்னாட் பிளேசை சுற்றுகிறார்கள். படம் பார்க்கிறார்கள், காபிஹவுசுக்கு வெளியே சாதாரண இடத்தில் சாண்ட்விச் சாப்பிடுகிறார்கள் (உள்ளே பெண்கள் இடத்தில் நெரிசல்-)இந்த நடைமுறை சில்பில்லை மிகவும் உற்சாகப்படுத்தியது. ஆனால் சினிமா தியேட்டரில் அவள் ஒரு சீட்டில் உட்கார்ந்தபிறகுதான் நிம்மதியாக மூச்சுவிட முடிந்தது. பக்கத்தில் உட்கார்ந்திருந்த ரீட்டாவிற்குத் தன் இடது பக்கம் யாரோ தெரியாத 'அன்னியன்' (சில்பில்லின் இந்த சொல்லைக் கேட்டு ரீட்டா சிரித்தாள்) உட்காருவதில் சங்கடம் எதுவும் இல்லை. (''நீ பெரிய டவுனிலிருந்து வந்திருக்கிறாய்!'' சில்பில்லைப் பொறுத்தவரை சண்டிகரின் தரம் அதுதான்.)

இன்று சில்பில் டில்லியில் முதல்முறையாக சுடிதார் அணிந்திருந்தாள். டில்லி முழுதும் தன்னையே உற்றுப் பார்ப்பதாக அவளுக்குத் தோன்றியது. சார்ட்டில் பிடித்த சீட்டைத் தெரிவு செய்து வாங்க, வெயிட்டருக்கு ஆர்டர் தர, ஜன்பத்கடையில் கடைக்காரனிடம் கமீஜ் விலை கேட்க என எல்லாப் பொறுப்பும் ரீட்டாவுக்குத்தான். சில்பில் ஓரிரு முறை முயற்சித்தாள், ஆனால் பேசும்போதே பாதங்களுக்கு அடியில் குறுகுறுத்தது.

இடையில் ரீட்டாவின் பக்கத்தில் அமர்ந்திருந்த இரு இளைஞர்களும் எழுந்து நின்றார்கள். ஒருவன் இவர்கள் பக்கம் திரும்பினான், ''வில் யூ ப்ளீஸ் கீப் அன் ஐ ஆன் மை பேக்?''

சில்பில்லின் மூச்சு நின்றுவிட்டது.

''ஷ்யூர்...'' என்று சாதாரணமாக சொல்லிவிட்டு ரீட்டா

திரும்பி எப்படி ஃபிலிமில் ப்ரேண்டோவின் 'ஆ,ஜானி, நான் வாழ்க்கையில் உருப்படுவேன் என்பதை நீ அறியவில்லை, ரௌடி ஆகாமல் உருப்பட்டிருக்கிறேன்' என்ற வசனம் அவனுடைய சிறந்த நடிப்பால் எல்லாராலும் பேசப்பட்டது என்பதை சொல்ல ஆரம்பித்தாள்.

''பசிக்கிறது.'' என்றாள் வர்ஷா.

''பாப் கார்ன் வாங்கி வருகிறாயா?'' ரீட்டா பர்சிலிருந்து ஒரு நோட்டை எடுத்தாள்.

''எனக்கு கூச்சமாக இருக்கிறது.'' என்று சில்பில் சிணுங்கினாள்.

''சரி, நான் வாங்கிவருகிறேன்.'' என்று ரீட்டா எழுந்தாள்.

''இந்த இரண்டு ரோமியோக்களும் உனக்கு முன் வந்து விட்டால்?'' என்று வர்ஷா பதறினாள்.

''உன்னைப் பச்சையாக கடித்துத் தின்றுவிடுவார்கள். என் வால் போய்விடும்.'' ரீட்டா சிரித்துக்கொண்டே போய்விட்டாள்.

''பார், அவர்கள் எப்படி, உற்று உற்றுப் பார்க்கிறார்கள்?'' காபிஹவுசில் சில்பில் கிசுகிசுத்தாள்.

ஜீன்ஸ்-டீ ஷர்ட்டுடன் கண்ணாடி அணிந்திருந்த ரீட்டா எப்போதும் போல வழிகாட்டினாள், ''நீ அந்தப் பக்கம் கவனிக்காதே'' என்று சொல்லிவிட்டு, முதல்நாள் வந்திருந்த கபிலின் கடிதத்தைப் பற்றி சொல்லத் தொடங்கினாள்.

கபில் அவளுடைய ஒரு ஆண்டு பழக்கமான காதலன், ரீட்டாவின் குடும்பத்தினர் இந்த உண்மையை அறிந்திருந்தது மட்டுமல்ல,கபில் வீட்டிற்கு வருவதை ஆட்சேபிக்கவும் இல்லை என்பதுதான் ஆச்சரியமான விஷயம். அவள் தந்தை கபிலை''ஹலோ பாய், ஹவ் ஆர்யூ?'' என்று அழைப்பார். அருகில் உட்கார வைத்துக்கொள்வார்.

''இப்படியான தந்தையின் திருப்பாதங்களை அலம்பி அப்புனித நீரை நம் தலையில் தெளித்துக் கொள்ளவேண்டும்.'' என்று சில்பில் தன் கருத்தைத் தெரிவித்தாள். அக்கம்பக்கம் சில

பார்வைகள் உயர்ந்தன. சில்பில் கூச்சத்தில் குன்றிவிட்டாள், ஆனால் ரீட்டாவிடம் எந்தப் பாதிப்பும் இல்லை.

கபில் ரீட்டாவின் 'வைடல் ஸ்டேட்ஸை' அளந்து வைத்திருந்தான். ரீட்டா டில்லி வருவதற்குமுன் ரீட்டாவின் உடல் ரேகைகளைத் தன் இதழ்களால் அளக்க விரும்பும் கள்ளமற்ற தனது ஆசையை வெளிப்படுத்தியிருந்தான்.

சில்பில்லின் மூச்சு நின்றுவிட்டது.

★ ★ ★ ★

''வர்ஷா, உன் பிரச்சனை என்ன?'' என்று முன்பயிற்சியின்போது டாக்டர் அடல் கேட்டார்.

மாலியரின் தழுவலான 'பேவஃபாதில்ரூபா' வில் அவளுக்கு ஒரு சிறிய பாத்திரம் கிடைத்தது. துறுதுறுப்பான ரேஹானாவின் சோக பாத்திரம். தன் உன்மத்த இளமையின் அடங்காத கவர்ச்சியுடன், கடுகளவு விழிப்பாக, தன்னிடம் தோற்ற நிசாரை தன் விரலைத் தொடக்கூட சந்தர்ப்பம் அளிக்காமல் வினாடிக்கு வினாடி துன்புறுத்துகிறாள்.

''என் உயிரையே தருவேன்! எவ்வளவு அழகான ஆடை உடுத்தியிருக்கிறாய்!'' ஈத் அன்று ரேஹானாவின் உடையைப் பார்த்து நிஸார் அவளையே பார்த்தபடி இருந்துவிடுகிறான். ''என்னால் உன் மனம் மயக்கும் அழகின் சக்தியைத் தாங்கமுடியவில்லை. அந்தக் கவர்ச்சியான வைரப் பொத்தான். உண்மையானதுதானே?...''

''என்னிடம் எதுவும் போலி இல்லை.'' என்று ரேஹானா கர்வப்படுகிறாள்.

''எங்கே, ஒருமுறை பார்க்கலாம்.''

ரேஹானா நேராக நிமிர்கிறாள்.

''ஒரு வினாடி துப்பட்டாவை விலக்கி...'' நிஸார் கெஞ்சுகிறான்.

''அல்லா, இப்படி ஒரு தாகம்!...'' ரேஹானா சாகசம் செய்கிறாள்.

''இறைவனுக்காக, ரேஹானா,உன்னை...'' நிஸார் துடிக்கிறான்.

''...இறைவனை ஏன் இடையில் இழுக்கிறாய்?... சரி,நான் துப்பட்டாவை விலக்கி ஒரு வினாடி காட்டுகிறேன் என்றாலும் உன்னை எப்படி நம்புவது?... ரேஹானா, நான் வைரங்களைத் தொட விரும்புகிறேன் என்று சொல்லுவாய். ...சரி, அண்டை வீட்டு மனிதன் என்று நான் உன்னை வைரக்கற்களைத் தொடவிட்டாலும் உன்னை எப்படி நம்புவது? ... வைரங்கள் ஒளி வீசும் இடத்தை முத்தமிட விரும்புகிறேன் என்று சொல்லுவாய்... இல்லை பாபா இல்லை... நான் அப்படி ஒரு முட்டாள் இல்லை. அம்மா எனக்கு எல்லாம் சொல்லித் தந்திருக்கிறாள்.''

வர்ஷா தனக்குத் தெரிந்த வரை அறிவைப் பயன்படுத்தி அந்தப் பாத்திரத்தை நடித்தாள், ''என்னிடம் எதுவும் போலி இல்லை.'' என்று கர்வப்படும்போது அவள் தன் வளையல்களைக் கலகலக்கச்செய்தாள். ''இப்படி ஒரு தாகம்...'' என்று சொல்லிக்கொண்டே தன் இதழ்களை உள்ளங்கையால் மறைத்தபடி பின்னால் விலகினாள், ''நான் துப்பட்டாவை விலக்கி ஒரு வினாடி காட்டுகிறேன் என்றாலும்'' என்று கூறியபடி அவள் துப்பட்டாவால் தன்னை இன்னும் நன்றாக மூடிக்கொண்டாள்.

வர்ஷாவுடன் ரீட்டாவிற்கு டபுள் கேஸ்டிங் இருந்தது. வர்ஷாவை விட ரீட்டாவின் நடிப்பு இரட்டிப்பு மடங்காக இருந்தது. அந்தக் காட்சியில் நடிக்கும்போது ரீட்டா தன் இளமை, அழகு, நடை, பாவங்களை வெற்றிகரமாக தாக்கம் விளைவிக்கும் வகையில் பயன்படுத்தினாள். வசனங்களைப் பேசும்போது செயற்கையான அறியாமை நடிப்பைக் கவர்ச்சிகரமாகக்கியது. ''என்னிடம் எதுவும் போலி இல்லை.'' என்று சொல்லிக்கொண்டே அவள் மெல்ல விம்மி,தன் மார்பின் அழகை அழுந்தப் பதித்தாள். ''இப்படி ஒரு தாகம்...'' என்று கூறும்போது அவள் நிசாரின் அருகில் வந்து தன் பாதி திறந்த இதழ்களை முத்தம் பெற ஆயத்தமாக்கினாள், ஆனால் நிசார் தழுவுவதற்கு முன்பே கீச்சிட்டு உடனே பின்னால் விலகிவிட்டாள், ''நான் துப்பட்டாவை விலக்கி ஒரு வினாடி காட்டுகிறேன்'' என்று சொல்லும்போது அவள் உண்மையில் தன் பருத்த மார்பகங்களை ஒரு வினாடி முழுதுமாகக் காட்டி நிசாரை

ஆவேசத்தின் உச்சிக்கு கொண்டு சென்றாள். கடைசியில் தன் அம்மாவை சாக்கு சொல்லி செயற்கையான பேதைமையுடன் பார்ப்பவர்கள் சிரிக்கும்படி நகைச்சுவையைக் கலந்தாள்.

"நீ பாத்திரத்தை சித்தரிப்பது இயக்குனர் முழுமையாகக் காட்டும் சித்தரிப்பிலிருந்து முற்றிலும் தலைகீழாக இருக்கிறது." என்றார் டாக்டர் அடல்.

சித்தரிப்பு என்ற இந்த முக்கியமான சொல் தன் வாழ்க்கையின் மையத்திற்குள் வந்துகொண்டிருப்பதை அப்போது சில்பில் லேசாக உணர்ந்தாள்.

"நீ உன் திறமையை குறைவாகவே உணர்ந்திருக்கிறாய், அதன் கலை அணுகுமுறை உணர்வு இன்னும் குறைவு... இந்தக் காட்சியில் கூறப்படும் வைரக்கற்கள் எத்தகையவை? உன் பிரச்சனை என்ன?"

முன்பயிற்சியின்போது வர்ஷா முதல்முதலாக டாக்டர் அடலின் கோபத்தைப் பார்த்தாள். அவள் பதறிவிட்டாள். பயம் கவலையாக மாறத் தொடங்கியது. இதற்குப் பிறகு அவள் செய்த முயற்சி உயிரில்லாமல் மங்கி இருந்தது.

டாக்டர் அடல் ஆங்கிலத்தில் வெடித்தார். "காக்-டீசர் ஆகவேண்டிய நீ சந்திரமுகி ஆகும் முயற்சியில் யாரோ ஆகிக் கொண்டிருக்கிறாய்."

சில்பில் தன்னால் முடிந்தவரை மிகவும் முயற்சித்தாள்,அவள் வேண்டுகோளின் பேரில் ரீட்டா தன் கார்டில் 'காமசூத்திரம்' எடுத்து வந்தாள் (சில்பில்லால் தானே எடுத்து வரமுடியவில்லை-லைப்ரெரியன் திருமதி நடராஜன் குறிப்பிட்ட புத்தகத்தை உற்றுப் பார்ப்பாளே என்ற பயம்), கதாநாயகியின் குணங்கள், காதல்-இணைவுகளுக்குள் ரேஹானாவின் குணவிசேஷங்களைத் தேடினாள். ஆனால் சர்ப்ப குண்டலியைப் போல அதன் அறிவு வாசலில் சங்கோசம், தயக்கம் என இரண்டு காவல்கள் இருந்தன.

★ ★ ★ ★

பஹாவல்பூர் ஹவுஸ் உள் முகப்பின் திறந்த மேடையில் பேவஃபா தில்ரூபா இரண்டாவது முறையாக மேடையில்

நடிக்கப்பட்ட அன்று இரவு சில்பில்லால் தூங்க முடியவில்லை. நாட்டின் தலைநகரத்தில் இது அவளுடைய முதல் மேடையேற்றம். அது தோல்வி அடைந்தது. ஷாஜஹான்பூரிலும், லக்னோவிலும், திவ்யாவிடமிருந்தும் இது வரை அவள் மொத்தத்தில் இறுதியாக பாராட்டுதான் பெற்றிருந்தாள். அதனால் அடி இன்னும் பலமானதாகத் தோன்றிற்று. முன்பயிற்சியின் போது கோபம் வகுப்பின் முன் வெளிப்பட்டதால் வருத்தம் இன்னும் தீவிரமாயிற்று. இப்போது உண்மை கல்லூரி முழுமைக்கும் முன்னால் இருந்தது. இதனால் நிறைந்த துக்கத்துடன் வெட்கமும் இணைந்தது.

பாதி இரவு கழிந்திருக்கும், வர்ஷா மெல்லக் கதவைத் திறந்துகொண்டு அறையிலிருந்து வெளியில் வந்தாள் (ஒரு நாள் முன்பு வெற்றிகரமாக தன் நடிப்பை செய்து முடித்த ரீட்டா ஆழ்ந்த உறக்கத்தில் இருந்தாள்). குளிர்ந்த காற்று வீசியது. அவள் தோளில் சால்வையை இன்னும் இறுக மூடிக்கொண்டாள் (ரேஹானாவாக துப்பட்டாவை இறுக்கியது நினைவு வந்தது). உள்முகப்பில் இங்கும் அங்கும் விளக்குகள் எரிந்துகொண்டிருந்தன. ஒளியின் வட்டச்சுற்றுக்கு வெளிக் கோடுகளில் கனத்த பனிப்படலம். புல்லில் நடக்கும்போது செருப்புக்குக் கீழே பாதங்களில் பனியின் ஈரத்தை உணர முடிந்தது (அவள் டில்லி குளிரிலிருந்து தப்புவதற்காக அறைக்குள் கால் உறை அணிய ஆரம்பித்திருந்தாள்).

எதிரில் திறந்த மேடை- சூனியமாக, மௌனமாக கம்பங்களும், பலகணிகளும் கொண்ட காட்சி அரங்கு சில மணி நேரத்திற்கு முந்திய அவளுடைய திறமையின்மைக்கு சாட்சியாக நின்றது. அவளுடைய ‘ரேஹானா’வின் அசைவுகளின் வெப்பமும், குரல் நடுக்கமும் மறைந்துவிட்டன. அந்தக் காட்சி அரங்கத்தினால் அவளுடைய அடையாளம் அழிந்துவிட்டது. அது தன்னைப் பார்த்து சிரிப்பது போல சில்பில்லுக்குத் தோன்றியது.

கல்லூரிக்கு வந்து அவள் ஒரு தவறும் செய்யவில்லையே! சிறிய நகரத்தின் நாடக வெற்றியில் அவள் தவறு செய்துவிட்டாளா? அவளிடம் தேசீய அளவில் வளரும் திறன் இருக்கிறதா?

மூக்கு குளிரில் மரத்துப்போயிற்று. அவள் உள்ளங்கையைப்

பக்கவாட்டில் வைத்து அமுக்கிக்கொண்டாள். தன்னை அறியாமல் பெருமூச்சு வந்தது. ''இறைவா, என் நிலை என்ன ஆகும்?''

★ ★ ★ ★

திடீரென்று திவ்யாவைக் கழுத்தோடு கட்டிக்கொண்டு சில்பில் விம்மத் தொடங்கினாள்.

திவ்யா திடுக்கிட்டு நின்றுவிட்டாள். வர்ஷா நன்கு மூடிய அறையில் அவளுக்கு சாந்து பூசிக்கொண்டிருந்தாள். மஞ்சள் கலந்த வாசனையான குளிர்ந்த சாந்தை உடம்பில் தடவியபடி வர்ஷா உற்சாகமாக சொன்னாள், ''புதுப்பெண்ணின் அழகு எப்படி ஜொலிக்கிறது!...''

திவ்யா சோகமாக புன்னகை செய்தாள். சாந்தை அவள் கன்னத்தில் தீற்றியபடி சொன்னாள், ''ரேஹானாவின் அழகு எப்படி ஜொலித்தது! போட்டோவில் மிக அழகாக இருந்தாய்.''

''...வர்ஷா, என்ன ஆயிற்று?''

வர்ஷா விரைந்து தன்னை சமாளித்துக்கொண்டாள், ''டாக்டர் அடலின் வார்த்தைகளால் மனம் சல்லடையாகியிருக்கிறது இந்த நிலையில் உங்களிடமிருந்து பிரியும் வலியைத் தாங்க முடியவில்லை.''

இந்த முறை திவ்யா மௌனமாக இருந்தாள். வர்ஷாவின் கைகளுக்குத் தக்கபடி உடம்பை வளைத்துக் கொடுத்துக் கொண்டிருந்தாள்.

''நீங்கள் ஏன் கலகலப்பில்லாமல் இருக்கிறீர்கள்?'' என்று வர்ஷா கடைசியில் கேட்டே விட்டாள்.

''நான் தனியாக இருப்பது வயதான காலத்தில் அம்மாவுக்கு பெரிய கவலையாகிவிட்டது அவர் சந்தோஷத்திற்காகத்தான் கல்யாணத்திற்கு சம்மதித்திருக்கிறேன். ரோஹனைக் குறித்து என் மனதில் மதிப்பைத் தவிர வேறு எதுவும் இல்லை. உனக்கு என்னை எப்படி சந்தோஷமாக காட்டிக் கொள்ள முடியும்?'' வர்ஷாவைப் பார்த்தபடி திவ்யா அவள் கையைப் பற்றினாள். கண்களில் நீர் மல்கியது, ''கடந்த சில வருஷங்களாக எனக்கு உணர்வுபூர்வமான

ஆறுதலாக இருந்திருக்கிறாய். உன்னோடு பகிர்ந்து கொள்வதைப் போல வேறு யாருடனும் என்னால் பகிர்ந்துகொள்ள முடியாது. என் வருங்காலக் கணவரையும் சேர்த்துதான் சொல்கிறேன். இப்போது உன் வாழ்க்கை உயர்ந்துவருகிறது. உன் வேலைகளில் என்னை உன் வாழ்க்கையிலிருந்து தூக்கி எறிந்துவிடாதே.''

வர்ஷா பேச்சிழந்து நின்றாள். இப்படி நிலைகுலைந்து கல்யாண மண்டபத்திற்கு செல்லும் ஒரு மணப்பெண்ணை இதுவரை அவள் தன் வாழ்க்கையில் பார்த்ததில்லை, தர்க்கபூர்வமான கலை உலகிலும் கண்டதில்லை. ஒருவராயிருந்த நிலையிலிருந்து இருவராகும் வேறு வழியில்லாத இந்த முடிவு தனியாக இருந்த திவ்யாவை இன்னும் தனியாக்கிவிட்டதா?

திவ்யாவின் தந்தியைப் பார்த்து அவள் லேசான மனதுடன் இந்தத் தீர்மானத்திற்கு வந்ததாக வர்ஷா நினைத்தாள்.' மணமகனையும் மணமகளையும் வாழ்த்துவதற்குப் பதினாறாந் தேதி வரவும்.'- ஸ்டைலாக இருந்த இந்த தந்தியை எடுத்துக்கொண்டு, அவள் முதல் முறையாக தன் சொந்தக் காரியத்திற்காக இயக்குனர் அலுவலகத்திற்கு பயந்துகொண்டே சென்றாள். ''சார், கல்யாணத்திற்காக மூன்று நாள் லீவ் வேண்டும்.'' அவர் வெடித்தார், ''கலைப் பயணத்தில் தனிப்பட்ட காரணங்களின் தடங்கல் வரக்கூடாது. நீ உன் கல்யாணத்தை மூன்று வருடங்களுக்கு ஒத்திப்போடு!'' சில வினாடிகளுக்குப் பிறகு அவர் பார்வையை உயர்த்தியபோது அவள் அங்கேயே நின்றிருந்தாள். அவள் கண்கள் நனைந்திருந்தன. நடுங்கும் குரலில் சொன்னாள், ''ஷீ இஸ் மை எமோஷனல் ஆங்கர்.'' சில்பில்லின் வாயிலிருந்து இந்த அழகான வாக்கியத்தைக் கேட்டு அவர் ஒரு வினாடி அவளைக் கூர்ந்து பார்த்துவிட்டு சொன்னார், ''சரி, ஆனால் திங்கள் கிழமை காலை ஒன்பது மணிக்கு அட்டெண்டென்ஸில் உன் 'யெஸ் சார்' கேட்கவில்லையென்றால் நீ பஹாவல்பூர் ஹவுஸ் காம்பவுண்டில் தூக்கில் இடப்படுவாய்.''

★ ★ ★ ★

ரோஹன் உற்சாகமாக இருந்தான், ''வரதட்சணையாக எனக்கு வர்ஷா வேண்டும் என்று நான் அம்மாவிடம் சொல்லிவிட்டேன்.

அவள் இல்லாமல் உங்கள் பெண்ணை நான் சந்தோஷமாக வைத்திருக்க முடியாது.''

சப்தபதி சடங்கின்போது அம்மா கண்களில் கண்ணீர் நிறைந்திருப்பதை வர்ஷா பார்த்தாள். இது எப்படியான உறவு! தன் ஈரமான கண்களைத் துடைத்தபடி பெண் வீட்டிலிருந்து போகிறாள். அம்மாவால் சந்தோஷத்தை தாங்கமுடியவில்லை என்று வர்ஷா நினைத்துக்கொண்டாள். திவ்யா பெண், பெண்மை முழுமையடைய அவளுக்குக் கணவன் வேண்டும். அம்மா தனக்குப் பிடித்த ஆண்மகனுடன் பெண்ணை இணைத்துவிட்டாள். பெண்ணின் பெண்மை அர்த்தமுள்ளதாகிவிட்டது என்ற இந்த சந்தோஷத்தில் அம்மா தன் எஞ்சிய வாழ்க்கையைக் கழித்துவிடுவாள். (''சிவன் பார்வதியின் இளமையை முழுமையாக அனுபவிக்கிறார் என்பதைக் கண்டு தாய் மேனா மிகவும் மகிழ்ச்சியுற்றாள், ஏனெனில் தன் மகளின் கணவன் அவளை நேசிப்பதைப் பார்த்து தாயின் மனம் லேசாகிறது.'' என்ற 'குமாரசம்பவம்' (மகாகவி காளிதாசனின் காவியம்) வரியை நினைத்துக்கொண்டே வர்ஷா தனக்குள் சொல்லிக்கொண்டாள், ''கவிகுல குருவே, இங்கே நீங்கள் சொல் சிக்கனம் பண்ணிவிட்டீர்கள், 'மனம் லேசாவதில்லை', மாறாக தாய் திருப்தியினால் சிலிர்க்கிறாள், அவள் வாழ்க்கை சிறக்கிறது...' இப்போதுதான் வர்ஷா ஒரு புகழ் பெற்ற நாடக ஆசிரியனின் முதல் முயற்சியில் திருத்தம் செய்தாள். இன்று காலத்தை வென்ற படைப்பில் கைவைப்பதில் அவளுக்கு தயக்கம் இல்லை).

மணமகனும் மணமகளும் ஹனிமூனுக்கு மிஸ்ஸெளரி சென்றுவிட்டார்கள். வீட்டில் உற்சவத்திற்குப் பிறகான வெறிச்சிட்ட நிலை வந்துவிட்டது.

''வர்ஷா, நம்மிடையே இந்த தூரம் ஏன் வந்தது?'' என்று ஸ்டேஷனில் அவளைக் கொண்டுவிட வந்த மிட்டு கேட்டான்.

மிட்டு தன்னிடம் கோபித்துக்கொள்வதைப் போல வர்ஷா உணர்ந்தாள். அவள் இப்போதும் அவனை விரும்புகிறாள், ஆனால் இந்த உணர்வைப் பனிப்படலம் மூடியிருக்கிறது.

'எனக்குத் தெரியவில்லை மிட்டு!...'' என்றாள் மெல்ல. வண்டி ஸ்டேஷனை விட்டு நகர்ந்தபோது வர்ஷாவினுள் தீவிர

உளைச்சல். "உன் வாழ்க்கையை சீர்படுத்திக்கொள்" என்றாள் அக்கா. "உன் வாழ்க்கை உயர்ந்துவருகிறது." என்றாள் திவ்யா. ஆனால் அவளுக்கு தன் வாழ்க்கையில் நன்கு சிந்திக்கப்பட்ட, வலிவான எந்த இலக்கின் அறிகுறியும் தெரியவில்லை. எல்லாம் முன்புபோலவே குளறுபடியாகி ஒழுங்கில்லாமல் இருந்தது. கலை வாழ்க்கையின் அடிப்படையிலேயே அகலமான விரிசல்கள் விழுந்து கொண்டிருக்கும்போது கூட ஒரு ஜீவன் என்ற வகையில் தன்னைப் பற்றி சிந்திக்கவும் அவகாசம் இல்லை. 'வீட்டின் முடக்கத்திலிருந்து எனக்கு விடுதலை கிடைத்ததென்றால் நாடகக் கல்லூரியின் கிடுக்கியில் வந்து மாட்டிக்கொண்டேன்.' என்று சில்பில் நினைத்துக்கொண்டாள், சூனியம் படர்ந்த கண்களால் வெறுமையான காட்டைப் பார்த்துக்கொண்டிருந்தாள்.

2. ஐஸ்பெர்க்கின் 'தங்கள்- தங்கள் நரக'த்திலிருந்து விடுதலை

இந்த காலகட்டத்தில் சில்பில்லின் கலை வாழ்க்கையில் சதுர்புஜ் தன்சோக்கியா வந்திருக்கவில்லை யென்றால், அவளுடைய முதல் வருஷ இறுதி டாக்டர் அடலுடனான முதல் நாடக மேடையேற்றம் போலவே பயங்கரமாகி இருக்கும்.

ஒரு ஆண் குழந்தைக்குத் தந்தையான இருபத்தெட்டு வயது சதுர்புஜ் இயக்குனர் கோர்ஸில் மூன்றாம் ஆண்டு (இறுதி ஆண்டு) மாணவர். அவரைக் கல்லூரியில் சேர்த்துக்கொள்ள நாடகக் கல்லூரியின் பல விதிகளை மீறவேண்டியிருந்தது. அவர் மெட்ரிக் படிக்கும்போது பள்ளியை விட்டு விலகியவர். செமஸ்டர் தொடங்கி ஒரு மாதத்திற்குப் பிறகு புதுடில்லிக்கு தற்கொலை செய்துகொள்ளும் நோக்கத்துடன் வந்திருந்தார்.

சதுர்புஜின் குடும்பத்தினர் மூன்று தலைமுறைகளாக இந்திரா டூரிங் தியேட்டரின் சொந்தக்காரர்கள். சதுர்புஜ் ஹாத்ரஸ் ஜில்லா, பமௌனி தாலுக்கா, குரலி கிராமத்தில் தியேட்டர் கூடாரத்தில் அவதரித்தபோது தாய் தன்னை முத்தமிட்டதை அவர் பிறகு யாரோ சொல்லித்தான் கேட்டார். வெளி அறையில் ரிகர்சல் செய்து கொண்டிருந்த தந்தையின் சக்தி வாய்ந்த குரலால் முதலில் ஆனந்தப்படுவது போல் காணப்பட்டார்... ''துவாரகையில் குடியேறினான் மோகனன், பிருந்தாவன வருகை துறந்தான்/ குழலூதும் கண்ணன் புன்னைமர நிழலில் குழலூதல் ஏன் துறந்தான்/ கனவு போல எல்லாம் விளங்கின, தன்னவர்களை நீ

மறந்துவிட்டாய்/ துயரம் தாங்கமுடியாது, புண்பட்ட நெஞ்சில் சூலமாய் பதிந்தாய்/ உண்மைக் காதலன் நீ, காதலின் கடமையைத் துறந்தாய்!...?'' அவர் ஈரடி, நாலடிப் பாடல்களை மழலையில் பாடத் தொடங்கினார். பேச்சு நன்கு வந்தவுடன் வகை வகையான வசனங்களைப் பேசத் தொடங்கினார். ''நான் பிறந்தவுடன் அம்மா யமபுரிக்கு டிக்கட் வாங்கிவிட்டாள். எனக்கு பால் ஊட்டிய செவிலியை காலன் கொண்டுசென்றுவிட்டான். அப்பா வளர்த்தார், ஓட்டாண்டியானார். அதிருஷ்டவசமாக எம்.ஏ. பரிட்சை எழுதியபோது மனைவி போய்ச் சேர்ந்தாள். ரெயில்வேயில் வேலை கிடைத்து, இரவு- பகல் லஞ்சம் வாங்கினேன்...''. எட்டு வயதில் அவர் 'பக்த பிரகலாதா'வில் கதாநாயகனாக நடித்தார். பதினான்கு வயது தொடங்கியபோது அவர் நாடகமேடையில் மஜ்னு வேடத்தில் பாடிக்கொண்டே பிரவேசித்தார், ''மறுப்பின் குரல் ஒன்று, அதன் சம்மதங்கள் நூறு/ உண்மை இது, காதலில் வலிகள் பல/ பர்ஹாத் காதலில் மூழ்கியபோது என்ன செய்தார்/ மூழ்கும் விருப்பத்தில் இருப்பவர்கள் பலர்...'' அதன் பின்னர் இத்தனை ஆண்டுகளில் அவர் எத்தனை நாடகங்களில் நடித்தார், எத்தனை நாடகங்களை இயக்கும் பொறுப்பை ஏற்றார் என்று அவருக்கு நினைவில்லை. டூரிங் கம்பெனி சென்ற எண்ணற்ற வட இந்திய கிராமங்களின், தாலுக்காக்களின் பெயரும் நினைவில்லை. இந்த ஒன்பது மாத நாடோடி வாழ்க்கையில் மிகவும் களைத்துவிட்ட உறுத்தல் உணர்வு மட்டும் நினைவு இருந்தது (மழைக்காலத்தில் ஓய்வு). வெள்ளித்திரையின் ஒளியில் கம்பெனியும் சிதிலமாகி விட்டது. மனைவி, தந்தையுடன் ஓயாத போராட்டம் வாழ்க்கையின் தினசரி நிகழ்வாகிவிட்டது. ஒரு நாடகக் காட்சிக்குப் பின்னர் அவர் தியேட்டர் கல்லாவிலிருந்து நூறு ரூபாயை எடுத்துக் கொண்டு வாழ்க்கையை முடித்துக்கொள்ளும் எண்ணத்துடன் ஓடி வந்துவிட்டார்.

இந்த லட்சியத்தை நிறைவேற்றிக்கொள்ள அவர் டில்லியைத் தேர்ந்தெடுத்ததற்கு இரண்டு காரணங்கள் இருந்தன. வானொலியில் கிராமிய நாடக நிகழ்ச்சியைக் கேட்டுவிட்டு அவர் தன் குரலை நாடகங்களில் பயன்படுத்துவதற்காக லக்னோ நிலைய இயக்குநருக்கு ஏழு கடிதங்கள் எழுதினார். எந்தப் பதிலும் வராததால் மழைக்காலத்தில் (உன்னாவியில் பூர்வீக சொந்த வீட்டில்

குடும்பத்துடன் இருந்தபோது) அவர் லக்னோ சென்றார். அது தொடர்பான அதிகாரி டி.என்.கீமா நிர்வாகத்தின் அசைக்கமுடியாத தர்க்கத்தை முன் வைத்தார், ''நீங்கள் எனக்கு ஏன் ஜௌன்பூரிலிருந்து கடிதம் எழுதினீர்கள்? அது அலஹாபாத் அலுவலகத்திற்கு செல்லவேண்டியது. நீங்கள் ஏன் ஜபல்பூரிலிருந்து கடிதம் எழுதினீர்கள்? அது போபால் அலுவலகத்திற்கு செல்லவேண்டியது. உங்களுக்கு போபால் இஷ்ட மென்றால் நீங்கள் பம்பாய் விவிதபாரதிக்கு எழுதவேண்டும். எங்களுக்கும் அதற்கும் என்ன சம்பந்தம்?'' எப்படியோ சதுர்புஜின் உக்கிர சுபாவம், மூன்று நாட்கள் அலுவலகத்தை வட்டம் அடித்தல் ஆகிய இரண்டின் காரணமாக கீமா அவருக்கு அட்மிஷன் டெஸ்ட் வைத்தார். மழைக்காலம் முடிவதற்குள் அவருக்கு வானொலி நிலைய கடிதம் கிடைத்தது, ''தங்கள் குரல் திருப்திகரமாக இல்லை என்பதை வருத்தத்துடன் தெரிவித்துக்கொள்கிறோம். எங்கள் நிகழ்ச்சியில் ஆர்வம் காட்டியதற்கு வந்தனம்.'' உன்னாவியிலிருந்து கிளம்பி சதுர்புஜ் ஒரு தடி எடுத்துக் கொண்டு லக்னோ போனார். ஆனால் கீமா டில்லிக்கு மாற்றலாகி விட்டிருந்தார்.

இரண்டாவது காரணம் கொஞ்சம் தத்துவம் சார்ந்தது. சதுர்புஜ் 'மேடை நடிகராக' இருந்தாலும் அவருடைய அடிப்படையான நாடக விரோதத்தன்மையை சுட்டிக் காட்டுவது. உலகத்தை விட்டுப்போவது என்ற விஷயத்தைப் பொறுத்தவரை அவர் எப்போதும் கவி காலிப்பின் 'சவப்பெட்டி எழவில்லையென்றால் சமாதிகள் இல்லை' எனும்வரிகளில் நம்பிக்கை உள்ளவர். அதனால் அவர் தன் உயிரை விடும் எண்ணத்தை செயலாக்க முனைந்தபோது கங்கை அதற்குத் தகுதியானதாகத் தோன்றவில்லை. ஏனெனில் அக்கம் பக்கத்துக் கிராமங்களில் தன் உப்பிப்போன சடலத்தை அடையாளம் கண்டுகொள்வார்களே என்ற கவலை ஏற்படடது. அதனால் அவர் செத்தும் அவமானப் பிறவி ஆகிவிடுவார். 'கங்கை வேண்டாம் என்றால், யமுனை இருக்கவே இருக்கிறது. இரண்டும் புண்ணிய நதிகள்தான்' என்று அவர் நினைத்துக்கொண்டார்.

வானொலி நிலைய மைதானத்தில் காலரைப் பிடித்து உலுக்கியதில் கீமா உலுக்கல்களுக்கிடையில் 'மைக்கைப் பயன்படுத்தும் டெக்னிக் தெரியாதது அவர் நிராகரிக்கப்பட்டதற்குக்

காரணமாக இருக்கலாம்' என்று தாழ்ந்த குரலில் விளக்கினார். ஆனால் சதுர்புஜ் ''இந்த துரோகியை விடமாட்டேன், மக்களே! காது கொடுத்துக் கேளுங்கள்!'' என்று கூச்சலிட்டார். சதுர்புஜ் மீது 'ஒரு அரசாங்க அலுவலகரை அலுவலகத்தில் வேலை நேரத்தில் தாக்குதல்' என்ற குற்றச்சாட்டின் பேரில் சட்டப்படி நடவடிக்கை எடுக்கலாம், ஆனால் அவருடைய இனிய குரலில் மயங்கிய ஒரு புரோக்ராம் எக்ஸ்க்யூட்டிவ் இடையில் புகுந்து அவரைக் காப்பாற்றி பிரதான வாசலைக் காட்டினார்.

இப்போது இரண்டாவது வேலை யமுனையில் ஜல சமாதி. அதற்கு முன் சதுர்புஜ் கன்னாட் பிளேசில் 'காக்கே தி ஹட்டி'யில் தந்தூரி கோழியை ஒரு பிடிபிடித்தார். பத்திரிக்கையை மேலோட்ட மாகப் பார்த்துக்கொண்டிருந்தபோது 'இன்றைய நிகழ்ச்சி'யில் ரிப்பர்ட்டரி கம்பெனியின் டி.எல்.ராய் எழுதிய 'ஷாஜஹான்' நாடகம் பற்றிய விவரம் கண்ணில் பட்டதும் அவர் உற்சாகமானார். இது பல வருடங்களாக அவருடைய தியேட்டரில் நடத்தப்பட்டது. அவர் அதை இயக்கியதோடு அவ்வப்போது. எல்லா முக்கிய பாத்திரங்களையும் ஏற்று நடித்திருந்தார். இவ்வாறு அவர் யமுனா பாலத்தின் வழியாக செல்லும் ஷாதரா பஸ்ஸில் போய்க்கொண்டிருந்தவர் இடையிலேயே மண்டிஹவுசில் இறங்கிவிட்டார். நூற்று அறுபதாம் நம்பர் பீடாவை வாயில் அடக்கியபடி 'மேகதூதம்' தியேட்டரை அடைந்தார்.

'ஷாஜஹான்' நாடகத்தைப் பார்த்து சதுர்புஜின் உணர்வுத் தந்திகள் மீட்டப்பட்டன. சீமாவைக் கன்னத்தில் அறைந்ததற்காக வருத்தப் பட்டார். வாழ்நாள் முழுதும் நாடகம் நடத்தியும் மேடைப் பயன்பாட்டைக் குறித்த தன் அறிவு எவ்வளவு அற்பம் என்பதை அவர் உணர்ந்தார். இழுக்கும் திரைகள், ப்ளட் லைட்கள், உரத்த ஒலியுடன் இரண்டு, இரண்டரை மணி நேர புரோகிராமை இயக்கும் இயக்குனரை அடையாளம் காட்டும் மேடை அலங்காரம், வெவ்வேறு சக்தி கொண்ட பல ஒளிவிளக்குகள், தாக்கம் விளைவிக்கும் பின்னணி இசை, கலைஞர்களின் கற்பனை நிறைந்த குரூப்பிங்- ஆகியவற்றால் அவர் கவரப்பட்டுவிட்டார்.

இரவை அவர் ரவீந்திரபவனின் (காவலாளர்களிடம் ஒரு கட்டு பீடியைப் பகிர்ந்து கொடுத்தபின்) ஸ்கூட்டர் ஸ்டாண்டில் கழித்தார்.

காலை ஒன்பது மணிக்கு அவர் நாடகக் கல்லூரியை அடைந்தார். அட்டெண்டர்கள், கிளார்க்குகள்,பிரைவேட் செக்ரட்டரி ஆகியோரின் தடைகளைத் தாண்டி லஞ்ச் டைமில் இரண்டு நிமிடம் அவர் டாக்டர் அடலின் அலுவலகத்தில் அனுமதிக்கப்பட்டார்.

அபிஜாத், சடா ஆகியோரிடம் கல்வி பயின்று, ஆஃப்-ப்ராட்வேயின் அநுபவங்களால் சிறப்புற்றிருந்த டாக்டர் அடல் பாரம்பரிய இந்திய நாடகமேடையின் பல வகையான காட்சிகளைக் கண்டிருந்தார் ஆனால் சதுர்புஜ் தனசோக்கியாவின் தோற்றத்தைப் பார்த்து திடுக்கிட்டுப் போனார். நடுத்தர உயரம், பருமன், இருண்ட கருப்பு நிறம், நீண்ட முடி, இரண்டு நாள் தாடி, இரண்டு நாட்களாக தொடர்ந்து அணிந்த பைஜாமா-குர்த்தா. காலையிலேயே கஞ்சா அடித்து சிவந்த கண்கள். வெற்றிலைக் காவி படிந்த பற்கள், கையில் பீடிக்கட்டு.

''இந்த செமஸ்டர் தொடங்கிவிட்டது. நீங்கள் அடுத்த ஆண்டு விண்ணப்பியுங்கள்.'' என்றார் டாக்டர் அடல்.

''எனக்கு நேரமில்லை சார்!'' (அட்டெண்டரிலிருந்து இயக்குனர் வரை- எல்லாருக்கும் இதே 'சார்!' விளிப்பு).

''என்ன சொல்கிறீர்கள்? இப்போது உங்கள் வயது என்ன?''

''என் வயது முக்கியமில்லை. டில்லிக்கு என் ஆயுளை முடித்துக்கொள்ள வந்திருக்கிறேன்.''

டாக்டர் தன் கம்பீரமான, ஒளிரும் கண்களால் அவரைக் கூர்ந்து பார்த்தார்.

★ ★ ★ ★

மாலை ஐந்து மணிக்கு ஆறு ஆசிரியர்கள் முன்னிலையில் சதுர்புஜ் பரிட்சை செய்யப் பட்டார். முதலில் அவர் கிராமிய நாடகம், பாரம்பரிய இசை, பாடல் வடிவம், கிராமிய பக்திப் பாடல், ட்யூன், உச்ச ஸ்தாயி, மாறுவேடம் ஆகியவை தொடர்பான தடாலடி வினாக்களுக்கு சரியாக விடை அளித்தார். பின்னர் ஹார்மோனியம், சிதார்,குழல்,கைத்தாளம், கஞ்சிரா, தபலா, டோலக், சாரங்கி ஆகியவற்றை வாசித்தார் (வயலின்

கேட்கப்பட்டது, ஆனால் அது இல்லை). பின்னர் ஷாஜஹான், சாணக்கியன், மஜ்னு, சந்திரகுப்தன், அவுரங்கஜீப், மும்தாஜ், லைலா, புத்லிபாய் ஆகியோரின் பாத்திரங்களை ஏற்று தன்னுடைய பல நாடகக் காட்சிகளை நடித்துக் காட்டினார். பின்னர் சில நாடகப் பாடல்களையும், கிராமியப் பாடல்களையும் பாடிக் காண்பித்துவிட்டு இறுதியில் தன் உயர்ந்து கனத்த குரலில் 'வருந்தி அழுது நிற்கின்றனர், நாம் விடைபெற நிற்கிறோம்' என்று தாய் வீட்டிலிருந்து விடைபெற்றுச் செல்லும் மணப்பெண்ணின் துயரத்தை ஒலித்தபோது உள் காம்பவுண்டில் 'பைத்தியக்காரன்' காட்சி முடிந்து சிறகடித்த பட்சிகள் சட்டென மௌனமாயின.

'புரொவிஷனல் அட்மிஷன்' பெற்றவுடன் சதுர்புஜ் முதலில் டாக்டர் புல்க்கேயின் ஆங்கில-ஹிந்தி அகராதி ஒன்றை வாங்கினார். மன்மதன் கையில் கரும்புவில்லும் மலர்க்கணையும் இருப்பதுபோல் கல்லூரி காம்பவுண்டிற்குள் அலுவல் நேரத்தில் சதுர்புஜின் கையில் இந்த புத்தகம் இருந்தது. தாழ்வாரத்தில் வரும்போது 'மைம் டான்ஸ் மூவ்மெண்ட்ஸ்' பற்றி புரொபஸர் சான்யால் சிரித்துக்கொண்டே, ''இஸ் இட் யுவர் விண்டர் ஆஃப் டிஸ்கண்டெண்ட்?'' என்றால். சதுர்புஜ் உடனே அகராதியைத் திறந்து 'டிஸ்கண்டெண்டி'ன் அர்த்தத்தைத் தெரிந்துகொண்டு பதில் அளிப்பார். அந்த அகராதியில் இல்லாத சொற்கள் அவர் அறிவு எல்லைக்குள் செல்ல முடியாது. ஒருமுறை டாக்டர் அடல் அவர் நோட்டில் 'யுவர் மிஸ்-அன்-ஸாம் இஸ் வெரி ஒரிஜினல் அண்ட் இமாஜினேட்டிவ்' என்று எழுதியபோது சதுர்புஜ் பத்து நிமிடம் கழித்து நோட்டை எடுத்துச் சென்று ''சார், உங்கள் குறிப்பில் திருத்தம் செய்யுங்கள். குறிப்பின் இரண்டாவது சொல் என் அகராதியில் இல்லை!'' என்றார்.

சதுர்புஜ் கல்லூரியின் எந்த வேலைக்கும் எந்த சமயத்திலும் தயாராக இருந்தார். சில மாதங்களுக்குப் பிறகு ரிப்பர்ட்டரி கம்பெனியில் 'நிலா முக கஜாலா'வின் கதைக்கு இசை அமைத்தபோது அது ஹிட் ஆகிவிட்டது. செய்திப் பத்திரிக்கைகளில் நாடக விமரிசனம் ஒரு பத்தி முழுதும் வந்தபோது அதில் இரண்டு பங்கு இசையைப் பாராட்டி வந்திருந்தது. அப்போதுதான் டாக்டர் அடல் அவருக்கு டாக்டர் பாஹரியின் இரண்டு பாகங்கள் கொண்ட பெரிய அகராதியை (அதன் முதல் பக்கத்தில் ''இப்போது நீங்கள்

என் குறிப்பில் திருத்தம் செய்யச் சொல்ல மாட்டீர்கள் என்று நம்புகிறேன்.'' என்று எழுதி) பரிசாகத் தந்தார்.

மண்டிஹவுஸ் நாற்சந்தி டீக்கடையில் சதுர்புஜ், ''மிஸ், நீ என் புரொடக்ஷனில் வேலை செய்கிறாய்.'' என்று வர்ஷாவிடம் சொன்னார் (இங்குதான் வர்ஷா முதல் முதலில் நாடகக் கல்லூரி முகவரியை விசாரித்தாள்).

வர்ஷாவிற்குக் குழப்பமாக இருந்தது, ''நான் உங்கள் வருப்பில் இல்லையே! நீங்கள் உங்கள் வகுப்பு நடிகைகளைப் பயன்படுத்திக் கொள்ளலாமே!''

''ஷஹநாஜ், பிங்கி, அனுபமா யாரும் எனக்கு சரியாகப் படவில்லை.'' சதுர்புஜ் கடைசி மடக்கு டீயைக் குடித்துவிட்டு கிளாசைக் கீழே வைத்தார், ஜர்தா டப்பாவை எடுத்தார், ''ஏனென்றால் எனக்கு ஆங்கில மரபுத் தொடர்கள் வருவதில்லை.''

''டிக்டேட்டர் (மாணவர் சமுதாயத்தில் இயக்குனருக்கு வழங்கப்பட்டிருந்த பெயர்) இதற்கு அனுமதிக்க மாட்டார்.'' என்றாள் வர்ஷா.

''நான் அவரிடம் பேசிவிட்டேன். பத்து நிமிட விவாதத்தில் ஒரு முறை கூட எனக்கு டிக்ஷனரி தேவைப்பட வில்லை.'' என்று கூறி சதுர்புஜ் புன்னகை செய்தார். ''இதோ மூல நாடகமும் அதன் மொழிபெயர்ப்பும்.''

வர்ஷா இரவு வெகு நேரம் வரை உட்கார்ந்து ஒரே மூச்சில் 'தங்கள்-தங்கள் நரகத்'தைப் படித்து முடித்தாள். இரண்டே பாத்திரங்கள்தான். மனைவி வரலாற்று ஆசிரியை, துப்சைக்கின் 'சோஷலிசத்தின் மனித முகத்'தை அடையும் முயற்சியைப் போற்றுபவள். 'ப்ராக் ஸ்பிரிங்' கிற்குப் பிறகு நாட்டு வரலாற்றை மீண்டும் எழுதும் குழுவில் அவள் சேர்க்கப்படுகிறாள். வரலாற்று செய்திகளை பாதி விரிவாகவும், பாதி திரித்தும் எழுதுவது இந்தக் குழுவின் பொறுப்பு. அவளுடைய கணவன் இசைக் குழுவில்

ஒருவன். ஜாஸ் இசையில் மிகுந்த ஆர்வம் உள்ளவன். ஆனால் இப்போது கேலி (எள்ளல்) பாடல்களுக்கு தடை விதிக்கப் பட்டிருக்கிறது. வரலாற்றை செயற்கையாக திருத்தி எழுதுவதன் கருப்பு நிழல் மெல்ல, மெல்ல ஷான்யாவின் மனச்சாட்சியைக் குத்த தொடங்குகிறது. துமேகோ மிக சரளமாக 'இசை அமைப்பு பாத்திரத்திற்கு'த் தக்கபடி இசை அமைக்கத் தொடங்குகிறான். அலமாரியில் மூடி வைக்கப்பட்டிருந்த அவனுடைய ஜாஸ் இசைப் புத்தகத்தின் பக்கங்கள் பழுப்பேறத் தொடங்குகின்றன. இந்த நிலை அவர்களுடைய தாம்பத்ய உறவையும் மந்தமாக்கிவிடுகிறது. ஏனெனில் ஷான்யாவிற்கு மாறாக துமேகோ படுக்கை அறையின் தனிமையிலும் எந்த 'ஆபத்தான விஷயத்'தையும் கிளப்ப மாட்டான்.

திடீரென்று இண்டர்நேஷனல் அசோசியேஷனின் ஒரு துணைக் கவுன்சில் ஏற்பாடு செய்த கலந்தாலோசனைக் கூட்டத்தில் பங்கு பெறும் பிரதிநிதிகள் குழுவில் ஒருத்தியாக ஷான்யா தெரிவு செய்யப்பட்டிருப்பதாக தகவல் வருகிறது. இந்த அறிவிப்பினால் அவள் கண்கள் மகிழ்ச்சிப் பெருக்கில் பிரகாசிக்கின்றன.

இரண்டாவது காட்சியில் ஷான்யா 'முதலாளித்துவ, சுகபோக கலாச்சாரத்தின் உச்ச நிலையைக் காண்பாள்' என்று துமேகோ சந்தோஷப்படுகிறான். ஷான்யாவை வெளிநாடு அனுப்பத்தக்க நம்பிக்கைக் குரியவளாக அரசாங்கம் கருதியதில் அவனுக்குப் பெருமை. இருவருடைய பிரகாசமான எதிர்காலத்தைக் குறித்து நம்பிக்கை ஏற்படுகிறது. இதற்கு மாறாக ஷான்யா உள் மனப்போராட்டம், துக்கத்தால் சிதைகிறாள் - அவள் 'டிஃபெக்ட்' செய்வது என்று முடிவு செய்கிறாள் (இந்த சொல் தன் வாழ்க்கையில் மையம் கொள்ளப் போகிறது என்று வர்ஷா அப்போது அறிந்திருக்கவில்லை).

மூன்றாவது காட்சியில் ஷான்யா நியூயார்க் போய் சேர்கிறாள். அவள் அமெரிக்க வெளி உறவுத் துறையுடன் நெருக்கமாகிறாள். அவளுக்கு ஆதரவு பெற அனுமதி கிடைக்கிறது. இன்று முடிவு செய்யப்படும் நாள். சற்று நேரத்தில் ஷான்யா புறப்படவேண்டும். அப்போதுதான் துமேகோவின் தொலைபேசி அழைப்பு வருகிறது. அவன் பட்டப்பகல் கொள்ளை, கொலை, அட்டூழியத்தைப் பற்றி கேள்வி கேட்கிறான். பிறகு தனக்கு ஒரு கிடார் வாங்கி வரச்

சொல்கிறான். ஷான்யா அடைபட்ட குரலில் 'சரி' என்று சொல்லி தொலைபேசியை வைத்து விடுகிறாள், புதிய வாழ்க்கையைத் தொடங்க புறப்பட்டுவிடுகிறாள். ஆனால் போக நினைத்த இடத்தை சென்று அடைய முடியவில்லை. தூதுவர் அலுவலகத்தின் காவல் அதிகாரி அவளைக் கடத்திச் சென்று விடுகிறார். அவளை உணர்விழக்கச் செய்து ப்ராக்குக்கு திருப்பி அழைத்துச் சென்று விடுவதில் வெற்றி பெறுகிறார்.

நான்காவது காட்சியில் ஷான்யா சிறைச் சாலையில் இருக்கிறாள். துமேகோ மிகவும் புண்பட்டிருக்கிறான். அவனால் ஷான்யாவின் தேச துரோகத்தை மன்னிக்க முடியும், ஆனால் அவள் தனக்கு செய்த துரோகத்தை மன்னிக்க முடியாது. இறுதியில், இந்தக் காரணத்தினாலேயே அவன் ஷான்யாவிற்கு எதிராக சாட்சி சொல்ல சம்மதிக்கிறான். இதற்குப் பதிலாக அவனுக்கு பதவி உயர்வும் முன்பிருந்ததைவிட பகட்டான ப்ளாட்டும் கிடைக்கிறது. ஷான்யாவுக்கு வெகு தொலைவில் நாட்டின் மிகக் கடுமையான சிறைச்சாலையில் கடுங்காவல் ஆயுள் தண்டனை விதிக்கப்படுகிறது. கணவன் - மனைவியின் இறுதி சந்திப்பு நடக்கிறது. பாதி சிதைந்து போன ஷான்யா துயரத்தின் இருப்பிடமாக இருக்கிறாள். உண்மையின் இயல்பான ரேகைகள் மங்கிவிட்டிருக்கின்றன. தன் செயலுக்காக துமேகோ புலம்புகிறான். தடுமாறும் ஷான்யா சுவற்றைப் பிடித்துக் கொண்டு போய்விடுகிறாள்...

நாடகத்தைப் படித்து வர்ஷா மிகவும் கவரப்பட்டாள். சதுர்பு ஜிடமிருந்து இப்படி ஒரு தெரிவை அவள் எதிர்பார்க்கவில்லை (யாருக்கும் அப்படி ஒரு எதிர்பார்ப்பு இல்லை என்று பின்னர் தெரிய வந்தது. அந்த நாடகம் சில மாதங்களுக்கு முன் நியூயார்க்கில் பிரசுரமானது, எங்கிருந்து அது அவருக்கு கிடைத்தது என்று தெரியவில்லை).

"எல்லோரும் என்னிடம் இசை நிரம்பிய நாடகங்களையே எதிர்பார்க்கிறார்கள். நான் இந்தக் கலை எதிர்பார்ப்பிற்கு மாறாகச் செல்ல விரும்புகிறேன்." என்றார் சதுர்புஜ்.

கணவன் பாத்திரத்திற்கு ஹர்ஷவர்தன் தெரிவு செய்யப்பட்டான். ஹர்ஷ் சீனியர் ஐ.ஏ.எஸ். ஆபீசரின் ஒரே மகன்,

மிக வசீகரமான இளைஞன், தன் வகுப்பில் மிகச் சிறந்த நடிகன் ('ராஜகுமாரனைப் போல நடிகனும் பிறவியிலேயே நடிகனாகப் பிறக்கிறான்.' அறிமுகமான போது ''கீனி'ன் இந்த வரியை நினைவு கூர்ந்த வர்ஷா புன்னகையுடன் 'ஹர்ஷவர்தன் ஒரு ராஜகுமாரன், ஒரு நடிகன்' என்று நினைத்துக் கொண்டாள்). மாடர்ன் ஸ்கூலில் பள்ளிப் படிப்பை முடித்து விட்டு செயிண்ட் ஸ்டீபன்ஸில் (அதற்குள் அவன் ஆங்கில நாடக மேடைகளின் சிறந்த நடிகன் ஆகிவிட்டிருந்தான்) ஆங்கில இலக்கியத்தில் எம்.ஏ. முதல் ஆண்டு முடித்தான். ஆனால் பின்னர் இலக்கியத்திற்கு விடை கொடுத்துவிட்டு நாடகக் கல்லூரி பக்கம் திரும்பி விட்டான். முதல் ஆண்டு மூன்றாவது மாதத்திலேயே 'சாக்பீஸ் வட்டத்'தில் அஜ்தக் பாத்திரத்தில் அவன் தன் முத்திரையைப் பதித்தான். ராஜ்தூத் மோட்டார் சைகிளில் வரும்போதும், போகும்போதும் கம்பீரமான, அதிகம் பேசாத ஹர்ஷவர்தனுடன் வர்ஷா 'ஹலோ' சொல்லும் அளவுக்குப் பழகியிருந்தாள் (முதல் ஆண்டு வர்த்திகா தேசாயிலிருந்து ரிப்பர்ட்டரி கம்பெனியின் 'ஏ' கிளாஸ் நடிகை மமதா லஹரியா வரை - பல காதல் கண்கள் ஹர்ஷவர்தனைச் சுற்றி வலம் வந்தன என்று வர்ஷாவிற்குத் தெரியும்.)

★ ★ ★ ★

ஆறு வார முன் பயிற்சியில் வர்ஷாவின் கண் முன் நாடகப் பயணத்தில் அவள் முன்னர் அறிந்திராத சில பக்கங்கள் வெளிப்பட்டன. விதூஷகன் போல தோன்றிய சதுர்புஜிடம் இப்படியான கலைத்திறன் இருக்கும் என்று அவள் நினைக்கவேயில்லை. சாதாரண காட்சி உபகரணங்கள், நாடகக் கருவைக் கொண்டு அலுப்பூட்டும் கடினமான காட்சியைக் கூட அவர் உயிருள்ளதாக்கிவிட்டார். அசைவுகள், நாடக நிகழ்வுகளின் தாக்கம் விளைவிக்கும், இரட்டிப்பு மடங்காக பொருண்மையை உணர்த்தும் நிர்வாகம் (நம்பிக்கையிலும், ஆர்வத்திலும் கணவன் - மனைவியின் அசைவுகளும், பார்வைகளும் சமமாக இருந்தன, பிந்திய கட்ட சோகத்தில் அவை நுண்மையாக இரட்டிக்கப்பட்டன). பின்னணி இசைக்காக மேலை நாட்டு சிம்பனி அமைக்கப்பட்டது, இரு குணசித்திரங்களின் தனிப்பேச்சுடன் அது இசைக்கப்படுதல் மனநிலையை மிக ஆழமாகக் காட்டியது.

ஐஸ்பெர்க்கின் .... நரகத்திலிருந்து விடுதலை 177

சதுர்புஜின் மாஸ்டர் ஸ்கிரிப்டில் முழு நாடகத்தின் எடிட்டிங் வேலையும் முடிந்துவிட்டது.

''ஷான்யா ஏன் சர்ச்சைப் பற்றி பேசுகிறாள்?'' என்று வர்ஷா தன் முதல் தனிப்பேச்சின் இடையில் கேட்டாள்.

''அவளைப் பொறுத்த வரை சர்ச் இறைவனின் சக்தியோடு இணைந்தது - மனித சக்திக்கு அப்பாற்பட்ட நிர்ணயிப்பு சக்தியோடு இணைந்தது. ஷான்யா தன் வேலையில் பொய்மைக்கு இடம் தரும்போது, தன் மனசாட்சியின் ஒரு பகுதி இறப்பதாக எண்ணும்போது, முதல் முறையாக இது பேசப்படுகிறது, 'ஐயோ, நான் சர்ச்சுக்குப் போக முடியுமா!'. எதற்காக? தானே குற்றத்தை ஒப்புக்கொள்ளல், தன்னைக் கடிந்துகொள்ளல் மூலம் அந்த இறந்துபோன பகுதிக்கு உயிரூட்டும் முயற்சியில். இரண்டாவது முறை நம்பிக்கை, மகிழ்ச்சியுடன் சர்ச் பேசப்படுகிறது, 'நான் மீண்டும் சர்ச்சுக்குப் போக முடியும்!'. இங்கு சர்ச் தனி மனித சுதந்திரம் ஏறக்குறைய இறைத்தன்மை உடையதாவதற்கு அடையாளம், இதனாலேயே இந்த வசனம் ஷான்யாவுக்கு ஏதோ தெய்வீகப் பொருள் கிடைக்க இருப்பது போல் பவித்திரமான விருப்பத்தோடு பேசப்படுகிறது. மூன்றாவது முறை நாடக இறுதியில் ஷான்யா துமேகோவிடம் 'அந்த சிறைக் காம்பவுண்டிற்குள் சர்ச் இருக்கிறதா?' என்று கேட்கும்போது சர்ச் பேசப்படுகிறது. அவனுக்கு 'இல்லை' என்று பதில் கிடைக்கிறது. அதாவது இப்போது வாழ்க்கையின் இறுதியிலும் இறைத் தத்துவத்துடன் தன் துன்பத்தை இணைக்கும் நம்பிக்கை இல்லை. அவள் தன் தனிப்பட்ட நரகத்தின் சுமையை சுமந்து சுமந்து இறக்க வேண்டியிருக்கிறது.''

இயக்குநருடன் ஒரு நடிகனின் உறவு எவ்வாறு அவன் நடிப்பின் தரத்தில் தாக்கம் விளைவிக்கிறது என்பதை வர்ஷா முழுமையாக உணர்ந்தாள். டாக்டர் அடலிடம் அவள் பயந்தாள். அவர் இருக்கும் போது அவளால் இயல்பாக இருக்க முடியவில்லை. ஆனால் சதுர்புஜுடன் அறிவு பூர்வமான நட்புறவு பிறந்தது.

முன்பயிற்சி தொடங்கி இரண்டாவது நாள், ''தயவு செய்து சத்தம் போட்டு அதட்டாதீர்கள், சார்!'' என்றாள் வர்ஷா, ''இந்த நடிகை அபலை, அறியாதவள், பயந்து போகிறாள்!''

சதுர்புஜ், ஹர்ஷவர்தன் - இருவரும் சிரித்து விட்டார்கள்.

சக நடிகனுடனான உறவும் நடிப்பில் தனித்தன்மையான வேற்றுமையை உண்டாக்குகிறது என்பதும் இந்த முறை தெளிவாயிற்று. 'நிசார்' பாத்திரம் ஏற்று நடித்த மகரந்த் வர்ஷாவோடு ஒப்பிடுகையில் தன் உயர்ந்த பின்னணியின் காரணமாக சுய கௌரவத்தோடு விளங்கினான். ('கறுப்புப் பூசணிக்காயுடன் காதல் காட்சியில் நடிக்கவேண்டியிருக்கிறது!'). மகிழ்ச்சியான உரையாடலுக்கிடையில் மகரந்தின் கண்களில் 'தன்னிரக்க நிலை' மின்னியது. நாடகக் காட்சியின் போது அவன் மற்றொரு விஷமமும் செய்தான் - தன் பாவங்களிலும், குரல் ஒலியிலும் ஏதாவது மாற்றம் செய்து கொண்டேயிருந்தான். அனுபவமில்லாத சில்பில் தலைநகர மேடையின் ஆடம்பரத்தில் மேலும் பிரமித்துப் போனாள்.

இம் முறை சில்பில் தொடக்கத்திலேயே ஹர்ஷவர்தனிடம் சொல்லி விட்டாள், "பாருங்கள், எனக்கு ஒன்றும் தெரியாது. நீங்கள் உதவியாக இல்லாவிட்டால், நான் செத்தேன்!"

ஹர்ஷ் மெலிதாக புன்னகை செய்தான், "எனக்கு சாதுவானவர்களைப் பிடிக்கும்."

பெருந்தன்மையான ஹர்ஷிடம் இப்படி ஒரு கோரிக்கை வைத்திருக்கவே தேவையில்லை என்று பின்னர் வர்ஷா உணர்ந்தாள். அவன் புதியவர்களிடம் மிகவும் பரிவு காட்டினான். சில்பில்லின் தனிப்பேச்சு காட்சிகளில் சூனியமான மேடையில் கனத்துச் செல்லும் அவள் குரல் எப்போதாவது சுரம் குறைந்து மெலிதாகும் போது ஹர்ஷ் கிசுகிசுப்பான், "வர்ஷா, கிரசண்டோ தளர்கிறது..." இருவரும் இணைந்து நடிக்கும் காட்சியில் காட்சியின் அவசியத்திற்கேற்ப ஷான்யாவுக்கும் முக்கியத்துவம் தருவதில் கவனமாக இருப்பான். ஒளி வீசும் காட்சிகளில் தழுவலின்போது தன்னை மறந்த உணர்வில் ஒளிவட்டத்திற்கு வெளியில் அவள் சென்று விட்டால் ஹர்ஷ் தன் வலுவான கைகளால் அவளை சில அங்குலங்கள் ஒளி மையத்திற்குள் இழுத்துக் கொள்வான்.

சில்பில்லுக்கு சுகமாக இருக்கும். அவன் ஸ்பரிசத்தில் உடல் சிலிர்க்கத் தொடங்கியது.

★ ★ ★ ★

'தங்கள் - தங்கள் நரகம்' நாடகத்திற்குப் பின்னர் இவ்வளவு சிறப்பான நாடகக்காட்சி இதுவரை நடந்ததில்லை என்று எல்லாரும் ஏகமனதாக சொன்னார்கள் (மிகச் சிறந்த இயக்கத்திற்காக சதுர்புஜுக்கு தங்கப்பதக்கம் கிடைத்தது).

காட்சிக்குப் பின்னர் டாக்டர் அடல் ''இவருடைய கலைத்திறன் நம் ரிப்பர்ட்டரி கம்பெனியின் திறனை ஒத்திருக்கிறது.'' என்று சதுர்புஜைப் பாராட்டினார்.

சில்பில் உடை மாற்றிப் புறப்பட்டபோது டாக்டர் அடல் எதிர்பட்டார்.

''வர்ஷா, நீ ஐஸ் பெர்க்கிலிருந்து வெளியே வந்து விட்டதில் எனக்கு மிகவும் சந்தோஷம்!''

(இது பாராட்டுச் சொல் என்று புரிந்துகொள்ளவே வர்ஷாவுக்கு வெகு நேரம் பிடித்தது).

3. 'ஐ ஆம் இன் லவ்'

இரு மாறுபட்ட நிலையின் போராட்டம் சில்பில்லைத் துன்புறுத்திக் கொண்டே இருந்தது - 54, சுல்தான் கஞ்சின் கடமை அழைப்பு, ஹர்ஷவர்தனின் உணர்வுபூர்வமான ஈர்ப்பு!

கல்லூரியில் சேர்ந்து ஒரு வாரத்திற்குப் பிறகு அவள் கிஷோருக்கு ஒரு சிறிய கடிதம் எழுதியிருந்தாள். ஹாஸ்டல் அறை, கோர்ஸ் பற்றி சாதாரண விஷயங்கள், ஸ்காலர்ஷிப் பற்றி எழுதிவிட்டு கடைசியில் 'சிறியவர்களுக்கு அன்பு முத்தங்கள், அண்ணன் - அண்ணிக்கு, வணக்கம், அப்பா- அம்மா பாதங்களில் நமஸ் கரிக்கிறேன்' என்று எழுதியிருந்தாள். ரக்ஷாபந்தன் பண்டிகை நாளில் இரண்டு சகோதரர்களுக்கும் ராக்கி கயிறு அனுப்பியிருந்தாள். பாதகமான சூழல்களோடு போராடும் 'கலை அரசி சகோதரி'யின் மீது அன்பைச் சொரியும் கிஷோரின் பதில் மட்டும் வந்திருந்தது.

குடும்பப் பெரியவர்களில் முதலில் அக்காவின் கடிதம் வந்தது, 'சில்பில், உனக்கு என்னடி ஆயிற்று? நீ வீட்டை விட்டு எந்த வழியைப் பிடித்துப் போகிறாய்? இப்படி ஒரு ஏடாகூடமான விஷயத்தைப் பார்த்ததுமில்லை, கேட்டதுமில்லை, பெரியவர்களானதும் பிள்ளைகளின் கடமை என்ன? (மடியில் புதிய குழந்தை வந்தவுடன் அக்காவுக்கு பிள்ளைகளிடம் எதிர்பார்ப்பு வந்துவிட்டது). அம்மா - அப்பாவுக்கு தைரியம் தருவதா, அவர்களை மூச்சு திணற வைப்பதா?' பிறகு முங்கேரிதேவி, கணவன் பரமேஷ்வர் மனதில் சில்பில்லைப் பற்றி எழக்கூடிய தவறான கருத்துகளைப் பற்றி (இதனால் சில்பில் நாடகக் கல்லூரியை விட்டுவிட்டு தன் ஏர்பேக்கை எடுத்துக் கொண்டு

சுல்தான் கஞ்சுக்கு திரும்பி வந்துவிடுவாள் என்று நினைத்தது போல) எழுதப்பட்டிருந்தது.

கடைசியில் சில மாதங்களுக்குப் பிறகு சர்மாவின் இன்லண்டு கடிதம் வந்து சேர்ந்தது. தொடக்கமே கவிகுல குருவின் (மகாகவி காளிதாசன்) பாரம்பரியத்தில் ஒரு உவமையுடன் அமைந்திருந்தது, 'மக்கள் வில்லிலிருந்து புறப்பட்ட திரும்பி வராத அம்பு போன்றவர்கள். இவ்வாறு இலக்கியத்தில் கூட கண்டதில்லை. நீ ரக்ஷாபந்தன், விஜயதசமி, தீபாவளி, ஹோலிப் பண்டிகை எதற்கும் வரவில்லை. மாநகரிலிருந்து செய்திகள்தான் வந்துகொண்டிருக்கின்றன. இந்தக் கடிதத்தைத் தந்தியாகப் பாவித்து இருபது தேதிக்குள் இங்கு கட்டாயம் வா. இல்லையென்றால் நீ என் பிணத்தைதான் பார்ப்பாய்? (உலகத்தை விட்டுப் போகும் திட்டம் இப்போது எதிர்த்தரப்பிற்குப் போய்விட்டது!).

தற்சமயம் வர இயலாது, கல்லூரியில் வேலை இருக்கிறது என்று சில்பில் ஒரு சிறிய கடிதம் எழுதினாள்.

கடிதத்தைத் தபால் பெட்டியில் போட்டுவிட்டு அவள் ஸ்ரீராம் சென்டரின் புத்தகப் பகுதி மூலையில் நின்றிருந்தாள். ஒரு புதிய உருது கவிதைப் புத்தகம் வந்திருந்தது. மனதில் சபலம் ஏற்பட்டது, ஆனால் நாற்பத்தைந்து ரூபாய் கைவசம் இல்லை.

'ஹாய்...'

பின்னால் கையில் ஹெல்மெட்டுடன் ஹர்ஷ் நின்றிருந்தான்.

'ஹாய்...' அவள் புன்னகை செய்தாள்.

''மாக்ஸ்முல்லர் பவனில்' 'சைலன்ஸ்' பார்க்க வருகிறீர்களா?''

மோட்டார் சைகிளின் பின் சீட்டில் உட்காரும்போது இன்று சேலை உடுத்தி வந்துவிட்டோமே என்று வர்ஷாவிற்கு வருத்தமாக இருந்தது! (அவள் அதற்குப் பிறகு இரண்டு நாட்களுக்குள் கமலா நகர் மார்க்கெட்டிலிருந்து தொண்ணூறு ரூபாய்க்கு 'விக்ஸி'ன் நீல ஜீன்ஸ் வாங்கினாள், முதல் முறையாக அதை அணிந்து கொண்டு சதுர்புஜின் முன் செயற்கையாக ஜம்பமடித்தாள், ''நாங்கள்தான் மாடர்ன்!'' அடுத்த முறை அவள் ஹர்ஷுக்குப் பின்னால் இரண்டு

கால்களையும் இரு பக்கமும் கால்மிதியில் வைத்தபடி திறமையாக, நன்றாக ஒட்டி அமர்ந்தாள்).

மோட்டார் சைகிள் ஹெய்லி ரோட்டில் வேகமாகத் திரும்பியபோது சில்பில் ஹர்ஷின் தோளில் லேசாக கையை வைத்து தன்னை சமாளித்துக் கொண்டாள். பாத நரம்புகளில் லேசான குறுகுறுப்பு. ('முதலில் பூக்கள் மலர்ந்தன, பின்னர் புதிய துளிர்கள் துளிர்த்தன, பின்னர் வண்டுகள் ரீங்கரிக்கத் தொடங்கின, அப்போது குயிலின் ஓசை கேட்டது. இவ்வாறு சிறிது, சிறிதாக வனத்தில் வசந்தம் தன் காலடியைப் பதித்து முன்னேறியது!' என்ற 'ரகுவம்ச' காவிய வரி அவள் நினைவில் வந்தது. பயிற்சி தொடங்கிய முதல் வாரத்திலேயே கல்யாணி கரமாகர் விஷமப் புன்னகையுடன், ''சாயங்காலம் டீக்கடையில் என்ன நடந்தது, தெரியுமா? எதிரில் நாற்சந்தியிலிருந்து யாரோ ஒருவன் ஒரு மானைக் கையில் பிடித்துக் கொண்டு வந்து கொண்டிருந்தான். மமதா லஹரியா புன்னகையுடன் மண்டிஹவுசில் மானுக்கு என்ன வேலை? என்று கேட்டதற்கு ஹர்ஷ் புன்னகை செய்து கொண்டே என்ன சொன்னான் தெரியுமா?... ''வர்ஷா வசிஷ்டுடன் கண்களால் பேச!'' என்றான்.'' என்றபோது பூ பூக்கத் தொடங்கியது).

படத்தின் இடையில் தன் அருகில் அமர்ந்திருந்த ஹர்ஷின் அருகாமையையும், வாசனையையும் அவள் உணர்ந்தாள். பர்க்மனின் பல படங்களை அவள் பார்த்திருந்தாள் ('சமர்', சீரிஜின் இரண்டு படங்கள், 'செயிண்ட் சீல்', 'வைல்டு ஸ்ட்ராபெர்ரீஸ்', 'வர்ஜின் ஸ்பிரிங்', 'பர்சோனர்). பெண் பாத்திரங்கள் தொடர்பான அவருடைய ஒரு கட்டுரையையும் படித்திருந்தாள். அவருடைய நடிகைகள் - ஹாரியட் ஆண்டர்சன், ஈவா, பீபீ, விரஜிடா, இஸ்கிரிட், லிவ் ஆகியோர் வர்ஷாவைக் கவர்ந்தவர்கள்.

திரும்பிவரும்போது ஹர்ஷ் மோட்டார் சைகிளை ராஜ்பத்தில் திருப்பினான். சென்ட்ரல் விஸ்டா வர்ஷாவிற்கு மிகவும் பிடிக்கும். நீள, அகலமான புல்வெளிகள், உயரமான மரங்கள் சூழ்ந்த மேடு - பள்ளமற்ற, வழுவழுப்பான, பிரகாசமான ஒளியில் மின்னும் சாலைகள். இடது பக்கம் மெல்லிய நீரோடை, குழந்தைகளின் கலகலப்பு.

''எனக்கு லிவ் மிக இயல்பாக தோன்றுகிறாள். அவள் முகம் எவ்வளவு தெளிவாக இருக்கிறது. சில சமயம் இது முகம் இல்லை. உள்ளே இருக்கும் ஒவ்வொரு நரம்பும், ரத்தத்தின் ஒவ்வொரு துளியும் தெரியக் கூடிய கண்ணாடி என்று தோன்றுகிறது.''

அவர்கள் மரங்களின் அடியில் மெல்ல உலாவிக் கொண்டிருந்தார்கள். காய்ந்த இலைகள் கீழே விழும்போது மெல்லிய சரசரப்பு எழுந்துகொண்டிருந்தது.

''உன் முகமும் தெளிவில் குறைவானது இல்லை.'' என்று ஹர்ஷின் கம்பீரமான குரல் ஒலித்தது. இந்தக் குரலின் ஒலிநயம் கல்லூரியில் எல்லாரும் அறிந்த ஒன்று. எத்தனையோ காட்சிகளில் நாடக ரசிகர்களின் இதயத்தைத் தொட்ட குரல்.

ஹர்ஷின் கைகள் அவளை வளைத்தபோது அவள் நின்றுவிட்டாள். அவள் முகம் ஹர்ஷின் முகத்திலிருந்து ஒரு அங்குல தொலைவில்... ஹர்ஷின் இதழ்கள் அவள் இதழ்களைத் தொட்டன. மிக மெலிதான சிகரெட் மணம் ... மித வெப்பமான உடல் ஸ்பரிசம். அவள் கண்கள் மூடின. ஹர்ஷின் தோள்களைத் தன் கைகளால் வளைத்து சாய்ந்தாள்... ஹர்ஷின் முத்தம் இதழில் பதிந்ததோடு மனதின் அடித்தளத்தில் ஏதோ ஒரு ஆழத்தில் பரவியது...

''இப்படி ஒரு 'பார்ட்டி - விரோத நடவடிக்கை சரியில்லை துமேகோ தோழா?'' என்று கூறி வர்ஷா சிரித்தாள்.

ஹர்ஷ் புன்னகையோடு அவளைப் பார்த்தான். பின்னர் வேகமான முத்தத்தால் அவள் சிரிப்பை அமுக்கிவிட்டான். புறாவின் கழுத்தில் துடிப்பு போல சிரிப்பு சில வினாடிகள் துடித்துக் கொண்டிருந்தது. பின்னர் சுகத்தில் தன்னை மறந்து அமைதி ஆகிவிட்டாள்.

★ ★ ★ ★

''சார்? '' சில்பில் சற்று தைரியத்தை வரவழைத்துக் கொண்டு கதவை திறந்தாள்.

முன்னே சென்று உட்காரும்போது சில்பில்லின் நெஞ்சுப் படபடப்பு அதிகரித்தது. தெரிந்தோ, தெரியாமலோ என்ன தப்பு செய்துவிட்டோம்?

அவள் உட்கார்ந்த பிறகு அவர் ஒரு வினாடி கூட தாமதிக்கவில்லை. பையிலிருந்து இரண்டு கவர் எடுத்து அவள் முன் வைத்தார், ''உன் அப்பா எனக்கு இந்தக் கடிதத்தை அனுப்பியிருக்கிறார். இது அதற்கான என் பதில்.''

சில்பில் உணர்விழந்தவள் போல் ஆனாள். வீட்டினர் எல்லை கடந்து போய்க் கொண்டே இருப்பார்களா?

டாக்டர் அடல் வெளியே போய்விட்டார். முன்பே அவர் அப்படி தீர்மானித்திருந்தாரா அல்லது அவள் தன்னை மறந்து உட்கார்ந்திருப்பதைப் பார்த்துவிட்டு அப்படி செய்தாரா என்று அவளுக்குத் தெரியவில்லை. அமைதியில் ஏர்கண்டிஷனரின் சீரான ஒலி பரவியது.

ஆழ்ந்த பெருமூச்சுடன் அவள் கவரைப் பிரித்தாள்.

'...தங்களுக்கு இந்தக் கடிதத்தை எழுதுவதில் எனக்கு மிகவும் வருத்தம் உண்டாகிறது. ஆனால் ஒரு தந்தையின் நிலையில் எனக்கு வேறு வழி இல்லை. என் மகள் வர்ஷா என் விருப்பத்திற்கு விரோதமாகத் தங்கள் கல்லூரியில் சேர்ந்திருக்கிறாள். இப்போது அவள் நிச்சயமாக கல்யாணம் செய்து கொள்ள மாட்டாள். சமூகத்தில் எத்தகைய அவதூறை நாங்கள் எதிர்கொள்ள நேரும் என்பதைத் தாங்கள் உணர்வீர்கள். தயவு செய்து அவளை அறிவுறுத்தும்படி தங்களைக் கேட்டுக் கொள்கிறேன். எங்கள் குடும்ப கௌரவம் ஆபத்தில் இருக்கிறது.'

கடிதத்தைப் படித்து சில்பில்லின் திகில் சற்று குறைந்தது. அப்பா தீர்க்காலோசனையுடன் இந்தக் கடிதத்தை எழுதியிருப்பது புரிந்தது. அவள் இந்தக் கலையின் கரடு முரடுகளில் திரிந்து ரத்தம் கசிய தன் பாதையைத் தேடிக் கொண்டிருக்கும்போது வீட்டில் அவள் வாழ்க்கைக்கான தீர்வு எச்சரிக்கையாக கையாள வேண்டிய கண்ணாடி பாட்டிலைப் போல பரிசீலிக்கப்பட்டுக் கொண்டிருந்தது. தன் வாழ்க்கைக்கான தீர்வை இங்குதான் தேடவேண்டும் என்பதை அவள் எப்படி அவர்களுக்கு உணர்த்துவாள்... 'கோன்ரீல், ரீகன் ஆகிய இருவரிடமிருந்து கிங்லியருக்குக் கிடைத்ததைப் போல காயத்திரியிடமிருந்து அப்பாவுக்கு சந்தேகமில்லாத பூரண அன்பு கிடைத்தது. ஆனால் நான் காண்டேலியாவைப் போல என்

இருப்பின் மதிப்பை அப்பாவின் உணர்வுகளுக்கு விலையாகத் தரமாட்டேன்' என்று வர்ஷா மனதிற்குள் சொல்லிக் கொண்டாள்.

'நான் இது விஷயமாக எதுவும் செய்ய இயலாத நிலையில் இருக்கிறேன் என்பதால் தங்கள் கடிதம் கண்டு வருத்தப்பட்டேன். மாணவர்களின் தனிப்பட்ட வாழ்க்கை என் அதிகார எல்லைகளுக்கு அப்பாற்பட்டது. ஒரு நடிகை என்ற முறையில் நான் வர்ஷாவிடம் சில குறைகளைக் கண்டால் அதற்காகத் தங்களை நெருங்குவதை நான் உசிதமாக நினைக்கமாட்டேன். தாங்கள் வர்ஷாவுக்கு சற்று அவகாசம் கொடுங்கள் என்பதுதான் என் ஆலோசனை. காலப்போக்கில் நிலைமை சீராகிவிடும் என்றுதான் நாம் நம்ப வேண்டும்.'

★ ★ ★ ★

''என்ன விஷயம் வர்ஷா? சும்மாவே இருக்கிறாய்?'' என்று கேட்டான் ஹர்ஷ்.

வர்ஷா சோகமாக புன்னகை செய்தாள். ஹர்ஷ் கைகளை விரித்தபோது அவள் மௌனமாக அவற்றில் அடைக்கலம் புகுந்தாள். உள்ளத்தின் போராட்டம் சற்று குறைந்தது. தன் வீட்டின் துக்கத்தை சொல்லி அழுதால்தான் என்ன! ''தங்கள் - தங்கள் நரகத்தின் நடிப்பின் போதும், அதற்குப் பின்னரும் ஹர்ஷின் வீட்டில் அவனுடைய நாகரிகமான குடும்பத்தினரை அவள் சந்தித்திருந்தாள் - அப்பா, அம்மா, ஜவஹர்லால் நேரு பல்கலைக் கழகத்தில் அசிஸ்டெண்ட் புரொபசராக இருந்த சுஜாதா அக்கா. பைப் புகைக்கும் அப்பா அதிகம் பேச மாட்டார். ஆனால் அம்மாவும் அக்காவும் மிகவும் அன்பாக இருந்தார்கள்.

''இன்னும் கொஞ்சம் மீன் கூட்டு வைத்துக்கொள் வர்ஷா! உனக்கு நிறைய புரொட்டீன் தேவை.'' என்றாள் அக்கா.

''வர்ஷா, ஜாக்கிரதை!'' ஹர்ஷ் சிரித்தான், '' அக்கா தேவதையைப் பூத வடிவில் பார்க்க ஆசைப்படுகிறாள்.''

''வர்ஷாவை இல்லை, உன்னைத்தான் உன் ரியல் லைஃப் கேரக்டராக ஒரு ரோலில் பார்க்க ஆசைப்படுகிறேன்.'' அக்கா முகத்தில் மெல்லிய புன்னகை.

"அப்படியென்றால்?"

" 'வெயிட்டிங் ஃபார் கோடோ' வின் இரண்டு வேலையற்ற மோசமான பாத்திரங்கள்!"

ஹர்ஷ் பொய்க் கோபத்துடன் அக்காவைப் பிடிக்க ஓடியபோது அவள் சிரித்தபடி அம்மாவுக்குப் பின்னால் மறைந்துகொண்டாள். அம்மா முகத்தில் பாசத்தின் திருப்தி, சாலட்டைத் துண்டு பண்ணிக் கொண்டே அப்பாவும் மெலிதாக புன்னகை செய்தார். வீட்டுக்கு பெண் - சிநேகிதியை அழைத்துவரும் மகனையும் சேர்த்து குடும்பம் முழுதும் இயல்பாக இருந்ததுதான் அழகான விஷயம் - இயல்பின்றி இருந்தது சில்பில் மட்டும்தான்!

ஒரு வினாடி சில்பில் நேர்விரோதமான ஒரு காட்சியைக் கற்பனை செய்து பார்த்தாள். அவள் ஹர்ஷை 54, சுல்தான் கஞ்சுக்கு அழைத்துச் செல்லும் ஆபத்தை எடுத்துக் கொண்டால்? கற்பனையே அவளை நடுங்கச் செய்தது. 'கடவுளே, நீ என் பிறந்த வீட்டை எவ்வளவு எளிதாக எனக்குக் கடும் சோதனையாகத் தெரிவு செய்திருக்கிறாய்?...'

"டிக்டேட்டர் சரியாகத்தான் சொன்னார், நீ நிஜமாகவே ஐஸ்பெர்க்தான். அதன் ஒரு பகுதிதான் என் முன் இருக்கிறதோ என்று சந்தேகமாக இருக்கிறது." ஹர்ஷ் அவள் மோவாயில் விரலை வைத்து முகத்தை மேலே தூக்கினான்.

அவர்கள் லோடி பூங்காவில் கோட்டையின் அருகில் இருந்தார்கள். கோடைகாலம் தொடங்கிவிட்டிருந்தது. சூரியன் மாலையில் வெகு நேரமாக அஸ்தமித்துக் கொண்டிருந்தது. சுற்றிலும் பட்சிகளின் சலசலப்பு.

ஹர்ஷின் காலில் ஒரு பந்து மோதியபோது அவன் குனிந்து அதைக் கையில் எடுத்தான்.

ஒரு ஐந்து வயது சிறுமி ஒரு நாயுடன் ஓடி வந்தாள். "ப்ளீஸ், கிவ் மி மை பால்."

"உன் பெயர் என்ன?"

"ஐ டோன்ட் ஹேவ் ஒன்..." என்று சிறுமி தீவிரமாக

சொன்னாள், ஆனால் உள்ளுக்குள் புன்னகை செய்து கொண்டிருந்தாள்.

''உன் வீட்டில் உன்னை எப்படி கூப்பிடுவார்கள்?''

''தே சிம்ப்ளி கால் மி - தி கேர்ள்...''

''அது எப்படி? இந்தப் பெண் மாதிரி எல்லோருக்கும் பெயர் இருக்குமே!'' என்று ஹர்ஷ் வர்ஷாவைக் காட்டிக் கூறினான்.

''வாட் இஸ் தட்?''

''வர்ஷா!''

''தட் இஸ் ஏ நைஸ் நேம்...'' சிறுமி கையை ஆட்டி தலையை அசைத்தாள், ''வர்ஷா, ஆஸ்க் யுவர் ஃப்ரண்ட் டு ரிடர்ன் மை பால் ப்ளீஸ்!''

அந்த சிறுமி மிகக் கவர்ச்சியாக இருந்தாள். வர்ஷா ஹர்ஷிடமிருந்து பந்தை வாங்கி புல்லில் வீசினாள். சிறுமி நாயுடன் ஓடிவிட்டாள்.

''இந்த வயதில் நீயும் இப்படித்தான் துருதுருவென்று இருந்தாயா?''

சில்பில்லிடமிருந்து ஒரு பெருமூச்சு வெளிப்பட்டது. 'இந்த வயதில் நான் இருந்த விதம், ஹர்ஷ்! நீங்கள் பார்த்திருந்தால் கண்ணீர் விட்டிருப்பீர்கள்...'

அவள் வெகு நேரமாக முத்தத்தை எதிர்பார்த்துக் கொண்டிருந்தாள். (இந்தியப் பெண்ணாக இருப்பதின் விசித்திரமான கஷ்டம் இதுதான் - நீங்கள் முதலில் முத்தமிடமுடியாது!) இப்போது முத்தம் கிடைத்ததும் சில்பில் சந்தோஷ மூச்சு விட்டாள். இப்போது சிலிர்ப்பு உணர்வு உடலில் ஆங்காங்கு தெளித்தது போல இல்லாமல் மயிர்க்கால்களில் மெல்ல மெல்ல ஊடுருவத் தொடங்கியிருந்தது. போதை நீங்கிய பின்னர் விரும்பிய அளவு ஆனது போல மூச்சு திடமாக, சீராக இயங்கியது. 'இதுதான் காதலா?...' என்று வர்ஷா யோசித்தாள்.

இண்டியா இண்டர் நேஷனல் சென்டரில் 'ஏழு ராணுவ வீரர்கள்' பார்த்துக் கொண்டே அவள் ஹர்ஷின் தோளில் தன்

கன்னத்தைப் பதித்துக் கொண்டாள். பரிச்சயமான இந்த மணமும், ஸ்பரிசமும் தனக்கு சொந்தமானதிலிருந்து டில்லியும் அந்நியத் தன்மையிலிருந்து விடுபட்டு சொந்தமான எல்லைக்குள் வந்திருந்தது. .. இதுதான் காதலா என்று அவள் திவ்யாவிடம் கேட்டாள்.

★ ★ ★ ★

"சில்பில், உன் உத்தேசம்தான் என்னடி?" என்று அக்கா ஆவேசமாகக் கேட்டாள்.

வர்ஷாவின் ஒரு பகுதி இன்னும் 'மைனா குர்ஜரி'யின் முன் பயிற்சியில் இருந்தது. அக்கா நேராக முன்னால் நிற்கிறாள் என்ற உண்மையை உணரவே சற்று நேரம் பிடித்தது. அத்தான் மௌனமாக பக்கத்தில் உட்கார்ந்து சிகரெட் புகைத்துக் கொண்டிருந்தார். அவர் பிள்ளை சித்திக்கு 'ஏ பி சி டி' சொல்லிக் கொடுக்கும் ஆர்வத்தில் முனைந்து அப்பாவிடம் திட்டு வாங்கியிருந்தான், முகத்தைத் தூக்கி வைத்துக் கொண்டு மூலையில் பேசாமல் உட்கார்ந்திருந்தான்.

"பாவம், அவளை டீ குடிக்க விடு." அத்தான் அவள் சமாளித்துக் கொள்ள நேரம் கொடுக்க விரும்பினார்.

பிற்பகலில் ரிசப்ஷனிஸ்ட் ஷிகோஹாபாத்திலிருந்து அவளுடைய அத்தான் வந்திருப்பதாகவும், மாலை ஐந்து மணிக்கு அவளை அழைத்துச் செல்ல வருவார் என்றும் வர்ஷாவிடம் சொன்னாள். அத்தான் ஐந்து அடிக்க பதினைந்து நிமிடம் முன்பாகவே மெயின் கேட்டில் தயாராக வந்து நின்றார் (சில்பில் அவரை சந்திக்கப் பயந்து அங்கே இங்கே போய்விடுவாள் என்று அவருக்கு அச்சம்).

ஆட்டோவில் தரியாகஞ்சில் இருந்த அவருடைய உறவினர் வீட்டுக்கு சென்று கொண்டிருந்தபோது "ஏதாவது காரியமாக வந்தீர்களா அத்தான்?" என்று சில்பில் கேட்டாள். கடும் மழையால் உரக்கப் பேச வேண்டியிருந்தது.

"கலை அரசி மைத்துனியை தரிசனம் செய்யலாமே என்று நினைத்தேன். ரொம்ப நாள் ஆகிவிட்டது." என்று அத்தான்

'ஐ ஆம் இன் லவ்!'

சிரித்தார். இது 54, சுல்தான் கஞ்சின் போர்த்தந்திரம் என்று உணர்ந்துகொள்வதில் சில்பில்லுக்கு சிரமம் எதுவும் இல்லை.

"நீ கோடை லீவிலும் வீட்டிற்கு வருவதில்லை. சண்டிகர், லக்னோ என்று சுற்றிக் கொண்டிருக்கிறாய். உன் மனதில் என்னதான் இருக்கிறது? வீட்டு உறவை சுத்தமாக வெட்டி விட்டாயா?" என்று படபடத்தாள் அக்கா.

"எதற்காக நான் வீட்டுக்கு வரவேண்டும்? யாருக்காக வரவேண்டும்? சுவற்றில் தலையை முட்டி உடைத்துக் கொள்ளவா? அல்லது குளியல் அறையில் வைத்து பூட்டப்படவா?" சில்பில்லின் குரல் வேகத்தில் அக்காவும் அத்தானும் அதிர்ந்து போனார்கள்.

"இந்த ஒரு விஷயம் இல்லை, ஆயிரம் விஷயங்கள் இருக்கின்றன, இதயத்தை சல்லடையாக்கியிருக்கின்றன."

நிலைமையின் தீவிரத்தைப் பார்த்து இப்போது அத்தான் விஷயத்தைத் தன் கையில் எடுத்தார், "வர்ஷா ராணி, நமக்கும் சில வீட்டுக் கடமைகள் இருக்கின்றன. அம்மா - அப்பாவுக்கு வயதாகிவிட்டது. அண்ணனுக்கு தன் வீட்டு கஷ்டத்துடன் இந்த குடும்பச் சுமையும் இருக்கிறது."

"இதில் என் மீது என்ன தவறு? குடும்ப சுமையைப் பொறுத்த வரை நான் ஏதாவது சம்பாதிக்க ஆரம்பித்த உடனேயே அதில் என் பங்கை ஆற்றுவேன்."

"இந்த சுமையில் நீ வேறு வகையிலும் பங்கெடுத்துக் கொள்ளலாம்." சிறிது அமைதிக்குப் பிறகு அத்தான்.

அத்தானின் வாயிலிருந்து யாருடைய உபதேசம் ஒலிக்கிறது என்று சில்பில் தெரிந்து கொண்டாள்.

"நான் கல்லூரியை விட்டு வரமாட்டேன், கல்யாணம் செய்து கொள்ள மாட்டேன். இதைத் தவிர வேறு என்ன கட்டளை வேண்டுமானாலும் இடுங்கள்... இரண்டாவது மாடியிலிருந்து குதிக்கச் சொல்லுங்கள். உங்கள் பாதங்களின் மீது ஆணை, நான் இப்போதே குதித்து விடுவேன்." சில்பில்லின் கண்களில் கண்ணீர் மல்கியது. 'அத்தான் மதிப்பிற்குரிய குடும்ப உறுப்பினர். தவறான குற்றம் சாட்டி அவர் மனதில் என் மீது வெறுப்பு ஏற்படுத்திவிடக்கூடாது...'

"சில்பில், இரண்டாவது மாடியிலிருந்து குதிப்பதால் சிக்கல்கள் தீரத் தொடங்கினால், வாழ்க்கை மிக எளிதாகிவிடும்." அத்தான் சற்று தத்துவ வாதி ஆனார் (சதுர்புஜ் சாணக்கியனின் பாத்திரத்தை ஏற்றால் இப்படித்தான் இருப்பார் என்று மனத்திற்குள் புன்னகையுடன் சில்பில் நினைத்துக் கொண்டாள்).

"நாடகக் கல்லூரி மீது உன் மோகத்தை எங்களால் புரிந்துகொள்ள முடியவில்லை." என்றார் மெல்லிய புன்னகையுடன்.

"அப்படித்தான் ஆகும். ஏனென்றால், நாம் ஒருவர் மற்றவருடைய வாழ்க்கையை வாழ திறனற்றவர்கள்."

"உன்னால் ஏன் நாடகக் கல்லூரியை விடமுடியவில்லை என்று என்னால் புரிந்து கொள்ள முடியவில்லை?"

"உங்கள் வாழ்க்கையின் நங்கூரமாக அமைந்த உங்கள் குடும்பத்தை உங்களால் விட முடியாதது போல் என்னால் நாடகக் கல்லூரியை விடமுடியாது."

இருவரும் அதிர்ந்து போனார்கள்.

"நீ என்ன சொல்கிறாய்? பைத்தியம் பிடித்துவிட்டதா உனக்கு?" அக்கா கடிந்தாள்.

"இந்த இரண்டையும் எப்படி ஒப்பிட முடியும்?" என்று அத்தான் ஆச்சரியமாக கேட்டார்.

"எப்படி உங்கள் வீடு உங்கள் வாழ்க்கைக்கு அர்த்தம் தருகிறதோ அப்படி நாடகமேடை என் வாழ்க்கைக்கு ஒரு அர்த்தம் தருகிறது, அதனாலேயே நான் உயிரோடு இருக்க முடிகிறது."

"உன்னை இந்த நாசமாய்ப் போன கல்லூரியிலிருந்து பிரித்துவிட்டால் நீ செத்தா போய்விடுவாய்?" அக்கா அவளைப் பைத்தியக்கார ஆஸ்பத்திரிக்கு அனுப்புவதைப் பற்றி நிர்ணயிப்பவளைப் போல தீர்மானமான குரலில் கேட்டாள். சில்பில் 'ஆமாம்' என்று தலையசைத்தாள்.

★ ★ ★ ★

'ஐ ஆம் இன் லவ்!'

தன்னை மறந்த முத்தத்தின்போது தன் கமீஜின் பொத்தான் அவிழ்க்கப்படுவதை சில்பில் உணர்ந்தாள்.

"வீட்டிற்கு வந்த விருந்தாளியின் ஆடையை அபகரிப்பது அழகல்ல, சார்!" சில்பில் பாசாங்கு ஆட்சேபம் தெரிவித்தாள்.

"காதல் முத்தங்களின் சங்கிலியை அறுக்கும் காதலன் பசுவதைப் பாவத்தைச் சுமக்கிறான்." என்றான் ஹர்ஷ் தீவிரமாக.

"தவறு நேர்ந்து விட்டது. என்னுடைய 'காமசூத்ர'க் கல்வி தங்களுடையதைப் போல ஆழமானது இல்லை." புன்னகையை அடக்கியபடி கூறினாள் வர்ஷா.

ஹர்ஷ் அவள் காதின் நுனியைத் தன் உதட்டில் கவ்வி ருசித்தான், மெல்லக் கடித்தான்.

"நீ என்ன இந்தியப் பிரஜை?" சில்பில் வலியில் சிணுங்கினாள். "குடியரசு தினத்தில் புதிய ஆக்கப்பணி துவங்குவதற்குப் பதில் இப்படிச் சிரிப்புக்கு உரிய விஷயம்?"

இப்போது தழுவலில் வர்ஷாவின் வெறும் முதுகில் ஹர்ஷின் ஆசைக் கரங்களின் ஸ்பரிசம். கை பட்ட இடமெல்லாம் சிலிர்த்தது.

ஸ்டீரியோவில் சிதாரின் மெல்லிய இசை ஒலித்துக் கொண்டிருந்தது. ஒரு ஜன்னல் மூடியும், ஒரு ஜன்னல் திறந்தும் இருந்தது. திரைகள் இழுத்துவிடப்பட்டிருந்தன. பெரிய புல்வெளியோடு கூடிய அந்தப் பெரிய பங்களா அமைதியாக இருந்தது (வீட்டில் எல்லாரும் கல்கத்தா போயிருந்தார்கள்). படுக்கையை அடுத்த சுவரில் சார்லி சாப்ளினின் ஃப்ளோஅப் இருந்தது. எதிரில் ஒத்தெல்லோ பாத்திரத்தில் ஹர்ஷின் போட்டோ.

சட்டென்று கொக்கி திறந்தது, அவள் பிரா கழற்றப்பட்டது (அந்த உள்ளாடை ஜோடி ஹர்ஷின் பரிசு).

"ஒன்றும் அறியாத என் உள்ளாடை உங்களுக்கு என்ன கெடுதல் செய்தது.?"

ஹர்ஷ் மோகாவேசம் கொண்டவனைப் போல அவள் மார்பைப் பார்த்துக் கொண்டிருந்தான் (சில வருஷங்களுக்கு முன்

திவ்யா சொன்னதின்பேரில் தான் இரவு தூங்கும்போது பிரா அணிவதை விட்டுவிட்டதை நினைத்து வர்ஷா சந்தோஷப்பட்டாள். வடிவம், பருமன் நோக்கில் அதன் மதர்ப்பு அழகாக இருந்தது. அவள் மறுநாளே திவ்யாவிற்குக் கடிதம் எழுதி தன் நன்றியைத் தெரிவித்தாள்!).

"சாப்ளின் என்ன நினைப்பார்? அந்த சிறந்த நடிகருக்கு மதிப்பு தருவது நம்..."

சில்பில்லின் பேச்சு முடியவில்லை. ஹர்ஷ் அவளுடைய இடது மார்பை முத்தமாலையால் கட்டி மார்புக்காம்பை உதட்டுக்குள் நிரப்பிக் கொண்டான். ஒரு கூச்சலுடன் சில்பில்லின் மூச்சு நின்றுவிட்டது. பாதத்தில் குறுகுறுப்பு எழுந்து உடம்பு முழுதும் ஊடுருவிச் சென்றது...

அவள் ஜீன்ஸின் பட்டன் அவிழ்ந்தது, திறந்தது.

"கன்னிப் பெண்ணின் இடையில் உள்ள ஆடையைக் குலைக்காதீர்கள்!"

ஆவேசமான முத்தப் பொழிவால் அவள் வாயை மூடியபடி ஹர்ஷ் ஆர்வம் மிகுந்த கையால் உள்ளாடையைத் தாண்டி அவள் பிருட்டத்தை வருடினான்... தன் மதர்த்த மார்பில் ஹர்ஷின் வெற்று மார்பின் அணைப்பு இறுகியதும் சில்பில்லின் தொண்டை வறள ஆரம்பித்தது. ஹர்ஷின் முதுகில் அவள் உள்ளங்கைகளின் அழுத்தம் தானாகவே அதிகரித்தது. 'என் உடம்பில் இப்படி ஒரு புயல் அடங்கியிருந்திருக்கிறது'. ஹர்ஷ் தன் ஸ்பரிசத்தால் அதைத் திறந்துவிட்டான்' என்று அவள் நினைத்துக் கொண்டாள்.

... ஹர்ஷ் படுக்கையில் அவளை அணைத்தவாறு தள்ளினான். நேராக படுக்க வைத்து தொடுகைகளினாலும், முத்தங்களாலும் உடல் முழுதும் சிலிர்க்கச் செய்தான். சில்பில் தனக்குள் இத்தகைய ஒரு சூடான ஈரத்தை இதுவரை உணர்ந்ததில்லை. ஹர்ஷ் அவளுக்குள் நுழைந்தபோது சில்பில்லின் மூச்சு நின்றுவிட்டது. கண்கள் மூடியிருந்த முகத்தில் பயத்தின் நிழல் பரவியது. ஹர்ஷ் புதிய முத்தங்களால் அவளை ஆசுவாசப்படுத்தினான்... ஆர்வம், உரிமை உணர்வுகளோடு சில்பில் கிறங்கித் தளர்ந்து போனாள்...

★ ★ ★ ★

கலவி இணைவிற்கு முன் சில்பில் எவ்வளவுக்கு வாயாடியாக இருந்தாளோ அவ்வளவுக்கு அதன் பிறகு ஊமையாகிவிட்டாள்.

ஹர்ஷ் ஒரு கையை அவள் கழுத்தின் கீழ் வைத்து, மறு கையால் அவள் இடுப்பை வளைத்து தன்னுடன் இறுகப் பிணைத்திருந்தான். அவள் முகம் ஹர்ஷின் மார்பில் புதைந்திருந்தது. ஹர்ஷின் விரல்கள் அவள் கூந்தலில் புகுந்து அளாவிக்கொண்டிருந்தன.

சில்பில் மெல்ல மூச்சு விட்டாள். உடலும், மனமும் மகிழ்ச்சியிலும் திருப்தியிலும் கிறுகிறுத்திருந்தன. இப்படி ஒரு ஒட்டுறவு, பாதுகாப்பு உணர்வு ஒருபோதும் உண்டானதில்லை -- ஹர்ஷுடன் அவள் மௌனம், அமைதி, நிம்மதி நிலவிய, ஏற முடியாத ஒரு மலைச்சிகரத்தை எட்டியதுபோல் இருந்தது. மிக உயரத்திலிருந்த அவளுக்கு இப்போது மிகத் தொலைவில் பின்னால் விட்டுப் போயிருந்த வெளி உலக ஆரவாரமும், இருட்டும் இலேசாக நினைவு வந்தன. இப்போது அவள் தகர்க்க இயலாத சொந்தக் கோட்டையில் ஹர்ஷுடன் பத்திரமாக இருந்தாள். ஒரு மனதிற்கினிய ஆண்மகனுடன் கலவியில் இணைவது இப்படியொரு திடமான கவசமாக இருக்கிறதா?...!' அவள் வியந்து போனாள்.

குளியல் அறைக் கண்ணாடியில் தன் உடம்பை முன்னும் பின்னும் பார்த்தபோது அவள் திடுக்கிட்டாள். - கழுத்து, வலது மார்பு, இடுப்பின் இடது புறத்தில் மூன்று தெளிவான பல்குறிகள் இருந்தன.

"இது என்ன இப்படி செய்து விட்டீர்கள்?" சில்பில் ஹர்ஷுக்கு முன்னால் போய் நின்றாள்.

ஹர்ஷ் அவளைக் கைகளில் அள்ளி கழுத்தில் இன்னொரு பல்குறியைப் பதித்துவிட்டான்.

சில்பில் அதிர்ந்தாள், "இப்போது எப்படி நான் வெளியே போவேன்?"

"நான் உனக்கு என் அக்காவுடைய ஹைநெக் சட்டையைத் தருகிறேன்."

சில்பில் சூடான டீயுடன் நான்கு டோஸ்ட், இரண்டு முட்டை ஆம்லெட் சாப்பிட்டாள். பிறகு ஒரு ஆப்பிளைக் கடித்துக் கொண்டே வாழைப்பழத்தை உரிக்கத் தொடங்கினாள், ''மிகவும் பசிக்கிறது. இந்த நடவடிக்கை ஒரு வார யோகா கிளாசுக்கு சமம் என்று எனக்குத் தெரியாமல் போயிற்று.'' என்று சொல்லி வெட்கினாள்.

ஹர்ஷ் சிரித்தான், ''நீ வெளியில் வாய் மூடி அழுத்தமாக இருக்கிறாய், உள்ளே கலகலக்கிறாய்!''

'இல்லை, அப்படி இல்லை, உன் நெருக்கத்தால்தான் இப்படி ஒரு மாற்றமும், பொலிவும் வந்திருக்கிறது, நீ என் தனித்துவத்தின் மிகச் சிறந்த உணர்வுத் துளிகளை வெளிக்கொண்டு வருகிறாய்!' - அவள் மனத்துள் மெச்சினாள்.

★ ★ ★ ★

''உங்கள் திறனுக்கு மரியாதை செலுத்துகிறேன், ஆனால் நான்தான் நாடக இயக்குநர் என்று நான் சூர்யபானிடம் சொல்லிவிட்டேன்.'' என்று சதுர்புஜ் மண்டிஹவுஸ் நால்வழிச்சாலை டீக்கடையில் சொல்லிக் கொண்டிருந்தார், ''என் சொல்லுக்குக் கட்டுப்பட்டு நீங்கள் உங்கள் நடிப்பை லேசானதாக்கிக் கொள்ள நேரிடும்.''

வர்ஷா டீயை ஒரு மடக்கு குடித்துவிட்டு, ''பிறகு?'' என்று கேட்டாள், ஹைநெக்கின் மேல்பகுதியை விரித்துவிட்டுக் கொண்டாள்.

''மேலைநாட்டில் அவர்கள் தங்கள் கிரேக்க கதாநாயக உணர்வுகளை மாற்ற நேர்ந்தது. நீங்கள் ஒவ்வொரு நாடகத்திலும் இடிபஸ் ஆக இருக்க முடியாது.''

கன்னித் தன்மையை இழந்த அடுத்த நாள். சில்பில் உற்சாகத்தில் பூரித்திருந்தாள். தனக்குத்தானே சிரித்தாள், கிசுகிசுத்தாள், ஏதோ பாடலை முணுமுணுத்தாள். நானும் சிருஷ்டி ரகசியத்தை அறிந்துகொண்டு விட்டேன். பெங்காலி மார்க்கெட்டில் தங்கள் குழந்தைகளின் விரல்களைப் பற்றியபடி இரண்டு இளம்பெண்கள் சுதந்திரமாக சிரித்துக் கொண்டிருப்பதைப் பார்த்து,

நானும் பெண்ணாகி விட்டேன் என்று அவள் நினைத்துக் கொண்டாள். அவள் உடல் - மனம் இரண்டிலும் புரட்சி ஏற்பட்டிருந்தது. மண்டிஹவுஸ் அசைவற்று நின்றிருந்தது. ரவீந்திரபவன் மாடியில் ஏறி உரத்த குரலில் ''நான் பெண்ணாகி விட்டேன்! நான் பேரிளம் பெண்ணாகிவிட்டேன்!'' என்று கூவிக் கூவி அந்தப் பகுதி முழுதும் எதிரொலிக்கச் செய்ய வேண்டும் என்று தோன்றியது.

அவள் அப்போதுதான் திவ்யாவுக்கு ஒரு கடிதம் எழுதி தபாலில் சேர்த்திருந்தாள், ''ஹர்ஷ் சாஸ்திரிபவனுக்குப் பின்னால் இண்டியா கேட் நிழலில் முதல்முறை என்னை முத்தமிட்டான். அவன் மோதிலால் நேரு ரோடில் இருக்கிறான். என் உணர்வு வரலாற்றில் சுதந்திரப் போராட்ட வீரர்கள் இவ்வளவு நெருங்கிவந்தது போதவில்லை. காதல் விளையாட்டிற்கு குடியரசு தினத்தையும், ராஜ்பத்தையும் தன் வீட்டையும் அவன் தேர்ந்தெடுத்தான். ராஜ்பத்தில் குண்டுகள் வெடித்து ராஷ்ட்ரபதிக்கு மரியாதை செலுத்திக் கொண்டிருந்தபோது இந்தப் பிடிவாதக் காதலன் என் உடலில் தன் நகரேகைகளைப் பதித்துக் கொண்டிருந்தான். இப்படி என் உடல் - மனப் புரட்சி தேசீய விழிப்பு வரலாற்றுடன் இணைந்து விட்டது...''

''டிராமா ஸ்கூல் எங்கே இருக்கிறது?''

சதுர்புஜ் பதில் சொல்வதற்கு முன் தனக்குப் பின்னால் குரலை அடையாளம் கண்டு சில்பில் திரும்பினாள்.

★ ★ ★ ★

''யசோதா, ஒன்று நீ கிணற்றில் குதித்துவிடு அல்லது எங்கள் எல்லாருக்கும் விஷம் கொடுத்துவிடு!'' என்று மகாதேவ் தன் கோரிக்கையை முன் வைத்தார்.

இது சதுர்புஜின் ஒரு அறை வீடு. (அவர் மனைவி - பிள்ளையை அழைத்து வந்து பெங்காலி மார்க்கெட் ரெயில்வே குவார்ட்டரில் ஒரு அறை வாடகைக்கு எடுத்திருந்தார். சில்பில் சீக்கிரமே சுஷீலாவின் தோழி ஆகிவிட்டாள். புதுடில்லியின் ஆடம்பரத்தினால் பாதிக்கப்பட்ட கிராமத்து குடும்பத் தலைவி

தானே தன் பெயர் உச்சரிப்பை 'சுசீலா' என்று ஆக்கிவிட்டிருந்தாள்.)

சில்பில் எதுவும் சொல்வதற்கு முன் சுஷீலா இரண்டு கோப்பை தேனீர் கொண்டு வந்துவிட்டாள்.

''அண்ணி, உங்களுக்கு ஏன் இந்த சிரமம்?''

''சிரமம் என்ன, ராணி!''

அவள் உடனே வெளியே போய்விட்டாள். சதுர்புஜும் அவர்களைத் தனியாக விடும் உத்தேசத்துடன் பையை எடுத்துக்கொண்டு காய்கறி வாங்கப் போய் விட்டிருந்தார்.

மகாதேவ் டீ குடித்தார், ''உனக்கு ஒன்றுமே தொடர்பு இல்லாதது போல் வீட்டு உறவைத் துண்டித்துவிட்டாய்...''

நேற்று இந்த நேரம் அவள் ஹர்ஷப்ரியாவாக இருந்தாள். ஹர்ஷின் ஸ்பரிசம் இப்போதும் கூட உடலில் ஆங்காங்கே அலைமோதிக் கொண்டிருந்தது. அவள் கண நேரம் கண்களை மூடி அந்த ஆவேசத்தை அனுபவிக்க விரும்பினாள். ஆனால் முடியவில்லை. நிகழ்காலத்தின் இந்த வினாடி கடூரமாக இருந்தது. அவளுக்குள் ஓடிய இனிய உணர்வு கண நேரத்தில் வறண்டது. மனதில் சூனிய அலை எழுந்தது.

''உன்னை இரண்டில் ஒன்று கேட்டுவிட்டு வரும்படி அப்பா என்னை அனுப்பினார் இப்போதும் நீ உன் பிடிவாதத்தை விடவில்லையென்றால் உனக்கும் வீட்டுக்குமான உறவு ஒரேயடியாக துண்டித்துப்போய் விடும்.'' என்றார் அண்ணன்.

இப்போதுதான் அண்ணன் அவள் வீட்டு உறவைத் துன்டித்துவிட்டதாகக் குற்றம் சாட்டினார். இப்போது வீட்டு உறவு துண்டித்துப்போய் விடும் என்று மிரட்டுகிறார். இவர்கள் நடவடிக்கை எவ்வளவு தூரம் தர்க்கவிதிகளுக்கு அப்பாற்பட்டு இருக்கிறது என்று அவள் நினைத்துக் கொண்டாள்.

''நீங்கள் வீட்டை விட்டுவிட்டால் நான் டிராமா ஸ்கூலை விட்டுவிடுகிறேன் என்று என் மைத்துனர் - உன் அக்கா புருஷனிடம் சொன்னாயா?''

சில்பில் நீண்ட பெருமூச்செறிந்தாள்.

"நான் என்ன கேட்டேன்?"

"தங்கள் அறிவிற்குத் தகுந்தாற்போல எல்லாரும் வார்த்தைக்கு அர்த்தம் எடுத்துக் கொள்கிறார்கள்."

"ஏன் எடுத்துக் கொள்ள மாட்டார்கள்? நீ ஒருத்திதான் மகாபுத்திசாலி, நாகரிகமானவள்?..." மகாதேவ் அவள் ஜீன்ஸைப் பார்த்தார்.

அண்ணனுடைய பேச்சுப்போக்கு அவளுக்கு வருத்தமாக இருந்தது. குடும்பத்தினர் டிராமா ஸ்கூலுக்கு விரோதமான வாதத்தை செய்வதாயிருந்தால் அதை முதலில் அப்பாவின் எச்சரிக்கையான சொற்களோடு சொல்லியிருக்க வேண்டும்.

"இப்போது நீ கடைசி முறையாக சொல்லிவிடு, கல்யாணம் செய்துகொள்வது எப்போது?"

அருகில் தண்டவாளத்தின் மீது ரயில் ஓட்டத்தால் சில வினாடிகள் பூமி அதிர்வதை உணர முடிந்தது.

"நீ என்ன ராஜகுமாரியா? பெரிய நகரத்தில் இருப்பவன் யாராவது வாழ்நாள் முழுதும் உன்னை எதிர்பார்த்து இருப்பானா?"

"எனக்குக் கல்யாணம் வேண்டாம் என்று எத்தனை முறை சொல்வது?"

"ஏன்? ஏன் வேண்டாம்?"

" ஐ ஆம் இன் லவ்!"

சில்பில் தன்னை அறியாமல் இதைக் கூறினாள். இந்த அறிவிப்பு அவளுக்கே ஆச்சரியமாக இருந்தது. தன் அந்தரங்க விருப்பத்தை இப்படி வெளிப்படுத்துவோம் என்று அவள் நினைக்கவே இல்லை. அண்ணனின் தேவையற்ற கடுமை, கல்யாணத்துக்கு விரோதமாகத் தன் கட்சி தோற்றுப்போகும் வாய்ப்பு ஆகியவை மனதை மூடியிருந்த மூடியைத் திறந்து விட்டன.

புகழ் பெறக் கூடிய ஒரு களத்தில் சில்பில்லுக்கு முன்னர் கண்டறியாத அறிவு இருந்தாலும் அண்ணனுக்கு முன்னால் அவள் இப்படி முகத்தில் அடித்தாற்போல சொல்லுவாள் என்று மகாதேவ் நினைக்கவேயில்லை.

''இது என்ன?... என் காதில் நான் கேட்பது?'' அண்ணன் அரண்டுவிட்டார். நீ சொன்னதைத் திரும்பப் பெற இன்னும் கூட அவகாசம் இருக்கிறது என்ற தொனி அவர் குரலில் இருந்தது.

'என் உடம்பில் நான்கு புதிய காதல் சின்னங்கள் கூட இருக்கின்றன' சில்பில் மனத்துள் முணுமுணுத்தாள்.

மௌனம் விலகியதும் மகாதேவ் கேட்டார். ''யார் அவன்?''

சில்பில் பெயரை சொன்னாள்.

''என்ன சாதி?''

சில்பில்லுக்கு ஆச்சரியமாக இருந்தது. ''என்ன செய்கிறான்?'' என்று முதலில் கேட்கவேண்டும். இவர்களின் தொடக்கமே தலைகீழாக இருக்கிறது.

''காயஸ்த சாதி''.

அண்ணன் பாம்பை மிதித்தது போல திடுக்கிட்டார். ஒரு நீண்ட பெருமூச்சு விட்டார் (சில்பில் காதலித்தாலும் ஒரு பிராமணனைக் காதலிக்காத அளவு மோசமாகிவிட்டாள்!). ''எந்த காயஸ்த இனம்? ஸ்ரீவாஸ்தவா, கரோவா, சக்சேனாவா?''

''தெரியாது.''

''வீட்டில் மாமிசம் சாப்பிடுவார்கள்தானே?''

''ஆமாம்''

மகாதேவ் இகழ்ச்சியும் கோபமும் கலந்த பார்வை பார்த்தார், ''நீயும் சாப்பிட்டிருப்பாய்?''

''ஆமாம்.''

''கல்யாணம் எப்போது?''

''இப்போது இல்லை. இன்னும் சில வருஷங்கள் நான் என் கலைப் பயிற்சியில் கழிப்பேன். என் தனிப்பட்ட வாழ்க்கை எந்த வடிவம் எடுக்கும் என்பதை எதிர்காலம்தான் நிச்சயிக்கும்.''

''அதாவது சுதந்திரமான காதல் வாழ்க்கை போய்க்கொண்டே இருக்கும்? குடும்ப வமிசத்தில் சேற்றை அள்ளி வீசிக்கொண்டே

இருப்பாய்?'' என்றார் மகாதேவ் கடுமையாக.

''என் தனிப்பட்ட வாழ்க்கை என் பொறுப்பு.'' என்றாள் சில்பில் உறுதியான குரலில்.

''சரி.'' அண்ணன் எழுந்து நின்றார். அவர் அசாதாரணமான முறையில் அமைதியாகிவிட்டார், ''பெரிய நகரத்தின் சுதந்திரம் உன் மனதைப் பைத்தியமாக மாற்றிவிட்டது. நீ போகும் பாதை நாசமாகி அழியும் பாதை. ஒரு நாள் உனக்கு பச்சாத்தாபம் உண்டாகும், ஆனால் அதற்குள் காலம் கடந்துபோகும். இன்றிலிருந்து உனக்கும் எங்களுக்கும் எந்த ஒட்டும் - உறவும் இல்லை என்று சொல்லத் தேவையில்லை. உன்னால் எங்களுக்கு எந்த நாளும் துக்கமும் அவமானமும்தான்.''

...வர்ஷா கையை மடக்கிக் கட்டியபடி வெறிச்சோடிக் கிடந்த மண்டிஹவுசுக்குத் திரும்பினாள். குளிர் அதிகமாகியிருந்தது. நால்வழிச் சாலையில் ஒளி வெள்ளத்தினூடே உயரமான நீருற்று விழுந்து கொண்டிருந்தது. கீழ் மட்டத்தில் இடைவிடாத நீர்ப்பொழிவு இருட்டைப் போல கனத்திருந்தது.

முன்பிருந்தே வீட்டிலிருந்து பல முறை அறுபட்டிருந்தாலும் வர்ஷா இன்று நெருக்கமானவர்கள் யாருக்கோ இறுதிக்கடன் நிறைவேற்றிவிட்டு வருவது போல அவலமான வெறுமையை உணர்ந்தாள். இளம் பிராயத்தின் பல நினைவுச் சித்திரங்கள் மனதில் மின்னி மறைந்தன. 54, சுல்தான் கஞ்சின் இரண்டடுக்கு வீடு கண் முன் வந்தது - முற்றத்தில் துளசிச் செடி, பெரிய தண்ணீர்ப் பானைகள், தெருவின் பரிச்சயமான மண்வாசனை, பழக்கப்பட்ட சந்தடி சத்தங்கள்... அனுஷ்டுப்பின் குரல்...

பஹாவல்பூர் ஹவுசுக்குள் நுழையும்போது 'தனிப்பட்ட வாழ்க்கையின் வேர்கள் அறுந்துவிட்டன. இப்போது இங்கு என் கலைவாழ்வின் வேர்களை செழிக்கச் செய்ய வேண்டும்' என்று நினைத்துக் கொண்டாள் வர்ஷா.

4. நீ கண்காணிக்கப்படுகிறாய்

டிக்டேட்டருக்கு என்னைப் பிடிக்கவில்லை - முக்கியமாக என் பிடிப்பில்லாத பின்னணியின் காரணமாக.

வர்ஷாவின் இந்த எண்ணம் இரண்டாம் வருஷ மத்தியில் செழித்து வளர்ந்துவிட்டிருந்தது. ஆனால் இடையிடையே அவளைப் பிரமையில், பிரமிப்பில் ஆழ்த்தும் விபரீதமான அதிர்ச்சிகள் வந்துகொண்டேயிருந்தன.

'பேவஃபா தில்ரூபா'வில் அவள் தோல்விக்குப் பிறகு ''டாக்டர் அடலுக்கு உன் இரண்டாவது சீன் பிடித்திருந்தது.'' என்று கூறினார் நாடகாசிரியர் மன்சூர் (இவர் நாடகத்தை மேடைக்கு ஏற்றவாறு மாற்றும் பொறுப்பில் இருந்தார்).

மட்டன் பிரியாணி சாப்பிட்டுக் கொண்டிருந்த சில்பில் ''எனக்கு அப்படி தோன்றவேயில்லை.'' என்றாள்.

''எப்படி?''

''அவர் எதுவும் சொன்னதேயில்லை.''

''உன்னிடம் வார்த்தைகளில் சொல்வதற்கு இப்போது அவசியம் இல்லை.'' மன்சூர் மெல்ல புன்னகை செய்தார்

பௌஜியா வர்ஷாவின் கிண்ணத்தில் தயிர்ப்பச்சடியைப் பரிமாறிக் கொண்டே சொன்னாள், ''யாஸ்மின் என்னிடம் சொன்னாள். அவளுக்கு ஃபெடரல் ரிபப்ளிக் ஆஃப் ஜெர்மனி ஸ்காலர்ஷிப் கிடைத்தபோது அவள் அதிர்ந்து போய் விட்டாளாம்.

டாக்டர் அடல் அவள் பெயரை சிபாரிசு செய்திருந்தது பிறகுதான் அவளுக்குத் தெரிந்ததாம்.''

இரண்டாவது காட்சியில் ரேஹானா அப்படி என்ன செய்தாள்? அவள் சோகமாக பஞ்சணையில் உட்கார்ந்திருக்கிறாள். அவள் தன் காதலனுக்கு ஒரு சிறிய கடிதம் எழுதியிருக்கிறாள், அதை அனுப்புவதா, வேண்டாமா என்று இன்னும் முடிவு செய்ய முடியாமலிருக்கிறாள். அம்மா தன் வெற்றிலைப்பெட்டியுடன் பக்கத்தில் வந்து உட்காருகிறாள், வெற்றிலையை மடித்துக்கொண்டே உற்சாகமாக தன் கல்யாணத்தைப் பற்றி சொல்கிறாள். ரேஹானா நம்பிக்கை, இரு வேறுபட்ட மனநிலை ஆகியவற்றின் போராட்டத்தில் தன் கமீஜில் மறைத்து வைத்திருந்த கடிதத்தின் மீது கை வைத்துக்கொள்கிறாள். அவளுடைய பேச்சு 'நல்லது', 'ஆமாம்', 'பிறகு?'- அவ்வளவுதான் (டாக்டர் அடலின் கூரிய பார்வை சொற்களின் உதவியில்லாமல் உணர்வுகளை வெளிப்படுத்தக்கூடிய அவள் திறனை கண்டு கொண்டுவிட்டதா?).

'' வர்ஷா அக்கா! என் தோழிகள் உங்களை சந்திக்க விரும்புகிறார்கள்.'' என்று சிறுமி ஆயிஷா புன்னகையுடன் அறிவித்தாள்.

பின்னாலேயே அவளை ஒத்த வயதுள்ள இரண்டு சிறுமிகள். ஒருத்தி வெட்கத்துடன் தன் ஆட்டோகிராப் நோட்டை முன்னால் நீட்டினாள்.

புகழ் பெற்றுவிட்டதால் கையெழுத்து போட்டுத் தருவது சில்பில்லுக்கு இது முதல் அனுபவம் ('பேவஃபாதில்ரூபா' நாடகம் எப்படி வேண்டுமானாலும் இருந்துவிட்டுப் போகட்டும், ஆனால், டில்லி தொலைக்காட்சி வழி அதன் பரவல் சில்பில்லை எல்லாருக்கும் பிடித்தமானவளாக்கி விட்டிருந்தது. மண்டிஹவுசில் சில பார்வைகள் ஒரு வினாடி அவள் முகத்தில் நிலைத்து பின்னர் அகன்றன). சில்பில் சற்று ஸ்டைலாக இரண்டு சொற்களின் முதல் எழுத்துகளை சற்று விரித்து கையெழுத்திட்டபோது இரண்டாவது சிறுமி சிறிது வெட்கத்துடன் சொன்னாள், ''தயவுசெய்து ஏதாவது மெசேஜும் எழுதிக்கொடுங்கள்...''

ஒரு வினாடி யோசித்துவிட்டு சில்பில் எழுதினாள், ''எதுவாக வேண்டுமானாலும் ஆகலாம்-ஆனால் கதாநாயகியாக ஆகவேண்டாம்.''

''வர்ஷா, நாளை மாலை ஐந்து மணிக்கு நீ எனக்கு. 'மண்வண்டி' நாடகத்தின் ஆடை அலங்கார ஸ்கெட்ச் காட்டுகிறாய்.'' என்றார் டாக்டர் அடல்.

வர்ஷா திகைத்துப்போனாள், ''இது இயலாத காரியம் சார்! சூழலுக்குத் தேவையான புத்தகங்களைத் தேடவே ஒரு வாரமாகிவிடும்.''

''நாடகம் உன் வசதிக்காக நின்றுவிடவேண்டுமா?'' என்று வெறுப்புடன் சொல்லிக்கொண்டே அவளைப் பின்னால் வரும்படி சைகை காட்டிவிட்டு அவர் நூல்நிலையத்தின் பக்கம் திரும்பிவிட்டார். அவர் பயிற்சி பெற்ற இயல்புடன் வெவ்வேறு அலமாரிகளிலிருந்து நான்கு புத்தகங்கள் எடுத்து அவள் கையில் திணித்தார்.

வர்ஷா இரவு வெகுநேரம் பாத்திரங்கள் பட்டியலை எதிரில் வைத்துக்கொண்டு குறிப்புகள் எடுத்தாள். அடுத்த நாள் மதிய உணவைப் பத்து நிமிடத்தில் முடித்துக் கொண்டு பெண் - பாத்திரங்களின் ஆடை -அலங்கார வரிவடிவம் எழுதிவிட்டாள். பின்னர் ரோமன் மேடை - அமைப்பு வகுப்பில் பின் வரிசையில் உட்கார்ந்து ஆண் - பாத்திரங்களின் ஆடை - அலங்கார வரிவடிவ வேலையைப் பார்த்துக் கொண்டிருந்தாள்.

ஐந்து அடிக்க ஒரு நிமிஷம் இருக்கையில் அவள் பைலை எடுத்துக் கொண்டு ஆபீஸ் அறையை அடைந்தாள். உள்ளே யாரோ அயல்நாட்டு விருந்தினர் இருந்தார். வேலை மும்முரத்தில் டாக்டர் அடலுக்கு தன்னைப் பற்றி நினைவு இருக்காது என்று வர்ஷாவுக்குத் தோன்றியது.

சரியாக ஐந்து மணிக்கு டாக்டர் அடல் கதவைத் திறந்தார். பொதுவான பார்வையோடு பைல் பக்கங்களைப் புரட்டினார். இரண்டரை அங்குலப் புன்னகையோடு சொன்னார், ''நெப்போலியனின் அகராதியில் இல்லாத சொல் வர்ஷா வசிஷ்டின் அகராதியில் ஏன் இருக்கிறது?''

''என்னை எந்த வெறிநாயோ கடித்துவிட்டது, அதனால்தான் நான் நடிகை ஆக நினைத்தேன்!''

இருபத்துநான்கு மணிநேர முழுத் தூக்கத்திற்குப் பின் சில்பில் தனக்குள் சொல்லிக் கொண்டாள். அவள் உடலின் ஒவ்வொரு கணுவையும் வலிக்கச் செய்யும் கல்லூரி இருபதாவது ஆண்டு டூரிலிருந்து திரும்பியிருந்தாள், இதில் அவர்கள் பத்து நைரங்களில் இருபத்தேழு நாடகங்கள் நடத்தியிருந்தார்கள்.

இந்த டூர் ஒரு சேனைப் படையெடுப்பு போல தேவையான எல்லா பொருள்களோடும் இருந்தது. ஒவ்வொரு மாணவனுக்கும், அவனுடைய குழு உறுப்பினர்களுக்கும் ஒவ்வொரு பொறுப்பு இருந்தது. சில்பில்லுக்கு சுமார் ஐநூறு தனித்தனியான ஆடை-அலங்காரப் பொறுப்பு இருந்தது. சுமார் ஐம்பது ஆடைகளை தினமும் துவைத்துக் காயவைத்து சலவை செய்து தயார் செய்யவேண்டியிருந்தது. சென்ற ஆண்டு பெரிய நகரங்களுக்குப் பயணம் செய்தது போல் இல்லாமல் இந்த முறை நாடகம் நடத்தும் இடங்கள் பல வகைப்பட்டனவாக இருந்தன - கிராமத்துக் கூடத்திலிருந்து தொழிற்சாலைக் காம்பவுண்டு வரை, முனிசிபல் நாடகமேடை அல்லது ஏதாவது வரலாற்றுக் கட்டிடப் பின்னணி. இதற்குத் தகுந்தாற்போலத்தான் பார்வையாளர்களின் படிநிலையும் இருந்தது. அவர்களின் எண்ணிக்கையும் முன்னூறிலிருந்து, பதினைந்தாயிரம் வரை எட்டியது. ஒருமுறை இருபத்துநான்கு மணிநேரத்தில் மூன்று இடங்களில் நான்கு வெவ்வேறு நாடகங்கள் நடத்தப்பட்டன. வெளி உலகில் நாடகக்கலையின் இத்தகைய ஒரு சக்தி வாய்ந்த வெளிப்பாடு வர்ஷாவின் அனுபவத்தில் ஒரு புதிய விரிவை ஏற்படுத்தியது. இங்கு தனிப்பட்ட 'சுகம்', தனிப்பட்ட 'நான்' என்ற உணர்வு சார்ந்த எந்தச் சலனமும் இல்லை. இங்கு குறிப்பிட்ட நேரத்தில் நாடகம் நடத்துவது இன்றியமையாதது. இது தனிப்பட்ட ஒருவரோடு எல்லாருடைய சமூகப் பொறுப்பாகவும் இருந்தது. எத்தனை முறை சில்பில் சாப்பாடு, தூக்கம் இல்லாமல் பொருள்களைச் சுமந்தாள், ஒப்பனை செயதாள், பாக்ஸ் ஆபீசில் டிக்கெட் விற்றாள், காயம்பட்டவர்களுக்கு முதல் உதவி செய்தாள்...!

''வர்ஷா, இந்தாருங்கள்.'' முதல் மணி அடித்த பிறகு நரசிம்மன் டீ கிளாசையும், சமோசா கவரையும் கிரீன் ரூம் மேசை மீது வைத்தான்.

அவள் திடுக்கிட்டு ''யார் அனுப்பியது?'' என்று கேட்டாள். ஆனால் நரசிம்மன் பின்னணி இசைக்காக டேப்ரிகார்டரை இயக்குவதற்கு வெளியே ஓடிவிட்டான்.

வர்ஷா மாடியில் இரண்டு முகமூடிகளை சரி செய்துகொண்டிருந்தாள். மதிய உணவு எப்போது முடிந்தது என்றே அவளுக்குத் தெரியவில்லை. இதை யார் கவனித்தது?

வர்ஷா இதற்குள் டாக்டர் அடலைப் புரிந்துகொண்டுவிட்டாள். கடுமையான சட்டதிட்டம், கடும் உழைப்பு இரண்டும் அவருடைய வாழ்க்கையின் ஆதாரங்கள்-காலை எட்டு மணிக்கு அவருடைய வெள்ளை ஃபியட் டி.ஏ.பி. 7391 பஹாவல்பூர் ஹவுஸ் கேரேஜில் வந்து நிற்கும். ஒவ்வொரு வாரமும் வெவ்வேறு பாடங்களின் முப்பது, நாற்பது வகுப்புகள் அவரே எடுத்தார் (வாரிசு உரிமையில் வந்து சேர்ந்த சில ஒன்றுக்கும் பயன்படாத ஆசிரியர்களால் இது நேர்ந்தது) அவர் வேலையில் சிறியது பெரியது வித்தியாசம் பாராட்டமாட்டார். ஒரு முறை பணியாளின் அலட்சியத்தால் (அரசாங்க வேலையில் இருப்பவர்களை வேலையை விட்டு நீக்குவது எளிதில்லை) டாய்லெட் தரை அழுக்காக இருந்தது. அவர் சட்டையை முழங்கை வரை மடக்கிவிட்டுக்கொண்டு ஈரத்துணியால் தரையைத் துடைக்கத் தொடங்கினார். வெளியில் புல்வெளியில் அரட்டை அடித்துக்கொண்டிருந்த மாணவ-மாணவியர் கூட்டம் உடனே அவருக்கு உதவி செய்ய ஓடியது. ஒரு நாடகம் நடப்பதற்கு முன்பு 'மேகதூதம்' முகப்பில் காலி சிகரெட் பாக்கெட்டைப் புல்லிலிருந்து எடுத்து தூரத்தில் குப்பைத்தொட்டியில் அவர் போடுவதை வர்ஷா பார்த்திருக்கிறாள்.

''நீ எப்போதிலிருந்து குளிக்கவில்லை என்று நான் தெரிந்துகொள்ளலாமா?'' குரூப்பிங் பிரித்துகொண்டே ஜீன்ஸ்-ஜாக்கெட், தாடியுடன் இருந்த ஜமீலின் கையைப் பற்றிக் கொண்டு சட்டென்று நின்றுவிட்டார். ''மூன்று வாரமிருக்கும்!'' ஜமீல் அசட்டுச் சிரிப்பு சிரித்தான் ''இப்போதெல்லாம் குளிர் அதிகமாக இருக்கிறது இல்லையா!''

''நான் உனக்கு அரை மணி நேர லீவுடன் சோப்புக் கட்டி பரிசளிக்கிறேன்.'' டாக்டர் அடல் இத்தகைய சந்தர்ப்பங்களுக்காக பத்திரப்படுத்தி வைத்திருந்த தன் சிறப்புப் புன்னகையை வெளிப்படுத்தினார், ''நீ சுத்தமான பிறகு குரூப்பிங்கும் சரியாகிவிடும்!''

சமமான நேர இடைவெளி, கலை விஸ்தரிப்பிற்காக முக்கிய குண சித்திரங்களுக்கு இருமடங்கு, மும்மடங்கு பாத்திரங்கள் இருந்தன. நடிகர்களுக்கு மாறுபட்ட பலவேறு இயல்புகளைக் கொண்ட குணசித்திரங்கள் தரப்பட்டன. வெவ்வேறு வேலைகளுக்கான பொறுப்பைத் தந்து தன்னம்பிக்கையை வளர்ப்பது அவருடைய செயல்பாட்டின் ஒரு பகுதி. பிறகு மாணவர்களின் தனித் தன்மையைப் பொறுத்து அவர் தமது எதிர்பார்ப்புப் படிநிலையையும் விஸ்தரித்துக் கொண்டு செல்வார். அவருடைய நுண்மையான மேற்பார்வை எப்போதும் இருந்து கொண்டே இருக்கும். சாதாரண அன்றாட வாழ்க்கையில் ஒருவன் எப்படி நடக்கிறான், எப்படிக் கதவைத் திறக்கிறான், மூடுகிறான், தனக்குக் கீழ் வேலை செய்பவர்களிடம் எப்படி நடந்து கொள்கிறான், யார் ஒரு மாதமாக நூல்நிலையத்தில் ஒரு புத்தகம் கூட எடுக்கவில்லை - அவருடைய நுண்ணிய பார்வை எல்லாவற்றையும் கவனித்துக் கொண்டிருந்தது. அவர் 1981 கால கட்ட 'பிக் டாடி' போல எல்லார் மீதும் எப்போதும் ஒரு கண் வைத்திருப்பதாக சில்பில்லுக்குத் தோன்றியது.

சென்ற ஆண்டு முடிவில் ஒருநாள், புரொபசர் கபூர் ''வர்ஷா, நீ பரிட்சை முடிந்த பிறகு ஒரு வேலை செய்கிறாயா?'' என்று அவளிடம் கேட்டார்.

''கட்டாயம்.''

''பிரகதி மைதானத்தில் புது எக்ஸ்பிஷனில் டில்லி மண்டபத்தின் சீரமைப்புப்பணி நடந்து கொண்டிருக்கிறது; ஒரு மாதத்திற்கு இரண்டு உதவியாளர்கள் வேண்டும்.''

வர்ஷா வண்ணங்களைத் தெரிவு செய்தல், வேலை மேற்பார்வை ஆகியவற்றில் பங்கெடுத்துக் கொண்டாள். அவளுக்கு ஆயிரத்து ஐநூறு ரூபாய் ஊதியம் கிடைத்தது (அவள் உடனே

பெங்காலி மார்க்கெட் பஞ்சாப் நேஷனல் பாங்க் கிளையில் ஒரு சேமிப்புக் கணக்கு எண் 3417 தொடங்கினாள், பல நாட்கள் தன் பாஸ் - புக்கைப் பார்த்துப் பார்த்து மகிழ்ந்து போனாள்).

இந்த வேலைக்கு அவள் பெயரை யார் பரிந்துரைத்தது என்று அவளுக்குத் தெரியவில்லை. ஆனால் யாராக இருந்தாலும் அவளுக்கு சில்பில்லின் பொருளாதார நிலையைப் பற்றி சரியான கணிப்பு இருந்திருக்கிறது.

"வர்ஷா நாளை மாலை நீ எனக்கு இருபத்தைந்து முக்கியமான உருதுக்கவிதைகள் விவரம் தருகிறாய். இரண்டு நாட்கள் கழித்து இண்டியா இண்டர் நேஷனல் சென்டரில் இன்னும் நான்கு பேரோடு நீ கவிதை வாசிக்க வேண்டும்." என்றார் டாக்டர் அடல்.

வர்ஷா, "யெஸ் சார்!" என்றாள்.

வேலை எளிதாக இல்லை. கவிதைகளைத் திரட்டுவதில் இலக்கிய வளர்ச்சியின் பலவேறு நிலைகள், பலவேறு போக்குகளைக் கவனத்தில் கொள்ள வேண்டியிருந்தது. அத்துடன் எந்த முக்கியமான கவிஞரும் விடுபட்டு விடக் கூடாது. ஒரு மணி நேர நிகழ்ச்சியில் நேரம் நீட்டிக்கவும் கூடாது.

விவரத்தைப் படித்து விட்டு டாக்டர் அடல் சொன்னார், "சரி." பிறகு ஒரு வினாடி அவளைப் பார்த்துவிட்டு, "வேலை செய்யக்கூடிய உயரிய வாய்ப்புகள் வாழ்க்கையில் மிகக் குறைவாகவே கிடைக்கின்றன." என்றார். டாக்டர் அடலின் பல பொன் மொழிகள் சில்பில்லின் நினைவுக் களஞ்சியத்தில் பத்திரப்படுத்தப்பட்டுக் கொண்டிருந்தன- "நாடகமேடை வளர்ச்சியின் பல்வேறு கட்டங்களில் மனித சமுதாயத்தின் நுண்ணிய கலைநோக்கு உள்ளது."

"நடிகன் கலையின் சத்தியத்தைத் தேடுவதற்கு தன் உடலைப் படைப்பு உபகரணங்களில் ஒன்றாக வளர்த்துக் கொள்ள வேண்டும்."

"இன்றைய கலைஞன் மனித - சமுதாய வரலாற்றின் உரையாசிரியனாக இருக்கிறான்"

"உடல் அளவில் 'கோகோ'வாக இருக்கும் கலைஞன் உணர்வு அளவில் 'வர்ஷினின்' ஆக முடியாது."

"நாடக மேடைகள் சுகபோகத்திற்கான நுழைவாயில் அல்ல."

"காட்சி அமைப்பில் அரச உடை அளவு கைக்குட்டையும் முக்கியமானது - ஒரு உண்மையான கலைஞன் இந்த இரு பாத்திரங்களையும் ஏற்க வேண்டும்."

"சூத்திரக்கின் வசந்தசேனாவாக மட்டுமே இருக்க விரும்பி, ஷேக்ஸ்பியரின் டயானாவாக நடிக்க விரும்பாத நடிகையை பஹாவல்பூர் ஹவுஸ் தூக்கு மேடையில் ஏற்ற வேண்டும்,"

"நாடக விமரிசனத்தில் எல்லாரையும் விட முதலாக தன் பெயரைத் தேடும் கலைஞனின் உண்மையான இடம் பஹாவல்பூர் ஹவுஸ் அல்ல, சைபீரியாவின் துன்பக் கோட்டை!"...

இதில் எத்தனை தனக்குத் தக்கவை என்று சில்பில் யோசித்துக் கொண்டிருந்தாள்.

5. என் வாழ்க்கையின் மூன்றாவது பக்கம்!

வகுப்பில் 'சீகல்' வாசிப்பு நடந்து கொண்டிருந்தது.

வர்ஷா ஷாஜஹான்பூரில் செக்காவின் பல கதைகளைப் படித்திருந்தாள். 'ஹம்சினி'யின் மொழிபெயர்ப்பு நூலின் பக்கங்களைப் புரட்டவும் அவள் மறந்ததில்லை. ஆனால் அப்போது நாடகப் படைப்புகள் அவள் மீது விசேஷமான தாக்கம் எதுவும் விளைவிக்கவில்லை (ஏனெனில் நிகழ்வுகள் மேலோட்டமாக நாடக எழுச்சி இல்லாமலும், தர்க்கபூர்வமற்றும் இருந்தன.) ஆனால் இம் முறை நாடக வாசிப்பு மயக்க மருந்து போல மெல்ல மெல்ல அவள் உணர்வுகளில் பரவத் தொடங்கியது. பின்னணியாக அவள் செக்காவின் படைப்புலகத்தைப் பற்றி ஒரு சிறப்புக் கட்டுரையைப் படித்திருந்தாள். கண்ணால் கண்டு நெருங்கிய அறிமுகம் பெற வேண்டி, சோவியத் தூதுவராலயத்தின் உதவியால் 'தி ஹண்டிங் ஆக்சிடென்ட்' படமும் பார்த்துவிட்டாள்.

நாடகத்தின் தொடக்கமே சில்பில்லை மயக்கியது.

மெட்வெடென்கோ கேட்கிறான், "உன் ஆடைகள் ஏன் என்றும் கருமையாக இருக்கின்றன? "மாஷா பதிலளிக்கிறாள், "நான் என் வாழ்வின் துயரத்தைக் கொண்டாடிக் கொண்டிருக்கிறேன், வருந்துகிறேன்."

நான்கு பெண் பாத்திரங்களும் அவளைக் கவர்ந்தார்கள். இளைஞனான தன் மகன் இல்லாதபோது முப்பத்திரண்டு வயதாகவும், அவன் இருக்கும் போது நாற்பத்துமூன்று வயதாகவும்

இருக்கும், நாடகத்திற்குப் பின்னர் உண்டாகும் கைதட்டல் ஒலியைக் குறித்து தாக்கம் விளைவிக்கும் முறையில் கூறிக்கொண்டே இருக்கும், 'தன் வாழ்க்கையின் கடைசி பக்கம்,' 'தன் கர்வம்,' 'தன் பொக்கிஷம்' திரிகோரினைத் தன் மேக்-அப் பெட்டியைப் போல தன் உடைமையாக மதிக்கும், ஆனால் தன் பொக்கிஷத்திலிருந்து சில ஆயிரம் ரூபிள்களை மகன் கோஸ்த்யாவுக்கோ அல்லது சகோதரன் சோரினுக்கோ தராத நடிகை ஐரீனா. ஒரு பக்கம் எல்லார் மீதும் எரிந்துவிழும் தன் கணவனின் நடத்தையால் கவலையுடனும், மறுபக்கம் தன் மகள் மாஷாவின் காதலால் விளைந்த துயரத்துடனும் விளங்கும் எஸ்டேட் மானேஜர் மனைவி பாலீனா, அவள் இந்த ஓய்ந்துபோன வயதில் டாக்டர் டார்னிடம் வேண்டிக் கேட்கிறாள், ''காதலரே, நான் அங்கு வந்து உங்களுடன் இருக்க அனுமதியுங்கள். காலம் போய்க் கொண்டிருக்கிறது. நாம் இளைஞர்கள் அல்ல. நாம் குறைந்த பட்சம் எஞ்சிய காலத்தை ஒருவர் மற்றவரிடம் பொய் சொல்லாமல், பொருள்களை மறைக்காமல் கழிக்கலாம்.'' (காதலின் இந்த வரைவு வர்ஷாவை மிகவும் கவர்ந்து விட்டது).

மாஷாவைப் பொறுத்தவரை, அவளுடைய இரண்டாவது வசனமே முந்தியதைப் போலவே அழகாகவும், பொருள் நிறைந்ததாகவும் தோன்றியது, ''மக்கள் ஏழைகளாக இருந்தாலும் சந்தோஷமாக வாழமுடியும்.'' ஏகாஸ்க்யா நீனாவின் காதலில் கட்டுண்டிருக்கிறான் என்று அறிந்தும் அவள் அவனைக் காதலிக்கிறாள் (காதலின் தவிர்க்க இயலாத துன்பக் கவர்ச்சி வர்ஷாவை பிரமிக்க வைத்தது). காலப்போக்கில் 'நம்பிக்கை இல்லாமல் காதலிப்பதில் என்ன அர்த்தம் இருக்கிறது?' என்று கூறி மாஷா ஏழை ஸ்கூல் மாஸ்டர் மெடவெடென்கோவைத் திருமணம் செய்து கொள்கிறாள். ஆனால் கோஸ்த்யாவைப் பார்க்கும் போதெல்லாம் அவள் ஆறாத மனப் புண் துன்பம் தருகிறது. தன் கணவனுக்கு தூரத்தில் எங்காவது மாற்றல் கிடைக்கும், தன் உணர்வுகளை வேரோடு பிடுங்கி எறிந்துவிட முடியும் என்று அவள் நம்புகிறாள்.

நீனாவின் அந்தரங்க குணாதிசய அமைப்பைப் பொறுத்தவரை, அதன் அடிப்படை சில்பில்தான். மூன்றாவது முறை

நாடகத்தை வாசித்த பிறகு வர்ஷாவின் இந்த அபிப்ராயம் வலுப்பெற்றது. நீனா குணசித்திரத்தின் குடும்ப அமைப்பு, விருப்பங்கள், கலை ஆர்வம் ஆகியவற்றில் சில்பில்லே பிரதிபலித்தாள். மாஸ்கோ ஆர்ட் தியேட்டரில் 'சீகல்' நாடகம் முதல்முதலாக 1898-ல் மேடை ஏறியது என்று அவள் ஸ்டாகாஸ்லாவஸ்கியின் 'தேர்ந்தெடுத்த படைப்புகளி'ல் படித்திருக்காவிட்டால் செக்காவ் ஷாஜஹான்பூரில் தூரத்திலிருந்து சில்பில்லைக் கூர்ந்து ஆராய்ந்துதான் அந்தப் பாத்திரத்தைப் படைத்திருக்கிறார் என்ற வர்ஷாவின் நம்பிக்கை உறுதியாகியிருக்கும்.

நீனாவின் தந்தை அவளுடைய வெளிநடமாட்டங்களில் கடுமையான கட்டுக்காவல் விதித்திருக்கிறார், அவளுடைய நாடக ஆர்வத்திற்கு விரோதமாக இருக்கிறார். "இப்படியான ஒரு முகமும் இனிய குரலும் இருக்கும் போது உன்னைக் கிராமத்தில் புதைத்துக் கொள்வது குற்றம்." என்று அக்கார்டியானா சொன்னபோது வர்ஷா உடனே ஆமோதிக்கும் பாவனையில் தலையை ஆட்டினாள்.

நீனா புகழ்பெற்ற எழுத்தாளர் திரிகோரினிடம் "ஒரு பக்கம் சிலர் எத்தனையோ கஷ்டத்துடன் தங்கள் சலிப்பூட்டும் ஒரே மாதிரியான துயரம் நிறைந்த அவல வாழ்க்கையில் மூழ்கியிருக்கிறார்கள், மறுபக்கம் லக்ஷத்தில் ஒருவருடைய வாழ்க்கை சுகமாகவும், சிறப்பாகவும், பொருள் நிறைந்தும் இருக்கிறது.'' என்று சொல்லும்போது வர்ஷா உடனே அதன் பொருளைப் புரிந்து கொண்டாள். நீனா ஆவேசத்தோடு, "ஒரு நடிகை ஆகும் மகிழ்ச்சிக்காக நான் என் குடும்பத்தின் வெறுப்பு, ஏழ்மை, அவநம்பிக்கை எல்லாவற்றையும் பொறுத்துக் கொள்வேன். குடிசையில் இருப்பேன். வறட்டு சப்பாத்தியை சாப்பிடுவேன். என் குறைகளை சுட்டிக்காட்டும் துன்பத்தையும் பொறுப்பேன். ஆனால் பதிலாக எனக்குப் புகழ் வேண்டும் - உண்மையான, நான்கு திக்கும் எதிரொலிக்கும் புகழ் வேண்டும்.'' என்று சொல்லும்போது சில்பில்லின் உடல் சிலிர்த்தது.

உணர்ச்சி வேகத்தால் நடுக்கத்துடன் நீனா திரிகோரினிடம் "நான் தீர்மானித்துவிட்டேன். நான் நாடகமேடைக்கு செல்கிறேன். நாளைக்குள் நான் போய் சேர்ந்துவிடுவேன். நான் என்

தந்தையையும் எல்லாவற்றையும் விட்டுவிட்டு புதிய வாழ்க்கை தொடங்குகிறேன். நான் மாஸ்கோ போகிறேன்.'' என்று கூறும் போது சில்பில்லுக்கு தான் ஏர்பேக்கை எடுத்துக் கொண்டு ஷாஜஹான்பூரிலிருந்து கிளம்பிய காட்சி நினைவு வந்தது.

ஆனால் மாஸ்கோவில் நீனாவின் வாழ்க்கை முழுதும் தோல்வியாகவே இருந்தது. அவளுக்கு ஒரு பெண் குழந்தை பிறந்து இறந்து விட்டது. அவளிடம் திரிகோரினின் ஈடுபாடு அகன்று விட்டது. அவள் கலைவாழ்க்கை விரைவில் உள்ளூர் தரத்திற்கு இறங்கிவிட்டது. அவள் எப்போதும் முக்கியமான பாத்திரங்களைத்தான் ஏற்று நடித்தாள், ஆனால் மாறிய குரல், உறுத்தும் உணர்வு வெளிப்பாடுகளுடன் கூடிய அவள் நடிப்பு வெறுமையாக, கேலிக்குரியதாக உணரப்பட்டது. ஒரு கிரீச்சிடலில் அல்லது மேடையில் மரண கட்டத்தில் என சில கணங்களில் அவள் திறன் பளிச்சிட்டது. ஆனால் அவை ஒன்றிரண்டு வினாடிகள்தான்...

வர்ஷாவின் கண்கள் நிறைந்தன. அவள் புத்தகத்தை மூடி விட்டாள். நீனாவின் துயரம் அவள் மனதில் கரிய, பயங்கர வலையை விரித்தது. அவளால் அறையில் தனியாக உட்கார முடியவில்லை.

★ ★ ★ ★

''மாஷா!'' வாசிப்பின் இடையில் திடீரென்று டாக்டர் அடல் வர்ஷா பக்கம் திரும்பினார்.

வர்ஷா உடனே மாஷாவின் அடுத்த வசனத்தை சொன்னாள், ''என் ஸ்கூல் மாஸ்டர் அப்படி ஒன்றும் அறிவாளி இல்லை. ஆனால் அவர் நல்லவர், ஏழை. என்னை மிகவும் விரும்புகிறார். அவருக்காகவும், அவர் அம்மாவுக்காகவும் நான் வருந்துகிறேன். மிஸ்டர் திரிகோரின், உங்களுக்கு என் வாழ்த்துகள் உரித்தாகிறது. என்னைத் தவறாக நினைக்காதீர்கள். என் மீது அனுதாபம் காட்டுவதற்கு நன்றி. உங்கள் புத்தகத்தை எனக்கு அனுப்புங்கள், கையெழுத்திட மறக்காதீர்கள். சம்பிரதாயமாக எதுவும் எழுத வேண்டாம். மாஷாவுக்கு - இது போதும். எங்கே இருக்கிறாள். யாருக்காக உயிர்வாழ்கிறாள் என்று அவளுக்கே தெரியாது. விடைபெறுகிறேன்!''

நீனாவின் அடுத்த வசனத்தை முன்பு போலவே ரீட்டாஸாஹ்னி சொன்னாள். அக்கார்டினாவின் வசனத்தை வர்ஷாவின் இந்த ஆண்டு ரூம் மேட், சற்று வயதில் கூடிய, தெளிவான கல்யாணி சொன்னாள். சக மாணவ, மாணவியர்களுடனான வர்ஷாவின் உறவு மகிழ்ச்சிகரமாகிக் கொண்டிருந்தது. 'பேவஃபா தில்ரூபா'வுக்கு முன் வரை ரீட்டாவுடன் நல்ல உறவு இருந்தது, ஆனால் நாடகக் காட்சியில் தன் கலை மதிப்பு உறுதியான பிறகு ரீட்டாவிடம் மெல்லிய உயர்வு மனப்பான்மை ஏற்பட்டது. வர்ஷா இதனால் பாதிக்கப்படவில்லை. அவள் தானும் அத்தகைய போக்கையே காண்பித்தாள். 'தங்கள் - தங்கள் நரகத்' திற்குப் பின் ரீட்டாவின் இந்தப் போக்கு மெல்ல மாறியதை அவள் உணர்ந்தாள். மகரந்தும் இப்போது முன்பு போல் ரேஹானா'விடமிருந்து விலகி இருக்கவில்லை. ரீட்டாவுடன் இருக்கும்போது வர்ஷாவுக்குத் தன் ஆங்கிலத்தை மெருகிடுவது எளிதாக இருந்தது, ஆனால் இந்த ஆண்டு அவள் கல்யாணியுடன் இருந்தாள். ஒருக்கால் வர்ஷா ஒரு வருஷத்தில் தன் ஆங்கிலத்தைப் போதிய அளவு சரிப்படுத்திக்கொண்டுவிட்டாள் என்று இயக்குநர் நினைத்திருப்பார். இப்போது அவள் அருகாமையில் இருந்த மராத்தி பேசும் கல்யாணி கரமாகர் தன் ஹிந்தியை சரி செய்துகொள்ள வேண்டும் (சென்ற ஆண்டு கல்யாணி கன்னட மொழி பேசும் ஜானகி ஜயராமனுடன் இருந்தாள்). தங்கள் இருவரையும் ஒரு அறையில் ரூம்மேட்டாக இருக்கச் செய்யும் கோரிக்கையோடு இயக்குநரிடம் போகலாம் என்று ரீட்டா வர்ஷாவிடம் சொன்னாள். ஆனால் நன்கு யோசித்து செய்யப்பட்ட மாற்றத்தில் தலையிடும்படிக் கேட்டுக்கொள்வதை வர்ஷா உசிதமாக நினைக்கவில்லை. டாக்டர் அடல் தீர்மானமான நோக்கம் இல்லாமல் இவ்வாறு செய்திருக்கமாட்டார் என்று அவள் சொன்னாள்.

★ ★ ★ ★

அன்று இரவு, ''கல்யாணி, அக்கார்டினா பாத்திரம் கிடைத்ததில் உனக்கு மகிழ்ச்சிதானே!'' என்று வர்ஷா கேட்டாள்.

''நிச்சயமாக.'' என்று கல்யாணி புன்னகை செய்தாள்.

அவள் எம்.பி.பி. எஸ். முடித்திருந்தாள், எம்.டி.செய்ய நினைத்துக்கொண்டிருந்தபோது திடீரென்று நாடகக் கல்லூரியில் சேர்ந்துவிட்டாள். அவள் புனே 'எக்ஸ்ப்ரீமெண்டல் தியேட்டரி'ன் (அங்கு நவீன கலை நாடகமேடையின் பெயர் இதுதான்) நல்ல நடிகையாகக் கருதப்பட்டாள், ஆனால் கல்லூரியில் இதுவரை அவளால் பிரகாசிக்க முடியவில்லை. அதனால் அவளுக்குள் அதிருப்தி துளிர்க்க ஆரம்பித்திருந்தது.

''ஆனால் உனக்கு நீளாவின் பாத்திரம் கிடைத்திருக்கவேண்டும்-டபுள் கேஸ்டிங்கில்.'' என்று கல்யாணி அவளைப் பார்த்தாள்.

வர்ஷா சில வினாடிகள் யோசித்தாள். நாடகப் படைப்பின் இறுதியில் ஒரு நடிகை என்ற வடிவத்தில் நீனா தோல்வி அடைகிறாள். நான்காவது காட்சியில் நீனா-கோத்ஸ்யா சந்திப்பு அவள் மனதை-சுக்கு நூறாக்கி விட்டது. அவள் 'ஹம்சினி'யில் நீனா வடிவத்தில் தோல்வி அடைந்துவிட்டால்?

''இல்லை. நான் நீனா பாத்திரத்தை ஏற்கும் சவாலுக்கு இன்னும் தயாராகவில்லை.'' என்றாள் வர்ஷா, ''எனக்கு மாஷா பாத்திரம் சந்தோஷமாக இருக்கிறது. அது ஒரு நல்ல பாத்திரம் உணர்வுகளின் எழுச்சி-வீழ்ச்சி அதில் முழுமையாக இருக்கிறது'' அவள் முகத்தில் புன்னகை படர்ந்தது,'' இப்போதைக்கு எனக்கு கர்சீப்பே போதும் அரசஉடை பிறகு எப்போதாவது வரட்டும்.''

★ ★ ★ ★

''*நீனா!*'' மறுநாள் வகுப்பில் டாக்டர் அடல் வர்ஷா பக்கம் சமிக்னஞ செய்தார்.

அவள் அதிர்ந்துபோனாள். எப்படியோ தன்னை சமாளித்துக்கொண்டு நீனாவின் தனிப்பேச்சைப் படித்தாள், ''மனிதன், சிங்கம், கழுகு... எல்லா உயிரினங்களும் தங்கள் துயரம் நிறைந்த வாழ்க்கைச் சக்கரத்தைப் பூர்த்தி செய்துவிட்டு மறைந்துவிட்டன. ஆயிரக்கணக்கான ஆண்டுகளாக பூமியில் ஒரு உயிர் கூட தோன்றவில்லை, இந்த அப்பாவி நிலவு விளக்கு வீணாக எரிந்துகொண்டிருக்கிறது. இங்கு குளிர், வெறுமை, பயம் மட்டுமே

இருக்கிறது. எல்லா உயிர்களும் தூளான பிறகு பாறை, நீர், மேகமாக ஆகிவிட்டன. எல்லா உயிர்களும் இணைந்து ஒன்றாகிவிட்டன, நான் இந்த உலகம் முழுமையின் ஆத்மா. என்னுள் அலெக்ஸாண்டர், சீசர், ஷேக்ஸ்பியர், நெப்போலியனுடன் பயங்கரமான காட்டு மிருகங்களும் இணைந்துள்ளன. எனக்கு எல்லாம் நினைவிருக்கிறது, நான் ஒவ்வொரு வாழ்க்கையையும் புதிதாகத் தொடங்கி வாழ்ந்துகொண்டிருக்கிறேன்...''

வர்ஷா மாலையில் ஹர்ஷுடன் திரிவேணி ஹோட்டலில் உட்கார்ந்திருந்தாள், கல்யாணி வந்து உற்சாகமாக சொன்னாள், ''வர்ஷா, போர்டில் கடைசி கேஸ்டிங் நோட்டீஸ் ஒட்டியிருக்கிறது. நீயும் ரீட்டாவும் நீனா பாத்திரத்தை செய்கிறீர்கள்.''

வர்ஷாவால் இரவு சரியாக தூங்கமுடியவில்லை. உள்மனப் போராட்ட ஓசை உள்ளே ஒலித்துக்கொண்டே இருந்தது. இப்போது இயக்குநருடன் பேசவேண்டிய நிலை ஏற்பட்டுவிட்டிருந்தது. வர்ஷா தன் மனவலிமை முழுவதையும் சேர்த்துக்கொண்டு காலை எட்டரை மணிக்கு அலுவலக அறையைத் திறந்து சிறிது பயக் குரலில் கேட்டாள், 'மே ஐ கம் இன் சார்?''

டாக்டர் அடல் ஃபைலிலிருந்து பார்வையை உயர்த்தி அவள் பக்கம் பார்த்தார். பிறகு , உள்ளே வரும்படி சமிக்ஞை செய்தார், இரண்டாவது சமிக்ஞையில் அவள் உட்கார்ந்தாள்.

''என்ன விஷயம்?'' என்று கேட்டார். குரல் அமைதியாக இருந்தது.

'' நான் மாஷா பாத்திரத்தை செய்யட்டுமா, சார்?'' ஒரு வினாடி அமைதி.

''ஜானகி ஜயராமனுக்கு சென்ற ஆண்டு சரியான சந்தர்ப்பம் கிடைக்கவில்லை. இந்த முறை மாஷா அவளுக்கு ஏற்றதாகத் தோன்றுகிறது. நீனா பாத்திரத்தை செய்வதில் உனக்கு என்ன கஷ்டம்?'' குரல் இப்போதும் அமைதியாகவே இருந்தது.

காலை நேரத்தைத் தேர்ந்தெடுத்தது நல்லதாயிற்று என்று வர்ஷாவுக்குத் தோன்றியது.

"நான் இன்னும் இந்த சவாலுக்குத் தயாராகவில்லை, சார்!"

அவர் தோல் பதித்த சுழல் நாற்காலியில் பின்னால் சாய்ந்து (சில்பில் 'காட்ஃபாதரி'ல் டான் கௌரலியோனின் பார்த்ததும் இந்த நாற்காலியின் பிரதிபிம்பம்தான் கண் முன் வந்தது.) அவளைப் பார்த்தார், முகத்தில் மாணவியோடு இணைந்த பொறுப்புணர்வு இருந்தது, "வர்ஷா, நீ தெரிவு செய்துள்ள கலைப்பாதையில் சவால் உன்னிடம் அப்பாயிண்ட்மெண்ட் கேட்டு வராது. மாலை இருட்டில் ஒரு கூர்மையான, பலவந்தமான சவால் திடீரென்று உன் வழியை மறித்து உன்னைப் போருக்கு அழைக்கும், நீ உன் முழு சக்தி, மன வலிமையுடன் அதை எதிர்கொள்ள நேரும். எப்போதும் உன் பின்னால் நான் இருப்பேன். ஒவ்வொரு சிரம கட்டத்திலும் உனக்கு வழி காட்டுவேன். என்று நம்பிக்கை வை. ஆனால் நீ அந்த வழியிலிருந்து திரும்பிவிடுவது என்று நினைக்கத்தொடங்கினால் அது அந்தப் பாதைக்கு அவமானம், உனக்கும் எனக்கும் கூட அவமானம்!"

வர்ஷா தலை குனிந்தபடி இருந்தாள். பிறகு துணிந்து கூறினாள். "நான் தோற்றுவிடுவேனோ என்று பயமாக இருக்கிறது."

வர்ஷா எதிர்பார்த்ததற்கு மாறாக அவர் முகம் இப்போதும் மாறவில்லை, குரலின் சீரான தன்மை மாறவில்லை, "வர்ஷா, இது டிராமா ஸ்கூல், தொழில் நிறுவனம் இல்லை, அங்குதான் விதை விதைத்த ஆண்டின் இறுதியிலேயே ஒவ்வொரு பாகஸ்தருக்கும் உயர்ந்த பட்ச லாபப் பங்கு கிடைக்கும். இல்லையென்றால் தொழில் நிறுவனம் சரியல்ல என்று கருதப்படும். தோல்வி என்பது நம் படைப்புக் கோட்பாட்டின் உள் பொதிந்த ஒன்று. கலை முயற்சிகளில் தோல்வியின் ஒரு சதவிகிதம் இன்றியமையாதது. உலகத்தில் தோல்விச்சுமையை சுமக்காத கலைஞன் யார்? தோல்வியின் துன்பம் நம் கலை ஆளுமை அமைப்பில் எப்போதும் தன் பங்கை ஆற்றுகிறது."

வர்ஷா மௌனமாக இருந்தாள். மேற்கொண்டு எதுவும் விவாதிக்கத் தோன்றவில்லை.

''நாடகமேடையில் சூழலுக்கேற்றவாறு உடனடியாக செயலாற்றுவதும், ஒழுங்குமுறையும் மிக முக்கியம் என்பதை மறந்துவிடாதே. அடுத்த ஆண்டு பிரான்சிலிருந்து மிஸ்டர் பைரோ வருகிறார். டிசம்பர், பதினைந்தாம் தேதி 'தி லாக்' நாடகத்தின் முதல் மேடையேற்றம். அவர் ஆறு வார ஒத்திகையில் நான்காவது வாரத்திற்குள் பாத்திரங்களின் கேஸ்டிங்கில் மாற்றங்கள் செய்துவிடுவார். அவர் உன்னை 'கேத்தரின்' பாத்திரத்திலிருந்து விலக்கி 'ஜோன் ஆஃப் ஆர்க்' பாத்திரம் தந்தால், நான் நவம்பர், பதினைந்தாம் தேதிக்கு முன் இந்தப் பாத்திரத்தின் சவாலை சமாளிக்க இயலாது என்று நீ சொல்வாய். இப்போது நீயே சொல், நீ இப்படி யோசிப்பது உன்னுடைய, ஸ்கூலுடைய மதிப்பிற்கு உகந்ததாக இருக்குமா?''

இந்தக் கேள்வி மலர்த்தோரணம் போல் காற்றில் ஊசலாடியது.

★ ★ ★ ★

மத்திய காலத்து மாவீரர்கள் தங்கள் அந்தப்புரத்தின் வீர மங்கையர் ஒன்று கூடி அக்கினிப் பிரவேசம் செய்ததை உத்வேக சக்தியாகக் கொண்டு எதிரிகளை அழிக்க போர் ஆவேசம் கொண்டு எழுந்தது போல, வர்ஷா தன் சொந்தக் கவலைகள், அச்ச அரக்கர்களைக் கண் மூடி மறக்கும் முயற்சியோடு நீனா பாத்திரத்தை சாதிப்பதில் முழுமையாக ஈடுபட்டுவிட்டாள். அவள் மாலையில் வெளியே செல்வது, ஹர்ஷை சந்திப்பது எல்லாவற்றையும் நிறுத்தி விட்டாள்.

''இல்லை ஹர்ஷ், நான் 'த்ரோன் ஆஃப் ப்னட்' பார்க்க வரமுடியாது. நான் நீனா பாத்திரத்தில் முழு முனைப்புடன் தீவிரமாக ஈடுபடவேண்டும்.''

''அப்படியென்றால்?'' ஹர்ஷ் ஆச்சரியத்தோடு அவளைப் பார்த்தான்.

''நான்காவது காட்சி எல்லாவற்றையும் விட கஷ்டமானது, எல்லா வகையிலும் உடைந்துபோன நீனா கோஸ்த்யாவிடம் வருகிறாள். நான் அவளுடைய தனிமை, துயரம், துன்பம், வேதனை வலி சகலத்தையும் புரிந்து கொள்ள வேண்டும்.''

''சற்று நேரம் என் கைகளுக்குள் வா. நான் எல்லாவற்றையும் புரிய வைக்கிறேன்.'' ஹர்ஷ் அவள் கையை பற்றினான்.

''இல்லை, என்னைத் தொடாதீர்கள்.'' வர்ஷா புன்னகையை அடக்கியபடி தன் கையை விடுவித்துக் கொண்டாள், ''என் பக்கத்தில் கூட வராதீர்கள், நான் உங்களைத் தூரத்திலிருந்தே பார்த்து துயரத்தை உணர்வேன்.''

''இது என்ன பைத்தியக்காரத்தனம் வர்ஷா? நீ 'எமோஷனல் ரிகால் தியரி'க்கு மாறாகப் போய்க் கொண்டிருக்கிறாய்.''

''ஒவ்வொருவரும் தங்கள் தியரியைத் தாங்களேதான் வளர்த்துக் கொள்ள வேண்டும்.''

''ஆனால் இது புத்தி பூர்வமாக இல்லை. நாளை நீ 'தி கிளரசிஸி'ல் ஜேன் பாத்திரத்தை ஏற்றால் முதலில் என்னைக் கொலை செய்ய விரும்புவாயா?''

வர்ஷா கம்பீரமாகக் கூறினாள், ''நீங்கள் உண்மையான நண்பராயிருந்தால், உங்கள் மார்பைத் திறந்து காட்டுவீர்கள்.''

★ ★ ★ ★

காட்சி 1: நீனா. அழகான, உணர்வு பூர்வமான, சோகமான ஒருத்தி. தாயை இழந்தவள். சின்னம்மா, அப்பாவின் கடுமையான, அக்கறையில்லாத மேற்பார்வையில். அன்னப் பறவை ஏரியை நோக்கி இழுக்கப்படுவதைப் போல மேடையின் பக்கம் இழுக்கப்பட்டு சென்று விடுகிறாள். கோஸ்த்யா மீது மனதில் துளிர்க்கும் ஈடுபாடு. அவன் எழுதிய நாடகத்தில் நீனாவின் பங்கேற்பு (' இன்று இரு ஆத்மாக்களும் இணையும், ஒரு முழுமையான கலை வடிவம் படைக்கப்படும்'). அம்மாவின் கேலியால் கோபம் கொண்ட கோஸ்த்யாவால் நடிப்பு தடுக்கப்படுதல். திரிகோரினுடன் நீனாவின் சந்திப்பு. நீனா மனதில் கவர்ச்சி முளை விடுதல்.

காட்சி 2 : கலைஞர்களிடம் நீனாவின் ரொமான்டிக் போக்கு. அக்கார்டினா, திரிகோரின் போன்ற 'மகத்தான' கலைஞர்கள் சாதாரண மனிதர்களைப் போல நடந்து கொள்வதைப் பார்த்து அவள்

ஸ்தம்பித்துப் போகிறாள். கோஸ்த்யா தான் வேட்டையாடிக் கொன்ற அன்னத்தை நீனாவின் காலடியில் வைக்கிறான். திரிகோரினுடன் நீண்ட காட்சி. திரிகோரின் எழுத்தாளன் வாழ்க்கையின் சலிப்பூட்டும் விவரங்களைக் கூறுவது. நீனா மனதில் பொருள் நிறைந்த கலை வாழ்க்கையின் மீது ஆர்வம், புகழ் பெறும் மோகம்.

காட்சி 3: நீனா நாடகமேடை குறித்த இரு மனப் போராட்டத்தில். நீனாவிடம் நடுத்தர வயது திரிகோரினின் கவர்ச்சி மாஷா, அக்கார்டினாவிடமிருந்து மறைக்கப்படவில்லை. இது விஷயமாக இறுக்கத்துடன் கண்ணீர் நிறைந்து தோன்றும் காட்சிக்குப் பின்னர் அக்கார்டினாவும் திரிகோரினும் மாஸ்கோ திரும்பிக் கொண்டிருக்கிறார்கள். உணர்ச்சி வசப்பட்ட நீனா வினாடி நேரத் தனிமையில் தான் நாடக மேடையில் வெற்றிக்காக மாஸ்கோ போக முடிவு செய்துவிட்டதாகக் கூறுகிறாள்.

காட்சி 4: கோஸ்த்யா இப்போது பத்திரிக்கைகளில் தோன்றுகிறான். மெடவெடென்கோ, ''வெளியே இருக்கும் மேடையை அகற்றிவிட வேண்டும் (அங்குதான் இரண்டு ஆண்டுகளுக்கு முன்பு நீனா நடித்தாள்.) , அது சிதிலமடைந்து பாழாய்ப் போயிருக்கிறது. திரை காற்றில் படபடக்கிறது. நேற்று இரவு நான் அங்கிருந்து கிளம்பியபோது யாரோ அழும் குரல் கேட்டது போலிருந்தது.'' என்று கூறுகிறான். உண்மையில், அழுதது நீனாதான், தன் கலை வாழ்க்கையின் முதல் மேடையில் இரண்டு ஆண்டுகளுக்குப் பின் முதல் முறையாக அவள்தான் அழுதாள். அக்கார்டினாவும் திரிகோரினும் வருகிறார்கள். கோஸ்த்யா அமைதியின்றி இறுக்கமான மனநிலையில் இருக்கிறான். கடைசியில் நீனா அவனிடம் வருகிறாள். மெலிந்து போயிருக்கிறாள். (அவளுடைய குழந்தை இறந்துவிட்டது. திரிகோரின் தன் பழைய காதலிகளிடம் திரும்பிப் போய் விட்டான். நீனாவின் நடிப்புத் திறனின்மை வெளிப்படையாகத் தெரிந்தது, அதை அவளும் ஒப்புக் கொண்டாள். அவள் எத்தனை ஆழமான துயரத்தில் இருக்கிறாள் என்பது அவள் கோஸ்த்யாவுக்கு எழுதிய கடிதங்களில் தெளிவாக இருந்தது. ஒவ்வொரு வரியிலும் இறுக்கமான துன்ப உணர்வு இருந்தது).

'நீ எழுத்தாளனாகி இருக்கிறாய், நான் நடிகை. எப்போதாவது காலையில் நான் தூங்கி எழுந்திருக்கும்போது என்னை அறியாமல் என் வாயிலிருந்து பாட்டின் ஒலி வெளிப்படும். இப்போது? நான் நாளைக் காலை எலெட்ஸ் போகிறேன். விவசாய குடிமக்களோடு மூன்றாம் வகுப்பில் போகிறேன்... எனக்கு மிகவும் களைப்பாக இருக்கிறது. ஐயோ, நான் சற்று நேரம் ஓய்வெடுக்க முடிந்தால்... கோஸ்த்யா, நம் தொழிலில் முக்கியமானது புகழ் இல்லை, தாங்கும் திறன் என்று எனக்குத் தோன்றுகிறது. பொறுப்பை நிறைவேற்ற வேண்டும், நம்பிக்கை வைக்க வேண்டும். எனக்கு நம்பிக்கை இருக்கிறது, இதனாலேயே இப்போது எனக்கு அதிகமான துன்பம் இல்லை. நான் என் இறுதியைப் பற்றி நினைக்கும் போது எனக்கு என் வாழ்க்கையைக் குறித்த பயம் எழுவதில்லை...''

எழுதிக்கொண்டேயிருந்த வர்ஷா தடைபட்டு நிறுத்தினாள்.

குணசித்திர வடிவமைப்பின் தர்க்க பூர்வமான வளர்ச்சி, இணைவுக்கு அவள் முதல் முறையாக நோட்புக் பயன்படுத்திக் கொண்டிருந்தாள்.

★ ★ ★ ★

'' வேண்டாம், என்னைக் கொண்டு விட்டு வர வெளியே வராதீர்கள். நானே போய் விடுகிறேன். என் டாக்சி அருகில்தான் இருக்கிறது. திரிகோரினிடம் ஒன்றும் சொல்லவேண்டாம். நான் அவரை நேசிக்கிறேன், முன்பை விட அதிகமாக நேசிக்கிறேன் ... ஒரு கதையை யோசித்துக் கொண்டிருந்தேன்... முன்பு எல்லாம் எவ்வளவு நன்றாக இருந்தது கோஸ்த்யா! வாழ்க்கை எவ்வளவு புனிதமாக, இதமான வெப்பத்தோடு, பாவங்கள் இல்லாமல் இருந்தது...'' ப்ளாக்கிங்கின்போது நீலகாந்த் பக்கம் இரண்டு அடி எடுத்து வைத்து வர்ஷா தன் வசனத்தைப் பேசினாள்.

டாக்டர் அடல் இடைமறித்தார், '' வர்ஷா, நான் அவரை நேசிக்கிறேன் என்பதில் ஆழம் வேண்டும். அடுத்து நீ ஒரு வரியை விட்டு விட்டாய் - 'நான் அவரை என்னை மறந்து, ஆழமான நீரில் மூழ்குவதைப் போல நேசிக்கிறேன்!' என்ற வரியை விட்டுவிட்டாய்.''

''சார், எனக்கு ஒரு சிக்கல்.'' என்றாள் சில்பில்.

முன் பயிற்சிக்கிடையில் டாக்டர் அடல் முதல் முறையாக அவளிடமிருந்து கேள்வி எழுவதைப் பார்த்தார், ''என்ன?''

''நீனா இப்போது திரிகோரினை நேசிக்கவில்லை - குறைந்தபட்சம் முன்பு போல நேசிக்கவில்லை.''

''ஏன்?''

''அவள் வாழ்க்கையில் அனுபவம் பெற்றுவிட்டாள். உணர்வுகளின் மாறும் இயற்கையை அவள் புரிந்துகொண்டு விட்டாள். கலையின் மைய சத்தியத்தை அவள் ஓரளவு புரிந்துகொண்டு விட்டாள். இப்போது அவள் கலையின் ஒரு விளைவான புகழுக்கு முக்கியத்துவம் தராமல் தன் அடிப்படைக் குணங்களுக்கு முக்கியத்துவம் தருகிறாள். இப்போது கோஸ்த்யாவைக் குறித்து முதல் காட்சியில் இருந்த அவளுடைய உணர்வுகளில் புதிய மாற்றம் தோன்றிக் கொண்டிருக்கிறது. 'ஆழமான நீரில் மூழ்குவதைப் போல நேசித்தல், உண்மையில் பழைய நாடகமேடை, அதன் படைப்பாளரைக் குறித்த தொடர், இப்போது அவள் கோஸ்த்யா முன் அதை ஒப்புக்கொள்ள மாட்டாள். அதனால்தான் அவள் ஆர்வத்தோடு பழைய வாழ்க்கையை நினைவு கூரும் போது, வாழ்க்கை எவ்வளவு புனிதமாக, இதமான வெப்பத்தோடு, பாவங்கள் இல்லாமல் இருந்தது' என்று சொல்கிறாள்''

தன் மீது பல ஜோடிக் கண்கள் மையம் கொண்டிருந்ததை வர்ஷா உணர்ந்தாள்.

''வர்ஷா, நாம் உரை எழுதும் கலைஞர்கள் மட்டும்தான். ஒரு செவ்விலக்கியத்தில் மாற்றம் செய்வது நம் எல்லைகளுக்கு அப்பாற்பட்டது.'' என்று டாக்டர் அடல் சாந்தமான குரலில் சொன்னார்.

வர்ஷா மீண்டும் 'நான் அவரை நேசிக்கிறேன்' என்ற வரியில் சந்தேகம் எழுப்பினாள், 'என்னை மறந்து, ஆழமான நீரில் மூழ்குவதைப் போல நேசிக்கிறேன்' என்ற வாக்கியத்திற்கு

இரக்கத்தைத் தூண்டும் வினா வடிவம் தந்தாள், கோஸ்த்யாவின் கதை பிரசுரமாகியிருந்த பத்திரிக்கையை மிருதுவாக தொட்டாள் (ப்ராப்சில் எப்படி அர்த்தம் நிறைப்பது என்று வர்ஷா கற்றுக் கொண்டிருந்தாள்).

''வர்ஷா...'' டாக்டர் அடலுக்குள்ளும் இருமனப் போராட்டம் எழுந்தது.

''சார், நான் முயற்சி செய்யட்டுமா? நான் நீனாவின் தீர்மானத்தைத் தர்க்க பூர்வமாக்க விரும்புகிறேன்.'' வர்ஷாவின் முகத்தில் சிந்தனையில் மூழ்கிய பாவம்.

டாக்டர் அடல் ஒரு வினாடி அவளைப் பார்த்தார். ''சரி. ஆனால், நீ 'ஒரு கதையை யோசித்துக் கொண்டிந்தேன்' என்ற வசனத்திலும் திரிகோரினுக்கு முழு முக்கியத்துவம் தரவில்லை. கடைசியில், திரிகோரினால் கொல்லப்படும் அந்த அன்னம் நீனாதான்.''

''ஐ அப்ஜெக்டிவ்லி அப்ஜெக்ட் சார்!'' வர்ஷா மென்மையான குரலில் செக்காவின் தனிப்பட்ட வாழ்க்கையில் அவருக்குப் பிடித்தமான சொற்றொடரைப் பயன்படுத்தினாள்.

டாக்டர் அடல். புன்னகை செய்தார், ''ஏன்?''

''நீனாவின் ஆத்மாவை அவளுடைய கலைத்திறனின்மையே கொன்றது. திரிகோரின் வீட்டில் தனிமையில் நீனாவின் கலை ஆர்வத்தைக் கேலி செய்ய முடியும், ஆனால் கூட்டம் நிறைந்த தியேட்டரில் தரமான நாடகத்தில் நடிப்பதைத் தடுப்பது அவன் கையில் இல்லை. காலமில்லாத கால தாய்மை, பணத் தட்டுப்பாடு, குழந்தையின் இறப்பு ஆகியவை இந்த நிலையை இன்னும் மோசமாக அடிமையாக்கிவிட்டன. வாழ்க்கையை நடத்துவதற்கு நீனா உள்ளூர் மட்ட மேடை நிலைக்கு இறங்க நேர்ந்தது. இந்தத் துன்பம் உயிரைக் கொல்லுவதாகத்தான் இருந்திருக்கும்... இது நான் இந்த ஸ்கூலிலிருந்து வெளியே சென்று ஷாஜஹான்பூரில் நடிக்க நேர்வது போலத்தான். இந்த கால கட்டத்தில் திரிகோரின் நீனாவை அலட்சியப்படுத்தினானா, நீனா திரிகோரினைக் குறித்து ஜடமாகி விட்டாளா அல்லது இருவருமே ஒருவரோடு ஒருவர் உறவைத்

தாங்களாகவே நிறுத்திவிட்டார்களா - இது அவ்வளவு முக்கியமானது அல்ல."

டாக்டர் அடலின் தயக்கம் மெல்ல மெல்ல மறைந்தது, இறுதியில் அவர் வர்ஷாவைப் போலவே தீவிரமானார்.

"சரி, இந்தக் காட்சியை மீண்டும் உன் விளக்கத்திற்கு ஏற்றவாறு ஆக்கிக்கொள்."

* * * *

இங்கிருந்துதான் செக்காவிடம் வர்ஷாவின் ஈடுபாடு தொடங்கியது. அவள் மாஸ்கோ ஆர்ட் தியேட்டர் உறுப்பினர்களோடு 'சீகல்' படித்தபோது தன் மேஜையில் செக்காவின் படத்தை வைத்துக் கொண்டாள் (ஆனால் இடது மூலையில் உட்கார்ந்திருந்த வோல்கா நிப்பரை வெட்டி எடுத்து குப்பைத் தொட்டியில் வீசிவிட்டாள்). இப்போது அவள் பார்த்ததெல்லாம் - பிஸ் - நேஜுக்குப் பின்னால் எட்டிப் பார்க்கும் சிறிய, கூர்மையான கண்கள், நெற்றியில் வந்து விழும் ஒரு முடிக்கற்றை, குறுந்தாடியைத்தான் தனிமையில் எப்போதும் அவள் தனிப்பேச்சு கேட்டுக் கொண்டேயிருக்கும், "ஆண்டன் பாவ்லோவிச், உங்களை வந்து அடையும் வழி ஊகமும், உணர்வுகளும்தான். உங்கள் நாடகப் படைப்பின் கவர்ந்திழுக்கும் உள்ளோட்டங்கள் அதைப் பிரகாசமாக்குகின்றன. உங்கள் குணசித்திரங்கள் 'ஒன்றும் செய்யாமலிருப்பதே' அவர்களுடைய சிக்கலான உணர்வுக் களத்தின் மனோகரமான போர்வை. உங்கள் மேடை காரியக் கிரமங்களின் உள்ளர்த்தத்தைப் புரிந்து கொண்டால் தான் மேடையில் அந்த குணசித்திரங்களுக்கு உயிரூட்ட முடியும். உங்கள் பாத்திரங்களை 'வாழ்ந்து' காட்ட வேண்டும், அப்போதுதான் அவர்களுடைய வளர்ச்சியின் ஆழமான உள்வரிகள் வெளிப்படும்."

"(மிட்டு, ஹர்ஷவர்தனுக்குப் பிறகு) மாஸ்கோ ஆர்ட் தியேட்டர் என் வாழ்க்கையின் 'மூன்றாவது பக்கம்.' 1898-ல் நீனா பாத்திரத்தை எம்.ஐ. ரோக்ஸாநோவா செய்தாள். உங்களுக்கு அது எப்படி இருந்ததோ, தெரியாது. மன்னியுங்கள், எனக்கு அவளுடைய போட்டோ தாக்கம் விளைவிப்பதாக இல்லை. 1968-ல் கோகோர்ஷ்கோ செய்த நீனா பாத்திரம் என்னை மயக்கிவிட்டது.

அவளுடைய உடல் அமைப்பு, பார்வை - மயக்கம், உணர்வு அசைவுகள் மிகவும் அறிவு பூர்வமாகவும், தாக்கம் விளைவிப்பதாகவுமாக இருந்தது. முக்கியமாக பெரிய பெரிய துளைக்கும் கண்கள்... (உன் கயல்கண்களும் யாருக்கும் குறைந்தது அல்ல என்ற சங்கேதப் பொருள் சமர்ப்பணம்.).''

"ஆண்டன் பாவ்லோவிச், உண்மையை சொல்லுங்கள், நீங்கள் காதலித்துக் கல்யாணம் செய்துகொண்ட வோல்கா நிப்பரிடம் நீங்கள் என்ன கண்டீர்கள்? அவளை நல்ல நடிகை என்று சொல்லும் அளவுக்கு அந்த குட்டை, குண்டுப் பெண்ணிடம் ஒன்றும் இல்லை." முன் பயிற்சியின் போது சில்பில் கல்யாணியை வாழ்த்தி "நீ வோல்கா நிப்பரைப் பின்னுக்குத் தள்ளிவிட்டாய்." என்று மிக தீவிரமாக சொன்னபோது பலர் பிரமித்து நின்றார்கள் (டாக்டர் அடல் பின்னால் திரும்பி தன் நுண்ணிய புன்னகையை மறைத்துக்கொண்டார்).

★ ★ ★ ★

சிறிது காலம் வர்ஷாவின் உணர்வுக்களத்தை நீனா ஆக்கிரமித்துக் கொண்டாள். முதல் காட்சியிலிருந்து நான்காவது காட்சி வரை நீனாவின் தினப்படி நடவடிக்கை அவள் நோட்புக்கில் இருந்தது - அவள் காலையில் எத்தனை மணிக்கு எழுந்திருப்பாள், என்ன சாப்பிடுவாள், எப்படி சாப்பிடுவாள், என்ன படிப்பாள், ஒவ்வொரு காட்சியிலும் அவள் அங்க அசைவுகளில் வெளிப்படும் ஆர்வம், இருமனப் போராட்டம், வேகம், இறுக்கம், அவள் எங்கே, எப்படி உட்காருவாள் எப்படி, எவ்வளவு திரும்புவாள், எப்படி பெருமூச்சு விடுவாள், எத்தகைய உணர்வுடன் செத்த அன்னத்தைப் பார்ப்பாள் என எல்லா விவரங்களும் இருந்தன.

இரவு கட்டிலில் படுத்திருந்த வர்ஷா சொன்னாள், "கல்யாணி! நீனாவின் தந்தை அவளுக்கு வலுக்கட்டாயமாக தாஷ்கண்டில் ஒரு நிச்சயதார்த்தம் செய்துவிடுகிறார்."

கல்யாணி திடுக்கிட்டாள். "இது நாடகத்தில் இல்லையே!"

"செக்காவின் பத்திரிக்கைகளில் இருக்கிறது." சில்பில் விஷமமாக புன்னகை செய்தாள்.

★ ★ ★ ★

"மூன்றாவது காட்சியின் இறுதியில் சமையல்காரன், வேலைக்காரி பாத்திரங்களை நான் வெட்டிவிட்டேன்." என்று தேனீரின் போது டாக்டர் அடல் கூறினார், "இப்போது அக்கார்டினா யாக்கோபிடம், "இதோ ஒரு ரூபிள். இதை நீ சமையல்காரன், வேலைக்காரியுடன் பகிர்ந்துகொள்." என்று கூறுகிறாள்."

"சரி சார்!" என்றான் யாக்கோப் பாத்திரத்தில் நடித்த கணேசன்.

"வேறு யாராவது ஏதாவது சொல்ல வேண்டியிருக்கிறதா?"

"ஆமாம், சார்!" சில்பில் டீயை ஒரு மடக்கு பருகினாள். "நீனாவுக்கும் மாஷாவுக்கும் இடையேயான உறவு சரியாக தெளிவுபடுத்தப்படவில்லை. இரண்டாவது காட்சியில் இருவருக்கும் இடையில் ஒரு உரையாடல் மட்டுமே இருக்கிறது. மாஷா "நீ கோஸ்த்யாவின் நாடகத்திலிருந்து ஏதாவது படித்து சொல்கிறாயா?" என்று கேட்கிறாள். "நான் சொல்லவேண்டுமென்று நீ விரும்புகிறாயா? நாடகம் சுவாரசியமில்லாமல் இருக்கிறது." என்கிறாள் நீனா. குறைந்த பட்சம் நான்காவது காட்சியில் இருவரும் நன்றாக வெளிப்படுத்தப்பட வேண்டும்."

"ஏன்?"

"ஏனெனில் இருவரும் கோஸ்த்யாவோடு இணைந்தவர்கள், ஒவ்வொரு வகையில் இருவரும் துயர வாழ்க்கையில் ஒரே நிலையில் இருக்கிறார்கள்."

"நான் உன் கருத்தை ஒப்புக்கொள்கிறேன்." என்றார் டாக்டர் அடல், "ஆனால் இந்த விவகாரத்தில் நான் ஒன்றும் செய்ய முடியாது."

நீனா பாத்திரத்தை ஒரு சவாலாக ஏற்பதில் முதலில் வர்ஷாவுக்கு இருந்த பயம் உச்ச கட்ட நாளில் சற்று குறைந்திருந்தது. மெல்ல மெல்ல அவள் மனநிலை நான்காவது காட்சியில் வரும் நீனாவின் தீர்மானத்தை ஒத்து அமைந்து விட்டிருந்தது, 'நம் தொழிலில் முக்கியமானது புகழ் இல்லை, தாங்கும் தன்மைதான். பொறுப்பை நிறைவேற்றுங்கள், நம்பிக்கை வையுங்கள்.'

என் வாழ்க்கையின் மூன்றாவது பக்கம்

வர்ஷாவுக்கு நம்பிக்கை வளர்ந்து கொண்டிருந்தது.

'ஹம்சினி' முதல் மேடைக் காட்சிக்குப் பிறகு மக்கள் பல வகையாக பாராட்டினார்கள், ஆனால் வர்ஷாவுக்கு டாக்டர் அடலின் சொற்கள்தான் நினைவில் நின்றது, "வர்ஷா, இதுவரை நீனாவின் திறன் மேடையில் கீச்சிடுதல், இறந்து போதல் வாயிலாகவே வெளிப்பட்டது. இதற்கு மாறாக, நீ தொடக்கத்திலிருந்து இறுதி வரை குணசித்திரத்தைத் தர்க்க பூர்வமாகவும், தொடர்ச்சியாகவும், சிறப்பானதாகவும் கொண்டு சென்றாய். என் இதயபூர்வமான வாழ்த்துக்கள்!"

6. இலட்சியக் காதலி சிட்ராம் என்னும் மண்டிஹவுஸ் சாபம்

ஞாயிற்றுக்கிழமை காலை. வர்ஷா டீ கிளாசை மேஜை மேல் வைத்துக்கொண்டு தனக்குப் பிரியமானவர்களோடு பேச்சில் மூழ்கியிருந்தாள்.

'என் திவ்யா, ஒன்றரை மாத உடல் - மன உழைப்பிற்குப் பிறகு 'ஹம்சினி' யிலிருந்து விடுதலை கிடைத்திருக்கிறது. கடிதம் எழுத தாமதமாகி விட்டது. என் மீது கோபப்பட வேண்டாம்...'

அந்தக் கவலைக்குத் தேவையே இல்லை. திவ்யா தவறாமல் கடிதம் எழுதிக் கொண்டிருந்தாள். அடிக்கடி வருவோர் -போவோர் மூலம் பரிசுகளும் வந்து கொண்டிருந்தன - வளையல்கள், கொலுசு, கமீஜ், துப்பட்டா. சென்ற வாரம்தான் ரிசப்ஷனில் பழுப்பு நிறக் காகிதப் பார்சல் கிடைத்தது. ஒரு அயல்நாட்டு லிப்ஸ்டிக்குடன் இளநீல ப்ளவுஸ் இருந்தது, 'துணி கொஞ்சம் மிச்சம் இருந்தது, பிரியாவுக்கு ஒரு ஃப்ராக்கும் உனக்கு ஒரு பிளவுசும் தைத்துவிட்டேன். உன் காஞ்சிபுரம் சேலைக்குப் பொருத்தமாக இருக்கும். என்னிடம் சில மாதங்களுக்கு முந்திய உன் பழைய அளவு ப்ளவுஸ் இருக்கிறது. சகுந்தலை மாதிரி உன் அளவு நாளுக்கு நாள் அதிகரித்து என் வேலையை வீணாக்கி விடாது என்று நம்புகிறேன்.''

இன்று மீண்டும் கடிதத்தைப் படித்துவிட்டு வர்ஷா புன்னகை செய்தாள்.

★ ★ ★ ★

இலட்சியக் .... மண்டிஹவுஸ் சாபம்

அவள் இரண்டு நாட்கள் பயணமாக லக்னோ போயிருந்தபோது திவ்யா கர்ப்பமாக இருந்ததைப் பார்த்தாள். வர்ஷாவைப் பார்த்ததுமே டிராயிங் ரூமில் தளர்வான மேக்ஸியில் இருந்த திவ்யா எழுந்து நின்றுவிட்டாள். கழுத்தைக் கட்டிக் கொண்டு விம்மத் தொடங்கினாள். ரோஹன் திகைத்து நின்று விட்டான். பின்னர் அவளுடைய சூட்கேஸை வைத்துவிட்டு வெளியே சென்றான்.

"என்ன விஷயம் திவ்யா?" வர்ஷா அவளைப் படுக்கை அறைக்கு அழைத்துவந்து கட்டிலில் உட்காரவைத்தாள்.

ஹனிமூனில் முதல் இரவன்று திவ்யா உடல் உறவிற்கு இணங்கவில்லை. மலர்ப்படுக்கையில் மணமகனும் மணமகளும் தனித்தனியாகப் படுத்து உறங்கினார்கள். மறுநாள் இரவை ரோஹன் எதிரேயிருந்த சோபாவில் கழித்தான். பகல் பொழுதுகள் வெளியே சுற்றுவதில் கழிந்தன. ஆனால் இரவுகள் இறுக்கத்தைக் கொண்டு வந்தன. ஒரு வாரத்திற்கு தேனிலவு அறை புக் ஆகியிருந்தது. மூன்றாவது நாள் ரோஹன் லக்னோவுக்கு திரும்பிப் போய்விடலாம் என்று கூறினான். அதுவும் திவ்யாவுக்கு சம்மதமில்லை. அம்மாவும் மற்றவர்களும் என்ன நினைப்பார்கள்?

"திவ்யா, எனக்கு உன் மனநிலை புரிகிறது. நீயும் என் நிலையைப் புரிந்துகொள்ள முயற்சி செய்." என்று ரோஹன் இதமாகக் கூறினான்.

கடைசியில் ஐந்தாவது நாள் இருவரும் இணைந்தனர். 'இது என் மகத்தான தோல்வி' என்று திவ்யா எழுதியிருந்தாள், 'அந்தரங்கமான அந்தக் கணங்களில் ரோஹனின் உடலுடன் வேறு யாரோ ஒருவரின் முகம் என் கண் முன் தோன்றுகிறது. நிகழ்கால கடினமான கிடுக்கிப்பிடியில் கடந்த கால அலைகள் என்னை மீண்டும் மீண்டும் நனைத்து செல்கின்றன. இதனாலேயே இரவுகள் பயம் நிறைந்தவையாகிவிட்டன. லக்னோவில் வேறு அறையில் தூங்குவது சரியில்லை.' 'உங்களை திடப்படுத்திக் கொள்ளுங்கள் திவ்யா' என்று எழுதியிருந்தாள் வர்ஷா, 'அந்தக் கடந்தகால ஒளி வீசும் ஜன்னலை மூடிவிட முயற்சி செய்யுங்கள். கடந்தகாலம் உங்களுடையதாக இல்லாமல் போய்விட்டது. நிகழ்காலத்தையும் தவிர்த்தால் என்ன ஆவது?'

"ஒன்றுமில்லை." திவ்யா கண்ணைத் துடைத்துக் கொண்டு கண்ணீரில் நனைந்த புன்னகையுடன் கூறினாள், "உன்னைப் பல நாட்கள் கழித்துப் பார்த்ததில் மனம் பொங்கிப் போயிற்று. நன்கு பூரித்துப்போயிருக்கிறாய். கண் நிறைந்துவிட்டது." முதல்முறையாக திவ்யாவின் இந்த சொற்களை வர்ஷா மறுத்தாள்.

"நான் கெஸ்ட் ரூமில் தூங்குகிறேன். தம்பதிகள் அறையில் தோழிக்கு என்ன வேலை? உங்கள் படுக்கை அறை ராகத்தில் ஒரு லயம் வந்துவிட்டது. அதை உடைப்பது சரியில்லை. இரண்டு நாட்கள் கழித்து நான் போன பிறகு நீங்கள் புதிதாக ஒரு லயத்தைத் தொடங்க வேண்டும். அத்துடன் அது ரோஹனிடத்திலும் அதிகப்பிரசங்கித்தனமாக முடியும். இல்லையா?"

திவ்யா கண நேரம் அவளைப் பார்த்தாள். பிறகு சோகமான முகத்துடன் கூறினாள். "மிகவும் சாமர்த்தியமாக பேச ஆரம்பித்திருக்கிறாய்."

"வர்ஷா, உன் சிநேகிதி சந்தோஷமாகத்தானே இருக்கிறாள்?" அம்மா தனிமையில் அவளை வளைத்துக் கொண்டாள்.

வர்ஷாவினுள் கோபம் பொங்கியது. இவர்களுடைய எதிர்பார்ப்புக்கு எல்லையே இல்லையா?

"அம்மா, கொஞ்ச நாட்கள் திவ்யாவை வதைக்க வேண்டாம்."

அம்மா திகைத்துப் போனாள், "நான் என்ன செய்தேன்?"

"அம்மா. மகிழ்ச்சிக்கு ஸ்விட்ச் ஒன்றும் கிடையாது நீங்கள் 'ஆன்' பண்ணியதும் வந்து விடுவதற்கு. அது தானாகத்தான் துளிர்க்கும். அதற்கு அவகாசம் தரவேண்டும்."

அம்மா எவ்வளவு தூரம் புரிந்துகொண்டாள் என்று வர்ஷாவுக்குத் தெரியவில்லை. ஆனால் அவள் ஒன்றும் பேசவில்லை. புதிய கோணத்திலிருந்து வர்ஷாவை அறிந்து கொள்வதைப் போல அவளைப் பார்த்தாள்.

"வர்ஷா!" இப்போது ரோஹனின் முறை. "என் தவறு என்ன என்று உன் தோழி என்னிடம் சொல்ல வேண்டாமா?"

''உங்கள் மீது தவறு என்று யார் சொன்னது?'' சில்பில் பரிவுடன் ரோஹனின் கையைப் பற்றினாள், ''எனக்கு உங்களைப் பற்றி பெருமையாக இருக்கிறது ரோஹன்! நீங்கள் எத்தனை பொறுமையாகவும் சாமர்த்தியமாகவும் இந்த நிலைமையை சமாளித்திருக்கிறீர்கள்...''

ரோஹனின் கண்ணில் நீர் நிரம்பியது. குரல் தடுமாற ''இப்படி அவள் குன்றிப் போவதால் நான் எவ்வளவு காயப்பட்டுப் போவேன் என்று திவ்யாவுக்குத் தெரியாதா...'' என்றான்.

''சில விஷயங்கள் நம் கையில் இல்லை ரோஹன்!''

''என்னை மன்னித்துவிடு வர்ஷா!'' வர்ஷா சூப் கோப்பைகளை அவர்களிடம் தந்தபோது திவ்யா சொன்னாள், ''என் மீது சுமத்தப்படும் குற்றச்சாட்டுகளை நீ பொறுத்துக் கொள்ள வேண்டியிருக்கிறது.''

''என்னிடம் மன்னிப்பு கேட்டு என்னை முள்புதருக்குள் இழுக்காதீர்கள்.'' வர்ஷா புன்னகை செய்தாள், ''அமைதியாகவும், சந்தோஷமாகவும் இருங்கள், வைட்டமினும், புரொட்டீனும் தந்து திவ்யாவையும் பிறக்கவிருக்கும் குழந்தையையும் சரியாக கவனியுங்கள்.''

அடுத்தமுறை கோடையில் வர்ஷா வந்தபோது பிரியா பிறந்து சில வாரங்கள் ஆகியிருந்தன. திவ்யாவைக் கொண்டு பிறந்திருந்தாள். அவளுடைய நிறம், வடிவம். கிடுக்கிப்பிடியில் வாடிய திவ்யாவை தாய்மை சற்று இலேசாக்கியிருந்தது. ரோஹனும் இயல்பாக இருந்தான். அம்மா உற்சாகமாக இருந்தாள்.

''வர்ஷா, நாளையிலிருந்து ரிஹர்சலை ஆரம்பிப்போமா?'' திவ்யா.

''இப்படி உங்களை வருத்திக்கொள்ளாதீர்கள்.''

''நான் வீட்டிலேயே அடைபட்டுக் கிடந்து நொந்து போயிருக்கிறேன்.'' என்று திவ்யா கெஞ்சினாள்.

கடைசியில் மூன்று ஓரங்க நாடகங்களை 'குறுநாடக மாலைப் பொழுது' என்ற தலைப்பில் வழங்குவது என்று தீர்மானமாயிற்று.

திவ்யா ஒரு பெண்ணும் ஒரு ஆணும் மட்டுமே உள்ள மூன்று படைப்புகளைத் தெரிவு செய்தாள். மிட்டுவுக்கு மெடிகல் ஸ்டோரிலிருந்து அவ்வளவு நேரம் விடுபடுவது சாத்தியமில்லை. அதனால் பல்கலைக்கழகத்திலிருந்து பிரபாத்குமார் வந்திருந்தான். மிட்டு ஒரு நாடகத்தில் கூட வேலை செய்ய தயாராக இல்லை. 'பஹுவசன்' செயல்குழு அமைப்பு உறுப்பினன் என்பதால் ஸ்டோர் மூடியதும் இரண்டு, மூன்று நாட்களுக்கு ஒரு முறை அவசியம் வந்து ஒரு வட்டம் அடித்துவிட்டுப் போவான். நீஹாரிக்கா வீட்டுக்காரியங்களிலும் மகனைக் கவனிப்பதிலும் மூழ்கியிருந்தாள், ஸ்கிரிப்ட் வரையும் வரை அவளால் வரமுடியவில்லை.

இவர்களுடைய ஆர்வம் என்ன ஆயிற்று? என்று சில்பில் யோசித்தாள்.

பிரபாத்குமார் அவளுக்கு டவுனை சுற்றிக்காட்ட முன் வந்தான். ஆனால் வர்ஷாவுக்கு மனமில்லை ('எனக்கு இப்போது வெளி உலகம் தேவையில்லை.'). வர்ஷாவின் இந்த மனநிலையை திவ்யா மூன்று, நான்கு நாட்களில் கண்டுகொண்டு விட்டாள்.

ஐந்தாவது நாள் பிற்பகல் குளிர்ந்த படுக்கை அறையில் திவ்யா கேட்டாள், ''வர்ஷா, எப்போதிலிருந்து மனதில் உள்ளதை மனதிலேயே வைத்துக் கொள்ளத் தொடங்கியிருக்கிறாய்?''

வர்ஷா அவள் தோளில் தலையை சாய்த்துக் கொண்டாள், ''உங்களிடம் சொல்லாமல் வேறு யாரிடம் சொல்வேன்?'' சோகமான குரலில் 'பேவஃபா'வைப் பற்றிக் கூறினாள். ''என் கலைத்திறன் சிறிய நகர அளவில்தான் இருக்கிறது என்று எனக்குத் தோன்றுகிறது.''

திவ்யா அவள் தலைமுடியை வருடினாள், ''இதற்குள் அவசரப்பட்டு இப்படி ஒரு முடிவுக்கு வரக்கூடாது.''

''மிகவும் வருத்தமாக இருக்கிறது திவ்யா! இன்னும் ஒரு முறை கலைத் தோல்வி ஏற்பட்டால் நான் டில்லியை விட்டு வந்து விடுவேன்.'' வர்ஷா அவளை நிமிர்ந்து பார்த்தாள், ''இங்கே ஏதாவது செய்ய முடியுமா?''

''அதைப் பற்றி நீ கவலைப்படாதே. நீ சோஷியல் வெல்ஃபேர் படிப்பு கூட படிக்கத் தேவையில்லை. ரோஹன் இன்டரியர் டெக்கரேஷன் அலுவலகம் திறந்திருக்கிறார். எப்போது வேண்டுமானாலும் அங்கு வேலையில் சேர்ந்து விடலாம்.''

'எனக்கு இப்படி ஒரு சிநேகிதி கிடைத்திருக்கும் போது என்ன கவலை?' என்று வர்ஷா நினைத்துக் கொண்டாள்.

''ஆனால் நீ இப்படி நிராசைப்படாதே. கலைப் பயிற்சி இருளும், ஒளியும் கணத்துக்குக் கணம் மாறும் ஒரு களம்.''

''பார்ப்போம், என்ன நடக்கிறதென்று.'' என்று வர்ஷா பெருமூச்சு விட்டாள்.

★ ★ ★ ★

அடுத்த ஆண்டு இரண்டு நாட்கள் ஹோலிப் பண்டிகை லீவில் வந்திருந்தபோது 'தங்கள் - தங்கள் நரகம்', ஹர்ஷவர்தன் ராகத்தை பூபாளம் மாதிரி இசைத்துக் கொண்டிருந்தாள். திவ்யாவைத் தோளோடு சேர்த்து அணைத்து முத்தமிட்டாள்.

''வர்ஷா, நான் ஒன்றும் பார்க்கவில்லை.'' என்று ரோஹன் விரலை சொடுக்கினான்.

பிரியா அப்போது சின்னச் சின்ன கேள்விகளுக்கு உடல் அசைவுகளால் பதில் அளிக்கத் தொடங்கியிருந்தாள்.

''பிரியா, வர்ஷா எங்கே?'' என்று திவ்யா கேட்டால் அவள் டிராயிங் ரூமில் தொங்கிய 'சௌம்யமுத்ராவை' விரலால் சுட்டிக்காட்டினாள்.

''சரி, நான் ஆபீஸ் போகிறேன்.'',என்று கூறி ரோஹன் புன்னகை செய்தான், ''சாயங்காலத்திற்குள் பேச்சு மகாநாடு முடிந்து விட்டால் போன் செய்யுங்கள். நான் வருகிறேன்.''

''முடியவில்லை யென்றால்?''

''அப்படியென்றால் இரவு நான் மாமனார் வீட்டிற்குப் போய் தூங்கவேண்டியதுதான்.''

வர்ஷா முதலில் 'ஷான்யா'வின் படைப்பு விவரத்தைத்தான் சொல்ல விரும்பினாள், ஆனால் உள்ளே இருந்த உணர்ச்சி வேகத்தில் மோதிலால் நேரு ரோடில் நடந்த 'குடியரசு தின விழா'வை சொல்லத் தொடங்கி விட்டாள் (தனிப்பட்ட வாழ்க்கையை விட கலை அனுபவத்திற்கு முக்கியத்துவம் தரும் சில்பில் கூட இவ்வாறு தன்வசமிழந்தாள். கடைசியில் தன் தந்தை சென்சார் செய்து வைத்திருந்த 'காளிதாஸ் - கிரந்தாவலி'ப் பகுதிகளை அவள் அன்றுதான் முழுமையாக உணர்ந்து கொண்டாள். 'கவிகுலகுரு'வின் மிகச் சிறந்த உரையாசிரியர் மல்லிநாதர் அல்ல, ஹர்ஷவர்தன்! 'என்று சௌகம்பா பப்ளிகேஷன்சுக்கு எழுதுவோமா?" என்று யோசித்தாள்!).

"திவ்யா, பண்பாட்டு நோக்கில் நான் தவறு செய்து விட்டேனா?"

திவ்யா 'தங்கள் - தங்கள் நரக'த்தின் படங்களில் துமேகோவைப் பார்த்துக் கொண்டிருந்தாள். பார்வையை அவள் பக்கம் உயர்த்தி சில வினாடிகள் யோசித்தாள், "வர்ஷா, நீ இன்னும் அனுபவப் படவில்லை. தற்சமயம் பல வகையான, மனதிற்கு சந்தோஷமான அனுபவங்களைப் பெறுவது உனக்குத் தேவைதான், ஆனால், வாழ்க்கையில், சில பண்பாட்டு அடிப்படைகள், சில நெறிகள், ஏதோ ஒரு நம்பிக்கையும் - நீ அதற்கு என்ன பெயர் வேண்டுமானாலும் வைத்துக்கொள் - தேவை என்று நினைக்கிறேன். நீ உன் உணர்வுகளின் ஆழம், வெப்பத்துடன் இந்த உறவைப் பெற்றிருக்கிறாய். தனிப்பட்ட முறையில் நான் இதில் தவறு ஒன்றும் காணவில்லை. என்னைப் பொறுத்த வரை நீ முன்பு போலவே பாவமற்றவள், புனிதமானவள்..."

"கங்கையைப் போலவா?" வர்ஷா செயற்கையான அழுத்தம் தந்து அவள் கருத்தைத் தெளிவாக்கிக் கொள்ள விரும்பினாள்.

"ஆமாம்." திவ்யாவின் புன்னகை ஒரு வினாடியில் மறைந்தது," ஆனால் மீண்டும் மீண்டும் அந்த அனுபவம் அல்லது சுகத்திற்காக வேண்டி இதைப் பழக்கமாக்கிக் கொண்டால் ஒரு பக்கம் ஒரு பெண் என்ற முறையில் உன்னை அற்பமாகவும், பலவீனமாகவும் ஆக்கிவிடுவதோடு மறுபக்கம் பண்பாட்டு

நோக்கிலும் மதிப்பிழக்கச் செய்துவிடும் என்று எனக்குத் தோன்றுகிறது.''

★ ★ ★ ★

மிட்டுவின் கல்யாண அழைப்பிதழ் எதிரில் இருந்தது.

சென்ற வாரம் இந்த அழைப்பிதழ் வந்தபோது வர்ஷாவுக்கு முதலில் அடிபட்ட உணர்வு எழுந்தது - மிட்டு கல்யாணம் செய்து கொள்கிறான் என்பதற்காக அல்ல, அவளுக்கு அழைப்பிதழ் அனுப்பியதற்காக. ஆனால், பிறகு மெல்ல மெல்ல பின்னணி சூழல் புரிந்தது. இது ஒரு அழகான உறவு. ஒருவர் மற்றவரின் சுக - துக்கங்களில் இருவருக்கும் அக்கறை இருக்க வேண்டும். மிட்டு எத்தனை முறை 'நீ நன்றாக இருக்கிறாயா?', 'எப்படி இருக்கிறாய்?' என்றெல்லாம் ஆர்வமான கடிதங்கள் எழுதியிருந்தான், அவை குறைந்த பட்சம் அவனுடைய நலம் விரும்பும் தன்மையின் வெளிப்பாடுகள். இந்த அழைப்பிதழ் மூலம் மிட்டு தன் வாழ்க்கையில் நடக்கவிருக்கும் நல்ல மாற்றத்தை அறிவிக்கிறான். ஒரு சிநேகிதி - கடந்தகால ஒருத்தியாகவே இருந்தாலும் - என்ற முறையில் அவளுடைய பதில் என்னவாக இருக்க வேண்டும்?

பிரசாந்த் உறவுக்கு மதிப்பு கொடுத்திருந்தால் திவ்யா இவ்வாறு உடைந்துபோயிருக்க மாட்டாள். மாதக் கணக்காக திவ்யாவின் கடிதங்களுக்குப் பதில் எழுதாததோடு திடீரென்று கல்யாணம் செய்து கொள்வது, அந்தத் தகவல் ஒரு மூன்றாவது மனிதர் மூலமாக திவ்யா வீட்டை அடைவது இரண்டும் ஒரு மென்மையான உறவின் மிகவும் குரூரமான முடிவு. இதை நான்கு, ஐந்து வரி சிறிய கடிதத்தின் வழி சமாளித்திருக்கலாம், ''அன்பிற்குரிய திவ்யா, முதலில் சில நாட்களாக என் உணர்வுகள் வேறு ஒருவரிடம் மையம் கொண்டிருக்கிறது என்பதை உனக்குத் தெரிவிக்கவேண்டியது என் கடமை. இந்த உறவு விரைவில் ஒரு சமூக உறவாக மாறவிருக்கிறது. நான் உனக்குத் தவறு செய்துவிட்டேன். இப்போது மன்னிப்பு கேட்கும் இன்னொரு தப்பை செய்ய மாட்டேன். இதய பூர்வமான வாழ்த்துக்களுடன்...''
(சில்பில் இந்தக் கற்பனைக் கடிதப் புகாரை திவ்யாவுக்குக் காட்டியிருந்தாள். அவள் மெல்லிய புன்னகையுடன் சொன்னாள், ''நீ

ஒரு நடிகையாக எப்படி வருவாய் என்று இப்போது என்னால் சொல்ல முடியவில்லை, ஆனால் ஒரு லட்சியக் காதலி ஆவதற்கான எல்லா லட்சணங்களும் உன்னிடம் இருக்கின்றன!'').

'*அன்பிற்குரிய மிட்டு, நம் நட்பில் உனக்கு நம்பிக்கை இருக்கிறது என்பதை உன் அழைப்பிதழ் காட்டுகிறது.*' என்று எழுதினாள் வர்ஷா, '*உன்னுடையவும் உன் வாழ்க்கைத் துணைவியுடையவும் சந்தோஷத்திற்கு என் இதயபூர்வமான வாழ்த்துக்கள்:*'

★ ★ ★ ★

'*அன்பிற்குரிய கிஷோர், அரைப் பரிட்சையில் நீ நல்ல மதிப்பெண்கள் பெற்றிருக்கிறாய் என்று அறிந்து மிகவும் சந்தோஷமாக இருந்தது. படிப்பில் எப்போதும் கவனமாக இருக்க வேண்டும். உன் மீது நிறைய நம்பிக்கை வைத்திருக்கிறோம்.''* பின்னர் சிறியவர்களுக்கு அன்பும், பெரியவர்களுக்கு வணக்கமும் தெரிவித்து எழுதி *(54, சுல்தான் கஞ்சில் இது ஆடம்பரமாகக் கருதப்படும்.)* அவள் மகாதேவ் அண்ணன் பெயரில் இருநூற்றைம்பது ரூபாய்க்கான கிராஸ் செக்கும் *(குடும்பத்தில் அவருக்கு மட்டும்தான் பேங்க் அக்கவுண்ட் இருந்தது)* வைத்தாள்.

கவரை ஒட்டிவிட்டு வர்ஷா கட்டிலில் வந்து உட்கார்ந்தாள். செய்தித்தாளை விரித்தாள். சினிமா தியேட்டர்களை ஆராய்வது அவளுக்கு மிகவும் பிடிக்கும், இதுவரை அவள் சில பொறுக்கி எடுத்த தியேட்டர்களைத்தான் பார்த்திருந்தாள் - கனாட் பிளேசின் ரீகல், ரிவோலி, பிளாசா, ஓடியன், வினய் ரோடில் சாணக்யா, கிரேட்டர் கைலாஷின் அர்ச்சனா, வசந்த் விஹாரின் பிரியா, புதுடில்லி ஸ்டேஷன் அருகில் ஷீலா *(''இத்தனை சினிமா தியேட்டர்கள் போதும்.'' வர்ஷாவின் அதிருப்தியைப் பார்த்து ரீட்டா சொன்னாள், ''இவற்றைக் கொண்டே நீ வாழ்க்கையை ஓட்டிவிடலாம்.'')*

'*இன்றைய நிகழ்ச்சிகள்*' படிக்கும்போது அவள் எப்போதும் போல தன்னை மறந்தாள் - கமானியில் ரஷ்ய திரைப்பட விழா, ஃபைன் ஆர்ட்சில் போலண்ட் பொம்மலாட்டம், ஸ்ரீராம் சென்டரில் சிதார் கச்சேரி, ஸப்ரூ ஹவுசில் கதக், பிக்கியில் கஜல் -

மாலைப்பொழுது, மகாராஷ்ட்ரா ரங்காவனில் லாவணி. விஞ்ஞான் பவனில் 'மூன்றாவது உலகப் போர் ஆபத்து' என்ற தலைப்பில் சொற்பொழிவு, அசோகாவில் ஆடை - அலங்காரக் காட்சி. எப்போது என்னிடம் இந்தப் 'பண்பாட்டு ஏரி'யில் மனம் நிறைய நீந்தி விளையாடும் அளவு நேரமும், பொருளும் இருக்கும் என்று சில்பில் நினைத்துக் கொண்டாள்.

''வர்ஷா!'' கதவைத் தட்டி விட்டு ஜானகி ஜயராமன் எட்டிப் பார்த்தாள், ''ஹர்ஷும், அவன் நண்பர்களும் உன்னை டீ கார்னருக்கு கூப்பிடுகிறார்கள்.''

★ ★ ★ ★

வர்ஷா ஹர்ஷுடனும், சிநேகன் 'நிர்ஜரு'டனும் ஒபராய் ஹோட்டல் லாபியில் நுழைந்தபோது சற்று சங்கடப்பட்டாள் (இப்படி ஐந்து நட்சத்திர ஹோட்டலுக்கு அவள் வருவது மூன்றாவது முறை. சென்ற ஆண்டு அவள் ரீட்டாவுடன் மௌர்யா ஷெராட்டனில் சேலை விற்பனைக் காட்சிக்குப் போயிருந்தாள், லக்னோவில் ரோஹனும் திவ்யாவும் அவளை டின்னருக்கு க்ளார்க் அவத்துக்கு அழைத்துச் சென்றிருந்தார்கள்.)

''மிஸ்டர் ஆதித்யா கௌலின் நம்பர் என்ன?'' என்று ஹர்ஷ் ரிசப்ஷனில் கேட்டான்.

வர்ஷா மூன்று, நான்கு சினிமாக்களில் ஆதித்யாவைப் பார்த்திருந்தாள். அவர் நாடகக் கல்லூரியின் மிகச் சிறந்த நடிகர். அவரும், அவர் மனைவி இராவதியும் டாக்டர் அடலின் முதல் பேட்சில் இருந்தவர்கள். கொஞ்ச காலத்திற்கு முன்பு 'இருண்ட யுகத்'தில் கண்ணனாக அவருடைய கணீரென்ற வளமான குரலைக் கேட்டு வர்ஷா மயங்கிப் போனாள். கல்லூரி, ரிப்பர்ட்டரி - இரண்டின் சுவர்களையும் அவருடைய பல மேடைத் தோற்றங்கள் அலங்கரித்துக் கொண்டிருந்தன. புதிய மாணவர்களுக்கு தோடர்மல் ரோடில் இருந்த மாடர்ன் ஸ்கூல் குவார்ட்டர்சைக் காட்டி ''இங்கு பல வருடங்களாக ஆதித்யா குடியிருந்தார், இங்குதான் பஞ்சம (ஐந்தாவது) வேதத்'தின் நிர்வாகம் நடந்துகொண்டிருந்தது'' என்று கூறுவது வழக்கம்.

சில ஆண்டுகளிலேயே 'பஞ்சம வேதம்' மாநிலத்தின் உச்சதர நாடகக்குழுவாகி விட்டது - அதன் முக்கிய உறுப்பினர்கள் நாடகக் கல்லூரியின் பழைய மாணவர்கள். அவர் தன் நாடகக் காட்சிகளின் தரத்தையும் உயரிய நிலையில் வைத்திருந்தார், தனக்கென ஒரு ரசிகர் கூட்டத்தையும் பெற்றிருந்தார் ('டைம்ஸ் ஆஃப் இண்டியா' நாடக விமரிசகர் சோமேஷ்சந்திரரின் கருத்துப்படி இவை இரண்டும் ஒன்றுக்கொன்று விரோதமானவை).

சிநேகன் லிப்டில் ஏழாவது மாடி பட்டனை அமுக்கியபடி சொன்னார், ''தூங்கிக் கொண்டிருப்பார்.''

கதர்ச்சட்டை - பைஜாமா, தோளில் கதர் தோள் - பை, குறுந்தாடியோடு கூடிய சிநேகன் 'பஞ்சம வேதத்'தின் இரண்டாவது நிர்வாக உறுப்பினர், அவர் நடிப்பு, இயக்கம், மேடை நிர்வாகம், நாடக விமரிசனம் எல்லாம் செய்து கொண்டிருந்தார். மாடர்ன் ஸ்கூல் குவார்ட்டர்சுக்குப் போவதற்கு முன் ஆதித்யாவும், சிநேகனும் பாபர் லேன் ரெயில்வே குவார்ட்டர்சில் ஒன்றாகக் குடியிருந்தார்கள், சிநேகன் இப்போதும் அங்குதான் இருந்தார்.

சிநேகன் பாகல்பூரில் 'நிராலாவின் காவியத்தில் வேதனை' என்ற தலைப்பில் ஆய்வு செய்து கொண்டிருந்தார் (பெயர் - மாற்ற விஷயத்தில் நாடகக் கல்லூரியில் நீண்ட நாட்களுக்கு முன்பே சிநேகன் தன்னை முந்திக் கொண்டார் என்பதை அறிந்து சில்பில்லின் மனம் சற்று உடைந்தது). அவருடைய உண்மையான பெயர் படுக் தயாள் பீப்பல் 'வழிப்போக்கன்'. அவர் 'சிநேக அருவி பெருகிவிட்டது/ மணல் போல உடல் நின்று விட்டது' என்ற வரிகளை நிராலா காவியங்களைப் புரிந்துகொள்ள உதவும் கருவியாக மதித்தார். இதுவே காலப்போக்கில் அவரைக் குறிப்பிடும் பெயராக (நிர்ஜர்) ஆயிற்று. (தான் படிக்கத் தொடங்கிய தொடக்க காலத்திலேயே பெயரை மாற்றிக் கொண்டோம் என்ற சந்தோஷம் மட்டும்தான் சில்பில்லுக்கு மிஞ்சியது). அவர் கல்கத்தா நேஷனல் லைப்ரரியில் ஆழ்ந்த படிப்பிற்காக வந்திருந்தார். அங்குதான் பேல்பூரி சாப்பிட்டுக் கொண்டே அவர் செய்தித்தாளில் நாடகக் கல்லூரி சேர்க்கை அறிவிப்பைப் பார்த்தார். இதற்கு இரண்டு மாதங்களுக்குப் பிறகு அவர் தன் தகர டிரங்க் பெட்டியுடன் புது டில்லி ஸ்டேஷனில் வந்திறங்கினார், ஆனால் ஒரு வாரத்திலேயே

அவர் தன் சுத்தமான பிஹாரி எழுத்தில் டாக்டர் அடலுக்கு அறிவிப்பு விடுத்தார், ''ஆங்கிலமொழி உரை நமக்கு சரிப்பட்டு வரவில்லை. பாகல்பூர் திரும்பிச் செல்ல அனுமதி வேண்டுகிறேன்.'' (நாளடைவில் நாடகக் கல்லூரியின் அரசியலில் அவருடைய 'மும்முரமான தலையீடு' இருப்பதைப் பார்த்தபோது அவரை வற்புறுத்தி தடுத்து நிறுத்திய தன் தலை விதியைக் குறித்து டாக்டர் அடல் வருந்தியிருப்பார்!).

★ ★ ★ ★

''எனக்கு ஏழு நாட்களாக தினமும் பதினெட்டு மணிநேரம் ஷுட்டிங். இன்றுதான் லீவ் கிடைத்திருக்கிறது.'' ஆதித்யா அலமாரியிலிருந்து ஜானிவாக்கர் பாட்டிலை எடுத்தார், ''ஹர்ஷ், ரூம் சர்வீசுக்கு போன் பண்ணி ஸ்நேக்குக்கு சொல்கிறாயா?''

சிநேகன் கிளாசை மேசை மேல் வைத்துவிட்டு ஃபிரிஜ்ஜிலிருந்து தண்ணீர் பாட்டிலையும் ஐஸ்கட்டியையும் எடுத்தார்.

தனக்கும் ஊற்றத் தொடங்கிய ஆதித்யாவை ''எனக்கு வேண்டாம்.'' என்று வர்ஷா தடுத்தாள்.

சிநேகன் சிரித்தார், '' 'எஜமானியின் அடிமை' நாடகத்தில் சின்ன மருமகள் பாத்திரத்தை எப்படி செய்வாய்?'' (அப்போது அவரே தோழமை தருவதற்காகத்தான் ஜாமைக் கையில் எடுத்திருந்தார்).

ரிசீவரைக் கையில் எடுத்தபடி ஹர்ஷ் புன்னகை செய்தான், ''ஆதித்யா, நீனா பாத்திரத்திற்கு இவள் தன்னை எப்படி தயார் செய்து கொண்டாள் என்று உங்களுக்குத் தெரியுமா?''

தான் மறுத்தால் அதன் எதிர்விளைவு இப்படித்தான் இருக்குமென்று வர்ஷா முன்பே நினைத்தாள்.

''சியர்ஸ்!'' என்று தன் கிளாசை உயர்த்தினார் ஆதித்யா.

மார்ச் மாத பிற்பகல் பன்னிரண்டு மணி. இழுத்து மூடிய திரைச் சீலைகள், குளிர்பதனப் பெட்டியின் காரணமாக வெளிப்புற கடும் வெயிலின் தாக்கம் எதுவும் இல்லைதான், ஆனால் நடுப்பகல்

நேரம்! இந்த நேரத்தில் மது அருந்துவது சில்பில்லுக்கு ஆச்சரியமாக இருந்தது.

''ஹர்ஷ், நீ இந்தக் குஷனில் வசதியாக உட்கார்.'' என்றார் ஆதித்யா.

இரண்டு நாட்களுக்கு முன்பு வர்ஷா சுந்தர் நகரின் ஒரு பங்களாவில் ஆதித்யாவின் ஷூட்டிங்கைப் பார்த்திருந்தாள். ஷூட்டிங் பார்ப்பது அவளுக்கு அதுதான் முதல் முறை. டிராயிங் ரூமில் ஒன்றரை மணி நேரமாக லைட்டிங் நடந்து கொண்டிருந்தது. வர்ஷா பிரமித்துப் போய் வகைவகையான உபகரணங்களைப் பார்த்துக் கொண்டிருந்தாள். பின்னர் ஒத்திகை நடந்தது. ஆதித்யா சோபாவில் அமர்ந்து சிகரெட் புகைத்தபடி ஒரு புத்தகம் படித்துக் கொண்டிருக்கிறார். கதாநாயகன் வருகிறான். அவர் கேட்கிறார், ''வா சுரேஷ், எப்படி இருக்கிறாய்?'' ''நன்றாக இருக்கிறேன் , சார்!'' என்று அவன் பதில் அளிக்கிறான். ஆதித்யா எதிரில் சமிக்ஞை செய்ததும் அவன் உட்காருகிறான். இந்த மூன்று நிமிடக் காட்சியைப் படமாக்க மூன்று மணி நேரம் பிடித்தது. இயக்குநர் வந்து ஒளி - நிர்வாகத்தை ஆராய்ந்தார். காமிராமேனிடம் பேசினார். பிறகு அசிஸ்டெண்ட் கூவினான், 'சைலன்ஸ்!'. வண்டுகள் ரீங்கரிப்பதைப் போன்ற ஒலி குறைந்து விட்டது. 'லைட்ஸ்!' மேக்கப் ஆட்கள் ஓடிப்போய் இரண்டு நடிகர்களுக்கும் கண்ணாடியைக் காட்டியபடி வியர்வையைத் துடைத்துவிட்டார்கள். கதாநாயகன் பவுடர் ஒத்திக் கொண்டான். க்ளாப் அடிக்கப்பட்டது. 'சவுண்டி'ல் டேப் ரிக்கார்டர் ஓடியது, 'காமிரா'வில் காமிரா. இயக்குநரைப் பார்த்ததும் சில்பில்லின் இதயத் துடிப்பு நின்று விட்டது (அப்போது அவர் அவளுக்கு உலகத்தின் மிகச் சிறந்த இயக்குனராகத் தோன்றினார்!). அவர் 'ஆக்ஷன்' என்றதும் ஆதித்யா புத்தகத்தின் பக்கங்களைப் புரட்டினார்.

''இப்படி துண்டு துண்டாக வெட்டியா நடிக்கிறார்கள்?'' என்று பிறகு அவள் ஆதித்யாவை ஆச்சரியத்தோடு கேட்டாள்.

சிகரெட் புகைத்தபடி ஆதித்யா புன்னகை செய்தார், ''இப்போது நாடகத்தைப் பார்க்கும்போது இப்படி தொடர்ந்து எப்படி நடிக்கமுடிகிறது என்று எனக்கு வியப்பாக இருக்கிறது.''

சென்ற இரண்டு நாட்களில் அவர் ஹர்ஷின் 'காலி குலா'வையும், வர்ஷாவின் 'சீகலை'யும் பார்த்திருந்தார். ஹர்ஷ் மாடர்ன் ஸ்கூல் நாளிலிருந்து அவருடன் வேலை செய்தவன். அவன் தான் நாடகக் கல்லூரியின் பக்கம் திரும்புவதற்கு மூல காரணமாக அவரை மதித்தான்.

"டில்லி வந்து என் பாட்டரி ரீசார்ஜ் ஆகிவிடுகிறது." ஆதித்யா மூன்று மடக்கில் கால் பங்கு கிளாசைக் காலி பண்ணி விட்டார்.

"இப்போது பஹாவல்பூர் வரும்போது எப்படி இருக்கிறது?" என்று சிநேகன் கேட்டார்.

ஆதித்யா தயங்கினார், "பகதூர்ஷா ஜாபருக்கு ரங்கூனிலிருந்து டில்லிக்கு உயிரோடு திரும்பியபோது இருந்தது போலத்தான்!"

இருவரும் சோகமாக புன்னகை செய்தார்கள். கண நேரம் மௌனமாக இருந்தார்கள். பின்னர் திடீரென்று இருவரும் உரக்க, அர்த்தம் நிறைந்த சிரிப்பு சிரித்தார்கள்.

வெயிலையும் நிழலையும் ஒன்றாக இருந்து அனுபவித்த இரண்டு பழைய நண்பர்களுக்கு அவர்களுக்கே உரிய நினைவுகளும், மறைபொருள்களும் உள்ளன என்று வர்ஷா நினைத்துக் கொண்டாள். அவள் திவ்யாவுடன் பேசிக் கொண்டிருப்பதை யாராவது பார்த்தால் இப்படித்தான் பொறாமையையும், அந்த வட்டத்திற்கு வெளியே இருப்பது போன்ற உணர்வையும் அடைவார்கள்.

ஆதித்யா ஹர்ஷ், வர்ஷா பக்கம் திரும்பினார், "நான் இரண்டு ஆண்டுகளுக்குப் பிறகு நாடகம் பார்த்தேன். ஹர்ஷ், நான் உன் நடிப்பைக் கவனித்துக் கொண்டேதான் வருகிறேன், மிகவும் சந்தோஷமாக இருக்கிறது. என் பரம்பரையை - இந்த கர்வமான வார்த்தைக்கு என்னை மன்னியுங்கள் - நீ வளர்த்துக் கொண்டு செல்கிறாய் என்பதில் மிகவும் சந்தோஷம்... ஆனால் வர்ஷா, உன்னைப் பார்த்ததில் எனக்கு சுகமான ஆச்சரியம்."

சில்பில் நன்றியுடன் புன்னகை செய்தாள்.

"நீங்கள் பம்பாயில் நாடகம் பார்ப்பதில்லையா?" என்று கேட்டான் ஹர்ஷ்.

ஆதித்யா இல்லையென்று தலையசைத்தார், "ஒரு காரணம், நேரம் இருப்பதில்லை. இரண்டாவது காரணம், ஆர்வமும் இல்லை. மூன்றாவதாக, நான் மிகவும் களைத்துப் போய் வீடு திரும்புவதால் வெளியே போக மனம் விரும்புவதில்லை."

சிநேகன் கேட்டார், "இது நாடக காலம் முடிவு பெறுவதை ஒத்துக் கொள்கிறது என்று அர்த்தமா?"

ஆதித்யாவின் முகத்தில் கரிய நிழல் படர்ந்து மறைந்தது, "மனம் துடிக்கிறது. ஆனால் வேறு வழி? எப்போதாவது தொலைக்காட்சியில் தோன்றி அமைதி பெற வேண்டியிருக்கிறது." ஆதித்யா கடைசி மடக்கைக் குடித்துவிட்டு பாட்டிலை எடுத்தார், "நீங்கள் எல்லாரும் மெதுவாக குடித்துக் கொண்டிருக்கிறீர்கள். ஸ்டாக்கைப் பற்றி கவலைப்படாதீர்கள். புரொடக்‌ஷன் மானேஜர் தினமும் மாலையில் ஒரு பாட்டில் கொண்டு வந்து வைத்துவிடுகிறான். அலமாரியில் இன்னும் இரண்டு இருக்கிறது."

"நீங்கள் அதிகமாக குடிக்க ஆரம்பித்து விட்டீர்கள் ஆதித்யா!" என்றார் சிநேகன்.

மீண்டும் அந்த வினாடி நேர கரிய நிழல் ஆதித்யாவின் கண்ணில் தோன்றியது, "நிறைய சம்பாதிக்கவும் ஆரம்பித்திருக்கிறேன்." என்று வேகமான குரலில் சொன்னார், "இங்கு இரண்டு மாதத்தில் சம்பாதிப்பது அங்கு ஒரு ஷிப்டில் கிடைத்துவிடுகிறது, அதையும் எதிரிலிருப்பவர் மிகவும் நன்றி விசுவாசத்தோடு தருகிறார்." ஒரு வினாடி சிநேகனைப் பார்த்துவிட்டு வருத்தத்தோடு புன்னகை செய்தார், "இப்போது என் மதிப்பு பாலி குன்றின் மதிப்பு ஆகிவிட்டது."

இருவரும் சிரித்தார்கள், ஆனால் சிரிப்பு சுரம் இறங்கி அதில் சோகத்தின் வண்ணம் படிந்திருந்தது.

"நீங்கள் ஏன் டில்லியையும், தியேட்டரையும் விட்டீர்கள்?" என்று வர்ஷா கேட்டாள்.

555 சிகரெட்டைப் புகைத்தபடி ஆதித்யா ஒரு வினாடி அவளைப் பார்த்தார். கண்களில் அடிபட்ட பாவனை. சில்பில் குன்றிப் போனாள்.

''மன்னியுங்கள்.'' என்று தடுமாற்றத்துடன் சொன்னாள், ''தங்களைப் புண்படுத்துவது என் விருப்பம் அல்ல.''

''இல்லை. இத்தகைய கேள்வியைக் கேட்க உங்களுக்கு உரிமை இருக்கிறது. பதில் சொல்வது என் கடமை.'' அவருடைய தாக்கம் விளைவிக்கும் குரலின் அலைகள் அறையில் ஒலிக்கத் தொடங்கின, ''வீட்டில் ஆண்பிள்ளை என்ற முறையில் எனக்குப் பல குடும்பப் பொறுப்புகள் இருந்தன. அவற்றை நான் இங்கே இருந்துகொண்டு நிறைவேற்ற முடியவில்லை. என் தந்தை எனக்கு ஒரு எக்ஸைஸ் இன்ஸ்பெக்டர் வேலைக்கு ஏற்பாடு செய்திருந்தார், ஆனால் நான் நாடகப் பள்ளிக்கு கிளம்பி விட்டேன். என் தந்தை பல ஆண்டுகள் வரை என்னை மன்னிக்கவேயில்லை. எங்கள் காலத்தில் நாடகப்பள்ளி கைலாஷ் காலனியில் இருந்தது, அப்போது ஹெய்லி ரோடு ஹாஸ்டலும் இல்லை. நாங்கள் ரைகட்புராவில் ஒரு அறையில் தங்கியிருந்தோம்.''

''அப்போது பஸ்களும் மோசமாக இருந்தன.'' என்றார் சிநேகன், ''பஸ் கிடைத்தால் அடிக்கடி எங்கள் ரூம் வாடகைக் காசு குறைந்துவிடும்.''

''பல ஆண்டுகள் உயிரைக் கொடுத்துப் போராடிய பிறகு நாடகக்குழு அமைந்தது, ஆனால் அதனுடைய, எங்களுடைய பொருளாதார நிலை எந்த வகையிலும் திருப்தியாக இல்லை. படைப்பில் செலவிட வேண்டிய சக்தி புரோஷருக்கான விண்ணப்பங்களிலும் ஸ்பான்சர் வாங்குவதிலும் போய்க்கொண்டிருந்தது. கலைஞன், மனிதன் ஆகிய இரண்டு நிலைகளிலும் தேக்கம் ஏற்பட்டது. வீட்டில் பெண் குழந்தை பிறந்திருந்தாள். கார், வீடு போன்ற ஆசைகள் தலை தூக்க ஆரம்பித்திருந்தன. ஏன் கூடாது? நான் ஏன் வசதியாக வாழக் கூடாது?'' ஆதித்யாவின் குரல் தீவிரமாயிற்று, ''நாங்கள் அணு , அணுவாக பாடுபட்டு மாநிலத்திலேயே உச்ச தரம் வாய்ந்த நாடக மேடை நிறுவனத்தை நிறுவினோம். நினைவிருக்கட்டும், இங்கே நாங்கள் எல்லாருமே வெளியிலிருந்து வந்த ஆதரவற்ற மனிதர்கள் - கிட்டி பார்ட்டி அல்லது கோல்ஃப் டிஃபென்ஸ் காலனி சொசைட்டியில் பிறந்தவர்கள் அல்ல. நான் என் வாழ்க்கையின் மிகச்

சிறந்த நாட்களை நாடகமேடைக்கு தந்துவிட்டேன். அதற்குப் பிரதியாக எனக்கு என்ன கிடைத்தது?''

ஆதித்யாவின் கம்பீரமான முகத்தில் வயது, களைப்பு, கோபத்தின் ரேகைகள் சீறி எழுந்தன.

''சிநேகன் நாடகத் துறவி. அவன் நல்ல, நல்ல சபலங்களிலிருந்து தப்பித்து வாழ்நாள் முழுதும் ரெயில்வே குவார்ட்டர்சின் ஒரு அறையில் கழித்துவிடுவான். ஆனால் நான் என்னையும், என் குடும்பத்தையும் ஏன் பலி கொடுக்க வேண்டும்?''

மௌனம் கனத்து எல்லாருக்கும் உறுத்தலாக இருந்தது.

''எந்த சமூகத்தின் கலாச்சார சூழலுக்காக நாங்கள் எல்லாவற்றையும் அர்ப்பணித்தோமோ அதற்கு எங்களைப் பற்றிய பொறுப்பு எதுவும் இல்லையா?'' என்ற சிநேகன் இயல்பான குரலில் தொடர்ந்தார், ''ஆதித்யாவுக்கு எத்தனை நாட்களுக்கு முன்பே சங்கீத நாடக அகாடமி அவார்டு கிடைக்க வேண்டியது! அப்போது இருந்த மந்திரி தற்பெருமையில் உருளும் கூழாங்கல்லாக இருந்தார். இரண்டு முறை இவருக்கு பத்மஸ்ரீ அவார்டு கிடைக்கும் செய்தி அடிபட்டது, ஆனால் கோப்பு கிடப்பில் போடப்பட்டு விட்டது. கல்வி அமைச்சகம் மூன்று நாடகக் குழுக்களுக்கு ஆண்டுக்கு ஒரு லட்சம் ரூபாய் உதவித் தொகை கொடுத்துக் கொண்டிருந்தது. இறுதி அறிவிப்பில் 'பஞ்சம வேதத்'தின் பெயரும் இருந்தது. நாங்கள் சங்கர் மார்க்கெட்டில் அலுவலகமும் பார்த்துவிட்டோம். நாங்கள் பன்னிரண்டு பேர் குறைந்த மாத சம்பளத்தில் முழு ஈடுபாட்டோடு முழுநேரமும் வெறும் ஆர்வத்தின்பேரில் நாடகம் நடத்துவதில் உறுதியாக இருந்தோம். நம்பு வர்ஷா. நாங்கள் கொஞ்ச நாட்களிலேயே மாநிலத்திலும், வடபாரதத்திலும் மகத்தான நாடகமேடையின் ஒலியை எழுப்பியிருப்போம். ஆனால், ஒன்றிரண்டு கலாச்சார திருதராஷ்டிரர்கள் (குருடர்கள்) உதவித்தொகை பட்டியலிலிருந்து எங்கள் பெயரை வெட்டிவிட்டார்கள். வேண்டுமென்றே கிளிப்பிள்ளைகள் போல டிராயிங் ரூம் காமெடி செய்கிறவர்கள் முதுகில் தட்டி ஆதரிக்கப்பட்டார்கள். கலையுணர்வு பூர்வமான ஜீவனுள்ள நாடகமேடை செருப்பைத் தரையில் தேய்த்துக் கொண்டு

திரிந்துகொண்டிருந்தது.''

"ஆனால் கலையுணர்வு நிரம்பிய நாடகமேடை நம்முடைய தேவையும்தானே! நாம் ஏன் மீண்டும் மீண்டும் உதவிக்காக சமூகத்தைப் பார்க்கவேண்டும்?" என்றாள் வர்ஷா.

"வர்ஷா, உலகம் முழுதும் கலையுணர்வு நிரம்பிய எந்த ஒரு நாடகமேடையும் ஒன்று நாட்டிடம் உதவி பெறுகிறது அல்லது தன் களத்திடம் உதவி பெறுகிறது." என்றார் ஆதித்யா, "டிக்கெட் விற்று வரும் தொகையை மட்டும் கொண்டு ஒரு குழுவை நடத்த முடியாது."

"இப்போது விலைவாசி எவ்வளவு உயர்ந்து விட்டது! ரிஹர்சலுக்கு இடம், போக்குவரவு, ஹால் வாடகை, லைட்டிங், செட், காஸ்ட்யூம்ஸ், பப்ளிசிட்டி, டீ, தண்ணீர் - பதினைந்தாயிரம், இருபதாயிரம் சாதாரணமாக செலவாகிறது." என்று சிநேகன் வர்ஷாவைப் பார்த்தார், "அனுபவம் வாய்ந்த கலைஞர்கள் ஆர்வத்தினால் மட்டுமே வேலை செய்வார்கள் என்று எத்தனை நாள் எதிர்பார்க்கமுடியும்?"

"அனுபவமில்லாத கலைஞர்களிடம் கூட இப்படி எதிர்பார்க்க முடியாது." என்றான் ஹர்ஷ்.

மிட்டு, நீஹாரிக்காவின் முகங்கள் வர்ஷா கண் முன் மின்னின.

"இப்போது நீங்கள் சந்தோஷமாக இருக்கிறீர்களா?" என்று கேட்டாள் அவள். பம்பாயோடு இருந்த துன்பத்தை நினைவு கூர்வது போல ஆதித்யா மௌனமாக இருந்தார், "வாழ்க்கையில் ஒவ்வொரு பொருளுக்கும் விலை கொடுக்க வேண்டியிருக்கிறது. இன்னும் நான் 'பஞ்சம வேதத்'திலேயே இருந்திருந்தால் நாம் இங்கே உட்கார்ந்து ஸ்காட்ச் சாப்பிட்டுக் கொண்டிருப்போமா? தொண்ணூறு ரூபாய் சிக்கனுக்கு ஆர்டர் கொடுத்திருப்போமா? புரொடக்ஷன் யூனிட் கார் நமக்காக காத்திருக்குமா? நாம் பிளேனில் பயணம் செய்வோமா? ஒரு நாளைக்கு இரண்டு முறை நான் போனில் பேசுவேனா?"

"இது என் கேள்விக்கு விடை இல்லை." என்று வர்ஷா பணிவோடு சிரித்தாள்.

ஆதித்யா புன்னகை செய்தார், ''சிநேகன், நீ வர்ஷாவுக்கு உன் காந்தாரி ஸ்டைல் கவிதையை சொல்.''

''ஆதித்யா எங்களை விட்டுப் பிரிந்து புதுடில்லி ஸ்டேஷன் முதல் பிளாட்பாரத்தில் ராஜதானி எக்ஸ்பிரசில் உட்கார்ந்திருந்தபோது நான் இந்தக் கவிதையை சொன்னேன்.'' என்றார் சிநேகன்.

ஆதித்யா அந்தக் காட்சியை மீண்டும் நினைவு கூர்வதுபோல சோபாவில் பின்னால் சாய்ந்து தன் கண்களை மூடிக்கொண்டார்.

''போய் வா ஆதித்யா / என்றும் எல்லாவற்றையும் பின்னால் விட்டு / ரெயில்வே மாடர்ன் ஸ்கூல் குவார்ட்டர்சையும் விட்டு / மண்டிஹவுஸ் டீக்கடை, நாது ஸ்வீட் ஹவுஸ், மூலை வெற்றிலைக் கடை / அடைபட்ட தொண்டையுடன் விடை தருகிறோம் -/ காளிதாஸ், இடிபஸ், நந்தா, கஞ்ஜூஸ் (கருமி), கிரியான், கிருஷ்ணன், கிங் லியர், காலிகுலா / மேகதூத், பிரோஜ்ஷா கோட்லா. புரானா கிலா, திரிவேணி தியேட்டர் கண்களில் கண்ணீர் /பெங்காலி மார்க்கட்டின் அணு - அணு / எரியும் நெருப்பு / 'ஸ்டேட் மெண்ட்ஸ்' நாடக விமர்சகனும், ரவீந்திரபவனும் / உனக்குத் தருகின்றன சாபம் / ஓ சபிக்கப்பட்ட கம்பீர நடிகனே / உன் உணர்ச்சி மிக்க குரலால் / மேடைகளை நனைப்பவனே / உன் குரல் குன்றிப் போகும் ஃபிலிம் ஸ்டுடியோ சுடுதரையில், டப்பிங் தியேட்டரில் / தூய உணர்வு, கலை உணர்வின் மதிப்பு / ஆடம்பர ஆடைகளில், தங்க வண்ண விக்குகளில் / மூச்சு திணறும் பூச்சிகளைப் போல முனகுவோம் / சூத்ரக், பிரசாத், ஷேக்ஸ் பியரின் ஆத்மாக்கள் புலம்பும் / நீ மாபியா டான், டாக்டர், தொழிற்சாலை - முதலாளி, வஞ்சக வக்கீல் புன்னகையில் / ஹீரோயினின் தந்தை, ஹீரோக்களின் நம்பிக்கை துரோகி மாமன் / பாலி குன்றின் உன் ஏர்கண்டிஷன் ப்ளாட்டில் பார்வையாளர்களின் உரத்த கைதட்டல் ஒலிகள் / உன்னை அமைதியான தூக்கம் தூங்கவிடாது / உன் பழைய வசனங்களின் மறு ஒலிகள் / காலை - மாலை உன் செவித்திரையைக் கிழிக்கும் / உன் தெரிவின் வேறு போக்கின்மை / உன் ஆத்மாவின் ஆறாத புண் ஆகும் / அதில் சொட்டும் / ரத்தத் துளிகள்...''

7. மாநகரத்தில் தன் முகவரி

ரிப்பர்ட்டரி கம்பெனியில் வர்ஷாவின் முதல் ஆண்டு நடந்துகொண்டிருந்தது.

இப்போது அவள் வாழ்க்கை வேலைக்குப் போகும் ஒரு இளம்பெண்ணின் வாழ்க்கை. அவள் 'சி' கிரேடில் 470 - 750 ரூபாய் சம்பளம் வாங்கும் ஒரு நடிகை. வர்ஷா தன் வகுப்பில் தங்கப்பதக்கம் வாங்கிய மிகச் சிறந்த நடிகையாக அறிவிக்கப்பட்டிருந்தாள். அவள் வகுப்பு மாணவ - மாணவியரில் நான்கு பேர் ஐநூறு ரூபாய் சம்பளத்தில் அப்ரெண்டிஸ்ஷிப் ஃபெலோவாக நியமிக்கப்பட்டிருந்தார்கள். கல்யாணியும், ஜானகி ஜயரமனும் இவர்களில்தான் இருந்தார்கள்.

''வர்ஷா, ஐ ஆம் டெஸ்ப்ரேட்லி இன் லவ்.''

செமஸ்டர் முடிவதற்கு சில நாட்களுக்கு முன்பு கிளாசில் டீயை ஊற்றிக் கொண்டிருந்த ரீட்டா சாஹ்னியின் இறுக்கமான குரல் கேட்டது. (பல வருஷங்களுக்குப் பின்னர் 'டெஸ்ப்ரேட்லி சீக்கிங் சூஜன்' ஃபிலிமைப் பார்த்து வர்ஷா 'டெஸ்ப்ரேட்' என்ற சொல்லின் அர்த்தத்தைப் புரிந்துகொண்டாள், ரீட்டா சொன்ன வாக்கியத்தின் தொனி நினைவு வந்தது.)

''யூ ஹேவ் பீன் டெஸ்ப்ரேட்லி இன் லவ் சின்ஸ் ஏ லாங் டைம்.'' ரீட்டாவின் கட்டிலில் காய்கறி வாங்கிய செலவைக் கணக்கு பார்த்துக் கொண்டிருந்த வர்ஷா கணநேரம் நிறுத்தினாள்.

''நான் என் வாழ்க்கையின் 'இரண்டாவது பக்கத்'தைப் பற்றி பேசிக் கொண்டிருக்கிறேன்.'' வர்ஷா பக்கம் கிளாசை நீட்டியபடி ரீட்டா சொன்னாள்.

ரீட்டா அவளுக்கு சுகுமார் சட்டர்ஜியை அறிமுகம் செய்து வைத்திருந்தாள். அவன் ஜேஃபர்சன் இண்டியாவில் எக்ஸ்க்யூட்டிவாக இருந்தான். சாந்தமான, குறைவாகப் பேசும், கம்பீரமான இளைஞன். கலகலப்பான, துடிப்பான ரீட்டாவுக்கு முற்றிலும் மாறுபட்ட சுபாவம். முதல் ஆண்டு முடிவில் அவள் இருபத்தோரு நாட்கள் ரீட்டாவுடன் சண்டிகர் போயிருந்தாள் (அங்கே அவர்கள் ஒரு நாடகம் நடத்தினார்கள்). அங்கே கபிலை சந்தித்தார்கள். அவளுக்கு கபில் ஏற்புடையவனாகத் தெரிந்தான். ஆனால் சுகுமாரின் தன்மையில் ஆழம் இருந்தது.

''சுகுமாரிடம் எனக்கு மிகவும் நம்பிக்கை ஏற்படுகிறது.'' டீயை ஒரு மடக்கு குடித்துவிட்டு ரீட்டா சொன்னாள், ''என் சஞ்சலம் அமைதியாகிறது. எனக்கு இப்போதெல்லாம் மௌனமாக இருப்பது சுகமாகத் தோன்ற ஆரம்பித்திருக்கிறது.'' (காதலின் இந்த இன்னொரு வரைவு சில்பில்லைக் கவர்ந்தது).

ரீட்டா தன்னில் இலயித்து கம்பீரமாகத் தோன்றினாள். அவளுடைய இந்த அழகை வர்ஷா ரசித்தாள்.

''நீ ஏன் இறுக்கமாக இருக்கிறாய்?''

''சுகுமார் வீட்டில் அவனுக்கு கல்யாணம் நிச்சயித்து விட்டார்கள் - அடுத்த மாதம். நாம் ஏதாவது செய்வதாக இருந்தால் அடுத்த வாரமே செய்ய வேண்டும்.''

வர்ஷா அதிர்ந்துபோனாள், ''சுகுமார் என்ன சொல்கிறார்?''

ரீட்டா, ''ஒரு வாரத்தில் கல்யாணம் செய்து கொண்டு விடுவோம் என்கிறார்.'' என்றாள்.

''என்ன சொல்கிறாய்?'' வர்ஷா அதிர்ந்து நிமிர்ந்து உட்கார்ந்தாள்.

''நேற்று இரவு நான் அப்பாவுக்கு போன் செய்தேன்.''

''பிறகு?... அவர் உன் உறவை நிரந்தரமாக துண்டித்துக் கொண்டு விடுவதாக மிரட்டினாரா?'' வர்ஷா பதட்டத்துடன் கேட்டாள்.

சில்பில்லின் பேச்சைக் கேட்டு எழுந்த தன் புன்னகையை ரீட்டா அடக்கிக் கொண்டாள், "இந்த மனிதனோடுதான் உன் சந்தோஷம் இணைந்திருக்கிறது என்றால் பிறகு என்ன குழப்பம்? என்றார்."

"உன் அப்பா தெய்வம்." என்று சில்பில் தழுதழுத்த குரலில் சொன்னாள்.

"இன்று அப்பாக்களின் போக்கு இப்படித்தான் இருக்க வேண்டும். உன் அப்பா இதற்கு நேர்மாறாக இருப்பது எனக்கு வருத்தமாக இருக்கிறது."

"ஆனால் இப்போதே கல்யாணம் செய்து கொண்டுவிட்டால் உன் கலைக் கனவு என்ன ஆகும்?" என்று வர்ஷா தயக்கத்தோடு கேட்டாள்.

"இதுதான் முள்ளாக என் மனதில் குத்துகிறது." ரீட்டா அவள் கையைப் பற்றினாள், உணர்ச்சியைக் கட்டுப்படுத்திக் கொள்ள கீழ் உதட்டைக் கடித்துக் கொண்டாள், "வர்ஷா, என்னால் சுகுமாரை இழக்க முடியாது, நல்ல நடிகை ஆகவும் விரும்புகிறேன்."

தன் அழகிய லட்சியத்தை முதல் முறையாக இவ்வளவு தெளிவான சொற்களில் ரீட்டா வெளிப்படுத்தினாள், அதுவும் தனக்குப் போட்டியான ஒருத்தியிடம். வர்ஷாவின் மனம் இளகியது. அவள் தன் துப்பட்டா நுனியால் ரீட்டாவின் கண்ணீரைத் துடைக்கத் தொடங்கினாள்.

அடுத்த ஞாயிற்றுக்கிழமை மாலை ஹனுமான் ரோடு, ஆரிய சமாஜ கோவிலில் ரீட்டா - சுகுமார் திருமணம் நடந்தது. சண்டிகரிலிருந்து ரீட்டாவின் குடும்பம் வந்திருந்தது. பல நாடகக் கல்லூரி மாணவர்கள் வந்திருந்தார்கள். டாக்டர் அடலும் மணமக்களை வாழ்த்த வந்திருந்தார்.

பரிட்சை முடிந்தவுடன் எச்சரிக்கையாக இருந்தும் கூட ரீட்டா கர்ப்பமானாள்.

"இப்போது?" டெஸ்ட் ரிப்போர்ட்டைப் பார்த்துவிட்டு வர்ஷா திகைத்தாள். வசதியை முன்னிட்டு ரீட்டா இன்னும் ஹாஸ்டலை விடவில்லை.

''என் வாழ்க்கை என் கலைக் கனவுக்கு முற்றிலும் விரோதமாகப் போய்க் கொண்டிருக்கிறது.'' ரீட்டாவின் கண்கள் நிறைந்தன, ''இப்போது என்ன செய்வது?''

இருந்த ஒரு வழியை வார்த்தையில் சொல்ல வர்ஷாவுக்குத் துணிவு வரவில்லை.

''சுகுமார் என்ன சொல்கிறார்?''

''சந்தோஷத்தில் பைத்தியம் ஆகியிருக்கிறார்.'' வர்ஷா சிந்தனையில் ஆழ்ந்திருந்ததைப் பார்த்து ரீட்டா தொடர்ந்தாள், ''நீ சொல்லத் தயங்கும் அதை என்னால் செய்ய முடியாது. எனக்குள் ஒரு துடிப்பை நான் உணர்கிறேன், இரண்டு சின்ன, சின்ன கண்கள் என்னைப் பார்த்துப் புன்னகை செய்வதாகத் தோன்றுகிறது... இந்த மகிழ்ச்சியான எதிர்பார்ப்பில் எனக்குள் உணர்வுகள் அலைமோதிக் கொண்டிருக்கின்றன.''

ரீட்டாவின் முகத்தில் தீவிரமான, இதயத்தைத் துளைக்கும் இயலாமை இருந்தது. வர்ஷா ஆறுதலாக அவள் கையைப் பற்றினாள்.

கல்யாணத்திற்கு முந்திய நாடகக் காட்சிகளின் போது தானும் ரீட்டாவும் ஒருவரோடு ஒருவர் மிகவும் நெருக்கமாகிவிட்டதை வர்ஷா உணர்ந்தாள். முன்னர் இருந்த கலைப்போட்டி மங்கிவிட்டிருந்தது. அதன் மெல்லிய சாயலையும் ரீட்டா தன் நாடக ஆர்வத்தில் கலந்து இல்லாமல் செய்து விட்டருந்தாள். இப்போது இருவருக்குமிடையில் தனிப்பட்ட புரிதல் உணர்வு துளிர்த்துக் கொண்டிருந்தது.

வர்ஷாவும் ரீட்டாவும் மாலையில் பண்டாரா ரோடில் இருந்த டாக்டர் அடலின் பங்களா கேட்டைத் திறந்தபோது (ரீட்டா 'சொந்தப் பிரச்சனை'களைப் பேசுவதற்காக போனில் நேரம் கேட்டு வாங்கியிருந்தாள்.), அழகான சிறிய நாய்க்குட்டி ஒன்று சின்ன குரைப்புடன் வெளியே ஓட தாவியபடி காணப்பட்டது.

டாக்டர் அடல் புல்வெளியில் ஒரு புத்தகத்தை வைத்துக் கொண்டு உட்கார்ந்திருந்தார். அவர் மத்திமமான குரலில் ''சோல்ஜர்!'' என்றார்.

சோல்ஜர் தடாலடியாகத் திரும்பியது, நான்கு, ஐந்து நீண்ட பாய்ச்சலில் அவர் எதிரே சென்று வாலாட்டத் தொடங்கியது இவர்கள் இருவரும் உட்கார்ந்தவுடன் வேலைக்காரன் டீ ட்ரே எடுத்துக்கொண்டு வந்துவிட்டான். இந்த வீட்டிலுள்ள ஜீவன்கள் எவ்வளவு நுண்மையாக, ஒழுக்க இழைகளின்படி இயங்குகின்றன என்று வர்ஷா நினைத்துக் கொண்டாள்.

டாக்டர் அடல் புரட்டிக் கொண்டிருந்த புத்தகம் செக்காவின் வாழ்க்கை வரலாறு. வர்ஷா ஆர்வம் நிரம்பிய கண்களோடு முகப்புப் பக்கத்தைப் பார்த்தாள். பக்கத்திலிருந்த முக்காலியில் மேல் அட்டை இருந்தது, அதன் வலது மூலையில் ஒரு மும்பை புத்தக வெளியீட்டு நிலைய முகவரி இருந்தது.

''சார், ஷி இஸ் எக்ஸ்பெக்டிங்.'' என்றாள் வர்ஷா.

''தட்ஸ் நைஸ் ... கங்கிராஜுலேஷன்ஸ் ரீட்டா!'' டாக்டர் அடலின் புன்னகை அந்த நேரத்திற்குத் தேவையான அளவுதான் இருந்தது.

ரீட்டா அழுகைப் புன்னகையுடன் தலையசைத்தாள்.

''சார், ரீட்டா அடுத்த வருஷத்தைத் தன் வளரும் குடும்பத்திற்குத் தரவேண்டியிருக்கும். அதற்கு அடுத்த செமஸ்டரில் அவள் ரிப்பர்ட்டரி கம்பெனிக்கு வரமுடியுமா?''

ரீட்டாவுடன் தான் வந்தது டாக்டர் அடலுக்குப் பிடித்திருந்ததாக வர்ஷாவுக்குத் தோன்றியது.

''முடியும், ஆனால் நான் இப்போதே கிரேடைக் குறித்து நம்பிக்கை எதுவும் தரமுடியாது. அது அடுத்த செமஸ்டர் இறுதியில் மூன்றாம் ஆண்டு மாணவிகளின் நாடகக் காட்சிகளை சார்ந்திருக்கும். அப்ரெண்டிஸ் ஃபெலோ ஷிப்பிற்கு நான் உறுதி தர முடியும்.''

''தேங்க் யூ சார்!'' என்றாள் ரீட்டா.

இருவரும் எழுந்து நின்றார்கள். வர்ஷாவின் பார்வை மீண்டும் புத்தகத்தின் பக்கம் சென்றது.

''நீ விரும்பினால், படிப்பதற்கு இந்தப் புத்தகத்தை எடுத்துக்கொண்டுபோ.'' என்று டாக்டர் அடல் புன்னகையோடு சொன்னார், ''ஆனால் திருப்பிக் கொடுக்க மறந்து விடாதே.''

''தேங்க் யூ சார்!'' என்று வர்ஷா ஆர்வத்தோடு புத்தகத்தை வாங்கிக் கொண்டாள்.

★ ★ ★ ★

அஜெண்டாவில் முதல் வேலை இருக்க இடம் (ரிப்பர்ட்டரி கம்பெனி உறுப்பினர்களுக்கு ஹாஸ்டல் வசதி இல்லை. ஜானகி ஜயராமன் சௌத் அவென்யூவில் மைசூர் நாடாளுமன்ற உறுப்பினர் ஒருவருடைய பிளாட்டுக்குப் போய்விட்டாள், அவர் அவள் தந்தையின் நண்பர். கல்யாணி ரிப்யூஜி மார்க்கெட்டை ஒட்டியிருந்த பங்களாவில் முன்னூறு ரூபாய் வாடகையில் ஒரு ரூம் எடுத்துக் கொண்டாள். அவள் அப்பா பூனாவில் ஒரு பெரிய கிளினிக் வைத்திருந்தார். நான் மட்டும்தான் இப்படி எந்த ஆதரவும் இல்லாமல் இருக்கிறேன், ஆதரவிற்கு பதில் வீட்டிற்குப் பணம் அனுப்ப வேண்டிய நிலை என்று வர்ஷா சோகமான புன்னகையோடு நினைத்துக் கொண்டாள்).

ஜூன் மாதம் மூன்றாவது வாரத்தில் வர்ஷா லக்னோவிலிருந்து வந்துவிட்டாள். தினமும் 'ஹிந்துஸ்தான் டைம்ஸி'ல் வாடகைக்கு பத்தியைப் பார்த்து அவள் போன் செய்வாள், பிறகு இடத்தைப் பார்க்க வெளியே போவாள். பெரும்பாலும் ஹர்ஷ் அவளை மோட்டார் சைகிளில் அழைத்துப் போவான்.

காரியம் ஒன்றும் ஆகவில்லை. வர்ஷாவுக்கு பழைய டில்லிக்குப் போகவோ, யமுனையைத் தாண்டிப் போகவோ விருப்பமில்லை, ஒரே பஸ்ஸில் போகக்கூடிய இடமாகவும் விரும்பினாள். பாதுகாப்பும் வேண்டும், வீட்டு சொந்தக்காரர் குடும்பம் நல்லதாகவும் இருக்க வேண்டும். சொந்த விஷயங்களை அதிகம் விசாரிப்பதும் வர்ஷாவுக்குப் பிடிக்காது. அறையும், சுற்றுப் புறமும் அமைதியாக இருக்க வேண்டும், கடைத்தெருவிலிருந்து தூரமாகவும் இருக்கக்கூடாது. அதோடு வாடகை எழுபது ரூபாய்க்கு மேல் போனால் அவள் முகம் அழுவது போல் ஆகிவிடும்.

ஹர்ஷுக்கு சிரிப்பு வந்துவிட்டது, ''வர்ஷா, ஒன்று செய், நீனா வேடத்தில் உன் போட்டோவைப் போட்டு 'வீடு தேவை' என்று 'ஹிந்துஸ்தான் டைம்ஸி'ல் விளம்பரம் செய். ஒரு சிறந்த நடிகைக்காக டிஃபென்ஸ் காலனியில் யாராவது உருகிப் போய் வீடு தருவார்கள்.''

வர்ஷா முகத்தை வலித்தாள், ''சரிதான். மண்டிஹவுஸ் முழுதும் என்னைப் பார்த்து சிரிக்கிறது. நீயும் ஜோக் அடி.''

பத்து நாட்கள் அலைந்து பிறகு ஹர்ஷ் அவளைத் தன் தந்தையின் ஒரு பிசினஸ் நண்பர் ஸ்ரீ சஹகலிடம் அழைத்துச் சென்றான். அங்கு அவர்களுக்குக் கிடைத்த வரவேற்பிலிருந்து வர்ஷாவுக்கு ஹர்ஷின் தந்தைக்கு இருந்த மதிப்பு தெரிந்தது (அவர் இண்டஸ்ட்ரி மினிஸ்ட்ரியில் செக்ரட்டரியாக இருந்தார்.) ஸ்ரீ சஹகல் அடுத்த அறைக்கு சென்று போன் செய்தார். பிறகு வர்ஷாவிடம் ஒரு முகவரியைத் தந்து, ''என் சித்தப்பா மகன்.'' என்றார்.

மாலையில் இருவரும் கரோல்பாக் போனார்கள். வெஸ்டர்ன் எக்ஸ் டென்ஷன் பகுதியில் ஒரு தெரு. அது ஒரு பக்கம் அஜ்மல்கான் ரோடையும், மறுபக்கம் பூசா ரோடையும் தொட்டது. தெரு மத்தியில் ஒரு மூன்றடுக்கு மாடி வீடு. கீழே மிஸ்டர் சஹகல், மனைவி, சிறிய மகனுடன் இருந்தார். முதல் மாடியில் அவருடைய பெரிய பெண் (கணவனால் கைவிடப்பட்டவள்) தன் பெண்ணுடன் இருந்தாள்.

இடது பக்க மாடிப்படி வழியாக மேலே சென்று வர்ஷா வாடகை இடத்தைப் பார்த்தாள். மிகப் பெரிய அறை. கிழக்கிலும், மேற்கிலும் ஜன்னல்கள். கண்ணாடிக் கதவுக்கப்பால் ஜாலி ஓர்க். மின்விசிறி இருந்தது. இன்னொரு ப்ளக் பாயிண்டும் இருந்தது. பக்கத்தில் சமையல் அறை, கெய்சர் பொருத்திய குளியல் அறை, டாய்லெட். மாடி பேட்மிண்டன் கோர்ட் போல பெரியதாக இருந்தது. சுற்றிலும் அமைதி.

அவர்கள் கீழே போனபோது ''வீடு எப்படி இருக்கிறது?'' என்று மிஸஸ் சஹகல் கேட்டாள்.

''மிகவும் நன்றாக இருக்கிறது.'' வர்ஷாவால் தன் மகிழ்வை மறைக்க முடியவில்லை.

"மூன்று வருஷமாக யாருக்கும் வாடகைக்கு கொடுக்கவில்லை. பாபி எப்போதாவது அங்கே போய் படிப்பான்." என்று மிஸஸ் சஹகல் மகனைக் காட்டினாள்.

"இன்னமும் படிக்கலாம். என் தம்பி இப்படித்தான் இருப்பான்." என்று வர்ஷா புன்னகை செய்தாள்.

"இங்கிருந்து நீங்கள் ஒரு நிமிடத்தில் பூசா ரோடு பஸ் ஸ்டாண்டு போய்விடலாம்." என்றான் பாபி, "அங்கிருந்து மண்டி ஹவுசுக்கு நேர் பஸ் இருக்கிறது."

"இவளுக்கு நானூற்று ஐம்பது ரூபாய் சம்பளம் கிடைக்கும்." என்று ஹர்ஷ் பணிவோடு சொன்னான் (ஹர்ஷின் கெட்டிக்காரத்தனத்தை வர்ஷா மனத்துள் சிலாகித்தாள். அவன் சம்பளத்தில் இருபது ரூபாய் குறைவாகக் கூறியிருந்தான்.)

"வாடகை உங்கள் உத்திரவுப்படி...."

"தம்பி, பெரியப்பா போன் செய்திருந்தார். வீட்டு விஷயமாகத்தான்." சஹகல் கண நேரம் யோசித்தாள்,

"நூற்றைம்பது ரூபாய் கொடுங்கள்."

ஹர்ஷின் சமிக்ஞையின் பேரில் வர்ஷா பத்து, பத்து ரூபாய் நோட்டுகளாக பதினைந்து எடுத்துக் கொடுத்தாள்.

திரும்பி வரும்போது "ஹர்ஷ், என்ன செய்வது?" என்றாள் வர்ஷா," வாடகை நூற்றைம்பது ரூபாய், பஸ்ஸுக்கு ஐம்பது ரூபாய் என்று வைத்துக் கொள்ளுங்கள், மளிகை சாமான் நூற்றைம்பது ரூபாய், பாலுக்கு ஐம்பது ரூபாய்... காய்கறி, ப்ரெட் - பட்டர், முட்டை... என் தலை சுற்றுகிறது..." மேற் கொண்டு அவள் கட்டில், மேஜை, நாற்காலி - பற்றிப் பேச இருந்தாள், ஆனால் சட்டென்று நிறுத்திவிட்டாள். ஹர்ஷிடம் இதெல்லாம் சொல்லக்கூடாது. உடனே பேச்சை மாற்றினாள், "ஆனால் வீடு மிகவும் நன்றாக இருக்கிறது. என் வாழ்க்கையில் வெற்றி கிடைத்துவிட்டது."

"உன் வாழ்க்கை வெகு சீக்கிரம் வெற்றி பெறுகிறது." என்று ஹர்ஷ் சிரித்தான்.

'நீங்கள் ஏன் உங்களோடு என்னை ஒப்பிடுகிறீர்கள்?' என்று

வர்ஷா நினைத்துக் கொண்டாள். ஹர்ஷின் முழு சம்பளமும் அவன் பாக்கெட் செலவுக்கே சரியாகிவிடும் என்பது அவள் அனுமானம் (அவன் ரிப்பர்ட்டரியில் 'ஏ' கிளாசில் இருந்தான்).

★ ★ ★ ★

''திவ்யா, வீடு கிடைத்துவிட்டது.'' இரவு எட்டு மணிக்குப் பிறகு வர்ஷா ஈஸ்டர்ன் கோர்ட்டிலிருந்து லக்னோவுக்கு போன் செய்தாள் (குடியிருப்பு கிடைத்தவுடன் தனக்குத் தகவல் தெரிவிக்கவேண்டுமென்பது திவ்யாவின் கட்டளை. ''இப்போது இந்த மாநகரத்தில் எனக்கென ஒரு முகவரி இருக்கிறது - வர்ஷா வசிஷ்ட், 14 / 14, வெஸ்டர்ன் எக்ஸ்டென்ஷன், கரோல்பாக், புதுடில்லி... ரிக்வெஸ்ட் போன் நம்பர் - 567319...''

''சரி, நீ ஒன்றும் வாங்க வேண்டாம். நான் நாளை மறுநாள் காலை வருகிறேன்.'' என்றாள் திவ்யா, ''நீ பத்து மணிக்கெல்லாம் தவன் வீட்டுக்கு வந்துவிடு.''

ரோஹனின் நண்பன் தவனையும் அவன் மனைவியையும் அவள் நான்கு, ஐந்து முறை சந்தித்திருந்தாள். திவ்யாவின் பரிசுப் பொருள்களை எடுத்துக்கொண்டு அவர்கள் நாடகக் கல்லூரிக்கு வந்திருந்தார்கள். ஒரு முறை ஹைதராபாத்திலிருந்து வரும்போது திவ்யாவும், ரோஹனும் ஒரு நாள் டில்லியில் தங்கினார்கள், அவர்களைப் பார்க்க அவள் கோல்ஃப்லிங்க்ஸ் போயிருந்தாள்.

★ ★ ★ ★

''அம்மா, டாக்சி வந்துவிட்டது.'' என்றான் வேலைக்காரன்.

''வா, வர்ஷா!'' திவ்யா டீ கடைசி மடக்கைக் குடித்து விட்டு எழுந்தாள். ''ஷைலா, நான் வருகிறேன். இரவு வரவில்லை யென்றால் கவலைப்படவேண்டாம்.''

''சரி.'' என்று ஷைலா புன்னகை செய்தாள்.

தவனின் வேலைக்காரன் டாக்சியில் முன்சீட்டில் உட்கார்ந்தபோது வர்ஷா சற்று திடுக்கிட்டாள். டாக்சி 14/14 - ன் முன் நின்றபோது காம்பவுண்டில் மேலே செல்லும் படிக்கட்டிற்குப் பக்கத்தில் சில ஃபர்னிச்சர்கள் இருப்பதை வர்ஷா பார்த்தாள்.

"நான் லக்னோவிலிருந்து கொண்டு வந்தேன்." என்றாள் திவ்யா, "காலையில் இவன் ஸ்டேஷனிலிருந்து கொண்டு வந்தான்."

திவ்யா டிக்கியிலிருந்து கேஸ் சிலிண்டரை இறக்கிக் கொண்டிருந்த வேலைக்காரனைக் காட்டினாள்.

"ஷைலாவிடம் இரண்டு சிலிண்டர்கள் இருக்கின்றன. உன்னுடையது தீர்ந்து விட்டால் அவளுக்கு போன் பண்ணு. வேலைக்காரன் மாற்றிக் கொடுத்துவிடுவான். கேசுக்கு சீக்கிரம் அப்ளை பண்ணிவிடு."

வர்ஷா இரண்டு நாட்களாக கவலையில் இருந்தாள். அறை எடுத்தாயிற்று, மற்றவையெல்லாம் எப்படி, எப்போது ஏற்பாடு செய்துகொள்வது? அவள் கணக்கில் எழுநூறு ரூபாய்தான் இருந்தது. சம்பளம் அடுத்த மாதம்தான் கிடைக்கும். இந்த மாதம் முழுதும் எதிரில் வாயைப் பிளந்து கொண்டு நின்றது. சில சாமான்கள் வாங்கலாம் என்றால் சாப்பாட்டுக்கு என்ன செய்வது?

காம்பவுண்டில் கட்டில், சோபா, மேஜை - நாற்காலி, ஸ்டூல், படங்கள், டேபிள்லைட், திண்டு, போர்வைகள், தலையணை, மெத்தை, சின்ன சின்ன அலங்காரப் பொருட்கள் இருந்தன. மேலே போய் பார்த்தபோது சமையல் அறை சாமான்கள் எல்லாம் இருப்பதைப் பார்த்தாள் - கெட்டில், வாணல், தட்டுகள், கரண்டிகள், தோசைக்கல், உருளி, டப்பாக்களில் பருப்பு வகைகள், அரிசி, மாவு, மசாலாப் பொருட்கள்.

"இவ்வளவு சாமான்களா!...?" வர்ஷா கண்களை அகல விழித்துப் பார்த்துக் கொண்டிருந்தாள்.

"அங்கே எவ்வளவு வீட்டு சாமான்கள் இருக்கின்றன! யாரும் தொடுவது கூட இல்லை என்று உனக்குதான் தெரியுமே!" திவ்யா ஜன்னலைத் திறந்தாள், "இப்போதுதான் பெயிண்ட் அடித்திருப்பார்கள் போல் தோன்றுகிறது." சுவர்களைப் பார்த்துவிட்டு அவள் சொன்னாள், "நமக்கு ஒரு வேலை குறைந்தது."

வர்ஷா சாமான்களை எடுத்து வைத்துக் கொண்டிருந்தாள். - மேஜை விரிப்பு, நாற்காலி, திண்டு, கால்மிதி, சின்ன நாப்கின் -

திவ்யா எதையும் மறக்கவில்லை! சிறிய போர்ட்டபிள் டெலிவிஷன் செட்டும் இருந்தது.

''ஏன் அப்படிப் பார்க்கிறாய்?'' என்று திவ்யா அவளைப் பார்த்தாள், ''உன்னிடம் எனக்கு உரிமை இல்லையா?''

வர்ஷாவுக்கு நன்கு பரிச்சயமான காயம்பட்ட உணர்வின் நிழல் திவ்யாவின் குரலில் இருந்தது. உடனே அவள் நாக்கைப் பல்லால் கடித்தபடி திவ்யாவின் காதைத் திருகினாள்.

''போ, வாளியில் தண்ணீர் கொண்டு வா.'' திவ்யா முந்தானையை இழுத்து இடுப்பில் செருகினாள், ''நிறைய வேலை இருக்கிறது.''

மாலை ஐந்து மணிக்கெல்லாம் வீடு சீராகிவிட்டது. சுவர்களில் படங்கள், ஜன்னல்களிலும், கதவுகளிலும் அசையும் திரைகள். ஒரு மூலையில் கட்டில், ஒரு பக்கம் சோபா, டி.வி.க்கு முன்னால் விரிப்பில் திண்டு, தலையணை, ஸ்டூல் மேல் லைட். மேசைக்குப் பக்கத்தில் புத்தக அலமாரி. வர்ஷாவுக்கு வண்ணப் பத்திரிக்கை விளம்பரம் உண்மையில் தன் அறைக்கு வந்துவிட்டது போலிருந்தது.

மாலையில் சஹகலின் குடும்பம் மேலே வந்தபோது பிரமித்து விட்டது.

''கலைஞர்கள் அழகுணர்வு உடையவர்கள் என்று நாங்கள் கேள்விப்பட்டிருக்கிறோம்.''

வீட்டின் இப்படிப்பட்ட அலங்கரிப்புடன் திவ்யா மாதிரி நாகரிகமான பெண்ணைப் பார்த்ததும் அவர்கள் மனதில் வர்ஷாவின் 'கிரேடு' உயர்ந்துவிட்டது (வாடகை குறைவாக சொல்லிவிட்டோமோ என்று மிஸஸ் சஹகல் வருத்தப்பட்டாலும் படுவாள் என்று வர்ஷா நினைத்துக் கொண்டாள்.)

இருவரும் விரிப்பின் திண்டில் படுத்திருந்தார்கள். பக்கத்தில் டீ ட்ரே (திவ்யா வேலைக்காரனை வீட்டுக்கு அனுப்பிவிட்டிருந்தாள்). அப்போதுதான் மாடிப்படியில் ஹர்ஷின் பூட்ஸ் ஒலி கேட்டது.

"நீ ஏன் போன் செய்யவே இல்லை?" என்று ஹர்ஷ் மாடிப்படியிலிருந்தே கேட்டான், "நான் நாள் முழுதும் வீட்டிலேயே உட்கார்ந்திருந்தேன்."

வர்ஷா கூச்சத்துடன் ஏதோ சொல்லவிருந்தாள், அதற்குள் ஹர்ஷ் திவ்யாவைப் பார்த்துவிட்டான். திவ்யா நேராக நிமிர்ந்து உட்கார்ந்து மெல்லப் புன்னகை செய்தாள்.

"என் பெயர் ஹர்ஷ்." என்று சொல்லிக் கொண்டே அவன் அறையைப் பார்த்தான். அவன் வாய் தானாகவே சீட்டி அடித்தது, "ரிப்பர்ட்டரி கம்பெனியில் யார் வீடும் இப்படி இருக்காது."

வர்ஷா செல்லமாக திவ்யாவின் தோளில் தலையை சாய்த்துக் கொண்டாள். குளித்துவிட்டு இருவரும் ஹர்ஷுடன் அஜ்மல்கான் ரோடில் சுற்றிவிட்டு வர புறப்பட்டார்கள். இப்போது இது என் ராஜ்ஜியம் என்று வர்ஷா நினைத்துக் கொண்டாள். அவள் உற்சாகமாக இருந்தாள்.

"கிருகப் பிரவேச விதிகளின்படி இன்று சாப்பாடு வீட்டில்தான் செய்ய வேண்டும்." என்றாள் திவ்யா.

"நானும் அதைத்தான் சொல்லவிருந்தேன்." என்று வர்ஷா புன்னகை செய்தாள்.

"ஹர்ஷ், வர்ஷாவுக்கு பூரி, உருளைக்கிழங்கு மிகவும் பிடிக்கும். உனக்கு?"

"எனக்கும் பிடிக்கும்தான், ஆனால் வீட்டில் குடும்பத்தோடு ஒரு இடத்திற்குப் போக வேண்டியிருக்கிறது." என்று ஹர்ஷ் பணிவோடு சொன்னான், "நான் உங்களிடமிருந்து விடைபெறவேண்டும்... அதோடு இரண்டு அந்தரங்க சிநேகிதிகளுக்கிடையில் முட்டுக்கல்லாக இருப்பது சரியில்லை."

"பார்த்தீர்களா திவ்யா!" வர்ஷா கண்ணை சிமிட்டினாள், "ரோஹன் மாதிரியே பேசுகிறார்!"

"ரோஹன் யார்?" என்று கேட்டான் ஹர்ஷ்.

திவ்யா சிரித்தாள், "இன்னொரு முட்டுக்கல்!"

வர்ஷா பூரியை இட்டுத் திவ்யாவிடம் தந்தபோது, அதை வாங்கி வாணலில் இட்டபடி திவ்யா சொன்னாள், ''எனக்கு ஷாஜஹான்பூர் நாட்கள் நினைவு வருகின்றன.''

வர்ஷா முகத்தில் இனிய புன்னகை. அவளுக்கு ஏதோ நல்ல ஃபிலிம் பார்த்துக் கொண்டிருப்பதுபோல இருந்தது. அவள் வாழ்க்கைச் சித்திரமும், சுற்றுப்புறமும் இவ்வளவு இனிமையாகக் கூட இருக்க முடியுமா?

இது நீடித்திருப்பதற்கு இன்னும் கொஞ்சம் அதிகமாக பணம் சம்பாதிக்க வேண்டும். சில நாட்களுக்க முன்பு தொலைக்காட்சி ஸாட்டிலைட்டின் ஒரு புரொட்யூசர் நேகியை சந்தித்தாள். அவர் மழைக்காலத்திற்கு முந்திய விவசாயம் தொடர்பான காரியங்களை காம்பியர் செய்ய முடியுமா என்று கேட்டார், அது தொலைதூர கிராம எல்லையில் பிரச்சாரம் செய்வதற்கானது (கல்லூரி, ரிப்பர்ட்டரி கம்பெனி ஆட்கள் தனிப்பட்ட முறையில் வானொலி, தொலைக்காட்சி நிகழ்ச்சிகளில் பங்கு பெற தடை இருந்தது). மன்சூர் 'ப்ரவாஹ்' பத்திரிக்கைக்கு சில ஆங்கிலக் கதைகளை மொழிபெயர்த்துத் தரும்படி கேட்டிருந்தார். பத்து பக்கங்கள் கொண்ட ஒரு படைப்பிற்கு நூறு ரூபாய் சன்மானம் என்று சொல்லியிருந்தார். அவள் நாளைக்கே விஞ்ஞான் பவன் அனெக்ஸில் நேகியைப் போய் பார்க்க வேண்டும். போவதற்கு முன் ஒரு மொழிபெயர்ப்பை செய்து எடுத்துக் கொண்டு போக வேண்டும்.

★ ★ ★ ★

''ஹர்ஷ் எப்படி தோன்றுகிறார்?'' வெகுநேரம் தன்னைக் கட்டுப்படுத்திக் கொண்டிருந்துவிட்டு கடைசியில் வர்ஷா கேட்டேவிட்டாள்.

திவ்யா காபியை ஒரு வாய் குடித்தாள். பிறகு யோசனையுடன் சொன்னாள், ''புத்திசாலி. தன் பின்னணியின் சுமையைத் தூக்கிக்கொண்டு போகமாட்டான்.''

இருவரும் மௌனமானார்கள்.

''என்ன யோசிக்கிறீர்கள்?'' வர்ஷா.

"உன் பழைய வாழ்க்கை நினைவு வருகிறது. நீ நாடகத்திற்குப் பெயர் கொடுக்கவில்லையா என்று நான் கேட்டபோது 'மேடம், எனக்கு ஒன்றும் தெரியாது.' என்று எப்படி பயந்துகொண்டே சொன்னாய்!"

இருவரும் சிரித்தார்கள்.

சற்று நேரம் கழித்து திவ்யா சொன்னாள், "இன்று எனக்கு மிகவும் சுகமாக இருக்கிறது. ஒரு நல்ல நடிகையாக இருப்பதோடு இப்போது உனக்கென ஒரு வீடு இருக்கிறது. நீ வேலை செய்யும் பெண். ஹர்ஷின் வடிவத்தில் உனக்கு ஒரு ஆதரவும் இருக்கிறது. உனக்கென ஒரு சின்ன உலகம் அமைந்துவிட்டது."

சற்று நேரத்திற்குப் பின் விளக்கை அணைத்துவிட்டார்கள். இருவரும் விரிப்பின் திண்டில் படுத்திருந்தார்கள். இரண்டு ஜன்னல்களும் திறந்திருந்தன. இதமாகக் காற்று வீசியது.

வர்ஷா நீண்ட பெருமூச்சுடன் சொன்னாள். "திவ்யா, நீங்கள் எனக்குக் கிடைத்திருக்காவிட்டால், என் நிலை என்ன ஆகியிருக்கும்?"

★ ★ ★ ★

விரைவில் வர்ஷாவின் தினப்படி வேலைகள் சரியாக முறைப்பட்டன.

காலை ஆறு மணிக்கு எழுந்திருப்பாள். மிஸஸ் சஹகலின் வேலைக்காரன் டில்லி பால் ஸ்கீமின் அரை லிட்டர் பால் பாட்டில் கொண்டுவருவான். மாடியில் ஏதாவது ஒரு மூலையில் நின்று ஒரு கப் டீ குடிப்பாள் (செய்திப் பத்திரிக்கை வாங்குவது ஞாயிற்றுக்கிழமைகளில் அல்லது லீவ் நாட்களில் மட்டும்). பிறகு இரண்டு துண்டு ரொட்டி, ஒரு முட்டை, ஒரு கிளாஸ் பாலுடன் காலை உணவு. பின்னர் இரண்டு பரோட்டாவும், காயும் செய்து லஞ்ச் பாக்ஸில் வைத்துவிடுவாள். குளித்துவிட்டு எட்டு மணிக்கு வீட்டிலிருந்து புறப்பட்டு பூசா ரோடு பஸ் ஸ்டாப் வருவாள். மண்டி ஹவுஸ் பஸ் கிடைத்துவிட்டால் நல்லது. இல்லையென்றால், அவள் சூப்பர் பஜார் பஸ் பிடிப்பாள் சூப்பர் பஜாரிலிருந்து நடந்தே பாரகம்பாரோடைத் தாண்டிச் செல்ல பதினைந்து நிமிடம் பிடிக்கும்.

நேரமாகிவிட்டால், அவள் பார கம்பா ரோடிலிருந்து ஏதாவது ஒரு பஸ் பிடித்து இருபது பைசா டிக்கட் வாங்கிக் கொள்வாள். ஒன்பது அடிக்க சில நிமிடங்களுக்கு முன்பே அவள் ரிப்பர்ட்டரிக்குப் போய்விடுவாள், ரிஜிஸ்டரில் கையெழுத்திடுவாள்.

ஒரு மணிக்கு, பத்து நிமிடத்தில் மதிய உணவை முடித்துக்கொண்டு கீழே சாகித்திய அகாடெமி நூல் நிலையத்திற்கு வந்துவிடுவாள், ஹிந்தி - ஆங்கில செய்திப் பத்திரிக்கைகளைப் படிப்பாள். மாலை ஐந்து மணிக்கு அவள் ரவீந்திரபவனிலிருந்து புறப்படுவாள். சில நாட்கள் நண்பர்களோடு ஸ்ரீராம் சென்டர் போன்றவற்றில் உட்காருவாள், அல்லது ஏதாவது ஃபிலிம். சில நாட்கள் நேராக வீட்டிற்கு வந்து விடுவாள், ஒரு கப் டீ குடித்து விட்டு 'ஹனிமூன்' மொழி பெயர்ப்பை செய்ய உட்கார்ந்து விடுவாள்.

பெரும்பாலும் சிரிப்பு நாடகங்களை நடத்தும் 'அக்ரகாமி'யின் பஹல் ஐநூறு ரூபாய் சன்மானத்தில் இந்த வேலையைத் தந்திருந்தார். நாடகத்தை முழுதும் இந்திய மயமாக்கவேண்டியிருந்தது. முதல் காட்சியின் பதினைந்து பக்கங்கள் பஹலுக்குப் பிடித்திருந்தது. வர்ஷா மன்சூர் மூலமாக போன் செய்து விட்டு ஒரு பத்திரிக்கையாளரை சந்திக்க சென்றாள். அவர் புத்தகங்களை அச்சிடுவதில் ஆர்வம் காட்டினார், வர்ஷாவுக்கு ஒரே தொகையாக ஐநூறு ரூபாய் தந்து காப்பி ரைட் வாங்கிக் கொள்வதாகக் கூறினார். இரண்டு மாதத்தில் கூடுதலாக ஆயிரம் ரூபாய் சம்பாதித்துவிட்ட சந்தோஷத்தோடு சில்பில் மிக உற்சாகமாக இருந்தாள். அவள் தொலைக்காட்சி ஸாட்டிலைட்டின் இரண்டு நிகழ்ச்சிகளுக்கு காம்பியர் செய்நாள், எண்பது - எண்பது ரூபாய்க்கு இரண்டு செக் கிடைத்தது. ஆனால் அப்போதுதான் ரிப்பர்ட்டரி முதல்வர் சூர்யபான் அவளைத் தன் அறைக்கு அழைத்தார், "பார் வர்ஷா, எனக்கு உன்னைப் பற்றி புகார் வந்திருக்கிறது. வேறு யாராவதாக இருந்தால் சஸ்பெண்ட் செய்துவிடுவேன். ஆனால் இது உன் முதல் தவறு. வர்ஷா கோடைகால விடுமுறையில் ரிக்கார்டிங் கொடுத்தாள் என்று இந்த முறை நிலைமையை சமாளிக்கிறேன். நான் உன் நலத்தை விரும்புபவன், நல்ல சக அலுவலர் என்ற முறையில் இனி ஒரு முறை இப்படி நடக்காது என்று நான்

நம்பலாமா?'' வர்ஷா மன்னிப்பு கேட்டுவிட்டு இனி இப்படி நடக்காது என்று உறுதி கூறினாள்.

எட்டு மணிக்கெல்லாம் சமையல் அறைக்கு வந்து இரவு உணவு செய்யத் தொடங்குவாள். சில சமயம் டெலிவிஷனில் நல்ல நிகழ்ச்சிகள் இருந்தால் சற்று நேரம் அதில் போய்விடும். சாப்பிட்டுவிட்டு அவள் ஒரு மணி நேரம் படிப்பாள். பிறகு விளக்கை அணைத்து விடுவாள்.

ஞாயிற்றுக் கிழமை காலை ஒன்பதரை மணி சுமாருக்கு மாடிப்படிக் கதவைத் தட்டும் ஒலி கேட்டது. வர்ஷா இரண்டாவது கதையை மொழிபெயர்த்துக் கொண்டிருந்தாள் (முதலாவது மன்சூருக்குப் பிடித்திருந்தது. ஒரு வாரத்திற்குப் பின்னர் புதிய பதிப்பில் பிரசுரமாவதாக பத்திரிக்கையிலிருந்து போன் வந்திருந்தது).

மாடியில் நடந்துவரும் போதும் பாபி யாராவது போனில் அழைப்பதாக செய்தி சொல்ல வந்திருப்பான் என்று நினைத்தாள் வர்ஷா.

''அக்கா!'' வர்ஷாவுக்கு ஒரே ஆச்சரியம், ''வாருங்கள், வாருங்கள்!''

சுஜாதா வேண்டாம், வேண்டாம் என்றபோதும் அவள் காபி போட சமையல் அறைக்கு சென்றாள். ஹர்ஷ் தங்கள் நட்பின் தொடக்க காலத்திலேயே உணர்வுகளில் குலைவு ஏற்பட்ட சுஜாதாவால் தங்கள் குடும்பம் முழுதும் வாடிப்போயிருக்கிறது என்று சொல்லியிருந்தான். சுஜாதாவின் 'உணர்வு மையம்' அட்சய். அவன் மாற்றலில் கல்கத்தா போனபோது அங்கேயே ஒரு வங்காளப் பெண்ணைத் திருமணம் செய்து கொண்டுவிட்டான். இதைக் கேட்டு வர்ஷா ஸ்தம்பித்துவிட்டாள். உடனே திவ்யா - பிரசாந்த் நினைவுதான் வந்தது. இப்போது கல்கத்தா என்றாலே கூடவே அவள் மனதில் வருவது அங்கே வடபாரதக் காதலிகளை பிரிவுத் துயரத்தில் தகிக்க விட்டு விட்டு காதலர்கள் யாரோ கருங்கூந்தல் பெண்களுடன் புதிய உறவு ஏற்படுத்திக் கொள்கிறார்கள்

என்பதுதான் ('தீவானே காலிப்'பில் 'கல்கத்தா என்ற பெயரை நீ சொன்னதுமே அன்பே / ஒரு அம்பு நெஞ்சில் பாய்ந்தது' என்ற வரியைப் படிக்கும்போது அவள் கண்முன் கண்ணீர் வழியும் திவ்யா - சுஜாதாவின் குளோஸ் அப் - வந்து நின்றது.).

காபியை ஒரு வாய் பருகிவிட்டு, ''நன்றாக காபி போடுகிறாய்.'' என்றாள் சுஜாதா.

சுஜாதா ஒரு கவரை எடுத்து நீட்டினாள். வர்ஷா அதைத் திறந்தபோது உள்ளே ஒரு அழைப்பிதழ் இருந்தது. ''திரு திருமதி வர்தன் தங்கள் புதல்வி சுஜாதாவின் மங்கல திருநாளில் ...'

இப்போது சுஜாதா வெட்கப் புன்னகையுடன் அவளைப் பார்த்தாள்.

''அக்கா!'' வர்ஷா அவள் கையைப் பற்றிக் கொண்டு உணர்ச்சி பொங்க சொன்னாள், ''நான் என் சந்தோஷத்தை எப்படி சொல்வேன்?!''

சென்ற ஆண்டிலிருந்து சுஜாதா அசைந்துகொடுக்க ஆரம்பித்திருந்தாள். குடும்பச்சூழல் மிகவும் மனப்போராட்டத்துக்கு உள்ளாகியிருந்தது. ஜவஹர்லால் நேரு பல்கலைக் கழகத்தில் அசோசியேட் புரொபசராக இருந்த யோகேஷுடன் (அவர் ஸ்கூல் ஆஃப் சைனீஸ் ஸ்டடியில் இருந்தார்) சுஜாதாவின் நட்பு மலர்ந்திருந்தது.

''மோதிலால் நேரு ரோடில் என் அறை காலியாகிக் கொண்டிருக்கிறது.'' என்று சுஜாதா அதே வெட்கப் புன்னகையுடன் கூறினாள், ''அங்கே வருவதைப் பற்றி என்ன உத்தேசம்?''

''அக்கா!...'' வர்ஷா வெட்கத்தில் குன்றினாள்.

''ஹர்ஷ் மனதில் என்ன இருக்கிறது என்று எனக்கு கொஞ்சம் தெரியும்.''

சுஜாதா ஹைநெக் ஃபுலோவரைத் திருப்பி வாங்கிக் கொள்ள வில்லை. ''வர்ஷாவுக்கு நன்றாக இருக்கும் என்று அக்கா சொல்லிவிட்டாள்.'' என்றான் ஹர்ஷ்

ஃபுலோவர் ஏன் தேவைப்பட்டது என்று அக்கா தெரிந்துகொண்டிருப்பாளோ என்று வர்ஷா யோசித்தாள். அவள் கூச்சத்தால் அதை உடுத்திக் கொண்டு ஹர்ஷ் வீட்டுக்குப் போனதே இல்லை.

''அப்பா கூடியவரை எங்கள் வாழ்க்கையில் தலையிடுவதில்லை. அம்மா மட்டும்தான். மெல்ல மெல்ல அவளை சமாதானப்படுத்தி விடலாம்.'' என்றாள் சுஜாதா.

அப்படியானால் அம்மாவின் மனோபாவத்தை சுஜாதாவும் கவனித்திருந்தாள்.

ஹர்ஷ் அவள் மீது அதிக பரிவு காட்டத் தொடங்கியதிலிருந்து அம்மா வர்ஷாவிடம் கடுமை காட்டத் தொடங்கி விட்டாள். ஒரு காரணம், சந்தேகமில்லாமல் வர்ஷாவின் கீழ்மட்ட சமூக நிலை. இரண்டாவது காரணம் - ஷிவானி!

அஹமதாபாத்தில் பிசினஸ் மேனேஜ்மெண்ட் கோர்ஸ் முடித்த ஷிவானி ஒரு மல்ட்டி நேஷனல் எக்ஸ்கியூட்டிவாக இருந்தாள். அப்பாவின் ஒரு அலுவலக நண்பரின் பெண். நீண்ட நாட்களாக அம்மாவுக்கு அவளைப் பிடிக்கும்.

முதல் வருஷம் சுஜாதாவின் பிறந்தநாளின்போது வர்ஷா ஷிவானியை சந்தித்தாள்.

''வர்ஷா!'' என்று சுஜாதா பரஸ்பரம் அறிமுகம் செய்து வைத்தாள், ''ஷிவானி!''.

''ஹலோ!'' ஷிவானி எடை போடும் பார்வையுடன் அவளைப் பார்த்துக் கொண்டே ஆங்கிலத்தில் சொன்னாள், ''நான் உங்களைப் பற்றிக் கேள்விப்பட்டிருக்கிறேன். துரதிருஷ்டவசமாக உங்களுடைய எந்த நாடகத்தையும் நான் இதுவரை பார்த்ததில்லை.''

''நல்லதுதான், இல்லையென்றால் உங்களுக்கு ஏமாற்றமாகப் போயிருக்கும்.'' என்று வர்ஷா சோகப் புன்னகையுடன் கூறினாள். (அப்போது நாடகக் கல்லூரியில் அவளுடைய 'இருண்ட காலம்').

வர்ஷாவோடு ஒப்பிடுகையில் ஷிவானி மிகவும் குள்ளம். ஷிவானியின் கண்களும், மார்பகங்களும் தன்னோடு ஒப்பிடுகையில்

உஜ்ஜயினியின் செல்வ வளத்திற்கு முன் பாழ்பட்ட நகரம் விதிஷா போல இருந்ததை வர்ஷா கவனித்தாள். ஆனால் ஷிவானி தூய்மையாக கோரோசனை போல சிவப்பாக இருந்தோடு அவளிடம் ஆழ்ந்த இயல்பான கவர்ச்சியும் இருந்தது. ஷிவானி பெல் - பாட்டமும், ஃபிரில் வைத்த டாப்சும் அணிந்திருந்தாள். காதுகளில் பெரிய பெரிய வளையங்கள். முதுகில் அலை புரளும் வெட்டிய முடி. கறுப்பு லைனரால் பெரிதாக்கப்பட்ட கண்கள், கனவுப் பார்வைக்காக சாம்பல் கலர் ஷேடோ. சன்செட் பிங்க் லிப்ஸ்டிக் பூசிய உதடுகள் மலரத் துடிக்கும் முதிர் அரும்புகள் போலத் தோன்றின.

ஹாஸ்டலில் இருந்து கிளம்பும்போதே வர்ஷாவுக்கு இந்த நாடகக் காட்சியைப் பற்றித் தெரியும், ஆனால் அவள் தன் எளிமையில் திடமாக இருப்பதென்று முடிவு செய்திருந்தாள். அவள் ரோஜ்மர்ரா நீல ஜீன்சும், முழுக்கை கமீஜும் அணிந்திருந்தாள். முடியைத் தளரப் பின்னியிருந்தாள். கோலாப்பூரி சப்பல், லேசான மேக்அப்.

மாடர்ன் ஸ்கூல் நாட்களிலிருந்து ஷிவானியுடன் ஹர்ஷ் நல்ல நட்பு கொண்டிருந்தான். வர்ஷாவுக்கு ஆவலாக இருந்தாலும் கூச்சத்தால் அந்த நட்பின் தன்மையை அறிந்துகொள்ள அவள் முயற்சிக்கவில்லை.

ஷிவானியின் அம்மா - அப்பா, அண்ணன் - அண்ணியையும் வர்ஷா பார்த்தாள். அன்று மாலை தான் அணு, அணுவாக எடை போடப்படுவதை வர்ஷா உணர்ந்தாள். துரதிருஷ்டவசமாக, நாடகக் கல்லூரியிலிருந்து வேறு யாரும் வரவில்லை (சிநேஹனுக்கும், சதுர்புஜுக்கும் அழைப்பு கிடைத்திருந்தது, ஆனால் சதுர்புஜ், ''வர்ஷா, ஹர்ஷ் வீட்டுப் பார்ட்டியில் எல்லாரும் சுகபோகத்தில் பிறந்து வளர்ந்தவர்கள். எனக்கு கூச்சமாக இருக்கிறது.'' என்று சொல்லிவிட்டார்). வர்ஷா பெரும்பாலான நேரம் வேலைகளில் உதவி செய்து கொண்டிருந்தாள், அல்லது சுஜாதாவை சுற்றி சுற்றி வந்து கொண்டிருந்தாள். வேண்டுமென்றே அவள் ஹர்ஷிடமிருந்து விலகியிருந்தாள்.

''வர்ஷா!'' சுஜாதா சிறிய கேக் துண்டுகள் நிறைந்த ப்ளேட்டை அவளிடம் நீட்டினாள், ''விருந்தாளிகளுக்குக் கொடு.''

"அக்கா ப்ளீஸ்!" என்று வர்ஷா பயத்துடன் சொன்னாள், "நான் இந்த வேலை செய்வதைப் பார்த்து விட்டு யாராவது வேறு மாதிரி அர்த்தம் செய்து கொண்டு விட்டால்?"

சுஜாதா அவளை நேராகப் பார்த்தாள். அந்த ஒரு வினாடியில் அவள் வர்ஷாவை இன்னும் கொஞ்சம் அறிந்து கொண்டாள்.

வாரம் முழுதும் சுஜாதா திருமண கொண்டாட்டம். மாலை ஐந்து மணிக்கு வர்ஷா ரிப்பர்ட்டரியிலிருந்து புறப்பட்டு ஹர்ஷ் வீட்டுக்குப் போய் விடுவாள். விருந்தாளிகள் லிஸ்ட் எடுப்பது, கவர்களில் முகவரி எழுதுவது, சாப்பாட்டு மெனு தயார் செய்வது - எல்லாவற்றிலும் பங்கெடுத்துக் கொண்டாள். ஆடை, அணிகள் வாங்க சுஜாதா அவளைத் துணைக்கு அழைத்துப் போவாள். சுஜாதா அம்மா தந்த பட்டியலில் இரண்டு பொருள்களை வெட்டினால் அப்பா இன்னும் மூன்றை சேர்த்து விடுவார்.

"அப்பா, ஏன் வீணாக செலவு செய்கிறீர்கள்?"

வர்ஷா மயங்கிப்போய் தந்தை - மகளின் வாக்குவாதத்தைக் கேட்பாள்.

"வீண் செலவா?" அவள் முதல் முதலாக தந்தையின் தழுதழுத்த குரலைக் கேட்டாள். "எனக்கு இருப்பது ஒரே மகள்!"

(ஆண்டவனே, பாரதநாட்டில் இப்படியும் அப்பாக்கள் இருக்கிறார்கள்! என்று மயிர்க்கூச்செறிய நினைத்துக் கொண்டாள் வர்ஷா.)

சனிக்கிழமை பிற்பகல் வர்ஷா சுஜாதாவுக்கு சாந்து பூசினாள் (இந்த அந்தரங்க காரியத்திற்கு சுஜாதா அவளைத்தான் தெரிவு செய்தாள்.) வெற்று முதுகில் சாந்து பூசியபோது வர்ஷாவுக்கு திவ்யா நினைவு வந்தது. நான் வாழ்நாள் முழுதும் புது மணப்பெண்களுக்கு இதையே செய்து கொண்டிருப்பேன் என்று அவள் புன்னகையோடு நினைத்துக் கொண்டாள்.

"ஏன் புன்னகை செய்கிறாய்?" என்று சுஜாதா புன்னகையுடன் கேட்டாள்.

"சில வருஷங்களுக்கு முன்பு கூட ஒரு கல்யாணப்பெண்ணுக்கு இதே சேவையை செய்தேன். இதற்கு என்னை ஏன் தகுந்தவளாக நினைக்கிறார்கள் என்று தெரியவில்லை."

"அந்த மணப்பெண் சந்தோஷமாக இருக்கிறாளா?" என்று கேட்டாள் சுஜாதா. புன்னகை மறைந்துபோயிருந்தது.

வர்ஷா ஒரு வினாடி தயங்கினாள், "அமைதி இழந்திருந்த அவள் மனம் இப்போது அமைதியாகவும், உறுதியாகவும் இருக்கிறது."

"அப்படியே ஆகட்டும்!" - சுஜாதா தனக்குள் சொல்லிக் கொண்டாள்

அன்று இரவு வர்ஷா சுஜாதா அறையிலேயே தங்கினாள். இரவு வெகு நேரம் வெளித் தாழ்வாரத்தில் கல்யாணப் பாட்டு பாடிக் கொண்டிருந்தார்கள். வர்ஷா டோலக் அடித்தாள் (சதுர்புஜின் நட்பினால் அந்தக் கலையில் மெருகு ஏறியிருந்தது). எல்லாரும் கேட்டதின்பேரில் வர்ஷாவும் ஒரு பாட்டு பாடினாள் 'என் அழகிய மணவாளன், இளைஞர்களில் மன்னன்...' (சில வினாடிகள் இத்துடன் இணைந்த மங்கியிருந்த சோக நினைவுகள் எழுந்து தாக்கின. போன வருஷம் புலந்த்ஷஹர் வீட்டினர் நிச்சயதார்த்தத்தை முறித்துவிட்டதாக கிஷோர் எழுதியிருந்தான்). ஷிவானி எதிரில் உட்கார்ந்து போட்டிக்காரியின் நிலையைக் கணக்கிடுவது போல அவளைப் பார்த்துக் கொண்டிருந்தாள். வர்ஷா தனக்குள் சொல்லிக் கொண்டாள், "ஷிவானி, எனக்கும் உனக்கும் இடையில் எந்தப் போட்டியும் இல்லை. நான் உயிரோடு இருப்பதும், சுதந்திரமாக நடமாடுவதுமே பெரிய விஷயம்..."

"டான்ஸ் ஆடுபவர்கள் யாரும் இல்லையா?" பூரிப்பில் நிறைந்த அம்மா கேட்டாள், "வர்ஷா?"

அவள் பேச்சைத் தட்டவேண்டாமென்று வர்ஷா செயல்களத்தில் எழுந்து நின்றாள் (டான்ஸ் மூவ்மெண்ட் பயிற்சி வகுப்பிற்குப் போனதற்கும் ஏதாவது பிரயோசனம் இருக்கவேண்டும்!).

வாரம் முழுதும் அந்த வீட்டில் வர்ஷாவின் நடவடிக்கை தீர்க்காலோசனையுடனும், உண்மையாகவும் இருந்தது. ஹர்ஷையும், சுஜாதாவையும் திருப்திப்படுத்துவதற்கு அவள் சித்தமாகவும், ஆக்கபூர்வமாகவும் இருந்தாள். ஆனால் அம்மாவின் உணர்வுக்கு மதிப்பு தந்து பின்னணியிலேயே இருந்தாள். மிகக் குறைவான பேச்சுடன், அதிகம் யார் கண்ணிலும் படாமல் அவள் நாசூக்காக தன் பணிகளை நிர்வகித்தாள். வீட்டுப் பெண் போல பொறுப்பெடுத்துக் கொண்டாள். ஆனால் குடும்ப உறுப்பினர் போல அல்லது எதிர்கால குடும்ப உறுப்பினர் போலத் தோன்றாமல் நடந்து கொண்டாள்.

சுஜாதாவுடன் அவள் அப்பாவும் இதைக் கவனித்தார்.

''வர்ஷா இஸ் டீசென்ட்!'' பைப் புகையை இழுத்துக் கொண்டே அப்பா தணிந்த குரலில் சுஜாதாவிடம் சொன்னார், ''வாட் டு யூ திங்க்?''

''இந்த விஷயத்தில் நம் இருவர் எண்ணமும் ஒத்திருப்பது எனக்கு சந்தோஷமாக இருக்கிறது டாடி!'' என்றாள் சுஜாதா, ''தட் கேர்ள் ஹேஸ் கேரக்டர், இன்னர் ஸ்ட்ரெங்த் அண்ட் டிக்னட்டி.''

ஞாயிற்றுக்கிழமை மாலையில் கல்யாணம் நடந்தது.

வர்ஷாவுக்கு முதல் முறையாக காஞ்சிபுரம் சேலை அணிய சந்தர்ப்பம் கிடைத்தது. திவ்யா அனுப்பிய ப்ளவுஸ். முந்தானையால் தோளை மூடியபடி அவள் பந்தலில் அமைதியாக ஐந்தாவது வரிசை கோடியில் உட்கார்ந்திருந்தாள். ஷிவானி மின்னும் பனாரஸ் சேலையில் தங்க நகைகளில் ஜொலித்தபடி ஹர்ஷின் அம்மாவுக்குப் பின்னால் உட்கார்ந்திருந்தாள்.

நேராக சந்தித்தபோது ''நீங்கள் மிகவும் அழகாக இருக்கிறீர்கள்.'' என்றாள் வர்ஷா.

கழுத்து நெக்லசின் தொங்கல்களை சீராக்கியபடி, ''தேங்க்ஸ்!'' என்றாள் ஷிவானி, ''யூ டூ ஆர் லுக்கிங் கிரேஸ்ஃபுல்!''

விடை பெறும்போது சுஜாதா ஹர்ஷைத் தழுவிக் கொண்டு விம்மி விம்மி அழுதாள். ஹர்ஷ் தன் கண்ணீரைத் துடைத்துக்

கொண்டு சுஜாதாவின் கண்ணீரையும் துடைத்தான். டாடி தன்னைக் கட்டுப்படுத்திக் கொண்டார், ஆனால் அம்மா தன் கட்டுப்பாட்டை இழந்தாள். ஹர்ஷ் அவளைச் சிரமப்பட்டு சமாதானம் செய்தான்.

''வர்ஷா!'' கார் கதவருகில் சென்றதும் திடீரென்று சுஜாதாவுக்கு அவள் நினைவு வந்தது.

வர்ஷா பின்னால் மறைவில் இருந்தாள். ஆனால் இப்போது முன்னே செல்ல நேர்ந்தது.

சுஜாதா அவளைத் தோளோடு சேர்த்து கட்டிக்கொண்டாள், அடங்கிய குரலில் கிசுகிசுத்தாள், ''நாம் ஒருவரோடு ஒருவர் வாழ்க்கையைப் பகிர்ந்து கொள்வோம் என்று எனக்கு நம்பிக்கை இருக்கிறது.''

வர்ஷா தன் வீட்டிற்கு வந்து படுத்தபோது மணி ஒன்று அடித்துக் கொண்டிருந்தது. களைப்பில் முகம் வாடியிருந்தது. ஆனால் தூக்கம் வரவில்லை.

''வர்ஷா, வர்தன் குடும்ப உறுப்பினராகும் விஷயத்தில் உன் நடவடிக்கை என்ன?'' என்று அவள் உரக்க தன்னைத் தானே கேட்டுக் கொண்டாள்.

வர்ஷா தன் மனதை அலசினாள். அவளை மறுப்பு சொல்லும்படி செய்யும் காரணங்கள் பல இருந்தன. முதல் காரணம் கலை தொடர்பானது. இப்போதுதான் அவள் படைப்புத்திறன் மிக்க தன் தனித்துவத்தை நிர்மாணிப்பதில் ஒரு அடி முன்னேறியிருக்கிறாள். அதன் இறுதி விளைவு என்ன? அவள் குறைந்தபட்சம் இருபத்தைந்து வருஷம் ரிப்பர்ட்டரியில் ஒரு திறன்மிக்க நடிகையாக (ரீட்டா கூறும் 'உச்சநடிகை' என்ற எண்ணமே அவளைக் கூசச் செய்தது.) தன்னை நிலை நிறுத்துவாள். (சித்ரலேகா ஸாரஸ்வதி முப்பத்தைந்து வயதுப் பெண்மணி. அவள் ஒரு ரிப்பர்ட்டரி நடிகை. அவள் முப்பது வயதில் ரிப்பர்ட்டரியில் சேர்ந்தாள், இரண்டு முறை கணவருக்கு மாற்றல் ஆனதால் ரிப்பர்ட்டரியை விட்டுவிட்டாள். கல்யாணம் செய்து கொண்டாலும் ஒருபோதும் ரிப்பர்ட்டரியை விட்டுப் போவதில்லையென்று வர்ஷா தீர்மானித்திருந்தாள். நாடகமேடை இல்லாமல் நான் உயிர் வாழமாட்டேன். குடும்பமும் குழந்தைகளும் நாடகமேடையின்

அற்புதத்திற்கு மாற்றாகாது. அவள் கணவனுக்கு மாற்றல் ஆனால் அவள் ரிப்பர்ட்டரியை விடுவதற்கு பதில் கணவனை விட்டுவிடுவாள்). இரண்டாவது காரணம் சுயமதிப்பு சார்ந்தது. அம்மாவிற்கு முழு திருப்தி இல்லாத நிலையில் அவள் மோதிலால் நேரு ரோடு பங்களாவுக்குள் மருமகளாகி நுழையமாட்டாள். தன் வீட்டிலேயே வலுவில் நுழையும் நிலையைக் கற்பனை செய்யும்போது அவள் மனம் எரிந்தது. (14 / 14 -ன் உரிமை, சுதந்திரத்திற்குப் பிறகு இந்த உணர்வு இன்னும் ஆழமாகி விட்டது). மூன்றாவது காரணம், தனி மனுஷியாகவும், ஒரு நடிகையாகவும் அவளுடைய எதிர்பார்ப்புகள், அதன் எல்லைகளோடு தொடர்புடைது. நாடகத்திற்குத் தன்னைப் பூரணமாக அர்ப்பணித்துவிட்ட காரணத்தால் இப்போதே அந்த வேலை அவளுடைய முழு நேரத்தையும் ஆக்கிரமித்துக் கொண்டிருந்தது. இத்தோடு அவள் மனைவி, மருமகள் என்ற பாத்திரங்களை நிரந்தரமாக எப்படி நிர்வகிப்பாள்? சில நாட்கள் கழித்து இதில் அம்மா பாத்திரமும் இணையும். அப்போது பொறுப்புகளுக்குத் தக்கவாறு நேரத்தை ஒதுக்குவது இன்னும் சிரமமாகவும் இறுக்கமாகவும் இருக்கும். கடைசிக் காரணம் அவளை ஒரு பொழுதுபோக்காக நினைக்கும் ஹர்ஷின் இயல்பு. அவர்கள் உணர்வு அளவில் ஒருவரை ஒருவர் நெருங்கி இருந்தார்கள், ஆனால் மற்றொரு நிலையில் வேறுபட்ட எண்ணங்களின் கூர்மையும் உறுத்தத் தொடங்கியிருந்தது.

கூச்சத்தினால் அவளால் சுஜாதாவிடம் ஒன்றும் சொல்ல முடியவில்லை, ஆனால் அவளுடைய திருமண அழைப்பிதழ் கிடைத்ததிலிருந்து இப்போதே ஹர்ஷுடன் வாழ்வது பற்றி முடிவு செய்வது அவசரப்பட்டு ஒரு முடிவுக்கு வருவதாகும் என்ற நினைவு அதிகரித்திருந்தது. இருவருக்குமிடையில் எண்ணங்கள், வாழ்க்கைமுறை இணைவு இழைகள் இன்னும் தெளிவாகவும், சிக்கலின்றியும் அமையவேண்டும்.

8. குருவி இறகால் வன்னிமரத்தை வெட்டுவீர்களா?

ஹர்ஷுடன் முதல் கருத்து வேறுபாடு இரண்டாம் ஆண்டு இறுதியில் ப்ரெஷ்டினால் ஏற்பட்டது.

ஒருநாள் மாலை ஸ்ரீராம் சென்டரில் சசாங்க மகோபாத்யாய் காபி பருகியபடி சொன்னார், "கோடையில் நாம் 'புண்ட்டிலா' நாடகம் நடத்துவோம். நீங்கள் இருவரும் எனக்கு உதவி செய்யுங்கள்."

இடதுசாரி சசாங்கன் 'யுகாந்தர்' பத்திரிக்கையின் ஆசிரியர், தன் கருத்துக்கிணங்க லட்சிய நாடகங்களை மட்டுமே நடத்திவந்தார். அவருடைய ஒவ்வொரு நாடகத்தின் தொடக்கத்திலும் எல்லாக் கலைஞர்களும் மேடைக்கு வந்து ஒன்றாக ப்ரெஷ்டின் 'நாடகக் கலைஞனின் கீதம்' என்ற கவிதையை ஒப்பிப்பார்கள், 'நான் நாடகக் கலைஞன், காண்பிக்கிறேன் / என் கண்ணில் பட்டதை நான் கண்டேன் / எப்படி மனிதன் விற்கப்படுகிறான் / மனிதர்களின் கடைத்தெருக்களில் / நான் அதைத்தான் காண்பிக்கிறேன்...'

"நான் குடும்பத்தோடு கோவா போக வேண்டியிருக்கிறது." என்றான் ஹர்ஷ், "ஆனால் நான் ஒரு மூன்று வாரங்களுக்கு என் செயல்திட்டத்தை மாற்றிவிடுகிறேன்.."

"வர்ஷா?" சசாங்கன் சார்மினார் சிகரெட்டைப் புகைத்தபடி அவளைப் பார்த்தார்.

"நான் லக்னோ போகவேண்டியிருக்கிறது." என்று வர்ஷா தப்பிக்க முயற்சித்தாள்.

"இரண்டு, மூன்று வாரங்கள் கழித்துப் போகலாம்." சசாங்கன் வற்புறுத்தினார்.

"மன்னியுங்கள், ப்ரெஷ்ட்டின் நாடகக் கோட்பாட்டில் எனக்கு நம்பிக்கை இல்லை."

சசாங்கனும், ஹர்ஷும் அவளையே பார்த்தார்கள்.

"அப்படியென்றால்?" என்றார் சசாங்கன்.

"ஒரு பார்வையாளர் என்ற முறையில் எனக்கு 'பிரிவினைவாதத்'தில் உடன்பாடு இல்லை. நான் பார்த்துக் கொண்டிருக்கும் நாடகத்தைக் குறித்து நாடகம் நடக்கும்போது விவாதிக்கும் பாவனையில் என்னால் பார்க்க முடியாது." என்று வர்ஷா பணிவுடன் சொன்னாள்.

"தேசவிரோதத்தால் ப்ரெஷ்ட்டின் மேடைப் பயன்பாட்டுத்தரம் குறைந்துவிட்டது என்று நினைக்கிறாயா?" -ஹர்ஷ்

"மேடைப் பயன்பாடு இல்லை, மேடைத் தாக்கம்."

ஹர்ஷுக்கு ஆவேசம் பிறந்தது, "ஒரு அறிவுள்ள பெண்ணாக உன் கருத்தை சொல்."

வர்ஷா அவனைப் பார்த்தாள், பின்னர் திடமான குரலில் சொன்னாள், "அவருடைய நாடகங்களில் அழகுணர்வு அடிப்படைகள் மிகக் குறைவு."

"நீ சொல்லும் சொற்கள் பரம்பரைப் பணக்கார வர்க்கத்தினர், உல்லாச வாழ்க்கை வாழ்பவர்கள், சுகவாசிகளின் கலாச்சாரக் கொடை." என்று கூறியபடி சசாங்கன் எழுந்துநின்றார், "வாருங்கள் ஹர்ஷ், நாம் ரீட்டாவைக் கேட்கலாம்."

வர்ஷா உட்கார்ந்தே இருந்தாள். சசாங்கனும் ஹர்ஷும் ரீட்டாவின் அருகில் சென்று உட்கார்ந்தார்கள். சற்றுநேரம் கழித்து இருவரும் எழுந்து வெளியே போய்விட்டார்கள். ஹர்ஷ் வர்ஷா பக்கம் பார்க்கவேயில்லை.

★ ★ ★ ★

"ஹர்ஷ், இது என்ன நான் கேள்விப்படுவது?" சென்ற செமஸ்டர் தொடக்கத்தில் வர்ஷா ரவீந்திரபவன் பார்க்கிங் இடத்தில் ஹர்ஷை வழி மறித்தாள், "நீங்கள் சூர்யபானுக்கு எதிராக போட்டி போடுகிறீர்களா?"

கல்லூரி நிர்வாகக் குழுவில் ரிப்பர்ட்டரி பிரதிநிதி ஒருவரும் உண்டு. ரிப்பர்ட்டரி தலைவரைத்தான் எல்லாரும் ஏகமனதாக தெரிவு செய்து அனுப்புவது வழக்கம்.

"ஆமாம்."

"ஏன்?"

ஹர்ஷ் அவளை நேராகப் பார்த்தான், "ஏன் கூடாது?"

"நீங்கள் அடிப்படையில் ஒரு நடிகர். உங்கள் முதல் தொடக்கம் எதுவோ அதிலேயே உங்கள் சக்தியைப் பயன்படுத்துங்கள்." என்றாள் வர்ஷா.

"நம் உரிமைகளுக்காக நாம் போராட வேண்டியிருக்கும்." ஹர்ஷ் சீட்டில் உட்கார்ந்துவிட்டான்.

"உங்களிடமிருந்து உங்களுடைய எந்த உரிமை பறிக்கப்பட்டது? உங்களுக்கு ரிப்பர்ட்டரியில் நீங்கள் விரும்பிய பாத்திரம் கிடைக்கவில்லையா? உங்களுக்கு 'பி'யிலிருந்து 'ஏ' கிரேடு கிடைக்கவில்லையா?"

"என் விஷயம் மட்டுமில்லை. மற்றவர்களுடைய உரிமைகளையும் பாதுகாக்க வேண்டும்."

"வேறு யார்?" என்று வர்ஷா அழுத்தமாகக் கேட்டாள்.

ஹர்ஷ் மௌனமாக இருந்தான்.

"நீங்கள் சிநேகன், சதுர்புஜைப் பற்றி சொல்கிறீர்களா?"

சிநேகன் ரிப்பர்ட்டரிக்காக 'சந்திரகுப்த்' நாடகம் நடத்த விரும்பினார், ஆனால் மூன்று ஆண்டுகளுக்கு முன்பு அவர் நடத்திய 'முத்ரா ராக்ஷஸ்' சிறப்பான வரவேற்பு பெறவில்லை, அதனால் அவருடைய இந்தக் கோரிக்கை ஏற்றுக் கொள்ளப்படவில்லை. ஏதாவது சிறந்த நாடகம் நடத்தும்படி இயக்குநர்

வலியுறுத்தப்பட்டார், அதனால் சதுர்புஜை அந்த செமஸ்டர் முழுதும் அனுமதிக்கமுடியவில்லை. நடிகன் என்ற முறையில் 'சி' கிரேடு வழங்குவதாகக் கூறப்பட்டது, ஆனால் அவர் நேராக 'பி' கிரேடு விரும்பினார். வல்லுநர் குழு (சூர்யபானின் அபிப்ராயமும் இதுவும் வேறல்ல) இதை ஒப்புக் கொள்ளவில்லை.

''ஆமாம். அவர்களுக்கு அநியாயம் நடந்திருக்கிறது.''

''நிர்வாகக்குழுவில் நீங்கள் தனியாக அவர்களுக்காக குரல் எழுப்பி அவர்கள் நியாயம் பெற செய்து விடுவீர்களா?''

வர்ஷாவின் குரல் மென்மையாக இருந்தது, ஆனால் ஹர்ஷ் அதிர்ந்தான், ''நீ ஏன் சூர்யபானுக்குப் பரிந்து வருகிறாய்?''

வர்ஷா அவன் கையின் மேல் தன் கையை வைத்தாள், ''ஏனென்றால், நீங்கள் ஒரு நடிகர் என்ற முறையில் உங்கள் இடத்தை இழந்துவிடக் கூடும்.'' அவள் குரல் தழுதழுத்தது.

''உள்ள நிலையை அனுசரித்துப் போகும் உன்னைப் போன்ற ஆதரவாளர்களால்தான் இன்று நாடு இந்த நிலையில் இருக்கிறது.'' ஹர்ஷ் ஸ்கூட்டரை உதைத்தான்.

''நீங்கள் சமூகத்தின் செக்ரட்டரி இல்லை.'' இன்ஜின் சத்தத்தால் வர்ஷா தன் குரலை உயர்த்தினாள், ''ஒரு நடிகர் என்ற முறையில் நீங்கள் இன்னும் உயர வேண்டும்.''

அரைவட்டம் அடித்து ஹர்ஷ் கேட்டுக்கு வெளியே போய் விட்டான்.

ரகசிய வாக்கெடுப்பு நடந்தது. ஹர்ஷுக்கு மூன்று ஓட்டுதான் கிடைத்தது. சூர்யபானுடனான உறவில் ஒரு முடிச்சு விழுந்துவிட்டது.

★ ★ ★ ★

நட்பின் ஆரம்ப காலத்திற்குப் பின்னர் வர்ஷாவுக்கு ஹர்ஷுடன் உயர் ரக ரெஸ்டாரண்டுகளுக்குப் போக விருப்பமில்லை. முதலில் பில்லுக்கான பணம் தருவதில் வர்ஷாவின் பங்கு சிறியதாக இருந்தது, மாதத்தில் ஓரிரு முறை

அவள் பில் பணத்தைத் தர விரும்பினாலும் ஹர்ஷ் விடுவதில்லை. ஏதாவது சிறிதளவு ஆர்டர் பண்ணினாலும் இருபது - இருபத்தைந்து ரூபாய் செலவு ஆகிவிடுகிறது, இது வர்ஷாவுக்கு உறுத்தலாக இருந்தது. அவள் மோகன்சிங் ப்ளேஸ் காபி ஹவுஸ் போகலாம் என்று சொன்னால் (ஜன்பத் காபி ஹவுஸ்ஸை மூடி விட்டார்கள்) ஹர்ஷ் மறுத்துவிடுவான், ''அங்கே எனக்கு மூச்சுத் திணறுகிறது.''

''மாடியில் உட்காருவோம்.'' என்று ஒருமுறை வர்ஷா சொன்னாள்.

''வெயிலாக இருக்கும்.''

''மாலை ஆறு மணி ஆகிவிட்டது. இப்போது என்ன வெயில்? சுவர்ப்பக்க மேஜையில் உட்காருவோம்.''

''வேண்டாம். 'ரைபில்' போவோம்.''

விருப்பு, வெறுப்புகளிலும் ஹர்ஷ் மாறுபட்டு இருந்தான். வர்ஷா டேனிஸ் வில்லியம்சைப் புகழ்ந்தால், அவன் ஆர்தர் மில்லரின் சிறப்பைத் தூக்கிவைத்துப் பேசுவான். வர்ஷா வாழ்க்கையில் ஏதாவது நேர்மை, நியாய அச்சாணியின் அவசியத்தை வற்புறுத்தினால் ஹர்ஷ் ''நேர்மை வாழ்க்கையின் கண்களில் போட்ட கலர்க்கண்ணாடி.'' என்று வாதிப்பான். வர்ஷாவுக்கு 'அன் அன்மேரீட் வுமன்' படத்தின் முடிவும் (இதில் கதாநாயகி ஓவியனான காதலனின் கிநேகிதியாக இருப்பதை விட தனியாக தன் காலில் நிற்கும் வாழ்க்கையைத் தெரிவு செய்கிறாள்), ஜில் கிளேவர்கின் நடிப்பும் பிடித்திருந்தது, ஆனால் ஹர்ஷ் 'ஃபெமினிஸ்ட் கிரிப்', 'அசிங்கமான ஆடு' என்று சொல்லி இரண்டையும் நிராகரித்துவிட்டான். அவள் தர்க்கம் செய்தால், ஹர்ஷ் இடையிலேயே கேலியாக அவள் கமீஜின் மேல் பட்டனைத் திறந்து பார்ப்பான், ''அட, நீ இன்னும் உன் பிராவை எரிக்கவில்லையா?'' (நாளடைவில் அவளை 'பிரா - பர்னர்' என்றே அழைக்கத் தொடங்கினான்!)

★ ★ ★ ★

''பாருங்கள், ஆட்டத்தில் லயித்த மயில்...'' என்று சொல்லிக் கொண்டே வர்ஷா மயில் போல அபிநயித்தாள்.

ஹர்ஷ் அவள் பின்னால் மேடையை ஒரு வட்டம் அடித்தான், பிறகு களைத்துப் போய் ஒரு பெருமூச்சுடன் சொன்னான், "வனமங்கையே, உன் குடிசை இன்னும் எவ்வளவு தூரம் இருக்கிறது?"

ஜீவன் ததும்பும் மகிழ்ச்சியுடன் மேலே நடந்து கொண்டே வர்ஷா புன்னகை செய்தாள், "மகாராஜா, இதோ வந்து விட்டது. இந்த சிறிய வனத்தை அடுத்து பளிங்கு போன்ற ஒரு அருவி, அதை அடுத்து பசுமையான மாந்தோப்பு, பின்னர் மஞ்சள் வயல், அதை அடுத்து பவித்ரமான தடாகம், பின்னர் விநாயகர் கோவில். அதை அடுத்து மீண்டும் பளிங்கு அருவி, மாந்தோப்பு, மஞ்சள் வயல், பவித்ரமான குளம், பின்னர் யோக மாயாவின் கோவில்... இதோ வந்துவிட்டது...

ஹர்ஷ் மெல்லிய புன்னகையுடன் அவளைப் பார்க்கிறான்.

"பாருங்கள், மான்குட்டி!" என்று வர்ஷா உற்சாகமாக சொல்கிறாள், மானைக் கண்முன் நிறுத்துவதற்கு மேடையில் ஒரு வட்டம் அடிக்கிறாள்.

"சார், அவள் ஆடும்போது நான் என்ன செய்வது?" ஹர்ஷ் சற்று கோபமான குரலில் ஆங்கிலத்தில் கேட்டான்.

மேனன் ஆங்கிலத்திலேயே பதில் அளித்தார், "தன் நகரத்திலிருந்து வெகு தூரத்திற்கு அப்பால் காட்டிற்கு வந்திருக்கும் ஒரு மன்னன் ஒரு இயற்கைக் கன்னியை தன் இயற்கைச் சூழலில் லயித்தவளாகக் கண்டு மயங்குகிறான். இந்தக் கள்ளம் கபடில்லாத மங்கை குயில் கூவுவதைக் கேட்டு அதைப் போலவே கூவுகிறாள், பயிர்கள் காற்றில் ஆடுவதைப் பார்த்து தன் உடலை அவ்வாறே அசைக்கிறாள்... இதைப் பார்த்து மன்னனின் எதிர் நடவடிக்கை என்னவாக இருக்க வேண்டும்?"

"இந்தக் காட்சி முழுதும் இதேதான் நடக்கிறது." என்று ஹர்ஷ் வெறுப்புடன் சொன்னான்.

"சமஸ்கிருத நாடகத்தின் சாரம் பின்னே என்ன? வெற்றிடத்தில் நடிகர்கள், பார்வையாளர்களின் கண்களில் இதே பாவங்கள் - அழகுகளினால் ஒரு காட்சி அமைகிறது, அது

கடைசியில் காட்சிஇலக்கியப் படைப்பாகிறது. சொற்களால் அமையும் இசை, பாவங்களில் மாறும் நாடக வடிவங்கள், இசைத்வனி, நடனத்தால் காட்சி அமைகிறது. இது ஒரு முழுமையான நாடகமொழி.''

★ ★ ★ ★

மாலையில் மண்டிஹவுஸ் டீக்கடையில் ஒரு பெரிய மடக்கு டீ குடித்துவிட்டு ஹர்ஷ் கசப்போடு கூறினான், ''இந்த நாடகம் எனக்குப் பிடிக்கவில்லை. இந்தப் பாத்திரம் வெறுப்பாக இருக்கிறது.''

வர்ஷா பார்த்துக்கொண்டே இருந்தாள். இப்படி ஒரு கடுமையை அவனிடம் அவள் இப்போதுதான் பார்க்கிறாள்.

''நாடகத்தில் எவ்வளவு மனதைக் கவரும் காட்சிக் கவிதை இருக்கிறது!'' என்று வர்ஷா வாதித்தாள்.

''அது உன்னுடைய பாத்திரத்திலிருந்து விளைவதால் உனக்கு அது கவர்ச்சியாக தோன்றுகிறது.''

ஹர்ஷ் தன் நெஞ்சில் கத்தியால் குத்திவிட்டதுபோல் வர்ஷா உணர்ந்தாள்.

''ஹர்ஷ்...'' அவள் அடிபட்ட பாவனையில் அவனையே பார்த்துக்கொண்டிருந்தாள்.

''ஐ ரியலி ஹேட் திஸ் சமஸ்கிருத ஷிட்!'' ஹர்ஷ் மூன்று,நான்கு மடக்கில் கிளாசைக் காலி பண்ணிவிட்டான், ''சொல்லப்பட்டவற்றில் வேர்களைத் தேடவும், திருத்தி அமைக்கவும் ஆர்வம் இல்லாவிட்டால் சமஸ்கிருதத்தில் மேலை நாட்டு நாடகங்களோடு போட்டி போட்டு நிற்க ஒரு நாடகம் கூட இல்லை.'' அவன் சிகரெட்டைத் தளர்த்தி புகையிலையை வெளியே எடுக்கத் தொடங்கினான்.

''நீங்கள் என்ன சொல்கிறீர்கள்?'' வர்ஷா திகைத்துவிட்டாள், '' 'சாகுந்தலமு'ம், 'முத்ரா ராக்ஷசு'ம் கிளாசிக்கல் இல்லையா?''

''இது உங்கள், மாநில மொழிகளைப் பேசுபவர்களின் போலியான மனப்பான்மை.'' ஹர்ஷ் முதல் முதலாக தன்னிலிருந்து

அவளைப் பிரித்துப் பேசினான், " 'சாகுந்தலத்'தில் என்ன நடக்கிறது? இருபது நிமிடக் கதை இரண்டரை மணி நேரத்திற்கு இழுக்கப்பட்டிருக்கிறது. நாடகம் எப்படி விரிகிறது? தூர்வாசரின் சாபத்தால்! துஷ்யந்தனுக்கு எதிராக ஒரு வில்லனை நிறுத்தியிருந்தால், ஏதாவது நாடகப் போராட்டம் ஏற்பட்டிருக்கும். இல்லை, போராட இடமே இல்லை. ரசக் கோட்பாடு - மை ஃபுட்!... உன் 'முத்ரா ராக்ஷஸ்'... பாதி நாடகம் முடிந்த பிறகும் குணசித்திரங்களுக்கிடையேயான உறவுகளே தெளிவாக இல்லை. லட்சியம் என்ன? ராக்ஷஸை மந்திரி ஆக்குவது. பரத கண்டம் முழுதும் வேறு யாரும் இல்லையா?... நோ இன்சைட், நோ லாஜிக்!" புன்னகையை அடக்கிக்கொண்டு வர்ஷா சொன்னாள், " 'மண் வண்டி'யைப் பற்றிய உங்கள் மேலான கருத்தையும் சொல்லிவிடுங்கள்."

"'மண்வண்டி' மேல் மண்ணை அள்ளிப்போடு... உண்மையில் அப்சர்ட் தியேட்டர்காரர்கள் அதைக் க்ளெய்ம் பண்ண வேண்டும். ஒரு பக்கம் காதல் கதை, ஒரு பக்கம் புரட்சி, ஒரு பக்கம் அயோக்கிய அரசனின் மருமகன்... நோ ஸ்டரக்சுரல் இண்டெக்ரெட்டி, நோ தீமேட்டிக் ட்ரஸ்ட்!" அவன் பொட்டலத்திலிருந்து ஒரு கஞ்சா உருண்டையை எடுத்து எரியும் நெருப்பில் உருக்க ஆரம்பித்தாள். (சமீபத்தில்தான் அவன் பையில் கஞ்சா பொட்டலம் வைக்க ஆரம்பித்திருந்தான்.).

"என் பேச்சு உனக்கு விஷம் போலிருக்கும் என்று எனக்குத் தெரியும்."

நீண்ட சிகரெட் புகையை இழுத்துவிட்டு ஹர்ஷ் "இதெல்லாம் சூர்யபான் தந்திரம்." என்றான்.

"இது சாத்தியமில்லை."

ரிப்பர்ட்டரி கம்பெனியின் மற்றொரு குழு ராயல் ஷேக்ஸ்பியரியன் தியேட்டரிலிருந்து வந்திருந்த ஆண்டர்சனின் இயக்கத்தில் 'கிங் லியர்' முன் பயிற்சியை செய்து கொண்டிருந்தது. சமஸ்கிருத நாடகமான 'குருவி இறகும் வன்னி மரமும்' ரிஹர்சல் இரண்டு வாரங்களுக்கு முன்பு தொடங்கியிருந்தது, மேனன் எல்லா கலைஞர்களும் படித்த பிறகு தன் பாத்திரப் பொறுப்பைத் தெரிவு செய்திருந்தார்.

''இது சாத்தியமில்லையா?'' சிதார் நரம்புகளின் தொனி போல ஹர்ஷின் குரல் சற்று இறுகியது. கஞ்சாவின் தாக்கம் இருந்திருக்கும்.

''மேனன் நாடு முழுதும் மதிக்கும் ஒரு இயக்குநர். பாத்திரப் பொறுப்பைப் பற்றி அவருக்கு ஆரம்பத்திலேயே யோசனை சொல்வதென்பது யோசித்துக் கூட பார்க்க முடியாதது. இங்கு அழைக்கப்பட்டு வரும் இயக்குநருக்கு எவ்வளவு மதிப்பும் வசதியும் தரப்படுகிறது என்பது என்னை விட உங்களுக்கு நன்றாகத் தெரியும். தன் விருப்பத்திற்கு விரோதமாக மேனன் இந்த யோசனையை ஒத்துக்கொண்டாலும் அதை நான் ஒத்துக் கொள்ள முடியாது.''

''சூர்யபானுக்கு 'கிங் லியர்' பாத்திரம் இப்படித்தான் கிடைத்ததா?'' என்று ஹர்ஷ் அவளைப் பார்த்தான்.

''அவர் இந்தப் பாத்திரத்திற்கு உங்களை விடத் தகுதி வாய்ந்தவர்.'' என்று கூறி வர்ஷா அவனை நிமிர்ந்து பார்த்தாள்.

ஒரு வினாடி எல்லாம் அசைவற்று நின்று விட்டதுபோல் இருந்தது.

''எப்படி?''

''முதலாவது அவர் வயதில் உங்களை விட மூத்தவர்.''

''இரண்டாவது அவர் என்னை விட சிறந்த நடிகர்!... சொல்லு.''

''ஹர்ஷ், உங்களுக்கு என்ன ஆகிவிட்டது?'' வர்ஷாவின் குரலில் குழப்பமும் வருத்தமும் இருந்தது.

''எனக்கு ஒன்றும் ஆகவில்லை.'' ஹர்ஷ் சிகரெட் புகையை இழுத்தான், ''இந்தியா டுடேயில் உன்னைப் பற்றிப் பிரசுரமானதிலிருந்து உனக்குதான் என்னவோ ஆகிவிட்டது.''

செமஸ்டர் தொடக்கத்தில் எல்லாக் கலைகளிலும் சிறப்பாக முத்திரை பதித்த தேசீய அளவில் உயர்ந்த விருதுகள் பெறத் தக்க சிறந்த கலைஞர்களின் அட்டைப் படக் கதையை இந்தப் பத்திரிக்கை பிரசுரித்திருந்தது. நாடகமேடையின் பிரதிநிதியாக

வர்ஷா தெரிவு செய்யப் பட்டிருந்தாள். பல வண்ணப் படங்களுடன் அவளுடைய இண்டர்வியூவும் பிரசுரமாகியிருந்தது.

சற்று நேரம் அமைதி நிலவியது. வர்ஷாவின் நெஞ்சு கனக்கத் தொடங்கியது. தங்கள் இருவருக்கும் இடையில் இப்படியான ஒரு இறுக்கம் வந்துவிடும் என்று அவள் நினைக்கவேயில்லை.

ஒரு பெருமூச்சு விட்டு விட்டு, ''நான் போகிறேன்'' என்று அவள் எழுந்து நின்றாள்.

ஹர்ஷ் அவளைத் தடுக்கவும் இல்லை, சூப்பர் பஜார் ஸ்டாப் வரை கொண்டு விட முன்வரவும் இல்லை.

★ ★ ★ ★

முன் பயிற்சியின் முதல் சில வாரங்கள் கடினமாக இருந்தன. முக்கியமான நடிகனுக்கு நாடகம், தன்னுடைய பாத்திரம் ஆகியவற்றைப் பற்றி இப்படி ஒரு வெறுப்பான பார்வை இருக்கும் போது கதாநாயகியின் மீது அதன் தாக்கம் மிக இயல்பானது. நாடக உலகத்தின் இன்னொரு இழை வர்ஷாவுக்கு வெளிச்சமாயிற்று.

ஹர்ஷின் போக்கு சரியானதா என்று வர்ஷா யோசித்தாள். யாராவது தொழில் முறை நடிகனாக இருந்தால் அவன் மன உணர்வுகளுக்கு ஏற்ற, நிஜ வாழ்க்கையை விட சிறந்த பாத்திரம் கிடைக்காத நிலையையும் சந்திக்க நேரும். பல வகையான, பல சிறப்பான பாத்திரங்களை ஏற்பதும் கலைக் கல்வியின் ஒரு பகுதியா, அல்லது ரிப்பர்ட்டரி கம்பெனிக்கு வந்துவிட்ட பிறகு அல்லது நடிகன் என்ற முறையில் நிலைத்து விட்ட பிறகு கல்வி முடிந்துவிட்டது என்று நினைப்பதா? கதாநாயகனை முக்கியமாகக் கொண்ட ஒரே ஒரு மையப்பாத்திரத்தால் சிறப்புறும் நாடகம்தான் நடத்தப்பட வேண்டுமா? வர்ஷா தன் மனதைத் துழாவிப் பார்க்க முயற்சித்தாள். சில ஆண்டுகளுக்குப் பின்னரும் அவள் மையமில்லாத ஒரு பாத்திரத்தை ஏற்கத் தயாராக இருப்பாளா?

★ ★ ★ ★

''வர்ஷா, ஒரு நிமிஷம்...'' அவள் மதிய உணவுக்குப் பிறகு வெளியே கிளம்பும்போது சூர்யபான அவளை அழைத்தார். அவள்

அவருடைய அறைக்குள் போனபோது அவர் டிராயரிலிருந்து ஒரு பைலை எடுத்து முன்னால் வைத்தார்.

''நிதானமாகப பார்'' என்று சொல்லிவிட்டு அவர் வெளியே போய்விட்டார்.

வர்ஷா பைலைத் திறந்தாள். 'குருவி இறகும் வன்னி மரமும்' நாடக விமரிசனங்கள் இருந்தன. 'ஸ்டேட்ஸ்மன்' சமஸ்கிருத நாடகத்தை எடுத்துக் கொண்டதற்காக ரிப்பர்ட்டரி கம்பெனியைப் பாராட்டியிருந்தது. மேனனின் இயக்கப் பின்னணியில் நாடகத்தை மதிப்பீடு செய்து அதை ஒரு 'ஒரு மகத்தான வழிகாட்டி' என்று அறிவித்திருந்தது. '' இதிலிருந்து வர்ஷா வசிஷ்டின் ஒரு புதிய கலை ஏணிப்படி துவங்குகிறது. அவர் சந்தேகமில்லாமல் மாநிலத்தின் குணசித்திர, உணர்வு பூர்வமான நடிகைகளில் சிறந்த நடிகை.''என்றும் பாராட்டியிருந்தது. 'டைம்ஸ் ஆஃப் இண்டியா' 'வர்ஷா வெற்றிக் கொடி நாட்டியிருக்கிறார்' என்ற தலைப்பில் ''இந்த நாடகத்தில் தொடக்கத்திலிருந்து இறுதி வரை வர்ஷா வசிஷ்டின் இசை வழி வெளிப்பாட்டு நடை ஓங்கிநிற்கிறது. பாதையில் நடந்துசெல்வதைப் போன்ற சாதாரண காட்சியைக் கூட அவர் தன் திறமையான உடல் அழகு அசைவுகளினால் அழகான காட்சியாக்கி விடுகிறார். 'தங்கள் தங்கள் நரக'த்தில் தொடங்கி 'சீகல்', பின்னர் 'குருவி இறகும் வன்னி மரமும்' என்று படிப்படியாக மேலே உயர்ந்து செல்லும் வெற்றித்தூண் அவருடைய நடிப்புத்திறனின் அழகுக்கு அடையாளம்.'' என்று எழுதியிருந்தது. 'இண்டியன் எக்ஸ்பிரஸ்' 'காலிகுலாவின் வீழ்ச்சி' என்ற தலைப்பில் இரண்டாவது, மூன்றாவது, நான்காவது பத்திகளில் ஹர்ஷைத் துண்டு துண்டாக கிழித்திருந்தது. பின்னர் இயல்புக்கு முற்றிலும் முரணான மாறுபட்ட ஒரு சவாலை எதிர்கொண்டதற்காக வர்ஷாவைப் பாராட்டியிருந்தது. 'ஹிந்துஸ்தான் டைம்ஸ்', 'பேட்ரியட்', 'நேஷனல் ஹெரால்டு' ஆகிய எல்லா பத்திரிக்கைகளும் வர்ஷாவைப் பாராட்டியிருந்தன. எல்லாவற்றிலும் ஹர்ஷ் கடுமையாக விமரிசிக்கப்படிருந்தான்.

வர்ஷா பைலை மூடினாள். நீண்ட பெருமூச்சு ஒன்று வெளிப்பட்டது.

★ ★ ★ ★

"ஷாலினி காத்யாயனி!" ஹர்ஷ் சதுர்புஜ் வீட்டில் கசப்புடன் சிரித்தான், "பாவம், இந்தப் பெண். வாழ்க்கையில் எதிலும் வெற்றி பெறவில்லை. கர்நாடக சங்கீத பாடகி ஆக விரும்பினாள், ஒரு வருஷத்திற்குப் பிறகு அவளுக்கு சங்கீதம் சொல்லிக் கொடுத்தவர் உதவித் தொகையைப் பிடுங்கிக் கொண்டார். வானொலியில் புரொட்யூசராக இருந்து டிஸ்மிஸ் ஆகிவிட்டாள். எப்படியோ கல்யாணம் நடந்தது, ஒரு ஆண்டில் கணவன் பிரிந்துபோய் விட்டான். ஒவ்வொன்றிலும் அடி வாங்கிய பிறகு 'இண்டியன் எக்ஸ்பிரசி'ல் நாடக விமரிசகி ஆகிவிட்டாள்."

"சரி, அவள் ஏன் திடீரென்று உங்களை விரட்டுகிறாள்!" அனுபமா ஒரு வாய் டீ குடித்துவிட்டு அர்த்தம் நிறைந்த தொனியில் கேட்டாள், "கொஞ்ச நாட்கள் முன் வரை 'ஹர்ஷவர்தன் ஆதித்யாவையும் சூர்யபானையும் பின்னால் தள்ளிவிட்டு முன்னேறுகிறார்' என்றெல்லாம் உங்களைப் புகழ்ந்து தள்ளிக் கொண்டிருந்தாளே!"

ஹர்ஷ் புன்னகையோடு சிகரெட்டிலிருந்து புகையிலையை எடுக்கத் தொடங்கினான்.

"திரிவேணியில் உன்னோடு அரட்டை அடிப்பதையும் நான் பார்த்திருக்கிறேன்." சதுர்புஜ் கஞ்சா உருண்டையை உருக்கிக் கொண்டே சொன்னார், "அன்று விசேஷமான அலங்காரத்தில் வேறு இருந்தாள்."

"ஹர்ஷ், ஏதாவது ரகசியமா?" என்றார் சிநேகன்.

"சின்ன விஷயம்தான். அவள் நட்பை வேறு திசையில் மாற்ற விரும்பினாள். அதற்கு நான் சம்மதிக்கவில்லை." ஹர்ஷ் தீவிரமானான், "சனிக்கிழமை மாலை நேரத்தை அவள் வீட்டில் இருந்து விஸ்கி குடிப்பதை விட உங்களோடு இருந்து டீ குடிப்பது எனக்குப் பிடித்திருக்கிறது இது நடந்து ஆறு மாதமாகிறது. எப்போதாவது அவளை நான் மதிப்புக் குறைவாகப் பேசி நீங்கள் பார்த்திருக்கிறீர்களா? ஆனால் முதல் முறையாக சந்தர்ப்பம் கிடைத்தவுடனேயே அவள் ஒரு அடி அடித்துவிட்டாள்."

வர்ஷா ஸ்தம்பித்துவிட்டாள். நாடக விமரிசனத்தின் புதிய விரிவு அவள் கண்முன் வெளிப்பட்டது. ஹர்ஷ் அதிகப்படுத்திக்

கூறியிருக்கலாம், ஆனால் தனிப்பட்ட விருப்பு, வெறுப்புகள் ஒரு கலை மதிப்பீட்டின் உரைகல்லை இப்படிக் கூட பாதிக்குமா?

''இவர்கள் என்ன வேண்டுமானாலும் எழுதுவார்களா?'' என்று வர்ஷா ஆச்சரியத்தோடு கேட்டாள்.

''இவர்கள் எந்த நாடகத்தையும் தங்கள் விருப்பப்படி மதிப்பீடு செய்வார்கள் என்று சொல்லுங்கள்.'' என்று சதுர்புஜ் நீட்டிய சிகரெட்டை மறுத்துக் கொண்டே சிநேகன் கூறினார் (அவர் எப்போதாவதுதான் புகை பிடிப்பார், ஆனால் கஞ்சாவோடு பிடிக்கமாட்டார், பார்ட்டிகளில் கூட இருப்பவர்களுக்கு துணை தருவதற்காக விஸ்கி ஒரு பெக்கைக் கையில் எடுப்பார், அது கடைசி வரை அவர் கையில் இருக்கும்)

''யாரும் எப்படி ஒரு கலை விமரிசகர் ஆகிறார்? பத்திரிக்கை ஆசிரியரோடு அவருடைய உண்மையான உறவின் காரணமாக. திறமை இரணடாம் பட்சம்தான் சாதாரணமாகக் கடுமையாக தாக்கும்போது விமரிசகர்கள் புகார் வரும் என்பதைக் கவனத்தில் வைப்பார்கள். ஷாலினி மேனனையோ, டிக்டேட்டரையோ ஏன் குறி வைக்கவில்லை?''

''திறமை இரண்டாம் பட்சம்தான். இதனால்தான் பொதுவாக விமரிசனங்கள் மேலோட்டமானவையாக இருக்கின்றன.'' என்றாள் அநுபமா, ''முதல் பாராவில் குழுவைப் பற்றி எழுதினாள். அடுத்த இரண்டு பாராவில் கதையைப் பற்றி எழுதிவிட்டாள். நான்காவது பாராவில் தயாரிப்பைப் பற்றி தீர்ப்பு கொடுத்து விட்டாள். ஐந்தாவது பாராவில் நடிப்பை கிரேடிங் பண்ணி விட்டாள். சூட்சுமமான மேடைப் பார்வை, நுண்மையான ஆய்வு கடுகளவு கூட இல்லை.''

''நம்மிடமும் ஒரு குறை இருக்கிறது.'' என்றாள் வர்ஷா, ''நாம் புகழ்ச்சியை மட்டுமே படிக்க விரும்புகிறோம்.''

''இதை நான் ஒத்துக்கொள்ளமாட்டேன்.'' ஹர்ஷ் சிகரெட் புகையை ஒரு நீண்ட இழுப்பு இழுத்தான், ''நான் என்னைப் பற்றிய குறைகளையும், தவறுகளையும் அறிந்துகொள்ள ஆர்வமாக இருக்கிறேன், ஆனால் அது தக்கவர்களிடமிருந்து மட்டும்தான். இந்த உதவாக்கரைகளிடமிருந்து இல்லை.''

''விமரிசகர் வட்டத்தில் அப்படி யார் இருக்கிறார்கள்?'' என்று கேட்டார் சதுர்புஜ்.

''டைம்ஸ் ஆஃப் இண்டியா' சோமேஷை உங்களுக்குத் தெரியுமே!'' என்றார் சிநேகன், ''அவர் தொலைக்காட்சியில் பெரிய அதிகாரி, பத்திரிக்கை ஆசிரியருக்கும் நெருங்கிய நண்பர். இண்டர்வெல்லில் தனித்தனியாக மக்களிடம் அவரவர் விருப்பு - வெறுப்புகளைக் கேட்டு சட்டென்று ரிவ்யூ தயார் செய்து விடுவார். மாலை நேரமும் கலை உணர்வோடு கழிந்தது, நூற்றைம்பது ரூபாய் வருமானமும் ஆயிற்று!'' சிநேகன் தன் வழக்கமான சிரிப்பை சிரித்தார், ''ஆனால் சில ஆண்டுகளுக்கு முன் படுகஷ்டத்தில் மாட்டிக்கொண்டார்.''

எல்லாரும் ஆர்வத்தோடு சிநேகனைப் பார்த்தார்கள். தற்போதைய சூழலில் கல்லூரியின் மிகச் சிறந்த மாணவராகையால் இத்தகைய சமாச்சாரங்கள் அவர் பையில்தான் இருந்தன.

''கல்கத்தாவிலிருந்து 'பஹுரூபி' நாடகக்குழு 'ராஜா' நாடகம் நடத்த வந்தது. நண்பர் சம்பு இண்டர்வெல் விட மாட்டார். ஒரு மணி நேரம் கழிந்ததும் நாடக விமரிசகர் அமைதியிழந்தார். அவர் பக்கத்திலிருந்த ஒரு பெண்மணியிடம் கிசுகிசுப்பாகக் கேட்டபோது அவள் ''இடைவேளை வரட்டுமே!'' என்றாள். நாடக விமரிசகரின் தம்பட்டம் மறைந்து போயிற்று... (எப்போதாவது சோமேஷ் சந்திரரை சந்திக்கும்போது சிநேகன் 'இடைவேளை வரட்டுமே!' என்று ஏன் சொல்கிறார் என்று வர்ஷாவுக்கு இப்போது புரிந்தது). நாடகம் முடிந்ததும் அவர் வெளியே ஓடினார், ''எப்படி இருந்தது?'' நாடகம் முடிந்ததும் மக்கள் போகும் அவசரத்தில் இருக்கிறார்கள். 'நன்றாக இருக்கிறது' என்பதுடன் போய்விட்டார்கள். நான் மேடைக்குப் பின்னால் பாராட்டு தெரிவித்துவிட்டு புறப்பட்டபோது அழுகை முகத்தோடு நின்றார்...''

சதுர்புஜ் புன்னகையோடு இடைமறித்தார், ''உங்களுக்கு இரக்கம் வந்துவிட்டது. ''நான் டிக்டேட் பண்ணுகிறேன். எழுதுங்கள்.'' என்று சொல்லிவிட்டீர்கள்.''

''அடேடே, நீங்கள் எங்கே ஒளிந்திருந்து பார்த்தீர்கள்?'' என்று சிநேகன் உரக்க சிரித்தார்.

''நாடகமேடையோடு தொடர்புடையவர்களே விமரிசனம் எழுதினால்?'' என்று கேட்டாள் வர்ஷா.

''அவர்கள் கட்டுப்படுத்தப்படுகிறார்கள்.'' என்றார் சிநேகன், '' 'ஹிந்துஸ்தான் டைம்ஸ்', 'ஸ்டேட்ஸ்மன்' நாடக விமரிசகர்கள் 'கர்ட்டைன்' நாடகக் குழுவோடு இணைந்த நல்ல நாடகமேடைத் தொடர்புள்ளவர்கள். டாக்டர் அடலின் எந்தக் காரியமும் அவர்களுக்கு ஒப்புதலாக இல்லை. கடைசியில் டிக்டேட்டர் இரண்டு பத்திரிக்கை ஆசிரியர்களுக்கும் கடிதம் எழுதிவிட்டார், அவர்களுக்கு லீவ் கொடுத்து அனுப்பிவிட்டார்கள்.''

''இங்கு மீண்டும் அதிருஷ்டம்தான் முக்கியம்.'' என்றான் ஹர்ஷ், '' 'நியூயார்க் டைம்ஸி'ன் நாடக விமரிசகன் தன் ஒரு மோசமான ரிவ்யூவால் எந்த நாடகத்தையும் நிறுத்திவிட முடியும். அவன் நாடக உலகத்தின் ஹிட்லர்!''

''ஹர்ஷுக்கு அநியாயம் நடந்திருக்கிறது.'' என்றார் சிநேகன், ''ஆனால் வர்ஷா, உன் நடிப்பு சரியாக மதிப்பீடு செய்யப்பட்டிருக்கிறது.''

ஹர்ஷ் ஏதாவது பேசுவான் என்று வர்ஷா சில வினாடிகள் எதிர்பார்த்தாள், ஆனால் ஹர்ஷ் மௌனம் சாதித்தான்.

'காதலர்கள் ஒரே கலையை சார்ந்தவர்களாக இருந்தால் அவர்களுக்கிடையே இத்தகைய இறுக்கம் தவிர்க்க முடியாத ஒன்றா?' என்று பஸ்ஸில் திரும்பும்போது வர்ஷா யோசித்தாள். ஒரே துறையின் பொதுத்தன்மை பரஸ்பரம் புரிந்துகொள்ளும் தன்மையை அதிகரிக்கிறது, அதே சமயம் போட்டியிடும் போராட்டக் களத்தில் தள்ளிவிடுகிறது ''தங்கள்-தங்கள் நரகத்தில் அவளிடம் எவ்வளவு பரிவோடு இருந்தான்? இன்று அவள் அவனோடு ஒத்த அடிவைத்து நடந்துசெல்கிறாள் என்பதால் ஹர்ஷின் கர்வத்திற்குப் பங்கம் நேர்கிறதா? ... இப்படி ஒரு சிக்கல் கலைவட்டத்தில் மட்டும் ஏன் இருக்கிறது? இசைமேடைகளில் அன்னபூர்ணா சிதார் வாசித்தால் ரவிசங்கரின் புகழுக்குப் பங்கம் நேருமா? அவர் தன் கலையை திரை மறைவில் வைக்கும் முடிவுக்கு ஏன் வந்தார்? 'நூற்றாண்டின் மிகச் சிறந்த நடிகன்' ஆலிவர் திறன் மிக்க நடிகையான தன் மனைவி வீவியனை ஏன் பிரிந்தார்?

எலிஜெபத்திற்கும் பர்ட்டனுக்கும் இடையில் எப்போதும் ஏன் போராட்டம் நிலவியது? ஆதித்யாவின் டில்லி வாழ்க்கையில் கடைசி வருஷங்களில் அவருக்கும் இராவதிக்கும் இடையில் சண்டைகள் ஏற்படத் தொடங்கியிருந்தது என்று சினேகன் சொன்னார். ஏன்?

...வர்ஷா சீட்டில் பின்னால் சாய்ந்து கண்ணை மூடிக்கொண்டாள்.

* * * *

ரவீந்திரபவன் படிகளில் இறங்கிக்கொண்டே ஹர்ஷ் 'பசிக்கிறது'' என்றான்.

வாரம் முழுதும் ஹர்ஷை அவள் தூரத்திலிருந்து ஆங்காங்கே பார்த்துக்கொண்டுதான் இருந்தாள். இன்று தற்செயலாக ரிப்பர்ட்டரியிலிருந்து கிளம்பும்போது அருகிலேயே சந்தித்துவிட்டாள்.

கீறே வந்ததும் ஹர்ஷ் சொன்னான், ''நிருலா' போவோம்.''

''வீட்டிற்கு வாருங்களேன்!'' என்றாள் வர்ஷா, ''நான் சீக்கிரம் உருளைக்கிழங்கு பரோட்டா செய்துவிடுகிறேன். உங்களுக்குப் பிடிக்குமே!''

வர்ஷாவுக்கு அவன் வருவான் என்ற நம்பிக்கையில்லை, ஆனால் ஹர்ஷ் உடனே ஒத்துக்கொண்டான்.

பதினைந்து நிமிடங்களுக்குப் பிறகு அவள் அவசரம் அவசரமாக சமையல் அறையில் மாவு பிசைந்துகொண்டிருந்தாள். குக்கரில் உருளைக்கிழங்கு வெந்துகொண்டிருந்தது.

இருபது நிமிடங்களுக்குப் பின்னர் அவள் பரோட்டா, மாங்காய் ஊறுகாய், காபி மக் அடங்கிய ட்ரேயை எடுத்துக்கொண்டு அறைக்குள் வந்தாள். ஹர்ஷ் தரைவிரிப்பில் தலையணையை மடியில் வைத்துக்கொண்டு 'ஃபிலிம்ஃபேர்' படித்துக்கொண்டிருந்தான்.

''நான் ஊட்டிவிடட்டுமா?'' என்று வர்ஷா கேட்டாள் (வீட்டில் பெரும்பாலும் ஹர்ஷ் தானாக சாப்பிட மாட்டான்,

அம்மாவாவது, சுஜாதாவாவது ஊட்டிவிடுவார்கள். வர்ஷா இதை முதலில் பார்த்தபோது ஆச்சரியப்பட்டாள், 'ராஜகுமாரனின் முட்டாள்தனத்தைப் பாருங்கள்!').

ஹர்ஷ் நேராக உட்கார்ந்து சரியென்று தலையசைத்தான். இரண்டு வாய் சாப்பிட்டுவிட்டு, 'நன்றாக இருக்கிறது.'' என்று சொல்லிவிட்டு காபியை ஒரு வாய் பருகினான்.

சற்று நேரம் மௌனம் நிலவியது.

"நல்ல இல்லத்தரசியாக இருக்கக்கூடிய எல்லா குணங்களும் உன்னிடம் இருக்கின்றன.'' என்றான் ஹர்ஷ். குரலில் தீவிரம்

அவள் முன்னைப் போலவே கீழே பார்த்துக்கொண்டிருந்தாள். பிறகு முகபாவம் மாறாமல் அடுத்த கவளத்தை நீட்டினாள்.

"மீண்டும் எப்போது சேலை உடுத்துவாய்?''

இந்த முறை அவள் புன்னகை செய்தாள்,'' சந்தர்ப்பம் நேரும்போது.''

அவளை நேராகப் பார்த்தபடி ''காஞ்சிபுரம் பட்டில் உன்னை வீட்டில் எல்லாருக்கும் பிடித்திருந்தது.''

சற்று நேரம் பேசாமலிருந்த பிறகு அவள் இயல்பான நிலையை இழக்கத் தொடங்கினாள், 'ஊறுகாய் எப்படி இருந்தது? திவ்யா லக்னோவிலிருந்து கொண்டுவந்தாள்.'' என்றாள்.

ஹர்ஷ் புன்னகை செய்தான், ''சேலை அணியும் சந்தர்ப்பம் கிடைக்காவிட்டாலும் நீ திவ்யா பெயரை ஜபிக்கும் சந்தர்ப்பத்தைத் தேடிப் பிடித்துவிடுகிறாய். ஒன்றுமில்லாதபோது ஊறுகாய் சாக்கில் நினைத்துக்கொண்டுவிட்டாய்!''

வர்ஷாவும் புன்னகை செய்தாள், ''என் திவ்யா எப்படி இருந்தாள்?'' (சென்ற முறை வேறு ஏதோ நினைவில் இருந்ததால் அவன் கவனிக்கவில்லை).

ஹர்ஷ் இல்லையென்று தலையசைத்தான்.

வர்ஷா அதிர்ந்துபோனாள். '' ஏன்?''

"அவளிடம் அதிகார தோரணை இருக்கிறது." அவன் உதட்டில் விஷமப் புன்னகை மிளிர்ந்தது.

அவள் ட்ரேயை சமையல் அறையில் வைத்துவிட்டுத் திரும்பியபோது ஹர்ஷ் அவளைத் தன் அருகில் உட்காரவைத்துக்கொண்டான். பின்னர் தோளில் கையை வைத்து தன்னுடன் சேர்த்துக்கொண்டான். அவள் உதட்டில் விரலை வைத்துக் கூறினான், "பேசாமல் இருக்கும்போது இன்னும் அழகாக இருக்கிறாய்."

வர்ஷா மனதில் சோகத்துடன் புன்னகை செய்தாள். 'அழகாக இருப்பதற்கு இந்த விலை தரவேண்டுமோ?...'

"என்ன யோசிக்கிறாய்?"

வர்ஷா ஒன்றுமில்லையென்று தலையசைத்தாள்.

"நான் உன்னை மைண்ட் மானிட்டருடன் இணைத்து விடுவேன். நீ யோசிப்பதெல்லாம் ஸ்கிரீனில் வந்துவிடும்"

இது ஒன்றுதான் குறைச்சல்!.... என்று வர்ஷா நினைத்துக்கொண்டாள்.

"காதலில் எல்லாரும் ஏன் பொசசிவ் ஆகிவிடுகிறார்கள்?" என்று கேட்டான் ஹர்ஷ்.

"தெரியாது." அவள் தன் கையைப் பற்றியிருந்த ஹர்ஷின் சிவந்த கையைப் பார்த்துக்கொண்டிருந்தாள். தனக்குப் பிரியமான இருவரும்-திவ்யாவும் ஹர்ஷும் (வரிசைமுறையும் இதுதானோ!)- எவ்வளவு பிரகாசமாக இருக்கிறார்கள் என்று நினைத்துக்கொண்டாள்.

"ஏன்? நீ பொசசிவ் ஆக இல்லையா?"

அவள் புன்னகை செய்தாள், "நான் காதலிக்கும்போதுதான் பொசசிவ் ஆவேன்!"

"ஓஹோ!....." ஹர்ஷ் சிரித்தான், "ஷாஜஹான் பூர் சில்பில்லின் சென்ஸ் ஆஃப் ஹ்யூமரைப் பாருங்கள்!"

அப்போதுதான் மாடிப்படியில் சத்தம் கேட்டது. வர்ஷா விலகி உட்கார்ந்தாள்.

"அக்கா! நான் உள்ளே வரலாமா?" முதல் மாடி பிங்கி எட்டிப் பார்த்தாள்.

'ம்.வா.''

பிங்கி உள்ளே வந்தாள். "உங்களுக்கு ஒரு கடிதம்.''

வர்ஷா வாங்கிப் பார்த்தாள். இன்லெண்ட் லெட்டரில் கிஷோரின் கையெழுத்து. வினாடி நேரத்தில் அவளுக்கு எல்லாம் நினைவு வந்தது-தன் கடந்தகால வாழ்க்கை, நிகழ்காலத்தில் தன் நிலை, வெளி உலகுடன் தன் தொடர்பு...

9. வாழ்க்கை நாடகம் ஊசலாடுகிறது

சில்பில் தோளில் ஏர்பேக்குடன் 54, சுல்தான் கஞ்ச் வாசல்படியில் ஏறியபோது வரவேற்பறையின் கதவு திறந்திருந்தது. அப்பா, மகாதேவ் அண்ணன், அத்தான் மூவரும் எதிரெதிரில் உட்கார்ந்திருந்தார்கள். அவளைப் பார்த்ததுமே அந்த இடத்தின் காட்சி உறைந்துபோயிற்று.

அவள் 'நமஸ்தே' சொன்னபோது அண்ணன் தலையை ஆட்டிவிட்டு எதிரில் பார்க்கத்தொடங்கினார், அப்பா பெரு மூச்சு விட்டார்.

"வா வர்ஷா!" அத்தான் சிரித்துக்கொண்டே வரவேற்றார், "செங்கோட்டையில் வெற்றிக்கொடி நாட்டிவிட்டாய்!"

அவள் எதுவும் சொல்வதற்கு முன் கிஷோர் உள்ளேயிருந்து வந்தான். முன்னை விட உயரமான வலுவான கிஷோர்.

"அக்கா..." கண்ணீர்க் குரலுடன் அவன் அவள் காலைத் தொடக் குனிந்தபோது சில்பில் அவனை மார்போடு சேர்த்து அணைத்துக்கொண்டாள்... சட்டென்று சில்பில்லின் கட்டு உடைந்துவிட்டது-மூன்று வருஷப் பிரிவு, துக்கம், இறுக்கத்தின் கதவு வினாடி நேரத்தில் நொறுங்கியது. அவள் குலுங்கி அழுதாள். ஜல்லி ஓடிவந்து அவளைக் கட்டிக்கொண்டாள்.

"அடேடே! கலையரசி! சந்தோஷமான நேரத்தில் இது என்ன?" என்றார் அத்தான்.

உள்ளே போனபோது அக்காவும் விசும்பியபடி அவளைத் தோளோடு சேர்த்து அணைத்துக்கொண்டாள்.. பின்னர் கண்ணீரைத் துடைத்துக்கொண்டே அம்மாவின் படுக்கைக்கு எதிரில் பலகையில் உட்காரவைத்தாள்.

பாக்கை வெட்டிக்கொண்டே பூல்வதி சொன்னாள், ''காலையில் வீட்டை மறந்துபோனவள் மாலையில் திரும்பி வந்திருக்கிறாள்.''

''வெகு சீக்கிரம் நினைத்துக்கொண்டுவிட்டாய் சில்பில்!'' - அம்மா.

'என்னம்மா, பாவம், அவளை மூச்சு வாங்க விடுங்கள்!'' அக்கா அவள் தோளிலிருந்து பையை வாங்கி ஜல்லி கையில் கொடுத்தாள்.

அண்ணி சமாதானப் புன்னகையோடு எதிரில் வந்தாள், தோளில் இருந்த குழந்தையை சில்பில்லின் மடியில் வைத்தாள். கண்ணீரினூடே சில்பில் இரண்டு சிறிய கண்கள் தன்னை பிரமிப்புடன் பார்ப்பதைப் பார்த்தாள். வர்ஷா ஈரப் புன்னகையுடன் குழந்தையை முத்தமிட்டபோது குழந்தை சந்தோஷத்தோடு புதிதாக வந்தவரின் முகத்தைத் தொட்டது.

''சிரிக்கிறான்.'' என்று ஜல்லி புன்னகை செய்தாள்.

''டில்லி அத்தையைத் தெரிந்துகொண்டுவிட்டான்.''என்றாள் அண்ணி.

''சில்பில், எங்கே போயிருந்தாய்?'' இப்போது அனுஷ்டூப்பின் வாய் திறந்தது.

''உன் பதின்மூன்றாவது இறக்கையை வெட்ட..'' ஈரக்குரலோடு வர்ஷா புன்னகை செய்தாள்.

பிற்பகலில் மாடி அறையின் தனிமையில் ''இப்போது வீட்டில் எனக்கு சாகக்கூட ஒழிவில்லை.'' என்றாள் அக்கா. ''முன்பெல்லாம் மாமியார் பாதி வேலையை செய்துவிடுவாள். பிட்டுவை அவள்தான் ஒருமாதிரி சமாளித்துக்கொண்டிருந்தாள். இப்போது வயதாகிவிட்டது, ஒன்றும் முடியவில்லை. எல்லா

சுமையும் என் தலையில் விழுந்துவிட்டது. பாப்பா பிறந்ததிலிருந்து நான்கு மணிநேரத் தூக்கத்திற்கும் தவிக்கிறேன். விடிகாலையில் பால் கறப்பதில் தொடங்கும் வேலை பாதி ராத்திரி வரை ஓய்வதில்லை...''

பிறகு அவள் பிள்ளையின் படிப்பு-இன்ஷ்யூரன்ஸ், பெண்ணின் கல்யாண வரதட்சணைக்காக செய்திருக்கும் ரிக்கரிங் டெப்பாசிட் விவரம் சொன்னாள். இப்போதுதான் அவள் போய்விட்டு வந்த திருப்பதி கோவில் மகிமையை சொன்னாள்.

அக்காவுக்குக் கல்யாணம் ஆனதிலிருந்து 'சாகக்கூட ஒழிவு' கிடைப்பதில்லை! என்று வர்ஷா லேசான புன்னகையுடன் நினைத்துக்கொண்டாள். கல்யாணத்திற்குப் பிறகு அம்மா வீட்டுக்கு அக்கா முதல்முதலாக வந்தது வர்ஷாவுக்கு நினைவு வந்தது. அப்போது அவள் மாமியார்-மகிமை, கணவன் அன்பு, மாமனார்-வீட்டு கௌரவத்தால் நிரம்பி வழிந்துகொண்டிருந்தாள்.

ஒரு வினாடி வர்ஷாவுக்கு அக்கா மீது பொறாமையும், தன்னை இடைவிடாது எரித்துக்கொண்டிருக்கும் மனநிம்மதியின்மை என்ற நெருப்பின் மீது கோபமும் தோன்றியது. நான்கு மணி நேரத் தூக்கத்திற்குத் தவிக்கும் அக்காவின் வாழ்க்கை சமநிலையில் திருப்தியாக இருக்கும்போது எட்டு மணி நேர முழுத் தூக்கத்திற்குப் பிறகும் சில்பில் கலை ஆர்வத்தின் தீவிரமான ஜுரத்தில் எப்போதும் மூழ்கி ஆழத்தில் போய்க்கொண்டிருக்கிறாள்.

''நீ எப்படி இருக்கிறாய், சில்பில்?'' என்று கேட்டாள் அக்கா.

'' எல்லாம் உன் கருணைதான்.'' என்று சில்பில் புன்னகை செய்தாள்.

''நாடகக் கோர்ஸ் மூடிந்துவிட்டது! இப்போது என்ன செய்துகொண்டிருக்கிறாய்?''

வர்ஷா முடிந்தவரை எளிமையான சொற்களில் நாடகக் கல்லூரிக்கும் ரிப்பர்ட்டரிக்கும் இடையே உள்ள வேற்றுமையை விளக்கினாள்,'' இதுவும் ஒரு வகை டிரெயினிங்தான்.''

''அப்படியென்றால் இந்த இரண்டாவது டிரெயினிங்

எப்போது முடியும்?'' என்ற அக்கா கொஞ்சம் ஆச்சரியத்தோடு கேட்டாள்.

"இதற்குக் கால எல்லை ஒன்றுமில்லை, ஒன்று தானே விலகவேண்டும், அல்லது விலக்கப்படவேண்டும்" என்று வர்ஷா கூறினாள்.

அக்கா ஏதோ விடுகதையை விடுவிக்க முயற்சிப்பதைப் போல அவளையே பாரத்துக்கொண்டிருந்தாள், ''உன் மாயவேலையெல்லாம் உனக்குதான் புரியும். வாழ்க்கையைப் பற்றி என்ன யோசித்திருக்கிறாய்?''

சில்பில்லின் முகத்தில் புன்னகை பரவியது, ''ஏன்? நான் இப்போதும் வாழ்ந்துகொண்டுதானே இருக்கிறேன்?''

''இது ஒரு வாழ்க்கையா சில்பில்?'' அக்கா குரலில் வேகம் வந்துவிட்டது, ''ஒரு பெண்ணாக உன் கடமையை செய், சில்பில்!''

வர்ஷா கதவின் பக்கம் ஒருமுறை பார்த்தாள். இந்த மாதிரியான கேள்விகள் எத்தனை முறை இந்த சுவர்களில் எதிரொலித்திருக்கின்றன! சின்ன வயதிலிருந்து இளமை தொடங்கிய ஆரம்பகாலம் வரை எத்தனை, எத்தனை வேதனை வினாடிகள் இந்த அறையில் கழிந்திருக்கின்றன! விதம் விதமான பல புயல்களைக் கடந்து அவள் 14/14 என்ற தன் சொந்த முகவரி வரையிலான பயணத்தைப் பூர்த்தி செய்திருக்கிறாள், ஆனால் இந்த இடத்தில் வேதனை-வினாடிகளின் நிழலிலிருந்து விடுதலை கிடைக்கவில்லை, இந்த மிரட்டும் கேள்விகளிலிருந்தும் விடுதலை கிடைக்கவில்லை.

''அந்த காயஸ்தனை நீ இன்னும் காதலிக்கிறாயா?'' என்று அக்கா கேட்டாள். கேட்டு விட்டாளே தவிர கேள்வியை முடிக்கும்போது வெட்கப்பட்டு நாக்கைக் கடித்துக்கொண்டாள்.

சில்பில் மெல்லிய புன்னகையோடு தலையசைத்தாள்.

''சில்பில், இது என்ன வேலை?'' என்று அக்கா வருத்தமான குரலில் சொன்னாள், 'நம் வீட்டின் ஏழு தலைமுறைகளில் யாராவது காதலித்திருக்கிறார்களா?''

வர்ஷா தலையைக் குனிந்துகொண்டாள், "ஆமாம் அக்கா, நான் மிகவும் மோசம்!"

"தெரிந்தும் ஏன் இப்படி செய்கிறாய்?" சில்பில் சொன்ன குற்ற உணர்வு சொல்லில் அக்காவுக்கு நம்பிக்கை ஒளி காணப்பட்டது.

கொஞ்ச நேரம் அமைதி. இப்போது ஹர்ஷைக் கல்யாணம் செய்துகொள்ளும் விஷயம் கிளம்புமோ என்று வர்ஷாவுக்கு பயமாக இருந்தது. ஹர்ஷின் நினைவு முள்ளாகக் குத்தியது. அவனுடன் ஏற்பட்டுள்ள இறுக்கமான உறவுநிலை நினைவு வந்தது (இந்த உறவின் முடிவு எப்படி இருக்கும்?)'

"புலந்த்ஷஹர் வீட்டினர் நிச்சயதார்த்தத்தை முறித்துக்கொண்டு விட்டார்கள் என்பது உனக்குத் தெரிந்திருக்கும்." அவள் எந்த சலனமும் இல்லாமல் இருந்தாள்.

"நல்ல சம்பந்தம் கைநழுவிப் போய்விட்டது சில்பில்!" அக்கா குரலில் உண்மையான வருத்தம் இருந்தது, "நீ வெள்ளிக் கிண்ணத்தில் வாய் கொப்பளிக்கிறாய், வேலைக்காரி விசிறுகிறாள்....இப்போது சொந்தத்தில் வரன் கிடைப்பது கஷ்டம். புலந்த்ஷஹர் வீட்டு மனிதர்கள் நல்லவர்கள், இல்லையென்றால் வீட்டுக்கு வந்து அண்ணன் முகத்தில் காறித் துப்பி அவமதித்திருந்தால் நாம் அவர்களை என்ன செய்யமுடியும்?"

"ஆமாம் அக்கா, என்னால் உங்களுக்கெல்லாம் அவமானம் ஆகிவிட்டது."

இரவு குழந்தைக்கு அன்னப்ராசனம் நடந்தது, அண்ணி எதைக் கொடுத்தாலும் குழந்தை ஆவலோடு வாயில் குதப்பியது. கிஷோர் தன் நண்பனின் ஆல்ஃபா கேமிராவில் போட்டோ எடுத்தான்.

"வர்ஷா, என்னை அடையாளம் தெரிகிறதா?"

தோளில் ஒரு வயதுக் குழந்தையை சுமந்தபடி ஒரு கர்ப்பிணிப்பெண் வர்ஷாவைப் பின்னாலிருந்து அழைத்தாள்.

"ஜோதி...' என்றாள் வர்ஷா.

அவள் பிரசவத்திற்காக சுல்தான் கஞ்சில் அம்மா வீட்டுக்கு வந்திருந்தாள். 'கண்கண்ட தெய்வம்' கணவன் கோரக்பூர் சென்ட்ரல் பாங்கில் கிளார்க். அவள். பி.எட். முடித்து சீதலா பிரசாத் ஆரம்பப் பாடசாலையில் டீச்சராக இருந்தாள்.

''மிகவும் சுகமாக நாள் போய்க்கொண்டிருக்கிறது, வர்ஷா!'' ஜோதி அக்காவைப் போலவே திருப்தியான புன்னகையோடு சொன்னாள், ''பாங்கில் குவார்ட்டர்ஸ் கொடுத்திருக்கிறார்கள். சமையல் அறையில் ஃபிரிஜ், மிக்சி இருக்கிறது. வெஸ்பா ஸ்கூட்டர் இருக்கிறது. முதல் குழந்தையே ஆண்குழந்தையாகப் பிறந்துவிட்டால் கவலையே இல்லை.'' ''பின்னர் கர்வத்தோடு சொன்னாள், ''நீ எங்கள் வீட்டுப்பெண், உன்னிடம் என்ன ரகசியம்! வீடு கட்ட ப்ளாட் கூட வாங்கப் போகிறோம்.''

''கேட்க சந்தோஷமாக இருக்கிறது.'' வர்ஷா புன்னகை செய்தாள்.

''உன்னைப் பற்றியும் கொஞ்சம் சொல்.'' ஜோதி அவளைத் துழாவும் பார்வை பார்த்தாள், ''இப்போதும் தனியாகத்தான் இருக்கிறாயா?''

''உன்னைப் போல அதிர்ஷ்டம் எனக்கு ஏது?'' வர்ஷா வேறு வழியின்றி ஒரு புன்னகையை உதிர்த்தாள்.

''ஏன்? அந்த காயஸ்த பையன் என்ன ஆனான்?'' என்று ஜோதி பொருள் நிறைந்த புன்னகையோடு கேட்டாள்.

அப்போது ஜல்லியின் குரல் கேட்டது, ''அக்கா, அண்ணன் கூப்பிடுகிறார்.''

வர்ஷாவுக்குத் தூக்கிவாரிப் போட்டது. தோளை முந்தானையால் போர்த்தியபடி வரவேற்பறைக்கு வந்தாள் (அவள் வீட்டிற்கேற்றபடி சாதாரண நூல்சேலை உடுத்தியிருந்தாள்).

''சார், இவள்தான் என் தங்கை...'' என்று மகாதேவ் மிகவும் மரியாதையோடு டை கட்டிய, வாயில் சிகரெட்டுடன் இருந்த ஒருவரிடம் கூறினார், வர்ஷாவின் பக்கம் திரும்பி, ''மிஸ்டர் பார்கவ் - எங்கள் சூப்ரிண்டெண்ட்!'' (வந்ததிலிருந்து இப்போதுதான் முதல் தடவையாக அவளிடம் பேசினார்).

வர்ஷா பணிவுடன் 'நமஸ்தே' சொல்லிவிட்டு எதிரில் இருந்த நாற்காலியில் உட்கார்ந்தாள்.

''அக்சுவலி இட் வாஸ் மை வைஃப் ஹேஸ் ஃபர்ஸ்ட் ஸீன் தட் ஆர்ட்டிக்கிள் இன்' இண்டியா டுடே' . '' என்றார் பார்கவ், ''ஏ கேப்ஷன் இன் யுவர் ஃபோட்டோ சைட் வர்ஷா வசிஷ்ட் ஃப்ரம் ஷாஜஹான்பூர். தென் ஐ ஆக்ஸ்ட் மிஸ்டர் சோப்ரா...'' அவர் எதிரிலிருந்த ஒருவரைக் காட்டிவிட்டுப் புன்னகையுடன் தொடர்ந்தார், ''ஹி டோல்ட் மீ, சார், ஷீ இஸ் மிஸ்டர் ஷர்மாஸ் சிஸ்டர்!''

சோப்ராவும் மகாதேவ் அண்ணனும் அவருடன் சேர்ந்து சிரித்தார்கள்.

''நான் கான்பூரில்தான் பிறந்தேன், படித்தது எல்லாம் அங்கேதான். இதுவரை கான்பூரில்தான் வேலை பார்த்தேன்.'' பார்கவின் குரலில் பெரிய நகரத்தில் பிறந்து வளர்ந்த பெருமை தெரிந்தது, ''இதனாலேயே எனக்கு ஷாஜஹான்பூரைப் பற்றி அதிகம் தெரியாது.''

''சார் பெரிய நகரத்திலேயே இருந்துவிட்டதால் இங்கே அவருக்கு மனம் ஒட்டவில்லை.'' என்றார் சோப்ரா.

''போஸ்டிங் ஆகிற இடத்தில் இருந்துதானே ஆக வேண்டும்.'' பார்கவ் சிகரெட் புகையை இழுத்தார். பிறகு வர்ஷா பக்கம் திரும்பினார், ''யூ ஹேவ் பீன் ஏ ஸ்டூடண்ட் ஆஃப் லிட்டரேச்சர். ஐ நோ ஆல்மோஸ்ட் ஆல் தி பிளேய்ஸ் ரெஃபர்ட் இன் தட் ஆர்ட்டிக்கிள் எக்செப்ட் 'அவர் ஓன் ஹெல்ஸ்'... வாட் திஸ் ப்ளே இஸ் அபவுட் அண்ட் ஹௌ டிட் யூ லைக் வொர்க்கிங் இன் இட்?''

வர்ஷா ட்ரெயினிங்கிற்குப் பிறகு மிகவும் சீராகியிருந்த தன் தெளிவான குரலில் கூறினாள், ''இட் இஸ் ஏ நியூ ப்ளே வெரி ரீசண்ட்லி ப்ராட் அவுட் பை ஏ நியூயார்க் பப்ளிஷிங் ஹவுஸ். டு த பெஸ்ட் ஆஃப் மை நாலட்ஜ், அவர்ஸ் வாஸ் த ஃபர்ஸ்ட் புரொடக்ஷன் இன் ஏஷியா, இட் இஸ் ஏ வெரி சென்சிடிவ், பாசிங் டிசெக்ஷன் ஆஃப் இண்டுவைஜுவல் ஃப்ரீடம் வர்ஸஸ் ஸ்டேட்

ஸ்ட்ராங் ஹோல்ட். இட் வெரி பியூட்டிஃபுலி போர்ட்ரேய்ஸ் தி ரிலேஷன்ஷிப் பிட்வின் ஏ ஹஸ்பெண்ட் அண்ட் வைஃப் இன் ஏ குளோஸ்ட் சொசைட்டி அண்ட் டு வாட் எக்ஸ்டெண்ட் தட் சிஸ்டம் கேன் டேமேஜ் ஏன் இண்டிவைஜுவல். ஐ டிட் தி ஹீரோயின் ஷான்யா. இட் வாஸ் ஏ வெரி சென்சிடிவ், வெரி டெண்டர் கேரக்டர், அண்ட் கிரேஜுவலி ஃபால்ஸ் அபார்ட். ஐ வில் ஆல்வேஸ் ரிமெம்பர் ஷான்யா, பிகாஸ் இட் இஸ் ஷி ஹூ கேவ் மி மை ஃபர்ஸ்ட் வேலிட் ஐடெண்டிட்டி அஸ் ஏன் ஏக்ட்ரஸ் இன் நியூ டெல்ஹி வென் ஐ மைசெல்ஃப் வாஸ் ஃபாலிங் அபார்ட்..."

வர்ஷா பேச்சை முடிக்கும் வரை ஆண்கள் மந்திரத்தால் கட்டுண்டவர்கள் போல் அவளையே பார்த்துக் கொண்டிருந்தார்கள். சில்பில்லின் நன்கு பரிச்சயமான குரலில் தேர்ந்தெடுத்த சொற்களோடு கூடிய ஆங்கிலம் அருவியாகக் கொட்டுவதைப் பார்த்து எல்லாரும், முக்கியமாக அண்ணன், அப்பா, அத்தான், கிஷோர், மயக்கத்தில் ஆழ்ந்தார்கள் ('நியூயார்க்', 'ஏஷியா', 'டிசெக்ஷன்', என்ற சொற்கள் விசேஷ தாக்கம் விளைவிப்பதாக இருந்தன). தண்ணீர் டம்ளர் வைத்த தட்டை எடுத்து வந்துகொண்டிருந்த ஜல்லி பயந்து போய் அக்காவையே பார்த்துக் கொண்டிருந்தாள். சில்பில்லை நடிக்க அனுமதிக்கும்படி கேட்டு தன் ஸ்கூலுக்கு வந்தபோது திவ்யா பேசிய ஆங்கிலம் சர்மாவுக்கு நினைவு வந்தது. அவருடைய வம்சத்தின் ஏழு தலைமுறைகளில் முதல்முதலாக ஒரு பெண் ஆங்கிலம் பேசுகிறாள், அதுவும் இப்படி எல்லாரும் அதிர்ந்துபோகும்படி சரளமான உயர்ந்த ஆங்கிலம் பேசுகிறாள் என்று சர்மா நினைத்துக்கொண்டார். குடும்பத்திலிருந்து வர்ஷா பிரிந்து போய்விட்டது உறுதியாகிவிட்டது. 'இண்டிவைஜுவல்', 'சென்சிட்டிவ்', 'ஐடெண்டிட்டி' போன்ற ஆபத்தான சொற்களின் கருத்தை அண்ணனால் முழுமையாகப் புரிந்துகொள்ள முடியவில்லை, ஆனால் அந்த சொற்கள் பிரிவு என்ற ஃப்ரேமில் பொதிந்து வரவேற்பறையின் சுவர்களில் அழகாக பளிச்சிடத் துவங்கின. சில்பில் நம்மை விட்டு வெகு தூரம் போய் விட்டாள் என்று அவர் நினைத்துக் கொண்டார்.

பார்கவுக்கு பண்பாடு நினைவு வந்தது, "மன்னியுங்கள். நான் உங்களிடம் கேட்காமல்..." அவர் தன் கையிலிருந்த சிகரெட்டைப்

பார்த்தார் (வர்ஷாவின் ஆங்கிலத்தைக் கேட்ட பிறகு இனி ஆங்கிலத்தில் பேசவேண்டிய அவசியமில்லையென்று அவருக்குத் தோன்றிவிட்டது!).

இப்போது வெளியே கார் வந்து நிற்கும் ஒலி கேட்டது. தாழ்வாரத்தில் விளையாடிக் கொண்டிருந்த குழந்தைகள் கூட்டம் அமைதி ஆயிற்று.

முதலில் டாக்டர் சிம்ஹலும் மிஸஸ் சிம்ஹலும் இறங்கினார்கள். பின்னர் சகன்லாலும், அண்ணியும். (வர்ஷா கிஷோர் மூலம் தகவல் அனுப்பியிருந்தாள்.)

ஷாஜஹான்பூரின் உயர்வர்க்கத்தினர் குழுமியதைப் பார்த்து ஆண்கள் வரவேற்கும் முறையில் எழுந்து நின்றுவிட்டார்கள் (டாக்டர் சிம்ஹலைப் பார்த்து அண்ணன் கண்களைத் தாழ்த்திக் கொண்டார்.)

வர்ஷா டாக்டர் சிம்ஹலின் பாதங்களைத் தொடக் குனிந்தாள், ஆனால் அவர் அவளைப் பாதியிலேயே நிறுத்தினார்.

''வர்ஷா, நீ எங்களை எல்லாம் மறந்துவிட்டாய் என்று நினைத்தோம்.'' மிஸஸ் சிம்ஹல் அவளை அணைத்தபடி சொன்னாள்.

வர்ஷா உணர்ச்சிவசப்பட்டுக் கூறினாள், ''கால் தூசு காலிலிருந்து விலகிவிடுமா...?''

''இரண்டு வருஷம் கழித்து சந்திக்கிறோம்.'' அண்ணி அவளைத் தோளோடு சேர்த்து அணைத்துக் கொண்டாள் (கணவனும் மனைவியும் டில்லி வந்தபோது நாடகக் கல்லூரிக்கு அவளைப் பார்க்க வந்திருந்தார்கள்).

''இன்றைய கொண்டாட்டத்தின் சின்ன ஹீரோவையும் பாருங்கள்.'' என்று சொல்லி அண்ணி சிரித்தாள்.

★ ★ ★ ★

மூன்று ஆண்டுகளுக்குப் பிறகு ஷாஜஹான்பூர் பயணம் பல வகையிலும் எதிர்பாராததாக இருந்தது.

புது டில்லியில் இத்தனை ஆண்டுகள் கழித்த பிறகு இந்த நகரம் தனக்கு சிறியதாக, குறுகலாக, அந்நியமானதாகத் தோன்றும் என்று வர்ஷா நினைக்கவேயில்லை. தெருமுனைகள், சாக்கடை நாற்றம், குறைவான வேகம் எல்லாம் நன்கு பரிச்சயமானதாக இருந்தாலும் பரிச்சயத்தில் அந்நியப்பட்டு நிற்கும் தன்மை தோன்றியது. அவள் தன் வாழ்க்கையின் பல ஆண்டுகளை இங்கே கழிக்க நேர்ந்தது என்பதை எண்ணும்போது அவளுக்கு லேசான ஆச்சரியம் தோன்றியது. அவள் கல்லூரிக்கு செல்லும் பாதையில் சில ஆண்டுகளுக்கு முந்திய சில்பில்லின் அழகை மீண்டும் கண்முன் கொண்டு வந்து நிறுத்திப் பார்த்தாள் - தொளதொளத்த சல்வார் - குர்த்தா, இறுகிய தாடை, எப்போதும் நெஞ்சின் கதறல் - வருஷக் கணக்காக நிலவிய அந்த மனநிலையின் அடிப்படைத் தத்துவம் இப்போதும் அவளுக்குள் எங்கேயோ வருத்திக் கொண்டிருந்தது. இன்று அவள் 'தலைநகரத்'தின் உணர்ச்சிபூர்வமான நடிகைகளில் சிறந்தவள்' என்று கொண்டாடப்படுகிறாள் என்றால் இறுகிய தாடையும் அதற்கு ஒரு காரணம். பழமையின் ஒரு பகுதி எவ்வளவு ரகசியமான நுண்ணிய முறையில் பறந்து எழும் தூசுப்படலத்தில் பின்னால் கலந்து மறைகிறது பின்னர் வேறொரு நிலையில் அது எப்படி நிகழ்கால திடமான எல்லைகளைத் துளைத்துக்கொண்டே இருக்கிறது என்று அவள் நினைத்துக் கொண்டாள்.

சில உணர்வுக் களங்களில் வர்ஷா தன்னை மிகவும் கடினமானவள் என்று நினைத்திருந்தாள், அதனால் மூன்று வருஷங்களுக்குப் பிறகு வீட்டில் நுழையும் போது தான் அழுது வெடித்தது அவளுக்கு ஆச்சரியமாகவே இருந்தது. இந்த உணர்ச்சி விடுதலையால் மனதை அழுத்திக் கொண்டிருந்த கனத்த கல் லேசானதாலேயே அவள் அதை ஒரு திட வடிவமாக நினைத்தாள்.

மூன்று ஆண்டுகளுக்குப் பின்னர் எதிர்த்தரப்புடன் நாடக பாணி மோதலின் பயத்தால் வர்ஷாவின் மனதில் ஒரு பகுதி சஞ்சலத்தில் இருந்தது. ஸ்டேஷனிலிருந்து சுல்தான் கஞ்சை நோக்கிப் போகும்போது அவள் கால்களில் வலுவிழந்த உணர்வு. வீட்டிற்குப் போனதுமே மிகப் பெரிய நாடகத்தின் ருத்ர தாண்டவக் காட்சி விரியும் என்று நம்பினாள். மகாதேவ் அண்ணன் கதவின் அருகிலேயே அவனைத் தடுத்து நிறுத்தி உள்ளே நுழைய அவளுக்கு

என்ன உரிமை இருக்கிறது என்று சீறுவார் (டில்லியில் அவளிடமிருந்து அவர் விடை பெற்ற விதத்திலிருந்து பார்த்தால் அதன் தர்க்க ரீதியான விளைவு அதுதான்.) முறிந்துபோன நிச்சயதார்த்தத்தின் அவமானம், அயலார் சிரிப்பு ஆகியவற்றால் கோபமாக இருக்கும் அப்பா அடித்தாலும் ஆச்சரியப்படுவதற்கில்லை. அம்மா மார்பில் அடித்துக் கொண்டு 'குலத்தைக் களங்கப் படுத்தியவளை'த் திட்டுவது நிச்சயம். அவளுடைய அதிர்ஷ்டத்தைப் பார்த்து அண்ணி இகழ்ச்சியுடன் புன்சிரிப்பை அடக்கிக் கொள்வாள், அக்கா எதிர்த்தரப்பிற்கு சார்பாக இருப்பாள், அத்தான் வாயைத் திறந்து ஒன்றும் சொல்ல மாட்டார், ஆனால் ஐயோ பாவம் என்ற பாவனையுடன் அவளுக்கு விரோதமான உணர்வையே வெளிப்படுத்துவார். வர்ஷாவுக்கு ஏதாவது அனுதாபம் கிடைத்தால், அது கிஷோர், ஜல்லியிடமிருந்துதான். நாடகக் காட்சி மிகவும் மோசமாகி விட்டால் இரவு டாக்டர் சிம்ஹல் வீட்டிற்குப் போய்விடுவது, காலையில் ஒரேயடியாக நகரத்தை விட்டுப் போய்விடுவது, அல்லது வீட்டிலிருந்தே நேராக ஸ்டேஷன் போய்விடுவது என்று வர்ஷா யோசித்திருந்தாள்.

ஆனால் அத்தகைய நிலை நேரவில்லை. குடும்பத்தில் பெரியவர்கள் உண்மையிலேயே பெரியவர்களாகி விட்டார்களா, என்ன? என்று அவள் நினைத்துக் கொண்டாள்.

★ ★ ★ ★

''வர்ஷா! '' இரவுச் சாப்பாட்டிற்குப் பிறகு அத்தான் சொன்னார், ''தரியா கஞ்சில் என் மாமா பெண் இருக்கிறாள், இல்லையா? உன்னை டி.வி.யில் ஒரு நாடகத்தில் பார்த்ததாக எழுதியிருந்தாள்.''

அம்மாவைத் தவிர குடும்பம் முழுதும் வரவேற்பறையில் குழுமியிருந்தது. அண்ணியும் மாமனார் கண்ணில் படாமல் சுவற்றில் சாய்ந்து உட்கார்ந்திருந்தாள்.

''ஆமாம், முதல் வருஷம் ஒளிபரப்பாயிற்று.''

''அதன் ரிக்கார்டிங் எங்கே நடந்தது? கல்லூரியிலேயா?''

"இல்லை, டி.வி. சென்டர் ஸ்டுடியோவில்." என்றாள் வர்ஷா, "பார்லிமெண்ட் ஸ்ட்ரீட்டில்."

"ரிக்கார்டிங் எப்படி நடக்கும்?"

"மேடையைச் சுற்றி இரண்டு, மூன்று கேமிரா வைத்துவிடுவார்கள்."

"நீ என்ன ரோல் செய்தாய்?"

"ஒரு துறுதுறுத்த பெண், ரேஹானா." வர்ஷாவுக்கு அந்த பாத்திரத்தோடு இணைந்த சுமையான அனுபவம் நினைவு வந்தது.

அக்கா பீடாத்தட்டை எடுத்துவந்தாள். வர்ஷா வேண்டாம் என்று மறுத்துவிட்டாள். மகாதேவ் அண்ணன், அத்தான், கிஷோர் மூன்று பேரும் பீடா எடுத்துக்கொண்டார்கள், பிறகு ஜல்லி மட்டும் சும்மா இருப்பாளா, அவளும் போட்டுக் கொண்டாள்.

"சின்னப்பெண் சப்சப்பென்று மெல்லுவது சரியில்லை." என்று அக்கா சிடுசிடுத்தாள்.

"கிஷோர் எடுத்துக்கொண்டானே!" என்று ஜல்லி அழுகைக்குரலில் சொன்னாள்.

"ஆண்பிள்ளைப் பையனும் நீயும் ஒன்றா?"

உண்மை இடி போல இறங்கியது. வர்ஷா நீண்ட பெருமூச்சு விட்டாள்.

"சரி. எடுத்துக்கொள்." என்று அண்ணன் பரிவு காட்டினார்.

கிஷோர் தன் பீடாவிலிருந்து ஏலக்காய் எடுத்து வர்ஷாவிடம் நீட்டினான்.

"ஆதித்யா கௌலைத் தெரியுமா உனக்கு?" என்று அத்தான் கேட்டார், "அவரும் உன் கல்லூரியில் படித்தவர்தான்." (அத்தான் சினிமா ரசிகர். நிறைய சினிமா பத்திரிக்கைகள் வாங்குவார்.).

'ஆமாம். போன வருஷம் அவர் ஒரு ஷூட்டிங்கிற்காக டில்லி வந்தபோது, நாங்கள் அவரை சந்திக்க ஒபராய் ஹோட்டலுக்குப் போயிருந்தோம். அவர் எங்களுக்கு லஞ்ச் கொடுத்தார்." ('அதற்கு முன் விஸ்கியும் குடிக்கக் கொடுத்தார்' என்று சொன்னால் எவ்வளவு பயங்கரமாக இருக்கும் என்று வர்ஷா நினைத்துக் கொண்டாள்.)

"அவருக்கு உன்னைப் பர்சனலாகத் தெரியுமா?"

கிஷோர் முழுதுமாக உறுதிப்படுத்திக்கொள்ள விரும்பினான்.

"ஆமாம்," வர்ஷா அவன் தலைமுடியில் விரலை விட்டு அளைந்து அவன் தலையை ஆட்டிப் புன்னகை செய்தாள், "அவர் என் 'ஹம்சினி' நாடகத்தைப் பார்த்துவிட்டு ஸ்டேஜுக்குப் பின்புறம் பாராட்டுவதற்கு வந்திருந்தார்."

"உன் வீட்டில் எத்தனை அறைகள் இருக்கிறது?" என்று கேட்டாள் அக்கா.

"ஒரு அறை, சமையல் அறை, பாத்ரூம், பெரிய மாடி."

"என்ன வாடகை?" அண்ணி சின்ன முகத்திரைக்குள்ளிருந்து விசாரித்தாள். (வர்ஷாவின் பொருளாதார நிலையை அறிந்துகொள்ள அவள் மிகவும் ஆவலாக இருந்தாள். வீட்டுப்பெண்கள் முன் வர்ஷா தன் நிலையைத் திறந்து காட்டியிருந்தாள், ஆனால் அண்ணி தன்னை நம்பவில்லை என்பதை அவள் அறிந்திருந்தாள். குறைத்து சொல்கிறாள் என்று நினைத்திருப்பாள்).

"நூற்றைம்பது"

"அப்பாடி!" கிஷோர் வாயைப் பிளந்தான், "அவ்வளவு ரூபாய்க்கு இங்கே ஒரு முழு வீடே கிடைக்குமே!"

"தனியாக இருக்கும் பெண்களுக்கு வீடு கிடைப்பது கஷ்டம் என்று தங்கை சொல்லிக்கொண்டிருந்தாள்." என்றார் அத்தான்.

"ஆமாம். எனக்கு என்... ('நண்பன்' என்று சொல்ல வந்தவள் சட்டென்று தன்னைக் கட்டுப்படுத்திக் கொண்டாள்.) "... கூடப் படிக்கும் ஒரு ஸ்டூடண்டின் அப்பா மூலம் கிடைத்தது. அவர் பெரிய ஆபீசர்."

"என்னவாக இருக்கிறார்?" இம் முறை அப்பா அவளைப் பார்த்துக் கேட்டார்.

"ஐ.ஏ.எஸ். அமைச்சரகத்தில் செக்ரட்டரி."

சில வினாடிகள் மௌனம். வர்ஷாவின் வெகு தூரத்தில் இருந்த ஒளிமயமான உலகம் ஒளிர்ந்தது.

"இன்னும் சாமான்கள் எல்லாம் ஒன்றும் வாங்கியிருக்கமாட்டாய், இல்லையா?" என்று கேட்டாள் அண்ணி.

"திவ்யா லக்னோவிலிருந்து எல்லாம் கொண்டு வந்திருந்தார்கள். ஒருநாள் முழுதும் இருந்து வீட்டை ஒழுங்குபடுத்தினார்கள்... ஒரு சின்ன டி.வி. கூட கொடுத்தார்கள்."

கிஷோரும் ஜல்லியும் திறந்த வாய் மூடவில்லை.

"நீ தினமும் டி.வி.யில் படம் பார்ப்பாயா?" என்று கேட்டாள் ஜல்லி.

"தினமும் இல்லையடி பைத்தியம், ஞாயிற்றுக்கிழமை சாயங்காலம்."

அண்ணியின் கண்களில் பொறாமையைக் கண்டாள் வர்ஷா (நாடகக்காரிக்கு வந்த வாழ்வைப் பாருங்கள் என்று நினைத்திருப்பாள்).

"உன் தினப்படி வாழ்க்கை எப்படி?" என்று கேட்டார் அத்தான்.

வர்ஷா சுருக்கமாக சொன்னாள்.

"வீடு பாதுகாப்பாக இருக்கிறதா?"

"ஆமாம். நான் சாயங்காலமே என் மாடிக் கதவைத் தாளிட்டுக் கொள்வேன். இரவு பத்து மணிக்கு வீட்டு சொந்தக்கார அம்மாள் கீழே கேட்டை மூடி பூட்டி விடுவார்கள்."

"எப்போதாவது ஷோ முடிந்து நீ வர நேரமாகிவிட்டால்?"

"என்னிடம் மாற்றுச் சாவி இருக்கிறது."

ஸ்டேஷனிலிருந்து ரயில் நகரத் தொடங்கியபோது கிஷோரும், அக்கா - அத்தானும் கை ஆட்டினார்கள்.

வர்ஷா ஒன்றரை நாள் இறந்தகாலத்தில் கழித்து விட்டு தன் நிகழ்காலத்திற்குத் திரும்பிக் கொண்டிருந்தாள்.

"அக்கா, அண்ணனும் அண்ணியும் தனிக்குடித்தனம்

போய்விட யோசித்துக்கொண்டிருக்கிறார்கள்.'' என்று மாடி அறையின் தனிமையில் கிஷோர் மெல்ல சொன்னான்.

வர்ஷா அதிர்ந்து போனாள்.

''இங்கு வீட்டுப் பொறுப்புகள் என்னை நசுக்கித் தின்றுவிடும். நான் என் குழந்தைகளைப் பற்றியும் யோசிக்க வேண்டும் என்று அண்ணி சொல்கிறாள்.'' கிஷோர் அவள் முகத்தைப் பார்த்தான், ''அண்ணன் இடாவாவுக்கு மாற்றல் வாங்க முயற்சி செய்துகொண்டிருக்கிறார். கிடைக்கவில்லையென்றால் இங்கேயே தனி வீடு பார்ப்பார்.''

வர்ஷா நீண்ட பெருமூச்சு விட்டாள்.

''அக்கா, ஒன்று சொல்லட்டுமா?'' என்றான் கிஷோர். ஒரு வினாடி தாமதித்துவிட்டுத் தொடர்ந்தான், ''அடுத்த வருஷம் நான் டெக்னிகல் கோர்சுக்காக வெளியே போக வேண்டியிருக்கும். நீ எனக்கு மாதம் நூறு ரூபாய் தரமுடியுமா?''

''ம்'' வர்ஷா அவன் தலையைத் தொட்டாள், ''நீ கவலைப்படாதே!''

கிஷோர் முகத்தில் பரவிய நிம்மதியைப் பார்த்து வர்ஷா உருகிப் போனாள் (பீலிபீத்தில் இருந்த நாட்களில், சில்பில்லுக்குப் பதில் ஒரு சகோதரன் இருந்திருந்தால் குடும்பச்சுமையைத் தன்னுடன் பகிர்ந்துகொள்வான் என்று அண்ணன் ஒரு முறை சொல்லியிருந்தார்.)

''வர்ஷா ராணி, நாங்கள் சொல்லும் ஒரு வார்த்தையைக் கேட்பாயா?'' என்று பிளாட் ஃபாரத்தில் அத்தான் கேட்டார்.

வர்ஷா மனதின் ஒரு மூலை அதிர்ந்தது ''சொல்லுங்கள்.''

''ஒரு நல்ல வரன். பி.சி.எஸ்.ஸில் இருக்கிறார் - டிப்டி கலெக்டர்!'' அத்தான் விஷயத்தைத் திறந்தார், ''பாங்கேபிஹாரி தீக்ஷித். இப்போதுதான் குர்ஜாவில் போஸ்ட் ஆகியிருக்கிறார். அவர் உன்னை ஒருமுறை சந்திக்க விரும்புகிறார்.''

''சில்பில், நாங்கள் ஒன்றும் உன்னை வற்புறுத்தவில்லை.''

என்றாள் அக்கா, ''அவரை சந்தித்தபிறகு நீ எங்களுக்கு உன் விருப்பத்தை எழுது.''

''படித்த குடும்பம். வரதட்சணை எதுவும் கேட்கவில்லை.'' அத்தான் தர்க்க ரீதியாக மேலே தொடர்ந்தார், ''நாம் இந்த சமூகத்தில்தான் இருக்கவேண்டியிருக்கிறது. நாளைக்கு ஜல்லிக்கு கல்யாணம் பேச நம்மை யார் வீட்டுப்படி ஏற விடுவார்கள்?''

''பாங்கேபிஹாரி தீக்ஷித் என்னை எங்கே மோப்பம் பிடித்தார்?''

''அவர் உன்னைப் பற்றி 'நவபாரத் டைம்ஸி'ல் படித்தாராம்.'' என்று அக்கா புன்னகை செய்தாள், ''பிறகு அவர் உன் டிராமாவையும் பார்த்தாராம்...என்ன பெயர்... பீனா.... ரீனா...''

''நீனா...''

அத்தான் முகத்தில் முதல் முறையாக நாடகக் கல்லூரியைப் பற்றிய மதிப்பு பரவியது (டிப்டி கலெக்டரைக் கல்யாணம் செய்துகொள்ளத் தூண்டிய விஷயத்தில் ஏதோ மகத்துவம் இருக்கத்தான் வேண்டும்!).

★ ★ ★ ★

'ஆண்டன் பாவ்லோவிச், ஊடகத்தால் என் குடும்பத்தின் கோபம் குறைந்திருக்கிறது என்றால் உங்களால் எனக்கு டிப்டிகலெக்டர் மாப்பிள்ளை கிடைக்கிறார். இந்த நிகழ்ச்சியின் எதிர்பார்ப்பில் குடும்பம் எனக்கு சற்று சாதகமாகி இருக்கிறது,' டீ குடித்தபடியே வர்ஷா சோகப் புன்னகையுடன் நினைத்துக்கொண்டாள். குடும்பச் சக்கரத்தின் உள்ளத்தைத் தொடும் காட்சிகள் இடம் பெற்ற சில நாடகங்கள் அவள் நினைவுக்கு வந்தன-முக்கியமாக 'ஏ லாங்டேஸ் ஜர்னி இண்டு நைட்'. அவளுடைய குடும்பமும் அப்படி ஒரு நாடகத்தின் சுவாரசியமான கச்சாப்பொருள்தான். இதைப் பற்றி யோசியுங்கள் என்று மன்சூரிடம் சொல்வோமா?

''நீ சந்தோஷமாக இருக்கிறாய், இல்லையா?'' என்று அப்பா வரும்போது கேட்டார்.

தலையை ஆட்டுவதைத் தவிர அவள் வேறு என்ன செய்யமுடியம்? அப்பா மேலும் பலவீனமாகியிருந்தார். கவலைகள் அவரை மேலும் மெலியச் செய்திருந்தன. (ஓய்வு பெறும் நாளும் தூரத்தில் இல்லை.) அண்ணனும் முன்னை விட பொறுப்புகளில் வாடி மனம் குன்றிக் காணப்பட்டார்.

''உன் வாழ்க்கையை சீராக்கிக்கொள்ளடி!'' என்று அக்கா சில ஆண்டுகளுக்கு முன் சொன்னாள். இந்த முறை ''ஒரு பெண்ணாக உன் கடமையை செய், சில்பில்!'' என்று சொன்னாள்.

எனக்கு நேரக் கூடிய எல்லாவற்றையும் எதிர் கொண்டு என் நடிகை - தர்மத்தை நிறைவேற்றி முடிக்கும் வரை ஸத்ரீதர்மத்தை எப்படி நிறைவேற்றுவேன்?

ஹர்ஷின் நினைவு வந்தது, மனதில் முள் குத்திய உறுத்தல் ஏற்பட்டது.

''இன்னும் என் வாழ்க்கையில் ஒன்றும் நிச்சயமாகவில்லை, ஒன்றும் நிலைபெறவில்லை.'' அவள் நீண்ட பெருமூச்சு விட்டாள். 'என் கைகளில் கடிவாளம் இல்லை, கால்களில் பிரேக் இல்லை, வயதுக் குதிரை வேகம் வேகமாக ஓடிக்கொண்டிருக்கிறது...'

10. இருண்ட நகரத்தில் தற்கொலை

காலையில் 'இருண்ட நகரம்' செட்டில் மதுகர் ஜுத்ஷி தூக்குக் கயிற்றில் தொங்கிக்கொண்டிருந்தான்.

மதுகர் நிறுவனத்தில் மூன்று ஆண்டுகளுக்கு முன் படித்து முடித்தவன். அவன் ஃப்ரீலான்சிங் செய்து கொண்டிருந்தான். அவனுக்கு இந்த நாடகத்தில் தோழன் பாத்திரம் தரப்பட்டிருந்தது. அது இறுதி நாள்.

விசாரித்ததில் கொஞ்ச நாட்களாக அவனுக்கு இருக்கக் கூட இடம் இல்லை என்பது தெரியவந்தது. அவன் மூன்று, நான்கு நண்பர்களின் இடத்தில் மூன்று, மூன்று நாட்களுக்கு விருந்தாளியாக மாறி மாறி இருந்துகொண்டிருந்தான்.

ஸ்ரீநகருக்கு போன் செய்ததில் அவனுடைய ஒரு சகோதரனுடன் பேச முடிந்தது. குடும்பத்தில் யாரும் புதுடில்லி வர தயாராக இல்லை. அவர்கள் சொன்னபடி நிறுவனத்தில் இருந்தவர்கள் நிகமபோத் காட்டில் மதுகரின் இறுதிக்கடனை செய்து முடித்தார்கள்.

நிறுவனத்தில் இரங்கல் கூட்டம் நடந்தது, இரண்டு நிமிட மௌனம் அனுசரிக்கப்பட்டது.

''திறமையான நாடகக் கலைஞனுக்குத் தற்கொலையைத் தவிர வேறு வழியே இல்லையா?'' மண்டிஹவுஸ் டீக்கடையில் சதுர்புஜ் ஆவேசமாக சொன்னார்.

சில வினாடிகள் மௌனம் நிலவியது.

நாடகக் கலைஞர்களின் மனவேதனை வளர்ந்து பூதாகாரமாகி பல ஆண்டுகளாக நடைபெறாமல் இருந்த பட்டமளிப்பு விழா கடந்து ஆண்டு நடந்தபோது ஒரு பட்டதாரி இளைஞன் மேடை மீது தன் சான்றிதழைத் துண்டுதுண்டாகக் கிழித்து எறிந்ததில் வெடித்தது. அதனால் கொஞ்ச நாட்களுக்கு முன்பு ஹர்த்தாலும் நடந்தது. நிறுவனத்திற்கு தனி கேம்பஸ் வேண்டும், இப்போதுள்ள மூன்று வருஷ கோர்சுக்கு பட்டப்படிப்பிற்கு சமமான மதிப்பு வேண்டும், ஸ்காலர்ஷிப்பை அதிகரிக்கவேண்டும், கல்லூரிகளிலும் பல்கலைக்கழகங்களிலும் தனி நாடகத் துறை அமைக்க வேண்டும், பெரிய நகரங்களின் பல பகுதிகளில், குறைந்தபட்சம் மாவட்டத் தலைநகரங்களில் தியேட்டர்கள் அமைக்க வேண்டும், நிறுவனம் தனி பல்கலைக்கழகமாக வளர்ச்சி அடையவேண்டும் ஆகியவை அவர்களுடைய முக்கிய கோரிக்கைகள்.

நிறுவனத்தில் பலருடைய மோசமான நிலைக்கு வர்ஷா சாட்சியாக இருந்தாள். ரிப்பர்ட்டரிக்கு ஒரு சில தேர்ந்தெடுத்த திறமைசாலிகள்தான் வர முடிந்தது, மற்றவர்கள் வெளி உலக போட்டா போட்டிகளை எதிர்கொள்ள வேண்டியிருந்தது. பல கல்லூரிகள் வருஷத்தில் குறைந்தது ஒரு நாடகமாவது நடத்திக்கொண்டுதான் இருந்தன, ஆனால் இரண்டு, மூன்று பேருக்கு மட்டுமே இயக்கம், ஒளி அமைப்பு, மேடை அமைப்பு ஆகிய பொறுப்புகள் கிடைத்தன. சிலர் இணைந்து நாடகக்குழுக்களை நடத்திக்கொண்டிருந்தார்கள்; இவற்றில் நிறைய நேரம் புரோஷருக்கு விளம்பரங்கள் சேகரிப்பதில் போய்க் கொண்டிருந்தது. எப்போதாவது, ஏதாவது தூரத்து நகரங்களிலிருந்து யாராவது நாடகம் நடத்த அழைத்தால் கொஞ்சம் பணம் கிடைக்கும். வானொலி, தொலைக்காட்சி நாடகங்களில் வேலை இருந்தது, ஆனால் ஒரு குறிப்பிட்ட காலத்திற்குதான் முன் பயிற்சி, சாதாரண சம்பளம். கடந்த சில ஆண்டுகளாக பல வடஇந்திய நகரங்களில் மத்திய, மாநில சங்கீத நாடக அகாடெமிகள் அல்லது வெற்றிகரமான நாடக சபாக்கள் நாடக கேம்ப்களுக்கு ஏற்பாடு செய்தன அல்லது ஏதாவது நாடகங்கள் நடத்தின. அந்த சந்தர்ப்பங்களில் சில வாரங்களுக்கு வேலை இருந்தது. சாதாரணமாக பிரம்மச்சாரிகள்தான்

பயனடைந்தார்கள். 'பிறப்பிலேயே நாடோடி' ஆனதால் ஒரு நடுநிலைப்பள்ளி அறையில் தன் குடும்பத்தை நடத்திக்கொண்டு கான்பூரில் இரண்டு மாத நாடக கேம்ப் நடத்திய சதுர்புஜிடம் இருந்த அசாத்திய துணிச்சல் மிக சிலருக்கு மட்டுமே இருந்தது. பலபத்ரன் மத்தியப் பிரதேசத்தின் பல நகரங்களில் பல வகையான கிராமிய நாடக பாணியில் மூன்று நாடக கேம்ப்களை ஒன்றன்பின் ஒன்றாக நடத்தினார், ஆறு மாதம் கழித்து அவர் ஷகுர்பூரிலிருந்த தன் வீட்டுக் கதவைத் தட்டியபோது அவர் மனைவி அவரை அடையாளம் கண்டுகொள்ளவில்லை.

''வழி இருக்கிறது.'' என்று சிநேகன் புன்னகை செய்தார், ''ஆனால் அதற்கு நீங்கள் டில்லியை விட்டுப் போக வேண்டியிருக்கும்.''

படிப்பிற்குப் பிறகு மேற்கு, தெற்கு, கிழக்கு எல்லைப் புறப் பிரதேசங்களின் எல்லா மாணவர்களும் திரும்பி வந்திருந்தார்கள். ஐந்து, ஆறு மகாராஷ்டிரக் கலைஞர்கள் நாடகத்தையே தொழிலாகக் கொண்ட மேடைகளில் உயர்ந்த இடத்தைப் பிடித்திருந்தார்கள். இரண்டு இயக்குநர்கள் நாடக சபாக்களை வெற்றிகரமாக நடத்திக் கொண்டிருந்தார்கள். பாதி - தொழில் முனைப்பான நாடகங்களையும், கலை பூர்வமான நாடகங்களையும் நடத்திக் கொண்டிருந்த சிவப்பனின் நாடகக்குழு 'ரங்கஸ்ரீ' பெங்களூரில் மிகவும் புகழ் பெற்றிருந்தது. எந்தக் கஷ்டம் நேர்ந்தாலும் அவர் நேராக முதல்மந்திரிக்கு போன் பண்ணி விடுவார், அவர் உடனே 'ரங்கஸ்ரீ'க்கு உதவி செய்து பெருமை தேடிக்கொள்வார். சிவப்பன் மூன்று கன்னட ஃபிலிம்களும் தயாரித்தார், அவற்றில் இரண்டு மத்திய அரசு விருது பெற்றன. வேணு ஹுப்ளி அருகில் தன் கிராமத்தில் பண்பாட்டு மையம் தொடங்கியிருந்தார். அங்கு அவர் நாடகங்களோடு கிளாசிக்கல் சினிமா காட்சிகளையும் நடத்திக் கொண்டிருந்தார். திருவனந்தபுரம், கொச்சியிலும் நிறுவன மாணவர்கள் செயலாற்றிக்கொண்டிருந்தார்கள். நாகமின் நாடகசபா 'ஃப்ரண்ட் லைட்' மணிப்பூர் நாடகத்தை தேசீய நாடக வடிவத்தில் கொண்டு வந்திருந்தது. அது தன் நாடகத்தில் கிராமிய நாடகத்தைப் படைப்புத்திறனோடு பயன்படுத்தியிருந்தது. புவனேஸ்வரில் மலயன் மாநில நாடக மையத்தின் இயக்குநராக இருந்ததோடு

தொழில் முனைப்பான ஒரிசா சினிமா உலகின் முக்கிய வில்லனாகவும் ஆகியிருந்தார்.

இந்த நோக்கில் வட பாரத மக்களின் நிலை மிகவும் யோசனைக்குரியதாக இருந்தது. ஒரு நாளைக்கு ஒருவேளை உணவு கிடைத்துவிட்டாலே போதும், அவர்கள் டில்லியை விட்டு நகர விரும்பமாட்டார்கள். இதற்கான வாய்ப்பும் இல்லையென்றால்தான் சிலர் ரத்தக்கண்ணீர் விட்டுக்கொண்டு டில்லியை விட்டு அகல்வார்கள். கோவிந்த் மீரட்டில் நாடக வேலைகளைத் துவக்கினார், ஆனால் விரைவிலேயே குடும்பத் தொழிலில் இறங்கிவிட்டார். சேவக் ஜெய்ப்பூர் பல்கலைக்கழகத்தில் 'ஹாபி சென்டர்' என்ற பெயரில் நாடகத்துறை ஒன்றைத் துவக்கினார், இதன் விளைவாக மாணவர் சமுதாயத்தில் நாடக உணர்வு வளரத் தொடங்கியது. இரண்டு ஆண்டுகளிலேயே அவருக்கு டோக்கியோவில் காபுக்கி ஆய்விற்காக ஸ்காலர்ஷிப் கிடைத்தது, அவர் சந்தோஷமாக பாலம் விமான நிலையத்தில் விமானம் ஏறிவிட்டார். இரண்டு ஆண்டுகளுக்குப் பிறகு திரும்பியபோது மீண்டும் டில்லியில் ஜப்பானிய மொழி பேசியபடி தன் இருப்பிடத்தைத் தேடத் துவங்கினார். ஆதித்யாவின் நண்பர் மஹத்தோ ஜோத்பூரில் பல ஆண்டுகள் பாடுபட்டு 'நாடகப் புறா' அமைத்தார். மாநில அரசு அவருக்கு உதவி செய்ய முன் வந்தது, அப்போதுதான் எங்கோ கோல்டு ஸ்டோரேஜில் அழுந்திக் கிடந்த டில்லி தொலைக்காட்சியில் புரொட்யூசராக நியமிக்கப்பட்ட கடிதம் அவர் கையில் அகப்பட்டுவிட்டது. அவர் உடனே 'நாடகப் புறா'வின் சிறகுகளை வெட்டியதோடு தன் நாடகத் திறனையும் மூட்டை கட்டி வைத்துவிட்டார், தொலைக்காட்சி மையத்தில் டை கட்டிக்கொண்டு 'விவசாய நிகழ்ச்சி'யை அமைத்து வழங்கத் தொடங்கினார்.

ஏதாவது டில்லி பப்ளிக் ஸ்கூலில் டீச்சிங் (நாடகம் இதில் ஒரு பகுதி), தொலைக்காட்சி, இசை நாடகப் பிரிவு - மூன்றிலும் வேலை வாய்ப்பு இருந்தது.

''மதுகரை நான் சாங் அண்ட் டிராமா டிவிஷனுக்கு அழைத்துப் போயிருந்தேன்.'' என்றார் சிநேகன், ''அவனுக்கு ஜம்மு

ஆபீசில் ஏதாவது கிடைத்திருக்கும், ஆனால் அவன் அங்கே போகத் தயாராக இல்லை.''

''அவன் மனநிலை எனக்குப் புரிகிறது.'' என்றாள். வர்ஷா, ''பசியால் வாடுகிறாயா அல்லது ஷாஜஹான்பூர் போகிறாயா, இரண்டில் ஒன்றைத் தெரிவு செய் என்று என்னிடம் சொன்னால் நான் பசியால் வாடி செத்துப் போவேன்.''

''வர்ஷா, நீ நடிகை.'' என்றார் சதுர்புஜ், ''இது அடிப்படையில் இயக்குநர்கள், டெக்னீஷியன்கள் பிரச்சனை.''

''பெண்களுக்கு ரிப்பர்ட்டரியும் நல்ல இடம்தான்.'' என்றான் ஹர்ஷ். ''பொழுதும் போகிறது, வாழ்க்கை நடத்தவும் முடிகிறது. கல்யாணம் செய்து கொண்டால், முக்கியப் பொறுப்பு கணவனுக்குப் போய்விடும். பையன்களுக்குதான் கஷ்டம், பணம், சமூக அந்தஸ்து இரண்டும் குறைவு.''

வர்ஷா திடுக்கிட்டாள். ஹர்ஷ் முதல் முறையாக நாடக மேடை விவகாரங்களைக் குறித்த இத்தகைய ஒரு மதிப்பீட்டைத் தெரிவித்திருந்தான். தன் தந்தையின் சமூக அந்தஸ்தின் காரணமாக அவன் வருத்தப்பட நேர்கிறதா?

''நீங்கள் பலருக்கு டில்லிக்கு வெளியே வேலை வாங்கித் தந்திருக்கிறீர்கள்.'' என்று சதுர்புஜ் சிநேகனிடம் சொன்னார், ''ஒரு முறை துணிந்து நீங்கள் டிராமா டிபார்ட்மெண்டைப் புகழ்ந்தும் சொன்னீர்கள். பிறகு இந்த சூனியத்திற்கு ஏன் திரும்பி வந்தீர்கள்?''

''நான் ஒரு நாடகப் பிராணி.'' சிநேகன் சிரித்தார், ''என்னால் எடுபிடி வேலை செய்யமுடியாது, மண்டிஹவுசின் கலாச்சாரக் கூண்டிற்கு வெளியே மூச்சு கூட விடமுடியாது.''

''நீங்கள் மகான்.'' என்று ஹர்ஷ் தீவிரமாக சொன்னான், ''உங்களுக்குப் பெரிதாக ஆசைகள் எதுவும் இல்லை. கலைஞன், மனிதன் ஆகிய இரண்டு வடிவத்திலும் இருப்பவர்கள் என்ன செய்வார்கள்?''

கேள்வி காற்றில் ஊசலாடியது.

★ ★ ★ ★

இரவு பன்னிரண்டு மணி இருக்கும். வர்ஷா தூங்கிவிட்டிருந்தாள். மாடிக் கதவைத் தட்டும் ஒலி கேட்டது, சஹகல் அவள் பெயரை சொல்லி அழைத்தார்.

மாடி விளக்கைப் போட்டுவிட்டு வர்ஷா கதவைத் திறந்தாள். என்ன ஆயிற்று?

''ஹர்ஷின் அப்பா இறந்துவிட்டார்.'' என்றார் அவர், ''பங்களாவிலிருந்து உனக்கு போன் வந்தது.''

இப்போது ஹர்ஷ் என்ன செய்வான்? இந்தக் கேள்விதான் வர்ஷா மனதில் முதலில் எழுந்தது. டில்லியில் திறன்மிக்க ஒரு தந்தை எத்தனை பெரிய ஆதரவு என்பதை அவள் உணர்ந்து கொண்டிருந்தாள். இத்தகைய ஒரு ஆதாரம், கவசம், பிரம்மாஸ்திரம் இல்லாமல் ஹர்ஷ் வாழ்க்கையை சமாளித்து விடுவானா?

அவள் உடை மாற்றிக் கொண்டாள். பர்சைப் பார்த்தாள், முப்பத்தைந்து ரூபாய் இருந்தது. சஹகல் பூசா ரோடு ஸ்டாண்டில் டாக்சியில் ஏற்றிவிட்டார், டாக்சி நம்பரையும் குறித்துக்கொண்டார்.

சங்கர் ரோடிலிருந்து டாக்சி புறப்பட்டு விரைந்தபோது குளிர்ந்த காற்று வீசியது. சோகத்தால் வருந்திய வர்ஷா கண்களை மூடிக் கொண்டாள்.

★ ★ ★ ★

''வர்ஷா, அடுத்த ஆண்டு உனக்கு 'பி' கிரேடு கிடைக்கும் என்று ஹர்ஷ் சொன்னானே?'' சுஜாதா தன் குடும்பத்தோடு அவளையும் 'லஞ்சு'க்கு அழைத்திருந்தாள், டாடி பீர் ஒரு வாய் பருகிவிட்டு முதல் முறையாக அவளை நேரடியாக அழைத்துப் பேசினார்.

''கிடைக்கும் என்ற நம்பிக்கை இருக்கிறது, சார்.'' வர்ஷா சாம்பல் தட்டை எடுத்து அவர் அருகில் வைத்தாள்.

ஹர்ஷ் வெளியில் யோகேஷுடன் அவருடைய கார் கிளட்சை சரி செய்து கொண்டிருந்தான். அம்மா எதிரில் உட்கார்ந்திருந்தாள்.

''ஹர்ஷுக்கு ஏன் ரிப்பர்ட்டரி பிடிக்கவில்லை?'' டாடி பைப் புகையை இழுத்தார்.

"சூர்யபானுக்கும் அவருக்கும் இடையில் ஏதோ கருத்து வேறுபாடு."

சுஜாதா பொரித்த அப்பளத்தை எடுத்துக்கொண்டு வந்தாள். அப்பா வர்ஷாவிடம் பேசிக் கொண்டிருப்பதைப் பார்த்து சந்தோஷத்துடன் புன்னகை செய்தாள்.

"நான் ஹர்ஷுக்கு டி.வி.யில் புரொட்யூசர் வேலைக்கும், இசை நாடக டிவிஷனில் டிப்டி டைரக்டர் வேலைக்கும் பேசி வைத்திருந்தேன்." என்றார் டாடி, "அவன் இரண்டையும் மறுத்துவிட்டான். உங்கள் வட்டத்தில் இந்த வேலைகள் மதிக்கப்படுவதில்லையா?"

"அப்படி இல்லை. எங்களுடைய எத்தனையோ சிறந்த நண்பர்கள் அங்கே வேலை செய்கிறார்கள்." பிறகு மெல்லிய குரலில் தொடர்ந்தாள், "உழைத்து சம்பாதிப்பது அவசியமாக இருப்பவர்கள் பிடிக்கவில்லை என்று எப்படி சொல்ல முடியும்?"

"பிறகு ஹர்ஷ் ஏன் இப்படி இருக்கிறான்?" என்றாள் அம்மா.

"இசை நாடக டிவிஷனில் பிரச்சார வேலைதான் நடக்கிறது. டி.வி.யிலும் நாடக செக்ஷனில் மட்டும்தான் கொஞ்சம் கலை உணர்வோடு கூடிய வேலைக்கான வாய்ப்பு இருக்கிறது, அதுவும் ஒரு வரம்பிற்குட்பட்டுத்தான்." என்றாள் வர்ஷா, "ஹர்ஷ் அடிப்படையில் ஒரு நடிகர், இயக்குநர் இல்லை, அதனால்தான் அவருக்குப் பிடிக்கவில்லை."

"வர்ஷா எப்படி விஷயத்தைத் தெளிவாக்கிவிட்டாள், பாருங்கள்!" அம்மா புன்னகை செய்தாள், "கோபம் வந்து விட்டால் ஹர்ஷ் விஷயத்தை இன்னும் சிக்கலாக்கி விடுகிறான்."

சுஜாதா பொருள் நிறைந்த புன்னகையோடு பார்த்தாள்.

டாடி யோசனையோடு சிகரெட் புகையை இழுத்தார், "போன வருஷம் ஹர்ஷ் பம்பாய்க்குப் போக விரும்பினான், நாங்கள் வேண்டாமென்று சொன்னது சரியில்லையோ என்று தோன்றுகிறது."

"ஹர்ஷ் இல்லாமல் வீடு சூனியமாகி விடும்." என்றாள் அம்மா.

இது அவளுடைய ஆழ்ந்த மன வருத்தமாக இருந்திருக்கும், அதனால் அப்பா மௌனமாக இருந்தார்.

சில வினாடிகள் மௌனத்திற்குப் பின் அம்மா சொன்னாள், "வர்ஷா வரும் டிசம்பரில் ஹர்ஷின் பிறந்தநாள் வருகிறதில்லையா... அப்போது நாங்கள் உங்கள் திருமண நிச்சயதார்த்தத்தை நடத்திவிட விரும்புகிறோம்."

வர்ஷாவின் காதுகள் குறுகுறுக்கத் தொடங்கின. வெட்கத்துடன் தலையைக் குனிந்துகொண்டாள். "இப்போது வேண்டாம். என் முன் இன்னும் நிறைய கலை உலக சவால்கள் இருக்கின்றன. இன்னும் எனக்கும் ஹர்ஷுக்கும் இடையே சில கூரிய முரண்பாடுகள் இருக்கின்றன. எனக்கு இன்னும் கொஞ்சம் அவகாசம் வேண்டும்." என்று சொல்ல விரும்பினாள்.

"வர்ஷா, அம்மா - டாடி காலைத் தொட்டுக் கும்பிடு." சுஜாதா அவளை அன்புடன் முத்தமிட்டாள்.

வர்ஷா பதறிப்போய் எழுந்து நின்றாள்.

"வெறும் தலையோடு இல்லையடி, பைத்தியமே!" சுஜாதா இளகிய குரலில் தன் துப்பட்டாவால் அவள் தலையை மூடினாள். (வர்ஷா டி ஷர்ட் அணிந்திருந்தாள்.)

வர்ஷா டாடி காலைத் தொட்டு வணங்கினாள்.

"நன்றாக இரு, மகளே!" டாடியின் குரல் உணர்ச்சி மிகுந்து ஒலித்தது.

தன் பாதத்தை வர்ஷா தொட்டதும் மம்மி அவள் தலை மீது கைவைத்தாள், சுஜாதா அவளைக் கழுத்தோடு கட்டிக் கொண்டாள்.

★ ★ ★ ★

"அக்கா, நீங்கள் அனுமதித்தால் நான் ஒன்று சொல்லட்டுமா?" வர்ஷா வறண்ட தொண்டையோடு கேட்டாள்.

ஒரு வாரம் கழித்து அக்கா அவளுக்கு போன் செய்து ஷாஜஹான்பூர் முகவரி கேட்டாள். டாடி அப்பாவுக்கு கடிதம் எழுத விரும்பினார். வர்ஷா உடனே இரண்டு பஸ் மாறி சுஜாதா

இருண்ட நகரத்தில் தற்கொலை

வீட்டிற்குச் சென்றாள்.

"என்ன விஷயம்?" என்று சுஜாதா கவலையோடு கேட்டாள்.

வர்ஷா சுருக்கமாக கல்யாணத்தைப் பற்றிய தன் கருத்தை சொன்னாள் - கலைத்தேவைகள், ஹர்ஷுடன் முரண்பாடு, எதிர்காலத்தில் குழந்தைகளால் கலைப்பயணத்தில் ஏற்படக்கூடிய தவிர்க்க முடியாத வரையறைகள். "மெச்சூரிட்டி லைஸ் இன் ஹேவிங் லிமிடட் அப்ஜெக்டிவ்ஸ் இன் லைஃப்" என்ற வரியையும் அவள் மேற்கோள் காட்டி சொன்னாள் ('தி அரேஞ்மெண்ட்' நாவலை அவள் சமீபத்தில்தான் படித்திருந்தாள்.)

சுஜாதா யோசனையில் ஆழ்ந்தாள்.

"அக்கா, உங்களுக்கு என்னிடம் கோபம் இல்லையே?"

சுஜாதா இல்லையென்று தலை அசைத்தாள், "நீ இன்னும் கொஞ்சம் சமயம் கேட்கிறாய். நீ கேட்பதில் எனக்கு எதுவும் தவறாகத் தோன்றவில்லை."

வர்ஷா விடுபட்ட உணர்வுடன் மூச்சு விட்டாள். சுஜாதா தான் கூறுவதை ஓரளவு புரிந்துகொள்வாள் என்று எதிர்பார்த்தாள்.

"நான் டாடி மூட் பார்த்து அவரிடம் பேசுகிறேன். ஆனால் மம்மியிடம் இப்போது ஒன்றும் சொல்ல வேண்டாம். தப்பாக எடுத்துக்கொள்வாள். சரியா?"

வினாடி நேர மௌனத்திற்குப் பிறகு வர்ஷா சரி என்று தலை அசைத்தாள்.

பங்களாவில் சுஜாதா கல்யாண நாளில் இருந்ததைப் போல கூட்டம் கூடியிருந்தது. இந்தக் கூட்டத்தின் தன்மை முற்றிலும் மாறுபட்டிருந்ததுதான் வித்தியாசம். தனித்தனி கூட்டமாக நின்றிருந்தவர்களிடம் மௌனம் குடிகொண்டிருந்தது.

ஹர்ஷ் அசையாமல், உணர்ச்சியற்று உட்கார்ந்திருந்தான். வறண்ட கண்கள். சுஜாதா இருந்திருந்து கண்ணீரைத் துடைத்துக் கொண்டிருந்தாள். அம்மாதான் ஓயாமல் அழுது கொண்டிருந்தாள்.

ஷிவானி அவளுக்குப் பின்னால் உட்கார்ந்து அவளைத் தேற்றிக் கொண்டிருந்தாள்.

வர்ஷா நூல் சேலை முந்தானையால் தோள்களை மூடியபடி பின்னால் ஏதாவது ஒரு இடத்தில் உட்கார்ந்து கொள்ள விரும்பினாள். ஆனால் சுஜாதா அவளைப் பார்த்து விட்டாள். குலுங்கி அழுதாள். அவளை அணைத்துக் கொண்ட வர்ஷா கண்களிலும் கண்ணீர் பெருகியது. ஹர்ஷ் அவளை ஒரு பார்வை பார்த்துவிட்டு எதிரில் பார்க்கத் தொடங்கினான்.

ஹர்ஷின் அந்த முகபாவம் வர்ஷாவுக்கு நீண்ட நாட்கள் வரை நினைவிருந்தது. அறியாத ஒரு சிறுவன் திருவிழாவில் தனியாக விடப்பட்டு விட்டதைப் போன்ற பயம் அதில் இருந்தது.

''வர்ஷா...'' அம்மாவின் இந்த துயர அழுகை நெஞ்சைத் துளைப்பதாக இருந்தது. (ஒரே மருமகள் வீட்டிற்கு வருவதற்கு முன்னரே வீட்டு எஜமானர் போய் சேர்ந்துவிட்டதால் இருக்கலாம்.) அம்மா தன் கையைப் பற்றிய விதத்தில் வர்ஷா அவள் பக்கத்திலேயே உட்கார நேர்ந்தது. (ஷிவானி என்ன நினைப்பாள் என்று வர்ஷா யோசித்தாள்.) உணர்ச்சியால் அம்மா முதுகு குலுங்கிக் கொண்டிருந்தது, கண்ணீரால் நனைந்த முகம் வீங்கியிருந்தது. வர்ஷா ஏதாவது சொல்ல விரும்பினாள், ஆனால் வாயிலிருந்து வார்த்தை எதுவும் வரவில்லை. அம்மாவின் கையைப் பற்றிக் கொண்டு எதிரில் பார்த்துக் கொண்டேயிருந்தாள்.

டாடியின் முகம் அமைதியாக இருந்தது. சுஜாதாவுக்கு அவரிடம் பேச சந்தர்ப்பம் கிடைத்ததா, இல்லையா என்று தெரியவில்லை. ஆனால், ஐயோ, மகனின் பிறந்தநாளை இரட்டை விழாவாகக் கொண்டாட முடியவில்லையே என்ற கவலையின் அறிகுறி முகத்தில் காணப்படவில்லை.

இந்த பங்களாவை நான் என்றும் மறக்கமாட்டேன் என்று வர்ஷா நினைத்துக் கொண்டாள். இங்குதான் முதல் முறை என் உடல் சங்கமம் நிகழ்ந்தது.

வேறொரு பெண்மணி ஆறுதல் சொல்வதற்காக கீழே குனிந்தாள். அவள் கைக்கடிகாரத்தில் ஒன்று அடித்து பத்து நிமிடங்கள் ஆகியிருப்பதை வர்ஷா பார்த்தாள்.

இத்தனை நீண்ட இரவு அவள் வாழ்க்கையில் இது வரை வந்ததில்லை...

★ ★ ★ ★

ஒன்பது அடிக்க ஏழு நிமிடங்கள். வர்ஷா மண்டிஹவுஸ் ஸ்டாப்பில் இறங்கினாள். சில அடி தூரம் நடந்ததுமே டீக்கடையில் உட்கார்ந்திருந்த ஹர்ஷ் கையை ஆட்டினான், "குட் மார்னிங்!"

வர்ஷா அருகில் வந்து நின்றாள், "என்ன புரோகிராம்?"

"சிநேகன் வருவார். விளம்பரங்கள் வாங்கப் போக வேண்டியிருக்கிறது." ஹர்ஷ் சிகரெட்டை நெகிழ்த்து புகையிலையை வெளியே எடுக்கத் தொடங்கினான், "லஞ்சுக்குப் பிறகு ஒத்திகை."

வர்ஷா ஒரு வினாடி அவனைப் பார்த்தாள், "இதைக் காலையிலேயே தொடங்கிவிட்டீர்களா?"

ஹர்ஷ் தன் பெரிய கண்களை உயர்த்தி அவளைப் பார்த்தான். உணர்ச்சி நிரம்பிய கண்களில் சிவப்புக்கோடுகள். இவன் ஏதோ போதைப் பொருளும் சாப்பிட்டிருக்கிறான் என்று வர்ஷா நினைத்துக் கொண்டாள்.

"மாலையில் ரிஹர்சலுக்கு வருகிறேன்." என்று சொல்லி விட்டு வர்ஷா ரவீந்திரபவனை நோக்கித் திரும்பிவிட்டாள்.

திடீரென்று ஹர்ஷ் ரிப்பர்ட்டரியை விட்டு விலகி விட்டான்.

'ஹிந்துஸ்தான் டைம்ஸி'ல் ஹர்ஷின் இண்டர்வியூ வெளியாகியிருந்தது, அதில் அவன் கம்பெனி நிர்வாகத்தின் மீது 'ஜனநாயக விரோதமாக, சர்வாதிகாரத்தனமாக' இருப்பதாக குற்றம் சாட்டியிருந்தான். எடுத்துக்காட்டாக, அவன் அடுத்த செமஸ்டரில் 'கிரியான்' நாடகத்தை சேர்க்காததைக் காட்டியிருந்தான். இந்த இண்டர்வியூ வெளியான பிறகு 'இந்த ஆண்டு டிராஜான் விமன்' நாடகம் நடத்தப்பட்டு விட்டது, ஆகையால் அடுத்த சில மாதங்களிலேயே மற்றொரு கிரேக்க நாடகம் நடத்துவது உசிதமில்லையென்று கம்பெனி அமர்வில் தீர்மானிக்கப்பட்டு விட்டது. டிசம்பரில் கல்கத்தா இயக்குநர் மிஸ்டர் சென்குப்தா வருகிறார், அவர் நம்மோடு இணைந்து தற்கால இந்திய நாடகங்கள்

நடத்த கடமைப்பட்டுள்ளார். கம்பெனி உறுப்பினர்களும் இதற்கு சம்மதித்துள்ளனர். இந்த நிலையில் தாங்கள் வெளியில் பொதுமக்களுக்கு எட்டும் வகையில் கம்பெனியை ஏன் விமரிசித்திருக்கிறீர்கள்?' என்று காரண விளக்கம் கேட்டு சூர்யபான் ஹர்ஷூக்கு நோட்டீஸ் அனுப்பிவிட்டார்.

இதன்பேரில் ஹர்ஷ் ராஜினாமாக் கடிதம் கொடுத்துவிட்டான்.

டாக்டர் அடல் ஹர்ஷை அழைத்துப் பேசினார். அவன் தன் ராஜினாமாக் கடிதத்தைக் குறித்து மறு ஆலோசனை செய்ய மறுத்துவிட்டான். அவர் இன்ஸ்டிடியூட்டில் மாதம் ஆயிரம் ரூபாய் சம்பளத்தில் ஸ்பீச் டீச்சிங் செய்யும்படி சொன்னார். ஹர்ஷ் அதையும் ஒத்துக் கொள்ளவில்லை.

''உங்கள் காலை நீங்களே கோடாலியால் வெட்டிக் கொண்டிருக்கிறீர்கள்.'' வர்ஷாவுக்கு முதல் முறையாக ஹர்ஷூடன் இவ்வாறு மோதல் ஏற்பட்டது.

''நல்லது!'' ஹர்ஷ் கோபமாக அவளைப் பார்த்தான்.

''ரிப்பர்ட்டரிதான் நீங்கள் நடித்து பெரிய நடிகராக வரக்கூடிய தேசீய நாடக நிறுவனம்.''

''ஆமாம். கசப்பு மருந்தை விழுங்குவது போல என் சுயமதிப்பை விழுங்கிவிட்டு...''

''நீங்கள் ஒருபுறம் உங்கள் சுயமதிப்பை இரண்டு நண்பர்களின் நலன் வரை இழுத்துவிட்டுக் கொள்கிறீர்கள், மறுபுறம் சூர்யபானுடன் அநாவசிய மோதல். ஒரு வினாடி நீங்கள் காந்தாரியைப் போல கண்ணைத் துணியால் கட்டிக் கொண்டு உங்களைப் பற்றி யோசித்துப் பாருங்கள். ஷெட்யூலை நிர்ணயிப்பது ரிப்பர்ட்டரி தலைவரின் வேலை.''

''அப்போதும் நீ 'கிரியான்' விஷயத்தில் என்னை ஆதரிக்கவில்லை.''

''இல்லை, ஏனெனில் அடுத்த சீசனில் 'கிரியானை' சேர்ப்பது உசிதமில்லை.'' இன்று உண்மையை உடைத்துப் பேச வர்ஷா தயங்கவில்லை, ''சூர்யபானின் 'கிங் லியரி'ன் மதிப்பைக் குறைக்கத்

தானே நீங்கள் 'கிரியான்' எசய்ய விரும்புகிறீர்கள்? சூர்யபானோடு போட்டி போடுவதற்கு என்ன அர்த்தம்? நான் உங்களுக்கு இளம் கதாபாத்திரங்களின் ஒரு டஜன் சவால்களை சொல்லட்டுமா?''

''விடு.'' ஹர்ஷ் நீண்ட பெருமூச்செறிந்தான், ''நீயே தேசீய நாடக நிறுவனத்தில் பணி செய்து பெரிய நடிகையாக வா. என்னை என் வழியில் விட்டுவிடு.''

★ ★ ★ ★

''வர்ஷா! ஹர்ஷை என்ன செய்வது?'' என்று அம்மா வருத்தத்தோடு கேட்டாள்.

அம்மா முனீர்க்காவில் டி.டி.3. ப்ளாட்டுக்கு வந்து விட்டாள். (அது சுஜாதா பெயரில் வாங்கப்பட்டிருந்தது. டாடியின் வசந்த விஹார் பங்களா ஒரு அயல்நாட்டுத் தூதருக்கு லீசுக்கு விடப்பட்டிருந்தது. அவர் அதை விடுவதற்குத் தயாராக இருந்தார், ஆனால் அம்மா மறுத்துவிட்டாள், ''அதை நிர்வகிக்க மிகவும் செலவாகும்.'')

மத்திய தர ப்ளாட்டில் எளிமையான வெள்ளைச் சேலையில் அம்மாவைப் பார்க்க வருத்தமாக இருந்தது. பழைய தோரணையின் லேசான சாயல் இருந்தது, அது விரைவாக மறைந்து கொண்டிருந்தது. திறன் மிக்க கணவரின் மறைவு அவளுடைய நிராதரவான நிலையை துல்லியமாக்கி விட்டது.

''ஷிவானியின் டாடியிடமிருந்து போன் வந்திருந்தது.'' என்றாள் சுஜாதா, 'அவர் சாங் அண்ட் டிராமா டிவிஷன் வேலையைப் பற்றி மீண்டும் பேசியிருக்கிறார், ஆனால் ஹர்ஷ் கேட்கமாட்டேன் என்கிறான்.''

''இவன் எம்.ஏ. படிப்பைப் பாதியில் விட்டபோது என் தலை கர்வத்தால் நிமிர்ந்தது.'' அம்மா பெருமூச்சு விட்டாள், ''அவன் அப்பாவை விட மேலே வருவான், வம்சத்தை ஒளிவீசச் செய்வான் என்று நினைத்தேன்... ஆனால் கடவுளின் விளையாட்டைப் பார்!...''

அம்மா முதல் முறையாக ஹர்ஷ் காரணமாக கடவுளை நினைத்தாள். அவளுடைய இந்த மனநிலையில் இப்போது

ராஜகுமாரனுக்கு தன் கையாலேயே சாப்பிட நேர்ந்திருக்கிறதோ என்று வர்ஷா நினைத்துக் கொண்டாள்.

"வர்ஷா," சுஜாதா அவள் பக்கம் திரும்பினாள், "நீ ஹர்ஷிடம் பேசவில்லையா?"

"அக்கா, ரிப்பர்ட்டரியை விடவேண்டாம் என்று நான் எவ்வளவோ மன்றாடினேன், பதிலுக்கு எரிந்து விழுந்தார்..." குரல் தழுதழுத்து விடாதபடி வர்ஷா தன்னைக் கட்டுப்படுத்திக் கொள்ள வேண்டியிருந்தது.

"ஹர்ஷுக்கு கிங் சைஸ் ஈகோ, இப்போது டாடி இல்லை என்பதை அவன் மறந்து விடுகிறான்." என்றாள் சுஜாதா கோபமாக.

வீட்டில் ஹர்ஷை இப்படி குறை கூறிப் பேசுவதை முதல்முறையாக வர்ஷா பார்த்தாள்.

ஹர்ஷ் காலை எட்டு மணிக்கு வெளியே கிளம்பிவிடுவான், (ஒருக்கால் வீட்டில் இருந்த இறுக்கத்தின் காரணமாக இருக்கலாம்.) அடிக்கடி அவன் மண்டிஹவுஸ் டீக்கடையில் காணப்பட்டான் அல்லது சிநேகன், சதுர்புஜுடன் இருந்தான். (தொழில் அதிபர் கேமக்கா 'பஞ்சம வேதத்'தின் பழைய பாதுகாவலர். அவர் சிநேகனிடம் பதினைந்தாயிரம் ரூபாய் கொடுத்திருந்தார், தன் சில நண்பர்களிடமிருந்து குறைந்தது பத்தாயிரம் ரூபாய்க்கு ஏற்பாடு செய்வதாகவும் கூறினார். இந்தத் தொகையைக் கொண்டு 'பழிக்குப் பழி' நாடகம் நடத்த யோசித்திருந்தார்கள். வார இறுதி நாட்களாக பத்து நாட்களுக்கு கமானி ஆடிட்டோரியத்தில் தேதிகள் வாங்கப்பட்டிருந்தன. மண்டிஹவுசில் ஒரே சலசலப்பு.) லஞ்ச் வரை ஹர்ஷ் இரண்டு நண்பர்களுடனும் ஓடி ஆடிக் கொண்டிருப்பான். பிறகு மாடர்ன் ஸ்கூல் ஜிம்னாசியத்தில் நாடக ஒத்திகை நடக்கும். சதுர்புஜ் இயக்கிக் கொண்டிருந்தார். ஸ்கூலின் பழைய பட்டதாரிகள் முக்கிய பாத்திரங்களை ஏற்றார்கள்.

மாலை ஐந்து மணிக்கு வர்ஷா ரிப்பர்ட்டரியிலிருந்து கிளம்பி ரிஹர்சலுக்கு வந்துவிடுவாள். ஆடை, அலங்காரப் பொறுப்பை அவள் கவனித்தாள். ஏழரை மணிக்குள் கரோல்பாக் பஸ்ஸை அவள் பிடித்துவிட வேண்டும், அதன் பிறகு பாதுகாப்பு குறைவு. ஹர்ஷ்

இரவு வெகுநேரம் வரை நண்பர்களுடன் இருப்பான் என்று அவளுக்குத் தெரியும் இருவரில் யாராவது ஒருவர் சேர்ந்து சாப்பிடுவோம் என்று சொன்னால் 'அம்மா எதிர்பார்த்துக் கொண்டிருப்பாள்' என்று சொல்லி விட்டு மோட்டார் சைகிளில் பறந்து விடுவான். இப்போது அவன் கண்கள் நாள் முழுதும் சிவந்தே இருந்தன. இரண்டு, மூன்று முறை ஜமீலுடன் சாந்தினி சௌக் பக்கம் போவதையும் வருவதையும் பார்த்தாள் (ஜமீல் வகை வகையான போதைப் பொருள்களின் தராதரம் அறிந்தவர்.).

அப்படி ஒரு சந்தர்ப்பத்தில்தான் வர்ஷா அவனை அழைத்தாள், ''ஹர்ஷ், இங்கே வாருங்கள்.''

அவன் ஜிம்னாசியத்திற்கு வெளியில் உட்கார்ந்திருந்தான். உள்ளே ஹர்ஷ் இல்லாத காட்சியின் முன்பயிற்சி நடந்து கொண்டிருந்தது. வர்ஷாவுடன் டண்டக்கும் வந்து கொண்டிருந்ததால் ஹர்ஷ் சற்று பதட்டமானான். ஜமீல் உள்ளே போய்விட்டான். ஹர்ஷ் அவள் எதிரில் வந்து நின்றான்.

''என்ன?'' அவன் குரல் உணர்ச்சியற்று இருந்தது.

''என்னுடைய பொருள் ஒன்று காணாமல் போய்விட்டது. உங்கள் பையைப் பார்க்க வேண்டும்.''

''இதுதான் பாக்கி'' என்று சொல்லிவிட்டு அவன் ஜீன்ஸ் பாக்கெட்டிலிருந்து ஒரு கையை வெளியே எடுத்தான், இரண்டு பாக்கெட்களையும் திருப்பிக் காட்டினான்.

''அது என்ன?'' வர்ஷா அவன் கையில் மறைத்து வைத்திருந்த பொட்டலத்தைக் காட்டினாள்.

''இது உன்னுடையது இல்லை.''

வர்ஷா திகைத்துப் போய், ''இதுதான் என் கேள்விக்கு பதிலா?'' என்றாள்.

ஹர்ஷ் அவன் பார்வையைத் தவிர்த்தான், ''இது ஒன்றும் புதிய பொருள் இல்லை.''

''பழையதாக இருப்பதால் எந்தப் பொருளும் நல்லதாகி விடுமா?''

ஹர்ஷ் "நாம் நம் தனிப்பட்ட விஷயங்களில் தலையிடாமல் இருந்தால் நல்லது." என்றான்.

"நான் உங்கள் தனிப்பட்ட விஷயங்களின் எல்லைக்கு அப்பாற்பட்டிருக்கிறேனா?" வர்ஷா முகத்தில் கோபம்.

ஹர்ஷ் இத்தகைய தீவிரப் போக்கை எதிர்பார்க்காததால் ஒரு வினாடி நிலைகுலைந்தான், "இப்போது வீட்டின் உள்ளேயும் வெளியேயும் எல்லார் பார்வையும் மாறிவிட்டது."

"அவர்களோடு என்னையும் சேர்த்து விட்டீர்களா?" விரும்பா விட்டாலும் வர்ஷாவின் குரல் இளகியிருந்தது. ஹர்ஷைக் குறித்த அவள் மனப்போக்கு சலனமின்றி இருந்தது. டாடி இருந்த போதும் அவள் அவனைத் திருமணம் செய்து கொள்வதில் ஆர்வமில்லாமல் தான் இருந்தாள். இப்போது உண்மையின் கரடுமுரடான பூமியில் நிற்கும் நிலையில் அவளை இத்தகைய குற்றச்சாட்டிற்குள் அவன் எப்படி கொண்டு வருகிறான்?

"ஹர்ஷ், உங்கள் சீன்..." ரீட்டா வெளியில் எட்டிப்பார்த்தாள்.

'டிங் டூ... டிங் டூ... இங்கே பார்."

வர்ஷா தூளியின் அருகில் மண்டியிட்டு உட்கார்ந்து கொண்டு கிலுகிலுப்பையை ஆட்டிக்கொண்டிருந்தாள். குழந்தை அவளைக் கண்ணைக் கொட்டிக் கொட்டி பார்த்துக் கொண்டிருந்தான்.

வர்ஷா முன்பயிற்சி முடிந்தவுடன் ரீட்டாவுடனேயே சேர்ந்து வந்துவிட்டாள். சுகுமார் மூன்று நாள் பயணமாக வெளியூர் சென்றிருந்தான். வர்ஷா இரவு அங்கேயே தங்குவதென்று முடிவாகியிருந்தது. மிஸஸ் சஹகலுக்கு போன் செய்து சொல்லிவிட்டாள்.

"சியர்ஸ்!" ரீட்டா பீர் கிளாசை உயர்த்தினாள்.

"சியர்ஸ்!" வர்ஷா ஒரு வாய் பருகினாள், குளிர்ச்சி உள்ளே பரவியது.

மார்ச் மாத மூன்றாவது வாரம், ஆனால் ஏர்கண்டிஷனர் அறையை மிகவும் குளிரச் செய்திருந்தது.

"வர்ஷா, உனக்குப் பிடித்த கத்தரிக்காய் வதக்கல், பருப்பு செய்திருக்கிறேன். ஊறுகாய் இருக்கிறது. போதுமா?" ரீட்டா மசாலாப்பொடி தூவிய முந்திரிப்பருப்புத் தட்டை அவள் முன் நீட்டினாள்.

வர்ஷா தலையை ஆட்டிக்கொண்டே ஒரு முந்திரிப் பருப்பை எடுத்தாள்.

கம்பெனி லீசுக்கு எடுத்திருந்த பங்களாவின் முதல் - மாடி முழுதும் ஒளிமயமாக இருந்தது. அவள் வாரத்திற்கு ஒரு முறை இங்கு வந்து ஒரு சுற்று சுற்றிவிட்டுப் போவாள். ஒழிவு இருந்தால், ரிப்பர்ட்டரிக்கு ரீட்டாவின் போன் கால் வந்துவிடும்.

"வர்ஷா, நான் நிஜமாகவே குண்டாகிவிட்டேனோ?" ரீட்டா கொஞ்சம் கவலையோடு கேட்டாள்.

மனதளவில் ரீட்டா திருப்தியாகவும், கலகலப்பாகவும் இருந்தாள், ஆனால் கலையைப் பொறுத்தவரை பாதுகாப்பின்மையும், சந்தேகமும் பிளாட்டிங் பேப்பரில் விழுந்த இங்க் துளிபோல பரவிக் கொண்டிருந்தது.

வர்ஷா ஒரு வினாடி அவளைப் பார்த்தாள், "யார் சொன்னது?"

"சுகுமார்."

"சும்மா சீண்டியிருப்பார்."

"சுகுமார் ஏன் அப்படி சீண்டுகிறார்?"

"சுகுமார் சீண்டவில்லையென்றால் கீழ்வீட்டு சர்தார் சயன் சிங்கா சீண்டுவார்?"

ரீட்டா சிரித்துவிட்டாள்.

"இளம் தாய்மார்களுக்கு எவ்வளவு வெயிட் போடுமோ அவ்வளவுதான் போட்டிருக்கிறாய்." என்றாள் வர்ஷா, "காலையில் எக்சர்சைஸ் செய்கிறாய், இல்லையா?"

"ஆமாம்." என்றாள் ரீட்டா சட்டென்று.

"அவ்வளவுதான். கூடவே சாப்பாட்டு விஷயத்திலும்

கொஞ்சம் கண்ட்ரோலாக இருந்தால் முன்னைப் போலவே சுறுசுறுப்பாகி விடுவாய்.''

சற்று நேரம் மௌனம் நிலவியது.

"வர்ஷா, போன முறை நான் உனக்கு போன் செய்த போது என்ன ஆயிற்று, தெரியுமா?'' ரீட்டாவின் முகத்தில் பயத்தின் நடுக்கம்.

வர்ஷா என்ன என்று கேட்கும் பாவனையில் பார்த்தாள்.

''போனை எடுத்தவன் எந்த ரீட்டா என்று விசாரிக்க ஆரம்பித்துவிட்டான்... எனக்கு அழுகையே வந்துவிட்டது. ஒரு வருஷத்தில் ஸ்கூல் ஆட்களே மறந்துவிட்டார்கள் என்றால் ஆடியன்ஸ் என்ன மண்ணாங்கட்டி ஞாபகம் வைத்துக் கொள்வார்கள்?''

"அவர் புதிதாக வந்திருக்கிற கிளார்க் ரீட்டா! அதனால் உன்னைத் தெரிந்திருக்காது. ஆடியன்ஸைப் பொறுத்தவரை, அவர்கள் முகத்தைக் கண்டு ஓரளவுக்கும், நடிப்புத்திறனால் பெருமளவுக்கும் கவரப்படுகிறார்கள். ஸ்டேஜில் நீ ஒரு சீனில் நடித்தாலே, பார்வையாளர்கள் வருஷக்கணக்கில் மறக்கமாட்டார்கள்.''

ரீட்டாவுக்கு ஆறுதல் ஏற்பட்டது. ஒரு வாய் பருகிவிட்டு '' 'பழிக்குப் பழி'யில் என் நடிப்பு எப்படியிருக்கிறது?'' என்று கேட்டாள்.

"நன்றாக இருக்கிறது.'' ஒரு வினாடி யோசித்தாள், "சதுர்புஜ் உன் தனித்துவத்தின் சிறப்பான பகுதியை வெளிக்கொணர்வதில் வெற்றி பெற்றிருக்கிறார். இது நடிப்பின் வசீகரமான சவால் உள்ள அழகான, சிக்கல் நிறைந்த பாத்திரம்.''

"நீ அப்படியா நினைக்கிறாய்?'' என்று ரீட்டா அவளை நிமிர்ந்து பார்த்தாள்.

வர்ஷா ஆமாம் என்று தலையசைத்தாள்.

குழந்தை கையை ஆட்டி சிணுங்க ஆரம்பித்தான். ரீட்டா அவனைப் பொய்க்கோபத்துடன் ஒரு அடி அடித்தாள், "எல்லாம்

இந்தத் திருட்டுப்பயலின் வேலை.''

குழந்தை வீறிட்டு அழுதபோது ரீட்டா உருகிப்போய் அவனை முத்தமிட ஆரம்பித்தாள்.

வர்ஷா ரீட்டாவின் நைட்டியை அணிந்துகொண்டு பாத்ரூமிலிருந்து வெளியே வந்தாள்.

''வர்ஷா, நீ என்னுடனேயே படுத்துக்கொள்கிறாயா?'' இரட்டைக் கட்டிலில் உட்கார்ந்திருந்த ரீட்டா புன்னகை செய்தாள், ''இவன் இரவில் விழித்துக் கொண்டு அழுதால் நீ அடுத்த பெட்ரூமுக்குப் போய்விடலாம்.'' சற்று வெட்கத்துடன் தொடர்ந்து கூறினாள், ''எனக்குத் தனியாகப் படுத்தால் தூக்கம் வராது.''

வர்ஷா சரியென்று தலையாட்டிவிட்டு ரீட்டாவுக்கு அருகில் படுத்துக் கொண்டாள்.

''ஏன் சிரிக்கிறாய்?'' ரீட்டா உள்ளங்கையில் ஏலக்காயை நீட்டியபடி புன்னகையோடு கேட்டாள்.

''என் அதிர்ஷ்டத்தை நினைத்து.''

''அப்படியென்றால்?''

''நான் என் திருமணமான சிநேகிதிகளின் இரட்டைக் கட்டிலில் தூங்குவதுதான் என் தலையில் எழுதியிருக்கிறது. திவ்யா ஒரு சிநேகிதி, நான் அங்கே போய்விட்டால் அவள் கணவன் வேறொரு அறையில் படுக்க நேர்கிறது, நீ ஒருத்தி, கணவன் வெளியே போய்விட்டால் உனக்கு நான் வேண்டியிருக்கிறது.''

''மனம் உடைந்து போகாதே.'' ரீட்டா சிரித்தாள், ''உனக்கு கல்யாணமான பிறகு உன் கணவன் இல்லையென்றால் உன் இரட்டைக் கட்டிலில் உன்னோடு தூங்க நான் வந்துவிடுகிறேன்.''

ரீட்டா மேலே இருந்த லைட்டை அணைத்துவிட்டுப் பக்கத்திலிருந்த விளக்கைப் போட்டாள். இருட்டும் மங்கிய வெளிச்சமும் பின்னிய இழை அந்தரங்கமான நிலையை உருவாக்கத் தொடங்கியது.

''சுகுமார் போய் இரண்டு நாட்கள் ஆகின்றன. எனக்கு இரண்டு மணிநேரம் தூங்குவதே பெரிய கஷ்டமாக இருக்கிறது.'' ரீட்டா முழங்கையை ஊன்றி எழுந்து உற்சாகமாகக் கூறினாள், ''டிசம்பரில் நான் சண்டிகர் போயிருந்த போது எனக்குத் தூக்கமே வரவில்லை. ராத்திரி மூன்று மணிக்கு அம்மா எழுந்தபோது நான் படுக்கையில் உட்கார்ந்திருப்பதைப் பார்த்துவிட்டு என்ன ஆயிற்று என்று கேட்டாள். தூக்கம் வரவில்லை என்று நான் சொன்னதும் அம்மா சிரித்தாள். இதே வீட்டில் சுகுமார் இல்லாமல் எப்படி இத்தனை வருஷம் கழித்தாய்? என்று கேலி செய்தாள்...'

வர்ஷா புன்னகை செய்தாள்.

''என் அக்கா வேறு ஏதோ நினைத்தாள். ஆனால் உண்மை இதுதான் வர்ஷா - வி டோன்ட் மேக் லவ் எவ்வரி நைட் - படுக்கையில் சுகுமார் இருப்பதையும், அவருடைய மூச்சுக்காற்றையும் உணர்ந்தாலே எனக்குத் தூக்கம் வந்துவிடும். இதைத்தான் உணர்வுப் பாதுகாப்பு அல்லது காதல் என்று சொல்கிறார்கள் போலிருக்கிறது.''

காதலின் இந்த வரைவு வர்ஷாவை மிகவும் கவர்ந்தது! (தன் அனுபவங்களின் அடிப்படையில் காதலின் ஒரு புதிய வரைவைத் தான் வரையும் சந்தர்ப்பமும் வருமா?)

''வர்ஷா, நீ வாழ்க்கையில் கணவன் என்ற இந்தப் பிராணியோடு பழகும் அனுபவத்தைப் பெற வேண்டும்.'' ரீட்டாவின் குரலில் உணர்ச்சி ததும்பியது, ''உன்னுடையதைப் போன்ற உணர்ச்சிபூர்வமான தன்மையில் இந்த அனுபவம் மிகவும் கவர்ச்சியான அழகைக் கொண்டு வரும்... உன் சிவப்பு சேலையையும், மருதோன்றி அணிந்த கைகளையும், குங்குமம் தீட்டிய நெற்றியையும் என்னால் கற்பனை செய்ய முடிகிறது.''

ரீட்டாவின் வார்த்தைகளைக் கேட்டு வர்ஷாவின் முகத்தில் இறுக்கத்தின் துளிகள் தோன்ற ஆரம்பித்தன.

''ஹர்ஷுடன் உன் உறவு எப்படி இருக்கிறது?''

கல்லூரியில் ரீட்டாவிடம் மட்டும் ஓரளவு வர்ஷா தன் தனிப்பட்ட வாழ்க்கை உறவுகளைப் பற்றிப் பேசியிருந்தாள்.

''முரண்பாடுகள் நிறைய இருக்கின்றன.''

''இந்த உறவின் எப்படியான முடிவை நீ எதிர்பார்க்கிறாய்?''

''எல்லாம் இப்போது தெளிவில்லாமல் இருக்கிறது ரீட்டா.''

''நான் வெகு நாட்கள் கழித்து ஹர்ஷை சந்தித்தேன். மிகவும் மூடியாகவும் வெறுப்பாகவும் இருந்தார்.''

வர்ஷா ஆழ்ந்த பெருமூச்சு விட்டாள்.

''ஆனால் ஒரு விஷயம் ஒத்துக் கொள்ளத்தான் வேண்டும். நாடகத்தில் ஹர்ஷின் நடிப்பு மிகவும் உயர்வாக இருக்கிறது. இதற்குப் பிறகு மக்கள் அவரை தலைநகரின் மிகச்சிறந்த நடிகர் என்று சொன்னால் ஆச்சரியப்படுவதற்கில்லை.''

''ஆமீன்!'' என்றாள் வர்ஷா கண்கள் ஒளிர.

★ ★ ★ ★

ரீட்டாவின் சொற்கள் உண்மை ஆயின.

'பழிக்கு பழி' நாடகம் பண்பாட்டுக் களத்தில் இது வரை கண்டிராத நாடகமாக அமைந்தது. முதல்நாள் பாதி ஹால் காலியாக இருந்தது. இரண்டாவது, மூன்றாவது நாட்களில் கால் பகுதி காலியாக இருந்தது. பின்னர் மக்கள் பாராட்டும், நாடக விமரிசனங்களும் நாடகத்திற்கு வண்ணம் ஏற்றின. ஐந்தாவது நாள் மாட்டப்பட்ட 'ஹவுஸ் ஃபுல் போர்டு' கடைசி நாள் வரை அப்படியே இருந்தது. வர்ஷா அகம் மகிழ்ந்தாள்.

நாடக விமரிசனங்கள் ஒருமித்த கருத்தை வெளிப்படுத்தின. 'பஞ்சம வேதம்: ஒரு சக்தி மிக்க மாற்று' என்ற தலைப்பில் 'ஹிந்துஸ்தான் டைம்ஸ்' ''அனைத்து சாதனங்களுடன் கூடிய ரிப்பர்ட்டரி கம்பெனிக்கு முன்னால் நாடகக் கல்லூரி மாணவர்கள் தங்கள் சாதாரண, எளிய சாதனங்களைக் கொண்டு ஒரு சிறப்பான நாடகத்தை அரங்கேற்றி உள்ளனர். குறைந்த செலவில் உயரிய கலையமைப்பை நிறுவ முடியும் என்பதற்குப் 'பழிக்குப் பழி' நாடகம் ஒரு சிறந்த எடுத்துக்காட்டு. இது எந்தப் பெரிய குறையும் காணப்படாத அரிதான நாடகங்களில் ஒன்று. இந்த நாடகத்தின் ஜீவன் - ஹர்ஷவர்தன்!'' என்று எழுதியிருந்தது. 'ஹெய்ல்

ஹர்ஷவர்தன்!' என்று தலைப்பிட்டு 'ஸ்டேட்ஸ்மன்' பத்திரிக்கை மூன்று பத்திகளில் ஹர்ஷின் நடிப்பை ஆய்வு செய்து அவனை 'தற்கால இந்திய நாடகமேடையின் லாரன்ஸ் ஆலிவர்' என்று பிரகடனப் படுத்தியிருந்தது. 'இண்டியன் எக்ஸ்பிரசி'ன் ஷாலினி காத்யாயன் இந்த முறை ஹர்ஷை அளவிற்கு மீறியும் புகழவில்லை, குறைத்தும் கூறவில்லை. 'சூர்யபான், இடத்தைக் காலி செய், ஹர்ஷவர்தன் வந்துவிட்டார்!' என்பது அவளுடைய விமரிசனத் தலைப்பு. 'டைம்ஸ் ஆஃப் இண்டியா' ஹர்ஷை 'டில்லி நாடகமேடையின் மஹாபலி' என்று பிரகடனப் படுத்தியிருந்தது. (சோமேஷ் சந்திரர் காலையிலேயே புகழ்ந்து வந்திருந்த, இகழ்ந்து வந்திருந்த, நடுநிலையாக வந்திருந்த மூன்று வகையான விமரிசனங்களையும் எடுத்துக் கொண்டு சூர்யபானின் வீட்டிற்குப் போய், ''தாங்கள் எதைப் பிரசுரிக்கச் சொல்கிறீர்களோ, பிரசுரிக்கிறேன்.'' என்று சொன்னதாகவும், ''அவர்கள் என் சகோதர்கள். உங்களுக்கு எப்படி தோன்றுகிறதோ எழுதுங்கள். அவர்கள் புகழ் பெற்றால் கல்லூரியின் மதிப்பும் உயரும்.'' என்று அவர் கடுமையாகக் கூறியதாகவும், கடைசி வாக்கியத்தைப் பிரதானமாகக் கொண்டு டிராமா கிரிட்டிக் தன் கடமையை செய்ததாகவும் பின்னர் விவரம் அறிந்தவர் ஒருவர் கூறினார்.)

★ ★ ★ ★

சிநேகன் சண்டிகர், சிம்லா, கான்பூர், லக்னோ, கல்கத்தா ஆகிய நகரங்களில் 'பழிக்குப் பழி' நாடகம் நடத்த தீர்மானித்து ஸ்பான்சர் வாங்கி விட்டிருந்தார். சிநேகன், சதுர்புஜ், ஹர்ஷ் மூவரும் மண்டிஹவுசில் உற்சாகமாக திரிந்தார்கள். அடுத்த நாடகத்திற்கான தேடல் தொடங்கியிருந்தது.

அந்த சூழலில்தான் வர்ஷா பேச்சுப் பயிற்சி செய்து கொண்டிருந்த அறைக்கு சூர்யபான் வேகமாக வந்தார்.

''வர்ஷா, பம்பாயிலிருந்து ஹீரேஷ் பாண்ட்யா போன் பண்ணியிருந்தார்! என்னிடம் ஹர்ஷின் முனீர்க்கா நம்பர் இல்லை. இன்று இரவிற்குள் ஹர்ஷ் உங்களுக்கு கட்டாயம் போன் செய்வார் என்று சொல்லியிருக்கிறேன்.'' என்று கூறிவிட்டு வர்ஷாவைப் பார்த்தார், ''அவர் தன் புது சினிமா 'நடுக்கத்'தில் ஹர்ஷுக்கு

முக்கியமான பாத்திரம் தர விரும்புகிறார்... இதுதான் பம்பாய் போன் நம்பர்...''

வர்ஷா அவர் தந்த காகிதத்தைப் பார்த்தாள் (இது ஹர்ஷின் வாழ்க்கை திசையை மாற்றிவிடுமா?)

★ ★ ★ ★

பிளாட் பாரம் நம்பர் ஒன்றில் ராஜதானி எக்ஸ்பிரசின் டீசல் இன்ஜின் கூவியது.

ஹர்ஷ் சதுர்புஜூடனும், சிநேகனுடனும் கைகுலுக்கினான், ''ஷூட்டிங்கிற்கும் டப்பிங்கிற்கும் இடையில் நான் வருகிறேன். 'பழிக்குப் பழி' நாடகத்தின் எல்லா ஸ்பான்சர்ட் ஷோக்களையும் நடத்துவோம்.''

''பார்ப்போம்...'' என்றார் சிநேகன்.

''பார்ப்போம் இல்லை.'' என்றான் ஹர்ஷ் திடமான குரலில், ''உங்களுடன் சேர்ந்து நானும் கடமைப்பட்டிருக்கிறேன்.''

''சிநேகன் 'மண்டிஹவுசின் சாபம்' என்று சொல்லி விடப்படக் கூடாதே என்பதற்காக நீ இதை சொல்லவில்லையே?'' சதுர்புஜ் புன்னகை செய்தார்.

மூவரும் உரக்க சிரித்தார்கள். அருகில் இருந்த சிலர் திரும்பிப் பார்த்தார்கள். அம்மாவும் சுஜாதாவும் ஒருவரை ஒருவர் பார்த்து புன்னகை செய்தார்கள்.

ஹீரேஷ் பாண்ட்யா கடந்த சில ஆண்டுகளில் ஹர்ஷின் மூன்று நாடகங்களைப் பார்த்திருந்தார். இரண்டு, மூன்று முறை சந்தித்தும் இருந்தார். ஹீரேஷ் இதுவரை ஐந்து படங்கள் தயாரித்திருந்தார். அவற்றில் மூன்றிற்கு தேசீய விருது கிடைத்திருந்தது. அவருடைய முந்திய படம் சிறந்த இயக்கத்திற்காக 'ஃபிலிம் ஃபேர்' அவார்டும் வாங்கியிருந்தது. 'நடுக்கத்தி'ற்குப் பத்தாயிரம் ரூபாய் சம்பளம் பேசப்பட்டிருந்தது. படக் கதையின் பிரதியோடு இரண்டாயிரம் ரூபாய்க்கான செக்கும் வந்திருந்தது. பத்திரிக்கையாளர்களிடையே ஹர்ஷின் சாதனையைப் பற்றி நிறைய பேசப்பட்டது.

இன்ஜின் மீண்டும் கூவியது.

''சரி மம்மி...'' ஹர்ஷ் குனிந்து அம்மா பாதங்களைத் தொட்டான். அம்மா கண்ணீர் நிறைந்த கண்களுடன் அவன் தலையில் கைவைத்தாள்.

ஹர்ஷ், சுஜாதாவின் கையைக் குலுக்கினான்.

''டேக் கேர்...'' என்றாள் சுஜாதா.

ஒரு வினாடி அவன் கண்கள் வர்ஷாவின் கண்களை சந்தித்தன.

'ஐ வில் பி இன் டச்.'' என்றான் ஹர்ஷ்.

வர்ஷா உதட்டைக் கடித்துத் தன் உணர்வுகளை அடக்கிக் கொண்டாள்.

வண்டி நகரத் தொடங்கியது. ஹர்ஷ் பெட்டி ஜன்னல் வழியாக கையை அசைத்தான்.

அம்மா முந்தானையால் கண்ணீரைத் துடைத்துக் கொள்ளத் தொடங்கினாள்.

''இரண்டு மாதம் கழித்து வந்துவிடுவான், அம்மா!'' என்று சுஜாதா ஆறுதல் அளிக்கும் குரலில் சொன்னாள்.

(ஹர்ஷ் ஐந்து மாதம் கழித்துதான் மூன்று நாள் லீவில் வந்தான். டிசம்பரில் ஹர்ஷின் பிறந்த தினம், நிச்சயதார்த்தம் இரண்டும் இருந்தது, அதே மாதம் சினிமா பத்திரிக்கைகள், 'நடுக்கம்' கதாநாயகி சாருஸ்ரீயுடன் ஹர்ஷின் சலசலக்கும் காதல் காவியத்தால் வண்ணம் பெற்றிருந்தன!)

ஸ்டேட் எண்ட்ரி ரோடிலிருந்து கன்னாட் பிளேஸ் நோக்கி செல்லும்போது வர்ஷா மனதில் ''அடைபட்ட தொண்டையுடன் விடை தருகிறோம்.../ அஜ்தக், பாஹாத், ஸ்டெனெலே, ஸ்கந்தகுப்த், காலிகுலா/ மேகதூத், கமானி, ஸ்ரீராம் தியேட்டரின் கண்களில் நீர்...'' என்ற கவிதைவரிகள் ஓடிக் கொண்டிருந்தன.

11. வாழ்க்கை: ஒரு தொடர்பற்ற நாடகம்

வர்ஷாவையும், அவளைச் சுற்றியும் நிகழ்ந்து கொண்டிருந்த தெல்லாம் தர்க்கவிதிகளுக்கு அப்பாற்பட்டு இருந்தது.

ஸ்ரீமதி சஹகல் ஒரு வருத்தமான புன்னகையுடன், ''வர்ஷா, விலைவாசி மிகவும் ஏறிவிட்டது. நாங்கள் வேறு ஒருவருக்கு இந்த வீட்டை வாடகைக்கு விடவேண்டியிருக்கிறது, அவர்கள் முன்னூறு ரூபாய் வாடகை தருவார்கள்.'' என்று சொன்னாள்.

வர்ஷா வெறுத்துப்போனாள். இப்போதுதான் ஒரு வருஷம் ஆகியிருந்தது. விலைவாசி உயர்வை சமாளிப்பதற்கு அவளுடைய வீடுதானா ஒரே வழி? எதிர்பாராத இந்த நடவடிக்கைக்குப் பின்னால் டாடியின் அகால மரணம் இல்லையா? வர்ஷாவின் மனம் சூனியமாகத் தொடங்கியது. செல்வாக்கு மிக்க தந்தை காலமாகி விட்டதால் ஹர்ஷுக்கும், அவன் குடும்பத்திற்கும் இன்னும் வெளி உலகக் கஷ்டங்களை சந்திக்கும் நிலை ஏற்படவில்லை. ஆனால் விரைவிலேயே தன் தலைக்கு மேல் இருந்த நிழல் விலகிவிட்டது. அவள் வி.ஐ.பி. நிலையில் இருந்தும் இப்படி நடந்து கொண்டிருந்தது. டில்லி தூர்தர்ஷனில் 'ஹம்சினி' நாடகம் விளம்பரம் செய்யப்பட்டிருந்தது. 'நாளை நமதே' என்ற இளைஞர்களுக்கான நிகழ்ச்சியில் பல நாடகக் காட்சிகளில் அவள் வந்திருந்தாள்; அதன் பிறகு மக்கள், முக்கியமாக பெண்கள் அவளைப் பார்த்து புன்னகை செய்யத் தொடங்கியிருந்தார்கள். சஹகல் வீட்டிற்கு யாராவது விருந்தாளிகள் வந்தால் வர்ஷாவை சந்திக்க செய்தார்கள். அப்படி யெல்லாம் இருந்தும் அவளுக்கு அல்ட்டிமேட்டம் கொடுத்து விட்டார்கள்! வர்ஷாவுக்கு தன் சொந்த அனாதரவான நிலையை விட கலைக்கு நேர்ந்த அவமதிப்பு மிகவும்

வருத்தத்தை அளித்தது. இத்தகைய உணர்வு பூர்வமான, சிறந்த நடிகையிடம் இப்படி ஒரு கேவலமான நடத்தையா? (இந்திய நாடக வரலாறு சஹகல் குடும்பத்தை ஒருபோதும் மன்னிக்காது!)

இரவு முழுதும் வர்ஷா புரண்டு புரண்டு படுத்தாள். இந்த மாபெரும் நகரத்தில் இந்த வீடு செங்கோட்டைக்கு சமமாக இருந்தது. இதை விட்டு அவள் எங்கே போவாள்?

வாடகையை அவளால் சற்று உயர்த்தித் தரமுடியும். அவளுக்கு 650 - 950 சம்பளத்தில் 'பி' கிரேடு கிடைத்திருந்தது. ஆனால், கிஷோர் வீட்டு உபயோக மின்பொருள்கள் ரிப்பேர் கோர்ஸ் படிப்பதற்காக கான்பூர் போய்விட்டிருந்தான், வர்ஷா அவனுக்கும் மாதாமாதம் பணம் அனுப்பிக் கொண்டிருந்தாள். மகாதேவ் அண்ணனுக்கு இட்டாவாவுக்கு மாற்றல் ஆகிவிட்டிருந்தது. பல ஆண்டுகளுக்குப் பிறகு, "வீட்டிற்கு உதவி செய்வதாக மகாதேவ் சொல்லியிருக்கிறான், ஆனால் எவ்வளவு செய்வான் என்பது நாள்படத்தான் தெரியும். நான் யாரையும் குறை சொல்லவில்லை. பூர்வஜென்ம வினை என்னவெல்லாம் செய்யுமோ அனுபவிக்கத்தான் வேண்டும்." என்று அப்பா நேரடியாகக் கடிதம் எழுதியிருந்தார். வர்ஷா சற்று யோசித்துவிட்டு அவருக்கு ஐம்பது ரூபாய் மணி ஆர்டர் அனுப்பத் தொடங்கியிருந்தாள் ('பெரிய எருது இழுக்கும் ரதக் கயிற்றை சிறிய கன்றுக் குட்டியின் கழுத்தில் மாட்டுவது சரியல்ல.' என்ற 'விக்ரமோர்வசி' வரி வர்ஷாவுக்கு நினைவு வந்தது.).

இப்போது சற்று கூடுதலான வருமானம் தேவைப்பட்டது. அவள் சாஹித்ய அகாடெமி புத்தக நிலையத்தில் இரண்டு மணி நேரம் செலவழித்து இரண்டு கதைகளைத் தேர்ந்தெடுத்தாள், நான்கு நாட்களில் ஒன்றை மொழிபெயர்ப்பு செய்து 'பிரவாகத்'தில் கொடுத்துவிட்டு வந்திருந்தாள். அவள் இரண்டாவது மொழிபெயர்ப்பைத் தொடங்கிய அன்று மாலை 14/14-ஐக் காலி செய்யும்படி கட்டளை பிறந்தது.

தன் நிர்ப்பந்தமான நிலை, தன் தனிமை, தன் கலை லட்சியங்கள் - எல்லாவற்றையும் நினைத்து, நினைத்து தலையணையில் முகத்தைப் புதைத்து வர்ஷா விம்மி அழுதாள்.

மறுநாள் வர்ஷா தன்னுடன் வேலை செய்பவர்கள், நண்பர்களுடன் பேசினாள். ஒருவரும் மகிழ்ச்சி அளிக்கக்கூடிய தீர்வு எதுவும் சொல்லவில்லை. (அவர்களும் பெரும்பாலும் அவள் நிலையில் இருப்பவர்கள்தானே!) சிநேகனும், சதுர்புஜும் ரெயில்வே குவார்ட்டர்சில் ஏதாவது ஒரு வீட்டின் பகுதி கிடைக்கும் என்று நம்பிக்கை அளித்தார்கள், ஆனால் குவார்ட்டர்சில் யாரோ ஒரு அந்நியருடன் இடத்தைப் பகிர்ந்து கொள்வது வர்ஷாவுக்கு ஆரம்பத்திலிருந்தே பிடிக்கவில்லை.

★ ★ ★ ★

சுகுமார் மாலையில் ரிப்பர்ட்டரிக்கு போன் செய்தான், ''வர்ஷா! நீ உடனே இங்கு வா... இட் இஸ் அன் எமர்ஜென்சி.''

ஆட்டோவில் நிஜாமுத்தீன் போகும்போது வர்ஷா குழப்பத்தில் இருந்தாள். சுகுமார் வேறு ஒன்றும் சொல்லாமல் போனை வைத்துவிட்டான். ரீட்டாவுக்கு ரிப்பர்ட்டரியில் அப்ரெண்டிஸ் ஃபெலோ ஷிப் கிடைத்திருந்தது. ஒரு நடிகையாக மீண்டும் செயல்படத் தொடங்குவதில் அவளுக்கு மிகவும் சந்தோஷம். புது செமஸ்டர் தொடங்கி ஒரு வாரம் ஆகியிருந்தது. ரீட்டா நோய்வாய்ப்பட்டிருந்த தன் அம்மாவைப் பார்க்க சண்டிகர் போயிருந்தாள். தினமும் ரிப்பர்ட்டரிக்கு போன் செய்வாள். கம்பெனியில் ஒரு குழு 'மாளவிகாக்னி மித்ர' நாடக ரிஹர்சலைத் தொடங்கவிருந்தது. மாளவிகா பாத்திரத்தை செய்யும்படி ரீட்டாவிடம் சூர்யபான் சொல்லியிருந்தார். ரீட்டா வர்ஷாவுக்கு வீட்டிற்கு போன் செய்து தான் மறுநாள் காலை டில்லி வருவதாகவும், பத்து மணிக்குள் ரிப்பர்ட்டரிக்கு வந்துவிடுவதாகவும் சொன்னாள். (''ஒரு வருஷ சந்நியாசத்திற்குப் பின்னர் நான் ஒரு நடிகையாக புதுப்பிறவி எடுக்கிறேன்!'' நாடக விமரிசனங்கள் வழி காண்பிக்கப்பட்ட சமூக நிராகரிப்பிற்குப் பிறகு அவள் 'பழிக்குப் பழி' நாடகத்தில் நடிக்கவில்லை.)

சுகுமார் கேட்டிலேயே நின்றிருந்தான். முகம் வாடியிருந்தது.

ஆட்டோவிற்குப் பணத்தைக் கொடுத்துவிட்டு வர்ஷா திரும்பினாள், ''என்ன விஷயம்?''

''ரீட்டா மிகவும் மனம் வெறுத்துப் போயிருக்கிறாள். அவள் பிற்பகலிலிருந்து பெட்ரூம் கதவைத் தாளிட்டுக் கொண்டு உள்ளேயே இருக்கிறாள்.'' சுகுமாரின் வறண்ட குரல் நடுங்கியது.

''என்ன ஆயிற்று?''

அழுதுவிடுவதுபோல் சுகுமார் அவளைப் பார்த்தான்.

''எனக்குப் பிரமோஷனோடு டார்ஜிலிங்கிற்கு டிரான்ஸ்ஃபர் ஆகிவிட்டது. ப்ராஞ்ச் மானேஜர் பதவி கிடைத்திருக்கிறது.'' சுகுமார் குற்றவாளி போல சொன்னான், ''ஃபர்னிஷ்டு பங்களா, கார் கிடைக்கும். இப்போது கிடைப்பதை விட இரண்டு மடங்கு சம்பளம். பெர்க்சும் நிறைய கிடைக்கும். மூன்று நாட்களுக்கு முன் ஆர்டர் கிடைத்தது. இன்று காலை நான் ரீட்டாவிடம் சொன்னேன்.'' நினைக்கும்போதே சுகுமாரின் முகம் இருண்டது, ''அவளுக்குப் பைத்தியம் பிடித்ததுபோலாகிவிட்டது. டீ கப்பைத் தூக்கி வீசி பெயிண்டிங் ஃப்ரேமை உடைத்துவிட்டாள். பூங்கொத்தை சுக்குநூறாக்கிவிட்டாள்...'' ஒரு வினாடி தயங்கி பின்னர் சொன்னான், ''இதோ பார்.'' அவன் கழுத்தில் நகக் கீறல் தென்பட்டது.

★ ★ ★ ★

''ரீட்டா!'' வர்ஷா படுக்கை அறைக்கு முன் வந்து இதமாகக் கூப்பிட்டாள்.

சில வினாடிகள் மௌனமாக இருந்தாள். கிஷோரி ஆயா வரவேற்பறை மூலையில் குழந்தையைக் கையில் வைத்துக் கொண்டு தேற்றியபடி நின்றிருந்தாள். குழந்தை தணிந்த குரலில் அழுது கொண்டிருந்தது.

''கதவைத் திற ரீட்டா!'' வர்ஷா சற்று உரக்க சொன்னாள்.

''என்னைத் தனியாக விட்டுவிடு.'' ரீட்டா கத்தினாள்.

''ஒரு நிமிஷம் நான் சொல்வதைக் கேள். பிறகு போய் விடுகிறேன்.''

மீண்டும் மௌனம்.

சுகுமார் மெல்ல அருகில் வந்து நின்றான். தயக்கத்துடன் சொன்னான், ''பார், வர்ஷா எப்படிப் பதறி ஓடி வந்திருக்கிறாள்!''

சுகுமார் சொல்லி முடிப்பதற்குள் உள்ளிருந்து கதவில் ஏதோ பெரிய கண்ணாடிப் பொருள் மோதி சிலீர் என்ற சத்தத்துடன் உடைந்து சிதறியது. ஜாடியாக இருக்கும்.

''ஷட் அப் யூ பிக் ஷாட், யூ கேரியரிஸ்ட், யூ ஹஸ்பெண்ட்...'' ரீட்டா வீறிட்டாள்.

வர்ஷாவும் சுகுமாரும் ஒருவரை ஒருவர் பார்த்துக் கொண்டார்கள். அவள் சுகுமாரை விலகிப் போகும்படி சமிக்ஞை செய்தாள். அவன் அடிபட்டட நாய்க்குட்டி போல வரவேற்பறைக் கதவருகில் போய்விட்டான்.

''ரீட்டா! சாமான்களை உடைத்து நொறுக்குவதால் பிரச்சனை தீர்ந்துவிடுமா?'' என்றாள் வர்ஷா.

''நீ இங்கிருந்து போய்விடு.'' என்று ரீட்டா கத்தினாள்.

குழந்தையின் அழுகுரல் வலுத்தது. வர்ஷா சமிக்ஞை செய்ததின் பேரில் கிஷோரி அருகில் வந்தாள். வர்ஷா குழந்தையைக் கையில் வாங்கி முத்தமிட முயற்சித்தாள், ''ஐயோ, எவ்வளவு கண்ணீர்... ராஜகுமாரன் கண்ணில்...''

கதவருகில் ரீட்டா வரும் சத்தம் கேட்டது. கதவில் காதை வைத்துக் கேட்கிறாள் போலிருந்தது.

வர்ஷா கதவுக்கு முன்னால் தரையில் சாய்ந்து உட்கார்ந்துவிட்டாள். ''உன் அம்மாவுக்குக் கல்நெஞ்சு...'' என்று உரக்க சொன்னாள்.

குழந்தை மீண்டும் அழுதான். ஆயா பால் பாட்டிலை எடுத்துக் கொண்டு வந்தாள். வர்ஷா பால் பாட்டில் நிப்பிளை குழந்தை வாயில் வைக்க முயற்சித்தபோது அவன் அழுதுகொண்டு முகத்தைத் திருப்பிக் கொண்டான். வர்ஷா அவனைத் தட்டிக்கொடுத்து முத்தமிட்டாள், ''இவன் ராஜகுமாரன்... சொன்னால் கேட்பான்...''

திடீரென்று படுக்கை அறைக்கதவு வேகமாகத் திறந்தது. ரீட்டாவின் தலைமுடி விரிந்திருந்தது, கண்கள் நெருப்பாக ஜொலித்தன.

"நீ ஏன் என் உயிரை வாங்க முனைந்திருக்கிறாய்?" ரீட்டா எரிந்து விழுந்தாள்.

"யார் உயிரை வாங்குகிறார்கள்? முதலில் இவன் விவகாரத்தைக் கவனிக்க வேண்டும்." என்றாள் வர்ஷா இயல்பான குரலில். ரீட்டா அழுதுகொண்டே திரும்பினாள், திடீரென்று டிராயிங் டேபிளில் தன் தலையை மோதினாள். மூன்று கண்ணாடித் தட்டுகளில் ஒன்று சிதறியது... வர்ஷா குழந்தையைத் தரையில் விட்டுவிட்டுப் பாய்வதற்குள் ரீட்டா தட்டில் இரண்டு முறை தலையை மோதிவிட்டாள்.

"இது என்ன பைத்தியக்காரத்தனம்..." வர்ஷா இரண்டு கைகளிலும் அவளை வளைத்துப் பிடித்துக் கொண்டாள்.

ரீட்டா ஒரு திமிறலில் தன்னை விடுவித்துக் கொண்டாள், ரத்தம் பெருகிய நெற்றியை மீண்டும் கீழே மோதினாள். மூன்று, நான்கு ரத்தக்கோடுகள் தாடைவரை வழிந்தது.

"சுகுமார்..." வர்ஷா ரீட்டாவின் கையைப் பிடித்துக் கொண்டு கத்தினாள்.

"ஐயா..." ஆயா அழுதாள், ஓடிப்போய் உரத்து அழத்தொடங்கிய குழந்தையைத் தூக்கிக் கொண்டாள்.

ரீட்டா மறுபடியும் தன்னை விடுவித்துக் கொள்ள முயற்சித்தாள், ஆனால் இந்த முறை வர்ஷாவின் பிடி வலுவாக இருந்தது.

"என்னை விடு... முட்டாள்..." வர்ஷாவின் முகத்தைக் கீறி ரீட்டா கூச்சலிட்டாள்.

மாடிப்படியில் சுகுமார் வேகமாக வரும் ஒலி கேட்டது.

வர்ஷா மாலையில் கரோல்பாகிலேயே இரண்டு இடங்களைப் பார்த்துவிட்டு வந்திருந்தாள். பூசாரோடு வீடு நன்றாக இருந்தது, வாடகை முன்னூற்றைம்பது ரூபாய். பீடன்புரா வீடு சிறியது, ஒரு சிறிய அறை இருந்தது. வீட்டு சொந்தக்காரர் குடும்பத்தில் ஐந்து பேர், அவர்களில் மூன்று பேர் பையன்கள். சாதாரண குளியல் அறை. வாடகை முன்னூறு ரூபாய்.

வர்ஷா டீ கப்பைக் கையில் வைத்துக் கொண்டு சோர்ந்து உட்கார்ந்திருந்தாள். கொஞ்ச நாட்களுக்கு முன்பு தன்னுடையதாகத் தோன்றிய டில்லி இப்போது அந்நியத் தன்மையின் வண்ணம் பெற்றிருந்தது. என் நிலை என்ன ஆகும்? என்று அவள் யோசித்தாள்.

"அக்கா, நாங்கள் உள்ளே வரலாமா?" மாடிக் கதவருகில் பிங்கியின் குரல் கேட்டது.

வர்ஷா பார்வையை உயர்த்தினாள், பிங்கிக்குப் பின்னால் சதவந்தியும் நின்றிருந்தாள்.

"வாருங்கள்." வர்ஷா எழுந்து புன்னகை செய்ய முயன்றாள்.

சதவந்தி எப்போதும் போல சற்று சங்கோஜத்துடன் உள்ளே வந்தாள், கையிலிருந்த ஃபைலை அவள் முன் நீட்டியபடி சொன்னாள், "ஒரு பாடம் முடித்துவிட்டேன். கொஞ்சம் பார்க்கிறீர்களா?"

வர்ஷா டைப் அடித்த பக்கங்களைப் படிக்கத் தொடங்கினாள். முந்தானையால் தோளை மூடியபடி சதவந்தி எதிரில் குறுகி உட்கார்ந்தாள். பிங்கி அவளை ஒட்டிக் கொண்டு உட்கார்ந்தாள்.

ஆரம்பத்தில் ஒரு மாதம் வர்ஷா சதவந்தியைப் பார்த்தால் 'வணக்கம்' சொல்வதோடு நிறுத்திவிடுவாள். முதல் மனைவியின் பெண் என்பதால் மிஸஸ் சஹகல் அவளைக் கவனிப்பதில்லை. கணவனால் கைவிடப்பட்ட பின்னர் இங்கு வரவேண்டிய நிர்ப்பந்தத்தில் அவள் அலட்சியப்படுத்தப் பட்டாள். துரதிருஷ்டத்தின் இந்த இரண்டாவது அடி சதவந்தியை கருணை நிலையிலிருந்து பிறரை சார்ந்திருக்கும் இரக்க நிலைக்குத் தள்ளிவிட்டது.

ஒரு மாதத்திற்குப் பிறகு அவள் ஒரு டைப் அடித்த ரிப்போர்ட்டைக் கையில் எடுத்துக்கொண்டு தயங்கியபடி வந்தாள், "வர்ஷா ஜி, மன்னியுங்கள். உங்களுக்கு சிரமம் கொடுக்கிறேன். இதில் ஸ்பெல்லிங் மிஸ்டேக் இருந்தால் பார்த்து சொல்கிறீர்களா?" (சில ஆண்டுகளுக்கு முன் அந்த வீட்டில் டைப்பிங் இன்ஸ்டிடியூட் திறந்தார்கள், ஆனால் அது ஓடவில்லை. ஸ்ரீமதி சஹகல் வாடகை

பாக்கிக்காக இரண்டு டைப்ரைட்டர்களை ஐப்தி செய்து விட்டிருந்தாள்).

அந்த வாரத்திலேயே ரிப்பர்ட்டரியில் ஸ்கிரிப்ட் மிஸ்டேக் விஷயமாக கலைஞர்கள் காரசாரமாக விவாதித்தார்கள். வர்ஷா சூர்யபானுடன் பேசிவிட்டு சதவந்தியிடம் ஸ்டென்சிலைக் கொடுத்து முழுப் பிரதியையும் அவளுடன் உட்கார்ந்து படித்து விட்டாள். சதவந்தி ஒரு வாரத்தில் ஸ்டென்சில் டைப் செய்து விட்டாள், ஏழு, எட்டு தவறுகள் இருந்தன, வர்ஷா சுட்டிக் காட்டியதும் அவை திருத்தப்பட்டன. அதிலிருந்து சூர்யபான் சதவந்திக்கு வேலை தருவதை வழக்கமாக்கிக் கொண்டார்.

கொஞ்ச நாட்கள் கழித்து வர்ஷா சதவந்தியை அழைத்துக்கொண்டு ஆர்ய சமாஜ் ரோடில் இருந்த நாளந்தா கோச்சிங் இன்ஸ்டிடியூட்டிற்கு சென்றாள். அங்கே இருந்த மிஸ்டர் அரோடா என்ற ஆசிரியருடன் ஸ்ரீராம் சென்டரில் வர்ஷா பரிச்சயமாகியிருந்தாள். அவர் மாணவிகளுக்குத் தரப்படும் பாடப்பகுதியில் சில பாடங்களைத் தயாரிக்க ஆரம்பித்திருந்தார்.

கல்யாணத்திற்கு முன் சதவந்தி பிரைவேட்டாக பி.ஏ. பாஸ் பண்ணியிருந்தாள், ஆனால் இயல்பாகவும், அனுகூலமற்ற சூழ்நிலைகளாலும் அவளிடம் தன்னம்பிக்கை என்பது அறவே இல்லை. சிறிய விஷயத்திற்கும் அழத் தொடங்கிவிடுவாள்.

சுயமுயற்சியாலும், வர்ஷாவின் புத்திமதி, ஊக்குவிப்பாலும் சதவந்தியின் தாழ்வு மனப்பான்மை குறைந்தது. டைப்பிங் மிஷின்கள் பயன்படுத்தப்பட்டதில் சஹகல் குடும்பத்திற்கும் - முக்கியமாக ஸ்ரீமதி சஹகலுக்கு - சந்தோஷம்

''சரியாக செய்திருக்கிறீர்கள்!'' என்று பென்சிலை எடுத்துக் கொண்டே சொன்னாள் வர்ஷா, ''ஏழு பக்கங்களில் இரண்டு தப்புதான் இருக்கிறது.''

'' ஒன்று ஒரிஜின்லிலேயே தப்பு,'' என்றாள் சதவந்தி.

''கோச்சிங் இன்ஸ்டிடியூட் டீச்சர், பாவம்!'' வர்ஷா புன்னகை செய்தாள்.

ஃபைலை வாங்கிக் கொண்ட பிறகு சதவந்தி எழுந்திருக்கவில்லை. சில வினாடிகள் பேசாமல் இருந்தாள்.

கடைசியில் வர்ஷாதான் பேசினாள், ''நான் வீடு தேடிக் கொண்டிருக்கிறேன் என்று அம்மாவிடம் சொல்லுங்கள். முப்பது தேதிக்குள் காலி பண்ணிவிடுகிறேன்.''

சதவந்தி அறியாத பாவத்துடன் அவளைப் பார்த்தாள், ''என்ன?''

''உங்களுக்குத் தெரியாதா? என்னை வீட்டைக் காலி செய்ய சொல்லியிருக்கிறார்கள்.''

சதவந்தியின் கண்களில் கண்ணீர் பெருக்கெடுக்கத் தொடங்கியது, ''என்னைப் போல துரதிருஷ்டசாலி தேடினாலும் கிடைக்கமாட்டாள்...'' (வர்ஷாவுக்கு உடனே ஷாஜஹான்பூரில் திவ்யா தன்னை விட்டுப் போகிறேன் என்றதும் தற்கொலை செய்து கொள்ள முயற்சித்த தன் மனோநிலை நினைவு வந்தது.).

அம்மா அழுவதைப் பார்த்த பிங்கிக்கும் அழுகை வந்தது.

சதவந்தி முந்தானையால் கண்ணீரைத் துடைத்துக் கொண்டே, ''இன்று நான் ராஜ்மா - சாதம் செய்திருக்கிறேன், எங்களுடன் சாப்பிடுங்கள் என்று சொல்லத்தான் விரும்பினேன்.'' என்றாள்.

ரவீந்திரபவன் வராந்தாவில் நின்றுகொண்டு வர்ஷா கடிகாரத்தைப் பார்த்தாள், ஐந்து அடித்து ஒரு நிமிஷம் ஆகியிருந்தது.

அவள் நான்கே முக்காலுக்கு ரிப்பர்ட்டரியிலிருந்து கிளம்பி வந்திருந்தாள். மண்டிஹவுஸ் ஸ்டாப்பிலிருந்து நிஜாமுத்தீனுக்கு பஸ் பஸ் பிடிக்க எண்ணியிருந்தாள். ரீட்டாவைப் பார்க்கப் போகவேண்டும். இப்போது நெற்றிக்காயம் ஆறி மனநிலையும் சரியாகியிருக்கிறது என்று சுகுமார் போனில் சொல்லியிருந்தான்.

ரவீந்திரபவன் ஆர்ட் காலரியிலிருந்து கிளம்பும்போது ஓவியர் ஆசீமை அவள் சந்தித்தாள். அவரிடம் பேசிவிட்டு மேலே நடந்தபோது பின்னாலிருந்து கல்யாணி அவளைக் கூப்பிட்டாள். ''உனக்கு போன் வந்திருந்தது'' என்று கூறி கையில் ஒரு துண்டுப் பேப்பரைத் திணித்து விட்டு அவள் வெளியே ஓடிவிட்டடாள்.

அங்கே அவள் காதலன் வினாயக் ஷிந்தே ஸ்கூட்டரை ஸ்டார்ட் செய்து விட்டு நின்றிருந்தான். வர்ஷாவுக்கு கை ஆட்டியபடி அவள் பின் சீட்டில் உட்கார்ந்து மாயமாகிவிட்டாள்.

'ஷிவானி ஐந்து அடித்து ஐந்து நிமிடத்தில் ரவீந்திரபவன் இடது கேட்டில் உன்னை சந்திப்பாள்.' வர்ஷா கவனமாக பெயரைப் பார்த்தாள். ஆமாம், ஷிவானிதான் எழுதியிருந்தாள். (முதல் எழுத்து சற்று இழுத்து எழுதப்பட்டிருந்தது, அதை 'திவானி' என்றும் படிக்கலாம்!). ஷிவானி தன்னை சந்திக்கிறாளா? ஏன்? எதற்காக? ஒன்றும் எழுதவில்லை. இடது கேட்டில் ... இடது என்றால் என்ன அர்த்தம்? ரவீந்திரபவனுக்குள் நுழையும்போது இடது பக்கமா, வெளியேறும்போது இடதுபக்கமா? இப்போது அவள் எங்கே போய் எதிர்பார்த்துக்கொண்டிருப்பது? நேபாளத் தூதராலய கேட்டிலா, மண்டிஹவுஸ் ஸ்கூட்டர் ஸ்டாண்ட் கேட்டிலா?... தேதியும் இல்லை. இந்த சந்திப்பு நாளைக்கா? நான் சும்மா உட்கார்ந்திருப்பதாக ஷிவானி நினைத்துக்கொண்டாளா? ஐந்து - ஐந்துக்கு சந்திக்க சொல்லி நான்கு ஐம்பதுக்கு போன் செய்திருக்கிறாள். எப்படி சந்திப்பது? அவள் நிஜாமுத்தீனில் ஒரு பெரிய நடிகையைப் பார்க்கப் போக வேண்டாமா?

இந்தியர்களுக்கு பழகும் முறையே வராது என்று வர்ஷா எரிச்சலோடு நினைத்துக் கொண்டாள்.

"வர்ஷா, நீ இங்கேயா நிற்கிறாய்?" பின்னாலிருந்து ஒரு அதட்டல் கேட்டது, "ஐந்து மணிக்கு மீட்டிங் இருக்கிறது." வர்ஷா திரும்பினாள். ஷஷாங்கன் நின்றிருந்தார்.

"மீட்டிங்?"

"நீ ஸ்ரீராம் சென்டரில் நோட்டீஸைப் பார்க்கவில்லையா?" அவர் மீண்டும் அதட்டினார்.

"என்ன நோட்டீஸ்?"

"பைத்தியம் மாதிரி நான் சொன்னதையே திருப்பி சொல்லாதே." அவர் குரல் ஓங்கியிருந்தது, "சாந்தினி சௌக்கில் எங்கள் தெரு நாடகத்தை இடையிலேயே தடுத்து குண்டர்கள் எங்களைத் தாக்கினார்கள். கார்ப்பரேஷன் தேர்தல் காரணமாக ஆளும் கட்சி எதிர்க்கட்சியினரின் வாயை மூட விரும்புகிறது.

ஜனநாயகத்தில் வெளிப்படையாகவே தனிமனித சுதந்திரம் கழுத்து நெரிக்கப்படுகிறது. கலை, கலாச்சாரத்தின் உயரிய மதிப்பைக் காப்பாற்ற ஒரு நடிகை என்ற முறையில் குரல் கொடு. கலை, கலாச்சாரத்தின் மீது எப்போதும் தாக்குதல்கள் நடப்பதால் நீ...''

''கலையும் கலாச்சாரமும் நாசமாய்ப் போகட்டும்.'' என்றாள் வர்ஷா கோபமாக, ''கலைக்காகவும், கலாச்சாரத்திற்காகவும் குரல் எழுப்புவதற்கு முன் நான் கேட்கிறேன், உங்கள் கலையும், கலாச்சாரமும் எனக்கு என்ன செய்தன? உங்கள் கலையும் கலாச்சாரமும் முதலில் எனக்கு டில்லியில் ஒரு மலிவான வாடகை வீட்டைக் காட்டட்டும்.''

''யூ ஆர் ஏ கான் கேஸ்!'' என்று கோபமாகக் கூறிவிட்டு ஷஷாங்கன் போய்விட்டார்.

கடுமையான தலைவலி வர்ஷாவை நிலைகுலையச் செய்து விட்டது. கரடுமுரடான நாகபாசத்தால் கட்டப்பட்டு திசை தடுமாறி விரட்டப்படும் மதம் கொண்ட யானைகளால் அவள் தலை நெறிக்கப்படுவது போல தோன்றியது. நெற்றியில் வியர்வைத்துளிகள் அரும்பின, கால்கள் நடுங்க ஆரம்பித்தன. அப்போது வலியின் இரண்டாவது அலை அவளைத் தாக்கியது. அவள் எதையாவது பிடித்துக்கொள்ள கையை நீட்டினாள், ஆனால் ஒன்றும் அகப்படவில்லை. அவள் எதனாலோ இழுக்கப்பட்டவளைப் போல சில அடிகள் முன்னே சென்றாள், தடுமாறி புல்வெளியில் தொப்பென்று உட்கார்ந்துவிட்டாள். எதிரில் அங்கும் இங்கும் கறுப்புப்புள்ளிகள் நிறைந்தன. கண்கள் மூடிக்கொண்டுவிட்டன. பல்லைக் கடித்து அவள் மயக்கத்தின் தாக்குதலை சமாளிக்க முயற்சித்தாள். ஒரு வினாடி தான் யார், எங்கிருக்கிறோம் என்பதே அவளுக்கு மறந்துவிட்டது.

மூடிய கண்களுக்கு வெளியில் முதலில் பறவைகளின் சலசலப்பு ஒலி கேட்டது. பிறகு ஒரு இனிய குரல், ''வர்ஷா'' ஷிவானி அவளைக் குனிந்து பார்த்துக்கொண்டிருந்தாள்.

''என்ன ஆயிற்று?''

''தலைவலியில் மயக்கம் வந்துவிட்டது.''

அவள் எழ முயற்சித்தபோது ஷிவானி கையை நீட்டினாள். அவள் கையைப் பிடித்துக்கொண்டு வர்ஷா எழுந்தாள்.

ஷிவானி வெள்ளை பிரீமியர் பத்மினி கதவைத் திறந்தாள். வர்ஷா மெல்ல காரில் ஏறி உட்கார்ந்தாள். ஷிவானி பக்கத்துசீட்டில் உட்கார்ந்து பர்சைத் திறந்து ஏதோ தேடினாள், ''ஆமாம், இருக்கிறது.'' அவள் இரண்டு தலைவலி மாத்திரையை நீட்டினாள்.

வர்ஷாவின் சமிக்ஞை கண்டு ஷிவானி மண்டிஹவுஸ் டீக்கடைக்கு முன்னால் காரை நிறுத்தினாள். சோட்டு உடனே இரண்டு கிளாஸ் தண்ணீர் எடுத்துவந்தான். வர்ஷா மாத்திரையை விழுங்கிவிட்டு குளிர்ந்த நீரை முகத்தில் தெளித்துக் கொண்டாள்.

★ ★ ★ ★

''திடீரென்று உன்னை சந்திக்க விரும்பினேன்.'' தனக்குள் பேசிக் கொள்வதைப் போல ஷிவானியின் குரல் அடங்கி ஒலித்தது.

கார் மிக விரைவாக ஓடிக்கொண்டிருந்தது, மேடுபள்ளமற்ற ரோடில் வழுக்கி ஓடிக்கொண்டிருந்தது. இரண்டு பக்க கண்ணாடிகளும் இறக்கிவிடப்பட்டிருந்தன. குளிர்ந்த காற்றலைகள் கண்ணாமூச்சி விளையாடிக்கொண்டிருந்தன.

''இப்போது எப்படி இருக்கிறது?'' ஷிவானி ஒரு வினாடி அவளைப் பார்த்துவிட்டு பார்வையை எதிரில் திருப்பினாள்.

''பரவாயில்லை.''

கார் வேகம் உண்மையில் மிக அதிகமாக இருந்தது. ஆனால் ஷிவானியின் கைகள் நன்கு பழக்கப்பட்டவையாக இருந்தன.

வர்ஷா புன்னகை செய்தாள்.

''நாம் இருவரும் ஒருவர் தோளில் மற்றவர் உயிரின்றிக் கிடந்தால் அந்தக் காட்சி எவ்வளவு ரம்மியமாக இருக்கும்! இல்லை?'' ஷிவானி மீண்டும் சிரித்தாள்.

''உண்மைதான்.'' என்றாள் வர்ஷா, ''உண்மையில் எனக்கு எல்லா கஷ்டங்களிலிருந்தும் ஒரு சேர விடுதலை கிடைத்துவிடும்.''

''உன்னை எங்கே அழைத்துப் போகிறேன் என்று நான்

சொல்லமாட்டேன்.'' என்று ஷிவானி ரகசியக் குரலில் சொன்னாள்.

''நானும் கேட்க மாட்டேன்.'' வர்ஷா புன்னகை செய்தாள்.

''நான் என்ன செய்தாலும், நீ ஏன் என்று கேட்கமாட்டாயா?'' ஷிவானியின் குரல் அர்த்தம் நிறைந்து இருந்தது.

''கேள்வி கேட்பேன், ஆனால் எதிர்த்து அல்ல.''

''ஏன்?''

''இந்த சந்திப்பு உன் விருப்பத்தால் ஏற்பட்டிருக்கிறது.''

ஷிவானி புன்னகை செய்தாள்.

அப்போதுதான் ஒரு டயோட்டா அவர்களை ஓவர்டேக் செய்தது. முன் சீட்டில் இரண்டு இளைஞர்கள் இருந்தார்கள். ஒருவன் ஷிவானியின் பக்கம் 'வி' என்று கைகாட்டினான். ஷிவானி இரண்டு சிறிய ஹார்ன் ஒலி தந்து சவாலை ஏற்றுக் கொள்வதாக அறிவித்தாள். அடுத்த சில நிமிடங்களில் வர்ஷா இரண்டு பரஸ்பரம் எதிர்எதிரான உணர்வுகளை உணர்ந்தாள். காரின் வேகம் அதிகரித்தபோது அவள் உயிர் ஆசை நடுங்கியது. அருகில் ஓடிய கார்களை ஷிவானியின் கார் சில அங்குல தூரத்தில் கடந்து சென்ற போது வர்ஷாவின் விரக்தி நெஞ்சம் மெல்ல புன்னகை செய்தது. அந்த நேரம் ஷிவானியின் பார்வை எதிரில் பாதையின் மீதே இருந்தது. அவள் முகத்தில் மெல்லிய புன்னகையுடன் அடர்ந்த காட்டில் பசித்த ஒரு சிங்கம் போலவும், நான்கு கால் பாய்ச்சலில் ஓடும் மானைப் பார்த்து தன் நகங்களை விரிப்பது போலவும் சற்று கவலையை எழுப்பும் தீவிரமும் இருந்தது...

போகுமிடம் என்ன, தெரியவில்லை, ஆனால் ஷிவானியின் கார் டயோட்டாவின் பின்னால் ரிங்ரோடில் திரும்பிவிட்டது. ஆசிரம நால்ரோடில் சிக்னல் விளக்குகளின் கலர் மாறுவதற்கு முன் ஷிவானி வேகத்தை சட்டென அதிகரித்தாள், ஒரு ஆட்டோ அடிபட இருந்து தப்பியது... வர்ஷா கண்களை மூடிக்கொண்டாள், கடவுளை நினைத்துக்கொண்டாள், நண்பர்களே! நான் செய்த தவறு எதுவும் இருந்தால் மன்னித்து விடுங்கள்...

ஷிவானியின் நீண்ட ஹாரன் ஒலி எழுந்தது, வர்ஷா

கண்களைத் திறந்தாள்... ஷிவானி பின்னால் இருந்த டயோட்டாவுக்கு 'வி' காண்பித்துக்கொண்டிருந்தாள்...

★ ★ ★ ★

''சொல்லு, என்ன குடிக்கிறாய்?''

இது கிரேட்டர் கைலாஷ் பங்களாவின் அலங்கரிக்கப்பட்ட டிராயிங் ரூம். வர்ஷா வெள்ளைக் கவர் மூடிய சோபாவில் உட்கார்ந்திருந்தாள். மேலே ஒளி வீசும் சாண்டலியர், அதன் தொங்கல்கள் மாலைகள் போல் மின்னிக்கொண்டிருந்தன. வர்ஷாவுக்கு தன் தற்போதைய முக்கிய கவலை மெல்ல நினைவு வந்தது.

தற்போது தான் அங்குதான் இருப்பதாக ஷிவானி சொல்லியிருந்தாள். இது அம்மாவின் பிறந்தவீட்டுச் சொத்து. அம்மா - அப்பா லோடிரோடு அரசாங்க பங்களாவில் இருக்கிறார்கள். வெளி கேட்டில் காவலாளி இருந்தான், அவன்தான் கேட்டைத் திறந்துவிட்டான். அர்த்தம் நிறைந்த புன்னகையுடன், ''இன்று நான் வேலைக்காரிக்கு லீவ் கொடுத்து அனுப்பிவிட்டேன்.'' என்று கூறினாள் ஷிவானி.

''நீ கொடுக்க விரும்புவதைக் கொடு.''

''ஒரு ஆன் தராக்ஸ் தரட்டுமா?... தலைக் கனம் போய்விடும்.''

''சரி.''

ஷிவானி சமையல் அறையிலிருந்து ஐஸ்கட்டி பெட்டியை எடுத்துவந்தாள். ஐஸ்கட்டிகளைக் கிளாசில் போட்டாள். பெரிய சாவிக் கொத்திலிருந்து ஒரு சாவியை எடுத்து அலமாரியைத் திறந்தாள். ஈங்கல் ரேமர் பாட்டிலை எடுத்து ஊற்றத் தொடங்கினாள்.

''சியர்ஸ்!''

வர்ஷா கிளாசைத் தூக்கி பருகினாள். புதிய பானத்தின் முதல் மடக்கு சுவையாக இருக்கும். ஒன்றிரண்டு மடக்கு குடித்ததுமே தான் எவ்வளவு எச்சரிக்கையாக இருக்கவேண்டும் என்பதை நிர்ணயித்துக்

கொண்டுவிடுவாள். ஆனால் இன்று நான்கு மடக்கு குடித்தபிறகும் நிச்சயமின்றி இருந்தாள்.

ஷிவானி எதிரில் உட்கார்ந்திருந்தாள். அவள் சாண்டிலைக் கழற்றிவிட்டு காலை விரிப்பில் பரப்பியிருந்தாள். ஸ்ட்ரெட்ச்டு பேண்ட்டும், நீண்ட தளர்த்தியான பட்டன் டவுன் ஷர்ட்டும் அணிந்திருந்தாள். அவள் காதில் அணிந்திருந்த வளையங்களை வர்ஷா இப்போதுதான் முதல் முறையாக பார்த்தாள். பழைய வளையங்களைப் போல் இல்லாமல் இதில் சிறிய தொங்கல்கள் இருந்தன. ஷிவானிக்கு வளையங்கள் மிகவும் பிடித்திருக்கிறது என்று வர்ஷா நினைத்துக்கொண்டாள்.

''உன் ஆபீஸ் எப்படி இருக்கிறது?'' என்று கேட்டாள் வர்ஷா.

''நன்றாக. வேலை அதிகமாகிக் கொண்டே போகிறது.''

''ஒரு பெண் என்ற முறையில் ஆபீஸ் விவகாரம் எப்படி இருக்கிறது?''

ஷிவானி ஒரு வினாடி அவளைக் கவனமாகப் பார்த்தாள், ''கொஞ்சம் கஷ்டமான கேள்வியைக் கேட்கிறாய்.'' அவள் யோசனையுடன் கிளாஸ் பானத்தைப் பருகினாள், ''இளம் பெண்களின் யோசனையைக் கேட்பதை விரும்பாத ஒரு ஆண்வர்க்கம் இருக்கிறது. இந்த மாதிரி சிலர் எங்கள் ஆபீசிலும் இருக்கிறார்கள். அவர்கள் சுயமதிப்பிற்குப் பங்கம் வந்து விடக் கூடாதே என்று நான் எவ்வளவோ முயற்சிக்கிறேன். ஆனால் சிலர் தங்களுக்கு ஒரு சம்பந்தமும் இல்லாமல் இருந்தாலும் என்னுடைய சில காட்சிகளைப் பார்த்தே வெடித்துப் போகும் அளவுக்கு நாசூக்கான தன்மதிப்பு கொண்டிருக்கிறார்கள். இவர்களோடு இணைந்து வேலை செய்வது கொஞ்சம் கஷ்டமாக இருக்கிறது.''

ஷிவானியின் சிந்திக்கும் முறையும், சொல் சாதுரியமும் வர்ஷா மீது தாக்கம் விளைவித்தன.

''நான் 'காட்சி' என்ற சொல்லைப் பயன்படுத்தினேன். அது உண்மையில் உன்னுடைய களம்.'' என்று ஷிவானி புன்னகை செய்தாள்.

சில வினாடிகள் அமைதி. பின்னர் ஷிவானி கீழே மிருதுவான

கார்ப்பெட்டில் சோபாவில் சாய்ந்தபடி உட்கார்ந்தாள், மிருதுவான குஷனை மடிமீது வைத்துக்கொண்டாள்.

"ஹர்ஷைப் பற்றி ஏதாவது செய்தி உண்டா?" ஷிவானி அவளைக் கண் இமைக்காமல் பார்த்தாள்.

"அக்காவுக்கு போன் வந்திருந்தது. இந்த வாரம் ஷூட்டிங் தொடங்கும்." வர்ஷா எந்த உணர்வும் இன்றி தகவலை மட்டும் சொன்னாள்.

"ஹர்ஷ் எம்.ஏ. படிப்பைப் பாதியில் விட்டது அப்பாவுக்குப் பிடிக்கவில்லை. அவர் பிள்ளைகள் விருப்பத்தில் தலையிடாத ஹர்ஷின் அப்பாவைப் போல இல்லை." ஷிவானி புன்னகை செய்தாள், "அவர் தன் ஐந்து வயதுக் குழந்தையின் கையில் அவனுடைய முழு வாழ்க்கையின் ஜாதகத்தையும் எழுதிவிடும் அப்பா."

"செல்வாக்கான அப்பாக்களுக்கு தங்களுக்கென ஒரு நோக்கு இருக்கும்."

"என் அண்ணனுக்கு பிசினஸ் யூனிட். தியேட்டரை விட்டு விட்டு ஹர்ஷ் அவனுடன் சேர்ந்துவிட வேண்டும் என்று அப்பா விரும்புகிறார்." அவள் வர்ஷா பக்கம் திரும்பினாள், "உனக்கு தியேட்டரில் எப்படி ஆர்வம் ஏற்பட்டது?"

"அது ஒரு நீண்ட கதை." வர்ஷா சோகமாகப் புன்னகை செய்தாள்.

"நீண்ட கதைகள் எனக்குப் பிடிக்கும்."

"நீ சலித்து போய்விடுவாய்."

"இன்று மாலைநேரம் என்னுடையது."

வர்ஷா தன் குடும்பக் கதையை முடிந்தவரை தவிர்த்து விட்டு சுருக்கமாக சொன்னாள்.

"சுஜாதாவுக்கும் உனக்கும் நன்றாக ஒத்துப் போகும், இல்லை?" என்று ஷிவானி கேட்டாள்.

வர்ஷா ஆமாம் என்று தலை அசைத்தாள்.

"என்னுடன் அவளுக்கு அவ்வளவு ஒத்துவராது." கூடவே

அதற்கான காரணத்தையும் ஆராய்வதைப் போல யோசித்துக் கொண்டே பேசினாள் ஷிவானி, "ஏன் என்று தெரியவில்லை... சில நேரங்களில் உறவுநிலைக்கான காரணம் தெளிவு படுவதில்லை, அதிசயமாக இருக்கிறது, இல்லை?"

"முன்பெல்லாம் ஹர்ஷின் அம்மா நூறு சதவிகிதம் என் பக்கம் இருந்தாள். இப்போது ஐம்பது சதவிகிதமாகிவிட்டாள்." ஷிவானி சற்று சந்தோஷம் குன்றியவளாகத் தோன்றினாள், "நீ என்ன தந்திரம் செய்தாய்?"

"என்ன சொல்வது..." வர்ஷா தயங்கினாள், "இதை தர்மயுத்தம் என்று நினைத்துக் கொள்ளட்டுமா, நாளை எப்படி நான் கொல்லப்படுவேன் என்பதை இரவு ஓய்வு நேரத்தில் சொல்லட்டுமா?"

ஷிவானி தன்னுள் லயித்திருந்தாள். அவள் வர்ஷாவின் கடைசி சொற்களைக் கவனித்ததாகத் தோன்றவில்லை.

"உன் கண்கள் பேசுகின்றன என்று நாடக விமரிசகர்கள் சொல்கிறார்கள். கண்களாலேயே சொல்."

ஷிவானி கேலி செய்கிறாள் என்று வர்ஷாவுக்குத் தோன்றியது. ஆனால் அவள் தீவிரமாக இருந்தாள்.

"ஷிவானி, நீ கேட்கும் விஷயத்தைப் பற்றி எனக்கு ஒன்றும் தெரியாது. நான் நட்டாற்றில் சிக்கியிருக்கிறேன்."

ஷிவானி அவளை ஒருமுறை பார்த்தாள். பிறகு கடைசி மடக்கைக் குடித்து கிளாசைக் காலி செய்தாள், "எப்படி இருந்தது?"

வர்ஷா கைகளை விரித்துப் பறப்பதைப் போல ஆட்டினாள்.

"தலைவலி எப்படி இருக்கிறது?" ஷிவானி சிரித்துக் கொண்டே கேட்டாள்.

"மாயமாகி விட்டது." வர்ஷாவும் சிரித்தாள். ஆனால் அடுத்த வினாடி திகைத்தாள். இதில் சிரிப்பதற்கு என்ன இருக்கிறது?

ஷிவானி மசாலா போட்ட வேர்க்கடலையைக் கொஞ்சம் எடுத்தாள், "இது என் பலவீனம்." என்றபடி பிளேட்டை முன்னால் நீட்டினாள்.

வர்ஷாவும் கொஞ்சம் எடுத்துக்கொண்டாள்.

ஷிவானி இரண்டு கிளாசையும் நிரப்பினாள், வர்ஷா தன் கிளாசை எடுத்துக் கொண்டாள். பிறகு திடீரென்று கீழே ஷிவானிக்கு நேர் எதிரில் கார்ப்பெட்டிலேயே உட்கார்ந்தாள். இப்போது சுகமாக இருக்கிறது. சதுரங்க ஆட்டக்காரர்கள் தயாராக இருக்கிறார்கள் என்று நினைத்துக் கொண்டாள்.

"உனக்குத் தெரிந்திருக்கும், நானும் ஹர்ஷும் சிறுவயதிலிருந்தே நண்பர்கள்." ஷிவானி அவளை நேராகப் பார்த்தாள்.

"ஆமாம்." வர்ஷா முடிந்தவரை இயல்பான குரலில் சொன்னாள்.

"ஹர்ஷ் என்னைப் பற்றி என்ன சொன்னான்?" என்று கேட்டாள் ஷிவானி. அதிகாரமான, தீவிரமான இளம்பெண் மறைந்துவிட்டாள். ஆதரவற்ற காதலி மட்டுமே எஞ்சி நின்றாள் - வேறு வழியற்றவளாக, பாதுகாப்பற்றவளாக.

"ஒன்றும் சொல்லவில்லை."

"தானாக ஒன்றும் சொல்லாவிட்டாலும், உன் கேள்விகளுக்குப் பதிலாக ஏதாவது சொல்லியிருப்பானே?"

"நான் ஒருபோதும் எதுவும் கேட்டதில்லை."

"ஏன்? உனக்கு என்னைப் பற்றித் தெரிந்துகொள்ள ஆர்வம் உண்டாகவில்லையா?"

"உண்டாயிற்று. ஆனால் நேரடியாகக் கேட்பது உசிதமில்லையென்று நினைத்தேன்."

ஷிவானி அவளை ஆழமாகப் பார்த்தாள், "நீ உணர்வுகளில் தனி உரிமை கொண்டாடுவதை ஒத்துக் கொள்வதில்லையா?"

"ஒத்துக் கொள்வதால் தனி உரிமை கிடைத்துவிடுமா?"

"உனக்குப் பொறாமையே ஏற்படாதா?"

"பொறாமை தோன்றக்கூடிய இடத்தை நான் இன்னும் அடையவில்லை."

ஷிவானி வெறுப்படைந்தவளாகத் தோன்றினாள். "ஹர்ஷ் உனக்குக் கடிதம் எழுதியிருக்கிறானா?"

வர்ஷா இல்லையென்று தலையாட்டினாள்.

"அவன் உன்னைக் குறித்து ஆர்வம் காட்டத் தொடங்கி கிட்டத்தட்ட ஒரு வருஷம் ஆகிறது. மூன்றாவது ஆள் ஒருவர் வந்துவிட்டார் என்று புரிந்துகொண்டு விட்டேன்... அது நீயாகவே இருந்தாய் - ஷாஜஹான்பூர் சில்பில்..." ஷிவானி நீண்ட பெருமூச்சு விட்டாள், "என் தலையில் இடி விழுந்ததுபோல் இருந்தது."

"எதனால்? எனக்கும் உனக்கும் இடையில் உள்ள சமூக அந்தஸ்து வேறுபாட்டினாலா?"

"ஆமாம். அத்துடன் ஒரு பெண் என்ற முறையிலும்... தராசுத்தட்டில் நான் மேலே போனதற்குக் காரணம் ஏதாவது இருக்கிறதா?"

வர்ஷா இல்லையென்று தலையசைத்தாள்.

"ஆனால் உணர்வுக்களத்தில் பல அதிசயமாகவும், எதிர்பாராததாகவும் இருக்கிறது." ஷிவானியின் உத்வேகமான தர்க்கம் அடுத்த வினாடியே இரக்க நிலைக்கு மாறிவிட்டது, "என்னை விட அப்பா அமைதி இழந்து இருக்கிறார். அவர் என் கையில் எழுதிய ஜாதகம் பொய்யாகப் போய்க் கொண்டிருக்கிறது."

வர்ஷா பேசாமல் சுவற்றின் கண்ணாடி ஜன்னலை பார்த்துக் கொண்டிருந்தாள்.

"வெகு நாட்களுக்கு முன்பே ஹர்ஷ் என் உணர்வுகளின் மையமாகிவிட்டான்." ஷிவானி தன்னுள் மூழ்கியவளைப் போல இருந்தாள், "அவனை வைத்து நான் என் எல்லாக் கனவுகளையும் கட்டி இருக்கிறேன்."

ஷிவானி அவளுக்கு அருகே வந்தாள். வர்ஷாவின் மோவாயைத் தொட்டு உயர்த்தினாள், "உன் கண்கள் மிக அழகாக இருக்கின்றன."

வர்ஷா மெல்ல புன்னகை செய்தாள். திடீரென்று தன் கண் இமைகளின் மீது ஷிவானியின் இதழ்கள் பதிவதை உணர்ந்தாள்.

காட்சி உறைந்தது போல் ஆகிவிட்டது.

"நான் உன் கிளாசில் சயனைடு கலந்துவிட்டேன்." ஷிவானி தன் இடத்தில் உட்கார்ந்து புன்னகை செய்தாள்.

ஷிவானியின் இந்த முகபாவத்தை எப்படி வரைவு செய்வது என்று வர்ஷா யோசித்தாள். அவள் இப்போது தன் அருகில், தன் கை எட்டும் எல்லையில் இருப்பதாகத் தோன்றியது.

"என் பிணத்தை என்ன செய்வாய்?" வர்ஷா சிரித்தாள்.

"மம்மிகளைப் போல மசாலா போட்டு என் அருகில் வைத்திருப்பேன்." ஷிவானியும் சிரித்தாள், "உன்னுடன் உனக்குப் பிடித்த எல்லாப் பொருள்களும் - நாடகம், காஸ்ட்யூம், ரிவ்யூஸ். உனக்குப் பிடித்த ஒருவருடைய போட்டோ... சொல், யாருடைய போட்டோ?" ஷிவானி விஷமமாகப் புன்னகை செய்தாள்.

"திவ்யா!" வர்ஷா சிரித்தாள்.

ஷிவானியும் சிரித்தாள்.

"நாம் கொஞ்சம் அதிகமாகவே சிரித்துக் கொண்டிருக்கிறோம்." என்றாள் வர்ஷா சிரித்துக் கொண்டே.

"ஜுகல்பந்தீ (ஜோடிக்கைதிகள்)" என்று ஷிவானி அர்த்தம் பொதிந்த குரலில் சொன்னாள்.

வர்ஷா ஷிவானியின் மிருவான டபுள்பெட்டில் உட்கார்ந்திருந்தாள். ஸ்டீரியோவில் சிதாரும் சரோட்டும் ஒன்றோடொன்று இழைந்து வந்து கொண்டிருந்தன. தான் இந்தக் காட்சியின் ஒரு பகுதி இல்லை, இது வேறு யாருக்கோ நிகழ்ந்து கொண்டிருக்கிறது என்று இந்த முறை வர்ஷாவுக்கு ஆழமாகத் தோன்றியது.

"இதன் முடிவில் என்ன ஆகும் வர்ஷா?" ஷிவானி லாங் - பிளேயிங் ரிகார்ட் பக்கம் கையைக் காட்டினாள்.

"கலைப்போட்டிக்கு அப்பாற்பட்ட ஒரு ஆழ்ந்த உணர்வு எழும்."

ஷிவானி கிளாசிலிருந்து ஒரு மடக்கு பருகினாள், சின்ன அடி எடுத்து வைத்து கால் பக்கம் வந்தாள்.

"நான் அப்பா வீட்டிலிருந்து ஒரு பொருள் எடுத்து வந்திருக்கவேண்டும், நேரம் கிடைக்கவில்லை." ஷிவானி அவளைப் பார்த்தாள், "என்ன வென்று கேள்."

வர்ஷா புன்னகை செய்தாள், "என்ன?"

"பிஸ்டல்."

வர்ஷா சிரித்தாள், "அது இல்லாததுதான் தடையா?"

"இல்லை." ஷிவானி அருகில் வந்தாள். தன் கிளாசைப் பக்கத்திலிருந்து மேஜை மேல் வைத்துக் கொண்டே கட்டில் ஓரத்தில் உட்கார்ந்தாள், "உன் மெல்லிய கழுத்தில் ..." அவள் தன் இரண்டு கைகளையும் வர்ஷா கழுத்தில் வைத்து சற்று அழுத்தினாள், புன்னகையுடன் சொன்னாள், "அழுத்திவிடட்டுமா?"

"மிக இரக்கமுள்ள கொலைகாரியாக இருக்கிறாய்." வர்ஷா சிரித்தாள், "கொல்லப்படுபவளின் விருப்பத்தைக் கேட்கிறாயா!"

ஷிவானி அழுத்துவதை இன்னும் கொஞ்சம் அதிகரித்தாள், பிறகு இன்னும் கொஞ்சம்... இருவரும் புன்னகை செய்து கொண்டிருந்தார்கள், ஆனால் இப்போது வர்ஷாவுக்கு மூச்சு திணறியது, முகத்தில் இறுக்கம் தோன்றியது.

"விடை தருகிறேன்." என்றாள் ஷிவானி.

"நாட்டுமக்கள் வாழ்க..." வர்ஷா கண்களை மூடிக்கொண்டாள்.

களைத்துப் போனவளைப் போல ஷிவானி கையைப் பின்னால் இழுத்துக் கொண்டாள், "வாழ்த்துக்கள், வர்ஷா!" அவள் புன்னகை செய்தாலும், சோக நிழல் பரவியது.

வர்ஷா கேள்வி கேட்கும் பாவனையில் பார்த்தாள்.

"அடுத்த பிறந்தநாளை இரட்டை விழாவாகக் கொண்டாட வாழ்த்துக்கள்!"

வர்ஷா நீண்ட பெருமூச்சு விட்டாள். 'ஏதாவது சொல்லவேண்டும், ஆனால் என்ன சொல்வது?... எப்படிச் சொல்வது?'

"சம்பந்தப்பட்டவர்களின் உணர்வுகளைக் கவனத்தில் கொண்டு நான் எதுவும் சொல்லாமலிருப்பதே உசிதம்." வர்ஷா தயக்கத்துடன் கூறினாள்.

சற்று நேரம் அமைதி நிலவியது.

பின்னர் ஷிவானி லேசாக விம்மத் தொடங்கினாள். இரண்டு கைகளாலும் முகத்தை மூடிக்கொண்டாள்.

"ஷிவானி..." வர்ஷா அவள் தோளைப் பற்றி இழுத்தாள். ஷிவானி திரும்பினாள், நனைந்த கண்களைக் காட்ட வெட்கப்பட்டு தப்பிப்பதுபோல முகத்தை வர்ஷாவின் மார்பில் புதைத்துக் கொண்டாள். வர்ஷா தன் விரல்களை அவள் முடிக்குள் அளைந்தாள், "உன் மனதை லேசாக்க நான் என்ன செய்யட்டும்..."

"நீயும் என்னைப் போல கட்டுப்பட்டிருக்கிறாய்."

சில வினாடிகளுக்குப் பிறகு ஷிவானி நேராக நிமிர்ந்து கண்களைத் துடைத்துக் கொண்டாள், "மன்னித்துக் கொள். இந்த ஐட்டம் என் புரோகிராமில் இல்லை. ஆனால் திடீரென்று என்னால் கட்டுப்படுத்த முடியவில்லை."

அந்த வினாடியிலிருந்து வர்ஷா நினைவிழக்கத் தொடங்கினாள். ஷிவானி ஏதோ சொன்னாள், பிறகு அவளும் ஏதோ சொன்னாள். பிறகு ஷிவானி புன்னகை செய்தாள். இவ்வாறு எத்தனை வினாடிகள் கழிந்தன என்று வர்ஷாவுக்குத் தெரியாது. பின்னர் ஷிவானியின் முக குளோஸ் அப் மெல்ல மெல்ல பின்னால் சென்று மறைந்து விட்டது, திரையில் இருட்டின் சதுர வடிவங்கள் தோன்றத் தொடங்கின... தான் மிக மெல்லிய அலையைப் போல உணர்வதாகவும், காற்றில் ஊஞ்சலாடுவது போலவும், ஊஞ்சல் வீச்சு வேகமாகிக் கொண்டே போவது போலவும் வர்ஷாவுக்குத் தோன்றியது... திடீரென்று ஊஞ்சல் கயிறு அறுந்து வர்ஷா கவிழ்ந்து இருண்ட பாதாளத்திற்குள் ஸ்லோ மோஷனில் விழத் தொடங்கினாள்...

★ ★ ★ ★

வர்ஷா தூங்கி எழுந்தபோது காலை எட்டு மணி ஆகிவிட்டது. கண்களைத் திறந்தபோது கார்னிஸில் திவ்யாவின் போட்டோ கண்ணில் படவில்லை. ஜன்னல் திரை ஆடிக்கொண்டிருந்தது.

வர்ஷா திடுக்கிட்டு எழுந்து நேராக உட்கார்ந்தாள்... அட கடவுளே!... அகன்ற கண்களுடன் சுற்றுமுற்றும் பார்த்தாள். அவள் ஷிவானியின் கட்டிலிலேயே இரவு முழுதும் கழித்துவிட்டாளா?...

சட்டென மனதில் பய அலை எழுந்தது. சஹகல் குடும்பத்தினர் என்ன நினைப்பார்கள்? வர்ஷா நீண்ட பெருமூச்சு விட்டாள். முடியை ஒதுக்குவதற்காக கையைத் தூக்கியவள் பிரமித்துப் போனாள். அவள் பிரா இல்லாமல் ஷிவானியின் நைட்டியை அணிந்திருந்தாள்.

''குட் மார்னிங்!'' கையில் டீ கப்பை ஏந்தியபடி குளித்து அலங்கரித்து ஷிவானி வந்தாள்.

வர்ஷா இப்படி ஒரு வெட்கத்தை முதல்முறையாக உணர்ந்தாள்.

''இதோ, டீ குடி, ரெடியாகு. பிறகு சுடச்சுட பிரெக் ஃபாஸ்ட் பண்ணுகிறோம். இரவு ஒன்றும் சாப்பிடவில்லை. வயிறு சுத்தமாக காலியாக இருக்கிறது.''

கப்பை வாங்கிக் கொண்டே வர்ஷா கேட்டாள், ''நீ ஏன் இன்னும் சாப்பிடாமல் இருக்கிறாய்?''

''என் விருந்தாளி தூங்கிக் கொண்டிருக்கும்போது நான் எப்படி சாப்பிடுவேன்?''

ஷிவானி அவள் பக்கத்தில் உட்கார்ந்தாள். அப்போதுதான் குளித்துவிட்டு வாசனையாக இருந்தாள்.

வர்ஷா டீயைக் குடித்தாள், ''இதுமாதிரி எனக்கு இது வரை ஏற்பட்டதே இல்லை.''

''அப்படி என்ன ஆகிவிட்டது?'' ஒரு வினாடி ஷிவானியின் பார்வை அவளுடைய மெல்லிய நைட்டியில் நிலைத்தது.

வர்ஷா ஷிவானியை வெட்கப் புன்னகையுடன் பார்த்தாள்.

"உன் ஹவுஸ் ஓனருக்கு போன் பண்ணிவிட்டேன்."

"நிஜமாகவா?" வர்ஷா ஆறுதல் குரலில் சொன்னாள்.

"ஆமாம். ஒரு சலுகை மட்டும் எடுத்துக் கொண்டேன் - உனக்கு நைட்டி அணிவித்துவிட்டேன்." ஷிவானி விஷமமாக சொன்னாள், "ஆனால் நம்பு, உன்னை நான் தொடவில்லை."

இந்த ஒரு வினாடி ஷிவானி அவளை மிகவும் கவர்ந்து அன்பிற்குரியவளாகத் தோன்றினாள்.

★ ★ ★ ★

சாய்வு நாற்காலியில் சாய்ந்து படுத்திருந்த ரீட்டா சொன்னாள், "சுகுமார் மூன்று வழி சொல்கிறார்." அவள் இயல்பாக இருந்தாள். முகத்தில் மூன்று இடங்களில் பிளாஸ்திரி ஒட்டியிருந்தது.

சுகுமார் சொன்னான், "ஒன்று ரீட்டா குழந்தையுடனும் ஆயாவுடனும் டில்லியிலேயே இருப்பது, ஆனால் வேறு இடத்தில். இந்த பிளாட்டில் என் நினைவு வந்து கொண்டேயிருக்கும். நான் இரண்டு - மூன்று மாதங்களுக்கு ஒருமுறை வந்துவிட்டுப் போவேன். குறைந்தபட்சம் மூன்று வருஷம் நான் டார்ஜிலிங்கில் இருக்கவேண்டியிருக்கும்."

"இது சரிப்பட்டு வராது." என்று வர்ஷாவைப் பார்த்துக் கொண்டே ரீட்டா திடமான குரலில் சொன்னாள்," முதலாவது, ஆளுக்கு ஒரு இடமாக இரண்டு இடங்களில் இருப்பது மிகவும் செலவு பிடிக்கும். பதவி உயர்வு கிடைத்ததில் ஒரு லாபமும் இல்லாமல் போய்விடும். இரண்டாவதாக, நான் குழந்தையைத் தனியாக சமாளிக்க முடியாது. நடு இரவில் ஏதாவது அவசரம் என்றால் நான் எங்கே ஓடுவேன்? மூன்றாவதாக, சுகுமார் இல்லாமல் என்னால் ஒரு வாரம் கூட இருக்க முடியாது. மூன்று வருடங்கள் தனியாக இருப்பதை நினைத்தாலே என் நெஞ்சு நடுங்குகிறது." கூடவே சுகுமாரை போலியாக தட்டினாள், "கர்வப்பட அவசியமில்லை. நேராக உட்காருங்கள்."

"இரண்டாவது வழி என்ன?" என்று வர்ஷா கேட்டாள்.

"நான் குழந்தையை என்னுடன் எடுத்துக்கொண்டு போகிறேன்."

"நடைமுறையில் இது சுலபம், ஆனால் இதுவும் சாத்தியமில்லை." என்றாள் ரீட்டா, "இதனால் என் நிலைமை மிக மோசமாகிவிடும். நாள் முழுதும் ரிப்பர்ட்டரியில் ரிஹர்சல் பார்த்துவிட்டு இரவு முழுதும் படுக்கையில் அழுதுகொண்டிருக்கவா?"

"பிறகு?" வர்ஷா.

"நான் இந்தப் பதவி உயர்வை வேண்டாம் என்று சொல்லிவிடுவது." சுகுமார் கீழே பார்த்தபடி சொன்னான்.

"வர்ஷா, நான் ஆபீசில் இரண்டு, மூன்று நலம் விரும்பிகளுடன் பேசினேன்." ரீட்டா நீண்ட பெருமூச்சு விட்டாள், "பதவி உயர்வை வேண்டாமென்று சொன்னால் சுகுமார் கேரியர் வீணாகிவிடும். உனக்குத் தெரியாது, ஒரு டஜன் பேர்களில் சுகுமார் தெரிவு செய்யப்பட்டிருக்கிறார். அத்துடன், இரண்டு ஆண்டுகள் கழித்து மீண்டும் மாற்றலானால் என்ன செய்வது?"

சில வினாடிகள் மௌனம் நிலவியது. தூங்கிக்கொண்டிருந்த குழந்தையின் சீரான மூச்சு ஒலி கேட்டது.

"என் பெயர் பாங்கேபிஹாரி தீக்ஷித், பி.சி.எஸ். குர்ஜா..." திரிவேணிகபேயில் சபாரி சூட்டும், மூக்குக்கண்ணாடியும் அணிந்த ஒரு இளைஞன் கைகூப்பினான், "இவர் என் அக்கா, குமாரி சந்திரிகா தேவி, டீச்சர், சஜ்ஜூமல் கன்யா மகாவித்யாலயா, குர்ஜா..."

வர்ஷா வணக்கத்துடன் நாற்காலியைக் காட்டினாள், "உட்காருங்கள்."

பிற்பகலில் ரிப்பர்ட்டரிக்கு போன் வந்தது, "நான் பாங்கேபிஹாரி தீக்ஷித், பி.சி.எஸ். குர்ஜா பேசுகிறேன்." "சொல்லுங்கள்." என்றாள் வர்ஷா - 'இது என்ன பிராணி!' என்று அவளுக்கு விளங்கவில்லை. "மிஸ்டர் தீனதயாள் உங்களிடம் பேசியிருப்பார்." எந்த தீனதயாள்? என்று அவள் யோசித்தாள். நல்லவேளை, வாய்விட்டு சொல்லவில்லை. "உங்கள் அத்தான்..." "ஓ, ஆமாம்..." வர்ஷாவுக்கு ஷாஜஹான்பூர் ஸ்டேஷன் நினைவு வந்தது.

''சென்ற முறை நான் போன் செய்தபோது நீங்கள் ஏதோ ரிகர்சலில் மும்முரமாக இருந்தீர்கள்.''

வர்ஷாவுக்கு நினைவு வந்துவிட்டது. கொஞ்ச நாட்களுக்கு முன் அவள் அவரைத் தட்டிக் கழிப்பதில் வெற்றி அடைந்திருந்தாள்.

''என்ன சாப்பிடுகிறீர்கள்?'' வர்ஷா.

''நான் காப்பிதான் குடிப்பேன்.'' அக்கா.

வர்ஷா வெயிட்டரிடம் காபிக்கு சொன்னாள்.

''எங்கள் குடும்பத்தில் நாங்கள் இருவர் மட்டும்தான்.'' என்றான் பாங்கேபிஹாரி, ''அக்காதான் என்னை வளர்த்தாள். எனக்காக அவள் கல்யாணம் கூட செய்து கொள்ளவில்லை.''

'செய்து கொள்வாள், நகைகள் அணிந்து ஜொலிப்பிற்குக் குறைவில்லை,' வர்ஷா நினைத்தாள்.

அக்கா புன்னகைத்தாள், ''க்ஷத்திரியனுக்கு ஆயுதமும், வைசியனுக்கு வியாபார புத்தியும் எத்தனை முக்கியமோ அத்தனை முக்கியம் மனிதர்களுக்கு கடமை ஆற்றுவது என்று யாரோ ஒரு சம்ஸ்கிருதகவி சொல்லியிருக்கிறார்.''

'பிராமணனுக்கும், சூத்ரனுக்கும் எது முக்கியம் என்று கூற ஏன் அந்தக் கவிஞர் மறந்து விட்டார்?...' என்று வர்ஷா யோசித்தாள். ''நீங்கள் சம்ஸ்கிருதம் எடுத்துப் படித்தீர்களா?'' என்று கேட்டாள்.

''ஆமாம்.''

''உங்கள் தந்தையும் சம்ஸ்கிருத ஆசிரியர்தான் என்று அக்கா சொன்னாள்.'' பாங்கேபிஹாரி.

''உங்கள் இருவருடைய ஜாதகங்கள் போல பல நல்ல விஷயங்கள் ஒத்து வருகின்றன.'' அக்கா. ''என் தம்பியும் இலக்கிய ரசிகன், கலையை நேசிப்பவன். பெரிய ஆபீசர், ஆனால் தவறாமல் நூல்நிலையம் போவான். நாட்டியம், நாடகம், இசை - எல்லாக் கலைகளிலும் தேர்ந்தவன்...''

''வர்ஷா, இப்போது நான் உங்களிடம் எதுவும் சொன்னால் அது சூரியனுக்கு முன்னே விளக்கேற்றுவது போலத்தான் ஆகும்;... தம்பிக்கு பெரிய, பெரிய இடங்களிலிருந்து சம்பந்தம் வருகிறது.

ஆனால் ஒரு கலைஞருக்கு ஒரு கலைஞானியே அமைந்தால் மிகவும் நல்லது. உத்தரப்பிரதேசத்தின் சிறப்பு உத்தரப்பிரதேசத்திலேயே இருந்தால் தங்கத்தில் மணம் சேர்ந்தது போலத்தான்." - அக்கா.

"தற்போது உங்களுடைய என்ன ரிஹர்சல் நடந்து கொண்டிருக்கிறது?" என்று கேட்டான் பாங்கேபிஹாரி.

" 'லுக் பேக் இன் ஆங்கர்' "

"மிகவும் கம்பீரமான படைப்பு." அவன் பாராட்டும் பாவனையில் சொன்னான், "புதிய தலைமுறை உணர்வுகளின் நெஞ்சைத் தொடும் சித்தரிப்பு."

"டி.எஸ்.பி. வாங்கிக் கொண்டு போனாரே அந்தப் புத்தகம்தானே?" என்று கேட்டாள் அக்கா.

"இல்லை. அது 'ஏ மேன் ஃபார் ஆல் சீசன்ஸ்."

சில வினாடிகள் மௌனத்திற்குப் பின்னர் அக்கா டாய்லெட் போனாள்.

'பொறு, இன்னும் பொறு!' என்று வர்ஷா நினைத்துக் கொண்டாள். மனத்திற்குள் அத்தானுக்கு எழுதவேண்டிய கடிதத்தை வரைந்தாள். 'மிஸ்டர் பாங்கேபிஹாரி தீக்ஷித், பி.சி.எஸ். குர்ஜாவுடன் என் 'வாய்ஸ்' பொருந்தவில்லை என்று வருத்தத்துடன் எழுதுகிறேன். பத்து நிமிஷ டீ குடிக்கும் நேரமே இப்படி என்றால் முப்பத்தைந்து ஆண்டுகள் வாழ்க்கையைக் கழிப்பது என்பது எப்படி இருக்கும் என்பதை நீங்கள் அறிவீர்கள்."

"வர்ஷா, நாம் ஒருவரை ஒருவர் கொஞ்சம் அறிந்து கொள்ள அவகாசம் கிடைத்தால் நன்றாக இருக்கும்..." அவன் வாக்கியத்தை அர்த்தம் நிறைந்த முறையில் முடிக்காமல் விட்டு விட்டான்.

"கஷ்டம் இதுதான், எனக்கே என்னை அறிந்துகொள்ள அவகாசம் கிடைப்பதில்லை." வர்ஷா மங்கலாக புன்னகை செய்தாள். நேரம் ஆவதை சுட்டிக்காட்ட கடிகாரத்தைப் பார்த்தாள்.

"நான் விசாலமான இதயமும், இரக்ககுணமும் உள்ளவன். நான் கல்யாணம் என்பது இரு உள்ளங்களின் வெளிப்பாடு என்ற கட்சியை சேர்ந்தவன்." ஒரு வினாடி அவளைப் பார்த்துவிட்டு

தொடர்ந்தான், 'நீங்கள் திருமணம் என்பது இரு நெஞ்சங்களின் சங்கமம் என்பதை ஒத்துக் கொள்வீர்கள், அல்லவா?''

'நான் இரண்டு காதல் நெஞ்சங்களின் சங்கமத்தை ஒத்துக் கொள்கிறேன்,' என்று வர்ஷா நினைத்துக் கொண்டாள்.

"குர்ஜாவில் நாடகமேடை நடவடிக்கைகளுக்கான எல்லா வாய்ப்புகளும் இருக்கின்றன. எனக்கு நல்ல நெருக்கமானவர்களும் நிறைய இருக்கிறார்கள். அத்தோடு என் பதவியின் காரணமாக நமக்கு பல வகையான வசதிகளும் கிடைக்கும். நம்முடைய நாடகக்குழு மிகவும் வெற்றிகரமாக அமையும் என்று உங்களுக்கு உறுதி தருகிறேன்.''

"ஆமாம், குர்ஜாவில் போய் குடியேறத்தான் நான் ஷாஜஹான் பூரிலிருந்து உயிரைக் காப்பாற்றிக் கொண்டு ஓடினேன்!' என்று வர்ஷா நினைத்துக் கொண்டாள்.

"பிறகு... நீங்கள் என்ன முடிவு செய்திருக்கிறீர்கள்?'' பாங்கேபிஹாரி இதமாக புன்னகை செய்தான்.

எந்த மனிதனுடைய ஆசைகளும் இத்தனை தீர்க்காலோசனையுடன் அமையுமா, யாராவது தன்னால் அமைக்கப்பட்ட நிலப்பரப்பு எல்லைகளுக்கிடையே அமைந்த நீரூற்றுகளோடு இவ்வாறு தன் விருப்பங்களைக் கூடியவரை இணைக்கமுடியுமா, இப்படியான ஒரு மனிதன் எப்படி சந்தேகத்தையும், நிச்சயமற்ற தன்மையையும் அப்புறப்படுத்தி சந்தோஷங்களின் குறைந்தபட்ச கியாரண்டியைப் பெற்றுக் கொள்கிறான் என்று வர்ஷா ஆச்சரியப்பட்டாள்.

"எனக்கு யோசிப்பதற்கு சற்று அவகாசம் கொடுங்கள்.'' என்றாள் வர்ஷா மெல்ல.

"வேறு வழி இல்லை, வர்ஷா!'' ரீட்டாவின் கண்களில் நீர் நிறைந்தது.

இன்ஜின் குரல் எழுப்பியது.

ஆயா குழந்தையுடன் சீட்டில் உட்கார்ந்திருந்தாள், சுகுமார் தன்னுடன் வேலை செய்பவர்கள், அவர்களுடைய மனைவிகள் சூழ

பிளாட்ஃபாரத்தில் சிகரெட் பிடித்தபடி நின்றான்.

''ஜேஃபர்ஸன்: இந்தியாவின் ஹீரோ ஆகிவிட்டீர்கள் சுகுமார்!'' கேலியாகவும் எடுத்துக்கொள்ளலாம், புகழ்ச்சியாகவும் எடுத்துக் கொள்ளலாம் என்ற வகையில் ரீட்டாவின் குரல் அமைந்திருந்தது.

வர்ஷா ரீட்டாவின் ஒரு சிறிய குறிப்பை டாக்டர் அடலிடம் தரப்போயிருந்தாள். ''நீங்கள் உங்கள் உறுதிமொழியைக் காப்பாற்றினீர்கள். இந்த நல்ல வாய்ப்பைப் பயன்படுத்திக் கொள்ள இயலாத நான்தான் துர்பாக்கியசாலி.'' டாக்டர் அடல் காரணம் கேட்டபோது வர்ஷா சுருக்கமாக நிலைமையை விளக்கினாள். வர்ஷாவை உட்கார வைத்து அவர் ஒரு துண்டுக் கடிதம் எழுதியிருந்தார். ரீட்டா அவர் அனுப்பிய தகவலைப் படித்துக் காண்பித்தாள், ''வாழ்க்கை எந்த வடிவத்தில் நம் முன் வருகிறதோ அதை எதிர்கொள்ள வேண்டும். தைரியமாக இரு. நல்வாழ்த்துக்களுடன்...''

''சில ஆண்டுகளுக்கு முன் நான் சண்டிகரிலிருந்து வரும்போது எத்தனை, எத்தனை கனவுகளுடன் வந்தேன்...'' ரீட்டாவின் முகத்தில் ஆத்மவேதனையின் புன்னகை தோன்றியது, ''நான் என்.எஸ்.டி.யிலிருந்து இப்படி விடைபெறுவேன் என்று எப்போதாவது நினைத்துக் கூட பார்த்திருப்பேனா!''

''என் போட்டிக்காரி நாக்அவுட் ஆவதில் உண்மையில் எனக்கு வருத்தம்தான்.'' என்றாள் வர்ஷா.

இன்ஜின் நீண்ட விசில் கொடுத்தது.

வர்ஷா ஜன்னல் அருகில் வந்து பால்மணம் மாறாத குழந்தைக்கு புத்திமதி சொன்னாள், ''அம்மாவைக் கவனித்துக்கொள்.'' அது மலர மலர வர்ஷாவைப் பார்த்துக் கொண்டிருந்தது.

வண்டி நகரத் தொடங்கியது.

''வர்ஷா, நீ கோடையில் எங்கள் வீட்டிற்கு வந்துவிடு.'' என்றாள் ரீட்டா.

வர்ஷா தலையை ஆட்டினாள்.

''வர்ஷா, ஒரு ரகசியம் சொல்லட்டுமா?'' கதவருகே நின்ற ரீட்டா சற்று வருத்தத்தோடு சொன்னாள்.

நகர்ந்து கொண்டிருந்த டிரெயினுடன் வர்ஷா நடந்தாள்.

'டூ ஃப்ரண்ட்சி'ல் நாம் இருவரும் சேர்ந்து நடிக்கலாம் என்று நினைத்திருந்தேன். நான் இசை அமைப்பாளர் வர்ஜீனியா, நீ இல்லத்தரசி லீடியா, நான் ஸ்டேஜில் உன்னை மிஞ்சியிருப்பேன்... ஆனால் பார், நான் பெரிய நடிகை ஆகும் நேரம் இல்லத்தரசி ஆகிவிட்டேன்...''

'பழிக்குப் பழி'யில் ரீட்டாவின் சிறிய, கம்பீரமான பாத்திரம் வர்ஷாவைக் கவர்ந்திருந்தது. ஹர்ஷுடன் ஒரு காட்சியில் ரீட்டா கோபமும் கருணையும் இணைந்த ஒரு நெஞ்சைத் தொடும் காட்சியை நடித்திருந்தாள், அதைப் பார்த்து வர்ஷாவின் கண்கள் நனைந்துவிட்டன. ஒரு நாடக விமரிசகர் மட்டும் ஒரு வரியில் ரீட்டாவை சாதாரணமாக குறிப்பிட்டிருந்ததில் வர்ஷாவுக்கு மிகவும் வருத்தம். இந்த சுறுசுறுப்பான பெண் இப்படி ஒரு ஆர்வம் மிக்க பாத்திரத்தையும் ஏற்கக் கூடியவள் என்று வர்ஷா லேசான பொறாமையுடன் நினைத்துக் கொண்டாள்.

★ ★ ★ ★

''அக்கா, நாங்கள் உள்ளே வரலாமா?'' என்றாள் பிங்கி.

ஸ்டேஷனிலிருந்து திரும்பிவந்து வர்ஷா தன்னை மறந்து உட்கார்ந்திருந்தாள்.

''வாருங்களேன்!'' என்று கூறி எழுந்தபோது பிங்கிக்குப் பின்னால் சஹகலும், சதவந்தியும் நிற்பதைப் பார்த்தாள்.

''வர்ஷா, வாழ்க்கையில் மனைவி சொல்லையும் கேட்க வேண்டியிருக்கிறது.'' சஹகல் சற்று மன்னிப்பு கேட்கும் பாவனையில் கூறினார், ''சதவந்தி இத்தனை வருடங்களில் முதல் முறையாக ஒரு விருப்பத்தைத் தெரிவித்தாள். சிக்கலுக்கு ஒரு தீர்வும் பிறந்துவிட்டதாகத் தோன்றுகிறது.''

அவரைப் பார்த்தவுடன் வர்ஷாவுக்கு பயம் வந்துவிட்டது.

இப்போது சற்று ஆறுதலாக இருந்தது. ஆனால் குழப்பம் தீரவில்லை.

"சதவந்தி தன் வரவேற்பறையை சும்மாதான் வைத்திருக்கிறாள். நீங்கள் அதில் மாறிவிடுங்கள். சதவந்தியின் சமையல் அறையிலேயே சமைத்துக் கொள்ளலாம். இருநூறு ரூபாய் வாடகை சதவந்தியிடமே கொடுத்துவிடுங்கள்." சஹகல் அசட்டுப் புன்னகை செய்தார், "இந்த ஏற்பாடு என் மனைவிக்கும் பிடித்திருக்கிறது."

"வர்ஷா, நாங்கள் உங்களுக்குத் தொந்தரவே தர மாட்டோம்." சதவந்தி கண்களை அகல விரித்து சொன்னாள், "நீங்கள் எனக்குப் பெரிய ஆதரவு." (ஊமை உரையாடலில் சதவந்தியின் கண்களின் திறனைப் பார்த்து 'எங்கள் வாய் பேசாது' என்ற வரியில் 'வாய்' என்ற சொல்லுக்குப் பதில் 'கண்கள்' என்ற சொல்லை இடவேண்டும் என்று வர்ஷாவுக்குத் தோன்றியது.)

வர்ஷா ஒரு வினாடி யோசித்தாள். தற்போது இதை விட சிறந்த வழி அவளிடம் இல்லை.

"நீங்கள் எனக்கு மிகவும் ஆதரவாயிருக்கிறீர்கள்." என்று மெல்லிய புன்னகையோடு சொன்னாள்.

12. விதி டிராஜிக்காக ஒருவரோடு இணையும்போது

சில மாதங்கள் மிகவும் கனத்துடன் கடந்தன.

ஹர்ஷ் இல்லாத டில்லி வாட்டி எடுத்ததால் அவள் மிகவும் வெறுமையை உணர்ந்தாள் (அது ஒரு மனிதனின் கற்பனையால் இருந்தது / இப்போது அந்த ஒளிமயமான நினைவு எங்கே என்று வர்ஷா தன் நோட்புக்கில் எழுதினாள்). கடந்த சில நாட்களாக ஹர்ஷுடன் மனக்கசங்கல் ஏற்பட்டது உண்மைதான். ஆனால் அவன் அவள் அருகில்தான் இருந்தான். உள்ள உறவின் அர்த்தம் என்ன என்பதை வர்ஷா முதல்முறையாக உணர்ந்தாள். ஹர்ஷின் ஒரு வாக்கியம், ஒரு தொடுதல், ஒரு வசீகரம் வர்ஷாவை நாள் முழுதும் புத்துணர்வுடன் இருக்கச் செய்யும் ஆக்சிஜனைத் தந்து கொண்டிருந்தன. என் மூச்சுக்காற்று எனக்குப் புத்துணர்வூட்டப் போதுமானதாக இல்லை என்று அவள் சோகப் புன்னகையுடன் நினைத்துக் கொண்டாள். ('தன் துணையைப் பிரிந்த சகோர பட்சியைப் போல தனிமையில் வாடும், குறைவாகப் பேசும் அந்த அழகியமங்கையைப் பார்த்தவுடனே அவள்தான் என் இரண்டாவது உயிர் என்று நீங்கள் தெரிந்து கொள்ளுங்கள். துன்பம் நிறைந்த பிரிவு நாட்களை மிகுந்த துன்பத்துடன் கழித்து அவள் வடிவம் மிகவும் மாறிவிட்டிருக்கும், அவளைப் பார்த்து இவள் பெண்ணா அல்லது பனியால் சிதைக்கப்பட்ட தாமரையா என்று உங்களுக்கு சந்தேகம் ஏற்படக்கூடும்' என்ற 'மேகதூதம்' அவளுக்கு நினைவு வந்தது).

பஸ்ஸில் வரும்போது மிகவும் வெறிச்சிட்டு சூனியமாக இருந்தது. நிரூலா, ஓடியன், கனாட்பிளேஸ் நீரூற்று - எத்தனை இடங்களில் ஹர்ஷின் நினைவுகள். ஏதாவது ராஜ்தூத் மோட்டார் சைகிளைப் பார்த்ததுமே வர்ஷாவின் நெஞ்சுத்துடிப்பு அதிகரிக்கும்.

ஹர்ஷின் நினைவு வந்த அளவு அவன் வாகனத்தின் நினைவும் வந்தது. பின்சீட்டில் உட்கார்ந்து ஹர்ஷுடன் ஒட்டியிருந்த நினைவுகள் கண்முன் எழத் தொடங்கும். ஃபிலிம் சொசைட்டி நாடகக் காட்சியில் 'ஜூல்ஸ் அண்ட் ஜிம்' பார்ப்பதற்கு அவள் தனியாக இரண்டு பஸ் மாறி இண்டியா இண்டர்நேஷனல் சென்டர் போயிருந்தாள். கடைசி அரங்கில் பக்கத்து சீட்டில் தலையை சாய்த்துக் கொள்வதற்கு ஹர்ஷின் தோள் இல்லை. திரும்ப வரும்போது அவளைக் கரோல்பாகில் கொண்டுவிட 'டிரைவர்' இல்லை (ஃபிலிம் முடிந்த பிறகு நேரம் ஆகிவிடுவதால் ஹர்ஷ் அவளை பஸ்ஸில் போக விடுவதில்லை.).

ஸ்டாப்பில் பஸ்ஸுக்கு காத்திருக்கும்போது வர்ஷாவின் மனம் பொங்கியது. ஹர்ஷின் மகத்துவத்தை உணர்த்துவதற்காகவே பஸ்ஸும் ஒரு மணி நேரம் தாமதமாக வந்தது.

★ ★ ★ ★

''வா சுதர்சனா!'' சாணக்கியரின் பாத்திரத்தில் சூர்யபான் புன்னகையாடு சொன்னார், 'பயணக்களைப்பு நீங்கிவிட்டதா?''

''ஆமாம் அப்பா!'' என்று வர்ஷா பதில் அளித்தாள், டாக்டர் அடலின் சமிக்ஞையின்பேரில் ஆசனத்தில் உட்கார்ந்தாள்.

''சுவேதகீர்த்தி விஷயம் என்ன ஆயிற்று?''

''காரியங்கள் உச்சத்தில் இருக்கின்றன. அவருடைய தூதர்கள் சுமார் ஐம்பதாயிரம் படைவீரர்களை சேர்த்து விட்டார்கள். ஆயுதங்களும் ஏராளமாக வந்துகொண்டிருக்கின்றன. உண்மையான எண்ணிக்கையின் மதிப்பீடு இன்னும் செய்யப்படவில்லை. அவர்கள் மறைவிடம் ஹிமகிரிக்கோட்டை. அங்கே போக நான் செய்த முயற்சி வெற்றி பெறவில்லை. சந்தன்தாஸ் மூலம் பொருள்கள் சேர்ப்பது எளிதாகியிருப்பதாகத் தெரிகிறது.''

''சந்தன்தாஸின் சக்தி ஒரு வரம்பிற்குட்பட்டது. பொக்கிஷத்தை நிரப்ப வேறு சிலரையும் பார்க்கவேண்டும்.''

''இவர்களில் முக்கியமானவர் நீலாஞ்சல் ராஜகுமாரன் சமீர் சேன்.''

''இது எப்படி ஆயிற்று சுதர்சனா? இசை வல்லுநர் அரசியல் சூறாவளியில் சிக்குவதற்கு என்ன அவசியம் நேர்ந்தது?''

"ஆர்ய ராக்ஷசுடன் அவருடைய நட்புதான் இதற்குக் காரணமாக இருந்திருக்கும்."

சூர்யபான் வர்ஷாவைப் பார்த்தார், "சமீர் சேனைப் பார்த்தாயா?"

"ஆமாம் அப்பா! வீணை வாசிக்கும் லவங்கலதிகா வேடத்தில்..."

"தன் அரசியல் சார்பில் சமீர்சேன் எவ்வளவு உறுதியானவர்?"

"நட்பிற்காக தன் உயிரையும் தியாகம் செய்யக்கூடியவர், ஆனால் ஒரு மனிதர் என்ற முறையில் எளிமையாக, கள்ளமில்லாதவராகத் தோன்றினார்."

"லவங்கலதிகா மீது இசைவல்லுநருடைய ஈடுபாடு எப்படி இருக்கிறது?"

"விதை விதைக்கப்பட்டு விட்டது! பிரிவின் உரம், நீரால் விரைவில் துளிர் விடவேண்டும்."

வர்ஷாவை உடனே ஹர்ஷின் பிரிவு உறுத்தியது.

தான் ஒரு பாத்திரத்தை ஏற்று நடிப்பதில் தன் தனிப்பட்ட சொந்த அனுபவங்களுக்கு ஏற்ப அந்தப் பாத்திரம் அமைவது முக்கியமாகிவிடுகிறது என்ற வர்ஷாவின் கருத்து உறுதிப்பட்டிருந்தது. 'விஷகன்யா'வில் அவளுடைய தனிப்பட்ட பிரதிபிம்பமாக அமைந்த பல கட்டங்கள் இருந்தன. சுதர்சனா பஞ்சத்தால் பாதிக்கப்பட்ட ஒரு பெரிய, ஏழைக் குடும்பத்துப்பெண், அவளை அவள் தந்தை நூறு பொன்னுக்கு ஒரு ஒற்றனுக்கு விற்றுவிட்டார். இப்போது பொறுப்பை நிறைவேற்றும் இளமையில் அவள் சோகச் சிலையாகிவிட்டாள். ஆனால் தன் வேலைகளில் மிகவும் கெட்டிக்காரியாக இருந்தாள். ஒற்றுப் பயிற்சியில் அவள் வருஷக்கணக்காக தனிமையில் இருந்திருந்தாள். எந்தத் தோழியும் இல்லாமல் தன் தனிமையுடன் அவளால் நாட்களைக் கழிக்க முடிந்தது. பல வகை வேதனையான பயிற்சிகள் அவள் மனதை மிகவும் தாங்கும் சக்தி வாய்ந்ததாக ஆக்கிவிட்டன. எந்தப் பெரிய ஆசையும் இல்லாமல் ஒரு பெண்ணாக எந்த ஆசையும் இல்லாமல் அவள் இருந்ததுதான் எல்லாவற்றையும் விட பெரிய விஷயம்.

சாணக்கியருக்கும் சந்திரகுப்தனுக்கும் அவள் மீது மிகவும் நம்பிக்கை இருந்தது.

சுதர்சனா பாத்திரத்தை வடிப்பதில் வர்ஷாவின் யோசனைகளை - கண்களின் வெறித்த பார்வை, நடையின் இயந்திரத்தன்மை, சூனியத்தையே பார்த்துக் கொண்டிருப்பது போன்ற எல்லாவற்றையும் டாக்டர் அடல் ஏற்றுக்கொண்டார்.

★ ★ ★ ★

"தேவி, திராட்சை ரசம் பருகவில்லையா?" சேடிப்பெண் மஞ்சரியின் பாத்திரத்தில் கல்யாணி கேட்டாள்.

"மனம் விரும்பவில்லை, மஞ்சரி!" வர்ஷா ஆசனத்தில் பின்னால் சாய்ந்தாள், "என் அருகில் வா!"

கல்யாணி அருகில் வந்தாள். வர்ஷா அவள் கையைப் பற்றி தன் கையில் வைத்துக் கொண்டாள்.

"நீங்கள் நீலாஞ்சலிலிருந்து வந்ததிலிருந்து கவலையாக இருக்கிறீர்கள்."

"சமீர்சேனின் ஆர்வம் நிறைந்த கண்கள் என்னைத் துளைத்துக் கொண்டிருக்கின்றன. அவருடைய இயல்பான நம்பிக்கை தாக்குதலை இன்னும் கூர்மையாக்கியிருக்கிறது."

"என்னைப் பாருங்கள், தேவி!"

இருவரின் பார்வையும் சந்திக்கிறது.

"உங்கள் கண்களில் காதலின் சிவப்பு தெரிகிறது."

"ஆமாம், மஞ்சரி! கடமையின் கடிவாளத்தில் என் கைகளின் பிடி தளர்ந்து கொண்டிருக்கிறது."

"இதன் முடிவு மிகவும் துயரம் நிறைந்ததாக இருக்கும் தேவி!"

வர்ஷா பெருமூச்சு விட்டாள், "ஆமாம் மஞ்சரி! இறுதியோடு ஒரு துயரம் இணைந்திருக்கிறது."

★ ★ ★ ★

''உன் கேஸ்டிங்குடன் யாரோ ஒருவருடைய லட்சியத்தின் மரணமும் நடந்திருக்கிறது.'' ஸ்ரீராம் சென்டர் டீக்கடையில் கல்யாணி அர்த்தம் நிறைந்த தொனியில் சொன்னாள்.

''யாருடையது?''

''இருவருடையதும்.''

'ஏ' கிளாசில் இப்போது இரண்டுபேர்தான் இருந்தார்கள். இருவரும் நடிகைகள் - அர்ச்சனா சந்தோஷி, மமதா லஹரியா. இருவரும் திறன் மிக்க நடிகைகள் என்பதில் சந்தேகமில்லை. ஆனால், கம்பெனியின் பல புதிய அங்கத்தினர்களுக்கு அவர்களைப் பிடிக்கவில்லை. பொதுவாக, முக்கியமான பெண்பாத்திரங்கள் அவர்கள் இருவருக்குமே பிரித்து தரப்பட்டுக் கொண்டிருந்தன. அர்ச்சனா இப்போதுதான் 'லுக் பேக் இன் ஆங்கரி'ல் 'எலிசன்' பாத்திரத்தை ஏற்றிருந்தாள், அதனால் விஷகன்யா பாத்திரம் தனக்குதான் தரப்படும் என்று மமதா நம்பியிருந்தாள்.

வர்ஷாவும் அப்படித்தான் நினைத்திருந்தாள். நாடக வசனங்களைப் படிக்கத் தொடங்கிய தொடக்கத்தில் டாக்டர் அடல் அவளை மஞ்சரியின் வசனத்தைத்தான் படிக்கச் சொல்லியிருந்தார். வர்ஷாவின் மனதிடம் இந்த நாட்களில் மிகவும் குறைந்திருந்தது. அவளிடம் சவால் நிறைந்த பாத்திரங்களை ஏற்கும் ஆர்வம் இல்லை. அவள் மஞ்சரியின் ஒரு எல்லைக்குட்பட்ட சாதாரண பாத்திரத்திற்குத் தன்னை தயார் செய்து கொண்டாள். ஆனால் மூன்றாவது நாள் லஞ்ச் சமயத்தில் நோட்டீஸ்போர்டில் கேஸ்டிங் அறிக்கை ஒட்டப்பட்டது.

''வர்ஷா, வாழ்த்துக்கள்!'' கீழே சாஹித்ய அகாடெமி நூல்நிலையத்தில் பத்திரிக்கை படித்துவிட்டுத் திரும்பிய வர்ஷாவிடம் மமதா சொன்னாள், ''மேடையில் தன் காதலனைக் கொத்தும் பாத்திரம் உனக்குக் கிடைத்திருக்கிறது.''

அவள் குரலில் இருந்த குத்தலில் வர்ஷா பதறிவிட்டாள். அப்படியானால் மேடைக்கு வெளியில் உன் காதலனை நீ கொத்திக்கொள் என்று சொல்ல விரும்பினாள். ஆனால், தன்னைக் கட்டுப்படுத்திக் கொண்டாள். கலை ஆசை கலைஞர்களை எப்படி நிலைகுலையச் செய்கிறது என்பதற்கான பல எடுத்துக் காட்டுகளை வர்ஷா பார்த்திருந்தாள். அவள் தன்னை ஆதிக்கம்

செலுத்துபவளாகவும் ஆக்கிக்கொள்ளமாட்டாள், அடிபட்டவளாகவும் ஆகவிடமாட்டாள் என்று அவள் மனதிற்குள் தீர்மானித்துக் கொண்டாள். விஷயம் அறிந்தவர்கள் கருத்துப்படி மமதாவின் வாழ்க்கை வெறுமையாக இருந்தது - அவள் திருமணமாகாத குமாரியாகவே இருந்து கொண்டிருந்தாள். (அர்ச்சனா கல்லூரி இரண்டாவது ஆண்டிலேயே கல்யாணம் செய்து கொண்டு விட்டாள்). பெரும்பாலும் ஒவ்வொரு செமஸ்டர் தொடக்கத்திலும், மமதா கம்பெனியின் ஏதாவது ஒரு நடிகனைக் காதலிப்பாள், செமஸ்டர் மத்தியில் கல்யாணப் பேச்சு அடிபடும், செமஸ்டர் இறுதிக்குள் அவள் காதல் முடிந்துவிடும் (சிநேகன் அவளுக்கு 'செமஸ்டர் - காதலி' என்று பெயர் சூட்டியிருந்தார்!).

★ ★ ★ ★

"லவங்கலதா, இன்று நீ ஏன் கவலையாக இருக்கிறாய்?" என்று சமீர்சேனாக நடித்த நீலகாந்த் கேட்டான்.

"விசேஷமான காரணம் ஒன்றுமில்லை." வர்ஷா கீழே வீணையைப் பார்த்தபடி சொன்னாள்.

"வீணைத்தந்திகளில் உன் விரல்கள் திடமாக இல்லை. ராகங்களின் சூட்சுமத்தில் உன் கவனம் இல்லை."

வர்ஷா மௌனமாக இருந்தாள்.

"அவந்தியிலிருந்து வந்ததிலிருந்து நிம்மதியில்லாமல் கவலையோடு இருக்கிறாய்."

"என்னை நண்பனாக நினைக்கிறாய், அல்லவா? மனக் கவலையை இறக்கி வைக்கமாட்டாயா?" பக்கத்தில் வந்து நீலகாந்த் வர்ஷாவின் கையைத் தன் கையில் பற்றிக் கொண்டான், "சொல்லு, இந்த இதழ்களில் புன்னகை வருவிக்க நான் என்ன செய்யட்டும்?"

"புன்னகை என் வசத்தில் இல்லை."

"அப்படி என்ன ஆயிற்று லவங்கலதா?"

"கடமைக்கும் உணர்வுகளுக்கும் இடையில் போராட்டம்" வர்ஷா அவனை நேராகப் பார்க்கிறாள், "அந்தராத்மாவை

ஜீவனுள்ளதாக்க விரும்பினால், நெஞ்சத்தின் ஆசைகள் கொல்லப்படும். மனதின் இதமான சூட்டை முந்தானையால் மூடிப் பாதுகாத்தால்..."

"எனக்குப் புரியவில்லை. என்னிடம் நீ எப்படி கடமை தவறுவாய்?"

"சமீர், உங்கள் கள்ளமற்ற இயல்பு என்னைத் தோற்கடித்துவிட்டது."

"புதிர் போடாதே, லவங்கலதா!" நீலகாந்த் அவளை அணைத்துக் கொள்கிறான் (வர்ஷாவுக்கு அவன் ஸ்பரிசம் பிடிக்கவில்லை. ஹர்ஷின் நினைவு வந்தது).

"நல்லது. நான் வீணை வாசிப்பவள் மட்டுமல்ல, வேறு ஒரு வடிவமும் கொண்டவள் என்று நான் சொன்னால்..."

"எனக்குத் தெரியும்."

"உங்களுக்கு என்ன தெரியும்?" வர்ஷா ஸ்தம்பித்துப் போகிறாள். அணைப்பிலிருந்து தன்னை விடுவித்துக் கொண்டு பிரிந்து நிற்கிறாள்.

"உன் உண்மையான நிலை..." நீலகாந்த் அவளையே பார்க்கிறான், "நண்பன் ராக்ஷஸ் ஒரு வாரத்திற்கு முன்னர் உன் படத்தைக் காட்டி இந்த இளம்பெண் உன்னை நெருங்க முயற்சித்தாளா என்று கேட்டான். நான் இல்லையென்று சொன்னேன்."

"நீங்கள் உங்களையே அழித்துக்கொண்டிருக்கிறீர்கள் என்று உங்களுக்குத் தெரியுமா?"

"உன் வஞ்சனை வலுவானதா அல்லது என் காதல் வலுவானதா என்று நான் பார்க்க விரும்புகிறேன்."

"சோதித்துப் பார்க்கும் நேரம் கடந்துவிட்டது." வர்ஷா சோகத்துடன் புன்னகை செய்கிறாள், கைதட்டுகிறாள். சேவகன் வருகிறான்.

"என்னை சிறை செய்ய ஆணையிடுங்கள்." வர்ஷா நீலகாந்தைப் பார்க்கிறாள்.

நீலகாந்தின் சமிக்ஞையில் சேவகன் போய்விடுகிறான்.

''நீ சுதந்திரமாக இருக்கிறாய், லவங்கலதா! விரும்பினால் சாணக்கியரிடம் செல்லலாம். விரும்பினால் என்னைக் கொல்லலாம்.''

நீலகாந்த் வர்ஷாவுக்கு முதுகைக் காட்டியபடி உட்காருகிறான். முக்காலியில் உருவிய கட்டாரி வைக்கப்பட்டிருக்கிறது.

வர்ஷா கட்டாரியையே பார்த்துக் கொண்டிருக்கிறாள்.

★ ★ ★ ★

''முன்னால் போங்கள்... முன்னால்...''

நெரிசலான பஸ்ஸில் கண்டக்டரின் கடுமையான குரல் ஓங்கி ஒலித்தது. வர்ஷா கொஞ்சம் முன்னே சென்றாள். ஜனபத்தில் பச்சைவிளக்கு எரிந்துகொண்டிருந்தது. டிரைவர் வேகத்தை அதிகரித்தார், பஸ் ரீகலைத் தாண்டியது.

வர்ஷா 14/14 - ஐ அடைந்தபோது மணி ஆறு அடிக்கவிருந்தது. ஜன்னல் அருகில் நின்றிருந்த பிங்கி தெருமுனையிலேயே அவளைப் பார்த்துவிட்டாள் ('அக்கா வந்துவிட்டாள்' என்ற அவள் குரலைக் கேட்டு சதவந்தி டீக்கு தண்ணீர் வைத்திருந்தாள்), இப்போது அருகில் வந்ததும் கையை ஆட்டினாள். வர்ஷா கேட்டைத் தாண்டி மாடிப்படி அருகில் வந்ததும் பிங்கி கதவைத் திறந்துவிட்டாள்.

''அக்கா...'' அவள் தாழ்வாரத்தைக் கடந்து சமையல் அறை முன் வந்தாள்.

''ம்'' சதவந்தி இரண்டு கோப்பைகளில் டீயை ஊற்றினாள்.

''நான் போட்டுக் கொள்வேன் இல்லையா...''

''நீங்கள் ஆபீசிலிருந்து களைத்துப்போய் வந்திருக்கிறீர்கள்.'' (ரிப்பர்ட்டரிக்கு சதவந்தி வைத்த பெயர் இதுதான்.)

''நாள் முழுதும் என்ன செய்தீர்கள்?'' கட்டிலில் வர்ஷா சுவற்றில் தலையணையை வைத்து சாய்ந்து உட்கார்ந்திருந்தாள். சதவந்தி நாற்காலியைக் கட்டில் அருகே இழுத்துக் கொண்டாள்.

''ஒரு லெசன் முடித்துவிட்டேன்.'' என்று அவள் உற்சாகமாக சொன்னாள்.

''கொஞ்ச நேரம் கழித்து பார்க்கிறேன்.''

''ஒன்றும் அவசரம் இல்லை. நாளை சாயங்காலத்திற்குள் இன்னொன்றையும் முடித்துவிடுவேன், இரண்டையும் சேர்த்தே பார்த்துவிடுங்கள், சரியா?''

வர்ஷா சரியென்று தலையாட்டினாள். சூடான பானம் நன்றாக இருந்தது.

''இன்று ஜலந்தரிலிருந்து ஐநூறு ரூபாய்க்கு டிராப்ட் வந்திருக்கிறது.'' என்றாள் சதவந்தி, '' பிங்கி பெயருக்கு ஒரு சிறிய கடிதமும் இருக்கிறது.''

ஜலந்தரில் அவர்களுடைய வளமான உலகத்தில் பூகம்பம் ஏற்பட காரணம் கௌசல்யா பாலி. பாப் வெட்டிய அவள் ஆபீசிற்கு வந்ததுமே சதவந்தியின் கணவன் மீது வலை வீசிவிட்டாள். விரைவிலேயே கணவனுக்கு சதவந்தியிடம் குற்றத்திற்கு மேல் குற்றமாக காணப்படத் தொடங்கியது. தன்னைப் போன்ற கிருஹலக்ஷ்மியின் மீது யாராவது குறை சொல்ல முடியுமா! என்று இன்று கூட சதவந்தி பிரமிப்பாள். ''என் வீடு ஒளி வீசியது. என் சமையல் அறையில் ஒரு ஈ காணப்பட்டால் என்னை நீங்கள் தூக்கிலிடலாம்.'' ''நீங்கள் எப்போது கேட்டாலும் ஆறுவகை ஊறுகாய் ரெடியாக இருக்கும்.'', ''ஒரு பைசா வீணாய்ப் போகாது. ரொட்டி மீந்துபோனால் என்ன செய்வதென்று எனக்குத் தெரியும். பால் திரிந்து போனால் எனக்கு அதைப் பயன்படுத்தத் தெரியும்.' கணவன் சக்களத்தியை வீட்டிலேயே கொண்டுவந்து குடியேற்றியபோது 'கொடுமையின் உச்சகட்டம்' அரங்கேறியது. ''உண்மையில் எங்கள் வீட்டுப் பெண்களுக்கு ஏதோ சாபக்கேடு இருக்கிறது. என் பாட்டியை தாத்தா கை விட்டுவிட்டார். என் அம்மா அதிருஷ்டக்காரி, என்னைப் பெற்றவுடனே கண்ணை மூடிவிட்டாள். நான் எப்போதோ கிணற்றில் குதித்திருப்பேன், இந்த துரதிருஷ்டசாலி பிங்கியைப் பார்த்தால்...''

சதவந்தி கண்ணைத் துடைத்துக் கொண்டாள், ''வர்ஷா, ஞாயிற்றுக்கிழமை உங்களுக்கு கொஞ்சம் நேரமிருந்தால்

ஸ்வாமிஜியிடம் போவோமா? பக்கத்தில்தான் இருக்கிறது - கங்காராம் மார்கில்...''

வர்ஷா சரியென்று தலையசைத்தாள். உள்ளுக்குள் சோகம் மிகுந்தது.

★ ★ ★ ★

''சுதர்சனா, இது என்ன நான் கேள்விப்படுவது?'' சாணக்கியர் ஸ்தம்பித்துவிட்டார், '' உன்னைப் பற்றிக் கனவில் கூட இப்படி நான் நினைக்கவில்லையே?''

''நானும் இப்படி ஆகுமென்று நினைக்கவில்லை.'' என்று சுதர்சனா தணிந்த குரலில் சொன்னாள்.

சாணக்கியர் அறையின் அந்தக் கோடிக்கும் இந்தக் கோடிக்கும் நடந்தார்.

''எனக்கு மரணதண்டனை விதித்து விடுதலை அளியுங்கள்.''

சாணக்கியர் அவளைக் கூர்ந்து பார்த்தார்.

சுதர்சனா கையைத் தட்டினாள். சேவகன் உள்ளே வந்தான்.

''கட்டளையிடுங்கள், அப்பா!'' சுதர்சனா பணிந்தாள்.

சாணக்கியர் சமிக்ஞை செய்தார். சேவகன் அகன்றான்.

''நீ சமீர்சேனிடம் திரும்பிப்போ சுதர்சனா!''

''இது என்ன தங்கள் முடிவு?'' சுதர்சனா அதிர்ந்து போனாள்.

''நீ சமீர்சேனை நமக்கு ஆதரவாக மாற்று. இது சாத்தியம் என்று எனக்கு நம்பிக்கை இருக்கிறது. பின்னர் சமீர் மூலமாக ராக்ஷசை சந்தி.''

சுதர்சனா சிந்தனையில் மூழ்குகிறாள்.

''நாம் யோசித்து வைத்திருந்த யுத்த தந்திரத்தை விட இது சிறப்பானது.''

''உங்களால் இன்னும் என்னை நம்பமுடிகிறதா?''

சாணக்கியர் ஆமாம் என்று தலையசைத்தார்.

"நான் நம்பிக்கை துரோகம், ராஜதுரோகம் என்ற இரண்டு மிகப் பெரிய பாவங்களை செய்திருக்கிறேன்."

"என் ஆணையை நிறைவேற்று. நீ புனிதமாகிவிடுவாய்."

சுதர்சனா வணங்குகிறாள். சாணக்கியர் அவள் தலை மீது கையை வைத்து ஆசீர்வதிக்கிறார். அவர் குரலில் உணர்ச்சி ததும்புகிறது, "சபிக்கப்பட்ட ஊர்வசி! உன் ஆத்மாவின் தாபத்தை எப்படி அகற்றுவேன்?"

★ ★ ★ ★

பாடா ஹிந்துராவ் கோவில் பூசாரி என்ன மந்திரம் சொல்லிக்கொண்டிருந்தார் என்று வர்ஷாவிற்குப் புரியவில்லை. அவர் விசித்திரமாக உச்சரிப்பது 'ஹனுமான் சாலீசா' வரிகள்தான் என்று ஊகித்தாள்.

சதுர்புஜ் எப்போதும் போல பைஜாமா - குர்த்தா அணிந்திருந்தார். ஆனால் இன்று அது அழுக்காக இல்லை. தலையில் வெள்ளைத் தொப்பி அணிந்திருந்தார். இத்தனை வருடங்களில் அனுபமா விலை உயர்ந்த சேலை அணிந்து வர்ஷா இன்றுதான் முதல் முறையாக பார்த்தாள்.

கல்யாணப் பெண்ணைப் போல வெட்கப்பட்டுக் கொண்டிருந்தாள்.

சில ஆண்டுகளுக்கு முன்பு 'தங்கள் - தங்கள் நரக'த்தில் நடிக்க மறுத்த அந்த அனுபமாதானா இவள் என்று வர்ஷா யோசித்தாள். சதுர்புஜுடன் வளர்ந்துவந்த அவளுடைய நட்பிற்கு வர்ஷா சாட்சியாக இருந்தாள். ('பழிக்கு பழி'யில் அவள் திறன் மிக்க கதாநாயகியாக நடித்தாள்.) ஆனால் அந்த நட்பு இப்படி ஒரு வடிவமெடுக்கும் என்று வர்ஷா நினைக்கவேயில்லை.

ரவீந்திரபவனிலிருந்து கிளம்பும்போது சதுர்புஜ் அவளை வழிமறித்தார், "குமாரி, ஒரு மணி நேரத்திற்குப் பிறகு எனக்கும் அனுபமாவுக்கும் நடக்கவிருக்கும் கல்யாணத்திற்கு உன்னை மரியாதையுடன் அழைக்கிறேன்."

வர்ஷா ஸ்தம்பித்துவிட்டாள். "நீங்கள் என்ன சொல்கிறீர்கள்?"

''நீ தவறாக எதுவும் கேட்கவில்லை'' சதுர்புஜ் புன்னகை செய்தார், ''வர்ஷினினுடைய சொற்களில் சொல்வதானால் இதுவரை நான் ரஃப் வாழ்க்கை வாழ்ந்தேன், இப்போது அதை ஃபேர் பண்ணிக் கொண்டிருக்கிறேன் - பழைய தவறுகளை செய்யாமல்.''

''ஃபேர் காப்பியின் தொடக்கமே மிகவும் தவறாக இருக்கிறது என்று நான் சொன்னால்?'' சாதாரணமாக வர்ஷா அடுத்தவர்களின் தனிப்பட்ட வாழ்க்கையில் தலையிடமாட்டாள், ஆனால் சதுர்புஜ் நெருக்கமானவராக இருந்ததாலும், இந்தத் திருப்பம் எதிர்பாராததாக இருந்ததாலும் தர்க்கத்தில் இறங்கிவிட்டாள்.

சதுர்புஜ் அவளை உற்றுப் பார்த்தார், ''சுசீலா எனக்கு நல்ல மனைவி ஆகக்கூடியவளா?''

''தவறைத் திருத்துவதற்கு நாள் கடந்துவிடவில்லையா?''

''எல்லாருக்கும் வாழ்வதற்கு ஒரு வாழ்க்கைதான் கிடைக்கிறது. நானும் அதற்கு விலக்கல்ல.''

''உங்கள் உலகமும் அனுபமா உலகமும் வேறுபட்டவை.''

''நாங்கள் இருவருமே பள்ளத்தை நிரப்ப முயற்சிப்போம்.''

''சரி, பெண்ணுக்கு மாலை அணிவியுங்கள்.'' என்று பூசாரி கட்டளை இட்டார்.

சதுர்புஜ் சாமந்திப்பூ மாலையை அனுபமாவுக்கு அணிவித்தார். பிறகு அனுபமா அவருக்கு அணிவித்தாள்.

சிநேகன் தன் தோள்பையிலிருந்து இனிப்பு டப்பாவை எடுத்தார்.

''சுஷீலா உன்னாவ் வீட்டில் இருக்கிறாள். இனி அங்கேதான் இருப்பாள்.'' என்று கல்யாணி நீலகாந்த் காதில் கிசுகிசுத்தாள்.

''பதினாறு வயதில் எனக்குக் கல்யாணமாயிற்று.'' சிநேகனின் அறையில் சதுர்புஜ் சொன்னார்,''சுஷீலா என்னைவிட இரண்டு வயது சிறியவள். டில்லி வந்தபிறகு என் சிந்தனைப்போக்கு, என் தனித்துவம் எல்லாம் மாறி விட்டன. சுஷீலா என் உள்ளத் தேவைகளைப் பூர்த்தி செய்ய முடியாதவள். எனக்கு அவளைக்

குறித்து வருத்தம் இருக்கிறது, ஆனால் எனக்கு வேறு வழி இல்லை.''

சில வினாடிகள் அமைதி. அது சந்தோஷப்பட வேண்டிய நேரம், ஆனால் ஒரு வீடு உடைந்துபோகும் சோகம் சூழலில் பரவியிருந்தது.

''என் கடிதம் கிடைத்ததுமே அப்பா போலீசை அழைத்துக் கொண்டு வருவார்.'' அனுபமா பலவீனமான குரலில் சொன்னாள்.

சதுர்புஜும் - அனுபமாவும் காதல் வசப்பட்டவர்களாக மாறமாட்டார்களா? அவள் தன்னைத் தேற்றிக் கொள்ள முயற்சித்தாள். இந்த இருவர் நிலையும் மாறினால் அதை இவர்கள் எப்படி சீராக்கிக் கொள்வார்கள்?

தன் தெருவில் நுழையும்போது வர்ஷா நீண்ட பெருமூச்சு விட்டாள்.

★ ★ ★ ★

''நண்பன் ராக்ஷஸ் ஆரிய சாணக்கியரின் வற்புறுத்தலை ஒத்துக் கொண்டுவிட்டான்.'' கடிதத்தைப் படித்துக் கொண்டிருந்த சமீர்சேனின் முகத்தில் மகிழ்ச்சிப் புன்னகை பரவியது, ''சாம்ராட் சந்திரகுப்தனுக்கு நீதி நிபுணரான அமைச்சர் கிடைத்திருக்கிறார்.''

''என் நோக்கம் நிறைவேறியது.'' சுதர்சனா சந்தோஷமாக சொன்னாள். '' இப்போது என்னைக் குறித்து ஆரிய சாணக்கியருக்கு குற்ற மனப்பான்மை ஏற்படாது.'' சுதர்சனா எழுந்து நீலகாந்தின் அருகில் வந்தாள், ''நம்பிக்கைதுரோக தண்டனைக்குத் தயாராக இருக்கிறேன்.''

சமீர்சேன் அவளைக் கண் இமைக்காமல் பார்க்கிறான். பின்னர் சட்டென்று சுதர்சனாவை வாரி அணைத்து இதழ்களில் முத்தமிடுகிறான். சில வினாடிகள் சுதர்சனாவும் திருப்பி முத்தமிடுகிறாள். பின்னர் சட்டென்று ஒரு திமிறலுடன் விலகுகிறாள்.

''இது என்ன காரியம் செய்தீர்கள்?'' சுதர்சனா துயரம் நிறைந்த பயத்துடன் நடுங்குகிறாள், ''நான் ஆர்யாவர்த்தத்தின் எல்லாரையும்

விட கொடிய கொலைகாரி, விஷகன்னி. என் முத்தங்கள் கூட நரம்புகளில் விஷம் ஏற்றிவிடும்.''

''என் லவங்கலதா, என் விதி மிகவும் வருத்தமான முறையில் உன்னோடு இணைந்துவிட்டது. (வர்ஷாவுக்கு உடனே ஹர்ஷின் நினைவு வந்தது)... உன்னைப் பிரிந்து வாழ்க்கையில் அர்த்தம் எதுவும் இல்லை... நான் இந்த அழகிய நெஞ்சத்தையும் வசீகரமான உடலையும் அறிய விரும்புகிறேன், விலையாக என் உயிரைத் தர சித்தமாயிருக்கிறேன்.''

சமீர்சேன் அவளை மீண்டும் வாரி அணைக்கிறான்.

''ஒரு இரவு நெருக்கத்திற்காக உங்கள் வாழ்க்கையை பலி கொடுக்காதீர்கள், சமீர்!''

''நீ இல்லாமல் வாழ்க்கையில் அர்த்தமில்லை என்று நான் சொல்லிவிட்டேன்.''

''மரணம் எவ்வளவு உயர்ந்ததாக இருந்தாலும் தாழ்ந்த வாழ்க்கையை விட உயர்ந்தது ஆகாது... என்று சாணக்கியர் கூறுவார்.''

''சாணக்கியருக்கு காதலின் இந்த வேதனை அனுபவம் ஏற்படாது.''

சுதர்சனா விடுவித்துக் கொள்ள முயற்சிக்கிறாள், ''என் துயரத்தை இன்னும் அதிகரிக்காதீர்கள் சமீர்!''

''என் ரத்த ஓட்டத்தின் வேகம் இன்னும் அதிகரித்திருக்கிறது... என் மயிர்க்கால்களில் குளிர்ந்த நடுக்கம் தோன்றத் தொடங்கியிருக்கிறது...''

''விஷத்தின் தாக்கம் தொடங்கிவிட்டது...'' வர்ஷாவின் குரல் அடைபடுகிறது, ''என் முத்தத்தின் கொல்லும் எல்லையை ஒருவன் தாண்டி வந்தான், அவனும் என் மார்புக்கச்சையை அவிழ்க்கும்போது உயிரை இழந்தான்.''

''என்னிடமும் நேரம் அதிகம் இல்லை...'' சமீர்சேன் அவள் கையைப் பற்றுகிறான்.

சுதர்சனா தன் சால்வையை அகற்றுகிறாள், ''மரணத்திற்குக் கட்டுப்பட்ட காதலரே!... இந்த விஷகன்னியின் கொல்லும் ஆனால் காதல் நிறைந்த கன்னிமையை அர்ப்பணிக்கிறேன்... விடியற்காலையில் நாம் இருவரும் சேர்ந்தே இந்த உலகிலிருந்து விடைபெறுவோம்.''

''இல்லை.'' சமீர் ஸ்தம்பித்துப் போகிறான்.

''இப்படி ஒரு மனப்பட்ட, துணிச்சலான காதலர் இல்லாமல் என் வாழ்க்கையிலும் அர்த்தம் எதுவும் இருக்காது.''

''நெருக்கத்திற்கான விலையை நீயும் கொடுப்பதில் எனக்கு உடன்பாடில்லை.''

''மரணம் என் காதல் நிறைவேறியதற்கான விலை.'' சுதர்சனா கையை விரிக்கிறாள், ''வாருங்கள், நேரம் மிகவும் குறைவாக இருக்கிறது.''

ஞாயிற்றுக்கிழமை காலை ஆறு மணிக்கு எழுந்து வர்ஷா ஆரிய சமாஜ் மார்கின் நால்ரோடுக்கு சென்றாள், ஐந்து - ஆறு பத்திரிக்கைகள் வாங்கிக் கொண்டாள்.

'நிரந்தர போராட்டத்தின் சிறந்த புகழ்ச் சிகரம்' என்ற தலைப்பில் 'தற்கால இந்திய நாடகங்களின் இத்தகைய ஒரு சிறந்த காட்சி பல ஆண்டுகளாக காணப்பட்டதில்லை. இது நடிப்பு ஒளிகளின் என்றும் நடைபெறும் போட்டி போலத் தோன்றுகிறது. அனுபவம் நிறைந்த போட்டி போலத் தோன்றுகிறது. அனுபவம் நிறைந்த சூர்யபான், திறன் மிக்க நீலகாந்த் இவர்களுக்கு நிகராக வர்ஷா போட்டியாளராகக் காணப்படுகிறார், தன் உயரிய கலைத்திறனை நிலைநாட்டுவதில் வெற்றி பெற்றிருக்கிறார். இந்த நாடகம் அவரை அர்ச்சனா சந்தோஷி, மமதா லஹரியா இருவருடன் மூன்றாவதாக ரிப்பர்ட்டரி கம்பெனியின் சிறந்த நடிகையரில் ஒருவராக ஸ்தாபித்திருக்கிறது. மற்ற இருவரோடு ஒப்பிடுகையில் இந்தப் பாத்திரத்திற்கு சந்தேகமின்றி மிகவும் தகுதி வாய்ந்தவராக இருக்கிறார்.' என்று 'ஹிந்துஸ்தான் டைம்ஸ்' எழுதியிருந்தது. 'வர்ஷா வசிஷ்ட் : ஒரு மதிப்பிற்குரிய தீப ஒளி' என்ற தலைப்பில் 'டைம்ஸ் ஆஃப் இண்டியா', 'கிரேக்க சோக நாடகங்களைப் போன்ற

விதி டிராஜிக்காக ஒருவரோடு இணையும்போது 375

சிறப்பு மிக்க 'விஷ கன்யா' வர்ஷா வசிஷ்டின் சிறப்பான நடிப்பு ஒளியால் பிரகாசிக்கிறது, பாத்திர சித்தரிப்பின் இத்தகைய தீர்க்காலோசனையோடு கூடிய நுண்மைகள் தற்கால இந்திய நாடகமேடைகளில் மிகக் குறைவாகவே காணப்படுகிறது. கடமைக்கும் காதலுக்கும் இடையேயான போராட்டத்தை, துயரம், இரக்கம் இரண்டுடன் அழகிய, இதமான வெப்பத் தாக்குதல்களின் வசீகரமான இழைகளை இந்த மெலிந்த, மென்மையான நடிகை பின்னியிருக்கிறார்.' என்று எழுதியிருந்தது. 'சோக அரசியின் அரியணை ஏற்றம்' என்ற தலைப்பில் ''துயரம், இரக்கம் ஆகிய உணர்வுகளை வர்ஷா வசிஷ்ட் தன் கண்களாலும், உடல் அசைவுகளாலும் வெளிப்படுத்துகிறார். அவர் உரையாடும்போது மொழிக்கு புதிய உயிரோட்டமும், புதிய சிறப்பும் உண்டாகிறது...'' என்று 'இண்டியன் எக்ஸ்பிரஸ்' எழுதியிருந்தது.

★ ★ ★ ★

''சோக அரசி ஆவது உன் தலைவிதி.'' என்று திவ்யா புன்னகையுடன் கூறினாள், நாடக விமரிசனத் துண்டுகளைக் கத்தரிக்கத் தொடங்கினாள். ('விஷகன்யா' பார்ப்பதற்கென்றே அவள் வந்திருந்தாள்.)

மெல்லிய புன்னகையுடன் வர்ஷா டீயைப் பருகினாள். தூக்கமில்லாததாலும், களைப்பாலும் தலை சற்று கனமாக இருந்தது. நேற்று இரவுக் காட்சிக்குப் பிறகு டாக்டர் அடல் தன் வீட்டில் பார்ட்டிக்கு ஏற்பாடு செய்திருந்தார். கலாச்சார அமைச்சரகத்தின் சில உயர் அதிகாரிகள், தூதுவராலயத்தின் கலாச்சார செயலாளர், ரிப்பர்ட்டரியிலிருந்து சூர்யபான், அர்ச்சனா, மமதா ஆகியோர் அழைக்கப்பட்டிருந்தார்கள். வர்ஷாவுக்கு இப்படி ஒரு அழைப்பு முதல்முறையாக வந்திருந்தது. ''வர்ஷா, உனக்கு பிரிட்டிஷ் கவுன்சில் ஸ்காலர்ஷிப்பில் லண்டன் போக விருப்பமா?'' என்று டாக்டர் அடல் அவளைத் தனியாக அழைத்துக் கேட்டார். வர்ஷா ஒரு வினாடி யோசித்துவிட்டு மன்னிப்பு கேட்டாள், ''சார், எனக்கு சில வீட்டுக் கடமைகள் இருக்கின்றன. என் மனநிலையும் சரியில்லை.''

''அறை மாற்றியதைப் பற்றி நீ ஏன் எனக்கு எழுதவில்லை.'' திவ்யா குற்றம் சாட்டும் குரலில் கேட்டாள்.

''நான் உங்களுக்குத் தொந்தரவு கொடுக்க விரும்பவில்லை.'' வர்ஷா.

''எப்போதிலிருந்து உன் கஷ்டம் எனக்குத் தொந்தரவாயிற்று?'' என்று திவ்யா அவள் பக்கம் பார்த்தாள்.

வர்ஷா பயத்தில் சிலிர்த்தாள். மனித உறவுகள் மாறிக்கொண்டே இருக்கின்றன. என்பதை அவள் இதற்குள் உணர்ந்துவிட்டாள். திவ்யாவுடனான உயர்வான உறவும் எப்போதாவது குறையக் கூடுமோ - இந்த நினைவே அவளை நடுங்கச் செய்தது. அப்படி ஒரு நிலை ஏற்பட்டால் அவளால் அந்த அடியைத் தாங்கமுடியுமா? அவள் தடுமாற்றத்துடன் திவ்யா மடியில் தலையை வைத்துக் கொண்டாள், அமைதியற்று சொன்னாள், ''என்னிடம் கோபித்துக் கொள்ளாதீர்கள்...''

திவ்யா கத்தரித்த துண்டுகளின் பின்னால் பசையால் கோடு இழுத்து ஒட்டத் தொடங்கினாள்.

''ஷைலா வீடு சும்மாதான் இருக்கிறது. மாடி ஊறுகாய் காயவைக்கத்தான் பயன்படுகிறது. நான் பேசிப்பார்க்கட்டுமா? ரோஹனுக்கு அவர்களுடன் தொழில் ரீதியான உறவு இருக்கிறது என்று உனக்குத் தெரியும். நம்மால் அவர்களுக்கு லாபம்தான்.''

''கொஞ்ச நாள் பார்ப்போமா?'' வர்ஷா நிமிர்ந்து உட்கார்ந்தாள், ''இன்னும் என் மனநிலை சரியாகவில்லை.'' ஒரு முறை திவ்யா - ரோஹனைப் பற்றி ஷைலா அவளிடம் விஷமமாக விசாரித்திருந்தாள். அப்போதிலிருந்துதான் வர்ஷாவுக்கு ஷைலாவிடம் உள்ளுக்குள் வெறுப்பு ஏற்பட்டது (மனதிற்குப் பிடிக்காதவர்களோடு கூட இருப்பதை விட இந்த கரோல்பாக் வீடு அவளுக்குப் பிடித்திருந்தது. குக்கிங் கேஸ் சிலிண்டருக்காகக் கூட ஒருமுறை கூட ஷைலாவிற்கு போன் செய்ய வேண்டிய அவசியம் ஏற்படவில்லை. 'அக்ரகாமி' பஹலிடம் பர்ஷேன் ஏஜென்சி இருந்தது. அவர் ஒரு மாதத்தில் வர்ஷாவின் விண்ணப்பத்தை ஏற்றுக்கொள்ள செய்திருந்தார். உடனே வர்ஷா புது சிலிண்டரை ஷைலா வீட்டிற்கு அனுப்பிவிட்டிருந்தாள்.)

"நான் உன்னைப் பற்றி கவனம் எடுத்துக்கொள்ள ஏன் 'சபிக்கப்பட்டிருக்கிறேன்' என்று ஒருமுறை கேட்டாய்.'' அவளுக்குப் பிடித்த சொல்லை திவ்யா சொல்ல வர்ஷா புன்னகை செய்தாள், ''அந்தக் கேள்விக்கு பதில் சொல்லட்டுமா?''

வர்ஷா மீண்டும் மெல்ல புன்னகை செய்தாள்.

''பல காரணங்கள் இருக்கின்றன. உன்னால் எனக்கு சந்தோஷம் உண்டாகிறது, உன் திறனைத் தூண்டிவிடும் ஒரு காரணமாக இருந்திருக்கிறேன் என்று பெருமைப்படுகிறேன். தனிப்பட்ட வாழ்க்கையில் எல்லாரையும் விட நீ எனக்கு நெருக்கமானவள். என் விஷயங்கள் பலவற்றை என் கணவருடன் கூட நான் பகிர்ந்துகொள்ள முடியாது என்று உனக்குத் தெரியும். இப்படி ஒரு நட்பு கிடைப்பது எத்தனை பெரிய வரப்பிரசாதம் என்று உனக்கு இன்னும் வயதான பிறகு தெரியும். நீ மேலே மேலே உயர்ந்து செல்வதைப் பார்த்து எனக்கு ஏற்படும் திருப்தியையும், வாழும் வாழ்க்கைக்கு ஏற்படும் அர்த்தத்தையும் என்னால் வார்த்தையில் சொல்லமுடியாது. அதனால் உன் கஷ்டம் என்னை அமைதி இழக்கச் செய்கிறது. அத்தோடு நான் ஏதாவது செய்து சுகம் காண உன்னைத் தவிர எனக்கு வேறு யார் இருக்கிறார்கள்?''

வர்ஷாவின் மனம் உணர்ச்சியால் நிறைந்தது. இத்தனை குவியலான சொற்களால் திவ்யா முதல் முறையாக தன் உறவை விளக்கியிருந்தாள்.

''உன் மனநிலை சரியில்லாமல் இருப்பதற்குப் பின்னால் என்ன காரணம்? ஹர்ஷ் இல்லாததா...''

''முக்கியமாக... ஆமாம்.'' வர்ஷா நீண்ட பெருமூச்சு விட்டாள், ''மாநகரம் சூனியமாகிவிட்டது. மனம் எப்போதும் இருண்டிருக்கிறது.''

திவ்யா அவள் கை மீது தன் கையை வைத்தாள். அவள் ஸ்பரிசம் மிருதுவாக, ஆறுதல் தருவதைப் போல இருந்தது. கடந்து சென்ற எத்தனை ஆண்டுகளில் எத்தனை முறை திவ்யா அவளுடைய இருளைப் பகிர்ந்து கொண்டிருக்கிறாள்!.

13. காதலின் குறியீடு - வரைவு

''வர்ஷா! ஹர்ஷ் சாயங்கால ஃப்ளைட்டில் வந்துவிட்டான். மிகவும் களைத்துப் போயிருக்கிறான். தூங்கிக் கொண்டிருக்கிறான்.'' ஹர்ஷின் அம்மா குரலில் பரபரப்பு, ''இதோ, சுஜாதாவிடம் பேசு.''

பின்னர் சுஜாதாவின் உணர்ச்சி மிக்க குரல் கேட்டது, ''ஹலோ, டிராஜடி குவீன், என்ன நடந்துகொண்டிருக்கிறது?''

''டிராஜடி குவீன் என்ன செய்வாள், அக்கா! கண்ணீர் பெருக்கிக் கொண்டிருக்கிறாள்.'' வர்ஷா சிரித்தாள்.

''கண்ணீர் துடைப்பவன் வந்துவிட்டான்.'' சுஜாதா கலகலவென்று சிரித்தாள், ''சரி, நாளை மாலை நீ ஹர்ஷூடன் வீட்டிற்கு வா.''

பம்பாய்க்கு சென்று சில வாரங்களுக்குப் பிறகு ஹர்ஷின் கார்டு வந்திருந்தது. ஒரு பக்கம் புண்பட்ட இதயத்தின் வரிவடிவத்துடன் ''நான் காயப்பட்டிருக்கிறேன்...'' என்று எழுதியிருந்தது, மறு பக்கம் வாயில் கட்டப்பட்ட கட்டின் வரிவடிவத்துடன் '... உன் மௌனத்தால்' என்று எழுதியிருந்தது.

வர்ஷா நவீன் மாமாவின் பைடர் ரோடு விலாசத்திற்கு தன் கையால் செய்த ஒரு கார்டை அனுப்பியிருந்தாள். முன்னால் 'எப்போது கேள்வி பிறக்கும்?'' என்று எழுதியிருந்தாள். பின்னால் ''பதில் எப்போது கிடைக்கும்?'' என்று எழுதியிருந்தாள்.

பிறகு லொகேஷன் ஷூட்டிங் நடந்து கொண்டிருந்த சௌராஷ்டிராவிலிருந்து ஒரு சிறிய கடிதம் வந்திருந்தது. தன் பாத்திரம், ஷூட்டிங் அனுபவங்களின் விவரம் இருந்தது.

கடைசியில் 'உன் நினைவு எப்போதும் என்னுடன் இருக்கிறது.' என்று எழுதியிருந்தான்.

சில வாரங்களுக்குப் பிறகு சுஜாதா விலாசத்திற்கு அனுப்பப்பட்டிருந்த ஒரு கடிதம் 'அன்புள்ள சுஜாதாவுக்கும், அன்புள்ள வர்ஷாவுக்கும்' என்று தொடங்கியிருந்தது. கடைசியில் 'உங்கள் இருவர் நினைவும் மிக அதிகமாக வருகிறது.' என்று எழுதியிருந்தது.

"ஹர்ஷின் பைத்தியக்காரத்தனத்தைப் பார்த்தாயா?" சுஜாதா அவளிடம் கடிதத்தைத் தந்து சிரித்தாள், "சகோதரியையும் காதலியையும் ஒரே கடிதத்தில் அடக்கிவிட்டான்!"

வர்ஷா சற்று புன்னகை செய்தாள். ஷிவானி இரண்டு வாரங்களுக்கு முன் சொல்லியிருந்தாள், "வர்ஷா, ஆறு மணிக்கு நான் உன்னை உங்கள் டீக்கடையில் பிக்அப் பண்ணிக்கொள்ளட்டுமா? உனக்கு கொஞ்சம் காட்டவேண்டும்."

"நான் அமைதியில்லாமல் எதிர்பார்த்திருப்பேன்."

"ஒரு காதலனைப் போலவா...?" ஷிவானி சிரித்து விட்டு போனை வைத்துவிட்டாள்.

இப்போது ஷிவானியுடனான உறவு நட்பாக பரிணமித்துக் கொண்டிருந்தது.

இரண்டாவது சந்திப்பின் தொடக்கம் வர்ஷாவாலேயே ஏற்பட்டது. ஆபீஸ் படியிலிருந்து கீழே விழுந்து ஷிவானிக்கு பலத்த காயம் என்று ஹர்ஷின் அம்மா மூலம் தெரியவந்தது. தலைக்காயம் மரணம் விளைவிக்கக்கூடியதாக இருந்தது. வர்ஷா ஜனபத் ஃப்ளவரிஸ்டுக்கு 'ஒரு திறன் மிக்க ஆனால் வசதி குறைந்த நடிகையாக' தன்னை அறிமுகப்படுத்திக்கொண்டு எழுபது ரூபாய்க்கு ஒரு பூங்கொத்து வாங்குவதில் வெற்றி பெற்றாள். அவள் நான்கு மணிக்கு ஆல் இண்டியா இன்ஸ்டிடியூட் ஆஃப் மெடிக்கல் சயன்ஸை அடைந்தாள். கொஞ்ச நேரத்தில் ஷிவானியின் பிரைவேட் அறையிலிருந்து கிளம்பி வந்து விட எண்ணியிருந்தாள், ஏனென்றால், பிறகு அவளுடைய பிற குடும்ப அங்கத்தினர்களோடு மோதல் ஏற்படும் பயம் இருந்தது. சுஜாதா கல்யாணத்தில்

அவளுடைய அம்மா - அப்பா, அண்ணன் - அண்ணியிடம் பரிச்சயம் ஏற்பட்டிருந்தது. 'வர்ஷா - ஷிவானியின் போட்டி' எல்லாருக்கும் தெரிந்திருந்ததால் வர்ஷாவுக்கு கூச்சமாக இருந்தது.

"இப்போதுதான் எழுந்தார்கள்." என்றாள் நர்ஸ்.

ஷிவானி முதுகிற்குப் பின்னால் தலையணை வைத்துக்கொண்டு கட்டிலில் உட்கார்ந்திருந்தாள். தலையிலும் இடது தோளிலும் கட்டு. முகம் வாடியிருந்தது.

"ஷிவானி..." வர்ஷாவின் நெருக்கம் கண்ணில் மின்னியது, "உடம்பு எப்படி இருக்கிறது?"

வர்ஷா இங்கு வருவாள் என்று ஷிவானி எதிர்பார்க்கவேயில்லை. அவள் முகத்தில் பல உணர்வுகளின் நிழல் பரவியது.

"வர்ஷா..." என்றாள் பலவீனமான குரலில். பின்னர் வர்ஷா நீட்டிய பூங்கொத்தை வாங்கிக் கொண்டாள். மெல்ல பூக்களின் இதழ்களைத் தொட்டாள், கண்களை மூடி அவற்றை முகர்ந்தாள்.

வர்ஷா அருகில் இருந்த நாற்காலியில் சத்தமின்றி உட்கார்ந்தாள்.

"பரவாயில்லை வர்ஷா! பிரெய்ன் ஹெமரேஜிலிருந்து மயிரிழையில் தப்பினேன்..." வலி அலையால் ஷிவானி சட்டென்று தடுமாறினாள், "சிஸ்டர்..."

வர்ஷா எழுவதற்குள் நர்ஸ் வேகமாக வந்தாள், "இப்போது சரியாகிவிடும்." என்று சொல்லிக் கொண்டே அவள் ஒரு மாத்திரையும் தண்ணீரும் தந்தாள். பின்னர் ஷிவானியின் கையிலிருந்த பூங்கொத்தை வாங்கி ஒரு தண்ணீர் நிறைந்த கிளாசில் மேஜை மேல் வைத்தாள்.

ஷிவானியின் கண்களிலிருந்து ஒரு சிறிய கண்ணீர்த் துளி உருண்டோடியது. இந்த நேரம் அவள் மிகவும் அநாதரவாக இருப்பதாக வர்ஷாவுக்குத் தோன்றியது. ஷிவானியின் கையைப் பற்றியபடி அவள் தன் துப்பட்டாவால் அவள் கண்ணீரைத் துடைத்தாள். ஷிவானி அவளைப் பார்த்து தன் ஆதரவற்ற நிலைக்கு

காதலின் குறியீடு - வரைவு

உருகுபவளைப் போல நனைந்த புன்னகையை வெளிப்படுத்தினாள்.

இந்தக் காட்சியைத்தான் குடும்பத்தின் நான்கு அங்கத்தினர்களும் - அப்பா - அம்மா, அண்ணன் - அண்ணி உள்ளே வரும்போது பார்த்தார்கள்.

"இந்தா, படி." ஷிவானி 'ஃபிலிம் ஃபேர்' இதழைப் பிரித்து அவள் மடியில் வைத்தாள்.

'ஹர்ஷின் கண்கள் மின்னியபோது' என்ற தலைப்பில் இரண்டு பக்கங்களில் பல நண்பர்களோடு ஹர்ஷின் இண்டர்வியூ வந்திருந்தது.

வர்ஷா சோபாவை ஒட்டிய கார்ப்பெட்டில் உட்கார்ந்திருந்தாள். மனதில் பல உணர்வு அலைகள் எழுந்தன.

ஹர்ஷ் தன் கடந்த காலப் பின்னணி, நாடகப் பயிற்சி பற்றி கூர்மையான பதில் அளித்திருந்தான். டாக்டர் அடலை மிகவும் புகழ்ந்திருந்தான். தன் முக்கியமான பாத்திரங்களை விவரித்திருந்தான். சிறந்த பாத்திரங்களுக்கு தான் தன்னைத் தயார் செய்துகொள்ளும் நோக்கைக் கூறியிருந்தான். சிறந்த நாடக களத்தில் கம்பெனியின் நான்கு கலைஞர்களின் - சூர்யபான், அர்ச்சனா, மமதா, வர்ஷா -பெயரைக் குறிப்பிட்டிருந்தான். ஃபிலிம் மூலம் முக்கியமாக வர்ஷாவின் 'நல்ல எதிர்காலத்தை'க் குறிப்பிட்டிருந்தான். - 'வர்ஷா வசிஷ்டின் முகம் மிகவும் போட்டோ ஜெனிக் முகம்.'

'' 'நடுக்கம்' படக் கதாநாயகி சாருஸ்ரீ புரொஃபஷனல் சினிமாவின் பிரதிநிதி. அவள் மிகவும் மூடி டைப், கர்வக்காரி என்று சொல்கிறார்கள். அவளோடு சேர்ந்து நடிக்கும்போது உங்களுக்கு எப்படி இருந்தது?'' என்று ரிப்போர்ட்டர் கேட்டிருந்தார். "அவரிடம் எந்த கர்வத்தையும், மூடையும் நான் பார்க்கவில்லை. இந்தக் கலை ஊடகத்திற்கு நான் புதியவனாக இருந்தும் அவர் மிகவும் தைரியமாகவும் அறிவுபூர்வமாகவும், நட்புடனும் நடந்துகொண்டார். எனக்கும் அவருக்கும் 'வாய்ஸ்' நன்றாக இருக்கிறது.'' (சாருஸ்ரீயைப் பற்றிப் பேசும்போது ஹர்ஷ வர்தனின் குரல் வெப்பமாயிற்று, கண்கள் மின்னின.'' என்று ரிப்போர்ட்டர் குறிப்பிட்டிருந்தார்).

வர்ஷா நீண்ட பெருமூச்சு விட்டாள், ஷிவானியைப் பார்த்து புன்னகை செய்தாள். பின்னர் அலைகளின் மீது மிதக்கும் இலை சட்டென்று மூழ்கிவிட்டதைப் போல அவள் புன்னகை பாதியிலேயே மறைந்துபோயிற்று. வெறுமையான கண்களுடன் எதிரில் பார்த்துக் கொண்டேயிருந்தாள்.

எனக்கு தவறாக ஏன் தோன்றுகிறது? என் மனதில் ஏன் பயமேகம் எழுகிறது? நான் எனக்குள் சலனமில்லாமல்தானே இருந்தேன்? நான் ஹர்ஷுடன் நிச்சயதார்த்தத்துக்குக் கூட சித்தமாக இல்லையே? என்று வர்ஷா யோசித்தாள்.

''வர்ஷா, சூடாகிக்கொண்டிருக்கிறது...'' ஷிவானி டம்ளர் பக்கம் கையைக் காட்டினாள். அவள் குரல் மிக மிருதுவாக இருந்தது.

வர்ஷா இரண்டு உள்ளங்கையிலும் கண்ணாடியின் குளிர்ச்சியை உணர்ந்தாள். பிறகு ஒரு வாய் பருகினாள்.

''இந்த கடைசி பத்தியைப் பார்த்துவிட்டு உன்னிடம் காட்டுவோமா, வேண்டாமா என்று ஒரு மணி நேரம் யோசித்தேன். பிறகு உனக்கு போன் செய்வதே சரி என்று தோன்றியது.'' ஷிவானியின் குரலில் சற்று குற்ற உணர்வு இருந்தது.

வர்ஷா மெல்ல ஆமாம் என்று தலையசைத்தாள்.

எல்லாம் பாழாய் போனதைப் போன்ற உணர்வு இன்னும் சற்று ஆழமாயிற்று. தன் மனம் தன் கட்டுப்பாட்டில் இருக்கிறது என்ற தன் நம்பிக்கைக்குப் பின்னால் நல்ல வலுவான அஸ்திவாரம் இல்லை என்று வர்ஷாவுக்குத் தோன்றியது.

''வர்ஷா!'' ஷிவானி அவள் கையைப் பற்றினாள், ''என் மேல் கோபம் இல்லையே?''

''இதில் உன் தவறு என்ன இருக்கிறது? நீ சொல்லவில்லையென்றால், ரிப்பர்ட்டரியில் யாரோ ஒருவர் சொல்வார். நீ சொன்னதே நல்லதாயிற்று. இது நமக்குள் இருக்கும் பரஸ்பர புரிதல் உணர்வின் அடையாளம், உன் முன் என்னை நானே கட்டுப்படுத்திக் கொள்ளும் அவசியமும் இல்லை, ரிப்பர்ட்டரியில்

நான்குபேருக்கு முன்னால் இந்த விஷயம் வெளிப்பட்டால் என்னைக் கட்டுப்படுத்திக் கொள்ளத் தவறிப் போகக் கூடும்.'' இவ்வளவு பேசியதில் வர்ஷா களைத்து விட்டாள் போலிருந்தது..

''இப்போது எனக்கு கட்டிலில் மிகவும் தனியாக இருப்பது போல் இருக்கிறது. தூங்குவதற்கு முன் மனம் திறந்து பேசுவதற்கு வர்ஷா இருப்பாள், காலையில் தூங்கி எழும்போது பக்கத்தில் வர்ஷா இருப்பாள் என்ற இன்று பிற்பகலிலிருந்து உற்சாகமாக இருந்தேன்.'' ஷிவானி சற்று இரக்கத்துடன் புன்னகை செய்தாள், ''இது ஸ்பின்ஸ்டர் ஆவதற்கான அடையாளமா?''

வர்ஷா ஏதாவது பேச விரும்பினாள், ஆனால் ஒன்றும் பேசத் தோன்றவில்லை. மௌனத்தை உடைக்கவும் விருப்பம் இல்லை.

''தனியாக உனக்கு நல்ல தூக்கம் வருகிறதா?'' என்று கேட்டாள் ஷிவானி.

''நல்ல தூக்கம் என்று சொல்ல முடியாது, ஆனால் தூக்கம் வந்து விடுகிறது.'' வர்ஷா சோகமாக புன்னகை செய்தாள், ''நான் தலையணைக்குக் கீழே ஹர்ஷின் போட்டோ வைத்திருக்கிறேன். கட்டிலில் படுக்கும் முன் அதனுடன் பேசுவேன். நான் காதலுக்கு என் சொந்த வரைவு ஒன்று செய்திருக்கிறேன். சொல்லட்டுமா?''

''ம்'' ஷிவானி விஷமமாக புன்னகை செய்தாள்.

''ஒருவருடைய நினைவு தூக்கம் வரச்செய்கிறது என்றால் அதைக் காதல் என்று சொல்லலாம்.''

ஷிவானி விஷமத்துடன் சொன்னாள், ''ஒருவருடைய நினைவு தூக்கத்தை விரட்டியது என்றால் அதுதான் காதல் என்பதும் அர்த்தம் நிறைந்த வரைவு ஆகாதா?''

''சின்னம்மா...'' பாவலா தன் சிறிய கைகளால் பந்தை அவள் பக்கம் எறிந்தாள். பந்து மெல்ல மெல்ல உருண்டு பக்கத்தில் வந்தது. வர்ஷா பந்தை அவள் பக்கம் தள்ளிவிட்டாள். அவள் சிரித்தபடி அதை எடுக்க ஓடினாள்.

கார்டன் அம்பேலாவில் வர்ஷா எதிரில் இருந்த நாற்காலியில் காலை வைத்து உட்கார்ந்திருந்தாள். மூலையில் தோட்டக்காரன் பூம்பாத்தியில் தண்ணீர் விட்டுக் கொண்டிருந்தான். ஆகாயம் ஆழ்ந்த நீலமாக இருந்தது. காற்று சுத்தமாக, சுகமாக வீசியது. பின்னால் வெண்மையான கஞ்சன்ஜங்கா காணப்பட்டது. ('பனி மூடிய கைலாசத்தில் தேவ கன்னிகைகள் தங்கள் முகத்தைக் காண்பிக்கிறார்கள், அவர்களுடைய அல்லி மலர் போன்ற வெண்மையான பின்னல்கள் நித்தியம் அனைத்தும் ஒருங்கிணைந்த சங்கரனின் உரத்த சிரிப்பொலி போல ஆகாயத்தில் பரவியிருக்கின்றன...' அவளுக்கு 'மேகதூத' வரி நினைவு வந்தது).

அப்போதுதான் ஒரு கார் உள்ளே நுழைந்து போர்ச்சில் வந்து நின்றது. ரீட்டா கையில் ஒரு பத்திரிக்கையை எடுத்துக்கொண்டு முன்னால் வந்தாள். அவள் 'ஸ்டார் அண்ட் ஸ்டைல்' இதழை நீட்டிய விதத்தைப் பார்த்து வர்ஷா குழம்பினாள்.

"என் மனம் ஒளிமயமாகிவிட்டது!" அட்டைப்படத்தில் சாருஸ்ரீ படத்துடன் கேப்ஷன்.

ரீட்டா திரும்பியபோது வர்ஷா படபடக்கும் இதயத்துடன் உள்பக்கத்தைப் புரட்டினாள்.

"நீங்கள் பிரபலமான சினிமா ஸ்டார், ஹர்ஷவர்தன் புதுமுகம். இந்தப் படத்தை நீங்கள் ஏன் ஒத்துக்கொண்டீர்கள்?" என்று ரிப்போர்ட்டர் கேட்டிருந்தார். "நான் 'நடுக்கம்' பட இயக்குநர் மீது கொண்டிருந்த மதிப்பு காரணமாக ஒத்துக்கொண்டேன். ஆனால் ஒருநாள் ஹர்ஷவர்தனுடன் நடித்த பிறகு அவர் எவ்வளவு உயர்ந்தரக நடிகர் என்பதைத் தெரிந்துகொண்டேன். இந்தப் படத்தில் நடித்ததில் எனக்கு மிகவும் சந்தோஷம்." "ஹர்ஷவர்தனுடன் உங்கள் தொடர்பு எத்தகையது?" "நல்லநட்பு." "இந்த லொகேஷனில் நீங்கள் மிக இனிமையாக, வசீகரமாக தோன்றுகிறீர்கள் என்று காற்றில் செய்தி அடிபடுகிறதே. ஏன்?" "(கலகலவென்று சிரித்தபடி) இது என் இனிமையான, வசீகரமான ரகசியம்!" "இதற்குக் காரணம் உங்கள் சகநடிகரா?" (சிரித்தபடி) "நீங்கள் காற்றைக் கேளுங்கள்!"

சாருஸ்ரீயின் பல படங்கள் இருந்தன. அவள் கறுப்புக் கண்ணாடி அணிந்து கேன்வாஸ் நாற்காலியில் உட்கார்ந்திருந்தாள்.

முடியில் கர்லர். 'நடுக்கம்' படத்தின் ஒரு காட்சியில் அவளைப் பின்னாலிருந்து அணைத்தபடி ஹர்ஷ் அவள் கழுத்தில் உதட்டைப் பதித்திருந்தான். சாருஶ்ரீ காதல் புன்னகையுடன் பின்னால் பார்த்துக் கொண்டிருந்தாள். ஹர்ஷின் முகத்தில் காதலின் தன்னை மறந்த பாவம் இருந்தது. 'காதல் - காட்சிகள் 'நடுக்கம்' படத்தின் சிறப்பு' என்று கீழே குறிப்பு.

வர்ஷாவின் உடலில் ஹர்ஷின் முத்தங்களின் நினைவுகள் கொப்பளித்து எழுந்தன. இமைகள் மூடத்தொடங்கின. அவளுக்கு தன் இதழ்களின் மீது ஹர்ஷின் இதழ்கள் அழுந்திய வெப்பத்தின் அனுபவம் ஏற்பட்டது. பின்னர் உடனே பழங்கால, இடிந்த கோட்டையில் யாரோ கீச்சிட்டது போலவும், புறாக்கள் நிறைந்த உயர்ந்த கோபுரங்களில், பலகணித் தாழ்வாரங்களில் பேய்களின் பித்துப் பிடித்த ஒலிகள் கேட்பது போலவும்... மனதில் ஒரு பயக்குரல் ஓங்கி எழுந்து, உடலின் உள்நரம்புகளில் எதிரொலித்தது...

ரீட்டா கையில் ட்ரே எடுத்துக் கொண்டு வந்தாள், இரண்டு கப்களில் டீயை ஊற்றத் தொடங்கினாள்.

''டில்லியில் நீ கிளம்புவதற்கு முன் ஹர்ஷின் கடிதம் வந்ததா?'' என்று ரீட்டா கேட்டாள்.

''ஆமாம்.'' வர்ஷா டீயைப் பருகினாள்.

''சாருஶ்ரீயைப் பற்றி எதுவும் எழுதியிருந்தானா?''

''இல்லை. பெரும்பாலும் தன் வேலை மிகுதி, டப்பிங் பற்றித்தான் எழுதியிருந்தார்.''

''நீ கேளேன்''

வர்ஷா சில வினாடிகள் யோசித்தாள், ''எங்களுக்கிடையில் உறுதிமொழிக் கட்டுப்பாடுகள் எதுவும் இல்லையே?''

''வர்ஷா, இது என்ன இரண்டு நாட்களுக்கான வியாபார உடன்படிக்கையா?'' ரீட்டாவின் குரலில் வருத்தம் இருந்தது, ''இந்த உறவின் நிலை என்ன என்று நீ தெரிந்துகொள்ள வேண்டிய அவசியம் இல்லையா?''

"ஏதாவது கேட்டால் நான் அற்பமாகி விடுவேன் என்று எனக்குத் தோன்றுகிறது."

சிநேகனின் குவார்டர்ஸ் கேட்டைத் திறந்தவுடன் ஹர்ஷின் உரத்த சிரிப்பு கேட்டது.

அவள் வராந்தா படிகளில் ஏறத் தொடங்கினாள். விரும்பாவிட்டாலும் நெஞ்சம் படபடக்கத் தொடங்கியது. "டிராஜடி குவீனுக்கு சலாம்!" திண்டில் உட்கார்ந்திருந்த ஹர்ஷ் உடனே எச்சரிக்கை பாவத்துடன் மிலிட்டரி வணக்கம் செய்தான். மெல்லிய புன்னகையுடன் வர்ஷாவும் அவ்வாறே பதில் வணக்கம் தந்தாள். பிறகு ஹர்ஷ் சூடான உணர்வுடன் அவள் கையைப் பற்றினான். அவன் ஆளுமை மேலும் ஒளி பெற்றிருந்தது. நேவி ஜீன்ஸ், மஞ்சள் கமீஜில் கவர்ச்சி கூடியிருந்தது... வர்ஷா பார்வையை விலக்கிக் கொண்டாள்.

"என்னையும் அனுபமாவையும் காப்பாற்றியதில் வர்ஷாவுக்குப் பெரும்பங்கு இருக்கிறது." என்றார் சதுர்புஜ்.

"வர்ஷா இல்லையென்றால், சதுர்புஜின் எலும்புகள் நொறுங்கிப் போயிருக்கும்." என்று அனுபமா சிரித்தாள், வர்ஷாவை இழுத்து தன்னருகே அமர்த்திக்கொண்டாள்.

"நீங்கள் உங்கள் இண்டர்வியூவில் சூர்யபானைப் பற்றி ஏன் சொன்னீர்கள்?" என்று சிநேகன் கேட்டார்.

"நம் சமையல் அறை சாமான்கள் தங்களுக்குள் மோதிக் கொள்ளத்தான் செய்யும், ஆனால் வெளி உலகில் நாம் நம் ஒற்றுமையைக் காப்பாற்ற வேண்டும்." ஹர்ஷ் எச்சரிக்கை ஆகிவிட்டான், "டிக்டேட்டரைக் குறித்து இது நம் கடமை."

வர்ஷாவிற்கு ஹர்ஷின் சொற்கள் பிடித்திருந்தன. சூர்யபானுக்கு ஹர்ஷின் விருது தேவையில்லை. அவருக்கு சங்கீத நாடக அகாடெமியின் உச்ச நடிகருக்கான விருது கிடைத்திருந்தது. அவர் இரண்டு கலைப்படங்களிலும் நடித்திருந்தார். ஒன்று வெளியிப்படவில்லை, ஆனால் மற்றொன்று தேசீயவிருதைப் பெற்றதுடன் தொலைக்காட்சியிலும் ஒளிபரப்பாகியிருந்தது.

''சார் உங்களை விசாரித்துக் கொண்டிருந்தார்.'' என்றாள் வர்ஷா.

''சந்தித்துவிட்டுதான் வருகிறேன்.'' என்றான் ஹர்ஷ்.

நீலகாந்த் வீட்டில் கிடைத்த கண்ணாடி கப்களைத் தட்டில் வைத்து எடுத்துக் கொண்டு வந்தான், ''அடேடே! வர்ஷா வந்துவிட்டாள்! பக்கத்து வீட்டிலிருந்து ஒரு கப் வாங்கிவருகிறேன்.''

''வர்ஷாவும் நானும் ஒரே கிளாசில் குடித்துக்கொள்கிறோம்.'' ஹர்ஷ் ஒரு கிளாசை எடுத்து வர்ஷா கையில் வைத்தான்.

தங்கள் பரஸ்பரத் தொடர்பு ஹர்ஷின் பழகும் முறையில் வெளிப்படாது. அவனுடைய பாவம் அது ஒரு பவித்திரமான ரகசியம் போல இருக்கும். இன்று முதல் முறையாக அவன் இப்படி நடந்துகொண்டான். வர்ஷாவுக்கு கூச்சமாகவும் இருந்தது, சுகமாகவும் இருந்தது.

''சிகரெட்...'' நீலகாந்த் கேட்டதும் ஹர்ஷ் தன் டிரிபிள் ஃபைவ் பாக்கெட்டை நீட்டினான்.

சதுர்புஜ் பையிலிருந்து பொட்டலத்தை எடுத்தார். அவர் அதை நிரப்புவதற்காக ஹர்ஷின் பாக்கெட்டிலிருந்து ஒரு சிகரெட்டை எடுத்தார்.

''எனக்கு சார்மினார் நிரப்புங்கள்.'' ஹர்ஷ் புன்னகை செய்தான்.

''மண்டிஹவுஸ் வந்து மண்டிஸ்ட் ஆகிக்கொண்டிருக்கிறீர்கள்?'' சிநேகன் உரக்க சிரித்தார்.

''யாருடைய ஃபாரின் காரை எடுத்து வந்திருக்கிறீர்கள்?'' சதுர்புஜ் விஷமமாக புன்னகை செய்தார், ''டில்லி-உ.பி.யின் டிஸ்டிரிபியூட்டருடையதா?''

''அத்தானின் கார்!'' ஹர்ஷ் சிரித்தான், ''நான் இன்னும் மண்டிஹவுசிலிருந்து டிஃபெக்ட் ஆகிப் போகவில்லை. எனக்கு விரோதமாக அணிவகுக்காதீர்கள்.''

வர்ஷா டீ கிளாசை ஹர்ஷின் கையில் வைத்தாள். அவன் டீயைப் பருகினான்.

அவளை சீண்டுவதற்காக கேட்பதைப் போல ஹர்ஷ் கேட்டான், ''எதுவும் நாடகயோசனை இல்லையா?''

''யோசிப்பவர்கள் எங்கே இருக்கிறார்கள்?'' என்றார் சிநேகன், ''சதுர்புஜ் இந்த மாதம் முழுதும் கோரக்பூரில் ஒர்க்ஷாப் நடத்திவிட்டு வந்திருக்கிறார். இப்போது உஜ்ஜைன் போகிறார்.''

''நான் போகவில்லை.'' என்றாள் அனுபமா, ''நீங்கள் ஏதாவது தொடங்குங்கள்.''

சதுர்புஜ் நெருப்பில் கஞ்சாவை உருக்கிக் கொண்டிருந்தார். அவர் பார்வையை உயர்த்தவில்லை.

'அப்படியானால் அவர்களிடையே கருத்துவேற்றுமைகள் தோன்றிவிட்டன,' என்று வர்ஷா நினைத்துக்கொண்டாள்.

சில வினாடிகளிலேயே சூழல் கனத்துவிட்டது.

''நீங்கள் 'பழிக்கு பழி' காட்சிகளைத் தீர்மானியுங்கள். நான் இரண்டு மாதத்தில் வந்துவிடுகிறேன்.'' ஹர்ஷ் பிரிவுக் கோட்டைத் தாண்டி கையை நீட்டுவது போல சொன்னான்.

''நீங்கள் சென்ற முறையும் இப்படித்தான் சொல்லி விட்டு சென்றீர்கள்.'' என்றார் சிநேகன், ஆனால் குரல் இயல்பாகவே இருந்தது.

''ஷூட்டிங் ஷெட்யூல் பலமுறை மாறியது. அது என் கையில் இல்லை.''

''நான் உங்களை குறை சொல்லவில்லை. ஆதித்யாவும் 'கஞ்சன்' ஷோக்களுக்கு இப்படித்தான் சொல்லிவிட்டுப் போனார். பிறகு வரவேயில்லை'' சிநேகன் இரக்கத்தோடு புன்னகை செய்தார். இது கௌதம புத்தருடையதைப் போன்ற புன்னகை - நாடகமேடை மனித சமுதாயத்துடன் நெருக்கம் நிறைந்தது, ''ஒரே நேரத்தில் இரண்டு குதிரைகள் மீது சவாரி செய்ய முடியாது.''

நிறைய விஷயங்கள் சவாரி செய்பவனை சார்ந்தும் இருக்கிறது என்று வர்ஷா சொல்ல விரும்பினாள். ஆனால் ஹர்ஷின் முகத்தில் ஏற்கனவே சற்று குற்ற உணர்வின் நிழல் இருந்தது. அதை ஆழமாக்குவது சரியாகத் தோன்றவில்லை.

''உங்கள் வீட்டு ஜன்னலில் குளிர்ந்த கீழைக்காற்று (புர்வாயி) வீசத் தொடங்கியிருக்கிறது என்று கேள்விப்பட்டேன்.'' ஹர்ஷ் மெல்லிய புன்னகையுடன் சிநேகனைப் பார்த்தான்.

வர்ஷா முதல் முறையாக சிநேகன் முகத்தில் கூச்சப் புன்னகையைப் பார்த்தாள், ''என்ன செய்வது? நீங்கள் மேற்குப் பக்கம் போகும்போது என் அந்தப் பக்கத்து ஜன்னலை மூடிவிட்டீர்கள். இப்போது மூச்சு விடுவதற்கு கிழக்குப் பக்க ஜன்னலைத் திறக்கத் தானே வேண்டும்!'' அப்போது வெளியே கார் வந்து நின்றது. சில வினாடிகளில் கார்க்கதவு மூடப்பட்டது.

''பேசிக்கொண்டிருக்கும்போதே வந்துவிட்டாள்.'' என்றார் சதுர்புஜ்.

ஆனால் அது ஷாலினி காத்யாயன், ''ஹலோ...'' எல்லாரையும் சாதாரணமாகப் பார்த்துவிட்டு ஹர்ஷைக் கேட்டாள், ''எப்படி இருக்கிறீர்கள், ஹர்ஷ்? ஸ்டார் ஆனதுமே பழைய நண்பர்களுடன் இப்படி ஒரு பாராமுகமா? நான் ஒரு மணி நேரமாக திரிவேணியில் ஈ ஓட்டிக்கொண்டிருக்கிறேன்.''

''மன்னியுங்கள்.'' ஹர்ஷ் உதட்டைக் கடித்துக்கொண்டான், ''சுத்தமாக மறந்து போய்விட்டேன்.''

''நான் நியூஸ் எடிட்டருக்கு போன் செய்துவிட்டேன். அவர் நான்கு காலம் இடத்தை மடித்து வைத்துக் கொள்வார்.'' காத்யாயன் இதமாக புன்னகை செய்தாள், ''என் ஒரு செக்கை இல்லாமல் செய்துவிடாதீர்கள்.''

''நான் அரைமணி நேரத்தில் வந்துவிடுகிறேன்.'' என்று ஹர்ஷ் சிநேகனிடம் சொல்லிக்கொண்டே எழுந்துநின்றான், பிறகு திரும்பினான், ''வர்ஷா, போய்விடாதே.''

★ ★ ★ ★

''ரீட்டா எப்படி இருக்கிறாள்?'' ஹர்ஷ் சிகரெட் புகைத்தபடி கேட்டான்.

''நன்றாக இருக்கிறாள். இரண்டாவது குழந்தை பிறக்கவிருக்கிறது.''

''அனுபமாவுக்கும் சதுர்புஜுக்கும் இடையில் என்ன பிரச்சனை?''

''அவள் கமிடெட் தியேட்டரை மட்டுமே விரும்புகிறாள். கோரக்பூரில் 'வல்லபபுரத்தின் வடிவ வரலாறு' நாடகத்தை இடையிலேயே விட்டுவிட்டு வந்துவிட்டாள். இப்போது சதுர்புஜ் 'விக்ரமோர்வசி' செய்யப்போகிறார். நீங்கள் கோடு போட்டு வரையறை செய்துவிட்டால் வருவேன், இல்லையென்றால் வரமாட்டேன் என்று அனுபமா சொல்லிவிட்டாள்.''

''காளிதாஸ் விழாவில் பிரெஷ்ட்டின் நாடகம் நடக்குமா?'' ஹர்ஷ் கவலையாகிவிட்டான்.

''பூர்வாயி யார்?''

''லேடி ஸ்ரீராம் காலேஜ் லெக்சரர். சிநேகன் அவளுக்காக 'யர்மா' செய்திருந்தார்.''

''எப்படி இருக்கிறாள்?''

''புத்திசாலி. உறுதியானவள்.''

''வயது என்ன இருக்கும்?''

''முப்பத்து மூன்று ஆகி நான்கு மாதங்கள்.''

''உனக்கு எல்லா டீடெய்ல்சும் தெரிந்திருக்கிறது.'' ஹர்ஷ் சிரித்தான்.

''எனக்கு நல்ல சிநேகிதி ஆகிவிட்டாள்.''

''எனக்குத் தெரியும்.'' ஹர்ஷ் புன்னகையுடன் அவளைப் பார்த்துக் கொண்டிருந்தான், ''உனக்கு அதிசயமான சிநேகிதிகள் கிடைத்துக் கொண்டிருக்கிறார்கள்.''

வர்ஷாவும் புன்னகை செய்தாள், ''ஷிவானி போன் செய்தாள். நான் எப்படி சந்திக்க மறுப்பேன்?'' சற்று தயங்கி பின்னர்

சொன்னாள், "உங்களுக்குப் பிடிக்கவில்லையா?"

"என்ன சொல்கிறாய்? எனக்கு ஏன் பிடிக்காமல் போகிறது?"

"அவளை சந்தித்தீர்களா?... மிகவும் சோகமாக இருக்கிறாள்." 'பாவம்' என்று சொல்ல வந்தவள் நிறுத்திக் கொண்டாள்.

ஹர்ஷ் துளைக்கும் பார்வையில் அவளைப் பார்த்தான், "சரி, என்னை ஷிவானியிடம் நெட்டித் தள்ளுகிறாய்?... என் மீது அத்தனை வெறுப்பா?"

"நான் உங்களை வெறுக்கிறேனா? விரும்புகிறேனா? எனக்குத் தெரியவில்லை. ஒரு நேரம் நான் இந்த இரண்டிற்கும் இடையில் எங்கேயோ இருக்கிறேன். மற்றொரு நேரம் இந்த இரண்டிற்கும் அப்பாற்பட்டு இருக்கிறேன். நான் குழம்பிப் போய் இருக்கிறேன். காலமும் இடமும் தெரியவில்லை..." அவள் கீழே பார்த்துக் கொண்டிருந்தாள். புல்வெளியின் எல்லையில் ரேலிங் இருந்தது, அங்கு ஒரு சிறிய நாய்க்குட்டி ஊர்ந்து வந்தது.

"என் கேள்விக்கு பதில் சொல்லவில்லையே? என்னிடம் கோபமா?" ஹர்ஷ் புல் மேல் வைத்திருந்த அவள் கை மேல் தன் கையை வைத்தான். ஸ்பரிசம் பரிச்சயமானதாக இருந்தது. அறிமுகத்தின் அலை அவள் உடலை மீட்டியது.

"வெறுப்பு இல்லை. ஆனால் நிச்சயம் குழப்பம் இருக்கிறது."

"எந்த விஷயத்தில்?"

"உங்களைப் பற்றி... என்னைப் பற்றி..."

"குழப்பத்தைத் தீர்க்க எனக்கு கொஞ்சம் சமயம் வேண்டும்."

மௌனத்தை உடைத்து ஹர்ஷின் குரல் மிக அருகிலிருந்து கேட்டது, "நீ என் மனதிற்கு எவ்வளவு அருகில் இருக்கிறாய் என்று உனக்கு நான் சொல்லத் தேவையில்லை."

நிலைத்து நின்றுவிட்டதுபோல சில வினாடிகள்... ஹர்ஷின் முத்தம் இதமாகவும், மத்திமமாகவும் இருந்தது... புதிய தொடக்கமாக அறிமுகம் செய்துகொண்டிருப்பது போலவும், ஆனால் கூடவே உரிமையின் ஆறுதல் தருவதுபோலவும் இருந்தது.

''நீ என்னிடம் ஏதாவது கேட்கவேண்டுமா?'' என்று ஹர்ஷ் கேட்டான்.

நீங்கள் கேட்டால் நான் ஏன் உங்கள் வீட்டில் கன்னம் வைத்தேன் என்று சொல்கிறேன் என்று ஒரு குற்றவாளி கூறுவது போல் அவன் குரல் இருந்ததாக வர்ஷாவுக்குத் தோன்றியது.

''நீங்கள் ஏதாவது சொல்ல வேண்டியிருந்தால் சொல்லுங்கள்.''

வர்ஷா ஹர்ஷைப் பார்த்தாள். எந்த விசேஷ பாவமும் இல்லாத சாதாரண பார்வை.

ஹர்ஷுடன் அவள் பார்வை கலந்தது, ''நான் யாருடனும் இன்வால்வ் ஆகவில்லை. உள்ள உணர்வுகளில் முன்பு போலவே உன்னுடன்தான் இணைந்திருக்கிறேன்.''

வர்ஷா நின்றிருந்த மூச்சை இழுத்தாள்.

''புதிய யுத்த களத்தில் இருக்கிறேன் என்பது மட்டும் நிச்சயம். என்னுடையவர்களையும், அந்நியரையும் அறிந்துகொள்ள முயற்சித்துக் கொண்டிருக்கிறேன்.''

வர்ஷா சரியென்று தலையசைத்தாள்.

''நீ ஏன் இப்படி பேசாமலே இருக்கிறாய்?''

''இல்லையே!''

''மெலிந்தும் போய்விட்டாய். சாப்பிடுவதே இல்லையா?''

''சாப்பிடத்தான் செய்கிறேன்.''

''நீ வீட்டைக் காலிசெய்ய வேண்டி வந்துவிட்டது எனக்கு மிகவும் கோபம் வந்தது.''

'' அவர்களுடைய இடம் ஹர்ஷ்! நாம் வலுக்கட்டாயப்படுத்த முடியாது. ஒரு வருஷம் நன்றாக கழிந்தது, அதுவே போதாதா?''

ஹர்ஷ் சிகரெட் பற்ற வைத்தான், ''நான் அங்கே ஃபிளாட் வாங்க முயற்சி செய்து கொண்டிருக்கிறேன். பிறகு அம்மாவை நான் அங்கே அழைத்துப் போய்விடுவேன். நீ முனீர்க்காவில் இருக்கலாம்.''

வர்ஷா எதிரில் பார்த்துக் கொண்டிருந்தாள்.

''காதில் வாங்குகிறாயா, இல்லையா?'' இது அவனுடைய ஆண்மைக் குரல், அதற்குப் பிறகு சந்தேகமோ, தர்க்கமோ இருக்கக்கூடாது.

''சரி!'' என்று கூறிவிட்டாள் அவள்.

''பிறகு உன்னையும் அழைத்துப் போய்விடுவேன். படம் பாக்ஸ் - ஆபீசில் வெற்றி அடைந்துவிட்டால் பிறகு நாளாகாது.'' தனக்குள் பேசிக் கொள்வது போல அல்லது தனக்கே நம்பிக்கை அளித்துக் கொண்டிருப்பதுபோல குரல் தணிந்து இருந்தது.

''ஹலோ வர்ஷா... போனி டெய்ல் போட்ட ஒரு பெண் கையில் நாய்க்குட்டியுடன் நின்றாள். முன்பை விட கொஞ்சம் வளர்ந்திருந்தாள்.

''ஹலோ...'' வர்ஷா புன்னகை செய்தாள்.

''யூ கேம் ஹியர் ஏஃப்டர் ஏ லாங் டைம்.''

வர்ஷா ஆமாம் என்று தலையசைத்தாள்.

''நாங்கள் எதிரில் இருக்கிறோம்.'' அவள் வலதுபக்கம் கையைக் காட்டினாள். பின்னர் குறும்பாக புன்னகை செய்தாள், ''ஐ ஹேவ் ஏ நேம்!''

வர்ஷா ஹர்ஷைப் பார்த்தாள்.

''ஐ கேன் டெல் யூ பட் நாட் டு யுவர் ஃப்ரண்ட்... ஹி ஹேஸ் நாட் ரிடர்ன்ட் மை பால்.''

''சொல்''

அந்தப் பெண் வர்ஷாவின் காதில் கிசு கிசுத்தாள், ''சாஷா...''

★ ★ ★ ★

''நவீனிடமிருந்து போன் வந்திருந்தது.'' என்றாள் அம்மா, ''நீ நீண்ட நாட்களாக சந்திக்கவில்லையாம்.''

''பைடர் ரோடு மிகவும் தூரம் அம்மா!'' என்றான் ஹர்ஷ், ''போகவும் வரவும் ஒரு நாள் ஆகிவிடும்.''

சுஜாதா ஒரு பெரிய கோழிக்கறித் துண்டை வர்ஷாவின் பிளேட்டில் வைத்தாள்.

''கொஞ்சம் குறைவாக, அக்கா!'' என்று வர்ஷா கெஞ்சினாள்.

''சாப்பிடு!'' என்று ஹர்ஷ் கண்ணை உருட்டினான், ''நாள் முழுதும் டீ குடித்துக் கொண்டே கிடக்கிறாய்.''

வர்ஷா கூச்சப்பட்டாள். குடும்பத்தினர் முன் முதல் முறையாக ஹர்ஷ் இவ்வாறு அதிகாரம் செய்துகொண்டிருந்தான். சுஜாதாவும் யோகேஷூம் ஒருவரை ஒருவர் பார்த்துக் கொண்டார்கள்.

''சஹகல் நாய்ப்பிறவி ஆகிவிட்டான். அப்பா இருந்தபோது எப்படி வாலை ஆட்டிக் கொண்டிருந்தான்.'' என்றான் ஹர்ஷ் கோபத்துடன்.

''வாலை ஆட்டிக்கொண்டிருந்தவர்கள் அப்பாவோடு போய்விட்டார்கள், ஹர்ஷ்!'' சுஜாதா யோகேஷுக்கு சாலட் பரிமாறினாள். ''இப்போது நாம் புதிய நிலைமையை அனுசரித்துப் போகவேண்டும்.''

வர்ஷாவின் கூச்சத்தில் இப்போது குற்ற உணர்வும் சேர்ந்துகொண்டது. அம்மா முக்கியமாக தன் விஷயத்தைப் பற்றிப் பேசிக் கொண்டிருந்தபோது ஹர்ஷ் வாடகை வீட்டைப் பற்றிய பேச்சை எடுத்துவிட்டான்.

போன் அடித்தது.

''வர்ஷா, கொஞ்சம் பார்!'' என்றாள் அம்மா.

''மிஸ்டர் தவன்...'' வர்ஷா ஹர்ஷைப் பார்த்தாள்.

''தவன், மன்னியுங்கள்... இன்று என்னால் வரமுடியவில்லை... குடும்பத்தினரோடு உட்கார்ந்திருக்கிறேன்... நானா?... லஞ்ச் சமயம் சரி... மாலையில் ரிப்பர்ட்டரி நண்பர்களோடு புரோகிராம் இருக்கிறது... நல்லது, நான் பன்னிரண்டு மணிக்கு உங்கள் ஆபீசுக்கு வந்துவிடுகிறேன்... அசோகா?... நான் ஸ்டார் இல்லை... பரோட்டா தெருவிற்கே போவோம்.''

ஹர்ஷ் புன்னகையோடு தன் நாற்காலியில் வந்து உட்கார்ந்தான், "டில்லி - உ.பி. பட டிஸ்டிரிபியூட்டர்."

வேலைக்காரன் சூடான சப்பாத்திகளைக் கொண்டு வந்து வைத்தான்.

"தனிமையில் என் உயிர் போகிறது." என்றாள் அம்மா, "நான் வாழ்க்கையில் ஒரு போதும் தனியாக இருந்ததில்லை."

"ஆறு மாதத்தில் ஃபிளாட் வாங்கிவிடலாம் என்று எனக்கு நம்பிக்கை இருக்கிறது." என்றான் ஹர்ஷ், " 'நடுக்கம்' படம் ரிலீசாகட்டும்."

"எனக்கு வயதாகிவிட்டது. உடம்பும் சரியாக இல்லை."

"நான் தியேட்டரில் இருந்தபோது உதவாக்கரையாக இருந்தேன். இப்போது நான் ஏதாவது உருப்பட முயற்சித்தால் அதிலும் உங்களுக்கு சந்தோஷம் இல்லை." ஹர்ஷின் குரலில் என்னை என்னதான் செய்யச் சொல்கிறீர்கள் என்ற தொனி இருந்தது.

"இந்த லைன் எனக்குப் பிடிக்கவில்லை."

"நான் தொழில் நடிகன். எனக்கு என் திறமைக்குத் தக்க மதிப்பளிக்கக் கூடிய களம் சினிமாதான்."

"பேப்பரில் வேண்டாத செய்திகள் எல்லாம் பிரசுரமாகின்றன. ஜனங்கள் பேசுவதைக் கேட்கும்போது என் தலை வெடித்துப்போகிறது." என்றாள் அம்மா.

"என்ன செய்வது? ஷோ பிசினசுக்கு என்று தனி சட்டங்கள் இருக்கின்றன. தங்களை லைம் லைட்டில் வைத்துக் கொள்வதற்காக தங்களைப் பற்றி தாங்களே ஸ்கேண்டல் பிரசுரிக்கச் செய்பவர்களும் இருக்கிறார்கள்."

"ஆதித்யாவைப் பற்றி இப்படியெல்லாம் பிரசுரமாவதில்லையே!" என்று சுஜாதா கூறினாள்.

ஹர்ஷ் சுஜாதாவை உறுத்துப் பார்த்தான்.

"பாருங்கள் அம்மா, எப்படி கோபமாகப் பார்க்கிறான்!" சுஜாதா போலியாக புகார் செய்தாள்.

யோகேஷ் புன்னகையை அடக்கியபடி தண்ணீர் குடிக்கத் தொடங்கினான்.

"ஹர்ஷ், அவளுக்குக் கல்யாணம் ஆகிவிட்டது." என்றாள் அம்மா.

சுஜாதா கையை நீட்டி ஹர்ஷ் காதைப் பிடித்து இழுத்தாள், "உனக்குக் கல்யாணமாகிவிட்டால் நானும் பப்ளிக்கலி காதைப் பிடித்து இழுப்பதை நிறுத்தி விடுவேன்." என்று கூறிவிட்டு வர்ஷாவைப் பார்த்து புன்னகை செய்தாள்.

"நவீன் உன்னிடம் ஏஜென்சி பற்றிப் பேசினானாம். நீ பதில் சொல்லவில்லையாம்."

"அம்மா, என்னை ஆக்டிங்கை மட்டும் விடச் சொல்லாதீர்கள். இது என் பிழைப்பு மட்டும் அல்ல, என் பேஷனும் கூட. நான் என் மிகச் சிறந்த திறனை இதில்தான் வெளிப்படுத்தமுடியும். இதைத் தவிர நீங்கள் வேறு என்ன சொன்னாலும் கேட்கிறேன்."

ஹர்ஷ் மிகவும் எச்சரிக்கையாகிவிட்டான்," அப்பாவும் இப்போது இல்லை. உங்களை சந்தோஷமாக வைத்துக் கொள்ள வேண்டிய பொறுப்பு எனக்குதானே!"

"எனக்கு அமைதி வேண்டும். நிறைந்த வீடு வேண்டும்." என்றாள் அம்மா, "மீதி பகவான் கொடுத்தது நிறைய இருக்கிறது."

'குடும்ப விருந்து' நாடகக் காட்சி வர்ஷா நினைத்ததுபோல் தான் இருந்தது. அதில் விரும்பத்தக்க உணர்வுகளும் இருந்தன - அம்மாவின் தனிமை, வருத்தம், சகோதரியின் அன்பு, மகனின் கடமை உணர்வு, ஆனால் கலை ஆர்வத்தால் விளைந்த போராட்டம். உடன் 'எதிர்கால' மருமகள் ஊமை சாட்சியம்.

என்னிடம் படக்கதை எழுதும் குணம் நிறைய இருக்கிறது என்று சுஜாதாவின் நைட்டியை அணிந்துகொண்டே வர்ஷா மெல்லிய புன்னகையுடன் நினைத்துக்கொண்டாள். மருமகள் பாத்திரத்தில் குளறுபடி ஆகிவிட்டது. அவளுக்குப் பேச வசனமே

இல்லை, 'மேடை'யில் உட்கார்ந்துகொண்டு அவள் தன்னை எவ்வளவு வீட்டுப்பிராணியாக உணர்ந்திருப்பாள்!

"நான் மிஸஸ் சஹகலுக்கு போன் செய்துவிட்டேன்.'' கதவைத் தட்டிவிட்டு சுஜாதா உள்ளே வந்தாள், "காலையில் யோகேஷுக்கு கன்னாட் பிளேசில் அப்பாயிண்ட்மெண்ட் இருக்கிறது. அவர் உன்னை ரிப்பர்ட்டரியில் விட்டுவிடுவார்.''

"சரி.'' வர்ஷா நன்றியுடன் புன்னகை செய்தாள்.

சுஜாதா கட்டிலில் உட்கார்ந்தாள்.

"உன் ஃபிகர் மிக நன்றாக இருக்கிறது, வர்ஷா. நான் முன்பே சொல்ல நினைத்தேன்.'' சுஜாதா தன்வயிற்றைக் கையால் தடவினாள், "என்னைப் பார், பலூன் ஆகிக் கொண்டிருக்கிறது.''

"நீங்கள் பலூன் ஆவதை நாங்கள் எவ்வளவு ஆவலோடு எதிர்பார்த்திருந்தோம்!'' வர்ஷா மிருதுவாக அவள் வயிற்றைத் தொட்டாள்.

"அம்மா மனதில் என்ன பயம் நிறைந்துவிட்டதோ தெரியவில்லை.'' சுஜாதா கவலைக் குரலில் சொன்னாள், " ஒரு ஸ்டாரை மருமகளாக வீட்டில் நுழைய விடமாட்டேன் என்று ஹர்ஷிடம் கண்டிப்பாக சொல்லிவிட்டாள். எங்கே போனாலும் இந்தப் பேச்சுதான் காதில் விழுவதாகத் தெரிகிறது. நன்றாக இருக்கிறது இந்த ஷோ பிசினஸ்! எனக்கு அலுத்துவிட்டது... ஷிவானியின் அம்மா பயங்கரமாக சண்டை போட்டாள். அம்மாவுக்கு அழுகையே வந்துவிட்டது. எங்களுடையது அரிஸ்டோகிராட்டிக் வம்சம். தாத்தா, பாட்டனார் - இரண்டு பக்கமும் கிளாஸ் ஒன் ஆபீசராகவே இருந்திருக்கிறார்கள். நம் வீட்டில் என்ன குறை இருக்கிறது அடுத்தவர்கள் பணத்தைக் கண்டு மயங்குவதற்கு? அப்படி ஆசை இருந்தால் ஷிவானியைப் பண்ணியிருக்கமாட்டோமா என்று அம்மா சொல்கிறாள். நமக்கு நல்லபெண் வேண்டும், அவ்வளவுதான். குடும்ப பரம்பரையை வைத்துக்கொண்டு என்ன செய்வது? ஷிவானியின் அம்மா முகம் கடுகளவு சிறுத்துப் போய்விட்டது...''

''நீங்கள் அப்பாவிடம் என் சந்தேகத்தை சொன்னீர்களா?''

''ஆமாம்.'' சுஜாதா தயங்கினாள், அவளை ஆழமாகப் பார்த்தாள்.

''அவர் என்ன சொன்னார்?''

''அறியாத வயது. உறவுகளை ஏற்படுத்தும் காரியங்களில் இப்படியான சந்தேகங்கள் வரும். காலம் போகப் போக எல்லாம் சரியாகிவிடும்.''

'அறியாத வயது. என்பது ஒரு சீட்டாட்ட ஜோக்கர், அதை எதிர்த்தரப்பு தன் வசதிக்கேற்ப எந்த ஜோடியுடனும் இணைத்துக் கொள்கிறது' என்று வர்ஷா நினைத்துக் கொண்டாள்.

''நீங்களும் அப்படித்தான் நினைக்கிறீர்களா?''

''எல்லா ஆண் - பெண்களுக்கும் இடையில் ஏதாவது ஒரு வகை இறுக்கம் வரத்தான் செய்கிறது. இந்த உறவின் இயல்பே இதுதான். எனக்கும், யோகேஷுக்கும் இடையே உள்ள உறவு லட்சிய உறவு என்று நீ நினைக்கிறாயா? ஆனால் தங்களுக்கிடையில் உள்ள கருத்து வேற்றுமைகளை சமாளித்துக்கொண்டு வாழ்க்கையை நடத்திக்கொண்டுதான் போக வேண்டியிருக்கிறது. உன் மண்டிஹவுஸ் போல ஜே.என்.யூ.வும் லிப்ரேஷன் முகாம்தான். உன்னைப் போல எல்லாரும் நூறு சதவிகித அண்டர் ஸ்டாண்டிங் என்ற வாதத்தை உறுதியாகப் பிடித்துக்கொண்டு நின்றால் இங்கே ஒரு கல்யாணம் கூட நடக்காது. அண்டர்ஸ்டாண்டிங் ஒரு எதிர்நடவடிக்கை, அது ஒரு நிலைமைக்குப் பிறகு ஒன்றாகவே வெயில் - நிழலை அனுபவித்துதான் முழுமை பெறும். இதில் இருதரப்பும் அட்ஜஸ்ட் செய்து கொள்ள வேண்டும். உனக்கும் ஹர்ஷுக்கும் இடையில் அடிப்படை கருத்துவேற்றுமை இருக்கிறது என்று சொல்ல விரும்புகிறாயா?''

''நீ உன் கலை ஆர்வம், குழந்தைகள் ஆகியவற்றால் ஏற்படக்கூடிய சிரமங்களை சொன்னாய். நீயும் ஹர்ஷும் ஒரே களத்தில் இருக்கிறீர்கள். மோதல் ஏற்படத்தான் செய்யும். ஆனால் பரஸ்பரக் காதல், நல்ல குணம் ஆகியவற்றால் அவற்றை

சமாளித்துவிட முடியும். குழந்தை விஷயம் ஒன்று இருக்கிறது, ஒன்பது மாதங்களில் எனக்கு பேரனைப் பெற்றுத் தரவேண்டும் என்று அம்மா ஒன்றும் உன் முன்னால் டைம்டேபிள் போட்டு வைத்துவிடவில்லை. அப்படி வைத்தாலும், நீ உன் வசதிக்கேற்ப அதை சமாளித்துக்கொள்." சுஜாதா பின்னால் தலையணையில் சாய்ந்தாள், "உன்னை நான் அறிந்தவரையிலான ஆதாரத்தில் சொல்கிறேன், இப்போது செட்டிலாவது உன் உள்ளத்திற்கும் அவசியம். வெளி உலகத் தேவை விஷயம் என் அதிகார வரம்பிற்கு அப்பாற்பட்டது, ஆனால் உன் நலத்தை விரும்புபவளாக இதை மட்டும் சொல்ல முடியும், கரோல்பாகில் வாடகை வீட்டில் குடியிருப்பது உன் சந்தோஷத்திற்கும், தனிப்பட்ட வளர்ச்சிக்கும் உகந்ததல்ல."

சுஜாதா பட்டுத்துணியால் மூடிய ஜக்கிலிருந்து தண்ணீர் சாய்த்துக் குடித்தாள். வீட்டு அலங்காரம் மிக அழகாகவும், ரசனை மிக்கதாகவும் இருந்தது. நான் வர்தன் குடும்பத்து மருமகளானால் வீட்டு அலங்காரத்தில் என் நாத்தனாரிடம் தீட்சை வாங்கிக் கொள்வேன் என்று வர்ஷா நினைத்துக் கொண்டாள்.

"ஹர்ஷ் ஸ்டார் விஷயமாக உன்னிடம் என்ன சொன்னான்?"

"விசேஷமாக ஒன்றுமில்லை."

"நீ தெளிவாக ஒன்றும் கேட்கவில்லையா?"

வர்ஷா இல்லையென்று தலையாட்டினாள்.

"நீயும் அதிசயமாகத்தான் இருக்கிறாய்." சுஜாதா குரலில் வேகம் இருந்தது. "இந்த விஷயத்தைப் பற்றி கேட்கும் உறவு உனக்குதான் இருக்கிறது, எனக்கு இல்லை."

"இப்படிக் கேட்பது என் சுபாவத்திற்கு விரோதமானது அக்கா! உணர்வுகளின் கடிவாளம் திருப்புவதால் திரும்புவதில்லை, இழுத்துப் பிடிப்பதால் நிற்பதில்லை."

"புத்தக வார்த்தையெல்லாம் பேசாதே." சுஜாதா எரிந்து விழுந்தாள், "நீ அவன் காதலி, எதிர்கால மனைவி. உன்னை நிலைநிறுத்திக் கொள்வது உன் உரிமை, கடமையும் கூட." சுஜாதா இவ்வாறு தன்னை மறந்து முதல்முறையாக அவளிடம் பேசிக்

கொண்டிருந்தாள், ''நான் ஹர்ஷின் சகோதரி. என் முதல் கவலை என் சகோதரனின் நன்மை. உன்னுடன் இணைவதில்தான் அவன் சந்தோஷம் இருக்கிறது என்பது என் உறுதியான கருத்து, அதிருஷ்டவசமாக உன் சந்தோஷமும் இதில்தான் இருக்கிறது.''

''குட்நைட்.'' என்று சொல்லிவிட்டு சுஜாதா கதவை சாத்திவிட்டாள். வர்ஷா கட்டிலில் தன் இடத்தில் உட்கார்ந்திருந்தாள்.

திடீரென்று மீண்டும் சுஜாதா கதவைத் திறந்தாள்.

''வர்ஷா, ஏனோ தெரியவில்லை, ஹர்ஷ் நாளை மறுநாள் டில்லியிலிருந்து கிளம்பினால் நம் கையை விட்டுப் போய்விடுவான் என்று எனக்குத் தோன்றுகிறது. நான் அம்மாவுக்கு போன் செய்யட்டுமா? நாளைக்கு உங்கள் கல்யாணத்தை நடத்திவிடுவோமா?''

வர்ஷா பேச்சிழந்தாள், ''அக்கா, இப்படியும் எங்காவது நடக்குமா...''

''நீ என் தோற்றுப்போன காதலைப் பற்றிக் கேட்டிருப்பாயே?'' (சுஜாதா கதவை சாத்தவும் இல்லை), 'அக்ஷய் கல்கத்தா போவதற்கு ஒருநாள் முன் நான் இப்படித்தான் தடுமாறினேன். நாளை கல்யாணம் செய்துகொள்ளலாம் என்று அவர் சொன்னார். அப்பா ஊரில் இல்லை. எனக்கு தைரியம் வரவில்லை... வாழ்க்கைப் போக்கே மாறிவிட்டது.''

''அக்கா, வேண்டாதது நடக்கவேண்டியிருந்தால் கல்யாணத்தால் தடைபட்டு நின்றுவிடுமா?''

...கதவு மூடிவிட்டது.

இந்த நாடகக் காட்சிக்குப் பின்னர் வர்ஷா தளர்ந்துவிட்டாள்.

உண்மையில் அவளுடைய கோரிக்கைகளால் தராசுத் தட்டு தாழ்ந்துகொண்டிருக்கிறதா? சதவந்தியும்தான் இருக்கிறாள், வகிட்டில் குங்குமம் வைத்துக்கொள்ளும் உரிமைக்காகவே சமையலறை சாம்ராஜ்யத்தோடு சந்தோஷமாக இருந்தாள். அவள் மட்டும் தன்மதிப்பில் சிறு பங்கம் நேர்ந்தாலும் ஏன் கொதித்துப்

போகிறாள்? கிருஹலக்ஷ்மி பதவி, காதல் நிறைவு ஆகிய இரண்டினால் தன் வாழ்க்கையை அர்த்தம் நிறைந்ததாக ஒத்துக்கொள்ள ஏன் மறுக்கிறாள்? ரீட்டா தன் கலை ஆர்வத்தை முள்ளில் சிக்கிய முந்தானையைப் போல தூக்கி வீசிவிட்டாள். கல்யாணி கல்யாணம் செய்து கொண்டு பூனாவில் குடியேறிவிட்டாள் (அவளுடைய டாக்டர் கணவரும் நடிகர். இரண்டு களங்களிலும் போராட்ட சந்தேகம் கல்யாணியை ஏன் கவலைப்பட செய்யவில்லை?). ஜானகி மைசூரில் இன்ஜீனியர் கணவருடன் இல்வாழ்க்கையில் மூழ்கியிருக்கிறாள். (அவள் கணவர் ஜானகியின் நாடகக்குழுவான 'மைசூர் பிளேயர்ஸி'ன் நிர்வாகத்தைக் கவனிக்கிறார்.) இவர்கள் எல்லாருடைய தன்மதிப்பும் தன்னுடைய தன்மதிப்பை விடக் குறைவானதா? அவளுடைய குடும்பப் பின்னணி இவர்கள் எல்லாருடையதையும் விட தாழ்ந்தது என்பதுதான் வேடிக்கையான விஷயம்.

"நீ நாளை ஹர்ஷிடம் கேள்." இரண்டாவது முறை கதவை மூடுவதற்கு முன் சுஜாதா சொன்னாள், "நம் இருவருக்குமிடையே உள்ள உறவின் உண்மைநிலை என்னவென்று கேள்."

"ஹர்ஷிடம் இல்லை அக்கா!" அவள் இரக்கத்துடன் புன்னகை செய்தாள், "காற்றிடம் கேளுங்கள்!"

14. பிறகும் எத்தனை வேதனை

"நான் நினைக்கிறேன், மனிதனுக்கு ஏதாவது ஒன்றின் மீது நம்பிக்கை வேண்டும், அல்லது ஏதாவது நம்பிக்கையைத் தேடவேண்டும், இல்லையென்றால் அவன் வாழ்க்கை முற்றிலும் வெறுமையாகிவிடும். கொக்குகள் ஏன் பறக்கின்றன, குழந்தைகள் ஏன் பிறக்கிறார்கள், ஆகாயத்தில் ஏன் நட்சத்திரங்கள் மின்னுகின்றன என்பதைத் தெரிந்துகொள்ளாமல் ஒருவன் வாழ்வது..." வர்ஷா 'மாஷா' வின் வசனத்தை சொன்னாள், டாக்டர் அடலின் சமிக்ஞையின்படி பக்கத்தில் சற்று உயரே பார்த்தாள், "நீ ஏன் உயிரோடு இருக்கிறாய் என்று தெரிந்துகொள்வது அவசியம். இது இல்லாமல் எல்லாம் வீண், அர்த்தமில்லாதது." (இறுதி வரிகளில் அவளுடைய தற்போதைய மனநிலை பிரதிபலித்தது).

"பிறகும் நான் சொல்கிறேன், சேனைவீரனாக இல்லாமல் இருப்பது இரக்கத்திற்குரியது." நீலகாந்த் 'வர்ஷினின்' னின் வசனத்தை சொன்னான்.

"கோகோல் சொன்னது போல வாழ்க்கை மிகவும் சலிப்பூட்டுவது நண்பர்களே!"

'மூன்று சகோதரிகள்' பாத்திரங்களை டாக்டர் அடல் 'அஷ்டகஜங்களின் போராட்டம்' என்று சொல்லியிருந்தார். அவளுக்குரிய பாத்திரம் நிச்சயிக்கப்படுவதற்கு முன்பே தனக்கு 'ஐரீனா' பாத்திரம்தான் கிடைக்கும் என்று வர்ஷாவுக்குத் தோன்றியது. ஆனால் அவளுக்கு 'மாஷா' கிடைத்தது. மமதா 'வோல்கா' பாத்திரத்தை ஏற்றாள். ஒரு குழந்தைக்குத் தாயான

பிறகும் இளமையாகத் தோன்றிய அர்ச்சனா 'ஐரீனா' பாத்திரத்தை ஏற்றாள். சூர்யபான் 'செபுடீகின்'னாகவும், சிந்தாமணி 'துசேன் பாக்கா'வாகவும், ஆபா 'நதாஷா'வாகவும், ஹர்மிந்தர் 'ஆண்ட்ரே'வாகவும் பாத்திரம் ஏற்றார்கள்.

நாடகத்தின் பல வசனங்கள் வர்ஷாவைக் கவர்ந்தன - 'உன்னுடனான என் காதலைத் தவிர என்னிடம் சிறப்பாக ஒன்றும் இல்லை.' 'இப்போது மரணதண்டனை, படையெடுப்பு, சித்திரவதைகள் ஒன்றும் இல்லை, ஆனால் பிறகும் எத்தனை வேதனை.' 'இந்த கிராமத்தில் மூன்று மொழிகளை அறிந்திருப்பது வீணான சுகம்.'இந்த வேலையில் எந்தக் கவிதையும் இல்லை.' 'பெண்கள் காதலுக்காக திருமணம் செய்துகொள்வதில்லை. இது அவர்கள் கடமை.' 'பார், பனி விழுந்துகொண்டிருக்கிறது. இதன் அர்த்தம் என்ன?'' 'எந்த வாழ்க்கையிலும் வடிவம்தான் மிகவும் முக்கியமான விஷயம் என்று நம் ஹெட்மாஸ்டர் எப்போதும் சொல்வார். தன் வடிவத்தை இழப்பது நாசமாகிவிடுகிறது.'

''அன்புச் சகோதரி ஐரீனா!'' மதிப்பிற்குரிய வேடத்தில் ஸ்கூல் மாஸ்டராக சிந்தாமணி முன்னால் வந்தார், ''எனக்கு அனுமதி கொடு. உன் பிறந்தநாளின் போது நான் உனக்கு விடை தருகிறேன், உன்னைப் போன்ற இளம் பெண்ணுக்குத் தரவேண்டிய எல்லாப் பொருள்களும் கிடைக்க வாழ்த்தி இந்தப் பரிசை அர்ப்பணிக்கிறேன். உனக்குப் பரிசாக இந்த சிறிய புத்தகத்தைத் தர விரும்புகிறேன் - என் ஸ்கூலின் கடந்த ஐம்பது ஆண்டு கால வரலாறு, இதை நானே எழுதினேன்... எல்லாருக்கும் குட்மார்னிங்!'' சிந்தாமணி குனிந்து வணங்குகிறார், ''பியோதர் குலீஜன் -மண்டல இலக்கணப்பள்ளி ஆசிரியர்... நம் பள்ளியில் கடந்த ஐம்பது ஆண்டுகளில் படித்துத் தேறிய எல்லா மாணவர்களைப் பற்றிய குறிப்பும் இந்தப் புத்தகத்தில் இருக்கிறது.''

சிந்தாமணியின் அப்பாவித்தனமான எளிமை, ஸ்கூல் மீது பெருமையைப் பார்த்து பலரும் சிரித்ததுபோல வர்ஷாவும் சிரித்துவிட்டாள். ரஷிய ஸ்கூல் ஆசிரியர்கள் எவ்வளவு இரக்கத்திற்குரியவர்கள் என்று செக்காவ் தானே எழுதியிருந்தார். அவர்கள் வாழ்க்கையை மேம்படுத்த அவர் மிகவும் கவலைப் பட்டார். ஸ்கூல் மாஸ்டர்களின் இரக்க நிலையைக் கற்பனை

செய்வதற்கு வர்ஷாவுக்கு வேறு எங்கும் செல்லத் தேவை இருக்கவில்லை. அவர்களுடைய துன்பநிலையை உணர தன் தந்தையின் குளோஸ்அப்பைக் கண் முன் கொண்டு வருவதே போதுமானதாக இருந்தது.

''என் இனிய மாஷா! என் அன்பிற்குரிய மாஷா!'' சிந்தாமணி புன்னகையுடன் அருகில் வந்தார்.

''அவள் களைத்து நொறுங்கியிருக்கிறாள். அவளை ஓய்வெடுக்கவிடுங்கள்.'' என்றாள் ஐரீனா.

''நான் போகிறேன் . என் மனைவி நல்லவள். என் ஒரே காதல்... நான் இருக்கிறேன் சந்தோஷமாக... சந்தோஷமாக... சந்தோஷமாக...''

மாஷா நீண்ட பெருமூச்சு விட்டாள், ''நான் இருக்கிறேன் களைத்து... களைத்து... களைத்து...''

★ ★ ★ ★

''இது சரியாக இருக்கிறதா, இல்லையா?'' கவர் மீது பெயர் - முகவரி எழுதிக் கொண்டிருந்த சிநேகன் சட்டென்று நிறுத்தி விட்டார்.

''நீங்கள் ஏன் பலவீனமாக இருக்கிறீர்கள்?'' வர்ஷா.

''ஏனென்றால் இந்த முடிவுக்குப் பின்னால் சூழ்நிலைகளின் நெருக்குதல் இருக்கிறது.'' சிநேகன் இரக்கத்துடன் புன்னகை செய்தார், ''இப்போதும் 'பஞ்சமவேதம்' நடந்துகொண்டிருந்தால் நான் என் வாழ்க்கையை இவ்வாறு வகுத்துக்கொள்ள எண்ணியிருக்கமாட்டேன் என்று நான் சொன்னால் உங்களுக்கு அதைக் கேட்டு வியப்பாக இருக்கும். பாம்பு தன் ஒழுங்கற்ற மண்டிஹவுஸ் புற்றில் சந்தோஷமாகத்தான் இருந்தது. ஆனால் திடீரென்று என்முன் எந்த லட்சியமும் இல்லாமல் போய்விட்டது. காலையில் கண் விழித்து எழுந்தால் அன்றைய முழுநாளும் பயங்கரமாக படமெடுத்து நிற்கிறது. நான் என்ன செய்வேன்?''

சில வினாடிகள் அமைதி.

"நீங்கள் என்னுடன் மக்கள் - விழிப்பு நாடகங்களை ஏன் செய்யக் கூடாது?"

"இடையிடையே உங்களுடன் இணைந்து செயல்பட நான் சித்தமாக இருக்கிறேன். தெரு நாடகங்களில் சாதாரண மக்களுடன் நேராக இணைவதில் எனக்கு மிகவும் உற்சாகம் கிடைக்கிறது. ஆனால் என் அடிப்படை ஈடுபாடு கலை நாடக மேடையில்தான்."

சதுர்புஜ் சிகரெட்டை நிரப்பிக் கொண்டிருந்தார்.

"வாழ்க்கையின் முக்கால் பங்கு இப்படியே கழிந்துவிட்டது. கலைப்பேறு என்ற பெயரில் என் தோள் பையில் கொஞ்சம் நிறம் மங்கிய புரோஷர்கள் இருக்கின்றன, 'பஞ்சம வேதத்'தின் ஸ்டேஷனரி, முத்திரை. என் தனிப்பட்ட வாழ்க்கை முற்றிலும் சூனியமாகவே இருந்துவிட்டது." சிநேகன் ஆழ்ந்த பெருமூச்சு விட்டார்," கல்கத்தாவில் பேல்பூரி சாப்பிட்டுக்கொண்டே நான் ஸ்கூல் அட்மிஷன் நோட்டீசைப் பார்த்திருக்காவிட்டால், இன்று குறைந்தபட்சம் என் தனிப்பட்ட வாழ்க்கையாவது நன்றாக இருந்திருக்கும். டாக்டரேட் முடித்து பாகல்பூரில் ஆசிரியர் வேலை கிடைத்திருக்கும். வீடு அமைந்திருக்கும். வாழ்க்கையில் ஒரு திசை, ஒரு இலக்கு இருந்திருக்கும்."

சற்று நேரம் அமைதி நிலவியது. அருகில் இருந்த ரயில் தண்டவாளங்களின் மீது சென்ற ரயிலால் தரை அதிர்ந்தது.

★ ★ ★ ★

"ஒருக்கால் இதுதான் பழக்கமா என்று தெரியவில்லை. அப்பா காலமான பிறகு நாங்கள் ஆர்டர்லியைப் பார்க்கவே மிகவும் நாள் பிடித்தது." என்று வர்ஷா வசனம் பேசினாள், "ஒருக்கால் மற்ற இடங்களில் வேறுவிதமாக இருக்கலாம், எங்கள் கிராமத்தில் படித்த, நாகரிகமானவர்கள் பட்டாளத்தில்தான் இருக்கிறார்கள்."

"எனக்குத் தாகமாக இருக்கிறது. கொஞ்சம் டீ இருந்தால் நன்றாக இருக்கும்." என்றான் நீலகாந்த்.

"டீ போடும் நேரம் ஆகிவிட்டது. எனக்குப் பதினெட்டு வயதில் கல்யாணமாயிற்று. நான் என் கணவனிடம் மிகவும்

பயந்தேன், ஏனென்றால், அவர் ஒரு ஸ்கூல் மாஸ்டர், நான் அப்போதுதான் ஸ்கூலை விட்டிருந்தேன். அவர் பெரிய படிப்பாளி, கெட்டிக்காரரர், சிறந்தவர் என்று நினைத்திருந்தேன். துர்ப்பாக்கியவசமாக, இப்போது நிலைமை மாறிவிட்டது.''

''சரி.'' நீலகாந்த் அவளை ஆழமாகப் பார்த்தான்.

''நான் என் கணவரைப் பற்றிப் பேசவில்லை. அவர் எனக்கு பழக்கமாகிவிட்டார், ஆனால் யாராவது போதுமான அளவு புரிந்துகொள்ளாதவராக இருந்தால் எனக்குக் கஷ்டமாக இருக்கிறது. என் கணவரோடு கூட இருப்பவர்களோடு பழகுவது எனக்கு வேதனையாக இருக்கிறது.''

''சிவிலியன்களுக்கும் பட்டாள வீரர்களுக்கும் இடையில் எதுவும் வித்தியாசம் இருப்பதாக நான் நினைக்கவில்லை - குறைந்தபட்சம் இந்த கிராமத்தில் இல்லை. இங்கு நீங்கள் எந்த படித்த மனிதனிடமும் பேசிப் பாருங்கள், தன் மனைவி, வீடு, சொத்து, குதிரைகளால் சலித்துப்போய் விட்டதாக சொல்வான். இயல்பாக கூரிய புத்தி உள்ள ஒரு பெண் தன் சொந்த வாழ்க்கையில் தன் லட்சியத்தை ஏன் தாழ்வாக வைக்கிறாள்? சொல்லுங்கள்!''

''ஏன்?''

''அவன் ஏன் தன் மனைவி, பிள்ளைகளோடு சலித்துப் போயிருக்கிறான்? ஏன் மனைவியும் பிள்ளைகளும் அவனோடு சலித்துப் போயிருக்கிறார்கள்?''

''இன்று தாங்கள் நல்ல மூடில் இல்லை.''

''ஒருக்கால் இல்லாமல் இருக்கலாம். இன்று நான் காலை உணவிற்குப் பிறகு ஒன்றும் சாப்பிடவில்லை. என் மகள்களின் உடல்நிலை சரியில்லை. என் சின்னஞ்சிறிய குழந்தைகள் நோய்வாய்ப்படும்போது நான் எச்சரிக்கையாகிவிடுகிறேன். என் அந்தராத்மா என்னைத் திட்டத் தொடங்குகிறது. ஐயோ, இன்று அவளைப் பார்த்தால்...? அவள் எவ்வளவு துச்சமானவள்? நாங்கள் ஏழு மணிக்கு சண்டை போட ஆரம்பித்தோம், கடைசியில் நான் கதவை ஓங்கி சாத்திவிட்டு வெளியே வந்துவிட்டேன்... நான் இதைப் பற்றி யாரிடமும் ஒன்றும் பேசவில்லை. உன்னிடம்

பேசுவதே அதிசயமாக இருக்கிறது.'' ஒரு வினாடி இருவரின் பார்வையும் கலந்து நிற்கிறது. பின்னர் நீலகாந்த் அவள் கையை முத்தமிடுகிறான், ''எனக்கு யாரும் இல்லை - உன்னைத் தவிர.''

''காற்றின் ஓசையைக் கேட்கிறீர்களா? என் தந்தை காலமானபோதும் அது இப்படித்தான் இருந்ததா?'' (இது மாஷாவின் வாழ்க்கையில் வர்ஷினின்னின் உணர்வு பூர்வமான மரணத்தைக் குறிக்கிறதா என்று வர்ஷா யோசித்தாள்).

''நீ மூட நம்பிக்கை கொண்டவளா?''

''ஆமாம்.''

''நீ எவ்வளவு ஆச்சரியமான, சிறந்த பெண். இங்கே இருட்டாக இருக்கிறது. ஆனாலும் நான் உன் கண்கள் பளிச்சிடுவதைப் பார்க்க முடிகிறது.''

வர்ஷா மற்றொரு நாற்காலியில் உட்காருகிறாள், ''இங்கே வெளிச்சமாக இருக்கிறது.''

''நான் உன்னை நேசிக்கிறேன் - உன் கண்களை, உன் அசைவுகளை. நான் அவற்றைக் கனவு காண்கிறேன்.''

வர்ஷாவின் கண்களில் மென்மை நிறைகிறது, ''நீங்கள் இப்படி சொல்லும்போது எனக்கு சிரிப்பு வருகிறது, உடனே பயத்தால் ஜில்லிட்டுப் போகிறேன். வேண்டிக் கேட்டுக்கொள்கிறேன், இப்படிப் பேசவேண்டாம்... சரி, சொல்லிக் கொள்ளுங்கள், பரவாயில்லை.''

★ ★ ★ ★

'மாஷாவிற்கும் வர்ஷினின்னிற்கும் இடையேயான கவர்ச்சி ஒரு துன்பப்பட்ட பெண்ணிற்கும், ஒரு துன்பப்பட்ட ஆணிற்கும் இடையேயானது.' என்று வர்ஷா தன் நோட்புக்கில் எழுதினாள், 'ஆனால் இவர்களுடைய துக்கம் வித்தியாசமானது - சாதாரண வாழ்க்கையால் திரண்ட துன்பம் அல்ல, துயரமான கல்யாண வாழ்க்கையை சகித்துக் கொண்டதால் ஏற்பட்ட துன்பம். குலீஜன் சுபாவத்தில் சாந்தமாகவும், காரியத்தில் மத்திமமாகவும் இருப்பதால், மாஷா பனி மூடியது போன்ற சோகத்தால் சூழப்பட்டிருக்கிறாள்.

தன் மனைவியின் சண்டைபிடிக்கும் சுபாவத்தால் வர்ஷினின்னின் துக்கம் ஆக்கிரமிக்கும் வேதனையாக இருக்கிறது. ஒன்றுக்கொன்று விரோதமானவை ஒன்றையொன்று கவர்வது போல சமமானவையும் தங்களுக்குள் இணையத் தொடங்குகின்றன என்ற கருத்தையும் முன்வைக்கலாம், இல்லையென்றால், வர்ஷினின் ஏன் வோல்கா பக்கம் சாயவில்லை? அவள் ஐரீனாவுக்கு மாறானவள். அவள் மாஷாவை விட வயதிலும் பெரியவள், அதனால் வர்ஷினின்னின் அறிவு வளர்ச்சிக்கு மிக நெருக்கமாக இருந்தாள். ஒருக்கால் அவனுக்கு வோல்காவின் முகத்தில் வாழ்க்கையின் சாதாரண துன்பம்தான் தென்பட்டதோ என்னவோ?'

இரண்டாவது காட்சியில் செபுடீகின், ஆண்ட்ரேயின் வருகையால் முதலில் மாஷா போய்விடுகிறாள். ஆனால் மாஷா முதல் சில வரிகளை சொல்லிய பின்னரே சோகப் புன்னகையுடன் போகவேண்டும் என்று வர்ஷா பிடிவாதம் செய்தாள் (டாக்டர் அடல் ஒத்துக் கொண்டார்).

''நான் கல்யாணம் செய்துகொள்ள முடியவில்லை, ஏனெனில் வாழ்க்கை மின்னி மறையும் மின்னலைப்போல போய்விட்டது, ஏனெனில் நான் முன்பே கல்யாணமான உன் அம்மாவைப் பைத்தியம் போல காதலித்தேன்.'' என்றார் சூர்யபான்.

''யாரும் கல்யாணம் செய்து கொள்ளக் கூடாது.'' என்றான் ஹர்மிந்தர், ''அது மிகவும் சலிப்பூட்டும் விஷயம்.''

''இருக்கலாம், ஆனால் தனியாக இருந்து என்ன செய்வது? நீ என்ன சொன்னாலும், தனிமை பயங்கரமானது, அதே சமயம் இதுவும் உண்மைதான், எது செய்தாலும் கடைசியில் வித்தியாசம் எதுவும் இல்லை.'' சூர்யபானின் முகத்தில் சோகப் புன்னகை.

★ ★ ★ ★

''வணக்கம் வர்ஷா! வணக்கம் சிநேகன்!'' கேமக்கா கை கூப்பியபடி எழுந்துநின்றார், ''வாருங்கள், உட்காருங்கள்.''

''மன்னியுங்கள். லீவ் நாளில் காலையிலேயே உங்களுக்கு தொல்லை கொடுத்துவிட்டேன்.'' என்றார் சிநேகன்.

பிறகும் எத்தனை வேதனை

"லீவ் எதற்காக விடுகிறார்கள்? மனதில், ஜீவனில் புதிய புத்துணர்வு தோன்றுவதற்காகத்தானே?" கேமக்கா புன்னகை செய்தார், "புத்துணர்வு எப்படித் தோன்றும்? நண்பர்கள், நெருங்கியவர்களை சந்தித்துதானே?"

வர்ஷாவும், சிநேகனும் அவருக்கு முன் பாயில் உட்கார்ந்தார்கள். வர்ஷா சிநேகனுடன் பலமுறை அங்கு வந்திருந்தாள். இரண்டு மாதங்களுக்கு முன் நண்பர்களின் குடும்பங்களுக்காக அங்கு ஒரு 'காவிய பாடமும்' கவிதை வாசிப்பும் ஏற்பாடு செய்யப்பட்டிருந்தது, அதில் வர்ஷா தனக்குப் பிடித்த சில கவிதைகளை சொன்னாள்.

"நான் எனக்குப் பிடித்த இலக்கிய புத்தகங்களைப் படிக்கிறேன்."

"உங்களுக்குப் பிடித்த எழுத்தாளர்கள் யார்?" என்று வர்ஷா கேட்டாள்.

"நிராலா எனக்குப் பிடித்த கவிஞர். 'பாணபட்டனின் சுயசரிதை' எனக்குப் பிடித்த படைப்பு. 'டாக்டர் ஜிவாகோ'வை நான் சிறந்த நாவலாகக் கருதுகிறேன்." கேமக்கா புன்னகை செய்தார், "நீங்கள் சிரிக்கமாட்டீர்கள் என்றால் நான் சொல்கிறேன், கொஞ்ச நாட்கள் முன் வரை நான் ஞாயிற்றுக்கிழமைகளில் காவியம் எழுதிக் கொண்டிருந்தேன்."

"இன்று நீங்கள் ஒரு சுவாரசியமான ரகசியத்தை வெளிப்படுத்தியிருக்கிறீர்கள்." என்றார் சிநேகன்.

"காலேஜில் நான் இலக்கிய சபா செக்ரட்டரியாக இருந்திருக்கிறேன். அந்த நாட்களில் என்னுடைய ஒரு கவிதை மிகவும் ஹிட்டாகி இருந்தது." கேமக்கா தன்னில் லயித்து கவிதை சொன்னார், "ஒருமுறை உள்ளே பெரிய காட்சி தோன்றியது / பாடகனுக்கு இறைவனின் அழைப்பு வந்தது / சுரங்களின் தலைவனே, கலைமகளின் மகனே வா / நீ கவிதை ஒளியைப் புவியில் பரப்பினாய்... வர்ஷா, அந்தக் காட்சியில் எல்லாம் இருக்கிறது - தங்கம் - வெள்ளி, முத்து - மாணிக்கம், புன்னகை - சிரிப்பு, இளமை - முதுமை, ஆனால் நம் பாடகன் துன்பத்தைத்

தெரிவு செய்கிறான்.'' கேமக்கா முகத்தை மேலே உயர்த்தி குழந்தைகளின் அறியாமையைக் குறித்து சிரிப்பது போன்ற பாவனையில் சிரித்தார்.

"நீங்கள் மனதிற்குள் எங்களைப் பற்றி சிரித்திருப்பீர்கள், ஏனெனில் நாங்களும் தவறாக தெரிவு செய்திருக்கிறோம்." சிநேகன் புன்னகை செய்தார்.

"சிருஷ்டியின் படைப்பு அற்புதமானது சிநேகன்! இங்கு எல்லா வகையான தன்மையை உடையவர்களும் இருக்கிறார்கள், எல்லாருக்கும் தீர்மானிக்கப்பட்ட பாத்திரங்கள் இருக்கின்றன. உங்கள் தெரிவினால் நீங்கள் நம் கலாச்சார சூழலை - இது சதுர்புஜுக்கு மிகவும் பிடித்த தொடர் - காப்பாற்றுகிறீர்கள், அதற்காக சமூகம் உங்களுக்கு நன்றி செலுத்தவேண்டும். மேலை நாடுகளில் தங்கள் கலைஞர்களுக்காக எவ்வளவு செய்யப்படுகிறது என்பதை நான் என் கண்ணால் பார்த்திருக்கிறேன். இந்த விஷயத்தில் நம் நாட்டினரைக் குறித்து எனக்குப் பெரிய குற்றச்சாட்டே இருக்கிறது. மதத்திற்காக நாம் எதுவும் செய்வோம், ஆனால் கலைக்காக கஜல் அரங்கிற்கு அப்பால் உயர்ந்து செல்ல முடியவில்லை.''

"காலையிலேயே கலைஞர்களை சந்தித்தது அதிருஷ்டம்தான்." என்று சொல்லிக் கொண்டே கிருஹலக்ஷ்மி வந்தாள்.

"வணக்கம் அண்ணி!'' என்று வர்ஷாவும் சிநேகனும் வணங்கினார்கள்.

"வர்ஷா அக்கா, டி.வி.யில் உங்கள் நாடகம் எப்போது வரும் என்று பபலூ கேட்டுக்கொண்டேயிருகிறான்." மகள் வெட்கப்பட்டுக் கொண்டிருந்த தன் சகோதரனுக்காக கேட்டாள்.

"அடுத்த வாரம் இரண்டாவது சனிக்கிழமை." வர்ஷா புன்னகை செய்தாள்.

"பர்ஃபார்ம் ஆர்ட்ஸின் இந்த கேலிக்கூத்து எனக்கு மிகவும் கோபம் ஊட்டுகிறது." என்றார் சிநேகன், "இங்கே இயக்குநர்களை யாரும் மதிப்பதில்லை. எல்லாரும் நடிகர்கள் பின்னாலேயே ஓடுகிறார்கள்."

இரண்டு வேலைக்காரர்கள் காலை உணவு கொண்டுவந்தார்கள். வர்ஷா தட்டுகளின் எண்ணிக்கையைப் பார்த்து திகைத்தாள் - மாங்காய் - எலுமிச்சங்காய் ஊறுகாய், புதினா சட்னி, பட்டாணி கச்சோடி, கேக், பூரி, வறுத்த உருளைக்கிழங்கு, ராய்த்தா, சாலட், பொரித்த அப்பளம், மிளகாய், பாயசம்.

''அப்பா, நீங்கள் உங்கள் தொப்பையைப் பார்த்து சாப்பிடுங்கள்.''

மனைவி முந்தானையால் முகத்தை மூடி சிரித்தாள்.

''இன்கம்டாக்ஸ் ரிடர்ன் ஃபைலை முன்னால் வைத்துக் கொண்டு சாப்பிடச்சொல்.'' கேமக்கா சிரித்தார்.

''சின்னம்மா, போன்.'' வேலைக்காரன் கதவு அருகிலிருந்து எட்டிப் பார்த்தான்.

மனைவி எழுந்தாள், ''வர்ஷா, மன்னியுங்கள்...''

காலை உணவிற்குப் பின்னர் கேமக்கா டன்ஹில் பாக்கெட்டிலிருந்து சிகரெட்டை எடுத்தார். சிநேகன் லைட்டர் நெருப்பைக் காட்டினார்.

''சிநேகன், நான் அந்த விஷயத்தைப் பற்றி யோசித்தேன்.'' சிகரெட் புகையை இழுத்தபடி கேமக்கா சொன்னார், ''நீங்கள் கிருஹலக்ஷ்மி டெக்ஸ்டைலில் எங்கள் மக்கள் தொடர்பு அலுவலராக வந்துவிடுங்கள். அந்த வேலை உங்கள் சுபாவத்திற்கு ஏற்றதாக இருக்கும். சம்பளம் இரண்டாயிரம் ரூபாய். ஒரு ஆயிரம் ரூபாய் எண்டர் டெய்ன்மெண்ட் அலவன்ஸ். புர்வாயியிடம் வண்டி இருக்கிறது. கம்பெனி பெட்ரோல் அலவன்ஸ் கொடுக்கும். நீங்கள் விரும்பினால் கம்பெனி கார் தரும்.'' கேமக்கா சில வினாடிகள் யோசித்தார், ''திருமணக் கட்டு என்பது மனிதரை சோதித்துப் பார்க்கும் உரைகல் என்பது என் திடமான கருத்து. நீங்கள் இந்த நேரம் குடும்பப் பொறுப்பை ஏற்றுக்கொள்வதாக உறுதி செய்திருக்கிறீர்கள். உங்களுக்குத் துணையாக இருப்பது நண்பர்களின் கடமை - நம்புங்கள், உங்களுக்கு உதவி செய்வதில் எங்களுக்கு மிகவும் சந்தோஷம்.''

★ ★ ★ ★

''நம் ஹெட்மாஸ்டர் தன் மீசையை சுத்தப்படுத்திக் கொண்டு விட்டார்.'' குலீஜன் புன்னகை செய்தார், ''நான் அவருடைய உதவியாள் ஆனதும் நான் அப்படியே செய்தேன். யாருக்கும் அது பிடிக்கவில்லை, ஆனால் பரவாயில்லை. நான் சந்தோஷமாக இருக்கிறேன்.''

சிந்தாமணியின் நடிப்பு அசைவுகள் வர்ஷாவுக்குப் பழகியவையாக இருந்தன. ''வர்ஷா!'' ரிகர்சலுக்கு முதல் நாள் சிந்தாமணி அவள் அருகில் வந்தான், ''எனக்கு உங்கள் நல்வாழ்த்துக்களும், ஆசீர்வாதமும் வேண்டும்.'' அவன் முகத்தில் புகழ்பெற்ற கலைஞர்களுடன் நடிக்கும் இறுக்கம், தன் திறனைக் குறித்த நிச்சயமற்ற தன்மை, டிக்டேட்டரிடம் பயம் எல்லாம் இருந்தன. 'தங்கள் - தங்கள் நரகத்' தொடக்கத்தில் தான் இப்படி ஹர்ஷிடம் வேண்டிக் கொண்டது வர்ஷாவுக்கு நினைவு வந்தது. அவள் ஒன்றும் சொல்லவில்லை. அவனைக் கிஷோராக நினைத்து அவன் தலையில் கை வைத்து ஆசீர்வதித்தாள்.

திடீரென்று வர்ஷாவின் கண்முன் ஒரு மறந்துபோன முகம் மின்னியது... பாங்கே பிஹாரி தீக்ஷித், பி.சி.எஸ். குர்ஜா... ஆமாம், சிந்தாமணி சில வேற்றுமைகளுடன் பாங்கேபிஹாரியை ஒத்திருந்தான், இந்த ஒற்றுமை பாத்திரத்தை ஏற்று நடிப்பதில் ஒரு புதிய கோணத்தைக் கொண்டு வந்தது. பாங்கேபிஹாரியின் குரலில் குலீஜனின் வசனம் அவள் காதில் ஒலித்தது, ''நான் இருக்கிறேன் சந்தோஷமாக, சந்தோஷமாக, சந்தோஷமாக...'' குர்ஜாவில் பள்ளி ஆசிரியர் பாங்கே பிஹாரியுடன் தன் மூச்சு திணறும் கல்யாண வாழ்க்கையைக் கற்பனை செய்து மாஷாவின் துன்ப இழைகளைப் பின்னுவதற்கு இது உதவியாக இருந்தது. வர்ஷினின் வடிவத்தில் ஹர்ஷின் முகம் கண்முன் வருவது இன்றியமையாதது போலிருந்தது.

நாடகத்தில் வர்ஷினின்னின் மனைவி அவள் முன் வருவதில்லை, ஆனால் வர்ஷா அவள் இடத்தில் சாருஸ்ரீயின் முகத்தை நிறுவியிருந்தாள். மாஷா எங்கேயாவது மறைந்திருந்து வர்ஷினின் னின் மனைவியைப் பார்த்திருப்பாள் என்பது வர்ஷாவின் நம்பிக்கை, இரண்டாவது காட்சியில் வர்ஷினின் மனைவியைக் குறித்துக் கடுமையாகப் பேசும்போது வர்ஷா புரிந்துகொண்ட பாவனையில் உடன்பாட்டை வெளிப்படுத்தினாள். அதே போல

வர்ஷினின்னின் சிறிய குழந்தைகளும் மேடை மேல் தோன்றமாட்டார்கள், ஆனால் தன் கோட்பாட்டின்படி வர்ஷா அவர்களையும் உருவகித்துவிட்டாள், பிரியா முகத்தில் அவர்களுடைய அறியாத்தனம், வசீகரத்தைத் தேடித் பிடித்திருந்தாள் (பிரியாவை அவளுக்கு மிகவும் பிடிக்கும். மணிக்கணக்காக அவளோடு பேசிக்கொண்டு விளையாடிக் கொண்டேயிருப்பாள்.)

நதாஷாவாக மோகினியைக் கற்பனை செய்வது இயல்பாக இருந்தது. இப்படி ஒரு வஞ்சக அண்ணி ஏழுதலைமுறை 'புண்ணிய'த்தாலேயே கிடைப்பாள்! என்பது வர்ஷாவின் திடநம்பிக்கை. மகாதேவ் அண்ணன் இடத்தில் ஆண்ட்ரே. அவள் அவரோடு பியானோ வாசிக்கும் திறனை இணைத்துக் கொண்டாள், அவர் ரோடுவேஸின் சிரமமான வேலையால் மெல்ல மெல்ல குன்றினார். அவருக்குக் கல்யாணமான பிறகு உறவு கெட்டுப்போனதில் அதிக கற்பனை தேவைப்படவில்லை.

''திறன் மிக்க ஒரு நடிகனின் லட்சியம் மனித ஆத்மாவைப் படைப்பது, அதைக் கண் எதிரில் கொண்டு வந்து நிறுத்துவது.' வர்ஷா தன் நோட்புக்கில் எழுதிக் கொண்டிருந்தாள், 'இவ்வாறு செய்வதற்கு மிக முக்கியமானது உள் மன பிம்பம், பாத்திரத்தின் முக்கியத்துவம். இந்தப் படைப்பு வேலையில் பாத்திரத்தின் உணர்வுகளோடு தன்னை இணைத்துக் கொள்ளவேண்டியிருக்கிறது. இந்த செயல் இன்றியமையாதது, தவிர்க்கமுடியாதது. உண்மையும், படைப்பும் உணர்வுபூர்வமாக இணையாமல் கலை சாத்தியமில்லை.

அடுத்த படைப்புச் செயல் உடலால் இணைவது. நடிகன் உணர்வு பூர்வமான இயற்கை உடல் இணைவின் வெளி உடல் அமைப்பைப் புரிந்துகொள்ள வேண்டும். அவனுக்கு உணர்வுகள் மட்டுமின்றி அதன் கண்ணுக்குப் புலனாகும் வெளிப் பரிணாமமோ அல்லது அதன் மூலம் அமையும் வடிவம், உடலின் நிரந்தர உயிரோட்டமோ நினைவு இருக்க வேண்டும்.

மேடையில் உள் பிம்பங்களைத் தாக்கம் விளைவிப்பதாக செய்வதற்கு செயற்கையாக அவற்றிற்கு வலுவூட்ட வேண்டும், அவற்றை அலசி ஆராய வேண்டும், அவற்றைக் காணக் கூடியதாக்கவேண்டும். அந்த வினாடி நடிகன் என்ன உணர்கிறான்

என்பது முக்கியமல்ல, அவனைப் பார்த்து பார்வையாளன் என்ன உணர்கிறான் என்பதுதான் முக்கியம். ஆகவே நாடகமேடையின் அவசியம் உணர்வு அல்ல, அதன் கண்ணுக்குப் புலனாகும் பரிணாமம்தான். நாடக பாரம்பரியங்கள் உணர்வு வடிவில் அர்த்தம் நிரம்பியதாக இருக்க வேண்டும்.

நம்பிக்கை இல்லாமல் உணர்வு ஈடுபாடு சாத்தியமில்லை, படைப்புக் கலையும் சாத்தியம் இல்லை, எந்த ஆழமான தாக்கமும் விளைவிக்க முடியாது.

உணர்வு பூர்வமாக ஒரு புதிய பாத்திரத்தின் உடல் இணைவு ஏற்படும் போது ஒரு நடிகன் உள் பிம்பங்கள், பேஷன், மனித ஆத்மாவின் ஜீவன் ஆகியவற்றை விளக்கி மிகச் சிறந்த கலைவடிவத்தைப் படைக்க வேண்டும்.

இதன் பிறகு உண்மை வாழ்க்கையின் அடித்தளத்திலிருந்து நாடக பாரம்பரியங்களின் அடித்தளத்திற்குப் பயணம் தொடங்குகிறது. அவன் ஏற்ற பாத்திரத்தின் வழி உயிரூட்டப்பட்ட உணர்வுகளின் உடலிணைவு வடிவத்தின் தாக்கத்தன்மை, கலைத் தொடர்பு, அதன்போக்கு ஆகிய கோணங்களில் சோதிக்கப்படுகிறது. இவ்வாறு செய்கையில், நடிகன் தான் அமைத்த பாத்திரத்தின் வடிவத்தில் தன்னையே மேடையில் பார்க்கவேண்டியிருக்கிறது. கலைக் கற்பனை, உள்நோக்கு, தன் அசைவுகள், பாவனைகள், முழுமையான வெளி பிம்பம் ஆகியவற்றால் இதை அடைய முடிகிறது, ஏனெனில் அவன் தன்னை, தன் சிறந்த குணங்களை, ஒரு வினாடியில் தன் உணர்வின் சூட்சுமங்களை அறிகிறான், அவன் தன் பாத்திர வடிவத்தின் தாக்கத்தை ஓரளவு அறிந்து கொள்கிறான். அவன் அதை ஆராய்ந்து மதிப்பீடு செய்கிறான், வடிவத்தை உண்மையாக்கும் சின்னங்களைப் படிக்க முயற்சிக்கிறான். இந்த சின்னங்கள் அவன் கற்பனைத் திறனில் வடிவத்தை இன்னும் தாக்கம் விளைவிப்பதாகவும், சிறப்பானதாகவும் ஆக்க வழி சொல்கின்றன, அவற்றைப் பற்றி அவன் கனவு காணத் தொடங்குகிறான். தன் பாத்திரத்தின் இந்தக் கனவுடன் ஒப்பிட்டு தாக்கம் மிக்கதாகவும், தொடர்பு மிக்கதாகவும் செய்ய அவன் அதில் ஆய்வு செய்கிறான், சுருக்கமாக சொன்னால், அவனுடைய படைப்பு இன்னும் நாடகத்தன்மை மிக்கதாக ஆகிறது.

வெளி பிம்பமும் (மேக் அப், ஆடை, வித்தியாசமான பழக்கங்கள், முறைகள், நடை, குரல்) முதலில் நடிகனின் கற்பனையில் படைக்கப்படுகிறது. அதைப் பின்னர் அவன் ஒரு வரிவடிவம் கேன்வாஸ் சித்திரத்தில் மாற்றப்படுவது போல தன் தனிப்பட்ட தன்மையில் வடிக்கிறான்.

கோக்வேலின் போன்ற நடிகன் இந்த வெளி பிம்பத்தைப் படைக்கும்போது ஆடை, அணிகளை முதலில் ஒரு கற்பனைப் பாத்திரத்திற்கு (தனக்குப் பரிச்சயமான ஒரு உண்மையான மனிதனுக்கு) அணிவித்துப் பார்க்கிறான், பிறகு தான் அணிகிறான். அவன் அவனுடைய நடை, அசைவுகள், பாவனைகள் ஆகியவற்றைப் பார்க்கிறான், அவனுடைய குரலைக் கேட்கிறான். அவன் அவனுடைய உடல் அமைப்பை சூட்சுமமாக ஆராய்கிறான், பின்னர் தான் எடுத்துக் கொள்கிறான். சுருக்கமாக, ஒவ்வொரு சூட்சுமத்தையும் பற்றியபடி நடிகன் அவனைத் தன் உணர்வுகளோடு இணைத்துக் கொள்கிறான். அவன் தன் உடலை ஒரு அமைப்பிற்குத் தக்கவாறு அறுக்கிறான், தைக்கிறான், தனக்குள் இருக்கும் ஆராய்ச்சியாளன் கற்பனை மனிதனுடன் அவன் நிச்சயமாக வடிவத்தில் ஒத்து அமைந்துவிட்டான் என்று திருப்தி அடையும் வரை அவன் ஆய்வு செய்து கொண்டே போகிறான்.'

★ ★ ★ ★

"என் அன்பிற்குரிய சகோதரிகளே!" என்றாள் மாஷா, "நான் உங்களிடம் ஒன்றை ஒத்துக்கொள்ள விரும்புகிறேன். நான் அந்த மனிதரின் காதலில் விழுந்து விட்டேன். நான் கர்னல் வர்ஷினின்னைக் காதலிக்கிறேன்."

"சும்மா இரு. நான் ஒன்றும் கேட்கவில்லை." என்றாள் வோல்கா (அவள் முகத்தில் பொறாமை சூழ்ந்துள்ளதோ?).

"நான் இது விஷயமாக ஒன்றும் செய்வதற்கு இல்லை. முதலில் எனக்கு அவர் அதிசயமானவர் என்று தோன்றியது. பிறகு அவருக்காக வருத்தம் ஏற்பட்டது. பிறகு நான் அவரைக் காதலிக்கத் தொடங்கினேன் - அவர் குரலை, அவர் சொற்களை, அவர் கஷ்டங்களை, அவருடைய இரு பெண் குழந்தைகளை..."

''நீ முட்டாள்தனமாக ஏதாவது சொல். நான் காதில் வாங்கவில்லை.''

''முட்டாள் நீதான் வோல்கா! எனக்கு காதல் வந்துவிட்டது. இதுதான் அதிர்ஷ்டம். இந்த சூழலில் இப்படித்தான் ஆகவேண்டி யிருந்தது. அவரும் என்னைக் காதலிக்கிறார். உண்மையில் பயங்கரமாக இருக்கிறது, இல்லை? தப்பாக இல்லை?'' மாஷா சிறிய சகோதரியின் கையைப் பற்றிக்கொள்கிறாள், ''அன்புள்ள ஐரீனா! நாம் எப்படி உயிர் வாழ்வோம்? நாம் என்ன ஆவோம்? ஒருவன் காதல் கதை படிக்கும்போது அது அவனுக்கு மிகப் பழையதாக, போலியானதாகத் தோன்றுகிறது. ஆனால் ஒருவன் உண்மையில் காதலில் விழும்போது மற்றவர்களுக்கு ஒன்றும் தெரியாது என்று தோன்றுகிறது, நம்மில் ஒருவரைத் தனக்காக தீர்மானித்துக் கொள்ள வேண்டியிருக்கிறது. நான் சொல்ல வேண்டியதை சொல்லிவிட்டேன், கோகோலின் பைத்தியக்காரன் போல இனி சும்மா இருப்பேன்.''

தன் மனதில் ஒரு பகுதியை வர்ஷா பார்வையாளனைப் போல கண் எதிரில் நிறுத்தினாள், பின்புற ஒளியில் தங்கள் தங்கள் துக்கத்தில் மூழ்கியவர்களாக மூன்று சகோதரிகளினுடைய சோக நிழல்களையும் பார்த்தாள்.

பின்னர் வர்ஷா அந்த நீண்ட, அகலமான முன் பயிற்சி அறையைப் பார்த்தாள் - மனித நாகரிகத்தின் ஆரம்ப காலம் தொட்டு இருபதாம் நூற்றாண்டின் பிற்பகுதி வரையிலான எத்தனை, எத்தனை மனித மனோபாவங்களுக்கு இங்கு சொல் வடிவம் கிடைத்திருக்கிறது, நவரசங்களோடு கலந்த இன்ப - துன்பங்களின் எத்தனை - எத்தனை வானவில்கள் இங்கு மின்னியிருக்கின்றன... இங்கு இளமையின் உற்சாகமான நடனம் நடந்திருக்கிறது, இங்கு ஆக்ரோஷமான கொலை தாண்டவம் நடந்திருக்கிறது, இங்கு கருணையின் பிரகாசமான கிரணங்கள் பரவிக் கிடந்திருக்கின்றன... இரவின் இருளில் இந்த சுவர்களில் இஃபீஜினியா, ராணி ஹேகுவா, கிங் லியரின் சபிக்கப்பட்ட ஆத்மாக்கள் ஊர்ந்து செல்லுமா? கையில் தீபம் ஏந்தி லேடி மாக்பெத் நடந்து கொண்டிருப்பாளா? அம்மாவும் - மார்த்தாவும் அறியாமலே மகன் - சகோதரனை வதம்

செய்திருப்பார்களா? இரவில் சட்டென்று கண் விழித்த பரத்தை சகுந்தலை தட்டிக்கொடுத்து தூங்கவைத்திருப்பாளா?

துன்பம், துயரம், வேதனையின் ஓயாத அழுகையால் இந்த முன்பயிற்சி அறை சிதிலமடைந்திருக்கிறது. உண்மையில், இது கலையின் வேதனை அறை. துசேன்பாக் உண்மையைத்தான் சொன்னார், இப்போது மரணதண்டனை, படையெடுப்பு, சித்திரவதைகள் இல்லை, ஆனால் பிறகும் எத்தனை வேதனை!

... வர்ஷா தன் இரண்டாவது வாழ்க்கையின் அறிவு பூர்வமான உணர்வால் தடுமாறினாள். 14/14-ல் வர்ஷா வசிஷ்ட் என்ற பெயருடைய ஒரு சாதாரண இளம் பெண் தன் கனவுகள், விம்மல்களுடன் இருக்கிறாள். இந்த வகுப்பின் வராந்தாவில் அவள் தன் வெளி வடிவத்தை விட்டுவிடுகிறாள். அவள் உணர்வுகள் பத்தொன்பதாம் நூற்றாண்டின் சிறிய ரஷிய கிராமத்தின் துன்பப்பட்ட மாஷாவில் இணைந்துவிடுகின்றன. தன் சாமர்த்தியம், உணர்வுகளின் துணை கொண்டு அவள் சில மாலை நேரங்களில் மாஷாவின் சிரிப்பை சிரிக்கிறாள், அவளுடைய அழுகையை அழுகிறாள், பிறகு மாஷாவின் ஆடை, அணிகளை ஒரு பெட்டியில் மூடி வைக்கிறாள், மாஷாவின் ஆத்மாவை அவள் தன் உணர்வுகளின் ஒரு மூலையில் மூடி தாளிட்டுவிடுகிறாள், வராந்தாவில் விட்டிருந்த வர்ஷா வசிஷ்டின் வடிவத்தைத் தரித்துக் கொள்கிறாள். ''இத்தனை நாள் எங்கிருந்தாய்?'' அவளுக்கே அவள் குரல் கேட்கிறது, ''ஷாஜஹான்பூரிலிருந்து புகார்க் கடிதம் வந்திருக்கிறது, அந்த ஹர்ஷ் இருக்கிறான் இல்லையா, அந்த துஷ்டன் எத்தனை நாட்களாக ஒரு செய்தியும் அனுப்பாமல் இருக்கிறான் தெரியுமா... ஷிவானி இரண்டு முறை போன் பண்ணியிருந்தாள், திவ்யாவுக்குக் காய்ச்சல்...''

''வர்ஷா, டீ குடிக்கிறீர்களா?'' சதவந்தியின் குரல் கேட்டது, ''மிகவும் களைத்துப் போயிருக்கிறீர்கள். ஆபீசில் வேலை அதிகமா?''

''கர்னல் வர்ஷனின்னின் கைத்தடி போய்விட்டது.''

''யார் வர்ஷினின்?''

★ ★ ★ ★

''சிநேகன்!'' சப்தபதியின் நான்காவது சுற்றில் சதுர்புஜ் புன்னகை செய்தார், ''இன்னும் கூட நேரம் இருக்கிறது. ஓடிப்போய் விடுங்கள்.''

பலர் சிரித்துவிட்டார்கள். புர்வாயியாலும் தன் புன்னகையை அடக்க முடியவில்லை. அவளுடைய ஒரு சிநேகிதி தியேட்டர்காரர்களின் ஹாஸ்ய உணர்வைப் பார்த்து முகத்தை சுளித்தாள்.

லஜபத் நகர், 8 -ஆம் நம்பர் வீட்டுக் காம்பவுண்டில் ஷாமியானா போட்டிருந்தது. இரண்டரை அறைகள் கொண்ட பாதிப்பகுதியை புர்வாயி வாடகைக்கு எடுத்திருந்தாள். இப்போது சிநேகன் தன் 'மாமனார்' வீட்டில்தான் இருக்க வேண்டும். அவர் காலையில் தன் புத்தக மூட்டையை எடுத்துக் கொண்டு வந்துவிட்டார். ரெயில்வே குவார்ட்டர்ஸ் அறையில் திண்டு, ஸ்டூல், மூன்று - நான்கு படங்கள், ஆறு கிளாஸ், இரண்டு - மூன்று பாத்திரங்கள் ஆகியவை விடுபட்டிருந்தன, அவற்றை அவர் சதுர்புஜுக்கு கொடுத்துவிட்டிருந்தார் (''ஆதித்யாவும், ஹர்ஷும் சினிமாவில் டிஃபெக்ட் ஆகி போயிருக்கிறார்கள், நான் வேலைக்கும், கல்யாண வாழ்க்கைக்கும் போகிறேன்!'' என்று அவர் பாபர்லேனிலிருந்து விடைபெறும்போது கூறியிருந்தார்).

''இந்தக் கல்யாணம் எனக்கு மிகவும் பிடித்திருக்கிறது.'' வர்ஷாவிற்குப் பக்கத்தில் உட்கார்ந்திருந்த அனுபமா கிசுகிசுத்தாள்.

சிநேகன் முகத்தில் ஆழமான உணர்வை அனுபவிக்கும் பாவம் இருந்தது. அவருடைய தாடி நீண்ட காலத்திற்குப் பிறகு இன்றுதான் கட் பண்ணியிருந்தது. முகம் சற்று பிரகாசமாக இருந்தது.

பிற்பகலில் புர்வாயி கேட்டாள், ''சிநேகன் நான் ஒன்று சொல்கிறேன், கேட்கிறீர்களா? நீங்கள் புதிய வேலை என்று சாக்கு சொல்லி ஹனிமூன் போவதைத் தவிர்த்துவிட்டீர்கள். சரி, நான் என் மனதை சரிப்படுத்திக் கொள்கிறேன். ஆனால் இன்று எடுக்கும் போட்டோக்கள் என் வாழ்க்கை முழுதும் உணர்வு சொத்தாக இருக்கும். இதில் இந்த சுருட்டை ஃப்ரேம் இல்லாமல் உங்கள் முகத்தைப் பார்க்க விரும்புகிறேன்.''

''ஒரு ஆண்டு வரை இதைப் பற்றிப் பேசுவதில்லை என்று நாம் தீர்மானித்திருந்தோம்.'' சிநேகன் இயல்பான குரலில் சொன்னார், ''அதற்குள் நான் மெல்ல மெல்ல என்னைத் தயார் செய்து கொள்வேன்.''

''ஒரு வருஷம் நினைவில் வைத்துக்கொள்ளவேண்டிய அளவு பெரிய விஷயமா இது?''

''புர்வாயி, எனக்கு முப்பத்தெட்டு வயதாகிறது. பதினைந்து ஆண்டுகளாக என் முகம் இப்படித்தான் இருந்திருக்கிறது. எனக்கு ஒரு நிர்ணயிக்கப்பட்ட வாழ்க்கை முறை அமைந்துவிட்டது. ஒரு குலுக்கலில் இந்த அடுக்குகளை உதறி எறிந்துவிடவேண்டும் என்று விரும்புகிறாயா?'' சிநேகனின் குரலில் சிறிதளவு ஆவேசம் இருந்தது.

''நல்லது. மன்னித்துவிடுங்கள்.'' புர்வாயி அவர் கன்னத்தைத் தட்டியபடி சொன்னாள், ''நான் ஒரு பைத்தியம் என்று உங்களுக்குத் தெரியும். தப்பு செய்துவிட்டேன்.''

புர்வாயியின் கை அப்படியே நின்று விட்டது. சில வினாடிகளுக்குப் பிறகு பதறி எழுந்தாள், சிநேகன் தோளில் சாய்ந்து உதட்டில் முத்தமிட்டாள். சிநேகனின் சுத்தமான முகத்தில் சற்று தியாக உணர்வு இருந்தது. வர்ஷாவின் கண்களை அவர் கண்கள் சந்தித்தபோது மெல்ல புன்னகை செய்தார்.

★ ★ ★ ★

நீலகாந்த் தன் தட்டை நிரப்பியபடி ''மண்டிஹவுசிலிருந்து விடைபெறுகையில் சிநேகன் ஒரு பெரிய விருந்து கொடுத்தார்.'' என்றான்.

விருந்திற்கு ஏற்பாடு செய்திருந்தவர் கேமக்கா, அவர் மனைவியுடன் வந்திருந்தார்.

மண்டிஹவுஸ் முழுதும் திரண்டு வந்துவிட்டதுபோல் தோன்றியது. சிநேகனின் நட்பு வட்டம் மிகவும் விரிந்து பரந்திருந்தது. ரிப்பர்ட்டரி முழுதும் வந்திருந்தது. இரண்டாம் - மூன்றாம் ஆண்டு மாணவ, மாணவியரும் பலர் வந்திருந்தார்கள்.

எல்லா நாடகக் குழுவினரும், அநேகமாக எல்லா நாடக விமரிசகர்களும் வந்திருந்தார்கள்.

"சோமேஷ், இடைவேளை வந்துவிட்டது. நீங்கள் பொதுமக்கள் கருத்தைக் கேட்டு வைத்துக் கொள்ளுங்கள்" என்றார் சதுர்புஜ்.

"இன்றைய ரிவ்யூவை நான் கொடுத்துவிட்டுத்தான் வந்தேன்!" சோமேஷ் உரக்க சிரித்தார், "தலைப்பு - சிநேகனின் வரலாறு காணாத நாடகம்..."

"மெல்ல பேசுங்கள், மெல்ல... இன்றைய நாடகம் பார்வையாளர்களுக்காக இல்லை."

மெல்ல, மெல்ல எல்லா விருந்தாளிகளும் போய்விட்டார்கள். மூன்று நெருங்கிய நண்பர்கள் மட்டும் மிஞ்சியிருந்தார்கள். சதுர்புஜ் சிநேகனிடம் 'சியர்ஸ்' பற்றி தர்க்கம் செய்து கொண்டிருந்தார்.

"சரி, இப்போது இவர்கள் இருவரையும் தனியாக விட வேண்டுமா, இல்லையா!" என்றாள் வர்ஷா, "மணி பன்னிரண்டு அடித்துவிட்டது. அப்சர்டு தியேட்டரை நாளை டிஸ்கஸ் செய்து கொள்ளலாம்."

"ஒரு சிகரெட் நிரப்புங்கள்!" என்றார் சிநேகன். அவர் முகத்தில் எப்போதும் போல இயல்பான தன்மை இல்லை.

"நல்லது. இன்று உங்களுக்கும் அதன் தேவை தோன்றியிருக்கிறது!" சதுர்புஜ் சிரித்துவிட்டு பையிலிருந்து சிகரெட்டை எடுக்க ஆரம்பித்தார்.

"வர்ஷா!" புர்வாயி சைகையில் வர்ஷாவை வெளியில் அழைத்து மெல்லிய குரலில் சொன்னாள், "எனக்கு பயமாக இருக்கிறது. நான் கன்னிப்பெண்."

வர்ஷா ஆழமாக புர்வாயியைப் பார்த்தாள் - சிறிய, மென்மையான பெண்.

"பயம் எதற்கு? நீ உன் அன்பான கணவனுடன் இருக்கிறாய்." வர்ஷா அவள் கன்னத்தில் அன்புடன் தட்டினாள்.

''ஆண்கள் பல சமயங்களில் ரஃப் ஆகிவிடுகிறார்கள் என்று கேள்விப்பட்டிருக்கிறேன்.''

''சாதாரண விஷயங்களில் கூட சிநேகன் ரஃப் ஆகி நீ பார்த்திருக்கிறாயா? அர்ப்பணிப்பிற்கும், நம்பிக்கைக்கும் உரிய மிருதுவான கணவனாக அவர் இருப்பார் என்று எனக்கு நம்பிக்கை இருக்கிறது.''

மூல்சந்த் நால்ரோடில் ஆட்டோ கிடைத்தது.

''இன்று என் வீட்டில் தங்குகிறாயா?'' என்று சதுர்புஜ் அனுபமாவைக் கேட்டார் (கல்யாணத்திற்குப் பிறகும் அனுபமா பகவான்தாஸ் ரோடு விடுதி அறையைக் காலி செய்யவில்லை).

ஒரு வினாடி கழித்து அனுபமா சரியென்று தலையாட்டினாள்.

''முதல் இரவு என்பதால் சிநேகன் பயத்தோடு இருந்தார்.'' சதுர்புஜின் குரலில் நிசப்தம் கலைந்தது.

''நாள் கழித்து கல்யாணம் செய்துகொண்டால் இப்படித்தான் ஆகிவிடுகிறது.'' என்றாள் அனுபமா.

பிறகு வெகுநேரம் வரை மௌனம் நிலவியது. இன்னும் ஒரு நெருங்கிய நண்பரின் வாழ்க்கை மாறிவிட்டது. எல்லாரும் தங்கள் - தங்கள் வாழ்க்கையை அமைத்துக்கொண்டே போய்க் கொண்டிருக்கிறார்கள். வர்ஷா மட்டும்தான் பைத்தியக்காரி மாதிரி திரிந்து கொண்டிருக்கிறாள் என்று அவள் நினைத்துக் கொண்டாள்.

இரண்டு நாட்களுக்குப் பிறகு 'மூன்று சகோதரிகள்' நாடகத்தின் முதல் காட்சி இருந்தது. தன் முதலிரவுக்கு முன் மாஷாவும் புர்வாயியைப் போலவே பயப்படுகிறாள். அவள் இளம்பெண், கன்னி, தன் கணவனின் 'உயர்ந்த' பதவியால் பயந்திருந்தாள். படுக்கை அறை அவளுடைய வேதனை அறையாக ஆகிவிடுகிறது. ஒரு ஆண் என்ற முறையில் குலீஜனின் செயல்கள் எப்படி இருக்கும்? தீர்மானமற்றதாகவா? கற்பனைகள் இல்லாமலா? சலிப்பாகவா? அவருடைய காதல் வெளிப்பாடும் பயனில்லாததாகவே இருக்கிறது. மாஷா பகல் முழுதும் இரவின் நினைவில் நடுங்கிக் கொண்டிருக்கிறாள். வர்ஷினின்னை அறிந்த

பிறகு அவள் இரவின் இந்த பலவந்த நெருக்கத்தால் இன்னும் வெறுப்படைந்திருக்கிறாள் (அதனால்தான் நாடகத்தின் மூன்றாவது காட்சியில் அவள் வீட்டிற்குப் போகத் தயங்குகிறாள்). மாஷாவின் ஒழுக்கம் குறித்த கோணம் எப்படி இருக்கும்? மூன்றாவது காட்சி முடிந்து நான்காவது காட்சி துவங்கும் முன் அவள் ஒரு பிற்பகல் வர்ஷினின்னைத் தன் வீட்டிற்கு அழைத்திருப்பாளா? தன் படுக்கை அறையில் தன்னை அர்ப்பணித்திருப்பாளா? தன் காதலனை முழுதும் அறிந்த பிறகு மாஷாவுக்கு தன் இல்லாமை இரண்டு மடங்கு வேதனை தருவதாக ஆகியிருக்குமா? இந்த விஷயம் வோல்காவுக்குத் தெரிந்திருக்குமா? வோல்கா மாஷாவைக் கண்டித்திருப்பாளா? நான்காவது காட்சியில் குலீஜன் மாஷாவை மன்னித்து விடுகிறார். மாஷா - வர்ஷினின் தொடர்பைக் குறித்து அவருக்கு எவ்வளவு தூரம் தெரியும்? மாஷாவுக்கு அது வரை குழந்தை பிறக்கவில்லை. ஏன்? தான் அன்பு செலுத்தாத கணவன் வழி குழந்தை பெற்றுக் கொள்ள அவள் விரும்பவில்லையா?

''மாஷாவின் முதல் இரவைப் பற்றி யோசித்துக் கொண்டிருக்கிறாயா?'' என்று கேட்டாள் அனுபமா.

வர்ஷா மெல்ல புன்னகை செய்தாள், ''ஒரு நடிகை மற்றொரு நடிகையை எவ்வளவு நன்றாக புரிந்துகொள்கிறாள்!''

★ ★ ★ ★

''நீலகாந்த் கம்பெனியிலிருந்து விடைபெறுகிறார்.'' என்றார் சூர்யபான்,''அவரைப் பிரிவதில் நமக்கு மிகவும் வருத்தம் உண்டாகிறது. ஒரு அன்பிற்குரிய நண்பரைப் பிரியும் துயரத்தோடு, ஒரு சிறந்த கலைஞரை இழக்கும் வருத்தமும் உண்டாகிறது. அவரைக் குறித்து நம் கலை எதிர்பார்ப்புகள் அதிகரிக்கும் நிலையில் அவர் தமக்கென ஒரு தனிப்பாதையைத் தெரிவு செய்து கொண்டு விட்டார். எப்படியிருந்தாலும், அவருக்கும் அவருடைய எதிர்கால மனைவி வர்த்திகாவிற்கும் நம் இதயம் நிறைந்த வாழ்த்துக்கள்...''

கூடியிருந்தவர்கள் கைதட்டினார்கள்.

பின்னர் நீலகாந்த் எழுந்துநின்றான். அவன் சூர்யபானை விட மிகவும் வருத்தத்தோடு காணப்பட்டான், ''இந்தத் தெரிவை நான்

பிறகும் எத்தனை வேதனை

சந்தோஷத்துடன் செய்யவில்லை. என்னை மன்னியுங்கள், நண்பர்களே! ஆதித்யா, சூர்யபான், ஹர்ஷின் பரம்பரையை மேலே கொண்டு செல்வதற்கு பதில் நான் ஒரு வசதியான ஷார்ட்கட்டைத் தெரிவு செய்திருக்கிறேன்.''

அட்டெண்டர் காரம், டீ தட்டுகளை எல்லாருக்கும் தரத் தொடங்கினான்.

''நான் மகிழ்ச்சியோடு, பொழுதைக் கழிப்பதற்காக ரிப்பர்ட்டரிக்கு வந்தேன்.'' வர்த்திகா சிரித்துக் கொண்டே சொன்னாள்,'' அது பூர்த்தியாகிவிட்டது. மண வாழ்க்கையில் ஈடுபடப் போகிறேன்.''

''அடுத்த வாரம் பாட்னாவில் கல்யாணம்.'' என்றான் நீலகாந்த். ''முதல் தேதி ராஞ்சியில் ஜாய்ன் பண்ணி விடுவேன்.''

''இசை நாடக டிவிஷனில் வேலை செய்வதில் மனம் ஈடுபடுமா?'' என்று கேட்டாள் அர்ச்சனா.

''கொஞ்ச காலத்திற்குப் பிறகு எல்லா வேலையும் இயந்திரத்தன்மை ஆகிவிடுகிறது - நடிப்பையும் சேர்த்துதான் சொல்கிறேன். அங்கே குடும்பக் கட்டுப்பாடு, நாட்டுப்பற்று, சமூகப் பிரச்னைகளைக் குறித்து நாடகங்கள் நடத்தவேண்டியிருக்கும், ஆனால் இன்னொரு லாபத்தையும் பாருங்கள். பாதி சம்பளத்தில் நல்ல விதமாக வாழ்க்கை ஓடிவிடும். ஒவ்வொரு மாதமும் பாதி சம்பளம் மிச்சமாகும். டிவிஷனில் வர்த்திகாவை காண்ட்ராக்ட் அடிப்படையில் வைத்துக்கொள்வேன். இந்த லாபம் தனி. அத்தோடு ஒரு சிறிய நகரத்தில் வாழ்க்கை சுகம் நிறைந்ததாக இருக்கும்.''

''ஆனால் நீங்கள் அடிப்படையில் ஒரு நடிகன்.'' என்றாள் மமதா.

''மறக்க முயற்சிப்பேன்.'' நீலகாந்த் புன்னகை செய்தான்.

''டில்லியில் இருந்துகொண்டு நாங்கள் கல்யாண வாழ்க்கை பற்றி யோசிக்க முடியுமா?'' என்று கேட்டாள் வர்த்திகா.

சட்டென்று மௌனம் குடிகொண்டது. இதில் அனைவருடைய துக்கத்தின் வண்ணம் படிந்திருந்தது.

சிந்தாமணி தன் ஊரான வாரணாசி நாடாளுமன்ற உறுப்பினரின் ரக்காபங்கஜ் மார்கில் இருந்த பங்களா அவுட்ஹவுசில் மனைவியுடன் வசித்துவந்தான் (கல்யாண நாள் விருந்திற்கு வர்ஷா அங்கு போயிருந்தாள்). ஹர்மிந்தர் தன் சகோதரருடன் இருந்தான், அவருக்கு வருமான வரித் துறையின் ஒரு பெரிய அதிகாரி உதவியால் ராமகிருஷ்ணாபுரத்தில் பெரிய ஃப்ளாட் கிடைத்திருந்தது, ஆனால் செமஸ்டர் தொடங்கியதிலிருந்து அவர் மாற்றலாகிப் போகும் அபாய வாள் அவன் தலைக்கு மேல் தொங்கிக்கொண்டிருந்தது. நீலகாந்த் யமுனை நதியைத் தாண்டி ஒரு அறையில் இருந்தான், வர்த்திகா தன் அக்காள் - அத்தானோடு பஞ்சாபி - பாகில் இருந்தாள் (அக்காளின் மாமனார் வீட்டிற்கு இது பிடிக்கவில்லை). சூர்யபானுக்கு சிம்லா பிசினஸ்மேன் ஒருவர் தன் பஞ்சசீல பார்க் பங்களாவில் ஒரு செல்ஃப்-கண்டெண்ட் பகுதியைத் தந்திருந்தார். சூர்யபான் நாட்டின் தலைநகரில் அந்த இடத்திற்குப் பெருமை சேர்த்துக் கொண்டிருக்கிறார் என்று அவருக்கு கர்வம். ஒளிப்பதிவாளர் ஷிந்தே தன் ஒரு கொங்கணி நண்பருடன் கோவா பவன் அலுவலர் குடியிருப்பில் இருந்தார். மூன்று இளைஞர்கள் கோல் மார்க்கெட்டில் நகர கார்ப்பரேஷனின் ஒரு ஃபிளாட்டை சப்லெட் செய்திருந்தார்கள், அதன் கதவில் மூன்று பேரின் முக வரைபடத்துடன் 'ஸ்ரீ மஸ்கெட்டியர்ஸ்' என்ற தகடு ஒட்டியிருந்தது!

மமதா தன் தந்தையுடன் சரோஜினி நகர் அரசாங்க குவார்ட்டர்சில் இருந்தாள், அவர் மத்திய அரசு செக்ரடரியேட்டில் செக்ஷன் ஆபீசராக இருந்தார். பலவீர் ரவீந்திரபவனுக்குப் பின்னால் தோபி காட்டில் அறை எடுத்திருந்தான், ஒரு பகுதி வாடகையாக அவன் அந்த சலவைத் தொழிலாளியின் துணிகளுக்கு இஸ்திரி போட்டுத் தருவான்! அர்ச்சனா தன் ஆர்க்கிடெக்ட் இன்ஜீனியர் கணவருடன் மாமனாரின் ஃப்ரண்ட்ஸ் காலனியில் இருந்த அழகிய பங்களாவில் இருந்தாள், மாமனார் டெஹரான், மாஸ்கோ, லண்டன் ஆகிய இடங்களில் இருந்துவிட்டு இப்போது வாஷிங்டன் டி.சி.யில் இந்தியத் தூதுவராக இருந்தார். (அர்ச்சனாவின் மகள் பிறந்தநாளுக்கு வர்ஷா அங்கு போயிருந்தாள், கலந்தாலோசனைக்காக டில்லி வந்திருந்த மதிப்பிற்குரிய தூதுவரையும் சந்தித்திருந்தாள்). 'கலை நாடக மேடை முன்னோடிகள்' தங்கள் சொந்த சாமர்த்தியத்தில்

டில்லியில் தலையை சாய்த்துக் கொள்ள ஒரு இடம் கிடைத்தால் அதுவே ஏராளம்! என்பது தெளிவு.

பஸ்ஸில் திரும்பிச் செல்லும்போது வர்ஷா சோகத்தால் நிறைந்திருந்தாள். கலை ஆர்வத்தை சிலர் வலிக்கும் சொத்தைப்பல்லைப் பிடுங்கி எறிவது போல வீசி எறிந்து கொண்டிருந்தார்கள். கொஞ்ச நாள் வருத்தமாக இருக்கும். பிறகு காயம் ஆறிவிடும். ஆனால் தொலைதூரத்தில் ஒரு இடத்தின் வரம்பிற்குட்பட்ட, குறுகிய வாழ்க்கை மூச்சைத் திணறடிப்பதாக இருக்காதா? நீலகாந்தும், வர்த்திகாவும் இப்போது ஒருவரில் ஒருவர், புதிய வீட்டில் இந்தக் குறைவிற்கு நிறைவு தேடுவார்கள்.

''வாழ்க்கையில் மீண்டும் மீண்டும் தெரிவுகள் செய்ய நேர்கிறது.'' என்று சிந்தாமணி தத்துவக் குறிப்பு தந்தான்.

அவளை சுற்றியிருந்தவர்களுக்கெல்லாம் தெரிவு செய்வதற்கான சந்தர்ப்பங்கள் கிடைக்கின்றன, ஆனால் அவளுக்கு இல்லை. அவளைச் சுற்றியிருந்தவர்களின் வாழ்க்கை மாறிக்கொண்டிருக்கிறது, ஆனால் அவள் வாழ்க்கை மாறவில்லை.

வர்ஷா நீண்ட பெருமூச்சு விட்டாள்.

ஒரு சந்தோஷமான விஷயம் மட்டும் இருந்தது. அவளுடைய கலைப்பாதையில் தொடர்ந்து முன்னேற்றம் இருந்தது. 'மூன்று சகோதரி'களில் மாஷா 'மிகச் சிறந்த பேறாக கருதப்பட்டாள். இரண்டு நாடக விமரிசகர்கள் அவளை மமதாவை விட சிறந்த நடிகை என்று அறிவித்திருந்தார்கள், ஒருவர் மமதா, அர்ச்சனா இருவரையும் விட சிறந்த நடிகை என்று அறிவித்திருந்தார். ஒருவர் மற்ற இருவரையும் குறிப்பிடாமலே நேராக அவளுக்கு 'ரிப்பர்ட்டரியின் பட்டத்துராணி' பதவியை வழங்கி கௌரவித்திருந்தார் (''வர்ஷா எல்லாரிடமும் கலகலப்பாகப் பழகுவது நன்றாகவே வேலை செய்கிறது.'' என்ற மமதாவின் குறிப்பு வர்ஷா காது வரை எட்டியிருந்தது).

'ஹிந்துஸ்தான் டைம்ஸ்' தன் ஞாயிற்றுக்கிழமை சிறப்பு மலரில் அவளுடைய விரிவான இண்டர்வியூவைப் பிரசுரித்திருந்தது, அதில் வர்ஷாவிடம் அவளுடைய குடும்பப் பின்னணி, அவள் ஏற்ற

முக்கிய பாத்திரங்கள், அவளுடைய நாடக நோக்கு தொடர்பான கேள்விகள் கேட்கப்பட்டிருந்தன. வர்ஷா 'தன் எண்ண - ஊற்று, வழிகாட்டி' என்ற வடிவில் திவ்யாவை மிகவும் நினைவுகூர்ந்திருந்தாள். தன்னைத் திடப்படுத்தியதற்காகவும், திருத்தி சீர்படுத்தியதற்காகவும் டாக்டர் அடலுக்கு நன்றி தெரிவித்திருந்தாள். மாலையில் ''வர்ஷா, கோடையில் என்ன செய்வதாக இருக்கிறாய்?'' என்று கேட்டார் சூர்யபான்.

''டார்ஜிலிங்கிற்கும், லக்னோவிற்கும் போவேன்.''

''எந்தத் தேதிகளில் எங்கே இருப்பாய் என்று விலாசத்துடன் குறித்துக் கொடு. அடுத்த மாதம் ரிப்பர்ட்டரி ஸ்கூல் சொசைட்டி மீட்டிங் நடக்கும். நான் உனக்கு ஒரு சந்தோஷ செய்தி தரக்கூடும்.''

வர்ஷா விலாசம் எழுதித் தந்தாள்.

''சட்டதிட்டங்களுக்கு பங்கம் நேராதென்றால் என்னவென்று லேசாகக் குறிப்பிட்டு சொல்கிறீர்களா?''அவள் எச்சரிக்கையாக இருப்பதுபோல காட்டிக்கொண்டாள். (அவர் சட்டதிட்டங்களுக்கு மிகவும் கட்டுப்பட்டவர்).

''அவசரமான பெண்கள்!'' சூர்யபான் புன்னகை செய்தார், ''வர்ஷா வசிஷ்டுக்கு 'ஏ' கிரேடு தருவதுதான் விஷயம்.''

15. நாடகமேடைக் காதலன்

புது செமஸ்டர் தொடங்கி மூன்று தினங்கள் ஆகிவிட்டன. சனிக்கிழமை மாலை. வர்ஷா சோகமாக இருந்தாள். அவளுக்கு 'ஏ' கிரேடு (சம்பளம் 700 - 1300) கிடைத்துவிட்டது. பிறகு அவள் ஏன் சோகமாக இருக்கிறாள்?... அவள் தனக்குள் கேட்டுக் கொண்டாள்.

நண்பர்கள் வட்டம் சிதறிவிட்டது. சிநேகன் ஆபீசுக்கு போன் செய்தால் அவர் ஃபரீதாபாத் ஃபேக்டரிக்குப் போயிருந்தார். அங்கே 'வொர்க் ஸ்லோ' நடந்துகொண்டிருந்தது. மாலையில் வீட்டிற்கு போன் செய்தால் ''இன்னும் வீடு திரும்பவில்லை. நீ வீட்டிற்கு வா. ஆனால் இன்று மாலை நாங்கள் இவருடன் வேலை செய்பவர் ஒருவர் வீட்டு டின்னருக்குப் போகவேண்டியிருக்கிறது, நாளை பிற்பகல் நான் அவருடன் மூன்று நாட்கள் சிம்லா போகிறேன்,'' என்றாள் புர்வாயி. பிறகு சிரித்தாள், ''வர்ஷா, நீயும் கல்யாணம் செய்து கொள். இட் இஸ் ஏ கிரேட் ஃபீலிங்''.

வர்ஷா டார்ஜிலிங்கிலிருந்து ஷிவானிக்கு ஒரு ஜோடி அழகான வளையங்கள் வாங்கி வந்திருந்தாள். பிற்பகலில் அவள் வீட்டிற்குப் போன் செய்தால் அவள் வெளியே போய்விட்டிருந்தாள். மாலையில் வீட்டிற்கு போன் செய்தால் அவள் இன்னும் திரும்பி வந்திருக்கவில்லை.

சதுர்புஜ் ராய்பூரில் நாடகப் பாசறை நடத்திக்கொண்டிருந்தார். அனுபமாவுக்கு போன் செய்தால் அவள் விடுதியை விட்டு நீங்கி

ஜோட்பாகில் எங்கோ இருப்பதாக தெரிந்தது. வர்ஷா ஸ்ரீராம் சென்டரை சுற்றி வந்தாள். தெரிந்தவர்கள் இரண்டு, மூன்று பேரிடம் அனுபமாவைப் பற்றிக் கேட்டாள், ஆனால் ஒரு விவரமும் தெரியவில்லை.

எல்லாரும் தங்கள் - தங்கள் உலகில் மூழ்கி இருக்கிறார்கள். என்னைப் பற்றி யாருக்கும் கவலையில்லை - சமையல் அறையில் டீ போட்டுக் கொண்டே வர்ஷா நினைத்துக் கொண்டாள்.

சதவந்தி பிங்கியை அழைத்துக் கொண்டு கோவிலுக்குப் போய்விட்டிருந்தாள்.

அவள் கட்டிலில் வந்து சாய்ந்தாள், மெல்ல டீயைக் குடிக்கத் தொடங்கினாள்.

ஹர்ஷிடமிருந்து கடிதம் எதுவும் இல்லை. ரிப்பர்ட்டரி திறந்து விட்டதென்று சுஜாதாவுக்குத் தெரிந்திருக்கும். அவள் போன் கூட செய்யவில்லை (சுஜாதாவுக்கு ஆண் குழந்தை பிறந்திருந்தது. குழந்தைக்கு அவள் டார்ஜிலிங்கிலிருந்து ஒரு அழகிய ஸ்வெட்டர் வாங்கி அனுப்பியிருந்தாள். அவள் லக்னோவில் இரண்டு வாரங்கள் இருந்தாள், ஆனால் சுஜாதா பார்சல் வந்து சேர்ந்தது என்ற விவரம் கூட அனுப்பவில்லை).

நீண்ட பெருமூச்சுடன் 'பெரிய மனிதர்கள்' என்று அவள் நினைத்துக் கொண்டாள்.

ஹர்ஷின் அம்மாவிற்கு போன் செய்ய நினைத்தாள். பிறகு, நாளை பகல் நேரத்தில் நேராக போகலாம் என்று தீர்மானித்தாள். போனில் அவள் ஹர்ஷின் கதையைக் கேட்டுக் கொண்டு உட்கார்ந்திருந்தால் ஸ்ரீமதி சஹகலுக்கு வெகுநேரம் போனில் பேசிக் கொண்டிருப்பது பிடிக்காது.

வேலை உயர்வின் எதிரொலி எதிர்பார்த்தது போலத்தான் இருந்தது. சிலருக்குப் பொறாமை, சிலருக்கு சந்தோஷம், மமதா அதைப் பற்றி பேசவே இல்லை, அர்ச்சனா பார்த்தவுடன் வாழ்த்து தெரிவித்தாள். சிந்தாமணி உணர்ச்சி பொங்க கைகுலுக்கி மனைவி வலுக்கட்டாயமாக செய்து தந்திருந்த கடலைமாவு லட்டைத் தந்தான். சூர்யபான் புதிய நாடகத்தைப் பற்றித் தெரிவித்தார், அதில்

மைய பாத்திரத்தை வத்சலா சிம்பர் ஏற்றிருந்தாள். வர்ஷாவிற்கு இரண்டு காட்சிகளில் வரும் துணைப் பாத்திரம் தீர்மானிக்கப்பட்டிருந்தது. வர்ஷா எந்த உணர்வும் இல்லாமல் சரியென்று தலையாட்டிவிட்டு நாடகப்பிரதியை வாங்கிக் கொண்டாள்.

இன்று மாலைப் பொழுதை அவள் வெளியே கழிக்க விரும்பினாள், ஆனால் வழி ஒன்றும் புலப்படவில்லை. என்ன செய்யலாம்? மன்சூர் வீட்டிற்கே போகலாமா? அவரை சந்தித்தும் பல நாட்கள் ஆகிவிட்டன.

அப்போதுதான் கதவைத் தட்டும் ஒலி கேட்டது.

''வர்ஷா அக்கா!'' வெளியே பிங்கி நின்றிருந்தாள், ''அனுபமா அக்காவிடமிருந்து போன்.''

★ ★ ★ ★

அனுபமா மூடி டைப், நிலையில்லாத சுபாவம்.

அவள் தந்தை போபாலில் பிசினஸ்மேன். அவள் பத்து வயதிலிருந்து டில்லி, மதர்ஸ் ஸ்கூல் ஹாஸ்டலில் இருந்தாள். நாடகக் கல்லூரிக்கு வருவதற்கு முன் அவள் முதலில் சிதார் கோர்சிலும், பிறகு கதக் கோர்சிலும் சேர்ந்தாள், ஆனால் சில மாதங்களில் மனம் சலித்து விட்டது. அவள் பகவான் தாஸ்ரோடு, வேலை பார்க்கும் மகளிர் விடுதியில் இருந்தாள். ஸ்ரீராம் சென்டர் கபேயில் சில நாடகக் கல்லூரி மனிதர்களோடு பரிச்சயம் ஏற்பட்டதும் அவள் நடிப்பு கோர்சில் சேர்ந்துவிட்டாள். (வீட்டிலிருந்து முன்புபோலவே நான்கு இலக்க செக் ஒன்று ஒவ்வொரு மாதமும் வந்துகொண்டிருந்தது). இந்த நாட்களில்தான் சசாங்க முகோபாத்யாயாவுடன் பரிச்சயம் ஏற்பட்டு அவள் 'யுகாந்தரு'டன் இணைந்து சுற்றியிருந்த, அரைகுறை நகரமாக மாறியிருந்த கிராமங்களில் தெரு நாடகங்கள் நடத்தத் தொடங்கினாள். இந்த அனுபவத்தை அவள் ஜீவனுள்ளதாகவும், அடிப்படையாகவும் உணர்ந்தாள். மெல்ல மெல்ல நாடகமேடை குறித்த அவள் கருத்து மாறத் தொடங்கியது. 'கலப்பற்ற கலை நாடகமேடை'யிலிருந்து விலகி 'இலட்சிய நாடகமேடை'யின்பால்

கவரப்பட்டாள். தொடக்கத்தில் அவள் இடது சாரிக் கட்சிக் கொள்கைகள் சார்ந்த நாடகங்களில் நடித்தாள், அவற்றின் லட்சியம் 'சாதாரண மனிதனின் அறிவைப் பெருக்கி, சமூக - அரசியல் மாற்றங்களுக்கத் தக்கவாறு தயார் செய்தல்'.

அந்த நாட்கள் மிகவும் சோதனையான நாட்கள். மாவோ கருத்துகள் எங்கும் பரவியிருந்தன. இன்னொரு சிறிய வியட்நாம் அமெரிக்காவை அச்சுறுத்தியது. நக்ஸலைட்டுகள் தீவிரவாத நடவடிக்கைகளால் மேற்கு வங்காளத்தின் அச்சு ஆடிப் போயிருந்தது. சாரு மஜூம்தார் மாணவர்களை கிராமப்புறங்களுக்கு சென்று விவசாயிகளைத் திரட்ட அழைப்பு விடுத்தார். அனுபமா கனவுக் கண்களோடு மாவோ, ஹோசி மின்ஹ், க்வே வரொப் பற்றிப் பேசுவாள். ஒரு பலவீனமான வினாடியில் அவள் வர்ஷாவை தன் வட்டத்திற்குள் வந்துவிடும் விருப்பத்திற்கு இசையச் செய்துவிட்டாள். அந்த நாட்களில், புரட்சி டில்லி கேட்டில் சிவப்பு விளக்கின் காரணமாக தடைபட்டு நிற்பது போலவும், எந்த வினாடியிலும் மண்டிஹவுசில் வந்த நின்றுவிடும் என்பது போலவும் அவள் புரட்சியைப் பற்றி தன்னம்பிக்கையோடும், உறுதியாகவும் பேசுவாள். ஆனால், கொஞ்ச நாட்களில் தன்னோடு வேலை செய்தவர்கள் நடந்து கொண்ட முறை, பொதுமக்களின் நெருக்கம் ஆகியவற்றால் தெரு நாடகத்தைக் குறித்த அவள் பார்வை மாறியது.

இதில் வெற்றிகரமான பாத்திரத்தை ஏற்றவள் பல்வலை சேர்ந்த லாக்கி என்ற ஒரு பெண் தொழிலாளி.

அவள் கணவன் வேறொருத்தியைக் குடிசையில் கொண்டு வந்து வைத்துக் கொண்டு லாக்கியையும் பிள்ளையையும் துரத்திவிட்டான். தெரு நாடகத்தில் ஏற்பட்ட பரிச்சயத்தால் லாக்கி அனுபமாவிடம் வந்தாள். இரண்டு - மூன்று நாட்கள் அலைந்து திரிந்து அனுபமா லாக்கிக்கு ஒரு தெரிந்தவர் வீட்டில் வேலைக்காரி வேலை தேடித் தந்தாள், அங்கேயே தங்கிக் கொள்ளவும் வசதி இருந்தது. டில்லியிலிருந்து வெகு தூரத்தில் நாடகக் காட்சி முடிந்த பின்னர் மக்கள், முக்கியமாக பெண்கள் தங்கள் சொந்த பிரச்னைகளைக் கூறியபோது இப்போது சமூக-அரசியல் மாற்றத்திற்கான அடிப்படையைத் தயார் செய்வதை விட சுகாதாரக் கல்வியின் முக்கியத்துவத்தை வலியுறுத்துவது, குடும்பக்

கட்டுப்பாட்டின் லாபத்தைக் கூறுவது, மது, வரதட்சணை, இளம் வயதுத் திருமணம் ஆகியவற்றின் தீங்குகளைத் தெளிவுபடுத்துவது, பெண்கள் தற்சார்புள்ளவர்களாக இருக்க உதவி செய்வது மிகவும் அவசியம் என்று அனுபமா உணர்ந்தாள். சசாங்கனுக்கு அனுபமாவின் சிறப்பான இந்த மாற்றம் பிடிக்கவில்லை. நீண்ட விவாதத்திற்குப் பின்னர் அனுபமாவை ஒத்துக் கொள்ள செய்ய முடியாதபோது அனுபமா 'பிகுல்' என்ற பெயரில் ஒரு தனி நிறுவனத்தைத் தொடங்கிவிட்டாள். இதில் மகளிர் விடுதியின் உயர் அதிகாரிகள், முக்கியமாக மகளிர் நல சமிதியின் ஸ்ரீமதி ஜுத்ஷி மிகவும் உதவி செய்தாள்.

முதல் ஆண்டு வர்ஷா இரண்டு - மூன்று முறை அனுபமாவுடன் தெரு நாடகம் நடத்தப் போயிருந்தாள். ஞாயிற்றுக்கிழமை காலை ஆறு மணிக்கு அவர்கள் புறப்படுவார்கள். சுமார் பத்து மணிக்கு நாடகம் தொடங்கும். ஒரு நாளில் மூன்று கிராமங்களில் நாடகம் நடத்த முயற்சிப்பார்கள். ஆனால் சாதாரணமாக இரண்டாவது கிராமத்திற்குப் பிறகு மாலை மங்கத் தொடங்கிவிடும். முதலில் முகாமிடும் கிராமத்து மக்கள் அன்பினால் கிராமத்தை விட்டுப் போகவிடமாட்டார்கள். கிராமத் தலைவர் தன் வீட்டில் சாப்பிடாமல் போக விடமாட்டார். சர்பத், மலாட் டீ கிளாஸ்கள் வரிசை அணிவகுக்கும். சொந்தப் பிரச்னைகளின் அவலக்கதை தொடங்கிவிட்டால் நிறுத்தினாலும் நிற்காது.

இரண்டாவது ஆண்டில் அனுபமா மாறத் தொடங்கிவிட்டதை வர்ஷா கவனித்தாள். தன் ஆடை அலங்காரம், மேக் அப்பில் அலட்சியம் வந்துவிட்டது. ஸ்கூலில் மூன்று நாட்கள் ஒரே ஜீன்ஸ்-கமீஜ் அணிந்துகொண்டு வந்தாள். தெரு நாடகங்களுக்குப் போகும்போது சாதாரண சேலையை சுற்றிக் கொள்வாள். மெல்ல மெல்ல அவளுடைய பழைய பப்ளிக் ஸ்கூல் நண்பர்களும் சிதறிப் போக ஆரம்பித்தார்கள்.

இரண்டாம் ஆண்டு முடிவிற்குள் நாடகக் கல்லூரியில் அனுபமாவின் ஆர்வம் மிகவும் குறைந்துவிட்டது. அவள் ஸ்கூலை விடாததற்குக் காரணம் சேரும் சமயம் டாக்டர் அடலுக்கு அவள் கொடுத்த வாக்குறுதிதான். அவள் நல்ல நடிகை என்பதுதான் இதில் சுவாரசியமான விஷயம். இரண்டாம் ஆண்டு 'மதிப்பிற்குரிய

வேசி'யில் எலிஜெபெத்தாக அவள் தன் விசேஷத் திறனை வெளிப்படுத்தியிருந்தாள். செமஸ்டர் முடிவில் அவளுக்கு 'மீடியா'வில் முக்கியமான பாத்திரம் கிடைத்திருந்தது. மிகவும் ஆர்வம் காட்டாதபோதும் அவள் நாடகம் பாராட்டப்பட்டது. அவளுக்கு ரிப்பர்ட்டரியில் சேர அழைப்பு கிடைத்தது, அதை அவள் ஏற்றுக்கொள்ள வில்லை.

இப்போது அவள் தலைநகரில் மூன்று-நான்கு பெண்கள் தொடர்பான பிரச்சனைகளோடு தொடர்பு கொண்டிருந்தாள். ஒரு சமூக சேவகி 'பிகுலு'க்காக ஒவ்வொரு ஞாயிற்றுக்கிழமையும் தெரு நாடகங்கள் நடத்த வசதியாக தன் மினிபஸ்ஸைப் பெட்ரோல் போட்டு அனுப்பிவிடுவாள்.

லோடி கார்டனுக்கு முன்னாலேயே சிறிய, அழகிய பங்களா. மிகப் பெரிய லான். இடது பக்கம் மாமரத்தை சுற்றி கொடி மண்டபம் அமைந்திருந்தது. பூம்பாத்தியில் பூஞ்செடிகள் ஆடிக் கொண்டிருந்தன. வராந்தாவை ஒட்டி அலுவலகம் போன்ற ஒரு அறை இருந்தது.

வர்ஷா திறந்த கேட் வழியாக உள்ளே நுழைந்தபோது மழை பெய்ய ஆரம்பித்தது. தலை நனைந்துவிடக் கூடாதே என்று அவள் வேகமாக அடியெடுத்து வைத்தாள் (தன் தோற்றத்தைப் பற்றிய சிந்தனை இப்போது அதிகரித்திருந்தது).

டிராயிங் ரூம் கதவு திறந்திருந்தது, ஆனால் யாரும் காணப்படவில்லை. அவள் ஒரு வினாடி அழைப்பு மணியைத் தொட்டாள்.

செருப்பொலியுடன் கருப்புநிற, இருபத்திநான்கு - இருபத்தைந்து வயது இளம்பெண் வெளியில் வந்தாள். வெற்றிலைக் காவி படிந்த பற்கள்.

"வர்ஷா அக்கா, இல்லை?" என்று அவள் சிரித்தாள், "நீங்கள் வரும்போதே மழையைக் கொண்டு வந்துவிட்டீர்கள். வாருங்கள்." வர்ஷா மூலையில் இருந்த சோபாவில் அமர்ந்தாள்.

''உபமா அக்கா குளித்துக்கொண்டிருக்கிறார்கள். காலையில் போனவள் இப்போதுதான் திரும்பி வந்தார்கள்.'' அவள் ஒரு வினாடி தயங்கி புன்னகை செய்தாள், ''என் பெயர் ஜுமக்கி.''

''நல்லது.''

''நீங்கள் என்ன குடிக்கிறீர்கள்? டீயா, காப்பியா? ஃபிரிட்ஜில் கைம்ப்பா, மங்கோலா, லிம்காவும் இருக்கிறது. அக்கா காபிதான் குடிப்பார்கள்.''

''எனக்கும் காபி.''

ஜுமக்கி போய் சில வினாடிகளில் உள்ளே எங்கேயோ கதவு திறந்தது. பிறகு பாத்ரோபில் துண்டால் தலைமுடியைப் பொட்டலம் போல கட்டிக் கொண்டு அனுபமா வந்தாள்.

''ஹாய்...'' வர்ஷா எழுந்து நின்றாள்.

அனுபமா அவளை அணைத்து கன்னத்தில் முத்தமிட்டாள், ''நன்றாக மெருகேறி வந்திருக்கிறாய். டார்ஜிலிங்கின் சீதோஷ்ண விளைவு போலிருக்கிறது.''

வர்ஷா புன்னகையோடு முன்னால் உட்கார்ந்தாள், ''நீ இங்கே எப்போது மாறினாய்?''

''ஒரு மாதம் ஆயிற்று.''

ஜுமக்கி ட்ரேயை முன்னால் நீட்டியபோது வர்ஷா கோப்பையை எடுத்துக் கொண்டாள்.

''ஜீனி ஒரு கரண்டி போட்டிருக்கிறது.'' ஜுமக்கி பாராட்டை எதிர்பார்க்கும் பாவனையில் அனுபமாவைப் பார்த்தாள்.

''சபாஷ்...'' அனுபமா புன்னகை செய்தாள், '' மண்டி ஹவுசே உன்னைப் பாராட்டும்படி வர்ஷா அக்காவிற்கு சாப்பாடு தயார் செய். இவர்களுக்கு பரோட்டா மிகவும் பிடிக்கும். செய்து விடுவாயா?''

''ஏன் செய்யமாட்டேன்?''

மாலையில் தனியாக விடப்பட்ட சோகத்திற்குப் பின்னர் இத்தகைய நெருக்கம் வர்ஷாவுக்கு மிகவும் இனிமையாக இருந்தது.

காபியும் காபி டிக்காஷன், பால், ஜீனி அளவாகக் கலந்து நன்றாக இருந்தது. அனுபமா ஜுமக்கிக்கு கற்றுக் கொடுத்துக் கொண்டிருக்கிறாள் என்று அவள் நினைத்துக் கொண்டாள்.

''இங்கே என் காலை நேரத் தொடக்கம் நன்றாக இருக்கிறது. முதலில் ஜுமக்கியின் சிரித்தமுகம்,'' அனுபமா காபியைக் குடித்தாள், சில வினாடிகள் கண்களை மூடிக்கொண்டாள், பிறகு கண்களைத் திறந்தாள், ''காலை ஏழு மணிக்குப் போய்விட்டு இப்போதுதான் திரும்பியிருக்கிறேன். பஹாட்கஞ்சில் ஒரு விதவைப் பெண்ணை மாமனார் வீட்டுக்காரர்கள் வெளியே துரத்திவிட்டார்கள். போலீசைக் கூப்பிட வேண்டியிருந்தது. எல்லாரிடமும் ஸ்டேட்மெண்டு வாங்கினார்கள். மாமனாரை போலீஸ் பவுண்டு - டவுன் செய்தது. இப்போது அந்தப் பெண் அங்கே இருக்கத் தயாராக இல்லை. அவள் வீட்டை விட்டுப் போய்விட்டால் சொத்தில் சட்ட உரிமை போய்விடும் என்று மணிக்கணக்காக அவளுக்கு அறிவுறுத்தினோம். மிகவும் கஷ்டப்பட்டு ஒத்துக் கொண்டாள். இந்த வீட்டு போன் நம்பர் கொடுத்துவிட்டு வந்திருக்கிறேன். சகோதரி, என்னைக் காப்பாற்று என்று எந்த வினாடியும் போன் வரக்கூடும்.''

''இது என்ன இடம்?''

''இது மகளிர் நல நிறுவனமான 'மரஹமி'ன் செக்ரட்டரி வீடு, அலுவலகம். கடந்த பல ஆண்டுகளாக இங்கு மிஸ் வீரோனிக்கா இருந்தாள், இப்போது அவள் ஒரு யுனெஸ்கோ அஸ்ஸைன் மெண்டில் பாரிஸ் போய்விட்டாள். இப்போது 'மரஹமி'ன் நடவடிக்கை இயக்குநர் ஸ்ரீமதி ஜுத்ஷிதான்.'' அனுபமா எழுந்துநின்றாள்.

''வீட்டைப் பார்க்கிறாயா?''

உள் முற்றத்திற்கு முன்னால் எல்லாப் பொருள்களும் நிறைந்த அலங்காரமான சமையலறை. அடுத்து ஸ்டோர் ரூம். டிராயிங் ரூமில் இடது பக்கம் அனுபமாவின் பெட்ரூம், முழுமையாக ஃபர்னிஷ்டு பெட்ரூம் - டபுள் பெட், முக்காலிகள், படிக்க-எழுத மேஜை-நாற்காலி, விளக்கு, பூங்கொத்து, படங்கள்.

அட்டாச்டு பாத்ரூம். இது போலவே ஃபர்னிஷ்டு இரண்டாவது பெட்ரூம் டிராயிங்ரூமின் வலதுபுறம் இருந்தது. தோட்டப்புற ஜன்னல்கள் திறந்திருந்தன. திரைகள் இழுக்கப்பட்டிருந்தன. மழையின் மெல்லிய ஒலி, நனைந்த பூக்கள் - இலைகளின் மணம்... வர்ஷா மயங்கிப்போய் ஜன்னல் அருகில் நின்று கொண்டிருந்தாள்.

''நீ இந்த அறைக்கு மாறி வருகிறாயா?'' அனுபமா கட்டிலில் உட்கார்ந்து காபியைக் குடித்துக்கொண்டிருந்தாள்.

வர்ஷா திகைத்தாள்.

''மிஸ் வீரோனிக்கா இன்னும் ஐந்து ஆண்டுகள் விடுமுறை எடுத்திருக்கிறாள். ஆனால், அவள் நான் திரும்பி வரமாட்டேன் ஸ்வீடன் போகிறேன் என்று ஸ்ரீமதி ஜுத்ஷியிடம் சொல்லியிருக்கிறாள்.''

வர்ஷா மெல்ல அடி எடுத்துவைத்து அனுபமா அருகில் வந்தாள்.

''இங்கு என் ஹானரேரியம் மாதத்திற்கு இரண்டாயிரம் ரூபாய் மின்சாரம், போன் பில்லை நிறுவனம் கட்டிவிடும். பார்ட்டைம் தோட்டக்காரன் இருக்கிறான். ஜுமக்கி சமைத்து விடுவாள். அவள் இருப்பதற்கு செல்ஃப் கண்டெண்ட் அவுட் ஹவுஸ் இருக்கிறது. வருஷத்திற்கு இரண்டு புடவை - ப்ளவுஸ். பணம் எவ்வளவு தருவது என்று இன்னும் தீர்மானிக்கவில்லை.'' அனுபமா அவளைப் பார்த்தாள், ''நீ 14 / 14 -ஐ விட விரும்புகிறாய், இல்லையா?''

அனுபமா பலமுறை அவள் வீட்டிற்கு வந்திருந்தாள். கல்யாணத்திற்குப் பிறகு போபாலிலிருந்து அவள் தந்தை கோபத்தோடு வந்தபோது அவள் இரண்டு நாட்கள் வர்ஷாவின் அறையில் மறைந்திருந்தாள். அப்பாவுடனான மோதல் வர்ஷா வீட்டில்தான் அரங்கேறியது.

''வேறு இடம் கிடைத்தால், விட்டுவிடத்தான் விரும்புகிறேன்.'' என்றாள் வர்ஷா, ''சதவந்தி நன்றாகத்தான் கவனித்துக் கொள்கிறாள். ஆனால் இடம் போதவில்லை. பிரைவசி இல்லை, சமையல் அறை வசதி இல்லாமல் இருக்கிறது. அவளோடு

பேசுவதற்கு விஷயம் மிகவும் குறைவு. நான் சும்மா இருந்தால் நான் ஏதோ வெறுப்பில் இருக்கிறேன் என்று நினைத்துக் கொள்கிறாள். அங்கே எனக்கு கட்டிப் போட்டது போல் இருக்கிறது.''

''ஸ்ரீமதி ஜுத்ஷியிடம் நான் உனக்காக அனுமதி வாங்கியிருக்கிறேன். அவர்களுக்கு பிடித்துதான் இருந்தது. காரணம் இதுதான், நான் இல்லையென்றால் நீ போனை எடுப்பாய். யாராவது ஒருத்தி கஷ்டநிலையில் இருந்தால் அவளுக்கு உதவி செய்யும் வழியைப் பற்றி சொல்வாய். ஜுமக்கிக்கு நான் கற்றுக் கொடுத்துக் கொண்டிருக்கிறேன், ஆனால் அவள் கற்றுக் கொள்ள நாள் பிடிக்கும்.'' அனுபமா அவளைப் பார்த்தாள், ''உன்னோடு இருப்பதால் எனக்கும் நல்லது. என் மனம் நிலையில்லாதது என்று உனக்குத் தெரியும்.''

''சதுர்புஜ் இங்கே இருப்பாரா?''

''இல்லை. அவர் பாபர்லேன் அறையை விட்டு விடுவதை நான் விரும்பவில்லை. இடையிடையே ஒன்றிரண்டு நாட்கள் இங்கே இருந்தால், என் பெட்ரூமில் இருப்பார். உன் சுதந்திரமும், பிரைவசியும் பத்திரமாக இருக்கும்.'' அனுபமா புன்னகை செய்தாள், ''உன் பாய் ஃப்ரண்டும் மகிழ்ச்சியுடன் வரவேற்கப்படுகிறார்.''

வர்ஷாவும் புன்னகை செய்தாள் - பின்னர் கேட்டாள், ''செலவில் என் ஷேரை எப்படி கணக்கிடுவது?''

''நீயே சொல்.''

வர்ஷா சில வினாடிகள் யோசித்தாள், ''இப்படி செய்வோம், சமையல் ஹெட்டில் நாம் பாதிப் பாதி பகிர்ந்துகொள்வோம். தோட்டக்காரன், ஜுமக்கி சம்பளம் நான் தருகிறேன். அது சுமாராக எவ்வளவு தரலாம்?''

''லக்ஷ்மண் ஒன்றும் வாங்கமாட்டேன் என்கிறான். அவன் தம்பிக்கு நான் வேலை வாங்கிக் கொடுத்தேன். தற்போது அவனுக்கு நூற்றைம்பது ரூபாய் கொடுப்போம். பகலில் ஒரு மணி நேர வேலை. ஜுமக்கிக்கு முன்னூறு ரூபாய் தர நினைக்கிறேன். சரியா?''

வர்ஷா தலையை ஆட்டினாள்.

''ஜூமக்கிக்கு நான் ஆங்கிலமும் டைப்பிங்கும் கற்றுக் கொடுக்க விரும்புகிறேன். இதில் நீ எனக்கு உதவி செய்கிறாயா?''

''நிச்சயம். இந்த வேலையை என்னிடமே விட்டுவிடு. மாலையில் நான் நேராக வீட்டிற்கு வந்து விடுவேன்.''

★ ★ ★ ★

''எப்படி இருக்கிறாய்?'' ஹர்ஷ் மெல்லிய புன்னகையுடன் கேட்டான்.

''நன்றாக இருக்கிறேன்.''

ஹர்ஷ் டிராயிங்ரூமிற்கு வந்தான். பொதுவாக அறையை சுற்றிலும் பார்த்துவிட்டு, ''இடம் நன்றாக இருக்கிறது.'' என்றான்.

அவன் சோபாவில் உட்கார்ந்தான், டிரிபிள் ஃபைவ் சிகரெட்டைப் பற்றவைத்தான், '' 14 / 14 - லிருந்து உனக்கு விடுதலை கிடைத்ததில் எனக்கு சந்தோஷம்.''

31, ஜோட்பாகில் அவளுக்கு முதலில் வந்த போன் ஹர்ஷினுடையதுதான்.

''அக்கா, உங்களுக்கு போன்...'' ஜூமக்கி அறையில் எட்டிப் பார்த்தாள்.

''யாரிடமிருந்து?''

''நான் கேட்கவில்லை.'' அவள் குறும்பாக புன்னகை செய்தாள்,'' மிகவும் இனிமையான குரல்.''

''குட்மார்னிங் டிராஜடிகுவீன்!'' ரிசீவரை எடுத்தவுடன் ஹர்ஷின் குரல் வந்தது.

''நீங்கள்...'' வர்ஷாவின் நெஞ்சு படபடத்தது.

''எப்போது வந்தேன், எப்படி இருக்கிறேன் என்று கேட்கமாட்டாயா?''

''என்னை சமாளித்துக் கொண்ட பிறகு கேட்பேன்...''

''வர்ஷா!...'' ஹர்ஷின் குரலும் தடங்கியது.

விளம்பரங்கள், பேனர்களிலிருந்து வெள்ளிக்கிழமை

'நடுக்கம்' பிரிமியர் இருப்பதாக வர்ஷாவுக்குத் தெரிந்தது. மண்டிஹவுசில் பலர் ஹர்ஷைப் பற்றிக் கேட்டார்கள். அவள் தெரியாதென்று சொல்லிவிட்டாள். அம்மாவிற்கும் சுஜாதாவிற்கும் கூட போன் செய்யவில்லை. அவளாக இப்போது ஒன்றும் கேட்க மாட்டாள்.

"மிகவும் கோபமாக இருக்கிறாயா?"

"கோபப்படுவதற்கு எனக்கு என்ன உரிமை இருக்கிறது..." மாதக்கணக்கான தனிமை, வேதனை, இறுக்கம் அடக்க முயன்றும் அடங்கவில்லை.

"நன்றாக இருக்கிறாய், இல்லையா?"

"ஆமாம். கொஞ்சம் குண்டாகி இருக்கிறேன்." அவள் இருமி தொண்டையை சரி செய்து கொண்டாள், "ரிப்பர்ட்டரிக்கு எப்போது வருகிறீர்கள்? எல்லாருக்கும் பதில் சொல்லி சொல்லி தொண்டை காய்ந்து போயிற்று."

"இன்று வரமுடியாது. கொஞ்சம் ப்ரஸ் ஆட்களை சந்திக்க வேண்டும். நீ மாலையில் எப்போது திரும்பி வருவாய்?"

"நான்கே முக்கால் ஆகிவிடும்."

"சரி. நான் நான்கே முக்காலுக்கு வருகிறேன்."

ஜுமக்கி தண்ணீர் கிளாஸ் எடுத்துக் கொண்டு வந்தாள். ஒன்றும் சொல்லாமலே ஹர்ஷ் வர்ஷாவிற்கு மிகவும் வேண்டியவன் என்று அவள் புரிந்து கொண்டாள்.

"இவள் ஜுமக்கி." என்று வர்ஷா அறிமுகப்படுத்தினாள்.

ஹர்ஷ் புன்னகை செய்தான். தண்ணீர் குடித்தான்.

ஜுமக்கி வெட்கப்பட்டாள். முந்தானையால் பாதி முகத்தை மூடியபடி கேட்டாள், "குடிக்க என்ன கொண்டு வரட்டும்?"

"டீ குடிக்கிறேன் - கொஞ்ச நேரம் கழித்து." என்றான் ஹர்ஷ், "அனுபமா இல்லையா?"

"இல்லை, ஏதோ முக்கியமான மீட்டிங்."

ஹர்ஷ் எழுந்துநின்றான், ''உன் அறையைப் பார்க்கலாமா?''

ஹர்ஷ் அவளை அணைத்தபோது வர்ஷாவின் கண்கள் நனைந்து விட்டன. மிகவும் பழக்கப்பட்ட உடலின் அழுத்தமும், மணமும் பல நாட்கள் பிரிவால் இன்னும் வேகமாக, ஆவேசமாக இருந்தன. முத்தத்தின் முதல் வெப்பமே நீண்ட எதிர்பார்ப்பை, அதன் காயத்தை நீக்கிவிட்டன. நியம அடுக்குகள் தூளாகத் தொடங்கின. ஹர்ஷின் கிளர்ச்சியில் மிக அதிக அலைகள் தோன்றின. அவன் தன்னையும் ஆற்றிக் கொண்டிருப்பது போல் இருந்தது.

ஹர்ஷ் துப்பட்டா துணியால் அவள் கண்களைத் துடைத்தான். பிறகு நனைந்த இமைகளை முத்தமிட்டான்.

அவள் கட்டிலில் உட்கார்ந்தாள். ஹர்ஷ் எதிரில் நாற்காலியில் உட்கார்ந்தான். பின்னால் ஜன்னல் திறந்திருந்தது. காற்றலைகளில் பூம்பாத்திகளிலிருந்து மணம் உள்ளே பரவியது.

''இந்த இடம் கிடைத்தது மிகவும் நல்லதாயிற்று.'' ஹர்ஷ் சிகரெட் பற்ற வைத்தான்.

''ஆமாம். வாழ்க்கையில் மறுபடி கொஞ்சம் உற்சாகம் ஏற்பட்டிருக்கிறது. அனுபமா என்னையும், என் பிரைவசியையும் மிகவும் கவனத்தில் வைத்திருக்கிறாள்.''

'' 'ஏ' கிரேட் பெற்றதற்கு வாழ்த்துக்கள்.''

வர்ஷா திடுக்கிட்டாள், ''உங்களுக்கு எப்படி தெரியும்?''

''போன மாதம் டிக்டேட்டருக்கு போன் செய்திருந்தேன்.'' ஹர்ஷ் சிகரெட் புகையை இழுத்தான்.

''ஜுமக்கி, டீ...'' வர்ஷா சற்று உரத்த குரலில் சொன்னாள்.

''இதோ வந்துவிட்டேன்...'' உள் முற்றத்தின் அருகிலிருந்து ஜுமக்கியின் குரல் வந்தது. சில வினாடிகளுக்குப் பின் அவள் ட்ரே எடுத்துக் கொண்டு வந்தாள். டீ கெட்டிலுடன் சுடச்சுட பக்கோடா நிறைந்த தட்டும் இருந்தது. கோப்பைகளில் சுடுதண்ணீர் நிரம்பி இருந்தது. முந்தானையால் பாதி முகத்தை மூடியிருந்தாள். ட்ரேயை

வர்ஷா முன் வைத்துவிட்டு ஜுமக்கி போய்விட்டாள்.

''நான் மூன்று மாதமாக ஒரு புரொட்யூசர் நண்பர் ஃப்ளாட்டில் இருக்கிறேன். எனக்கு இரண்டு, மூன்று படங்கள் வந்திருக்கின்றன. ஆனால் 'நடுக்க'த்தின் பாக்ஸ் ஆபீசைப் பொறுத்துதான் எல்லாம் இருக்கிறது. அடுத்த வாரம் பம்பாயில் ரிலீஸ் ஆகிறது.'' ஹர்ஷ் டீயை இரண்டு வாய் பருகினான், ''மன்னித்துக்கொள். கொஞ்ச காலமாக உன்னோடு தொடர்பு கொள்ள முடியவில்லை. ஒரு பெரிய டெவலப்மெண்ட் கிடைக்கும் என்ற நம்பிக்கை இருந்தது. அந்த நல்ல செய்தியையே தரலாம் என்று நினைத்திருந்தேன். ஆனால் ப்ராஜெக்ட் இன்னும் மெச்சூர் ஆகவில்லை.''

''அம்மா என்ன செய்கிறார்கள்?''

''தனியாக இருக்கும் அதே புலம்பல்... நான் என்னோடு அழைத்துப் போக தயாராக இருக்கிறேன், ஆனால் அங்கே என் வாழ்க்கை முற்றிலும் ஒழுங்கில்லாமல் இருக்கிறது.'' ஹர்ஷ் கசப்புடன் புன்னகை செய்தான் , ''ஃபிளாட் என் பெயரில் இருக்கிறது என்று எனக்குத் தெரியும். 'நடுக்கம்' நன்றாக ஓடினால் நான் அதன் விலையைத் தரவேண்டியிருக்கும். சரி, நான் ஒத்துக்கொள்கிறேன்.'' அவன் ஒரு வினாடி நிறுத்தினான், ''ஆனால், 'நடுக்கம்' ஓடவில்லை யென்றால்?''

ஹர்ஷின் குரலும், பாவமும் மாறியிருந்தன. அந்த ஒரு வினாடி அவன் அந்நியனாகத் தோன்றினான்.

ஏனோ, தெரியவில்லை, பய அலை வர்ஷாவை நடுங்கச் செய்தது.

★ ★ ★ ★

வர்ஷா அசோகா லாபியில் அமைதியில்லாமல் உலாவிக் கொண்டிருந்தாள். மணி ஒன்று. ஹர்ஷைக் காணவில்லை. சினேகனும் வரவில்லை. அனுபமா தான் வரமுடியாதென்றும், ஸ்ரீமதி ஜுத்ஷியுடன் சமூக நல அமைச்சரகத்திற்குப் போகவேண்டியிருப்பதாகவும் ரிப்பர்ட்டரிக்கு போன் பண்ணி சொல்லிவிட்டிருந்தாள்.

அவள் மீண்டும் ரிசப்ஷன் முன் வந்து உட்கார்ந்தாள். சாருஸ்ரீயின் அறை எண் தெரிந்திருந்தது. ஆனால் போன் செய்வது உசிதமாகப் படவில்லை. அறிமுகம் இல்லை. எப்படி நடந்துகொள்வாள் என்று தெரியவில்லை.

அப்போது சபாரி சூட் அணிந்த ஒரு பருத்த, கறுப்பு மனிதன் கையில் டிரிபிள் ஃபைவ் டின்னுடன் வந்து பொதுவாக சுற்றிலும் பார்த்தான். பின்னர் முன்னால் வந்து உணர்ச்சியற்ற குரலில் கேட்டான், ''நீங்கள்தான் வர்ஷா வசிஷ்டா?''

வர்ஷா ''ஆமாம்'' என்றாள்.

''வாருங்கள்.'' அவன் திரும்பி லிப்டின் பக்கம் சென்றான்.

மேல் மாடியில் தாழ்வாரத்தைக் கடந்து செல்லும் போது அவனைப் போலவே இருந்த இன்னொரு மனிதன் சோபாவிலிருந்து எழுந்து நின்றான், ''இது யார்?'' அவன் பாவனைகள் முற்றிலும் கடுமையாக இருந்தது.

''ஹர்ஷின் ஃபிரண்ட்.''

மணி அடித்ததும் வெள்ளை சேலை அணிந்த ஒரு மாநிறமான பெண் கதவைத் திறந்தாள்.

அந்தப் பெண் சோபா பக்கம் கையைக் காட்டிவிட்டு உள்ளே போய்விட்டாள். மேசை மேல் மூன்று - நான்கு பூங்கொத்துகள் இருந்தன, பழக்கூடை. உள்ளே ஏதோ பெண் குரல் போனில் பேசிக் கொண்டிருந்தது - இடையிடையே கலகலவென்ற சிரிப்பு. பிறகு கனத்த கம்பளத்தின் மீது மெல்லிய காலடி ஓசை கேட்டது. பிறகு வாசனையைப் பரப்பியபடி சேலை அணிந்த ஒரு மிகக் கவர்ச்சியான பெண் வந்தாள், ''நான் சாருஸ்ரீ.'' அவள் மனம் மயக்கும் அழகுடன் தன் கையை முன்னே நீட்டினாள்.

அவசரமாக எழுந்த வர்ஷா கைகுலுக்கினாள்.

''ஹர்ஷும், புரொட்யூசர் - டைரக்டரும் சில ஜர்னலிஸ்டுகளுடன் பாரில் இருக்கிறார்கள். மன்னியுங்கள், நீங்கள் காத்திருக்க வேண்டி வந்துவிட்டது.'' சாருஸ்ரீ மீண்டும் நளினமாக சோபா பக்கம் கையைக் காட்டிவிட்டு எதிரில் உட்கார்ந்தாள்.

''எங்கள் ஃப்ரண்ட் சிநேகனும் வருவதாக இருந்தது, அதனால் நான்...''

''அவரிடமிருந்து போன் வந்திருந்தது. அவர் ஃபரீதா பாத் ஃபேக்டரியில் இருக்கிறாராம். வரமுடியவில்லையாம்.''

''அப்படியானால், நான் போகிறேன்.'' வர்ஷா எழுந்தாள், ''மன்னியுங்கள், உங்களை டிஸ்டர்ப் பண்ணி விட்டேன்.''

சாருஸ்ரீ புன்னகையுடன் அவளைப் பார்த்தாள், ''உங்களை லஞ்சுக்கு அழைத்திருக்கிறோம். அதை முடிக்காமல் நீங்கள் எப்படி போக முடியும்? நீங்கள் ஹர்ஷின் சிநேகிதி, விருந்தோம்பல் பொறுப்பு என்னுடையது.''

வெட்கப் புன்னகையுடன் வர்ஷா மீண்டும் உட்கார்ந்தாள்.

''உண்மையில் ப்ரஸ் கான்ஃப்ரன்ஸ் நான்கு மணிக்குதான். அவர்கள் ப்ரஸ்ஸிலிருந்து வந்த சில நண்பர்கள். இவர்களை சந்திப்பதால் படத்தின் வெற்றிக்கு நல்லது என்று மிஸ்டர் பாண்ட்யாவுக்குத் தோன்றியது.''

சாருஸ்ரீயின் ஆடைகள் விலை உயர்ந்ததாக நேர்த்தியாக இருந்தன. நகைகள் கொஞ்சமாக இருந்தாலும் அழகைக் கூட்டுவனவாக இருந்தன. ஒரு ஃபிலிம் ஸ்டாரை இவ்வளவு நெருக்கத்தில் வர்ஷா பார்ப்பது இதுதான் முதல் முறை.

''உங்கள் நாடகம் ஏதாவது இப்போது நடந்து கொண்டிருக்கிறதா?''

''என்னுடையது ரிகர்சல்தான் நடந்துகொண்டிருக்கிறது. ஆனால் எங்கள் ரிப்பர்ட்டரி நாடகம் நடந்து கொண்டிருக்கிறது 'டிராஜன் விமன்'.''

''இது எதைப் பற்றியது?''

''பெண்கள் மீது போரின் அழிவு விளைவுகளைப் பற்றியது.''

''இதைத்தான் 'கிரீக் டிராஜடி' என்று சொல்கிறார்களா? ஹர்ஷ் சொன்னார்.''

வர்ஷா ஆமாம் என்று தலையாட்டினாள்

"நான் உங்கள் டிராமாவைப் பார்க்க விரும்புகிறேன். ஆனால் எல்லாரும் நீங்கள் மாப்டு ஆகி விடுவீர்கள் என்று பயமுறுத்துகிறார்கள்."

"நான் உங்களை ஸ்டுடியோ தியேட்டரில் ஆறு மணிக்கு உட்கார வைக்கிறேன் - வலது மூலையில், பின்சீட்டில், நீங்கள் இருப்பதே யாருக்கும் தெரியாது."

சாருஸ்ரீ கலகலவென்று சிரித்தாள், "நல்லதாயிற்று. அடுத்தமுறை உங்களை நான் கான்டாக்ட் பண்ணுகிறேன்."

ஒரு வினாடி அமைதி.

"நீங்கள் அபிடைஜர் என்ன சாப்பிடுகிறீர்கள்?" சாருஸ்ரீ மெனுவை அவள் முன் நீட்டினாள்.

"உங்களுக்குப் பிடித்ததை."

"எனக்கு இங்கே ஜல்ஜீரா மிகவும் பிடிக்கும்." சாருஸ்ரீ புன்னகை செய்தாள், "சாப்பிடுகிறீர்களா?"

"கட்டாயம்." அவள் மெனுவைக் கீழே வைத்துவிட்டாள்.

"யாஸ்மின்..." சாருஸ்ரீ இதமாக அழைத்தாள்.

மாநிறப் பெண் பின்னால் போன் டயலை சுழற்றத் தொடங்கினாள்.

வர்ஷா சாருஸ்ரீயின் தன்னம்பிக்கையில் மயங்கிக் கொண்டிருந்தாள்.

"ஹர்ஷ் உங்கள் ஆக்டிங்கை மிகவும் புகழ்வார். உங்கள் அந்த நாட்கள் ஏதோ ஃபாரின் கண்ட்ரி பேக் கிரவுண்ட் நாடகம், ஹீரோயின் டிஃபெக்ட் ஆகிவிடுகிறாள்..."

"'தங்கள் - தங்கள் நரகம்'." என்றாள் வர்ஷா, "இங்கே மிகச் சிறந்த ஆக்டர்ஸ் இருக்கிறார்கள். சூர்யபான், மமதா, அர்ச்சனா, சிந்தாமணி... ஆதித்யாவையும், ஹர்ஷையும் நீங்கள் இழுத்துக்கொண்டீர்கள்."

"ஹர்ஷ் மிகவும் சென்சிடிவ் ஆக்டர். அவருடைய முதல் ஆக்டைப் பார்த்தே நான் பிரமித்துவிட்டேன். நீங்கள் 'நடுக்கத்'தில்

பார்ப்பீர்கள். எத்தனை உயரிய நடிப்பு!'' சாருஸ்ரீ தீவிரமாக சொன்னாள், ''இறைவா, படம் வெற்றி பெறவேண்டும் என்று சாயங்காலம் பிடாவா கோவிலுக்கு காணிக்கை அனுப்ப இருக்கிறேன்.''

வெயிட்டர் கிளாசை மேஜை மேல் வைத்தான். சாருஸ்ரீ எடுத்துக் கொள்ளும்படி கூறினாள், வர்ஷா கிளாசை எடுத்துப் பருகினாள்.

''நீங்கள் என் படங்களைப் பார்த்திருக்கிறீர்களா?''

வர்ஷா எச்சரிக்கையானாள். ''ஆமாம்''.

''என்னைப் பற்றி என்ன நினைக்கிறீர்கள்?''

வர்ஷா சில வினாடிகள் யோசித்தாள். இவ்வளவு பெரிய ஸ்டார் உள்ளுக்குள் கொஞ்சம் பாதுகாப்பில்லாமல் இருக்கிறாளா, அவள் மூலம் சக்தி பெற விரும்புகிறாளா? அல்லது தன்னைக் குறித்து முழுதும் திருப்தியாக இருக்கிறாளா - வர்ஷாவைத் தட்டிப் பார்க்க விரும்புகிறாளா?

''நீங்கள் நாட்டியத்தில் மிகவும் சிறந்தவர்கள். ஒரு நடிகையாகவும் என்னைக் கவர்ந்தீர்கள். 'கோவில்' படத்தில் நீங்கள் தற்கொலை செய்து கொள்ளும் காட்சியை என்னால் மறக்க முடியாது.''

சாருஸ்ரீயின் கண்கள் ஒளிர்ந்தன.

''நீங்கள் சிறந்த கலைப்படங்களில் நடித்தால் நன்றாக நடிப்பீர்கள் என்று எனக்கு நம்பிக்கை இருக்கிறது.''

''கலைப் படங்களில் ஒன்றும் கிடைப்பதில்லை. என் முதல் படத்தில் மிஸ்டர் பாண்ட்யா அசிஸ்டெண்ட் டைரக்டர் என்பதாலும், அவர் மிகவும் ஊக்குவித்ததாலும் 'நடுக்கம்' படத்தில் நடித்தேன்.'' என்றாள் சாருஸ்ரீ, ''நீங்கள் மாலையில் 'நடுக்கம்' பார்க்கிறீர்கள், இல்லையா?''

வர்ஷா ஆமாம் என்று தலையாட்டினாள்.

''நீங்கள் அதைப் பற்றி என்ன நினைக்கிறீர்கள் என்று சொல்லுங்கள். எனக்கு மிகவும் உற்சாகமாக இருக்கும்.'' என்று

அவள் தொடர்ந்து கூறினாள், ''இந்தப் பாத்திரத்தை நான் செய்தேன் என்றால் அதன் பெருமை ஹர்ஷுக்குதான்.''

அவள் வர்ஷாவை ஆழமாகப் பார்த்தாள் - அந்த வினாடி உறைந்து விட்டதுபோல் தோன்றியது.

''உங்கள் ஃபிகர் மிக நன்றாக இருக்கிறது. மிக அழகான கண்கள், போட்டோஜெனிக் முகம்.. ஹர்ஷ் சரியாகத்தான் சொன்னார்.''

வர்ஷா கூச்சப்பட்டாள். சாருஸ்ரீயின் கண்களில் எடைபோடும் பாவம் இருந்தது. வர்ஷா கண்களைத் தாழ்த்திக் கொண்டாள்.

''நீங்களும் ஹர்ஷும் மிகப் பழைய நண்பர்கள் இல்லையா?'' ஏதோ குழந்தையைத் தேற்றுவது போல குரல் ஆறுதலாக வந்தது.

வர்ஷா ஆமாம் என்று தலையாட்டினாள்.

''நீங்கள் இருவரும் காதலர்களா?'' விஷமமான புன்னகைப் போர்வையில் உண்மையை அறியும் ஆர்வம் இருந்தது.

''ஆமாம். நாடகமேடைக் காதலர்கள்...''

சாருஸ்ரீ கலகலவென்று சிரித்தாள், நீண்ட நாட்கள் அடைபட்டிருந்த பறவையை நீல வானத்தில் மேகங்களுக்கிடையே திடீரென்று விடுவித்துவிட்டது போல.

''ஹர்ஷின் அம்மாவும், அக்காவும் பிரீமியருக்கு வருவார்களா?''

''ஆமாம்.''

அவள் ஒரு வினாடி தயங்கிவிட்டுக் கேட்டாள், ''அம்மா எப்படி?''

''எல்லா அம்மாக்களையும் போல - பாசமாக.''

''கூடவே கடுமையாக?'' சாருஸ்ரீயின் குரல் பொருள் நிறைந்து இருந்தது.

கேள்வி எரித்தது. வர்ஷா சூட்டை உணர்ந்தாள்.

சாருஸ்ரீ மீண்டும் அவளைக் கண் இமைக்காமல் பார்த்தாள், ஆனால் இந்த முறை முகத்தில் மெல்லிய புன்னகை, ''உங்கள்

இருவருக்கும் திருமணம் செய்வதாகப் பேச்சு?"

"காற்றுவாக்கில்."

சாருஸ்ரீ கலகலவென்று சிரித்தாள்.

"இப்போது என்ன செய்வது?" அம்மா தோளில் சால்வையை இறுக்கியபடி கவலைக் குரலில் கேட்டாள்.

வர்ஷா மாத்திரையையும் தண்ணீர் கிளாசையும் நீட்டினாள்.

"பாருங்கள், நான் ஷூட்டிங்கில் இல்லை, அதனால் ஒன்றும் சொல்லமுடியாது." என்றார் தவன், "உயரிய கலைஞர்களைப் பயன்படுத்திக் கொள்ள பாண்ட்யா திறனற்றவர் என்ற ஹர்ஷின் சொற்களை நான் ஒத்துக் கொள்கிறேன். ஆனால் இதை வெளிப்படையாக இண்டர்வியூவில் சொல்ல வேண்டுமா?"

" 'நடுக்கம்' படத்தோல்விக்குப் பொறுப்பு ஹர்ஷ்தான் என்று மிஸ்டர் பாண்ட்யா முதலில் ஹர்ஷைக் குற்றம் சாட்டினார்." என்றாள் வர்ஷா.

"பாருங்கள், நான் இருபது ஆண்டுகளாக டிஸ்டிரிபியூஷனில் இருக்கிறேன். படத் தோல்விக்குப் பிறகு ஒருவர் மற்றவர் மீது இப்படித்தான் குற்றம் சாட்டப்படுகிறது. ஆனால், தான் இன்னும் புதிய நடிகர்தான் என்பதை ஹர்ஷ் நினைத்துப் பார்க்கவேண்டும். சேற்றை வாரி வீசுவதால் முதல் நஷ்டம் அவருக்குத்தான், பாண்ட்யாவுக்கு இல்லை."

சுஜாதா காபி ட்ரேயை எடுத்துக் கொண்டு வந்தாள், "இந்த வெனிஸ் அவார்டால் ஹர்ஷுக்கு ஏதாவது நன்மை உண்டா?"

"நன்மை உண்டாகத்தான் வேண்டும். மேலை நாட்டில் ஒரு இந்தியக் கலைஞனுக்கு இப்படி விருது கிடைப்பது பெரிய விஷயம். ஃபெஸ்டிவல் டைரக்டரேட்டிடமிருந்து போன் வந்திருந்தது. 'நடுக்கம்' படத்திற்கு 'பெஸ்ட் ஃபீச்சர் ஃபிலிம்' நேஷனல் அவார்டு கிடைக்கும் என்ற நம்பிக்கை இருக்கிறது." தவன் காபியைப் பருகினார், "ஹர்ஷின் மூன்று படங்கள்

அனௌன்ஸ் ஆகியிருக்கின்றன. இந்த அவார்டுக்குப் பிறகு லோ பட்ஜெட் படமான 'தீபத் திரி' ஆரம்பம் ஆவதாகப் பேச்சு.''

''சக பயணி?'' என்று கேட்டாள் சுஜாதா.

''அதன் தயாரிப்பாளர் சாருஸ்ரீயின் நண்பர். அவரிடமிருந்து போன் வந்திருந்தது. இப்போது உள்ள கதை எனக்குப் பிடிக்கவில்லை. சாருஸ்ரீயின் இமேஜ் செக்ஸி டான்சர் இமேஜ். சாதாரண பார்வையாளனின் எதிர்பார்ப்பைப் பூர்த்தி செய்யும் சப்ஜெக்டை எடுத்துக் கொள்ளுங்கள். அதற்கு ஃபார்முலா எதுவும் தேவையில்லை, ஆனால் கதையில் புரொஃபஷனல் சம்பவங்கள் இருக்க வேண்டும் என்று சொன்னேன்.''

தவன் காபியைக் குடித்து முடித்துவிட்டு வணக்கத்துடன் எழுந்து நின்றார். கதவை மூடவும் போன் அடிக்கவும் சரியாக இருந்தது.

''ஆமாம் நேற்றிலிருந்து நன்றாக இருக்கிறது. டெம்பரேச்சர் நார்மலாக இருக்கிறது. பிரஷரும் குறைந்து இருக்கிறது. தோளில் மட்டும் வலி இருக்கிறது.'' என்று சொல்லிக் கொண்டிருந்தாள் சுஜாதா, ''பணம் அனுப்பட்டுமா?... தயங்க வேண்டாம்.''

அவள் ரிசீவரை அம்மாவிடம் தந்தாள்.

''ஆமாம். நேற்றிலிருந்து நன்றாக இருக்கிறது.'' என்றாள் அம்மா, ''சுஜாதா வீட்டிற்கு எப்படி போவேன்? ஜனங்கள் என்ன சொல்வார்கள்? பெண் வீட்டில் டேரா போட எனக்கு விருப்பமில்லை... அவர்களை எப்படி இங்கே அழைத்துக் கொள்வது? சுஜாதா - யோகேஷ் வேலை அவர்களுடைய புத்தகம் இல்லாமல் எப்படி நடக்கும்? மீண்டும் மீண்டும் தங்கள் லைப்ரரியை சுமந்து கொண்டு திரிவார்களா?... நீ சொன்ன யோசனையை முன்பே வர்ஷா இரண்டு முறை சொல்லி விட்டாள், நான்தான் மறுத்துவிட்டேன். அவளுக்கு ரிஹர்சலும், ஷோக்களும் ஓயாமல் நடந்து கொண்டிருக்கிறது. காலை ஏழு மணிக்கு அவள் இரண்டு பஸ் மாறி ரிப்பர்ட்டரி போகிறாள். இரவு ஒன்பதே முக்காலுக்குத் திரும்பி வருவாள், பிறகு எனக்கு சேவை செய்வாளா? அவள் என்ன மிஷினா?... நான் சொல்வதைக் கேட்பதாக இருந்தால்

பம்பாயை விட்டுவிடு, வீட்டிற்கு வந்துவிடு... ஆமாம், நடக்கும். கடவுள் கொடுத்தது நிறைய இருக்கிறது... நீ ஆறு மாதம் அங்கே இருப்பதால் ஒன்றும் வந்துவிடப் போவதில்லை. ...ஆமாம், வர்ஷா இங்கேதான் இருக்கிறாள்...''

''ஆமாம் . நன்றாக இருக்கிறேன்.'' என்றாள் வர்ஷா மெல்ல, ''நீங்கள் உங்களைக் கவனித்துக் கொள்ளுங்கள்.'' ('உங்கள் நினைவு எனக்கு மிகவும் ஆறுதல் அளிக்கிறது.')... தெரிந்ததும் சந்தோஷமாக இருந்தது...'' சட்டென்று விம்மல் எழுந்தது. மேலே ஒன்றும் பேசமுடியவில்லை.

சுஜாதா ரிஸீவரை வாங்கினாள், ''வர்ஷா அழுகிறாள்... ஹர்ஷ், ஏன் இந்தப் பெண்ணை இப்படிக் கஷ்டப்படுத்துகிறாய்?''

''இங்கே வா அம்மா!'' என்று அம்மா அழைத்தாள், அவளை அணைத்துக் கொண்டு அவள் தலையைத் தன் தோளில் சாய்த்துக் கொண்டாள். அவள் கண்களும் கலங்கின, ''கடவுளே, இந்த வீடு என்ன ஆகும்?''

மௌனம் கனத்தது. மூவரும் அதை உடைக்க சக்தியற்றவர்களாக இருந்தார்கள். (வர்ஷாவுக்கு துயரத்தில் உடைந்துபோன மூன்று பெண்களும் உட்கார்ந்து ஒருவர் தொடுகையில் மற்றவர் ஆறுதல் பெறும் 'மூன்று சகோதரிகள்' காட்சி நினைவு வந்தது.)

★ ★ ★ ★

வாரம் முழுதும் சோகத்தால் கனத்திருந்தது, ஆகையால் சனிக்கிழமை காலை ஷிவ்வானியின் போன் வந்தபோது வர்ஷா உற்சாகத்தால் நிறைந்தாள். அதே நேரம் ஜுமக்கிக்கு சாப்பாடு விவரம் சொன்னாள். ஒரு வினாடி தன் உற்சாக மிகுதியைக் குறித்து கோபம் நிறைந்த ஆச்சரியமும் உண்டாயிற்று, உண்மையில் அவள் வாழ்க்கை இவ்வளவு வெறுமையாகிவிட்டதா?

ரிஹர்சலுக்குப் பிறகு ஆடை, அலங்காரங்களைப் பற்றி யோசித்துப் பேசிக் கொண்டிருந்ததில் நேரம் ஆகிவிட்டது. வர்ஷா வீடு திரும்பும்போது மணி ஏழே கால் ஆகிவிட்டது. குளிர்காலமானதால் விரைவில் இருட்டிவிட்டது. அவள் கீஜர்

பட்டனை அமுக்கினாள். அணிவதற்கு ஜீன்சும், முழுக்கை ஸ்வெட்டரும் எடுத்துக் கொண்டாள்.

"காபி போடட்டுமா?" என்று ஜுமக்கி கேட்டாள்.

"குளித்துவிட்டுக் குடிக்கிறேன்."

14 / 14 வீட்டில் இருந்திருந்தால் குளிரில் இந்த நேரம் குளிக்கமாட்டாள். இங்கு அறையை ஒட்டிய குளியல் அறை வசதியாக இருந்தது. வெதுவெதுப்பான தண்ணீர் தன் வெப்பமான ஸ்பரிசத்தால் நாள் முழுதும் வேலை செய்த களைப்பைப் போக்கிவிட்டது. உள்ளேயும், வெளியேயும் புத்துணர்ச்சி பிறந்தது. இவற்றிற்கு மேல் ஷிவானியுடன் கழிக்கப்போகும் மாலைநேர ஆறுதல் ... வர்ஷா புன்னகை செய்தாள்.

அவள் ஒரு பாட்டை முணுமுணுத்தபடி டிராயிங் ரூமுக்கு வந்தாள். ஜுமக்கி டீ எடுத்துக் கொண்டு வந்தாள். வர்ஷா பத்திரிக்கைப் பக்கங்களை ஒழுங்கு படுத்தி மேஜையில் வைக்கவும் கார் வெளியில் போர்ச்சில் வந்து நிற்கவும் சரியாக இருந்தது.

வர்ஷா வெளிவராந்தாவுக்கு வந்தாள், "ஹாய்..." ஷிவானியைத் தோளோடு சேர்த்து அணைத்துக் கொண்டாள்.

ஷிவானி அவள் கன்னத்தில் முத்தமிட்டாள், "மிகவும் புத்துணர்ச்சியோடு இருக்கிறாய்."

"இப்போதுதான் குளித்தேன்."

ஜுமக்கி இரண்டாவது கோப்பையில் காபியை ஊற்றினாள்.

"காபியில் கொஞ்சம் ரம் கலந்துகொள்வோமா?" என்றாள் ஷிவானி, "எனக்குக் குளிர்கிறது."

"கட்டாயம்." என்றாள் வர்ஷா, "ஜுமக்கி, அக்கா அலமாரியிலிருந்து ஓல்டு மாங்க் பாட்டிலை எடுத்துவா." என்று சொல்லிவிட்டு ஷிவானியின் கையைத் தொட்டாள், "மிகவும் ஜில்லிட்டிருக்கிறதே!" என்றாள்.

"சிம்லாவில் பனி விழுந்திருக்கிறது."

''என் அறையில் ஹீட்டர் போட்டுக் கொண்டு உட்காருவோமா?''

''நானே சொல்லத்தான் நினைத்தேன்.''

★ ★ ★ ★

மூலையில் இருந்த ஹீட்டர் மெல்லிய சுரத்தில் சூடான காற்றை வெளிவிட்டுக் கொண்டிருந்தது. பக்கத்திலிருந்த லவ்-சீட்டில் வர்ஷாவும், ஷிவானியும் உட்கார்ந்திருந்தார்கள். கால்களை எதிரில் நாற்காலியில் தூக்கி வைத்திருந்தார்கள். எதிரில் பெரிய விளக்கு எரிந்து கொண்டிருந்தது. அதன் வெளி ஒளிவட்டம் நாற்காலி அருகில் மத்திமமாகி விட்டிருந்தது.

ஷிவானி காபியை ஒரு வாய் குடித்துவிட்டு புன்னகை செய்தாள், ''ரம்மின் டேஷினால் என் நரம்புகள் துடிக்க ஆரம்பித்திருக்கின்றன.'' வர்ஷாவின் கையைத் தன் கைகளில் எடுத்துக் கொண்டாள், ''மன்னித்துக் கொள், குளிரில் என்னால் கைகளைப் பிடித்துக் கொள்ளாமல் பேசமுடியாது.''

''பக்கத்தில் யார் இருந்தாலும் அவர்கள் கையைப் பிடித்துக் கொள்வாயா?'' என்று வர்ஷா சிரித்தாள்.

ஷிவானி கலகலவென்று சிரித்தாள், ''இல்லை, கொஞ்சம் தெரிவு செய்யத்தான் வேண்டியிருக்கிறது.'' அவள் தன் நெற்றியில் ஊசலாடிய இரண்டு முடிக் கற்றைகளைப் பின்னால் தள்ளினாள், ''ஆமாம். இந்த வளையங்களை நிறைய பேர் பாராட்டினார்கள். இந்த வளையங்களையும், வளையங்கள் அணிந்த காதுகளையும் முத்தமிட விரும்புவதாக ஒருவன் சொன்னான்...'' ஷிவானி சிரித்தாள், ''இந்த டிசைனை நீ எங்கே தேடிப் பிடித்தாய்?''

''டார்ஜிலிங்கில் நகரின் உள் பகுதியில் என்டெக்ஸ் கடை இருக்கிறது. அதை நடத்துபவர் வாய் பேசாத, கடுகடுத்த ஒரு பெண். அவளுக்குப் பொருள்களை விற்க இஷ்டமில்லை, வாங்க வருகிறவர்களை வாட்டுவதுதான் அவளுக்கு இஷ்டம் என்று தோன்றும். கொஞ்ச நேரம் நான் அவளோடு இனிக்க, இனிக்கப் பேசினேன். அப்புறம்தான் அவள் உள்ளே இருந்த அலமாரியைத் திறந்தாள்.''

''இனிமையாகப் பேசுவதில் நீ கெட்டிக்காரி.''

வர்ஷா புன்னகை செய்தாள், ''இல்லை, நானும் கொஞ்சம் தெரிவுதான் செய்கிறேன்.''

ஷிவானி கலகலவென்று சிரித்தாள். அஷ்வின் அவள் வாழ்க்கையில் வந்த பிறகு ஷிவானி கலகலப்பாக இருப்பதாக வர்ஷா உணர்ந்தாள்.

''வளையங்களையும், காதுகளையும் முத்தமிட விரும்பியவனின் விருப்பம் எப்போது நிறைவேறும்?'' என்று வர்ஷா குறும்புப் புன்னகையோடு கேட்டாள்.

''நிறைவேறிவிட்டது.'' ஷிவானி சிரித்தாள், ''நான் உன்னைப் போல கல்நெஞ்சுக்காரி இல்லை. புத்தரைப் போல வருந்தும் மனிதர்களைக் குறித்து என் மனம் கருணையால் நிறைந்துள்ளது.''

''மனிதன் விருப்பம் காதைத் தாண்டிச் சென்றால்?''

''தாண்டிப் போய்க் கொண்டிருக்கிறது. அதுதான் கவலையாக இருக்கிறது. இப்போது என்ன செய்வதென்று தெரியவில்லை.''

''புத்தரின் உபதேச புத்தகத்தைப் படி. அதிலேயே வழி கிடைத்துவிடும்.''

ஷிவானி புன்னகை செய்தாள். ''மிகவும் புதுமையான அனுபவம் வர்ஷா! ஹர்ஷ் தன்னில், தன் கலையில் மிக ஆழமாக மூழ்கியிருந்ததால் என் ஆடை, அணிகளைக் கவனித்ததே இல்லை. அஷ்வின் முதலில் என் சேலை, என் லாக்கெட், என் சென்ட்டைப் பற்றித்தான் பேசுகிறான். அவனுடன் பத்து நிமிடங்கள் இருந்தாலே என் பெண்மை பொங்கி விடுகிறது. என் நடை மாறி விடுகிறது. என் தன்னம்பிக்கை என் கண்களில் ஒளி வீசத் தொடங்குகிறது...'' ஷிவானி வர்ஷாவின் கைகளை அமுக்கியபடி அவள் கண்களுக்குள் பார்த்தாள், ''மிகச் சிறந்த உணர்வு வர்ஷா! என் மனக் குழப்பம் விலக ஆரம்பித்திருக்கிறது. காலையில் கண் விழித்து எழும்போது கடிகார முட்கள் ஷஹனாயி போல ஒலிக்கின்றன...''

ஜுமக்கி கபாப் ப்ளேட்டும், ஐஸ்பெட்டியும் எடுத்துக் கொண்டு வந்தாள்.

''ஜுமக்கி, கண்ணைக் காட்டு, போதை எதுவும் இல்லையே?''

ஷிவானி புன்னகையுடன் ஜுமக்கியின் கண்களைப் பரிசோதித்தாள் (அவள் ஜுமக்கியின் கோப்பையிலும் மூன்று ஸ்பூன் ரம் சேர்த்துவிட்டிருந்தாள்).

''அக்கா, கிராமத்தில் நான் கால்பாட்டில் கள் குடிப்பேன்.''

''அப்படியா?'' ஷிவானி சிரித்தாள், ''அடுத்தமுறை கிராமத்திற்குப் போனால் எனக்கும் ஒரு பாட்டில் வாங்கி வா.''

''சரி, எனக்கும் உங்களுக்கும் இதுதான் காம்ப்பெட்டிஷன்.''

ஷிவானி வர்ஷாவைப் பார்த்தாள், ''காலையில் என்னோடு பேசிக் கொண்டிருந்தாள், ஐ ரிக்ககனைஸ்டு ஹர் லவ்லி வாய்ஸ்...''

''ஜுமக்கி புத்திசாலி.'' என்றாள் வர்ஷா, ''சீக்கிரம் எல்லாவற்றையும் கற்றுக் கொண்டு விடுகிறாள்.''

ஷிவானி பாலிதீன் பையிலிருந்து ஜேம்ஸன் பாட்டிலை எடுத்து மூன்று கிளாஸ்களில் ஊற்றத் தொடங்கினாள்.

''இதை நீ எங்கிருந்து கொண்டு வந்தாய்?'' என்று கேட்டாள் வர்ஷா.

''அண்ணனிடம் நல்ல ஸ்டாக் இருக்கிறது.''

வர்ஷா மூன்றாவது கிளாசை ஜுமக்கி பக்கம் நீட்டினாள். சற்று நேரம் வேண்டாமென்று பிகு பண்ணிவிட்டு பிறகு வாங்கிக் கொண்டு அவள் சமையல் அறைக்குள் போய்விட்டாள்.

''நாங்கள் முனீர்க்கா போயிருந்தோம். அம்மா மிகவும் உடைந்து காணப்பட்டாள்.''

''ஒரு வழியும் தெரியவில்லை. இப்போது அவளால் பம்பாய் போக முடியாது, அவள் இங்கு தனியாக இருப்பதும் கடினம்.''

ஷிவானி ஒரு வாய் பருகினாள். ஒரு வினாடி ஓய்விற்குப் பிறகு கேட்டாள், ''நீ உன்னைப் பற்றி என்ன யோசித்திருக்கிறாய்?''

வர்ஷா தன் தலையை ஷிவானியின் தோளில் வைத்துக் கொண்டாள். அவள் விரல்களோடு தன் விரல்களைப் பின்னிக்

கொண்டு சொன்னாள், ''ஒன்றும் இல்லை.''

''சாருஸ்ரீயை நீ சந்தித்ததாக சுஜாதா சொன்னாள்...''

''ஆமாம்.''

''எப்படித் தோன்றினாள்?''

''ஷார்ப்... பிரிமியருக்குப் பிறகு சந்திப்பதாக தீர்மானிக்கப் பட்டிருந்தது. ஆனால் லூடியனில் தடியடிப் பிரயோகம் ஆகி விட்டதும் போலீஸ் அவளைப் பின்கதவு வழியாக அழைத்துப் போய்விட்டது. அன்று இரவே அவள் பம்பாய் போய்விட்டாள்.''

''சாருஸ்ரீக்கும் ஹர்ஷுக்கும் இடையில் ஏதாவது...?''

வர்ஷா பெருமூச்செறிந்தாள். ''ஏதாவது ஒளி தென்பட்டால்...''

ஷாலினி அவள் கன்னத்தில் விரல் வைத்து முகத்தைத் தன் பக்கம் திரும்பினாள், ''உனக்கு நன்றாகத் தெரியுமா?''

வர்ஷா ஆமாம் என்று தலையசைத்தாள்.

''ஹர்ஷ் ஒத்துக்கொண்டாரா?''

வர்ஷா இல்லையென்று தலையாட்டினாள்.

''ஹர்ஷுக்கு விசேஷமாக ஒன்றும் விருப்பம் இல்லாமல் நிலைமையைப் பொறுத்துக் கொண்டிருக்கிறான் என்றெல்லாம் ஒன்றும் இல்லையே?''

''நான் அப்படித்தான் நினைக்கிறேன், ஆனால் என்னிடமிருந்து வெட்டிக் கொள்வதில் என்ன கஷ்டம்?''

''அம்மாவும் சுஜாதாவும்?''

''அவர்கள் இருவரும் ஹர்ஷின் விருப்பத்திற்கு விரோதமாகவும், என்னை ஆதரித்தும் வெகு தூரம் போவார்களா என்று எனக்கு சந்தேகமாக இருக்கிறது.''

வர்ஷா நேராக நிமிர்ந்து உட்கார்ந்தாள், ''நீ பிரீமியருக்கு வரவில்லையா?''

இன்று மாலை முதல் முறையாக ஷிவானி வருத்தத்தோடு புன்னகை செய்தாள். ''நம்மை விட்டுச் சென்றவர்களை விட்டு அகன்று நிற்கும் முயற்சி.''

சுற்றி நிலவிய அமைதியில் மௌனம் இன்னும் கனத்தது. ஜன்னல் கண்ணாடிக்கு அப்பால் மங்கிய நிலா காணப்பட்டது. பிரகாசமான நிலவொளியைப் பார்க்கும்போது குளிரின் அலை உணர்வில் மோதியது.

''இது என்ன காட்சி ஃப்ரண்ட்ஸ்!'' அனுபமா சிரித்துக் கொண்டே வந்தாள், ''லவ் - சீட்டில் இரண்டு பெண்களும்... அறையில் இப்படி ஒரு இனிமையான இருட்டு... என்ன நடந்துகொண்டிருக்கிறது என்று கேட்கலாமா?''

''ஒருவர் மற்றவரின் உணர்வு சூனியத்திற்குள் எட்டிப் பார்த்துக் கொண்டிருக்கிறோம்.'' ஷிவானி புன்னகை செய்தாள்.

வர்ஷா நாற்காலியிலிருந்து காலை அகற்றிக் கொண்டாள், ''இத்தனை நேரம் எங்கிருந்தாய்?''

அனுபமா நீண்ட பெருமூச்சுடன் உட்கார்ந்தாள், ''தெரு நாடக ரிகர்சல்... மூன்று பேர் புதியவர்கள்.''

ஷிவானி புது கிளாசை அனுபமாவிடம் நீட்டினாள்.

''தேங்க்ஸ்!'' அனுபமா இரண்டு வாய் பருகினாள். பிறகு ஒரு கபாபை எடுத்துக் கொண்டு எழுந்தாள், ''என்னை மன்னித்துவிடுங்கள். காலையில் ஐந்தேகாலுக்கு எழுந்திருக்க வேண்டியிருக்கிறது. மிகவும் களைப்பாக இருக்கிறது. ஐந்து நிமிடத்தில் சாப்பிட்டுக் கொண்டே தூங்கிவிடுவேன்.'' கிளாசிலிருந்ததைக் குடித்தபடியே போய்விட்டாள்.

''நீ இங்கே ஷிப்டு செய்தது மிகவும் நல்லது என்று எனக்குத் தோன்றியது.'' என்றாள் ஷிவானி.

''ஆமாம், அத்துடன் ரிப்பர்ட்டரி மக்கள் எப்படி இருக்கிறார்கள் என்று உனக்கு சொன்னேனே!''

''மிகவும் வருத்தமான விஷயம். உங்கள் கிரேட்ஸ் அவ்வளவு

குறையாக இருக்கிறது.''

''அது நேஷனல் தியேட்டராகி விட்டால் எங்கள் நிலை சீராகிவிடும்.''

ஷிவானி எழுந்து நின்றாள். சின்ன சோம்பல் முறித்தாள். கை, காலை சொடக்கு போட்டாள். பிறகு ஒரு சிகரெட் பற்றவைத்தாள், ''வர்ஷா, உனக்கு சினிமாவில் ஆர்வம் உண்டா?''

''ஆமாம்.''

''உனக்கு ஃபிலிம்களில் நடிக்க விருப்பமா என்று கேட்கிறேன்.''

''ஆமாம். அது ஒரு சக்தி வாய்ந்த ஊடகம் என்பதோடு அதில் பணமும் ஒழுங்காக கொடுக்கிறார்கள். இப்போது வாழ்க்கையில் சில வசதிகளைப் பெறும் காலம் வந்துவிட்டது.''

ஷிவானி சிகரெட்டை நீட்டியபோது வர்ஷா ஒரு இழுப்பு இழுத்தாள்.

''ஜுமக்கி நமக்காக உட்கார்ந்திருப்பாளா?''

''இல்லை. நமக்கு ஹாட்கேசில் சாப்பாடு வைத்திருக்கிறது. நீ சொல்லும்போது எடுத்துக் கொண்டு வருகிறேன்.'' ஷிவானி முழு சிரத்தையுடன் வர்ஷாவைப் பார்த்துக் கொண்டிருந்தாள்.

''அப்படி என்ன பார்க்கிறாய்?'' வர்ஷா புன்னகை செய்தாள்.

''அன்று நான் உனக்கு போன் செய்யாமலிருந்திருந்தால், நான் உன்னை அறியாமலே போயிருப்பேன், பெரிய உணர்வு பூர்வமான நஷ்டம் ஏற்பட்டிருக்கும்.''

''என் மனதில் இருப்பதை நீ சொல்கிறாய்.''

ஷிவானி மெல்லச் சொன்னாள் ''நான் கொஞ்சகாலத்திற்கு முன் வரை ஹர்ஷை வெறுத்தேன். இப்போது வெறுப்பு இல்லை. பெரியவளான பிறகு நான் முதல் முறையாக இப்படியான ஒரு துயரத்தை அனுபவித்தேன். இந்த அனுபவத்தால் நான் உறுதியாகி இருக்கிறேன். நான் பலமுறை உன்னைப் பார்த்து பொறாமைப் பட்டேன். இப்போது என் மனதில் உனக்கு நல்லது நடக்கவேண்டும்

என்ற விருப்பம்தான் இருக்கிறது. ஹர்ஷுடனான உன் உறவில் கடவுள் குழப்பம் எதுவும் செய்துவிடக்கூடாது. அப்படி எதுவும் ஆனால் எனக்கு உண்மையில் மிகவும் வருத்தமாக இருக்கும்.''

வெகு நேரம் வர்ஷாவுக்குத் தூக்கம் வரவில்லை. பக்கத்தில் ஷிவானியின் சீரான மூச்சை உணர முடிந்தது. ஷிவானி தலையணைக்கும் தலைக்கும் இடையில் முழங்கையை மடித்து வைத்திருந்தாள். போர்வை சற்று கீழே சரிந்திருந்தது. நைட்டி ஸ்ட்ரைப்பிலிருந்து வெண்மையான தோள் கண்ணுக்குத் தெரிந்தது. வர்ஷா மெல்ல போர்வையை மேலே இழுத்துவிட்டாள். தூக்கத்தில் ஆழ்ந்திருந்த ஷிவானி தனக்கு மிகவும் நெருக்கமானவளாகத் தோன்றினாள். மனம் பொங்கியது, அவளை முத்தமிடக் குனிந்தாள், பிறகு சற்று யோசித்து விலகிவிட்டாள். தொட்டால் ஷிவானி விழித்துக் கொண்டு விடுவாளோ என்று தோன்றியது.

ஷிவானி இங்கு மூன்று, நான்கு முறை வந்திருந்தாள், ஆனால் இரவு தங்கியது இதுதான் முதல் முறை. இரவு வர்ஷா வீட்டில் தான் தங்கும் செய்தியை அறிந்து தன் அண்ணி விஷமப் புன்னகை செய்ததாக ஷிவானி சொல்லியிருந்தாள். அவர்கள் இருவரிடையிலான நட்பு சிலருக்கு குழப்பத்தை விளைவித்தது. வர்ஷாவுக்கே இந்த உறவு புதிராகத்தான் இருந்தது. மனித உறவுகளின் திறமையான அமைப்பைக் குறித்து அவளுக்கு வியப்பு ஏற்பட்டது. 'எத்தனை, எத்தனை தெரியாத கோணங்களிலிருந்து எத்தனை, எத்தனை மனோபாவங்களின் அடுக்குகளில் நெருக்கம் கட்டுண்டு செல்கிறது!...' என்று அவள் நினைத்துக் கொண்டாள்.

16. நீண்ட தூரம் ஓடும் ஓட்ட வீரனின் தனிமை

செமஸ்டர் பிற்பகுதியில் முதல் முன்னேற்றம் - அக்காடெமி விருது.

இசை நாடக அக்காடெமி அமர்வுகள் நடந்துகொண்டிருக்கின்றன என்று வர்ஷாவுக்குத் தெரியும். ரவீந்திரபவனுக்குப் போகும்போதும் வரும்போதும் நாட்டின் பல புகழ் பெற்ற கலைஞர்களையும், அறிஞர்களையும் அவள் பார்த்திருந்தாள். தெரிந்தவர்களுக்கு வணக்கம் கூறி நலன் விசாரிப்பாள். ஆனால் ரவீந்திரபவனில் இத்தகைய நிகழ்ச்சிகள் நடந்து கொண்டே இருக்கும். சிறப்பாகக் கவனிப்பதற்கு ஒன்றுமில்லை. ஒருநாள் காலை மன்சூர் ஒன்பது மணிக்கு முன்பே வந்து சூர்யபானின் அறையில் உட்கார்ந்திருந்தபோது, வெளியே இருந்த அட்டெண்டர், ''முக்கியமான விஷயம் பேசிக் கொண்டிருக்கிறார்கள். நீங்கள் லஞ்சுக்குப் பிறகு சிக்னேச்சர் வாங்கிக் கொண்டு வருகிறீர்களா?'' என்று கூறி வெங்கட்டை உள்ளே போகாமல் தடுத்தபோது அவளுக்கு கொஞ்சம் விசித்திரமாக இருந்தது.

சற்று நேரம் கழித்து சூர்யபானும், மன்சூரும் கீழே இறங்கிப் போய்விட்டார்கள். அன்று முன் பயிற்சியில் சூர்யபான் பங்குபெறவில்லை.

லஞ்சுக்குப் பிறகு வர்ஷா லைப்ரரியிலிருந்து ஒரு புத்தகம் எடுத்துக் கொண்டு வந்தபோது கதவு திறந்திருந்தது, உள்ளேயிருந்து

சூர்யபான், மன்சூர் இருவருடைய இணைந்த உரத்த சிரிப்பொலி கேட்டது. வர்ஷா மன்சூருக்கு வணக்கம் தெரிவித்தபோது அவர் குனிந்து இனிய புன்னகையுடன் பதில் வணக்கம் செய்தார்.

அடுத்த நாள் காலை அவள் லான் கொடி மண்டபத்தில் டீ குடித்துக் கொண்டே பத்திரிக்கையின் உள்பக்கங்களைப் புரட்டிக் கொண்டிருந்தாள். ஐந்து நிமிடங்களுக்கு முன்பு அனுபமா மீதி பக்கங்களோடு போன் அட்டெண்ட் பண்ண போயிருந்தாள்.

''வர்ஷா!'' அனுபமா திடீரென்று ஒரு பக்கத்தை எடுத்துக் கொண்டு ஓடி வந்தாள், ''வாழ்த்துக்கள்!''

அவள் ஒன்றும் புரியாமல் பார்வையை உயர்த்தினாள்.

''உனக்கு அக்காடெமி அவார்டு கிடைத்திருக்கிறது.'' அவள் செய்தித்தாளில் மூன்றாவது காலத்தில் விரலை வைத்தாள். நாடகமேடை பிரிவில் நடிப்பிற்காக வர்ஷா வசிஷ்டிற்கு விருது அறிவிக்கப்பட்டிருந்தது. அனுபமா அவளைத் தோளோடு சேர்த்து அணைத்து முத்தமிட்டாள், ''பைத்தியம், நீ பேப்பர் படிக்கிறாயா, இல்லை, தின்று கொண்டிருக்கிறாயா? நீதான் எல்லாரையும் விட இளம் வயதில் விருது வாங்கும் ஆக்டரஸ்.''

அப்போது ஜுமக்கி வராந்தாவுக்கு வந்தாள், ''வர்ஷா அக்கா, லக்னோவிலிருந்து திவ்யா மேடம் போன்.''

சற்று நேரத்திற்குப் பிறகு மன்சூரிடமிருந்து போன் வந்தது,''நானும் சூர்யபானும் கமிட்டியில் இருந்தோம். சென்னையில் ஒரு டான்ஸ் எக்ஸ்பர்ட் தன் ஃபீல்டில் ஒரு திறமையான கலைஞரை மேலே கொண்டு வர விரும்பினார். எங்களுக்கு அதில் உடன்பாடு இல்லை. அதனால் உன் பெயரைத் தீர்மானிப்பதில் எந்தத் தடங்கலும் இல்லை.''

ரிப்பர்ட்டரியில் நுழைந்ததுமே அர்ச்சனா வாழ்த்து தெரிவித்தாள், ''வர்ஷா, ஐ ஆம் ஷ்யூர், யூ வில் கோ பிளேசஸ்!'' மற்றவர்களும் உற்சாகமாக இருந்தார்கள். சிந்தாமணி தாழ்வாரத்திலேயே அவள் கையைப் பிடித்துக் கொண்டு டிஸ்கோ ஆடினான். மமதாவும் புன்னகையோடு ''கங்கிராஜுலேஷன்ஸ்'' என்றாள், ஆனால் அவள் கண்கள் சிவந்திருந்தன.

"வர்ஷா, வணக்கம்!" சூர்யபான் அவளைப் பார்த்தவுடனே கையைக் குவித்து புன்னகையுடன் எழுந்து நின்றார், "உங்களைப் பார்த்ததும் ராம் பரோசின் முன் காளிதாஸ் வந்துவிட்டது போல என் கால்கள் நடுங்குகின்றன."

"எனக்கு சந்தோஷமாக இருக்கிறது." வர்ஷா எதிரில் உட்கார்ந்தாள், "ஆனால் கொஞ்சம் குற்ற உணர்வு தோன்றுகிறது. அர்ச்சனாவும் மமதாவும் என்னை விட சீனியர்கள்."

சூர்யபான் தீவிரமானார், "உன் உணர்வை நான் புரிந்துகொள்கிறேன், ஆனால் சீனியாரிட்டி மதிப்பீட்டில் ஒரு அம்சம்தான், உரைகல் அல்ல. ஒரு ரிப்பர்ட்டரி உறுப்பினரிடம் பல தகுதிகள் எதிர்பார்க்கப்படுகின்றன. அறிவு முதல் விதி, பிறகு உடன் பணிபுரிபவர்களோடு நல்ல உறவு, கம்பெனியைக் குறித்த பொறுப்புணர்வு, தன்னை விட உயரிய இடத்தில் கம்பெனியை வைத்துப் பார்க்கும் குணம், விதிகளைக் கடுமையாக அனுசரித்து செல்லும் உணர்வு, ஸ்கூல் பாலிடிக்சுக்குப் பதில் தன் வேலையில் கவனம். மற்றவர்களுக்கும் காலாகாலத்தில் அவர்களுக்குரியவை கிடைக்க வேண்டும், ஆனால் சீனியாரிட்டி அடிப்படையில் இல்லை."

மன்சூரும் டாக்டர் அடலைப் பற்றி பேசவில்லை, சூர்யபானும் பேசவில்லை என்பதுதான் வேடிக்கையான விஷயம். அவள் இப்போது நிலைமையைக் கொஞ்சம் புரிந்துகொள்ள ஆரம்பித்திருந்தாள். அவள் 'பிளட் வைண்டிங்' ஆடை, அலங்கார வரிவடிவத்தைக் காண்பிக்க அவர் அலுவலகத்துக்கு சென்றபோது அவர் மெல்லிய புன்னகையுடன், "கங்கிராஜுலேஷன்ஸ்!" என்றார்.

"சார்!" வர்ஷா தயங்கியபடி சொன்னாள், "என் நன்றியைத் தெரிவிக்க என்னிடம் வார்த்தைகள் இல்லை."

"நீ உன் அறிவுக்குத்தான் நன்றி சொல்ல வேண்டும்." என்றார் அடல் கம்பீரமாக, "உன் ஈடுபாட்டிற்கு, உன் நடவடிக்கைகளுக்கு, உன் தனிப்பட்ட குணங்களுக்கு நன்றி சொல்லவேண்டும். அவற்றின் காரணமாகத்தான் நீ இன்று இந்த இடத்தில் இருக்கிறாய்."

வர்ஷாவின் கண்முன் கடந்தகாலம் விரிந்தது - கல்லூரி அட்மிஷன் இண்டர்வியூவின் பைத்தியம் பிடித்த நிலையிலிருந்து

இன்று வரை எத்தனை, எத்தனை வினாடிகள் குத்திக் கிழித்தன! புறக்கணிப்பு, தோல்விகள், கவலைகள் - அவள் எத்தனை முறை உடைந்து போனாள், எத்தனை முறை ரத்தத்தில் குளித்தாள், எத்தனை முழுமையாக உடலையும், மனதையும் ஒருமுகப்படுத்தி கலைவேள்வியில் தன்னை அர்ப்பணித்துக் கொண்டாள்! (மூன்றாவது ஆண்டு ஒரு நாடகத்தை அலசிய அவள் நோட்புக்கில் டாக்டர் அடல் குறிப்பு எழுதும் போது 'மேகத்தின் நீர்த்துளி சமுத்திரத்தில் சிப்பியை அடைந்து முத்தாகப் பரிணமிப்பது போல ஒரு ஆசிரியனின் அறிவு சிஷ்யனை அடைந்து மலர்கிறது.' என்ற ஒரு 'மாளவிகாக்னி மித்ர' வரியை எழுதியது அவளுக்கு நினைவு வந்தது.).

''உணர்ச்சி வசப்படுவது எனக்குப் பிடிக்காது.'' நல்ல வேளை, குரல் இயல்பாக இருந்தது, அதில் கோபம் இல்லை, ''கண்ணீர் மிகவும் விலைமதிப்பு வாய்ந்தது.''

அவள் துப்பட்டா நுனியால் கண்ணைத் துடைத்துக் கொண்டாள்.

''அவார்டு கிடைத்த பிறகு எல்லாருக்கும் தலைக்கனம் ஏறிவிடுகிறது.'' டாக்டர் அடல் புன்னகை செய்தார், ''அதனால் உனக்கு நான் அடுத்து தெரிவு செய்திருக்கும் நாடகத்தின் பெயர் - 'தி லோன்லினஸ் ஆஃப் ஏ லாங் டிஸ்டேன்ஸ் ரன்னர்'! இதில் நீ ஓட்ட வீரனின் பாத்திரத்தை ஏற்க வேண்டும். நீ தினம் காலை ஒன்பது மணி அடிப்பதற்கு முன்னும் மாலை ஐந்து மணிக்குப் பின்னும் மேகதூத் தியேட்டரை வட்டம் அடி- மொத்தம் நூறு தடவை!''

''நான் இன்று மாலையே தொடங்கிவிடுகிறேன்.'' வர்ஷா புன்னகை செய்தாள்.

''தட் இஸ் குட்!'' அவர் செட் மாடலைத் தன் அருகில் இழுத்தார், ''நௌ அபௌட் டர்ன், க்விக் மார்ச், லெஃப்ட், ரைட், லெஃப்ட், ரைட்.''

''தேங்க்யூ சார்!'' வர்ஷா ஈரப் புன்னகையுடன் கதவைத் திறந்தாள்.

★ ★ ★ ★

"வர்ஷா என் மீது மிகவும் கோபமாக இருக்கிறாள்." சிநேகன் புன்னகை செய்தார், "காலையில் நான் போன் செய்தபோது பேச மறுத்துவிட்டாள். நான் உங்கள் பெயரை என் லிஸ்டிலிருந்து அடித்துவிட்டேன் என்றாள்."

புர்வாயி சிரித்தாள். சிகரெட்டை நிரப்பிக் கொண்டே சதுர்புஜ் புன்னகை செய்தார்.

"நான் சரியாகத்தான் செய்தேன்." என்றாள் வர்ஷா, "உங்கள் ஆபீசுக்கு போன் செய்தால், ஃபரீதாபாத் ஃபேக்டரிக்குப் போய் விடுகிறீர்கள். வீட்டிற்குப் போன் செய்தால், மேடத்தோடு டின்னருக்கு வெளியே போய்விடுகிறீர்கள். லீவ் நாளில் போன் செய்தால் கேமக்கா வீட்டிற்குப் போயிருக்கிறீர்கள். நீங்கள் திருப்பிக் கூப்பிடுவதில்லை, கூப்பிட்டாலும் நான் வீட்டில் இல்லாதபோது கூப்பிடுகிறீர்கள். இதற்கு அர்த்தம் தெளிவாக இருக்கிறது, நீங்கள் உங்களுக்கென்று ஒரு உலகத்தை ஏற்படுத்திக் கொண்டு விட்டீர்கள், இப்போது நண்பர்களை சமாளித்து வெட்டிக் கொள்ளவேண்டும்."

புர்வாயி சிநேகனுடன் விரல்களைப் பின்னிக் கொண்டு உட்கார்ந்திருந்தாள். சிநேகன் இயலாமை நிறைந்த பாவனையோடு புன்னகை செய்தார். பிறகு வர்ஷாவைப் பார்த்து சொன்னார், "ஃபேக்டரியில் கோ-ஸ்லோ நடந்து கொண்டிருந்தது. என் நடவடிக்கைகள் கொஞ்சம் பயன் தரும் என்று கேமக்காவுக்குத் தோன்றியது. அவர் எனக்கு நிறைய வசதிகள் செய்து தருகிறார். அதற்கு நான் விலை கொடுக்கத்தான் வேண்டும்." அவர் வலுவான நிர்ப்பந்தத்தோடு வர்ஷாவைப் பார்த்தார். ஏதோ சொல்ல வந்து சொல்லாமல் தன்னைக் கட்டுப்படுத்திக் கொண்டு விட்டதாகத் தோன்றியது. பிறகு பையிலிருந்து கனமான பர்ஸை எடுத்தார் (இறுக்கமான கால்சட்டை, டையில் அவர் இயல்பாகத் தோன்றவில்லை.), ஒரு நூறு ரூபாய் நோட்டைப் புர்வாயியிடம் கொடுத்து, "டிரைவரிடம் ஒரு பாட்டில் வாங்கிவரச் சொல்." என்றார்.

புர்வாயியின் முகபாவத்திலிருந்து அவளுக்கு இது பிடிக்கவில்லை என்று வர்ஷா புரிந்து கொண்டாள். பல நாட்களாக தான் இங்கு வராமலிருந்தது நல்லதுதான் என்று அவளுக்குத்

தோன்றியது. சதுர்புஜ் நீண்ட நாள் வெளியூர் போய் விட்டு டில்லிக்குத் திரும்பாமலிருந்திருந்தால் இன்று மாலை ஒன்றாகக் கூடியிருக்கும் இந்த நிலையும் வந்திருக்காது.

புர்வாயி வெளியே போன பிறகு சிநேகன் மெல்லிய குரலில் சொன்னார், ''பாருங்கள், நான் கேமக்கா, புர்வாயி இருவர் எதிர்பார்ப்புகளையும் பூர்த்தி செய்ய முயற்சித்துக் கொண்டிருக்கிறேன். இது எளிதில்லை. உங்களைப் போன்ற நண்பர்களே புரிந்துகொள்ளாவிட்டால் நான் ஒரு 'ஒழுங்கு முறை'க்கு உட்பட்டு இருப்பதற்கே அர்த்தமில்லாமல் போய்விடும்.''

அவர் குரலில் வருத்தமும் இருந்தது, காயமும் இருந்தது.

வர்ஷா உதட்டைக் கடித்துக் கொண்டாள், ''மன்னியுங்கள். நிலைமை இவ்வளவு சிக்கலாக இருக்கிறது என்று எனக்குத் தெரியாது.''

புர்வாயி திரும்பி வந்தாள், ஆனால் முன்பு போல சிநேகனின் பக்கத்தில் உட்காரவில்லை.

சதுர்புஜ் சிகரெட்டை நீட்டியபோது சிநேகன் சொன்னார், ''நீங்கள் போனதிலிருந்து இதைத் தொட சந்தர்ப்பமே கிடைக்கவில்லை.''

புர்வாயி ஏதோ சொல்ல வந்து நிறுத்திவிட்டது போல் தோன்றியது.

சிநேகன் ஆழமாக மூன்று, நான்கு இழுப்பு இழுத்தார்.

போன் மணி அடித்தது.

'' வர்ஷா...'' புர்வாயி ரிசீவரை நீட்டினாள், '' 'தினமானி'லிருந்து... உன் இண்டர்வியூ வேண்டுமாம்.''

''ஹலோ'' என்றாள் வர்ஷா, ''நாளை மாலை சந்திக்கலாம்... ஐந்து மணிக்கு, திரிவேணியில்.'' அவள் ரிசீவரை வைத்துவிட்டாள்.

''உனக்கு அவார்டு கிடைத்த பிறகு எனக்கு

எஸ்டாபிளிஷ்மெண்ட் மீது கொஞ்சம் நம்பிக்கை வந்திருக்கிறது.'' என்றார் சிநேகன்.

"மண்டிஹவுஸ் அமர்க்களப்பட்டது.'' சதுர்புஜ் சிரித்தார்.

"டார்லிங், நீங்கள் டிரஸ் மாற்றிக் கொள்ளுங்களேன்!'' என்ற புர்வாயி செல்லமாக, "ரிலாக்ஸ் செய்து கொள்ளுங்கள்.'' என்றாள்.

"சரி.'' என்று சிநேகன் உள்ளே போய்விட்டார்.

"உங்கள் கிளாசஸ் இன்னும் நடந்து கொண்டிருக்கிறதா?'' என்று கேட்டாள் வர்ஷா.

"இல்லை. பரிட்சைக்கு முந்திய லீவ் நாட்கள்.'' என்றாள் புர்வாயி, "நாங்கள் கோடையில் ஸ்ரீநகர் போகிறோம்.''

"தட் இஸ் கிரேட்!''

"நான் கேமக்காவை விடமாட்டேன். அவர் சிநேகனுக்கு மூன்று - நான்கு வாரம் லீவ் தரத்தான் வேண்டும்.'' புர்வாயியின் குரலில் கர்வம், "சிநேகன் எவ்வளவு வெட்டி, ஒட்டி கோ - ஸ்லோவை நிறுத்தினார் என்று உங்களுக்குத் தெரியாது.''

"வெட்டி ஒட்டுவதில் இவர் கெட்டிக்காரர்!'' சதுர்புஜ் சிரித்தார்.

சிநேகன் குர்த்தா - பைஜாமா அணிந்து திரும்பி வந்தார். வெளியே சத்தம் கேட்டது. புர்வாயி பாட்டிலையும் மீதி சில்லறையையும் வாங்கிக் கொண்டு திரும்பினாள்.

"நான் வீட்டிற்குப் போகலாமா என்று டிரைவர் கேட்கிறான்.''

சிநேகனின் முகம் உடனே கோபத்தில் சிவந்து விட்டது, "இல்லை, அவனை இருக்கச் சொல். நான் இவர்களை சாப்பிடக் கூப்பிட்டிருக்கிறேன். இவர்களைக் கொண்டுவிட வேண்டாமா அவன்?''

புர்வாயியின் முகம் மாறிவிட்டது.

"சிநேகன், நாங்களே போய்க்கொள்கிறோம்.'' என்றார்

சதுர்புஜ் பலவீனமான குரலில், ''இங்கிருந்து ஆட்டோ கிடைப்பது ஒன்றும் கஷ்டமில்லை.''

''வீட்டில் வண்டி இருக்கிறது, டிரைவர் இருக்கிறான், நீங்கள் ஆட்டோவில் போவீர்களா?'' சிநேகன் குரல் உரத்து ஒலித்தது, ''என்னை என் வட்டத்திலிருந்து ஒரேயடியாக வெட்டிவிட்டாளா? வேலை கிடைத்த பிறகு நான் தீண்டத் தகாதவனாகி விட்டேனா? நீங்கள் இப்படி நடந்துகொண்டால், ஆண்டவன் மேல் ஆணை, நான் எல்லாவற்றையும் விட்டுவிட்டு பாபர்லேன் போய்விடுவேன். உங்கள் பையில் பணம் இருந்தபோது அதில் பாதியை நான் பிடுங்கிக் கொண்டதை மறந்துவிட்டீர்களா?''

''சாரி சிநேகன்!'' சதுர்புஜ் உடனே தன் காதைப் பிடித்துக் கொண்டு மன்னிப்பு கேட்டார்.

''நான் இரண்டு கிளாஸ் எடுத்துக் கொண்டு வருகிறேன்.'' புர்வாயி உற்சாகம் காண்பித்துவிட்டு உள்ளே போய்விட்டாள்.

''உணர்ச்சி வசப்படுவதற்காக இன்றுதான் என்னை டிக்டேட்டர் கண்டித்தார்.'' என்று வர்ஷா புன்னகை செய்தாள், ''சிநேகன், உணர்ச்சி வசப்படாதீர்கள்.'' அவள் சிரித்துவிட்டு நடந்தது முழுமையும் சொன்னாள்.

சிநேகன் புன்னகை செய்தார், சதுர்புஜ் சிரித்தார். சூழ்நிலையின் இறுக்கம் கொஞ்சம் தணிந்தது.

புர்வாயி ட்ரேயில் கிளாஸ் எடுத்துக் கொண்டு வந்தாள். வேலைக்காரன் ஐஸ் கிண்ணத்தையும், கார பலகாரத் தட்டையும் கொண்டு வந்தான்.

சிநேகன் ''உங்கள் ஒர்க் ஷாப் எப்படி இருந்தது?'' என்று கேட்டார்.

''மிக நன்றாக இருந்தது.'' சதுர்புஜ் உற்சாகமாக சொன்னார், ''சிறிய நகரங்களின் புதிய தலைமுறை உற்சாகத்தைக் கேட்கவே வேண்டாம். நான் நான்கு மணி நேரம் வேலை நேரம் என்று தீர்மானித்திருந்தேன் - மாலை ஐந்திலிருந்து ஒன்பது மணி வரை. ஆனால் நள்ளிரவுக்கு முன் விட்டதே இல்லை. காலையில் தூங்கி

எழுந்திருக்கும் முன்பே மக்கள் வரத் தொடங்கிவிடுவார்கள். இன்று யாரோடு லஞ்சுக்குப் போவது என்று சண்டையே வந்துவிடும். ஒரு நடிகை தன் வண்டியோடு தயாராக இருப்பாள்.''

''சியர்ஸ்!'' சிநேகன் கிளாசை உயர்த்திப் பருகினார்.

வேலைக்காரன் வந்து சிகரெட் பாக்கெட்டை சதுர்புஜ் முன் வைத்தான்.

''பகதூர், பரோட்டா, சப்பாத்தி, இரண்டும் செய்துவிடு.'' என்றார் சிநேகன், ''வர்ஷாவுக்கும், அனுபமாவுக்கும் பரோட்டா பிடிக்கும்.''

''சரி.''

''உருளைக்கிழங்கு வறுவல் செய்திருக்கிறாய், இல்லையா?''

''ஆமாம்.'' என்றாள் புர்வாயி.

''சரி. அது வர்ஷாவுக்குப் பிடிக்கும். கொஞ்சம் மிளகாய் வறுத்துவிடு. அது அனுபமாவுக்குப் பிடிக்கும். சதுர்புஜுக்குப் பச்சடி இல்லாமல் ஒன்றும் முடியாது.''

''நினைவு இருக்குமா, நான் வரட்டுமா?''

''நினைவு இருக்கும்.'' வேலைக்காரன் உள்ளே போய்விட்டான்.

சிறிது நேரம் மௌனம்.

''பல மாதங்களுக்குப் பிறகு உங்களோடு உட்கார்ந்திருக்கிறேன்.'' என்றார் சிநேகன், ''மிகவும் சந்தோஷமாக இருக்கிறது... பழைய நாட்கள் திரும்பி வந்தது போல் இருக்கிறது.'' அவர் முகத்தில் எதையோ இழந்துவிட்ட உணர்வு இருந்தது. சட்டென்று தன் கிளாசை புர்வாயியின் முன் வைத்தார்.

''உங்களுக்குத் தெரியாதா... நான் குடிப்பதில்லை.''

''ஒரு வாய்!''

புர்வாயி எச்சில் விழுங்கினாள், ''சிநேகன் ப்ளீஸ்...''

''ஒரு வாய்!'' குரல் உறுதியாக வந்தது.

"டார்லிங், இப்படி பிடிவாதம் பிடிக்காதீர்கள்..." புர்வாயி பயந்துபோனாள்.

அமைதி. சதுர்புஜ் தரையைப் பார்க்கத் தொடங்கினார்.

"சிநேகன், ப்ளீஸ்..." என்றாள் வர்ஷா" அவளுக்குப் பிடிக்கவில்லை, இல்லையா!"

"நான் எனக்குப் பிடிக்காமலே பலவற்றை செய்துகொண்டிருக்கிறேன், வர்ஷா!" சிநேகன் புர்வாயியைப் பார்த்தார் "ஒரு வாய்!"

"ஏன் தொந்தரவு செய்கிறீர்கள்?" புர்வாயியின் முகம் தொங்கிவிட்டது.

"வாழ்க்கையில் விட்டுக்கொடுத்துப் போகவேண்டும் என்று நீதானே சொல்கிறாய்!"

"அது வேறு சந்தர்ப்பத்தில்."

"சந்தர்ப்பம் வேறுபடுவதால் விட்டுக்கொடுத்துப் போகும் இயல்பு மாறிவிடுவதில்லை." என்றார் சிநேகன், "ஒரு வாய்!"

அவர் கை அப்படியே முன்னால் இருந்தது. ஒரு வினாடி, இரண்டு வினாடி.

"சரி. தீர்மானம் ஆகிவிட்டது." என்று சொல்லிக்கொண்டே சிநேகன் எழத் தொடங்கியபோது சட்டென்று புர்வாயி கிளாசை வாங்கி ஒரு வாய் பருகினாள்.

"இப்போது சந்தோஷம்தானே!" புன்னகை செய்தபடி சிநேகன் கன்னத்தில் தட்டினாள்.

வர்ஷாவும், சதுர்புஜும் நிம்மதியாக மூச்சுவிட்டார்கள். மனதில் வந்து விழுந்த கல் விலகிவிட்டதுபோல் தோன்றியது.

"அடேடே, நான் வருவதற்கு முன்பே சியர்ஸ் முடிந்துவிட்டதே!" அனுபமா உள்ளே நுழைந்தாள். "ஹலோ, புர்வாயி.... மிக அழகான நெக்லஸ்! எங்கே வாங்கினாய்?"

"சிநேகன் போன வாரம் பம்பாய் போயிருந்தார். அங்கிருந்துதான் வாங்கிவந்தார்."

சட்டென்று ஒரு அமைதி சூழ்ந்தது.

"சிநேகன், நீங்கள் மிகவும் மோசம்." என்றாள் வர்ஷா.

சிநேகன் சங்கடப்பட்டார், "வர்ஷா, நான் இந்த செய்தியைக் கடைசியாக சொல்லலாமென்று நினைத்திருந்தேன். இதை எப்படி உங்களுக்கு சொல்வதென்று என்னால் தீர்மானிக்கமுடியவில்லை.".

"டார்லிங், நான்தான் தவறாக போட்டு உடைத்துவிட்டேன்." என்று புர்வாயி காயப்படுத்தப்பட்ட குரலில் சொன்னாள்.

"இப்போதாவது சொல்லுங்கள்." சதுர்புஜ் புன்னகைசெய்தார், "முன்னுரை நிறைய ஆகிவிட்டது."

"நான் ஒன்றரை நாள் பம்பாயில் இருந்தேன்."

"எதற்காகப் போயிருந்தீர்கள்?"

"பாருங்கள். வர்ஷாவை சீண்டுவதற்காக வேண்டுமென்றே மங்கல வாழ்த்தில் வசனத்தைத் தொடங்குகிறார்" என்றார் சதுர்புஜ்.

"வர்ஷா, நீ என்னைப் பற்றி அப்படி நினைக்கிறாயா? ஹர்ஷைப் பற்றிய செய்தி வரும் ஃபிரீக்வென்சியை நான் தடுக்கமுடியுமா?"

வர்ஷா இல்லையென்று தலை அசைப்பதற்கு முன் சிநேகன் சொன்னார். "முன்பு நான் சொல்லவில்லை, இப்போது நீங்கள் என்ன சொல்லவிட மாட்டேன் என்கிறீர்கள்."

"எல்லாரும் வாயை மூடுங்கள்...." சதுர்புஜ் இரண்டு கைகளையும் மேலே உயர்த்தினார்.

"நான் ஆபீஸ் விஷயமாப் போயிருந்தேன். சில மணி நேரங்களில் எல்லாம் முடிந்துவிட்டது. பிறகு முழு நேரமும் ஹர்ஷுடன் இருந்தேன்." சிநேகன் ஒரு வினாடி எல்லாரையும் பார்த்தார், "ஹர்ஷ் மிஸ்டர் நாயுடுவின் ஃப்ளாட்டில் இருக்கிறார். அவருடைய ஒரு வண்டியில்தான் போகிறார். இப்போது அவருக்குப் பணவசதி கொஞ்சம் குறைவுதான். 'தீபத் திரி' தொடங்கவிருக்கிறது.

அதன் டைரக்டர் நந்தா கெட்டிக்காரர். அவரால்தான் ஹர்ஷின் காலம் ஓடிக்கொண்டிருக்கிறது. இரண்டாவது ஃபிலிம் 'சக பிரயாணி' யில் அவருடன் சாருஸ்ரீ நடிக்கிறாள். நாயுடுவின் கடந்த இரண்டு படங்களிலும் சாருஸ்ரீ நடித்தாள், இரண்டும் வெற்றி பெற்றன. அதனால் நாயுடுவுக்கு சாருஸ்ரீ மீது நம்பிக்கை இருக்கிறது. ஆனால், 'நடுக்கம்' படத் தோல்விக்குப் பிறரு சாருஸ்ரீயின் தம்பி சதானந்திற்கு இப்போது எடுக்கவிருக்கும் படத்தின் கதை பிடிக்கவில்லை, அது நல்ல கருத்துகள் கொண்ட கதை, ஹர்ஷுக்குப் பிடித்திருக்கிறது, ஆனால் 'சகபிரயாணி' படம் அவார்டுக்காக எடுக்கப்படவில்லை என்று சதானந்த் சொல்கிறார். சாருஸ்ரீயின் கேரியர் கிராஃபில் 'நடுக்கம்' படம் மோசமான தாக்கத்தை ஏற்படுத்தியிருக்கிறது. சாருஸ்ரீ-ஹர்ஷ் ஜோடி 'நடுக்கம்' படத்தில் கிளிக் ஆகாதபோது 'சக பிரயாணி'யில் எப்படி எடுபடும் என்பது சதானந்தின். வாதம். இதில் 'நடுக்கம்' படத்தைப் போல நல்ல காதல்-காட்சிகளும் இல்லை. இது வரை 'சக பிரயாணி'க்கு ஒரு டிஸ்டிரிபியூட்டர் கூட டிஸ்டிரிபியூட் செய்ய முன்வரவில்லை. நாயுடு சாருஸ்ரீ விருப்பத்திற்கு மதிப்பு அளிக்கிறார், அதனால் இப்போது ஒத்துக்கொண்ட கதையை விட்டுவிட்டு இதே ஜோடியுடன் அவர் கொஞ்சம் மக்கள் விரும்பும் கதையைப் படமாக்க தயாராக இருப்பதாகவும் ஆனால் இயக்குநர் புரொஃபஷனல் சினிமா இயக்குனராகத்தான் இருக்கவேண்டும் என்றும் சொல்கிறார். இது ஹர்ஷுக்கு உடன்பாடில்லை. மறுபக்கம் புரொஃபஷனல் சினிமா எடுப்பதாக இருந்தால் ஹர்ஷுக்கும் அதற்கும் என்ன சம்பந்தம் என்று சதானந்த் கேட்கிறார்.''

'' நீங்கள் சாருஸ்ரீயை சந்தித்தீர்களா?'' என்று கேட்டார் சதுர்புஜ்.

''ஆமாம். ஹர்ஷுடன்தான் போனேன். அங்கு எனக்கு நல்ல வரவேற்பு கிடைத்தது. உண்மையில் ஹர்ஷ் விஷயமாக சாருஸ்ரீ வீட்டிலும் இரண்டு கட்சியாகப் பிரிந்து நிற்கிறார்கள். சாருஸ்ரீயும் அம்மாவும் ஹர்ஷை விரும்புகிறார்கள், அண்ணனும் அண்ணியும் அதற்கு எதிராக இருக்கிறார்கள்.''

''ஆதித்யா என்ன சொல்கிறார்?'' என்று வர்ஷா வறண்ட குரலில் கேட்டாள்.

''ஹர்ஷின் இமேஜ் ஒரு முகத்தை முறித்துக்கொண்டு போகும் கர்வம் பிடித்த நடிகனின் இமேஜாகி விட்டது என்று அவர் சொல்கிறார். தன்னைக் கட்டுப்படுத்திக்கொள்ள முயற்சிப்ப தாகவும், ஆனால் முட்டாள்களின் பேச்சைக் கேட்டு ஆவேச மாகிவிடுவதாகவும் ஹர்ஷ் சொல்கிறார்.''

''பணத் தட்டுப்பாடு இருக்கிறதா?'' என்று வர்ஷா கேட்டாள்.

சிநேகன் ஆமாம் என்று தலையாட்டினார், ''அவருக்கு ஒரு புரொஃபஷனல் ஃபிலிமில் துணைக்கதாநாயகன் பாத்திர ஆஃபர் வந்திருக்கிறது, ஆனால் அவர் அதிக சம்பனம் கேட்கிறார். ஆதித்யா சொன்னதின் பேரில் நான் அது விஷயமாகவும் ஹர்ஷிடம் பேசினேன். தயாரிப்பாளர் மீண்டும் வந்தால் சம்பளத்தைக் குறைத்துக் கொள்வதாக ஹர்ஷ் சொன்னார். நீங்களே தயாரிப்பாளருக்கு போன் செய்யுங்கள் என்று நான் சொன்னதற்கு அப்படி செய்வதால்தான் அவர்களுக்கு தலைக்கனம் ஏறிவிடுகிறது. என்று சொல்லிவிட்டார்.'' சிநேகன் ஒரு வாய் பருகினார், ''பிறகு சாருஸ்ரீ உன்னை மிகவும் பாராட்டினாள்...''

''எதற்கு?'' என்று அனுபமா கேட்டாள்.

''ஹர்ஷ் அகாடெமி அவார்டு விஷயமாகப் பேசியபோது ''எனக்கு அதில் ஆச்சரியம் ஒன்றுமில்லை, அந்தப் பெண்ணின் கண்கள் பேசுகின்றன.'' என்று சாருஸ்ரீ சொன்னாள்.''

(வர்ஷாவுக்கு 'வாழ்த்துக்கள்! அணைப்பும் முத்தங்களும் - முக்கியமாக கண்களில்!' என்ற ஹர்ஷின் தந்தி நினைவு வந்தது. அவள் கண்களை மூடிக் கொண்டு தந்திக் காகிதத்தால் முகத்தை மூடிக்கொண்டாள்!)

புர்வாயி வர்ஷாவிற்குக் கல்யாண ஆல்பத்தைக் காட்டத் தொடங்கினாள். சதுர்புஜ் நாடக காம்ப்பில் புதியவர்களோடு லோக்கல் கிராமிய நாடகத்தை நடத்துவதில் என்ன லாபம் என்று சிநேகனுக்கு விளக்கிக் கொண்டிருந்தார். அப்போது போன் ஒலித்தது. அனுபமா ரிசீவரை எடுத்தாள். சில வினாடிகளுக்குப் பிறகு அவள் முகம் மாறியதைப் பார்த்து எல்லாருடைய பேச்சும்

நின்றுவிட்டது, ''வர்ஷா, ஷாஜஹான்பூரிலிருந்து தந்தி. அம்மா காலமாகிவிட்டார்.''

★ ★ ★ ★

தோளில் பேக்கைத் தொங்கவிட்டபடி வர்ஷா 54, சுல்தான் கஞ்சை அடைந்தபோது மகாதேவ் அண்ணன் முன் வராந்தாவில் நின்றபடி சாஸ்திரிகளிடம் பேசிக் கொண்டிருந்தார். வர்ஷா எதிரில் தயங்கி நின்றபோது அவர் அவள் தலை மீது கையை வைத்துக் கூறினார், ''நல்லது, நீ சரியான நேரத்தில் வந்துவிட்டாய்.''

வரவேற்பறையில் அப்பா உட்கார்ந்திருந்தார். அருகில் சில அண்டை வீட்டினர். வர்ஷா முற்றத்தில் காலை வைத்தவுடன் அக்கா வந்து விம்மலோடு கழுத்தைக் கட்டிக் கொண்டாள்.

முற்றத்தில் அம்மா உடல் இருந்தது. புதுத் துணியால் மூடியிருந்தது. ஒரு பக்கம் பெண்கள் உட்கார்ந்திருந்தார்கள்.

வர்ஷா துணியை சற்று விலக்கி கடைசியாக ஒரு முறை அம்மா முகத்தைப் பார்த்தாள். முகத்தில் மங்கிய நிழல் படர்ந்து சலனமின்றித் தோன்றியது. வர்ஷா நீண்ட பெருமூச்சு விட்டாள். அம்மாவுடனான உறவை சரிப்படுத்திக் கொள்ள முயற்சிப்பேன் என்று எப்போதோ ஒருமுறை யோசித்திருந்தாள். ஆனால் அம்மா பரஸ்பர உணர்வு இறுக்கத்துடனேயே போய் சேர்ந்துவிட்டாள்.

''புண்ணியவதியின் பிரார்த்தனையை சரியான சமயத்தில் கடவுள் ஏற்றுக் கொண்டார்...'' என்றாள் பூல்வதி.

''அக்கா...''

கிஷோர் அவள் கழுத்தைக் கட்டிக் கொண்டு அழுது வெடித்தான். கிஷோரின் ஸ்பரிசம் பட்டதுமே வர்ஷாவுக்குள் ஆவேச ஊற்று வெடித்தது, ஆனால் விம்மல் மத்திமமாகவே இருந்தது. அவளுக்கு நினைவு தெரிந்து குடும்பத்தில் இது முதல் இறப்பு. அதன் விளைவு ஏன் இவ்வளவு பலவீனமாக இருக்கிறது என்று வர்ஷா யோசித்தாள்... நீண்ட நாட்களுக்குப் பிறகு கிஷோரை சந்தித்த உணர்வு மிக ஆழமானதாகத் தோன்றியது. அவள் உதட்டைக் கடித்துக் கொண்டாள்.

★ ★ ★ ★

சவ ஊர்வலம் செல்லத் தொடங்கியது. ஒரு பெயரின் உண்மை மெல்ல, மெல்ல மங்கத் தொடங்கியது.

''ஆறுமாதமாக மிகவும் கஷ்டப்பட்டாள்.'' என்றாள் அக்கா, ''நடக்க எழுந்திருக்க முடியாமல் போவது மிகவும் கஷ்டம்.''

வர்ஷா தாழ்வாரத்தில் சுவற்றில் முதுகை சாய்த்து உட்கார்ந்திருந்தாள். அண்ணி மடியில் இருந்த சின்னக் குழந்தையைப் பால் குடிக்கச் செய்து கொண்டிருந்தாள். ஜல்லி சின்ன மருமகளுக்கு கிலுகிலுப்பை ஆட்டி சமாதானப்படுத்திக் கொண்டிருந்தாள். ஜல்லி பெரியவள் ஆகிவிட்டாள். சல்வார்குர்த்தா அணியத் தொடங்கி விட்டாள்.

வர்ஷாவின் கண் முன் மிகப் பரிச்சயமான இடம் விரிந்தது. கொடியில் தொங்கும் துணிகள். முற்றத்தில் பைப்பிலிருந்து சொட்டு சொட்டாக விழும் நீர்த் துளிகள். மூலையில் துளசி மாடம் - மேலே சுவரிலிருந்து காலி கிளிக்கூண்டு தொங்கிக் கொண்டிருந்தது. போன வருஷம் ஒரு நாள் இரவு அனுஷ்டுப் பூனைக்கு இரையாகிவிட்டிருந்தது. காலையில் அதன் பிய்ந்த இறக்கைகள் மட்டும் கிடைத்தன.

வர்ஷா நீண்ட பெருமூச்சு விட்டாள்.

இரவு முழுதும் கண் விழித்துப் பயணம் செய்ததில் உடம்பு களைத்துப் போயிருந்தது, மனம் சோகத்தில் கனத்திருந்தது. இந்த இரண்டும் நிலைத்துவிட்டது போல் தோன்றியது. வேகம் வேகமாக இந்த நிலைகளைக் கடந்து சென்ற பிறகு தன் ஜோட்பாக் வீட்டிற்கு சென்று மறுபடியும் மறுபடியும் தன் உணர்வுகளை அசை போடுவாள். ஜோட்பாக் நினைவு வந்ததும் எதையோ இழந்து விட்டதுபோல தோன்றியது.

பிற்பகலில் வீட்டு ஆண்கள் திரும்பினார்கள். ஒவ்வொருவராக எல்லாரும் ஸ்நானம் செய்தார்கள்.

ஜல்லி டீ தயாரிக்க தண்ணீரை அடுப்பில் ஏற்றியதும் ஒரு குழந்தை அழத் தொடங்கியது.

''குழந்தைகளுக்கு ஏதாவது சாப்பிடக் கொடம்மா!'' என்றார் மகாதேவ் அண்ணன்.

வர்ஷா சுடச்சுட டீயைக் குடித்தபோது உள்குழப்பம் குறைவதாக உணர்ந்தாள்.

★ ★ ★ ★

"அக்கா, பெரிய அண்ணன் கூப்பிடுகிறார்." என்று மாலையில் ஜல்லி அறிவிப்பு தந்தாள்.

ஏதாவது கல்யாணப் பேச்சாக இருக்கும் என்று வர்ஷா நினைத்துக் கொண்டாள். ஆனால் இந்த முறை முன்பு போல பயம் ஏற்படவில்லை.

அண்ணியையும் அக்காவையும் சேர்த்து முழு எதிர்த்தரப்பும் ஒன்றாக கூடி இருந்தது. அவள் மூலையில் இருந்த நாற்காலியில் உட்கார்ந்தாள்.

"வர்ஷா, மெலிந்து போய்விட்டாய்!" அத்தான் பாக்கு வெட்டியால் பாக்கு வெட்டிக் கொண்டிருந்தார்.

வர்ஷா மெல்லிய புன்னகையுடன் பேசாமல் இருந்தாள்.

"நீ வீட்டிற்கு நிறைய பணம் அனுப்ப ஆரம்பித்திருக்கிறாய்." என்றார் அப்பா, "நீ அங்கே நன்றாக இருக்கிறாயா?"

"இருக்கிறேன். எனக்கு பிரமோஷன் கிடைத்திருக்கிறது."

"நீ கிஷோருக்கு மூவாயிரம் ரூபாய்க்கு டிராஃப்ட் அனுப்பியிருக்கிறாய்."

"வீட்டு செலவுக்கு உதவுமே!"

"அது என்ன அவார்டு?" என்று கேட்டார் மகாதேவ் அண்ணன்.

"ஆக்டிங்கிற்காக. அத்துடன் ஐந்தாயிரம் ரூபாய் செக்கும் கிடைத்தது."

வீட்டு உறுப்பினர்கள், முக்கியமாக பெண்கள் அவளை ஆர்வத்தோடு பார்த்துக் கொண்டிருந்தார்கள். அவள் அவர்கள் கண் முன் அவர்கள் அறியாத ஒரு அதிசயமான உலகத்தின் கதவைத் திறந்து கொண்டிருந்தாள்.

''கொஞ்ச நாட்களாக ஜல்லிதான் வீட்டை நிர்வகித்துக் கொண்டிருக்கிறாள்.'' என்றார் அப்பா, ''அதனால் கிஷோருக்கு இப்போது கல்யாணம் செய்து விடலாம் என்று யோசித்திருக்கிறோம்.''

அப்படியானால், இந்த முறை வேலி அடைப்பில் வர்ஷா இல்லை என்று அவள் விடுதலை மூச்சுடன் நினைத்துக் கொண்டாள். கிஷோர் சென்ற ஆண்டிலிருந்து மலாயா எலக்டிரிக்கலில் வேலை செய்து கொண்டிருந்தான் - மின் விசிறி, அயர்ன்பாக்ஸ், ஃபிரிஜ் ரிப்பேர். வீடுகளுக்கும் சொந்த முறையில் பழுதான பொருள்களை சரி செய்து கொடுத்துக் கொண்டிருந்தான்.

''பாராபங்க்கியில் பெண் பார்த்து பேசியிருக்கிறோம். கயா பிரசாத் பாண்டே ஒரு தர்மசாலையில் மேனேஜராக இருக்கிறார். அவருடைய இரண்டாவது பெண் ஹேமலதா பி.ஏ. முதல் வருஷம் படித்துக் கொண்டிருக்கிறாள்.'' அண்ணன் அத்தான் பக்கம் கையைக் காட்டினார். ''நீ நாளை காலை அத்தானோடு பாராபங்க்கிற்குப் போய் பெண்ணை ஒருமுறை பார்த்துவிடு.''

வர்ஷா சரியென்று தலையசைத்தாள்.

அப்போது கிஷோர் வெளிக்கதவருகே வந்தான், ''டாக்டர் சிம்ஹலும், சகன்லாலும் வந்திருக்கிறார்கள்.''

★ ★ ★ ★

ஹேமலதா கனத்த சேலையில் மிகவும் கவனமாக வந்து 'நமஸ்தே' என்று வணங்கினாள். சிறிய பெண்ணாக, அலங்கரித்த பொம்மை போலத் தோன்றினாள்.

''உட்கார்.'' வர்ஷா மனதில் இரக்கம் நிரம்பிய அன்பு தோன்றியது.

முந்தானையை இழுத்து சரிசெய்தபடி ஹேமலதா எதிரில் உட்கார்ந்தாள்.

''எந்தக் கல்லூரியில் படிக்கிறாய்?''

''மிர்ஜா இஸ்மாயில் பேக் டிகிரி கல்லூரியில்.'' ஆரம்பத்தில் குரல் கூச்சத்தோடு வெளிப்பட்டது. கடைசியில் விடுபட்ட உணர்வு தெரிந்தது.

''என்ன சப்ஜெக்ட்?''

''புவியியல், இசை, ஹோம் சயன்ஸ்.''

மற்ற இரண்டு சப்ஜெக்டுகளோடு புவியியல் எடுத்த காரணத்தை சொல்லு என்று கேட்க நினைத்தாள் வர்ஷா, ஆனால் நிறுத்தி விட்டாள். அவளுடைய நகைச்சுவை உணர்வில் பாவம், ஹேமலதாவின் இயல்புத்தன்மை மாயமாகிவிடும்.

''இசையில் என்ன படிக்கிறாய்?''

''வாய்பாட்டு, இசைக்கருவி வாசிப்பு இரண்டும்.''

''எல்லா ஸ்கூல் - புரோகிராமிலும் பாடுவாள் - சரஸ்வதிதேவி அருள் தரவேண்டும்.'' என்றாள் அம்மா, ''போன வருஷ ஆண்டு விழாவில் பரிசு கூட கிடைத்தது.''

அருகில் இருந்த தந்தை புன்னகை செய்தார்.

''நல்லது. என்ன பாட்டு?''

''வாத்தியங்கள் ஒலிக்க ராமச்சந்திரன் செல்கிறார்.'' என்றாள் ஹேமலதா. வர்ஷாவின் இனிமையான நடவடிக்கைகளால் ஹேமலதாவின் தன்னம்பிக்கை வளர்ந்துவிட்டிருந்தது.

பெண் ஒன்றரைக் கண் என்று தங்களுக்குத் தெரியவந்ததாக அண்ணி சொல்லியிருந்தாள். வர்ஷா கவனமாக ஹேமலதாவின் கண்களைப் பார்த்தாள். சிறிய கண்கள், ஆனால் நேர்த்தியாக இருந்தன.

''ஹேமா, வீட்டுவேலை செய்வாயா?''

''ஆமாம்.'' ஹேமா சற்று புன்னகை செய்தாள், '' அரைகுறையாக சமையல் செய்வேன். மைசூர்பாகு, கேரட் அல்வா, பர்பி எல்லாம் செய்வேன். தையல், பூவேலை, பின்னல் எல்லாம் தெரியும்.''

''பெரிய பெண்ணுக்குக் கல்யாணமான பிறகு இவள்தான் வீட்டைக் கவனித்துக் கொள்கிறாள்.'' என்றாள் அம்மா.

''ஒரு பாட்டு பாடு.''

ஹேமலதா தன் அம்மாவைப் பார்த்தாள்-பிறகு தொண்டையை செருமி சரி செய்து கொண்டு 'மதுவனத்தில் ராதிகா ஆடினாள்' என்று பாட ஆரம்பித்தாள். குரல் சீராக இருந்தது, நல்ல பயிற்சியும் தெரிந்தது. சுரங்கள் அனாயாசமாக வந்து விழுந்தன. வர்ஷா அத்தானைப் பார்த்தாள். அவர் தன் அங்கீகாரத்தைக் கண்களில் காட்டினார்.

பாட்டு முடிந்ததும் சில வினாடிகள் அமைதி நிலவியது.

''பாண்டே, பெண்ணை எங்களுக்குப் பிடித்திருக்கிறது.'' என்று அத்தான் அறிவித்தார்.

பாண்டே மனம் உருகி கையைக் கூப்பினார். அம்மா முகத்தில் நிம்மதி.

வர்ஷா பர்சிலிருந்து நெக்லசை எடுத்து ஹேமலதாவின் கழுத்தில் அணிவித்தாள். பிறகு அவள் நெற்றியில் முத்தமிட்டாள்.

★ ★ ★ ★

மாலை மங்கிக் கொண்டிருந்தது. காற்று குளிரத் தொடங்கியது. மாமரத்தில் இருந்த பறவைகள் கலகலத்துக் கொண்டிருந்தன.

வர்ஷா கொடி மண்டபத்தில் உட்கார்ந்திருந்தாள். எதிரில் டீ கோப்பை.

ஒரு வாரத்திற்குப் பிறகு தன் வீட்டில் இருப்பது சுகமாக இருந்தது. டிரெயின் லேட்டாக வந்ததால் வீட்டிற்கு வரும் போது மதியம் மணி பன்னிரண்டாகிவிட்டது. குளித்துவிட்டு கொஞ்சம் சாப்பிட்டுவிட்டு தூங்கிவிட்டாள். களைப்பினாலும், இரவு தூக்கம் இல்லாததாலும் ஆழ்ந்த தூக்கம் தூங்கினாள். மத்தியானம் அனுபமா வந்தாள், ஆனால் அவளை எழுப்பவில்லை என்று ஜுமக்கி சொன்னாள்.

இந்த முறை ஷாஜஹான்பூர் பயணத்தில் எதுவும் உறுத்தல் இல்லை. கிஷோர் வீட்டை நிர்வாகம் செய்தான். அவன் மாதம் கிட்டத்தட்ட எட்டாயிரம் ரூபாய் சம்பாதித்தான். மகாதேவ் அண்ணன் வீட்டுக் கவலையிலிருந்து விடுபட்டு விட்டதால் இயல்பாக இருந்தார். அக்கா 'வாழ்க்கையை சீர்செய்துகொள்ளும்படி' உபதேசிக்கவில்லை, அத்தான் பாங்கே பிஹாரி தீ க்ஷித், பி.சி.எஸ். குர்ஜா விஷயத்தை எடுக்கவில்லை. அம்மா காலமான சோகத்தை குறைப்பதில் நடக்கவிருந்த கல்யாண ஏற்பாடு உற்சாகப் பங்கு வகித்தது.

''வாழ்க்கை சக்கரம் ஓடிக் கொண்டிருக்கிறது.'' என்றார் அப்பா, ''சோக முள்கள் முளைக்கின்றன. பின்னர் மகிழ்ச்சித் துளிர்கள் துளிர்க்கத் தொடங்குகின்றன. ஒரு ஒளி அணைவதும், வேறொரு ஒளி தோன்றுவதும் வாழ்க்கையின் நியமம் என்று கவிகுல குரு சொல்லியிருக்கிறார்.''

''அக்கா, நீ எவ்வளவு ஊமையாகிவிட்டாய்.'' என்றான் கிஷோர்.

''நீ வீட்டு நிர்வாகத்தை எடுத்துக் கொண்டு விட்டதில் எனக்கு மிகவும் சந்தோஷம்.'' வர்ஷா அவன் தலைமுடியை அளைந்தாள்.

''உனக்குக் கல்யாணம் ஆவதற்கு முன் என் கல்யாணம் நடப்பது நன்றாக இல்லை அக்கா.''

''பைத்தியம், எனக்காக முன்பே நீ மிகவும் கஷ்டப்பட்டிருக்கிறாய் (வர்ஷாவை ஆதரித்ததற்காகவும், அவள் 'வீட்டை விட்டு வெளியேறியதில்' அவன் வகித்த பாத்திரத்திற்காகவும் மகாதேவ் அண்ணன், அப்பா இரண்டு பேருடைய கோபத்திற்கும் கிஷோர் ஆளாக நேர்ந்தது.). அத்தோடு வீட்டைக் கவனித்துக் கொள்ளவும் யாராவது வேண்டும், இல்லையா?''

சிறிது தயக்கத்திற்குப் பிறகு கிஷோர் கேட்டேவிட்டான், ''லக்ஷ்மி டாக்கீஸில் ஒட்டியிருந்த 'நடுக்கம்' போஸ்டரில் இருக்கும் ஹர்ஷவர்தன்தானே உன் நண்பர்?''

வர்ஷா ஆமாம் என்று தலையசைத்தாள்.

''நீ எப்போது கல்யாணம் செய்து கொள்வாய், அக்கா?''

வர்ஷா மெல்லிய புன்னகையுடன் அவன் மூக்கைப் பிடித்து ஆட்டினாள், ''நான் நீண்ட தூரம் ஓடும் ஓட்டவீரன். என் தனிமைதான் என்னோடு இருக்கிறது.''

கிஷோர், அந்த சிறிய நகரத்தின் சிறிய சகோதரன், மாநகரத்தின் தன் நவநாகரிக பெரிய சகோதரியிடம் இந்த விஷயத்தைப் பற்றிப் பேச கூச்சப்பட்டு மௌனமாகிவிட்டான்.

''வீட்டு நினைவு வந்துவிட்டதா அக்கா?'' - ஜுமக்கி.

''ஆமாம்.''

''எனக்கும் எப்போதாவது நினைவு வரும், ஆனால் மனதைக் கல்லாக்கிக் கொள்வேன்.''

தங்கள் கிராமத்திலேயே மங்கரூ என்ற முரடனுக்கு ஜுமக்கியைக் கல்யாணம் செய்து கொடுத்திருந்தார்கள். அவன் எதற்கெடுத்தாலும் அடித்து உதைத்துக் கொண்டிருந்தான். அதனால் ஒரு நாள் மாலை வீட்டை விட்டு ஓடி வந்துவிட்டாள்.

''ஜுமக்கி, என்னிடம் தானே நீ இங்கிலீஷ் படித்தாய்?''

''ஆமாம் அக்கா!''

''சீக்கிரமே கிஷோருக்குக் கல்யாணமாகிவிடும்.'' என்றாள் வர்ஷா.

சில வினாடிகள் கழித்து ஜுமக்கி புன்னகை செய்தாள், ''முதலில் உங்களுக்குதான் கல்யாணம் ஆகவேண்டும். ஹர்ஷ் அண்ணனோடு உங்கள் பொருத்தம் எப்படி இருக்கும், பி.ஏ.ஐ.ஆர். பேர்...''

''நீ வாய் அடித்தால் நான் லக்ஷ்மணனுடன் உன் பி.ஏ.ஐ.ஆர். பண்ணிவிடுவேன்.''

''ஐயோ, வேண்டாம் அக்கா!'' ஜுமக்கி காதைப் பிடித்துக் கொண்டாள், ''அந்தத் திக்குவாயோடு வேண்டாம்.''

அப்போது கேட் வழியாக ஒரு மெலிந்த இளைஞன் உள்ளே வந்தான். சற்று அருகில் வந்ததும் அவன் கொடி மண்டபத்தில் உட்கார்ந்திருந்த வர்ஷாவுக்கு தலை குனிந்து வணக்கம் தெரிவித்தான். பூம்பாத்திகள் வழியை மறைத்ததால் சில வினாடிகள் செடிகளுக்கு அருகில் தடங்கி நின்றுவிட்டான். வர்ஷா சுற்றிவரும் வழியைக் கையால் காட்டினாள்.

ஜுமக்கி கோப்பைகளையும் ட்ரேயையும் எடுத்துக் கொண்டு போய்விட்டாள்.

அவன் அருகில் வந்து ''என் பெயர் சித்தார்த் சியால்''. என்று தெரிவித்தான்.

வர்ஷா எதிரில் இருந்த பெஞ்சைக் காட்டினாள்.

''நான் முதல் முறை போன் செய்த அன்று காலையிலிருந்து நேற்று இரவு வரை நீங்கள் கிடைக்கவில்லை. வெளியே போயிருந்தீர்கள். ஒரு வாரமாக உங்களைத் தேடிக் கொண்டிருக்கிறேன்.''

''மன்னியுங்கள். உங்களுக்கு அசௌகரியமாகி விட்டது.''

''இல்லை, உங்கள் மீது என்ன தவறு!'' அவன் புன்னகை செய்தான். ''நான் வருவதற்கு முன் கடிதம் எழுதியிருக்கவேண்டும்.'' அவன் சிகரெட் பாக்கெட்டையும், தீப்பெட்டியையும் எடுத்தான், ''சிகரெட் பிடிக்கலாமா?''

வர்ஷா மெல்லிய புன்னகையுடன் அனுமதி தெரிவித்தாள்.

அவன் சிகரெட் பற்ற வைத்தான். பிறகு அங்குமிங்கும் பார்த்துவிட்டு ஒரு பூந்தொட்டியில் தீக்குச்சியைப்போட்டான். ''நான் டைரக்ஷன் கோர்ஸ் முடித்திருக்கிறேன் - ஐந்து ஆண்டுகளுக்கு முன் முடித்தேன். பம்பாயில் இருக்கிறேன். இப்போது முதல் ஃபிச்சர் ஃபீலிம் தயாரித்துக் கொண்டிருக்கிறேன். இதில் லீடிங் ரோலில் உங்களை ஒப்பந்தம் செய்ய விரும்புகிறேன்.''

அமைதியான நீர்ப்பரப்பின் மீது கல் வந்து விழுந்தது போலவும், பிறகு வெகு தூரம் வரை அலைகளின் அசைவு விரிந்து சென்று கொண்டிருப்பது போலவும் வர்ஷாவுக்குத் தோன்றியது...

என்ன செய்வது என்று தெரியாத நிலையில் இருந்தாள். அவளால் ஃபிலிமைப் பற்றி அதிகமாக யோசிக்க முடியவில்லை.

சித்தார்த் அழகிய பிளாஸ்டிக் கவரோடு கூடிய ஃபைலை நீட்டினான், "ஸ்கிரிப்ட்!"

ஜுமக்கி ட்ரே எடுத்துக் கொண்டு வந்தாள். சித்தார்த்திடம் டீ கோப்பையைத் தந்தாள்.

வர்ஷா ஸ்கிரிப்டைத் திறந்தாள். ஸ்கிரிப்ட் ஆங்கிலத்தில் இருந்தது. முதல் பக்கத்தில் 'எரியும் பூமி' மூலக்கதை - டி. மணி, படக்கதை - சித்தார்த் சியால்'. இரண்டாவது பக்கத்தில் மூன்று காட்சிகள் இருந்தன. வர்ஷா அதிர்ந்தாள். ஒரே பக்கத்தில் மூன்று காட்சிகள்... அவள் பக்கங்களைப் புரட்டினாள். எண்பது பக்க வரிவடிவம். நூற்று ஐம்பத்துமூன்று காட்சிகள். வர்ஷாவுக்கு விசித்திரமாக இருந்தது. இவ்வளவு சிறிய, சிறிய காட்சிகள்...

வர்ஷா டீ கோப்பையை எடுத்து ஒரு வாய் குடித்தாள், "நீங்கள் என்னைப் பற்றி எப்படி யோசித்தீர்கள்?"

சித்தார்த் சொன்னான், "நான் உங்கள் மூன்று நாடகங்களைப் பார்த்திருக்கிறேன் - 'தங்கள் - தங்கள் நரகம்', 'விஷகன்னி', 'மூன்று சகோதரிகள்!"

"ஓ..."

"நான் அடிக்கடி டில்லி வருவேன் - என் சகோதரியும், சகோதரி கணவரும் இங்கே இருக்கிறார்கள்."

"எங்கே?"

"சப்தர்ஜங் என்க்ளேவில். இருவரும் டாக்டர்கள்." சித்தார்த் சிகரெட் புகையை இழுத்தான். "என் காமிராமேனும் இன்ஸ்டிடியூட்டில் படித்தவர்தான். இரண்டு வருஷங்களுக்கு முன் அவருக்கு சிறந்த நிழல்பட பதிவிற்காக தேசீய விருது கிடைத்தது."

"வேறு எந்தெந்தக் கலைஞர்களை ஒப்பந்தம் செய்திருக்கிறீர்கள்?"

"மூன்று பேரும் இன்ஸ்டிடியூட்டில் படித்தவர்கள்தான் - கிரிராஜ், சாயா, நரேஷ். நீங்கள் ஒருவேளை இவர்கள் நடிப்பைப் பார்த்திருப்பீர்கள்."

"கிரிராஜையும், சாயாவையும் பார்த்திருக்கிறேன்."

"உங்களுக்கு இண்டர்நேஷனல் ஃபிலிமில் ஆர்வம் உண்டா?"

"ஆமாம், நான் 'தஸ்வீர்' ஃபிலிம் சொசைட்டியில் உறுப்பினர்."

"ஸ்கூலில் மூன்றாம் ஆண்டு நீங்கள் ஃபிலிம் இன்ஸ்டிடியூட்டிற்கும் போயிருப்பீர்கள்."

"ஆமாம்." என்று வர்ஷா புன்னகை செய்தாள், "உங்கள் போதி விருட்சத்தின் கீழ் உட்கார்ந்திருக்கிறேன். ஃபிலிம் அப்ரெசியேஷன் குறித்த லெக்சரையும் கேட்டிருக்கிறேன்."

சித்தார்த் சில வினாடிகள் கழித்து பணிவுடன் சொன்னான், "முடிந்தால் நாளை மாலைக்குள் ஸ்கிரிப்டைப் பற்றிய உங்கள் கருத்தை சொல்கிறீர்களா?"

"நான் இன்று இரவே படித்துவிடுவேன்." என்றாள் வர்ஷா, "நாளை மாலை எங்கே சந்திக்க உங்களுக்கு வசதியாக இருக்கும்? ஐந்து மணிக்கு திரிவேணியிலா அல்லது ஆறு மணிக்கு இங்கா?"

"திரிவேணி நல்லது. பிறகு நான் மாரிஸ் நகர் போகவேண்டியிருக்கிறது."

வணக்கம் சொல்லிவிட்டு சித்தார்த் போய்விட்டான். அவன் உருவம் கேட்டைத் தாண்டிப் போகும் வரை வர்ஷா பார்த்துக் கொண்டேயிருந்தாள். சித்தார்த் ஒரு சொல் கூட அநாவசியமாய் பேசாததை அவள் கவனித்திருந்தாள்.

ஒன்பது மணிக்குள் வர்ஷா படக்கதையைப் படித்துவிட்டாள்.

மைய பாத்திரம் தாக்கா என்ற பெண். சுட்டெரிக்கும் பாலைவனத்தில் ஏழு, எட்டு குடிசைகள் மட்டுமே உள்ள கிராமத்தில் வசிப்பவள். ஆத்மசக்தியும், வாழ வேண்டும் என்ற

ஆசையும் நிறைந்தவள். விருந்தாளிகளுக்காக இரவு விடுதி நடத்திக் கொண்டிருக்கிறாள். பணவசூல் செய்யும் அவள் கணவன் யாரையோ கொன்று விடுகிறான். சிறைக்கு அனுப்பப்படுகிறான். பஞ்சம் வந்துவிடுகிறது. வாழ்க்கை இன்னும் நரகமாகி விடுகிறது. ஒட்டகம் ஒன்று காயம்பட்ட நிலையில் பரிச்சயமில்லாத சுமேராவை சுமந்து கொண்டு வருகிறது. தாக்கா வைத்தியத்தாலும், நல்ல கவனிப்பாலும் அவனை குணப்படுத்திவிடுகிறாள். இருவருக்குமிடையில் காதல் அரும்புகிறது. சுமேரா ஒரு கொள்ளைக்காரனைக் கொன்று தங்கத்தைக் கொள்ளை அடிக்கிறான். அதை விற்பதற்காக தாக்காவுடன் கிராமத்திற்குப் போகிறான். தட்டான் சுமேராவைப் பிடித்துக் கொடுத்துவிடுகிறான், போலீஸ்காரர்களுடன் தங்கத்தைப் பங்குபோட்டுக் கொள்கிறான். சமயம் கிடைத்ததும் தாக்கா தப்பி ஓடிவிடுகிறாள். யாருமற்ற பாலைவனத்தில் திடீரென்று அவளுக்குப் பிரசவ வலி ஏற்படுகிறது. ஆண்குழந்தை பிறக்கிறது (அதன் தந்தை சுமேரா). மாலை மங்கும் நேரம். புயல் வர இருக்கிறது. தன்னை சுதாரித்துக் கொண்டு தாக்கா எழுகிறாள் - குழந்தையைத் தோளில் தூக்கிக் கொண்டு மணல் குன்றுகள் நிறைந்த, ஆள் அரவமற்ற, தகிக்கும் பாதையைக் கடக்கத் தொடங்குகிறாள். பின்னணியில் வாழ்வின் வாழும் ஆசையை சித்தரிக்கும் பாடல் ஒலிக்கிறது...

படக்கதையில் பல இடங்களில் டெக்னிகல் சொற்கள் இடம் பெற்றிருந்தன - மிட் ஷாட், மிட் லாங் ஷாட், லாங் ஷாட், எக்ஸ்ட்ரீம் லாங் ஷாட், காமிரா, டாலீஸ் அவுட், ஹெட் ஹெல்ட் காமிரா, அப்ரப்ட் கட், டிஸ்ஸால்வ்டு, காமிரா புல்ஸ் பேக் டு ரிவீல்...

வர்ஷா தனக்குத் தெரிந்த சினிமா ஞானத்தைக் கொண்டு காட்சிகளைக் கண்முன் கொண்டு வர முயற்சித்தாள். கொஞ்சம் வெற்றி கிடைத்தது, ஆனால் முழு தாக்கத்தைப் பற்றி அவளுக்கு நிச்சயமற்ற தன்மை இருந்தது.

"என்ன படித்துக் கொண்டிருக்கிறாய்?" அனுபமா உள்ளே வந்தாள்.

வர்ஷா படக்கதையை அவள் முன் வைத்தாள்.

''இது ஃபிலிம் ஸ்கிரிப்ட்!'' அனுபமா கவனமானாள்.

''ஆமாம்.'' வர்ஷா புன்னகை செய்தாள்.

ஒரு மணி நேரம் அனுபமா படக்கதையைக் கீழே வைக்காமல் படித்தாள். பிளேட்டைப் பக்கத்தில் வைத்துக் கொண்டு சாப்பிட்டாள். வர்ஷா டிராயிங் ரூமுக்கு வந்து ஜுமக்கியுடன் டி.வி. பார்த்துக்கொண்டிருந்தாள் (அதனுடன் ஜுமக்கியின் உறவு காந்தத்துக்கும், இரும்புக்கும் இடையே உள்ள உறவு).

''நல்ல ஸ்கிரிப்ட்'' அனுபமா முன்னால் வந்து உட்கார்ந்தாள், ''மனதைத் தொடும், குடையும் ஸ்கிரிப்ட். பேசும் சொற்கள் மிகக் குறைவு. ஊடகத்தின் தாக்கம் விளைவிக்கும் பயன்பாடு... நீ என்ன பதில் சொன்னாய்?''

''நாளை மாலைதான் சொல்லவேண்டும்.''

''சரி என்று சொல்லிவிடு.''

★ ★ ★ ★

''நான் தயார்!'' என்றாள் வர்ஷா.

''மிகவும் சந்தோஷம். உண்மையில் என் மனதிலிருந்த பெரிய பாரம் இறங்கி விட்டது.'' என்றான் சித்தார்த். ''இப்போது இரண்டாவது விஷயம் - சம்பளம். இந்த ஃபிலிமுக்காக எனக்கு என்.எப்.டி.சி. யிலிருந்து கடன் கிடைக்கிறது. மொத்தத் தொகை மிகவும் குறைவு. உங்களுக்கு சம்பளம் எட்டாயிரம் ரூபாய் என்று தீர்மானித்திருக்கிறது. அதை நாங்கள் தயாரிப்பின் போது பகுதி, பகுதியாகத் தருவோம்.''

வர்ஷா மேலுக்கு அமைதியாக சரியென்று தலையாட்டினாள். ஆனால் உள்ளுக்குள் உற்சாகம் அலைமோதியது - எட்டாயிரம்!... நான் ஒரே சமயத்தில் இவ்வளவு பெரிய தொகையை சம்பாதித்துவிடுவேன்!

''டப்பிங்கிற்கு நீங்கள் பம்பாய் வரவேண்டியிருக்கும். நாங்கள் ஒரு நல்ல குடும்பத்தில் நீங்கள் தங்குவதற்கு ஏற்பாடு செய்வோம். தயவு செய்து இதை ஏற்றுக் கொள்ளுங்கள்.

"சரி."

"இப்போது மற்றொரு விஷயம் - உங்கள் தேதிகள். ஜெய்சல்மருக்குப் பக்கத்தில் நம் லொக்கேஷன். மே முதல் தேதியிலிருந்து முப்பது தேதி வரை நமக்கு ஷூட்டிங் இருக்கும்."

"அது கஷ்டம்." என்றாள் வர்ஷா, "ஜூன் பாதி வரை ரிப்பர்ட்டரி திறந்திருக்கும்."

"தயவு செய்து நீங்கள் பேசிப் பாருங்கள்." என்று சித்தார்த் பணிவுடன் சொன்னான். "நான் இப்படித்தான் எல்லாவற்றையும் யோசித்து கலைஞர்கள், டெக்னீஷியன்களிடம் தேதி வாங்கியிருக்கிறேன். எக்விப்மெண்டுகளுக்கும் புக் பண்ணிவிட்டேன். அதன் பிறகு பருவ நிலையும் அனுகூலமாக இருக்காது. மாலையில் மழை பெய்யத் தொடங்கிவிடும்."

மறுநாள் காலை வர்ஷா சூர்யபானிடம் நிலைமையைக் கூறினாள்.

அவர் கோடைகால நிகழ்ச்சிகளை முன்னால் வைத்துக் கொண்டு சிறிது நேரம் யோசித்தார். பின்னர், "உன் இரண்டு நாடகங்கள் மீண்டும் நடத்தப்படும். அதில் நான் வேறு நடிகைகளைப் போட்டுக் கொள்கிறேன். இந்த வாய்ப்பு உன்னை விட்டு நழுவிப் போய்விடக் கூடாது. இதனால் உனக்கு மட்டுமின்றி ரிப்பர்ட்டரிக்கும் கௌரவம்." அவர் புன்னகையோடு கையை நீட்டினார், "பெஸ்ட் ஆஃப் லக்!"

ரிப்பர்ட்டரியின் மெயின்கேட் வழியாக வெளியே வரும் போது திடீரென்று வர்ஷாவின் மனம் நடுங்கியது.

'ஏன் இப்படி?...' சுவர்களில் தொங்கிய நாடகக் காட்சி போட்டோக்களைப் பார்த்து வர்ஷா மனதிற்குள் சொல்லிக் கொண்டாள், "நான் இருபத்தைந்து ஆண்டுகள் ரிப்பர்ட்டரியில் இருக்க வேண்டும்!"

பாகம் - மூன்று

1. அறியாத மொழிக் கடிதம்

முதல் பிளாட் ஃபாரத்தில் நின்றிருந்த ராஜதானி எக்ஸ்பிரஸ் விசில் ஊதியது.

''சிநேகன் சார்!'' சதுர்புஜ் தன் விசேஷமான விஷமப் புன்னகை மின்னலிட கூறினார், ''மண்டிஹவுஸ் சாபத்தை சொல்லிவிடுங்கள்.''

''நான் உங்கள் இருவரையும் அடித்துவிடுவேன்.'' வர்ஷா கண்ணை உருட்டினாள், ''நான் இரண்டு வாரங்கள்தான் டப்பிங் போகிறேன்.''

''நீங்கள் ஏன் இந்த அப்பாவிப் பெண்ணை வம்புக்கு இழுக்கிறீர்கள்?'' அனுபமா வர்ஷாவுக்கு பரிந்து கொண்டு வந்தாள், ''சிநேகன் சார்! இப்போது உங்களுக்கு நாடகம் பார்க்க சமயம் கூட இருக்கிறதா? ஸ்ரீராம் சென்டரில் மூன்று மணி அடிக்கும்போது நீங்கள் செம்ஸ்போர்டு கிளப்பில் சுற்றிக் கொண்டிருக்கிறீர்கள்.''

''ஆனால் என் ஆத்மா சபிக்கப்பட்ட ஹாம்லெட் போல மண்டிஹவுசில் அலைந்து கொண்டிருக்கிறது.''

''அப்படியானால் வர்ஷாவுடைய மனதின் ஒரு பகுதியும் 'மேக தூத்'தில் சுற்றிக் கொண்டிருக்கும்.''

''இவளுடைய ஒரு பகுதி மட்டும் ஏன் சுற்ற வேண்டும்? இவள் முழுமையாக 'மேக தூத்' மேடையில் ஜொலிக்கக் கூடியவள்.''

"உங்களைப் போல இவளுக்கும் தேவைகள் இருக்கின்றன. இவளும் வாழ்க்கையில் சில வசதிகளை விரும்புகிறாள்." அனுபமா உணர்ச்சிவசப்பட்டாள், "சமாதானப் பாதை உங்களுக்கு மட்டும் திறக்கவில்லை. மற்றவர்களுக்கும் சமாதானம் செய்து கொள்ள உரிமை இருக்கிறது."

"வர்ஷா என்னை விட நல்ல நிலையில் இருக்கிறாள். இவளுக்கு ரிப்பர்ட்டரியில் நடிப்புக்கு சம்பளம் கிடைக்கிறது." என்று சிநேகன் வாதம் செய்தார்.

"அது நீண்ட நாட்களுக்குப் போதாது. அதைக் கொண்டு ஒருவர் தன் வாழ்நாள் முழுதும் கழித்துவிட முடியாது."

சிநேகன் கண நேரம் மௌனமாக இருந்தபோது சதுர்புஜ் சொன்னார், "வர்ஷா அக்காடெமி பரிசும் வாங்கியிருக்கிறாள்."

"வர்ஷாவின் கலை வடிவத்தை அக்காடெமி ஒத்துக் கொண்டது என்றுதான் இதை சொல்ல வேண்டும்."

"இப்போது வர்ஷா தன் கலை வாழ்விற்கு கடமைப்பட்டு தான் ஆகவேண்டும்." என்றார் சிநேகன்.

"அவள் நடிகை. தன் கலையை உயர்த்திக் கொள்ள அவளுக்கு வேறொரு ஊடகத்தின் சவாலை ஏற்க முழு உரிமை இருக்கிறது."

"இந்த சவாலின் சாக்கில் வர்ஷா தன் கார் வாங்கும் பேராசையைப் பூர்த்தி செய்து கொள்ள விரும்புகிறாள்."

"கார் வாங்கும் பேராசை வர்ஷாவின் பிறப்புரிமை. அந்த ஆசை சிநேகன் சாரின் சொத்து இல்லை."

"கார் என்னுடையதில்லை அம்மா! என் மனைவியுடையது." சிநேகன் புன்னகை செய்தார்.

"நான் இதைத்தான் சொல்வேன், மதிப்பு கிடைத்த பிறகு கலையின் பொருட்டு கலைஞனின் பொறுப்பு இன்னும் அதிகமாகிறது." என்றார் சதுர்புஜ்.

"வர்ஷா எப்போது இதை மறுத்தாள்? ஆனால் மதிப்போடு சில வசதிகளையும் அவள் ஏன் விரும்பக்கூடாது? அந்தப் பரிசு

நான்கு நாட்களுக்கு முன் கிடைத்தது. இதுவரை எத்தனை ஆண்டுகள் இவள் தன் சொந்த வாழ்க்கை, கலை வாழ்க்கை போராட்டத்தோடு கழித்திருக்கிறாள்!...''

''அதை யார் மறுக்கிறார்கள்?'' என்றார் சதுர்புஜ்.

''இந்த ஒரு சாண் அளவு சின்னப் பெண்ணின் மனதிடத்தைப் பார்த்து எங்களுக்குப் பெருமையாக இருக்கிறது.''- சிநேகன் ஆதரவுடன் வர்ஷா தலைமீது கை வைத்தார்.

இதுவரை நடந்த பேச்சால் வர்ஷாவுக்கு கோபம் வரத் தொடங்கியிருந்தது. ஆனால் பேச்சு இப்படி உணர்ச்சிகரமாக மாறியதும் உருகிவிட்டாள். சிநேகன், சதுர்புஜ் இருவர் கைகளையும் பற்றிக் கொண்டு தழுதழுத்துக் கூறினாள், ''என் மீது இப்படி ஒரு குற்றச்சாட்டை சுமத்தாதீர்கள். நான் டிஃபெக்ட் ஆகிக் கொண்டிருக்கவில்லை.''

''ஹாய் ...'' ஷிவானி ஹை ஹீல்சில் மிதந்து வந்தாள்.

அனுபமா சிநேகனையும் சதுர்புஜையும் அறிமுகப்படுத்தினாள்.

''உங்கள் இருவர் பெயரையும் நிறைய கேட்டிருக்கிறேன்.'' ஷிவானி இனிமையாக புன்னகை செய்தாள்.

''சோகராணி, என்னை நினைவு வைத்துக்கொள், சீக்கிரம் வந்துவிடு.'' ஷிவானி வர்ஷாவின் கையைப் பற்றினாள், ''என் பிறந்தநாள் தேதி நினைவிருக்கிறது இல்லையா?''

வர்ஷா 'இருக்கிறது' என்று தலையசைத்தாள். ஆடும் காது வளையங்களுக்கிடையில் ஷிவானியின் பிரகாசமான முகம் ஒளிவீசியது. அவளை முத்தமிட மனம் விரும்பியது, ஆனால் பிளாட்ஃபாரத்தில் அப்படி செய்ய மனம் துணியவில்லை.

''வர்ஷா...'' ஸ்டேட் எண்ட்ரி ரோடு பக்கத்திலிருந்து சுஜாதா வந்து கொண்டிருந்தாள் - வேகம் வேகமாக மூச்சு வாங்கிக் கொண்டே, ''திடீரென்று இன்ஜின் நின்றுவிட்டது. சுவரைத் தாண்டி வந்திருக்கிறேன்.'' சுஜாதா அவள் தலை மீது கை வைத்தாள், ''அம்மாவுடைய, என்னுடைய வாழ்த்துக்கள், ஆசீர்வாதம்...''

வண்டி நகரத் தொடங்கியது, வர்ஷாவின் உலகம் பின்னோக்கிச் சென்றது. இத்தனை ஆண்டுகளில் அவள் சம்பாதித்தது இதுதான் - வடிவமற்ற கலை, இவர்களுடைய நெருக்கம், நல்லிதயங்கள்.

அவள் இரண்டு சீட்கள் இணையும் தன் ஜன்னல் ஓர சீட்டில் உட்கார்ந்தாள்.

''தாய்மார்களே, பெரியவர்களே, குழந்தைகளே! நான், உங்கள் வண்டியின் கார்டு பீ.பி. லாஹிடி பேசுகிறேன்.'' லவுட் ஸ்பீக்கரில் குரல் ஒலித்தது, ''மேற்கு ரெயில்வே ராஜதானி எக்ஸ்பிரசில் நான் என் சார்பாகவும், மற்ற அலுவலர்கள் சார்பாகவும் வரவேற்கிறேன். இங்கிருந்து பம்பாய் வரையிலான தூரத்தை நாம் பதினெட்டு மணி நேரத்தில் கடப்போம். இந்தப் பிரயாணத்தில் நாம் ஹரியானா, உத்தரப்பிரதேசம், மத்தியப்பிரதேசம், ராஜஸ்தான், குஜராத், மஹாராஷ்டிரா வழியாக செல்வோம், பிரயாணத்தில் உங்களுக்கு மாலை டீ, இரவு உணவு, காலை டீ, காலை டிபன் தரப்படும்...''

வர்ஷா கண்களை மூடிக் கொண்டாள்.

★ ★ ★ ★

முதல் நாள், முதல் ஷாட்

சித்தார்த் ஃப்ரேம் - சென்டரிலிருந்து பார்த்துக் கொண்டிருந்தான்.

''ஷிந்தே, மல்டியைப் பின்னால் நகர்த்து...''

சுந்தரம் காமிராவின் ஐ - லென்ஸில் பார்த்துக் கொண்டே உத்தரவிட்டுக் கொண்டிருந்தார். லைட் பாய்கள் அவர் உத்தரவுப்படி செயல்பட்டுக் கொண்டிருந்தார்கள்.

''இரண்டாம் நம்பர் பேபியின் லெஃப்ட்வார்ன் டோரைத் திறங்கள். மீட்டர் ரீடிங் என்ன?''

''ஃபைவ் சிக்ஸ் ப்ளஸ்...'' உதவி காமிராமேன் குரல் உரத்து ஒலித்தது.

''நெட் போடுங்கள்... மூன்றாம் நம்பர் பேபியை டில்ட் அப் செய்யுங்கள்... முதல் நம்பரில் சோஃப்டி போடுங்கள்...''

வர்ஷா அடுப்பருகில் உட்கார்ந்திருந்தாள். சிறிய சட்டை. திறந்த முதுகில் வார் வாராக ஒரு கச்சை. அழுக்குப் பாவாடை. 53-ஆவது காட்சியின் எண் 1. கணவன் சிறையில் இருக்கிறான். வாழ்க்கைப் போராட்டத்திலும், தனிமை உணர்விலும் போராடிக் கொண்டு தாக்கா தனியாக இருக்கிறாள். வர்ஷாவுக்குத் தொடக்கத்தில் ஒன்றும் புரியவில்லை. ஒன்பதாவது காட்சியிலிருந்து ஷூட்டிங் தொடங்கும் என்று அவள் நினைத்திருந்தாள். முதலில் குடிசைக் காட்சியைப் படமாக்கலாம் என்று சித்தார்த் சொன்னான். வர்ஷாவைக் கொஞ்சம் கொஞ்சமாக கதாபாத்திரத்தில் ஒன்றச் செய்வதற்காக அவன் இந்தப் பகுதியிலிருந்து ஷூட்டிங்கைத் தொடங்கினான் ('சாகுந்தலம்' நாடகம் 7 - ஆவது காட்சியில் மாரீசன் ஆசிரமத்திலிருந்து தொடங்குவது போல இதுவும் தொடங்குகிறது என்று வர்ஷா குதூகலத்தோடு நினைத்துக் கொண்டாள்).

வர்ஷா கைகளால் முழங்கால்களைக் கட்டிக் கொண்டு அடுப்பருகில் சாணி மெழுகிய தரையில் உட்கார்ந்திருந்தாள். சுற்றி நிலவிய ஆரவாரம், சத்தத்தில் அவள் தாக்காவின் துக்கத்தில் மூழ்க முயற்சித்துக் கொண்டிருந்தாள். ஒரு முகப்பட்ட நினைவு மீண்டும் மீண்டும் சிதறியது. ஆட்கள் பேசிக்கொண்டே இங்குமங்கும் லைட்களைத் தள்ளிக் கொண்டிருந்தார்கள். யாரோ ஒருவன் சத்தமாக டீ கேட்டுக் கொண்டிருந்தான். சவுண்டு ரிக்கார்டு செய்பவன் மெஷினைப் பரிசோதிப்பதற்காக உரத்த சத்தத்தில் ஒலிகளை டேப்பில் போட்டிருந்தான்.

''எய்ட்டீ...'' வர்ஷா திடுக்கிட்டாள். சிறிய வெள்ளை நிற மீட்டர் அவள் முகத்தில் ஒட்டியிருந்தது. உதவி காமிராமேன் ரீடிங் எடுத்துக் கொண்டிருந்தான். அவன் வர்ஷா பக்கம் பார்க்கக் கூட இல்லை, பின்னால் வந்து 'நைன்ட்டீ!'' என்று உரக்கக் கூறினான்.

தாக்கா தனியாக இருக்கிறாள், துன்பத்தில் தோய்ந்திருக்கிறாள் என்று வர்ஷா மனதிற்குள் நினைத்துக் கொண்டாள், கீழே பார்த்தபடி கவனத்தை ஒருமுகப்படுத்த விரும்பினாள்.

பக்கத்தில் எதையோ ஓங்கி அடிக்கும் ஒலி கேட்டது. வர்ஷா மீண்டும் திடுக்கிட்டாள். ஆர்ட் டைரக்டர் சுவற்றில் ஆணி அடித்துக் கொண்டிருந்தார். பின்னர் அங்கே சோளத்தட்டையைத்

தொங்கவிட்டார். பின்னர் சுற்றியிருந்த பொருள்களை ஒழுங்குபடுத்தத் தொடங்கினார்.

''வர்ஷா, ஒரு நிமிஷம்...'' உதவி இயக்குநர் பட் வர்ஷாவின் பக்கத்திலிருந்த கத்தியை எடுத்து காய்கறியை சின்ன சின்ன துண்டுகளாக நறுக்கத் தொடங்கினார்.

''மேடம்...'' மேக்அப் மேன் அவள் முகத்தில் பவுடர் ஒற்ற குனிந்தான்.

வர்ஷா முகத்தில் பயம் தோன்றியது.

''மேக்கப் இல்லை மேடம்! ஆனால் முகத்தில் எண்ணெய் வழியக் கூடாது.''

எதிரில் சித்தார்த் கேன்வாஸ் நாற்காலியில் உட்கார்ந்திருந்தான். மடியில் திறந்த ஸ்கிரிப்ட். பக்கத்தில் நின்ற முக்கிய உதவி இயக்குநர் மீரா பட்வர்தன் அவனிடம் ஏதோ சொல்லிக் கொண்டிருந்தாள் (மீரா கட் - டு -கட் ஷாட் டிசைன் மகாபாரதம் போன்ற ஸ்கிரிப்டை அவளுக்கும் காட்டியிருந்தாள், ''இது எனக்கு கிரீக், லத்தீன்.'' என்று வர்ஷா சிரித்தாள்).

''ஐ ஆம் ரெடி.'' என்று சுந்தரத்தின் குரல் ஒலித்தது.

சித்தார்த் எழுந்து அறைக்குள் எட்டிப் பார்த்தான்.

''வர்ஷா!'' மீரா முழங்காலிட்டு அவள் அருகில் உட்கார்ந்திருந்தாள், ''ஐந்து ஆறு அடி நடக்கிறாயா? சித்தார்த் நடக்கும் விதத்தைப் பார்த்து திருப்தி அடைய விரும்புகிறார்.''

பாலைவனத்துப் பெண்ணின் நடை எப்படி இருக்க வேண்டும்? அவள் மனநிலையும், ஆத்ம சக்தியும் நடையில் எவ்வாறு பிரதிபலிக்கவேண்டும் என்று யோசித்தபடி ''ஷ்யூர்...'' என்று வர்ஷா எழுந்தாள்.

சற்று கனத்த மனபாவனையோடு அவள் கதவு வரை நடந்து காட்டினாள்.

''நன்றாக இருக்கிறது.'' என்றான் சித்தார்த், ''ஷாட்டில் முன்னாலிருந்து பார்க்கும்படி இன்னும் நான்கு, ஐந்து செகண்ட் எடுத்துக் கொண்டு நடக்கிறாயா?''

''ஓக்கே!''

''ஆப்பரேச்சர் எட்டில் வை.'' சுந்தரம் இயக்கிக் கொண்டிருந்தார், ''கோர்ஃபுல் அவுட் ஃபோகஸ் - புல்லர்... மேடம் முன்னால் வரும் போது ஃபோகஸ் ஷிட்டிங் ஆகும்.''

''நான் டேக்குக்குத் தயாராக இருக்கிறேன்.'' சித்தார்த் கேமிராவுக்குப் பின்னாலிருந்து அகன்றான்.

புரொடக்ஷன் கண்ட்ரோலர் நேகி தேங்காய் உடைத்து தேங்காய் துண்டுகளைப் பகிர்ந்து கொடுத்தார்.

பட் பாக்கெட்டிலிருந்து சாக்பீஸ் எடுத்து க்ளாப் போர்டில் எழுதிக் கொண்டிருந்தார்.

''சைலன்ஸ்!'' மீரா உரக்கக் கத்தினாள்.

வர்ஷா தூக்கிவாரிப் போட்டு காதைப் பொத்திக் கொண்டாள்.

''சாரி வர்ஷா!'' மீரா புன்னகை செய்தாள், ''சீக்கிரமே பழகிவிடுவாய்.''

''எல்லாம் சரியாக இருக்கிறதா?'' என்று கேட்டான் சித்தார்த்.

''யெஸ்!'' என்று எல்லாருடைய குரலும் ஒலித்தது.

''லைட்ஸ்!'' என்று சித்தார்த்தின் குரல் எழுந்தது.

அடுத்த கணம் குடிசை தீபாவளி போல ஒளிவிட்டது. வர்ஷாவின் நெஞ்சு திக்திக் என்று அடித்துக் கொண்டது.

''சவுண்ட்!'' என்றான் சித்தார்த்.

''ரன்னிங்!'' சவுண்ட் ரிக்கார்ட் செய்பவன் நாகராபட்டனை அழுத்தியபடி சொன்னான்.

''காமிரா!''

''ரன்னிங்!'' என்றார் சுந்தரம்.

பட் க்ளாப் அடித்தபோது வர்ஷா போர்டைப் பார்த்தாள் - பாம்பே யூனிட் புரொடக்ஷன் நம்பர் 1. சீன் 53, ஷாட் நம்பர் 1, டேக் நம்பர் 1.

''ஆக்ஷன்!'' என்று சித்தார்த் வர்ஷாவைப் பார்த்தான்.

வர்ஷா கண் இமைக்காமல் அடுப்பின் நெருப்பு ஜுவாலையைப் பார்த்துக் கொண்டிருந்தாள். பிறகு வாணலை எடுத்து அடுப்பின் மேல் வைத்தாள், எண்ணெய் பாட்டிலை எடுத்தாள்.

"கட்!" சித்தார்த்தின் குரல் உரத்து ஒலித்தது.

வர்ஷா சங்கடத்துடன் எழுந்தாள். என்ன தப்பு செய்து விட்டாள்?

"சாரி." என்றாள்.

"உன் தப்பு எதுவும் இல்லை. வாணல் அடுப்பின் மேல் முன்பே இருக்க வேண்டும்."

பட் நம்பரை அதிகரித்தார்.

சைலன்ஸ், லைட்ஸ், காமிரா, சவுண்ட், ஆக்ஷன் கட்டளைகள் திரும்பவும் எழுந்தன. சுற்றிலும் எல்லாரும் மூச்சு கூட விடாமல் இருப்பதைப் போன்ற அமைதி நிலவியது. அவள் எண்ணெய் பாட்டிலை எடுத்து எண்ணெயை வாணலில் ஊற்றினாள். தாக்கா தனியாக இருக்கிறாள், தாக்கா துயரத்தில் இருக்கிறாள் என்று மனதிற்குள் யோசித்துக் கொண்டே வர்ஷா காய்கறியை வாணலில் போட்டாள். கரண்டியால் வதக்கத் துவங்கினாள்.

வெளியே சத்தம் கேட்டது. வர்ஷா மெல்ல தலையைத் திருப்பினாள். பிறகு எழுந்து ஐந்து, ஆறு அடி எடுத்து வைத்து நடந்து கதவு வரை வந்தாள். எதிரில் பார்த்துவிட்டு இடது புறம் பார்த்தாள்.

"கட்!"

வர்ஷா சித்தார்த்தைப் பார்த்தாள்.

"வெளியே பெடஸ்டல் ஃபேன் வை." என்றான் சித்தார்த், "தாக்கா கதவருகில் நிற்கும்போது அவள் தலைமுடியின் இரண்டு, மூன்று கற்றைகள் காற்றில் ஆடவேண்டும்."

ஒரு ஸ்பாட் பையன் பெடஸ்டல் மின்விசிறியை எடுத்தான். இன்னொருவன் பிளக் போர்டை இழுத்தான்.

வர்ஷா மறுபடியும் அடுப்புக்கு முன்னால் உட்கார்ந்தாள்.

எல்லாக் கட்டளைகளும் மீண்டும் ஒலித்தன. இப்போது வர்ஷா ஒரு திடநிலைக்கு வந்திருந்தாள். இப்போது அவள் கதவுக்கு வெளியே எட்டிப் பார்த்தபோது முடிக்கற்றைகள் அசைந்தன. திரும்பி உள்ளே செல்லும்போது சுவரில் மாட்டியிருந்த சிறிய கண்ணாடியில் அவள் பார்வை சென்றதும் தடங்கி நின்று தன் முகத்தை உற்றுப் பார்த்தாள். சூனியமான சோகக் கண்கள். யூனிட்டில் எல்லாருடைய கண்களும் தன் மீது படிந்திருப்பதை வர்ஷா உணர்ந்தாள்... தாக்கா துயரத்தில் இருக்கிறாள். வர்ஷா சேமித்து வைத்த தன் எல்லா துயரங்களையும் கண்களில் கொண்டு வர முயற்சித்தாள்...

"கட்" என்று சித்தார்த்தின் குரல் ஒலித்தது, "ஓக்கே!". "டீ!" என்று பையன் குரல் கொடுத்தான்.

"வா." என்றாள் மீரா.

வர்ஷா மாலையில் குளித்துவிட்டு சற்று நேரம் ஓய்வெடுத்திருந்தாள். இப்போது கண்ணாடியை எதிரில் வைத்துக் கொண்டு தன் உணர்வு வெளிப்பாடுகளைப் பரிசீலித்துக் கொண்டிருந்தாள். புன்னகை எப்படி ஒரு நூலிழை கூட மிகாமல் இருக்க வேண்டும், அழுகையில் எப்படி உதடு கோணாமல் இருக்க வேண்டும், உணர்ச்சி வேகத்தில் இமைகள் எப்படி, எத்தனை முறை மூடித் திறக்கவேண்டும்?

"தேங்க்ஸ்!" வர்ஷா மீராவிடமிருந்து டீ கப்பை வாங்கிக் கொண்டாள்.

டூரிஸ்ட் பங்களாவின் ஐந்து அறைகளில் விரிப்பில் திண்டு இருந்தது. இந்த அறையில் பெண்கள் இருந்தார்கள். புரொடக்ஷன் மேனேஜர் வர்ஷாவிடம் மட்டும் கட்டில் வேண்டுமா என்று கேட்டார். வர்ஷா வேண்டாமென்று சொல்லிவிட்டாள். இருப்பிடம், உணவு, போக்குவரவு - எதற்கும் அவள் தனக்கென விசேஷமாக எதையும் விரும்பவில்லை (மீராவை எதிரில் வைத்துக்கொண்டு அப்படி கேட்டதே அவளுக்கு ஒரு மாதிரியாக இருந்தது). காலையில் குளிப்பதற்குக் கூட பாத்ரூமில் தன் முறை

வரும்வரை அவள் காத்திருப்பாள். முதல் ஷாட் உங்களுடையதுதான் என்று கூறி மீரா அவளைப் பிடித்துத் தள்ளவேண்டியிருந்தது.

''இன்று உங்கள் அழுகை சீன், மிக நன்றாக இருந்தது; கண்டினியுட்டி ஷீட்டில் குனிந்திருந்த மீரா தலையை உயர்த்தினாள், ''சித்தார்த் மிகவும் பாராட்டினார்.''

''நீங்கள் சந்தோஷப்படுவதைப் பார்த்து எனக்கும் சந்தோஷம்,''

மீரா டைரக்ஷன் கோர்ஸ் முடித்து மூன்று ஆண்டுகள் ஆகியிருந்தது. இது அவளுடைய ஐந்தாவது படம். வர்ஷா அவளுடைய நினைவாற்றலைக் கண்டு பிரமித்தாள். எதிரிலிருந்த சுவரில் நேரம், இடம், பாத்திரங்கள், பெயருடன் ஒவ்வொரு ஷாட்டின் விவரமும் எழுதிய சார்ட் ஒட்டியிருந்தது. எடுத்து முடித்த ஷாட்டில் ப்ளஸ் போட்டிருந்தது. ஆனால், இந்த எல்லா விவரங்களும் மீராவின் நினைவில் கடுகளவு கூட குறையாமல் பத்திரமாக இருந்தது. ஒரு காட்சி எத்தனை ஷாட்களில் பகிர்ந்துள்ளது என்பது கூட அவளுக்கு நினைவு இருந்தது.

காலையில் சூரியன் எழும்போதே குடத்தில் தண்ணீர் நிறைத்துக்கொண்டு திரும்பும் தாக்காவின் ஷாட் எடுக்கப்பட்டுவிட்டது. முழுதும் விடிந்து வெளிச்சம் வர இன்னும் கொஞ்சம் நேரம் இருந்தது. உடனே மீரா ஒரு யோசனை சொன்னாள். ''சீன் நம்பர் பன்னிரண்டில் ஷாட் நம்பர் ஒன்பதை எடுப்போமா?.... தாக்கா சிறையிலிருந்து திரும்பியிருக்கிறாள்...''

ஷாட் தொடங்குவதற்கு முன் ஐந்து நிமிடம் ஒதுக்கப்பட்டு வர்ஷா ஒருமுகப்பட்டு நிகழ்ச்சிகளை ஒருமுகப்படுத்திக்கொள்ள வேண்டியிருந்தது. அவளுக்கு ''நான் வீட்டிற்குப் போகிறேன்.'' என்று மாஷா சொல்லும் முதல் காட்சியிலிருந்து தாவி ''பைரன், நீங்கள் ஏன் வீட்டிற்குப் போவதில்லை?'' என்று கூறும் இரண்டாவது காட்சிக்கு வந்துவிட்டது போலிருந்தது. ''உங்களால் இப்படி துண்டு துண்டாக நடிக்க எப்படி முடிகிறது?'' என்று தான் ஆதித்யாவைக் கேட்டது நினைவு வந்தது. துண்டுகளில் ஒரு வரிசைமுறை கூட கிடையாது என்பது அப்போது அவளுக்குத் தெரியாது.

"சாயா, டீ ஆறிக்கொண்டிருக்கிறது." வர்ஷா அவளுடைய கப்பை தட்டு வைத்து மூடியிருந்தாள்.

சாயா முனகினாள். பிறகு எழுந்து உட்கார்ந்தாள். தலையணையை சுற்றி தடவிப் பார்த்து சிகரெட் பாக்கெட்டை எடுத்து சிகரெட் பற்ற வைத்தாள். சாயாவின் கண்கள் மிகவும் புத்திசாலித்தனத்தைக் காட்டும். அவள் இரண்டு குடும்பப் படங்களில் கதாநாயகியாக நடித்திருந்தாள். ஆனால் இப்போது அவள் உடல் வளம் அவசியத்தை விட அதிகமாகிவிட்டிருந்தது. இரண்டு கோர்ஸ் டயட்டிங்கிற்குப் பிறகு அவள் உண்மையை ஒத்துக்கொண்டாள்.

"என் பாய்ஃப்ரண்ட் இருந்தால் தன் கையாலேயே டீ குடிக்க வைப்பான்." என்று சாயா இறங்கிய குரலில் சொன்னாள்.

"நான் தரட்டுமா?" என்று கேட்டாள் வர்ஷா.

"அவன் அவ்வப்போது முத்தமிட்டு வாழ்க்கையில் எனக்கு நம்பிக்கை ஊட்டுவான்."

சாயா சோர்வுடன் கப்பை எடுத்து டீயைக் குடிக்கத் தொடங்கினாள்.

கதவைத் தட்டும் ஒலி கேட்டது.

"எண்ட்டர்!" என்றாள் மீரா.

சித்தார்த் உள்ளே வந்தான், "மீரா, நாளைக் காலை சீன் நம்பர் ஒன்பதிலிருந்து தொடங்குவோமா?"

"வர்ஷா இன்றும் காலை நான்கு மணிக்கே எழுந்தாள்."

மீரா குரலில் அனுதாபம்.

உடனே, "நோ ப்ராப்ளம்!" என்றாள் வர்ஷா.

"நாளை சீன் 7 செய்வோமா?" என்றாள் மீரா, "தொடக்கத்தில் சுமேராதான் இருக்கிறான். மூன்று மணி நேரம் கழித்துதான் தாக்கா தேவைப்படுவாள். சீன் 9-ஐ நாளை மறுநாள் காலை எடுப்போமா?"

ஒரு வினாடி யோசித்துவிட்டு சித்தார்த் சொன்னான், "சரி... வர்ஷா, அந்த நாடோடிப் பெண் ஒரு மணி நேரத்தில்

வந்துவிடுவாள். நீ கொஞ்சம் பாட்டு பயிற்சி செய்துகொள்.''

வர்ஷா சரியென்று தலையசைத்தாள்.

''சித்தார்த்!'' என்றாள் சாயா. ''புரொடக்ஷன் தரப்பிலிருந்து ஒரு காதலனை ஏற்பாடு செய்ய முடியுமா?''

''முயற்சிக்கிறேன்.'' சித்தார்த் கெட்டிக்காரன்!

''வர்ஷா, மர்லின் மன்றோ தாக்கா ரோலை செய்கிறாள் என்று கற்பனை செய்துகொள்.'' என்றான் கிரிராஜ், ''அவள் ஒரு டவலை மட்டும் சுற்றிக்கொண்டு அடுப்படியிலிருந்து எழுந்திருக்கிறாள்...''

கிரிராஜ் கட்டுக்களை உடைத்துக்கொண்டு பாயத் துடிக்கும் இளமைவேக நடை நடந்தான். மார்பிலிருந்து நழுவிய டவலை இடுப்பில் பிடித்து நிறுத்தினான். கதவின் முன் நின்று கவர்ச்சியாகப் பறக்கும் முடிக்கற்றைகளை சீராக்கிக் கொண்டான். பிறகு காதல் அழைப்புவிடும் புன்னகையோடு 'கவர்ச்சி'க் குரலில் கேட்டான், ''ஹனி, உங்களுக்கு சோள ரோட்டி-சட்னி வேண்டுமா, களைப்பைப் போக்கும் காதல் விளையாட்டு வேண்டுமா?''

வர்ஷா சிரித்து சிரித்து நிலைகுலைந்துபோனாள். நரேஷ் உரக்க சிரித்தான்.

''நீங்கள் பெரிய நடிகரா, மிமிக்ரி செய்பவரா என்று தெரியவில்லை.'' என்றாள் வர்ஷா.

''இப்போது மிமிக்ரி செய்பவனாகத்தான் இருக்கிறேன்.'' என்று கிரிராஜ் சோகமாக சிகரெட் பற்றவைத்தான், ''ஒன்பது வருஷத்திற்குப் பிறகு முதல் முறை பெரிய ரோல் கிடைத்திருக்கிறது. குடும்பத்தை நடத்துவதற்கு மூன்று வருஷங்களுக்கு முன் ஒரு வேலையில் சேர்ந்தேன். இடையிடையே ஒன்றிரண்டு சீனில் தோன்றும் வாய்ப்பு கிடைத்தால் செய்கிறேன்.''

வர்ஷா ஸ்தம்பித்துப்போனாள், ''உங்களுக்கு ஏன் பெரிய ரோல் எதுவும் கிடைக்கவில்லை?''

கிரிராஜ் நெற்றிரேகைகளை சுட்டிக்காட்டினான்.

"என் கேசும் இதுதான்." என்றான் நரேஷ், "எனக்குப் பூனாவிலிருந்து வந்ததுமே பெரிய ரோல் கிடைத்தது, ஆனால் அந்தப் படம் பாதியில் நின்றுவிட்டது. சில வருஷங்கள். அங்குமிங்கும் அலைந்தேன். பிறகு வானொலியில் வேலைக்குப் போய்விட்டேன்."

"ஆனால், இன்ஸ்டிடியூட்டில் படம் எடுத்துக்கொண்டேயிருக்கிறார்களே!" என்றாள் வர்ஷா.

"குறைவான பட்ஜெட் படங்களே எடுப்பதால் சம்பளம் மிகவும் குறைவாகத்தான் கிடைக்கிறது." கிரிராஜ் சிகரெட் புகையை ஒரு நீண்ட இழுப்பு இழுத்தான், "இந்த ஃபிலிம்கள் ஒன்று, விற்காமலே நின்றுவிடுகின்றன அல்லது உலக ஃபிலிம் விழாவில் ஒருநாள் மட்டும் காட்டப்படுகின்றன. ரீலீஸ் ஆனாலும் பார்த்துக்கொண்டிருக்கும்போதே காணாமல் போய்விடுகின்றன."

"வர்ஷா, நீ இதை வேறுவிதமாக எடுத்துக்கொள்ள வேண்டாம்! நீ உண்மையில் அதிருஷ்டசாலி! வீட்டில் உட்கார்ந்தபடியே லீடிங் ரோல் உன்னைத் தேடி வந்திருக்கிறது."

வர்ஷா மௌனமாக இருந்தாள். அவள் முன் ஒரு புதிய சூழலின் திறப்பு நடந்துகொண்டிருந்தது.

★ ★ ★ ★

குடிசைக்கதவு தட்டப்படும் ஒலி கேட்டது.

"ஐந்து நிமிஷம். உடை மாற்றிக்கொண்டிருக்கிறேன்." என்றாள் வர்ஷா.

"ஜீப்பை ஒரு டிரிப் அடிக்க அனுப்பிவிடட்டுமா?" என்றான் சித்தார்த் "நீ கொஞ்சம் தாமதிக்கிறாயா?"

"சரி."

சில நிமிடங்களுக்குப் பின்னர் வர்ஷா வெளியில் வந்தபோது இருட்டிவிட்டது, ஒரே அமைதி. ஒரு வினாடி அவள் பயந்துவிட்டாள். அவளைத் தனியாக விட்டுவிட்டு எல்லாரும் போய்விட்டார்களா?

"உங்கள் டீ..." இருட்டில் சிகரெட் மின்னியது.

வர்ஷா கிளாசை வாங்கிக்கொண்டாள். குடிசையிலிருந்து கதவு வடிவ வெளிச்சம் பஞ்சு இழைகளைப் போல வெளியே வந்துகொண்டிருந்தது.

"மிகவும் ஆறிப்போய்விடவில்லையே!"

"இல்லை. குடிக்கலாம்." வர்ஷா இரண்டு பெரிய மடக்கில் டீயைக் குடித்தாள்.

"சாரி, உனக்கு இன்று கொஞ்சம் கஷ்டம் கொடுத்துவிட்டேன். இந்த சீன் மிகவும் கஷ்டமானது."

வர்ஷா புன்னகை செய்தாள், "பார்ட் ஆஃப் தி கேம்!" ஒரு மடக்கை தொண்டையில் நிறுத்தி வைத்து பிறகு விழுங்கினாள், "சரியாக வந்திருக்கிறது, இல்லையா?"

சில வினாடிகள் தாமதித்து சித்தார்த் ஒரு நீண்ட பெருமூச்சு விட்டுவிட்டு சொன்னான், "மிக நன்றாக வந்திருக்கிறது. நான் நினைத்தபடியே வந்திருக்கிறது. தாக்காவைப் பொறுத்தவரை சுமேரா யார்? மறுவாழ்வு. அதுவரை இருந்த குறைகள், இல்லாமை தீர்ந்த நிறைவு. நீ உன் நெஞ்சை அழுத்திக்கொண்டிருந்த துயரச்சுமையை ஒரு பார்வையில் வெளிப்படுத்திவிட்டாய். புதிய நம்பிக்கையை ஒரு புன்னகைக்கோடு, கண்களின் ஒரு வினாடி நேர ஒளியின் வழியாகக் காட்டிவிட்டாய்."

"உரையாடல் அன்றாட வாழ்க்கையில் உள்ளதுபோலவே இருக்கிறது. தண்ணீர் குடித்துக்கொள், ரொட்டி சூடாகத்தான் இருக்கிறது என்பது போல. அவற்றை மையமாகக் கொண்டே எப்படி ஆழமான உணர்வுகள் பின்னப்பட்டிருக்கின்றன."

"இதுதான் இந்த மீடியத்தின் சக்தி."

சித்தார்த்தின் குரலில் அவனுடைய உண்மையான மகிழ்ச்சியை வர்ஷா உணர்ந்தாள். எதுவும் விசேஷமாக பிடித்தமான காட்சியாக அமையாவிட்டால் சில சின்ன சின்ன ஆரம்பக்காட்சிகளில் சொன்னது போல அவன் 'சரி' என்பதற்கு மேல் அதிகமாக எதுவும் சொல்லமாட்டான். முதல்நாள்

ஷூட்டிங்கிலேயே அவன் வர்ஷாவிடம் சொல்லியிருந்தான், ''மேடையில் நடிகை பார்வையாளர்களிடமிருந்து தூரத்தில் இருக்கிறாள். அவள் தன்னை முன்னிறுத்திக்கொள்ள வேண்டியிருக்கிறது. இங்கு கேமிரா உனக்குப் பக்கத்திலேயே இருக்கிறது-மிகவும் சென்சிடிவ், மிகவும் குரூரம். இங்கே நீ அடக்கி வாசிக்க வேண்டியிருக்கும். உண்மை வாழ்க்கையில் நீ நடந்துகொள்வது போல, ஆனால் கட்டுக்கோப்பாக, நன்கு சிந்தித்து நடிக்கவேண்டும்.''

வானத்தில் நிலா எழும்பிவந்திருந்தது. வெகு தூரம் வரை காணப்பட்ட மணல் குன்றுகளின் மீது நிலாவொளி படிந்திருந்தது. முட்புதர்கள் அமைதியாக நின்றிருந்தன. நாள் முழுதும் நிலவிய வெப்பம் குறைந்து குளிரத் தொடங்கியிருந்தது. காற்றில் குளுமை தொட்டுவிட்டு சென்றது.

இருவரும் மெல்ல உலாவிக்கொண்டே முன்னால் வந்திருந்தார்கள். சுற்றிலும் ஆழ்ந்த அமைதி. தூரத்தில் எங்கிருந்தோ மெல்லிய குழல் ஒலி வந்துகொண்டிருந்தது.

''இந்தப் பக்கம்தான் அந்த நாடோடிகளின் கூடாரம் இருக்கிறது.'' என்றான் சித்தார்த்.

வர்ஷாவின் கண் முன் ஜுகுனியின் அழகு வந்துநின்றது - மாநிறமான தெளிந்த முகம். மூக்கில் வெள்ளி நத்து. இறுக்கத்தில் பாதி மூடிய கண்கள்.

ஏதோ ஒரு புதரிலிருந்து ஒரு அணில் நழுவி வெளியே ஓடியது.

வர்ஷாவுக்கு குளிர்ந்த மணலில் கால் பதித்து நடப்பது சுகமாக இருந்தது. அவள் ஒரு கையில் செருப்புகளைப் பிடித்திருந்தாள். அவளுடைய -சொந்த உலகம் மிகவும் பின் தங்கிவிட்டதாக அவளுக்குத் தோன்றியது. இது ஒரு மாயலோகம் போல இருந்தது. அவள் திரும்பி தன் பாதச்சுவடுகளைப் பார்த்தாள்-சின்ன சின்ன, மங்கிய சுவடுகள்.

''என்ன பார்க்கிறாய்?''

''என் காலடி வடிவம்.''

''கொஞ்ச நேரம் காற்று வேகமாக அடித்தால் அழிந்துபோய்விடும்.''

அவர்கள் இருவரும் மிகநெருக்கத்தில் இருந்தார்கள். எதிரெதிரில். பிறகு நடந்தது எதுவும் அவளுக்கு கோர்வையாக நினைவில் இல்லை. சூடான, நீண்ட முத்தம் மட்டும் நினைவிலிருந்தது. சில தொடக்க கணங்களில் வர்ஷா சங்கடப்பட்டாள். சித்தார்த் முத்தமிட்டபோது அறியாத மொழிக் கடிதம் ஒன்றை அவன் தன் முன் நீட்டுவதுபோல உணர்ந்தாள். பின்னர் அந்த எழுத்துக்களின் அறியாத வரிவடிவங்கள் நன்கு அறிந்த மூச்சோட்டத்துடன் இணைந்துவிட்டன...

இரவு வர்ஷாவுக்கு சீக்கிரமே தூக்கம் வந்துவிட்டது. ஹர்ஷின் முகம் கண்முன் தோன்றியது. இது என்ன நடந்துகொண்டிருக்கிறது? ஆனால் உள்ளுக்குள் எந்த விரோத பாவமும் எழவில்லை. என் மனம் விரும்பியதையே நான் செய்தேன். என் மீது யாருக்கும் சர்வாதிகாரம் இல்லை. திவ்யாவுக்கு இதைப் பற்றி எழுத மனம் விரும்பியது. ஆனால் மிகவும் களைப்பாக இருந்தது. நாளை எழுதலாம் என்று தீர்மானித்தாள்.

சாயா தன் பாய்ஃப்ரண்டுக்கு கடிதம் எழுதிக்கொண்டிருந்தாள். இடையிடையே வாய்விட்டு சொல்லிக்கொண்டே எழுதினாள்.'' இங்கு மதுவிலக்கு இருக்கிறது. ஐயோ, உன் நினைவுகள் விஸ்கி பாட்டிலாக இருந்தால், என் இதழ்களில் பதித்துக் குடித்துவிடுவேன்...''

''வர்ஷா, ஐந்து நிமிடத்தில் விளக்கை அணைத்துவிடுகிறேன்.'' என்றாள் மீரா.

★ ★ ★ ★

அன்று யூனிட்டில் மிகுந்த உற்சாகம். ரஷ்கள் மிக நன்றாக வந்திருப்பதாக பம்பாயிலிருந்து தந்தி வந்திருந்தது. மூன்று நாட்கள் கழித்து பேங்க் டிராஃப்டும் வந்துவிட்டது. அதற்கிடையில் இங்கு இருப்பதில் பல பிரச்சனைகள் எழுந்திருந்தன. டூரிஸ்ட் பங்களா அரசாங்க இடம். வாடகைக்கு விட்டால் மாட்டிக்கொள்வேன் என்று

மானேஜர் சொன்னார். உணவு சப்ளை செய்பவர் பதினைந்து நாள் பாக்கிப் பணத்தைத் தராமல் ஒரு யூனிட் ஓடிவிட்ட சம்பவத்தை விவரித்தார். டிரான்ஸ்போர்ட் ஆள். ஜீப்பிற்கும், மினி பஸ்ஸிற்கும் நீங்கள் டீசல் நிரப்புங்கள் என்றான்.

சித்தார்த் தன் மோதிரத்தையும், கைக்கடிகாரத்தையும் அடகு வைத்திருப்பதை வர்ஷா அறிந்தாள். உடனே அவள் தன் மொத்த சொத்து ஐநூறு ரூபாயை மீராவிடம் ஒப்படைத்துவிட்டாள். எல்லாரும் சோக கீதம் பாடுவது போல மூன்று நாட்கள் கழிந்தன. கலைக்காகவே ஃபிலிம் எடுப்பதின் ஒரு புதிய பக்கம் வர்ஷா கண்முன் விரிந்துகொண்டிருந்தது.

புரொடக்ஷன் கண்ட்ரோலர் நேகி பேங்கிலிருந்து திரும்பிவந்து நூறு-நூறு ரூபாய் நோட்டுகள் நிரம்பிய ப்ரீஃப்கேஸைத் திறந்தபோது சிலர் அவரைச் சுற்றி டான்ஸ் ஆடினார்கள். வர்ஷா கூட ''பலேபலே'' என்று கைதட்டினாள்.

சித்தார்த் லேசான புன்னகையுடன் சுந்தரத்துடன் சேர்ந்து அடுத்த காட்சிக்கு லென்ஸ் தெரிவு செய்துகொண்டிருந்தான். சித்தார்த்தின் சில குணங்கள் வர்ஷாவுக்கு மிகவும் பிடித்திருந்தது-எந்த நிலைமையிலும் தைரியமாக இருப்பது, தன் நிலை தவறாமல் இருப்பது. ஒரு நடிகன் ஒன்பது ரீடேக் வாங்கியபோது கூட சித்தார்த் நிதானம் இழக்கவில்லை.. ஒரு கப்பல் காப்டன் வடிவெடுத்து அவன் சின்ன, சின்ன உழைப்பாளிகளின் நலனையும், வசதிகளையும் முக்கியமாக கவனத்தில் வைத்திருந்தான். லஞ்சுக்காக ஷூட்டிங்கை நிறுத்த முடியாத நிலை நேர்ந்தால் அவன் வேலையாட்களையும், உதவியாளர்களையும் முதலில் சாப்பிட அனுப்பிவிடுவான். தான் எல்லாருக்கும் பிறகு இரண்டு டேக்குகளுக்கிடையில் நின்றுகொண்டே சாப்பிட்டுக்கொள்வான். முதல் வாரத்திலேயே ஒருநாள் லஞ்சில் வர்ஷாவின் முறை வந்தபோது காய் தீர்ந்துவிட்டது. வர்ஷா பேசாமல் உப்புடன் சாப்பிட்டாள். சித்தார்த் வரை மீரா இந்த செய்தியை எட்ட விட்டபோது அவன் தன் மற்றொரு உதவியாளர் பட்டிடம் இனி வர்ஷாவுக்குத் துணையாக இருந்து அவள் தேவைகளைக் கவனிக்கும் பொறுப்பை ஒப்படைத்தான்.

"வர்ஷா!" சுந்தரம் புன்னகையோடு சொன்னார், "இரண்டு நாள் உன்னோடு ஷூட்டிங்கில் இருந்த பிறகு காமிராவோடு உனக்கு விசேஷ உறவு இருப்பதாக எனக்குப் பட்டது. அது உண்மை என்பது இப்போது உறுதியாகிவிட்டது." அவர் தந்தியின் ஒரு பகுதியில் விரலை வைத்தார், "வர்ஷா ஸ்கிரீனில் மிக நன்றாக இயல்பாக இருக்கிறார். சிறப்பாக குளோஸ்அப்பில் அற்புதமான வசீகரம் இருக்கிறது."

"இது உங்கள் திறனுக்கான புகழ்ச்சி."

"என் திறன் ஒரு எல்லைக்குட்பட்டது, வர்ஷா, லைட்டிங்கினால் உன் முகத்தைச் சுற்றி ஒரு சூழல் மட்டுமே என்னால் உருவாக்கமுடியும். உன் ஃபீச்சர்சில் திருத்தம் கொண்டுவர முடியாது. உண்மையில் உன் மூக்கு அமைப்பு உன் முகத்திற்கு ஏற்றவாறு அமைந்திருக்கிறது. அதனால் எனக்கு மனம் போனபடி ஆங்கிள் நிர்ணயிக்க மிகவும் வசதியாக இருக்கிறது. லைட்டிங்கால் உன் மூக்கு அமைப்பின் குறைபாட்டை நீக்கும் அவசியமில்லை."

வர்ஷா சிரமப்பட்டு சிரிப்பை அடக்கிக்கொண்டாள். இதுவரை அவள் தன் நடையைப் புகழ்ந்து கேட்டிருந்தாள், தன் உடலழகைப் போற்றும் வகைகளையும் அறிந்திருந்தாள், தன் மார்பகம், கண்கள் பற்றிய கவிதையையும் கேட்டிருந்தாள், மற்றவர்களை விட்டுவிடலாம், அவள் உடலை அணு அணுவாக ஆராய்ந்த ஹர்ஷ் கூட அவள் மூக்கின் அழகைக் கூறியதில்லை.

வர்ஷா சற்று நேரம் கண்ணாடியில் வெவ்வேறு கோணங்களில் தன் மூக்கை ஆராய்ந்தாள். பிறகு "சினிமாக்காரர்கள் கிறுக்கு பிடித்தவர்கள்." என்று திவ்யாவுக்குக் கடிதம் எழுதினாள்.

★ ★ ★ ★

"உன் தொடுதல் எனக்குத் தோன்றுகிறது/மயிலிறகின் மீது மூச்சுக் காற்று வீசுதல் போல/என்னிலிருந்து சுரங்கள் வெடித்து எழுகின்றன/ என் ஒட்டகம் மகிழ்ச்சியில் மூழ்கி கழுத்தை ஆட்டுகிறது/என் உற்சாக நடையில் மணல் துளிகள் சிதறுகின்றன/ சூடான நெருப்புத்துண்டின் மீது வறுபட ஓடும் பச்சைக்கடலை போல...."

ஜுகனி தன்னை மறந்து சாரங்கியுடன் இணைந்து பாடிக் கொண்டிருந்தாள். அவள் சற்று நேரத்திலேயே ''ஜய கோகாஜி மகான், ஜய தரேரா பலவீர், ஜய மேடி தஜாதீர்'' என்று உரக்கப் பாடிய பிறகு கேசர் கஸ்தூரி அரைபாட்டில் விழுங்கினாள். இப்போது குரலில் சுத்தமான மயக்கம் வந்திருந்தது.

''இவள் பெரிய பாடகி.'' என்றான் சித்தார்த், ''ஆனால் நான்கு நாட்களுக்குப் பிறகு இவளைத் தேடிப் பிடிப்பதே கஷ்டம்...''

ஆங்காங்கு குளிர்காயும் தணல் எரிந்துகொண்டிருந்தது. சில இசைக்கருவிகளுடன் யூனிட்டின் தேர்ந்தெடுத்த ஆட்கள் இருந்தார்கள்.

வர்ஷா சிறிது பீர் பருகினாள். (மிகவும் வற்புறுத்தியபோதும் அவள் விஸ்கி கிளாசைக் கையில் வாங்கிக் கொள்ள வில்லை. ஃபிலிம் யூனிட்டிற்குப் பதில் நாடகக் கல்லூரி நண்பர்கள் இருந்திருந்தால் அவள் இந்தத் திறந்த வெளியில் பொழியும் நிலவொளியில் விஸ்கிதான் குடித்திருப்பாள், நிறைய குடித்திருப்பாள். அவர்களிடம் ரத்த உறவுகள் போல் நம்பிக்கை இருந்தது, ஆனால் யூனிட்டில் மீரா, சித்தார்த் இருவர் மட்டுமே அவள் நம்பிக்கைக்குரியவர்களாக இருந்தார்கள். மற்ற படித்த உறுப்பினர்களின் நடவடிக்கையும் உண்மையாகத்தான் இருந்தது, ஆனால் எச்சரிக்கையாக இருப்பது நல்லது என்று வர்ஷாவுக்குத் தோன்றியது. அவர்களுக்கு கீழ்மட்டத்தில் இருந்தவர்களிடம் மேடை வணக்கத்திற்குப் பிறகு பேசுவதற்கு எதுவும் இருப்பதாகத் தோன்றவில்லை.)

''உனக்கு நடனமும் தெரியும் என்று எனக்குத் தெரியாது'' என்று சித்தார்த் புன்னகை செய்தான்.

''நான் ஆடுவது போல நாடகக் கல்லூரி மாணவிகள் எல்லாருமே ஆடுவார்கள்.'' என்று வர்ஷா புன்னகையோடு கூறினாள்.

ஜுகனியின் வற்புறுத்தலின்பேரில் வர்ஷா சதுர்புஜிடம் கற்றுக்கொண்ட நாட்டிய-கான நிகழ்ச்சியின் ஒரு பகுதியைப் பாடி

அபிநயித்தாள்.

வர்ஷாவுக்கு சந்தோஷமாக இருந்தது, ஆனால், விழா முடிந்துபோனது போன்ற வெறுமை உணர்வும் இருந்தது. இன்று மாலை ஐந்து மணிக்கு ஷூட்டிங் முடிந்து பேக்அப் ஆகிவிட்டது. ஷெட்யூலுக்கு இரண்டு நாட்களுக்கு முன்பே ஷூட்டிங் பூர்த்தி ஆகிவிட்டது. ஃபிலிம் பட்ஜெட்டைத் தாண்டி செல்லவில்லை. மூன்று ரோல் நெகட்டிவ் மீதி இருந்தது.

மாலையில் சித்தார்த் நேகியுடன் பீர், விஸ்கி, ஒரு டஜன் கேசர் கஸ்தூரி பாட்டிலோடு வந்தபோது, ''பம்பாய் விஷயம் முடிந்துவிட்டதா?'' என்று மீரா கேட்டாள்.

''ஆமாம்.'' என்றான் சித்தார்த், ''நான் இரண்டு நாட்கள் கழித்து வர்ஷா சம்பந்தப்பட்ட பகுதிகளை எடிட்டிங் செய்ய தொடங்கிவிடுவேன். வர்ஷா, நீ டில்லிக்குப் போய் ஒரு வாரம் ரெஸ்ட் எடுத்துக்கொள். பிறகு டப்பிங் செய்ய வந்துவிடு.''

''அவசரமா?'' என்று கேட்டாள் வர்ஷா, ''நீங்கள் டில்லியில் தங்கப் போவதில்லையா?''

''இல்லை. முதலாவது, நான் ஜூலை, பதினைந்திற்குள் உன் டப்பிங்கைப் பூர்த்தி செய்துவிட விரும்புகிறேன், அப்போதுதான் நீ உன் ரிப்பர்ட்டரியில் ஜாயின் பண்ணமுடியும். இரண்டாவது நேஷனல் அவார்டு ரீஜினல் ஃபைனல் சப்மிஷன் டேட் டிசம்பரில் இருக்கிறது. அதற்குள் என் பிரிண்ட் தயாராகி விட வேண்டும்.''

''நிதானம், நிதானம்!'' என்றாள் வர்ஷா.

''என் பெரிய கனவு ஒன்று நிறைவேறியிருக்கிறது வர்ஷா!'' சித்தார்த் நீண்ட பெருமூச்சு விட்டான், ''என் முதல் ஃபீச்சர் ஃபிலிம் ஷூட்டிங் பூர்த்தி ஆகிவிட்டது. ஃபிலிம் தயாரிப்பில் இயக்குநர் சக்திக்கு அப்பாற்பட்ட ஒரே பகுதி இதுதான். பணப்பிரச்னை இல்லையென்றால் மற்றவற்றில் கொஞ்சம்தான் அவன் அதிகார வட்டத்திற்குள் இருக்கும்.''

அருகில் ஈச்ச மரங்கள். மேலே வட்ட நிலா. மெல்லிய காற்று. பாட்டின் மெல்லிய ஒலி இடையிடையே ஒலித்தது.

"உனக்கு என் நன்றிக் கடனைத் தெரிவிக்க என்னிடம் சொற்களே இல்லை." என்று மெல்லிய குரலில் சொன்னான் சித்தார்த்.

"நல்லது." வர்ஷா அறிவு பூர்வமான புன்னகையை சிந்தினாள், "எனக்கு டாக்டர் அடலைப் போல மௌனம் மிகவும் பிடிக்கும்."

இந்த முறை முத்தங்கள் பலவாக இருந்தன. நீளமாக, ஆழமாக.

பிரகாசமான நிலவொளியின் கீழ் எல்லாம் அசைவற்று நின்றன. தானும் அப்படி நின்றுவிட வர்ஷாவின் மனம் விரும்பியது. இந்த உணர்வை ஏதாவது ஆழத்தில் சேமித்து வைக்க வேண்டும். பார்வையின் எல்லைகளில் உலகம் இருண்டுவிட்டதுபோல் தோன்றியது. பிரகாசமான மணல் பரப்பில், பெரிதும் சிறிதுமான குன்றுகளுக்கிடையில் அவர்கள் இருவர் மட்டுமே அசையும் உயிர்களாகத் தோன்றினார்கள். மற்றதெல்லாம் பொய் - ஏதோ பூர்வ ஜென்ம நினைவு போல. இந்த ஒரு கணத்தில் தன் வெளி உலக ஒளி கூட பொய்யானதாகத் தோன்றியது.

"நான் பம்பாயில் அமைதியின்றி உன்னை எதிர்பார்த்துக் கொண்டிருப்பேன்."

"உங்களை அமைதியின்றிப் பார்க்க எனக்குப் பிடிக்கும்." வர்ஷா புன்னகை செய்தாள், "ஒருபோதும் அப்படிப் பார்த்ததில்லை!"

2. வர்ஷா நிவாஸ்

*கா*லை ஆறு மணிக்கு விடிந்து வெளிச்சமாயிற்று. ஷெனாய் ஒலி கோச்சில் நிறையத் தொடங்கியது.

வர்ஷா முகத்தை மூடியிருந்த போர்வையை விலக்கினாள். அவள் கையை உயர்த்தி மெல்ல சோம்பல் முறித்தாள்.

"லேடீஸ் அண்ட் ஜென்டில்மென்! காலை வணக்கம்!" லவுட் ஸ்பீக்கரில் குரல் ஒலித்தது, "நன்கு தூங்கியிருப்பீர்கள் என்று நம்புகிறோம். காலை டீ சற்று நேரத்தில் உங்களுக்கு வந்து சேரும். நம் வண்டி சரியான நேரத்தில் போய்க் கொண்டிருக்கிறது."

வர்ஷா ஜன்னல் திரையை விலக்கியபோது, காலை நேரத்தின் சுகமான காட்சிகள் கண்களை நிறைத்தன. ஒவ்வொரு வினாடியும் ஒளி அதிகரித்துக் கொண்டே போவதுபோல் தோன்றியது. ஒரு ஆழமில்லாத நதி வந்தது. பாலத்தின் தடதட ஒலி. நதி பின்னால் செல்லத் தொடங்கியது.

"ப்ளீஸ்..." பின்னாலிருந்து ஒரு குழந்தை அவள் நாற்காலியில் டிக் டிக் என்று தட்டியது.

வர்ஷா சாய்ந்திருந்த நாற்காலியை நேராக்கிக் கொண்டாள்.

"டீ." வெயிட்டர் பிளாஸ்கை நீட்டினான்.

வர்ஷா டீயை மூடியில் ஊற்றிப் பருகினாள். சுகமாக இருந்தது.

பர்சிலிருந்து சீப்பை எடுத்து தலையை வாரத் தொடங்கினாள். ஆழ்ந்த தூக்கமில்லை, ஆனால் ஓய்வு கிடைத்துவிட்டது. அவள் சின்ன கண்ணாடியில் முகத்தைப் பார்த்தாள். முகத்தில் வறண்ட கருப்பு சுருக்கங்கள் குறையத் தொடங்கியிருந்தன.

★ ★ ★ ★

''வர்ஷா!'' அவளைப் பார்த்ததும் அனுபமா உற்சாகத்தோடு தாவினாள்.

வர்ஷா அவளை அணைத்துக் கொண்டபோது அனுபமா அவளை முத்தமிட்டாள்.

''வர்ஷா, நீ இல்லாமல் மிகவும் வெறிச்சிட்டிருந்தது.''

''நானும் உன்னை மிகவும் மிஸ் பண்ணினேன்.''

ஜுமக்கி புன்னகையோடு வெளியே வந்தாள், வர்ஷா கையிலிருந்த சூட்கேஸை வாங்கிக் கொண்டாள்.

வெகு நாட்களுக்குப் பிறகு வீட்டில் இருப்பது இனிமையாக இருந்தது.

வர்ஷா டிராயிங் ரூமிற்கு வந்து சோபாவில் சாய்ந்தாள்.

''முதல் ஃபிலிம் அனுபவம் எப்படி இருந்தது?''

''மிகவும் உற்சாகமாக. ஆனால் சோர்வடையச் செய்து விடுகிறது!''

''முகம் வாடிப் போயிருக்கிறது.'' அனுபமா அவள் நெற்றியில் கை வைத்தாள்.

''வெயில், பாலைவனம், லைட்டிங்கின் தகிப்பு. அவுட்டோரில் வாட்டும் மாலை, ரிஃப்ளெக்டர் சூடு.''

''முதல் தடவையாக, நம் வீட்டில் ஏர்கண்டிஷனர் இல்லையே என்று வருத்தமாக இருக்கிறது.''

''சிநேகனும் சதுர்புஜும் இதைக் கேட்டால் நம்மைக் கொன்றுவிடுவார்கள்.'' வர்ஷா புன்னகை செய்தாள், பின்னர் சிநேகனைப் போல நடித்தாள், ''இப்போதுதான் ஒரு ஆர்ட் ஃபிலிம்

செய்திருக்கிறாய், உனக்கு சூடு தகிக்க ஆரம்பித்து விட்டதோ!'' பிறகு சதுர்புஜுக்கு மாறினாள், ''ஒரு ஏர்கண்டிஷனர் ஜடப்பொருளுக்காக நீ உன் ஆத்மாவை விற்றுவிட்டாய்!''

ஜுமக்கி ஜக்கில் ஐஸ்கட்டி மிதந்த லஸ்ஸியை எடுத்து வந்தாள்.

வர்ஷா சந்தோஷக் கூச்சலுடன் எழுந்து உட்கார்ந்தாள், ஒரு கிளாசில் லஸ்ஸியை நிறைத்து குடிக்கத் தொடங்கினாள்.

★ ★ ★ ★

ஏறக் குறைய மூன்று நாட்கள் வர்ஷா ஒரு மாதிரி தூங்கிக் கொண்டேயிருந்தாள். ஐந்து - ஆறு மணி நேரம் கழித்து எழுந்திருப்பாள். பகல் நேரமாக இருந்தால் ஜுமக்கியிடமிருந்து சாப்பாட்டுத் தட்டை வாங்கிக் கொள்வாள். இரவு நேரமாக இருந்தால் ஃபிரிஜ்ஜிலிருந்து ஏதாவது எடுத்துக் கொள்வாள்.

இந்த நாட்களில் அவள் பல வகையான தூக்க நிலைகளில் இருந்தாள். ஒரு நேரம் பாவாடைத்துணியை இழுத்து இடுப்பில் செருகிக் கொண்டு ஒட்டகத்தின் முதுகில் ஏறி அனல்காற்றின் வீச்சுகளுக்கிடையே மணல் குன்றுகளைக் கடந்தாள், ஒரு நேரம் மூக்கில் வெள்ளி நத்து அணிந்து குங்குமப்பூ வயல்களில் ஆடினாள், ஒரு நேரம் ஈச்ச மரத்தைத் தழுவியபடி கீதம் இசைத்தாள். மீரா டீ கிளாசை நீட்டினால் 'தேங்க்ஸ்' என்று சொல்லி வாங்கிக் கொண்டாள். 'கட்' என்று சித்தார்த்தின் குரல் வந்தபோது அவள் கூச்சத்துடன் ''சாரி!'' என்றாள், ''எடுத்துக் கொள்கிறாயா?'' என்று சுமேரா அபின் உருண்டையை நீட்டியபோது வாங்கி வாயில் போட்டுக் கொண்டாள். 'லைட்', 'காமிரா', 'ஆக்ஷன்' என்ற சொற்கள் காதுகளில் ஓவர்லேப் ஆகிக்கொண்டே இருந்தன. மாலை இருட்டில் அவள் குடிசையில் நுழைந்தபோது தங்கநிற முடியோடு கூடிய ஒரு சிவந்தமேனி பெண் துண்டை சுற்றிக்கொண்டு அடுப்பருகில் உட்கார்ந்து சோள ரொட்டி சுட்டுக் கொண்டிருந்தாள். ''யார் நீ?'' என்று அவள் ஆவேசமாகக் கேட்டாள், ''என் வீட்டில் என்ன செய்து கொண்டிருக்கிறாய்?'' ''சுமேரா உன்னை விட்டுவிட்டு என்னை வைத்துக் கொண்டிருக்கிறார்.'' என்று அவள் மோகக் குரலில் கூறினாள். கட்! கட்! கட்! ஆர்ட் டைரக்டர் அவள்

உள்ளங்கையில் ஆணி அடித்துக் கொண்டிருந்தார். "ஸ்மைல்!" ஸ்டில் போட்டோகிராஃபர் ஃபோகஸ் பண்ணிக்கொண்டே கத்தினார். "உன் ஸ்பரிசம் எனக்கு / குழலில் மூச்சுக்காற்று போல..." ஜுகனி நரம்பை மீட்டினாள்.

யாரோ அவளுடைய கப்தான் ஜிப்பைத் திறந்தார்கள். பிறகு அதைத் தோளிலிருந்து விலக்கத் தொடங்கினார்கள், "சாயா, தொந்தரவு செய்யாதே." வர்ஷா முனகினாள். மெல்லிய, மிருதுவான ஸ்பரிசம். நரம்புகள் மெல்ல, மெல்ல சூடேறின. வர்ஷாவின் உடல் தானாகவே தளர்ந்தது. ஸ்பரிசம் இடையைத் தாண்டி வயிறு, தொடை, பின்புறம் வரை வழுக்கிச் சென்றது. வர்ஷாவின் உதட்டில் மெல்லிய புன்னகை மலர்ந்தது. பிறகு யாரோ மெல்ல அவளை நேராக்கினார்கள். க்ரீமின் மணம் நிறைந்த குளுமை தோள்களில் பரவியது. மென்மையான உள்ளங்கைகள் அதைத் தடவின. பின்னர் ஸ்பரிசம் தொண்டையிலிருந்து இறங்கி மார்பைத் தொட்டு வழுவழுப்பான இடுப்பைத் தடவியது. பிறகு தொடைகளில் விளையாடியது. வர்ஷா துளிர்க்கும் உற்சாகத்தால் நிறைந்தாள்...

மெல்ல, மெல்ல வர்ஷாவின் இமைகள் திறந்தன. மிக பரிச்சயமான ஒரு முகம் குனிந்து புன்னகை செய்து கொண்டிருந்தது.

"டார்லிங், உன் ஸ்கின் எப்படி எரிந்து போயிருக்கிறது!" ஷிவானி மிருதுவாக அவள் நெற்றியைத் தடவினாள். பிறகு உதட்டில் முத்தமிட்டாள்.

"ஷிவானி..." வர்ஷாவின் சங்கடம் மெல்ல மெல்ல மறைந்தது, "நீ எப்போது வந்தாய்?"

"கொஞ்ச நேரம் ஆயிற்று." ஷிவானி அவள் முடியை அளைந்தாள், "களைப்பாக இருக்கிறதா? இன்னும் கொஞ்சம் தூங்குகிறாயா?"

வர்ஷா அவளைக் கண் இமைக்காமல் பார்த்தாள், "உன்னை எத்தனை நாட்களுக்குப் பிறகு பார்க்கிறேன்!... ஆனால் கண்கள் எரிகின்றன..."

ஷிவானி அவளைத் தூக்கி நிறுத்தினாள். பிறகு கப்தான் அணிவித்து ஜிப்பைப் போட்டு விட்டாள், "இப்போது குளிக்க

வேண்டாம். க்ரீம் கொஞ்ச நேரம் இருக்கட்டும்.''

வர்ஷா சரி என்று தலையசைத்தாள். பிறகு கட்டிலில் உட்கார்ந்தாள். ஒரு வினாடி மௌனமாக இருந்தாள். பிறகு சொன்னாள், ''நீ வந்தது நல்லதாயிற்று. நான் காலையிலிருந்து தூங்கிக் கொண்டிருக்கிறேன்.''

''காலையிலிருந்தா?'' ஷிவானி விஷமமாக அவளைப் பார்த்தாள்.

''ஷிவானி அக்கா! டீ கொண்டு வரட்டுமா?'' திரைக்கு அப்பாலிருந்து ஜுமக்கி கேட்டாள்.

''கொண்டுவா.''

ஜுமக்கி சிரித்துக் கொண்டே வந்தாள், ''கடவுள் அருள்தான். வர்ஷா அக்கா எழுந்து உட்கார்ந்திருப்பதைப் பார்க்கிறேன்.''

''ஜுமக்கி, நான் எவ்வளவு நேரமாக தூங்கிக் கொண்டிருக்கிறேன்?'' வர்ஷா கூச்சப் புன்னகையுடன் கேட்டாள்.

''மூன்று நாட்களாக!'' ஜுமக்கி ட்ரேயைக் கட்டில் மேல் வைத்தாள், ''நான் பாயசத்துடன் புலவு, இல்லையென்றால் கிச்சடி கிண்ணத்தில் வைத்துவிடுவேன். நீங்கள் நடு இரவில் எழுந்து சாப்பிட்டுவிட்டுத் தூங்கிவிடுவீர்கள்.''

''ஃபிலிம் ஆக்டர் இவ்வளவு உழைக்க வேண்டியிருக்கும் என்று எனக்குத் தெரியாது.''

''ஆர்ட் ஃபிலிம் ஆக்டருக்கு என்று சொல்.'' வர்ஷா மெல்ல, மெல்ல சுதாரித்துக் கொண்டிருந்தாள், ''புரொபஷனல் ஃபிலிமாக இருந்தால் ஒன்று ஸ்டுடியோவிலேயே பாலைவன செட் போட்டுவிடுவார்கள் அல்லது ஜோத்பூர் ஃபைவ் ஸ்டார் ஹோட்டலில் ஸ்டார்கள் தங்கி ஒன்றிரண்டு நாட்கள் தகிக்கும் வெயிலில் ஷூட்டிங் நடத்திய பிறகு அவுட்டோர் லோக்கலை இன் டோரில் மாற்றி விடுவார்கள் என்று சித்தார்த் சொன்னார்.''

ஜுமக்கி இருவரிடமும் கோப்பையைத் தந்தாள்.

''இத்தனை நாட்கள் என்ன செய்தீர்கள்?''

''காதல்...'' ஷிவானி இனிமையாக புன்னகை செய்தாள்.

'வர்ஷா - நிவாஸ்'

ஷிவானியின் கண்களில் காதல் இழைகள் இருந்ததை வர்ஷா கவனித்தாள்.

"நீ நாளை மாலை லோடி ரோடில் எங்கள் வீட்டிற்கு சாப்பிட வா. அஷ்வினும் வருகிறார்."

வர்ஷாவுக்கு அஷ்வினைப் பிடித்திருந்தது. பரிவோடு அவளுடைய கண்கள் அஷ்வினைப் பார்க்கும்போது வர்ஷாவுக்கு மகிழ்ச்சி நிறைந்த ஆறுதல் ஏற்பட்டது.

"நாளைய மீட்டிங் ஒரு வகையில் முதல் ஸ்கிரீனிங்." ஷிவானி தீவிரமானாள், "இதில் அஷ்வின் பொதுவாக பரிசீலிக்கப்படுவார் - அறைக்குள் எப்படி நுழைகிறார், எப்படி வணங்குகிறார், எப்படி பேசுகிறார், உட்காருகிறார், எப்படி சிரிக்கிறார், எப்படி எதிர்வாதம் செய்கிறார் என்றெல்லாம் பரிசீலிக்கப்படுவார். இவற்றின் ஆதாரத்தில் அவருடைய ஆளுமை ஆய்வு செய்யப்படும்." ஷிவானி ஒரு வினாடி நிறுத்தினாள், "நீ என்னுடனேயே வந்துவிடு. ஆறு மணி சுமாருக்கு உன்னிடமும் கருத்து கேட்கப்படும்."

"சரி."

"அப்பாவுக்கும், அண்ணனுக்கும் ஒரே செல்லப்பெண், சொத்திற்குப் பாதி வாரிசு, பாதி பிசினஸ் பார்ட்னர்." ஷிவானி படபடத்தாள், "என் கையைப் பற்றுவதற்கு அஷ்வின் இரும்புக் கடலையை மெல்ல வேண்டியிருக்கும்."

"இது எங்கிருந்து வந்தது?"

ஜுமக்கி காலி கோப்பைகளை எடுக்க வந்தபோது வர்ஷாவின் பார்வை முதல் முறையாக மூலையில் இருந்த ஸ்டூலில் வைத்திருந்த இரண்டு 'நிவியா' ஜார் மீது விழுந்தது.

"ஷிவானி அக்கா கொண்டு வந்தார்கள்." என்றாள் ஜுமக்கி, "நான் போன் செய்து சொல்லியிருந்தேன்."

"ஜுமக்கி, பகலில் மூன்று முறை மாலிஷ் செய்ய வேண்டும்" என்றாள் ஷிவானி, "இரண்டு வாரங்களில் ஸ்கின் நார்மலாகி விடும்."

''சரி அக்கா!'' ஜுமக்கி வெளியே போய்க் கொண்டே குறும்பாக புன்னகை செய்தாள், ''உண்மையான திறமை உங்கள் கையில்தான் இருக்கிறது. எப்போது தன் ஜிப் திறந்தது என்றே வர்ஷா அக்காவிற்குத் தெரியவில்லை...''

வர்ஷா, ஷிவானி இருவர் கண்களும் கலந்தன. இருவரும் புன்னகை செய்தார்கள். வர்ஷா ஷிவானியின் கழுத்தைத் தன் கையால் வளைத்து அவளைத் தன்னுடன் சேர்த்து அணைத்துக் கொண்டாள், ''உனக்காக நான் லட்சம் வார்த்தைகளையும் பொறுத்துக் கொள்வேன்...''

★ ★ ★ ★

''இந்த முறை சதுர்புஜுடன் சண்டையாகிவிட்டது.'' காலையில் லோடி கார்டனில் ஜாகிங் செய்து கொண்டே அனுபமா கூறினாள்.

''எனக்கு அதில் ஆச்சரியமில்லை.'' அவளுடன் கூட இணைந்து கொண்டே வர்ஷா சொன்னாள், ''காரணம் என்ன?''

''அவர் இரண்டு மாத ஓர்க் ஷாப்பிற்காக இந்தூர் போகிறார். நானும் கூட வரவேண்டுமென்று பிடிவாதம் பிடித்தார். நீங்கள் எனக்குப் பிடித்த நாடகத்தை நடத்துவதாக இருந்தால் இரண்டு, மூன்று வாரங்கள் வருகிறேன் என்றேன்.''

''இது உன் அதிகப் பிரசங்கித்தனம் அனுபமா!''

சற்று நேரம் அமைதி நிலவியது.

''இந்தக் கல்யாணம் எனக்கு சந்தோஷம் தரும் என்று நினைத்தேன்.''

''நீ எப்படி இந்த மாதிரி நினைத்தாய்?'' வர்ஷா கைக்குட்டையால் நெற்றி வியர்வையைத் துடைத்தாள்.

''எங்கள் இருவர் பின்னணியும் முற்றிலும் மாறுபட்டிருந்த விஷயமே அந்த நாட்களில் என்னை மிகவும் கவர்ந்தது. என்னுடைய இந்தக் கவர்ச்சிக்குப் பின்னால் சதுர்புஜ் சாதாரண மனிதர் என்ற விஷயமே இருந்திருக்கிறது, அதைச் சுற்றி என் நாடகமேடை நடவடிக்கைகள் மையம் கொண்டிருந்தன என்று

இப்போது எனக்குத் தோன்றுகிறது. நான் என் எண்ணத் தொடர்பை அதிகமாகவே விஸ்தரித்துவிட்டேன்.''

பேச்சு முடிந்துவிட்டது என்று வர்ஷா நினைத்தாள். ஆனால் சுழல் கேட்டிலிருந்து வெளியே வந்ததும் ''சில நாட்களுக்குப் பிறகு தான் அவர் மதிப்பு, அவர் சென்ஸ் ஆஃப் ஹியூமர் எல்லாம் உறுத்தத் தொடங்கியது. பகலில் இரண்டு மணி நேரம் சந்திக்கும் ஒரு நாடக நண்பர் என்ற முறையில் பிடித்திருந்த விஷயங்களே கட்டிலில் உடன் உறங்கும் மனிதர் என்ற முறையில் நாகபாசமாகத் தொடங்கின.''

''நீ உன் மனநிலையை நன்றாக ஆராய்ந்திருக்கிறாய்.'' இருவரும் மூச்சிரைக்க வராந்தா நாற்காலியில் உட்கார்ந்தார்கள். ஜுமக்கி தண்ணீர் ஜக்கும், கிளாசும் எடுத்துக் கொண்டு வந்தாள். வர்ஷா பூம்பாத்தியில் குனிந்து முகத்தில் நீரை வாரி வாரி அடித்துக் கொண்டாள்.

''அம்மா டீ குடித்துவிட்டாளா?'' அனுபமா ஒரே மூச்சில் அரை கிளாஸ் டீயைக் குடித்துவிட்டுக் கேட்டாள்.

''ஆமாம். பூஜை செய்து கொண்டிருக்கிறார்கள்.''

★ ★ ★ ★

அறையில் சங்கடத்தின் இறுக்கம்.

காலை சிற்றுண்டிக்குப் பின்னர் மேசை சுத்தம் செய்யப்பட்டிருந்தது. ஜுமக்கி அம்மா உத்தரவின்பேரில் அவள் சூட்கேசிலிருந்து வெள்ளைக்கவர் எடுத்து முன்னால் வைத்து விட்டு உள்முற்றத்திற்குப் போய்விட்டாள். அனுபமா உள்ளங்கையில் மோவாயைத் தாங்கியபடி கண் இமைக்காமல் எதிரில் பார்த்துக் கொண்டிருந்தாள்.

வர்ஷா செய்திப் பத்திரிக்கையைக் கையில் எடுத்துக்கொண்டு எழுந்தாள்.

''வர்ஷா, நீ உட்கார்.'' என்றாள் அம்மா திடமான குரலில், ''வர்ஷாவை வைத்துக்கொண்டு பேசு என்று அனுபமாவின் அப்பா சொல்லியிருக்கிறார்.''

வர்ஷா உட்கார்ந்தாள்.

அம்மா கவரிலிருந்து இரண்டு போட்டோக்களை எடுத்தாள், "இரண்டு பேரும் நல்ல குடும்பத்து இளைஞர்கள். தினேஷ் போபாலில் வீட்டு பிசினஸ் செய்கிறார். ராக்கேஷ் பி.ஹெச்.இ.எல்.லில்.இன்ஜீனியர்."

அவள் போட்டோக்களை அனுபமாவின் முன் வைத்தாள்.

"இரண்டு பேருக்கும் உன் போட்டோ பிடித்திருக்கிறது. தினேஷ் சரி என்று சொல்லிவிட்டான். ராக்கேஷ் இங்கு வந்து உன்னை சந்திக்க விரும்புகிறான்."

அனுபமா முன்பு போலவே சில வினாடிகள் எதிரில் பார்த்துக் கொண்டிருந்தாள். பிறகு, "அப்பாவிற்கு உடம்பு இப்போது எப்படி இருக்கிறது?" என்று கேட்டாள்.

"நீ உன் பக்கம் செய்யாத அக்கிரமம் இல்லை." அம்மா குரலில் கோபம் நிறைந்த குற்றச்சாட்டு இருந்தது, "அவர் மனதை வருத்தவேண்டாம் என்று டாக்டர் சொல்லியிருக்கிறார். அவரிடம் எப்படி சொல்வது, வீட்டுப் பெண்ணே…"

"அம்மா! நீயும் எனக்கு எதிராக ஆகிவிட்டாயா?" - அனுபமா

"நீ சரியாக இருந்தபோதெல்லாம் நான் உனக்குத் துணையாக இருந்தேன்." ஆண்டுக் கணக்கில் தான் துணையாக இருந்ததை ஒரு நிறைந்த பார்வையில் வெளிப்படுத்தினாள், "நாங்கள் உன்னை டாக்டராக்க விரும்பினோம். எனக்கு மியூசிக்தான் இஷ்டம் என்றாய். நான் சரியென்று சொல்லிவிட்டேன். பிறகு எனக்கு நாடகம்தான் இஷ்டம் என்றாய். அதற்கும் சரியென்று சொல்லிவிட்டேன். நாங்கள் என்ன விரும்பினோம்? உன் சந்தோஷம்தான் எங்கள் சந்தோஷம். பிறகு நீ அந்த தெருவில் போகிற நாடகக் காரனைக் கல்யாணம் செய்து கொண்டாய். எங்களிடம் உனக்குக் கடமை ஒன்றும் இல்லையா? எங்களுக்கு உன் மீது உரிமை ஒன்றும் இல்லையா?… இந்தக் கல்யாணத்தால் உனக்கு என்ன சுகம் கிடைத்தது? உன் மனவருத்தம் இன்னும் அதிகரித்துவிட்டது. ஏன்? ஏனென்றால் உனக்கும் அவனுக்கும் எந்தப் பொருத்தமும் இல்லை. உன் அப்பா சொல்கிறார், அனுபமா

செத்துவிட்டாள் என்று... ஆனால், என்ன செய்வேன், பெற்ற மனம் கேட்கவில்லை...'' அம்மா அழுகையில் வெடித்தாள், சில வினாடிகள் ஆவேசம் மிகவும் தீவிரமாக இருந்தது, ''குழந்தையிலிருந்து இன்று வரை நீ கேட்டு என்ன மறுத்திருக்கிறேன்? உன் எந்த ஆசையைத் தடுத்தேன்? அதற்கு நீ கொடுத்த தண்டனையா இது?... பிள்ளைகள் பெற்றுக் கொள்வது எதற்காக? மன வருத்தத்தை அகற்றுவதற்கா, நெஞ்சில் கத்தியால் குத்துவதற்கா?''

அனுபமா பேசாமல் கீழே பார்த்துக் கொண்டிருந்தாள்.

''உன் அப்பாவிடம் கைகூப்பி கேட்டுக் கொண்டு கடைசி முறையாக பேச வந்திருக்கிறேன்.'' அம்மா முந்தானையால் கண்களைத் துடைத்துக் கொண்டு திடமானாள், ''இன்று தீர்மானமாக வேண்டும். சொல். என்ன சொல்கிறாய்?''

''என்ன சொல்வேன் அம்மா?'' அனுபமாவின் குரல் அடைத்தது, ''நான் மிகவும் சிக்கலில் இருக்கிறேன்.''

''என்ன சிக்கல்?''

''நான் இங்கு செய்துகொண்டிருக்கும் வேலையை விட விரும்பவில்லை.

அம்மா ஒரு வினாடி யோசித்தாள், ''சரி. நாங்கள் உன்னை வலுக்கட்டாயப் படுத்தமாட்டோம்.''

''எனக்குள் எல்லாம் ஒரே குழப்பமாக இருக்கிறது.''

''அப்படியென்றால்?'' அம்மா அனுபமாவைப் பார்த்தாள்.

''நான் கல்யாணத்தால் பெண்கள் அனுபவிக்கும் பலவகை துன்பங்களைப் பார்க்கிறேன், எனக்கு கல்யாணம் செய்துகொள்ள விருப்பமில்லை.''

''இது என்ன பேச்சு? சுடுகாட்டில் பிணத்தை எரிப்பவன் தன் வீட்டையும் எரிப்பானா? மிஸஸ் ஜுத்ஷி கல்யாணம் செய்து கொள்ளவில்லையா? என்னை அவளிடம் அழைத்துப் போ, நான் கைகூப்பி அவளிடம் கேட்கிறேன், துக்கப்படும் பெண்களின்

துக்கத்தைக் கேட்பவள் தன் அழகையும் அலங்கோலமாக்கிக் கொள்ள வேண்டுமா?''

அம்மா எல்லார் முன்பும் கைகூப்பத் தயாராக இருந்தாள், அவள் முகத்தில் இருந்த துயரத்தையும் பயத்தையும் பார்த்து வர்ஷா இரங்கினாள்.

''சரி அம்மா! எனக்குக் கொஞ்சம் அவகாசம் கொடுங்கள். இன்னும் என் மனம் என் வசத்தில் இல்லை.''

அம்மா ஒரு வினாடி அவளைப் பார்த்தாள், ''சரி'' என்றாள். கொஞ்சம் யோசித்துவிட்டு, ''நீ ரக்ஷாபந்தனுக்கு வீட்டிற்கு வா! அப்போது பேசுவோம்.''

''அப்பா வீட்டில் நுழைய அனுமதித்தால், அண்ணனுக்கு ராக்கி கட்ட கட்டாயம் வருவேன்.''

''காலையில் போனவள் மாலையில் திரும்பி வந்தால் அப்பா வீட்டில் நுழைய ஏன் விடமாட்டார்?''

அனுபமா உணர்ச்சியில் நடுங்கினாள். பின்னர் தன்னை சமாளித்துக் கொண்டாள், ''நான் ஒன்று வேண்டிக் கேட்டுக் கொள்கிறேன்.''

அம்மா பார்வையை உயர்த்தினாள்.

''இப்போது என்னைப் பார்க்க இங்கே யாரையும் அனுப்ப வேண்டாம்.''

''சரி.'' இப்போது குரல் மாறியிருந்தது. அதில் விரோதத்தின் பிரிவுரேகைக் கூர்மை இல்லை, ''இப்போது அந்த நாடோடியோடு உனக்கு எந்தத் தொடர்பும் இல்லை என்பதை மட்டும் இன்னும் தெளிவாக்கிவிடு.''

அனுபமா சரியென்று தலையாட்டுவதற்கு சில வினாடிகள் எடுத்துக் கொண்டாள்.

''உன் அப்பா கேஸ் போடுவதில் முனைப்பாக இருந்தார். நம் பெயர்தான் கெட்டுப் போகும் என்று நான்தான் தடுத்தேன்.'' இளம்

பெண்களின் அம்மாக்கள் மட்டுமே விடும் ஆழ்ந்த பெருமூச்சு விட்டாள், ''பெண்ணைப் பெற்றவர்கள், எல்லா வகையிலும் நமக்குத்தான் தலைகுனிவு.''

தன் செயலைக் குறித்த பச்சாத்தாபத்தால் நிறைந்திருப்பவளைப் போல அனுபமா தலை குனிந்து உட்கார்ந்திருந்தாள். வர்ஷாவுக்கு அனுபமா கல்யாணச் சேலை, நகைகளில் மின்னிய அந்தக் கல்யாணம் நினைவு வந்தது. அப்போதைய உற்சாகமும், ஆர்வமும் இப்படியா முடிய வேண்டும்?

★ ★ ★ ★

வர்ஷா கடிகாரத்தைப் பார்த்தாள், மணி பதினொன்றே முக்கால். தனக்கு என்ன ஆகிவிட்டது? எப்போது நினைத்தாலும் தூங்கிவிடுகிறாள்.

''ஜுமக்கி, தண்ணீர் கொடுக்கிறாயா?

அவள் ஜன்னல் அருகே வந்து நின்றாள். வெயில் மங்கியிருந்தது. காற்று மத்திமமாக இருந்தது.

காலையில் அவள் நேரம் கழித்து எழுந்தாள். காலைச் சிற்றுண்டிக்குப் பின்னர் ஜுமக்கி கிரீம் பாலிஷ் பண்ணினாள். கொஞ்ச நேரம் படுத்திருந்தாள். பிறகு தூக்கம் வந்துவிட்டது.

பின்னால் காலடி ஓசை கேட்டது. வர்ஷா கிளாசை வாங்கி இரண்டு மடக்கு குடித்தாள். திடீரென்று ஜுமக்கியின் கை மிகவும் சிவந்திருப்பதாகத் தோன்றியது, இவள் எப்போது செண்ட் போடத் துவங்கினாள்...

பின்னால் விஷமப் புன்னகையுடன் திவ்யா நின்றிருந்தாள்.

''திவ்யா...'' அவள் ஆவேசமாக கழுத்தைக் கட்டிக் கொண்டாள். அவள் தோளில் தலையை வைத்து அவள் கைகளுக்குள் புகுந்தாள். அதே பரிச்சயமான ஸ்பரிசம். அதே பரிச்சயமான மணம்.

''அக்கா ஒரு மணி நேரமாக உட்கார்ந்திருக்கிறார்கள்.''

ஜுமக்கி கதவருகில் வந்தாள், ''எழுப்பி விடுகிறேன் என்று எத்தனை முறை சொன்னேன், மறுத்துவிட்டார்கள்.''

திவ்யாவைப் பொறுத்தவரை தூக்கம் பவித்திரமானது என்று வர்ஷாவிற்குத் தெரியும். யாரையும், முக்கியமாக அன்பிற்குரியவர்களைத் தூங்கும்போது எழுப்புவது அவளுக்குப் பிடிக்காது.

''உன் ஷூட்டிங் களைப்பு இன்னும் போகவில்லையா?''

வர்ஷா புன்னகையுடன் இல்லையென்று தலையாட்டினாள், ''காலையிலா வந்தீர்கள்? சாமான்கள் ஷைலா வீட்டில் இருக்கிறதா?''

ஆமாம்.'' திவ்யா கட்டிலில் உட்கார்ந்தாள்.

யாருடைய மனத்தையும் வருத்தாத திவ்யாவின் இந்தக் கொள்கை வர்ஷாவிற்கு உடன்பாடுதான். வர்ஷாவுடன் இருப்பாள். சாமான்கள் ஷைலா வீட்டில் இருக்கும்.

''பிரியா எங்கே?''

''தோட்டத்தில் விளையாடிக் கொண்டிருக்கிறாள்.''

வர்ஷா அவள் எதிரில் உட்கார்ந்தாள், ''திடீரென்று உங்களை எதிரில் பார்த்ததும் வாழ்க்கையில் நம்பிக்கை அதிகரித்துவிட்டது.''

''எத்தனை வருஷங்களாக கோடைகாலம் உன்னோடு கழிந்திருக்கிறது.'' என்றாள் திவ்யா. ''உன்னுடைய கடைசிக் கடிதம் வந்தபோது நீ டப்பிங்கிற்குப் போய் விட்டால் எப்படி சந்திப்பது என்று தோன்றியது.''

பிறகு வழக்கப்படி காரியங்கள் நடந்தன. முதலில் டீ குடித்தார்கள். பிறகு ஷர்பத். பிறகு சாப்பாடு சாப்பிட்டார்கள். பிறகு கட்டிலில் படுத்துக் கொண்டு பிரியா தூங்கிக் கொண்டிருந்ததால் மெதுவாகப் பேசிக் கொண்டிருந்தார்கள். திவ்யா லேசாக கொட்டாவி விட்டாள். பிறகு தூங்கிவிட்டாள். இப்போது பிரியா விழித்துக் கொண்டு சிணுங்கினாள். வர்ஷா அவளைத் தூக்கிக் கொண்டு சத்தமில்லாமல் அடியெடுத்து வைத்து வெளியே வந்தாள்.

திவ்யா எழுந்து வெளியே வந்தபோது மணி ஐந்து. வர்ஷா தோட்டத்தில் பிரியாவுடன் கண்ணாமூச்சி விளையாடிக் கொண்டிருந்தாள்.

''ஜுமக்கி, டீ கொடுக்கிறாயா?'' வர்ஷா கூப்பிட்டாள், ''அக்கா எழுந்துவிட்டார்கள்.''

மாலை நேரம் குளிரத் தொடங்கிவிட்டது. கொடி மண்டபத்தில் பறவைகள் சலசலத்துக் கொண்டிருந்தன.

''உன் கொடி மண்டபத்தைப் பார்த்தால் எனக்கு சகுந்தலை செடிகளுக்குத் தண்ணீர் ஊற்றும் காட்சி நினைவு வருகிறது.'' திவ்யா பிரம்பு நாற்காலியில் உட்கார்ந்து சுற்றுமுற்றும் பார்வையை ஓடவிட்டாள்.

''பாருங்கள் அம்மா! பாருங்கள் வர்ஷா!'' கடைசியில் பிரியா ஒரு பட்டாம்பூச்சியைப் பிடித்துவிட்டாள்.

''சபாஷ்! பிரியா எவ்வளவு கெட்டிக்காரி!'' என்றாள் திவ்யா, ''இப்போது அதை விட்டுவிடு. பாவம், அது எவ்வளவு பயப்படுகிறது, பார்!''

''நீரு பட்டாம்பூச்சியைத் தன் புத்தகத்திற்குள் வைத்திருக்கிறான்.'' பிரியா மெல்லிய குரலில் வாதம் செய்தாள்.

''பட்டாம்பூச்சியைத் துன்புறுத்துகிறவர்களைப் பட்டாம்பூச்சி சபித்துவிடும்.'' என்று திவ்யா திடமான குரலில் கூறினாள், ''தூர்வாச முனிவர் சகுந்தலையை சபித்தது போல்...

பிரியாவின் முகத்தில் பல வண்ணங்கள் தோன்றி மறைந்தன. ஆனால் மேலே சொல்ல ஒன்றுமில்லை. அவள் பட்டாம்பூச்சியைப் பறக்க விட்டுவிட்டு கையைக் கொட்டியபடி அதன்பின் ஓடினாள்.

பிரியா திவ்யாவின் ஒவ்வொரு முகபாவத்தையும், கண்களின் குறிப்பையும் அறிவாள். திவ்யாவின் கட்டளைகள் சிறியதாக, திட்டவட்டமாக, ஆவேசமில்லாமல் இருக்கும், பிரியாவின் உடனடி பதில் ''சரி அம்மா.'' திவ்யா பிரியாவை அதட்டி வர்ஷா ஒருபோதும் பார்த்ததில்லை. அவளுடைய மூன்று சொற்கள் (''பிரியா, இப்படி செய்யாதே.'') பிரியாவை எந்த குழந்தைத்தனமான

விஷமங்களிலிருந்தும் தடுப்பதற்குப் போதுமானவையாக இருந்தன. திவ்யாவின் ஒரு கண் குறிப்பில் பிரியா பேசாமல் எத்தனை நேரமானாலும் அவளுடைய இடத்திலேயே உட்கார்ந்திருப்பாள். திவ்யாவிடம் எந்தப் பொருள் கேட்டும் பிரியா பிடிவாதம் பிடித்து வர்ஷா பார்த்ததில்லை, வீட்டில் ஏதாவது புதிய, விலை உயர்ந்த பொருள் வந்தால் கையை நீட்டித் தொடுவதற்கு முன் பிரியா ''அம்மா, நான் தொட்டுப் பார்க்கட்டுமா?'' என்று திவ்யாவிடம் கேட்பாள், ஆனால் ரோஹனிடம் அவள் போக்கே வேறு. மாலையில் கார் வரும் சத்தம் கேட்டதுமே பிரியா படிகளில் இறங்கி ஓடுவாள். பிறகு ரோஹனின் தோளில் தொங்கியபடி மேலே வருவாள். திவ்யா இந்தக் காட்சியை மகிழ்ச்சிப் புன்னகையுடன் பார்த்து வர்ஷா கண்டதில்லை. திவ்யா பிரியாவைக் கொஞ்சியும் வர்ஷா பார்த்ததில்லை. 'பிரியா' என்பதுதான் அவளுடைய நிலையான ஸ்டாண்டர்டு அழைப்புக் குரல். 'என் கண்ணே!', 'என் செல்லம்!' 'என் ராஜகுமாரி!' என்றெல்லாம் ஒருபோதும் சொன்னதில்லை. ஒரு முறை பிரியா காய்ச்சலில் இருந்தபோது திவ்யா அவள் கன்னத்தில் முத்தமிடத்தான் செய்தாள். அந்த ஒரு நிகழ்ச்சியைத் தவிர திவ்யா உருகி யாரும் எப்போதும் பார்த்ததில்லை. பிரியா இப்போது மடியில் உட்காரும் குழந்தையில்லை. இப்போது திவ்யா தெருவில் நடக்கையில் திவ்யாவின் விரலைப் பிடித்துச் செல்வதோடு சரி. ''குழந்தைகள் மிகவும் உணர்ச்சிபூர்வமானவர்கள்!'' என்று ஒருமுறை திவ்யா சொன்னாள், ''அவர்கள் தங்கள் வீட்டின் கனத்த சூழலைப் புரிந்து கொள்கிறார்கள்.''

''இது என்ன?'' பிரியா வர்ஷாவின் பெரிய ஷூட்டிங் ஆல்பத்தில் ஒரு போட்டோவின் மேல் விரல் வைத்தாள்.

''க்ளாம்ப்.''

''இது யார்?''

''சுமேரா.''

''இவர் உங்களுக்கு என்ன கொடுத்துக் கொண்டிருக்கிறார்?''

''அபின்!''

''ஏன்?''

''தாக்கா மிகவும் வருத்தமாக இருக்கிறாள், அதனால்.''

''இவர் உங்களுக்கு என்ன உறவு?''

''காதலர்.''

''ஓ மை காட்!'' பிரியா அதிசயமான சங்கட பாவத்தை காட்டினாள்.

வர்ஷா சிரித்துவிட்டாள். திவ்யா உதட்டிலும் சிறிய புன்னகை மலர்ந்தது.

''பிரியா!'' ஜுமக்கி வராந்தாவிற்கு வந்தாள், ''மாங்கோலா சாப்பிடுகிறாயா?''

பிரியா அவளிடம் ஓடினாள்.

''அப்படியுானால் இவன்தான் சித்தார்த்!'' திவ்யா பக்கங்களைப் புரட்டினாள்.

சித்தார்த் குடிசையில் வர்ஷாவிற்குக் காட்சியை விளக்கிக் கொண்டிருந்தான், மணல் குன்றின் மீது நடக்கும் முறையை விளக்கிக் கொண்டிருந்தான், இருவரும் கேன்வாஸ் நாற்காலியில் உட்கார்ந்து சிரித்துக் கொண்டிருந்தார்கள். சித்தார்த் ஒட்டகத்தின் மேல் உட்கார்ந்திருந்த வர்ஷாவிற்கு சலாம் செய்து கொண்டிருந்தான், சித்தார்த் அவளுடைய முழங்கால் சிராய்ப்பில் மருந்துப் பட்டையைப் போட்டுக் கொண்டிருந்தான்.

''பார்த்தவுடன் கவனத்தை இழுக்கும் முகம். யார் இவள்?''

ஜுகனி அவள் தோளில் கை போட்டு உட்கார்ந்திருந்தாள்.

''ஜுகனி ...'' வர்ஷா ஜுகனியைப் போலவே ராகம் பாடினாள், நான் எப்போது கல்யாண அலங்காரம் செய்வேன் / நான் முகம் இருண்டு போகிறேன் / எரிக்கும் வெயிலில் கூட்டம் நிறைந்த கிணற்றடிக்குப் போகிறேன் / இரண்டு குடம் நிறைக்க மாலை நேரம் சாய்ந்து போகிறது / வீடு சேர்வதற்குள் நிலா மங்கிவிடுகிறது / ஓ, மணமகனே, நான் எப்போது கல்யாண அலங்காரம் செய்வேன்?'' ஒரு வினாடி மௌனம் நிலவியது. பிறகு வர்ஷா திவ்யாவைப் பார்த்தாள், ''பஞ்சம் வந்தபோது, ஜுகனியின் கணவன் வேலை தேடி பாகிஸ்தானை விட்டுப் போய்விட்டான்.

அவளுடைய சின்னஞ் சிறிய மகன் வேலை தரும் கூட்டத்தோடு சேர்ந்து பஞ்சாப் போய் விட்டான். ஜுகனி பாட்மேர் வந்தாள். ஒரு வியாபாரி அவளுக்கு சாப்பாட்டுக்கு வழி செய்வதாகக் கூறி குஜராத்துக்கு அழைத்து வந்தான். ஜுகனி அவனோடு இரண்டு வருடங்கள் இருந்தாள். அவளுக்கு இரண்டு குழந்தைகள் பிறந்தார்கள். பிறகு திடீரென்று ஒரு நாள் அவளுடைய ஊரைச் சேர்ந்த ஒரு வியாபாரி மூலம் ராஜஸ்தானில் மழை பெய்து விட்டதாக தெரிந்தது. வியாபாரி வீட்டில் ஜுகனிக்கு சாப்பாடு, துணிக்கு எந்தக் கவலையும் இல்லை, நல்ல ஓய்வும் இருந்தது. ஆனால் அவள் உடனே தன் சின்ன மூட்டையை எடுத்துக் கொண்டாள், தனியாகவே ராஜஸ்தானுக்குப் புறப்பட்டு விட்டாள்.

திவ்யா ஸ்தம்பித்துப் போய் அவளைப் பார்த்துக் கொண்டிருந்தாள், ''பெண் என்பவள் கொடி போன்றவள், அதில் பனித்துளி விழுந்தாலும் பூ பூத்துவிடுகிறது. பாவம், தனி ஒரு கொடி தன் பலத்தில் ஒவ்வொரு பூவையும் தாங்கிக் கொண்டிருக்க முடியுமா?''

★ ★ ★ ★

''வர்ஷா, உனக்கு ஷாஜஹான்பூரில் என் கடைசி இரவு நினைவு இருக்கிறதா?''

வர்ஷா ஆழ்ந்த பெருமூச்சு விட்டுவிட்டு எதிரில் இருட்டையும், அமைதியையும் பார்த்தாள், ''அப்போதும் வெயில் காலம். நாம் இரவு நெடுநேரம் வெளியே வராந்தாப் படிகளில் உட்கார்ந்திருந்தோம். வானத்தில் முழுநிலா. உங்கள் வீட்டு மாமரக்கிளைகள் காற்றில் அசைந்து கொண்டிருந்தன. நான் டிராமா ஸ்கூலில் சேர்வதற்கு விண்ணப்பம் அனுப்பிவிட்டிருந்தேன். இன்னும் இண்டர்வியூ பற்றி அறிவிப்பு வந்திருக்கவில்லை. அட்மிஷன் கிடைக்கும் என்று நம்பிக்கை இல்லை. தைரியம் இழக்க வேண்டாம், லக்னோவுக்கு வந்து என்னோடு இரு என்று நீங்கள் சொன்னீர்கள்.'' வாக்கியத்தை முடிப்பதற்குள் அவள் குரல் சற்று தடைபட்டது.

''நான் என் தீசிஸில் கடைசி ரஃப் சாப்டர் பார்த்துவிட்டு எழுந்தேன்.'' திவ்யா தன் ஒரு கைவிரல்களை அவள்

கைவிரல்களோடு பின்னிக்கொண்டாள், "நான் சொன்னேன், என் ஷாஜஹான்பூர் வாசத்தில் எனக்கு இரண்டு பொருள்கள் கிடைத்தன ஒன்று வர்ஷா, மற்றொன்று தீசிஸ். பிறகு நாம் ஒரு சிகரெட் பிடித்தோம்."

நிகழ்காலத்தின் இந்த உயர்ந்த மதிலிலிருந்து பழமையின் அந்த வினாடி ஏதோ ஒரு புராதன யுகத்தில் நடந்த அழிவின் மிச்சங்கள் போலத் தோன்றியது. இன்றைய முழுமையான, ஜீவன் ததும்பும் வர்ஷா ஆயிரக்கணக்கான ஆண்டுகளுக்கு முந்தைய அந்த பாழடைந்த சிதிலமான அனுபவங்களிலிருந்தா தோன்றினாள்? திவ்யா துணை செய்யா விட்டால் அவள் இப்படி ஒரு முழுமையான வடிவத்தில் இந்த இடம் வரை வந்திருப்பாளா?

இரவு நேரம். அவர்கள் வராந்தாப் படிகளில் உட்கார்ந்திருந்தார்கள். மேலே வானத்தில் பாதி நிலா. காற்று இதமாக வீசியது. அனுபமா முன்பே தூங்கப் போய்விட்டாள். பிரியா டி.வி. பார்த்துக் கொண்டே தூங்கி விட்டாள். ஜூமக்கி அவளைக் கட்டிலில் படுக்கவைத்தாள். பிறகு 'குட் நைட்' சொல்லிவிட்டு அவுட்ஹவுசுக்குப் போய்விட்டாள். சற்று நேரத்திற்கு முன்பு வர்ஷா இரண்டு கப் காபி தயாரித்து எடுத்துக் கொண்டு வந்தபோது திவ்யா சிகரெட் கேட்டாள். வர்ஷாவின் டிராயரில் ஹர்ஷ் அவள் அறையில் மறந்து விட்டுப்போன டிரிப்பிள் ஃபைவ் பாக்கெட் இருந்தது.

திவ்யா ஒரு வாய் காபி பருகிவிட்டு சிகரெட் பற்றவைத்தாள். இருட்டில் நெருப்பு மின்னியது, திவ்யாவின் மெல்லிய உதடுகள் தெரிந்தன.

"ரோஹன் நன்றாக இருக்கிறார், இல்லையா?"

"ஆமாம். மிகவும் வேலை." திவ்யா ஆழ்ந்த பெருமூச்சு விட்டாள்." இப்போது இரண்டாவதாக ஒரு குழந்தை பெற்றுக் கொள்ள விரும்புகிறார். ஆண் குழந்தையாக இருந்தால் அவருடைய விருப்பமும் அம்மா விருப்பமும் பூர்த்தி ஆகிவிடும்."

திவ்யா சிகரெட்டை நீட்டியபோது வர்ஷா ஒரு இழுப்பு இழுத்தாள்.

"நீங்கள் என்ன சொன்னீர்கள்?"

"ஒன்றும் சொல்லவில்லை." திவ்யா சில வினாடிகள் மௌனமாக இருந்தாள், "மனதின் ஒரு மூலை சுத்தமாக சூனியமாக இருக்கிறது. ஒரு ஆர்வமும் இல்லை. வெளி சந்தோஷம் எதுவும் மனதைத் தொடவில்லை. பிறகு கொஞ்சம் தயங்கினாள். "வாரிசுகளுக்கு விட்டுச் செல்வதற்கு ரோஹனிடம் நிறைய இருக்கிறது என்பதை ஒத்துக் கொள்கிறேன். ஆனால் ஒரு வாரிசு தான் வீட்டில் நிறைந்துவிட்டதே!" பிறகு சற்று நேரம் அமைதி நிலவியது, "போன வருஷம் ஒரு அதிசயம் நடந்தது. கல்லூரி விலாசத்திற்கு கல்கத்தாவிலிருந்து பிரசாந்தின் கிரீட்டிங் கார்டு வந்திருந்தது. மனதை உலுக்கும் கொந்தளிப்பில் சில நாட்கள் கழிந்தன."

"பிரசாந்த் இப்படி செய்தது சரியில்லை." என்றாள் வர்ஷா மெல்லிய குரலில், "ஆறிவரும் புண்ணை அவர் ஏன் கிளற வேண்டும்?"

"நானும் முதலில் அப்படித்தான் நினைத்தேன். பிறகு மெல்ல மெல்ல மனம் அமைதியாயிற்று. அப்படியானால் அவர் என்னை மறந்துவிடவில்லை." திவ்யா இரக்கத்துடன் புன்னகை செய்தாள்.

"காதல் மிகவும் சிக்கலான முடிச்சு." என்றாள் வர்ஷா.

"சித்தார்த் எப்படி இருக்கிறான்?"

"மிகவும் இதமாக. மிகவும் நம்பிக்கைக்குரியவர். ஒரு சொல் கூட அதிகம் பேசாதவர்." வர்ஷா திவ்யாவைப் புன்னகையுடன் பார்த்தாள், "இன்னும் கொஞ்சம் சொல்லட்டுமா? கேட்கிறீர்களா?"

"அதற்காகத்தானே வந்திருக்கிறேன்." என்றாள் திவ்யா செல்லமாக. (இது எனக்கு மட்டுமே சொந்தம் என்று வர்ஷா நினைத்துக் கொண்டாள்.)

"அவர் ஸ்பரிசத்தில் நடுங்குவது போல் கூச்சம், உணர்ச்சிவேகம். நான் அவருடைய உண்மையான காதலியாக இருந்தாலும் ஆச்சரியப்படுவதற்கில்லை. ஆழமான முத்தத்தில்

அவர் ஆழமான உணர்வுகளில் ஆழ்ந்துவிடுகிறார் என்று எனக்குத் தோன்றுகிறது. அவருடைய மூச்சின் சலனத்தில் என் மயிர்க்கால் ஒவ்வொன்றும் சிலிர்க்கிறது.'' அந்த வினாடிகள் வர்ஷாவின் நினைவில் கொப்பளித்து எழுந்தன. சுகத்தில் தன்னை மறந்த உணர்வு எங்கோ தூரத்தில் எழுந்து உள்ளுக்குள் ஊடுருவிச் சென்றது.

சற்று நேரம் அமைதி நிலவியது. பூம்பாத்திகளில் மெல்லிய குளிர்ந்த சலசலப்பு ஏற்பட்டது. பனித்துளிகள் விழுந்தன போலும்.

''வேலைக்களத்தில் நாங்கள் இருவரும் வெவ்வேறு இடத்தில் இருக்கிறோம். அவர் அறைக்குப் பின்னால் இருக்கிறார், நான் அறைக்கு முன்னால் இருக்கிறேன். நாங்கள் ஒருவரோடு ஒருவர் போட்டி போடுபவர்கள் அல்ல - ஒருவரை ஒருவர் காம்ப்ளிமெண்ட் செய்கிறோம்.'' வர்ஷா காபியைப் பருகினாள், ''இயக்குநர் இல்லாமல் நான் சினிமாவில் திக்குதிசை தெரியாமல் வழி தடுமாறியதுபோல் உணர்கிறேன். நாடகமேடையிலும் இயக்குநரின் முக்கியத்துவம் இருக்கிறது, ஆனால் அங்கே எனக்கு என் மீது நம்பிக்கை இருக்கும். என் பொறுப்பில் விட்டுவிட்டால் நான் என் பாத்திரத்தையும், பிற பாத்திரங்களோடு அதன் தொடர்பையும் புரிந்துகொள்வேன், என் அசைவுகளையும் நானே தீர்மானித்துக்கொள்வேன். ஆனால் ஃபிலிமில் டேக்கிற்கு முன்பு திருவிழாவில் காணாமல் போன குழந்தையைப் போல உணர்கிறேன். காட்சியின் நாடக முக்கியத்துவத்தை ஸ்கிரிப்டிலிருந்து புரிந்து கொள்கிறேன். ஆனால் ஸ்கிரீனில் எப்படிக் காட்டவேண்டும் என்பதைத் தெரிந்துகொள்ளாமல் என்னால் என் பாத்திரத்தை நிர்வகிக்கும் விதத்தைத் தீர்மானிக்க முடியவில்லை. இந்த ஷாட்டில் கதவைத் திறந்துகொண்டு வரும் தாக்காவின் இடுப்பிற்கு மேல் பகுதி மட்டுமே தெரியும், அவள் கதவைத் திறந்து கொண்டு மெல்ல, மெல்ல ஜன்னல் வரை வந்து லாந்தரை ஜன்னலில் தொங்கவிடுவாள், ஃப்ரேமின் கீழ் எல்லை தாக்காவின் தொப்புள் பகுதி என்பது எனக்குத் தெரிந்ததும் நான் கையை எவ்வளவு தூரம் கீழே இறக்கவேண்டும், எவ்வளவு தூரம் ஐ-லைனை இழுக்க வேண்டும் எப்படியெல்லாம் என் நடை, அசைவுகளைக் குறித்துக் கவலைப்படவேண்டும் என்று எனக்குப் புரிந்துவிடுகிறது...'' முதல் தடவையாக வர்ஷாவின் மனதில்

தோன்றியது - ''இந்த ஃபிலிமில் 'சுமேரா' பாத்திரத்தில் ஹர்ஷ் இருந்திருந்தால்? அதனால் என்னென்ன லாபங்கள், நஷ்டங்கள் ஏற்படும்?'' (சித்தார்த்துடன் அவள் உறவு இப்படி இருந்திருக்குமா?)

''ஹர்ஷ் என்ன ஆனான்?''

வர்ஷா வியப்படைந்தாள் (திவ்யாவிடம் டெலிபதி இருக்கிறதா?) ''இங்கே வந்ததும் பழைய கடிதம் கிடைத்தது, அதில் முதல் படத்திற்காக வாழ்த்து தெரிவித்திருந்தது - மீதி எல்லாம் அணைப்பு, முத்தம்!'' (நாள் செல்ல, செல்ல ஹர்ஷின் பொறாமை உணர்வும் மங்கி விட்டதா?)

வர்ஷா முழங்காலைக் கட்டிக் கொண்டு அதன் மேல் முகத்தை வைத்துக் கொண்டாள், ''இப்போது பம்பாயில் சந்திப்போம்.'' அவள் சில வினாடிகள் தன்னை மறந்து உட்கார்ந்திருந்தாள், ''பார்ப்போம், என்ன நடக்கிறதென்று?''

''ஒரே நகரத்தில் உன் இரண்டு காதலர்கள் இருப்பார்கள்.'' என்றாள் திவ்யா கம்பீரமாக, ''இது ஒன்றும் உயரிய நிலைமை இல்லை.''

''உன் மனதைத் தட்டிப் பார். இப்போது உனக்கு வயது முப்பத்தொன்று ஆகிவிட்டது.'' திவ்யா அவள் முடியை விரல்களால் அளைந்தாள், '' எதிர்காலத்தைப் பற்றி என்ன யோசித்திருக்கிறாய்?''

''யோசிக்கிறேன். ஆனால் சிக்கலாக இருக்கிறது.''

''கல்யாணம் செய்து கொள்ள விருப்பம் இருக்கிறதா?''

''ஆமாம்.'' வர்ஷா இனிமையாக புன்னகை செய்தாள், ''ஒரு சின்ன வீடு. மிக அழகான, மிக அமைதியான வீடு.''

''இப்போது முழு வர்ணனையும் செய்து சொல்லிவிடு.'' திவ்யா புன்னகை செய்தாள்.

வர்ஷா நேராக நிமிர்ந்து உட்கார்ந்தாள், ''வெளியே பெரிய லான், அதில் இடையிடையே குருபக், பன்னீர், மல்லிகைப்பூச்செடிகள். ஓரங்களில் கதம்ப, அசோக மரங்கள். இடையில் மாதவிக் கொடி மூடிய கொடி மண்டபம்.''

''தோட்டக்காரனை குப்தா பீரியடிலிருந்து இறக்குமதி செய்து கொள்வாயா?''

வர்ஷா சிரித்துவிட்டாள், ''ஒரு ஓரத்தில் தொட்டியில் மீன்கள் நீந்தும். புல்வெளியில் மான் துள்ளி விளையாடும். அத்துடன் விதூஷகன் என்ற நாய்க்குட்டி. என் காலைச் சுற்றும் பிரியம்வந்தா பூனை ஆர்வத்துடன் இரண்டையும் பார்த்துக் கொண்டிருக்கும்.''

''நீ எங்கே இருப்பாய்?''

''மாமரத்திலிருந்து தொங்கும் ஊஞ்சலில். அங்கேதான் நான் காலை டீ குடிப்பேன்.''

''காலை டீ முடிந்துவிட்டது.'' திவ்யா புன்னகை செய்தாள், ''இப்போது வீட்டிற்குள் போவோமா?''

''கட்டாயம். வெள்ளை வண்ண டிராயிங்ரூம், அதன் வெளிச்சுவர் கண்ணாடிச் சுவராக இருக்கும். மேலே முத்துத் தொங்கல்கள். கதவில் டிசைன்கள்...''

''மெல்ல வர்ஷா! நான் கவனமாக உள்ளே நுழையவேண்டியிருக்கிறது.''

''எதிர் சுவரில் பெரிய, ஒளி வீசும் விளக்கு, அதில் நூற்று ஒரு திரிகள் எரியும். இடது சுவரில் சவுண்ட் சிஸ்டம். மெல்லிய ஒலியில் சிதார் இசை. இடையில் வெள்ளை வெல்வெட் மூடிய மூன்று சோபாக்கள். வலது பக்கம் சின்ன மேஜை. பின்னால் மது அலமாரி, மூலையில் வெண்ணிற போன், அது ஜலதரங்கம் போல ஒலிக்கும். ஜுமக்கி ரிசீவரை எடுப்பாள்.'' வர்ஷா ரிசீவரை எடுப்பது போல பாவனை செய்தாள். ''வர்ஷா நிவாஸ்... மன்னியுங்கள், தேவி படுக்கை அறையில் இருக்கிறார்கள். தயவு செய்து நீங்கள் ஒரு மணி நேரம் கழித்து போன் செய்யுங்கள்.''

திவ்யா கலகலவென்று சிரித்தாள், ''இப்போது தேவியின் படுக்கை அறைக்குப் போவோமா?''

''ஆமாம். அது ஸ்பிளிட் லெவல் கன்ஸ்ட்ரக்ஷன். படிகளில் கனத்த கம்பளம். இடது பக்கம் ஸ்டடி. மூன்று சுவர்களிலும் மேல்கூரையைத் தொடும் ரேக்குகள், அவற்றில் சிறந்த உலக

இலக்கியங்கள், முக்கியமாக நாடகங்கள் நிறைந்திருக்கும். ஒரு மூலையில் மேஜை - நாற்காலி, இண்டர்காம்.'' வர்ஷா ஒரு பட்டனை அமுக்கினாள், 'ஜுமக்கி, காபி தருகிறாயா?''

''இதோ கொண்டு வருகிறேன், தேவி!'' என்றாள் திவ்யா உடனே.

''அடேடே, என் படுக்கை அறைக்கு வெளியே சிவப்பு விளக்கு எரிந்து கொண்டிருக்கிறது. தயவு செய்து தொந்தரவு செய்யாதீர்கள் என்று அர்த்தம். ஆனால் நீங்கள் நம்மவர்தானே, உள்ளே வாருங்கள்.''

''தேங்க்ஸ்!''

''படுக்கை அறையில் இடது பக்கம் க்வீன் சைஸ் பெட் மிருதுவான தலையணை. அழகிய விரிப்பு. பெரிய ஜன்னலில் வெள்ளைத்திரைகள். ஜன்னலைத் தொடும் பூக்கள் நிறைந்த கொடிகள். வலதுபக்கம் பெரிய வார்டுரோப், அதில் நான்கு ருதுக்களின் பெயர்கள் ஒட்டியிருக்கும்.''

''இந்த ஐடியா நன்றாக இருக்கிறது.''

''பக்கத்தில் என் சைஸ் கண்ணாடி. வலது பக்கம் மாடர்னான, தூய்மையான பாத்ரூம். இங்கே லைட்டிங் ஆட்டோமேட்டிக். நீங்கள் கதவைத் திறந்ததும் மூலையில் சிறிய விளக்கு எரியும்.''

''இப்போது கொஞ்சம் தேவியையும் பார்த்துவிடலாமா?''

''நான் ஷவருக்குப் பிறகு விலையுயர்ந்த பட்டு நைட்டி அணிந்துகொண்டு வருகிறேன். காலரில் என் மோனோ கிராம் வி.வி... உங்கள் ட்ரிக்... கட்டிலில் படுத்திருக்கும் என் காதலன் சிறிய, வட்ட கிளாசை என் பக்கம் நீட்டுகிறான். நானும் கையை நீட்டுகிறேன், ஆனால் அந்த குறும்புக்காரன் கிளாசைத் தராமல் என்னைத் தன் பக்கம் இழுத்துக் கொள்கிறான், என்னைத் தன் கைகளுக்குள் அமுக்கி- ''

''அட கடவுளே!'' திடுக்கிட்ட ஜுமக்கி விடியற்காலை மங்கிய வெளிச்சத்தில் எதிரில் நின்றிருந்தாள். ''இரண்டு அக்காக்களும் இரவு முழுதும் பேசிக்கொண்டேவா இருந்தீர்கள்?''

3. அழகிய மும்பை, பசுமை மும்பை

சற்று மந்திரத்தால் கட்டுப்பட்டவளாகவும், சற்று பயத்துடனும் வர்ஷா ஜன்னல் அருகே நின்றிருந்தாள்.

இத்தகைய தீவிரமான, கொட்டித் தீர்க்கும் தாங்கமுடியாத மழையை அவள் முதல் முறையாகப் பார்க்கிறாள். இந்தக் கரிய மேகத் தொடர்களுக்குப் பின்னால் இலட்சம் குதிரை சக்திகளின் ஆக்கிரமிப்பு வலிமை இருப்பது போல் தோன்றியது. இடையிடையே கனத்த இடி - மின்னல். முந்திய வேகத்தின் பிரவாகம் இன்னும் அதிகரித்தது. நீர்ப் பிரவாகத்தின் தீவிரம் தொடர்ந்து அதிகரித்துக் கொண்டிருந்தது. கூடவே காற்றின் ஆவேச ஒலி. இத்தகைய பிடிவாதமான, ஆவேசமான கடுங் காற்றையும் அவள் இப்போதுதான் முதல் முறையாகப் பார்க்கிறாள். காற்றும், நீரும் பழிவாங்கும் தீவிரத்தில் இருப்பதாகத் தோன்றியது.

ராஜதானி எக்ஸ்பிரஸ் வாபியை அடைந்தபோது மத்திமமான மழை தொடங்கியது. வான விளிம்பில் மங்கிய ஈரம் போர்த்திருந்தது. ஜன்னல் கண்ணாடி வழியாக அவள் மழையின் வேகத்தால் தலை சாய்ந்திருந்த பசுமையைப் பார்த்துக் கொண்டிருந்தாள். பிறகு மேற்கு ரெயில்வேயின் விரிவாக்கப் பகுதிகள் வரத் தொடங்கின. ஒரே வகையான ஸ்டேஷன்கள், பெயர்ப்பலகைகள், வண்ணம். மேலே மின்கம்பிகள், முதல்முறையாக லோக்கல் டிரெயின்களில் கதவுக்கு வெளியே தொங்கிக் கொண்டு சென்ற மக்களைப் பார்த்தபோது அவள் அறியாத உள்ளம் இவர்கள் மேகத்தோடு இணையத் துடிக்கிறார்கள்

என்று நினைத்தது. மும்பை மக்களின் இயற்கைக் காதலைப் பார்த்து வர்ஷா மயங்கினாள்.

பிறகு அவள் பிளாட் ஃபார கூட்டத்தைப் பார்த்தாள். முதலில் ஆச்சரியமும், பிறகு பயமும் உண்டாயிற்று. அவள் பார்வையைத் திருப்பிக் கொண்டாள். மனிதத்துவத்தின் மீது நம்பிக்கை போய்விடுமோ என்ற பயம் தோன்றியது. ஸ்டேஷன் பெயர்களும் அதிசயமாக இருந்தன - நாலாசோபாரா, பாயந்தர், சாந்திவலி. பிறகு டிரெயின் நின்றுவிட்டது. தண்டவாளங்களில் தண்ணீர் பரவி விட்டதென்று தெரிந்தது.

சில மணி நேரங்களுக்குப் பிறகு பம்பாய் சென்ட்ரல் ஸ்டேஷன் வந்தபோது வர்ஷாவுக்கு கவலை வந்துவிட்டது. முதல் முறையாக ராஜதானி எக்ஸ்பிரசில் ஏறி முதல் முறையாக பம்பாய் வரும் உற்சாகம் குறைந்துவிட்டது.

கோச் கதவருகில் வந்து நின்று அவள் தேடுதல் பார்வையுடன் சுற்றுமுற்றும் பார்த்தாள். யாரும் அழைத்துப் போக வரவில்லையென்றால்? ஒரு வினாடி பயம் தோன்றியது.

அப்போதுதான் நெருங்கி வந்த மீராவும் சித்தார்த்தும் கையை ஆட்டினார்கள்.

"வெல்கம் டு பாம்பே!" சித்தார்த் புன்னகை செய்தான்.

"சாரி வர்ஷா! மழைக்காலத்தில் இங்கே வண்டிகள் லேட்டாகி விடுகின்றன." அதற்கு தானே பொறுப்பாளி போல இருந்தது மீராவின் முக பாவம்.

"வர்ஷாவை லோக்கல் டிரெயினில் செகண்ட் கிளாசில் அழைத்துப் போவோமா?" சித்தார்த் முகத்தில் விஷமப் புன்னகை.

"முதலில் டப்பிங் முடியட்டும்." மீரா சிரித்தாள். "பிறகு வர்ஷாவுக்கு எல்லாம் கற்றுக் கொடுக்கலாம்."

வெளியே வந்ததும் வர்ஷாவுக்குப் பிடித்த விஷயம் டாக்சிக்காக காத்திருந்த அமைதியான க்யூ வரிசை. புது டில்லி ஸ்டேஷனாக இருந்தால் நிச்சயமாக யாராவது முண்டியடித்து முன்னால் போய் டாக்சி பிடிப்பார்கள்.

கூலி ஆள் வர்ஷாவின் சூட்கேஸையும், பேக்கையும் டிக்கியில் வைத்தான். பணம் கொடுத்துவிட்டு சித்தார்த் வர்ஷாவின் அருகில் வந்தான், ''வர்ஷா, எனக்கு என்.எஃப்.டி.சி.யில் கொஞ்சம் வேலை இருக்கிறது. நீ மீராவுடன் போய் விடுகிறாயா? நான் சாயங்காலம் வருகிறேன்.''

''உன்னை யாராவது மதிப்பிற்குரிய குடும்பத்தினருடன் தங்க வைக்கவேண்டும் என்று சித்தார்த் சொன்னார்.'' மீரா புன்னகை செய்தாள், ''என்னை மதிப்பிற்குரியவளாக மதிப்பாய் என்று எனக்கு நம்பிக்கை இருக்கிறது.''

சிறிது தூரம் சென்றதும் டாக்சியின் வேகம் குறைந்தது. அது ஊர்ந்து செல்லத் தொடங்கியது. வண்டிகளின் பம்பர்கள் ஒன்றை ஒன்று தொட்டுக் கொண்டு நின்றன.

''வேறு ஏதாவது பாதையில் போவோமா?'' என்று கேட்டாள் வர்ஷா. ''ஒரு பாதைதான் வர்ஷா!'' மீரா இயலாமையுடன் புன்னகை செய்தாள்.

வர்ஷாவுக்கு விசித்திரமாக இருந்தது. இது என்ன நகரம்? ஜோட்பாக் போகும்போது பார்லிமெண்ட் ஸ்ட்ரீட்டில் டிராஃபிக் ஜாம் இருந்தால் அவள் திரும்பிச் செல்ல குறைந்தது மூன்று பாதைகளாவது இருக்கும். அதனால் டில்லியோடு ஒப்பிடுகையில் டிராஃபிக் மிகவும் ஒழுங்குக் கட்டுப்பாட்டுக்குள் இருப்பதையும் வர்ஷா கவனித்தாள். முட்டாள்தனமாக மக்கள் ஹார்ன் அடிக்கவும் இல்லை, தவறான பாதையில் ஓவர்டேக் செய்ய முயற்சிக்கவும் இல்லை.

டாக்சி சாந்தாகுரூசில் ஒரு பழைய, வண்ணம் மங்கிய பில்டிங் முன்னால் போய் நின்றது. வராந்தாவில் ஸ்டூலில் உட்கார்ந்திருந்த காவல்காரன் எழுந்து நின்றான். வர்ஷா டாக்சியை விட்டு இறங்கியதும் மீரா தன் மடக்குக்குடையை விரித்துப் பிடித்தாள்.

''லிப்ட் இல்லை, வர்ஷா. நாங்கள் நான்காவது மாடியில் இருக்கிறோம்.''

''நோ ப்ராப்ளம்.'' வர்ஷா புன்னகை செய்தாள், ''கொஞ்சம் எக்சர்ஸைஸ்.''

ஃபிளாட்டுக்குள் நுழைந்த வர்ஷா அதிர்ந்தாள். சிறிய வரவேற்பறை. பக்கத்தில் சின்ன அறை, அதன் ஒரு மூலையில் சமையல் பொருள்கள் இருந்தன.

''இது இருநூற்றெண்பது ஸ்கொயர்ஃபுட் ஃபிளாட்.''

இப்படியான எண்ணிக்கைகள் வர்ஷாவுக்குப் பரிச்சயமற்றவை.

''முன்பு சாயா இங்கேதான் இருந்தாள். அவள் அப்பா ரிடையர் ஆனதும் காட்கோப்பரில் ஃப்ளாட் வாங்கி விட்டாள். பன்னிரண்டு மாதங்களில் நான் காலி செய்யவேண்டியிருந்தது. ஆனால் எவ்வளவோ முயற்சி செய்தும் வேறு ஏற்பாடு ஒன்றும் என்னால் செய்ய முடியவில்லை. ஃப்ளாட் ஓனர் என்னை வெளியேற்ற வந்தபோது நான் ஜாண்டிசில் காய்ச்சலாகப் படுத்திருந்தேன். எஸ்டேட் ஏஜெண்ட் தன் பொறுப்பில் நான் இங்கே சில மாதங்கள் தங்குவதற்கு அனுமதித்திருக்கிறார்.''

''எஸ்டேட் ஏஜெண்ட் குடியிருப்பவர்களிடம் ஏதாவது வாங்குகிறாரா?''

''ஆமாம். இரண்டு மாத வாடகை கமிஷன்.''

''வாடகை எவ்வளவு?''

''மாதம் ஆயிரம் ரூபாய்.''

''அப்பாடி!'' என்றாள் வர்ஷா.

''ஐந்தாயிரம் ரூபாய் டெபாசிட்!''

''இந்த ரூபாய் என்ன ஆகும்?''

''ஃபிளாட் ஓனரிடம் இருக்கும். காலி செய்யும்போது திருப்பித் தருவார்.''

வர்ஷாவின் முகம்போன போக்கைப் பார்த்து மீரா புன்னகை செய்தாள், ''சித்தார்த் கார் பகுதியில் பேயிங் கஸ்டாக இருக்கிறார். அவர் ஒரு அறைக்கு ஆயிரம் ரூபாய் தருகிறார். அவருக்கு போன்

வசதி இருக்கிறது. தனக்கு வரும் தகவல்களுக்காக அவர் ஒரு மாதத்திற்கு இரண்டு ரூபாய் தந்து விடுவார். வீட்டுக்காரி இதில் மூன்று கால்கள் பொய்யாக சேர்த்துவிடுகிறாள். அவர் காலை ஒன்பதுக்குள் வெளியே கிளம்பி விட வேண்டும். தன் சூட்சிகேஸை தவிர வேறு எதையும் பூட்டக் கூடாது. பெண் விசிட்டர்கள் வரக்கூடாது. ஒரு நாள் ஞாயிற்றுக்கிழமை பத்து மணிக்கு நரேஷ் சந்திக்க வந்துவிட்டான். மின்விசிறி ஓடிக் கொண்டிருந்தது. வீட்டுக்காரி வந்து மின்விசிறியை நிறுத்தி விட்டாள்.''

இரண்டு வினாடிகள் அமைதி.

''ஃபிளாட்-ஓனர் குடும்பத்தில் கல்யாணமாகாத பெண் யாரும் இல்லையே?'' வர்ஷா அர்த்தம் நிறைந்த குரலில் கேட்டாள்.

மீரா கலகலவென்று சிரித்தாள், ''இல்லை.''

சுதர்ஷன் நரேஷ் போராட்டத்தின் மூன்றாவது ஆண்டில் ஃபிளாட் ஓனரின் குண்டான, கவர்ச்சியற்ற பெண்ணைக் கல்யாணம் செய்து கொண்டுவிட்டான். ஐந்து இன்ஸ்டிடியூட் இளைஞர்கள் (நிழல்படப் பதிவு, சவுண்ட் ரிக்கார்டிங், வெளியீடு, இயக்கம், நடிப்பு ஆகிய கோர்ஸ்களை முடித்துவிட்டு வந்தவர்கள்) தங்கள் போராட்டத்தை முடிவுக்குக் கொண்டுவர மாப்பிள்ளை ஆகும் ஷார்ட் கட் வழியைக் கண்டு பிடித்திருந்தார்கள்.

''இந்த ஃபிளாடின் விலை என்ன தெரியுமா?''

''இருபது - இருபத்தைந்தாயிரம்?''

''ஒன்றரை லட்சம்.''

கல்வியின் தொடக்கத்திலேயே வர்ஷா அவஸ்தைப் பட்டாள்

குளித்துவிட்டுப் படுத்ததும் களைப்பினால் தூக்கம் வந்துவிட்டது. மீரா ஷூட்டிங்கிற்குப் போய்விட்டாள். போன் நம்பர் கொடுத்துவிட்டுப் போயிருந்தாள்.

படுப்பதற்கு முன் அவள் மிஸ்டர் நாயுடுவுக்கு போன் செய்தாள்.

''ஹலோ...'' முரட்டுக் குரல் வந்தது.

''மிஸ்டர் ஹர்ஷவர்தன் இருக்கிறாரா?'' அவள் பணிவாகக் கேட்டாள்.

''நீங்கள் யார்?'' (இந்தியாவின் எல்லா மோசமான போக்குகளும் இந்த நகரத்தில் குடியேறி விட்டன!).

''என் பெயர் வர்ஷா. டில்லியிலிருந்து வந்திருக்கிறேன். ஹர்ஷின் குடும்ப சிநேகிதி. அவர் அம்மாவும், சகோதரியும் அவரைப் பற்றிய செய்தியை அறிந்து கொள்ள ஆர்வமாக இருக்கிறார்கள்.''

''இங்கிருந்து போய்விட்டார்.''

''எப்போது?

''அவர் ஹிஸ்டரி என்னிடம் இல்லை அம்மா!''

(உன் அம்மாவும், சகோதரியும்தான் உனக்கு அம்மா! வர்ஷா பல்லைக் கடித்தாள்.)

''எங்கே போய்விட்டார்?''

''எனக்குத் தெரியாது.'' போன் வைக்கப்பட்டுவிட்டது.

★ ★ ★ ★

அறிமுகமில்லாத நகரத்திற்கும், வீட்டிற்கும் வந்தவுடனே தனிமை... தொடர்ச்சியான மழை தனிமையின் ஆழத்தை அதிகப் படுத்தியது... ('மிருதங்கத்தைப் போல முழங்கிக்கொண்டு, மின்னல் நாண் பொருந்திய இந்திரதனுஸை வளைத்து இந்த மேகங்கள் தீவிரத் தாக்குதல் என்னும் அம்புகளில் அன்னிய தேசத்திற்கு வந்திருக்கும் மக்கள் மனதை அலக்கழிக்கின்றன.' அவளுக்கு 'ருது சம்ஹார' வரிகள் நினைவு வந்தது.)

அவள் கேஸ் அடுப்பைப் பற்றவைத்து பாத்திரத்தில் தண்ணீர் ஊற்றி அடுப்பில் வைத்தாள். மீரா டப்பாவில் சமோசாவும், பட்டாட்டா வடையும் வைத்துவிட்டுப் போயிருந்தாள். ஆனால் ஒன்றும் சாப்பிட விருப்பமில்லை. டீத்தூள், ஜீனி டப்பா பக்கத்தில் இருந்தது. அவள் ஃபிரிஜ்ஜிலிருந்து பால் பாத்திரத்தை எடுத்தாள்.

ஸ்ட்ராங்கான டீ கோப்பையைக் கையில் எடுத்துக் கொண்டு வரவேற்பறைக்கு வந்தாள். டீயைக் குடித்தபடி 'டைம்ஸ் ஆஃப் இண்டியா'வை எடுத்தாள். பம்பாய்ப் பதிப்பு கனமாகத்தோன்றியது. மாகசின் பக்கத்தைப் புரட்டினாள். சட்டென்று விழிப்படைந்தாள்.

பிருத்வி தியேட்டரில் கல்யாணியின் நாடகம் நடந்து கொண்டிருந்தது.

வர்ஷா திகைத்து விட்டாள்.

தாக்கா குடிசையில் லாந்தர் பற்றவைத்துக் கொண்டிருந்தாள்... தாக்கா மணல் குன்றுகளுக்கிடையே பைத்தியம் பிடித்தவளைப் போல ஓடிக் கொண்டிருந்தாள்... தாக்கா நிலா விரிந்த இரவில் தன்னை மறந்து ஆடிக்கொண்டிருந்தாள்...

பல வருஷங்களுக்கு முன் சின்ன அக்காவை 'சௌம்யமுத்ரா' வடிவத்தில் மேடையில் பார்த்து கிஷோரும் ஜல்லியும் பயத்துடன் தங்களை மறந்து உணர்ச்சிவசப்பட்டுப் போனதைப் போல வர்ஷாவைப் பெரிய திரையில் பார்த்து சில்பில் மூச்சு திணறினாள். கண்ணாடி பதித்த அழுக்குப் பாவாடையில்... இவள் வர்ஷா வசிஷ்ட்தான்! என்பது விசேஷ ஆச்சரியத்துடன் உறுதியாயிற்று.

''டேக் எடுப்போமா?'' இண்டர்காமில் சித்தார்த்தின் குரல் ஒலித்தது.

மைக் முன்னால் நின்றிருந்த வர்ஷா ''ஓக்கே!'' என்று பதில் அளித்தாள்.

அவள் காலை சரியாக எட்டு மணிக்கு மீராவுடன் டப்பிங் தியேட்டரை அடைந்தாள். கதவருகில் பல ஜோடி பூட்ஸ்கள், செருப்புகள் கிடந்தன. மீராவைப் பார்த்து அவளும் செருப்பைக் கழற்றினாள். இரண்டு கதவுகளைத் தாண்டி அவள் ஏ.சி.தியேட்டரை அடைந்தாள். சுமார் ஐம்பது சீட்கள் இருந்தன. (''ப்ரிவ்யூ தியேட்டரும் இதுதான்.'' என்று தெரிவித்தாள் மீரா.)ஒரு ஓரத்தில் மைக், எதிரில் திரை.

மீரா அவளைக் கண்ணாடியால் அமைந்த பெரிய ரிக்கார்டிங் பூத்துக்கு அழைத்துப் போனாள். நடுத்தர வயதுள்ள சவுண்ட்

ரிக்கார்டிஸ்ட் விஷ்வாசுடன் பரிச்சயமாயிற்று.

''எனக்கு சுத்தமாக ஒன்றும் தெரியாது.'' வர்ஷா கையைக் குவித்தாள், ''உங்களுக்கு கஷ்டம் கொடுத்தால் மன்னித்துவிடுங்கள்.''

அவர் ஒரு வினாடி அவளைக் கவனமாகப் பார்த்துவிட்டு தலையில் கை வைத்து ஆசீர்வதித்தார்.

முதல்நாள் மாலை சித்தார்த் சொன்னான், ''நீ வீணாகப் பயப்படுகிறாய். உனக்கு டப்பிங் கஷ்டமாக இருக்காது. நீ மூன்று விஷயங்களைத்தான் கவனிக்கவேண்டும் - கான்செண்ட்ரேஷன், டைமிங், ரீபில்டிங் ஆஃப் எமோஷன்.''

''சீன் டூ, டேக் ஒன்...''

வர்ஷா இரண்டு முறை காட்சியைப் பார்த்துவிட்டாள். நேரத்தை சரியாக கணித்துவிட்டாள். மைக்கை ஒன்றே கால் அங்குல தூரத்தில் வைத்துக் கொண்டு அவள் சில வரிகளை மீண்டும் சொல்லிப் பார்த்துக் கொண்டாள்.

... தாக்கா பார்வையை உயர்த்தி கணவனைப் பார்த்தாள். பிறகு தட்டில் இருந்த சப்பாத்தியைப் பார்த்துவிட்டு நீண்ட பெருமூச்சு விட்டாள் (இவ்வளவு மெல்லிய ஒலியும் ரிக்கார்ட் ஆகி விட்டிருக்குமா?)... ஒரு வினாடி... தாக்காவின் உதடு அசையவும் ''இல்லை, நான் சாப்பிட்டுவிட்டேன்.'' என்று வர்ஷா சொல்லவும் சரியாக இருந்தது.

ஒரு வினாடி மௌனம் நிலவியது. பிறகு சித்தார்த்தின் குரல் வந்தது, ''பர்ஃபெக்ட், தாங்க்யூ!''

பூத்தில் மீரா கைதட்டினாள். முதல் டேக் முதல் தடவையிலேயே ஓக்கே ஆகிவிட்டது.

★ ★ ★ ★

அறியாத நகரத்தில் வர்ஷாவின் நான்காவது நாள். சித்தார்த் காலை எட்டு மணியிலிருந்து மதியம் பன்னிரண்டு மணி வரைதான் அவளோடு வேலை செய்தான். ''அதிகம் வேலை செய்வதால்

டோனல் குவாலிட்டி குறைந்துவிடக் கூடிய அபாயம் இருக்கிறது." என்று அவன் சொல்லியிருந்தான். மிச்சமிருந்த ஷிப்டுகளுக்கு சாயா, கிரிராஜ், நரேஷ் அல்லது மற்ற துணைப் பாத்திர நடிகர்கள் வந்துவிடுவார்கள்.

மீதி நேரமும் சக்தியும் ஹர்ஷைத் தேடுவதில் போய்க் கொண்டிருந்தது. மிஸ்டர் நாயுடுவின் வீட்டிற்கு முதல் நாள் இரவு மீண்டும் போன் செய்த போது அவருடைய மருமகன் கிருஷ்ணன் எடுத்தார். ஹர்ஷின் சில பொருள்கள் இன்னும் அங்கே இருப்பதாகத் தெரிவித்த அவரால் அவன் எங்கே இருக்கிறான் என்று சொல்ல முடியவில்லை. ஹீரேஷ் பாண்ட்யா வீட்டிற்குப் போன் செய்தாள், 'நடுக்கம்' ஃபிலிமின் டில்லி பிரீமியர் சமயத்தில் நடந்த சந்திப்பைக் கூறி தன்னை அறிமுகப் படுத்திக் கொண்டாள், "ஆமாம் வர்ஷா, நன்றாக இருக்கிறீர்களா? நீங்கள் டப்பிங்கிற்கு வந்திருப்பதாகக் கேள்விப்பட்டேன்." நலன் விசாரிப்பிற்குப் பிறகு அவள் விஷயத்திற்கு வந்தாள், "வர்ஷா, ஹர்ஷவர்தன் என்ற பெயரைக் கேட்கவே எனக்குப் பிடிக்கவில்லை. எனக்கு அவரோடு எந்தத் தொடர்பும் இல்லை. நீங்கள் மிஸ்டர் நந்தாவுக்கு போன் செய்யுங்கள். அவர் நம்பர்..."

வர்ஷா அந்த புதிய நம்பருக்கு போன் செய்தாள், "என் பெயர் வர்ஷா வசிஷ்ட். நான் ஹர்ஷின் குடும்ப சிநேகிதி. அவருடைய அம்மாவும் சகோதரியும் அவரைப் பற்றிய செய்தியை அறிந்துகொள்ள விரும்புகிறார்கள். தயவு செய்து அவர் எங்கே இருக்கிறார் என்று சொல்லமுடியுமா?" ஒரு வினாடி அமைதி. பிறகு நந்தா "நீங்கள் பம்பாயிலிருந்துதான் போன் செய்கிறீர்களா?" என்று கேட்டார். "ஆமாம். சுதீப் தியேட்டரிலிருந்து." "ஹர்ஷ் நேற்று முன்தினம் வந்திருந்தார். இன்று, நாளை மீண்டும் வரவேண்டும். நான் நீங்கள் சொன்ன தகவலை சொல்கிறேன். நீங்கள் தங்கியிருக்கும் இடத்தின் நம்பரை சொல்லுங்கள். அவர் இரவு கூட வரலாம்." வர்ஷா நந்தாவுக்கு நன்றி கூறினாள். குழப்பத்தோடு ஹர்ஷ் எங்கே இருக்கிறான் என்று நந்தாவுக்குத் தெரியாதா என்று நினைத்துக் கொண்டாள்.

இரண்டாவது நாள் காலை ஆதித்யாவுக்கு போன் செய்தாள். "நல்லது. நீங்கள் தான் வர்ஷாவா! நான் இரா பேசுகிறேன். ஆதித்யா

மெட்ராஸ் போயிருக்கிறார். ஒரு வாரம் கழித்து வருவார். நீங்கள் வீட்டிற்கு வாருங்கள்... ஹர்ஷ்? இங்கு பல நாட்களாக வரவேயில்லையே!... இல்லை, எங்களிடம் விலாசம் இல்லை.''

நவீன் மாமாவுக்கு போன் செய்வது வீண் என்று தோன்றியது. அவரை அவன் சந்திப்பதே இல்லை.

வர்ஷா முதல் நாளே மீராவின் மேஜை மேல் பம்பாய் டைரக்டரிக்குப் பக்கத்தில் சிறிய ஃபிலிம் இண்டஸ்ட்ரியைப் பார்த்திருந்தாள். அதில் சாருஸ்ரீயின் இரண்டு நம்பர்கள் இருந்தன. இரண்டு நாட்கள் முயற்சித்து கிடைக்காமல் அவளுக்கு அழுகை வரும்போல் ஆனபோது நேற்று காலை முதல் நம்பருக்கு போன் செய்தாள், ''ஹர்ஷ்? அவர் இங்கே இருப்பதற்கு என்ன அர்த்தம்?'' என்று ஒரு ஆண் குரல் கர்வமாகவும், நிஷ்டூரமாகவும் ஒலித்தது, ''அவன் எங்கே இருக்கிறான் என்று எங்களுக்குத் தெரியாது.'' என்பதுடன் போன் கத்தரிக்கப்பட்டு விட்டது. (இது சதானந்தா?)

இன்று காலை அவள் படபடக்கும் நெஞ்சுடன் இரண்டாவது நம்பருக்கு போன் செய்தாள். ''ஹலோ...'' குரல் யாரோ நடுத்தர வயதுப் பெண்மணியின் குரலாகத் தோன்றியது. ''நான் யாஸ்மினுடன் பேசமுடியுமா? என் பெயர் வர்ஷா.'' சில வினாடிகளுக்குப் பின்னர் வேறொரு பெண் குரல் கேட்டது, ''ஹலோ, சாருஸ்ரீ ஃபிலிம் சிட்டி போயிருக்கிறார்கள்.'' (அனுபவமில்லாவிட்டாலும் அது பொய் என்று வர்ஷா புரிந்துகொண்டுவிட்டாள்.) '' இல்லை, அவர்களைத் தொந்தரவு செய்ய விரும்பவில்லை. நான் ஹர்ஷைத் தேடிக்காண்டிருக்கிறேன். அவர் அம்மாவும், அக்காவும் அவரைப் பற்றித் தெரிந்துகொள்ள மிகவும் ஆவலாக இருக்கிறார்கள் (இதில் எவ்வளவு உண்மை இருக்கிறது என்று யாஸ்மினும் புரிந்துகொண்டிருப்பாள்.) அவரை எங்கே சந்திக்கலாம் என்று தயவுசெய்து சொல்லுங்கள்.'' ''உங்கள் நம்பர் என்ன?'' வர்ஷா உடனே நம்பர் சொன்னாள். ''பகலில் நான் சுதீப்பில் டப்பிங் செய்துகொண்டிருப்பேன். தங்கள் உதவிக்கு நான் மிகவும் கடமைப்பட்டிருக்கிறேன், யாஸ்மின்!'' ''அவர்களுக்குத் தகவல் அனுப்ப முயற்சிக்கிறேன்.'' அத்துடன் போன் கத்தரிக்கப்பட்டு விட்டது.

★ ★ ★ ★

ஆழ்ந்த பெருமூச்சுடன் வர்ஷா ரிசீவரை வைத்துவிட்டாள். என்ன கேவலமான நிலை! தன் ஹர்ஷை சந்திப்பதற்கு மற்றவர்கள் செய்யும் அவமானத்தைப் பொறுக்கவேண்டியிருக்கிறது!

"நாடகமேடை ஆக்டிங்கிலிருந்து ஃபிலிம் ஆக்டிங் எந்தவகையில் வேறுபடுகிறது?" 'ஸ்க்ரீன்' பத்திரிக்கை காமத் பேடை சரி செய்து கொண்டே கேட்டான்.

"நாடகமேடையில் ஒரு ஒழுங்கு முறைப்படி சூழல் அமைக்கப்படுகிறது. பார்வையாளர்கள் தங்கள் இடத்தில் வந்து உட்கார்ந்து எதிர்பார்த்துக்கொண்டிரக்கிறார்கள். ஒன்றின்பின் ஒன்றாக மூன்று முறை மணி அடிக்கப்படுகிறது. பிறகு மெல்ல மெல்ல வெளிச்சம் பரவுகிறது. நடிகன் நடிக்கத் தொடங்குகிறான். அரங்கத்திலோ மேடையிலோ எந்த இடையூறும் இல்லை. ஒருமுகமாக இரண்டு-இரண்டரை மணிநேர முழு ஈடுபாட்டுடன் நடிகன் தன் கலைப்பயணத்தில் முன்னேறிச் செல்கிறான்." என்றாள் வர்ஷா, "இதற்கு மாறாக ஷூட்டிங்கில் யூனிட் உறுப்பினர்கள் எல்லாரும் தங்கள்-தங்கள் வேலைகளில் முனைந்திருக்கிறார்கள். இந்த வேலைகளில் இயற்கையாகவே நடிகன் ஒரு எல்லை வரை மட்டுமே தன் பொறுப்பில் ஒருமுகப்பட முடிகிறது."

"இதை இன்னும் கொஞ்சம் தெளிவுபடுத்த முடியுமா?"

"ஷாட் அநேகமாக ரெடியாக இருக்கிறது. நான் என் வசனத்திலும், உணர்வுகளிலும் மூழ்கியிருக்கிறேன். அப்போது காஸ்ட்யூம் இன்சார்ஜ் வந்து கொஞ்சநேரத்திற்கு முன் வந்து கட்டிவிட்டுப் போயிருந்த கர்சீப்பை மாற்றத்தொடங்குகிறான். மேக்கப்மேன் வந்து என் முகத்தை ரீடச் செய்கிறான். ஆர்ட் டைரக்டர் மாற்றங்கள் செய்துகொண்டே இருக்கிறார். நான் ஒலிகளுடன் அசைவுகளைப் பொருத்திக்கொண்டு இருக்கிறேன், அஸிஸ்டெண்ட காமிராமேன் என் முகத்திலிருந்து தொடங்கி மீட்டரால் ரீடிங் எடுத்துக்கொண்டிருக்கிறான். ஐந்து வரிகளோடு நான் அழுகிற சீன். டைரக்டர் இதை ஐந்து ஷாட்களில் பிரித்திருக்கிறார். முதல் ஷாட் மூன்றாவது டேக்கில் ஓக்கே ஆகிவிட்டது. இப்போது காமிரா ஆங்கிள் மாறியிருக்கிறது. லைட் ரீஅரேஞ்ச் ஆகிக்கொண்டிருக்கிறது. இப்போது இரண்டாவது

ஷாட்டிற்காக நான் மீண்டும் எமோஷனை ரீபில்ட் செய்யவேண்டியிருக்கிறது. இவ்வாறு ஐந்து பகுதிகளில் இருபத்தைந்து முறை நான் ஒரு உணர்வுக்கு வடிவம் தரவேண்டியிருக்கிறது, இது மிகவும் களைப்பூட்டும் முறை.''

''ஃபிலிமோடு ஒப்பிடுகையில் மேடை நடிப்பு உங்களுக்கு சிறப்பாகத் தோன்றுகிறதா?''

''வேறுபட்டதாகவும், கடினமானதாகவும் தோன்றுகிறது''.

''சினிமா நடிப்பு?''

''மிக எளிது.''

டப்பிங் தியேட்டரை ஒட்டிய ஏ.சி. அறை. புரொடக்ஷன் கண்ட்ரோலர் நேகிக்குப் பின்னால் வெயிட்டர் வந்தான், காபி கிளாசை வைத்தான்.

''ஃபிலிமில் லீடிங் ரோல் செய்பவர்கள் நிலை சிறப்பானது. இதைப் பற்றி நீங்கள் என்ன நினைக்கிறீர்கள்?''

''ஆமாம்.'' வர்ஷா புன்னகை செய்தாள், ''என் சிநேகிதி மீரா பட்வர்தன் மொழியில் சொல்வதானால் இங்கே எனக்கு நிறைய 'கௌரவம்' கிடைக்கிறது. நீங்கள் இங்கே வந்ததும் புரொடக்ஷன் கண்ட்ரோலர் உடனே உங்களை உட்காரவைத்தார். உங்களுக்கு ஒரு விருந்தாளி வந்திருக்கிறார் என்று எனக்கு செய்தி அறிவித்தார். ரீப்பர்ட் டரியில் நீங்கள் என்னை சந்திக்க வந்தால் யாரும் உங்களைக் கண்டு கொள்ளவே மாட்டார்கள்.''

''நீங்கள் அக்காடெமி விருது பெற்ற நடிகை, இது சித்தார்த்தின் முதல் படம். ஷூட்டிங்கின்போது உங்கள் இருவருக்குமிடையில் பிரச்சனை எதுவும் ஏற்பட்டதா?''

(புன்னகையை அடக்கிக் கொண்டு எங்கள் இருவருக்குமிடையில் சில முத்தப் பிரச்சனை ஏற்பட்டது என்று வர்ஷா நினைத்துக்கொண்டாள்.) ''அடிப்படையில் ஃபிலிம் ஒரு இயக்குநரின் ஊடகம். நடிகன் வெறும் கைப்பொம்மைதான். முழு ஃபிலிமின் ஒவ்வொரு ஃப்ரேமும் இயக்குநரின் மூளையில் தெளிவாக இருந்தால், பாத்திரங்களின் திருப்பம், பரஸ்பரஉறவு,

வளர்ச்சி நுண்மைகளில் அவனுடைய கூரிய பார்வை இருந்தால் நான் சந்தோஷத்துடன் அவன் கைப்பொம்மை ஆக ரெடியாக இருக்கிறேன். சித்தார்த்திடம் என் ஒவ்வொரு கலை சந்தேகத்திற்கும் விடை இருந்தது, அதனால் எங்களிடையில் எந்த கஷ்டமும் ஏற்படவில்லை. அதற்கு மாறாக மிகவும் தைரியமாகவும், அறிவு பூர்வமாகவும் அவர் எனக்கு இந்த ஊடகத்தில் பயிற்சி அளித்தார். அவருடன் இணைந்து வேலை செய்ததில் எனக்கு மிகவும் சந்தோஷம்.''

''இன்று உங்கள் பழைய ரிப்பர்ட்டரி நண்பர் ஹர்ஷவர்தன் முக்கியத்துவம் பெற்றிருக்கிறார். ''நடுக்கம் காண்ட்ரோவர்சியில் உங்கள் அபிப்ராயம் என்ன?''

''மன்னியுங்கள், அதைப் பற்றி எனக்கு ஒன்றும் தெரியாது. 'நடுக்கம்' நான் பார்த்தேன். அது ஒரு நல்ல படம், அதில் ஹர்ஷ் சிறப்பாக நடித்திருந்தார்.''

''நீங்கள் ஹர்ஷுடன் ஃபிலிமில் நடிக்க விரும்புகிறீர்களா?''

''இனாமாகவே!'' வர்ஷா சிரித்தாள். ''நீங்கள் கொஞ்சம் சிபாரிசு செய்யுங்களேன்.''

''நீங்கள் புரொஃபஷனல் சினிமாவில் நடிப்பீர்களா?''

''ஏன் கூடாது? ரோல் நல்லதாக இருக்கவேண்டும். அவ்வளவுதான்.''

★ ★ ★ ★

ஒரு வாரம் ஆகிவிட்டது. அவள் டப்பிங் முடிந்துவிட்டது.

மீரா, சாயா அல்லது கல்யாணியோடு அவள் ஓரளவு பம்பாயை சுற்றிப் பார்த்துவிட்டாள் (கல்யாணியின் கணவன் வினாயக்கோடு சேர்ந்து தாதரில் கிளினிக் திறந்திருந்தான், பக்கத்திலேயே வீடு.) - பிருத்வி தியேட்டரிலும், டாட்டா தியேட்டரிலும். ஒவ்வொரு நாடகம், ஜுஹு, கேட்வே ஆஃப் இண்டியா, செளபாத்தி, தாராபூர் அக்வேரியம், மரீன் டிரைவ், பட்டாட்டா வடை, பாவ் - பாஜி, பேல் பூரியையும் ருசி பார்த்துவிட்டாள்.

வர்ஷா வடை-சாம்பார் கடைசித் துண்டை வாயில் போட்டிருப்பாள், ஸ்பூன் கையில்தான் இருக்கும், வெயிட்டர் பாய்ந்து வந்து தட்டை எடுத்துக் கொண்டு போய்விடுவான். அவள் கடைசி வாய் டீயை அப்போதுதான் குடித்திருப்பாள். பையன் தாவி வந்து கப்பை எடுத்துக் கொண்டு மேஜையை ஈரத்துணியால் துடைக்க ஆரம்பித்துவிடுவான். ''இவர்கள் டீ கப்பை மேஜை மேல் வைத்துவிட்டு வினாடிகளை எண்ணுகிறார்கள். பத்து வினாடிக்குள் ஐந்து மடக்கில் கப்பைக் காலி செய்யாவிட்டால் மேசையைத் துடைக்க ஆரம்பித்து விடுகிறார்கள்.'' என்றாள் அவள் மீராவிடம்.

ரெஸ்டாரண்டுகளில் காணப்பட்ட எச்சரிக்கை அறிவிப்புகளும் அவளுக்குக் கோபம் ஊட்டின- 'வெகு நேரம் உட்கார வேண்டாம்' (எங்களிடம் டைம் கிளாக் இல்லை, இந்தப் பாடாவதி இடத்தைத் தாஜ்மஹால் என்று நினைத்துக் கொண்டிருக்கிறீர்களா?), 'தலை சீவ வேண்டாம்' (முடி எங்களுடையது,சீப்பும் எங்களுடையது, இந்தியாவில் டெமாக்ரஸி இல்லையா!), 'மூன்று நிமிடங்களுக்கு மேல் பேச வேண்டாம்' (ஏன் பேசக்கூடாது? உழைத்து சம்பாதித்த இரண்டு ரூபாய் காசை உனக்குக் கொடுத்திருக்கிறேன்!) முதலியவற்றையெல்லாம் கூட அவள் பொறுத்துக் கொண்டாள், ஆனால் 'ப்ளீஸ் டோன்ட் கிரியேட் எனி நியூசென்ஸ்' என்ற அறிவிப்பைப் பார்த்தவுடன் அவள் கொதித்துப் போனாள், மீராவின் கையைப் பிடித்து வெளியில் இழுத்து வந்துவிட்டாள்.

ஜுஹூவில் வாழ்க்கையில் முதல் முறையாக சமுத்திரத்துடன் சந்திப்பு நிகழ்ந்தது. வர்ஷா கற்பனை செய்திருந்த அளவு சமுத்திர அலைகளில் எழுச்சி இல்லை. கடல் நீர் மிகவும் அழுக்காக இருந்தது - கருப்பாக, அதில் அழுகிய இலைகள், பிய்ந்த செருப்புகள், டயர் துண்டுகள் மிதந்து கொண்டிருந்தன. ''அன்பிற்கும் மதிப்பிற்குமுரிய அரபிக்கடலே!'' அவள் 'சாரி ஆர்ச் செட்'டில் புத்தக அலமாரிகளைக் குறித்துக் கூறப்பட்ட கனமேயின் வசனத்தை இம்பொரவைஸ் செய்தாள், ''உனக்கு என் இதயம் நிறைந்த வாழ்த்துக்கள்! நீ ஆயிரக்கணக்கான ஆண்டுகளாக. அழகு, அமைதிக் கோட்பாட்டைப் புதுப்பித்துக்கொண்டே வருகிறாய். தங்களை ரீக்ளெய்ம் செய்து கொள்ள (டாட்டா தியேட்டரால் என்னிடமும் சற்று களங்கம்

ஏற்பட்டிருக்கிறது) பம்பாய் மக்கள் துச்சமான செயல்கள் செய்தும் உன் பொறுமையைப் பத்திரப்படுத்தி வைத்திருக்கிறாய். இப்போது இன்னும் உணர்ச்சிவசப்பட்டுப் போகாமல் இருப்பதற்கு என்னை மன்னித்துவிடு. நான் வேறு ஏதாவது வழியில் மீண்டும் முயற்சி செய்கிறேன்.''

பம்பாயின் ஸ்பேஸ் கோட்பாடும் அவளுக்குக் கோபம் ஊட்டியது. நாற்காலி - பெஞ்ச்கள் காலை உள்ளே நுழைக்கவும், வைக்கவும் இடமே இல்லாமல் மேஜையோடு ஒட்டிப் போடப் பட்டிருந்தன. வர்ஷாவுக்கு முதல்முறையாக தன் அழகிய, நீண்ட கால்கள் மீது வெறுப்பு உண்டாயிற்று. அவள் கல்யாணியிடம் ''வீட்டில் நொண்டிப் பிள்ளை பிறந்தால் இங்கு இருப்பவர்கள் சந்தோஷப்படுவார்கள் போலிருக்கிறது.'' என்றாள். பெட்டிலும், சோபாவிலும் சாமான் வைக்கும் இடம், டிரெயின் பெர்த் போல ஒன்றின் மேல் ஒன்றாக படுக்கை, கட்டிலோடு ஒட்டிய டெஸ்க், எழுதுவதற்காக அதைத் திறந்தவள் மூடி விட்டாள். பிராரில் கிரிராஜின் ஒரு அறை குடித்தனத்தைப் பார்த்து ஸ்தம்பித்துவிட்டாள். அங்கே நான்கு பேர் அடங்கிய ஒரு குடும்பமே இருந்தது. ஒரு மூலையில் சமையல், மற்றொரு மூலையில் பிள்ளைகளின் ஸ்டடி, மூன்றாவது மூலையில் டி.வி., நான்காவது மூலை படுக்கை அறை. இந்தப் பிள்ளைகளைப் பெற்றெடுக்கும் வசதி இவர்களுக்கு எங்கிருந்து கிடைத்தது என்று அவள் யோசித்தாள்.

பிறகு கூட்டம்... இப்படி ஒரு பயங்கரமான, மனிதத்துவத்தின் மீதான நம்பிக்கையையே தவிடுபொடியாக்கும் கூட்டத்தை அவள் வாழ்க்கையில் முன் ஒருபோதும் பார்த்ததில்லை. சத்ரபதி சிவாஜி டெர்மினல், விக்டோரியா டெர்மினல் மனித நடமாட்டத்தைப் பார்த்து வர்ஷாவின் உள்ளம் நடுங்கி விட்டது. வண்டி நிற்பதற்குள் கூட்டவெள்ளம் உள்ளே நுழையத் தொடங்கியது. இறங்க வேண்டியவர்கள் ஒன்றும் செய்ய முடியாமல் தங்கள் இடத்திலேயே தள்ளப்பட்டார்கள். அவள் மீராவிடம் ''கோடி கோடி ஜன்ம புண்ணியத்தால் கிடைக்கும் மனிதப் பிறவியின் விதி இதுதானா?'' என்று கேட்டாள். மீராவுடன் பெண்கள் பெட்டியில் பிரயாணம் இன்னும் பெரிய காரியமாக இருந்தது. ஆனால், சித்தார்த் உடன் வந்ததால் சாதாரண பெட்டியில் உட்கார்ந்தார்கள். இரண்டு

பெஞ்சுகளுக்கு இடையில் கூட மக்கள் நெருக்கி உட்கார்ந்திருந்தார்கள். ''சீக்கிரமே மக்கள் மின்விசிறியைப் பிடித்துக் கொண்டு தொங்க ஆரம்பித்துவிடுவார்கள்.'' என்ற வர்ஷா ஆரூடம் கூறினாள். இறங்குவதற்கு செய்யும் ஏற்பாடும் வர்ஷாவை சிலிர்க்க வைத்தது. இந்த மிருகங்களை அடைக்கும் கூண்டிலிருந்து விடுபட்டு, இறங்கும் ஸ்டேஷனுக்கு முந்திய ஸ்டேஷனிலிருந்து வண்டி நகர்ந்தவுடனே இறங்கும் வழியை நோக்கிய பிரயாணத்தைத் துவங்கிவிட வேண்டியிருந்தது. புறப்படும் வேகத்திலும், முண்டியடித்து முன்னே செல்வதிலும் முயற்சித்தால் வெளியே இருந்து வந்த கூட்ட வெள்ளம் மீண்டும் உள்ளே தள்ளிவிட்டு விட்டது. ''வீட்டுக்குத் திரும்பியதும் இவர்கள் மூன்றாவது உலகப் போரிலிருந்து சுகமாக திரும்பி வந்தவர்களைப் போல சிலிப்ரேட் பண்ணுவார்கள்.'' என்று வர்ஷா விமரிசித்தாள்.

காலையில் அலுவலகம் செல்வதற்காக சத்ரபதி சிவாஜி, வி.டி.ஸ்டேஷன்களில் நகரத்தின் நான்கில் மூன்று பகுதி மக்கள் வந்து இறங்கினார்கள் - அருகிலிருந்த எக்ஸ்டென்ஷன்களிலிருந்து மட்டுமில்லாமல் வெகு தூரத்திலிருந்த கர்ஜத், கசாரா, பூனா, சூரத்திலிருந்தும் வந்தார்கள். பின்னர் பொழுது சாய்ந்ததிலிருந்து இரவு வெகு நேரம் வரை திரும்பிச் செல்லும் பயணம் நடந்து கொண்டிருந்தது. ''இந்த அப்பாவி மக்களின் பாதி வாழ்க்கை பிரயாணத்திலேயே கழிந்துவிடுகிறது.'' என்று வர்ஷா ஒரு தாயின் இரக்கக் குரலில் கூறினாள்.

''இந்த இருபது அடுக்குக் கட்டிடங்களைப் பார்த்தாயா?'' சித்தார்த் நாரிமன் பாயிண்டில் பல அடுக்குக் கட்டிடங்கள் பக்கம் கையைக் காட்டினான், ''இது நாட்டின் தொழில் மையம்... பின்னால் அமைச்சகமும், சட்ட சபையும் இருக்கிறதல்லவா, இது இந்த மாநிலத்தின் அரசியல் - சட்ட உயிர்நாடி. இந்த மூன்றும் இருப்பதால்தான் நகர அமைப்பு நெரிசலாக, கூச்சல் மிகுந்து இருக்கிறது.''

''என்னை முதல் மந்திரி ஆக்கிவிடுங்கள்.'' என்று வர்ஷா தீர்வு தந்தாள், ''நான் ஒரு வாரத்தில் எல்லாவற்றையும் டிசென்ட்ரலைஸ் செய்துவிடுவேன். லோக்கல் வண்டிகளில்

தொங்கிக் கொண்டு செல்லும் லட்சக்கணக்கான மக்கள் கூட்டமும், அவர்கள் குடும்பமும் எனக்கு நன்றி சொல்லும்.''

நகரத்தில் பல்வேறு வேடிக்கையான பேனர்களும், தத்துவ சுவரொட்டிகளும் காணப்பட்டன. மும்பை அழகாகத் தோன்றிய இடங்களில் பசுமை என்ற பெயரில் வெறும் காக்டஸ்தான் கண்ணில் பட்டது, பசுமை இருந்த இடங்களில் அழகைத் தேடும் முயற்சியைப் பாதியிலேயே நிறுத்திவிட்டு மூக்கைக் கர்சீப்பால் பொத்த நேர்ந்தது. அந்தேரி ஸ்டேஷனில் ஒரு டிக்கெட் கவுண்டருக்கு மேல் எழுதப்பட்டிருந்த சொற்களைப் பார்த்து வர்ஷா வியப்படைந்தாள், ''வாழ்க்கைப் பயணத்தில் சிங்கிள் என்ன, ரிட்டர்ன் என்ன? நமக்கு வேண்டியது பாவங்களுக்குப் பிராயச்சித்தம், பரமாத்மாவின் கிருபை!' (இந்த நகரத்தில் இத்தகைய நகைச்சுவை உணர்வின் துணை கொண்டுதான் உயிர்வாழ முடிகிறது என்று தோன்றியது). பாந்த்ராவில் தண்ணீர் பைப் மேல் எழுதியிருந்த இரண்டு சிறு சிந்தனைத் துளிகள் அவளுக்கு மனப்பாடம் ஆகிவிட்டன, 'ஏழை ஓட்டு போட்டான். ஏழைக்கு என்ன கிடைத்தது? - ஷாஹித் ஹக்கீம்', 'ஏழையின் உலகத்தில் எப்போதும் ஏன் இருள்? - ஷாஹித் ஹக்கீம்'.

★ ★ ★ ★

''அண்ணி, பர்பி எடுத்துக்கொள்ளுங்களேன்...'' பதினாறு வயது அன்னு குறும்புப் புன்னகையோடு வற்புறுத்தினாள்.

''எடுத்துக் கொண்டேனே...'' விரும்பாவிட்டாலும் வர்ஷாவிடம் வெட்கம் தோன்றியது.

''அன்னூ, வர்ஷாவை ஏன் தொந்தரவு செய்கிறாய்?'' என்றாள் மாமி.

''அண்ணியை அண்ணி என்று கூப்பிடாமல் வேறு என்ன சொல்லிக் கூப்பிடுவது?'' அன்னு ஒன்றும் தெரியாதவளைப் போல முகத்தை வைத்துக் கொண்டாள்.

சனிக்கிழமை காலை. இன்னும் மணி பன்னிரண்டாகவில்லை. அவள் டப்பிங் தியேட்டரை ஒட்டிய

அறையில் மீராவோடு அரட்டை அடித்துக் கொண்டிருந்தபோது நேகியுடன் நவீன் மாமா உள்ளே நுழைந்தார்.

''அடேடே, மாமா, நமஸ்தே!'' அவள் எழுந்து நின்றாள். (சுஜாதா கல்யாணத்திலும், டாடி காலமானபோதும் மாமா, மாமி, அன்னுவை சந்தித்திருந்தாள்)

''வர்ஷா, அக்கா என்னை அதட்டும்படி செய்கிறாயா?'' என்றார் நவீன் மாமா, '' ஒரு வாரமாக நீ பம்பாயில் இருக்கிறாய், நான் நீ போன் செய்வாய், செய்வாய் என்று எதிர்பார்த்துக் கொண்டிருக்கிறேன். கடைசியில் பொறுமை இழந்து நேற்று என்.எஃப்.டி.சி.க்கு போன் செய்தபோது இந்த முகவரி கிடைத்தது.''

''மாமா, சாரி!'' என்று வர்ஷா மன்னிப்பு கேட்டாள், ''டப்பிங் முடிந்த பிறகு வரலாம் என்று யோசித்திருந்தேன்.''

''நல்லது. இப்போது நட என்னோடு. அன்னுவும் உன் மாமியும் எதிர்பார்த்துக் கொண்டிருக்கிறார்கள்.''

ஜுஹூவிலிருந்து டவுன் வரை மாமா ரியல் எஸ்டேட் பற்றி வர்ஷாவுக்கு அறிவு புகட்டினார். பில்டிங் எப்படி அமைகிறது. பில்டர் எப்படி இருக்க வேண்டும் என்று விளக்கினார். (அவர் வருமான வரித்துறையில் உயர் அதிகாரியாக இருந்தார்.) அயல்நாட்டுப் போஸ்டிங்கால் கிடைத்திருந்த அவருடைய ஏ.சி.காரில் வர்ஷா 'ஆமாம்', 'சரி' என்று சொல்லிக் கொண்டே வந்தாள்.

''ஹாஜி அலியைப் பார்த்தாயா?'' என்றார் மாமா, ''சீக்கிரமே கடல் முழுதும் ரீக்ளெய்ம் செய்து இதன் சுற்றுப்புற பில்டிங்குகள் அமையத் தொடங்கிவிடும்.''

''இந்த பில்டிங்கைப் பார்த்தாயா?'' பைடர் ரோடை அடைந்ததும் மாமா ஒரு பக்கம் கையைக் காட்டினார்.

''ஆமாம்''

''இதில் ஒரு ஃப்ளோரில் ஒரு பிளாட் இருக்கிறது. இதன் விலை என்னவாக இருக்கும், சொல், பார்க்கலாம்.''

வர்ஷா மிகவும் கவனத்தைக் காட்டி யோசித்தாள். பிறகு சொன்னாள், ''இரண்டரை லட்சம்.''

''ஒரு கோடி!''

வர்ஷாவுக்கு மூச்சு நின்றுவிட்டது. இத்தகைய இலக்கங்கள் அவள் கணித எல்லைக்கு அப்பாற்பட்டவை. நான் பத்தாயிரம் வரை ஒழுங்காக கணக்கு பண்ணுவேன், அதற்கு மேல் எனக்கு எல்லாம் குழப்பம் என்று வர்ஷா நினைத்துக் கொண்டாள்.

''அடுத்த வீக் எண்டில் அண்ணியை மாத்தேரான் அழைத்துப் போவோம்.'' என்றாள் அன்னு.

''இந்த முறை மன்னித்துவிடு அன்னூ!'' வர்ஷா இயலாமைப் புன்னகையைக் காட்டினாள், ''புதன் கிழமை நான் திரும்பிப் போகிறேன். டிக்கெட்டும் வாங்கியாகிவிட்டது.''

வர்ஷா பயந்து கொண்டிருந்த கேள்வி அடுத்த வினாடி அவள் முன்னால் வந்துவிட்டது.

''ஹர்ஷ் எங்கே?'' என்று கேட்டாள் மாமி.

மாமா பைப்பைப் பற்ற வைக்கத் தொடங்கினார்.

இருவர் முகபாவமும் மாறிவிட்டதை வர்ஷா கவனித்தாள்.

''வர்ஷா, ஹர்ஷ் உன்னை சந்திக்கவில்லையா?'' மாமியின் குரலில் குழப்பம்.

''நான் மூன்று நாட்களுக்கு முன் மிஸ்டர் நந்தாவுக்கு இரண்டாவது முறை போன் செய்தேன்.'' வர்ஷா தரையைப் பார்த்தாள், ''ஹர்ஷ் பூனா போயிருப்பதாகவும், வந்ததும் அவரிடம் என் நம்பரைத் தருவதாகவும் அவர் சொன்னார்.''

''அக்காவுக்கு உடம்பு சரியில்லை, ஹர்ஷ் இப்படி இருக்கிறான்.'' என்றாள் மாமி.

மௌனம் கனத்தது. மற்றவர்களோடு வர்ஷாவும் அதன் கனத்தை உணர்ந்தாள். களைப்புடன் நீண்ட பெருமூச்செறிந்தாள்.

'ஸ்க்ரீன்' இண்டர்வியூ வர்ஷாவின் மூன்று போட்டோக்களோடு பிரசுரமாகியிருந்தது. சித்தார்த் அவளை என்.எஃப்.டி.சி.யின் மேனேஜிங் டைரக்டர் ஸ்ரீமதி குல்கர்னியை சந்திப்பதற்கு அழைத்துச் சென்றான். ஸ்ரீமதி குல்கர்னி ஃபிலிமின் ஒரு பகுதியைப் பார்த்துவிட்டு மிகவும் கவரப்பட்டாள். பம்பாய் தொலைக்காட்சியில் 'இன்றைய விருந்தினர்' நிகழ்ச்சியில் வர்ஷாவின் இண்டர்வியூ ஒளிபரப்பாயிற்று. அதில் வர்ஷா மிகவும் தெளிவாக ஃபிலிம் ஊடகம், தன் ஃபிலிம் அனுபவங்கள் ஆகியவை பற்றி விளக்கியிருந்தாள். இப்போது பம்பாய் அவளுக்கு அலுத்துவிட்டது. ரிப்பர்ட்டரி நினைவும், வீட்டு நினைவும் வரத் தொடங்கியது.

''நான் சாயங்காலம் அண்ணியை அழைத்துக் கொண்டு கஃப் பரேடு போகிறேன்.'' போனோடு ஒட்டியிருந்த அன்னு விலகினாள். ''மங்களா பிடிவாதம் பிடிக்கிறாள்.''

''என் மருமகள் எங்கும் வரமாட்டாள்.'' என்றாள் மாமி, ''யாருக்கு பார்க்க விருப்பமோ இங்கே வந்து பார்த்துக் கொள்ளட்டும்.''

''திஸ் இஸ் நாட் ஃபேர்.'' அன்னு முகத்தைத் தூக்கிவைத்துக் கொண்டாள்.

சாப்பிட்ட பிறகு எல்லாரும் வி.சி.ஆரில் 'க்ரைமர் வர்ஸஸ் க்ரைமர்' பார்த்துக் கொண்டிருந்தார்கள். அன்னு அதை ஒட்டி உட்கார்ந்திருந்தாள். அண்ணி என்ற அழைப்பும், அந்த உணர்வும் வர்ஷாவை கனியச் செய்திருந்தன. திருமண பந்தம் எப்படி விரிந்து மலர்கிறது! திருமணம் முடிந்ததுமே. வர்தன் குடும்பத்தின் எத்தனை உறுப்பினர்களோடு உறவு ஏற்பட்டுவிடும் - யாரோ ஒருவருக்கு மருமகள், யாரோ ஒருவருக்கு நாத்தனார், யாரோ ஒருவருக்கு மாமி!

வி.சி.ஆர்.வர்ஷாவை மிகவும் கவர்ந்தது. இந்த மிஷினை அவள் அப்போதுதான் முதல் முறையாக பார்த்தாள். அதன் விலையைத் தெரிந்து கொள்ள நினைத்தாள். ஜோட் பாகில் டி.வி.க்குப் பக்கத்தில் வி.சி.ஆரைக் கற்பனை செய்து பார்த்தபோது நன்றாக இருந்தது. இதற்கு கலர் டி.வி. வேண்டும் என்பது பிறகு தான் நினைவு வந்தது. இரண்டும் சேர்த்து முப்பது -

முப்பத்தைந்தாயிரத்திற்குக் குறையாமல் இருக்கும். அவளுக்குப் பதினைந்தாயிரம் - பதினைந்தாயிரம் ரூபாய் சம்பளத்தில் ஒரே சமயத்தில் இரண்டு ஃபிலிம்கள் கிடைத்தால் மனதின் ஆசை நிறைவேறக் கூடும். சட்டென்று வர்ஷாவுக்கு துயரம் ஏற்பட்டது. ஒரு நீண்ட பெருமூச்சு வெளிப்பட்டது. வி.சி.ஆரையும் நிறைவேறாத ஆசைகளின் கோல்டு ஸ்டோரேஜில்தான் போடவேண்டும்.

போன் மணி அடித்தது.

''அண்ணி!'' அன்னு ரிசீவரை நீட்டினாள், ''மீரா...''

வர்ஷா அதிர்ந்தாள். அவள் இரவு பைடர் ரோடிலேயே தங்குவதென்றும், மறுநாள் பிற்பகல் மீரா வீட்டிற்குத் திரும்புவதாகவும் தீர்மானமாகியிருந்தது.

''வர்ஷா, இங்கே ஒரு பெரிய புரொட்யூசர் வந்திருக்கிறார். உன்னுடன் பேச விரும்புகிறார்.''

★ ★ ★ ★

''ஸ்ரீ துர்கா சித்ரமந்திர் ஏற்படுத்தி பதினைந்து ஆண்டுகள் ஆகின்றன.'' என்றார் ஸ்ரீ நாரங்க், ''நாங்கள் இதுவரை ஏழு படங்கள் தயாரித்திருக்கிறோம். ஐந்தாவது படம் சரியாக ஓடவில்லை. மற்றதெல்லாம் வெற்றிப்படங்கள்தான். 'வலியின் உறவு' எங்கள் எட்டாவது படம். ஸ்டார் - காஸ்ட் படம். ஆறு மாதத்தில் முடித்துவிட விரும்புகிறோம். ஊட்டியில் இரண்டு பாட்டு படமாக்கி விட்டோம்.'' அவர் பக்கத்தில் இருந்த கண்ணாடிக்காரரர் ஒருவரைக் காட்டினார், ''எங்கள் டைரக்டர் மிஸ்டர் ஹுஸைன்...''

''நான் பாம்பே லேபில் 'எரியும் பூமி' ரஷ்கள் பார்த்தேன்.'' ஹுஸைன் சிகரெட் புகையை இழுத்தார், ''உங்கள் நடிப்பு எனக்குப் பிடித்திருந்தது. உங்களைப் பற்றி நான் கேள்விப்பட்டதெல்லாம் நல்லதாகவே இருந்தது. உங்கள் இண்டர்வியூவைப் படித்தபோது இன்னும் கவரப்பட்டேன்.'' அவர் வர்ஷாவைப் பார்த்தார், ''உங்கள் ஆதித்யா என்னோடு மூன்று படங்கள் பண்ணியிருக்கிறார். டிரெய்ன்ட் ஆக்டர்ஸ் மெத்தாடிக்கலாகவே இருக்கிறார்கள்.''

''வர்ஷா, எனக்கு வெளிப்படையான பேச்சுதான் பிடிக்கும்.'' என்றார் நாரங்க், ''இந்த ரோலுக்கு நான் நூபுரை ஒப்பந்தம் செய்திருந்தேன். ஆனால், விதிவசத்தால், போனவாரம் பெங்களூரில் குதிரையிலிருந்து கீழே விழுந்து அவருக்கு மூன்று இடத்தில் ஃபிராக்சர் ஆகிவிட்டது. இங்கே ஃபிலிம்சிட்டியில் என் செட் தயாராக இருக்கிறது.'' அவர் மேலே கையைக் காட்டினார், ''அவன் திருவிளையாடல் அவனுக்குதான் தெரியும்...''

''இப்போது நான் கதையையும் உங்கள் ரோலையும் சொல்கிறேன்.'' என்றார் ஹுசைன்.

துணை கதாநாயகி பாத்திரம். டாக்டர் ரூபா மனதிற்குள் கதாநாயகனைக் காதலிக்கிறாள், ஆனால் தன் காதலை வெளிப்படுத்துவதற்கு முன் அவன் தன் தோழி நிஷாவைக் காதலிக்கிறான் என்பது அவளுக்குத் தெரிந்துவிடுகிறது. நிஷா ஏழைப் பெண் என்பதால் கதாநாயகனின் தந்தைக்கு இந்த உறவு பிடிக்கவில்லை. ரூபா தன் சம்பாத்தியம் அனைத்தையும் ஒரு லாட்டரி டிக்கெட் சாக்கில் நிஷாவிடம் கொடுத்துவிடுகிறாள், கடைசியில் கதாநாயகனின் வஞ்சக மானேஜர் அவனைத் தன் துப்பாக்கி குண்டுக்கு இரையாக்க விரும்பும் போது ரூபா தன்னைப் பலி கொடுத்து கதாநாயகனின் உயிரைக் காப்பாற்றுகிறாள்.

புரொஃபஷனல் சினிமா தயாரிப்பில் உள்ள வித்தியாசம் அவளுக்குப் புலப்படத் தொடங்கியது. சித்தார்த் முதல் சந்திப்பின் போது தன்னை அறிமுகப்படுத்திக் கொண்ட பிறகு ஸ்கிரிப்டை அவள் பொறுப்பில் விட்டுவிட்டான். இங்கு ஸ்கிரிப்ட் என்ற பேச்சே எழவில்லை. ஸ்கிரிப்ட் கேட்கவேண்டாம் என்று மீரா எச்சரித்திருந்தாள்.

''ரோல் உங்களுக்குப் பிடித்திருக்கிறதா?'' என்று கேட்டார் நாரங்க்.

''ஆமாம்.'' என்று வர்ஷா இனிமையாகக் கூறினாள்.

ஹுசைனுக்கு திருப்தி ஏற்படவில்லை, ''மிகவும் சிம்பதடிக் ரோல். உங்கள் டயலாக் மிக அற்புதமாக இருக்கிறது. ஒவ்வொரு சீனிலும் ஆடியன்ஸ் கண்ணீரும் விடுவார்கள், கைதட்டவும்

செய்வார்கள்.''

''எனக்கு நம்பிக்கை இருக்கிறது.'' என்றாள் வர்ஷா. (டயலாக்கும் காட்டப்படவில்லை. ஷூட்டிங் அன்று காலையில் தான் டயலாக்கே எழுதுவார்கள் என்று மீரா சொன்னது சரிதான் போலிருக்கிறது).

''நாங்கள் சம்பளமாக உங்களுக்கு ஐந்துடன் நான்கு சைபர் சேர்த்து தருகிறோம்.'' என்றார் நாரங்க்.

வர்ஷாவின் காதுகள் ரீங்கரித்தன. இலக்கங்களுடனான அவள் உறவு தொடக்க நிலையிலேயே இருந்தது. அதனால் முதலில் அவள் ஐயாயிரம் என்றே நினைத்தாள். ஆனால் சில வினாடிகளுக்குப் பிறகு நான்கு சைபர்களின் அர்த்தம் மனதில் பதிந்ததும் அது படபடத்தது.

''ஆறு மாதங்கள் நீங்கள் பம்பாயிலேயே இருக்க வேண்டியிருக்கும். ஒவ்வொரு ஷெட்யூலுக்கும் நீங்கள் டில்லியி லிருந்து இங்கு வந்து செல்வதற்கான ஏர்ஃபேர் நம் பட்ஜெட்டில் இல்லை.'' அவர் டைப் செய்த சில பக்கங்களை நீட்டினார், ''இது அக்ரிமெண்ட்.''

''நீங்கள் தயவு செய்து ஒருநாள் டைம் கொடுங்கள்.'' என்றாள் வர்ஷா, ''நான் லீவுக்கு டில்லியில் ரிப்பர்ட்டரி சீஃப்புக்கு போன் செய்ய வேண்டியிருக்கும். நாளை மாலைக்குள் உங்களுக்கு முடிவு சொல்கிறேன்.''

நாரங்க் சரியென்று தலையாட்டினார், பிறகு உள்ளேயிருந்து வந்த ஒரு இளம் பெண்ணை அழைத்தார், ''நீரஜா, வர்ஷாவுக்கு டீ தரவில்லையா?... என் சின்ன மகள், புரொடக்ஷன் வேலையைக் கவனிக்கிறாள்.''

வர்ஷா வணக்கம் தெரிவித்தாள், ''ஷூட்டிங் சமயம் நீங்கள் இருப்பதால் என் ஆர்வம் தணிந்தே இருக்கும்.''

நீரஜா புன்னகை செய்தாள்.

''உங்களிடம் ஒரு வேண்டுகோள்.'' என்று வர்ஷா வினயமாக சொன்னாள்.

நாரங்கின் கண்கள் எச்சரிக்கை ஆயின (நாடகமேடைக்காரர்களுக்கும் சினிமாக்காரர்களுக்கும் இடையேயான வேற்றுமை ஒரு கணத்தில் உறுதியாகி விட்டது)!

"நீங்கள் நான் இங்கு ஆறு மாதம் தங்குவதற்கு ஏற்பாடு செய்ய முடியுமா? சாதாரண ஒரு அறையே போதும். தலையை சாய்த்துக் கொள்ள ஒரு இடம் வேண்டும். அவ்வளவுதான். (வாடகைக்கு குடியிருப்பவர்களின் சோகக் கதையை மீரா சொல்லக் கேட்டு வர்ஷா ஆடிப் போயிருந்தாள்). உரிய வாடகையை நான் தந்து விடுகிறேன், ஆனால் வீட்டு சொந்தக்காரரிடம் டீல் செய்யும் தைரியம் எனக்கில்லை."

நாரங்க் புன்னகையுடன் இயல்பானார்.

"டாடி, வர்ஷா மேடத்தை அக்காவின் ஃபிளாட்டில் தங்க வைத்துவிடுங்களேன்!" என்றாள் நீரஜா.

நாரங்க் சரியென்று தலையாட்டினார், "என் பெரிய பெண்ணும் மாப்பிள்ளையும் அயல்நாடு போயிருக்கிறார்கள். நீங்கள் சௌகரியமாக அங்கே தங்கிக் கொள்ளுங்கள்."

"ஐ வில் டேக் கேர் ஆஃப் யூ!" நீரஜா புன்னகை செய்தாள்.

★ ★ ★ ★

"என்ன விஷயம் வர்ஷா?" இரவு பத்து மணிக்கு போன் வந்ததால் சூர்யபானின் குரலில் கவலை தொனித்தது, "நன்றாக இருக்கிறாய், இல்லையா!"

"ஆமாம், நான் நன்றாக இருக்கிறேன். ஒரு டெவலப்மெண்ட்." அவள் சுருக்கமாக தனக்கு வந்த ஆஃபரைப் பற்றி கூறினாள், "நாளைக்கு நான் என்ன சொல்லட்டும்?"

"பைத்தியக்காரப் பெண்ணே, நீ 'சரி' என்றுதான் சொல்லவேண்டும். நீ நாளைக்கே எனக்கு லீவ் கேட்டு ஒரு முறையான கடிதம் அனுப்பிவிடு. சம்பளமில்லாத லீவ்தான் கிடைக்கும், அது தெரியும் இல்லையா!"

''ஆமாம், தெரியும். நான் நீங்கள் நினைக்கிற அளவு பைத்தியமில்லை சார்!'' வர்ஷா புன்னகை செய்தாள், ''அப்படியானால் நான் நாளைக்கு அக்ரிமெண்டில் சைன் பண்ணிவிடட்டுமா?''

''பண்ணிவிடு. உனக்கு நல்ல பெயர் கிடைத்தால் ரிப்பர்ட்டரியின் புகழ் இன்னும் அதிகரிக்கும்.''

(ரிப்பர்ட்டரியுடன் சூர்யபானின் இணைவு அற்புதமானது. சிந்தாமணி ஒரு கதை சொன்னான், ''நீங்கள் டிராமா ஸ்கூலின் சின்னம் பொறித்த உடையை அணிந்து தொலைக்காட்சி காமிரா பொருத்திய ரவீந்திரபவன் மாடியிலிருந்து குதிப்பீர்களா?'' என்று யாரோ ஒருவர் சூர்யபானிடம் கேட்டபோது அவர் உடனே, ''ஆனால் ரிப்பர்ட்டரியின் பெயர் தொலைக்காட்சியில் வரும், இல்லையா!'' என்றார்).

''சார், என் நன்றிக் கடனைத் தெரிவிப்பதற்கு என்னிடம் வார்த்தைகள் இல்லை.''

''கெட்டிக்காரப் பெண்ணே! பெஸ்ட் ஆஃப் லக்!''

வர்ஷா மெல்லிய புன்னகையுடன் மெல்ல ரிசீவரை வைத்தாள்.

★ ★ ★ ★

''டு வர்ஷா...'' சித்தார்த் ஒயின் கிளாசை மேலே உயர்த்தினான், ''ஃபார் தி பிக் லீட் இன் மெயின் ஸ்ட்ரீம் சினிமா!''

நாரங்க் வீட்டிலிருந்து திரும்பும்போது வர்ஷா தன் நிலையை அலசி ஆராய்ந்து பார்த்தாள். பம்பாயில் அவளுக்கு விசேஷமாக பிடித்த அம்சம் ஒன்றும் இல்லை, ஆறு மாதங்கள் மிகவும் சலிப்பூட்டுவதாகத்தான் இருக்கும், டில்லியையும், ரிப்பர்ட்டரியையும் பிரிந்திருப்பது தினமும் முள்ளாக உறுத்தும், ஆனால் இவ்வளவு குறுகிய காலத்தில் இவ்வளவு பணம் என்பது இந்தக் குறைபாடுகள் எல்லாவற்றையும் பூர்த்தி செய்துவிடும். ஹர்ஷ் கிடைத்தால் அவனிடம் அபிப்ராயம் கேட்கலாம். திவ்யாவிற்கு போன் செய்ய ஒருமுறை மனம் விரும்பியது. ஆனால்

பிறகு தன் வாழ்க்கையைப் பற்றிய ஒரு முடிவைத் தானே எடுக்கும் சாமர்த்தியம் தனக்கு இன்னும் வரவில்லையா என்று தோன்றியது. திடமான நிதி ஆதாரம் தனக்குத் தேவை என்பது தெளிவு. நாளை காண்ட்ராக்டில் கையெழுத்திட்ட பிறகு திவ்யா, அனுபமா, ஷிவானி எல்லாருக்கும் கடிதம் எழுதுவோம் என்று தீர்மானித்தாள்.

வர்ஷா ஒப்பந்தப் பத்திரத்திலிருந்து பார்வையை உயர்த்தி "பேட்ச் வொர்க் என்றால் என்ன?" என்று கேட்டாள்.

"முழு படத்தையும் பார்த்த பிறகு டெக்னிக்கல் அல்லது காட்சி அமைப்பில் தாக்கம் விளைவிக்கும் நோக்கில் ஏதாவது குறை தென்பட்டால் அது ரீ ஷூட் செய்து சரி செய்யப்படுகிறது." என்றான் சித்தார்த், "சில சமயங்களில் ஏதாவது ரீஆக்ஷன் ஷாட் எடுத்து சமாளிப்பார்கள், சில சமயம் சில வரிகளை சேர்ப்பார்கள்."

அக்ரிமெண்ட் வரிகள் முக்கியமாக தேதிகளோடுதான் சம்பந்தப்பட்டிருந்தன. அவள் ஒவ்வொரு ஷெட்யூலுக்கும் தேவை ஏற்பட்டால் அதற்கு மேலும் தயாராக இருக்க வேண்டியிருந்தது. படம் முடிந்ததும் ரீஷூட்டிங் தேவை என்று தோன்றினால் கூடுதல் சம்பளம் இல்லாமலே நடிக்க வேண்டியிருந்தது.

"அக்ரிமெண்ட் சரியாக இருக்கிறதா?" என்று கேட்டாள் வர்ஷா.

"ஆமாம். ஸ்டாண்டர்டாக இருக்கிறது." என்றான் சித்தார்த், "எக்ஸ்க்ளூசிவாகவும் இல்லை. இந்த ஃபிலிம் எடுக்கும் சமயம் உனக்கு வேறு வேலை கிடைத்தாலும் செய்யலாம். ஆனால் மிஸ்டர் நாரங்கிற்கு அசௌகரியம் ஏற்படக்கூடாது."

"சம்பளத்தொகை இருபத்தையாயிரம் ரூபாய்தான் எழுதியிருக்கிறார்கள்." என்று வர்ஷா தன் கவலையைத் தெரிவித்தாள்.

"வெள்ளைப்பணம்." என்றாள் மீரா, "நாளை தெளிவாக்கிக் கொள்வோம்." (அப்படித்தான் இருந்தது).

"கறுப்பு-வெள்ளைப் பணத்தை எத்தனை பகுதிகளாக எப்போது, எப்போது தருவார்கள் என்று கேட்கவேண்டும்." என்றான் சித்தார்த், "மிஸ்டர் நாரங்கைப் பற்றி தவறாக ஒன்றும்

சொல்ல மாட்டார்கள். ஆனால், இந்த விஷயத்தில் யாரால், எப்போது குளறுபடி நடக்கும் என்று சொல்லமுடியாது.''

சித்தார்த் அவளுக்கு ஒரு சிறிய, சுருக்கமான முத்தம் தந்தான். அந்த வாரத்தில் அதுதான் முதல் நெருக்கம். ஒரு காரணம், சித்தார்த் மிகவும் வேலையாக இருந்தான். இரண்டாவது காரணம், அவர்களுக்கு பத்திரமான தனிமை கிடைக்கவில்லை. என்.எஃப்.டி.சி.யின் ரீஜெண்ட் சேம்பர்ஸுக்குப் போகும் வழியில் சித்தார்த் அவ்வப்போது அவள் கையை மட்டும் தொடுவான். (பம்பாயில் தங்கள் வீட்டில் வசதி இல்லையென்றால் காதலர்களுக்கு உகந்த தனிமை எங்கே கிடைக்கிறது? மழையில் ஜுஹூ கடற்கரையில் குடை பிடித்துக் கொண்டு இளம் ஜோடிகள் காதல் செய்வதை வர்ஷா பார்த்திருந்தாள். ''இந்த அப்பாவிகளுக்கு வசதியாக இங்கு பார்க் எதுவும் இல்லையா?'' என்று வர்ஷா தாய்மை உணர்வு பொங்க அங்கலாய்த்தாள். ''இரண்டு, மூன்று இருக்கிறது, ஆனால் அங்கு குழந்தைகள், பெண்கள், வயதானவர்கள் கூட்டம் அதிகமாக இருக்கும்.'' என்றாள் மீரா, ''அரபிக்கடல் இல்லையென்றால் மும்பை காதல்-பாலைவனம் ஆகிவிடும்''').

ஜெய்சல்மர் நெருக்கத்திற்குப் பிறகு பம்பாயின் இந்த நெருக்கத்தில் வர்ஷா ஒரு கட்டுப்பாடான நியமத்தை உணர்ந்தாள். மெல்லிய தயக்க உணர்வு இருந்தது, அது இருபக்கமும் விரவி இருந்தது. தன் உணர்வு எல்லைகளை வர்ஷாவால் அலச முடிந்தது. ஹர்ஷை சந்திக்காததால் அவள் மனம் சஞ்சலத்தில் இருந்தது. (முதன்மையான உணர்வு ஆதாரம் ஹர்ஷ்தான், முதல் ஆதாரத்தில் எந்தத் தடங்கலும் வராத வரை இரண்டாவது ஆதார உறவு சரி என்பது போல இருந்தாள்!) இந்த நிலையில் இந்தப் புதிய ஃபிலிம் அவளை குலையச் செய்தது. ஆனால் சித்தார்த்துக்கு என்ன சிக்கல்?

வெளியே மீரா வரும் காலடி ஓசை கேட்டது. வர்ஷா விலகி விட்டாள்.

''மழையால் தோசைக்காரன் போய்விட்டான்.'' என்றாள் மீரா, ''வாட்ச்மேனிடம் பிரெட்டும் முட்டையும் வாங்கிவரச் சொல்லியிருக்கிறேன். போதுமா வர்ஷா?''

"சைனீஸ் கார்னர் போவோமா?" என்றான் சித்தார்த், "அது வெகுநேரம் திறந்திருக்கும்."

"மழையில் வெளியில் போகவே பிடிக்கவில்லை." வர்ஷா சோபாவில் காலை முடக்கிக் கொண்டாள்.

"ஆர்ட் ஃபிலிம்காரர்கள் என்னைப் பட்டினி போட்டுவிட்டார்கள் என்று மிஸ்டர் நாரங்கிடம் சொல்லிவிடக்கூடாது." என்று சித்தார்த் அவளைப் பார்த்து சொன்னான்.

"உண்மையை எப்படி மறைப்பேன்?" என்று வர்ஷா புன்னகை செய்தாள், " 'எரியும் பூமி'யால் என் எடை நான்கு கிலோ குறைந்துவிட்டது என்று சொல்வேன்."

★ ★ ★ ★

தூங்கப் போகும்போது "வர்ஷா நீ அதிருஷ்டக்காரி." என்றாள் மீரா, "வீட்டில் உட்கார்ந்தபடியே உன் மடியில் முதல் ஃபிலிம் வந்து விழுந்தது. இப்போது வீட்டில் உட்கார்ந்தபடியே இரண்டாவது ஃபிலிம் உன் பாக்கெட்டில் வந்து விழுந்திருக்கிறது. வருஷக்கணக்காக நடந்து செருப்பு தேய்ந்த பின்னும் ஒன்றிரண்டு சீன்களில் மட்டுமே தலையைக் காட்டும் நண்பர்களும் எனக்கு இருக்கிறார்கள்."

"ஒத்துக் கொள்கிறேன். ஆனால் நான் வேறொரு ஊடகத்தில் என் திறனை நிலைநாட்டிய பிறகுதான் இந்த ஊடகத்திற்கு வந்தேன் என்பதையும் நீ கவனிக்க வேண்டும்."

"அதை நான் மறுக்கவில்லை. சித்தார்த் உன்னை மேடையில் பார்த்திருக்கவில்லையென்றால் தாக்கா பாத்திரம் உனக்கு கிடைத்திருக்காது." சற்று நிறுத்தி பிறகு மீரா சொன்னாள், "நாளை பிள்ளையார் கோவிலுக்குப் போவோம். நீ காணிக்கை செலுத்தவேண்டும்."

"கட்டாயம்."

சற்று நேரம் அமைதி நிலவியது.

"வர்ஷா, ஒரு விஷயம் சொல்லட்டுமா?" மீரா முகத்தில் எச்சரிக்கையான புன்னகை.

"நான் ஒரு ஸ்கிரிப்ட் எழுதியிருக்கிறேன். மராட்டி காதம்பரியை ஆதாரமாக வைத்து எழுதியது. நான் லோனுக்காக என்.எஃப்.டி.சி.ஐ அப்ரோச் செய்ய விரும்புகிறேன். உனக்கு ஸ்கிரிப்ட் பிடித்திருந்தால் என் படத்தில் நடிப்பாயா?"

வர்ஷா மீராவின் கையை அமுக்கினாள், "இதை நீ கேட்கவேண்டுமா?"

"மிஸஸ் குல்கர்னிக்கு உன்னை மிகவும் பிடித்திருக்கிறது. உன் பெயரை சொன்னால் நல்ல பலன் கிடைக்கும்."

வர்ஷாவுக்கு சற்று விசித்திரமாக இருந்தது. நேஷனல் ஃபிலிம் டெவலப்மெண்ட் சென்டர் மானேஜிங் டைரக்டர் மீது தாக்கம் விளைவிக்கும் அளவுக்கு இந்த ஷாஜஹான்பூர் சில்பில்லின் பெயர் மகத்துவம் பெற்றுவிட்டது!

"வர்ஷா, நீ இப்போது மெயின் ஸ்ட்ரீம் சினிமாவிற்குள் போய்க் கொண்டிருக்கிறாய்." என்றாள் மீரா, "இது மிகவும் சிக்கலான, வெளிப்பாட்டு துறை. நீ மிகவும் எச்சரிக்கையாக இருக்க வேண்டும்."

அவள் இண்டெலக்சுவல் கேள்விகள் எழுப்பி புரொஃபஷனல் சினிமாக்காரர்களை மட்டம் தட்டும் முயற்சியில் இறங்க மாட்டாள் (ஆர்ட் சினிமா இப்படி ஒரு சம்பளத்தைத் தராது!), ப்ரஸ்ஸுடன் நட்புறவு வைத்துக் கொள்வாள், தன் வேலையை சரியாக செய்வாள்... ('இதை மீறி ஏதாவது நடந்தால் அது பெண்ணின் அதிர்ஷ்டம்!' அவளுக்கு சகுந்தலையின் பிரிவுக் காட்சியில் கண்வரின் வசனம் நினைவு வந்தது).

4. அறிமுகமில்லாத சகபயணி

''இதுவும் பம்பாய்தானா?'' கார் கோரேகாவ் ஹைவேயில் வலது பக்கம் திரும்பிச் சென்றபோது வர்ஷாவுக்கு சுகமான ஆச்சரியம் ஏற்பட்டது.

''ஆமாம்.'' நீரஜா புன்னகை செய்தாள்.

தூரத்தில் ஒன்றோடு ஒன்று ஒட்டியபடி மலைகள், கண்களைக் குளிரச் செய்யும் பசுமைச் சூழல். மெல்லிய மழைச்சாரல் அமைதியை வசீகரமாக்கி சுகமான உணர்வைக் கொண்டிருந்தது.

வர்ஷா கண்ணாடி ஜன்னலைப் பாதி திறந்தாள், தூய்மையான காற்று உள்ளே நிரம்ப முயற்சித்தது. நீரஜா கார் வேகத்தை அதிகப் படுத்தியிருந்தாள். அந்த காலைநேரத்தில் டிராஃபிக் மிகவும் குறைவாக இருந்தது.

''இங்கே வந்த பிறகு உயிர் இன்னும் உயிர்ப்பு பெற்றுவிட்டது!'' என்றாள் வர்ஷா.

உயரமான ஒரே வகை பில்டிங்குகள், குறுகலான, கூட்ட நெரிசல் நிறைந்த தெருக்களைக் கடந்து இத்தகைய பசுமையான அமைதி நிறைந்த வெளி வர்ஷாவை மெய்மறக்கச் செய்தது.

''அவ்வளவுதான். வந்துவிட்டோம்.'' நீரஜா வலதுபுறம் காரைத் திருப்பினாள். அவள் வலது பக்க ஓர மாளிகையின் முன்

காரை நிறுத்தினாள்.

"இது ஏர்கண்டிஷன் ஃப்ளோர் வர்ஷா!"

படிகளில் ஏறி அவர்கள் மேலே சென்றார்கள். வராந்தாவில் இரண்டு - மூன்று பேர் நின்றிருந்தார்கள். அவர்கள் வணக்கத்திற்குப் பதில் வணக்கம் தெரிவித்துக் கொண்டே நீரஜா இரண்டாவது அறையின் கதவைத் திறந்தாள், "இது உங்கள் மேக்கப் ரூம்…"

செட்டை ஒரு சுற்று சுற்றிவிட்டு வருவதற்காக நீரஜா போய்விட்டாள்.

நேர் எதிரில் டிரஸ்ஸிங் டேபிள், மேலே மடக்கு நிலைக்கண்ணாடி. அதற்கு மேல் பல்ப் ஊஞ்சலாடிக் கொண்டிருந்தது. மேஜை மேல் வகை வகையான பவுடர், கிரீம் டப்பாக்கள், பாட்டில்கள், க்ளிப், கர்லர், ஹேர் பிரஷ்கள், ப்ளோ டயர்கள், விக், ஒரு புறம் பெரிய சோபா.

மெல்ல அடி எடுத்துவைத்து வர்ஷா ஜன்னல் அருகில் வந்தாள். சற்று தொலைவில் காண்டீன் தெரிந்தது. அவள் வலதுபுற ஓரத்திலிருந்து கண்ணுக்கெட்டிய தூரம் வரை பார்க்க முயற்சித்தபோது பூம்பாத்திகள், போலீஸ் ஸ்டேஷன், கோவிலின் நிரந்தர செட் தெரிந்தது. இந்த கட்டமைப்பைப் பார்த்து வர்ஷா புன்னகை செய்தாள்.

கதவைத் தட்டும் ஓசை கேட்டது.

"கம் இன்!"

ஒரு பருமனான பெண் புன்னகையோடு உள்ளே வந்தாள், "குட்மார்னிங் மேடம்! நான் ஹேர்ஸ்டைல் செய்ய வேண்டுமென்று ஹுசைன் சொன்னார்."

"சரி." வர்ஷா புன்னகையோடு நாற்காலியில் உட்கார்ந்தாள். அந்த விசேஷ சிகை அலங்காரம் எப்படி இருக்கும் என்று அவளுக்குத் தெரியாது. நாடகமேடையில் மேக்கப்பும் குறைவாகத்தான் இருக்கும்.

சிறிய பஞ்சு உருண்டைகளால் மேரி அவள் முகத்தை

சுத்தப்படுத்தத் தொடங்கினாள். முதலில் பான்கேக் போடப் போவதாகவும், ஃபால்ஸ் ஐ லேஷ்கள் பொருத்தப் போவதாகவும் சொன்னாள். தான் பதினைந்து வருஷங்களாக இந்தத் தொழிலில் இருப்பதாகவும், குறிப்பிட்ட சில ஸ்டார்களுக்கு சொந்த ஹேர் டிரஸ்ஸராக இருந்திருப்பதாகவும் சொன்னாள்.

கதவைத் தட்டும் ஓசை கேட்டது, தேனீர் வந்தது. பிறகு காலடி ஓசை கேட்டது, காஸ்ட்யூம் இன்சார்ஜ் சாரி-பிளவுஸ் ஹேங்கரைத் தொங்கவிட்டான். சற்று நேரத்திற்குப் பிறகு மீண்டும் கதவைத் தட்டும் ஓசை கேட்டது.

''குட்மார்னிங், மேடம்!'' ஒரு இளைஞன் புன்னகை செய்தான், '' நான் மஜீத்-ஹுசைன் சாரின் செகண்ட் அசிஸ்டெண்ட். முதல் ஷாட் உங்களுடையதுதான்.''

''உங்கள் விமலை வரச்சொல்லுங்கள்.'' என்றாள் மேரி.

''போன் செய்தேன். எழுந்துவிட்டாராம். டீ குடித்துக் கொண்டிருக்கிறாராம்.''

மேரி க்ளிப்களையும் கர்லரையும் கொண்டு அவள் தலையில் முடியால் செய்த எட்டடுக்கு ஒன்றை செய்துவிட்டாள். தன் முடி அலங்காரத்தைப் பார்த்து வர்ஷாவுக்கு வர்லியில் பார்த்த ஸியட் டயர் கட்டிடம் நினைவு வந்தது - ஒன்றின் மேல் ஒன்றாக அடுக்கு மாடிகள், ஒன்றின் பின் ஒன்றாக கண்ணாடி ஜன்னல்கள். தான் தலையில் ஒரு கண்ணாடி மாளிகையை சுமந்து கொண்டு உட்கார்ந்திருப்பதாக அவளுக்குத் தோன்றியது. சௌம்யமுத்ரா நடிப்பாளா, அல்லது தன் ஹேர் ஸ்டைலைக் கவனிப்பாளா!

மீண்டும் கதவைத் தட்டும் ஓசை கேட்டது.

''குட் மார்னிங் மேடம்!'' இந்த இளைஞனும் புன்னகை செய்தான், ''நான் கரீம் - ஹுசைன் சாரின் சீஃப் அசிஸ்டெண்ட். இதோ உங்கள் சீன்...''

கண்ணாடி முன் நின்றுகொண்டு வர்ஷா ''டாக்டர் ரூபா'வைப் பார்த்துக் கொண்டிருந்தாள் - மாடல் அப்சரஸ் - இந்தக் கலப்பில் கம்பீரமான, உயரிய, தியாக குணம் வாய்ந்த பாத்திரம்

காணப்படுகிறதா என்ன? "தயாரிப்பாளர்களும், வாங்குபவர்களும் உன்னை விட அதிகம் தெரிந்தவர்கள் வர்ஷா வசிஷ்ட்!" என்று அவள் தன்னைத் தானே அதட்டிக்கொண்டாள், "நீ சும்மா இருக்கிறாயா?"

"கிளினிக்கிலிருந்து வருகிறாயா?," "ஆமாம்.", "வேலை கூடுதலாக இருந்ததா?", "பெரிதாக ஒன்றுமில்லை. ஆனால் திடீரென்று மனதை அலைக்கழிக்கும் ஒரு கேஸ் வந்துவிட்டது.", "அது எனக்கும் வந்துவிட்டது." என்று கதாநாயகன் பொருள் நிறைந்த புன்னகையுடன் சொல்கிறான். வசனம் விசித்திரமாகத் தோன்றியது. உரையாடல் செயற்கையாக இருந்தது. கதாநாயகன் தன்னைக் காதலிப்பதாக ரூபா நினைத்துக்கொண்டிருக்கிறாள். ஆனால் மோகன் நிஷாவைக் காதலிக்கிறான் என்று பார்வையாளர்களுக்கு தெரியும், இந்த தவறான நினைவு இடைவேளை வரை நீடிக்கிறது. இந்த உரையாடல்களை முழு நம்பிக்கையோடு சொல்லவேண்டியதுதான் அவள் வேலை. அவள் இந்த நடிப்பில் ப்ரெஷ்டின் 'பிரிவினைக் கோட்பாட்'டைக் கொண்டு வந்தால்? என்று அவள் மெல்லிய புன்னகையோடு நினைத்துக்கொண்டாள். "அதிக விஷமம் நல்லதில்லை வர்ஷா வசிஷ்ட்!" என்று அவள் தன்னை அதட்டிக்கொண்டாள்.

★ ★ ★ ★

வர்ஷா சோபாவில் உட்கார்ந்துகொண்டு நான் வண்டியை எதிர் பார்த்துக்கொண்டிருக்கிறேன் என்று நீண்ட பெருமூச்சு விட்டாள்.

அவள் எட்டு மணிக்கே வந்துவிட்டாள். ஒன்பது மணிக்கு தயாராகிவிட்டாள். இப்போது மணி பன்னிரண்டு. இரண்டு முறை டீ குடித்துவிட்டாள். தன் சீனை மூன்று முறை படித்துவிட்டாள். ஒருமுறை உரையாடலை சொல்லிப் பார்த்துக்கொண்டாள். ஏதாவது ஒரு புத்தகமும் கையில் இல்லை. இப்போது சலிப்பு உறுத்தத் தொடங்கியிருந்தது. அந்த உறுத்தலுக்குத் தோற்றுப்போய் படிகளில் இறங்கத் தொடங்கினாள்.

ஏர்கண்டிஷன் ஃப்ளோருக்கு வந்ததும் குளுமையின் இதமான போர்வை அவளைப் போர்த்தியது. "குட் மார்னிங் சார்!"

"குட் மார்னிங் வர்ஷா!" ஹுசைன் அகன்ற புன்னகையுடன் எழுந்து நின்றார். அவளை மேலிருந்து கீழ் ஒரு பார்வை பார்த்தார், "வெரி குட்! நீங்கள் தத்ரூபமாக என் கேரக்டரைப் பிரதிபலிக்கிறீர்கள்." அவர் வர்ஷாவின் பின்னால் வந்த மஜீதை அழைத்தார், "என்ன ஆயிற்று?"

"வீட்டிலிருந்து கிளம்பிவிட்டார்." என்றான் மஜீத்

"வாருங்கள். உங்களுக்கு செட்டைக் காட்டுகிறேன்."

அற்புதமான டிராயிங் ரூம் செட். கதாநாயகனின் வீடு. எல்லாருடைய பார்வையையும் தன் மீது உணர்ந்தவாறே வர்ஷா செட்டை நோட்டம் விட்டாள். பின்னால் ப்ளேக்ஸ், துணிகள், பேப்பர், கலர் டப்பாக்கள், கோந்து பாட்டில், குப்பைக் காகிதம் குவியல் தெரிந்தது.

"குட் மார்னிங் சார்!" காமிரா அருகில் உட்கார்ந்திருந்த மிஸ்டர் ஈரானி அருகில் வர்ஷா வணக்கம் கூறி நின்று விட்டாள், "என் பெயர் வர்ஷா."

"குட் மார்னிங்."

"இப்போது உங்கள் உடல்நிலை எப்படி இருக்கிறது?"

"முன்னை விட பெட்டர்.." ஈரானி புன்னகை செய்தார், "நான் டீடோட்டலர், நான் ஸ்மோக்கர். வெங்காயம், வெற்றிலை கூட சாப்பிடுவதில்லை. அப்படி இருந்தும் அட்டாக் வந்து விட்டது."

வர்ஷா தன் தந்தையின் நோயைப் பற்றி கூறத் தொடங்கினாள். அசிஸ்டெண்ட் காமிராமேன் வர்ஷாவுக்கு நாற்காலி இழுத்துப் போட்டான்.

ஐந்து நிமிடத்திற்குப் பிறகு கலகலப்பு எழுந்தது. "வந்துவிட்டார், வந்துவிட்டார்," என்று சத்தம் எழும்பியது. ஹுசைன் வெளியே போய்விட்டார்.

வர்ஷா சவுண்ட் ரிக்கார்டிஸ்டுக்குத் தன்னை அறிமுகப்படுத்திக்கொண்டு நாகரா வாசிப்பு முறைகளைக் கேட்டுத்

தெரிந்து கொண்டாள். சிலர் மரியாதையான தூரத்தில் அருகில் நின்றிருந்தார்கள்.

"மேடம், ஒரு நிமிஷம்...." புரொடக்ஷன் கண்ட்ரோலர் அருகில் வந்தார், "உங்களுக்கு லஞ்ச் என்ன கொண்டுவரச் சொல்லட்டும்? மொகலாயா, சைனீஸா அல்லது வேறு ஏதாவதா?"

வர்ஷா முகத்தில் அறியாமை தெரிந்தது.

"விமல் சாருக்கு சிக்கன் தந்தூரி வரும், கஞ்சன்பிரபாவுக்கு சைனீஸ் பிடிக்கும்."

"யூனிட்டுக்கு வருவதையே எனக்குக் கொடுத்துவிடுங்கள்."

"சரி மேடம்!" ஆப்டே ஒரு வவுச்சரையும், பால்பாயின்ட் பேனாவையும் முன்னால் நீட்டினார், "சைன் பண்ணி தாருங்கள் ப்ளீஸ்-டாக்சி ஃபேருக்கு."

வர்ஷா அதிர்ந்தாள். "நான் நீரஜாவோடு வந்தேன். திரும்பிப் போவதும் அவளுடனேயே போய்விடுவேன்."

"மேடம், கன்வேயன்ஸ் எல்லாருக்கும் உண்டு. ஸ்டார்களும் பெட்ரோல் பணம் வாங்கிக்கொள்கிறார்கள்."

"நீங்கள் நீரஜாவிடம் சொல்லிவிடுங்கள்."

"அவர்கள்தான் இந்த லிஸ்டை லுக்கே செய்தார்கள் மேடம்!"

நூறு ரூபாய் விஷயத்தில் தன்னை உயர்ந்தவளாக காட்டிக்கொள்ளும் நாடகத்தை அரங்கேற்றுகிறாள். என்று நினைத்துவிடக்கூடாதே என்ற பயத்தில் வர்ஷா கையெழுத்திட்டாள்.

"நான் இதை உங்கள் பர்சில் வைத்துவிடுகிறேன்." என்று ஆப்டே ஒரு நூறு ரூபாய் நோட்டைக் காட்டினார்.

வர்ஷா தண்ணீர் கிளாஸ் ட்ரேயை எடுத்துச் சென்று கொண்டிருந்த ஸ்பாட் பாயைக் கையைக் காட்டி அழைத்தபோது அவன் சங்கடத்தோடு ஆப்டேயைப் பார்த்தான்.

"நீரஜா மேடம் அறையிலிருந்து தண்ணீர் எடுத்துவா." என்று ஸ்பாட் பாய்க்கு உத்தரவிட்டு விட்டு ஆப்டே வர்ஷா பக்கம்

திரும்பினார்,'' மேடம், பெரிய மனிதர்கள் இங்கே தண்ணீர் குடிக்கமாட்டார்கள். அவர்கள் தங்களுடன் ஃபில்டர் வாட்டர் கொண்டுவருவார்கள்.''

"சரி,'' என்று வர்ஷா புன்னகை செய்தாள், ''நாளையிலிருந்து நானும் கொண்டுவந்துவிடுகிறேன்.''

★ ★ ★ ★

''மனதில் எண்ண அலைகள் மோதுகின்றன, ஆனால் அதை சொல்ல சொற்கள் கிடைக்கவில்லை.'' விமல் இனிய புன்னகையுடன் மெல்ல முன்னால் வந்து கூறினார், ''மனதில் ராகங்கள் எழுகின்றன, ஆனால்...''

''கட்!'' என்று ஹுசைனின் குரல் ஒலித்தது, ''இரண்டாவது அடி குளறிப்போய்விட்டது, விமல் சார்!''

இது இரண்டாவது டேக்.

''சாரி!''

''பரவாயில்லை. நீங்கள் மறுபடியும் ஒருமுறை டயலாக்கைப் பார்த்துக் கொள்ளுங்கள்.''

பாதி புகைத்த சிகரெட் மீண்டும் தயார் செய்யப்பட்டு விமலிடம் தரப்பட்டது. கரீம் உரையாடலை வைத்துக் கொண்டு அவர் அருகில் நின்றான்.

வர்ஷா மார்பில் கையைக் கட்டிக் கொண்டு ஒரு தூணைப் பார்த்துக் கொண்டிருந்தாள். எதிரில் பார்ப்பது பொருத்தமற்றதாக தோன்றியது. பல ஜோடிக் கண்கள் தன் முகத்தில் நிலைத்திருப்பதாகத் தோன்றியது.

இரண்டு மணி நேரத்திற்கு முன்பு அவள் காம்பவுண்டை ஒரு சிறிய சுற்று சுற்றி விட்டுத் திரும்பியபோது ஃப்ளோர் அமர்க்களத்திற்கிடையில் சில மனிதர்கள் சூழ விமல் நாற்காலியில் உட்கார்ந்து சீனைப் படித்துக் கொண்டிருந்தார். ஹுசைன் அவர் பக்கத்தில் இருந்தார். பின்னால் வசன ஆசிரியர் நின்றிருந்தார். யாரோ இரண்டு பேர் கர்வத்தோடு விமலின் அருகில் நின்றிருந்தார்கள்.

ஒருவன் டீ கிளாசைப் பிடித்திருந்தான், மற்றொருவன் சிகரெட் பாக்கெட்.

''நமஸ்தே!'' என்று வர்ஷா வணக்கம் தெரிவித்தாள், ''என் பெயர் வர்ஷா வசிஷ்ட்!''

''வாருங்கள்.'' விமல் புன்னகையுடன் எழுந்து நின்றார்.

''எனக்கு ஃபிலிம் உலகம் அதிகம் பரிச்சயமில்லை. ஏதாவது தப்பு செய்து விட்டால் மன்னித்துவிடுங்கள்.''

விமல் லேசான புன்னகையோடு அவள் பக்கம் பார்த்தார் (அவருடைய காஸ்டிங்கிற்கு முன்கூட்டியே அவரிடம் சம்மதம் பெற்றுக் கொள்வார்கள் என்று நீரஜா சொல்லியிருந்தாள்).

''டேக் எடுப்போமா?'' என்று கேட்டார் ஹுசைன்.

விமலுக்கு சீன் விளக்கப்பட்டது. வர்ஷாவுக்கு விளக்குவதற்கு ஒன்றுமில்லை. காட்சி மிகவும் சாதாரணமானது. கதாநாயகன் தன் மீதுள்ள காதலை வெளிப்படுத்த தயங்கிக் கொண்டிருப்பதாக ரூபா நினைத்துக் கொண்டிருக்கிறாள். ஆனால் உண்மையில் நிஷாதான் அவன் உணர்வுகளின் மையமாக இருந்தாள். எக்ஸிஸ்டென்ஸ் கோட்பாட்டை விளக்குவது போல் ஹுசைன் காட்சியை விளக்கிக் கொண்டிருந்தார் (''என்னால் முட்டாள்களைப் பொறுத்துக் கொள்ள முடியவில்லை'' என்ற ஹர்ஷின் வருத்தம் அவளுக்கு சற்று புரியத் தொடங்கியது). ஆனால் அவள் கவனமாகக் கேட்பது போல நடித்துக் கொண்டிருந்தாள். தன் ஈடுபாட்டைக் காட்டிக் கொள்வதற்காக அவள் ஒரு கேள்வியும் கேட்டாள். கேள்வி கேட்டது ஹுசைனுக்குப் பிடித்திருந்தது தெளிவாகத் தெரிந்தது.

''சைலன்ஸ்!'' என்று ஹுசைனின் குரல் ஒலித்தது.

''மேடம், உங்கள் வசன வரிகளைப் பார்த்துக் கொள்கிறீர்களா? டயலாக் நீளமாக இருக்கிறது.'' என்றான் கரீம்.

வர்ஷாவுக்கு அவசியமாக இல்லை, ஆனால் காட்டப்படுவதிலிருந்து தப்புவதற்காக காகிதத்தை மேலோட்டமாக பார்த்துக் கொண்டாள்.

பெரிய புரொஃபஷனல் சினிமாவில் இரண்டாம் நம்பர் ஸ்டாருடன் நடிக்கும் முதல் ஷாட் இது. 'லைட்ஸ்' என்ற ஒலியுடன் ஒரு வினாடி வர்ஷாவின் இதயத்துடிப்பு நின்று பிறகு இயல்புநிலைக்கு வந்தது.

'ஆக்ஷன்' என்ற சத்தம் கேட்டதும் விமலை இனிமையாகப் பார்த்துக் கொண்டே வர்ஷா ஒரு அடி முன்னால் வந்தாள், ''என்னவோ தெரியவில்லை, இன்று மாலை நேரம் மிகவும் சுகமாக இருக்கிறது. காற்றலைகளில் கவர்ச்சி, மனதில் உற்சாக மேகங்கள். கண்களில் கனவுகள் சற்று அதிகமாகவே மனதை மயக்குகின்றன.'' அவள் உணர்ச்சிமிகுந்த கண்களுடன் விமலைப் பார்த்தாள், ''நீங்கள் என்ன யோசிக்கிறீர்கள் மோகன்?''

''கட்!'' என்று ஹுசைனின் குரல் ஒலித்தது., ''ஈஸ் இட் ஓக்கே வித் யூ?''

''பர்ஃபெக்ட்!'' என்று அவர் புன்னகையோடு சொன்னார்.

''ஓக்கே, ப்ரிண்ட்.'' என்றார் ஹுசைன், ''இப்போது இரண்டு 'ஆர்ட்டிஸ்டு' களுடையவும் தனித்தனி எண்ட்ரி, குளோஸ் அப் எடுக்கிறோம்.''

வர்ஷா அதிர்ந்தாள் (சித்தார்த் 'மாஸ்டர் சீன்' ஷூட் எடுக்கவில்லை). ஹுசைனின் பக்கம் திரும்பிய தன் வினா எழுப்பும் பார்வையை இடையிலேயே தடுத்து நிறுத்திக் கொண்டாள். காந்தாரி தன் கண்களை மறைத்துக் கட்டிக் கொண்டிருந்ததை இங்கு புதிய வகையில் பயன்படுத்துவது என்று வர்ஷா சபதம் எடுத்துக் கொண்டாள். கண்கள் பட உலகின் முக்கிய நடவடிக்கைகளைப் பார்க்கும், ஆனால் வாய் முற்றிலும் அடைத்திருக்கும்.

★ ★ ★ ★

''மேடம், டயலாக் எப்படி இருக்கிறது?'' என்று 'கடமை' ஹைதராபாத்காரர் வினயமாகக் கேட்டார்.

வர்ஷா கையில் காகிதத்தை வைத்துக் கொண்டு அசையாமல் உட்கார்ந்திருந்தாள். துயரக் காட்சியில் அவளுடைய கடைசி உரையாடல், 'என் ஆர்வங்களின் சமாதியில் மனமெனும்

அகல்விளக்கை ஏற்ற வந்திருக்கிறேன்.'' மெயின் ஸ்ட்ரீம் சினிமாவில் இன்று முதல்நாள், ஆனால் மனம் முற்றிலும் சோர்ந்து போயிருந்தது. டிராமா ஸ்கூலிலும், ரிப்பர்ட்டரியிலும் ஆறு வருஷங்கள் ஷுத்ரகுடனும், செக்காவுடனும் உறவாடிய பிறகு அவளுக்கு இந்த நிலை ஏற்பட்டிருக்கிறது! ('மண்டி ஹவுசின் சாப' வரிகள் நினைவு வந்தன) கையெழுத்திட்ட ஐயாயிரம் ரூபாய் பணத்தைத் திருப்பிக் கொடுத்துவிட்டு நாளை காலை டில்லிக்குப் போய்விடலாமா என்று ஒரு வினாடி மனம் கொந்தளித்தது. ஆனால், அடுத்த வினாடி திரையில் அசையும் பல 'ஸ்ப்ளிட் இமேஜ்கள்' போல நான்கு சைபர்கள் வெவ்வேறு உருவங்களில், வடிவங்களில் நர்த்தனமாடத் தொடங்கின. மொத்தமாக இத்தனை பணத்தை உன் குடும்பத்தின் ஏழு தலைமுறைகளும் கண்டிருக்காது! வர்ஷா உள்ளுக்குள் புன்னகை செய்தாள்.

''நன்றாக இருக்கிறது.'' சிறிது முயன்று வர்ஷா முகத்தில் சிறிய புன்னகையை வரவழைத்துக் கொண்டாள்.

அவர் வயதானவர். அப்பாவை விட இரண்டு, மூன்று வயது பெரியவராகத்தான் இருப்பார்.

''நீங்கள் அனுமதித்தால் நான் அகல் விளக்கு என்பதை அழுத்தி சொல்லட்டுமா? சொல்லும் போது நல்ல ஃப்ளோ வருகிறது.''

அவர் பதில் அளிப்பதற்கு பதில் ஒரு வினாடி அவளைக் கவனமாகப் பார்த்தார். பிறகு அவள் தலையில் கை வைத்து ''நன்றாக இரு அம்மா! பெயரும் புகழும் உயரட்டும்!'' என்று ஆசீர்வதித்தார்.

வர்ஷா சற்று குழப்பத்துடன் அவர் போவதைப் பார்த்துக் கொண்டிருந்தாள்.

''வர்ஷா!'' டீ கிளாசைக் கையில் பிடித்தபடி விமல் அருகில் வந்து பக்கத்திலிருந்த நாற்காலியில் உட்கார்ந்தார், ''நீ 'ஒன் டேக் ஆர்ட்டிஸ்ட்' ஆகிவிட்டாய்... எனக்கு ஒன்றும் தெரியாது, அப்படி இப்படி என்று டயலாக் அடிக்கிறாய்...'' அவர் புகார் செய்தபடி அவளைப் பார்த்தார், ''காலை வாரிவிட பம்பாயில் வேறு யாரும் உனக்கு கிடைக்கவில்லையா?''

வர்ஷா சங்கடப்பட்டவளைப் போல் புன்னகை செய்தாள், சில வினாடிகள் கழித்து சொன்னாள், 'நான் உங்களுக்கு மிகவும் கடமைப் பட்டிருக்கிறேன். நீங்கள் என் காஸ்டிங்கில் மறுப்பு சொல்லவில்லை.''

விமல் தீவிரமாகிவிட்டார், ''காஸ்டிங்கைப் பற்றி என் அபிப்பிராயத்தைக் கேட்கும்போது எனக்கு என் விஷயம் ஒன்று நினைவு வருகிறது. அது போராட்டமான நாட்கள். கோரேகாவ் கஸ்ட்ஹவுசில் இருந்தேன். இரண்டு, மூன்று சப்போர்ட்டிங் ரோல் பண்ணியிருந்தேன். ஒரு புரொட்யூசர் துணிந்து லீடிங்ரோல் தந்தார், அப்போது இருந்த ஒரு ஃபீமெல் ஸ்டாரை ஹீரோயினாக புக் செய்யும் விஷயமாக பேசப் போயிருந்தார். அவள் மறுத்துவிட்டாள்.'' விமல் கண் இமைக்காமல் வர்ஷாவைப் பார்த்தார். பழைய அடிபட்ட உணர்வு கண்ணில் மின்னியது, ''வர்ஷா, எனக்கு மூன்று நாட்கள் தூக்கம் வரவில்லை. அந்த ஸ்டாரிடம் போய் காலில் விழுவோமா என்று தோன்றியது. ஒரு நாள் காலை வீடு வரை போய்விட்டேன். பிறகு எனக்கே என்னைக் குறித்து அவமானமாக இருந்தது. வெளியில் இருந்தே திரும்பி வந்துவிட்டேன். ஹீரோ ஆவதற்கு மேலும் ஒரு ஆண்டு நான் காத்திருக்க நேர்ந்தது. கொஞ்ச நாட்களுக்கு முன் ஒருநாள் நான் செட்டுக்குப் போனபோது அதே ஹீரோயின் என் அம்மா ரோல் பண்ணிக் கொண்டிருந்தாள். ஃப்ளோரில் எல்லார் முன்னிலையிலும் என் கணக்கை செட்டில் பண்ணிவிடலாம் என்று ஒருமுறை தோன்றியது. ஆனால் பிறகு என் அம்மாவை நினைத்துக் கொண்டு என்னைக் கட்டுப்படுத்திக் கொண்டேன். இரண்டு கையையும் குவித்து அவளுக்கு வணக்கம் தெரிவித்தேன்...'' சில வினாடிகள் தாமதித்து விமல் தான் இழந்த ஒரு வருஷத்தை நினைவு கூர்ந்தார், பிறகு சிறிது இரக்கமும், கசப்பும் கலந்த குரலில் கூறினார், ''ஒருவனிடம் திறமை இருந்தால் யாராலும் அவனைத் தடுத்த நிறுத்த முடியாது, டிலே மட்டும்தான் செய்யமுடியும்.''

விமல் தன்னை மறந்து வர்ஷாவிடம் பேசிக் கொண்டிருப்பதை யூனிட்டில் எல்லாரும் பார்த்துக் கொண்டிருந்தார்கள்.

''உன்னைப் போல் எனக்கு டிரெயினிங் ஆக எந்த சந்தர்ப்பமும் கிடைக்கவில்லை. நான் பஞ்சாபில் ஒரு சிறிய கிராமத்து ப்ராடெக்ட். ஒரு ஆர்வத்தில் ஃபிலிம் ஃபேர் கான்டெஸ்ட் ஃபார்மை நிரப்பி அனுப்பினேன். பம்பாய் வந்த போது எல்லாம் முட்டாள்தனமாக இருந்தது.'' விமலின் முகம் போன போக்கைப் பார்த்து வர்ஷா சிரித்துவிட்டாள், ''இங்கிலீஷ் வரவில்லை. ஈரானி ரெஸ்ட்ரெண்டில் முதல் முறை ஜ்யூக் பாக்ஸைப் பார்த்து திகைத்துப் போனேன். போனில் பேசுவதுமே எனக்கு பெரிய போராட்டத்தில் வெற்றி பெறுவதாக இருந்தது. ஒரு உண்மை சொல்கிறேன், யாரிடமும் சொல்லிவிடாதே. நான் என்னை ஒரு ஆக்டராகவே மதிப்பதில்லை. தலையெழுத்து ஸ்டாராக்கி விட்டது, அவ்வளவு தான்.''

விமல் விஸ்தாரமாக தன் ஆரம்பகாலப் போராட்டங்களைக் கூறினார். முதல் இரண்டு படங்கள் ஃப்ளாப் ஆகிவிட்டன. பிறகு மூன்றாவது படம் ஓடியது. முதல் ஃபிளாட்டை வாங்கியது, இப்போது இருக்கும் பங்களா வரை வந்தது, பூனா அருகில் ஃபார்ம் அமைத்தது, தன் புரொடக்ஷனில் ஆறு படங்கள் தயாரித்து, டிஸ்டிரிபியூஷன் ஆபீஸ் திறந்தது எல்லாம் கூறினார்.

''ஏழை வீடு வர்ஷா! அதனால் ஆரம்பத்தில் என் கால்கள் தடுமாறின. இங்கே உள்ள ஜொலிப்பு, படாடோபத்தில் கண்கள் மயங்கின. பிறகு சில அடிகள் விழுந்தபின் புரிந்து கொண்டேன்.'' விமல் சிகரெட் பற்றவைத்தார், ''நாளை மறு நாள் இரண்டாவது ஞாயிற்றுக்கிழமை விடுமுறை. உனக்கு ஏதாவது புரோகிராம் இருக்கிறதா?''

''இல்லை''

''அப்படியானால் லஞ்சுக்கு வீட்டிற்கு வா. என் சின்னப் பெண் நமீதா! அவளுக்கு டிராமா மிகவும் பிடிக்கும். ஒருமுறை உன்னைப் பார்த்துவிட்டால் பிறகு விடவேமாட்டாள்.''

தன் மகளைப் பற்றிப் பேசும்போது விமலின் முகத்தில் சுகமான புன்னகை பரவியது.

''அப்பாவிடம் உங்களைப் பற்றி இரண்டு, மூன்று என்கொயரிகள் வந்திருந்தது.'' என்று ஏழாம் நாள் இரவு திரும்பி

வரும் போது நீரஜா சொன்னாள், "அவர்களிடம் ரோல் நன்றாக இருந்தால் வர்ஷா ஒப்புக் கொள்வார்கள் என்று அப்பா சொன்னார்கள்."

டிரேட் பத்திரிக்கைகளிலும், சாதாரண பத்திரிக்கைகளிலும் ஷூட்டிங் செய்தியும், போட்டோக்களும் வந்திருந்தன. ஸ்டுடியோவை சுற்றி வரும்போது சில சினிமா பத்திரிக்கையாளர்களுடன் பரிச்சயம் ஏற்பட்டது. அடுத்த வாரம் 'டிசல் டவுனு'க்காக போட்டோகிராஃப்-செஷன் தீர்மானமாகியிருந்தது. 'தர்ம யுக்' பத்திரிக்கை 'சினிமா உலகம்' பகுதியில் கருப்பு - வெள்ளை, வண்ணப் படங்களுடன் அவளைப் பற்றிய முழுவிவரக் கட்டுரை ஒன்றை வெளியிட்டிருந்தது.

"எனக்கு ஏதாவது புதுபடம் கிடைத்தால் அது முடிய ஆறு மாதத்திற்கும் மேல் ஆகுமா?"

"ஆமாம்."

"ஆனால் எனக்கு ஆறு மாதம்தான் லீவ் இருக்கிறது." என்று வர்ஷா இயலாமையோடு சொன்னாள்.

"லீவை இன்னும் ஆறுமாதம் நீடிக்கவேண்டும்."

"அப்படி கேட்பது சரியாக இருக்காது. சூர்யபான், டாக்டர் அடலின் ஒத்துப்போகும் தன்மையை இன்னும் மிகுதியாக பயன்படுத்துவதினால் என்னை நான் குற்றவாளியாகவே உணர்வேன்."

இரண்டு நாட்களுக்கு முன் மீராவின் முகவரிக்கு டாக்டர் அடலின் பதில் கடிதம் வந்திருந்தது, 'புதிய கலை ஊடகத்தில் முன்னேற்ற செய்தி கேட்டு மகிழ்ச்சி ஏற்பட்டது. இதயம் கனிந்த வாழ்த்துக்களுடன்...'

"வர்ஷா, இது உங்கள் வாழ்க்கையை நிர்ணயிக்கும் ஒரு திருப்பம்." நீரஜா ஒரு வினாடி அவளைப் பார்த்துவிட்டு பாதையில் பார்வையைத் திருப்பினாள், "நீங்கள் இங்கே இல்லையென்றால், மெயின் ஸ்ட்ரீம் சினிமாவுடன் தொடர்பை நிலை நிறுத்துவது மிகவும் கஷ்டம். ஸ்டார்கள் தரும் டேட்கள் அடிப்படையில்தான்

இங்கு ஷூட்டிங் ஷெட்யூல் அமைகிறது. நாளை நடராஜ் ஸ்டுடியோவில் காலை ஆறு மணிக்கு ரிப்போர்ட் கொடுங்கள் என்று திடீரென்று டில்லியில் உங்களுக்கு போன் வரும். நாளை எனக்கு 'மிருச்ச கடிதம்' ஷோ இருக்கிறது என்று நீங்கள் சொல்வீர்கள். உங்களுக்காக நாங்கள் எங்கள் ஷெட்யூலை மாற்ற முடியாது, ஏனெனில் ஸ்டார்கள் பெயரை வைத்துதான் நாங்கள் படத்தை விற்கிறோம். அப்படியென்றால், இப்போது என்ன ஆகும்? உங்களை வைத்து நாங்கள் ஏதாவது ஷூட்டிங் எடுத்திருந்தால் உங்கள் ரோலைக் குறைத்துவிடுவோம். எதுவும் எடுத்திருக்கவில்லையென்றால் உங்களை ரீபிளேஸ் செய்து விடுவோம். இண்டஸ்ட்டரியில் இந்த செய்தி பரவிவிடும், உங்களை ஒப்பந்தம் செய்ய எல்லாரும் தயங்குவார்கள். உங்கள் பெயருக்காகவே பிக்சர் விற்பனையாக ஆரம்பித்தால் நாங்கள் ஒரு புன்னகையோடு எங்கள் ஷெட்யூலை மாற்றி விடுவோம், யூனிட் முழுதும் டில்லியிலிருந்து என்ன, வடதுருவத்திலிருந்து நீங்கள் வருவதாயிருந்தாலும் உங்களை எதிர்பார்த்து காத்திருக்கும்.''

நேரான டிமாண்ட்-சப்ளை என்ற கடைத்தெரு விதி என்று வர்ஷா நினைத்துக் கொண்டாள்.

''இந்தப் படத்தில் உங்களை ஏன் ஒப்பந்தம் செய்தார்கள்? நூபுரை நாங்கள் ஒன்றரை லட்சத்திற்கு ஒப்பந்தம் செய்து கையெழுத்திட்டிருந்தோம். அவருக்கு ஆக்சிடெண்ட் ஆன பிறகு சுனந்தா ராயைப் போடலாமா என்று யோசித்தோம். அவர் கிட்டத்தட்ட இதே தொகை கேட்பார். அவர் கவர்ச்சி காட்டுவதும் அதிகம். இந்த நீண்ட ஷெட்யூலுக்கு அவரிடம் டேட்டும் இல்லை. அப்போதுதான் ஹுசைன் உங்கள் பெயரை சொன்னார். நல்ல ஆர்ட்டிஸ்ட், கிளாசிக்ஸ்களில் கொஞ்சம் பெயர் இருக்கிறது, பணமும் குறைவாகத் தரலாம், எப்போதும் அவெய்லபிளாக இருப்பார் என்று நாங்கள் கணித்தோம். ஓரிரு டிஸ்டிரிபியூட்டர்கள் முகத்தை சுளித்தார்கள், ஆனால் அப்பா தன் பழைய தொடர்புகளின் அடிப்படையில் அவர்களை சம்மதிக்க செய்து விட்டார். படம் முடிந்தபிறகு அவர்களுக்கு உங்களைப் பிடிக்கவில்லையென்றால் ப்ரைஸைக் கொஞ்சம் குறைத்துக் கொள்ளும்படி பிடிவாதம் பிடிக்கக்கூடும், படம் ஓடிவிட்டால் இதே டிஸ்டிரிபியூட்டர்கள்

''நாரங்கிடம் டேலண்ட்டை அறிந்துகொள்ளும் டேலண்ட் இருக்கிறது ''என்று நாங்கள்தான் முன்பே சொன்னோமே என்று சொல்வார்கள்.''

வர்ஷா சிரித்துவிட்டாள். பிறகு ''நீங்கள் எப்போதிலிருந்து புரொடக்ஷன் பார்க்கிறீர்கள்?'' என்று கேட்டாள்.

''ஐந்து ஆண்டுகள் ஆயிற்று.'' என்றாள் நீரஜா, ''எனக்கு சகோதரன் யாருமில்லை. எனக்குப் பிறகு கம்பெனி என்ன ஆகும் என்று டாடிக்கு மிகவும் கவலை. அக்கா சுத்தமாக வீட்டுப்பிராணி, அத்தான் சயன்டிஸ்ட். அதுதான் நான் கையைத் தட்டிக் கொண்டு களத்தில் குதித்துவிட்டேன்.''

வர்ஷா புன்னகை செய்தாள். சப்வேயில் கார் சென்ற போது மேலே ஓடிக் கொண்டிருந்த லோக்கல் டிரெயினின் தடதட ஒலி காதுகளில் நிறைந்தது.

''வர்ஷா, உங்களுக்குக் கிடைத்திருப்பதைப் போன்ற வாய்ப்பு கிடைப்பது மிகவும் அரிது, அடிக்கடி கிடைக்காது. நீங்கள் இப்போதே சப்ஸ்டேன்ஷியல் பணம் சம்பாதித்துக் கொள்ளுங்கள் என்பதுதான் என் கருத்து.''

''எத்தனை பணத்தை நீங்கள் சப்ஸ்டேன்ஷியல் என்று சொல்வீர்கள்?''

''அது உங்களைப் பொறுத்த விஷயம். ஆனால் பம்பாயில் தலை சாய்த்துப் படுக்க, மாத செலவுகளை சமாளிக்க பணம் வேண்டும். பார்க்கப் போனால், ஆசைக்கு ஓர் அளவில்லை.''

''நான் குழப்பத்தில் இருக்கிறேன் நீரஜா.''

பில்டிங் கேட்டில் ஒரு 'குட்நைட்' டுடன் வர்ஷா இறங்கினாள். முதலில் காவலாளி வணக்கம் தெரிவித்தான், பிறகு லிஃப்ட்மேன்.

ஃபிளாட்டுக்குள் சென்று அவள் விளக்கைப் போட்டாள். கதவுக்குக் கீழே திவ்யா, அனுபமா, ஷிவானியின் கடிதங்கள் கிடந்தன. அவற்றுடன் ''உன் கடிதங்களை வைத்திருக்கிறேன்.

ஞாயிற்றுக்கிழமை சந்திப்போம்.'' என்ற மீராவின் ஒரு சிறிய ஸிலிப்பும் இருந்தது.

பெரிய ஃபிளாட், உள்ளே நுழைந்த உடனேயே தனிமை உறுத்தும், ஆனால் இன்று கடிதங்கள் இருந்ததால் அவ்வளவு வருத்தமாக இல்லை. அவள் விரைவாக குளித்தாள் (இங்கே தண்ணீர் குடிப்பதற்கு இல்லை, குளிப்பதற்குதான். தண்ணீரில் இப்படி ஒரு வேகத்தை அவள் டில்லியில் உணர்ந்ததில்லை). பிறகு ஒரு கப் டீ தயாரித்து எடுத்துக்கொண்டு சோபாவில் சாய்ந்தாள்.

"வர்ஷா டார்லிங்,'' என்று ஷிவானி எழுதியிருந்தாள், ''நீ என் பிறந்ததினத்திற்கு வரவில்லை. பார்ட்டியில் பாதி சந்தோஷம்தான் இருந்தது. தேர்ந்தெடுத்த சிலரைத்தான் அழைத்திருந்தோம். 'வர்ஷா, வர்ஷா' என்று ஓயாமல் சொல்லிக் கொண்டிருந்தாயே, எங்கே உன் வர்ஷா?'' என்று அண்ணி அதட்டினாள்.

"உன் பரிசுப் பொருள் கிடைத்தது. மிகவும் பிடித்திருந்தது. கோபுரமாக காம்ப்ளிமெண்ட்ஸ் குவிந்தது. உனக்கு பெரிய ஃபிலிம் கிடைத்திருக்கிறது. எனக்கு மிகவும் சந்தோஷமாக இருக்கிறது. மிக நீண்ட முத்தத்துடன் வாழ்த்துக்கள்! ஆனால் நீ இங்கே இல்லாதது மிகவும் கஷ்டமாக இருக்கிறது. ஜோட்பாக் பக்கம் அல்லது மண்டிஹவுஸ் பக்கம் போகும்போது சட்டென்று சோகமாகி விடுகிறேன்.

ஒரு ஃபிலிம் முடிய ஆறு மாதம் பிடிக்கிறதா? இவர்கள் என்ன ஸ்லோ மோஷனில் படம் பிடிக்கிறார்களா? ஆறு மாதங்களை எப்படி கழிப்பேன், நீயே சொல்.

தழுவல்கள், முத்தங்களுடன், உன் ஷிவானி!''

கீழே 'பின் குறிப்பு' இட்டு எழுதியிருந்தது, ''உன் நண்பர் எப்படி இருக்கிறார்? நான் அவரை விசாரித்ததாக சொல்லாதே... அல்லது சொல். என்ன பெரிய வித்தியாசம்!''

திண்டை மார்பில் அழுத்தியபடி வர்ஷா டீ குடித்தாள். ஷிவானியிடமிருந்து இது முதல் கடிதம். நேரடித் தொடர்பே பல நட்புகளுக்கு ஆதாரமாக இருக்கிறது. கடிதத் தொடர்பு ஏற்படும்போது சில நட்புகள் நலிந்து மெலிந்து விடுகின்றது.

ஷிவானியின் நட்பைப் பற்றி வர்ஷா அப்படித்தான் பயந்திருந்தாள், ஆனால் ஷிவானியின் கடிதம் இந்த உறவைப் புதிய பின்னணியில் ஒளிமயமாக்கிவிட்டது, ஆடும் காது வளையங்களுடன் ஷிவானியின் புன்னகை குளோஸ் அப் கண் முன் எழுந்தது.

''ஷிவானி! உன் நினைவாகவே இருக்கிறேன்.'' என்று அவள் உரக்க சொன்னாள்.

அனுபமா ''நீ இல்லாமல் வீடு மிகவும் சூனியமாக இருக்கிறது.'' என்று எழுதியிருந்தாள், ''இரவு வீடு திரும்பும்போது உற்சாகமில்லை. காலையில் கொடி மண்டபத்தில் டீ குடிக்க நீ இல்லை. என் அறையிலேயே பத்திரிக்கை படித்துக் கொள்கிறேன். வீட்டு தினசரி நடைமுறைகள் எப்படி உன்னோடு இணைந்திருந்தன! ஜுமக்கியின் சிரிப்பும் குறைந்துவிட்டது.

சதுர்புஜ் உறவை முறித்துக் கொள்ள மோசமான வழிகளில் இறங்கிவிட்டார். எங்கு பார்த்தாலும் எனக்கு விரோதமாக விஷத்தை உமிழ்ந்து கொண்டிருக்கிறார். உனக்கும் எழுதியிருப்பார்.

இண்டஸ்ட்ரி மினிஸ்ட்ரியில் சிக்கியிருந்த ஒரு திட்டத்தை சரிப்படுத்தி சிநேகன் மேலும் சற்று கேமக்காவின் நம்பிக்கைக்குப் பாத்திரமாகியிருக்கிறார். புர்வாயி கர்ப்பமாக இருக்கிறாள்.

நான் ரக்ஷாபந்தனுக்கு போபால் போகிறேன். வீட்டில் ரிசப்ஷன் எப்படி இருக்கிறது என்று பார்க்கலாம்.

உனக்கு புரொஃபஷனல் சினிமா கிடைத்ததற்காக ரிப்பர்ட்டரியில் நாங்கள் இனிப்பு வழங்கிக் கொண்டாடினோம். மமதாவுக்கு மிகவும் வருத்தம் என்று நம்பிக்கைக்குரிய தகவல்கள் தெரிவிக்கின்றன.''

வர்ஷா நீண்ட பெருமூச்சு விட்டாள். புதிய நகரத்தின் அன்னியத்தன்மை இந்தக் கடிதங்களால் கூர்மையாகிவிட்டது. லிங்கிங் ரோடு, எஸ்.வி.ரோடு, வெஸ்டர்ன் எக்ஸ்பிரஸ் ஹைவே, ஜுஹூ-பாந்த்ராவின் இடத்தை கன்னாட் பிளேஸ், லோடி கார்டன், அம்ருதா ஷேர்கில் மார்க், பெங்காலி மார்க்கெட் ஆக்கிரமித்துக் கொண்டன. ஜோட்பாக் வீடு கண்முன் எழுந்தது. ''குட்மார்னிங் அக்கா!'' என்று புன்னகையுடன் ஜுமக்கி டீ கப்பை நீட்டினாள்.

''வர்ஷா, சாயங்காலம் ஐந்து மணிக்கு ரவீந்திரபவன் இடதுபுற கேட்டில் சந்திப்போம்'' என்று ஷிவானியின் இனிய குரல் கேட்டது. ''துஷ்டப்பெண்ணே, நீ உன் ரிஹர்சலைப் பார்ப்பாயா, என் காலை சுற்றி வருவாயா?'' என்றார் சூர்யபான். வர்ஷா மனதில் ஒரு கேள்வி எழுந்தது. அவள் எங்கே திரிந்து கொண்டிருக்கிறாள்? ஏன் ரத்தம் சொட்ட, களைத்துப் போன கைகளில் கோடாலி ஏந்தி பரிச்சயமற்ற சகபிரயாணியை வெட்ட முயற்சித்துக் கொண்டிருக்கிறாள்?

வர்ஷா மறுபக்கம் திரும்பி உட்கார்ந்தாள், தன் ஆவேசத்தை அடக்கிக் கொள்ள முயற்சித்தாள். ஒரு சிகரெட் பிடிக்க மனம் விரும்பியது, ஆனால் சிகரெட்டுக்கு எங்கே போவது?... அட கடவுளே, இது என்ன வாழ்க்கை? வேண்டியபோது ஒரு சிகரெட் இல்லை என்று அவள் கசப்புடன் நினைத்துக் கொண்டாள். என்ன செய்வது? இந்த ஏழாவது மாடி ஜன்னல் வழியாக கீழே குதித்துவிடட்டுமா?

சில வினாடிகள் வர்ஷா ஜன்னல் பக்கம் கண்கொட்டாமல் பார்த்துக் கொண்டிருந்தாள்.

மேற்குப் பக்க ஜன்னல் வழியாக சுகமான காற்றலை வந்து கொண்டிருந்தது (நகரத்தின் மேலும் ஒரு அற்புத அளவுகோலை அவள் அறிந்து கொண்டிருந்தாள். ஒருவர் கடற்கரையில் அல்லது மேற்கு திசையில் இருந்தால் அவருடைய சமூக அந்தஸ்து உயர்கிறது. ஒருவர் மேற்கு ரெயில்வே எக்ஸ்டென்ஷன் இருப்பிடங்களின் கிழக்குப் பகுதியில் இருந்தால் அவர் மதிப்பிற்குரியவர் அல்ல, ஒருவர் மத்திய ரெயில்வேயின் ஏதாவது ஒரு பகுதியில் இருந்தால் அவருக்கு அவமரியாதைதான் கிடைக்கும்!).

''புதிய செய்தி கிடைத்தது. சந்தோஷம் ஏற்பட்டது.'' வர்ஷா குழந்தையின் ஆர்வத்தோடு திவ்யாவின் கடிதத்தைக் கடைசியில் படிப்பதற்கு வைத்திருந்தாள், ''உன் பணத்தை முதலீடு செய்வதற்கு மிக உகந்தது டி.ஏ. பிளாட் என்று ரோஹன் சொல்கிறார். ஆனால், செல்ஃப்-ஃபைனான்சிங் ஸ்கீமிற்கு இந்தத் தொகை போதாது. ரோஹன் உனக்கு லோன் வாங்கித் தருவதாக சொல்கிறார். இதே மாதிரி உனக்கு இன்னொரு ஃபிலிம் கிடைத்தால் நன்றாக இருக்கும். இப்போது உன் தொடுவானப் பரப்பு அகன்று செல்லவேண்டும்.''

வர்ஷா ஆறுதலுடன் கடிதத்தை எதிரில் வைத்துக் கொண்டு உட்கார்ந்திருந்தாள். அவள் இருளில் தேடிக்கொண்டிருந்த பாதையின் மீது திவ்யா ஒளிக்கற்றையைப் படர விட்டு விட்டாள். அவளுக்கு கல்யாணம் எதுவும் நடக்கவில்லையென்றால், சில மாதங்களுக்குப் பிறகு அவள் டில்லிக்குப் போனதும் அவள் வாழ்க்கை நடைமுறை முன்பு போலத்தான் இருக்கும். அனுபமா டில்லியை விட்டுப் போய்விட்டால் அல்லது வேறு கல்யாணம் செய்து கொண்டு விட்டால் அவள் மீண்டும் கரோல் பாக் போன்ற குறுகிய, இருண்ட வாழ்க்கைக்கே திரும்ப நேரும். காரையும், ஏர்கண்டிஷனரையும் விட்டுவிடலாம், இன்னும் அவளிடம் சொந்த போன், ஃபிரிஜ், ஸ்டீரியோ கூட இல்லையே! பம்பாயில் மனம் குன்றிப் போனாலும் இப்போது அவளுடைய குருக்ஷேத்திரம் ஸ்டுடியோ ஃப்ளோர்தான் - ஸ்டுடியோ தியேட்டர் மேடை அல்ல.

★ ★ ★ ★

''நமஸ்தே!'' வர்ஷா அருகில் சென்று வணக்கம் தெரிவித்தாள், ''என் பெயர் வர்ஷா வசிஷ்ட்''.

கஞ்சன் பிரபா டிரஸ்ஸிங் கவுன் அணிந்து நாற்காலியில் உட்கார்ந்திருந்தாள், பட்டத்து ராணியைப் போன்ற கம்பீரத்துடன் இருந்தாள். வேலைக்காரி பின்னால் நின்றிருந்தாள். பக்கத்தில் உட்கார்ந்திருந்த் ஹுசைன் காட்சியை விளக்கிக் கொண்டிருந்தார்.

சிவந்த மேனியும், அழகும் உடைய கஞ்சன் பிரபா பார்வையை உயர்த்தி அவளைப் பரிசீலித்தாள், முகத்தில் கடுமையான துச்ச பாவம் வந்துவிட்டது, ''ஓகோ, நீதான் வர்ஷா வசிஷ்டா!... இந்த வடிவத்தோடு ஸ்டார் ஆக ஆசைப்படுகிறாயா!''

வர்ஷாவின் காது சூடாயிற்று. உடனே ரத்த ஓட்டம் அதிகரிப்பதை உணர்ந்தாள். ஹுசைன் கண்களிலும், சுற்றியிருந்தவர்கள் கண்களிலும் சட்டென இறுக்கம் நிறைந்த பய நெருப்பு பற்றிக் கொண்டது.

''டிராமா ஸ்கூலில் எல்லாரும் என்னை 'கருப்பு நெருப்பு' என்று சொல்வார்கள்.'' அடுத்த கணமே வர்ஷா முகத்தில் இயல்பான புன்னகையைக் கொண்டு வந்தாள், ''பெரும்பாலும்

லட்சியங்களுக்குப் பின்புலத்தில் லாஜிக் இருப்பதில்லை என்பதுதான் உங்களுக்குத் தெரிந்திருக்குமே!''

பின்கதவு வழியாக வெளியே வந்து வர்ஷா எதிரேயிருந்த பசுமையைப் பார்த்துக் கொண்டிருந்தாள். உயரமான மரங்கள், சிறிய, பெரிய புதர்கள், குன்றுகளிலிருந்து காற்றலைகள். மெல்லிய தூறல் அமைதியை இன்னும் ஆழமாக்கியது.

பெரியவளான பிறகு வர்ஷா இத்தகைய ஒரு அவமானத்தை இதுவரை அனுபவித்ததில்லை. டாக்டர் அடலிடம் நிறைய வசவு வாங்கியிருந்தாள், ஆனால் அதன் தன்மை முற்றிலும் வேறுபட்டது - நடிப்புத் திறன் குறைவிற்காக அவள் விமரிசிக்கப்பட்டாள், உடல் குறைபாட்டிற்காக அல்ல. அவள் நிறம் கருப்பாக இருந்தால், அழகு சாதாரணமாக இருந்தால் அதில் அவள் குற்றம் என்ன? ('அடுத்தவர்கள்தான் நரகம்', அவளுக்கு 'இன் காமிரா' வசனம் நினைவு வந்தது).

''மேடம், ஷாட் தயாராக இருக்கிறது.'' பின்னால் மஜீதின் குரல் கேட்டது.

''சரி.''

வர்ஷா முந்தானையை மெல்ல கண்ணில் ஒற்றிப் பார்த்தாள். இல்லை, கண்களில் நீர் இல்லை.

வர்ஷா திரும்பியவுடன் ஹுசைன் வந்தார்.

''வர்ஷா, நான் உங்களிடம் மன்னிப்பு கேட்க விரும்புகிறேன்.'' அவர் முக சுருக்கங்களில் இறுக்கம் தெரிந்தது.

''நீங்கள் என்ன செய்தீர்கள்?''

''நான் இதையும் மனதில் வைத்துதான் சொல்கிறேன்...'' அவர் வசன பேப்பரை முன்னால் நீட்டினார். ஒரு வினாடி அவர் முகத்தில் கருணை அலை மின்னியது.

வர்ஷா ஒன்றும் புரியாமல் அவரைப் பார்த்தாள்.

''என் நிலை யாரோ ஒருவர் துடுப்பு போட்டு இயக்கும் படகு போல இருக்கிறது.'' ஹுசைன் நீண்ட பெருமூச்சு விட்டு

சொன்னார்,'' உங்களுடைய இந்த லைனை கஞ்சன் பிரபா பேச விரும்புகிறார்.''

சில வினாடி ஹுசைனின் பார்வை அவள் பார்வையுடன் இணைந்திருந்தது.

''அவர் இப்போதே செட்டை விட்டுப் போய்விடுவார். மிகவும் அன் புரொஃபஷனல் போக்கு, ஆனால் அதன் விளைவை நாம்தான் அனுபவிக்கவேண்டியிருக்கும்.'' ஹுசைனின் முகத்தில் இயலாமை. அதன் விளைவாக பதட்டம்.

''சரி.'' என்று வர்ஷா திடமான குரலில் கூறினாள்.

★ ★ ★ ★

''ஆக்ஷன்!''

''இன்று ஒருவரை சந்தித்தேன்.'' கஞ்சன் பிரபா டென்னிஸ் ராக்கேட் ஸ்ட்ரோக் மைமிங்குடன் பின்புறங்கள் அசைய திரும்பினாள், ''கண்ணும் கண்ணும் பேசின.''

''யாருடன்?'' என்று வர்ஷா புன்னகையோடு கேட்டாள்.

''அவர் பெயர் தெரியாது.'' இம்முறை கஞ்சன் பிரபா ராக்கெட்டைப் பிடித்திருந்த விதத்தில் அது பின்புறத்தொடைகளுக்கிடையில் தொங்கத் தொடங்கியது.

(அவள் தொங்கல் வைத்த பேண்ட் போல ஒன்றை அணிந்திருந்தாள். இந்த ஆடை மூடாத தொடைகளை ஒரு வினாடி பார்ப்பதற்குதான் டிக்கெட் கவுண்டரில் கூட்டம் அலைமோதுகிறது என்று வர்ஷா நினைத்துக் கொண்டாள். நிஷா ஏழைவீட்டுப் பெண், ஆனால் எக்ஸ்க்ளூசிவ் கிளப்பில் டென்னிஸ் விளையாடப் போகிறாள், அதுவும் பேண்ட் அணிந்துகொண்டு! ''யானைக்குட்டியின் துதிக்கையைப் போன்ற தொடைகளைக் கொண்டவளே!'' வர்ஷா மனதிற்குள்ளேயே சாகுந்தல வரியை இம்ப்ரொவைஸ் செய்தாள், ''மேலே டீ ஷர்ட் அணியும் மாடெஸ்டி எதற்கு? வினாடிக்கு வினாடி வளரும் மார்பகங்களை சிறிய பிராவில் காட்டியபடி வெலிங்டன் கிளப் வரை போகலாமே!'')

"இது என்ன காம்போசிஷின்?" என்று 'கட்' ஆனவுடனே கஞ்சன் பிரபா கேட்டாள், "அறைக்கு இவ்வளவு அருகில் வர்ஷா இருந்தால் நான் மிட் லாங்கில்தான் காட்டப் படுவேன்."

"அடுத்து ரிவர்ஸ் ஷாட் இருக்கிறது." என்று ஹுசைன் சமாதானம் சொன்னார்.

"என் முதல் வரியோடு என் குளோஸ் அப் போடுங்களேன்!" கஞ்சன் பிரபா சிணுங்கினாள், "நான் இப்படி பார்ப்பேன்..." அவள் ராக்கெட் கண்கள் வழி கோணல் பார்வை டெமான்ஸ்ட்ரேஷன் காட்டினாள், "நன்றாக இருக்கும்."

ஹுசைன் ஒரு வினாடி சங்கடப்பட்டார்.

"ப்ளீஸ் ஹுசைன்!" கஞ்சன் பிரபா கெஞ்சினாள்.

குளோஸ் அப்பிற்குப் பிறகு அடுத்த ஷாட்டிற்கான ஏற்பாடுகள் நடந்துகொண்டிருந்தபோது சோபாவில் அமைதியாக உட்கார்ந்திருந்த வர்ஷாவிடம் கரீம் வந்து கிசுகிசுத்தான், "எடிட்டிங் டேபிளில் குளோஸ் அப்பை வெட்டி எறிந்துவிடுவார்கள்."

★ ★ ★ ★

இரவு வீடு திரும்பி வர்ஷா அரைமணி நேரம் ஷவரின் கீழ் உட்கார்ந்திருந்தாள். முடியையும் நனைத்துக் கொண்டாள் (லிங்கிங் ரோடிலிருந்து டிரையர் வாங்கியிருந்தாள்.)/

கலைப் போட்டி அவளுக்கு புதிதல்ல. சவால் நிறைந்த பாத்திரத்தைப் பெறுவதில் ரீட்டாவுடனும், மமதாவுடனும் இறுக்கம் ஏற்பட்டிருந்தது. ரிப்பர்ட்டரியின் ஒவ்வொரு உறுப்பினனும் இத்தகைய போராட்டத்தால் ஒருநாள் இல்லாவிட்டால் ஒரு நாள் பாதிக்கப்பட்டிருந்தான். ரிப்பர்ட்டரியிலும் மூத்த-புதிய, திறன் மிக்க-திறன் குறைந்த கலைஞர்களிடையே வேற்றுமை இருந்தது. ஆனால் ஒருமுறை ஒரு பாத்திரம் கிடைத்தால் அதை முணுமுணுக்காமல் செய்ய எல்லாரும் தயாராக இருந்தார்கள்.

ஆனால் கஞ்சன்பிரபாவுடன் ஒருநாள் ஷூட்டிங்கிலேயே வர்ஷா கடுப்பானாள். பிற்பகலிலேயே தலை நமநமத்தது. சட்டென்று தாங்க முடியாத தலைவலி தலையைப் பிளந்தது. அவள்

ஆப்டேயை இரண்டு ஆஸ்ப்ரோ மாத்திரை வாங்கிவரச் செய்து டீயுடன் விழுங்கினாள். கஞ்சன் பிரபா கூட்டத்திலிருந்து தூரமாக ஒரு மூலையில் தனியாக உட்கார்ந்திருந்தாள். காமிராமேன், சவுண்ட் ரிக்கார்டிஸ்ட், உதவி இயக்குனர், நீரஜா, ஹுசைன்... எல்லாரும் மீண்டும் மீண்டும் அவளிடம் வந்து ஏதேதோ பேசிக்கொண்டிருந்தார்கள். அவர்கள் மனப்போக்கை வர்ஷா புரிந்துகொண்டாள்.

'நாடகமேடை சுகானுபாவத்திற்கான நுழைவாயில் அல்ல! 'என்பது டாக்டர் அடலின் ஒரு பொன்மொழி. இங்கே நிலைமை முற்றிலும் தலைகீழாக இருந்தது. ஸ்டானிஸ்லாவஸ்கியிடம் அவருடைய நண்பா நேமிரோவிச் ஒரு மாஸ்கோ ஆர்ட் தியெட்டர் ரசிகையைப் பற்றி சொன்னார், ''ஷி டஸ் நாட் லவ் ஆர்ட், ஷி லவ்ஸ் ஹர்செல்ஃப் இன் ஆர்ட்!''

அந்த நடிகை ஒரு கஞ்சன் பிரபாவாகத்தான் இருந்திருப்பார் என்று வர்ஷா நம்பினாள் (உண்மையில் நடிப்புத்திறன் என்ற பெயரில் அவள் மாஸ்கோ ஆர்ட் தியேட்டரைப் பெருக்குவதற்குக் கூட தகுதியற்றவள்!)

கஞ்சன்பிரபா பாத்திரத்தை ஏற்று நடிப்பதிலும் தன் தனிப்பட்ட விருப்பப்படியே நடந்துகொண்டாள். முகம் பெரும்பாலும் வெறுமையாக இருந்தது. வாய் ஒன்று பேசியது. கண்கள் வேறு ஒன்றை வெளிப்படுத்தின. வசனம் பேசுவது பொருத்தமில்லாமல் ஒழுங்கற்று இருந்தது (சாதாரண சொற்களைக் கூட அவளால் சரியாக உச்சரிக்க முடியவில்லை). நிறுத்திப் பேசுவதே அவளுக்குத் தெரியாத ஒன்றாக இருந்தது. அவள் போக வேண்டிய டிரெயின் கடைசி விசில் ஊதிவிட்டதுபோல பேசுவதில் எப்போதும் ஒரு அவசரம். இரண்டு வரி வசனத்தைப் பேசுவதற்கு அவளுக்கு நான்கு டேக் வேண்டியிருந்தது. உடலைக் காட்டுவதில் மிகவும் திறமைசாலியாக இருந்தாள். கீழ் உதட்டைக் கடித்து உணர்ச்சிகளை எழுப்புதல், பாதி மூடிய கண்களால் மோகவலை வீசுதல், மார்பக விளிம்பை வெளிப்படுத்துதல், மார்பகங்களைக் கவர்ச்சியாக குலுக்குதல், பின்புறங்களை அசைத்தல், இரட்டை அர்த்த வசனங்களின் தாக்கத்தை அதிகரிக்க இடுப்பை அசைத்தல் - இத்தகைய திறமைகளை அவள் வர்ஷாவுடனான காட்சியிலேயே

காட்டியிருந்தாள். கதாநாயகனோடு என்ன அதிசயம் செய்வாளோ, தெரியவில்லை!

எந்த நாடகத்திலாவது ஒரு கலைஞன் அடுத்தவனின் வசனத்தைப் பறிக்க முடியுமா? இயோகா பாத்திரத்தை ஏற்கும் லாரன்ஸ் ஆலிவர் ஒதெல்லோவின் தனி வசனத்தைப் பிடுங்கிக் கொள்ள முடியுமா? மாஷா பாத்திரத்தில் நடிக்கும் வர்ஷா ஐரீனாவின் வசனத்தை அபகரிக்க முடியுமா? நினைக்கும்போதே குமட்டியது. ஆனால் கஞ்சன்பிரபா இன்று அவளுடைய இரண்டு வசனங்களைக் கொள்ளை அடித்துவிட்டாள்.

'கடமை' ஹைதராபாத்காரரைப் புறக்கணித்து மூன்று வசனங்களில் வேண்டாத மாற்றங்கள் செய்துவிட்டாள், தன் ஐந்து, ஆறு தேவைக்கு அதிகமான குளோஸ்அப்களை எடுக்கச் செய்தாள். அவள் நடவடிக்கை எல்லாம் முட்டாள்தன மாக, அநாகரிகமாக, எரியும் அகங்காரத்தைக் காட்டின. வர்ஷாவுக்கு செட்டில் வெறுப்பு ஏற்படத் தொடங்கியது. 'பேக்-அப்'என்றவுடன் திடீரென்று தண்டனை ரத்து செய்யப்பட்ட மரணதண்டனைக் குற்றவாளி போல வர்ஷா விடுதலை மூச்சுவிட்டாள்.

திரும்பி வரும்போது வர்ஷா மௌனமாகவே உட்கார்ந்திருந்தாள். நீரஜா இரண்டு-மூன்று முறை கடைக்கண்ணால் அவளைப் பார்த்தாள்.

கடைசியில் நீரஜா சொன்னாள், ''வர்ஷா, நாங்கள் உங்களிடம் மன்னிப்பு கேட்டுக்கொள்கிறோம்.''

வர்ஷா இயல்பான குரலில் சொன்னாள், ''எனக்கு உங்களிடம் எந்த கோபமும் இல்லை.''

சற்று நேரம் அமைதி நிலவியது.

''இரவு ஹூசைன் அப்பாவிடம் பேசுவதற்கு வருகிறார்.'' நீரஜா மிக விரைவாக தன் சுமையைக் குறைத்துக்கொள்ள விரும்புவதாகத் தோன்றியது, ''பட இறுதியில் தான் சாகவேண்டும். நீங்கள் சாகக்கூடாது என்று கஞ்சன்பிரபா பிடிவாதம் செய்கிறாள். இதனால் பார்வையாளர்களின் அனுதாபம் தனக்குக் கிடைக்கும் என்று அவள் நினைக்கிறாள்.''

''ஷூட்டிங் முழுதும் முடிந்தபிறகு அவள் பிக்சரில் வேண்டுமானாலும் சாகட்டும், ரியல் லைஃபில் வேண்டுமானாலும் சாகட்டும், இரண்டும் ஒன்றுதான்!'' சொல்லும்போதே வர்ஷா விழித்துக்கொண்டாள். கோபத்தில் இப்படியான கடுமையான சொற்களைத் தன் வாயால் சொன்னதை முதல் முறையாக அவள் கேட்டாள்.

இது என் மீது மெயின் ஸ்ட்ரீம் சினிமா சூழலின் விளைவா என்று அவள் யோசித்தாள்.

★ ★ ★ ★

பாத்ரோப் அணிந்து வர்ஷா டிராயிங்ரூமில் ஜன்னல் எதிரில் நின்றிருந்தாள். டிரையரின் சூட்டை ஈர முடியில் உணர்ந்தவாறே ப்ரஷ்ஷால் தலையை வாரிக்கொண்டிருந்தாள். ஜன்னலில் டீ மக் வைக்கப்படிருந்தது.

இருட்டில் மத்திமமான டிராஃபிக் ஒலி கேட்டுக்கொண்டிருந்தது. மிஞ்சிய மழை பொழியும் ஒலி. இங்கு பெய்யும் மழை நன்றாக இருக்கிறது. நிற்கும் எண்ணமே இல்லை.

இறுக்கமான நரம்புகளை ஆறுதல்படுத்தவும், தூக்கம் வரவும் என்ன செய்யலாம்? லிஃப்ட்மேனிடம் சிகரெட்டும் தூக்க மாத்திரையும் வாங்கிவரச் சொல்லவாமா? ஆனால் ப்ரஸ்கிரிப்ஷன் இல்லை. பத்து ரூபாய் நோட்டு ஒன்று கொடுத்தால் கிடைக்கலாம்.

குருவியின் இனிய ஒலியில் அழைப்புமணி ஒலித்தது. இந்த நேரத்தில் யார்? உள்ளுக்குள் எரிச்சல் மண்டியது.

கதவுத் துளை வழியாக பார்த்தாள். ஒரு வினாடி இதயத் துடிப்பு நின்றுவிட்டது. கதவைத் திறந்தபோது கைகள் வலுவிழந்தன.

''ஹலோ...'' என்ற பரிச்சயமான குரல்,

ஹர்ஷ் உள்ளே வந்தான். வர்ஷா கதவை மூடினாள். சோர்ந்த நரம்புகள் உயிர்த்தெழுந்தன.

முன்னை விட மெலிந்திருந்தான். ஒருநாள் தாடி. கமீஜில் இரண்டு, மூன்று சுருக்கங்கள். சட்டையை முழங்கை வரை

மடித்துவிட்டிருந்தான். பம்பாய் சீதோஷ்ணத்திற்கேற்ப (அல்லது ஃபேஷன்) பனியன் இல்லை. அவனுடைய வெண்மை நிறம் சற்று மங்கியிருந்தது. காலுறை இல்லாமல் ரப்பர் சாண்டில்கள். கண்களில் சற்று சிவப்பு.

''சிகரெட் இருக்கிறதா?'' என்ற கேட்டாள் வர்ஷா. நாடகதோரணையில் இத்தகைய தொடக்கத்தைப் பார்த்ததும் ஹர்ஷ் ஆச்சரியப்பட்டான், ஆமாம் என்று தலையாட்டினான், ''பைப்பை நிரப்பட்டுமா?''

வர்ஷாவும் சரியென்று தலையாட்டினாள். சில வினாடிகள் கழித்து ''சீக்கிரம்.'' என்றாள். மேலும் சில வினாடிகள் கழித்து ''எவ்வளவு நேரம்?'' என்றாள்.

இம்முறை ஹர்ஷ் மெல்லிய புன்னைகயுடன் அவளைப் பார்த்தான்.. வர்ஷா மீண்டும் ஸ்விட்ச் போர்டு அருகே சென்று ப்ரஷ்ஷால் தலைவாரினாள்.

ஹர்ஷ் பைப் சிகரெட்டை நீட்டியபோது வர்ஷா ஆற்றாமையோடு வாங்கி ஒன்றன் பின் ஒன்றாக இரண்டு நீண்ட இழுப்பு இழுத்தாள்.

''வர்ஷா, மெல்ல...'' என்ற ஹர்ஷ் அவளைப் பார்த்தபடி கவலையோடு கூறினான்.

வர்ஷா மீண்டும் இரண்டு முறை புகையை இழுத்தாள்,

இடையில் சிறிது இடைவெளி இருந்தது.

ஹர்ஷ் எழுந்து அருகில் வந்தான். அவளிடமிருந்து சிகரெட்டை வாங்கி ஆஷ்-ட்ரேயில் வைத்தான். பிறகு அவளைக் கையில் தூக்கி மார்போடு அணைத்துக் கொண்டான்.

நீண்ட மூச்சுகள் இழுத்து வர்ஷா ஸ்திரமானாள். மூச்சும் இயல்பான நிலைக்கு வந்தது. உள் ஜுரம் சற்று தணிந்ததாகத் தோன்றியது. இந்த உடலின் மணம், மூச்சுகளின் உரிமை நீண்ட நாட்களுக்குப் பிறகு கிடைத்தது. துயர ஊற்று பெருக்கெடுத்தது.

ஹர்ஷின் உதடுகள் அவள் மென்மையான முடியைத் தடவின, ''என்ன ஆயிற்று?''

வர்ஷா முகத்தை உயர்த்தினாள். பாதி திறந்த கண்கள் மூடிக்கொண்டன. பழைய ஒட்டுதலின் வடிவத்தைத் தேடியபடி, சந்தேகம், உள்மனப் போராட்டத்தை நடுங்கும் ஸ்பரிசத்தால் மூடியபடி முத்தம் நீண்டு மந்தமாக இருந்தது.

வர்ஷா சட்டென்று விலகினாள், ''எனக்கு ஒவ்வொன்றாக பதில் சொல்லுங்கள். நீங்கள் பூனா போயிருந்தீர்களா? பிறகு எங்கே போயிருந்தீர்கள்? உங்களோடு யார் இருந்தார்கள்? ஏன் போனீர்கள்? எங்கே இருந்தீர்கள்? என்னிடம் ஏன் முகவரியை மறைத்தீர்கள்? அங்கே வேறுயார் இருக்கிறார்கள்? அவர்களோடு உங்களுக்கு என்ன உறவு? சாருஸ்ரீயோடு உங்களுக்கு என்ன உறவு?''

இந்த சரமாரியான கேள்விகளில் ஹர்ஷ் திணறிவிட்டான், ''ஓ, காட்...''

வர்ஷா கோபத்துடன் நீண்ட மூச்சு வாங்கினாள், ''உங்கள் முகவரியைத் தெரிந்துகொள்ள நான் எவ்வளவு அவமானப்படவேண்டியிருந்தது?...''

ஹர்ஷ் இரக்கத்துடன் புன்னகை செய்தான், ''என் பெயர் வர்ஷா வசிஷ்ட். நான் டில்லியிலிருந்து வந்திருக்கிறேன். நான் ஹர்ஷின் குடும்ப சிநேகிதி. அவருடைய அம்மாவும், அக்காவும் அவரைப் பற்றித் தெரிந்துகொள்ள மிகவும் ஆவலாக இருக்கிறார்கள்.'' பிறகு அவளைப் பார்த்து தீவிரமாக சொன்னான், ''குடும்ப சிநேகிதி என்று ஏன் சொன்னாய்? ஹர்ஷின் சிநேகிதி என்று ஏன் சொல்லவில்லை?''

''நான் உங்கள் சிநேகிதி இல்லை.'' வர்ஷா சிகரெட்டை எடுத்து இரண்டு இழுப்பு இழுத்தாள். ஹர்ஷ் இதமாக அவளிடமிருந்து சிகரெட்டை வாங்க விரும்பினான். ஒரு வினாடி இதையும் சண்டைக்கு ஒரு விஷயமாக்க வர்ஷா நினைத்தாள். ஆனால் பிறகு சிகரெட்டை விட்டுவிட்டாள்.

''இவ்வளவு கோபமாக இருக்கிறாய்...'' ஹர்ஷ் அவள் முடியைக் கோத விரும்பினான்.

''என்னைத் தொடாதீர்கள்!'' வர்ஷா எரிந்துவிழுந்தாள். ''என் இதயத்தை சல்லடையாக்கியிருக்கிறீர்கள்.''

பிறகு நடந்தது எதிர்பாராத ஒன்று.

ஹர்ஷின் முகத்தில் பல வகையான உணர்வுகள் தோன்றி மறைந்தன, ஆனால் கனமான அவலத்தன்மை முகத்தில் நிரந்தரமாக பரவியிருந்தது. அவன் ஏதோ சொல்ல விரும்புவதாக ஒரு முறை தோன்றியது. சந்தேகமில்லாமல் அவன் மிகுந்த கஷ்டத்திலும், இரக்கநிலையிலும் இருந்திருப்பான், ஏனெனில் கண்கள் மிகவும் வேதனையுடன் அடிபட்டுக் காணப்பட்டன. உதடுகள் திறந்ததும் மூடிக்கொண்டன, முகத்தில் இயல்பின்மை பரவியது ''நீயும் என்னிடம் முகத்தைத் திருப்பிக்கொள்ளாதே, வர்ஷா!

இந்தக் குரல், இந்த உணர்வு... பம்பாய் ஹர்ஷை மாற்றிவிட்டிருக்கிறது.. வர்ஷா ஒருமுறை இதயத்துடிப்பு நின்றவளாக நினைத்துக்கொண்டாள்.

தன்னம்பிக்கை ஒளிவீசும், பிரகாசமான ஹர்ஷின் இப்படி ஒரு முகத்தை அவள் முதல்முறையாக பார்த்தாள். மனதின் ஒரு பகுதி உடனே இளகியது, ஆனால் தாடையை இறுக்கி வர்ஷா தன்னைக் கட்டுப்படுத்திக்கொண்டாள், ''நான் முகத்தைத் திருப்பிக் கொள்வதா, இல்லையா என்பதை முழு விவரமும் தெரிந்தபிறகு தீர்மானித்துக் கொள்கிறேன்.'' (ஹர்ஷ் விஷயத்தில் முதல் முறையாக அவள் பல்லைக் கடித்துக்கொண்டாள்).

''நான் ரஞ்சனாவுடன் மாஹாமில் இருக்கிறேன்.'' ஹர்ஷ் சோபாவில் தன் இடத்தில் உட்கார்ந்தான், பாதி வர்ஷா மீதும், பாதி தரை மீதுமாக அவன் பார்வை இருந்தது. ஒரு வாக்கியம் பேசியதுமே தடங்கிவிட்டான். ''கொஞ்சம் தண்ணீர் குடித்துக்கொள்ளட்டுமா?''

''உடன் இருக்கிறேன் என்றால் அவள் ஃபிளாட்டில் ஒரு ரூமில் இருக்கிறேன் என்று அர்த்தம்.'' கடகடவென்று ஒரு கிளாஸ் தண்ணீர் குடித்துவிட்டு ஹர்ஷ் தொடர்ந்தான், ''அவள் டான்ஸ் டைரக்டராக இருக்கிறாள். முப்பத்தைந்து வயது இருக்கும். என்னை வைத்து ஃபிலிம் புரொட்யூஸ் பண்ணவிருக்கிறாள். அவளை சாருஸ்ரீயை சந்திக்கச்செய்தேன். சாருஸ்ரீ தன் சம்பளத்தில் பெரும்பகுதியைக் கிரெடிட் தருவதற்குத் தயாராக இருக்கிறாள். ரஞ்சனாவின் ஒரு பிசினஸ் நண்பரை சந்திக்க பூனா போயிருந்தேன்.

அவர் எங்கள் ஃபிலிமுக்கு கொஞ்சம் ஃபைனான்ஸ் பண்ணுகிறார். அங்கிருந்து மஹாபலேஷ்வர் போனோம், அங்கே ரஞ்சனாவுக்கு கொஞ்சம் ப்ராப்பர்ட்டி இருக்கிறது. இவ்வளவு செய்த பிறகும் இரண்டு பாட்டு ரிக்கார்டு செய்வதும், நான்கு ரீல்கள் எடுப்பதும் சாத்தியமில்லை என்று தோன்றுவதுதான் கஷ்டமாக இருக்கிறது. ரஞ்சனாவின் டிஸ்டிரியூட்டர் நண்பர் ஒருவர் குறைந்த பட்சம் அந்த நான்கு ரீலாவது வேண்டும் என்று சொல்லியிருக்கிறார்.''

''நீங்கள் ஏன் ரஞ்சனாவுடனேயே இருப்பதற்குப் போனீர்கள்?''

ஹர்ஷ் ஒரு வினாடி வர்ஷாவைப் பார்த்தான். ''நான் முன்பு இருந்த டி. என். நகரில் ஒரு மாத வாடகை என்னால் கொடுக்கமுடியவில்லை. ஒரு நாள் மாலை நான் வீட்டிற்கு திரும்பியபோது வீட்டுக்காரர் சூட்கேஸைத் தூக்கி எறிந்துவிட்டார்.'' ஹர்ஷ் கீழே குனிந்து பார்க்கத் தொடங்கினான். ''நவீன் மாமாவீடம் போவதற்கு அவமானமாக இருந்தது. நீ புரிந்துகொள்வாய் என்று நினைக்கிறேன், இப்போது நான் முகம் தெரியாதவர்கள் செய்யும் அவமானத்தைப் பொறுத்துக்கொள்வேன், ஆனால் நண்பர்கள், உறவினர்களிடம் பொறுக்கமாட்டேன்.''

''உங்களிடம் ரஞ்சனாவின் ஈடுபாடு ஃபிலிமுக்காக மட்டும் தானா?''

''இல்லை. ''ஹர்ஷ் ஒரு வினாடி கூட தாமதிக்கவில்லை.

''பிறகு?''

''ஒரு ஆண் என்ற வடிவத்தில் அவள் என்னால் கவரப்பட்டிருக்கிறாள்.''

வர்ஷா ஆழந்த பெருமூச்சு விட்டாள், ''அவள் தனியாக இருக்கிறாளா?''

''ஆமாம். கணவன் நீண்ட நாட்களுக்கு முன்பே பிரிந்து போய் விட்டான்.''

மழையுடன் காற்றும் வேகமாகிவிட்டது. திரைகள் பாதி உயரத்தில் எழுந்து படபடக்கத் தொடங்கின. சைட்டேபிளில் வைத்திருந்த லேம்ப் ஆடியது.

அறிமுகமில்லாத சகபயணி 589

வர்ஷா ஜன்னலை மூடினாள். பிறகு பெட்ரூமிலிருந்து நீரஜா தந்திருந்த வெள்ளை பீர் பாட்டிலை எடுத்துக்கொண்டு வந்தாள், சமையல் அறையிலிருந்து கிளாசும், ஐஸ்கட்டியும் எடுத்துக்கொண்டு வந்தாள். ஒரு கிளாசை ஹர்ஷின் முன் வைத்தாள், தன் கிளாசை சற்று உயர்த்தி ஒவ்வொன்றாக மூன்று பெரிய மடக்கு பருகினாள். ஹர்ஷ் சற்று விஷமமாக வர்ஷாவைப் பார்த்துக்கொண்டிருந்தான், ஆனால் அவள் முகபாவத்தைப் பார்த்துவிட்டு ஒன்றும் பேசாமல் மௌனமாக இருந்தான்.

'''தீபத் திரி' என்ன ஆயிற்று?''

''ஷெல்வ் ஆகிவிட்டது, சதானந்தின் கர்ட்டசி, அதனால்தான் நான் நாயுடுவின் ஃபிளாட்டை விட்டுப்போக நேர்ந்தது'' ஹர்ஷ் சாதாரண சிகரெட் ஒன்றைப் பற்றவைத்தான், 555 இல்லை.

''சாருஸ்ரீயுடன் உங்கள் உறவு எப்படிப்பட்டது?''

''என் பக்கத்திலிருந்து வெறும் நட்புதான்.''

''எப்படிப்பட்ட நட்பு?''

''இரு வேறு பாலினரான இரண்டு சக அலுவலர்களைப் போல மமதா, அர்ச்சனா, அனுபமாவுடனான என் நட்பைப் போல.''

''அவள் பக்கத்திலிருந்து?''

''அவள் இப்போது யாருடனாவது செட்டில் ஆக விரும்புகிறாள். ஒரு ஸ்டேஜில் நானே அந்த ஆளாகக் கூடு மென்று அவளுக்கும், அவள் அம்மாவுக்கும் தோன்றியது. 'தீபத் திரி' அதை விரைவுபடுத்தும் ஒரு கனவாக இருந்தது, அதை சதானந்த் உடைத்துவிட்டார், கஞ்சன்பிரபா சாருஸ்ரீயை ஃபீமெல் ஸ்டார் நம்பர் ஒன் இடத்திலிருந்து இறக்கிவிட்டாள். அவளும் இந்த கேரியரில் களைத்துப்போய்விட்டாள்...''

''சாருஸ்ரீயிடம் கல்யாணத்தைப் பற்றி தெளிவாகப் பேசிவிட்டீர்களா?''

''இல்லை, பூசி மெழுகித்தான்.''

''நீங்கள் ஏன் தெளிவாகக் கூறவில்லை?''

ஹர்ஷ் சங்கடத்தோடு புன்னகை செய்தான், ''இப்படியே ஒரு பெரிய ஃபிலிம் எடுத்து முடிந்தால் என்ன கெட்டுப்போயிற்று என்று நான் ஸ்மார்ட்டாக யோசித்திருந்தேன். ஆனால் என் ஸ்மார்ட்னெஸ் எதற்கும் பயன்படவில்லை. கெட்ட பெயர் ஏற்பட்டதுதான் மிச்சம். அம்மாவும், சுஜாதாவும் கோபித்துக்கொண்டார்கள், உன் கோபத்தையும் பார்க்கிறேன். ''ஹர்ஷ் அவள் கையைத் தன் கையில் எடுத்துக்கொண்டான், பின்னர் அதில் சின்ன, சின்னதாக பல முத்தங்களைப் பதித்தான்.

''ஃபிலிம் எடுத்து முடிந்திருந்தால் நீங்கள் நிலையான உறவை ஏற்படுத்திக்கொள்வதைப் பற்றியும் யோசித்திருப்பீர்கள்?''

ஹர்ஷ் தயங்கினான். ''என்னை அவ்வளவு நிலையில்லாதவனாக நினைக்கிறாயா? என்ன வேண்டுமானாலும் சொல், ஆனால் இப்படி ஒரு குற்றச்சாட்டை மட்டும் சுமத்தாதே. அம்மா மேல் ஆணையாக சொன்னால், ஒத்துக்கொள்வாயா? சென்ற முறை நான் அம்மா தலையில் கை வைத்து வீட்டிற்கு மருமகள் என்று ஒருத்தி வந்தால் அவர்களுக்குப் பிடித்தவள்தான் வருவாள் என்ற சத்தியம் செய்திருக்கிறேன்.''

வர்ஷாவின் கிளாஸ் காலியாகிவிட்டிருந்தது. ஹர்ஷின் கிளாசில் இன்னும் பாதி இருந்தது. வர்ஷா மீண்டும் இரண்டையும் நிரப்பினாள். ஐஸ்கட்டிகள் போட்டு இரண்டு மடக்கு பருகினாள். ஹர்ஷ் அவளை சற்று குழப்பத்துடன் பார்த்தான். வர்ஷா அவன் கையிலிருந்த சிகரெட்டை வாங்கி இரண்டு இழுப்பு இழுத்தாள். இப்போது போதையின் மத்திம அலை உள்ளே வீசத் தொடங்கியது.

''மிஸ்டர் நந்தாவின் ஃபிலிம் எப்போது தொடங்குகிறது?''

ஹர்ஷ் பெருமூச்செறிந்தான், ''அங்கேயும் சிக்கல் இருக்கிறது.''

வர்ஷா எதிரில் பார்த்தபடி சொன்னாள், ''எதுவும் சொல்வதற்கு முன் நான் மிஸ்டர் நந்தாவையும், ஆதித்யாவையும் சந்தித்துவிட்டேன் என்பதைத் தெரிந்துகொள்வது அவசியம்.''

ஹர்ஷ் புன்னகை செய்தான, ''நீ உன் ஷூட்டிங்கை செய்துகொண்டிருக்கிறாயா அல்லது என்னைப் பற்றி

இன்வெஸ்டிகேஷன் செய்து கொண்டிருக்கிறாயா?'' ஒரு வினாடி மௌனமாக இருந்துவிட்டு பிறகு சொன்னாள், ''சரி என் மீது என்னென்ன குற்றச்சாட்டுகள்? நீயே சொல்.''

''உங்களிடம் ஏன் பொறுமை இல்லை? ஹர்ஷ் வந்தவுடனே பம்பாயைக் கொள்ளை அடிக்க விரும்புகிறார், பெட் ஸ்டாண்டு டெர்ரஸ் ஃபிளாட்டுக்குக் கீழே பேசுவதே இல்லை என்று ஆதித்யா சொல்கிறார். கலை சினிமாவில் சம்பளம் சாதாரணமாக இருப்பதால் உங்களுக்கு இஷ்டமில்லை, நான் ஒத்துக் கொள்கிறேன், ஆனால் இயல்பு, விருப்பம், திறன் என்று கணக்கு போட்டு பார்த்தால் பட்ஜெட் சினிமா நமக்கு மிகவும் அனுகூலமாகத்தான் இருக்கிறது.'' வர்ஷா தயங்கினாள், ''உங்களுக்கு புரொஃபஷனல் சினிமாவில் துணைக் கதாநாயகன் ரோல் கிடைத்ததே! அங்கே என்ன ஆயிற்று?''

''நீ சொல்ல வேண்டியதையெல்லாம் சொல்லிவிடு.'' ஹர்ஷின் குரல் சற்று தணிந்திருந்தது.

''உங்கள் பதிலைத் தெரிந்துகொள்ளாமல் நான் சொல்லவேண்டியதை எப்படி தீர்மானிப்பது?''

ஹர்ஷ் இயலாமைத் தன்மையோடு தலையைக் குலுக்கினான், ''முதலில், அவர்கள் சம்பளம் குறைவாக தந்தார்கள், இரண்டாவதாக அந்த கேரக்டர்கள் எனக்குப் பிடிக்கவில்லை.''

''அவர்கள் உங்களுக்கு ஆஃபர் செய்த தொகை குறைவானது இல்லை. முதல் ஃபிலிமிலேயே அவர்கள் உங்களுக்கு எப்படி ஐந்து சைபர் கொடுப்பார்கள்? ஃபிலிமை விற்பதில் உங்கள் பெயர் உதவி செய்தால் உங்கள் கோரிக்கையைக் காது கொடுத்து கேட்பார்கள், மெயின் ஸ்ட்ரீம் சினிமாவின் மார்க்கெட்டெபிலிட்டியில் இண்டர்நேஷனல் அவார்டினால் ஒரு பிரயோஜனமும் இல்லை, இது உங்களுக்குத் தெரியாதா?''

வர்ஷா மீண்டும் இரண்டு மடக்கு பருகினாள், ''நீங்கள் வேறு உணர்வுகளோடு மக்கள் விரும்பும் சினிமாவுக்கு வந்திருக்கிறீர்கள். அவர்கள் உங்களை இயல்பாக உணரும்படி உங்கள் நடவடிக்கை இருக்க வேண்டும், ஆனால், நீங்கள் 'ஆர்க்கிடைப்பல் இண்டியன்

வுமன்', 'எக்ஸ்டென்ஷன் ஆஃப்தி மெட்டா ஃபர் ஆஃப் யூத்ஃபுல் ஃபேஷன்', தி கேரக்டர் இன் ஆல் ஹிஸ் மைசரி ரிப்ரசண்ட்ஸ் ஏ டிஸ்டிலேஷன் ஆஃப் சம்திங் இன்டெஸ்ட்ரக்கபிலி' போன்ற மேற்கோள்களை சொல்லி அவர்களை பயமுறுத்திவிட்டீர்கள். பிறகு உங்கள் கேரக்டரை வைத்துக் கொண்டு இந்த ஆக்ஷனின் மோட்டி வேஷன், ஏஸ்தெடிக் பர்ஸ்பெக்டிவ் என்ன, இது என் இன்னர் செல்ஃபின் ஓவர் ஆல் லே அவுட்டில் எங்கே ஃபிட் ஆகிறது என்று இண்டெலக்சுவல் கேள்விகள் எழுப்பத் தொடங்கி விட்டீர்கள். ஹீரோயினை ரேப் செய்யும் வில்லன் சட்டென்று நிறுத்திவிட்டு தன் மோட்டிவேஷன் என்ன என்றா கேட்கிறான்? அருவியின் கீழ் அரை நிர்வாண கஞ்சன் பிரபா தன் ஒரு கிலோ மார்பகங்களைக் குலுக்கியபடி கவர்ச்சிப்பாட்டு பாடும்போது இந்த ஆர்க்கிடைப்பல் இண்டியன் வுமனின் மோட்டிவேஷன் என்ன? ஐந்து ரூபாய் டிக்கெட் பார்வையாளர்களைப் பரவசப்படுத்துவது... இங்கே நீங்கள் ஷூட்டிங்கை நிறுத்திவிட்டு கலையின் சமூகப் பொறுப்பைப் பற்றி யூனிட்டுக்கு லெக்சர் கொடுப்பீர்களா?''

வர்ஷா ஒரு வினாடி ஹர்ஷைப் பார்த்தாள், ''நந்தா ஃபிலிமில் பாட்டு போடுவதை நீங்கள் ஏன் தடுக்கிறீர்கள்? ஸ்க்ரீனில் பாட்டு போடுவது முட்டாள்தனம் என்பது உங்கள் வாதம். மிஸ்டர் ஹர்ஷ வர்தன், இங்கே ஒவ்வொரு பச்சை நோட்டுக்கட்டும் நீங்கள் முட்டாள் ஆவதற்காகவே தரப்படுகிறது. நீங்கள் அறிவாளியாகவே இருக்கவேண்டுமென்றால் ரிப்பர்ட்டரிக்கே திரும்பிப் போய்விடுங்கள்.''

ஹர்ஷ் திடுக்கிட்டான்.

''நீ முட்டாளாக இருப்பதில் சந்தோஷப்படுகிறாயா?''

''ஆமாம். நான் மக்கள் விரும்பும் சினிமாவில் முட்டாளாக இருப்பேன், கூடவே லோ பட்ஜெட் படமும் செய்வேன். மீரா பட்வர்தன் ப்ராஜெக்ட் விரைவில் மெச்சூராகி விடும்.''

வர்ஷா ஹர்ஷின் காலி கிளாசை நிரப்பினாள், இரண்டு மடக்கு குடித்துவிட்டு ஹர்ஷின் பக்கம் நீட்டினாள், ''நீங்கள் இரண்டு, மூன்று நாட்கள் டில்லி போக முடியாதா? அம்மாவின்

உடல்நிலை சரியில்லை. சுஜாதா அக்கா ஜே.என்.யூ.விலிருந்து முனீர்க்காவுக்கும், முனீர்க்காவிலிருந்து ஜே.என்.யூ.வுக்கும் ஓடிக் கொண்டிருக்கிறார்கள்.''

ஹர்ஷ் குன்றிவிட்டான், ''அடுத்த முறை டில்லி வரும் போது உங்களை என்னுடன் இங்கு அழைத்து வந்துவிடுவேன் என்று அம்மாவிடம் சொல்லிவிட்டு வந்தேன். இப்போது போனால் திரும்பி வரமாட்டேன்.'' சற்று நிறுத்தி கடிகாரத்தைப் பார்த்தான், ''நான் போய் வரட்டுமா?''

வர்ஷா பெட்ரூமிலிருந்து தன் பர்சை எடுத்துக் கொண்டு வந்தாள், ஆயிரம் ரூபாய் நோட்டுக்கற்றை ஒன்றை ஹர்ஷின் பையில் வைத்தாள், ''இதை வைத்துக் கொள்ளுங்கள்.''

ஹர்ஷ் சங்கடத்துடன் சொன்னான், ''என் வாழ்க்கை எப்படியோ நடந்து கொண்டிருக்கிறது.''

ஹர்ஷ் இவ்வாறு சங்கடப்படுவதை வர்ஷா முதல்முறையாக பார்த்தாள். எப்போதும் அள்ளி வீசுபவன் இப்போது கை ஏந்தும் நிலையில் இருந்தான்.

''எப்படி நடக்கிறது? ரஞ்சனா கொடுக்கிறாள், இல்லையா?''

ஹர்ஷ் குனிந்து தரையைப் பார்த்தான்.

''என் உரிமை அவளை விட குறைந்ததா?''

ஹர்ஷ் பேசாமல் நோட்டுக் கற்றையை வைத்துக் கொண்டான்.

''நான் உண்மையில் ஹை ஆகிவிட்டேன்.'' வர்ஷா சட்டென்று நிறுத்தினாள், ''உங்களை சாப்பிடுகிறீர்களா என்று கூட கேட்கவில்லை.''

''யார் சமையல் செய்கிறார்கள்?''

''ஒரு சமயம் நான் செய்வேன். ஒரு சமயம் நீரஜாவின் வேலைக்காரன் பிற்பகலில் செய்து வைத்துவிட்டுப் போய்விடுவான்.''

ஹர்ஷும் வர்ஷாவின் பின்னாலேயே சமையல் அறைக்கு வந்தான்.

★ ★ ★ ★

அவர்கள் திறந்த ஜன்னல் முன் நின்றிருந்தார்கள். கோணலான மழைத்துளிகள் உள்ளே வந்து கொண்டிருந்தன. ஹர்ஷ் ஒரு கையில் அவள் கையைப் பிடித்தபடி அவளைத் தன் கைகளால் வளைத்திருந்தான். ஹர்ஷின் மணிக்கட்டுக்கு நேர் கீழே வர்ஷாவின் வலது மார்பகம். நான் அப்போதிலிருந்து பாத்ரோபிலேயே இருக்கிறேன், வர்ஷாவுக்குள் உற்சாக இழை தோன்றியது (கதவுத் துளை வழியாக பார்க்கும் போது ஹர்ஷுக்குப் பதில் சித்தார்த்தைப் பார்த்திருந்தால் கதவைத் திறப்பதற்கு முன் கவுன் அணிந்திருப்பாள்).

''என்ன ஆயிற்று?'' என்று கேட்டான் ஹர்ஷ்

''நீங்கள் வந்திருக்கவில்லையென்றால், நான் தூக்கமாத்திரை வாங்கியிருப்பேன்.''

ஹர்ஷ் அவள் தோள்களைத் திருப்பி தன்னுடன் இறுக்கியபடி கேட்டான், ''நீயே சாயங்காலத்திலிருந்து உன் வசத்தில் இல்லை.''

''அந்த செக்ஸ் - கிடின் இருக்கிறாளே...'' என்று தொடங்கிய வர்ஷா மெல்ல எல்லாவற்றையும் சொன்னாள்.

''புதியவர்களுடன் இப்படித்தான் நடக்கிறது. நீ இதற்காக மண்டையை உடைத்துக் கொள்ளாதே,'' ஹர்ஷ் அவள் கன்னங்களில் தன் உள்ளங்கைகளை வைத்து அவள் முகத்தை மேலே தூக்கினான், ''எனக்கு தூக்க மாத்திரை என்றாலே மிகவும் வெறுப்பு. டிப்ரெஷனில் எண்ணிக்கை அதிகரிக்கிறது. என்ன வேண்டுமானாலும் நடக்கக்கூடும். இனி தூக்கமாத்திரை வாங்கமாட்டேன் என்று சத்தியம் செய்.''

வர்ஷா சத்தியம் செய்தாள்.

''வர்ஷா, உன்னைப் பற்றி எனக்கு மிகவும் பெருமையாக இருக்கிறது. 'எரியும் பூமி'யில் உன் நடிப்பை எல்லாரும் மிகவும் பாராட்டுகிறார்கள். பூனாவில் இந்த இரண்டாவது ஃபிலிமைப் பற்றிய செய்தியைக் கேள்விப்பட்டபோது நீ எங்கே எப்படி ஒரு

புதிய நகரத்தில் இருப்பாய் என்று யோசித்தேன். நான் எதுவும் உதவி செய்யும் நிலையில் இல்லை. இங்கு வந்ததும் நீ நன்றாகவே செட்டில் ஆகியிருப்பதைப் பார்க்கிறேன்.''

எல்லாம் நிலையற்றது என்று சொல்ல விரும்பினாள் வர்ஷா. ஆனால் எதுவும் சொல்லவும் மனம் விரும்பவில்லை. ஹர்ஷின் நடவடிக்கை அவளுக்குப் பிடித்திருந்தது.

''நான் போய் வரட்டுமா?''

''என்னைத் தூங்க வைத்துவிட்டுப் போங்கள்.''

ஹர்ஷ் முத்தமிட்டபோது வர்ஷாவின் பதில் ஆக்கிரமிப்புடன் ஆவேசமாக இருந்தது. சோர்வின் காய்ந்த சருகுகள் காற்றில் தூரத்தில் பறந்து சென்று விட்டன. ஆசையின் வெப்பத்தினால் உள்ளுக்குள் நடுக்கம் தோன்றியது.

ஹர்ஷின் தோளை வளைத்திருந்த வர்ஷாவின் கைகள் பின்னால் விலகி பாத்ரோபை அவிழ்த்து நழுவ விட்டுவிட்டு பழைய இடத்திற்கே வந்தன.

''திவ்யாவிடம் அனுமதி வாங்கிக் கொண்டாயா?'' அவளுடைய வெறுமையான முதுகைத் தடவியபடி ஹர்ஷ் புன்னகை செய்தான்.

''திவ்யா இன்று என் மனநிலையைப் பற்றி அறிந்தால், இந்த டேக்கை ஓக்கே செய்து விடுவார்கள்.''

இன்றைய முழுமையான உடல் நெருக்கம் நீண்ட நாட்களுக்குப் பிறகு உண்டானது. மோதிலால் நேரு ரோடு அனுபவத்தின் ஆழத்திற்குப் பிறகு வர்ஷாவுக்கு உடல் வேண்டி அழுதாலும் தான் இதையே வழக்கமாகக் கொண்டால் வீணாகி விடுவோம் என்று தோன்றியிருந்தது. பிறகு திவ்யாவும் இதே கருத்தை வலுப்படுத்தினாள். 14 / 14 -வீட்டில் தனியாக இருக்கும்போது கூட சஹகல் குடும்பத்தினர் புருவத்தை உயர்த்தும்படி தன் வாழ்க்கைப் போக்கு அமைவதை அவள் விரும்பவில்லை (ஹர்ஷ் வந்தால் அவள் தன் மாடிக் கதவைத் திறந்து வைத்துவிடுவாள்). ஹர்ஷுடன் கல்யாணப் பேச்சு

எழுந்ததும் அவளைக் குறித்து ஹர்ஷின் போக்கில் நுண்ணிய மரியாதை உணர்வு தோன்றிவிட்டது.

ஹர்ஷின் மூச்சு திணறியது, ஆனால் வர்ஷாவின் வேகமான முத்த சங்கிலி நிற்கவில்லை.

முதல்முறையாக ஹர்ஷுடன் ஒரு கூர்மையான மோதல் ஏற்பட்டிருந்தது, அதில் அவன் குற்றவாளிக் கூண்டில் நின்றதோடு குற்றச்சாட்டுகளுக்கு தக்க பதிலும் அவனால் தரமுடியவில்லை. ஹர்ஷ் சீறி எழுவானோ என்று வர்ஷாவுக்கு பயமாக இருந்தது, ஆனால் ஹர்ஷ் தன்னிலை இழக்காமல் உறுதியாக இருந்தபோது வர்ஷா உணர்ச்சிவசப்பட்டாள் (ராஜகுமாரன் இப்போது பெரியவனாகிக் கொண்டிருக்கிறான் என்று அவள் நினைத்துக் கொண்டாள்). அறியாத நகரத்தின் தாக்குதல், அவமானத்திற்குப் பிறகு ஹர்ஷை சந்தித்தது, மேகத் தொடர்களின் முதல் மழை. தன் வெற்றியில் ஹர்ஷ் சந்தோஷப்பட்டதால் உணர்ச்சிவேகம் இன்னும் அதிகரித்தது... இந்த ஆண்மகன் என்னுடையவன், உலகில் எனக்கு மிக நெருக்கமானவன் இவன்தான், என் பெண்மையின் எல்லா ஆழமான உணர்வுகளும் இவனுடன்தான் இணைந்துள்ளன. இவன் என் இருண்ட கணங்களில் துணையாகவும், ஆறுதலாகவும் இருந்திருக்கிறான்...

கட்டிலில் வர்ஷா ஹர்ஷின் மீது பரவியிருந்தாள். மூச்சு வேகமாக நரம்புகளில் உணர்ச்சி ஜ்வாலை... அவள் ஹர்ஷை மூலையில் இருந்த லேம்பை அணைக்க விடவில்லை. அவள் வெப்பத்தில் ஹர்ஷ் புன்னகை செய்துவிட்டு இருந்து விட்டான். வர்ஷா ஹர்ஷின் கழுத்தில் பல் பதியக் கடித்தபோது அவன் கீச்சிட்டான், ''நீ கஞ்சன்பிரபாவுக்கு பதில் என்னைப் பழி வாங்கிக் கொண்டிருக்கிறாய்!''

ஆவேச ஜுரத்திற்கிடையில் வர்ஷா சிரித்தாள்.

அவள் தூக்கம் கலைந்த போது காலை விடிந்துவிட்டது. இணைவு உள்யேும் - வெளியேயும் இப்படி ஒரு தூய்மையை, கலகலப்பைத் தரக்கூடியதா என்று அவள் ஆச்சரியத்தோடு நினைத்துக் கொண்டாள். மிக ஆழ்ந்த தூக்கம் - ஹர்ஷைத் தழுவிய படி. இரவு முழுதும் வேகமாக அடித்துத் தூறிய பிறகு மழை

இப்போது குறைந்திருந்தது. பின்னால் தூரத்தில் வெளிச்சம் தோன்றிக் கொண்டிருந்தது. திடீரென்று வர்ஷா தன் வாழ்க்கையைக் குறித்து மகிழ்ச்சியில் பூரித்தாள்.

அவள் தூங்கிக் கொண்டிருந்த ஹர்ஷை முத்தமிட்டாள்.

அப்போதுதான் போன் ஒலித்தது (போனில் இத்தகைய மானிட துயரத்தை வர்ஷா முதல் முதலாக உணர்ந்தாள். மெல்லிய குரலில் சிவந்த கண்களுடன் இரவு முழுதும் தூங்காமல் கழித்ததின் கனத்த சோகம் தெரிந்தது).

முகத்தில் வந்து விழுந்த முடியை அகற்றியபடி அவள் தூக்கக்குரலில் "ஹலோ..." என்றாள்.

"ஹர்ஷவர்தன் இருக்கிறாரா?"

"யார் பேசுவது என்று நான் தெரிந்துகொள்ளலாமா?" பலவீனமான உணர்வில் வர்ஷாவின் குரல் நடுங்கியது.

"ரஞ்சனா..."

5. தங்கள் தங்கள் காட்ஃபாதர்

இரண்டு நிகழ்ச்சிகளும் ஒன்றன் பின் ஒன்றாக நிகழ்ந்தன - 'எரியும் பூமி'யில் மிகச் சிறந்த நடிகைக்காக வர்ஷாவுக்கு தேசீய விருது, விமல் தன் சொந்த பேனரில் தயாரிக்கும் ஏழாவது படமான 'ஆரத்தியும் நெருப்பும்' என்ற படத்தில் கதாநாயகி பாத்திரம்.

ஷாஜஹான்பூருக்கு இரண்டு நாள் பயணமாக சென்று விட்டு திரும்பியிருந்த அவள் சாந்தாகுரூஸ் ஏர்போர்ட்டிலிருந்து நேராக செட்டுக்குப் போய்விட்டாள். இரவு ஒன்பது மணி வரை ஷூட்டிங் பண்ணினாள். பிறகு வந்து குளித்துவிட்டு ஒரு கப் டீ எடுத்துக் கொண்டு சோபாவில் சாய்ந்தாள்.

அன்று காலை அழைப்பு மணி ஒலித்தபோது வர்ஷா பால்காரன் என்று நினைத்தாள், ஆனால் தந்தி சேவகன். சென்ற முறை வந்த தந்தி அம்மாவின் மரணச் செய்தியைத் தாங்கி வந்திருந்ததால் வர்ஷா மிகவும் பயந்து விட்டாள். ('நடக்கக் கூடாதது நடக்கவேண்டுமென்றால் அதன் கதவுகள் எங்கிருந்து வேண்டுமானாலும் திறக்கும்.' என்ற 'சாகுந்தல' வசனம் நினைவு வந்தது.).

ஆனால் தந்தியைப் பிரித்ததும் உயிர் வந்துவிட்டது. கிஷோரின் கல்யாண அறிவிப்பு. சுபமுகூர்த்தம் அமைந்ததும் திடீரென்று தீர்மானமாகியிருக்கும். எல்லாரும் தங்கள் உத்தரப்பிரதேசத்தில் இருக்கிறார்கள். அவள் மட்டும்தான் கருப்புத் தண்ணீரை அனுபவித்துக் கொண்டிருக்கிறாள்.

"நீரஜா, என்ன செய்வது?" அவள் காரில் ஏறி உட்கார்ந்ததுமே அவளிடம் தந்தியைக் காட்டினாள், "நாளை மறுநாள் பாராத் நடக்கும், அன்றுதான் பாட்டு பிக்சரைஸ் ஆக வேண்டும்."

"ஹுசைனிடம் சொல்வோம்." நீரஜாவின் குரல் இயல்பாக இருந்தது.

வர்ஷா மிகவும் கவலைப்பட்டாள். அவள் ஒப்பந்தப் பத்திரத்தில் முழு ஒத்துழைப்பு தருவதாக கையெழுத்திட்டிருந்தாள். தயாரிப்பாளர் அவளுக்கு இருக்க வசதி செய்திருந்தார். அவள் நீரஜாவுடனேயே ஸ்டுடியோவுக்கு வருகிறாள் - போகிறாள், தினம் நூறு ரூபாய் மிச்சம் பிடிக்கிறாள்.

"வர்ஷா, போக வேண்டியது மிகவும் அவசியம், இல்லையா?" என்று கேட்டார் ஹுசைன்.

"ஆமாம்." அவள் தயக்கத்துடன் சொன்னாள், "உங்களுக்கு ஏதாவது வழி தெரிந்தால்..."

"சரி. நாங்கள் விமலின் ஆக்ஷன் சீனை ஷூட் பண்ணிக் கொள்கிறோம். ஆனால் கஞ்சன் பிரபாவின் தேதிகளைப் பயன்படுத்தமுடியாது."

நீரஜா உடனே, "நான் அவரிடம் பேசிக் கொள்கிறேன்." என்றாள்.

இன்றைய இந்த உதவியால் நான் நீரஜாவிற்கு முன் இன்னும் தாழ்ந்துவிட்டேன் என்று வர்ஷா நினைத்துக் கொண்டாள்.

★ ★ ★ ★

"இண்டியன் ஏர்லைன்ஸ் உங்களை வரவேற்கிறது. நம் முக்கிய விமானி கேப்டன் சி.பி. ஜெனஹரி. இங்கிருந்து டில்லி வரையிலான தூரத்தை நாம் இரண்டு மணி நேரத்தில் கடப்போம்." ஜன்னல் - சீட்டில் உட்கார்ந்திருந்த வர்ஷா அறிவிப்பைக் கேட்டுக் கொண்டிருந்தாள்.

ஹர்ஷ் அவளை சாந்தாகுரூஸ் விமான நிலையம் வரை கொண்டு விட வந்திருந்தான். அவனால் காலையில் எழுந்து

மாஹிமிலிருந்து ஜுஹூ வரமுடியும் என்று வர்ஷாவுக்கு நம்பிக்கை இல்லை, ஆனால் அவன் போனில் சொன்ன தன் வாக்கை நிறைவேற்றினான். அவளுடைய டிக்கெட்டை வைத்துக் கொண்டு (பம்பாய் - டில்லி - லக்னோவுக்கான போக - வர டிக்கெட்களை நீரஜா கம்பெனி மூலம் கொடுத்திருந்தாள்.) அவன் செக் -இன் செய்யும் கிளார்க் யுவதியிடம் புன்னகையோடு பேசிக் கொண்டிருந்தான்.

"இவ்வளவு புன்னகை செய்வதற்கு என்ன அவசியம்?" வர்ஷா புருவத்தை சுருக்கினாள்.

"பெரிய ஆக்ட்ரஸ், விண்டோ - சீட் கொடுங்கள் என்று நான் சொன்னேன்."

அவன் சூட்கேஸை எடை போட்டு கவுண்டரில் வைத்தான். பிறகு அவள் பேகில் டேப் போட்டு போர்டிங் கார்டு, சாமான் ரசீதின் கவுண்டர் ஃபாயில் அவள் கமீஜ் பையில் வைத்தான்.

"எனக்கு பயமாக இருக்கிறது." என்று வர்ஷா சிணுங்கினாள்.

"உனக்கு புதியது எதுவாக இருந்தாலும் பயம்தான்." என்று ஹர்ஷ் புன்னகை செய்தான், "முதல் டிராமாவில் பயம், முதல் சினிமாவில் பயம், முதல் முறை காதலிப்பதிலும்!"

"இல்லை, கடைசி விஷயத்தில் பயம் தோன்றவில்லை - நீங்கள் கூட இருந்தீர்கள். சற்று நர்வஸாக மட்டும் இருந்தது." வர்ஷாவின் புன்னகையில் சற்று வெட்கம் கலந்திருந்தது, "நீங்களும் வாருங்களேன்!"

"மிகச் சிறந்த நடிகையின் பூர்வீகத்தைப் பார்க்க அடுத்த முறை கட்டாயம் ஷாஜஹான்பூர் வருகிறேன்." ஹர்ஷ் அவளைத் தோளைப் பிடித்துத் திருப்பினான், "அனௌன்ஸ்மெண்ட் கேட்டாயா? இப்போது நீங்கள் பாதுகாப்பு சோதனையிலிருந்து உங்கள் பிஸ்டலைக் காப்பாற்றிக் கொண்டு விமானத்தின் பக்கம் செல்லுங்கள்."

விமானம் அரபிக்கடல் மேல் சற்று திரும்பி மேலே பறந்த போது சன்னமாக மழை பெய்து கொண்டிருந்தது. வெண்மையான

மான் குட்டியைப் போன்ற இளம் மேகங்கள் கண்ணாடி மீது தங்கள் கொம்புகளால் குத்துவது போல தோன்றியது. தான் ஆயுள் முழுதும் கீழே இருந்து பார்த்துக் கொண்டிருந்த அதே விமானத்தில் அவள் இப்போது இருந்தாள். அதன் வழுவழுப்பான பாதையில் ஸ்கேட்டிங் போல சென்று கொண்டிருந்தாள். வர்ஷாவுக்கு மெய்சிலிர்த்தது. தலையைப் பின்னால் சாய்த்துக் கொண்டு கண் இமைக்காமல் வெளியில் பார்த்துக் கொண்டிருந்தாள். பின்னர் களைப்பாலும் தூக்கமின்மையாலும் கண்கள் மூடிக்கொண்டன.

வர்ஷாவின் தூக்கம் கலைந்தபோது விமானம் பாலம் விமான நிலையத்தில் அரைவட்டம் அடித்துக் கொண்டிருந்தது. கீழே அவளுடைய டில்லி விரிந்திருந்தது. ஜன்ம - ஜன்மமாகப் பிரிந்திருந்தவர்கள் சந்தித்துக் கொண்டதைப் போல வர்ஷா உணர்ச்சிவசப்பட்டு மூச்சு வாங்கினாள்.

இன்று அவள் தன் நகரத்தை எல்லைக்கோடு போல தொடுவதற்கு மட்டும்தான் அவள் தலையில் எழுதியிருந்தது. அவள் லவுஞ்சிற்கு வந்தபோது லக்னோ விமானம் புறப்படத் தயாராக இருந்தது, பயணிகள் பாதுகாப்பு - சோதனைக்காக செல்லும்படி அறிவிக்கப்பட்டது. நாளை மறுநாள் திரும்பி வரும்போது என்னிடம் ஒரு முழுநாள் இருக்கும் என்று அவள் நினைத்துக் கொண்டாள்.

★ ★ ★ ★

''அக்கா, 'பாராத்' (மாப்பிள்ளை ஊர்வலம்) வந்து விட்டது!'' ஜல்லி ஓடி வந்து அறிவித்தாள்.

முதல் நாள் வர்ஷா வீடு வந்து சேர்வதற்கு அரை மணி நேரம் முன்பே பாராத் போய்விட்டிருந்தது. கிஷோர் மீண்டும் மீண்டும் தெருமுனையைப் பார்த்துக் கொண்டிருந்ததாக ஜல்லி தெரிவித்தாள்.

வர்ஷா வெளியே வந்தாள். அவளைப் பார்த்தவுடனே கிஷோர் தலைப்பாகை அணிந்து அவசரமாக கீழே இறங்கினான். பாதத்தைத் தொட அவன் குனிந்த போது வர்ஷா அவனை மார்போடு அணைத்துக் கொண்டாள். சிறிய சகோதரன் வீட்டை நிர்வகிப்பதோடு கல்யாணமும் செய்து கொள்ளும் அளவு

பெரியவனாகி விட்டான். உணர்ச்சி மிகுதியில் இருவர் கண்களிலும் கண்ணீர் நிறைந்தது. அப்பாவும் மகாதேவ் அண்ணனும் மௌனமாக கம்பீர பாவத்துடன் இந்தக் காட்சியைப் பார்த்துக் கொண்டிருந்தார்கள், அத்தான் மெல்லிய புன்னகையுடன் பார்த்துக் கொண்டிருந்தார்.

ஜல்லி முகத்திரையிட்டு மூடியிருந்த ஹேமலதாவைக் கீழே இறக்கி கொண்டு வந்தாள்.

வர்ஷா கதவில் எண்ணெய் தொட்டு வைக்கத் தொடங்கினாள்.

''இன்று அம்மாவின் ஆத்மா சாந்தி அடைந்து விட்டது.'' என்று பூல்வதி கல்யாணப் பெண்ணையும் வர்ஷாவையும் பார்த்துக் கூறினாள்.

''சில்பில், இன்றைக்கே போய்விடுவாயா?'' என்று பிற்பகலில் அப்பா கேட்டார்.

''அவசியம் அப்பா!''

''செட் இருக்கிறதா?'' அத்தான் புகழும் பாவனையில் அவளைப் பார்த்தார், ''விமல் குமாருடன் ஷூட்டிங் இருக்கிறதா?''

'ஷிகோஹாபாத்தில் உட்கார்ந்து கொண்டு உங்களுக்கு ஃபிலிம் சிட்டியைப் பற்றி முழு விவரமும் தெரிந்திருக்கிறது!''

''கஞ்சன் பிரபா உனக்கு விரோதமாக ஏன் பேசுகிறாள்?''

''ஏனென்றால் அவள் அத்தான் உங்களைப் போல சினிமா ரசிகர் இல்லை.''

எல்லாரும் சிரித்தார்கள். அண்ணியும் அக்காவும் கூட சிரித்தார்கள்.

''இப்போது பம்பாயிலேயே இருக்க வேண்டியிருக்கிறதா?'' என்று கேட்டார் அண்ணன்.

''மனதிற்குப் பிடிக்கவில்லை, ஆனால் அவசியமாக இருக்கிறது.'' அவள் சற்று நிறுத்தி மெல்லிய குரலில் சொன்னாள்.

"ஹுசைன் மாதிரி பெரிய டைரக்டர்கள் பாராட்டுகிறார்கள் என்றால் வர்ஷா வசிஷ்டிடம் திறமை இருக்கிறது என்று அர்த்தம்."

அத்தானின் சொல்லுக்கு யாரும் மறுப்பு தெரிவிக்க வில்லை. முன்பு அனல் வீசும் நெருப்பு போல் இருந்த அப்பா, அண்ணன் முகங்கள் இப்போது எதிரில் பார்த்துக் கொண்டிருந்தன. இந்த நான்கு சுவர்களுக்குள் நிகழ்ந்த, தான் அடிபட்டு நின்ற பல கணங்கள் வர்ஷாவுக்குள் இறுகின. ஆனால் காயத்தில் முன் போல துன்பம் இல்லை, காயங்கள் ஆறி விட்டது போல இருந்தது. மருந்தாக இருந்து ஆற்றியது எது - காலமா, பெற்ற வெற்றிகளா அல்லது எதிர்த்தரப்பு தன்னை ஏற்றுக் கொண்டதா? என்று அவள் தனக்குள் கேட்டுக் கொண்டாள். குறிப்பிடத்தக்க வகையில் மகிழ்ச்சி எதுவும் ஏற்படவில்லை. முற்றும் துறந்த சன்யாசியின் சந்தோஷம் சற்று ஏற்பட்டது, அவ்வளவுதான்.

இங்கு உட்கார்ந்திருக்கும்போதுதான் தன் வடிவத்தை நிலையாக விட்டுவிட்டு வந்திருக்கும் தன் வெளி உலகம் மிக தொலைவில் இருள் சூழ்ந்து இருப்பதாக ஒரு உணர்வு தோன்றியது.

★ ★ ★ ★

"வர்ஷா, நீ போய் இவ்வளவு நாட்கள் கழித்து கடிதம் எழுதியிருக்கிறாய், அதுவும் சிறியதாக!" சுஜாதா குற்றம் சாட்டும் பாவனையில் சொன்னாள்.

"நான் டப்பிங்கிலும், பிறகு புது படத்திலும் மிகவும் வேலையாக இருந்து விட்டேன், அக்கா!" வர்ஷா சுஜாதாவின் கையைப் பற்றிக் கொண்டாள், "மன்னித்துக் கொள்ளுங்கள்."

"ஹர்ஷ் எப்படி இருக்கிறான்?" என்று அம்மா கேட்டே விட்டாள்.

"நன்றாக இருக்கிறார். ஒரு படம் செய்வார் என்று நம்பிக்கை இருக்கிறது."

"அவனுக்கு எப்போதும் நம்பிக்கைதான்." என்றாள் சுஜாதா, "தினப்படி வாழ்க்கை எப்படி நடக்கிறது?"

''ஃபிலிம் டிவிஷன் டாக்குமெண்டரியில் ஹிந்தி - ஆங்கில காமண்ட்ரியின் டப்பிங் செய்கிறார்.''

''இப்போது எங்கே இருக்கிறான்?'' என்று கேட்டாள் சுஜாதா, ''நாயுடு வீட்டிற்கு போன் செய்தபோது யாரும் ஒன்றும் சொல்லவில்லை.''

''அங்கே டேரா போட்டுக் கொண்டே இருக்கும் ஸ்டாஃபுக்கு ஒன்றும் தெரியாது அக்கா. ஹர்ஷிடம் டூப்ளிகேட் சாவி இருக்கிறதில்லையா!'' சுஜாதாவின் முகபாவத்தைப் பார்த்துவிட்டு வர்ஷா மேலும் தொடர்ந்து ''எப்போதாவது மாஹிமில் தன் நண்பர் வீட்டிற்குப் போய்விடுகிறார்.'' என்று கூற நேர்ந்தது.

''அந்த வீட்டு போன் நம்பர் என்ன?'' சுஜாதா பேடை எடுத்தாள்.

வர்ஷா அதிர்ந்தாள், ''ஒரு நிமிஷம்...'' பர்சில் எதையோ தேடுவது போல பாவனை செய்தாள், ''சாரி அக்கா, நான் நோட்புக் கொண்டு வரவில்லை.''

''வர்ஷா, நீ எங்களிடம் எதையாவது மறைக்கிறாயா?''

''அக்கா, என்ன பேச்சு பேசுகிறீர்கள்!'' என்று வர்ஷா மீண்டும் சுஜாதாவின் கையைப் பற்றிக் கொண்டாள். சுஜாதாவின் பார்வை ஒரு வினாடி அம்மாவின் பார்வையோடு இணைந்தபோது வர்ஷாவால் தாங்கமுடியவில்லை. தொண்டை அடைக்க சொன்னாள், ''ப்ளீஸ் அக்கா, கொஞ்சம் சமயம் கொடுங்கள். எல்லாம் சரியாகிவிடும்.'' இவ்வளவு நாட்களாக ஹர்ஷின் நிலையைப் பார்த்து, பார்த்து மனதில் ஏற்பட்டிருந்த கனத்தில் விரிசல் ஏற்பட்டது! சிறிதளவு கண்ணீர் கண்களில் நிறைந்தது. சில வினாடிகள் கழித்து ததும்பியிருந்த கண்ணீரை அவள் கைக்குட்டையால் துடைத்துக் கொண்டாள்.

''வர்ஷா, ஹர்ஷிடம் கட்டாயம் ஒன்று சொல்ல வேண்டும்.'' என்றாள் அம்மா, ''வசந்த விஹார் வீட்டை விற்று விட்டு பம்பாயில் ஃபிளாட் வாங்க நான் தயாராக இருக்கிறேன். நான் எவ்வளவு நாட்கள் பாம்பு மாதிரி இங்கேயே சுருண்டு உட்கார்ந்திருக்க முடியும்? கடைசியில் எல்லாம் அவனுக்குதானே...'' கடைசி

சொற்களை சொல்லும் போது அம்மாவின் குரல் தடுமாறியது, மூச்சு விடுவது கஷ்டமாக இருப்பதைப் போல நெஞ்சில் கையை வைத்துக் கொண்டாள். சுஜாதா எழுந்திருப்பதற்குள் அம்மா சோபாவில் மடிந்து விழுந்தாள்.

"அம்மா, என்ன ஆயிற்று?" அவளைத் தூக்கியபடி சுஜாதா கேட்டபோது அவளால் ஒன்றும் பேசமுடியவில்லை. வலியால் முகம் மாறியிருந்தது.

"மைல்டு அட்டாக்." டாக்டர் சிரிஞ்சைத் துடைத்து பேகில் வைத்தார், "சாயங்காலம் வரை தூங்க விடுங்கள். நினைவு திரும்பியதும் எனக்கு போன் செய்யுங்கள்."

பெட்ரூம் கதவை சுஜாதா சாத்தினாள். சுஜாதாவும் வர்ஷாவும் டிராயிங் ரூமில் உட்கார்ந்தே இருந்தார்கள். வேலைக்காரன் டீ கோப்பைகளை வைத்துவிட்டு போயிருந்தான்.

வர்ஷா காலையில்தான் லக்னோவிலிருந்து வந்திருந்தாள். சாயங்காலம் பம்பாய் ஃப்ளைட்டைப் பிடிக்க வேண்டியிருந்தது. இங்கிருந்து புறப்பட்டு அனுபமா, ஷிவானி, சிநேகன், டாக்டர் அடல் எல்லாரையும் பார்த்து விட்டு ரிப்பர்ட்டரிக்குப் போக எண்ணியிருந்தாள். ஆனால், இந்த நிலைமையில் எழுந்திருக்கவே முடியவில்லை.

★ ★ ★ ★

"இரண்டு மாதங்களைக் கழிப்பதற்கான ஏற்பாட்டை சிநேகன் செய்திருக்கிறார்." என்று சதுர்புஜ் சொல்லிக் கொண்டிருந்தார், "ஃபரீதா பாத்தில் ஃபேக்டரி வொர்க்ஸ் குழந்தைகளோடு ஒர்க் ஷாப் செய்துகொண்டு இருக்கிறேன். சாயங்காலம் ஐந்திலிருந்து இரவு எட்டு வரை ஒர்க் ஷாப். நேரமாகி விட்டால், ஃபேக்டரி கஸ்ட்ஹவுசிலேயே தூங்கிவிடுகிறேன்."

வர்ஷா செக் - இன் செய்பவர்களின் கடைசிப் பகுதியில் இருந்தாள். இந்த அதிசயமான டில்லி பயணம் மனதைக் குடைந்துவிட்டது. பிற்பகலில் சுஜாதா நீ போய் உன் நண்பர்களை சந்தித்து விட்டுவா என்று சொன்னாள், ஆனால் வர்ஷாவுக்கு குற்ற உணர்வு ஏற்பட்டது. அம்மாவுக்கு சாயங்காலம் உணர்வு திரும்பியது,

பாத்ரூம் போனாள், டீ குடித்தாள், ஆரோக்கியமாக இருந்தாள், ஆனால் சற்று பலவீனமாக இருந்தாள்.

வர்ஷா ஜோட்பாகுக்கு போன் செய்தபோது அனுபமா வெளியே போயிருந்தாள். ஜுமக்கி அவள் குரலைக் கேட்டு உற்சாகமானாள், பிறகு கவலையோடு கேட்டாள், ''இது என்ன அக்கா? வீட்டிற்குக் கூட வரமாட்டீர்களா?'' வர்ஷா கஷ்டப்பட்டு தன்னைக் கட்டுப்படுத்திக் கொண்டாள். ''கல் நெஞ்சுக்காரி, தொந்தரவு செய்யவே போன் செய்தாயா?'' என்று ஷிவானி குற்றம் சாட்டினாள். ''நீ இப்படி பேசினால் நான் போனிலேயே அழுதுவிடுவேன்.'' வர்ஷா கைக்குட்டையால் கண்களைத் துடைத்துக் கொண்டாள். சிநேகன் புர்வாயியை செக் - அப்பிற்காக டாக்டரிடம் அழைத்துப் போயிருப்பதாக வேலைக்காரன் சொன்னான். மன்சூரிடமும் ஃபௌஜியாவிடமும் பேசிவிட்டாள்.

''நீ ஸ்ரீராம் சென்டருக்குப் போன் செய்தபோது நான் அங்கிருந்து கிளம்பிவிட்டேன். கேட்டை விட்டு வெளியே வரும் போது காவலாளி கூப்பிட்டான்.'' சதுர்புஜ் சிகரெட் பற்றவைத்தார், ''உனக்கு என் கடிதம் கிடைத்திருக்கும்.''

வர்ஷா ஆமாம் என்று தலையாட்டினாள், ''சார், நீங்கள் அனுபமாவிற்கு எதிராக ஏன் படையெடுத்திருக்கிறீர்கள்?''

''ஏனென்றால், எனக்கு அநியாயம் நடந்திருக்கிறது. என் பழைய வீடும் நாசமாகி விட்டது, புதிய வீடும் நாசமாகி விட்டது.''

''மன்னியுங்கள். இதில் உங்கள் பங்கும் குறைவானது இல்லை. நீங்கள் அனுபமாவை விட புத்திசாலி. அவள் இயல்பிலேயே ஸ்திர புத்தியில்லாதவள் என்று உங்களுக்குத் தெரியும். ஆனால் அப்போது நீங்கள் மாடர்ன் மனைவியை அடையும் ஆவலில் இருந்தீர்கள். உண்மையில் சுசீலாவிற்குதான் அநியாயம் நடந்திருக்கிறது.''

''சுசீலா என் அறிவு, உணர்வுத் தேவைகளை நிறைவு செய்ய சக்தியில்லாதவளாக இருந்தாள்.''

''அது உங்களுக்கு எட்டு ஆண்டுகள் கழித்துதான் தெரிந்ததா? அனுபமா இந்த சீனில் வராமலேயே இருந்திருந்தால்? நீங்கள்

அப்படியே சுசீலாவுடன் வாழ்க்கை- வண்டியின் மற்றொரு சக்கரமாகவே இருந்திருப்பீர்கள், இல்லையா?"

"உன்னுடைய இந்த எண்ணம் ஹைப்பாதெட்டிகல்" சதுர்புஜ் நீளமாக சிகரெட் புகையை இழுத்தார், "வர்ஷா, நீ அனுபமாவிற்கு புத்தி சொல்."

"அவள் தீர்மானித்துவிட்டாள். அவள் ஒரு விஷயத்தில் இவ்வளவு உறுதியாக இருப்பதை முதல் முறையாக பார்க்கிறேன்."

"அவள் மறுகல்யாணம் செய்து கொள்ள விரும்புகிறாளா?"

"மறுபடியும் அல்ல. முதல் முறை. உங்கள் கல்யாணத்திற்கு எந்த சட்ட உறுதிப்பாடும் இல்லை."

"கல்யாணம் செய்து கொள்வது என்ன விளையாட்டு சமாச்சாரமா? நான் அவள் மேல் கேஸ் போடுவேன்."

"பல தார மணம் சட்டப்படி குற்றம் சார்! அவளுக்கு முன்னால் நீங்கள் மாட்டிக் கொள்வீர்கள்." என்றாள் வர்ஷா, "உங்கள் இருவருக்கும் சிநேகிதி என்ற முறையில் உங்களுக்குள் இப்படி சேற்றை வாரி அடித்துக் கொள்ள வேண்டாம் என்று சொல்ல விரும்புகிறேன்."

சில வினாடிகள் அமைதி நிலவியது. பிறகு சதுர்புஜ் அடைபட்ட குரலில் சொன்னார், "நான் மிகவும் சோகத்தில் தனிமைப் படுத்தப்பட்டிருக்கிறேன்."

பின்னர் பார்த்துக் கொண்டிருக்கும் போதே அவர் கண்களில் கண்ணீர் பெருகியது. வர்ஷா திகைத்துவிட்டாள். அக்கம் பக்கம் மக்கள் வந்து கொண்டும், போய்க் கொண்டுமிருந்தார்கள். பொது இடத்தில் இத்தகைய ஆழமான அவருடைய உடைவு அவளுக்கு நீண்ட நாட்கள் நினைவிருந்தது.

"வர்ஷா, நான் உடனே இங்கிருந்து கிளம்பிவிட விரும்புகிறேன்." சதுர்புஜ் வர்ஷாவின் கைக்குட்டையால் கண்களைத் துடைத்துக் கொண்டார் (அவரிடம் கைக்குட்டை எதுவும் இல்லை) "ஏதாவது செய்ய முடியுமா என்று பாருங்கள்..."

வர்ஷா சரியென்று தலையாட்டினாள் ('மண்டி ஹவுசின் சாப'த்தின் மெல்லிய நினைவு வந்தது.)

''வர்ஷா...''

வர்ஷா ஷிவானியின் கையைப் பற்றினாள். ஷிவானி அவளைத் தோளோடு சேர்த்து அணைத்துக் கொண்டாள்.

''இந்த சந்திப்பும் ஒரு சந்திப்பா? பெரிய ஃபிலிம் செய்வதின் அர்த்தம் நண்பர்களுக்காக செலவிட நேரமே இருக்காது என்றால் நீ சிறிய ஃபிலிம்களே செய் என்றுதான் நான் சொல்வேன்.''

''சும்மா விரட்டாதே, ஷிவானி! நானே மிகவும் கவலையில் இருக்கிறேன்.''

டி.வி.ஸ்க்ரீனில் அவள் பயணத்தைக் குறித்த பாதுகாப்பு - சோதனைகளுக்கான அறிவிப்பு திருப்பி திருப்பி அறிவிக்கப்பட்டது. பயணிகள் வரிசை பரபரப்பாக திரையிட்டு மூடியிருந்த பாதுகாப்பு அறையில் திரண்டு கொண்டே இருந்தது. ஒலிபெருக்கியில் மீண்டும், மீண்டும் அறிவிப்பு ஒலித்துக் கொண்டிருந்தது. இந்த நிலைமையில் என்ன பேசுவது?

''உன் முகத்தில் கிரேஸ் வந்திருக்கிறது.'' என்றாள் ஷிவானி.

''தினமும் மேக்கப். அதன் விளைவாக இருக்கும்.''

''இனி எப்போது வருவாய்?''

''விரைவில்''

''டேக் கேர் டார்லிங்...''

பாதுகாப்பு பெல்ட்டை அணிந்துகொண்டு வர்ஷா வருத்தத்தோடு உட்கார்ந்திருந்தாள். அவள் வாழ்க்கைப் போக்கு எப்படி ஆகிவிட்டிருக்கிறது? தன் பிரியமான நகரம், தன் பிரியமான நண்பர்களுடன் அவள் இவ்வாறுதான் இனி சந்திக்க வேண்டியிருக்குமா? (திவ்யாவை சந்திப்பதற்குக் கூட ஒரு மணி நேரம்தான் கிடைத்தது).

ஆசைகளின் விலை இவ்வளவு அதிகமா?

அழைப்பு மணி ஒலித்தது. டீ கோப்பையை மேஜை மேல் வைத்தபடி ஹர்ஷாகத்தான் இருக்கும் என்று வர்ஷா நினைத்துக் கொண்டாள். ஆனால் தாழ்வாரத்தில் வரும் போதே மீராவின் சத்தம் கேட்டது, ''வர்ஷா வந்துவிட்டாள், வர்ஷா வந்துவிட்டாள். என் மாந்தோப்பு கலகலத்து விட்டது...''

கதவைத் திறந்தபோது மீராவுடன் சித்தார்த்தும் நின்றிருந்தான். இருவர் கைகளிலும் பாலிதீன் பைகள். 'மாஸ்டர் சீனி'ன் சோகச் சூழலுக்குப் பிறகு இருவரையும் சந்தித்தபோது 'காதலர்களுக்கு தெளிவான நறுமணம் நிறைந்த நீர், தூய்மையான இடம், மனதை மயக்கும் வீணை ஒலி ஆகியவை கிடைத்தது' போல வர்ஷாவுக்கு இதமாக இருந்தது.

''நல்ல வேளை, நீ விழித்திருக்கிறாய்.'' என்றான் சித்தார்த்.

''நீ தூங்கிவிட்டிருந்தாலும் நாங்கள் சத்தம் போட்டு உன்னை எழுப்பியிருப்போம்.''

''வர்ஷாவுக்கு பம்பாயின் லேட் நைட் பழக்கம் வந்து விட்டது.''

இந்தப் புதிய நகரத்தின் வாழ்க்கைப் போக்கில் இன்னும் ஒரு சுவையான பழக்கமும் இருந்தது. டில்லியில் இரவு எட்டு மணிக்கே கன்னாட் பிளேஸ் வெறிச்சோடிவிடும். ஒன்பது மணிக்குள் மக்கள் வீட்டிற்குள் புகுந்துகொண்டு கதவைத் தாழிட்டுக் கொண்டுவிடுவார்கள். பத்து மணிக்கு தெரு தூங்கத் தொடங்கிவிடும். இங்கே பம்பாயில் டிராமா ஒன்பது மணிக்குதான் தொடங்கும், பத்து மணிக்குதான் பார்ட்டி தொடங்கும், பாதி ராத்திரி வரை ஸ்டேஷன்களுக்கு அருகிலிருந்த கடைத் தெருக்களில் ஒளி வெள்ளத்தை அவள் பார்த்திருந்தாள். இந்த நகரம் எப்போது தூங்கும் என்று அவள் ஆச்சரியத்தோடு நினைத்துக் கொள்வாள்.

''பகல் பொழுது எப்படி கழிந்தது?'' என்று கேட்டான் சித்தார்த்.

''மிகவும் களைப்பூட்டி விட்டது.'' வர்ஷா சோபாவில் சாய்ந்தாள், ''எக்கச்சக்கமான டேக்குகள், தலை நமநமக்கத் தொடங்கியது. முதல் முறையாக பாட்டு பிக்சரைசேஷன்

செய்கிறேன். பார்ட்டி சீன், அதில் விமல், கஞ்சன் பிரபா, நான் மூவரும் ஒவ்வொரு பகுதி பாடுகிறோம். இன்று விமலின் பங்கு முடிந்தது. பார்ட்டி விருந்தாளிகளோடு பெரிய, பெரிய காம்போசிட் ஷாட்களும் இருந்தன. ஒரு நேரம் யாருடைய ரிதமாவது தப்பாகிவிடும், ஒரு நேரம் யாருடைய மூவ்மெண்டாவது பிசகிவிடும், ஒரு நேரம் ஸ்பான்டேனிட்டி இருக்காது.''

''ஒரு லைனுக்கு ஐந்து டேக் எடுத்தால் ஸ்பான்டேனிட்டி எப்படி வரும்!'' என்றான் சித்தார்த்.

''ஐந்து இல்லை, இருபத்தைந்து என்று சொல்லுங்கள்.'' வர்ஷா எரிச்சல்பட்டாள், ''எனக்கு அந்தப் பாட்டைக் கேட்டாலே உமட்டத் தொடங்கிவிட்டது.''

மீரா சமையல் அறையிலிருந்து கிளாசும், ஐஸ்கட்டியும் எடுத்துக் கொண்டு வந்தாள், பேக்கிலிருந்து விஸ்கி பாட்டிலை எடுத்தாள், ''நான் உனக்குப் பிடித்த ஃப்ரைடு சிக்கன் எடுத்துக் கொண்டு வந்திருக்கிறேன்.''

''ஐ ஆம் டச்டு!'' வர்ஷா புன்னகை செய்தாள்.

''சியர்ஸ்!'' மீரா கிளாசை மேலே தூக்கினாள்.

வர்ஷாவும் தன் கிளாசை மேலே தூக்கினாள். பிறகு குடித்துக் கொண்டிருந்தபோதே நிறுத்திவிட்டாள்.

''... 'எரியும் பூமி'யில் தேசீய விருது வாங்கவிருக்கும் வர்ஷா வசிஷ்டுக்காக...'' என்றான் சித்தார்த், ''அவர் பொருளாதார, சமூக போராட்டங்களால் அலைப்புண்ட ஒரு சாதாரண பாரதப் பெண்ணின் தனிமையின், துன்பத்தின் மிக உணர்வு பூர்வமான, நெஞ்சைத் தொடும் சித்தரிப்பை கண்முன் வைத்திருக்கிறார்... இது ஜூரிகளின் சைட்டேஷன்.''

''காலை வாரி விடுவதற்கு வேறு யாரும் கிடைக்கவில்லையா?'' என்று வர்ஷா முகத்தைப் பழித்துக் காட்டினாள்.

''சித்தார்த் உண்மையைத்தான் சொல்கிறார், வர்ஷா!'' என்றாள் மீரா.

''முதலில் எனக்கு ஃபிலிமோத்சவ இயக்குநர் அலுவலகத்திலிருந்து போன் வந்தது.'' சித்தார்த்தின் நிறைந்த புன்னகையைப் பார்த்து இப்போது வர்ஷாவுக்கு நம்பிக்கை ஏற்பட்டது, '' 'எரியும் பூமி'க்கு இரண்டு விருதுகள் கிடைத்திருக்கின்றன - ஒன்று மிகச் சிறந்த நடிகைக்கானது, மற்றொன்று மிகச் சிறந்த படத்திற்கானது.''

''விருதில் சப் ஸ்டேன்ஷியல் கேஷும் உண்டு.'' என்றாள் மீரா.

''நிர்ணயக்குழு தலைவர் யார் தெரியுமா?'' சித்தார்த் சஸ்பென்ஸ் வைத்தான்.

''யார்?''

''டாக்டர் அடல்!'' சித்தார்த் புன்னகை செய்தான், ''இரண்டு ஜூரிகள் பம்பாயிலிருந்து. அவர்களில் ஒருவரான மஜும்தார் வீட்டிலிருந்துதான் நாங்கள் இங்கு வருகிறோம்.''

''பெஸ்ட் ஆக்ட்ரஸ் விருதுக்கு கிழக்கே ஒரு நடிகையை சைக்கியா சிபாரிசு செய்து கொண்டிருந்தாராம்.'' என்றாள் மீரா, ''அதன் பேரில் டாக்டர் அடல் தாக்காவின் குணசித்திர நடிப்பைக் குறித்து அளித்த சிறிய சொற் பொழிவு, மஜும்தார் வார்த்தைகளில் சொல்வதாக இருந்தால், ஃபிலிம் விமரிசனத்தில் முதல் மைல்கல் என்று சொல்ல வேண்டும். பிறகு அவர் ஒரு நடிகையாக உன் வளர்ச்சியைப் பற்றியும் விவரித்தாராம். அவருடைய ஒரு வாக்கியம் மஜும்தாருக்கு மனப்பாடம் ஆகிவிட்டது. 'டிராமா ஸ்கூல் நுழைவு இண்டர்வியூவில் பயந்த மான்குட்டியைப் போல இமைகளைக் கொட்டி, கொட்டி விழித்தபடி நுழைந்த ஒரு நடிகை இந்த ஃபிலிமில் பசித்த, சீறி எழும் பெண் சிங்கம் போல கலை - வேட்டையில் மூழ்கியவளாகக் காணப்படுகிறாள்.'

வர்ஷாவுக்கு நீண்ட நேரம் தூக்கம் வரவில்லை. அவளுக்கு சந்தோஷமாக இருந்தது, சற்று குழப்பமாகவும் இருந்தது.

தாக்காவின் பாத்திரத்தை அவள் தத்ரூபமாகவும், உயிருள்ளதாகவும் செய்திருந்தாள் என்பதில் அவளுக்கு சந்தேகமில்லை. ஆனால் அது ஒரு ஏழைப் பெண்ணின் தினசரி

வாழ்க்கைப் போராட்டம். அதை விட அதிகமாக அதில் ஒன்றுமில்லை. அந்தப் படம் அவளை 'மிகச் சிறந்த நடிகை' ஆக்காது (ரீட்டாவிற்குப் பிடித்த சொல்லைப் பயன்படுத்துகையில் ஒரு வினாடி தயக்கம் ஏற்பட்டது). டாக்டர் அடல் நிர்ணயக்குழு தலைவராக இல்லாதிருந்தால்? அப்போதும் அவளுக்கு இந்த விருது கிடைத்திருக்குமா?

நீண்ட நாள் டில்லி - வாசத்திற்குப் பிறகு கலை விருதுகளின் அர்த்தமற்ற தன்மையை ஓரளவு அவள் புரிந்து கொண்டிருந்தாள். லலித கலா அக்காடெமியின் விருதுகளுக்கு விரோதமாக சைத்ரிகர்களின் கண்காட்சி, உண்ணாவிரதப் போராட்டத்தை அவள் பார்த்திருந்தாள். செக்காவ், டால்ஸ்டாய் போன்ற எழுத்தாளர்களுக்கு நோபல் பரிசு கிடைக்கவில்லை என்பதும் அவளுக்குத் தெரியும்.

"என் வாழ்க்கையின் மூன்றாவது பக்கம்!" என்று மெல்லக் கூறியபடி அவள் செக்காவை அழைத்தாள், "நான் உங்களை விட அதிருஷ்டசாலி!"

★ ★ ★ ★

காமிரா இயக்குநர் இஸ்ஸரின் குரல் ஒலித்தது.

மரியாதைக்குரிய விருந்தினர் க்ளாப் அடித்தார்.

"ஆக்ஷன்!"

வர்ஷா மணி அடித்தபடி பூஜையைத் தொடங்கினாள், ஒரு பக்கம் காலடி ஓசை கேட்டதும் திரும்பிப் பார்த்தாள். ஆடையில் இரண்டு, மூன்று ரத்தக்கறைகளுடன் விமல் வந்து நின்றார். பெல்டில் செருகிய பிஸ்டல்.

"யார் நீங்கள்?" என்று வர்ஷா கேட்டாள்.

"எரிகின்ற நெருப்பு!" ('நீங்கள் யார்? என்பதனால் என்ன விசேஷமான வேற்றுமை ஏற்பட்டு விடுகிறது என்று நியாயப்படுத்தப்படுமானால் (கொலையாளிகளால் கூட நியாயப்படுத்தப்படுமானால்)? 'நீயும் நானும் துச்சமான அளவுடையவர்கள்' என்ற 'தி ஜஸ்ட் அஸ்ஸேசின்ஸி'ன் வசனம் வர்ஷாவிற்கு நினைவு வந்தது).

''இது இறைவனின் ஆலயம். இங்கு ஹிம்சைவாதிகளான கொலைகாரர்களுக்கும் (அஹிம்சைவாதி கொலைகாரர்களும் இருக்கிறார்களா?) பழி வாங்கும் தன்மைக்கும் தடை உள்ளது.''

''கட்! ஓக்கே!''

ஸ்டுடியோவின் ஒளி வீசிய ஃப்ளோர் கைதட்டல் ஒலியால் நிறைந்தது. காமிரா ஃப்ளாஷ்கள் மின்னின. விருந்தாளிகளுக்கு பேடாவும், குளிர்பானமும் வழங்கப்பட்டன.

விமலின் அருகில் நின்றிருந்த வர்ஷா பணிவுடன் மதிப்பிற்குரியவர்களின் வாழ்த்துக்களை ஏற்றுக் கொண்டிருந்தாள். வெள்ளை சாரியும், பிளவுசும் அணிந்திருந்தாள். தலை முடி விரிந்திருந்தது. நெற்றியில் திலகம். கழுத்தில் பெரிய, பெரிய முத்துக்கள் கோத்த மாலை.

''வர்ஷா, வாழ்த்துக்கள்!'' கஞ்சன் பிரபா புன்னகை செய்து கொண்டிருந்தாள்.

தன் முகத்தின் ஒவ்வொரு அங்குல பாவமும் கவனிக்கப்படுகிறது என்பதை வர்ஷா உணர்ந்தாள். பின்னர் காமிரா ஷட்டர்கள் கிளிக் செய்யப்பட்டன.

''வாழ்த்துக்கள்!'' என்றாள் சாருஸ்ரீ, ''நேஷனல் அவார்டு வின்னர் மெயின் ஸ்ட்ரீம் சினிமாவுக்குப் புகழ் சேர்த்துக் கொண்டிருக்கிறார்.''

''நன்றி!'' வர்ஷா கைகூப்பினாள், ''உங்களைப் பார்த்தது சநதோஷமாக இருக்கிறது. நீண்ட இடைவேளைக்குப் பிறகு சந்தித்திருக்கிறோம்.''

''நல்லது. உங்களுக்கு என் கடைசி சந்திப்பு நினைவிருக்கிறதா?''

''அது என் விலைமதிப்பு மிக்க நினைவு.''

சாருஸ்ரீ கலகலவென்று சிரித்தாள்.

''என் சகோதரன் சதானந்த்...''

வர்ஷா ஒரு கருத்த, கடுமையான முகத்தைப் பார்த்தாள்.

"வாழ்த்துக்கள்!" ("ஹர்ஷ் இங்கே இருப்பதற்கு என்ன அர்த்தம்?" என்று நிஷ்டூரமாகக் கேட்ட அதே குரல்).

"இப்போது நாம் ஒரே ஊரில் இருக்கிறோம்." சாருஸ்ரீ புன்னகை செய்தாள், "பிறகும் மோதிக் கொள்ளத்தான் வேண்டும்."

"சந்தேகமில்லாமல்!"

'ஆரத்தியும் நெருப்பும்' அறிவிப்பினால் வர்ஷா உயரிய புரொஃபஷனல் நிலைக்கு உயர்த்தப்பட்டுக் கொண்டிருந்தாள் (இந்த ஃபிலிமில் அவள் சம்பளம் ஒன்றுடன் ஐந்து சைபர் இணைந்து இருந்தது). முக்கிய பாத்திரம் விமலுக்கு ஏற்ப இருந்தது - சக்தி மிக்க ஒரு ஆண்மகனின் அந்தப் பாத்திரம் அவருடைய இமேஜுக்கு பெருமை சேர்ப்பதாக இருந்தது. தன் ஒரே கள்ளமற்ற சகோதரியைப் பலர் சேர்ந்து கற்பழித்துக் கொலை செய்த பிறகு கதாநாயகனுக்கு மானிடப் பண்புகளின் மீது இருந்த எல்லா நம்பிக்கையும் பறந்து விடுகிறது. பழி வாங்கும் நெருப்பில் தகித்தபடி அவன் ஒவ்வொரு குற்றவாளியாக இரக்கமின்றிக் கொல்கிறான். புதிய ஸ்கூல் இசை ஆசிரியை சாந்தியை சந்திக்கிறான். அழகிய, எளிய, சிநேகம் நிறைந்த பெண். அவள் கதாநாயகன் மனதில் மீண்டும் வாழ்க்கையின் மீது நம்பிக்கை துளிர்க்கச் செய்கிறாள்.

சில நாட்களுக்கு முன் இந்தப் பாத்திரத்திற்கு சாருஸ்ரீயின் பெயர் பிரஸ்தாபிக்கப்பட்டது, ஆனால் அவளிடம் போதிய கம்பீரமும், சிறப்பும் இல்லை. விமலின் இரண்டு வினியோகஸ்தர்கள் நண்பர்கள் 'வலியின் உறவு' ரஷ்களைப் பார்த்தபோது விமலுடன் சேர்ந்து அவர்களும் வர்ஷா அந்தப் பாத்திரத்திற்கு மிகவும் தகுந்தவள், விமல் - வர்ஷா ஜோடி பார்வையாளர்களுக்குப் பிடித்ததாக இருக்கும் என்ற உறுதியான முடிவுக்கு வந்தார்கள் (இளம் பெண்ணான வர்ஷாவுடன் நடுத்தர வயதுடைய விமல் நடித்தால் அவர் கேரியருக்கு ஒரு புதிய லீஸ் ஏற்படும் என்றான் சித்தார்த்). 'வலியின் உறவு' ரிலீஸ் ஆவதற்கு முன்பே தன் ஃபிலிமைத் தொடங்கி விமல் ரிஸ்க் எடுத்திருந்தார். விமல் கொஞ்சம் ஷூட்டிங் எடுத்து நிறுத்திக் கொண்டு 'வலியின் உறவு' பட ரிலீசை எதிர்பார்த்துக் கொண்டு இருந்திருந்தால் அது அவர் எச்சரிக்கையையும், சாமர்த்தியத்தையும் காட்டும் என்று நீரஜா

சொன்னாள். 'வலியின் உறவு' வெற்றி பெறாவிட்டால் ஒரு வேளை 'ஆரத்தியும் நெருப்பும்' ஷெல்ஃபில் போய்விடும் என்று ஹுசைன் மறைமுகமாக சொல்லியிருந்தார்.

★ ★ ★ ★

''மோட்டூ, கவனம்!'' என்றாள் ஷோபா அண்ணி.

''கவனமாகத்தான் தருகிறேன்.'' பத்து வயது மோட்டு உடனே பதில் அளித்தான், ''பாருங்கள்,வர்ஷா அத்தை மேல் ஒரு துளி கூட படவில்லை.''

''நானும் டீ குடிப்பேன்.'' மீதா சிணுங்கினாள்.

''நீ இப்போதுதான் ஐஸ்கிரீம் சாப்பிட்டிருக்கிறாய்.'' என்றாள் வர்ஷா, ''குளிர்ச்சியாக சாப்பிட்டுவிட்டு சூடாக சாப்பிடக் கூடாது.''

கார்த்திகை மாத நான்காம் நாள் விரதத்திற்கு அண்ணி கூப்பிட்டதால் வர்ஷா மருதாணி இட வந்திருந்தாள். பார்த்துக் கொண்டிருந்த மீதா தானும் இட்டுக் கொண்டாள், அது காயும் வரை எதையும் தொட முடியாத நிலையில் நிம்மதியில்லாமல் இருந்தாள். அவளுக்கு ஐந்து நிமிடத்திற்கு ஒரு முறை தாகம் எடுத்தது. மோட்டு மருதாணி இட்டுக் கொண்டவர்களுக்கு சேவை செய்து கொண்டிருந்தான்.

''அண்ணா, எனக்கு அரிக்கிறது.'' மீதா கத்தினாள்.

''இவளுக்கு அரிக்கவும் இல்லை, கிரிக்கவும் இல்லை.'' என்று மோட்டு அம்மாவிடம் புகார் சொன்னான், ''என்னை தொந்தரவு படுத்திக் கொண்டிருக்கிறாள்.''

''முதுகில் ஒன்று வை மோட்டூ!'' என்று வர்ஷா சிபாரிசு செய்தாள்.

''சபாஷ், இன்று மருதாணி பார்ட்டி நடக்கிறதா!'' தன் காம்பவுண்டிலேயே இருந்த தியேட்டரில் டப்பிங் செய்து கொண்டிருந்த விமல் லஞ்ச் - டைமில் வீட்டிற்கு வந்தார்.

''பாருங்கள் அப்பா!'' மீதா தன் சிறிய உள்ளங்கைகளைக் காட்டினாள்.

விமல் குனிந்து மீதாவை முத்தமிட்டார். வர்ஷா தன்னை மறந்து பார்த்துக் கொண்டிருந்தாள்.

''இந்த மேகசினை யார் கொண்டு வந்தார்கள்?''

விமலின் கோபமான குரலைக் கேட்டு மோட்டு குற்றவாளியைப் போல தலைகுனிந்தான்.

''மோட்டு, நான் உன்னைத் தடுத்திருந்தேன், இல்லையா?''

''சாரி!'' மோட்டு பத்திரிக்கையை எடுத்துக் கொண்டான்

அவன் தலையைக் குனிந்தபடி வெளியே போய்விட்டான்.

''எனக்குப் பிடிக்காத பொருள் இந்த காசிப் - கிளாமர்தான்!'' என்று விமல் வர்ஷாவிடம் சொன்னார், ''ஐந்து ஆண்டுகளுக்கு முன் ஒரு குத்து விட்டதில் ஒரு இன்வெஸ்டிகேட்டிவ் ஜர்னலிஸ்ட்டின் இரண்டு பல்லை உடைத்து விட்டேன். இந்த சேற்றிலிருந்து தப்புவதற்காக மோட்டுவை படிப்பதற்கு அயல்நாடு அனுப்பிவிடலாமா என்று யோசிக்கிறேன்.''

ஷோபா வேலைக்காரனை அழைத்தாள், ''சாப்பாடு வை.''

''சாயங்காலம் சேர்ந்து சாப்பிடலாம்.'' என்றார் விமல் ''இப்போது கொஞ்சம் மோர் மட்டும் குடிக்க கொடு.''

வேலைக்காரன் கிளாஸ் எடுத்துக் கொண்டு வந்தான்.

''இன்னும் ஒன்று கொண்டு வாயேன்!''

''நான் இப்போதுதான் டீ குடித்தேன்.'' என்று வர்ஷா புன்னகை செய்தாள்.

''வர்ஷாவுக்கும் பிள்ளைகளுக்கும் உருளைக் கிழங்கும் சோள ரொட்டியும் செய்திருக்கிறது.'' என்றாள் ஷோபா, ''கொஞ்சம் சாப்பிடுங்கள்.''

''உபவாசம் எனக்கும் நல்லதுதான்.'' விமல் புன்னகையுடன் வயிற்றைத் தடவினார், ''தொப்பை கண்ட்ரோலில் இருக்கிறது.''

மீதாவும் அப்பா மாதிரி வயிற்றைத் தடவி சிரித்தாள்.

''நீ என்ன சிரிக்கிறாய், பைத்தியமே!'' விமல் கொஞ்சம்

சாப்பிட்டு விட்டு சிகரெட் பற்றவைத்தார், ''வர்ஷா, ஒரு வாரத்திற்கு முன் ஒரு ஐடியா வந்திருக்கிறது.''

''என்ன?''

''உன்னோடு ஒரு க்விக்கி செய்யலாம் என்று ஐடியா''. அவர் சிகரெட் புகையை இழுத்தார், ''நான் ஒரு பிக்சரில் யூரோப் லொக்கேஷன் ஷூட்டிங்கிற்காக இரண்டு மாதங்கள் ஒதுக்கி வைத்திருந்தேன். ஆனால் அந்த ஷெட்யூல் கான்சலாகிவிட்டது. இதே சாக்கில் என் பேனரின் ஏழாவது படத்தை எடுக்க யோசித்தேன். எனக்கு நீண்ட நாட்களாக பிடித்த கதை ஒன்று இருக்கிறது.''

★ ★ ★ ★

''குமாரி வர்ஷாவிற்கு வாழ்த்துக்கள்!'' எதிரில் நின்றிருந்த சதுர்புஜ் புன்னகை செய்தார்.

''உங்களுக்கும்!'' என்று வர்ஷா கைகுலுக்கினாள்.

அவள் ஹுசைனிடம் பேசி சதுர்புஜுக்கு மார்வாடி சிரிப்பு பாத்திரத்தின் இரண்டு சீன்கள் வாங்கித் தந்திருந்தாள். சதுர்புஜ் தன் பாத்திரத்தில் மனதைக் கவரும் மேனரிசத்தை இணைத்து வசன இம்ப்ரொவைஸ் செய்திருந்தார். ரஷ்களைப் பார்த்தபோது அவர் தானே எழுதிய 'நான் சொல்ல்கிறேன்' என்ற தொடர் மிகவும் விரும்பப்பட்டது. நாரங்கின் கட்டளைப்படி அவருடைய பாத்திரம் இன்னும் இரண்டு காட்சிகளில் இணைக்கப்பட்டது. 'ஆரத்தியும் நெருப்பும்' படத்தில் விமல் அவருக்கு பெரிய நகைச் சுவை பாத்திரத்தை அளித்தார், அதில் அவர் தன் சொந்தக் குரலில் ஒரு நாட்டுப்புறப் பாடலும் பாடினார் ('அத்தானின் சுருள்முடி' என்று பாடி அவர் நீரஜாவின் முழு யூனிட்டையும் கவர்ந்துவிட்டிருந்தார்) மீரா தன் ஃபிலிமான 'சந்திர கிரஹண'த்தில் அவருக்கு ஒரு பெரிய முக்கியமான பாத்திரம் தருவதாகக் கூறியிருந்தாள், ஒருநாள் பொழுது போவதற்காக அவர் ஆதித்யாவின் செட்டிற்குப் போனார். ஆதித்யா உடனே பெரிய மீசை ஒட்டி அவரைத் தன் முக்கிய ஹென்ச்மேனாக்கிவிட்டார் (அவர் மாஃபியாடான் பாத்திரத்தில் இருந்தார்). மூன்று நாட்கள் வேலை செய்ததற்கு சதுர்புஜுக்கு

மூவாயிரம் ரூபாய் சம்பளம் கிடைத்தது, ஆதித்யா வர்ஷாவுக்கு போன் செய்து சதுர்புஜ் தானே எழுதிய 'அப்படியே பச்சையாக கடித்துத் தின்றுவிடுவேன்' என்ற தொடர் எல்லாருக்கும் மிகவும் பிடித்திருந்ததாக சொன்னார்.

''மொஹதரிம் காலிகுலாவைப் பார்க்கவில்லையா?''

''அவர் இருந்தார்.'' சதுர்புஜ் கையைக் காட்டியதும் வர்ஷா பார்த்தாள், ஹர்ஷ் பின்னால் நாற்காலியில் உட்கார்ந்து தன்னை மறந்து சிகரெட் நிரப்பிக் கொண்டிருந்தான். ஒரு நாள் தாடி. கமீஜில் இரண்டு, மூன்று சுருக்கங்கள்.

வர்ஷாவின் முகத்தைப் பார்த்து சதுர்புஜ் அதிர்ந்தார், ''எல்லாருக்கும் முன்னால் டெமான்ஸ்ட்ரேஷன் செய்ய வேண்டும் என்று சொன்னபோது 'தான் விடுதலை ஆகிக்கொண்டிருப்பதை மனிதன் உணரும்போது இந்த உலகத்திற்கு இருப்பு எதுவும் இல்லை! என்ற காலிகுலாவின் வசனம் என்னிடம் ஒப்பிக்கப்பட்டது.''

சதுர்புஜின் பைஜாமா - குர்த்தா சுத்தமாக இருந்தது. ஷேவ் செய்திருந்தார். அவர் எப்போதும் காரியத்தில் கவனமாக இருப்பார். சங்கோஜமில்லாமல் எல்லாருடனும், முக்கியமாக திறமையானவர்களுடன் பழகிவிடுவார்.

வர்ஷா விமலை சந்திக்க ஹர்ஷை அழைத்துக் கொண்டு அவர் வீட்டிற்குப் போயிருந்தாள். மைய பாத்திரத்தை அடுத்து ஒரு இளைஞனின் நல்ல பாத்திரம்தான் இருந்தது (சாந்தியை மனதிற்குள் காதலிக்கும் ஒரு இளைஞன்), ஆனால் அந்தப் பாத்திரம் சிறியதாக இருந்ததால் ஹர்ஷுக்குப் பிடிக்கவில்லை.

''லீடிங் ரோலில் படம் ஆரம்பிக்கும் நம்பிக்கை இருக்கிறது.'' என்று ஹர்ஷ் வாதம் செய்தான், ''அது கெட்டுவிடும்.''

வர்ஷா பேசாமல் இருந்துவிட்டாள்.

''ஹர்ஷ் விமலுக்கு வாழ்த்து தெரிவித்தாரா?'' என்று கேட்டாள் வர்ஷா.

''இல்லை.'' இப்போது அவர் குடிபடைகள் சூழ இருக்கிறார். பிறகு சந்திக்கிறேன்.'' என்று சொன்னார்.''

சதுர்புஜ் ஹர்ஷை நோக்கிப் போய்விட்டார்.

ஒரு பக்கம் மீரா ஈரானியுடன் பேசிக் கொண்டிருந்தாள். சித்தார்த்தால் வர முடியவில்லை. ஒரு செமினாரில் கலந்து கொள்வதற்காக பூனா போயிருந்தான். வேறொரு பக்கம் விமலின் பெரிய குடும்பம்.

''வர்ஷா, வாருங்களேன்!'' 'வீர்' என்று எல்லோரும் அழைத்த விமலின் சகோதரர் அழைத்தார். ''ஒரு குரூப் போட்டோ எடுத்து விடலாம்.'' அவர் விமலின் பர்சனல் செக்ரட்டரியாகவும் இருந்தார்.

அவள் அருகில் வந்ததும் 'மாமா' என்று எல்லாரும் அழைத்த அண்ணியின் சகோதரர் அவளை ஷோபாவின் அருகில் மையமான இடத்தில் நிற்கச் செய்தார். அவர் விமல் புரொடக்ஷன் வேலைகளை கவனித்துக் கொண்டிருந்தார். இருவருக்கும் இடையில் மீதா நின்றிருந்தாள், அவள் வர்ஷாவின் கையைப் பிடித்திருந்தாள்.

ஒரு வினாடி வர்ஷா நின்றாள். ஹர்ஷுக்கு வீர், மாமா இருவரையும் பிடிக்காது என்பது அவளுக்கு நினைவு வந்தது.

''ஸ்மைல் ப்ளீஸ்!'' என்றார் போட்டோகிராஃபர்.

''முகூர்த்தத்தில் இவ்வளவு மிச்சம் வைத்துக் கொள்ளுங்கள்.'' என்றார் மாமா.

கோணல் பார்வையுடன் இதையெல்லாம் பார்த்துக் கொண்டே (வர்ஷாவுக்கு அந்தப் பார்வை நீண்ட நேரம் நினைவிருந்தது) ஹர்ஷ் நீண்ட சிகரெட் புகையை இழுத்தான். பிறகு சதுர்புஜிடம் காலிகுலா வசனத்தை சொன்னான், ''உலகம் முற்றிலும் தவறாக இருப்பதால் மனிதன் அழுகிறான்.''

★ ★ ★ ★

''ஹலோ!'' இரவு பத்தேகால் மணிக்கு கதவைத் திறந்ததும் சித்தார்த் நின்றிருந்தான், ''உன்னிடம் பேசுவதற்கு இதுதான் நல்ல சமயம். உனக்கு தூக்கம் வந்தால் நான் ஸ்டுடியோவுக்கு வருகிறேன்.''

"டோண்ட் பி சில்லி!" வர்ஷா உள்ளே வந்தாள், இருவரும் சோபாவில் உட்கார்ந்திருந்தார்கள். முழங்காலை மடித்து உட்கார்ந்ததும் சுகமாக இருந்தது (இன்று நாள் முழுதும் குழந்தைகளோடு ஆடிப்பாடும் சீன் செய்திருந்தாள்). அவள் ஸ்லீப்பிங் சூட்டின் மேல் டிரஸ்ஸிங் கவுன் அணிந்திருந்தாள். இடது மணிக்கட்டில் வெள்ளி பிரேஸ்லெட்.

"இந்த பிரேஸ்லெட் மிக அழகாக இருக்கிறது."

"ஷிவானி அனுப்பியிருந்தாள்." வர்ஷா ஷிவானியையே தொடுவது போல மிருதுவாக அதைத் தொட்டாள்.

"பெண்களுடைய நட்பின் தன்மையே எனக்குப் புரியவில்லை." என்று சித்தார்த் புன்னகை செய்தான், "காரணமே இல்லாமல் ஏன் பரிசு அனுப்ப வேண்டும்?"

"ஆண்களுக்கு இது புரியாது." வர்ஷா புன்னகை செய்தாள், "இட் இஸ் ஏ வே ஆஃப் சேயிங் - ஐ மிஸ் யூ..."

சித்தார்த் பாக்கெட்டிலிருந்து சிகரெட் எடுத்து பற்ற வைத்தான்.

"வாழ்க்கையை சந்தோஷமாக அனுபவிப்பதுபோல் காணப்படுகிறீர்கள்." என்றாள் வர்ஷா.

"ஆமாம்." என்றான் சித்தார்த், "என்.எஃப்.டி.சி. லோன் முடியப் போகிறது. கொஞ்சம் பணம் மிஞ்சும் என்று நம்பிக்கை இருக்கிறது. ஆனால் சந்தோஷத்திற்கு உண்மையான காரணம் வேறு - எனக்கு ஒரு புரொட்யூசர் கிடைத்திருக்கிறார்."

"தட் இஸ் கிரேட்!" வர்ஷா கையைத் தட்டினாள்.

"இமேஜ் லேபில் நான் பதினாறு எம்.எம். பிராசசிங் செய்து கொண்டிருக்கிறேன் - மூன்று கமர்ஷியல் ஷாட்கள், இரண்டு டாக்குமெண்டரிகள், இந்த ஃபீச்சர். அதன் சொந்தக்காரர் தேசாயிடம் நான் பலமுறை வேடிக்கையாக நிறைய பணத்தை பேங்கில் ப்ளாக் பண்ணி நீங்கள் நாட்டின் பொருளாதார வளர்ச்சியையும் என் அறிவு வளர்ச்சியையும் வீணாகத் தடுத்துக்

கொண்டிருக்கிறீர்கள் என்று சொன்னேன். நேற்று முன்தினம் திடீரென்று அவர் என்னை நிறுத்தி 'சரி' என்று சொல்லி விட்டார், பட்ஜெட்டும் 'எரியும் பூமி'யை விட இரு மடங்காக இருக்கும்.'' அவன் ஒரு அழகான பிளாஸ்டிக் கவர் போட்ட பைலை, மேஜை மேல் வைத்தான், ''இதுதான் ஸ்கிரிப்ட்! புதன் கிழமை அவரை சந்திப்பதென்று நிச்சயித்திருக்கிறது.''

''நீங்கள் இவ்வளவு சீக்கிரம் ஸ்கிரிப்டும் ரெடி பண்ணிவிடுகிறீர்களா?'' என்று வர்ஷா ஆச்சரியத்தோடு கேட்டாள்.

சித்தார்த் நீண்ட பெருமூச்சு விட்டுவிட்டு சொன்னான், ''வர்ஷா, ஐந்து ஆண்டுகள் நான் மிகவும் ஸ்ட்ரக்கிள் செய்திருக்கிறேன்.''

'போர்' என்ற சொல் அவ்வளவு அர்த்தம் நிரம்பியதாக இல்லை என்று சித்தார்த் ஒருமுறை விளக்கியிருக்கிறான். (போர் என்பது ஆயுதம் ஏந்திய இரு போராளிகளுக்கிடையே ஆனது, அவர்கள் தங்கள் பூமி அல்லது நாட்டிற்காக சண்டையிடுகிறார்கள். இதற்கு மாறாக, 'ஸ்ட்ரக்கிளில்' தோன்றும் ரத்தப்பெருக்கு ஒரு லட்சியவாதி தனக்கு எதிரான சூழல்களை சமாளித்து நிற்பதுடன் இணைந்தது. அரை வயிற்றோடு செருப்பு பிய்ய ஓடி பஸ்ஸைப் பிடிப்பது, நெரிசலான லோக்கல் டிரெயினில் ஏறும் முயற்சியில் இறுதியில் வெற்றி பெறுவது, எந்த நம்பிக்கையுமின்றி இரவு மூன்று மணி வரை கண் விழித்து ஸ்கிரிப்டோடு மண்டையை உடைத்துக் கொள்வது, எதிர்கால ஃபிலிமிற்காக படபடக்கும் நெஞ்சுடன் தயாரிப்பாளரின் ஏ.சி. அறையில் எதிர்பார்த்திருப்பது, நள்ளிரவில் நிம்மதியில்லாமல் தன் மோசமான அறைக்கு திரும்பி வருவது - துன்பம், இறுக்கம், உடைவு, நம்பிக்கையின்மை ஆகிய குத்திக் கிழிக்கும் முள்களின் சரியான உரை 'ஸ்ட்ரக்கிள்' என்ற சொல்லிலேயே கிடைக்கிறது).

''அந்தக் காலத்தில் நான் இலக்கியப் படைப்புகளின் ஆதாரத்தில் அமைந்த பல படக் கதைகளை எழுதினேன்.'' சித்தார்த் இரக்கப் புன்னகையோடு கூறினான், ''என் அலையும் படகிற்கு எப்போது ஒரு கலங்கரை விளக்கம் தென்படும் என்று யோசித்துக் கொண்டே எழுதிக் கொண்டிருந்தேன்.''

"உங்களுக்கு 'சரி' என்று சொல்வதற்கு எனக்கு ஸ்கிரிப்டைப் படிக்க வேண்டிய அவசியம் இல்லை." வர்ஷா சித்தார்த்தின் கை மேல் தன் கையை வைத்தாள்.

அந்த ஸ்பரிசத்தில் பரஸ்பர புரிதலின் ஆழமும் ஈடுபாடும் இருந்தது. இந்த நெருக்கத்தின் அடையாளம் ஒரு சிறிய முத்தம்.

அப்போதுதான் அழைப்பு மணி ஒலித்தது.

சித்தார்த் எழுந்து கதவைத் திறந்தான்.

"வர்ஷா இருக்கிறாளா?" என்று ஹர்ஷின் குரல் கேட்டது.

"இருக்கிறார்கள். வாருங்கள்..." என்ற சித்தார்த் தன்னை அறிமுகப்படுத்திக் கொண்டான்.

"வாருங்கள், ஹர்ஷ்!" வர்ஷா புன்னகையுடன் தன் பக்கத்தில் கையைக் காட்டினாள்.

ஆனால் ஹர்ஷ் கார்ப்பெட்டில் சுவற்றில் முதுகை சாய்த்து உட்கார்ந்தான், "இதுதான் எனக்கு சுகமாக இருக்கிறது." (ஹர்ஷின் இந்தப் போக்கு வர்ஷாவுக்கு கொஞ்சம் விசித்திரமாக இருந்தது. அவன் அன்னியர்கள் எதிரில் வர்ஷாவுடனான தன் நெருக்கத்தை மறைக்க முயற்சிப்பான்).

"சித்தார்த்தின் புதிய ஃபிலிம் தொடங்குகிறது." வர்ஷா படக் கதையின் பக்கம் கையைக் காட்டினாள்.

ஹர்ஷ் படக்கதையைக் கையில் எடுத்து தலைப்பைப் படித்தான், 'ஆகாய தீபம்'..." அவன் குரல் சற்று சோர்ந்திருந்தது. பக்கங்களைப் புரட்டிய விரல்கள் நடுங்கின.

வர்ஷா அவனைக் கவனமாகப் பார்த்தாள். கண்கள் சிவந்து இருந்தன, முகமும் சிவந்து இருந்தது. அறைக்குள் நுழையும்போதும் உட்காரும்போதும் சற்று தடுமாற்றம் தெரிந்ததும் நினைவு வந்தது.

"ஃபிலிம் ஒரு ஷெட்யூலில் முடிந்துவிட வேண்டும் என்று விரும்புகிறேன். லொக்கேஷன் அலிபாக்கில்தான். ஃபிலிமில் இரண்டு பாட்டுக்கள் இருக்கின்றன. இசை அமைப்பைப் பற்றி யோசித்துக் கொண்டிருக்கிறேன்..."

அப்போது படக்கதை ஹர்ஷின் கையிலிருந்து நழுவியது. ஹர்ஷின் தலை தலையணையில் ஒரு பக்கமாக சாய்ந்தது.

ஒரு வினாடி வர்ஷாவின் இதயத்துடிப்பு நின்று விட்டது, ''ஹர்ஷ்...'' அவள் அவன் தோளில் கையை வைத்தாள், ''என்ன ஆயிற்று?''

சித்தார்த் ஹர்ஷின் தலையை நேராக வைத்தான், அவன் வாயை முகர்ந்தான், ஒரு கண் இமையைத் திறந்து பார்த்தான். பிறகு, ''இவர் ஏதோ டிரக் சாப்பிட்டிருக்கிறார். இப்படியே தூங்க விட்டு விடுங்கள். காலையில் சரியாகி விடுவார்.'' என்றான்.

6. 101, சில்வர் சேன்ட், அரபிக் கடல் என் அடுத்த வீட்டு நம்பர்

''இந்த பில்டிங்தான்.'' தெருவிற்குள் கார் நுழைந்ததுமே வீர் வலது பக்கம் கையைக் காட்டினார்.

புத்தம் புதிய, பளபளக்கும் பத்து அடுக்கு கட்டிடம். அகலம் குறைவு, உயரம் அதிகம். வெள்ளையும், பச்சையுமாக வண்ணம். வெளியில் பெரிய போர்டு தொங்கியது - சில்வர் : ஏ ப்ராஜெக்ட் ஆஃப் அஜீம் பில்டர்ஸ்.

கார் நின்றவுடனே காவலாளியும், பில்டரின் வேலைக்காரனும் வணக்கம் தெரிவித்தார்கள்.

''வாருங்கள், வர்ஷா!'' பக்கத்து சீட்டில் உட்கார்ந்திருந்த வீர் வெளியே இறங்கினார்.

''அத்தை, நான் உனக்கு முன் இறங்கி விட்டேன்.'' கதவைத் திறந்துகொண்டே மீதா சிரித்தாள்.

இரண்டு நாட்களுக்கு முன் 'மனதின் வியாபாரம்' ஷூட்டிங்கிற்கு வர்ஷா நேரம் கழித்து தாமதமாக சென்றாள். பாந்த்ராவில் ஒரு லோக்கல் ரெஸ்டாரெண்ட்.

அவளைப் பார்த்ததுமே விமல் புன்னகை செய்தார், ''வர்ஷா, நீ என்னோடு கணக்கு தீர்க்கத் தொடங்கி விட்டாய்.''

''இல்லை சார்! எஸ்டேட் ஏஜெண்ட் இரண்டு ஃப்ளாட் காண்பிக்க அழைத்துப் போயிருந்தார், அதனால் நேரமாகிவிட்டது.''

''அப்படியென்றால்?''

''நீரஜாவின் அக்காவும், அத்தானும் திரும்பி வருகிறார்கள், இல்லையா! நான் அந்த ஃபிளாட்டைக் காலி செய்தாக வேண்டும். ஐயாயிரம் ரூபாய் மாத வாடகை கேட்கிறார்கள், ஐம்பதாயிரம் டெபாசிட், பத்தாயிரம் புரோக்கரேஜ்!'' வர்ஷா அழும் குரலில் சொன்னாள், ''நான் சம்பாதித்ததெல்லாம் காலியாகிவிடும்.''

அவள் முகத்தைப் பார்த்து விமலின் புன்னகை மறைந்து விட்டது.

''என்ன முனவ்வர், ஆண்டவன் முன் எப்படி முகத்தைக் காட்டுவீர்கள்? நீங்கள் பம்பாயின் கால் பங்கு பில்டிங்கைக் கட்டுகிறீர்கள், உங்கள் ஹீரோயின் வாடகைக்கு வீடு தேடி அலைகிறாள்!''

''விமல் சார், அது...'' முனவ்வர் தடுமாறினார்.

''கொஞ்சம் அஜீமுக்கு என் வணக்கத்தை சொல்லுங்கள்.'' விமல் வர்ஷா பக்கம் திரும்பினார், ''வா வர்ஷா, ஷாட் ரெடியாக இருக்கிறது.''

வர்ஷாவிற்கு ஒன்றும் புரியவில்லை. இது இந்த ஃபிலிமின் மூன்றாவது நாள் ஷூட்டிங். அவளிடம் சைன் வாங்க இணைத் தயாரிப்பாளர் அசகர்தாங் வந்திருந்தார். முனவ்வரை அவள் இன்று தான் முதல் முதலாகப் பார்த்தாள். அவருக்கு இந்த ஃபிலிமோடு என்ன சம்பந்தம் என்று அவளுக்குத் தெரியாது. அஜீம் என்ற பெயரையும் அவள் கேட்பது இதுதான் முதல் முறை.

''வர்ஷா!'' அன்று மாலையே வீர் அவளிடம் கேட்டார், ''உங்களிடம் எவ்வளவு பணம் இருக்கிறது? நாரங்கின் பாக்கியையும், எங்கள் புரொடக்ஷன் பாக்கியையும் சேர்த்துக் கொள்ளுங்கள்.''

வர்ஷா ஒரு காகிதத்தில் கணக்கு பண்ணி பார்த்தாள். பெங்காலி மார்க்கெட் பஞ்சாப் நேஷனல் பாங்கில் இரண்டாயிரத்து ஐநூறு ரூபாயையும், ஷாஜஹான்பூர் போஸ்ட் ஆபீசில் இருநூற்று இருபத்தைந்து ரூபாயையும் கூட கூட்டினாள்.

லிஃப்ட்டில் வேலைக்காரன், ''அஜீம் சார் இப்போதே ஹோல்டு செய்யச் சொன்னார்.'' என்று சொன்னான், ''மூன்று ஃப்ளாட் டீல் ஆகியிருக்கிறது - அதுவும் ஃப்ரண்டுகளுக்காக.''

லிஃப்ட் பத்தாவது மாடியில் நின்றது. நீண்ட தாழ்வாரத்தில் வலது பக்கம் பெரிய சமையல் அறை. நீள, அகலமான ஹால். வலது பக்கம் மேற்கு பார்த்த பெரிய, பெரிய ஜன்னல்கள். இடதுபக்கம் நீண்ட பால்கனி. தாழ்வாரத்தின் இடது பக்கம் ஸ்டோர் ரூம், பிறகு பாத்ரூம், பிறகு பெட்ரூம். நேர் எதிரில் பாத்ரூமோடு கூடிய மாஸ்டர் பெட்ரூம். வலது பக்கம் பெரிய ஜன்னல். தாழ்வார கடைசி கதவைத் திறந்ததும் நீள, அகலமான டெர்ரஸ். தாழ்ப்பாளை விலக்கியதுமே வேகமான காற்றலைகள் ஃப்ளாட் முழுதும் பரவியது.

ஒரு மாடியில் ஒரே ஒரு ஃப்ளாட் மட்டுமே இருந்ததால் முழுபிரைவசி. டெர்ரசின் இடது பக்கம் தெரு; வலது பக்க பில்டிங் கொஞ்சம் பின்னால் இருந்தது. கடல் அலைகள் மிக நெருக்கமாக சொந்தம் கொண்டாடுபவையாக இருந்தன, அவற்றுடன் பேசிக் கொண்டே இருக்கலாம் போல இருந்தது. வலது பக்கம் பர்சோவா கிராமக் கரையில் படகுகள் காணப்பட்டன.

''எப்படி இருக்கிறது?'' என்று வீர் கேட்டார்.

''அப்படியே கனவு போல இருக்கிறது.'' வர்ஷா பறக்கும் முடியை சீராக்கியபடி சொன்னாள்.

''அத்தை, நான் இங்கேயே இருக்கிறேன்.'' என்று அறிவித்தாள் மீதா.

மறுநாள் வீர் முனவ்வருடன் ஃபிலிமாலயா ஸ்டுடியோவில் அவள் மேக்கப் ரூமுக்கு வந்தார்.

''பாருங்கள் வர்ஷா, உங்களிடம் இவ்வளவு பணம் இருக்கிறது...'' அவர் தன் கையிலிருந்த காகிதத்தில் ஒரு எண்ணைக் காட்டினார், ''நாரங்க் ஃபிலிமிலிருந்தும், விமல் புரொடக்ஷன்சிலிருந்தும் இவ்வளவு பேமண்ட் ஆகிவிட்டது... அஜீம் பிக்சர்ஸ் இந்த பேமெண்ட் முழுதும் அட்வான்சாக தந்துவிட்டது. ஃப்ளாட் விலையில் அஜீம் இருபத்தைந்தாயிரம்

ரூபாய் குறைத்துக் கொண்டு விட்டார். இந்த ஷெட்யூலின் தன் இரண்டு பிளாக் அமௌண்டை விமல் டோட்டல் பிரைஸ் டிஃபெரன்சில் அட்ஜஸ்ட் செய்து விட்டார். கணக்கு சரியாகி விட்டது... இப்போது நீங்கள் சிக்னேச்சர் பண்ணிவிடுங்கள்.''

முனவ்வர் இரண்டு அக்ரிமெண்ட் காப்பிகளைப் பிரித்தார். வீர் பால் பென்னை நீட்டினார். வர்ஷா மந்திரத்தால் கட்டுண்டவள் போல் இருந்தாள். முனவ்வர் காட்டியபடி அவள் ஏறக்குறைய இருபத்தைந்து இடங்களில் கையெழுத்திட்டாள். பல இடங்களில் குறிப்பிட்டிருந்த முகவரி மட்டும் அவள் மனதில் பதிந்துவிட்டது - 101, சில்வர் சேன்ட்...

''ரிஜிஸ்ட்ரேஷனுக்குப் பிறகு உங்கள் அக்ரிமெண்ட் காப்பியை அனுப்பிவிடுகிறேன்...'' என்றார் முனவ்வர், பையிலிருந்து சாவியை எடுத்து முன்னால் வைத்தார், ''மேடம், ஹவுஸ் வார்மிங்கின் போது எனக்கு இனிப்பு தர மறந்துவிடாதீர்கள்.'' என்று சொல்லி வணங்கி விட்டுப் போய்விட்டார்.

''பாருங்கள் வர்ஷா!'' வீர் அந்தக் காகிதத்தில் எழுதியிருந்த இரண்டு போன் நம்பர்களைக் காட்டினார், ''ஹேப்பி ஹோமி'லிருந்து உங்களுக்குப் பிடித்த ஃபர்னிச்சர்களை வாங்கிக் கொள்ளுங்கள், 'நாயாப் எலக்ட்ரிக்கல்'சில் ஃப்ரிஜ், டி.வி. வி.சி.ஆர். பிறகு வேறு அப்ளையன்ஸ்களையும் வாங்கிக் கொள்ளுங்கள். என் வேலை முடிந்துவிட்டது. ஒரு வருஷத்தில் கொஞ்சம் வட்டியுடன் மாதவாரியாக பேமெண்டைக் கொடுத்து விடுங்கள். விமலுக்குத் தரவேண்டிய கடனை நீங்கள் உங்கள் வசதி போல கொஞ்சம் கொஞ்சமாக கொடுத்து விடுங்கள்.''

அறையில் அவள் தனியாக மயக்கத்துடன் சாவியைப் பார்த்துக் கொண்டே இருந்தாள். விமலிடம் கடன் என்ற விஷயத்தைக் கேட்டு அவளுக்கு கூச்சமாக இருந்தது. ஆனால் வேறு வழி? வாடகைக்கு ஃபிளாட் எடுத்தால் எல்லா பணமும் வீணாகப் போய்விடும். பன்னிரண்டு மாதங்களுக்குப் பிறகு அவள் மீண்டும் ஒரு வாடகை ஃபிளாட்டைத் தேட வேண்டியிருக்கும். ''வர்ஷா, இது மிகவும் நல்ல டெவலப்மெண்ட்.'' என்று முந்திய இரவு நீரஜா

சொல்லியிருந்தாள், ''விமலின் ஒரு போனிலிருந்து உங்கள் எல்லா தயாரிப்பாளர்களிடமிருந்தும் பாக்கிகள் கிடைத்துக் கொண்டிருக்கிறது, சாதாரணமாக அதில் இருபத்தைந்து சதவிகிதம் மாயமாகி விடும் (நீரஜாவின் சொந்தக் கம்பெனியும் அதில் அடங்கும், ஆனால் அவள் உண்மையை மறைக்காமல் சொன்னாள்). நீங்களாகவே இவ்வளவு பணம் சேர்க்க நீண்ட நாட்கள் ஆகும். அதற்குள் விலையும் ஏறிவிடும். சில்வர்சேன்டின் ஒரு ஃபிளாட் விலை நான்கு ஆண்டுகளில் இருமடங்காகி விடும். ரியல் எஸ்டேட் தங்கச் சுரங்கம். இதை விட சிறந்த இன்வெஸ்ட்மெண்ட் இல்லை. தற்போது நீங்கள் பம்பாயில்தான் இருக்க வேண்டியிருக்கிறது, வாடகை இடம் எல்லா வகையிலும் நஷ்டம்தான், உங்கள் சொந்த ஃபிளாட் எல்லா வகையிலும் லாபம்.'' ''ஒரே பெட்ரூம் ஃபிளாட்டை ஏன் வாங்கக்கூடாது? யாரிடமும் கடன் வாங்கவேண்டியிருக்காதே!'' என்று வர்ஷா வாதம் செய்தாள். ''இப்போது எல்லா விஷயமும் தீர்மானமாகி விட்டது. அவர்கள் நன்றாக யோசித்துதான் உங்களுக்கு பெரிய ஃபிளாட்டைக் காட்டியிருக்கிறார்கள். உண்மையில் இப்போது உங்களுக்கு ஒரு பெரிய ஃபிளாட்தான் வேண்டும். பல சமயங்களில் இரண்டு பார்ட்டிகள் ஒரே நேரத்தில் வந்துவிடுவார்கள். அவர்களை எதிரெதிரே உட்கார வைக்கக் கூடாது. ஒரு பார்ட்டியை டிராயிங் ரூமிலும், இன்னொரு பார்ட்டியை எக்ஸ்ட்ரா பெட்ரூமிலும் உட்காரவைக்கலாம். உங்கள் சொந்த பெட்ரூமிற்கு எந்த புரொட்யூசரையும் அழைத்துப் போவது நன்றாக இருக்காது. ஒரு கூடுதல் அறை எல்லா வகையிலும் நல்லது. அங்கே நீங்கள் கதை கேட்கலாம். டில்லியிலிருந்து உங்கள் நண்பர் அல்லது சகோதர - சகோதரிகள் வந்தால் தங்க இடம் வேண்டுமில்லையா! பிறகு நாளை உங்கள் குடும்பம் பெரிதாகிவிடும். குழந்தை சாமான்கள் நிறைய இருக்கும். அதற்குத் தனி அறை வேண்டும்.'' ''ஏன் குழந்தையின் அப்பா வெட்டி ஆளாகத்தான் இருப்பாரா?'' வர்ஷா கண்ணை சிமிட்டினாள். ''அவர் வீட்டு ஆளாகத்தான் இருப்பாரா?'' நீரஜா சிரிக்கத் தொடங்கினாள். ஆனால் மனதிற்குள் வர்ஷா அவள் வாதத்தை ஏற்றுக் கொண்டாள். உதவி வாங்கத்தான் போகிறாள் என்றாள் ஃபிளாட் பெரிதாகத்தான் இருக்கவேண்டும்.

"விமல் சார்!" மாலையில் அவள் தொண்டை அடைக்க கூறினாள், "உங்களிடம் என் நன்றியைக் கூற வார்த்தைகள் இல்லை."

"சில விஷயங்களை அப்படியே சொல்லாமல் விட்டுவிட வேண்டும்." என்று விமல் தத்துவம் சொல்லிவிட்டு டீயைப் பருகினார், "ஆனால் நீ சொன்னதால் பதில் சொல்கிறேன். நானும் என் முதல் ஃபிளாட்டை இப்படித்தான் வாங்கினேன். உலகம் இப்படித்தான் போய்க் கொண்டிருக்கிறது. உனக்கு உதவி செய்வதில் இப்போது தயாரிப்பாளர்களுக்கும் கொஞ்சம் லாபம் இருப்பதாக தோன்றுகிறது. எப்படி என்று கேட்பாய்."

"எப்படி?"

"நான் உன்னிடம் இதைத்தான் எதிர்பார்த்தேன்." விமல் இனிமையாகக் கடிந்தார், "புது 'டிரேட் கைட்' பார்த்திருக்கிறாயா?"

"இல்லை." வர்ஷா கூச்சத்துடன் புன்னகை செய்தாள்.

"காமூ, சார்த்ரனின் நாடகங்களை விட்டுவிட்டு எப்போதாவது ட்ரேட் பேப்பர்களையும் படி. மூன்றாவது வாரம் 'வலியின் உறவி'ல் மிக நல்ல கலெக்ஷன். வர்ஷா வசிஷ்டின் முதல் கமர்ஷியல் பிக்சரே ஹிட் ஆகிக் கொண்டிருக்கிறது. 'ஆரத்தியும் நெருப்பும்' படமும் நன்றாகப் போகவேண்டும் என்று கடவுளை வேண்டிக் கொள். பிறகு உன் வீட்டு வாசலில் தயாரிப்பாளர்கள் கூட்டம் க்யூ வரிசையில் நிற்கும்."

பல கவலைகளுக்கிடையில் 'ஆரத்தியும் நெருப்பும்' திட்டமிட்டபடி நடந்தது. 'வலியின் உறவு' ரிலீசுக்கு முன்பே டப்பிங் முடிந்து விட்டது. தற்போது மாஸ்டர் பிரிண்டிற்காக கலர் கரெக்ஷன் நடந்து கொண்டிருந்தது ("விமல் சார் தான் சொன்னதை செய்து விட்டார்." என்றாள் நீரஜா).

"நான் நிறைய கடன் வாங்கியிருக்கிறேன். உரிய சமயத்திற்குள் திருப்பிக் கொடுக்க முடியுமா என்று பயமாக இருக்கிறது."

"கொடுத்துவிடுவாய்." விமல் புன்னகை செய்தார், "நீ 'சௌம்யமுத்ரா'வில் 'என் வாழ்வின் கண்ணீர் - யுகம் முடிந்து

கொண்டிருக்கிறது. இப்போது புன்னகை - யுக நேரம்' என்ற வசனத்தை சொன்னவள், இல்லையா?''

வர்ஷா தன் சொந்தக் கதையை, முக்கியமாக ஷாஜஹான்பூர் எதிர்த்தரப்புடனான போராட்டக் கதையை, அவரிடம் சொல்லியிருந்தாள். பிறகு டில்லியில் பெற்ற கலை விருதுகள், ஹர்ஷின் காதல் ஆகியவற்றையும் கூறினாள். ஒரு இயக்குநர் என்ற வடிவத்தில் சித்தார்த்தைப் புகழ்ந்தாள், ஆனால் அவனிடம் தன் ஈடுபாட்டை மறைத்து விட்டாள்.

''கடவுள் மேல் நம்பிக்கை வை, வர்ஷா!''

விமலின் புன்னகை சற்று அர்த்தம் நிரம்பியதாக இருந்தது. வர்ஷாவால் அதைப் புரிந்து கொள்ள முடியவில்லை.

★ ★ ★ ★

வர்ஷா தன் தெருவில் தன் செகண்ட் ஹேண்ட் ப்ரீமியர் பத்மினியைத் திருப்பிய போது ஒன்பதரை ஆகிவிட்டிருந்தது (ஸ்டீரிங்கில் கை பழகிவிட்டது. ரிவர்ஸ் கியரில்தான் சற்று கஷ்டம் இருந்தது. ''உன்னுடைய இந்தக் கஷ்டத்திற்கு ஒரு அர்த்தம் இருக்கிறது.'' என்று சித்தார்த் புன்னகை செய்தான், ''நீ ரிப்பர்ட்டரியை நோக்கித் திரும்பிப் போக முடியாது!'') தெரு நீண்டு, ஆள் அரவமின்றி இருந்தது. கார் வெளிச்சத்தில் தெரு முடிவில் தொடங்கும் மணல் வெளி தெரிந்தது.

அவள் களைத்துப்போய் தூக்கக் கலக்கத்தில் இருந்தாள். இதுவே என் வாழ்க்கையின் நிலையான தன்மை ஆகிவிட்டது என்று அவள் நினைத்துக் கொண்டாள். ஆனால் தூக்கத்தின் மீது அவளுக்கு அதிசயமான கட்டுப்பாடு வந்துவிட்டது ஆச்சரியமான விஷயம். ''அன்பிற்குரிய தூக்கமே, நான் இப்போது ஒரு முக்கியமான வேலை செய்து கொண்டிருக்கிறேன். தயவு செய்து நீ இரண்டு மணி நேரம் கழித்து வா.'' தூக்கம் சரி என்று தலையாட்டி விட்டுப் போய்விடும். பிறகு இரண்டு மணி நேரம் கழித்து மெல்ல இமைகளை வருடும், ''அன்பிற்குரிய தூக்கமே, இன்னொரு முக்கியமான வேலை வந்துவிட்டது. ஒரு மணி நேரம் மன்னித்துக் கொள்.'' தூக்கம் பேசாமல் திரும்பிப் போய்விடும்.

கார் கேட்டை அடைந்ததும் இரண்டு காவலாளிகளும் வணக்கம் தெரிவித்தார்கள், ஒருவன் பின்னாலேயே வந்தான். வர்ஷா கதவைத் திறந்ததும் காவலாளி தெர்மோவியரையும், வாட்டர் ஜக்கையும் எடுத்துக் கொண்டு பில்டிங்கை நோக்கி சென்றான். இதற்குள் முதல் ஆள் லிஃப்டை இறக்கி விட்டிருந்தான்.

வர்ஷா கார்க் கதவை லாக் செய்தாள். கார் சாவி கேசின் ஜிப்பை மூடி அதைப் பர்சில் சாவிக் கொத்தின் இடத்தில் வைத்தாள். எத்தனை சாவிகள் வந்துவிட்டன!

லிஃப்டிலிருந்து வெளியில் வந்து வர்ஷா கதவை நோக்கி சென்றாள். பட்டனில் விரலை வைத்தாள். இசையின் சுரம் எழத் தொடங்கியதுமே கதவு திறந்தது. புன்னகை பூத்த முகத்துடன் ஜுமக்கி ஒரு பக்கம் ஒதுங்கினாள். பிறகு காவலாளி பக்கம் கையை நீட்டினாள்.

சமையலறையில் குக்கர் சத்தம் கேட்டது. டிராயிங் ரூமில் டி.வி. ஓடிக் கொண்டிருந்தது.

வர்ஷா நீண்ட பெருமூச்சுடன் சோபாவில் உட்கார்ந்தாள். பர்சைப் பக்கத்தில் வைத்தாள். பிறகு குனிந்து சான்டில்களை அவிழ்க்கத் தொடங்கினாள்.

''அக்கா, குளித்துவிடுங்கள், பிறகு உட்காருங்கள்!'' ஜுமக்கி ரிமோட்டை அழுத்தி டி.வி. சத்தத்தைக் குறைத்தாள், ''களைத்துப் போய் இருக்கிறீர்கள்.''

''சரி.'' என்று சொல்லிவிட்டு வர்ஷா எழுந்தாள்.

ஜுமக்கி வீட்டை அழகாக நிர்வகித்தாள். வர்ஷாவின் ஒவ்வொரு பழக்கமும், பிடித்தமான விஷயங்களும் அவளுக்குத் தெரியும். எதுவும் சொல்லவே தேவையில்லை.

''உபமா அக்காவிற்கு ஆபீசில் கார் கொடுத்திருக்கிறார்கள்.'' என்று ஜுமக்கி ஒரு சிறிய கடிதம் எழுதியிருந்தாள். ''டிரைவர் கோம்சும், அவன் மனைவி சைலியும் இரண்டு குழந்தைகளோடு அவுட்ஹவுசில் குடியிருக்க வந்துவிட்டார்கள். நான் பெரும்பாலும் உங்கள் ரூமில்தான் தூங்குகிறேன். சைலிக்கு இங்கிலீஷ் தெரியும்,

போன் விஷயங்களைக் கவனித்துக் கொள்கிறாள். உபமா அக்கா என்னை மஹிலா கல்யாண் சமிதி அலுவலகத்திற்கு அனுப்பிவிட யோசித்துக் கொண்டிருக்கிறாள், ஆனால் எனக்கு அங்கே போக இஷ்டமில்லை. என்னை உங்களோடு வைத்துக் கொள்கிறீர்களா?''

வர்ஷாவின் ஆர்வங்கள் மலர்ந்தன. தயக்கத்துடன் அனுபமாவுக்கு போன் செய்தாள், ''ஜுமக்கிக்கும் சைலிக்கும் இடையே உறவு இறுக்கமாகிக் கொண்டிருக்கிறது. ஜுமக்கிக்குப் பிடித்த வகையில் சிக்கலுக்கு இப்படி ஒரு தீர்வு கிடைத்ததில் எனக்கு சந்தோஷம்.'' என்றாள் அனுபமா.

புது ஃபிளாட் சாவி கிடைத்ததும் ஷிவானி ஜுமக்கியை அழைத்துக் கொண்டு வந்துவிட்டாள். வர்ஷா மீராவின் 'சந்திர கிரஹணம்' ஃபிலிம் ஷெட்யூலில் மும்முரமாக இருந்தாள். காலையில் போய்விட்டு இரவு பத்து மணிக்குதான் வந்தாள். ஷிவானி தேவையான ஃபர்னிச்சர்களையும் அளவுகளையும் குறித்துக்கொண்டு நீரஜாவுடன் 'ஹேப்பி ஹோம்' போய் எல்லா வற்றையும் வாங்கிவந்தாள். அதன் பிறகு மின்சார உபகரணங்கள். வர்ஷா சமையல் அறையில் குக்கிங் ரேஞ்ச், டோஸ்டர், மிக்ஸி ஆகியவற்றை ஒத்தி வைத்து சற்று சிக்கனம் பிடிக்க விரும்பினாள், ஆனால் நீரஜா, ''உங்களுக்கு எல்லாம் வாங்கத்தான் வேண்டும் - இன்று அல்லது நாளை. இவ்வளவு சிக்கனம் செய்வதால் பெரிய வித்தியாசம் ஒன்றும் வந்துவிடப் போவதில்லை. ஆக்டிங்கில் கிடைப்பதைப் போல பணம் வேறு எதிலும் கிடைக்காது. ஸ்மக்கிளிங்கில் கூட ரிஸ்க் எடுக்கத்தானே வேண்டியிருக்கிறது! நீங்கள் அதிருஷ்டசாலி என்றுதான் சொல்லவேண்டும்.''

நீரஜாவின் வாக்கு பலித்ததோ அல்லது அவள் வாழ்வின் 'புன்னகை - யுகம்' தொடங்கி விட்டதோ (அல்லது அவளுடைய பம்பாய் காட் ஃபாதரின் வரமோ) தெரியவில்லை, அடுத்த நாள் காலை மெட்ராஸ் ஃபிலிம் 'புகாரி'ல் அவளிடம் கையெழுத்து வாங்குவதற்காக அதன் தயாரிப்பாளர் பி.வி.ராவ் வந்து விட்டார் (இது வரை கிடைத்ததில் இது மிகப் பெரிய சம்பளம் - இரண்டுடன் ஐந்து சைபர்!). கையெழுத்தான ஒப்பந்தப் பத்திரத்தை ஃப்ரீப்கேசில் வைத்துக் கொண்டே ராவ் ஆங்கிலத்தில் சொன்னார், ''மிஸ்டர் வீர் (இதுதான் அவர் பெயர் என்று நினைத்துவிட்டார்!) நீங்கள் புது

ஃபிளாட்டிற்கு ஷிஃப்ட் செய்து கொண்டிருப்பதாகக் கூறினார், அதனால் முதல் ஷெட்யூல் ப்ளாக் பண்ணி வைத்திருகிறோம்.''

அவர் போன பிறகு வர்ஷா சூட்கேசைத் திறந்தாள். மேலிருந்து கீழ் வரை நூறு ரூபாய் நோட்டுக் கற்றைகள் நிறைந்திருந்தன (அவளுக்குப் பல ஆண்டுகளுக்கு முன் ட்யூஷன் சம்பளமாக தனக்குக் கிடைத்த நூற்றைம்பது ரூபாயை மிஷ்ரிலால் கல்லூரி கேர்ள்ஸ் ரூமில் தான் ஆர்வத்துடன் பார்த்தது நினைவு வந்தது!)

உண்மையில் நான் அதிருஷ்டசாலியா என்று வர்ஷா யோசித்தாள். பம்பாய் வந்து ஒரு வருஷம் ஆகிவிட்டது. (இருபத்தைந்து வருஷம் இருப்பதாக அவள் உறுதி பூண்டிருந்த ரிப்பர்ட்டரியை அவள் விட்டுவிட்டாள். ''ஐந்து சைபர் சம்பளம் வாங்கிக் கொண்டு ஆயிரம் ரூபாய் வேலையை நினைத்து மனம் உளைந்து கொண்டிருக்கிறீர்கள்.'' என்று நீரஜா புன்னகை செய்திருந்தாள். அவளால் வர்ஷாவின் வருத்தத்தைப் புரிந்து கொள்ள முடியவில்லை. ஒரு பாராவில் ராஜிநாமா கடிதத்தை எழுதும் போது ஷூத்ரக், யூரோப்பிடீஸ், லோர்க்கா ஆகியோருடனான உறவு நிரந்தரமாக உடைந்து கொண்டிருப்பதாக எண்ணி நடுங்கினாள். எந்த நாடகக் கல்லூரியின் இண்டர்வியூவிற்கான அனுமதிக் கடிதம் கிடைத்ததும் துஷ்யந்தன் இன்னான் என்று அறியாமலேயே பரதன் கையிலிருந்து விழுந்த பாதுகாப்புக் கயிறைத் தொட்டதைப் போல் ஆவேசம் கொண்டாளோ அதே கல்லூரி இப்போது அவளுக்கு அர்த்தமற்றதாகி விட்டது!)

★ ★ ★ ★

''இல்லை அம்மா,'' விமல் செயற்கையாக மறுத்தார், ''இங்கே நாங்கள் பெண்கள் வீட்டில் தண்ணீர் கூட குடிப்பதில்லை.''

''அதனால்தான் நான் விஸ்கி கொண்டு வந்திருக்கிறேன்.'' என்று ஷிவானி புன்னகை செய்தாள்.

''அப்பா, ஏன் பொய் சொல்கிறீர்கள்?'' என்றாள் மீதா, ''வரும்

வழியில் இன்று நான் கொஞ்சம் குடிக்கட்டுமா என்று அம்மாவிடம் கேட்கவில்லை?''

''இதோ, என் வீட்டிலேயே ஒரு விபீஷணன்.'' என்று விமல் சிரித்தார், ''ஹர்ஷ் எங்கே வர்ஷா? அவருடன் எனக்கு பூஜிங் காம்பெட்டிஷன் இருக்கிறதே''

''வந்து கொண்டுதான் இருப்பார்.''

கிருஹப் பிரவேசம் நடந்து கொண்டிருக்கும் இந்த வீடு தன்னுடையதுதான் என்று நம்புவதற்கே வர்ஷாவுக்கு சற்று நேரம் பிடித்தது.

உள்ளே நுழைந்த உடனேயே மூலையில் அழகிய கோலம், இடையில் வரிசையாக சின்னதாகிக் கொண்டே செல்லும் மூன்று ஸ்வஸ்திக் சின்னங்களோடு மங்கல கலசங்கள். மேலே பூமாலைகள், மாவிலைத் தோரணம்.

தாழ்வாரம் வழியாக லிவிங் ரூமிற்கு வரும்போது முதலில் கண்ணில் படுவது முத்துத் தொங்கல்கள் - சின்ன, சின்ன பளிங்குக் கற்கள் ஒளியில் தகதகத்தன. ஒரு பக்க மூன்று தட்டு கண்ணாடி மேஜைக்கு அருகில் இளம் பச்சை உறை மூடிய சோபாக்கள், மோடாக்கள், பின்னால் ஸ்டாண்டில் சிறிய பளபளக்கும் பித்தளைக் கூண்டு யானை, மயில். ஒரு ஓரத்தில் கொடிகள் தழுவிய ப்ளாசம் மேட்ஸ் பாட் - ஹோல்டரின் பசுமையான செடிகள். மறுபக்கம் திண்டுகளோடு கூடிய காப்பர் ஃப்ளாக்ஸ் நீள, அகலமான மெத்தை மேல் பூ வேலையோடு கூடிய ஹேண்ட்லூம் விரிப்பு, தலையணை உறைகள் - எதிரில் கலர் டி.வி. வி.சி.ஆர், ஸ்டீரியோ சிஸ்டம். பக்கத்தில் லாங் பிளேயிங் கேசட்கள், வீடியோ கேசட்கள் நிறைந்த வால்யூனிட். அடுத்த பெரிய வால்யூனிட்டின் கதவைத் திறந்ததும் மது பாட்டில்கள் வரிசை ஷீ வாஸ் ரீகல், சதர்ன் கம்ஃபர்ட், டகீலாவிலிருந்து ஷாம்பேன், ஓல்டு மாங்க் வரை சிறிய, பெரிய பாட்டில்கள். கூடவே வெவ்வேறு வடிவங்களில், டிசைன்களில் கோப்பை வரிசைகள்.

சுவர்களில் இளம் நீல டிஸ்டெம்பர். மெல்லிய, அழகிய ஃப்ரேம்களில் இலக்கியப் பெண்கள் (நீரஜாவின் போட்டோ

கிராஃபர் மினியேச்சர்களை ஷூட் பண்ணி ஃப்ளோ அப் செய்திருந்தார்) சுவர்களை அலங்கரித்தார்கள்.

இடது பக்க சுவர் முழுதும் கண்ணாடி ஸ்லைடுகளால் அமைந்த கேசில் புத்தகங்கள் இருந்தன - 'காளிதாஸ் கிரந்தாவலி' (அப்பா மிகவும் போற்றிய சௌகம்பாசுரபாரதியின் நூல் தொகுப்பு) விலிருந்து தெரிவு செய்யப்பட்ட நாடக இலக்கியம், சினிமா, கவிதை, படங்களோடு டீலக்ஸ் பதிப்பில் 'காம சூத்ரமு'ம் இருந்தது.

மொகலாய பாணியில் ஜாலி வேலைப்பாடு செய்த மரத்தடுப்பிற்கு அப்பால் டைனிங் டேபிள். அதன் மேல் டிரிப் - டிரை துண்டுகள் - அழகிய பூவேலைப்பாட்டு லினன்.

வர்ஷாவின் படுக்கை அறையில் நான்கு சுவர்களையும் தொட்டபடி கனத்த கார்ப்பெட். எதிரில் முழு சுவரையும் சூழ்ந்திருந்த வார்ட்ரேஸ் - பாவாடை, சோளியிலிருந்து பைகீஸ், சேலைகள் வரை நிறைந்திருந்தன. அவள் நாடகக் கல்லூரி. இண்டர்வியூவிற்கு வரும் போது அணிந்திருந்த தளர்ந்த சல்வார் - குர்த்தாவும் ஹேங்கரில் தொங்கிக் கொண்டிருந்தது (டில்லி மியூசியத்தில் ஷாஜஹானின் ஆடைகள் தொங்கிக் கொண்டிருப்பதைப் போல - ''சில்பில், என்.எஸ்.டி.யின் ஆர்க்காயிட்கள் அமையும் போது அவர்கள் இதை ப்ரைட் ஆஃப் பிளேசில் வைப்பார்கள்.'' ஹர்ஷ் சிரித்தான்). ஒரு இடத்தில் வகை வகையான உள்ளாடைகள் இருந்தன - ப்ரா பேன்டி, ஃபுல், ஹாஃப், டாப் ஸ்லிப், க்ராஸ் - ஸ்ட்ரைடு பிகினி வலது பக்க சுவரில் பெரிய கண்ணாடியுடன் டிரஸ்ஸிங் டேபிள். தட்டுகள் அலங்காரப் பொருட்களால் நிறைந்திருந்தன. மேற்கு பக்க சுவரை ஒட்டி டபுள்பெட் இருந்தது. அதன் மீது பின்னல் வேலை செய்த பெட்ஸ்ப்ரெட். இரண்டு பக்கமும் சிறிய மேஜைகளில் இரண்டு லேம்ப்.

டெர்ரசில் பிரம்பு நாற்காலிகள், ராக்கிங் சேர். லிவிங் ரூம் முகப்பில் மேலேயிருந்து தொங்கும் ஊஞ்சல் நாற்காலி. தன் பெட்ரூம் பாசேஜில் வர்ஷா தன்னுடைய பல நாடகக் காட்சிகளில் தன் படங்களின் கொலாஜ் தொங்கவிட்டிருந்தாள் - 'சபிக்கப்பட்ட

சௌம்யமுத்ரா' விலிருந்து 'மூன்று சகோதரிகள்' வரை (இதில் இரண்டே இரண்டு வெளி மனிதர்களுக்குதான் வர்ஷாவுடன் இருக்கும் பெருமை கிடைத்திருந்தது. ஸ்டில் போட்டோ கிராஃபர் 1899-ல் எடுக்கப்பட்ட, செக்காவ் மாஸ்கோ ஆர்ட் தியேட்டர் மண்டலியுடன் நாடகத்தைப் படிக்கும் காட்சியில் வர்ஷா சொன்னபடி ட்ரிக் போட்டோ கிராஃபி செய்திருந்தார் - மேஜையில் நடுவில் செக்காவ் உட்கார்ந்து டாக்குமெண்ட் படித்துக் கொண்டிருக்கிறார், அவருக்கு இடது பக்கம் ஸ்டானிஸ் லாவஸ்கி உட்கார்ந்திருக்கிறார், வலது பக்கம் மேஜை மேல் முழங்கையை ஊன்றி உள்ளங்கையில் மோவாயைத் தாங்கியபடி மாஷாவின் ஆடை, அலங்காரத்தில் சில்பில் உட்கார்ந்திருக்கிறாள். படத்தின் மூலத்தில் இருந்த பன்னிரண்டு உறுப்பினர்களும், ஓல்கா நிப்பரையும் சேர்த்து மாயமாக்கப்பட்டிருந்தார்கள்! ஒரிஜினலில் முழங்கையை ஊன்றியபடி வர்ஷாவின் 'வாழ்க்கையின் மூன்றாவது பக்க'த்தின் வலது பக்கம் உட்கார்ந்திருந்த இளம் நடிகையின் பெயர் வர்ஷாவிற்குத் தெரியாது. ''அன்பிற்குரிய மேடைத் தோழியே, என்னை மன்னித்துவிடு.'' என்றாள் வர்ஷா. ஆனால் அப்பாவி ஓல்கா நிப்பர் இதற்குக் கூட தகுந்தவளாகக் கருதப்படவில்லை. இந்த படத்தைப் பார்த்து ஹர்ஷ் உரக்க சிரித்தான். பின்னர் அவளைத் தோளோடு சேர்த்து அணைத்து முத்தமிட்டான், ''என் ஷாஜஹான்பூர் சில்பில்லின் சென்ஸ் ஆஃப் ஹ்யூமரைப் பாருங்கள்!'')

''செப்புக்காசைத் தேடிக் கொண்டிருந்தவனுக்கு தங்க நாணயங்கள் நிறைந்த குடம் கிடைத்ததைப் போல இருக்கிறது. நம்முடைய ஏழு தலைமுறைகளில் யாரும் ஒருபோதும் உத்தரப் பிரதேசத்தைத் தாண்டி போனதில்லை, எல்லாரும் வாடகை வீடுகளில்தான் இருந்தார்கள். நீ இந்த இரண்டையும் உடைத்துவிட்டாய், அதுவும் மாயலோகமான பம்பாயில்! நான் ஆச்சரியத்தில் என்னை மறந்து இருக்கிறேன்' என்று அப்பா எழுதியிருந்தார்.

பம்பாய் நண்பர்களில் நீரஜா, மீரா, சித்தார்த், விமலின் குடும்பத்தினர் வந்திருந்தார்கள் (வீரும், மாமாவும் மாலையில் வந்து வாழ்த்து தெரிவித்துவிட்டுப் போயிருந்தார்கள்). சற்று நேரத்திற்கு முன் சதுர்புஜின் போன் வந்திருந்தது, ''வர்ஷா, அனுபமா

வந்திருப்பதாக கேள்விப்பட்டேன்." "ஆமாம்." "நான் வரட்டுமா, வேண்டாமா?" "சார், கருத்து வேற்றுமையில்லாத டில்லி நண்பர்களைத்தான் கூப்பிட்டிருக்கிறோம்." "நல்லது" என்று சொல்லிவிட்டு சதுர்புஜ் போனை வைத்துவிட்டார். அவர் என்ன தீர்மானம் செய்தார் என்று வர்ஷாவால் அறிந்துகொள்ள முடியவில்லை.

ஆனால் சற்று நேரத்திற்கு முன் அவர் இயல்பாக உள்ளே நுழைந்தார். எல்லாருக்கும் பொதுவாக வணக்கம் தெரிவித்துவிட்டு ஒரு மூலைக்கு சென்றார்,

"ஹலோ அனுபமா, நன்றாக இருக்கிறாயா?"

"ஆமாம்." அனுபமா புன்னகை செய்தாள், "மிகவும் வேலையாக இருப்பதாகக் கேள்விப்பட்டேன்."

ஒரு வினாடி அசாதாரணமாக இருந்த சூழல் பிறகு இயல்பாகிவிட்டது.

"நாங்கள் இமேஜுக்கு அடிமைகள்." என்று விமல் திவ்யாவிடமும் ரோஹனிடமும் சொல்லிக்கொண்டிருந்தார், " என்னிடம் வரும் கதைகள் எல்லாம் ஒரு வீரனை சுற்றி சுழல்வதாகவே இருக்கின்றன. வினியோகஸ்தர்கள் இந்த மாதிரியான ப்ராஜெக்டைத்தான் பேக் பண்ணுகிறார்கள், அதனால் தயாரிப்பாளர்களும் இப்படியான ப்ராஜெக்டுகளைத்தான் தொடங்குகிறார்கள். பெரும்பாலான பார்வையாளர்களும் இப்படியான ப்ராஜெக்டுகளைத்தான் விரும்புகிறார்கள் என்பதை நான் சொல்லத்தான் வேண்டும். என் வீட்டிலேயே என் இமேஜின் மேல் முத்திரை குத்தும் பார்வையாளர்கள் இருக்கிறார்கள்.." விமல் மீதாவின் கன்னத்தைத் தட்டினார், "இரண்டு, மூன்று டஜன் எதிரிகள் தாடையை உடைக்காத படம் மீதாவிற்குப் பிடிக்காது." விமல் கிளாசிலிருந்து ஒரு வாய் பருகினார், "இப்போது சதுர்புஜை எடுத்துக்கொள்ளுங்கள். அவர் இண்டஸ்ட்ரியில் 'டயலாக் காமெடியன்' என்ற பெயரில் புகழ் பெற்றுக்கொண்டிருக்கிறார். 'வலியின் உறவில்' இவருடைய 'நான் சொல்கிறேன்' புகழ் பெற்று விட்டது. இப்போது ஒவ்வொரு ஃபிலிமிலும் இவருக்கு ஒரு டயலாக் தேடவேண்டிநேரும்."

"டில்லியிலிருந்து சுஜாதா..." பிரியா போன் அருகில் ஆப்பரெட்டராக உட்கார்ந்திருந்தாள். (வர்ஷாவின் பிரைவேட் செக்ரட்டரி பாண்டே பத்தாயிரம் ரூபாய் லஞ்சம் தந்து போனுக்கு ஏற்பாடு செய்துவிட்டார்).

"வர்ஷா, நிறைய நிறைய வாழ்த்துக்கள்..." என்றாள் சுஜாதா, "வர்தன் குடும்பத்தின் பிரதிநிதி அங்கே இருக்கிறானா?"

"இல்லை அக்கா. வந்துகொண்டுதான் இருப்பார்."

"இந்த சுப நேரத்திலும் லேட்டாகிவிட்டானா!"

பன்னிரண்டு மணிக்கு மீதாவின் கண்கள் சொக்கத் தொடங்கியதும் வர்ஷா குழந்தைகளை சாப்பிடச் செய்தாள். சற்று நேரத்திற்குப் பிறகு விமலும் அண்ணியும் சாப்பிட்டார்கள். பிறகு தூங்கிக்கொண்டிருந்த மீதாவைத் தோளில் தூக்கிக்கொண்டு விமல் தன் குடும்பத்தோடு போய்விட்டார்.

"அம்மாடி, இவ்வளவு பெரிய ஸ்டாரை எதிரில் பார்த்து பேச்சு-மூச்சு மாயமாகிவிட்டது!"

ஷிவானி சிரித்தாள், "நமக்கே இப்படியென்றால் மிக சாதாரணமான மக்களுக்கு எப்படி இருக்கும்?"

"விமல் சாரை விழுங்கிவிடுவதைப் போல ஜூமக்கி கண் கொட்டாமல் பார்த்துக்கொண்டிருந்தாள்." என்றார் சதுர்புஜ்.

"அக்கா, ஹர்ஷ் அண்ணன் வந்துவிட்டார்!" சற்று நேரத்திற்குப் பிறகு ஜூமக்கி வர்ஷாவிடம் வந்து சொன்னாள்.

"தர்க்கம், காலிகுலா!" ஹர்ஷ் நாடக தோரணையில் கதவருகே நின்றிருந்தான், "தர்க்கம் நம்மை எங்கே கொண்டு செல்கிறது, பாருங்கள், சக்தி தன் உச்ச எல்லை வரை, இச்சாசக்தி தன் எல்லையற்ற நுனிவரை. ஆஹா, இந்த பூமியில் நான் ஒருவன்தான் இந்த ரகசியத்தை அறிந்தவன்... தன் கரிய விதியின் முன் தன்னை அர்ப்பணித்துக்கொள்ளாத வரை முழு அமைதி கிடைப்பதில்லை. இல்லை, இப்போது திரும்பிச் செல்லமுடியாது. இணைந்து கலக்கும் வரை நான் முன்னேறி செல்லத்தான் வேண்டும்."

ஆதித்யா, இராவதி, சதுர்புஜ், அனுபமா எல்லாரும் கைதட்டத் தொடங்கினார்கள்.

முன்னால் வந்துகொண்டிருந்த ஹர்ஷ் சட்டென்று நின்றான்.

''ஹலோ....' இடது பக்கம் ஷிவானி நின்றிருந்தாள். ''ஸோ நைஸ் டு ஸீயூ....'' ஹர்ஷ் புன்னகை செய்தான்.

ஷிவானியால் ஒன்றும் பேச முடியவில்லை ('நீண்ட நாட்களுக்குப் பிறகு பார்த்த ஹர்ஷ் உள்ளேயும், வெளியேயும் மிகவும் மாறியிருந்ததாகத் தோன்றியது.''வர்ஷா, நான் மிகவும் சிரமப்பட்டு என்னைக் கட்டுப்படுத்திக்கொண்டேன்.'' என்று பிறகு ஷிவானி சொன்னாள். ஷிவானிக்கும் ஹர்ஷூக்கும் இடையே இருந்த உறவு வர்ஷாவைத் தவிர வேறு யாருக்கும் தெரியாதிருந்தது நல்லதாயிற்று).

''முதலில் இதுவரை நீங்கள் எங்கே இருந்தீர்கள் என்று சொல்லுங்கள்...'' என்றார் ஆதித்யா.

''நேராக கோராயி பீச்சிலிருந்து வருகிறேன். அட்வர்டைசிங் ஃபிலிம் ஷூட்டிங் நடந்துகொண்டிருந்தது.''

''கிருஹப் பிரவேச இதயம் நிறைந்த வாழ்த்துக்கள்.'' சிறிது நேரத்திற்குப் பிறகு ஹர்ஷ் கிச்சனில் அவள் கையைக் குலுக்கினான், அங்குமிங்கும் பார்த்துவிட்டு உதட்டில் சிறிய முத்தம் பதித்தான்.

''சற்று நேரத்திற்கு முன் டில்லியிலிருந்து போன் வந்திருந்தது.''

ஹர்ஷ் நீண்ட பெருமூச்சு விட்டான்.

தூங்கிக்கொண்டிருந்த பிரியாவைத் தூக்கிக்கொண்டு வர்ஷா தன் பெட்ரூமிற்கு வந்தாள். திவ்யாவும் ரோஹனும் இங்கேயும், இரண்டாவது பெட்ரூமில் ஷிவானி, அனுபமா, நீரஜா, ஜூமக்கியுடன் தானும், டிராயிங்ரூமில் ஹர்ஷும், சதுர்புஜும் தூங்குவதென்று திர்மானித்திருந்தாள்.

அப்போதுதான் வெளியில் ஆரவாரம் எழுந்தது. ஒரு வினாடி வர்ஷா அதிர்ந்துபோனாள். வேகமாக வெளியே வந்தபோது தோளில்

பேக்கைத் தொங்கவிட்டபடி சிநேகன் ஆதித்யாவைத் தழுவிக்கொண்டிருந்தார்.

''வர்ஷா, வாழ்த்துக்கள்!'' சிநேகன் அவளைத் தோளோடு அணைத்துக்கொண்டார்.

நீரஜா மயங்கிப்போய் பார்த்துக்கொண்டிருந்தாள்.

அனுபமா சிநேகனுக்கு வீட்டை சுற்றிக் காட்டினாள். சதுர்புஜ் அவர் கையில் கிளாசைக் கொடுத்தார். சிநேகன் முகம் கம்பீரமாயிற்று. ஆதித்யா, ஹர்ஷ், சதுர்புஜ், வர்ஷா நால்வரையும் ஒரு பார்வை பார்த்துவிட்டு தன் கிளாசை மேலே உயர்த்தி சொன்னார், ''டு டிஃபெக்டர்ஸ்....''

மீண்டும் சில வினாடிகள் முன்பு போல ஒருங்கிணைந்த ஆரவாரம் எழுந்தது. கலகலத்த, உரத்த சிரிப்பால் வீடு நிறைந்தது. திவ்யாவும், ரோஹனும் இந்தக் காட்சியை வேடிக்கை பார்த்துக்கொண்டிருந்தார்கள். ஜூமக்கியும் புன்னகை செய்தாள்.

''சிநேகனை திடீரென்று இங்கே பார்த்ததுமே புரிந்துகொண்டுவிட்டேன்.'' என்றார் சதுர்புஜ். ''டிஃபெக்டர்களைக் கூண்டில் நிறுத்தும் இத்தகைய சந்தர்ப்பத்தை இவர் விடமாட்டார்.''

''இன்றைய மிகப் பெரிய குற்றவாளி வர்ஷா வசிஷ்ட்!'' என்றார் சிநேகன்,'' வா, கீதை மேல் சத்தியம் செய்.''

வர்ஷா கையை முன்னே நீட்டி கீதையைத் தொடுவது போல் முகத்தை வைத்துக்கொண்டாள், ''நான் கீதையைத் தொட்டு சத்தியம் செய்கிறேன், நான் சொல்வதெல்லாம் உண்மை, உண்மையைத் தவிர வேறில்லை....''

''நீ உன் முழு சுய உணர்வுடன், எந்தக் குற்றமும் செய்யாத, கள்ளம் கபடமற்ற சௌம்யமுத்ராவைக் கிணற்றில் தள்ளிவிட்டாயா?'' சிநேகன் மெல்லிய புன்னகையுடன் கேட்டார்.

''ஆமாம்.'' என்று வர்ஷா கம்பீரமாக பதில் அளித்தாள்.

''நீ நிராயுதபாணிகளான ஷான்யா, நீனா, சுதர்ஷனா மார்பில் கத்தியால் குத்தினாயா?''

''ஆமாம்.''

''நீ மாஷாவின் கழுத்தில் மாட்டியிருந்த தூக்குக்கயிற்றை இழுத்தாயா?''.

''ஆமாம்.''

''இப்போது உனக்கு என்ன தண்டனை தரலாம்?''

''அந்தமானும் சைபீரியாவும் கூட எனக்குக் குறைவுதான். ''வர்ஷா கண்ணைத் துடைத்துக்கொள்வதுபோல் நடித்தாள். '' நான் மிக மோசமானவள், வாழ்நாள் முழுதும் தியேட்டர் செய்தபிறகு நான் பெட்ரூமில் ஏர்கண்டிஷன் போட்டிருக்கிறேன்.''

ஓரிருவர் சிரித்தார்கள், சிநேகனின் தீவிரத்தைப் பார்த்து அடங்கிவிட்டார்கள்.

''நாடக உலகத்திற்கு துரோகம் செய்யும் பேராசைக்காரர்களின் நெஞ்சம் நடுங்கும்படியான கடும் தண்டனை உனக்கு வழங்கப்படும்.'' சிநேகன் நாடகதோரணையில் வர்ஷாவின் பக்கம் கையைக் காட்டினார். ''வர்ஷா வசிஷ்ட், நாங்கள் உனக்கு கமர்ஷியல் சினிமாஸ்டார் ஆகும் தண்டனையை வழங்குகிறோம்.''

நீண்ட, உரத்த கைதட்டல் ஒலி எழுந்தது. வீடு எதிரொலித்தது.

''சிநேகன்சார், நீங்கள் வந்ததும் வர்ஷாவைப் பிடித்துக்கொண்டுவிட்டீர்கள்.'' என்றாள் அனுபமா, ''மற்ற குற்றவாளிகளையும் கூண்டில் ஏற்றுங்கள்.''

''எனக்கு சிநேகன் முன்பே கலை தூக்குத்தண்டனை கொடுத்துவிட்டார்.'' ஆதித்யா மங்கிய சிரிப்பு சிரித்தார்.

''சிநேகன், ப்ளீஸ்...'' இரா சொன்னாள், ''இப்படியான பேச்சுகளில் ஆதித்யாவின் பி.பி. உயர்ந்துவிடுகிறது.''

''சிநேகன் சார், இப்போது நீங்கள் குற்றவாளிக் கூண்டில்.'' என்றாள் அனுபமா, ''சத்தியம் செய்யுங்கள்.''

சிநேகன் கீதை மேல் சத்தியப் பிரமாணம் செய்தார்.

''கேமக்கா எண்டர்பிரைஸ் டிஃபென்ஸ் காலனியில் உங்களுக்கு ஃபர்னிஷ்டு வீடு தந்திருக்கிறதா?'' அனுபமா மெல்லிய புன்னகையுடன் கேட்டாள்.

''ஆமாம்.'' என்று சிநேகன் தீவிரமாக பதில் அளித்தார்.

''நீங்கள்தான் கேமக்கா எண்டர்பிரைசின் பி.ஆர்.ஓ. என்பதும் எல்லா வகை கஷ்டங்களையும் சமாளிக்க நீங்கள் உதவி செய்கிறீர்கள் என்பதும் உண்மையா?''

''ஆமாம்.''

''நீங்கள் நீண்ட நாட்களாக எந்தத் தியேட்டர் ஹாலையும் எட்டிக் கூட பார்க்கவில்லை என்பது உண்மையா?''

''ஆமாம்.''

''இப்போது சொல்லுங்கள், உங்களுக்கு என்ன தண்டனை தரலாம்?''

சிநேகன் நீண்ட பெருமூச்சு விட்டார், ''நீதிபதி அவர்களே, ஜூரிகளே, இந்த நான்கு குற்றவாளிகளும் ஒவ்வொருவராக என்னை மண்டிஹவுசில் தனியாக விட்டுவிட்டு சென்ற பிறகு கல்யாணம் என்ற ஒரு கடுமையான தண்டனை அளிக்கப்பட்டுவிட்டது.''

மீண்டும் ஒரு முறை உரத்த சிரிப்பொலி எழுந்தது.

★ ★ ★ ★

சில்க் குர்த்தாவும் லுங்கியும் அணிந்து முடியில் ஒரு ரிப்பனைக் கட்டியபடி வர்ஷா டிராயிங் ரூமுக்கு வந்தாள்.

''ஏதாவது குடிக்கிறீர்களா, அக்கா?'' என்று கேட்டாள் ஜுமக்கி.

ஒரு வினாடி யோசித்துவிட்டு வர்ஷா சொன்னாள், ''கொஞ்சம் ஒயின் கொடு.''

கால் மேல் கால் போட்டு வர்ஷா சோபாவில் உட்கார்ந்திருந்தாள். ஒரு குஷன் பக்கத்தில், ஒரு குஷன் மடியில்.

புதிய வீடு என்பதாலும், ஜுமக்கியாலும் வீட்டின் வடிவமே

மாறியிருந்தது. கரோல் பாகிலும், ஜோட் பாகிலும் (அவள் டில்லியில் 'பாக்' களிலேயே ஏன் இருந்திருக்கிறாள் என்று வர்ஷா யோசித்தாள்). அவளுக்கு வீடுகள் இருந்தன, ஆனால் அவற்றின் தன்மை வேறாக இருந்தது. அந்த இரவு விடுதிகளை அவள் எப்போது வேண்டுமானாலும் காலி செய்துவிடலாம். (கரோல் பாக் வீட்டை அவள் காலி செய்து விட்டாள். சஹகல் குடும்பத்தினரோடு அவள் எப்போதும் ஏன் பணிவாக நடந்து கொண்டாள் என்று இப்போது அவளுக்குப் புரிந்தது!). ஆனால் தன் சாவியால் 101, சில்வர் சேன்ட் வீட்டுக் கதவைத் திறக்கும் போதே உண்டாகும் உணர்வு அதற்கு முன் அறிந்திராத ஒன்று. இந்தக் கூரையும், சுவர்களும் என்னுடையவை, இந்த ஜன்னல்களுக்கும், விளக்குகளுக்கும் நான் எஜமானி, இந்த அறைகள் என் சொந்த இடம், இந்த டெர்ரஸ் என் அதிகாரத்திற்குட்பட்டது, இங்கிருந்து இடது, வலது பக்கங்களிலும், எதிரிலும் உள்ள சமுத்திரக்கரைகளில் வர்ஷா வசிஷ்டின் கொடி பறக்கிறது. என்னுடைய இந்த செங்கோட்டையிலிருந்து என்னை எந்த வீட்டு சொந்தக்காரியும் அகற்ற முடியாது என்று அவள் திடமான தன்னம்பிக்கையுடன் எண்ணிக் கொண்டாள்.

ஆனால் இந்த திடமான உரிமை உணர்வு தன் தனிமையின் காரணமாக ஆர்வமில்லாததாகத் தோன்றத் தொடங்கியது. அவள் இரவு திரும்பி வந்து லாட்சைத் திறந்து இருட்டிலேயே உள்ளே வந்து விளக்கு சுவிட்சைத் தட்டுவது இந்த ஃபிளாட்டில் எல்லாவற்றையும் விட மிகவும் துன்பமான வினாடியாக இருந்தது. இருள், தனிமை - இந்த இரண்டின் இழைகள் சிலந்தி வலை போல சுவர்களில் ஒட்டியிருந்த கண்ணாடி ஆகி அவளைத் தன் இரக்கத்திற்குரிய தோற்றத்தைப் பார்க்க நிர்ப்பந்தப்படுத்தின. ஜுமக்கி வந்த பிறகு அழைப்பு மணியை அழுத்தியதும் அவள் புன்னகையால் சுகமான ஒளி வீசிய வீடு கண் முன் விரிந்தபோது வர்ஷா கண் முன் முதல் முறையாக 'வீடு' என்ற பெயரின் வடிவம் எழுந்தது.

★ ★ ★ ★

"வர்ஷா, இன்று நான் எவ்வளவு சந்தோஷமாக இருக்கிறேன் என்று உனக்கு புரியும்." என்று கிருஹப் பிரவேசத்தின் போது திவ்யா சொன்னாள்.

''இப்போது உன்னை நான் ஒரு பெண்ணாக மணவாழ்க்கையில் அமைவதைப் பார்க்க விரும்புகிறேன். கலை ஆர்வத்திற்கும் மணவாழ்க்கைக்கும் இடையில் எந்த முரணும் இல்லை. உன் உணர்வுகளை அறிந்த நான் இந்த மண வாழ்க்கையின் மூலம் கிடைக்கும் மகிழ்ச்சி உன் கலைத்திறனை மேலும் பிரகாசிக்கச் செய்யும் என்று உறுதியாக சொல்ல முடியும். மேரில் உனக்குப் பிடித்த நடிகை. உதாரணத்திற்கு நீ அவளையே பார். தன் கணவர், இரண்டு குழந்தைகளோடு அவள் உறுதியான உணர்வுப் பாதுகாப்பைப் பெற்றிருக்கிறாள். உணர்ச்சிகரமான விவாதத்தால் நிச்சயமற்ற தன்மையும், சந்தேகமும் அதிகரிக்கிறது, ஒரு தனிமனிதன் என்ற நிலையில் வாட்டம்தான் ஏற்படுகின்றது, கலை சவாலை எதிர்கொள்ளும் திறனையும் அது ஓரளவு முடக்கிவிடுகிறது.''

இரவு வர்ஷா திரும்பி வரும்போது ஹர்ஷ் அவளைத் தோளோடு சேர்த்து அணைத்துக் கொண்டான். விடுமுறை நாட்களில் அவள் அவனோடு ஒட்டியபடி வெகுநேரம் படுக்கையில் படுத்திருந்தாள். ஏதோ விழாவிற்கு அவன் தோள்களைப் பற்றியபடி ஃப்ளாஷ்களின் பளிச்சிடல்களோடு ஹாலிற்குள் நுழைந்தாள்.

''உணர்வு ஆதாரங்களுக்கு சமூக ஒப்புதல் கிடைக்க வேண்டும் என்பது நம் சமூகத்தின் இயற்கை. அது சம்பந்தப்பட்ட மனிதர்களுக்கு மட்டுமல்ல, பின்னால் வரக்கூடிய சந்ததியினருக்கும் அவசியம்.''

வர்ஷாவுக்கு உடனே 14 / 14 - வீட்டில் திவ்யா அவள் வீட்டை அலங்கரித்துக் கொண்டிருந்த முதல் நாள் நினைவு வந்தது. அப்போது அவள் ஒரு வேலை பார்க்கும், சுதந்திரமான பெண்ணிற்கு ஹர்ஷின் உணர்வு ஆதாரத்தை மட்டும் கோடிட்டுக் காட்டினாள். இன்று அவள் மணவாழ்க்கையின் அவசியத்தை வலியுறுத்துகிறாள். காலம் செல்ல செல்ல ஒத்த நண்பர்களின் வேண்டுதல்கள் எப்படி மாறிக் கொண்டே போகின்றன என்று வர்ஷா மெல்லிய புன்னகையுடன் நினைத்துக் கொண்டாள். வர்ஷா மனக்கண்ணில் ஹர்ஷ் தலையில் மணமாலை அணிந்தான், அவள் அவன் பின்னால் ஹோம குண்டத்தை சுற்றிவந்தாள்.

இந்த காலகட்டத்தில் மீண்டும் அவள் நிலைமையை ஆராய முயற்சி செய்தாள். டில்லியில் பரஸ்பர இறுக்கத்தின் பின்புலத்தில் கலைப்போட்டி இருந்தால், பம்பாயில் என்ன காரணம் சொல்ல முடியும்? வர்ஷாவோடு ஒப்பிடுகையில் ஹர்ஷின் தொழிலில் நிலையற்ற நிலைமையா?

''ஹர்ஷ், நீங்கள் மிஸ்டர் இஸ்ஸரை சந்தியுங்கள்.'' என்று அவள் 'ஆரத்தியும் நெருப்பும்' தொடக்கவிழாவில் இதமாக சொன்னாள், ''அவருடைய இன்னொரு படம் தொடங்கவிருக்கிறது. அதில் ஒரு நல்ல பாத்திரம் இருக்கிறது.'' (தான் ஹர்ஷுக்காக பலமான சிபாரிசு செய்திருந்ததை வேண்டுமென்றே மறைத்துவிட்டாள்).

ஹர்ஷ் இஸ்ஸரை ஒரு பார்வை பார்த்தபடி சொன்னான், ''பிறகு சந்திக்கிறேன். தற்போது அவரை பக்தர்கள் சூழ்ந்திருக்கிறார்கள்.''

''இங்கு பெரிய ஆட்கள் எப்போதும் பக்தர்களால் சூழப்பட்டு தான் இருக்கிறார்கள். நீங்கள் எத்தனை நாள் உங்கள் சந்திப்புகளைத் தள்ளிப் போட்டுக் கொண்டே போவீர்கள்?'' வர்ஷாவால் தன் வெறுப்பை அடக்க முடியவில்லை. அவள் வினயமாக புன்னகை செய்து எத்தனை முயற்சிகள் செய்து கொண்டிருக்கிறாள், மற்றவர்களின் 'உயர்விற்கு' முன் அனுக்கிரஹம் பெற்றுக் கொண்டிருக்கிறாள், யாருக்காக இதையெல்லாம் பொறுத்துக் கொண்டிருக்கிறாளோ, அவன் நடந்துகொள்ளும் முறையா இது?

''ரஞ்சனாவின் படம் தொடங்கிவிட்டால், சந்திப்புக்களுக்கு அவசியமே இருக்காது.''

''ரஞ்சனாவின் ஃபிலிமிற்காக நீங்கள் எவ்வளவு நாள் வரை உங்கள் வாழ்க்கையை அமைத்துக் கொள்வதைத் தள்ளிப் போடுவீர்கள்? இது தியேட்டர் இல்லை, அங்கே நீங்கள் வெறுத்துப்போய் ரிப்பர்ட்டரியை விட்டு விட்டீர்கள், சிநேகன் சில ஆயிரங்கள் ஏற்பாடு செய்தார், நீங்கள் டில்லியில் அதிருஷ்டத்தை அள்ளினீர்கள். ஒரு ஃபிலிமை முடிப்பதற்குப் பல லட்சங்கள் வேண்டியிருக்கிறது. படம் தொடங்கவில்லையென்றால்?''

ஆவேசத்தில் கடைசி வாக்கியத்தை சொல்வதில் அவளுக்குத் தயக்கம் ஏற்படவில்லை.

"படம் தொடங்கவில்லையென்றால் இஸ்ஸர் என்னிடம் வருவதை யார் தடுத்தார்கள்? நான் எந்தத் தர நடிகன் என்பது அவருக்குத் தெரியாதா? அவர் 'நடுக்கம்' படம் பார்க்கவில்லையென்றாலும் வெனிஸ் அவார்டைப் பற்றி கேள்விப்பட்டுதானே இருப்பார்?"

"உங்களுக்கு அவார்டு கிடைத்தது உண்மைதான். அதில் எனக்கு பெருமைதான். ஆனால் 'நடுக்கம்' படம் ப்ளாப் ஃபிலிம்!" வர்ஷாவின் குரலும் ஹர்ஷின் குரலைப் போலவே கூர்மையாக இருந்தது, "ஆகவே, இவர்களுக்கு நீங்கள் 'கிளாஸ்' நடிகர்தான், 'மாஸ்' நடிகர் இல்லை. உங்கள் படம் ஜூபிலி காணும் போது அவர்கள் உங்களிடம் வருவார்கள், அவ்வாறு ஆகாத வரை நீங்கள் தான் அவர்களிடம் போகவேண்டும்."

ஹர்ஷ் அவளை உற்றுப் பார்த்தான், "எப்படி கமர்ஷியல் சினிமா வார்த்தைகளால் அவர்களுக்கு வக்காலத்து வாங்கிக் கொண்டிருக்கிறாய்! அதுதான் அவர்கள் உன்னை ஹீரோயின் ஆக்கியிருக்கிறார்கள்."

இதுவரை இந்தக் காட்சியின் ஊமை சாட்சியாக இருந்த சதுர்புஜ் முதல் முறையாக வாயைத் திறந்தார், "இது வேண்டாத தாக்குதல். மக்கள் விரும்பும் சினிமாக்காரர்கள் செய்யும் வாதத்தைத்தான் வர்ஷா சொல்கிறாள்."

ஹர்ஷ் சதுர்புஜைப் பார்த்த நெருப்புப் பார்வையில் அவன் தன் நடவடிக்கைகளில் எவ்வளவு குறுகிப்போய், கொதித்துப்போய் இருக்கிறான் என்பது தெரிந்தது.

"ஒன்றும் சொல்லாதீர்கள் சதுர்புஜ், இல்லையென்றால் இவர் உங்களையும் என் குடிபடை ஆகிவிட்டதாக குற்றம் சுமத்துவார்." வர்ஷா முழுக்க காயம்பட்ட பார்வையுடன் ஹர்ஷைப் பார்த்தாள், பிறகு இளகிய குரலில் சொன்னாள், "வாழ்க்கையில் எனக்கு இருக்கும் கொஞ்சம் நம்பிக்கையையும் அழித்து விடுவீர்கள்."

வர்ஷாவின் மனதில் சோகம் இருந்தது. ஹர்ஷ், அவள் உறவு ஆகியவற்றின் இது என்ன இயல்பு? ஏன் இருந்திருந்து அவர்களிடையே இறுக்கம் வந்துவிடுகிறது? இந்த இறுக்கங்களை சுமந்து, சுமந்து அவள் களைத்து விடவில்லையா? இன்று நடந்த இந்த மோதலில் அவள்தான் தப்பு செய்து விட்டாளா?

மாலையில் அவள் தனிமையிலிருந்து தப்புவதற்காக மீரா வீட்டிற்குப் போய்விட்டாள். வெகு நேரம் வரை அரட்டை அடித்துக் கொண்டிருந்தார்கள். பிறகு சேர்ந்து சமைத்தார்கள், சாப்பிட்டார்கள். அவள் நள்ளிரவில் திரும்பி வந்தபோது கதவுப் பூட்டில் சிறிய துண்டுச்சீட்டு இருந்தது. எட்டு - நாற்பதுக்கு வந்த ஹர்ஷ் விட்டுச் சென்றிருந்தான், ''வர்ஷா, நான் உன்னைக் கட்டாயப்படுத்திவிட்டேன். மன்னிப்பு கேட்டுக் கொள்கிறேன்.''

நாள் முழுதும் மனதை வருத்திய சோகமும், கோபமும் ஒரு வினாடியில் கரைந்து போயின.

★ ★ ★ ★

''ஹர்ஷ்!'' கிருஹப் பிரவேசத்திற்கு இரண்டாவது நாள் வர்ஷா சொன்னாள், ''நீங்கள் ரஞ்சனா வீட்டில் இருப்பது எனக்குப் பிடிக்கவில்லை.''

('வலியின் உறவு' படத்தின் இரண்டு பாடல்கள் மக்களிடையே மிகவும் பிடித்தமானவையாக ஆகிவிட்டன. அவள் நாரங்கின் மூலமாக இசை அமைப்பாளர் குசுமாகர் சாவர்க்கரிடம் ரஞ்சனாவின் படத்திற்காக பேசமுடியுமா என்று ஹர்ஷ் கேட்டிருந்தான். குசுமாகர் சம்பளமாக எஸ்டேட்டைப் பெற்றுக் கொள்ள சம்மதம் தெரிவித்திருந்தார். அடுத்த நாள் மாலை ஐந்து மணிக்கு அவர் பேசுவதற்கு அழைத்திருந்தார், ''நானும் ரஞ்சனாவும் போய்ப் பார்க்கிறோம்.'' என்று ஹர்ஷ் புன்னகையோடு சொன்னான்.)

ஹர்ஷ் சில வினாடிகள் அவளையே பார்த்துக் கொண்டிருந்தான், பின்னர் லேசாக புன்னகை செய்தான், ''ஏன் என்று கேட்கலாமா?''

''நீங்கள் இன்னும் என்னை அறிந்து கொள்ளவில்லை. நான் மிகவும் பொறாமை பிடித்தவள், பொசசிவ். நான் சிரித்துக் கொண்டே கொலை கூட செய்வேன்.''

''சொல்லி விட்டாய் அல்லவா, நல்லதாயிற்று. இனி எச்சரிக்கையாக இருப்பேன்.''

''நான் உண்மையாகத்தான் சொல்கிறேன்.''

ஹர்ஷின் புன்னகையும் மறைந்துவிட்டது, ''வாடகை தராமல் நான் வேறு எங்கே இருக்க முடியும்?''

''நான் உங்களை ஜுஹுவில் உடன் வைத்துக் கொள்ள விரும்பினேன். ஆனால் நீங்கள் நீரஜா வீட்டினர் மறுப்பு தெரிவிக்கக்கூடும் என்று சொல்லிவிட்டீர்கள். நான் சும்மா இருந்துவிட்டேன். இப்போது எனக்கு யாரிடமும் பயம் இல்லை.''

''ஏன்? உங்கள் வீட்டு மனிதர்களுக்கு மறுப்பு இருக்காதா?''

''அவர்கள் தங்கள் அனுபவத்தில் கற்றுக் கொண்டு விட்டார்கள். அவர்கள் என் வாழ்க்கைப் போக்கில் தலையிட மாட்டார்கள்.''

ஹர்ஷ் அவள் கையைப் பிடித்துக் கொண்டு ''சுஜாதாவிற்கும், அம்மாவிற்கும் பிடிக்காது;... '' கொஞ்ச நாளைக்குதான் வர்ஷா!'' என்றான்.

'' வீட்டைப் பற்றி அம்மா சொன்னதற்கு நீங்கள் ஒன்றுமே சொல்லவில்லையே என்று சுஜாதா போன் பண்ணி கேட்டாள்.''

இரவு சுஜாதா போனில் சொன்னாள், ''வர்ஷா, உன்னிடம் பேசவேண்டும் போல் இருக்கிறது. தூங்கிவிட்டாயா?''

''இல்லை அக்கா! மத்தியானம் இரண்டு மணியிலிருந்து இரவு பத்து மணி வரை ஷிஃப்ட் இருந்தது. சற்று நேரத்திற்கு முன்புதான் வந்தேன்.'' வர்ஷா எதிரில் உட்கார்ந்திருந்த ஹர்ஷின் பக்கம் புன்னகையை வீசியபடி சொன்னாள்.

''காதலின் வரைவுகளில் உனக்கு மிகவும் ஆர்வம் உண்டு, இல்லையா?'' சுஜாதாவின் குரல் விஷமமாக இருந்தது,

''இப்போதுதான் நான் இந்த ஆண்டு மிஸ்டர் இண்டியாவின் இண்டர்வியூ படித்தேன். 'லவ் இஸ் ஏ குட் ரிக்ரியேஷன்' என்று சொல்கிறார்.''

வர்ஷா கலகலவென்று சிரித்தாள்.

ஹர்ஷ் ஒரு வினாடி அவளைப் பார்த்தான், தான் அங்கு இல்லையென்று சொல்லிவிடும்படி சைகை காட்டினான்.

''இல்லை அக்கா, ஹர்ஷ் வரவில்லை.'' என்று அவள் சொல்ல நேர்ந்தது, ஆனால் குரலில் இறுக்கம் இருந்தது.

வர்ஷா ரிசீவரை வைத்தபோது அவள் பார்வை தாழ்ந்திருந்தது. சட்டென்று கேட்க மனமும் வரவில்லை, துணிவும் இல்லை.

''என்ன நடந்தாலும் நான் அந்த பங்களாவைத் தொடமாட்டேன்.'' என்று ஹர்ஷ் மெல்லிய குரலில் சொன்னான். சிகரெட் பற்றவைத்தபோது விரல்கள் நடுங்கின, ''சுஜாதா என்னைக் குறித்து கனவு கண்ட அளவு ஆண்ட்ரேக்காக ஒல்கா, மாஷா, ஜரீனா எல்லாம் ஒன்று சேர்ந்து கூட கண்டிருக்க மாட்டார்கள். மெரிட் லிஸ்டில் என் பெயர் வரும், நான் அயல்நாட்டுப் பணியில் சேர்வேன், பாரிஸ், மாஸ்கோ, வாஷிங்டனில் பாரதத்தின் அரசு தூதுவர் ஆவேன், நான் டில்லி எலைட் சமூகத்தில் எல்லாரையும் விட எலிஜிபிள் பாச்சலராக இருப்பேன். எல்லாம் உடைந்தன. 'நடுக்கம்' படம் கிடைத்த பிறகு அந்த உடைந்த கனவுகள் சற்று உயிர் பெற்றன. ஆனால், தற்போது என்னைப் பற்றிய சுஜாதாவின் மனப்பான்மை உடைந்த கண்ணாடித் துண்டுகளில் கால் வைத்துவிட்டது போல்தான் இருக்கிறது... 'சீகலி'ல் கோத்ஸ்யா 'பெண்கள் தோல்வியை ஒருபோதும் மன்னிக்கமாட்டார்கள்' என்று உண்மையைத்தான் சொல்கிறான் வர்ஷா!''

'இன்னும் நீங்கள் தோற்று விடவில்லை, இப்போதும் நீங்கள் சமாளித்துக் கொள்ளலாம்,'' என்று சொல்ல விரும்பினாள் வர்ஷா.

★ ★ ★ ★

தான் மிகவும் பொறாமை பிடித்தவள் என்று வர்ஷா சொன்னதில் தவறு இல்லை. உண்மையில் அந்த அனுபவமே புதியதாக இருந்தது (ஷிவானி விஷயம் எழுந்த சமயத்தில் ஹர்ஷுடனான தன் உறவில் அவளுக்கே நம்பிக்கை இல்லை. சாருஸ்ரீ விஷயம் எழுந்த சமயத்தில் அவள் அந்த ஸ்டாரோடு ஒப்பிட்டு தன் நிலையைக் குறித்து கூசிப் போய் இருந்தாள். அப்படியானால், இப்போது இந்தப் புதிய உணர்வைக் கொழுந்து விட்டெரிய செய்த காற்று எது? வயதாகிக் கொண்டு போகும் சமயத்தில் உணர்வு ஆதாரத்தை இறுக்கிப் பிடித்துக் கொள்ளும் ஆசையா, அல்லது புரொஃபஷனல் சினிமாவில் தான் திடமாகிக் கொண்டிருக்கும் நிலையா?) ஹர்ஷை முதலில் பம்பாயில் சந்தித்த பிறகு அவள் ரஞ்சனாவை எப்படி பார்ப்பதென்ற குழப்பத்தில் இருந்தாள். ரஞ்சனாவை பார்த்த பிறகு சந்தேகத்திற்கு ஆதாரம் இருக்கிறதா, இல்லையா என்பது உறுதியாகி விடும் என்று வர்ஷா நம்பினாள். எந்த சாக்கை வைத்துக் கொண்டு மாஹிம் போகலாம் என்று அவள் யோசித்துக் கொண்டிருந்தபோதுதான் இரவு அழைப்பு மணி ஒலித்தது.

மறைந்து கொண்டிருந்த இளமை, அழகு இவற்றுடன் ஒரு சிவந்த மேனி பெண்மணி நின்றிருந்தாள்.

''நான் ரஞ்சனா...'' அவள் கவலையோடு சொன்னாள், ''நீங்கள் ஹர்ஷுக்குப் பணம் கொடுத்தீர்களா?''

உரையாடலின் இந்தத் தொடக்கத்தில் வர்ஷா திகைத்துப் போனாள் (அவள் ஹர்ஷுக்கு அது வரை மூன்று முறை பணம் கொடுத்திருந்தாள்).

''நான் என்ன கொடுத்தேன், என்ன வாங்கினேன் என்பதற்கும் உங்களுக்கும் எந்த சம்பந்தமும் இல்லை.''

''மன்னியுங்கள் வர்ஷா, நான் மிகுந்த தொல்லையில் இருக்கிறேன், அதனால் சரியாக சொல்ல முடியவில்லை. ஹர்ஷ் இரண்டு நாட்களாக டிரக் அடிக்ட்களின் ஒரு கூட்டத்தில் விழுந்து கிடக்கிறார். கொஞ்சம் பணம் அதிகமாக கிடைத்தால், இந்த பயம்தான். அவரை அழைத்துவர நானே போக முடியவில்லை. ஹர்ஷுக்கு என் மீது மிகவும் கோபம் வரும். நான் உங்களை அங்கே

கொண்டு விடுகிறேன். நீங்கள் ஹர்ஷிடம் என் பெயரை சொல்லாதீர்கள். அசலம் உங்களுக்கு போன் செய்தார் என்று மட்டும் சொல்லுங்கள்.''

இவ்வளவு விரிவான விவரம் கேட்ட பிறகு வர்ஷாவிற்கு ரஞ்சனாவின் நோக்கத்தில் நம்பிக்கை வந்தது. ரஞ்சனாவின் கேள்வி தனக்கும் ஹர்ஷுக்குமான உறவு உலகத்தில் ஆதிக்கம் செலுத்துவதாக இல்லை என்பதும் விளங்கியது. அவள் மன்னிப்பு கேட்டுக் கொண்டாள்.

''அதோ எதிரில்...'' ரஞ்சனா பின்னால் வீட்டில் இருந்த ஒரு பாழடைந்த வீட்டைக் காட்டினாள். வரும் வழியில் எதுவும் பேசவில்லை. வர்ஷா பயத்தால் சூனியமானாள். ஹர்ஷ் இவ்வளவு மோசமான இடத்திற்கு வருவானா என்று அவள் யோசித்தாள்.

டாக்சியிலிருந்து இறங்கி வர்ஷா கதவு வரை சென்றாள். ரஞ்சனா பக்கத்து ஸ்டோர் மறைவில் நின்றாள்.

வர்ஷாவின் இதயத்துடிப்பு அதிகரித்தது. அவள் இரண்டு முறை கதவைத் தட்டினாள்.

பின்னால் காலடி ஓசை கேட்டது. பிறகு ஆண்குரல் கேட்டது, ''யார்?''

''கொஞ்சம் திறங்கள். முக்கியமான விஷயம்.'' தன் குரல் சற்று உயர்ந்துவிட்டதாக வர்ஷாவிற்குத் தோன்றியது.

கதவு திறந்தது. மெலிந்த, கறுத்த, குட்டைக்கை வைத்த பனியன் அணிந்த ஒரு மனிதன் அவளைப் பார்த்து குழம்பினான்.

''நான் ஹர்ஷை அழைத்துப் போக வந்திருக்கிறேன்;... சிவப்பாக, உயரமாக நீல ஜீன்ஸ் அணிந்திருந்தார்.'' - வர்ஷா.

அவன் ஒரு வினாடி நின்றான், பிறகு வறண்ட குரலில் சொன்னான், ''அம்மா , நீங்கள் டாக்சியில் போய் உட்காருங்கள்.''

தன் கட்டிலில் படுத்திருந்த ஹர்ஷை அவள் சற்று ஆச்சரியத்துடனும் வேதனையுடனும் பார்த்துக் கொண்டிருந்தாள். அவன் உணர்விழந்த நிலையில் இருந்தான். டாக்சி வரை அழைத்து

வருவதற்கு அந்த மனிதனின் உதவியும், பில்டிங் வரை வந்தபிறகு காவலாளியின் உதவியும் தேவைப்பட்டது.

இத்தனை வருஷங்களில் வர்ஷா அவனைப் போதையில் மயக்கத்துடன் பார்த்ததில்லை. அவன் உல்லாச உணர்வு அலைகளோடு மட்டும் வருவான். கட்டுப்பாட்டையோ, நாகரிகத்தையோ இழக்கும் பேச்சுக்கே இடமில்லை. உண்மையில் ஹர்ஷின் மது அருந்தும் பழக்கம் வர்ஷாவுக்குப் பெருமையாகவே இருந்தது. ஒரு பெக் குடித்தவுடன் அவனுடைய தடாலடி பதில்களில் அறிவுத்திறன் பளிச்சிடும். அவனுடைய டிரைவிங்கின் இயல்பிலும் தடுமாற்றம் இருக்காது. இன்று இரண்டாவது முறையாக ஹர்ஷை உணர்விழந்த நிலையில் பார்த்து வர்ஷா ஆச்சரியப்பட்டாள். மதுவுக்கும், டிரக்ஸுக்கும் இடையில் உள்ள அடிப்படை வேற்றுமை வர்ஷாவுக்கு சற்று வெளிச்சமாயிற்று.

மறுநாள் மாலை அவள் ''ஹர்ஷ், இது என்ன இங்கே நடந்து கொண்டிருக்கிறது?'' என்று கேட்டாள்.

அவள் காலையில் புறப்பட்டுப் போயிருந்தாள். ஹர்ஷ் அப்படியே தூங்கிக் கொண்டிருந்தான். எழுப்புவது சரியில்லை என்று அவள் நினைத்தாள். அப்படி எழுப்ப முயற்சிப்பதால் எவ்விதப் பயனும் இருப்பதாகவும் தோன்றவில்லை. அவனுடைய போதை கனத்து இருந்தது. பிற்பகலில் அவள் ஸ்டுடியோவிலிருந்து போன் செய்தாள். நீண்ட நேரமாகியும் ரிசீவரை எடுக்காததால் அவள் போனை வைத்துவிட்டாள். 'டீக்கு தேவையான பொருள்கள் கேஸ் அடுப்பிற்குப் பக்கத்தில் இருக்கிறது. சாப்பாட்டை ஃப்ரிஜ்ஜிலிருந்து எடுத்து சூடு பண்ணிக் கொள்ளவும்.' என்று அவள் துண்டுச் சீட்டு வைத்துவிட்டுப் போயிருந்தாள்.

ஹர்ஷ் ஜன்னல் எதிரில் உட்கார்ந்து டீ குடித்துக் கொண்டிருந்தான். அவன் நசுங்கிய சார்மினார் பாக்கெட்டிலிருந்து சிகரெட்டை எடுத்தான்.

கேள்வியைக் கேட்டுவிட்டு வர்ஷா கூசினாள், ஹர்ஷ் அதைக் காதில் கேட்டு கூசினான். சூர்யபானிடம் சண்டை போட்டதற்காக வர்ஷா அவனை அவமானப்படுத்த முடியும், புரொஃபஷனல் சினிமாவில் சிறிய பாத்திரம் ஏற்காததற்காக அவனைக் குத்திக்

காட்ட முடியும், ஆனால் இது அவன் தனிப்பட்ட விவகாரத்தில் தலையிடுவதாக இருந்தது. ஹர்ஷ் ஒரு ஆண், ஒரு மனிதன் - இரண்டு வகையிலும் எனக்கு நெருக்கம் இருக்கிறது என்று வர்ஷா நினைத்துக் கொண்டாள். நமக்கிடையில் எதுவும் சொந்தம் என்றோ தனிப்பட்டது என்றோ இல்லை.

''என் அவமானத்தை உங்களால் கற்பனை செய்ய முடியும் என்று எனக்கு நம்பிக்கை இருக்கிறது.'' என்று வர்ஷா சற்று ஆவேசமாக சொன்னாள்.

ஹர்ஷ் சிகரெட் பற்ற வைத்தான். நீண்ட மயக்கத்திலிருந்து எழுந்தபிறகு வெளி உலகுடன் தன் உறவை இணைப்பதில் ஏற்படும் மந்தம் கண்களில் தெரிந்தது.

''இப்போது எதிர்பார்ப்பு எனக்கு மிகவும் வேதனையாக இருக்கிறது.'' என்றான் ஹர்ஷ், ''ஒரு டெவலப்மெண்டைப் பற்றி மூன்று நாட்களுக்குப் பிறகு விவரம் தெரிய வேண்டியிருந்தது. மலை போன்ற அந்த மூன்று நாட்களைக் கழிப்பதற்கு எனக்கு வேறு வழி தோன்றவில்லை.''

இந்த வாதத்திற்கு நீண்ட பெருமூச்சு விடுவதைத் தவிர வர்ஷாவால் என்ன பதில் சொல்ல முடியும்?

''அக்கா, சாயங்காலம் மிஸஸ் குல்கர்னியிடமிருந்து போன் வந்திருந்தது.'' ஜுமக்கி பேடைப் பார்த்துக் கொண்டிருந்தாள், ''பிறகு கரீம் பாயிடமிருந்து. பிறகு சனிக்கிழமை சீஃப் மினிஸ்டர் ரிலீஃப் ஃபண்டிற்காக நடக்கும் ஸ்டார் நைட்டிற்குப் போகவேண்டும் என்று பாண்டே சொன்னார்... ஆமாம், எட்டு மணிக்கு சந்தனிடமிருந்து போன் வந்தது. என்.எஸ்.டி. யிலிருந்து பேசுகிறேன், வர்ஷாவிற்கு என்னைத் தெரியும் என்று சொன்னார்.''

வர்ஷா ஆமாம் என்று தலையாட்டினாள். சினிமாவில் தங்கள் அதிருஷ்டத்தை சோதித்துப் பார்க்க நாடகக் கல்லூரியின் முக்கியமான மேடை நடிகர்கள் பம்பமாய் வரத் தொடங்கியிருந்தார்கள். வாரத்தில் சராசரி ஒரு போன் என்று வந்து கொண்டிருந்தது.

''பாயந்தர் ஸ்டேஷனுக்குப் பிறகு பம்பாய்க்குப் போன் செய்ய வேண்டுமென்றால் டிரங்க்கால் செய்ய வேண்டுமா?'' என்று கேட்டாள் ஜுமக்கி.

''ஏன்?''

''தான் பிராரில் தங்கியிருப்பதாகவும், இரவு மீண்டும் போன் செய்ய முடியாதென்றும், காலையில் வீட்டிலிருந்து கிளம்பி பாயந்தரில் இறங்கும் போது போன் செய்வதாகவும் சந்தன் சொன்னார்.''

''அதற்குள் நான் கிளம்பிவிட்டால் பகல் நேரத்தில் எப்போது வேண்டுமானாலும் நடராஜ் ஸ்டுடியோவிற்கு வரச் சொல்'' என்றாள் வர்ஷா, ''ஜுமக்கி, நாள் முழுதும் என்ன செய்தாய்?''

''நிறைய வேலை இருந்தது அக்கா! இவ்வளவு பெரிய வீடு. இன்று கோதுமை மாவு அரைத்துக் கொண்டு வந்தேன். இங்கே கடைத்தொருவில் விற்கிற கோதுமைமாவில் எவ்வளவு மைதாமாவு கலக்கிறார்கள் என்பது கடவுளுக்குதான் வெளிச்சம்.''

''சாயங்காலம் கொஞ்சம் உலாவி விட்டு வாயேன். பக்கத்திலேயே பீச் இருக்கிறது.''

''பர்சோவா பீச் மிகவும் அழுக்காக இருக்கிறது, அக்கா! ஜுஹூ பீச் சுத்தமாக இருக்கிறது.'' என்றாள் ஜுமக்கி, ''சாயங்காலம் மார்க்கெட் போயிருந்தேன். சரி, சொல்லுங்கள் அக்கா துவரன் பருப்பு என்றால் என்ன?'' வட்டார வழக்குச் சொற்களில் ஜுமக்கிக்கு தனி உற்சாகம் ஏற்பட்டிருந்தது.

''எனக்குத் தெரியாது.'' என்று வர்ஷா புன்னகை செய்தாள்.

''துவரம் பருப்பு!'' ஜுமக்கி கலகலவென்று சிரித்தாள், ''சரி, நீங்கள் காய்க்காரரிடம்... ஸாரி, கறிகாய்க்காரரிடம் ஒரு ரூபாய் கொடுத்து 'பச்சை மசாலா' என்று கேட்டால் அவர் என்ன தருவார்?''

''என்ன?''

''இஞ்சி ஒரு துண்டு, கொஞ்சம் பச்சைமிளகாய், கொஞ்சம் பச்சைக் கொத்துமல்லி, கறிவேப்பிலை.'' ஜுமக்கி மீண்டும்

சிரித்தாள். "இன்று நான் அமுல் ஸ்ரீகண்டும் வாங்கி வந்திருக்கிறேன். சாப்பிட்டுவிட்டு இனிப்பு சாப்பிடலாம்."

ஜுமக்கி சந்தோஷமாக இருந்தாள். முழு சமையல் அதிகாரமும் அவளிடம் இருந்தது. எத்தனை சிறிய, சிறிய சந்தோஷங்கள் நம்மை வாழ வைக்கின்றன என்று வர்ஷா நினைத்துக் கொண்டாள்.

அழைப்பு மணி ஒலித்தது.

"ஹலோ..." சித்தார்த் புன்னகையுடன் நின்றிருந்தான்.

"வாருங்கள் சித்தார்த்..." வர்ஷா எதிரில் இருந்த சோபாவைக் காட்டினாள்.

தாழ்வாரத்தில் வந்து கொண்டிருந்த ஜுமக்கியின் முகத்தில் சிறிது குழப்பம். சித்தார்த் நேரம் கழித்து தனியாக வருவது இது மூன்றாவது முறை. ஜுமக்கியின் மனதில் ஹர்ஷுக்கு மட்டும்தான் இந்த அதிகாரம் உண்டு. முதல் முறை சித்தார்த் நின்றபடியே ஐந்து நிமிடங்கள் பேசிவிட்டுப் போய்விட்டான். இரண்டாவது முறை சற்று நேரம் உட்கார்ந்து டீ சாப்பிட்டான்.

"ஜுமக்கி..." வர்ஷா ஒயினை நோக்கி சைகை காட்டினாள்.

"வேண்டாம், தாங்க்ஸ்... நான் சீக்கிரம் போகவேண்டும்." சித்தார்த் இயல்பாக இல்லை.

"உட்காருங்களேன்!"

சித்தார்த் விஷயமாக ஜுமக்கி குழப்பத்தில் இருந்ததைப் போலவே சித்தார்த் ஹர்ஷ் விஷயத்தில் குழம்பினான். ஹர்ஷ் வர்ஷா வீட்டில் சித்தார்த் கண் முன் நினைவிழந்த அதே வாரத்தில் 'இல்லஸ்ட்ரேட்டட் வீக்லி'யில் சினிமா பகுதியில் வர்ஷாவைப் பற்றி வந்த ஒரு கட்டுரை ஹர்ஷுடன் அவளுடைய காதல் பற்றி லேசாக குறிப்பிட்டிருந்தது. சொற்கள் பண்பாட்டோடு இருந்தன. சித்தார்த் வீட்டிலும், வெளியிலும் ஹர்ஷையும், வர்ஷாவையும் அருகருகே பார்த்துமிருந்தான். அவன் என்ன புரிந்துகொண்டான், எவ்வளவு புரிந்துகொண்டான் என்று வர்ஷாவிற்குத் தெரியாது, அவள் இன்று வரை ஒன்றும் கேட்டதுமில்லை. ஹர்ஷ் மிகவும்

தன்னம்பிக்கை நிறைந்தவன், வர்ஷா வீட்டில் சித்தார்த்தைப் பார்த்துவிட்டு அவன் அதை தொழில் ரீதியான நட்புநிலை என்றே நினைத்திருப்பான்.

ஆனால் இந்தக் குழப்பத்திற்கு மூன்றாவதாக ஒரு விரிவும் இருந்தது - ஹர்ஷ், சித்தார்த்துடன் இணைந்த வர்ஷா. வர்ஷா நிலைமையை ஆராய கொஞ்சம் முயற்சி செய்தாள், ஆனால், தொழில்முறையிலும், வெளியிலும் இருந்த வேலை மும்முரத்தில் தன் உணர்வுகளைக் குடைந்து பார்க்க வாய்ப்பே இல்லை. ஹர்ஷின் நிலைமை அப்படியே நிச்சயமில்லாமல் இருந்தது. ஹர்ஷ் ரஞ்சனாவின் ஃபிலிமிற்காக மற்ற வாய்ப்புகளைத் தள்ளிப் போட்டுக் கொண்டிருந்தது போலவே வர்ஷாவும் தன் உணர்வுக் குழப்பங்களைத் தற்போது தள்ளிப் போட்டிருந்தாள்.

''என் அடுத்த மாத ஷெட்யூல் தீர்மானமாகிவிட்டது.'' சித்தார்த் ஒரு மடக்கு குடித்தான்.

அப்போது போன் மணி ஒலித்தது.

''ஹலோ...'' ஜுமக்கி உடனே வந்து ரிசீவரை எடுத்தாள். பிறகு வர்ஷா பக்கம் திரும்பி இனிமையாக புன்னகை செய்தாள், ''ஹர்ஷ் அண்ணன்...''

''வர்ஷா'' என்று ஹர்ஷின் குரல் ஒலித்தது, ''நாளை மறுநாள் காலை ஒன்பது மணியிலிருந்து இரண்டு பாட்டு ரிக்கார்டு பண்ணுகிறோம்.''

7. 'தி எம்பயர் ஸ்ட்ரைக்ஸ் பேக்'

"மிஸ் வசிஷ்ட்!" ஏர் ஹோஸ்டஸ் வணக்கத்துடன் கேட்டாள், "உங்கள் பயணம் இனிதாக இருந்தது என்று நம்புகிறோம்."

"சந்தேகமில்லாமல்." வர்ஷா புன்னகையுடன் பதில் சொன்னாள், "நன்றி."

மற்ற சக பிரயாணிகள் மரியாதைக்குரிய தூரத்தைக் கடைப்பிடித்தார்கள். கனத்த காகல்ஸ்களால் கண்களை மறைத்தபடி நீல ஜீன்சும், நூல் கமீஜும் அணிந்து வர்ஷா படிகளில் இறங்கத் தொடங்கினாள். ஏர்பேக்கைத் தோளில் தொங்கவிட்டபடி ஜுமக்கி பின்னால் வந்தாள்.

"குட்மார்னிங், மேடம்." லௌஞ்சில் நுழைந்தவுடன் பாண்டே, கரீம், தயாரிப்பாளர் துளசியானி எல்லாரும் வணக்கம் தெரிவித்தார்கள் (தன் ஆடை, அணிகலன்களைப் பார்த்து பாண்டே முகத்தில் ஒரு அதிருப்தி ரேகை ஓடியதை வர்ஷா கவனித்தாள். பொது இடத்திற்கு வந்தும் வர்ஷா ஆடம்பரமான ஆடை அணிந்திருக்கவில்லை, ஜொலிக்கும் ஆபரணங்கள் இல்லை, பளபளக்கும் முடி அலங்காரம் இல்லை. "மேடம், ஸ்டார் கனவுலக ஜீவன்கள் என்ற சாதாரண மனிதனின் எதிர்பார்ப்பு முழுமையாக வேண்டும்." என்று அவர் வெளிப்படையாகவே சொல்லியிருந்தார்).

"கரீம் சார், மன்னியுங்கள். விமானம் தாமதமாகி விட்டது."

"இதில் உங்கள் தவறு எதுவும் இல்லையே, மேடம்!"

துளசியானி சந்தோஷமாக புன்னகை செய்தார், "நீங்கள் வந்துவிட்டீர்கள், அதுவே போதும்."

மறுமூலையில் இதே மாதிரி ஒரு கூட்டம் சூழ்ந்த அஜய் கைகுலுக்கினான். பதிலுக்கு கை கொடுத்தபடி ஒரு வாரத்தில் சினிமா பத்திரிக்கைகளில் அஜய்யுடன் அவளுடைய நெருக்கமான காதல் வண்ணம் பெற்றுவிடும் என்று வர்ஷா நினைத்துக் கொண்டாள்.

"அக்கா, வெளியே தண்ணீர் குடிக்க வேண்டாம். தாகம் எடுத்தால் சோடா குடியுங்கள்." வெளியே கிளம்பும்போது ஜுமக்கி புத்திமதி சொன்னாள், "லஞ்சிற்குப் பிறகு மருந்து சாப்பிட மறந்துவிடாதீர்கள். பர்சில் வைத்திருக்கிறேன்."

"நான் நினைவுபடுத்துகிறேன்." என்று துளசியானி உடனே சொன்னார், "நீங்கள் கவலைப் படாதீர்கள்."

ஷோபர் வர்ஷாவின் டயோட்டா காரை முன்னால் கொண்டு வந்தான்.

"ஜுமக்கி, நீ வீட்டிற்குப் போ." என்றாள் வர்ஷா, "ஏன் வீணாக என்னோடு ஃபிலிம் சிட்டியில் சுற்றுகிறாய்? நான் கரீம் சாருடன் போகிறேன்." (ஏ.சி. இல்லாத ஹிந்துஸ்தானி காரில் போவதாக அவள் கூறியதைக் கேட்டு இதுவரை நான்கு 'போராளி'களை ஸ்டாராக ஆக்கியிருந்த பாண்டேயின் முகத்தில் மற்றொரு அதிருப்தி ரேகை பரவியது. "மேடம், நீங்கள் இப்போது ரிப்பர்ட்டரியின் 'ஜூனியர் ஆர்ட்டிஸ்ட்' இல்லை -" சமீபத்தில் 'சில்வர் சேன்டு'க்கு முன் வர்ஷா ஆட்டோவிலிருந்து இறங்குவதைப் பார்த்துவிட்டு பாண்டே இந்திரன் ஐராவதத்திற்கு பதில் நந்தியிலிருந்து இறங்குவதைப் பார்த்தது போல திடுக்கிட்டார், "வெற்றிகளோடு தங்கள் தேவைகளையும் அதிகரித்துக் கொண்டே போவது ஸ்டார்டமின் ஒரு இன்றியமையாத சட்டம். நீங்கள் கஞ்சன் பிரபாவைப் பார்த்திருக்கிறீர்கள். அவர் தன் நாயைக் கூட ஹிந்துஸ்தானி காரில் ஏற விடமாட்டார்!")

அம்பாசிடர் முன்னால் வந்து நின்றது. துளசியானி தாவி கதவைத் திறந்தார்.

"ஹாய்..." எதிரிலிருந்து மீரா அவசரமாக வந்தாள், "எப்படி இருந்தது மெட்ராஸ் டிரிப்?"

"நன்றாக இருந்தது, ஆனால் களைப்பூட்டுவது. அங்கே வேலை அதிகமாகவும், விரைவாகவும் நடக்கிறது. இங்கே மாதிரி நேரம் வீணாவதில்லை." என்று வர்ஷா புன்னகை செய்தாள், "என்ன ப்ராக்ரெஸ் ஏற்பட்டிருக்கிறது?"

"டப்பிங் முழுதும் முடிந்துவிட்டது. உன் சீன்கள்தான் மீதி இருக்கிறது." மீரா புன்னகை செய்தாள், "ஒன்றிரண்டு நாட்கள் ஒதுக்குகிறாயா? ரீஜனல் கம்பெனி டெட்லைன் ப்ராப்ளம் இருக்கிறது."

"கரீம் சார், நான் நாளை லஞ்சிற்குப் பிறகு வரட்டுமா?" என்று கேட்டாள் வர்ஷா.

கரீம் துளசியானாவைப் பார்த்தார். ஒரு வினாடி அவர் மௌனமாக இருந்தார்.

இதையெல்லாம் பார்த்து பாண்டேயின் நெற்றி சுருங்கியது. தோளில் பை, ஜீன்ஸ், தாடி, கலை ஃபிலிம்கள் அவருக்குப் பிடிக்காது. அவர்கள் புரொஃபஷனல் படத் தயாரிப்பாளர்களைப் போல பாண்டேக்கு போன் பண்ணி வர்ஷாவிடம் கால்ஷீட் தேதிகளுக்காக காலைப் பிடிக்கமாட்டார்கள், நேராக வர்ஷா வீட்டிற்கே போய் விடுவார்கள், வர்ஷாவுடன் சாப்பிடுவார்கள், காபி - விஸ்கி குடிப்பார்கள். சம்பளமும் குறைவாகத்தான் தருவார்கள், மனம் போல தேதிகளும் வாங்கிக் கொள்வார்கள். நேரமாகிவிட்டால், வர்ஷாவின் கார் அவர்களை கொண்டு விட போகும். ("ஆர்ட் சினிமா ஏழைகளின் குடியிருப்பு. அதன் இயக்குநர் மூட்டைப்பூச்சி" என்பது அவர் கருத்து, அதை அவர் வர்ஷாவிடம் சொல்லியிருந்தார்).

"சரி, நாங்கள் கபிலின் சீனை செய்து கொள்கிறோம்." என்றார் கரீம்.

"தேங்க்ஸ்!" என்று மீரா புன்னகை செய்தாள்.

"மீரா, நாங்கள் உன்னை எங்காவது டிராப் பண்ணட்டுமா?" என்று கேட்டாள் வர்ஷா.

பாண்டேயின் தாடைகள் இறுகின.

"சரி, 'ஜம்போதர்ஷனி'ல் விட்டுவிடுங்கள்."

வர்ஷா கதவில் கையை வைத்து முதலில் மீராவை உட்கார வைத்தாள். பாண்டேயின் முகபாவத்தைப் பார்த்து வர்ஷா மனதிற்குள்ளேயே புன்னகையைத் தடுத்துக் கொண்டாள். (ஒரு முறை அவள் அவருக்கு தன் கோணத்தை விளக்க முயற்சித்தாள், "அஸ்தினாபுரத்தில் சகுந்தலை போல நான் இங்கே தனியாக இருக்கிறேன். ஆசிரம நண்பர்கள் வேறு எங்கோ இருக்கிறார்கள். 'சில்வர் சேன்டி'ல் இன்னும் துஷ்யந்தனும் வரவில்லை. மெயின் ஸ்ட்ரீம் சினிமாவின் அதிசய உலகில் சைபீரியா கொக்கு மாதிரி போராடுகிறேன். ஒரே வேவ் லேத் என்பதால் இந்த இரண்டு, மூன்று பேர்தான் நண்பர்களாகி இருக்கிறார்கள்." பாண்டே ஆழ்ந்த பெருமூச்சு விட்டு சொன்னார், "மேடம், நட்பும் சரி, விரோதமும் சரி, சமமானவர்களுடன் இருப்பதுதான் அழகு.")

"உங்கள் சீன், மேடம்." அந்தேரியைத் தாண்டிப் போகும்போது தாள்களை அவள் முன் நீட்டினார்.

வர்ஷா மேலோட்டமாக பார்த்தாள். சிறிய, பெரிய எழுத்துகளில், வளைந்து நெளிந்த வரிவடிவங்களில் வசனம் எழுதியிருந்தார், 'இது பரிட்சை ரிசல்ட் இல்லை, என் கனவுகளின் சிதை. என் இரண்டு வருட தவம் இங்கு கரிக் குவியலாகிக் கிடக்கிறது ('கரி' என்பதற்கு பதில் 'சாம்பல்' என்று இருந்தால் நன்றாக இருக்கும். ஆனால் அவள் ஒன்றும் சொல்லவில்லை). இருபத்திநான்கு மாதங்கள் என் ஒவ்வொரு மூச்சும் கண்ட கனவுகள் இங்கு மூச்சு திணறிக் கொண்டிருக்கின்றன. (கனவுக்கு 'மூச்சு' உண்டா?) எழுநூற்றுமுப்பது நாட்கள் நான் கட்டிய கனவு மாளிகையின் ஒவ்வொரு கல்லும் பொடிப் பொடியாகி விட்டன' (எத்தனை உருவகங்களை வரைவீர்கள் நண்பரே? இதற்குப் பிறகு இரண்டு வருடங்களுக்கான மணித் துளிகளையும் எண்ணுவீர்களா?).

அவள் தாளை மடித்து பக்கத்தில் வைத்துவிட்டு சோகத்துடன் வெளியே பார்க்கத் தொடங்கினாள். ரிப்பர்ட்டரியில் நாடகத்திற்கு

இப்படி ஒரு காட்சி கொடுக்கப்பட்டால்? முதலில் சூர்யபானே பகுதிகளின் தவறுகள், ஒழுங்கற்ற எழுத்து காரணமாக குப்பைத் தொட்டியில் வீசிவிடுவார். பிறகு கதை என்று பார்த்தால் ஒரு கலைஞன் ஆவேசத்தோடு காட்சியை நெருப்பில் தகனம் பண்ணிவிடுவான். (அவளுக்கு பகீரதப் பிரயத்தனம் செய்து கம்பெனியில் தன் நாடகத்தைப் படிக்க வந்த ஒரு புதிய பெண் நாடக ஆசிரியர் நினைவு வந்தது. ஸ்டுடியோ தியேட்டரில் சில தாள்கள் படித்த பிறகு கூடியிருந்தவர்கள் முகத்தில் மெல்லிய புன்னகை தோன்றத் தொடங்கியது. முடிந்த பிறகு நாடகத்தின் 'அறுவை சிகிச்சை'க்கு இடையில் அவள் அழுவது போல் ஆகிவிட்டாள். ''மன்னியுங்கள்.'' என்று சூர்யபான் இதமாக சொன்னார், ''கம்பெனி தன் தரத்திற்கேற்றவாறுதான் நாடகங்களைத் தெரிவு செய்கிறது.'')

அவளுக்கு நீண்ட கொட்டாவி வந்தது. நேற்று இரவு ஜெமினி ஸ்டுடியோவில் பதினோரு மணிக்குதான் அவளுடைய பேக்அப் ஆயிற்று, தூங்குவதற்காக உடை மாற்றியபோது மணி பன்னிரண்டு. காலையில் ஃப்ளைட். முடிந்திருந்தால், வீட்டிற்குப் போய் ஒரு சின்ன தூக்கம் போட்டிருப்பாள். பிறகு திண்டை மடியில் வைத்துக் கொண்டு காபி குடித்துக் கொண்டே வி.சி. ஆரில் 'டூட்ஸ்' பார்த்திருப்பாள். ஆனால் முடியவில்லை, அவள் நாள் முழுதும் இந்த உயிரற்ற, முட்டாள்தனமான காட்சியை மக்கள் நம்பும்படி செய்ய வேண்டும்.

''வர்ஷா உங்கள் கருணைப் பார்வை வேண்டும்.'' ' வலியின் உறவு' வெள்ளிவிழாவின் போது கரீம் வினயமாக சொன்னார்.

''என்ன விஷயம் கரீம் சார்?'' என்று வர்ஷா புன்னகை செய்தாள்.

கரீமின் நடவடிக்கைகள் அவளுக்குப் பிடிக்கும். அவர் இனிமையாக பேசுவார். மனம் ஒன்றி டேக்கிங் விவரத்தை விளக்குவார். கஞ்சன்பிரபாவுடன் வந்த இறுக்கத்தின் போது அவர் மறைமுகமாக அவளுக்கு அனுதாபம் தெரிவித்தார் (ஃபைனல் பிரிண்டில் கஞ்சன்பிரபாவின் திணிக்கப்பட்ட குளோஸ் அப்கள் குறைந்துவிட்டன, பிக்சர் முடிவில் வர்ஷாதான் இறந்தாள் - கஞ்சன்

பிரபா அல்ல. நாரங்குடன் நடந்த விவாதத்தில் ஹுசைன், நீரஜாவுடன் கரீமும் வர்ஷா பக்கம் பேசினார்).

''வர்ஷா, எனக்கு டைரக்ட் செய்யும் சான்ஸ் கிடைக்கவிருக்கிறது.'' அவர் முகத்தில் இருந்த புன்னகையின் பொருளைப் புரிந்துகொள்வது வர்ஷாவிற்குக் கஷ்டமாக இல்லை. அவருக்கு முப்பத்தைந்து வயது இருக்கும். அவர் பத்து வருஷம் ஹுசைனின் முக்கிய உதவியாளராக இருந்தார். 'ஸ்ட்ரக்கிளின்' பல நீண்ட, இருண்ட, முட்கள் நிறைந்த பாதையைக் கடந்து அவர் இந்த இடத்திற்கு வந்திருந்தார், இதன் விளைவுகள் அவர் முகபாவத்திலேயே இருந்தன.

''மிகுந்த வாழ்த்துக்கள்!'' வர்ஷா அவர் கையைக் குலுக்கினாள்.

''நான் உங்கள் கோ ஆப்பரேஷனின் மீது மிகவும் நம்பிக்கை வைத்திருக்கிறேன்.'' கரீம் பயந்த பார்வையுடன் அவளைப் பார்த்தார்.

இந்தப் பார்வை, 'ஒத்துழைப்பு' - இவற்றின் அர்த்தத்தை வர்ஷா புரிந்து கொள்ளத் தொடங்கியிருந்தாள். மெட்ராசில் ஏராளமான முதலீட்டின் ஆதாரத்தில் ஃபிலிம் எடுக்கப்பட்டது, இங்கு பெரும்பாலும் தனிப்பட்ட தொடர்புகளின் துணையோடு ஃபிலிம்கள் எடுக்கப்பட்டன. அதனால் சம்பளத்தில் குறைவும், கிரெடிட்டும் எதிர்பார்க்கக்கூடியது. (டில்லியில் சாருஸ்ரீ தான் 'நடுக்கம்' படத்தை ஒப்புக் கொண்டதற்கான காரணம் தன் முதல் படத்தில் முக்கிய உதவி இயக்குநர் பாண்டேயுடன் ஏற்பட்ட நல்ல உறவுதான் என்று சொன்னது அவளுக்கு நினைவு வந்தது).

''நான் எப்போதும் உங்கள் பக்கம்தான் கரீம் சார்!''

கார் ஃப்ளோர் நம்பர் ஒன் முன்னால் போய் நின்றபோது வெளியே நின்றிருந்த கரீமின் முக்கிய உதவியாளன் மஜீத் ''வர்ஷா வந்துவிட்டார்!'' என்று கத்தினான் (ஒரு நாள் நான் மஜீதுக்கும் ஒத்துழைப்பு தரவேண்டியிருக்கும் என்று வர்ஷா மெல்லிய புன்னகையுடன் நினைத்துக் கொண்டாள்).

இந்தக் கத்தல் உள்ளேயும் இரண்டு, மூன்று பேரால் திருப்பி கத்தப்பட்டது, "வர்ஷா வந்துவிட்டார்!"

சற்று நேரத்தில் உடை மாற்றி, மெல்லிய மேக்அப் போட்டு அவள் செட்டிற்கு வந்ததும் சுபத்ரா தேவியைப் பார்த்தாள். பார்த்த முதல் வினாடியில் முகம் மட்டும் பரிச்சயமானது போல் இருந்தது. மறு வினாடி பெயர் நினைவு வந்துவிட்டது. (ஷாஜஹான்பூர் ஸ்கூல் வாழ்க்கையில் பல படங்களில் அவளைக் கதாநாயகியாக பார்த்திருந்தாள்). இன்றைய இந்தக் காட்சி கதாநாயகியும் அவள் தாயும் இடம் பெறும் காட்சி. சுபத்ரா அவள் தாயின் பாத்திரத்தில் நடிக்க வந்திருந்தாள். முதலில் வணக்கம் கூறுவதா, வேண்டாமா என்ற சங்கடம் அவள் முகத்தில் இருந்தது.

"நமஸ்தே!" வர்ஷா உடனே பக்கத்தில் சென்று வணக்கம் தெரிவித்தாள், "என் பெயர் வர்ஷா. நான் உங்கள் ஃபேன்."

"நன்றாக இரு." சுபத்ராதேவி இயல்பாகி விட்டாள்.

தான் என்ற பாவம் மிகவும் சிக்கலான விஷயம் என்று வர்ஷா நினைத்துக் கொண்டாள்.

வர்ஷாவின் இடத்தில் உதவியாளனை நிறுத்தி காமிராமேன் லைட்டிங் செய்து கொண்டிருந்தார். வர்ஷா கரீமிடம் காட்சியைப் புரிந்துகொண்டிருந்தாள் (புரிந்து கொண்டிருப்பதாக பாவனை செய்து கொண்டிருந்தாள். புரிந்துகொள்வதற்கு அதில் எதுவும் இல்லை).

"ஹலோ வர்ஷா!" தீனா தஸ்தூர் எந்த மூலையிலிருந்து வந்தாள் என்று தெரியவில்லை.

கரீம் அதிர்ந்துபோனார். மற்றவர்களிடமும் கவலை தோன்றியது. ஒரு வினாடியில் வர்ஷா நிலைமையை ஆராய்ந்து விட்டாள். அவள் சாருஸ்ரீ அல்லது கஞ்சன்பிரபாவைப் போல் தீனாவை செட்டிலிருந்து வெளியேற்ற சொல்லி 'மோசமான, நாகரிகமற்ற' கலைஞர்கள் வரிசையில் சேரமாட்டாள், 'டிம்சல் டவுனு'க்கு மீண்டும் ஒரு புதிய அமர்க்களமான கவர் - ஸ்டோரி மசாலா தரமாட்டாள்.

''ஹலோ...'' என்று அமைதியாக சொல்லிவிட்டு வர்ஷா கரீமின் பக்கம் திரும்பினாள், ''ரிசல்ட் பார்த்துவிட்டு நான் நேராக அம்மாவிடம் வரவேண்டுமா அல்லது என் அவநம்பிக்கையைக் குறித்து இரண்டு வினாடி யோசிக்க வேண்டுமா?''

★ ★ ★ ★

தன் சுமுகமான நடவடிக்கையாலும், நாடகமேடைப் பின்னணியாலும் ஃபிலிம் ப்ரஸ் தன்னிடம் நல்லவிதமாக நடந்து கொள்ளும் என்று வர்ஷா நினைத்திருந்தால் அது அவளுடைய தவறான எண்ணம் என்பது நிரூபணமாயிற்று. சில காலம் வரை சந்தேகமில்லாமல் எல்லாம் சுமுகமாகவே இருந்தது. தன் பெருமைக்காக யாராவது ஒரு பத்திரிக்கையாளரை தன்னை சுற்றி வரச் செய்வது அவளுக்குப் பிடிக்காது. அவள் ஒரே போனில் தன்னை சந்திப்பதற்கான நேரத்தைத் தெரிவித்து விடுவாள். (''மேடம், இது என்ன அதிசயவேலை செய்து கொண்டிருக்கிறீர்கள்?'' பாண்டே அகன்ற விழிகளுடன் அவளைப் பார்த்தார், ''பத்திரிக்கையாளர்கள் குறைந்தது ஆறு முறை போன் செய்து, நீங்கள் ஒன்றிரண்டு அப்பாயிண்ட்மெண்டைக் கான்சல் செய்து பிறகு இண்டர்வியூ கொடுத்தால்தான் மதிப்பு.'' வர்ஷா புன்னகை செய்துவிட்டு பேசாமல் இருந்து விட்டாள்). இடையிடையே சும்மா இருக்கும் போதும் அவள் டவுனுக்குப் போய் 'கிளாசிஸ் - அலுவலகங்க'ளை வட்டம் அடிக்கமாட்டாள். 'வலியின் உறவு' தயாரிப்பின் தொடக்கத்தில் அவள் தன் பொருளாதாரப் போராட்டம், தன் அறிவு வளர்ச்சியில் நாடகக் கல்லூரியின் உதவி, 'எரியும் பூமி'யின் சினிமா அனுபவங்கள் ஆகியவற்றைப் பற்றிப் பேசுவாள். மிகவும் கிளாமராக தன்னைக் காட்டிக் கொள்ளும் ஆசையோடு போட்டோ செஷனில் உடம்பில் முக்கால் பகுதியைக் காட்ட பரபரக்கும் இலக்கற்ற நடிகைகளோடு ஒப்பிடுகையில் வர்ஷா வசிஷ்ட் உயர்ந்தவளாக மதிக்கப்பட்டாள். கண்ணைக் கவரும் வண்ணங்களில் அலங்கரித்துக் கொண்டு சென்டர் ஸ்ப்ரெட்டில் தங்களை உயர்ந்தவர்களாகக் காட்டிக் கொள்ளும் கவர்ச்சிகளுக்கிடையில் அவள் முதுகையும், தொடையையும் காட்டக்கூட தயாராக இல்லை (''ஐ ஹேவ் நத்திங் டு ரிவீல் எக்செப்ட் மை டேலண்ட்'') . இல்லை, இவள் வெட்கம், கூச்சம் என்ற திரை மூடிய, ஷாஜஹான்பூரின் பழமையான

முகத்திரையை விரும்பும் பெண் இல்லை. 'தி மிஸ் ஃபிட்ஸ்' 'பர்சோனா', 'ஐ ரிமெம்பர்' போன்ற கனத்த ஃபிலிம்களின் காதல் காட்சிகளில் கொஞ்சமாக பேசும், கொஞ்சமாக ஆடை அணிந்த பெண்ணாக அவள் நடிக்கத் தயார், ஆனால் கவனத்தைக் கவர்வதற்காக அவள் ப்ராவைக் கழற்ற மாட்டாள். 'டிபானியர்' கலாச்சாரத்தில் சுவாசித்துக் கொண்டு பகீஸ் அணிந்த, கல்லூரியிலிருந்து அப்போதுதான் வெளியே வந்து, மூன்று மாத ஜர்னலிசம் கோர்ஸ் முடித்து (அல்லது அது இல்லாமலேயே) பொறுப்பு வாய்ந்த இடங்களில் உட்கார்ந்து மிக உற்சாகமாக திரிந்து கொண்டிருந்த 'பத்திரிக்கை ஆசிரியைகள், பத்திரிக்கை நிருபர்கள்' வர்ஷா வசிஷ்டிற்கு அதிசயமாக தோன்றினார்கள். ஒரேயடியாக அவர்கள் அவளை மட்டம் தட்ட முனையவில்லையென்றால் அதற்குக் காரணம் அந்தக் கறுப்புப் பூசணிக்காய் பெற்றிருந்த விருதுகள்தான். அவள் எல்லாரையும் விட இளம் வயதிலேயே சங்கீத நாடக அக்காடெமி விருது பெற்றிருந்தாள். அவள் நடித்த நாடகங்கள் உலக இலக்கியப் பெருமை பெற்ற இலக்கியங்கள். அவள் 'சமோவாரி'ல் நேருக்கு நேர் உட்கார்ந்து சோபோகலீஜ், பிண்டர், பக்கெட் ஆகியோரின் நாடகங்களை ஆராய முடிந்தவள் (அதுவும் ஆங்கிலத்தில்!).

இதுவரை வர்ஷா சினிமா உலக விளிம்பில்தான் இருந்தாள். ஆனால் தேசிய விருது அவளைக் குறைந்த பட்சம் 'புதிய அலை' என்று பேசப்படும் நிலைக்குக் கொண்டு சென்று விட்டது. சூயிங்கம் மெல்லும் வண்டுக் கூட்டங்களில் சட்டென்று சலசலப்பு எழுந்தது. ''ஹர்ஷவர்தன் உங்களை மிகவும் பாராட்டிப் பேசுகிறாரே, ஏன்?'' ''ஏனெனில் நாங்கள் இருவரும் நல்ல கலைஞர்கள், நல்ல நண்பர்கள்.'' ''நட்பிற்கு வரைவு சொல்லுங்கள்.'' ''மன்னியுங்கள், நான் இங்கு மானிடப் பண்புகளைக் குறித்து சொற்பொழிவு நிகழ்த்த வரவில்லை.'' ''சாருஸ்ரீயுடன் ஹர்ஷின் நட்பு குறித்து நீங்கள் என்ன நினைக்கிறீர்கள்?'' ''என்னுடன் கிரிராஜின் நட்பைக் குறித்து ஹர்ஷ் என்ன நினைக்கிறாரோ, அதேதான்.''

இந்த நாட்களில்தான் ஒரு நாள் இரவு அழைப்பு மணி ஒலித்தது. முன்னால் ஒரு இளம் பெண் நின்றாள். வயது இருபத்தொன்று, இருபத்திரண்டிற்கு மேல் இருக்காது.

''என் பெயர் மெஹரூ மர்ச்செட்!'' என்று அவள் தன்னை அறிமுகப் படுத்திக் கொண்டாள், ஃபிலிம் ஃபட்ஷி'ன் முக்கிய வசனகர்த்தா! 'கோர்ட் மார்ஷல்' காலத்திற்காக உங்களை இண்டர்வியூ செய்ய வேண்டியிருக்கிறது. நான் காலையில் இரண்டு முறை போன் செய்தேன், யாரும் எடுக்க வில்லை.''

வர்ஷா மன்னிப்பு கேட்டாள், ''எனக்கு காலை ஷிஃப்ட் நடந்து கொண்டிருக்கிறது. சிரமம் கொடுத்ததற்கு வருந்துகிறேன்.''

மெஹரூ தன் கை டேப் ரிக்கார்டரை இயக்கினாள், ''திருமணத்திற்கு முந்திய செக்ஸைப் பற்றி உங்கள் அபிப்ராயம் என்ன?''

வர்ஷா திகைத்துவிட்டாள், ''இந்த இண்டர்வியூ நேஷனல் அவார்டு தொடர்பானது என்றால் தொடக்கம் 'எரியும் பூமி'யாக இருக்க வேண்டும்.''

மெஹரூ முகத்தை சுளித்தாள். '' ஓ, இல்லை, வழக்கமான கேள்விகளை நான் ஓல்டு ஃபாகீஸ்களுக்கு விட்டுவிடுகிறேன். இந்த இண்டர்வியூவில் என் தனித்துவம் முன்னிறுத்தப்பட வேண்டும் என்று விரும்புகிறேன்.''

''நீங்கள் வேறு என்ன கேள்விகளை கேட்க யோசித்திருக்கிறீர்கள் என்று நான் தெரிந்து கொள்ளலாமா?''

''காமசூத்திரத்தின் எந்த நிலை உங்களுக்கு மிகவும் பிடித்தமானது? எந்த வயதில் நீங்கள் கன்னித்தன்மையை இழந்தீர்கள்? 'ஒன் நைட் ஸ்டாண்டை'க்குறித்து உங்கள் கருத்து என்ன? இன்றைய சிக்கலான வாழ்க்கையில் இதை இன்றியமையாதது என்று நீங்கள் ஒப்புக் கொள்கிறீர்கள், அல்லவா? நீங்கள் உங்கள் நண்பர்களுடன் உறவு வைத்துக் கொள்வதை விரும்புவீர்களா, அன்னியர்களுடனா? இரண்டு ஆண்களுடன் ஒரே சமயத்தில் செக்ஸ் - த்ரீ வேவ் லவ் - பற்றி உங்கள் கருத்து என்ன?''

வர்ஷா கதவைத் திறந்து விட்டு எந்த உணர்வும் அற்ற குரலில் சொன்னாள், ''நான் மூன்று எண்ணுவதற்குள் இடத்தைக் காலி செய்துவிடுங்கள்.''

நாரிமன் பாயிண்ட், கஃப் பரேட்டைச் சேர்ந்த ஆபாசத்தைக் கொண்டாட அலையும் பெண்கள் வர்ஷாவுடனான மோதலில் தவிர்க்க முடியாத கோணத்தில் திரும்பிக் கொண்டிருந்தார்கள்.

''நீங்கள் நிதானமானவர், அறிவாளி.'' என்றாள் ஃபிலிம்பேர் வந்தனா பவால்கர், ''ஆனால் அவர்களுக்கு ஏதாவது சுவாரசியமாக வேண்டும். அதனால்தான், 'டிம்சல்டவுன்' உங்கள் பதிலைத் திரித்து மாற்றி நீங்கள் சொல்லாததை எல்லாம் எழுதியிருக்கிறது. நீங்கள் உங்கள் நடிப்புத்திறனை கவரேஜின் ஆதாரமாக நினைக்கிறீர்கள், அவர்கள் உங்கள் தனிப்பட்ட வாழ்க்கை அல்லது காதல் - செக்ஸைக் குறித்து உங்கள் அகன்ற எண்ணத்தை ஆதாரமாக நினைக்கிறார்கள். உங்களுக்கும், அவர்களுக்கும் இடையில் மோதல் ஏற்பட்டுக் கொண்டேதான் இருக்கும்.''

'ஆரத்தியும் நெருப்பும்' இதற்குக் காரணமாக அமைந்தது.

கருமை மேகம் 'வலியின் உறவை' அடுத்தே ஆரம்பமாகி விட்டது. இந்த சேற்றுப் பிரவாகத்தைத் திறக்கும் வேலை தன்னை சேர்ந்தவர்களில் ஒருவர் கையாலேயே நடைபெற்றது என்பதுதான் வர்ஷாவிற்கு வருத்தமாக இருந்தது. ''சினிமாவில் நுழைவதற்காக வர்ஷா வசிஷ்டின் கேவலமான நடத்தை'' என்ற தலைப்பில் வெளியாகியிருந்த நூபுரின் இண்டர்வியூவை நீரஜா காட்டினாள். முதலில் வர்ஷா ஃபிலிமை ஒத்துக் கொள்வதற்கு முன் நூபுரிடம் அவள் எப்போது குணமாவாள் என்று கேட்காத குற்றம் சுமத்தப்பட்டிருந்தது (ஆமாம், இதை அந்த முகம் தெரியாத ஸ்டாரிடம் கேட்பதற்காக நான் பெங்களூர் போகிறேன்!) அடுத்து வந்த செய்தியில் வசனகர்த்தா கலைவண்ணம் எதுவும் தீட்டியிருக்காவிட்டால் அதன் அர்த்தம் நூபுர் குதிரையிலிருந்து விழுந்தது ஒரு நுண்மையான திட்டமிட்ட சூழ்ச்சி, அதன் பின்னணியில் வர்ஷாவின் தூண்டுகோல் இருந்தது என்பதுதான்! விசித்திரம் இதுதான், பத்திரிக்கை நிருபர் இது பற்றிய வர்ஷாவின் கூற்றைக் கேட்பதற்காக அவளிடம் வந்தாள்! (நூபுரின் குற்றச் சாட்டைப் பிரசுரித்த பிறகு - அதற்கு முன்பு அல்ல.). வர்ஷா தன் அபிப்ராயத்தைத் தெரிவித்துவிட்டாள், ஆனால் நூபுருக்கு விரோதமாக எதுவும் சொல்ல மறுத்து விட்டாள், மிகவும் துருவிக்கேட்டும் அவள் அசையவில்லை. நாரங்கிடம் உண்மையில்

நடந்ததைக் கேட்டு தெரிந்து கொள்ளுங்கள் என்று சொல்லிவிட்டாள். ஆனால் நிருபர் அந்தக் கஷ்டத்தை மேற்கொள்ளவில்லை. (எதுவும் மசாலா கிடைக்காது என்று நினைத்துவிட்டாள் போலிருக்கிறது).

'வலியின் உறவு' ஃப்ளாப் ஆகியிருந்தால் 'ஆரத்தியும் நெருப்பும்' விஷயம் ஆகாயத்தை எட்டியிருக்காது. ஆனால், அது ஆல் இண்டியா ஹிட்டாகிவிட்டது. இரண்டு நாட்களுக்கு ஒரு முறை வர்ஷாவிற்கு தன்னைப் பற்றிய ஒரு புதிய விவரம் கிடைத்துக் கொண்டேயிருந்தது! 'பல ஆண்டுகளுக்கு முந்திய பிறந்தமண் காதலின் குட்டு உடைந்தது' என்ற ஒரு பத்திரிக்கை ''பல ஆண்டுகளுக்கு முன் லக்னோவில் ஒரு லொக்கேஷன் ஷூட்டிங்கின் போது விமல் வர்ஷாவை சந்தித்தார். அந்த முதல் பார்வையில் காதல் அரும்பியது.'' என்று எழுதியிருந்தது. இரண்டாவது பத்திரிக்கை ''வர்ஷாவின் குடும்பம் இந்தக் காதலை மிகவும் எதிர்த்தது, ஆனால் தன் உடல் - உள்ள தாகத்தைத் தணித்துக் கொள்வதற்காக வர்ஷா தன் மணமான காதலரிடம் வந்துவிட்டார்'' என்று கூறியது. மூன்றாவது பத்திரிக்கை ஜுஹுவில் வாங்கிய ஃபிளாட்டை 'விமலின் சாதுர்யம்' என்று கூறியது, ஏனெனில் 'காயும் உடலுடன் தனிமையில் சந்திக்க முடியும்.' (நாரங்கைத் தன் காதலர் என்று அறிவிக்காததற்காக வர்ஷா கடவுளுக்கு நன்றி கூறினாள், இல்லையென்றால் அவள் நீரஜா முகத்தை எப்படி ஏறிட்டுப் பார்ப்பாள்!). நான்காவது பத்திரிக்கை 'அழகின் நர்வஸ் பிரேக்டவுன்' என்ற தலைப்பில் ''விமலின் ஒரு அண்டைவீட்டினர் கூற்றுப்படி வர்ஷா - விமல் காண்டத்தால் ஷோபா அரை உயிராகிக் கொண்டிருக்கிறார். சென்ற வாரம் ஒரு நடு இரவில் வீட்டிலிருந்து அவள் கத்தி கூச்சலிடும் ஒலி கேட்டது. பின்னர் ஒரு டாக்டர் உள்ளே செல்வது தெரிந்தது.'' என்று எழுதியிருந்தது. டில்லி, தரியாகஞ்சிலிருந்து வெளிவரும் ஒரு பத்திரிக்கை கொடைக்கானலில் வர்ஷா - விமலின் குழந்தை வளர்ந்து வருவதாக அறிவித்திருந்தது.

தொடக்கத்தில் இவற்றையெல்லாம் பார்த்து வர்ஷா முகத்தில் சவக்களை பரவியது. வெளியே கிளம்பினால் காவலாளியிலிருந்து பில்டிங்வாசிகள் வரை தன்னையே உறுத்துப் பார்ப்பதாகத்

தோன்றும். செட்டிற்கு வந்தால் எல்லாரும் மனதிற்குள் புன்னகை செய்வதாக தோன்றும். எல்லார் முன்பும் விமலிடம் பேசவே கூச்சமாக இருந்தது (இருவரும் இரவு சந்திக்கும் நேரத்தைத் தீர்மானித்திருப்பார்கள்).

மோட்டுவின் பிறந்தநாள் அன்றுதான் நீரஜா "வர்ஷா மிகவும் அப்செட்டாகி இருக்கிறாள்." என்று விமலிடமும், ஷோபாவிடமும் கூறினாள்.

"பார் வர்ஷா, இது இந்தத் தொழிலின் இருண்ட பக்கம்." என்றார் விமல், "இப்போது நீ பப்ளிக் ப்ராப்பர்ட்டி. போகிறவன் - வருகிறவன் யார் வேண்டுமானாலும் கல் எறியலாம்."

"பத்திரிக்கை சுதந்திரம் என்பது இதுதானா? ஐ.பி.சி.யில் அவதூறு தடுப்புச் சட்டம் என்று ஒன்று இல்லையா?"

"நான் இப்படி வதந்திக்காக அலைந்த ஒரு பத்திரிக்கையாளரின் பல்லை உடைத்ததாக சொல்லியிருக்கிறேன். பிறகு அதற்காக நான் அவனிடம் மன்னிப்பு கேட்க வேண்டியிருந்தது - ஒருவர் மற்றவர் தோளில் கையைப் போட்டு சிரித்தபடி எங்கள் போட்டோ பிரசுரமாயிற்று." விமல் இயலாமை பாவனையோடு புன்னகை செய்தார், "வழக்கு தொடர்வதால் பலன் ஒன்றும் இல்லை என்று என் வக்கீல் சொன்னார். இவர்கள் 'நம்பத்தகுந்த வட்டாரங்கள் தெரிவிக்கின்றன', 'ஒரு யூனிட் மெம்பர் கூறுகிறார்', 'ஒரு நண்பரின் கூற்று' என்றெல்லாம் எழுதுகிறார்கள். நாம் இவர்களை மூலத்தின் ஐடென்டிட்டியைக் காட்டும்படி வற்புறுத்த முடியாது. பம்பாய் ஹைகோர்ட் இவர்களுடைய இந்த உரிமையை அங்கீகரித்திருக்கிறது. உங்கள் ஸ்டேட்மெண்டைத் தருவதற்கு நீங்கள் கோர்ட்டுக்கு வரவேண்டியிருக்கும். உங்களோடு இணைத்துப் பேசப்பட்ட நடிகையும் வரவேண்டியிருக்கும். உங்கள் இருவரிடமும் கிராஸ் - எக்ஸாமினேஷன் நடக்கும். உங்களை நூறு மடங்கு கூசச் செய்யும் கேள்விகள் கேட்கப்படும். எதிர்த்தரப்பு ஷோபாவையும் விசாரிக்கக் கூடும். நீங்கள் ஒவ்வொரு முறை கோர்ட்டில் ஆஜராகும் போதும் பரபரப்பு ஏற்படும். கடைசியில் மேகசினுக்கு தான் விரும்பிய பப்ளிசிட்டி கிடைத்துவிடும்! என்று வக்கீல் சொன்னார்." ஒரு வினாடி நிறுத்தி பிறகு விமல் நிதானமாக

சொன்னார், ''இவர்களை சமாளிக்க ஒரே வழிதான் இருக்கிறது - உன் தோலை எருமை மாட்டுத் தோலாக்கிக் கொள்ள முயற்சி செய். இவர்களை இக்னோர் செய்ய கற்றுக் கொள்.''

★ ★ ★ ★

''கஞ்சன் பிரபா உங்கள் மீது ஏராளமான குற்றச்சாட்டுகளை சுமத்துகிறார்.'' என்று தீனா தஸ்தூர் புன்னகை செய்தாள், ''நீங்கள் எந்த வகையிலும் அழகு இல்லை, உங்களிடம் ஸ்டார் குவாலிட்டியே இல்லை. நடிப்புத் திறன் இருக்கிறதென்றாலும் அது நாடகத்திற்குதான் தகுந்தது, சினிமாவிற்கு அல்ல. நாங்கள் ஃபேர் டீலில் நம்பிக்கை உள்ளவர்கள். நீங்கள் கஞ்சன் பிரபாவைப் பற்றி சொல்வதை அப்படியே பிரசுரித்து விடுவோம்.''

வர்ஷாவிற்கு இந்த பாரபட்சமற்ற போக்கிற்குப் பின்புலத்தில் என்ன இருக்கிறதென்று அறிந்துகொள்ள முடிந்தது. வர்ஷாவிற்கும், கஞ்சன்பிரபாவிற்கும் இடையில் ஒரு கருமைப்போர் நடக்கும், 'டிம்சல் டவுனு'க்குக் கவர்ச்சியான தலைப்புகள் கிடைக்கும். அவளுக்கு கஞ்சன்பிரபாவின் போக்கிலும் வெறுப்பு உண்டாயிற்று. வர்ஷாவை அவமானப்படுத்தியதோடு அவள் திருப்தி அடையவில்லையா? வெளிப்படையாக அவள் மீது சேற்றை வாரி வீசிக் கொண்டிருக்கிறாளா? இது என்ன மனப்போக்கு? இவர்கள் எதைத் தின்று வளர்ந்திருக்கிறார்கள்? இவர்களுடைய தான் என்ற உணர்வு எந்த ஃபேக்டரியில் விசேஷ ஆர்டர் கொடுத்து செய்யப்பட்டிருக்கிறது? கஞ்சன் பிரபா அவளைப் போலவே ஒரு நடிகை. இவர்கள் மனதில் இவ்வளவு விஷத்தை நிறைத்துக் கொண்டு எப்படி ஒன்றாக வேலை செய்கிறார்கள்?...!

''நான் இது பற்றி எதுவும் சொல்ல விரும்பவில்லை.'' என்று வர்ஷா உணர்ச்சியற்ற குரலில் சொன்னாள். இப்போது இந்தப் பத்திரிக்கையாளர்களிடம் பேசும் போது அவளுடைய இயல்பான இனிமையும், மரியாதையும் தூளாக ஆரம்பித்திருந்தது. புன்னகையை அவள் டீப்ப்ரீஜரில் தூக்கிப் போட்டு விட்டாள்.

''கஞ்சன் பிரபாவைக் குறித்து ஏதோ கதை விட்டுக் கொண்டிருக்கிறீர்களா?'' தீனா தஸ்தூர் விஷமமாகக் கேட்டாள், '' அதை எங்கள் ஆயிரக்கணக்கான வாசகர்களுக்கு சமர்ப்பியுங்கள்!''

ட்வெண்டியத் செஞ்சுரி, ஃபாக்ஸ் பிரசெண்ட்ஸ் - கஞ்சன் பிரபா - இன் அண்ட் அஸ் - 'சம்மக் சல்லோ' - ஏ ஃபிலிம் பை ஃப்ரான்சிஸ் ஃபோர்ட் கபோலா - உதவி இயக்குநர் ஸ்டீஃபன் ஸ்பீல் பிர்க் - துணைப் பாத்திரங்களில் ராபர்ட் ராம்போர்ட், டஸ்டின் ஹாஃப்மன், வாரன் பாட்டி... இந்த பிலிமிற்காக கஞ்சன் பிரபாவிற்கு ஆஸ்கார் விருது பரிந்துரைக்கப்பட்டது, ஆனால் அக்காடெமி மோஷன் பிக்சர் ஆர்ட் அண்ட் சயன்ஸ் அதற்கு ஒரு நிபந்தனை விதித்தது. சிங்கம் தன் விருதை வாங்கும் போது தன் மெல்லிய போர்வையால் மூன்று சைபர்களை மட்டும் மெல்ல மூடியது. நீங்கள் விருது வாங்கும் போது ஒரு சைபரை மட்டுமே மறைக்கலாம்... கஞ்சன்பிரபா எதை மூடினாள் தெரியுமா... தன் வாயை!

இந்தக் கதையை அவள் ஹர்ஷ், மீரா, சித்தார்த், நீரஜா, ஹுசைன், கரீம், விமல் ஆகியோரிடம் சொன்னாள். அதைக் கேட்டு அவர்கள் சிரித்தபோது அவள் மனதில் வினோதமான மகிழ்ச்சி ஏற்பட்டது. ஆனால் அடுத்த வினாடி மற்றவர்களை இகழ்வதில் சுகம் காணும் இந்த புண்ணிய குணம் எனக்குள் கனன்று கொண்டிருந்ததா என்று வர்ஷா மயக்கத்துடன் நினைத்துக் கொண்டாள்.

''நீங்கள் எதைப் பற்றி பேசுகிறீர்கள் என்று எனக்குத் தெரியவில்லை.'' என்று உணர்ச்சியற்ற குரலில் சொல்லிக் கொண்டே வர்ஷா எழுந்து நின்றாள்.

★ ★ ★ ★

'ஆரத்தியும் நெருப்பும்' பம்பாயில் பன்னிரண்டு தியேட்டர்களில் ஏழாவது வாரமாக ஓடிக் கொண்டிருந்தது. தொண்ணூற்றாறு சதவிகித கலெக்ஷன் இருந்தது. டில்லி - உ.பி, ஈஸ்டர்ன் சர்க்யூட், சி.பி.சி.ஐ.யிலும் உற்சாகமான வரவேற்பு இருந்தது. தென்னிந்தியாவில் ஃபிலிம் இந்த வாரம்தான் ரிலீஸ் ஆயிற்று.

அன்று மாலை சீக்கிரமாகவே வர்ஷாவிற்கு பேக் அப் ஆகிவிட்டது. வீட்டிற்கு வந்தபோது ஜுமக்கி காய்கறி வாங்க புறப்பட்டுக் கொண்டிருந்தாள்.

"நானும் வருகிறேன்." என்றாள் வர்ஷா. அவள் கடைக்குப் போய் நீண்ட நாட்களாகிவிட்டது.

வாழ்க்கை நடைமுறை மாற்றம் ஒரு வகையில் நன்றாக இருந்தது. ஓய்வு - ஒழிவில்லாத வேலை. சாதாரணமாக அவளுக்கு ஒரு மாதத்தில் இரண்டாவது ஞாயிற்றுக்கிழமை மட்டுமே விடுமுறை. இரண்டு, மூன்று முறை ஏதாவது காரணத்தால் ஷூட்டிங் கான்சலானபோது ஓய்வு கிடைத்தது. மனச்சோர்வு அல்லது தலைவலியால் அவள் வெறுப்பு காட்டியதில்லை. என் மூட் கெட்டுப் போவதின் விளைவாக தயாரிப்பாளருக்கு ஆயிரக்கணக்கான ரூபாய்கள் நஷ்டப்பட நேரும் என்பதை நினைத்து தன்னை ஒழுங்கு முறைப் படுத்திக் கொள்வாள். தூக்கக் கலக்கத்தால் உன் தலை பாரமாக இருக்கிறது, ஆனால் யூனிட்டில் நூறு பேர் உன்னை எதிர்பார்த்துக் கொண்டிருக்கிறார்கள் என்று அவள் தன்னைத்தானே அதட்டிக் கொள்வாள்.

வி.ஐ.பி. வாழ்க்கை முறை வசதிகள் நிறைந்ததாக இருந்தது. அவள் வீட்டை விட்டு கிளம்பும்போது ஜுமக்கி லிஃப்ட் வரை வந்து வழி அனுப்புவாள். கீழே இறங்கியதும் ஷோபர் கார்க்கதவைத் திறந்துவிட்டு நிற்பான். ஸ்டுடியோ வராந்தாவில் கார் போய் நின்றதும் இரண்டாவது அல்லது மூன்றாவது அசிஸ்டெண்ட் அல்லது ஸ்பாட்பாய் கார்க்கதவைத் திறப்பான். 'வர்ஷா மேடம் வந்து விட்டார்' என்ற ஒலி எங்கும் ஒலிக்கும். அவளுடைய மேக் அப் ரூம் கதவில் ஒன்றன் பின் ஒன்றாக பணிவான தட்டல் ஒலிகள் கேட்டுக் கொண்டேயிருக்கும். பர்ஸைத் தவிர வேறு எதுவும் அவள் எடுத்துக் கொண்டு போகத் தேவையில்லை. எதுவும் கேட்கவே தேவையில்லை. எல்லாமே எளிதில் கிடைத்தன (வெகு நாட்களுக்கு முன்பு 'விஸ்வாமித்திரரின் யக்ஞத்தைப் பாதுகாக்க ராமனும், லக்ஷ்மணனும் புறப்பட்டபோது விடைபெறும் சமயம் தசரதன் நகரத்தை அலங்கரிக்க ஆணையிடும் முன்பே மேகங்கள் நீரைப் பொழிந்தன, வாயு பூக்களை சிதறியது. தடாகங்கள் இனிய நீரைப் பருக தந்தன, பட்சிகள் இனிய கீதம் ஒலித்தன, காற்று இனிய மணம் வீசியது, மரங்கள் குளிர்ந்த நிழல் தந்தன. ராமனை நகர மக்கள் கண்களால் மாலையிடுவதைப் போல் பார்த்தனர்...' என்று தான் 'ரகுவம்சத்'தில் படித்த வரிகள் நினைவு வந்தன.

உண்மையில் தான் ஒரு ஃபிலிம் ஸ்டாரின் பெருமையைக் கூறிக் கொண்டிருக்கிறோம் என்று கவிகுல திலகத்திற்குத் தெரியவில்லை! தன் ஸ்டார்டம் ஃபினிஷிங் டை அம்மா செய்த பூஜாபலத்தால்தான் என்பதில் வர்ஷாவிற்கு மிகவும் சந்தோஷம் ஏற்பட்டது!)

வரவேற்புப் புன்னகைகள், கூப்பிய கரங்கள், நீட்டப்படும் பூங்கொத்துகள் - இவையெல்லாம் மெல்ல மெல்ல பழகத் தொடங்கின. விமான நிலையத்திற்கு சென்றதுமே அவளிடம் போர்டிங் கார் தரப்பட்டது. போகும் இடத்தை அடைந்ததும் அவள் உடனடியாக அனுப்பப்பட்டாள். பின்னால் வேறொரு காரில் அவளுடைய பொருள்கள் வந்தன. பம்பாயில் ஷூட்டிங் நடக்கும்போது வர்ஷா வீட்டிலிருந்து லஞ்ச் எடுத்துப் போக ஆரம்பித்திருந்தாள் - சாதாரண காய்-பருப்பு-மெல்லிய சப்பாத்திகள். வெளியில் மசாலா நிறைந்த உணவு வகைகள் இப்போது பிடிக்கவில்லை. எப்போதாவது காலையில் ஷிஃப்ட் இருந்தால் அல்லது ஜூமக்கி சீக்கிரம் சமைத்து முடிக்கா விட்டால் பிற்பகலில் புரொடக்ஷன் கார் தெர்மோவியர் எடுத்துக்கொண்டு போக வரும். வர்ஷாவிற்கு தொடக்கத்தில் விசித்திரமாக இருந்தது. இவ்வளவு பெட்ரோல் வீணாக்கி அவளுடைய சாப்பாட்டை எடுத்து வரவேண்டுமா? ஆனால் மற்றவர்களுக்கு காப்பர் சிம்னி, டில்லிதர்பார், தாஜிலிருந்து லஞ்ச் வருவதைப் பார்த்ததும் பேசாமல் இருந்துவிட்டாள் (இந்த முதலைகளுக்கு முன்னால் தான் ஒரு சின்னமீன் என்று நினைத்துக்கொண்டாள்). முதல்நாள் ஷோபர் கேசரொல்ஸ் எடுத்துக்கொண்டு வருவதைப் பார்த்து பாண்டே அதிர்ந்து போனார், ''மேடம், நீங்கள் இப்போது லஞ்ச் பாக்ஸ் தூக்கிக்கொண்டுவரும் ஜூனியர் ஆர்ட்டிஸ்ட் இல்லை. நீங்கள் கஞ்சன்பிரபாவைப் பார்த்திருக்கிறீர்கள் தானே! அவரால் முடிந்தால் அவருடைய அட்டெண்டன்ட் அவர் செல்வத்தையும் எடுத்துக்கொண்டுபோவான்,'' ''நான் கஞ்சன்பிரபா இல்லை, பாண்டேசார்!'' என்றாள் வர்ஷா, ''அதனால் நானே என் செல்வத்தையும் தூக்கவேண்டியிருக்கிறது, என் லஞ்சையும் தூக்கவேண்டியிருக்கிறது.''

பிரீமியர், ஷூட்டிங் விஷயமாக அவள் ஐந்து நட்சத்திர ஓட்டலில் தங்கியிருந்தாள் (புதுடில்லியில் சில ஆண்டுகளுக்கு முன்

ஆதித்யாவை சந்திக்க சென்ற அதே ஒபராயில்).. லிஃப்ட்மேன், ரிஸப்ஷன், லாப் மானேஜர் ஒருவர் பின் ஒருவராக வணக்கம் தெரிவித்தார்கள். தினமும் 'மேடம், ஏதாவது வேண்டுமா? வசதிக்குறைவு எதுவும் இல்லையே?'' என்று அவளிடம் உபசரிப்புக் கேள்விகள் கேட்கப்பட்டது. லவுஞ்சிலிருந்து பழக்கூடைகள் வந்தன. ஒருநாள் மாலை ஷிவானியை அழைத்துக்கொண்டு அவள் பாருக்குப் போனபோது பார் டெண்டர் அவளுக்காக ஷாம்பேனைத் திறந்தார். 'ஓடியனு'க்கு முன்னால் 'மாப்டு' ஆகும் கஷ்டத்தையும் கொஞ்சம் பட்டாள். சுற்றியிருந்தவர்களை விலக்கிக்கொண்டு போலீஸ்காரர்களுக்கிடையில் வீரும், மாமாவும் அவளை இரு பக்கமும் வளைத்து கார் வரை கொண்டுபோனார்கள். ''இது என்னுடைய நகரம்தான் நண்பர்களே! நான் வெள்ளித்திரையில் உங்களிடமிருந்து விலகி தூரமாக இருக்கிறேன், ஆனால் அந்நியள் இல்லை. ''என்று அவள் சொல்ல விரும்பினாள். தான் நண்பர்களோடு சிரித்துப் பேசிக்கொண்டு இதே கன்னாட்பிளேசில் சுற்றி அலைந்த நாட்கள் நினைவு வந்தன. யாரும் அவளைத் திரும்பிக் கூட பார்க்க மாட்டார்கள்!

ஆனால் அப்போது அவள் வெறும் நாடகமேடை நடிகை மட்டும்தான்.

மளிகைப் பகுதியில் டீ பாக்கெட்டை எடுத்துக்கொண்டே ஜூமக்கி ''அக்கா, இரண்டு வகை டீ பாக்கெட்டுகளையும் வாங்கிக் கொள்வோம். லைட் டீக்கு தாஜ்மகால், ஸ்ட்ராங்டீக்கு ரெட்லேபிள்.''

வர்ஷா சரியென்று தலையசைத்தாள்

''அக்கா, என்ன ஊறுகாய் வாங்கலாம்? ஹர்ஷ் அண்ணனுக்கு மாங்காய் ஊறுகாய் பிடிக்கும்-''

''எல்லாமே ஒவ்வொரு பாட்டில் வாங்கு-மாங்காய், மிளகாய், எலுமிச்சை.''

மக்கள் அவ்வப்போது அவள் பக்கம் பார்த்தார்கள், ஆனால் தூரத்திலேயே இருந்தார்கள். அவளுக்கு பம்பாயில் இது பிடித்திருந்தது. டில்லியாக இருந்தால் பக்கத்தில் வந்து

பட்டிக்காட்டானைப் போல உற்றுப் பார்ப்பார்கள், வரிசையில் நின்றுவிடுவார்கள்.

ஷோபர் சாமான்களைக் காரில் வைத்தான், ஜூமக்கி ஆரே டெய்ரி ஸ்டாலில் வெண்ணெய்-பனீர் வாங்கிக்கொண்டிருந்தாள். வர்ஷா இரண்டு ரோஜா வாங்கினாள். ஒன்றைத் தன் தலையில் செருகிக்கொண்டாள், இன்னொன்றை ஜூமக்கியிடம் தருவதற்காக வந்தபோது சட்டென்று நின்றாள். பிளாட்ஃபாரத்தில் ஒட்டியிருந்த பத்திரிக்கைகளில் 'டிம்சல் டவுனின் அட்டைப்படத்தில் அவள் முகத்தின் மீது எழுதியிருந்தது - ''டூ டைமிங் வர்ஷா!''

விமல் கவனிக்காமல் விட்டுவிடும்படி அறிவுரை கூறியிருந்தார். வர்ஷா முடிந்தவரை அதன்படி நடந்தாள். ஆனால் அவளைப் பற்றிய ஆபாசம் எதிரில் நடந்துகொண்டிருந்தபோது அவள் எப்படி சன்யாசி ஆகமுடியும்?

★ ★ ★ ★

'ஸ்கலட்டன்ஸ் ஃபிரம் வர்ஷா'ஸ் கப்போர்டு' என்ற தலைப்பில் டிராமா ஸ்கூலில் அவளுடைய பல 'ரகசியங்கள்' வெளிப்படுத்தப்பட்டிருந்தன-அவள் முன்பயிற்சிக்குப் பிறகு ஒரு ஆண் அலுவலரோடு சந்தேகத்திற்குரிய நிலையில் இருந்தாள், 'திரிவேணி'யில் அவள் ஒருநாள் விட்டு ஒருநாள் ஒரு புதிய பாய் ஃப்ரண்டுடன் காணப்பட்டாள், டில்லியில் ஒரு வீட்டு உரிமையாளரோடு அவளுக்கு' இனிய' உறவு இருந்தது...

அடுத்த பக்கத்தில் ஹர்ஷின் இரண்டு போட்டோக்கள் இருந்தன.

'ஷாஜஹான்பூர் என்ற சிறிய நகரத்தில் பலருடைய உள்ளங்களை உடைத்த பிறகு இந்த மும்தாஜ் டில்லி வந்தாள். இங்கு அவள் எத்தனை ரோஜாக்களை மலரச் செய்தாள், அவற்றில் ஹர்ஷவர்தன் கதை தலைநகர வாசிகளுக்கு இன்னும் நினைவிருக்கிறது.' அதன் பின்னர் ஹர்ஷின் உண்மையான குடும்பப் பின்னணி தரப்பட்டிருந்தது. வர்ஷாவின் குடும்ப விவரங்களில் பல புதிய தகவல்கள் இருந்தன, 'காலேஜில் அவள் பாக்கெட்-மணி செலவை அவள் தந்தை மாலையில் ட்யூஷன் எடுத்து

சமாளிக்கவேண்டியிருந்தது. நாளடைவில் வர்ஷாவின் தன்னிச்சையான நடவடிக்கைகளால் அவள் தந்தை மனம் பேதலித்துப்போனார், அவருக்கு இப்போதும் சிகிச்சை நடந்துவருகிறது. வர்ஷாவின் தாய் எதிர்பாராத வகையில் மரணம் அடைந்தார், டில்லியில் மகளின் தன்னிச்சைப் போக்கே அதற்குக் காரணம் என்று சொல்லப்படுகிறது. வர்ஷாவின் சகோதர, சகோதரிகளுக்கு அவள் பெயரைக் கேட்டாலே வெறுப்பு.'

''வர்ஷா,'' சித்தார்த் மெல்லிய குரலில் சொன்னான், ''உங்கள் மனதில் வேறு ஏதாவது இருந்தால் நம்மிடையே நடந்ததை நான் என்னவென்று நினைக்கட்டும்?''

வர்ஷா எதிரில் பார்த்துக்கொண்டிருந்தாள்.

''அது என்ன போர்டமை அகற்றிக்கொள்ளும் ஒரு முறைதானா? அல்லது ஸாடிஸத்தில் ஒரு புது பிரயோகமா?''

''எந்தக் கடுமையான சொல்லையும் சொல்ல உங்களுக்கு உரிமை இருக்கிறது. நீங்கள் சாட்டிய குற்றச்சாட்டுகளைப் போல எல்லாம் ஒன்றும் இல்லை.'' என்று அவள் வறண்ட குரலில் சொன்னாள்.

''அப்படியானால் என்ன விஷயம்?'' சித்தார்த்தின் குரல் எப்போதும் போல இதமாக இல்லை. அதில் வேதனையின் கூர்மை பளிச்சிட்டது.

''நாம் பாலைவனத்தில் சந்தித்தபோது நான் நிச்சயமற்ற உணர்ச்சி நிலையில் இருந்தேன்... இருளில் இருந்தேன்...''

''நாம் பம்பாயில் சந்தித்தபோது?''

''நிலைமை ஒன்றும் அதிகம் மாறியிருக்கவில்லை.''

''சிறிது தனிமையைக் கூட தாங்க முடியாதவர்களில் ஒருத்தியா நீ?''

''அப்படியில்லை.''

''பின் எப்படி?'' அவனுடைய துன்பம் காயம் பட்ட பட்சியின் இறகுகள் படபடப்பதைப் போல சூழ்நிலையில் நிறைந்தது.

சித்தார்த் சிறுவயதிலிருந்தே அமைதியானவன், நிதானமானவன் என்று சித்தார்த்தின் அக்கா தமயந்தி கூறியிருந்தாள்.

அவள் பிற்பகலில் கணவனுடன் ஒபராய் வந்திருந்தாள், அவளை சப்தர்ஜங் என்கிளேவ் வீட்டிற்கு அழைத்துப் போயிருந்தாள்.

"இப்போது அவன் முகத்தில் காணப்படும் சந்தோஷம், முதல் ஃபீச்சர் ஃபிலிம் எடுத்ததாலும், அதன் வெற்றியாலும் மட்டும் இல்லை." அவள் வர்ஷாவைப் பார்த்து அர்த்தம் நிறைந்த குரலில் சொன்னாள்.

அவளுடைய பார்வையை சந்தித்ததும் ஒரு வினாடி வர்ஷாவின் இதயத்துடிப்பு அதிகரித்தது.

இன்றும் அப்படித்தான் ஆயிற்று.

"நிலைமை சற்று சீராகும் என்று நினைத்தேன். ஆனால் நாள் செல்ல, செல்ல அது இன்னும் சிக்கலாகிக் கொண்டே போயிற்று." வர்ஷா நீண்ட பெருமூச்சு விட்டாள், "நான் உங்களிடம் வஞ்சனை எதுவும் செய்யவில்லை என்று மட்டும்தான் சொல்லமுடியும், ஆனால் நடந்ததற்குப் பின்னால் நான் ஆதரவாக நின்றேன்."

★ ★ ★ ★

"'எரியும் பூமி'யில் மொட்டு விட்ட உணர்வு 'ஆகாஷ்தீப்'பில் மலர்ந்துவிட்டது." சித்தார்த்தின் போட்டோ இருந்த பக்கத்தில் பிரசுரமாகியிருந்தது, "முதல் ஃபிலிமில் நாடகமேடை அனுபவம் வாய்ந்த நடிகைக்குப் புதிய ஊடகத்தில் தேர்ந்த இயக்குநரின் துணை இருந்தது. இரண்டாவது ஃபிலிமில் புரொஃபஷனல் நிலையில் புகழ் ஏணியில் ஏறிக்கொண்டிருக்கும் நடிகை புதிய இயக்குநரை வசூல் நோக்கில் மிகவும் தகுதியானவராக செய்துவிட்டார். உறவின் அழகிய விரிவு இதுதான். ஆனால் உறவின் உண்மை நிலை மிகவும் வண்ணமயமாகவும், வெளிப்படையாகவும் இருப்பதாக இரண்டு படங்களின் யூனிட்டுடனும் இணைந்த ஒருவரின் கூற்று. 'எரியும் பூமி'யின் போது கதாநாயகியும் இயக்குநரும் உள்-வெளி எல்லைகளில் தகிக்கப்பட்டுக்கொண்டிருந்தார்கள். லொக்கேஷனை விட சூடான காட்சி டூரிஸ்ட் பங்களா பெட்ரூமில்

அரங்கேறிக்கொண்டிருந்தது'. ஆகாஷ்தீப்' பின்போது காதல் உணர்வு ஆகாயத்தைத் தொட்டது என்று நம்பத்தகுந்த வட்டாரங்கள் கூறுகின்றன. வர்ஷா தான் இப்போது இருக்கும் ஃபிளாட்டிற்கு வருவதற்கு முன் இருந்த இடத்தில் வசிக்கும் ஒருவரின் கூற்றுப்படி நள்ளிரவில் சித்தார்த் அங்கு வருவது உண்டு...''

"நீ உன் கணக்கை சரியாக செய்துவிட்டாயா?'' என்று ஹர்ஷ் சாதாரண குரலில் கேட்டான்.

"நீங்கள் அப்படித்தான் நினைக்கிறீர்களா?''

"என்ன நினைப்பேன்? சொல்.''

"நான் உங்களைப் பற்றி எதுவும் தெரியாத இருட்டில் இருந்தேன்... ''ஹர்ஷ் ஏதோ சொல்ல வந்து நிறுத்திவிட்டான், சற்று யோசித்தான். பிறகு "நான் உன்னிடம் இதை எதிர்பார்க்கவில்லை.'' என்றான்.

வர்ஷா நீண்ட பெருமூச்சு விட்டாள். ஹர்ஷ் இல்லாத டில்லியின் துன்ப வினாடிகள் நினைவு வந்தன. தன் ஸ்தம்பித்துப் போன, உயிரற்ற வாழ்க்கை நினைவு வந்தது. "நான் இந்த உலகத்தில் உங்கள் விருப்பங்களைப் பூர்த்தி செய்வதற்காக இல்லை.'' என்று அவள் உறுதியான குரலில் சொன்னாள்.

ஹர்ஷ் அவளைப் புதிய கோணத்திலிருந்து அறிந்து கொள்பவனைப் போல பார்த்தான். "ஐயோ, உன் விருப்பங்கள் என்னிலிருந்து வேறுபட்டும் போகமுடியும் என்று நான் முன்பே அறிந்திருந்தால்...''

வர்ஷா வெறுமையான கண்களுடன் எதிரில் பார்த்தாள், "ஐயோ, வாழ்க்கை ஏன் இவ்வளவு சிக்கலாக இருக்கிறது என்று முன்பே தெரிந்திருந்தால்...''

ஹர்ஷ் கீழே பார்த்துக் கொண்டிருந்தான். பிறகு பார்வையை உயர்த்தினான், "நீ என்ன யோசித்திருக்கிறாய்?''

"யோசிக்க நேரமே கிடைப்பதில்லை. அப்படியே யோசித்தாலும் ஒன்றும் நடப்பதில்லை. நீங்கள் என்ன யோசித்திருக்கிறீர்கள் என்று நான்தான் கேட்க வேண்டும்.''

இப்போது ஹர்ஷ் நீண்ட பெருமூச்சு விட்டான். வாத-பிரதிவாதத்தின் பந்து மீண்டும் நிச்சயமின்மை என்ற கோட்டில் வந்து நின்றது.

நீண்ட, ஆழ்ந்த மௌனம் நிலவியது. அந்த நேரத்தில் அலைகள் கரையில் மோதும் ஒலிகள் சிதறிக் கொண்டிருந்தன...

★ ★ ★ ★

வர்ஷா 'டிம்சல் டவுனி'ன் முதல் பக்கத்தைப் பார்த்தாள். புதுடில்லி பீரோவுக்குக் கீழ் சவி சான்யாலின் பெயர் தரப்பட்டிருந்தது. வதந்தி தேடி அலையும் பத்திரிக்கையாளர் 'பிந்தாஸ் வர்ஷாவின் நைட் கேம்ஸ்' என்ற தலைப்பில் திவ்யாவை அவளுடைய முதல் காதலியாக அறிவித்திருந்தார். 'உண்மையில் இளம் பருவத்திலேயே வர்ஷாவிடம் இயற்கைக்கு முரணான காதல் கவர்ச்சி இருந்தது என்று அவருடைய சகமாணவி ஒருவர் கூறுகிறார். காலேஜில் திவ்யா கத்யாலின் நெருக்கத்தினால் அவளுடைய லெஸ்பியன் ஆவல்கள் பூத்துக் கனிந்தன. யார், யாருக்குக் கற்பித்தார்கள் என்பதை நம் வாசகர்களின் கற்பனைக்கு விட்டுவிடுகிறோம். பின்னர் டில்லி வந்தபிறகு வர்ஷா பைசெக்சுவல் ஆகிவிட்டார். ஆண் காதலர்களுடன் அனுபமாவும், ஷிவானியும் அவருடைய காதல் மஞ்சத்தின் விளையாட்டுத் தோழிகள். அனுபமாவுடன் நம் கவர்ச்சிக் கதாநாயகி நீண்ட நாட்கள் ஜோட்பாகில் இருந்தார். இருவரும் ஒரே படுக்கை அறையில் இருப்பார்கள் என்றும், இரவு வெகு நேரம் வரை அவர்களுடைய கேளிக்கைகளால் தொல்லைப்பட்டு தூக்கமில்லாமல் அவதிப்பட்டதாகவும் அண்டை வீட்டினர் ஒருவர் கூறுகிறார். இந்த உறவின் காரணமாகவே அனுபமாவின் விவாகம் முறிந்துவிட்டதாக நெருங்கிய வட்டாரங்கள் கூறுகின்றன. சமீபத்தில் மத்தியப் பிரதேசத்தில் இரண்டு பெண் போலீஸ் அதிகாரிகள் தங்களுக்குள் மணம் செய்து கொண்டது வாசகர்களுக்கு நினைவிருக்கும். கலை உலகில் வெற்றி பெற்ற நடிகையாக விளங்கும் வர்ஷாவும் இப்படி ஒரு அறிவிப்பை வெளியிட்டால் ஆச்சரியப்படுவதற்கில்லை!'

நீண்ட நாட்கள் வரை அக்கா - அத்தான், மகாதேவ் அண்ணன், அப்பாவின் முகங்கள் வர்ஷாவின் கண்முன் வந்து கொண்டே

இருந்தன. மீடியாவின் அழிக்கும் சக்தி எந்த ஒரு தீரம் மிக்க பெண்ணின் சக்திக்கும் குறைந்தது அல்ல என்பதை அவள் அறிந்து கொண்டு விட்டாள். மிகவும் படித்த, மிக உயர்ந்த அதிகாரிகள், கம்பீரமானவர்கள் கூட, மிக்க ஈடுபாட்டுடன் 'ஸ்டார் டஸ்டை'யும், 'சினி பிளிட்சை'யும் படிப்பதைப் பார்த்து அவளுக்கு ஆச்சரியம் கலந்த வெறுப்பு உண்டாயிற்று. அடுத்தவர்களின் படுக்கை அறையில் எட்டிப் பார்த்து எவ்வளவு விரசமான புன்னகையுடன் இவர்களுடைய முகங்கள் மலர்கின்றன என்று அவள் எண்ணிக் கொண்டாள். இதிலிருந்து இவர்களுடைய சொந்த வாழ்க்கை எவ்வளவு வெறுமையாக இருக்கிறது என்பதுதான் வெளிப்படுகிறது. நாட்டில் மூவாயிரத்திற்கும் அதிகமான சினிமா பத்திரிக்கைகள் வெளியாகின்றன என்ற விஷயமே நம் மன விகாரத்தைக் காட்டுகிறது என்று நீரஜா சொல்லியிருந்தாள்.

'உன்னுடைய புகழ் பல வகையாக என்னை வந்து எட்டியிருக்கிறது, நான் செய்வதறியாமல் ஸ்தம்பித்து நிற்கிறேன்.' என்று அப்பா எழுதியிருந்தார், 'கோடையில் மழைக்காற்றின் ஸ்பரிசம் பட்டு மெல்ல, மெல்ல மயில் உயிர் பெறுகிறது என்று கவிகுல குரு சொல்லியிருக்கிறார். வாழ்நாள் முழுதும் உன் நடவடிக்கையால் வருத்தப்பட்ட நாங்கள் ஒரு புதிய அடி மரண அடியாக விழுந்துவிட்டதுபோலத்தான் உணர்ந்தோம். எதை எழுதுவது, எதை விடுவது? உன் மீது முன்பே எங்களுக்கு எந்த உரிமையும் இல்லை. இப்போது நீ மிக தூரமான ஒருஇடத்திற்குப் போய்விட்டாய், அதற்கு விசா கூட எங்களிடம் இல்லை. இந்த இரும்புக் கவசம் இருக்கும் நிலையில் என் வேதனையை எப்படி சொல்வேன்? எங்களை சுற்றி எல்லாரும் பேசும் பேச்சில் இருப்பதே பெரிய கஷ்டமாக இருக்கிறது என்பதை மட்டும் தெரிந்துகொள். நீ உன் வாழ்க்கையைப் பற்றி என்ன முடிவு செய்திருக்கிறாய் என்று எங்களுக்குத் தெரியாது. புத்தகத்தில் அச்சான எழுத்து கல்லில் செதுக்கிய சிறிய வரி என்பது மட்டும்தான் எங்களுக்குத் தெரியும். நாளை ஜல்லிக்கு கல்யாணம் பேச போனால் யார் நம்மைப் படியேற விடுவார்கள்?'

வர்ஷா உடனே பதில் எழுதினாள், ''கடந்த ஆண்டுகளில் நீங்கள் எனக்கு பல கடிதங்கள் எழுதியிருக்கிறீர்கள். ஆனால்

உங்களுக்கு பதில் எழுதும் போது முதல் முறையாக என்னை நான் குற்றவாளியாக உணர்கிறேன். என்னால் உங்களுக்கு மிகவும் மனவேதனை ஏற்பட்டிருக்கிறது. நான் பலமுறை தவறாக அடி எடுத்துவைத்திருக்கிறேன். நான் வழி தவறியவளாக, லட்சிய மற்றவளாக இருக்கலாம். ஆனால் குலம் கெட்டவளோ, கெட்ட பழக்கங்கள் உள்ளவளோ அல்ல. வேறு நாட்டில் இருந்தாலும் கூட என் குடும்பப் பொறுப்பு என்ற கடமை இருக்கிறது என்று மட்டும்தான் என்னால் சொல்ல முடியும். உயர்ந்த பிராமண வம்சத்தில் ஜல்லியைக் கல்யாணம் செய்து கொடுக்கும் முழு பொறுப்பையும் நான் எடுத்துக் கொள்கிறேன். இந்த மங்கள காரியம் நீங்கள் வரனைப் பார்த்து உங்களுக்குப் பிடித்த பிறகுதான் நடக்கும். உங்கள் அபகீர்த்தி பெற்ற மகளை மன்னிக்க முயற்சி செய்யுங்கள்...'

கடிதத்தை எழுதும் போது வர்ஷாவின் கண்கள் நிறைந்தன. குடும்பப் போராட்டத்தின் எப்படியான ஒரு சாபம் அவள் தலையில் வந்து விழுந்திருக்கிறது! இதயத்தைக் கசக்கும் பழைய கால போராட்டங்களின் நினைவு மங்கும் போது சேர்ந்து போன குப்பைகளின் பிளவிலிருந்து புதிய பாம்பு சீறத் தொடங்கிவிட்டது...

★ ★ ★ ★

''மேடம், திவ்யா, அனுபமா, ஷிவானியின் சில போட்டோகிராப்கள் கொடுங்கள். நீங்களும் கூட இருக்கும் போட்டோக்களாக இருந்தால் நல்லது.'' என்றார் பாண்டே.

அவர் அப்போதுதான் போனை வைத்து விட்டு வந்திருந்தார். அவர் பப்ளிசிஸ்ட் சிவநாத்தின் பெயரை ஒரு பரவசத்தோடு உச்சரித்தார். தன் பெட்ரூம் - விவகாரத்தால் அவளுடன் தொடர்புடையவர்கள், நண்பர்கள் எல்லாரும் வருத்தப்பட்டார்கள், மகிழ்ச்சியாக இருந்தது பாண்டே மட்டும் தான்!

இந்த வாரம் வர்ஷா தன் கால்களுக்குக் கீழே ஒரு பற்றுக் கோடை உணர்ந்தாள். 'உன் கவலை ஆதாரமற்றது' என்று திவ்யா எழுதியிருந்தாள், 'வர்ஷா டிம்சல் வேதனைக் கோட்டையில் களைத்துப் போய்விட்டால் ரிலாக்ஸ் செய்து கொள்வதற்கு இங்கே வரச்சொல் என்று ரோஹன் சொன்னார்.' 'நீ சப்ஸ்டேன்ஷியல்

சம்பாதித்துவிட்டாய்.' என்று அனுபமா எழுதியிருந்தாள், 'இப்போது நீ ஜோட்பாகில் உன் அறைக்குத் திரும்பி வா. தூக்கம் கெடுகிறது என்று சொல்லும் நம் அண்டை வீட்டுக்காரருக்காக நான் டிரான்குலைசர் ஏற்பாடு பண்ணிவிட்டேன்.' 'டார்லிங்!' என்று ஷிவானி எழுதியிருந்தாள், 'அப்பாவுக்கும் அண்ணனுக்கும் உன் நட்பு குறித்து பெருமைதான், அவமானம் இல்லை. ஓய்வு கிடைத்தவுடன் இங்கு கிரேட்டர் கைலாஷுக்கு என்னிடம் வந்துவிடு, 'டிம்சல் டவுன்' சொல்லியதை எல்லாம் நாம் செய்து விடலாம்! நம் வெளிப்படையான போட்டோக்களை நாமே சவி சான்யாலுக்கு அனுப்பிவிடுவோம். அணைப்புடன், முத்தத்துடன்...'

"ஏன்?" வர்ஷா மேஜை மேல் இருந்த திவ்யாவின் போட்டோவை ஒரு பார்வை பார்த்துவிட்டுக் கேட்டாள்.

"'ஆரத்தியும் நெருப்பும்' நன்றாகப் போய்க் கொண்டிருக்கிறது. மார்க்கெட் சூடாக இருக்கிறது. கொஞ்சம் பப்ளிசிட்டியால் கேரியர் மொமெண்டத்திற்கு உதவி கிடைக்கும்."

"பாண்டே சார், எனக்கு இப்படியான பப்ளிசிட்டி வேண்டாம்." என்று வர்ஷா திடமான குரலில் சொன்னாள்.

"மேடம், இது ஷோ பிசினஸ்." என்று பாண்டே வாதிட்டார், "இங்கு சட்டங்களும், அளவுகோல்களும் தனி. நாம் அதிருஷ்டசாலிகள், உங்கள் இமேஜ்களும், இந்த ஸ்கேன்டல்களின் தன்மையும் ஒன்றுக்கொன்று விரோதமாக இருக்கின்றன. இதனால் இரு தரப்பினருக்கும் நல்லது. 'டிம்சல் டவுன்' வாசகர்களும் 'ஆரத்தியும் நெருப்பும்' பார்க்க ஆவல் படுவார்கள், ஃபிலிம் பார்ப்பவர்கள் பத்திரிக்கை படிக்க விரும்புவார்கள். இப்போது மற்ற பத்திரிக்கைகளுக்கும் இது பரவ வேண்டும். நான் சிவநாத்திடம் பேசிவிட்டேன்..."

"என் நண்பர்களை இந்த வேண்டாத லைம்லைட்டில் கொண்டுவர நான் விரும்பவில்லை."

"இந்த சூடு நான்கு நாட்கள்தான் மேடம்! பிறகு மக்கள் உங்கள் நண்பர்களை மறந்துவிடுவார்கள்."

"நான் என் தொழிலை என் தனிப்பட்ட வாழ்க்கையிலிருந்து வேறுபடுத்தி வைக்க விரும்புகிறேன்."

"அப்படி எப்போதாவது செய்ய முடிந்திருக்கிறதா? பிரதம மந்திரிகளையும், ராஷ்ட்ரபதிகளையும் கூட மக்கள் விட்டு வைக்கவில்லை."

"முயற்சி செய்து பார்ப்பதில் தவறு ஒன்றுமில்லை."

"தவறு இருக்கிறது மேடம்! அதற்குள் காலம் கடந்து விடும், நஷ்டம் ஏற்பட்டு விடும்."

"பாண்டே சார்! என் உழைப்பு, சில நண்பர்களின் உதவி ஆகியவற்றால்தான் நான் இப்போது இந்த இடத்தில் இருக்கிறேன். ஸ்கான்டல், பப்ளிசிட்டி உதவியால் இல்லை."

பாண்டே பின் வாங்கவில்லை, "ஒரு குறிப்பிட்ட காலத்திற்குப் பிறகு ஸ்டார் பழைய முகமாகி விடுகிறான். கவர்ச்சியை நிலைநிறுத்திக் கொள்ள வெளிப்பூச்சுகள் தேவைப்படுகிறது. உதாரணத்திற்கு சொல்கிறேன். இந்த ஸ்கான்டல் அச்சான பிறகு விமல் தன் வீட்டை விட்டு விட்டு வந்து உங்களுடனேயே இருக்கத் தொடங்கினால் பிறகு டிக்கெட் - கவுண்டரில் கூட்டம் அலைமோதும்."

"உங்களால் முடிந்தால் ஒவ்வொரு ஃபிலிமும் ரிலீஸ் ஆனதும் நீங்கள் இரண்டு, மூன்று வீடுகளை உடையுங்கள்." என்று சொல்லிவிட்டு வர்ஷா அறைக்குள் போய்விட்டாள்.

பாண்டே அவள் போகும் திசையைப் பார்த்து நீண்ட பெருமூச்சு விட்டார்.

★ ★ ★ ★

"கொஞ்சம் எமோஷன் கொண்டு வாருங்கள், சார்!" என்றார் இயக்குநர், "உங்கள் டயலாக் மிகவும் சோகமானது, அதிகம் இமைக்காதீர்கள், அசையாதீர்கள்."

அஜய் சரியென்று தலையாட்டினான். அவனுடைய 'இன்டோனேஷன்' ஒரே மாதிரி நிலை பெற்று இருந்தது - 'இன்று

என் தாய் இறந்து விட்டாள்' என்பதையும் 'இன்று என் கல்யாணம் நடந்தது' என்பதையும் ஒரே சுரத்தில் சொல்லிக் கொண்டிருந்தான் (ஒரு காலத்தில் ஹர்ஷ் சம்பளம் காரணமாக நிராகரித்த துணைப்பாத்திரம் இடம் பெற்றிருந்த படத்தின் கதாநாயகன் அஜய் தான். நந்தா மூலமாக ஹர்ஷின் நடவடிக்கை வர்ஷாவுக்குத் தெரிந்தது, ''நான் அந்த 'டம் கோபி'ன் சைடி ஆவதா? நடிப்பு மிக தூரமான எட்டாத விஷயம். முதலில் நான் அவனுடைய தலைமுறைக்கு அறையின் முன் எப்படி நிற்கவேண்டும் என்று சொல்லித் தரவேண்டும்!'' ஹர்ஷின் வருத்தத்தில் இருந்த உண்மையை இன்று வர்ஷா உணர்ந்தாள்).

''சொல்லுங்கள்.''

அஜய் சில வினாடிகள் தாமதித்த பிறகு கம்பீரமான குரலில் சொன்னான், ''என் வாழ்க்கை துன்பங்களின் ஊர்வலம். முதல் கோஷத்தை நானே எழுப்புகிறேன். பின் ஆயிரக்கணக்கான குரல்களில் நானே அதை இரட்டிக்கிறேன்.''

''சொற்களுக்கிடையில் தேவையான இடைவெளி விட்டு அதில் அழுத்தம் கொடுத்து சொல்லும்போதுதான் உணர்வுகள் ரிஜிஸ்டர் ஆகின்றன.'' இயக்குநர் தன்னைக் கட்டுப் படுத்திக் கொள்ள முயற்சித்துக் கொண்டிருந்தார்.

''நான் எங்கே வந்து மாட்டிக் கொண்டேன்?'' அஜய் எரிச்சலோடு சொன்னான், ''வர்ஷா, கொஞ்சம் இந்த லைனை சொல்லுகிறீர்களா?''

வர்ஷா வசனத்தை ஒரு மாதிரி படித்துக் காட்டினாள்.

''டீ!''

ஐந்தாவது ரீடேக்கில் அஜய் முதல் டேக்கை விட மோசமாக செய்தான். இயக்குநர் அவனைக் கொஞ்சம் ஓய்வெடுக்கும்படி அறிவுரை கூறியிருந்தார். அவன் 555 சிகரெட்டைப் பற்ற வைத்து புகை பிடிப்பதாலேயே டேக் 'ஓக்கே' ஆகிவிடுவது போல புகையை இழுத்துக் கொண்டிருந்தான். ரீடேக்குகளுக்கிடையில் வர்ஷா தன் வருத்தத்தை கட்டுப்படுத்தி வைத்திருந்தாள், இப்போது டீ பருகியபடி பேசாமல் உட்கார்ந்திருந்தாள்.

''என் வாழ்க்கை துன்பங்களின் ஊர்வலம்...'' என்று அஜய் மீண்டும் சொன்னான் ('என் வாழ்க்கை நீண்ட சவ ஊர்வலம், அதில் பாடைக்குப் பின்னே நெருப்புச்சட்டி தூக்கிச் செல்பவர் இல்லை!' வர்ஷாவிற்கு 'நேகாசோச்'சின் வசனம் நினைவு வந்தது).

அஜய்யின் முதல் ஃபிலிம் வெற்றி பெற்றிருந்தது. அவன் முதல் தர ஃபேஷன் மாடலாக இருந்தான், சூட்டிங் - ஷர்ட்டிங்கில் நேர்த்தியைக் காட்டிக் கொண்டிருந்தவன் மூவி காமிராவிற்கு முன்னால் வந்து நின்றான். ஃபேஷன் மாடல், டெஸ்ட் கிரிக்கெட்டர், பளு தூக்குபவன் கூட நடிகர்கள் ஆகிறார்கள் என்று வர்ஷா கேள்விப்பட்டிருந்தாள், ஆனால் இப்படி ஒரு ஆளுடன் வேலை செய்யும் முதல் சந்தர்ப்பம் இதுதான். அவளுடைய கஷ்டத்தை இயக்குநர் லேசாக அறிந்து கொண்டார் (அஜய்யின் சம்பளம் அவளுடையதை விட மிக அதிகமாக இருந்ததும் எரிச்சலில் ஆழம் மிகுவதற்கு ஒரு காரணம்). ''மேடம், எங்களுக்காக கொஞ்சம் பொறுத்துக் கொள்ளுங்கள்.''

பொறுத்துக் கொண்டுதான் இருக்கிறேன் - உங்களுக்காக, ஃபிலிமுக்காக என்று அவள் நினைத்துக் கொண்டாள்.

''வர்ஷா, நேற்று மாலை என்ன செய்தீர்கள்?'' என்று கேட்டான் அஜய்.

''ஜுமக்கியுடன் மெரீனா பீச்சில் சற்று உலாவினேன்.''

''அதற்குதான் நான் உங்களைக் கூப்பிட்ட போது களைப்பாக இருக்கிறது என்று சொல்லிவிட்டீர்கள்.' என்று அஜய் புகார் சொன்னான்.

வர்ஷா லேசாக புன்னகை செய்தாள்.

''இன்று மாலை என்ன புரோகிராம்?''

''ஜுமக்கியுடன் பரதநாட்டியம் பார்க்கப் போகிறேன்.''

''என்னோடு பார்த்தால் நாட்டியத்தின் குவாலிட்டி குறைந்து போய் விடுமா?''

வர்ஷா சோசப் புன்னகையுடன் பார்த்துக் கொண்டிருந்தாள்.

''வர்ஷா, உங்களைப் பற்றி எழுதப்பட்டுள்ளதெல்லாம் உண்மைதானோ என்று எனக்குத் தோன்றுகிறது.''

வர்ஷாவின் முகம் வாடியது. ''நீங்கள் உங்கள் ஒவ்வொரு கதாநாயகியுடனும் ரொமான்ஸ் செய்கிறீர்கள். நான் கையைத் தொடக் கூட விடுவதில்லை, இதனால் லெஸ்பியனாகத்தான் ஆகிவிடுவேன்.'' என்று சொல்ல விரும்பினாள், ஆனால் தன்னைக் கட்டுப்படுத்திக் கொண்டாள். இன்னும் நான்கில் மூன்று பங்கு ஷூட்டிங் பாக்கி இருந்தது. கூட வேலை செய்பவர்களுடன் இறுக்கம் ஏற்படுவதால் வேலை எவ்வளவு சிரமமாகி விடுகிறது என்று கஞ்சன்பிரபா அனுபவத்திலிருந்து அவள் தெரிந்து கொண்டிருந்தாள். நெஞ்சு - மூளையின் ஒவ்வொரு நரம்பும் இறுகுகிறது. கதாநாயகனோடு இறுக்கம் ஏற்பட்டால் இன்னும் பயங்கரமாகி விடும். ஏதோ துரதிருஷ்டவசமாக இந்தப் படம் வெற்றி பெற்று விட்டால் அஜய் - வர்ஷா ஜோடி வெற்றி பெற்றுவிடும். அவனுடன் சேர்ந்து நடிக்க இன்னும் அழைப்பு வரும்... பொறுத்துக் கொள்ளத்தான் வேண்டும் என்று அவள் நினைத்துக் கொண்டாள் ('சீராக்' ஸ்டோரி டிஸ்கஷனில் அவனைக் கூப்பிட்டு 'ஹிமாலயன் பிளண்டர்' செய்த அந்த இயக்குநரைப் போல அஜய் போன்றவர்களை அவள் ஒரு பாய்ச்சலில் சரி செய்து விட முடியும். ஆனால் ஸ்கான்டல் எப்படி இருந்தாலும் அதன் முக்கிய நஷ்டம் பெண்களுக்குதான் என்று அவள் அறிந்திருந்தாள்).

''மேடம்!'' திடீரென்று தயாரிப்பாளர் சுப்ரமணியம் எதிரில் வந்தார், ''ஹோட்டலிலிருந்து போன் வந்தது. உங்களுக்காக' ஏஃபேஸ் இன் தி கிரௌடம்' கேசட் ஏற்பாடு செய்து விட்டோம்.''

வர்ஷா நன்றியுடன் புன்னகை செய்தாள்.

''என்னிடமிருந்து விலகி இருப்பதற்கு எத்தனை சாக்கு சொல்வீர்கள்?'' தயாரிப்பாளர் அகன்றதும் அஜய் காயம் பட்ட பார்வையுடன் அவளைப் பார்த்தான். ''இந்தப் படத்தைப் பார்க்கத்தான் போன வாரம் உங்களை அழைத்தேன்.''

''அஜய், நான் மிகவும் போராடிவிட்டேன்.'' என்று வர்ஷா மெல்லிய குரலில் சொன்னாள். ''பல வகையான அடிகள் பட்டு

பிறகு இந்த இடம் வரை வந்திருக்கிறேன். உங்கள் முன் கைகூப்பி கேட்டுக் கொள்கிறேன். என்னைத் தனியாக விடுங்கள்... எல்லாரும் பார்த்துக் கொண்டிருக்கிறார்கள். ஏதாவது தாறுமாறாக நடந்து விட்டால் தண்டனையை நான்தான் அனுபவிக்கவேண்டும்.''

அஜய் பேசாமல் எழுந்து போய்விட்டான்.

வர்ஷா தற்போது என் சொந்த உலகத்துடனான என் உறவு சஸ்பெண்டட் அனிமேஷன் என்று எண்ணிக் கொண்டாள். இந்த நேரம் ஹர்ஷ் பம்பாயில் என்ன செய்து கொண்டிருப்பான்? சித்தார்த்?... அவள் இவ்வளவு நாட்களாக இங்கே இருந்தாள், யாரும் போன் செய்யக் கூட இல்லை (பாண்டேயின் போன் மட்டும் வந்து கொண்டிருந்தது, குறிப்பிட்ட படத்தின் கலெக்‌ஷன் இவ்வளவு, ஒரு நல்ல படம் ஒப்பந்தத்திற்கு வந்திருக்கிறது). வர்ஷா தன்னை மிக தனியாக, அனாதையாக உணர்ந்தாள். ''உன் வாழ்க்கையை சீராக்கிக் கொள்ளடி, சில்பில்!'' என்றாள் அக்கா. வாழ்க்கை சீராகப் போகிறது என்று கடந்த சில நாட்களில் தோன்றத் தொடங்கியிருந்தது. ஆனால் அது கானல் நீராகிவிட்டது. முள்களும், பாம்புகளும் நிறைந்த பாதையில் அவள் எப்போதும் ஓடிக் கொண்டிருந்தாள், அவளுடன் ஓட்டக்காரனின் தனிமை மட்டுமே இருந்தது...

''சொல்லுங்கள் ஷாஹித் ஹக்கீம்!'' அவள் கிசுகிசுத்தாள், ''வர்ஷாவின் வாழ்க்கையில் எப்போதும் ஏன் இருள்?''

8. வர்ஷா மேடம் பாத்ரூமில் இருக்கிறார்கள்!

இரண்டாவது சனிக்கிழமை அன்று இரவு வர்ஷாவின் கார் காம்பவுண்டிற்குள் நுழைந்தபோது மாடியில் பத்தாவது அடுக்கு ஜாலியிலிருந்து ஜல்லி பளிச்சிட்டாள், ''அண்ணி, அக்கா வந்துவிட்டாள்!''

மெல்லிய புன்னகையுடன் வர்ஷா காரிலிருந்து கீழே இறங்கினாள். ஜாலி கட்டிங் வெளிச்சத்தில் ஜல்லியுடன் ஹேமலதாவின் உருவமும் காணப்பட்டது. இருவருக்கும் இடையில் குருபக் லேசாக குரைத்தது.

பணி ஓய்வு பெற்ற சில நாட்களிலேயே அப்பாவின் கனவில் அம்மா வந்தாள், ''வாக்குறுதியை நிறைவேற்ற மாட்டீர்களா?'' என்று கேட்டாள். அப்பா பிரமாணம் செய்து கொண்டார், தன் பழைய, பழுப்பேறிய புத்தகங்களைப் போல செல்லரித்த, சிதிலமான நினைவுகள் புரண்டன. திடீரென்று ஒருநாள் மாலை இறந்த மனைவியின், ஆவல் நினைவு வந்தது. ஒரு காலத்தில் பூல்வதி அயோத்திக்கு கிளம்பிக் கொண்டிருந்தாள், அம்மா மனதில் தான் ஆராதிக்கும் சீதாராமனின் பாதங்களைக் கழுவும் ஆவல் எழுந்தது. ஆனால், பொதுவாக பிள்ளைகளுக்கு பரிட்சை, முக்கியமாக நூறு ரூபாய் இல்லாத காரணத்தால் அம்மாவின் ஆவல் கோல்டு ஸ்டோரேஜுக்குள் போய் விட்டது. (54, சுல்தான் கஞ்சில் இத்தகைய ஸ்டோரேஜின் அளவு மிக விசாலமாக இருந்தது!). அப்போது அப்பா மங்கிய சிரிப்புடன் ''மனம் குன்றிப் போய்

விடாதே. நான் உன்னை இந்த ஜென்மத்திலேயே ராமேஸ்வரம் அழைத்துப் போகிறேன்.'' என்று சொல்லியிருந்தார்.

சூட்சும ஆவிக் கண்களால் தன் மனைவி 54, சுல்தான் கஞ்சைப் பார்த்துக் கொண்டே இருக்கிறாள் என்று அப்பா உறுதியாக நம்பினார். இல்லையென்றால், வீட்டின் வாழ்க்கை நடைமுறை இப்போது முன்பு போல இருண்டு துயரம் மிக்கதாக இல்லை என்று அவளுக்கு எப்படி தெரியும்?

''வர்ஷாவின் உதவியால் திறக்கப்பட்ட கிஷோரின் கடை நன்றாக நடந்து கொண்டிருந்தது மட்டுமல்லாமல் அவன் மின்சார ஃபிட்டிங்கின் இரண்டு பெரிய கவர்ன்மெண்ட் காண்ட்ராக்டுகளையும் முடித்திருந்தான். வீட்டு சொந்தக்காரர் இறந்தபிறகு அந்த 54, சுல்தான் கஞ்ச் வீடு மரீஹாபாத்திலிருந்த அவருடைய கல்யாணமான பெண்ணின் உடைமை ஆயிற்று. மாதம் பதினைந்து ரூபாய் வாடகை கொடுத்தும் அவள் வெள்ளை அடித்த, ரிப்பேர் செய்த பணத்தை வாடகையில் கழித்துக் கொள்ள ஒத்துக் கொள்ளாதபோது கிஷோர் ஆவேசத்துடன் தன் உரிமைக்கு அழுத்தம் கொடுத்து வக்கீல் நோட்டீஸ் அனுப்பிவிட்டான். சற்று பேரம் பேசிய பிறகு வீட்டு சொந்தக்காரி முப்பத்தைந்தாயிரம் பெற்றுக் கொண்டு அந்தக் கஷ்டத்திலிருந்து விடுபட தயாராகி விட்டாள். அப்பாவின் பி.எஃப்போடு தன்னிடம் இதுவரை இருந்த சேமிப்பையும் கிஷோர் இணைத்தான். பிறகும் பன்னிரண்டாயிரம் குறைந்தபோது வர்ஷா மகிழ்ச்சியோடு கொடுத்தாள்.

முற்றத்தில் அம்மாவின் 'பிரபு' (வழிபடு தெய்வம்) பிரதிஷ்டையாகி இருந்தார். அவருக்கு எதிரில் சிக்குப் பலகையில் ராமநாமம் அச்சடித்த துணியில் கல்யாண் பிரஸ்ஸின் அச்சடித்த ராமாயண புத்தக கைப்பிரதி வைக்கப்பட்டிருந்தது. அப்பா தீர்த்தயாத்திரைக்கு கிளம்பியபோது அந்த கைப்பிரதியைத் தன்னுடன் எடுத்துச் சென்றார்.

சில்வர் சேன்டில் கிருஹப்பிரவேச சமயத்தில் வீட்டிலிருந்து யாரும் வரமுடியவில்லை. ஜல்லி அந்த வருஷம் பிரைவேட்டாக படிக்க பி.ஏ. ஃபார்ம் நிரப்பி அனுப்பியிருந்தாள். அப்பா தீர்த்தயாத்திரை போக தயார் செய்வதைப் பார்த்துவிட்டு அவள்

உற்சாகமாக ஹேமலதாவிடம் பம்பாய் போகும் யோசனையை சொன்னாள். லக்ஷ்மி டாக்கீசில் 'வலியின் உறவு' ஆறாவது வாரம் ஓடிக் கொண்டிருந்தது. முதல் வாரத்திலேயே குடும்பம் முழுதும் - மேனேஜ் மெண்டின் விசேஷ அழைப்பின்பேரில் - வர்ஷாவைப் பார்ப்பதற்காக போயிருந்தது ('டாக்டர் கோட்னீசின் அமரகதை' 'அண்டை வீட்டாரு'க்குப் பிறகு அப்பாவிற்கு இது மூன்றாவது ஃபிலிம் அட்வென்ச்சர்). லவுட் ஸ்பீக்கர் டாங்கா நகரத்தெருக்களில் ''வெள்ளித்திரையில் காணுங்கள். ...ஷாஜஹான்பூரின் வர்ஷா வசிஷ்ட்...'' என்று முழங்கியபடி சுற்றிக் கொண்டிருந்தது. பெரிய திரையில் வர்ஷாவை உயிரோட்டத்துடன் பார்ப்பது ('எரியும் பூமி' ஷாஜஹான்பூரில் ரிலீசாகவில்லை. 'ஆரத்தியும் நெருப்பும்' ஃபிலிமின் பெரிய பேனர் ஒட்டியிருந்தது, ஆனால் அது இன்னும் வரவில்லை). குடும்பம் முழுவதற்கும் வித்தியாசமான அனுபவம். மிக அழகாக அலங்கரித்த ரூபா தன் மாளிகை போன்ற வீட்டு போர்ச்சில் இறங்கி தன் மெர்சிடிஸில் உட்கார்ந்து மரீன் டிரைவின் பிரமிக்க வைக்கும் பின்னணியில் சஹ்யாத்ரியின் ஊர்வசியைப் போல சென்றபோது குடும்பம் முழுதும் திகைத்தது. அடுத்த இரண்டரை மணி நேரம் குடும்பம் ரூபாவின் சுக துக்கங்களில் லயித்திருந்தது. இவள் வீட்டில் துணி துவைத்து, பாத்திரம் கழுவி, வீட்டைப் பெருக்கி, சமையல் செய்து கொண்டிருந்த அதே சில்பில் தான். சௌம்யமுத்ராவைப் பார்த்ததும் குடும்பம் தன்னை மறந்தது, ஆனால் அவளுக்கும் தங்களுக்கும் இடையே இருந்த தூரம் 'மேனேஜெபிளா'க இருந்தது. மேடையின் ஐந்து படிகளிலும் ஏறினால் வர்ஷாவை அடையமுடியும் என்று கிஷோருக்கும் ஜல்லிக்கும் தெரியும். இரண்டு மணி நேரத்திற்குப் பிறகு சௌம்யமுத்ரா மேக் அப்பைக் கலைத்துவிட்டு மீண்டும் சின்ன அக்கா ஆகிவிட்டாள். ஆனால் இந்த முறை தூரம் ஆழமாகவும், கனமாகவும் இருந்தது, அதை வெள்ளித்திரை மிகப் பெரிய வடிவத்தில் சிறப்பாக்கிவிட்டிருந்தது. அப்பா மனதில் முதல் முறையாக சில்பில்லைக் குறித்து கொஞ்சம் பெருமை உண்டாயிற்று. கடைசியில் ரூபா இறந்தபோது கிஷோரின் கண்களில் நீர் நிறைந்திருந்தது. அப்பாவின் உள்ளம் கலங்கியது, ஜல்லியும் ஹேமலதாவும் விம்மிக் கொண்டிருந்தார்கள்.

அன்று இரவு வெகு நேரம் சர்மாவுக்குத் தூக்கம் வரவில்லை.

சில்பில்லின் பழைய வடிவங்கள் கண்முன் எழுந்து கொண்டே இருந்தன - 'சௌம்யமுத்ரா' வாக நடித்ததற்கு அவர் வெறுப்பு காட்டியது, நாடகத்திற்காக லக்னோ போக பிடிவாதம் செய்தபோது அவளை அடித்தது, இண்டர்வியூவிற்காக டில்லிக்குப் போவதில் உறுதியாக நின்ற சில்பில்லை மகாதேவ் பாத்ரூமில் அடைத்து வைத்தது, நொண்டியும், திக்குவாயனுமான மாப்பிள்ளையுடன் வலுக்கட்டாயமாக நிச்சயதார்த்தம் செய்தது... "இந்தப் பெண் வீட்டில் மிகவும் துன்பப்பட்டு விட்டாள்." என்று அவர் மனதிற்குள் சொல்லிக் கொண்டார்.

★ ★ ★ ★

"அக்கா, நான் குடிப்பதற்கு என்ன செய்திருக்கிறேன், சொல்லுங்கள், பார்க்கலாம்!"

வர்ஷா குளித்துவிட்டு வந்ததும், ஜல்லி உற்சாகமாக கேட்டாள். பின்னால் அதே உற்சாகத்துடன் ஜல்லி நின்றிருந்தாள். இருவருடைய உற்சாகத்தையும் பார்த்து கார்ப்பெட்டில் உட்கார்ந்திருந்த ஜுமக்கி சற்று பெரியவள் என்ற பாவனையோடு புன்னகை செய்தாள்.

"என்ன செய்திருக்கிறாய், அம்மா?" வர்ஷா கப்தானின் ஜிப்பை இழுத்தபடி கேட்டாள்.

"போன மாதம் ஹரே கிருஷ்ணா டெம்பிளிலிருந்து வாங்கி வந்ததை நினைவு படுத்திப் பாருங்கள்!"

"நீங்கள் மூன்று பேரும் எங்கெங்கோ சுற்றுகிறீர்கள். என்னை அழைத்துப் போவதில்லை." வர்ஷா மெத்தையில் உட்கார்ந்து பெரிய தலையணையில் சாய்ந்தாள்.

"உங்களுக்கு ஓய்வு எங்கே இருக்கிறது அக்கா?" என்றாள் ஹேமலதா.

ஜல்லி கொலுசு சப்திக்க சமையல் அறைக்கு ஓடினாள். பிறகு ட்ரேயை எடுத்துக் கொண்டு வந்தாள். ஜக்கில் ஐஸ்கட்டிகளுடன் குளிர்பானம் இருந்தது. நான்கு கிளாஸ்கள் இருந்தது.

''சர்க்கரை போட்டிருக்கிறாய், இல்லையா?'' வர்ஷா சிரித்தாள், ''அபினும் போட்டிருப்பாய்.''

மூவரும் சுதந்திரமாக, கட்டுகளின்றி, கலகலவென்று சிரித்தார்கள் (வீட்டில் எந்தப் பெரியவர்களின் நெரிந்த புருவங்களும் காணப்படாதபோதுதான் இத்தகைய சிரிப்பு கேட்கிறது. காயத்திரி அக்கா இருந்தால் கூட ''வளர்ந்த பெண்கள் ஹாஹா என்று சிரிப்பது நன்றாக இல்லை!'' என்று கண்டிப்பாள்).

வர்ஷா இரண்டு மடக்கு குடித்தாள், ''இப்போது பூல்வதி அத்தை பார்த்தால்?'' அவள் வேடிக்கையாக நடித்தாள், ''பாருங்கள் உங்கள் பெண்களை... ஆகாயத்தில் கோட்டை கட்டுகிறார்கள்.''

ஜல்லியும் ஹேமலதாவும் மீண்டும் சிரித்தார்கள்.

இது இல்லையென்றால் அக்கா ஒயின் குடிப்பாள் என்று ஜல்லி இதைத் தயார் செய்தாளோ என்று லேசான புன்னகையுடன் வர்ஷா நினைத்துக் கொண்டாள். அவள் மது அருந்துவதால் இருவரும் சங்கடப் பட்டார்கள். ஏழு தலைமுறைக் கலாச்சாரம் என்று வர்ஷா நினைத்துக் கொண்டாள்.

''அக்கா, காலை நீட்டுங்கள்.'' என்றாள் ஜல்லி.

ஜல்லியும் ஹேமலதாவும் வர்ஷாவின் வலது - இடது பக்கத்தில் உட்கார்ந்தார்கள். ஜல்லி வர்ஷாவின் காலை அமுக்கத் தொடங்கினாள், ஹேமலதா கைகளையும், தோளையும் அமுக்கினாள். ஜுமக்கி புன்னகையுடன் பார்த்துக் கொண்டிருந்தாள். வர்ஷா கண்ணை மூடி சுகமாக இருப்பது போல அபிநயித்தாள்.

சில வினாடிகளுக்குப் பிறகு வர்ஷா கண்ணைத் திறந்தாள், ''நீங்கள் இரண்டு பேரும் என்னைக் கெடுத்துக் கொண்டிருக்கிறீர்கள்.''

''அக்காவிற்குப் பணிவிடை செய்ய வேண்டும் என்று அவர் சொன்னார்.'' என்றாள் ஹேமலதா.

''சரி, தேங்க்ஸ்!'' வர்ஷா நேராக நிமிர்ந்தாள், ''கொஞ்சம் பணிவிடையை நாளைக்கு வைத்துக் கொள்ளுங்கள்.''

ஜல்லியும் ஹேமலதாவும் மீண்டும் சிரித்தார்கள்.

வந்த ஒரு வாரத்திற்குள்ளேயே வர்ஷா இருவருக்கும் நவநாகரிக உடைகளை வாங்கித் தந்தாள். ஹேமலதா கொஞ்சம் கூச்சப்பட்டாள், ஆனால் ஜல்லி சீக்கிரமாகவே நவநாகரிகப் பெண்ணாவது அவசியமாக இருந்தது. காரணம், வர்ஷா அவளை ஆங்கில பேச்சு கோர்சில் சேர்த்துவிட்டாள். பெரிய அக்கா போல ஜல்லியும் அம்மாவைக் கொண்டு இருந்தாள். சிவந்த மேனி, கட்டான உடல், கண்கள் சிறியதாக இருந்தன, மையினால் நீண்ட வரிகள் இழுத்து அதை சரி செய்யக் கற்றுக் கொண்டிருந்தாள். உயரத்தில் அவள் இப்போதே வர்ஷாவின் காது வரை வந்தாள். ஒரு வருஷத்தில் இவள் என் உயரம் வந்துவிடுவாள் என்று வர்ஷா நினைத்தாள். இன்று ஹேமலதாவும் ஜல்லியைப் பார்த்து ஸ்கர்ட் - பிளவுஸ் அணிந்திருந்தாள். வர்ஷா அவர்கள் இருவரையும் பார்த்து மயங்கினாள் - இளம் தேகங்கள், மெல்லிய இடை, சிறிய மார்பகங்கள். வர்ஷா இருவருக்கும் கொலுசு அணிவித்திருந்தாள். நாள் முழுதும் வீட்டில் கொலுசு ஒலி கேட்ட வண்ணம் இருந்தது. ''ஓஹோஹோ, அக்கா, எப்படி அம்மா மாதிரி உருகிப் போகிறீர்கள்?'' என்றாள் ஜுமக்கி, ''நீங்களும் வீட்டில் கொலுசு போடும் வயதுதான்!''

''ஜல்லி பாந்த்ராவிலிருந்து மூன்று கேசட்கள் வாங்கி வந்திருக்கிறாள்'' என்றாள் ஹேமலதா.

''ஜல்லி பதறினாள், ''இரண்டு என்று சொல்லுங்கள். 'ஜூலியா' அக்கா பார்க்க விரும்பினாள், நாளைக்கு லீவ் இல்லையா?

அவள் முகத்தில் குற்றம் செய்தது போன்ற உணர்வைப் பார்த்து வர்ஷா உருகிவிட்டாள். ''நல்ல வேலைதான் செய்தாய்'' என்று அவள் ஜல்லியின் தலையை வருடினாள். நினைவு தெரிந்து ஜல்லி வர்ஷாவுடன் இருப்பது இதுதான் முதல் முறை. ஷாஜஹான்பூருக்கு வரும்போதெல்லாம் வர்ஷா இரண்டு, மூன்று நாட்கள் விருந்தாளி மாதிரிதான் வருவாள். ஜல்லியோடு நெருங்கிப் பழக சமயமே கிடைக்கவில்லை.

டி.வி.யும், வி.சி. ஆரும் ஜுமக்கியோடு ஜல்லியையும், ஹேமலதாவையும் கூட காந்தம் போல் கவர்ந்தன. ஒரு நாளைக்கு ஒரு ஃபிலிம் கட்டாயம், எப்போதாவது இரண்டு ஃபிலிம். ஜல்லி ஆசையோடு ஸ்டீரியோ இயக்குவதையும் வி.சி.ஆரில் கேசட் போடுவதையும் பார்த்து வர்ஷா மகிழ்ச்சியால் நிறைந்தாள்.

திடீரென்று ஜல்லி கேட்டாள், ''குருபக் எங்கே?''

''இங்கேதானே இருந்தது.'' ஹேமலதா சுற்றுமுற்றும் பார்த்தாள்.

''அக்காவின் கட்டிலுக்குக் கீழே கோபித்துக் கொண்டு உட்கார்ந்திருக்கும்.'' என்று ஜுமக்கி புன்னகை செய்தாள்.

ஜல்லி வேகமாக உள்ளே போனாள், சில வினாடிகளுக்குப் பிறகு குருபக்கைத் தூக்கிக் கொண்டு திரும்பினாள், ''அக்கா, நீங்கள் வந்தவுடன் இதைக் கொஞ்சவில்லை, இல்லையா?'' என்று குற்றம் சாட்டினாள்.

''கொஞ்சினேன்தான்.'' என்று வர்ஷா பலவீனமான குரலில் சொல்லிவிட்டு குருபக்கை மடியில் வைத்துக் கொண்டு தேற்றத் தொடங்கினாள், ''இவ்வளவு கோபித்துக் கொள்ளக் கூடாது குருபக்... நான் உன் மேல் எவ்வளவு பாசமாக இருக்கிறேன்...''

விமலின் நாய் குவீன் நான்கு குட்டி போட்டிருந்தது, ஒன்றைக் கொடுத்து விட யோசித்திருந்தார்கள். ஸ்டாரிடமிருந்து அந்தப் பரிசை வாங்கிக் கொள்ள தொழிலில் பெரிய, பெரிய நம்பிக்கைக் குரியவர்கள் இருந்தார்கள், ஆனால் ஷோபா அண்ணியும், குழந்தைகளும் வர்ஷாவிடம் கொடுக்க விரும்பினார்கள். மனதளவில் எந்த வகையிலும் தயாராகாமல் திடீரென்று இந்தப் பரிசைப் பெற்ற வர்ஷா ஒன்றும் செய்யத் தோன்றாமல் இருந்தாள். வளர்ப்புப் பிராணி அனுபவமே இல்லை. அவள் வீடு திரும்பி டவலால் மூடிய பிராணியை 'மகளிர் மைய'த் (ஹர்ஷ் 101, 'சில்வர் சேன்டு'க்கு இந்தப் பெயர்தான் சூட்டியிருந்தான்) தில் எல்லாருக்கும் காட்டியபோது சந்தோஷக் கூச்சல் சுவர்களில் மோதியது. விரைவிலேயே குருபக் 'மகளிர் மையத்'தின் ஐந்தாவது உறுப்பினர் ஆகிவிட்டது. ஜல்லி அதன் மீது உயிரையே வைத்திருந்தாள்.

அதைக் குளிப்பாட்டுவது, சாப்பாடு தருவது, மாலையில் காம்பவுண்டில் உலாவவிடுவது, காலை, மாலை 'பாத்ரூம்' போவதற்காக தெருவுக்கு அழைத்துப் போவது எல்லாப் பொறுப்பும் ஜல்லியினுடையதுதான்.

சாதாரணமாக அது தூங்குவதும் ஜல்லியோடுதான். ஒருமுறை இரவு நீண்ட நேரம் சென்று வர்ஷாவுக்கு யாரோ அவளைத் தொடுவது போல இருந்தது. அவள் திடுக்கிட்டு எழுந்தாள். குருபக் அவள் மார்பில் மூக்கை வைத்து முனகிக் கொண்டிருந்ததைப் பார்த்தாள். வர்ஷா மனதில் அன்பு நிறைந்தது. அதைக் கையில் எடுத்து தன்னுடன் தூங்க வைத்துக் கொண்டாள். ''உன் 'சகுந்தலை'க்கு இது கண்மணிக் குட்டி' என்றான் ஹர்ஷ் பாண்டேயும் குருபக் வருகையால் சந்தோஷப்பட்டார், ''மேடம், மங்கல நாண் இல்லாமல் சுமங்கலிகளின் அழகு முழுமை அடையாததுபோல் பப்பி இல்லாமல் ஸ்டார்களின் அழகு முழுமை அடைவதில்லை. கஞ்சன்பிரபா வீட்டிற்கு நீங்கள்போனதில்லை. அவர் நான்கு பப்பி வைத்திருக்கிறார்.'' (எண்ணிக்கை சரியாக இருக்கிறது என்று வர்ஷா நினைத்துக் கொண்டாள். இப்போது கஞ்சன் பிரபாவின் காதல் உறவுகளும் நான்கு என்றுதான் சொல்லப்பட்டது)!

அழைப்புமணி ஒலித்தது.

திரும்பி வந்த ஜல்லி புன்னகையை அடக்கியபடி பாண்டே வந்திருப்பதாக தெரிவித்தாள். ஹேமலதாவும், ஜுமக்கியும் கூட புன்னகை செய்தார்கள்.

''வாருங்கள்'' என்று வர்ஷா புன்னகை செய்தாள்.

''டாக்ஸ் கன்ஸல்ட்டண்ட்டிடமிருந்து வருகிறேன்.'' பாண்டே சோபாவில் ஒரு ஓரத்தில் உட்கார்ந்தார், ''ஒன்று நீங்கள் கம்பல்சரி டெபாசிட் செக் கொடுத்துவிடுங்கள்.'' அவர் ப்ரீஃப்கேசிலிருந்து டைரியை எடுத்து பக்கங்களைப் புரட்டினார், ''நீங்கள் இவ்வளவு அமௌண்ட் அட்ஜஸ்ட் செய்ய வேண்டும். ஒரு இன்ஷ்யூரன்ஸ் பாலிசி எடுத்துக் கொள்ளும்படி ஷ்ராப் சொல்கிறார். மூன்று மாத ப்ரீமியம் பாலிசி நல்லது. நான் ஒரு ஏஜெண்டிடம் பேசிவிட்டேன். அவர் நாளை மாலை ஃபார்ம் எடுத்துக் கொண்டு வந்துவிடுவார்.''

வர்ஷா சரியென்று தலையசைத்தாள்.

''துளசியானியிடமிருந்து போன் வந்தது. நம் வண்டிக்கான பேமெண்ட் முடிந்துவிட்டது.டீலரிடமும் நான் கன்ஃபர்ம் செய்துகொண்டு விட்டேன்.''

வர்ஷா மீண்டும் சரியென்று தலையாட்டினாள்.

''நாளை மெட்ராசிலிருந்து இன்ஸ்டால் மெண்ட் வந்து விடும். இப்போது வட்டியெல்லாம் மிகவும் இறங்கிவிட்டது. கொஞ்சம் நகைகள் வாங்கலாமா? பிரீமியர் - பார்ட்டிகளுக்குத் தேவைப்படுகிறதே!''

''பாண்டே சார், வயது வந்த பெண் வீட்டில் இருக்கிறாள்.'' வர்ஷா பெரிய கிழவி போல பேசினாள், ''முதலில் இந்த சுமையை இறக்கிவிடுகிறேன். இரவு சரியாக தூக்கம் வருவதில்லை.''

ஹேமலதாவும் ஜுமக்கியும் சிரித்தார்கள். ஜல்லி வெட்கத்துடன் அண்ணியின் தோளில் முகத்தை மறைத்துக் கொண்டாள்.

பாண்டே சிறியதாக புன்னகை செய்தார். அவருடைய பேச்சுத்திறன் அவளுடைய கேரியர், ஸ்டார்டம் சிக்கல்கள் வரைதான்.

''விஷ்வாஸ் நாளை மறுநாள் கல்கத்தாவிலிருந்து வருகிறார். வெள்ளிக்கிழமை மாலையில் அவரோடு ஸ்டோரி சிட்டிங் வைத்துக் கொள்ளலாமா?''

'' 'சந்திர கிரஹண்' பிரீமியர் இருக்கிறது.'' என்று வர்ஷா தன் இயலாமையை சொன்னாள்.

''மேடம், அது என்.எஃப்.டி.சி.ஃபிலிம், அதன் ஒரு பிரிண்ட் ஆகாஷ்வாணியில் ரிலீஸ் ஆகிறது.'' பாண்டேயின் குரலில் மெல்லிய கேலியும் இருந்தது, வேறு வழியில்லாத தொனியும் இருந்தது, ''நம் கேரியரில் அதற்கு ஒரு சம்பந்தமும் இல்லை. (இந்த 'நம்' என்ற சொல்லை அவர் 'உங்கள்' என்ற பொருளில் பயன்படுத்திக் கொண்டிருந்தார். எனக்குக் கல்யாணமாகிவிட்டால் என்ன சொல்வார்? என்று வேடிக்கையாக வர்ஷா நினைத்துக்

கொண்டாள். ''நம் கணவர் எட்டு மணிக்கு நம்மைத் தயாராக இருக்கச் சொன்னார்.'' என்று அவருடைய வசனத்தைக் கற்பனை செய்து பார்த்தாள்).

வர்ஷா கம்பீரமானாள், ''கேரியரில் சம்பந்தமில்லை, ஆனால் மனிதர்களோடு சம்பந்தம் இருக்கிறது.''

''நாம் மனிதர்களுக்குக் குறைவாகவும் கேரியருக்கு மிகுதியாகவும் முக்கியத்துவம் தரவேண்டிய நேரம் வந்துவிட்டது மேடம்.''

''நான் நண்பர்களின் முக்கியத்துவத்தைக் குறைக்க முடியாது.''

''நட்பின் விலை உயர்ந்து கொண்டிருக்கிறது, மேடம் ! 'எரியும் பூமி' இல்லையென்றால் நாம் ஹிட் பிக்சர்களுக்கு ஹாட் டிரிக் செய்ய வேண்டியிருக்கும். இப்போது 'சந்திர கிரஹணு'ம் நம் மேலே செல்லும் கிராஃபில் கிரஹணம் பிடிக்கச் செய்யும். இந்தப் படம் ஒரு வாரத்திற்கு மேல் ஓடாது என்று நான் உங்களுக்கு எழுதித் தரமுடியும்.''

''பாண்டே சார், எனக்கும் கலைத் தேவைகள் இருக்கின்றன.''

''கேரியர் தேவைகள் அதற்கு மாறாகப் போய்க் கொண்டிருக்கின்றன, மேடம்! இண்டஸ்ட்ரி நம்மிடம் வைத்திருக்கும் நம்பிக்கைகளை முழுமை செய்வதுதான் உசிதம்.''

மூன்று புரொஃபஷனல் ஃபிலிம்கள் வெற்றியில் வர்ஷா 'லக்கி' என்று சொல்லப்பட்டாள். 'வலியின் உறவி'ல் அவள் துணைக் கதாநாயகி. ரிலீசுக்கு முன்னால் 'செட்அப்'பில் அவளைப் பற்றி அதிருப்தியான கருத்துகள் கூறப்பட்டன, ''ஸ்க்ரீன் - பியூட்டி இல்லை, ஆர்ட் ஃபிலிம் ஹீரோயின்.'' ரிலீசான முதல் வாரம் நிச்சயமற்ற தன்மை இருந்தது. ஞாயிற்றுக்கிழமை வந்த அநேகமாக எல்லா பத்திரிக்கை விமரிசனங்களும் வர்ஷாவைப் பாராட்டி எழுதியிருந்தன. ''அதிகாரத்திற்கு முன் விமரிசனங்களுக்கு எந்த மதிப்பும் இல்லை.'' என்று தொழில் நிபுணர்கள் கூறினார்கள். இரண்டாவது வாரத்திலிருந்து பார்வையாளர்களின் விருப்பம் விசுவரூபம் எடுத்தது, வர்ஷாவின் இரண்டு காட்சிகள் ஃபிலிமின்

ஹைலைட்டாகி விட்டன - கோவிலில் கிருஷ்ணனுடன் அவளுடைய மோதல் முதல் காட்சி (உண்மையில் இயக்குநர் ஹுசைன் இங்கு ராமனைத்தான் விரும்பினார், ஆனால், பி.ஏ. முதல் ஆண்டில் அம்மாவுடன் போராடிக் கொண்டிருந்தபோது வர்ஷா ராமனை 'டிசெர்ட்' செய்துவிட்டு கிருஷ்ணனின் பீதாம்பரத்தைப் பிடித்துக் கொண்டாள், ''அம்மா பூஜை செய்யும் ஒருவர் என்னுடையவர் ஆக முடியாது. அவர் எப்போதும் அம்மா பக்கமே இருப்பார்!'' பிறகு டிராமா ஸ்கூலில் ஆதித்யா 'அந்தாயுகி'ல் கிருஷ்ணனின் பேச்சை சொல்லக் கேட்டு அவள் கண்முன் கிருஷ்ணனுடைய குணங்களின் சிறப்பான நாடகத் தன்மைகள் விரிந்தன. ஹுசைன் கிருஷ்ணன் மீது அவளுடைய 'தனிப்பட்ட ஈடுபாட்டை' ஒத்துக் கொண்டார்.)

''நீங்கள் எனக்கு நியாயம் செய்ய வில்லை.'' என்று வர்ஷா கிருஷ்ணன் மீது குற்றம் சாட்டினாள், ''பக்தர்களிடம் இப்படித்தான் நடந்து கொள்வதா? நான் இருபத்தைந்து வருஷங்களாக உங்களை வணங்கி வருகிறேன். உங்களிடம் ஒருபோதும் நான் எதுவும் கேட்டதில்லை. தினமும் உங்களுக்கு வெண்ணெயும், பாலும் படைத்திருக்கிறேன். இப்போது முதல்முறையாக என் மனதில் காதல் வசந்தம் வீசுகிறது, நீங்கள் காதில் பஞ்சை அடைத்துக் கொண்டு உட்கார்ந்திருக்கிறீர்கள்!'' (நாரங்கின் கருத்துப்படி 'சோஷல்' ஃபிலிமின் வெற்றியில் மிகப் பெரிய பங்கு வகிக்கும் பெண்கள், குழந்தைகளை இந்தக் காட்சி மிகவும் கவர்ந்துவிட்டது.).

இரண்டாவது காட்சி இறக்கும் போது ரூபா பேசிய பேச்சு. முதலில் 'ஆரத்தியும் நெருப்பும்' படத்தில் சாந்தி - ஈஸ்வர் உரையாடல் காட்சி எதுவும் இல்லை, 'வலியின் உறவு' ஹிட் ஆகத் தொடங்கியபோது வீர் சொன்னதின் பேரில் இந்தக் காட்சி சேர்க்கப்பட்டது. இந்த ஃபிலிமில் அவள் கதாநாயகி - 'வலியின் உறவு' போல இதில் அவள் தியாகமும் செய்யவில்லை, இறக்கவும் இல்லை. தொழில் நிபுணர்கள் வர்ஷாவின் 'இமேஜு'டன் இந்த அவசியங்களை இணைத்திருந்தார்கள். ஆனாலும் படம் வெற்றி பெற்றது. 'மனதின் வியாபார'த்தில் அவள் மாநகர நாகரிக நங்கை. பார்வையாளர்கள் அவளை இந்தக் கோலத்தில் ஏற்றுக் கொள்ள மாட்டார்கள் என்பது அறிஞர்களின் அபிப்ராயம். ஆனால், ஏனோ

தெரியவில்லை, அவர்கள் ஏற்றுக் கொண்டார்கள். இதற்குப் பின்னர் திடீரென்று அவள் 'லக்கி' என்று கொண்டாடப்படத் தொடங்கினாள். அதற்கு அவள் இப்படித்தான் 'உரை' எழுதினாள் (நாடக மேடையின் அடிப்படைச் சொல் சினிமாவில் எங்கே வந்து இடம் பிடித்தது!) - நிபுணர்களின் ஒவ்வொரு கணிப்பும், ஒவ்வொரு தர்க்கமும் இருண்ட தெருக்களில் மோதத் தொடங்கும் போது, ஒவ்வொரு அனுமானமும் தவறாகும் போது, ஒவ்வொரு தீர்க்கதரிசனமும் பொய்யாகும் போது எழும் கேள்விக்கு ஒரே விடை - பெண் அதிர்ஷ்டக்காரி!

"நம்பிக்கைகளுக்குப் பின்னால் தர்க்கம் எதுவும் இல்லை, அவற்றை முழுமையாக்கும் வழிகளுக்குப் பின்னாலும் தர்க்க நியாயம் இல்லை." வர்ஷா நீண்ட பெருமூச்சோடு பின்குறிப்பு தந்தாள், "எல்லாம் விதியின் விளையாட்டு, பாண்டே சார்!"

வர்ஷா கையைக் காட்டியதும் ஜல்லி செக் புக்கை எடுத்துக் கொண்டு வந்தாள். வர்ஷா செக்கை நிரப்பி, பிறகு கிழித்து பாண்டேயிடம் நீட்டினாள்.

"போன மாதத்திற்கு உங்களுக்கு எவ்வளவு தரவேண்டும்?"

பாண்டே தன் டைரியைப் பார்த்தார், "பன்னிரண்டாம் தேதியும், இருபத்தோராம் தேதியும் நீங்கள் எனக்கு கேஷ் கொடுத்தீர்கள் - மொத்தம் ஏழாயிரம் ரூபாய் மிச்சம்..." என்று அவர் ஒரு பக்கத்தைக் காட்டினார்.

வர்ஷா செக்கை நிரப்பிக் கொடுத்தாள். ஒவ்வொரு மாதமும் சம்பாதிப்பதில் பத்து சதவிகிதம் போய்க் கொண்டிருந்தது.

"உங்கள் டேட்ஸ் டைரியைக் கொடுங்கள்." பாண்டே எழுந்து நின்றார், "ஜூன் - ஜூலை மாதத்திற்கு மாறியிருப்பதை எண்ட்ரி செய்து விடுகிறேன்."

ஜல்லி தோல் உறை போட்ட பெரிய, அழகான டைரியை எடுத்துக் கொண்டு வந்தாள்.

"ஃபோன் - மெயிலுக்கு பதில்கள் தயாராகிவிட்டதா"

மேஜையின் கீழ் அறையிலிருந்து ஜல்லி பெரிய கவர்கள் பண்டிலை எடுத்தாள். தினமும் ஒரு மணி நேரம் ஜல்லியின்

மனதிற்குப் பிடித்த பொறுப்பு இது - கவரின் மேல் ரசிகரின் விலாசத்தை எழுதுவது, உள்ளே வர்ஷாவின் வண்ணப் போட்டோவுடன் டைப் - ஜெராக்ஸ் செய்த கடிதத்தை 'அன்பு நண்பரே, உங்கள் கடிதத்திற்கு நன்றி, நல்வாழ்த்துகளுடன்' வைத்து கீழே 'வர்ஷா வசிஷ்ட்' என்ற கையெழுத்தை, அக்கா மாதிரியே இரண்டு சொற்களுக்கிடையில் எழுத்துக்களை சற்று விரித்து ஜல்லியே போட்டு விடுவாள்.

''போட்டோ ஒன்பது, பத்துதான் மீதி இருக்கிறது.'' என்றாள் ஜல்லி.

''நான் போட்டோ கிராஃபருக்கு போன் செய்து விடுகிறேன். நாளை மாலைக்குள் வந்துவிடும்.'' அவர் ப்ரீஃப்கேசிலிருந்து ஒன்பது, பத்து கடிதங்களின் கட்டை எடுத்தார், ''இவற்றில் பிக்சர்கள் பற்றி கேள்வி கேட்டிருக்கிறார்கள்.''

வர்ஷா ஒரு கடிதத்தைப் பார்த்தாள். பெரும்பாலான கடிதங்கள் வடஇந்தியாவிலிருந்து ஹிந்தியில் வந்திருந்தன, அவற்றில் சாதாரணமாக அவளுடைய நடிப்பு பாராட்டப்பட்டிருந்தது. இந்தக் கடிதம் பெங்களூரிலிருந்து ஆங்கிலத்தில் இருந்தது, அதில் 'எரியும் பூமி' தாக்கா குணசித்திரம் புரொஃபஷனல் சினிமா குணசித்திரங்களோடு ஒப்பிடப்பட்டிருந்தது. பல கடிதங்கள் ஹிந்தி பேசப்படாத இடங்களிலிருந்தும் வந்திருந்தன, அவற்றில் சில பாத்திரங்கள் அலசப்பட்டிருந்தன, இரண்டு கடிதங்களில் அவளுடைய நடவடிக்கைகள் விவரிக்கப்பட்டிருந்தன.

''இதற்கு நான் நாளை பதில் எழுதுகிறேன். நீங்கள் மாலையில் டைப் செய்து கொள்ளுங்கள்.''

முதல் முறையாக பாண்டேயின் முகத்தில் சந்தோஷம் பரவியது. ''எந்தக் கலைஞனுக்கும் ரசிகர்கள்தான் மக்கள் விரும்பும் தன்மைக்கு அஸ்திவாரம். இவர்கள் படம் ரிலீசாகும் முதல் நாள் அல்லது முதல் வாரம் ஃபிலிம் பார்க்கிறார்கள், மாப் பப்ளிசிடியில் இவர்களுக்கு எப்போதும் பங்கு இருக்கிறது. கடிதங்களுக்கு நல்ல பதில் வந்தால் ஸ்டாருடன் தங்களுக்கு தனிப்பட்ட தொடர்பு

இருப்பதாக நினைக்கிறார்கள். இப்படியான குட்வில் ஸ்டார்டமை கன்சாலிடேட் செய்வதில் உதவியாக இருக்கிறது.''

வர்ஷா அதை ஒப்புக் கொண்டாள். பாண்டே ஷோ பிசினஸை நன்றாக படித்து வைத்திருக்கிறார் என்று அவள் நினைத்துக் கொண்டாள்.

★ ★ ★ ★

''ஆமாம், உயிரோடுதான் இருக்கிறேன்.'' வர்ஷா கார்ட்லெஸ் போனைப் பிடித்தபடி புன்னகை செய்தாள், ''நீங்கள் எப்படி இருக்கிறீர்கள்?''

டிராயிங் ரூமில் 'மகளிர் - மையம்' தங்களை மறந்து டி.வி. பார்த்துக் கொண்டிருந்தது, ஒரு புதிய தொடர் நாடகம் ஆரம்பித்திருந்தது. அதனால் வர்ஷா படுக்கை அறைக்கு வந்துவிட்டாள்.

''உங்களை சந்தித்த பிறகு நான் பாதி உயிரோடு நடமாடிக் கொண்டிருக்கிறேன்.'' என்று சந்திரபிரகாஷின் குரல் கேட்டது.

''என் மூச்சில் இவ்வளவு கார்பன் டை ஆக்ஸைடு இருப்பது எனக்குத் தெரியாது.''

சந்திரபிரகாஷ் சிரித்தார்.

சந்திரபிரகாஷ் ஒளிப்பதிவாளர் சங்கத் தலைவர். மாசாச்சுசெட்ஸ் இன்ஸ்டிடியூட் ஆஃப் டெக்னாலஜியில் எம்.பி.ஏ.பட்டம் பெற்றுத் திரும்பியிருந்தார், நாரிமன் பாயிண்டில் ஒளிப்பதிவு சேம்பர்ஸ் தலைமை அலுவலகத்தை நிர்வகித்தார். மலபார் ஹில்சில் வீடு, ஜுஹூவில் ரிட்ரீட்! ஒரு வட இந்திய சமாஜ விழாவில் ஏற்பட்ட சந்திப்பிற்குப் பிறகு அவர் வீட்டில் ஏற்பாடு செய்திருந்த கஜல் - மாலைப்பொழுதிற்கு அவள் போயிருந்தாள். பின்னர் இரண்டு விருந்துகளுக்கு ரிட்ரீட்டும் போயிருந்தாள்.

''சனிக்கிழமை மாலை வீட்டில் உட்கார்ந்துகொண்டு என்ன செய்கிறீர்கள்?''

''களைப்பைப் போக்கிக் கொண்டிருக்கிறேன்.''

''அப்படியென்றால் ஜுஹூவுக்கு வாருங்களேன்! இந்த நல்ல காரியத்தில் நானும் பங்கெடுத்துக் கொள்கிறேன்.''

சந்திரபிரகாஷை அவளுக்குப் பிடித்திருந்தது, ஆனால் சென்ற இரண்டு சந்திப்புகளில் அவர் தனிப்பட்ட விஷயங்களைப் பேச ஆரம்பித்திருந்தார். தன் வயதான தந்தையைப் பற்றியும், உணர்வு நிலையில் தன் தனிமையைப் பற்றியும் பேசினார். வர்ஷா சற்று எச்சரிக்கை ஆனாள். அவள் என்ன விரும்புகிறாள்? மற்றொரு நட்பா? எந்த அளவில்?

இல்லை, மனதில் அப்படி ஒரு விருப்பம் இல்லை. ஆனால், சந்திரபிரகாஷின் நடவடிக்கைகள் பண்புடன், மென்மையாக இருந்தன, அதனால் சிதார் - வாசிப்பின் அவருடைய அடுத்த அழைப்பை ஏற்றுக் கொண்டு அவள் போயிருந்தாள், ஜல்லியையும், ஹேமலதாவையும் உடன் அழைத்துச் சென்றிருந்தாள். அவளுடன் வால்களைப் பார்த்து சந்திரபிரகாஷின் முக பாவம் மாறவில்லை, ஆகையால் அவர் மீது வர்ஷாவின் மதிப்பு மாறவில்லை.

''நீங்கள் வீட்டில்தான் இருக்கிறீர்களா?''

''இல்லை, 'சன் அண்ட் சேன்டி'ல். நீங்கள் அங்கு வர விரும்பவில்லையென்றால் வீட்டிற்கு வருகிறேன்.''

ஐந்து நட்சத்திர ஹோட்டல்கள் வர்ஷாவிற்குப் பிடிக்கவில்லை என்பதை சந்திரபிரகாஷ் அறிந்து கொண்டார் (அதே மத்திய தர வர்க்க கரோல்பாக் சிண்ட்ரோம்!). அவளுக்கு அங்கே கடைப்பிடிக்கப்பட்ட எல்லா முறைகளும் மிகவும் செயற்கையாக இருந்தது. மற்றொரு கவலை மீடியாவைப் பற்றியது. சந்திரபிரகாஷையும், அவளையும் ஒன்றாகப் பார்ப்பதற்கு ஒரே அர்த்தம்தான் இருந்தது - 'பிண்டாஸ் வர்ஷாவின் புதிய ரொமான்ஸ்!'' அவள் நாடக மேடையில் மட்டும் இருந்திருந்தால் இப்படியான அழைப்பை மகிழ்ச்சியுடன் ஏற்றியிருப்பாள். ஆனால் ஸ்டார்டம் நிறைய மாற்றத்தை செய்திருந்தது - சாதாரண ஆசைகள், சாதாரண வாழ்க்கை முறை.

படைப்பாளிகள் தங்களை அர்ப்பணித்தவர்களாக இருக்கிறார்கள் என்று வர்ஷா நினைத்திருந்தால் அது அவளுடைய

பிரமை. எந்த ஒரு புகழ் பெற்ற நடிகர், இசை அமைப்பாளர் அல்லது ஃபிலிம் இயக்குநரையும் போலவே சந்திரபிரகாஷ் தன் வேலையில் தன்னை அர்ப்பணித்தவராக இருந்தார்.

"நான் கல்கத்தாவிலிருந்து ஒரு போனை எதிர்பார்த்துக் கொண்டு இருக்கிறேன். சற்று நேரம் கழித்து உங்களுக்கு போன் செய்கிறேன்."

வர்ஷா தலைக்குக் கீழே குஷனை வைத்துக் கொண்டு அங்கேயே கார்ப்பெட்டில் படுத்தாள்.

ஒரு நிமிடத்தில் மீண்டும் போன் ஒலித்தது. இப்போது போன் ஒலிப்பதால் எத்தனை தொந்தரவாக இருந்தாலும் வர்ஷா தானே போனை எடுப்பதில்லை. யாரென்று தெரியாத வரை லைனுக்கு வரமாட்டாள். எங்கெங்கிருந்தோ போன்கள் வரத் தொடங்கிவிட்டன. அழைப்புகளால் அவளுக்கு கவலை ஏற்படத் தொடங்கியிருந்தது. முன்னர் எப்போதோ தெரிந்தவர்களும் திடீரென்று முன்னால் வரத் தொடங்கினார்கள். நாடகமேடையோடு தொடர்பில்லாதவர்களை சந்திப்பதில் அவளுக்குக் கஷ்டம் எதுவும் இல்லை, ஆனால் நேரம் இல்லை. உடல் களைப்பு, கண்களில் தூக்கம் நிறைந்திருக்கும். நாடகக் கல்லூரி வெள்ளமும் அதிகரித்துவிட்டது. அவள் இயன்றவரை உதவி செய்ய முயற்சிப்பாள். ஆனால் நெருக்கமில்லாதவர்களை வீட்டிற்கு அழைத்துப் போவதைத் தவிர்த்தாள். சினிமா பத்திரிக்கையாளர்களிடம் அவள் காட்டிய புன்னகையற்ற தன்மையின் வட்டம் இப்போது விஸ்தரிக்கத் தொடங்கியிருந்தது. நாடகக் கல்லூரியில் படிக்கும்போது பரிச்சயமானவர்கள் திடீரென்று ஸ்டுடியோ அல்லது டப்பிங் தியேட்டருக்கு வந்துவிட்டால் வர்ஷா ஒரு வினாடி கடுமையாகி விடுவாள், இவர்கள் என்னிடம் என்ன விரும்புகிறார்கள்?

"சுமந்த்..." ஜுமக்கி கதவருகே வந்தாள்.

வர்ஷா கார்ட்லெஸ் பட்டனை அழுத்தினாள், "நமஸ்தே சுமந்த்... நன்றாக இருக்கிறீர்களா?"

சுமந்தின் கவனமான குரல் ஒலித்தது, "நன்றாக இருக்கிறேன். ஒரு உதவி..."

''சொல்லுங்கள்.''

''நான் நேற்று முன்தினம் போன் செய்தேன், அப்போது நீங்கள் பாத்ரூமில் இருந்தீர்கள். நேற்று போன் செய்தேன், அப்போதும் பாத்ரூமில் இருந்தீர்கள். ஸ்டார்கள் தினமும் பாத்ரூமில் என்ன செய்கிறார்கள்? அங்கே தனியாக ஒரு போன் ஏன் வைத்துக் கொள்ளக் கூடாது? என்று மட்டும் தெரிந்து கொள்ள விரும்புகிறேன்.''

''நான் உண்மையில் பாத்ரூமில்தான் இருந்தேன்.'' என்று வர்ஷா புன்னகை செய்தாள், ''நீங்கள் ஸ்கூலில் சிவிக்ஸ் படித்திருப்பீர்கள், அது கட்டாய பாடமாயிற்றே! தன் விருப்பப்படி பாத்ரூமில் இருப்பது அவரவருடைய அடிப்படை உரிமை. நீங்கள் விரும்பினால் இந்திய அரசியல் சட்டத்தை எடுத்துப் பார்த்துக் கொள்ளலாம். இப்போது உங்கள் இரண்டாவது கேள்விக்கு பதில். நான் ஸ்டார் ஆகிவிட்டது உண்மைதான், ஆனால் பாத்ரூமில் டப் அமைக்கும் அளவுக்குப் பெரிய ஸ்டார் இல்லை.''

''டப்பைப் பற்றி நான் கேட்கவில்லையே?''

''நுரை நிரம்பிய டப்பில் படுத்தபடி போனைக் காதிலேயே ஒட்ட வைத்துக் கொண்டிருந்தால்தான் பாத்ரூமில் போன் இருப்பதற்கு அழகு.''

''எப்போது நீங்கள் டப் வைப்பீர்கள்?''

''எனக்கு ஒரு ஹாலிவுட் ஃபிலிம் கிடைக்கும்போது.''

சுமந்த் சிரித்தார்.

அவர் சில்வர் குரூப் ரிக்கார்டிங் தியேட்டரின் சீஃப் எக்ஸ்கியூட்டிவ். 'வலியின் உறவு' ஃபிலிமின் லாங் பிளேயிங் வெளியீட்டில் அவரை முதலில் சந்தித்தாள். பிறகு அவர் தன் ஒவ்வொரு விழாவிற்கும் வர்ஷாவை அழைக்கத் தொடங்கியிருந்தார். போகவில்லையென்றால் புகார் செய்யத் தொடங்கி விடுவார். அவர் மிகவும் தமாஷானவர், இயல்பானவர். திவ்யாவின் ஒரு இண்டர்வியூவில் 'ஓ துயர நெஞ்சே, என்ன செய்வேன்' கவிதை வர்ஷாவுக்கு மிகவும் பிடித்தமான கவிதை என்று அவர் தெரிந்து கொண்டபோது (இப்போது என்னிடம்

மறைவானது எதுவும் இல்லை என்று வர்ஷா நினைத்துக் கொண்டாள். தன் ஹேர்டிரஸ்ஸர், ஷோபரின் இண்டர்வியூ படிப்பதற்கு அவள் தன்னைத் தயார் செய்து கொண்டாள்.)

அவர் வீட்டில் ஏற்பாடு செய்யப்பட்ட ஒரு அந்தரங்க 'பார்ட்டி'யில் அவள் தன் 'மறைந்துள்ள அறிவி'ன் மாதிரியைக் காண்பிக்க நேர்ந்தது. தன் குரலைப் பற்றி வர்ஷாவுக்கு சந்தேகம் எதுவும் இல்லை, ஆனால் அவள் மிக இனிமையாகப் பாடுவதாகக் கூறி தன்னுடைய ஏதாவது ஒரு ஃபிலிமில் ஒரு பாட்டாவது ஏன் பாடக்கூடாது என்று வாதிட்டார். சென்ற ஆண்டு ஒரு பக்திப்பாடல் தொகுப்பு தயாராயிற்று. அதில் அவர் கேட்டுக் கொண்டதால் வர்ஷா சில அறிமுக வரிகளைப் பேசியிருந்தாள். இப்போது 'மழை வந்தது' என்ற தலைப்பில் மழைக்கால - பாடல்களின் ஒரு எல்.பி. வெளியிட விரும்பினார், அதில் வர்ஷா குறிப்புகள் தரவேண்டியிருந்தது.

வர்ஷா மூன்று, நான்கு முறை பாந்த்ராவிலிருந்த அவர் வீட்டுக்குப் போயிருந்தாள். அவர் அம்மாவுடன் அறிமுகம் ஆகியிருந்தது. சுமந்திற்கு முப்பத்தைந்து வயது இருக்கும். ''இப்போது நான் என் தோளில் இருக்கும் சுமையை யாருடனாவது பகிர்ந்து கொள்ள விரும்புகிறேன்.'' என்று அவர் வர்ஷாவைப் பார்த்தபடி அர்த்தம் நிறைந்த குரலில் சொன்னார்.

''வர்ஷா, நீங்கள் என் வீட்டுக்கும் வருவதில்லை, உங்கள் வீட்டுக்கும் என்னைக் கூப்பிடுவதில்லை.'' என்றார் சுமந்த், ''வாழ்க்கை எப்படி போகும், சொல்லுங்கள்.''

வர்ஷா சிரித்தாள், ''போய் விடும் சுமந்த் சார்... இப்படியே அழுது, அழுது.''

''கூட உட்கார்ந்து அழுவதில் எதிர்ப்பு எதுவும் இல்லையே?''

''கூட உட்கார்ந்து அழுவதால் அழுகையின் மகத்துவம் மறைந்து விடுகிறது.'' சொல்லிவிட்டு வர்ஷா நாக்கைக் கடித்துக் கொண்டாள்.

ஒரு வினாடி மௌனம் நிலவியது. பிறகு சுமந்த் பெருமூச்சு விட்டுவிட்டு சொன்னார், ''இன்று உங்களுக்கு மூட் சரியில்லை என்று தோன்றுகிறது.''

அத்துடன் லைன் கட்டாகிவிட்டது.

போனைப் பார்த்துக் கொண்டிருந்த வர்ஷாவின் புன்னகை மறைந்து விட்டது. அவள் மீண்டும் குஷன் மேல் தலையை சாய்த்துக் கொண்டாள். சுமந்த் பெருமூச்சு விட்டது போலவே அவளும் பெருமூச்சு விட்டாள்.

என்ன செய்யலாம்? சுமந்தை இங்கே கூப்பிடுவோமா? அல்லது நாமே சந்திரபிரகாஷ் வீட்டிற்குப் போகலாமா?

குஷன் மீது தலையை சாய்த்தவாறே சில வினாடிகள் படுத்திருந்தாள். பிறகு ஒன்றும் இலக்கில்லாமல் டூ - இன் - ஒன் பட்டனை அமுக்கினாள். ஸ்பூல் சுழலும் மெல்லிய சரசரப்பொலிக்குப் பின்னர் வயலின் இசை எழுந்தது, பின்னர் துயரக்குரல் எழுந்தது, ''செங்கல் - கருங்கல் காட்டில் அடிக்கப்பட்டீர்கள்...''

கண்களை மூடி வர்ஷா 'முக்தி' பாடலைக் கேட்டுக் கொண்டிருந்தாள். பிறகு காற்று வீசியதில் செய்தித்தாள் சரசரத்தது. திடீரென்று அன்று நீரஜா சொன்ன செய்தி நினைவு வந்தது (காலையில் மேலோட்டமாக தலைப்புச் செய்திகளைப் பார்க்கத்தான் நேரம் இருந்தது). அவள் பக்கங்களைப் புரட்டினாள். கலைப்பகுதி பக்கத்தில் மேலே இடது பக்கம் முதல் நான்கு காலங்களில் ரமண் ராஜ்தானின் கட்டுரை இருந்தது, இடையிடையே வர்ஷாவின் போட்டோக்களும் இருந்தன.

'இந்த சமுத்திரத்தில் மகிழ்ச்சி அலைகள் எழுந்து கொண்டே இருந்தன/ சில லட்சிய வண்ணங்கள் ஒளிவீசிக் கொண்டே இருந்தன/ இந்த அழகு காட்டில் அடிக்கப்பட்டது...''

''வர்ஷா!'' கதவைத் திறந்த ரஞ்சனாவின் முகத்தில் முதலில் கவலை. பிறகு மெல்லிய புன்னகை.

''நான் பல முறை போன் செய்தேன்.''

''போன் வேலை செய்ய வில்லை.''

''நான் ஹர்ஷை அழைத்துப் போக வேண்டும்.''

காலையில் மிஸஸ் குல்கர்னியின் போன் வந்திருந்தது. என்.எஃப்.டி.சி. ரமண் ராஜ்தானின் ஒரு ஃபிலிமுக்கு ஃபைனான்ஸ் செய்ய உத்தேசித்திருந்தது. வர்ஷா கதாநாயகியாக நடிக்க சம்மதிப்பாளா? கதையைக் கேட்டுவிட்டு வர்ஷா வினயமாக ஹர்ஷை சிபாரிசு செய்தாள். மிஸஸ் குல்கர்னி ''நான் தனிப்பட்ட முறையில் இதை வரவேற்கிறேன், ஆனால் இயக்குநர்கள் ஹர்ஷிடமிருந்து தப்பிக்க விரும்புகிறார்கள். நீங்கள் இருவரும் இரவு சாப்பிட என் வீட்டுக்கு வாருங்கள். ராஜ்தானையும் கூப்பிடுகிறேன். விஷயத்தைப் பேசி முடிக்கலாம்'' என்று சொன்னாள்.

''ஹர்ஷ் வெளியில் போயிருக்கிறார். நானும் இப்போதுதான் திரும்பினேன்.'' என்றாள் ரஞ்சனா, ''நீங்கள் கொஞ்சம் காத்திருக்கிறீர்களா?''

ஃபிளாட் பெரியதாக, சாதாரணமாக இருந்தது, பழங்கால ஃபர்னிச்சர்கள். வீடு ஒரு காலத்தில் நன்றாக இருந்திருக்க வேண்டும் என்று தோன்றியது.

''உங்களுக்கு எங்கள் பாடல்கள் எப்படி இருந்தது?'' ரஞ்சனா காபிக் கப்பை எதிரில் வைத்துக் கொண்டே கேட்டாள்.

வர்ஷா மூன்று பெரிய பூங்கொத்துகளோடு ஃபேமஸ் ரிக்கார்டிங் தியேட்டருக்குப் போயிருந்தாள். காமிராக்களின் கிளிக்குகளுக்கிடையில் அவள் ஹர்ஷ், ரஞ்சனா, எண்ட்ரி மூவருக்கும் வாழ்த்துகள் தெரிவித்தாள். ஹர்ஷின் முகத்தைப் பார்த்து வர்ஷாவின் மனம் லயித்து விட்டது. கண்களின் ஒளி வாழ்க்கை அர்த்தத்தின் அறிவிப்பு. எவ்வளவு நீண்ட, வேதனைகள் மிக்க எதிர்பார்ப்புகளுக்குப் பிறகு அவன் இன்றைய இந்த மணிநேரங்களை அடைந்திருந்தான்!

ஹர்ஷின் கையைக் குலுக்கும் போது ஒரு வினாடி காலம் நின்றுவிட்டது.

அவள் கண்களைப் பார்த்தபடி ஹர்ஷ் மெல்லிய புன்னகையுடன் 'காலிகுலா'வின் வசனத்தை சொன்னான், ''ஹெலிகான், நான் நிலவை மட்டுமே விரும்புகிறேன்.''

''உண்மையான புதிய அலை 'முக்தி' யுடன் தொடங்கும்.'' என்று எண்ட்ரி புன்னகையுடன் சொன்னான்.

எண்ட்ரியின் உண்மையான பெயர் ஆனந்த் பாலேராவ் காமலே. அவர் செயிண்ட் சேவியரில் ஆங்கில இலக்கியத்தில் எம்.ஏ. படித்துக் கொண்டிருந்தான். பிறகு அதை இடையிலேயே விட்டுவிட்டு இயக்குநர் கோர்ஸ் படிக்க ஃபிலிம் இன்ஸ்டிடியூட்டுக்குப் போய்விட்டான். ஒரு வருஷத்திற்குப் பிறகு 'இது வெறும் காலத்தை வீணாக்குவதுதான்' என்ற அறிவிப்புடன் அவன் அதையும் விட்டு விட்டு, ஹாலிவுட் போய்விட்டான். அங்கு பல புகழ் பெற்ற இயக்குநர்களிடம் உதவி இயக்குநராக இருந்தான், டாக்குமெண்ட்ரி படங்கள் தயாரித்தான். இரண்டு ஆண்டுகளுக்கு முன் திரும்பி வந்து அரசியல் சூதாட்டத்தை மையமாகக் கொண்ட மராட்டி ஃபீச்சர் ஃபிலிம் 'முதல் மந்திரி'யை இயக்கினான், அந்த ஃபிலிம் மராட்டியில் மிகச் சிறந்த படமாக தேசீய விருது பெற்றது.

'நடுக்கம்' படத்தின்போது ஹர்ஷுடன் நட்பு ஏற்பட்டது. ''ஃபிலிம் உலகத்தில் ஹர்ஷ வர்தன் மட்டுமே பேச்சுத்திறன் மிக்க, தீவிர அறிவுபூர்வமான நடிகர்'' என்று அவன் ஒரு இண்டர்வியூவில் கூறியிருந்தான், ''அவர் இந்த ஊடகத்தின் சக்தியை கடுகாக நினைக்கிறார், ஹிந்தி ஃபிலிம்களின் தம்பட்டம் அடித்துக் கொள்ளும் வாய்ப்பேச்சு உலகத்தில் ஹர்ஷ வர்தனின் நடிப்புத் தன்மை குறைவாகப் பேசுவது மட்டுமல்ல, அது கேட்கவும் செய்கிறது - எதிரில் உள்ள குணசித்திரத்தை மட்டுமல்ல, சூழலின் எல்லையற்ற மௌனத்தையும் கேட்கிறது.''

புதிய அலையின் ஆங்கரி யங்மேன் எண்ட்ரி தோளில் பையுடன் அலையும் கலாச்சாரத்தின் கண்கூடான பிரதிநிதி. பெரிய தாடி, கோல்ஹாப்பூரி செருப்புகளுடன் நீல ஜீன்ஸ், ஃப்ளாப் வைத்த இரண்டு பாக்கெட்டுகளோடு கூடிய நீல கமீஜ், வாயில் சார்மினார், கண்களில் கண்ணாடி, தோளில் பேக் - ஏறக்குறைய ஒரு வருஷமாக வர்ஷா அவனை இதே கோலத்தில்தான் பார்த்துக் கொண்டிருந்தாள். ஹர்ஷுக்கும் அவனுக்கும் இடையே பல ஒற்றுமைகள் இருந்தன. அவனும் எம்.ஏ.ஐப் பாதியில் விட்டவன், பிடிவாதமான, பொறுமையற்ற, சமாதான விரோதமான, ஆவேசமான, கலை

அம்சங்களால் கட்டுண்டவன். ''சுகமாக வாழ்க்கையைக் கழிக்க பத்து 'டர்ட்டி ஹைறி' தயாரிப்பதை விட பட்டினி கிடந்து ஒரு 'கான் வித் தி விண்ட்' தயாரிப்பது மேல்.'' என்று சொல்லி அவன் தன் கலைநோக்கைப் பிரதிபலித்திருந்தான்.

எல்லார் வாழ்த்துகளையும் பெற்றுக் கொண்டிருந்த ரஞ்சனாவின் முகமும் ஒளி வீசியது. வர்ஷா ஒரு வினாடி கவனமாக அவளைப் பார்த்தாள்.

''மிகவும் நன்றாக இருந்தது.'' என்றாள் வர்ஷா, ''சிட்டியூஷனுக்கு தக்கவாறு, தாக்க பூர்வமாக இருந்தது. ஆண்குரல் பாடல்கள் சிறப்பாக, மனதைக் கவரும் வகையில் இருந்தன. எண்ட்ரி ஃபிலிமில் மிகவும் கற்பனா சக்தியோடு அதைப் பயன்படுத்தியிருக்கிறார்.''

''ஆமாம். பாட்டு ஆரம்பித்தவுடனே கதை நின்றுபோகும் நம் சாதாரண ஃபிலிம்கள் போல இது இருக்காது.'' என்றாள் ரஞ்சனா. அவள் குரலில் கர்வம் - கனவைப் பகிர்ந்து கொள்ளும் கர்வம்.

''நான் கொஞ்சம் ஹர்ஷின் அறையைப் பார்க்கலாமா?'' சில வினாடிகள் தயக்கத்திற்குப் பிறகு வர்ஷா கேட்டே விட்டாள்.

ஒரு வினாடி ரஞ்சனா அதிர்ந்தாள். பிறகு புன்னகை செய்தாள், ''கட்டாயம்.''

வீட்டைப் போலவே சாதாரண அறை. கட்டில், அலமாரி, மேஜை - நாற்காலி. கண்ணாடி - ஷேட் டேபிள் - லேம்ப் அழகாக நேர்த்தியாக இருந்தது. வர்ஷா மனதில் அழுத்திய, மூடியிருந்த பயம் அறையைப் பார்த்ததும் அகன்று விட்டது. அங்கு ரஞ்சனா சம்பந்தப்பட்ட எந்தப் பொருளும் காணப்படவில்லை - வளையல்கள், பொட்டு, செண்ட் பாட்டில் எதுவும் இல்லை. ஒரு வினாடி அலமாரியைத் திறந்து பார்க்க மனம் விரும்பியது, ஆனால் தைரியம் வரவில்லை.

''இதெல்லாம் இருபத்தைந்து ஆண்டுகள் பழைய ஃபர்னிச்சர்கள். ''ரஞ்சனா அலமாரிக் கதவைத் திறந்து கையால் தட்டினாள். ''வலுவானது, நீண்ட காலம் உழைக்கக்கூடியது. இன்றைய வேலைப்பாடு, மேல் பூச்சுகள் இல்லை.''

ஹேங்கரில் ஹர்ஷின் இரண்டு கமீஜ்களும், ஒரு பழைய ஜீன்சும் தொங்கிக் கொண்டிருந்தன. கீழே அவனுடைய சூட்கேஸ் வைக்கப்பட்டிருந்தது.

தனக்கும், ரஞ்சனாவுக்கும் இடையில் வர்ஷா லேசான இறுக்கத்தை உணர்ந்தாள். தன்னைக் காட்டிலும் ரஞ்சனா இயல்பாக இருப்பதையும் கவனித்தாள். இதன் பின் புலத்தில் வயதும், அனுபவமும் இருக்கலாம் என்று அவள் நினைத்துக் கொண்டாள்.

''நீங்கள் டான்ஸ் கோர்சும் முடித்திருக்கிறீர்களா?''

''ஆமாம். இரண்டு பேரிடம் கற்றுக் கொண்டேன்.'' அழகிய, பழைய நினைவுகளில் எட்டிப் பார்த்தபடி புன்னகை செய்தாள் ''அப்போது ஹீரோயின் ஆவதற்கு ஆடத்தெரிந்திருப்பது பெரிய குவாலிஃபிகேஷனாக கருதப்பட்டது.'' தன் ஆவலைப் பற்றிப் பேசியபடி அந்நியன் ஒருவன் தன்னை ஆடைகள் கலைந்த நிலையில் பார்த்துவிட்டது போல ரஞ்சனா புன்னகை செய்தாள்.

''நல்லது.'' வர்ஷா தயக்கத்துடன் சொன்னாள்.

''நான் இரண்டு படங்களில் கதாநாயகியாக நடித்தேன். ஒன்று ரிலீஸ் ஆயிற்று, ஆனால் வெற்றி பெறவில்லை. இரண்டாவது ரிலீசே ஆகவில்லை.'' என்று ரஞ்சனா மெல்ல சொன்னாள், ''பிறகு வீடு உடைந்து போயிற்று. வாழ்க்கையை நடத்த ஏதாவது செய்ய வேண்டியிருந்தபோது நாட்டியத்தை நாடினேன். நாட்டியம் ஒரு தொழிலாகும் என்று ஒருபோதும் நான் நினைக்கவில்லை. ஆனால், வாழ்க்கையில் இப்படியெல்லாம்தான் நடக்கிறது.''

ரஞ்சனா ட்யூப்லைட்டிற்குக் கீழே நின்றிருந்தாள். வெளிச்சத்தில் அவள் முகரேகைகள் உண்மையாக தெரிந்தன. ட்யூப்லைட்டின் மேல் ஒரு 'சாஃப்ட்டி' ஒட்டிவிட்டால் அவள் முகம் சற்று மென்மையாகக் காணப்படும் என்று வர்ஷாவுக்குத் தோன்றியது.

''ரஞ்சனா, ஒரு விஷயம் கேட்கட்டுமா?'' என்றாள் வர்ஷா, ''உங்களுக்குத் தவறாகப் பட்டால் பதில் சொல்ல வேண்டாம்.''

''நீங்கள் ஏன் இந்தப் படத்தை எடுக்கிறீர்கள்?''

"கேளுங்கள்." ரஞ்சனா நாற்காலியில் உட்கார்ந்தாள்.

ரஞ்சனா முகத்தில் ஆவேசம் வரவில்லை. "எனக்கு ஹர்ஷ், அவருடைய திறன், அவருடைய கனவுகளில் நம்பிக்கை இருக்கிறது. இப்போது நான் சொல்வதைக் கேட்டு நீங்கள் தவறாக நினைக்காதீர்கள். நீங்கள் அழைப்பின் பேரில் டில்லியிலிருந்து பம்பாய் வந்திருக்கிறீர்கள், பம்பாய் சென்ட்ரலிலிருந்து உங்கள் ஸ்டார்டம் பாசறை வரை சிறகு விரித்தது போல இருந்தது. இதை அடைவதற்காக பலர் பயங்கரமான போராட்டங்கள் செய்திருப்பதை நான் பார்த்திருக்கிறேன். அதையெல்லாம் நான் சொல்லத் தொடங்கினால் உங்களுக்கு பல இரவுகள் தூக்கம் வராது. என் வாழ்க்கையும் இப்படியான ஒரு போராட்டத்திற்குதான் பலியாயிற்று. யாரால் என் வீடு உடைந்ததோ அவருக்கும் இப்படியான ஒரு கனவுதான் இருந்தது. மெல்ல, மெல்ல ரத்தம் சிந்திய வருஷங்களின் சுமையால் மூச்சு திணற ஆரம்பித்தது. அவருக்குத் தன் அவமானமான தோல்வியால் மிகப் பெரிய காயம் ஏற்பட்டது, ஒருநாள் என்னிடம் எதுவும் சொல்லாமலே வீட்டை விட்டு, நகரத்தை விட்டுப் போய் விட்டார்..."

ரஞ்சனா சில வினாடிகள் மௌனமாக இருந்தபோது அவள் உணர்ச்சிவசப்பட்டதாக வர்ஷாவுக்குத் தோன்றியது. ஆனால் அது அவள் பிரமைதான். அவள் தொழிலும், பம்பாய் நகரமும் ரஞ்சனாவின் தாங்கும் சக்தியை அதிகரித்திருந்தது. "பலர் புழுக்கள் நெளியும் சாக்கடையிலிருந்து உயர்ந்து வானத்தை எட்டுவதைப் பார்த்திருக்கிறேன். ஹர்ஷ் 'நடுக்கத்'தில் தன் திறனை உறுதிப்படுத்தியிருக்கிறார். கொஞ்சம் பிடிவாதக்காரர், அனுசரித்துப் போகாதவர், அவ்வளவுதான். அடுத்தவர்கள் வீட்டுக் கதவைத் தட்டமாட்டார். அவர் 'ஸ்டார் மெட்டீரியல்' என்பதில் எனக்கு நம்பிக்கை இருக்கிறது, 'முக்தி'யில் இது உறுதியாகிவிடும்."

ரஞ்சனா வர்ஷாவை திடமான ஒரு பார்வை பார்த்தாள். "இப்போது இதனால் உங்களுக்கு என்ன லாபம் என்று கேட்பீர்கள். முதலில் என்னுடைய முதல் கனவு இல்லை, இரண்டாவது கனவு இல்லை, மூன்றாவது கனவு பலித்து விட்டது என்ற சந்தோஷம் கிடைக்கும் என்று மட்டும்தான் நான் சொல்லமுடியும். ஒவ்வொரு முறையும் தோல்வியின் கஷ்டம் சற்று குறைந்துவிடும். இதற்குப்

பிறகு பெருமளவு ஹர்ஷை சார்ந்திருக்கிறது. அவர் இந்த நட்பை மதித்தால் என் எஞ்சிய நாட்கள் கொஞ்சம் நல்ல விதமாக கழியும். அவர் இங்கிருந்து நேராக பாலிஹில்லில் தன் டெர்ரஸ் ஃபிளாட்டுக்குப் போய்விடவும் கூடும், நான் போன் செய்தால் அவர் பாத்ரூமில் இருப்பதாக செய்தி கிடைக்கவும் கூடும். ரிசீவரை எடுப்பது நீங்களாகவே இருந்தாலும் கூட இந்த நாட்களைக் கூறி என் நிர்க்கதியான தன்மையை அதிகரிக்க மாட்டேன்...''

வர்ஷாவின் பார்வை ஒரு வினாடி ரஞ்சனாவின் பார்வையோடு கலந்தது.

★ ★ ★ ★

'வர்ஷா, பெசாரோ இண்டர்நேஷனல் ஃபிலிம் ஃபெஸ்டிவலில் ரமணின் ஃபிலிம் 'ஏ சர்ட்டரின் நிகார்ட்' செக்ஷனில் காட்டப்பட்டது, உங்களுக்குத் தெரிந்திருக்கும்.'' என்றாள் மிஸஸ் குல்கர்னி.

வர்ஷா ஆமாம் என்ற தலையை ஆட்டினாள்.

சிகரெட்டைப் பற்றவைத்தபடி ரமண் ராஜ்தான் புன்னகை செய்தார். பின்னர் பாக்கெட்டை ஹர்ஷின் பக்கம் நீட்டினார். ஹர்ஷ் ஒரு சிகரெட் எடுத்துக் கொண்டான், விஸ்கி ஒரு மடக்கு குடித்தான், பிறகு நம்பிக்கையுடன் கஞ்சா பொட்டலத்தை எடுக்கத் தொடங்கினான்.

வர்ஷா அதிர்ந்தாள், ஆனால் எதுவும் சொல்வது உசிதமாகப் படவில்லை (மிகவும் கேட்டுக் கொண்ட பிறகு 'ராஜகுமாரன்' என்.எஃப்.டி.சி. மீது அருள் பாலிப்பதற்காக வர சம்மதித்திருந்தான்!). உடனே மிஸஸ் குல்கர்னி பக்கம் திரும்பினாள், ''உங்களிடம் புதிதாக ஒரு திட்டம் அனுப்பியிருப்பதாக மீரா சொன்னாளே?''

''ஆமாம். நல்ல சப்ஜெக்ட்.'' என்றாள் மிஸஸ் குல்கர்னி, ''பட்ஜெட் சற்று அதிகமாக வேண்டியிருக்கும், ஆனால் நான் கமிட்டியிலிருந்து தர முயற்சி செய்கிறேன்.'' அவள் லேசாக புன்னகை செய்தாள், ''நீங்கள் ஏன் நரசிம்மத்தின் ஃபிலிமை வேண்டாமென்று சொல்லிவிட்டீர்கள்?''

''ஆர்ட் ஃபிலிம் என்ற பெயரைக் கேட்டாலே பாண்டே சோகமாகி விடுகிறார்.'' என்று வர்ஷா புன்னகை செய்தாள், ''ஆனால், அடுத்து வரும் மாதங்களில் எனக்கு டேட்ஸ் பிரச்சினை இருக்கிறது.''

''நரசிம்மம் காத்திருப்பாரே!''

''மன்னியுங்கள். நரசிம்மம் என் மீது தாக்கம் விளைவிக்கவில்லை, அவருடைய படக்கதையும் எனக்குப் பிடிக்கவில்லை.'' என்று வர்ஷா பணிவுடன் சொல்லி விட்டாள். மிஸஸ் குல்கர்னிக்கு எதிரான வாதங்களை அவள் முதல் முறையாக சொல்லிக் கொண்டிருந்தாள்.

''வர்ஷா, கலை சினிமாவுக்கு நீயும் ஆதரவு தரவில்லையென்றால் என்ன ஆகும்?'' என்று மிஸஸ் குல்கர்னி வருந்திய குரலில் கேட்டாள்.

''இப்போது தெரிவு செய்ய வேண்டிய சங்கடம் வந்துவிட்டது, மிஸஸ் குல்கர்னி! காலம் மிகவும் குறைவு. இப்போது ஒத்துக் கொள்வதற்கு ஒரு உரைகல்தான் இருக்கிறது - மிகுந்த சம்பளம் அல்லது சவாலான பாத்திரம்.''

ரமண் சிரித்துவிட்டு கேட்டார். ''மதிப்பிற்குரிய இயக்குநர் இல்லையா?''

எல்லாருடனும் சேர்ந்து வர்ஷாவும் சிரித்தாள்,

'திரிவேணி'யில் ஹர்ஷுடன் சேர்ந்து அவள் ரமணைப் பார்த்திருந்தாள். அவர் ஃபிலிம் ஃபெஸ்டிவலில் கலந்துகொள்ள டில்லி வருவார், செல்லுூலாயிட் ஒளி பரவிய, இரு புறமும் சினிமாவில் நுழையும் ஆசையோடு கூடிய நாடகமேடை நடிகர்களை சமாளித்தபடி மண்டிஹவுசில் காணப்படுவார்.

''ஹர்ஷ், மஞ்சுல் உங்களை சந்திக்க விரும்புகிறார்.'' என்றார் ரமண், ''பல ஆண்டுகள் என்னிடம் முக்கிய உதவியாளராக இருந்தார். இப்போது சொந்தப் படம் எடுக்க ப்ளான் பண்ணிக் கொண்டிருக்கிறார். உங்களுக்கும் தெரிந்திருக்கும்.''

சிகரெட் புகையை இழுத்தபடி ஹர்ஷ் தலையை ஆட்டினான். ''மூன்றாம் ஆண்டு ஃபிலிம் அப்ரெசியேஷன் கோர்சுக்காக நாங்கள் பூனா சென்றபோது மஞ்சுல் அண்ட் கம்பெனி என்.எஸ்.டி.க்கு ஒரு புதிய பெயர் வைத்திருந்தார்கள் - 'நௌடங்கி ஸ்கூல் ஆஃப் டெல்ஹி' '' அவன் வர்ஷாவின் பக்கம் பார்த்தான், ''பிறகு ஒரு நாள் என்னை ரேக்கிங் செய்ய முயற்சித்தார். சமயம் பார்த்து மஞ்சுலுக்கு ஒரு ஃப்ராக்சர் கொடுத்திருப்பேன், ஆனால் எங்கள் புரொஃபசர் சான்யால் என்னை அதட்டி அடக்கிவிட்டார்.''

நிலைமை அசாதாரணமாயிற்று. ரமண் கண் இமைக்காமல் எதிரில் காக்டஸைப் பார்த்துக் கொண்டிருந்தார்.

அவர் ஃபிலிம் இன்ஸ்டிடியூட் ஃபர்ஸ்ட் பேட்சில் இருந்தவர், ஃபிலிம் ஃபைனான்ஸ் கார்ப்பரேஷன் அமைந்த பிறகு முதல் கேம்பில் அவருக்கு கடன் கிடைத்தது (அவர் அதைத் திருப்பிக் கொடுக்கவேயில்லை. ஏனெனில், நாளடைவில் அவர் 'உலக அளவில் புகழ் பெற்ற இயக்குநராக' மதிக்கப்பட்டார், அதனால் கார்ப்பரேஷன் அவருக்கு 'தேசீய அளவில் புகழ் பெற்ற ஃபிலிம் இயக்குநர்களு'க்கு அனுப்பப்படும் வக்கீல் நோட்டீஸ் கூட அனுப்பவில்லை).

விலைவாசிகள் குறைந்திருந்த காலம் அது. கடன் கிடைத்தவுடனே 'சமூக - அரசியல் உண்மைநிலையைக் கலைநோக்கில் ஆய்வு செய்ய கட்டுண்ட' பட்டதாரிகள் முதல் வேலையாக பம்பாய் எக்ஸ்டென்ஷனில் ஃபிளாட் வாங்கினார்கள், மீதியிருந்த பணத்தில் மற்றவர்களைக் 'குல்லா போட்டு' எப்படியோ ஃபிலிமை முடிக்க முயற்சித்தார்கள். ஷூட்டிங்கின் போது கலைஞர்களுக்கு டீயும், சாப்பாடும்தான் கிடைத்தது, சம்பளம் அல்ல. அதனால் திறமை மிக்க நடிகர்கள் கிடைக்காததால் நண்பர்கள், அண்டை - அயலார்கள், நடிக்க ஆசைப்பட்டவர்களை எல்லாம் துணைப் பாத்திரங்களிலும், முக்கிய பாத்திரங்களிலும் நடிக்க வைத்தார்கள். இதற்கு ரமண் ராஜ்தான் தெரிவு செய்த 'டிஎமோஷனலைசேஷன்' நடிப்புத் தன்மை மிகவும் உதவியாக இருந்தது. பெயரிலிருந்தே தெளிவாகத் தெரிவதற்கேற்ப இதில் மன உணர்வுகளின் உண்மையான பிரதிபலிப்பு இல்லை.

உணர்வின்றி, ஒரே சமநிலையில் சின்ன, சின்ன வசனங்கள் பேசப்பட்டன. டப்பிங்கில் லிப் சிங்க்கரைனைசேஷனிலும் எந்தக் கடினமும் இல்லை, ஏனெனில் ப்ரைசோ, வர்தா கோதார் போன்ற இயக்குநர்கள் லாங் ஷாட்டின் மகத்துவத்தைப் புத்தம் புதியதாகக் காட்டியிருந்தார்கள் *(சதுர்புஜ் இப்படிப்பட்ட ஃபிலிம்களை மனதைக் கவரும் வகையில் செய்துகாட்டுவார். குடிசை வாசலில் திடீரென்று கதாநாயகனைப் பார்த்துவிட்டு லாங்ஷாட்டில் கதாநாயகி ஒரே சமமான குரலில் கேட்கிறாள், ''நீங்கள் எங்கிருந்தீர்கள்?'' கதாநாயகனும் அதே குரலில் மிட் லாங்கில் பதில் சொல்கிறான், ''டவுனுக்குப் போயிருந்தேன்.'' கதாநாயகி சூப்பைக் கவிழ்த்துக் கொட்டியபடி கேட்கிறாள், ''பதினைந்து வருடங்களாக என்ன செய்து கொண்டிருந்தீர்கள்?'' கதாநாயகன் காதைக் குடைந்தபடி சொல்கிறான், ''என்னை நானே தேடிக் கொண்டிருந்தேன்.'' ''சப்பாத்தி சாப்பிடுங்கள், ஆறிப் போகிறது.'' கட் டு கட் ...).*

இன்ஸ்டிடியூட்டின் ஒவ்வொரு இயக்குநர் பையிலும் அவருடைய சொந்தக் கதை இருந்தது, ஆனால் என்.எஃப்.டி.சி.யின் தலைவர் ''இந்திய சினிமாவில் முன்பு இருந்ததைப் போல இந்தியக் கதை இலக்கியமும், புதிய அலையும் இணையவேண்டிய நேரம் நெருங்கிவிட்டது.'' என்றார். ஆகையால், ரமண் தன் இரண்டு படங்களுக்கு இலக்கியப் படைப்புகளை வாங்கும் அவசியம் நேர்ந்தது (இரண்டாவது ஃபிலிமின் தயாரிப்பாளர் நாள் முழுதும் 'சமோவாரி'ல் உட்காரும் மற்றொரு அறிவு ஜீவியாக இருந்தார். கார்ப்பரேஷன் விதிகளின் படி 'உலக அளவில் புகழ் பெற்ற ஃபிலிம் இயக்குநர்களும்' முதலில் வாங்கிய பணத்தைத் திருப்பித் தராமல் இரண்டாவது முறை கடன் வாங்கமுடியாது, ஆனால் இண்டர்நேஷனல் ஃபிலிம் ஃபெஸ்டிவல் ஆஃப் பெருவில் வாங்கிய சர்ட்டிஃபிகேட் ஆஃப் மெரிட்டை வைத்து ரமண் அப்படி கடன் வாங்க முயற்சித்தும் கொண்டிருந்தார்.)

வர்ஷா இண்டியன் பனோரமாவில் அவருடைய 'வருகிறது' அறிவிப்பைப் பார்த்திருந்தாள். சந்தூர் விளம்பர இசையோடு கிரெடிட் டைட்டில்ஸ் வரும் வரை பார்வையாளர் கூட்டம் கவலையோடு எதிர்பார்த்து காத்திருந்தது. பிறகு ஃபிலிம் ஆரம்பித்தது. தெருவில் ஒரு மரத்தைக் கட்டிக் கொண்டு கதாநாயகி கையில் தட்டு ஏந்தியபடி காத்துக் கொண்டிருக்கிறாள். ஒரு பூச்சி

மரத்தின் மேல் ஏறுகிறது. பிறகு மீண்டும், மீண்டும் - நீண்ட தெரு, கடும்வெயில், ஆகாயத்தில் பறக்கும் பூச்சி, காத்திருக்கும் கதாநாயகி மரத்தின் மீது ஏறும் பூச்சி - இதே ஷாட்கள். மீண்டும் நீண்ட தெரு, மீண்டும் கடும் வெயில், மீண்டும் ஆகாயத்தில் பறக்கும் பட்சி, மீண்டும் காத்திருக்கும் கதாநாயகி, மீண்டும் மரத்தின் மீது ஏறும் பூச்சி. பிறகு மாவலங்கார் ஹாலில் மக்கள் கூச்சலிட ஆரம்பித்தார்கள், ரீட்டா வர்ஷாவின் காதைப் பிடித்து அவளை வெளியே இழுத்துக் கொண்டு வந்தாள்.

"வர்ஷா, நீங்கள் ஏன் புரொஃபஷனல் சினிமாவில் நடிக்கிறீர்கள்?" என்று கேட்டார் ரமண்.

இந்தக் கேள்வியால் வர்ஷா களைத்துப் போயிருந்தாள். 'நான் ஏன் இங்கே வந்தேன்? வீணாக ஹர்ஷையும் இழுத்துக் கொண்டு வந்தேன். ரமண் நீண்ட நேரமாக கதையையும் சொல்லமாட்டேன் என்கிறார்' என்று நினைத்துக் கொண்டாள்.

அவருடைய இயல்பு மாறியிருக்கும் என்று வர்ஷா நினைத்திருந்தாள். ஆனால், அவர் மாறவில்லை. ஃப்ரஸ்ட்ரேஷன் அவரை வெறி பிடித்தவர் போல ஆக்கிவிட்டது. வர்ஷாவுக்கு ஹர்ஷின் ஆரம்ப செயலில் ஏற்பட்ட எரிச்சல் மறைந்தது.

அன்று மாலை கலை ஒருங்கிணைப்பாளர் பாத்திரத்தை வகித்த மிஸஸ் குல்கர்னி "ரமண், இப்போது ஃபிலிம் பற்றி சொல்லுங்களேன்." என்றாள்.

"பெயரிலிருந்தே தெளிவாகப் புலப்படுவது போல 'பாடகி' ஃபிலிம் ஒரு இந்திய கர்நாடக சங்கீத பாடகியைப் பற்றியது, இதில் அவருடைய கலை வாழ்க்கையிலும், தனிப்பட்ட வாழ்க்கையிலும் நடக்கும் போராட்டங்கள் சித்தரிக்கப்படுகின்றன. ஃபிலிமின் வடிவம் நான் லீனியராக அமைந்தது, ஆகையால் சொற்களில் படக்கதையைக் கூறுவது ஃபிலிமின் ஈசன்ஷியல் இம்ப்பல்சைப் பொய்யாக்கிவிடும், ஏனெனில் இங்கு நாரேட்டிங் கோ ஹிஷன் தவிர்க்கப்பட்டிருக்கிறது. கதாநாயகியாக நடிக்கும் நடிகை ஃபிலிமில் நான்கு சிறிய பாத்திரங்களிலும் நடிக்கிறார், கடைசியில் பாடகியை முன்பிருந்தே ஷூட் செய்த ஒரு டி.வி. நிகழ்ச்சியில் பார்க்கும் போது அதே நடிகை டி.வி. பார்த்துக் கொண்டிருக்கிறார்."

ரமண் சிந்தனையில் மூழ்கிய தோரணையில் நீண்ட சிகரெட் புகையை இழுத்தார். ''கதை அமைப்பு நான் ஃப்ரேமில் காட்ட விரும்பும் வாழ்க்கையையும், பல அர்த்தங்களையும் காட்டாது. ஏனென்றால், ஸ்ட்ரக்சர் எப்போதும் மையக் கருத்தினால் ஆளப்படுகிறது என்ற என் கருத்து இப்போது உறுதிப் படுகிறது. டைம், ஸ்பேசின் பல கோணங்கள் இணைந்த சினிமாவை சீர் செய்வதுதான் என் முயற்சி. ஆகையால், பாரம்பரிய சொற்களில் சொல்வதானால், நான் ஸ்கிரிப்டையும் ஓரம் கட்டி விட்டேன். என் ஷாட் டேக்கிங்ஸும் முன்னேற்பாடு செய்யாத, இம்ப்புரொவைஸ் செய்ததாக இருக்கும்.''

''கதாநாயகனும் ஒன்றிற்கு மேற்பட்ட பாத்திரங்களை செய்கிறானா?'' என்று கேட்டாள் வர்ஷா.

''ஆமாம்.'' என்று ரமண் தலையசைத்தார். ''அவன் சூட் அணிந்துகொண்டு பாடகியின் கிளீன் ஷேவ் கணவன் . பைஜாமா - குர்த்தாவில் மெல்லிய மீசையுடன் அவள் காதலன், சுடிதார் - ஷெர்வானி அணிந்து அவளுடைய தந்தை. கடைசி பாத்திரத்தில் நாம் அவருக்கு மேக் அப் கூட போடுவதில்லை. அவருடைய முடி வெளுப்பில்லை, முகத்தில் சுருக்கங்களும் இல்லை. இவ்வாறு நாம் காலத்திற்கும், மானிட உறவுகளுக்கும் இடையிலான சிக்கலான தொடர்ச்சியை எக்ஸ்ப்ளோர் செய்கிறோம்.''

''இப்படியான அப்ரோச் பார்வையாளனை பிரமையில் ஆழ்த்திவிடும்.'' என்றான் ஹர்ஷ், ''அவன் எந்த பாத்திரத்துடனும் ஒன்ற மாட்டான்.''

''அப்படி ஒன்றுவது அவசியமா?'' என்று ரமண் எரிந்து விழுந்தார்.

''ஆமாம். நீங்கள் இந்த அடிப்படை விஷயத்தைக் கூட ஒத்துக் கொள்ளமாட்டீர்களா?'' என்று வர்ஷா அமைதியாகக் கேட்டாள்.

''இது கலை, ஃபார்முலா சினிமா சொல்.'' என்றார் ரமண்.

''இதிலும் வசனங்கள் உணர்வின்றி இருக்குமா, மிகவும் ஸ்டைலிசேஷன் இருக்குமா?'' என்று கேட்டான் ஹர்ஷ்.

"நிச்சயமாக. இது என் சினிமா மொழியின் அடிப்படைத்தன்மை."

சில வினாடிகள் அமைதி நிலவியது. வர்ஷாவும், ஹர்ஷும் ஒருவரை ஒருவர் பார்த்துக் கொண்டார்கள்.

மிஸஸ் குல்கர்னி உதவி செய்ய முன் வந்தாள், "ரமணின் ஃபிலிமை சொற்களில் அடக்குவது எளிதல்ல. இதில் ஊடகத்தின் மிக அழகான உண்மை இருக்கும். பிம்பங்களும் மனதைக் கவர்வதாக, தாக்கம் விளைவிப்பதாக இருக்கும். சவுண்ட் டிராக் அற்புதமாக இருக்கும், கதாநாயகி காட்சியில் முக்கிய ஆண்பாத்திரங்களின் உரையாடலும், கதாநாயகன் காட்சியில் பெண் - பாத்திரங்களின் உரையாடலும் ஜக்ஸ்ட்போஸ் செய்யப்பட்டிருக்கும். ஃபிலிம் தயாரிப்பில் இசை லயம் பிரதிபலிக்கும்."

"இதை நான் மறுக்கவில்லை." என்றான் ஹர்ஷ், "ஆனால் ஒரு நிலைக்குப் பிறகு நடிகனிடம் சவாலை எதிர் கொள்ளும் ஆவல் வந்துவிடுகிறது."

ரமணுக்கு கோபம் வந்துவிட்டது, "என் ஃபிலிம் நடிகனுக்கு சவாலாக இல்லை என்று சொல்கிறீர்களா?"

ஒரு வினாடி அமைதி நிலவியது. பிறகு வர்ஷா, ஹர்ஷ் இருவரும் இல்லையென்று தலையசைத்தார்கள்.

மிஸஸ் குல்கர்னியின் முகம் வாடிவிட்டது.

"நீங்கள் ஒவ்வொரு ஃபிலிமிலும் 'போனி'யும், 'கலாயிரு'ம் செய்ய விரும்புகிறீர்கள், கஷ்டம் அதுதான்" ரமணின் கோபம் கூர்மையாக இருந்தது.

"அதில் என்ன தவறு?" ஹர்ஷும் நெருப்பானான், "நாங்கள் இருவரும் எந்த தர கலைஞர்களாக இருக்கிறோமோ அந்தத் தரத்திற்கேற்ற பாத்திரத்தையே தேடுகிறோம்."

"உண்மை நிலைக்கு அப்பாற்பட்டும் நடிப்புத்தன்மை இருக்கிறது." என்று ரமண் வாதம் செய்தார், "உண்மையில், திறமையான ஒரு நடிகன் ஈரக் களிமண் போல இருக்கவேண்டும்,

அப்போதுதான் இயக்குநர் அவனுக்குத் தன் கணிப்பிற்கேற்ப வடிவம் தரமுடியும்.'' இப்போது ரமணின் குரலில் கர்வத்தின் வண்ணம் வந்து விட்டது, ''நடிகன் ஒரு ஆடு என்ற ஹிட்ச்காக்கின் கருத்து உண்மைதான். அவன் பணிவாக இருக்க வேண்டும், அப்போதுதான் மேய்ப்பவன் தான் விரும்பிய திசையில் அவனை ஓட்டிச் செல்ல முடியும்.''

''இப்படி ஒரு திறமையான மேய்ப்பனை நான் இதுவரை பார்க்கவில்லை.'' என்றாள் வர்ஷா, ''பெரும்பாலும் சாணி பெருக்கத் தகுதியானவர்களைத்தான் பார்க்க முடிகிறது.''

''நீங்கள் என்ன பேசுகிறீர்கள் என்று தெரிந்துதான் பேசுகிறீர்களா?'' என்று ரமண் கூச்சலிட்டார்.

''ஆமாம். தெரிந்துதான் பேசுகிறாள்.'' என்றான் ஹர்ஷ் கடுமையாக, ''நீங்கள் வர்ஷாவோடு பேசும் போது குரலைத் தாழ்த்தியே வையுங்கள்.''

திரும்பி வரும்போது வர்ஷாவும் ஹர்ஷூம் வண்டியில் சிரித்துக் கொண்டே வந்தார்கள். இதுவரை பெரும்பாலான கலை தொடர்பான கருத்து மோதல்களில் ஹர்ஷ் எதிர்த்தரப்பில் இருப்பதைத்தான் அவள் பார்த்திருந்தாள். இப்போது நீண்ட காலத்திற்குப் பிறகு இருவரும் ஒன்றாக இருந்தார்கள். ஆகையால் இன்றைய கருத்து ஒற்றுமை வர்ஷாவுக்கு இனிமையாக இருந்தது.

''இவர் படத்தை செய்வதை விட வீட்டில் சும்மா உட்கார்ந்திருக்கலாம்.'' என்று ஹர்ஷின் கையை அழுத்தியபடி கூறினாள் வர்ஷா.

★ ★ ★ ★

''அக்கா, இன்று யார் வந்திருந்தார்கள், சொல்லுங்கள் பார்ப்போம்!'' என்று ஜல்லி உற்சாகமாகக் கேட்டாள்.

வர்ஷா மெட்ராசிலிருந்து திரும்பி வந்து ஐந்து நாட்கள் ஆகிவிட்டன. 'டிம்சல் - டவுனி'ல் சித்தார்த் விஷயம் வந்த பிறகு ஹர்ஷூடன் பேசவில்லை. நாரங்க் கம்பெனியின் புதிய படம் தொடங்கியது. நீரஜா அழைத்ததின் பேரில் வர்ஷா ஸ்டுடியோவிலிருந்து நேராக அவள் வீட்டுக்குப் போயிருந்தாள்.

''அத்தான் வந்திருந்தார்.''

''எங்கே போய்விட்டார்? தனியாகவா வந்தார்? அக்கா வரவில்லையா?''

''யூ ஆர் ஹோப்லஸ் அக்கா!'' ஜல்லி கண்ணை சிமிட்டினாள், ''எனக்கு இரண்டு அக்காக்கள் இருக்கிறார்கள் என்றால் அத்தான்களும் இரண்டு பேர் இருப்பார்களே! சின்ன அத்தான் வந்திருந்தார் - ஐ மீன் ஹர்ஷ்வர்தன் தி கிரேட்.'' (ஆங்கில உரையாடல் வகுப்பு வளர்ந்து தழைத்துக் கொண்டிருந்தது).

''ஓ, என் கன்யாதானத்தையும் நீயே செய்துவிட்டாய்.'' என்று வர்ஷா புன்னகை செய்தாள், ''தீனா தஸ்தூருக்கு இன்னொரு கவர் ஸ்டோரி தரும் உத்தேசமா?''

ஜல்லி குறும்புக்குரலில் சொன்னாள், ''அத்தானை அத்தான் என்று சொல்லாமல் வேறு என்ன சொல்வது?'' (வர்ஷாவுக்கு அன்னுவின் கேலி நினைவு வந்தது, ''அண்ணியை அண்ணி என்று சொல்லாமல் வேறு என்ன சொல்வது?'')

''பாவம், எவ்வளவு நேரம் உட்கார்ந்திருந்தார்!'' என்றாள் ஹேமலதா.

''அக்கா நீங்கள் சாயங்காலம் எங்காவது போவதாக இருந்தால் ஏன் போன் செய்யக்கூடாது?'' என்றாள் ஜுமக்கி, ''நான்கு முக்கியமான போன் வந்தது. பாண்டே உங்களைத் தேடி தேடி சலித்துப் போனார்.''

வர்ஷா பெருமூச்சு விட்டுவிட்டு உட்கார்ந்தாள், ''ஹர்ஷ் எங்கே போகிறேன் என்று சொல்லவில்லையா? போன் நம்பர் எதுவும் தரவில்லையா?''

ஜல்லி இல்லையென்று தலையாட்டினாள், ''அவர் தர வில்லை.''

வர்ஷாவால் கோபத்தை அடக்க முடியவில்லை, ''அவர் தரவில்லையென்றால் உன் வாயில் என்ன கொழுக்கட்டையா அடைத்திருந்தது? உங்களால் ஒரு பிரயோஜனமும் இல்லை.''

ஜல்லியின் முகம் வாடிவிட்டது. ஹேமலதா மௌனமாகி

விட்டாள், ஜூமக்கி கீழே பார்க்கத் தொடங்கினாள்.

சில வினாடிகள் கழித்து வர்ஷா சட்டென்று எழுந்தாள், "நான் தூங்கப் போகிறேன். யாரும் என்னைத் தொந்தரவு செய்யவேண்டாம்."

"சாப்பிடமாட்டீர்களா?" என்று ஜல்லி இறங்கிய குரலில் கேட்டாள்.

"வேண்டாம். நீங்கள் சொன்ன செய்தியைக் கேட்டே என் வயிறு நிறைந்துவிட்டது. நீங்களே கொட்டிக்கொள்ளுங்கள், உட்கார்ந்து டி.வி. பாருங்கள்."

உள்ளே சென்றதுமே வர்ஷா திகைத்து நின்றாள்

ஹர்ஷ் கட்டிலில் படுத்துக்கொண்டு 'பர்க்மன் ஆன் பர்க்மன்' படித்துக்கொண்டிருந்தான்.

"ஹாய்..." என்று அவன் பார்வையை உயர்த்தினான்.

ஜல்லி கலகலவென்று சிரித்துக்கொண்டே கதவருகில் வந்தாள், "எப்படி ஏப்ரல் ஃபூல் ஆக்கிவிட்டேன்!" சிரித்து சிரித்து அவளுக்கு வயிறு வலித்தது.

புன்னகையை அடக்க முடியாத வர்ஷா ஒரு இரண்டும் கெட்டான் பார்வை பார்த்தாள்.

"அவர் தரவில்லையென்றால் உன் வாயில் என்ன கொழுக்கட்டையா அடைத்திருந்தது?" ஜல்லி திருப்பிச் சொன்னாள்," கொட்டிக்கொள்ளுங்கள். உட்கார்ந்து டி.வி. பாருங்கள்."

"எவ்வளவு வம்பு செய்கிறாள்!" வர்ஷா போலி கோபம் காட்டினாள், "ஒரு காலத்தில் நானும் உன் வயதில் இருந்தேன். பெரியவர்கள் முன்னால் வாயைத் திறக்கமுடியுமா? அம்மா- அப்பா காட்டிய இடத்தில் பேசாமல் கிளிபோல உட்கார்ந்துவிடுவேன்."

"ஓஹோஹோ, நீங்கள்.... கிளி..." விழுந்து விழுந்து சிரித்த ஜல்லி கிளி உட்காருவது போல அபிநயித்தாள்.

"ஜல்லீ, நீ இன்னும் என் கோபத்தைப் பார்க்கவில்லை. அடித்துவிடுவேன்!"

''அண்ணி, பாருங்கள், அக்கா என்னை அடிக்கிறாள்.'' ஜல்லி கலகலவென்று சிரித்தாள். ''இந்தக் காட்சியை வந்து பார்த்துவிட்டுப் போங்கள்.''

''என்ன ஆயிற்று?'' என்று ஹர்ஷ் வர்ஷாவைப் பார்த்தான்.

''இப்போதெல்லாம் யாரைப் பார்த்தாலும் என் காலை வாருகிறார்கள்!'' வர்ஷா கட்டிலில் உட்கார்ந்தாள்.

''நாளைக் காலை ஏழு மணிக்கு நீ கிளாப் அடிக்க காருக்கு வருகிறாய். 'முக்தி' ஷூட்டிங் இருக்கிறது.''

பாடல் ரிக்கார்டிங்கின்போது ஹர்ஷின் முகத்தில் காணப்பட்ட புன்னகை இப்போதும் காணப்பட்டது.

''பணத்திற்கு ஏற்பாடு பண்ணியாயிற்றா?'' வர்ஷா ஆர்வத்தாலும், ஆச்சரியத்தாலும் பரபரத்தாள்.

''வேலையை செய்யும் அளவுக்கு. பத்து ரோல் நெகட்டிவ் அரை வட்டிக்கு கிடைத்திருக்கிறது. லேபும், எக்விப்மெண்டும் கிரெடிட்டில் இருக்கிறது. ஃபிளாட் ரஞ்சனாவின் ஃப்ரண்டுடையது, அதனால் லொக்கேஷன் ஹைர் தரவேண்டாம். கடவுளை நினைத்துக்கொண்டு ஆரம்பிக்கிறோம்.'' (ஹர்ஷின் வாயிலிருந்து முதல் முறையாக 'கடவுள்' என்ற சொல் ஒலித்தது!).

அவன் கண்களில் கலை-உற்சாகத்தின் வண்ணக்குளிர்ச்சி இருந்தது-காயம் பட்ட பாவனையின் ஒன்றிரண்டு எஞ்சியிருந்த கண்ணாடி சில்லுகள் உறுத்தின. அந்த ஒரு வினாடி வர்ஷாவுக்கு ஆச்சரியமான உணர்வு ஏற்பட்டது... தான் கலைப்பயணத்தில் ஹர்ஷுடன் இறுக இணைந்த ஒரு சகபிரயாணி, தங்கள் இருவருடைய தனிப்பட்ட வாழ்க்கையில் விதி மிகவும் டிராஜிக்காக இணைந்துள்ளது....

★ ★ ★ ★

''காமிரா!'' அறையில் எண்ட்ரியின் குரல் ஒலித்தது.

வர்ஷா தாவி கிளாப் தட்டிவிட்டு பின்னால் வந்துவிட்டாள்.

''முக்தி'யின் மையப் பாத்திரம் அலைக்கழிக்கப்பட்ட, தோல்வியுற்ற ஒரு வக்கீல். அவன் சாதாரணமாக துன்பப்பட்ட

கட்சிக்காரர்களின் தனக்குத் தெரிந்தவரை உண்மையான கேஸ்களை எடுத்துக்கொள்கிறான். ஆனால், சட்ட அமைப்பின் கோளாறினால் அவனுக்கு நியாயமே கிடைப்பதில்லை. பணக்காரர்களின் வஞ்சக வழக்குகளை அவன் எடுத்துக்கொள்வதில்லை. இந்தப் போக்கினால் அவன் காதலி அவனை விட்டு விலகிவிடுகிறாள். பிறகு பலாத்கார குற்றம் சாட்டப்பட்ட ஒரு ஏழை இளைஞன் அவனிடம் வருகிறான். அந்த இளைஞன் அநியாயமாக மாட்டவைக்கப்பட்டிருக்கிறான் என்று கதாநாயகனுக்கு நம்பிக்கை ஏற்பட்டுவிடுகிறது. வகை வகையான சட்டசிக்கல்களைக் கடந்து, ஆபத்துகள் நிறைந்த தனிமனித விசாரணைகளுக்குப் பிறகு குற்றம் சாட்டப்பட்டவன் மதிப்புடன் விடுபடும்படி செய்கிறான், இருண்ட கட்டுகளில் சிக்குண்டுபோயிருந்த அவன் விருப்பங்களும் மெல்ல மெல்ல விடுதலை பெறுகிறது. கடைசியில் அவன் காதலியும் அவனுடன் இணைந்துவிடுகிறாள்.

''ஆக்ஷன்?''

வர்ஷாவின் இதயத்துடிப்பு நின்றுவிட்டது. அவள் முதல் முறையாக காமிரா முன் பார்த்துக்கொண்டிருந்தாள்.

ஹர்ஷ் ஒருநாள் தாடியுடன், ஜீன்ஸ்-கமீஜில் கட்டிலில் படுத்திருக்கிறான். கால்களை மடக்கியிருக்கிறான். முதல் பார்வையில் அவன் தூங்கிக்கொண்டிருப்பதுபோல் தோன்றுகிறது. சில வினாடிகள் கழிகின்றன. ஜன்னல் வழியாக வரும் மெல்லிய ஒளியில் அவன் கண்கள் திறக்கின்றன. ஒரு வினாடியில் ஹர்ஷ் தன் கண்களில் தான் காலைப்பொழுது விடிவதைக் குறித்துக் கவலைப்படும் எத்தகைய ஒரு சோக குணசிந்திரம் என்பதைக் காட்டுகிறான்.

அவன் நீண்ட பெருமூச்சுடன் நேராகிறான். சில வினாடிகள் எதிரில் பார்த்துக்கொண்டிருக்கிறான். பிறகு மேஜையிலிருந்து சிகரெட் பாக்கெட்-மாட்ச்பேக்ஸ் எடுக்கிறான் பாக்கெட்டைத் திறக்கிறான், சிகரெட் இல்லை. ஒரு வினாடி அதைப் பார்த்துவிட்டு பாக்கெட்டைக் கீழே எறிகிறான்.

(சாதாரண அறை-இப்போது அந்தப் பாத்திரத்தின் பொருளாதார நிலை தெளிவாகிவிடுகிறது). மாட்ச்பேக்ஸை

மேஜையில் வைக்கும்போது அவன் பார்வை தன் காதலியின் போட்டோவில் சென்று நிற்கிறது (அது சாருஸ்ரீ). ஈடுபாட்டுடனும், உடைந்துபோன நிலையிலும் போட்டோவைப் பார்த்து ஹர்ஷ் எழுந்தபோது வர்ஷா தன்னை மறந்தாள்.

''கட்''

ஹர்ஷ் எப்படி இருந்தது என்ற பாவனையில் எண்ட்ரியைப் பார்த்தான்.

''பிக்ஃபெக்ட்.''

''வாட்டுயூ திங்க்?'' என்று ஹர்ஷ் வர்ஷாவைப் பார்த்தான்.

தன் நடிப்பைக் குறித்து ஹர்ஷ் முதல் முறையாக அவள் கருத்தைக் கேட்டான்.

சுற்றிலும் ஒரு பன்னிரண்டு யூனிட் ஆட்கள் இருந்தார்கள். தன் கருத்தை வர்ஷா மெல்லிய புன்னகையால் தெரிவித்தாள்.

''குன்னூ, இப்போது காமிராவை இங்கு வைப்போம்.'' எண்ட்ரி எதிரிலிருந்து சுவருக்கு ஒரு அடி முன்னால் காட்டினான்.

''ஹர்ஷ், இந்த ஷாட்டில் நீங்கள் ஹாட் பிளேட் வரை வருகிறீர்கள்.'' என்றார் எண்ட்ரி, ''காபி ஜாரை எடுக்கிறீர்கள். அரைக் கரண்டி காபி மட்டுமே இருப்பதைப் பார்வையாளர்கள் பார்க்கிறார்கள்.''

பலமாதங்களுக்குப் பிறகு இயக்குநருடன் ஹர்ஷ் இனிய உறவுடன் இருப்பதை வர்ஷா பார்த்தாள். ரிப்பர்ட்டரியில் கடைசி நாட்களில் அவன் உன்மத்தம் பிடித்து துயரவடிவாக இருந்தான், அவனை டாக்டர் அடல் மட்டும்தான் கட்டுக்குள் வைக்கமுடிந்தது (ஏனெனில் ஒரு எல்லைக்குப் பிறகு பிரியமான மாணவனாயிருந்ததால் அவரிடம் அவன் தர்க்கம் பண்ணமாட்டான்). பம்பாயில் கோபத்தில் கொந்தளித்தபடி பாண்ட்யாவின் புலம்பல்களைக் கேட்டிருந்தான், ''என்னால் முட்டாள்களைப் பொறுத்துக்கொள்ள முடியாது.'' என்ற ஹர்ஷின் உறுதியான நிலை அவளுக்கு மீண்டும் நினைவு வந்தது.

வர்ஷா ஒரு மணி நேரம் இருப்பதாகத்தான் வந்தாள், ஆனால் இரவு பத்தேகாலுக்கு பேக்அப் ஆகும் போதும் அவள் அங்குதான்

இருந்தாள். வேலை நடந்துகொண்டிருந்த தன்மையைப் பார்த்து அவளுக்கு உற்சாகமாக இருந்தது, அவள் தன் இயக்குநருக்கு போன் செய்து வரமுடியாததற்கு மன்னிப்பு கேட்டுக்கொண்டாள் (அவள் மருமகளாக மாமியாருடன் உணர்ச்சிமிக்க 'மாஸ்டர் சீன்' செய்யவேண்டியிருந்தது. அதை நினைக்கும்போதே உமட்டியது). கட்-டு-கட், ஹாட் டிவிஷன்கள் நிறைந்த எண்ட்ரியின் மஹாபாரதம் போன்ற ஷூட்டிங்ஸ்கிரிப்டையும் அவள் ஈடுபாட்டுடன் படித்துவிட்டாள். காட்சிகளின் ஒருங்கிணைவும், டேக்கிங்ஸூம் மிகவும் கற்பனையுடனும், தாக்கம் விளைவிப்பதாகவும் இருந்தது (படக்கதையை எண்ட்ரியும், ஹர்ஷூம் சேர்ந்து எழுதியிருந்தார்கள்)

இவ்வளவு ஃபிலிம்கள் செய்த பிறகு, உச்ச தரம் மிக்க இண்டர்நேஷனல் சினிமாக்களைப் பார்த்த பிறகு வர்ஷா இந்த ஊடகத்தைப் பெருமளவு அறிந்துகொண்டுவிட்டிருந்தாள். 'முக்தி'யில் ஹர்ஷின் நடிப்பு எவ்வளவு ஆழமாக சூக்ஷ்ம வடிவமும், பிரத்யக்ஷ வடிவமும் பெற்றுவருகிறது. என்பது தெளிவாயிற்று. இரண்டாவது ஷாட்டில் காபி போட்டபடி அவன் வாழ்க்கையின் அவலத்தை வெளிப்படுத்தினான். மூன்றாவது ஷாட்டில், ஒரு பாத்திரத்தை ஏற்பது ஏறக்குறைய முடிவாகியிருந்த இடத்திலிருந்து நம்பிக்கையற்ற போன் வந்ததும் அவன் 'ஹலோ', சற்று இடைவெளி விட்டு 'நல்லது' என்ற இரண்டு சொற்களால் குணசித்திரம் உச்ச விளிம்பை எட்டியதை வெளிப்படுத்தினான்.

இந்த ஷாட்கள் சினிமா நடிப்பின் லட்சியமான 'சினிமாலைசேஷனி'ன் சிறந்த எடுத்துக்காட்டுகளாக இருந்ததோடு காட்சியின் 'பாசிங்' கையும் கவனத்தில் வைத்திருந்தது. முதல் ஷாட்டிலேயே 'பாத்திரத்தின் சத்தியத்'தில் ஹர்ஷின் சரியான நடிப்பு தெரிந்தது, பாத்திர நிர்வாகத்தின் தத்ரூபத்தில் மனதைக் கவரும் ஆழமான சக்தி இருந்தது. ஹர்ஷின் திறன் அத்துடன் நிற்கவில்லை. ஹர்ஷ் கதாநாயகனின் அவலத்தைத் தாண்டி சென்றுவிட்டதையும், கதாநாயகனின் துன்பத்திற்கு 'அவன் சூழல்களால் தோற்கடிக்கப்பட்டவன் அல்ல, அது ஆத்மாவால் நிர்ணயிக்கப்பட்ட நியமப்பாதை, அது தனிப்பட்ட நீதியின் ஒரே ஆதாரம்...' என ஆன்மிக வடிவம் தந்துவிட்டதையும் டேக்கிங்கின்போது கண்களின் மெல்லிய கசிவுடன் வர்ஷா உணர்ந்தாள்.

இதுவரையிலான பம்பாயின் அயல்நகர வாசத்தில் அவள் மனதில் ஹர்ஷின் மீது மிகுந்த கோபம் ஏற்பட்டிருந்தது- வெளிப்படையாகவே கஞ்சா அடிப்பது, நாகரிகமில்லாத முறையில் டிரக்ஸ், தலைக்கேறிய கர்வம், கையில் பணம் இல்லாதிருந்தும் பாத்திரங்களை நிராகரிப்பது- இதையெல்லாம் குறித்து கோபம் ஏற்பட்டிருந்தது. ஆனால் இன்று ஷூட்டிங் முடிவதற்குள் எல்லா கோபமும் பறந்துவிட்டது. மாறாக ஹர்ஷின் மீது ஏற்பட்ட இனிமையான உணர்வால் மனம் நிறைந்தது.

"ரஞ்சனா, என்ன புரொட்யூசர் நீங்கள்!" என்று வெளியில் வரும்போது எண்ட்ரி சொன்னான், "இவ்வளவு நன்றாக வேலை நடந்திருக்கிறது. செலிப்ரேட் பண்ணமாட்டீர்களா?"

ரஞ்சனா எதுவும் சொல்வதற்கு முன் வர்ஷா சொன்னாள், "செலிப்ரேஷனை என் வீட்டில் வைத்துக்கொள்ளலாம்."

அப்போது ரஞ்சனாவின் தோழி வத்சலா பின்னாலிருந்து கூப்பிட்டாள், "வர்ஷா, மீராவிடமிருந்து போன்.... அழுகிறாள்..."

"ஏன்?"

வர்ஷா மீண்டும் உள்ளே சென்றாள்.

"வர்ஷா, சித்தார்த்தை இப்போதுதான் நாநாவதி ஹாஸ்பிட்டலில் சேர்த்திருக்கிறோம்." மீராவின் கண்ணீர்க்குரல் கேட்டது," அவர் தூக்கமாத்திரைகளை ஓவர்டோஸ் எடுத்திருக்கிறார்.."

வர்ஷா உறைந்துபோனாள்.

(ஹர்ஷ் அவலம், உடைந்துபோன நிலை ஆகியவற்றை தன் நடிப்பில் கொண்டுவந்துகொண்டிருந்தபோது சித்தார்த் அதே உணர்வுகளால் அடிபட்டு உலகத்தை விட்டுப் போய்க்கொண்டிருந்தான்).

9. ‘ஆர்வங்களின் சமாதியில் உள்ளத்து அகல்விளக்கு’ என்னும் சினிமா நகர் இக்காலஜி (சுற்றுப்புற உயிரின ஆராய்ச்சி)

பாட்டா தியேட்டரில் இரண்டாவது மணி அடித்தது.

‘‘பெஸ்ட் ஆஃப் லக்!’’ மாளவிகா ராஜ்யாத்யக்ஷ் புன்னகையுடன் கையை நீட்டினாள்.

முதலில் ஹர்ஷுடனும், பின்னர் வர்ஷாவுடனும் கைகுலுக்கினாள். பின்னர் இருவரும் தங்கள் சூட்கேஸை எடுத்துக்கொண்டு உள்ளே போவதற்காக எழுந்துநின்றார்கள். வெளியில் ‘ஹவுஸ்ஃபுல்’ போர்டு தொங்கவிடப்பட்டிருப்பதாக ஐந்து நிமிடங்களுக்கு முன் ஜல்லி உற்சாகமாக சொல்லிவிட்டுப் போயிருந்தாள்.

ஹர்ஷ் சற்று கவலையோடு இருப்பதாக வர்ஷாவுக்குத் தோன்றியது. அவளும் ஹர்ஷைப் போலவே கவலையுடன்தான் இருந்தாள். நீண்ட நாட்களுக்குப் பிறகு நாடகமேடைப் பிரவேசம். ‘சௌம்யமுத்ரா’ வாக முதல்முறை பார்வையாளர்கள் முன் செல்ல பயந்த நினைவு வந்தது, ஆனால் கூடவே நீண்ட கால அனுபவத்தால் தன்னம்பிக்கையும் இருந்தது. மேடை மீது ஏறிய அரை நிமிஷத்தில் ஹர்ஷும், தானும் ‘வார்ம் - அப்’ ஆகிவிடுவோம், நடிகனுக்கும் பார்வையாளனுக்கும் இடையில் உயிரோட்டமான உறவின் கெமிஸ்ட்ரி வேலை செய்யத் தொடங்கிவிடும் என்ற நம்பிக்கை அவளுக்கு இருந்தது.

மூன்றாவது மணி அடித்ததும் பின்னணி இசையின் சோக ஒலி ஒலிக்கத் தொடங்கியது. பழைய கால ஃபர்னிச்சர்கள் இருந்த காட்சி மேடையில் ஒளி பரவத் தொடங்கியது. வயலினின் ஏற்ற ஒலி அலைக்கு இணங்க ஹர்ஷ் முன்னால் அடி வைத்துச் சென்றான். அவன் மேடையின் முன் பக்கம் தன் இடத்தை அடைந்ததும் வர்ஷா முன்னால் வந்தாள்.

ஸ்டாரை மேடையில் பார்த்து ஒரு வினாடி பார்வையாளர் கூட்டத்தின் இதயத் துடிப்பு நின்று விட்டதை வர்ஷா உணர்ந்தாள். இது கல்லூரி நாட்களிலிருந்து வர்ஷா - வசிஷ்டின் முகத்தைப் பார்த்துப் பழகியிருந்த புதுடில்லி பார்வையாளர் கூட்டம் இல்லை. பம்பாய் வாசிகளுக்கு திரையிலிருந்து வேறான அவளுடைய முதல் தோற்றம் இது.

அப்போது ஹர்ஷின் குரல் எழுந்தது, ''நாம் பாதுகாப்பாக இருக்கிறோம். இங்கு யாரும் இல்லை. நீ எங்கேயும் பாதுகாப்பாகவே உணர்வதில்லை. ஏன்?''

வர்ஷா மௌனமாக எதிரில் பார்த்துக் கொண்டிருந்தாள்.

''நான் இங்கிருந்து ஒவ்வொரு நாள் காலையும் புறப்பட்டுக் கொண்டிருந்தேன். ஒரு நாள் என்னால் என்னைக் கட்டுப்படுத்திக் கொள்ள முடியாமல் உள்ளே போனேன். இந்த வீட்டின் சொந்தக்காரர் யார்? இதை விட்டுவிட்டு எங்கே போனார் என்று கடவுளுக்குதான் தெரியும்... இது உனக்குப் பிடித்திருக்கிறதா இல்லையா என்று கூட சொல்லமாட்டாயா? ஒன்றிரண்டு வார்த்தைகள்.''

★ ★ ★ ★

உண்மையில் தன் ஸ்டார்டமைக் குறித்து வர்ஷா இப்படித்தான் உணர்ந்தாள் - 'எனக்குப் பிடித்திருக்கிறது' கூடவே 'எனக்குப் பிடிக்கவில்லை.'

தன் வெல்வெட் சூழல் பிடித்திருந்தது, சினிமா நகரத்தில் காணப்பட்ட 'உணர்வு' பிடித்திருந்தது, நண்பர்களுக்கு ஏதாவது செய்யக் கூடிய சக்தி பிடித்திருந்தது, ஆனால் பிரைவசி இல்லாதது பிடிக்கவில்லை (நேரடியாக பார்வையாளர்களின் எதிர்

நடவடிக்கையைத் தெரிந்து கொள்வதற்காக அவள் ஜல்லி, ஹேமலதாவின் வெண்மையான முகங்களுக்கு நடுவில் புர்க்கா அணிந்து 'கேட்டி' தியேட்டரில் 'ஆரத்தியும் நெருப்பும்' பார்க்கப் போயிருந்தாள்). சினிமா பத்திரிக்கைகளின் தன்னிச்சைப் போக்கு பிடிக்கவில்லை, 'எரியும் பூமி'க்குப் பிறகு 'நடிப்பு'த்திறன் குறைந்து கொண்டே போவது பிடிக்கவில்லை.

இவ்வளவு தொடர்ச்சியான வெற்றிப் படங்களுக்குப் பிறகும் இப்போது உள்ளே மகிழ்ச்சியின்மையும், சிடுசிடுப்பான எரிச்சலும் நிறைந்திருந்தது. காலையில் ஸ்டுடியோவுக்கு கிளம்பினால் உற்சாகம் இல்லை. மாலையில் வீடு திரும்பும் போது மனநிலை இன்னும் மோசமாயிற்று.

''வர்ஷா, நீ இதை இப்படி பார்.'' என்று ஆதித்யா வாதம் செய்தார், '' 'எரியும் பூமி'யில் உன்னை எத்தனை பார்வையாளர்கள் பத்து ஆண்டுகளில் பார்ப்பார்களோ அதை விட அதிகமான பேர் உன்னை 'வலியின் உறவி'ல் ஒரு மாதத்தில் பார்ப்பார்கள்.''

''நான் இந்த வாதத்தை மறுக்கவில்லை.'' என்றாள் வர்ஷா, ''இவர்களுடைய படைப்பு உலகம் எவ்வளவு உண்மைக்குப் புறம்பாக இருக்கிறது, இங்கு பார்வையாளன் எவ்வளவு கீழ்த்தரமான நிலையில் வைத்து எண்ணப்படுகிறான் என்பதுதான் எனக்குக் கஷ்டமாக இருக்கிறது.''

இப்போது யாராவது புரொஃபஷனல் இயக்குநர் அவளுக்கு 'லோயஸ்ட் காமன் டினாமினேட்டர்' ஸ்கிரிப்ட் தர விரும்பினால் அவள் வாங்கிக் கொள்கிறாள், ஆனால் அதன் பக்கங்களைப் புரட்டக் கூட உற்சாகம் ஏற்படுவதில்லை. அங்கே சுற்றி, இங்கே சுற்றி எல்லாம் ஒரே மாதிரிதான் அமைகிறது - இணைவின் நிறைந்த, கிளர்ச்சியூட்டும் விஷயங்கள், மிகவும் நாடகத் தனமான நிகழ்வுகள், ஒவ்வொரு நிலையையும் மனதைக் கவரும் உச்ச நிலைக்குக் கொண்டு செல்லுதல், கங்கை - யமுனையைப் போல கண்ணீரைப் பெருக்கும் உணர்ச்சிகள், போலியான மொழியில் மிகவும் செயற்கையான உரையாடல்கள்.

நீண்ட ஓட்டப் பந்தயத்தில் ஒலிம்பிக் தங்கப் பதக்கம் வாங்கிய வீரனுக்கு ஷாஜஹான்பூர் ஸ்கூல் ஓட்டப் போட்டியில்

வாழ்நாள் முழுதும் ஓடும் சாபம் கொடுத்து விட்டது போல மீண்டும், மீண்டும் உணர்ந்தாள். மிகச் சாதாரணமான கலை சந்தோஷம் கூட இல்லை - அழகிய கலை உணர்வு சவால்களுக்கு எங்கே போவது? ஒவ்வொரு நாள் காலையிலும் 'தங்கள் - தங்கள் நரகம்', 'மூன்று சகோதரிகளு'க்குத் தயார் செய்து கொண்டிருந்த கலை உற்சாகமான நாட்கள் நினைவு வந்தன. முன்பயிற்சியின் போது பாத்திரத்தில் 'சிங்க்' ஆகியபடி உண்மையான சுரத்தைப் பிடிக்கும்போது அவள் சட்டென்று எப்படி சிலிர்ப்பாள். இரவு கட்டிலில் தூங்கச் செல்லும் போது மனம் இரவு - பகலாக பூமியைத் தோண்டியபிறகு பாறைப் பிளவில் மஞ்சள் நிற தங்கத்தின் ஒளியைப் பார்த்த சுரங்கத் தொழிலாளியைப் போல மகிழ்ச்சியால் நிறைந்தது.

"இதோ உணர்வுகளை விற்கும் கடைக்காரி வந்துவிட்டாள்!" ஸ்டுடியோ கேட்டிலிருந்து உள்ளே நுழையும் போதே மனத் துயரத்தை வெளிப்படுத்தும் இந்த கடைசி டேக் முடிந்து விட்டது (நீண்ட நாட்களுக்கு முன் 'மாளவிகாக்னிமித்ர'வில் நாட்டிய ஆசிரியர் கணதாசின் 'எந்த ஆசிரியன் வேலை கிடைத்தவுடன் சாஸ்திரங்களின் பொருளைக் கண்டு ஓடுகிறானோ, மற்றவர்கள் வினா எழுப்பும் போது மௌனம் சாதிக்கிறானோ, வயிறு வளர்ப்பதற்காகவே கல்வி கற்பிக்கிறானோ அவன் வித்வான் அல்ல, கல்வியை விற்கும் ஒரு வியாபாரி' என்ற இந்த வசனத்தைப் படித்திருந்தாள்.)

நாடகக் கல்லூரியில் முதல் ஆண்டு ஆதித்யாவின் ஒரு ஃபிலிமைப் பார்த்தபிறகு அவள் நடிகனுக்கு ஒரு வரைவு எழுதியிருந்தாள் - 'எந்த நாடகக் கல்லூரி பட்டதாரி புரொஃபஷனல் சினிமா கிடைத்தவுடன் கலை சவாலைக் கண்டு ஓடுகிறானோ, தன் அந்தராத்மா வினா எழுப்பிய பிறகும் சும்மா இருந்து விடுகிறானோ, (ஏர் கண்டிஷன் படுக்கை அறையில் தூங்கியபடி) தன் வயிற்றை வளர்ப்பதற்காக 'உணர்ச்சி' காண்பிக்கிறானோ அவன் நடிகன் அல்ல, உணர்வுகளை விற்கும் வியாபாரி.'

கடல் போல அலைமோதும் இந்த அதிருப்தி உணர்வை சினிமா நகரத்தின் சூழல் இன்னும் கூர்மையாக்கி விட்டது. வர்ஷாவுக்கு மொழி புரியாத ஒரு நாட்டில் இருப்பதுபோல

மீண்டும் மீண்டும் தோன்றியது. நடைமுறையில் இருந்த 'சோஷியல்', 'முஸ்லீம் சோஷியல்', 'ஆக்ஷன்', 'ஃபேமிலி டிராமா', 'லவ் ஸ்டோரி', 'செகண்ட் லீட்' போன்ற சொற்கள் ஓரளவு புரிந்தன, ஆனால் அதன் பிறகு பல சொற்களைக் கண்டு புரியாமல் விழித்தாள் - 'கெட் அப்' (துணைப் பாத்திரம் ஏற்கும் ஒவ்வொரு நடிகனும் சம்பளத்தை அடுத்து கேட்கும் முதல் கேள்வி 'என் கெட் அப் என்ன?' என்பதுதான். தன் பின்னணிக்கு ஏற்ப வர்ஷா முதலில் தன் பாத்திரத்தின் 'உள்ளார்ந்த சத்தியத்'தை அறிய விரும்பினாள், பின்னர் நடை, உடை, பாவனை, பிறகுதான் ஆடை அணிகளை அறிய விரும்பினாள் - ஆனால் அவர்கள் தங்கள் ஆடை - அணிகள், முடி அலங்காரம், தாடி - மீசையாலேயே பாத்திரத்தின் 'உள்ளார்ந்த சத்தியத்'தைப் பிடிக்க விரும்பினார்கள்),

'ரிலேஷன்ஷிப்கள்' (மேலோட்டமாக சாதாரண தரத்தில் அமையாத படங்கள். உறவுகள் தொடர்பான படங்கள். "ஹுசைன் சார், 'ஆலம் ஆரா'விலிருந்து 'ஆல்பர்ட் பிண்டோ' வரை - நம் ஃபிலிம்கள் எல்லாம் உறவுகளைப் பற்றியவைதான்." என்று சொல்ல விரும்பினாள் வர்ஷா),

'மெசேஜ்' (ஃபார்முலாவிலிருந்து சற்றே விலகிய படங்கள் எல்லாம் 'மெசேஜ்', அதை வாங்குபவர் யாருமில்லை, 'காகிதப் பூ' தோல்வி அடைந்தது, ஆகையால் அது 'மெசேஜ் பிக்சர்' ஹிட் ஆகிவிட்டால் அது 'சோஷியல் பிக்சர்'. இவர்கள் கணக்குப்படி 'டெர்ம்ஸ் ஆஃப் என்டியர்மெண்ட்ஸ்', 'டு கன்ஃபெக்ஷன்ஸ்', 'ஆன் தி கோல்டன் பாண்ட்'டும் மெசேஜ் ஃபிலிம்கள் தான்).

'பார்வையாளனின் அனுதாபம்' (வில்லனைத் தவிர எல்லாருக்கும் வேண்டும். இவன் ஒருவனைத் தவிர எஞ்சிய எல்லாரும் பர்ஃபெக்ட் மக்களுக்கான பர்ஃபெக்ட் பாத்திரங்கள்'. இந்த படைப்பு உலகத்தில் மனித வீழ்ச்சிக்கு வாய்ப்பு இல்லை. 'டைல்யூட்' செய்துவிடும் இவர்கள் திறனைப் பார்த்து வர்ஷா வியந்தாள். ஹுசைன் 'போஸ்டன் ஸ்ட்ரக்ளரை'த் தயாரித்தாலும் அதை சரி செய்து விடுவார் - கடைசியில் கதாநாயகனின் துரதிருஷ்டத்தைப் பார்த்து பார்வையாளர்கள் கண்களில் கண்ணீர் வந்துவிடும்.)

'பப்ளிக் விரும்புவது இதுதான்' (நாட்டின் லட்சக்கணக்கான பார்வையாளர்கள் தினமும் இவர்களுக்கு தங்கள் விருப்பத்தைத் தெரிவித்துக் கொண்டிருப்பதைப் போல சினிமா உலகத்தில் மீண்டும் மீண்டும் சொல்லப்படும் வார்த்தை இது. இங்கே ஹாலிவுட் போல விபரீதமான சர்வே கூட செய்யப்படுவதில்லை. பிறகு இவர்களுக்கு எப்படி தெரிகிறது? மக்கள் விருப்பம் இவ்வளவு நிச்சயமாக தெரிந்தால், பெருமளவு ஃபிலிம்கள் ஏன் தோல்வி அடைகின்றன?)

'இமேஜ்' (வர்ஷாவின் இமேஜ் என்னவென்று எல்லாருக்கும் நன்கு தெரிந்திருந்தது - தெரியாமல் விழித்துக் கொண்டிருந்தது வர்ஷாதான்!) இப்போது வாழ்க்கை முழுதும் அவள் இமேஜ் என்ற நுகத்தடியில் பூட்டப்பட்டு விட்டாள், ஒரு நடிகை தன்னைப் பாத்திரத்திலேயே ஒன்றிப் போக செய்து கொள்ள வேண்டும் என்றுதான் இதுவரை வர்ஷா நினைத்திருந்தாள், ஆனால், தலைகீழாக கலைஞன் இமேஜில் இணைந்து கொண்டிருந்தான். காட்சியில் வர்ஷா எப்படி ஸ்லீவ்லெஸ் அணிய வேண்டும், மழையில் எந்த அளவு நனைய வேண்டும், உடம்பைக் காட்டுவதில் எப்படி அர்த்தத்தை நிறைக்க வேண்டும் - எல்லாவற்றையும் 'இமேஜ்' தீர்மானித்தது. 'ஆரத்தியும் நெருப்பும்' பட இறுதியில் சாந்தி கொல்லப்பட வேண்டும் என்று வீர் மிகவும் வற்புறுத்தினார், ஏனெனில் துக்கமும், தியாகமும் வர்ஷாவினுடைய 'இமேஜி'ன் இன்றியமையாத பாகங்கள்.

விமல் இதை மறுக்காமலிருந்தால் (படம் என்னவோ ஓடிவிடும்!) அப்பாவி வர்ஷா சாகும் வரை படங்களில் இறக்க வேண்டியிருந்திருக்கும்! 'இமேஜ்' புதிரின் மிக சோகமான விளைவு வர்ஷா 'சூனியமான கோரிக்கையின் பழிக்கு பழி' படத்தை ஒத்துக் கொண்டபோது பாண்டேயின் அழுவது போன்ற முகம். ''மேடம், இது என்ன அதிசயமான வேலை செய்கிறீர்கள்?'' ''வேடிக்கையான பாத்திரம், பாண்டே சார்! குதிரை ஓட்டுவேன், துப்பாக்கி சுடுவேன், கிராமத்து தெருக்களில் ஜமீன்தாரை இழுத்துச் சென்ற பிறகு கட்டாரியால் அவன் மூக்கை வெட்டுவேன். இந்த மூன்று வேலையும் நான் இதுவரை செய்ததில்லை.'' ''எனக்கு என் தலை வெட்டப்படுமோ என்று பயமாக இருக்கிறது, மேடம்! உங்கள்

‘இமேஜ்’ லட்சிய இந்தியப் பெண்ணினுடையது.’’ ‘‘நான் ஒரு நடிகையாக உயிரோடு இருக்கவேண்டுமென்றால் இந்த ரிஸ்க்கை எடுப்பது முக்கியம்.’’ கடவுளை நிந்திப்பதைக் கேட்பதைப் போல பாண்டே காதைப் பொத்திக் கொண்டார்...

புரொஃபஷனல் சினிமாவில் நிகழ்ச்சி நிரல்களும் டெக்னிக்குகளும் அவளுக்கு கோபமூட்டின. பாதி ஷிஃப்ட் எதிர்பார்ப்பிலேயே கழிந்து விடும். பெரிய ஸ்டாராக இருப்பதின் உரைகல்லே ஹீரோயின் குணசித்திர நடிகர்கள், யூனிட்டைத் தொங்கவைப்பதுதான் (கஞ்சன் பிரபாவும், வர்ஷாவும் இணைந்து நடிக்கும் காட்சி என்றால் அவள் குறைந்தது ஒரு மணி நேரம் தாமதமாகத்தான் வருவாள்) சித்தார்த்தின் அழகைக் கண்களில் தேக்கியிருந்த அவள் ஹுசைன் போன்ற ‘கப்பல் காப்டன்கள்’ ‘மாஸ்டர் சீனி’ல் காலத்தையும், சாதனங்களையும் அனியாயமாக வீணாக்குவதைப் பார்த்து பொங்கிவிடுவாள். காட்சியின் பல்வேறு ஃப்ரேம்களை ஒன்றன் பின் ஒன்றாக விஷுவலைஸ் செய்ய முடியாத இவர்கள் என்ன இயக்குனர்கள்? சாதாரணமாக டேக்கிங்ஸ் மிகவும் பிரிமிட்டிவாக இருந்தன. வசனம் பேசும் பாத்திரத்திற்கு முன்னால் கேமிரா வைக்கப்பட்டது. கனத்த காட்சிகளில் அவள் அசையாமல் நிற்க வேண்டிய இடத்திற்கு காமிரா நகர்ந்தது. ஏழையின் மனைவியைப் போல ஜூம் லென்ஸ் பயன்படுத்தப்பட்டது.

ஹீரோயின் அலங்கரித்துக் கொண்டு வரும்போது முத்து மாலையை ஃபோகஸ் பண்ணி புல்பேக் டு ரிவீல் செய்யப்பட்டது (‘ஆல் தட் சைசி’ல் கதாநாயகன் காபி குடித்தபடி நடனத்தின் தாக்கும் நிலைகளில் நடனம் ஆடுபவர்கள் எண்ணிக்கை மெல்ல, மெல்ல தாக்கம் விளைவிக்கும் வகையில் அதிகப்படுத்தப் பட்டுக் கொண்டே போகும்போது வர்ஷா உணர்ச்சி வேகத்தோடு சொன்னாள், ‘‘பாருங்கள், இதைத்தான் புல் பேக் டு ரிவீல் என்கிறார்கள்!’’).

இவர்கள் ஹாலிவுட்டின் மில்லியன் டாலர்களைப் பார்த்து தான் வியந்து போகிறார்கள், நாளுக்கு நாள் பெருமை சேர்க்கும் கற்பனையையும், அற்புதமான டெக்னிக்கையும் பார்த்து அல்ல. ‘வலியின் உறவு’ பட ப்ரிவியூ பார்க்கும் போது ‘டைரக்டட் பை’ கார்ட் வந்ததும் வர்ஷா மிகவும் கஷ்டப்பட்டு புன்னகையைக்

கட்டுப் படுத்திக் கொண்டாள். ஃபிலிமில் சண்டைக் காட்சிகளை டான்ஸ் டைரக்டர் டைரக்ட் செய்தார். இசை இயக்குநர் பெரியவராயிருந்தால் அவரே பாடல்களை பிக்சரைஸ் செய்வார் (''புரொஃபஷனல் சினிமாவில் இயக்குநரின் உண்மையான டைட்டில் - ஃபுட்டேஜ் - எரேஸர்!'' என்று வர்ஷா சித்தார்த்திடம் சொன்னாள்.).

பூஜையும், குருட்டு நம்பிக்கைகளும் சினிமா நகர சூழலின் இரண்டாவது சகிக்க முடியாத பக்கம். படம் தொடங்கும் போது பூஜை சரிதான், ஆனால் ரீல் பெட்டிகளை சுவாமி காலடியில் வைப்பது, ரிலீஸ் ஆவதற்கு ஒரு மாதம் முன்பு மாமிசம் - விஸ்கியை விட்டுவிடுவது (இவர்கள் மனைவியோடு கட்டிலில் படுப்பதை விட்டுவிட்டு கீழே தரையில் படுத்துக் கூட தூங்குவார்கள்!), வீட்டில் ஓயாமல் பூஜை, பாராயணம் செய்ய வைப்பது - இதையெல்லாம் என்னவென்று சொல்வது? ஃபிலிம் பெயரில் சிலருக்கு 'க'வும் 'ட'வும் அபசகுனம் என்றால் சிலருக்கு 'அ' வும் 'ந'வும் சுபசகுனம். சிலருக்கு ஐந்து எழுத்து பெயர் சுபம் என்றால் சிலருக்கு பன்னிரண்டு எழுத்து (விமல் புரொடக்ஷன்சின் எல்லா படப் பெயரும் 'அ' வில் தொடங்கும். ''நம் நான்காவது படத்தின் பெயர் 'ம' வில் ஆரம்பித்ததால்தான் ஃபிளாப் ஆகிவிட்டது.'' என்பது வீரின் திடமான எண்ணம். ஷோபா அண்ணிக்கு 'மீதா' என்ற பெயர் மிகவும் பிடித்திருந்ததால்தான் வீர் அதை விட்டு வைத்திருந்தார், இல்லையென்றால் அதையும் மாற்றியிருப்பார்!). சுபமான, மங்கலமான பொருள்களைப் பக்கத்திலேயே வைத்துக் கொள்ளும் மோகம் தலைக்கேறியிருந்தது, துளசியானி தன் காக்கரஸ் பேனியலுக்கு 'ஜூபிலி' என்று பெயர் வைத்திருந்தார் (''நீங்கள் உங்கள் இளைய மகனை வீட்டில் 'ஹைஸ்கூல்' என்று கூப்பிடுங்கள்.'' என்று வர்ஷா யோசனை சொன்னாள்).

இப்படியான 'மோட்டிவேட்டட்' (நாடக மேடையின் அடிப்படை சொல் சினிமாவில் எப்படி வந்து மோதியது!) கடவுள் - ஆராதனை இருக்கும்போது ஜோதிடர்கள் தலைமேல் வைத்து கொண்டாடப்படுவதில் ஆச்சரியம் இல்லை. நாரங்க் வீட்டில் மாத சம்பளத்தில் ஒரு ஜோதிடர் நியமிக்கப்பட்டிருந்தார். 'மனதின்

வியாபாரம்' ரிலீஸ் தேதியை நிச்சயிப்பதற்கு முன் துளசியானி உண்மையில் வர்ஷாவின் ஜாதகத்தைக் கேட்டார். அவளுடைய ஜாதகக் கிரகத்தில் ராகு வலு பெற்றிருக்கவில்லை என்பதை அவர் நிச்சயப்படுத்திக் கொள்ள விரும்பினார். 'ஆரத்தியும் நெருப்பும்' ரிலீசுக்கு முன் பாண்டே அவளுடைய கம்ப்யூட்டரைஸ்டு ஜாதகத்தைத் தயார் செய்துவிட்டார், தானே இருநூறு ரூபாய் செலவு செய்து சனி - நிவர்த்திக்காக செய்த லோக்கல், தொலைதூர போன் பில் வரை அவள் கையில் திணிப்பவர் அவர்!).

சினிமா நகரத்தை ஆதிக்கம் செய்தவர், அதை விரும்புபவர் கிசிம் - கிசிம் சுவாமி. சுவாமி பிரகாஷானந்த் ஒருமுறை செட்டுக்கு வந்திருந்தார், அவளை தீட்சை பெற்றுக் கொள்ளும்படி சொன்னார். வர்ஷா ''நான் புதுடில்லியில் சுவாமி செகவானந்தாவிடம் தீட்சை பெற்றுவிட்டேன்.'' என்று பணிவுடன் சொன்னாள். சுவாமி பிரேமானந்த் வீட்டிற்கு போன் செய்தார். இதே பெயரில் ஒரு இயக்குநரும் இருந்தார், அதனாலேயே ஏமாந்துபோய் வர்ஷா கார்ட்லெஸ் பட்டனை அழுத்தி லைனில் வந்தாள். ''நான் உன்னை போட்டோகிராஃபர் முன்னால் ஆசீர்வாதம் செய்ய விரும்புகிறேன்.'' என்றார் பிரேமானந்த், ''நீ ஆசிரமத்திற்கு வருகிறாயா அல்லது நான் வீட்டுக்கு வரட்டுமா?'' எதிரில் உட்கார்ந்திருந்த ஹர்ஷைப் பார்த்து வர்ஷா புன்னகை செய்தாள், ''என் பிரேமானந்த் என் எதிரில் உட்கார்ந்திருக்கிறார்.''

வர்ஷா இந்த ஒழுங்குமுறையற்ற நிகழ்ச்சி நிரலை ஆராய்ந்து பார்க்க முயற்சி செய்தாள். நிச்சயமற்ற இயல்புடைய இந்தத் தொழிலில் சற்று மனதிடத்தை ஏற்படுத்திக் கொள்ளும் முயற்சிதான் இது. இந்த நிச்சயமற்ற தன்மையைக் குறைப்பதற்கு செய்யப்படும் இரண்டாவது முயற்சி வெறுப்பை ஏற்படுத்தியது - வெற்றி பெற்ற அதிக பட்ச ஃபார்முலாக்களை, அவற்றில் ஒவ்வொன்றும் ஏதாவது ஒரு ஃபிலிமில் தோல்வி அடைந்திருக்கிறது என்பதை அறிந்தும் அவற்றை ஃபிலிமில் இணைக்க முயற்சிப்பது. ஃபார்முலாக்களை எடுத்துக் கொள்வது வெற்றிக்கு கியாரண்டி இல்லை என்று தெரிந்தும் யாரும் ரிஸ்க் எடுக்க தயாராக இல்லை. அபாயத்தை எதிர்கொள்வது என்ற இந்த சொல்லை வர்ஷா ஒரு நாளைக்கு நூறு முறை கேட்க நேர்ந்தது.

வர்ஷாவுக்குத் தெரிந்தவரை தோல்விக்கான காரணத்தை சொல்ல முடியாதது போலவே வெற்றிக்கான காரணமாக சிறப்பாக ஒன்றையும் சொல்ல முடியாது. பாக்ஸ் - ஆபீஸ் வரிசையையோ, அதன் மீது மொய்க்கும் ஈக்களையோ ஒரு காரணமாகக் கூறுவது கடவுள் சக்தியை நிரூபிக்க முயற்சி செய்வதைப் போன்றது. இருபத்தைந்து வருஷங்களாக தொழிலில் இருப்பவர்கள் தங்களைத் தெரியாதவர்கள் என்று எப்படி ஒப்புக் கொள்வார்கள்!

அவர்களுடைய வாதம் குழந்தைகளுடையதைப் போல இருந்தது. மேலோட்டமான ஒரு ஆறுதலுக்காக அவர்கள் வாதம் செய்கிறார்கள் என்று பலமுறை வர்ஷாவுக்குத் தோன்றியது. யாருக்கும் ஒன்றும் தெரியாது என்பதும் உள்ளுக்குள் அவர்களுக்குத் தெரியும். அப்படி இல்லையென்றால், 'ஷோலே' காட்டிய பிசினஸையே 'ஜய சந்தோஷி மா'வும் எப்படி காட்டியிருக்கும்? வர்ஷாவுக்கு ஒரு ஹாலிவுட் எக்ஸ்கியூட்டிவின் கூற்று நினைவுவந்தது,

''இந்த ஆண்டின் மிக சிறந்த வெற்றிப் படங்களுக்கான காரணங்களை நான் சொல்லமுடியும் 'ரெய்டர்ஸ் ஆஃப் தி லாஸ்ட் ஆர்க்'? மிகப் பெரிய அட்வென்ச்சர் படம், மிகவும் ஸ்பெஷல் எஃபெக்ட்ஸ், லூக்காஸ் - ஸ்பீல்வர்க்கின் மகத்தான ஜோடி ... 'ஆர்த்தர்'? மகத்தான ரொமாண்டிக் காமெடி. இப்படியான படங்கள் எப்போதும் ஓடும். டட்லிமூரும் மக்களை மயக்கிவிட்டார்! 'ஸ்ட்ரைப்ஸு'ம் வேடிக்கையான படம். பில் மரேயின் காமெடிக்கு நல்ல மார்க்கெட்.''

''ஆனால், 'ஃபார் ரீசன்ஸ்'? அது ஏன் ஹிட்டாயிற்று?'' ''எலன் எல்டாவுக்கு ஏராளமான ரசிகர்கள்.'' ''அப்படியானால் அவருடைய பழைய படங்கள் எல்லாம் ஏன் தோல்வி அடைந்தன?'' ஒரு வினாடி கழித்து விடை கிடைத்தது, ''இது நான் - ரிக்கரிங் ஃபினாமினன்.''

சினிமா நகரத்தில் கவலை அலைகள் வீசிக் கொண்டிருந்தன. எல்லாரும் சகிப்புத் தன்மையுடன் பயந்து போயிருந்தார்கள். இந்த வாரம் மூன்று படங்கள் தோல்வி அடைந்தால் சவக்களை பரவும். அடுத்த வாரம் ஒரு படம் ஓடினால் புன்னகை தோன்ற

ஆரம்பிக்கும். இறுக்கம் வாழ்க்கைமுறையின் அடிக்கல்லாக இருந்தது, தூக்கமின்மை நிலையான தன்மையாக இருந்தது, இருபத்தைந்து வருஷம் கண்ட இயக்குநர்கள் அஜீரணம், உயர் ரத்த அழுத்தம், அல்சர் ஆகியவற்றால் பாதிக்கப்பட்டிருந்தார்கள்.

இப்படியான தர்க்கவிதிகளுக்கு அப்பாற்பட்ட காட்சிக்கு விமரிசனங்களின் மகத்துவம் இன்னும் கொஞ்சம் ஏறுமாறான வண்ணம் தந்தது. (புரொஃபஷனல் சினிமா விமரிசகரின் தகுதி வர்ஷாவுக்குப் புரியவில்லை. '' 'லவ் ஸ்டோரி' விமரிசனம் எழுதுவது வெனிலா ஐஸ்கிரீம் விமரிசனம் எழுதுவதை ஒத்தது.'' என்று எழுதிய ஒரு அமெரிக்க விமரிசகனின் நினைவு வந்தது. இப்படியான விமரிசனங்களைக் குறித்த மிகவும் அர்த்தம் நிறைந்த ஒரு எதிர்நடவடிக்கை ஹாலிவுட்டில்தான் நடந்தது. ஒரு இயக்குநரின் சூப்பர் டூப்பர் ஃபிலிம் துண்டு - துண்டாகக் கிழித்தெறியப் பட்டபோது அவர் விமரிசகர்களை அழைத்து ''பெருமக்களே, நான் பேங்குக்குப் போகும் போது அழுது கொண்டே போனேன்.'' என்று சொன்னார்). விமரிசனத்தின் மகத்துவம் அதிகாரத்தை விட அதிகம் இல்லை என்ற கோபச் சொல்லுக்குப் பிறகும் சினிமா நகரத்தின் பெரும்பாலான தயாரிப்பாளர்கள் விமரிசனங்களைக் குறித்த கவலையுடனேயே இருந்தார்கள் ('ஆரத்தியும் நெருப்பும்' ரிலீசில் தரப்பட்ட ப்ரஸ் - பார்ட்டியில் வீர் வந்தவர்களை 'ஸ்காட்ச்' சில் மூழ்கடித்துவிட்டார், பொறுக்கி எடுத்த பத்திரிக்கையாளர்களுக்கு பேண்ட் துணி அல்லது சேலையுடன் கவரில் ஐந்து நூறு ரூபாய் நோட்டுகள் வைத்து அனுப்பினார்).

''மிஸ்டர் சன்யால், ''வர்ஷா போனில் சொன்னாள், ''மன்னியுங்கள், நான் உங்கள் ஃபிலிமில் நடிக்க முடியாது.''

கலை ஃபிலிம்கள் மீதும் இப்போது அவளுக்குப் பல வகையிலும் அதிருப்தி தோன்ற ஆரம்பித்திருந்தது. இன்ஸ்டிடியூட்டில் பெரும்பாலானவர்களிடம் டெக்னிக் மட்டுமே இருந்தது. 'லோடர் டெப்த்ஸி' ல் குரோசோவாவின் தொண்ணூறு டிகிரி மோட் உள்ள வரலாற்று ஷாட், 'பர்க்மனின் குளோஸ் அப்' 'மிஜோ கூச்சி'ன் ஷாட்' ஆகியவற்றின் புகழைப் பாடுபவர்கள் திறமையான டேக்கிங்ஸிலேயே சிக்குண்டிருந்தார்கள்.

காட்சியின் சிறப்பான உணர்வு வெளிப்பாடு ஓரம் கட்டப்பட்டது. இவர்கள் எல்லாருடைய பையிலும் ஒன்று ஏதாவது அயல்நாட்டு ஃபிலிமின் அடிப்படையில் எழுதிய அவர்களுடைய மூலக்கதை இருந்தது (அதில் நன்கு சிந்தித்து அமைக்கப்பட்ட ஸ்ட்ரக்சர், கதையின் ஒன்றிணைந்த நிர்வாகம், பாத்திரங்களின் இயல்பான வளர்ச்சி காணப்படுவதில்லை) அல்லது நசுக்கப்பட்ட, உறிஞ்சப்பட்ட, துன்பப்பட்ட மக்களின் இலக்கியப் போராட்டக் கதை (அதைத் திரையில் பார்த்தபோது அதை எழுதிய எழுத்தாளர் தடியை எடுத்துக் கொண்டு இயக்குநரைத் தேடி அலைவார்.)

பரவலாக அப்பீலாகும் மானிட உணர்வுகளைப் பற்றி இவர்களுக்குத் தெரியவில்லை ('தி கிரேட் சான்ட்டினி', 'தி ஸ்டோரி ஆஃப் எடேலே ஹெச்', 'தி ப்ளட் ஆஃப் நாராயணா' போன்ற ஃபிலிம்களைப் பார்த்து சோகத்தால் நிரம்பிவிடுவாள், ''இந்த கலை இயக்குநர்களுக்கு நல்ல கதையின் பிடிமானம் ஏன் இல்லை?'')

படித்து முடித்த பிறகு இவர்கள் காமிராவையும், ஸ்டூபைக்கையும் கையாள கற்றுக் கொண்டு விட்டார்கள், ஆனால் நடிகர்களை இவர்களுக்கு ஹேண்டில் செய்ய வரவில்லை. ஒரு படைப்புக்கருவியாக நடிகனின் உடலும், உணர்வு வெளிப்பாடுகளும் எப்படி செயல் புரிகின்றன, ஏதாவது சிக்கலான ஒரு உணர்வின் சிறப்பான ஷேடை வெளிப்படுத்தும் போது தனக்குள் வலையை வீசி நடிகன் தடுமாற்றத்துடன் கையை முன்னே நீட்டுகையில் அவனுக்கு எத்தகைய பரஸ்பர புரிதல் உணர்வுகளைப் பற்றிக் கொண்டு உதவி செய்ய வேண்டும் என்பதெல்லாம் இவர்களுக்கு அன்னியமாக இருந்தன (மீராவை விடுங்கள், சித்தார்த் கூட இப்போது கனத்த காட்சிகளில் வர்ஷாவின் கலை பூர்வமான முடிவுகளை சார்ந்திருக்கத் தொடங்கியிருந்தான்).

இதனாலேயே இன்ஸ்டிடியூட் இயக்குநர்கள் நாடகக் கல்லூரி நடிகர்களுக்குத் தலைவணங்கினார்கள் ('காம்போசிஷனின் ஐ லைன்' 'த்ரீ ஷாட் செட் அப்' போன்ற சொற்களை சொல்ல முடியாததால் டிராமா ஸ்கூலின் சதுர்புஜ் போன்ற இயக்குநர்களின் சினிமா இசையைப் பார்த்து இந்துமதி - சுயம்வரத்திற்கு வந்திருந்த

மற்றவர்களைப் பார்த்து அஜன் புன்னகை செய்தது போல புன்னகை செய்து கொண்டிருந்தார்கள்).

வினியோகஸ்தர்கள் வைரஸ் கிருமிகளிடமிருந்து விலகுவது போல இந்த ஃபிலிம் தயாரிப்பாளர்களை விட்டு விலகி ஓடிக்கொண்டிருந்தார்கள். இதனால் பாதிக்கப்பட்டவர்களுக்கு அடைக்கலம் தருவதாக இருந்தது இரண்டுதான் - தேசீய விருது அல்லது இந்திய பனோரம் (இவற்றின் கமிட்டி கூடும் சமயம் சேஷசயனத்தில் பகவான் விஷ்ணு புரண்டு படுக்கவிருப்பது போல கலை - சினிமா அமர்க்களப்படும்). இந்தப் படங்களில் ஒன்று வெற்றி பெற்று விட்டால் தூர்தர்ஷனின் சூப்பர் ஏ ஸ்லாட்டில் ஞாயிற்றுக் கிழமை மாலை டெலிகாஸ்ட் ஆவதுடன் எட்டு லட்சம் பணமும் கிடைக்கும், நிறுவனக் கடன் தீர்ந்து விடும். ('மற்றவர்களுக்கு குல்லா போட்டுக் கொண்டு' விஸ்கியோடு வருஷம் முழுதும் வாழ்க்கை ஓடிவிடும்), இவர்கள் அடுத்த லோனுக்காக மீண்டும் நிறுவனத்தின் கதவைத் தட்டத் தொடங்குவார்கள்.

கலை - ஃபிலிமின் கஞ்சத்தனமும், வஞ்சனையும் பொருளாதார இயலின் அழகிய பயணம். இங்கு இயக்குநர் (சாதாரணமாக அவரே தயாரிப்பாளராகவும் இருப்பார்) இரண்டு டஜன் டீயைக் கூட மொட்டிபுரா நகரத்து மணமகள் கடன் வாங்குபவனுக்கு விருந்து தருவது போல தருவார். சித்தார்த்தையும், மீராவையும் தவிர வேறு யாரிடமிருந்தும் வர்ஷாவுக்கு முழு தொகையும் கிடைத்ததில்லை. ஒருவர் அவளுக்கு 'லேப் - லைட்டர்' தந்த பிறகு கோபித்துக் கொண்ட காதலனைப் போல முகத்தைத் திருப்பிக் கொண்ட போது பாண்டே ''நான் ஸ்டே ஆர்டர் வாங்கி ரிலீஸ் பண்ணாமல் நிறுத்தி விடுகிறேன்.'' என்றார். வர்ஷா சிரித்து விட்டு தடுத்தாள், ''பாண்டே சார், ஆர்ட் - ஃபிலிம் டைரக்டரின் பெருமூச்சு தூர்வாச சாபத்தை விட பயங்கரமானது.''

தொடர் நாடகங்களின் ஸ்லாட் வந்தவுடன் 'இந்திய சினிமா சீர்திருத்தத்'தில் இணைந்த கலை நடவடிக்கை மதம் பிடித்த யானையைப் போல வேகம் கொண்டது. ஒவ்வொரு எபிசோடிலும் ஐம்பதாயிரம் முதல் ஒரு லட்சம் வரை சேமிக்கும் உற்சாகத்தால் மினி, மைக்ரோஸ்கோப்பி தயாரிப்பாளர்கள் இரவோடு இரவாக

அமெரிக்க 'சோப் - ஆப்பிரா'வையும் 'சிட்காமை'யும் படித்துவிட்டு தூர்தர்ஷன் இயக்குநர் அலுவலகத்திற்கு காட்டில் நெருப்பு பற்றியதும் வனவிலங்குகள் நான்கு கால் பாய்ச்சலில் ஓடுவது போல ஓடினார்கள்.

நாடகக் கல்லூரி பட்டதாரிகளின் எல்லையற்று நீண்ட வரிசையை சஹ்யாத்ரி ஸ்டுடியோவில் பார்த்து கோபப்பட்ட பரதமுனி மண்டிஹவுஸ் கேட்டில் இந்த பொறுமையற்ற க்யூ வரிசையை ஆகாயப் பலகணி வழி பார்த்து ஆறுதல் புன்முறுவல் செய்தார்...

ஆங்கில தின பத்திரிக்கைகளின் பல அறிவாளிகளான விமரிசகர்கள் வர்ஷாவுக்கு விரோதமாக இருந்தார்கள். ''வலியின் உறவி'ல் வர்ஷா வசிஷ்ட் பாத்திரத்திற்குப் பொருத்தமாக இருக்கிறார், ஆனால் இத்தகைய திறமை வாய்ந்த நடிகை சினிமாவில் காலத்தை வீணடித்துக் கொண்டு இருக்கிறார்.'' அல்லது '' 'எரியும் பூமி'யால் வர்ஷா சினிமா உலகில் எழுப்பிய நம்பிக்கைகளை அவர் முழுமை செய்யாதது மட்டுமல்ல, புரொஃபஷனல் சினிமா சேற்றில் சிக்க அவருடைய தேர்வு - நோக்கில் ஒரு வினாக்குறியையும் இட்டுவிட்டார்.'' கோபத்தில் வர்ஷாவின் நெற்றி சூடேறத் தொடங்கியது அவள் என்ன கலை - சினிமாவுக்கு சேவை செய்வது என்று விரதமா எடுத்துக் கொண்டிருக்கிறாள்? எல்லாரையும் போல அவளுக்கும் பணம் சம்பாதிக்க உரிமை இல்லையா?

மிஸஸ் குல்கர்னியின் வீட்டில் நடந்த சண்டைக்கு பிறகு ரமண் ராஜ்தான் 'வர்ஷா - வசிஷ்ட் கலை - சினிமாவின் முதுகில் கத்தியால் குத்திவிட்டார்.' என்ற தலைப்பில் 'டைம்ஸ் ஆஃப் இண்டியா' வில் விரிவான கட்டுரை ஒன்று எழுதியிருந்தார் (கடைசியில் என்.எஃப். டி.சி. அவுருடைய ஃபிலிம் விண்ணப்பத்தை நிராகரித்துவிட்டது.) அதில் அவள் 'முதிர் வயது நடிகை' என்றும் 'கர்வம் தலைக்கேறியவள்' என்றும் அறிவிக்கப்பட்டிருந்தாள்.

'சினிமாவிலும் இயக்குநரின் மைய இடத்திற்கு மேல் நடிகனைத் தூக்கி வைக்கும் வீணான முயற்சியின் காரணமாக

அவளை சினிமா அறிவு குறைந்தவள்' என்று கூறப்பட்டிருந்தது. அதற்கு பதில் எழுதும்படி பாண்டே மிகவும் வற்புறுத்தியும் வர்ஷா பதில் எழுதவில்லை. "பாண்டே சார், எனக்கு மன அமைதி வேண்டும்." என்றாள் அவள். ஹர்ஷ் அந்தக் கட்டுரைக்குக் கடுமையாக பதில் எழுதினான். அதில் ரமணை 'இந்திய வாழ்வியல் நோக்கின் அறிவு சூன்யம்', 'இந்திய கோட்பாடுகளின் காப்பி' என்று அறிவித்திருந்தான். அதன் பேரில் ரமண் 'சண்டே அப்சர்வரி'ல் 'கோழை வர்ஷா வசிஷ்ட்' என்ற தலைப்பில் மற்றொரு கட்டுரை எழுதினார், அதில் வர்ஷா மீது ஹர்ஷின் தோளில் துப்பாக்கியை வைத்து மிரட்டி நடத்தி செல்லும் குற்றம் சாட்டப் பட்டிருந்தது. ஹர்ஷ் இதற்கு பதில் எழுதி கொண்டு வந்த போது வர்ஷா அவன் முன் கைகூப்பினாள், "ஹர்ஷ், ப்ளீஸ்... எனக்கு மன அமைதி வேண்டும்."

ஹர்ஷ் ஒரு வினாடி அவளைப் பார்த்தான், பிறகு தாள்களைக் கசக்கி குப்பைக் கூடையில் எறிந்து விட்டான்.

"வர்ஷா, சாரி... சித்தார்த் உன்னை ஹாஸ்பிடலில் சந்திக்க விரும்பவில்லை."

சித்தார்த்தின் சகோதரி தமயந்தி ஒரு வினாடியில் தன் பார்வையை அகற்றிக் கொண்டாள்.

சித்தார்த்தை ஹாஸ்பிட்டலுக்கு கொண்டு சென்ற அன்று இரவு செய்தி கிடைத்த ஒரு மணி நேரத்தில் வர்ஷா அங்கு போய்விட்டாள். அவன் இண்டென்சிவ் கேர் யூனிட்டில் இருந்தான், நினைவிழந்திருந்தான். காலையில் அவள் போன போது நிலைமையில் முன்னேற்றம் இருந்தது. அதற்குள் டில்லியிலிருந்து பெரிய சகோதரி வந்து விட்டாள்.

"வர்ஷா, சித்தார்த் ஏன் இப்படி செய்தான்?" தமயந்தி குழப்பத்துடன் அவளைப் பார்த்தாள் (இவர்கள் சினிமா பத்திரிக்கைகள் படிப்பதில்லையா என்று வர்ஷா யோசித்தாள்).

வர்ஷா பார்வையைத் தாழ்த்திக் கொண்டாள், "நானும் குழப்பத்தில்தான் இருக்கிறேன்."

சற்று நேரம் உட்கார்ந்திருந்துவிட்டு அவள் ஷூட்டிற்கிற்குப் போய் விட்டாள். மாலை ஐந்து மணிக்கு சித்தார்த்துக்கு நினைவு திரும்பிவிட்டதாக மீராவிடமிருந்து போன் வந்தது. பேக் அப் ஆனவுடனே வர்ஷா ஹாஸ்பிட்டலுக்குப் போனாள். வராந்தாவில் மீரா, மிஸஸ் குல்கர்னி, 'ஆகாஷ் தீப்' தயாரிப்பாளர் தேசாய் இருந்தார்கள், கூடவே கமாண்டர் தீனா தஸ்தூரும் 'பிச்பிக்ரேடி'ன் இரண்டு, மூன்று கமாண்டர்களும் இருந்தார்கள். அவர்களிடம் சுருக்கமாக 'ஹலோ' சொல்லிவிட்டு அவள் மிஸஸ் குல்கர்னியுடன் பேசுவதற்காக முன்னால் சென்றபோது உள் அறையிலிருந்து தமயந்தி வந்தாள்.

...வர்ஷாவின் முகத்தில் பல வண்ணங்கள் தோன்றி மறைந்தன. நீண்ட பெருமூச்சுடன் சரி என்று தலையாட்டி விட்டு அவள் திரும்பி மாடிப் படிகளில் இறங்கத் தொடங்கினாள்.

அடுத்த நாள். சித்தார்த்தின் இந்த நிலைக்கான காரணம் வர்ஷாதான் என்ற குற்றச்சாட்டு எழுந்துள்ளதாகவும், மசாலா விஷயங்களை எதிர்கொள்ள தயாராக இருக்கும்படியும் மீரா சொன்னாள்.

தானே சித்தார்த்தின் முதல் உண்மையான காதலியாக இருந்திருக்கிறோம் என்ற வர்ஷாவின் எண்ணம் உண்மையாயிற்று. அவன் மிகவும் காயப்பட்டுப் போயிருந்தான். மலாடில் (கிழக்கு) தான் புதிதாக வாங்கியிருந்த சிறிய ஃபிளாட்டில் குன்றிப்போய் இருந்தான். 'ஆகாஷ் தீப்'பின் இரண்டு ஷெட்யூல்கள் முடிந்திருந்தன. ஷூட்டிங்கிற்குப் பிந்திய காரியங்கள் நடந்து கொண்டிருந்தன. அடுத்த காரியத்தை நிர்ணயிப்பதற்கு அவன் வர்ஷாவிடம் வரவில்லை. மெட்ராசிலிருந்து திரும்பியதும் வர்ஷா சித்தார்த்தின் அடுத்த வீட்டுக்கு போன் செய்தாள். அப்போது அவன் வீட்டில் இல்லை. பிறகு அவன் பதிலுக்கு போன் செய்யவில்லை. (சாதாரணமாக வர்ஷா போன் செய்தால் கலை - சினிமாவில் ஈடுபட்டுள்ளவர்கள் மகிழ்ச்சி அடைவார்கள். சித்தார்த்தின் இந்த நடவடிக்கையிலிருந்து அவனுடைய வருத்தத்தின் ஆழம்தான் வெளிப்பட்டது).

இரவு வெகு நேரம் வரை வர்ஷாவுக்கு தூக்கம் வரவில்லை. எந்த வகையான ஆழமான மன அமைதியை அவள் விரும்பினாளோ அதற்கு விரோதமானதுதான் அவளுக்குக் கிடைத்துக் கொண்டிருந்தது. அவள் சேமித்து வைத்திருந்த சிறிதளவு மெல்லிய அமைதியிலும் எப்போதும் பாதிப்பு ஏற்பட்டுக்கொண்டிருந்தது, எதிர்காலத்தில் அதன் வேகம் அதிகரிக்கும் நிலையில் இருந்தது.

'இக்காலஜி' என்பதன் பொருள் திடப்படுத்துதல் என்றால் சினிமா நகரத்தின் சூழலில் தன்னை திடப்படுத்திக் கொள்ள தற்போதுள்ள நிலையில் வர்ஷாவுக்கு தொலைதூரத்தில் இருந்த ஒரே ஒரு வழிதான் தென்பட்டது - நாடகமேடை!

★ ★ ★ ★

''மேடம், விஷ்வாசுக்கு திங்கள்கிழமையிலிருந்து இரண்டாவது ஷிஃப்ட் தந்துவிடுவோம்.'' என்றார் பாண்டே.

''நான் ஆறு மணி வரைதான் வேலை செய்வேன் என்று அவரிடம் சொல்லிவிடுங்கள். பிறகு எனக்கு ரிகர்சல் இருக்கிறது.''

''ரிகர்சல்?'' பாண்டே விடுகதையைத் திருப்பி சொல்வது போல சொன்னார்.

''ஆமாம். அடுத்த மாதம் முதல் ஷோ.''

''மேடம், இது என்ன நடந்து கொண்டிருக்கிறது?'' பாண்டே முகத்தில் அவர் கண்முன் அவளுடைய வீடு பற்றி எரியத் தொடங்கியது போன்ற உணர்வு. ''நம்மிடம் நேரம் எங்கே இருக்கிறது? சென்ற வாரம் நீங்கள் (அவருக்குப் பிடிக்காத வேலையாக இருந்ததால் 'நாம்' பயன்படுத்தவில்லை) பட்டின் படத்தை மறுத்துவிட்டீர்கள். நீங்கள் களைத்துப் போய் இருக்கிறீர்கள் என்று நினைத்து நான் சும்மா இருந்தேன்.''

''பாண்டே சார், கலை சஸ்டென்ஸுக்காகவும், ரினியூயலுக்காகவும் நான் தியேட்டருக்கு திரும்பிப் போவது என் உள்ளார்ந்த அவசியம்.''

புரொஃபஷனல் சினிமா சொற்களால் வர்ஷா தடுமாறியது போல பாண்டே அவளுடைய பேச்சில் திகைத்துப் போனார்.

''நீங்கள் ஏறுமாறாக செய்கிறீர்கள் மேடம்! உங்கள் தியேட்டர் நண்பர்கள் சினிமாவில் நுழைவதற்காக பம்பாய்க்குப் படையெடுப்பதாக சொல்கிறார்கள், நீங்கள் ஸ்டாரான பிறகு...''

''வர்ஷா, என் நினைவு எப்படி வந்தது?'' மாலையில் சிந்தாமணி மயங்கிப்போய் கேட்டார்.

சென்ற ஆண்டு கோடையில் சிந்தாமணி மிகுந்த நம்பிக்கையுடன் 'பிருத்வி'யில் 'டான்ஸ் ஆஃப் டெத்' இரண்டு ஷோ நடத்த வந்திருந்தான். வர்ஷாவும் ஜல்லியையும் ஹேமலதாவையும் அழைத்துக் கொண்டு பார்க்கப் போயிருந்தாள். (ஹர்ஷ் வரவில்லை. 'ப்ருத்வி' யில் நாடகம் நடத்துபவர்களின் சினிமாவால் பாதிக்கப்பட்டவர்கள் மனப்போக்கு அவனுக்குப் பிடிக்காது. 'அங்கே எண்ட்ரி ஆன பிறகு ஒரு கலைஞன் பேச ஆரம்பித்தாலே அவன் குரல் 'பார்த்தீர்களா, நான் எவ்வளவு சிறந்த ஆக்டர்! ஷோ முடிந்ததும் பேக் ஸ்டேஜுக்கு வாருங்கள். நான் சைன் பண்ணித் தருகிறேன்!'' என்பது போல் ஆகிவிடுகிறது.'' என்று அவன் சொல்லியிருந்தான்).

சற்று நேரம் கழித்து 'ப்ருத்வி'க்கு சென்ற வர்ஷா திக்பிரமித்தாள். ஒரு வினாடி ஸ்ரீராம் சென்டருக்கு வந்துவிட்டது போல் தோன்றியது. கூடியிருந்த கூட்டத்தில் நான்கில் மூன்று பங்கு டில்லி நாடகக் கலைஞர்கள், ஏறக்குறைய பாதிப்பேர் நாடகக் கல்லூரி கலைஞர்கள். யாராவது முக்கியமான சினிமாக்காரர்கள் வந்து நாடக டிக்கெட் வாங்கினால், டிக்கெட் கவுண்டரிலிருந்து யாராவது உற்சாகமாக கிரீன்ரூமுக்கு வந்து ''குறிப்பிட்டவர் வந்திருக்கிறார். கவனமாக நடிக்க வேண்டும். இரண்டு மணி நேரம் கழித்து உன் வாழ்க்கையே மாறினாலும் மாறிவிடும்.'' என்று அறிவிப்பார்கள்.

பம்பாய் வந்த முதல்நாளே சிந்தாமணி வர்ஷா வீட்டுக்கும் வந்திருந்தான், ''நான் நாடாளுமன்ற உறுப்பினர் அவுட்ஹவுசில் இருந்தேன். அவர் சென் ற தேர்தலில் தோற்று விட்டார். இப்போது நான் மூல்தானி டாண்டாவில் இருநூற்றைம்பது ரூபாய் மாத வாடகையில் ஒரு அறையில் இருக்கிறேன் - மனைவி குழந்தைகளுடன். நான் ரிப்பர்ட்டரியில் இருந்து களைத்துப்

போய்விட்டேன் என்பதுதான் உண்மை.''

அவன் வர்ஷாவின் வசதியான நிலையைப் பார்த்து சற்று பயந்ததுபோலத் தோன்றினான். வர்ஷா தன் நடவடிக்கைகளால் முடிந்த வரை அவனை இயல்பாக வைக்க முயற்சித்தாள், "என்னுடைய ஒரு புதிய படம் விரைவில் தொடங்கும். நான் உங்களை இயக்குநருக்கு அறிமுகப்படுத்துகிறேன். இன்னும் ஒரு ப்ராஜெக்ட் மெச்சூர் ஆகிக் கொண்டிருக்கிறது. அங்கேயும் அறிமுகப்படுத்துகிறேன். கடவுளை நம்புங்கள்.''

இரண்டு மணி நேரம் கழித்து உன் வாழ்க்கையே மாறினாலும் மாறிவிடும் என்ற வாழ்த்து ஜோதிடம் போல பலித்தது. தயாரிப்பாளர் - இயக்குநர் நாடகம் முடிந்தவுடன் சிந்தாமணியைத் தன் புதிய ஃபிலிமில் முக்கிய வில்லனாக நடிக்க அழைத்தார், அடுத்த நாள் ஆயிரம் ரூபாய் பணம் தந்து ஒப்பந்தம் செய்து கொண்டார். ஒரு வாரத்திற்குப் பிறகு வர்ஷாவின் போனுக்கு தத்தாவுக்குத் தெரிந்த ஒரு போஜ்புரி ஃபிலிம் தயாரிப்பாளர் காந்தாவலியில் போட்டிருக்கும் அவருடைய செட்டில் சிந்தாமணி ஒரு தீய பாத்திரம் செய்ய அழைப்பு விடுத்தார்.

"நான் 'நான்கு பருவங்கள்' நாடகம் நடத்திக் கொண்டிருக்கிறேன். நீங்கள் கதாநாயகனாக நடிப்பீர்களா?''

சிந்தாமணியின் முகபாவத்திலிருந்து தான் அவனை தர்ம சங்கடத்திற்குள்ளாக்கிவிட்டதை வர்ஷா அறிந்துகொண்டாள். அவள் பழைய சிநேகிதி, ஸ்டார், அவள் அவனுக்கு நல்ல சம்பளத்தில் ஒரு புரொஃபஷனல் சினிமாவும் கொடுக்கச் செய்திருந்தாள்.

"வர்ஷா, இப்போது உங்களிடம் நாடகத்திற்கு சமயம் இருக்கிறதா?'' சிந்தாமணி அவநம்பிக்கை நிறைந்த ஆர்வத்துடன் கேட்டான்.

★ ★ ★ ★

"ஹலோ!'' போன் ஒலித்தவுடன் பெண் குரல் கேட்டது.

"ஸ்ரீ சதுர்புஜ் தனசோக்கியுடன் பேசமுடியுமா?''

"நமஸ்தே, வர்ஷா! நான் ரம்பா பேசுகிறேன்... ஒரு நிமிஷம்...''

இதுவரை வர்ஷா காதல் தோல்வி தன்னைக் கொன்று விடும் என்றுதான் நினைத்திருந்தாள், ஆனால் பம்பாயில் சதுர்புஜின் எழுச்சியைப் பார்த்த பிறகு சிதைந்த உணர்வுகளும், துன்பப்பட்ட வாழ்க்கைமுறையின் 'க்ரைசிஸ் மேனேஜ்மெண்டு'ம் புதிய வாழ்க்கையையும் தரமுடியும் என்பதை அவள் ஒத்துக் கொண்டாள். மண்டி ஹவுசில் நூறு ரூபாய்க்கு வெறும் வெற்றிலையை மட்டும் மென்று கொண்டு நடமாடும், சுகவாசியான, சோம்பேறி சதுர்புஜிடம் இவ்வளவு கடுமையான தற்கட்டுப்பாடும், சக்தி மிக்க ஆர்வமும் இருக்கும் என்று அவள் நினைக்கவேயில்லை.

அவர் 'வலியின் உறவி'ல் நடிப்பதற்கு பம்பாய் வந்த போது ஒரு நாள் இரவு மட்டும்தான் அவளுடைய ஜுஹூ ஃபிளாட்டில் தூங்கினார். ''சார், நீங்கள் இங்கே இருப்பதால் எனக்கு ஒன்றும் சிரமம் இல்லை.'' என்று வர்ஷா இதமாக சொன்னாள். ஆனால் இரண்டாவது நாளே அவர் தன்னுடைய ஒரு உன்னாவ் சம்பந்தியோடு முலண்ட் போய்விட்டார். அந்த இடம் மிகவும் தூரம் என்று நீரஜா சொன்னாள், ஆனால் பலமுறை ஆறு மணிக்கு ஷிஃப்ட் இருந்தாலும் சதுர்புஜ் சரியான நேரத்திற்கு வந்து விடுவார். அவர் மூன்று மணிக்கே எழுந்து நான்கு மணிக்கெல்லாம் வீட்டை விட்டு கிளம்பி விடுவார் என்று பிறகுதான் தெரிந்தது. அவர் எந்த பாத்திரத்திற்காகவும் எந்த ஷிஃப்டுக்கும் எங்கு வேண்டுமானாலும் வரத் தயாராக இருந்தார். வாய்ப்பு கேட்டு யாருக்கும் போன் செய்யவும், எந்த வீட்டுக் கதவையும் தட்டவும் அவருக்குத் தயக்கம் இல்லை. ''நான் நேஷனல் ஸ்கூல் ஆஃப் டிராமா பட்டதாரி.'' என்று மட்டும்தான் அவர் தன்னை அறிமுகப் படுத்திக் கொள்வார். தனக்கு இயக்குநர் கோர்சில் தங்கப் பதக்கம் கிடைத்திருக்கிறது, 'தங்கள் - தங்கள் நரகம்', 'பழிக்குப் பழி' நாடகங்கள் டில்லி நாடகமேடையில் வெற்றிக்கொடி நாட்டியிருக்கின்றன போன்ற விவரங்கள் மறந்து கூட அவர் வாயில் வராது. எந்த சாதாரண ஃபிலிம் இயக்குநரையும் 'சார்' என்று அழைப்பதில் அவருக்கு சிரமம் இல்லை. ஹர்ஷோடு ஒப்பிடும் போது சதுர்புஜின் நடவடிக்கைகளைப் பார்த்து வர்ஷாவுக்கு ஆச்சரியமாக இருக்கும்.'' 'எனது, தான், தனது' என்ற உணர்வுகளை துறந்துவிட்டேன்.'' அவர் சிகரெட் புகையை இழுத்தபடி சொன்னார், ''இப்போது என் வலிக்கு

ஒரே மருந்து - ஓயாத உழைப்பு.'' இந்த நாட்களில் அவர் அடிக்கடி மூன்று ஷிஃப்டுகள் செய்தார், கொஞ்சம் நேரம் கிடைக்கும்போது ஃப்ளோரில் ஒரு மூலையில் முகத்தில் கர்சீப்பைப் போட்டுக் கொண்டு தூங்குவார்.

பிறகு 'ஆரத்தியும் நெருப்பும்' ஹிட்டாயிற்று; சதுர்புஜ் சிரிப்பு நடிகராக கால் பதிக்கத் தொடங்கினார் ('சந்திர கிரஹண'த்தில் அவர் கவனமான புரொஃபசராக நல்ல பாத்திரம் ஏற்றிருந்தார், ஆனால் படம் ஓடவில்லை, அதனால் புரொஃபஷனல் சினிமா நடைமுறை நாகரிகத்திற்கிணங்க சதுர்புஜ் அதைப் பற்றி எங்கும் பேசவில்லை. சித்தார்த் 'ஆகாஷ்தீப்'பில் அவருக்கு ஒரு கம்பீரமான பாத்திரம் கொடுக்க விரும்பினான், ஆனால் அவர் அவனை சந்திக்கவில்லை. நடைமுறை நாகரிகப்படி யாரிடமும் நேரடியாக 'இல்லை' என்று சொல்லக்கூடாது என்று அவர் வர்ஷாவுக்கு போன் செய்தார், ''வர்ஷா, நான் 'ஆகாஷ் தீப்'பில் நடிக்க வில்லையென்றால் நீ வருத்தப்படுவாயா?'' '' நிச்சயமாக இல்லை, ஆனால் ஏன் என்று நான் தெரிந்து கொள்ளலாமா?'' ''இப்போது என் இமேஜ் ஒரு காமெடியன் என்று ஆகியிருக்கிறது.'' முற்றிலும் புதிய உணர்வுடன் கூடிய சதுர்புஜின் இந்த சொல்லைக் கேட்டு வர்ஷா திகைத்து விட்டாள்).

இப்போது அவரிடம் மூன்று பெரிய பேனர் படங்கள் இருந்தன. அவர் என்டாப் ஹில்லில் ஒரு சிறிய ஃபிளாட் வாடகைக்கு எடுத்திருந்தார். அவசியமான பொருள்களும், ஒரு ஃபியட் காரும் வாங்கியிருந்தார். ஒரு செக்ரட்டரி கூட இருந்தாள், அவள் அவருடைய வேலையோடு இன்னும் இரண்டு நடிகர்களின் வேலையையும் கவனித்துக் கொண்டிருந்தாள். 'ஆரத்தியும் நெருப்பும்' படத்தில் அவர் பாடிய ஒரு பாட்டு ஹிட்டாகிவிட்டது. அவர் தயாரிப்பில் இருந்த தன் மூன்று படங்களிலும் ஒவ்வொரு பாட்டு பாடினார், ஒரு தயாரிப்பாளர் கதாநாயகனோடு நான்கு பாட்டு பாடுவதற்காக துணைப் பாடகராக அவரை ஒப்பந்தம் செய்திருந்தார். ஒரு 'சி' கிரேடு பேய்க்கதை ஃபிலிமுக்கு இசை அமைத்துத் தரும்படி அவரை வற்புறுத்தினார்கள். தொடக்கத்தில் அவருக்கு விருப்பம் இல்லை. ''ஃபிலிம் இசையில் நிறைய அரசியல் இருக்கிறது.'' என்று அவர் சொன்னார், ஆனால்

தயாரிப்பாளர் ஐம்பதாயிரம் ரூபாய்க்கு சைனிங் அமௌண்டைக் கையில் திணித்த போது சதுர்புஜ் கையெழுத்து போட்டு விட்டார்.

★ ★ ★ ★

ஒருநாள் இரவு அழைப்புமணி ஒலித்தது. சதுர்புஜ் உள்ளே வந்தார், ''இவர் ரம்பா ராஜவம்ஷி.''

ரம்பா இருபது - இருபத்தைந்து வயதுள்ள அழகான பெண். ஹர்ஷ் அவளைப் பற்றி சொல்லக் கேட்டிருந்தாள் வர்ஷா. அவள் குடும்பத்தினரின் விருப்பத்திற்கு மாறாக கதாநாயகி ஆவதற்காக பாட்னாவிலிருந்து வந்திருந்தாள். அவள் ஜுஹூவின் 'லைம் லைட் சென்டரி'ல் ஆறு மாத ஆக்டிங் கோர்ஸ் முடித்திருந்தாள்.

நவ நாகரிக கிளாமர் - பெண்ணாக ரம்பா ஐந்து நட்சத்திர ஹோட்டல் பார்ட்டிக்கு வந்தவள் போல அலங்கரித்துக் கொண்டிருந்தாள். வாழைத் தண்டைப் போன்ற தொடைகளைக் காட்டும் ஆழ்ந்த நீல மினி ஸ்கர்ட். மஞ்சள் நிறத்தில் அகலமான கறுப்புக் கோடுகள் போட்ட ஜிப் வைத்த டாப். நல்ல அகலமான ஜரிகை பெல்ட். பாதி திறந்த ஜிப்பில் தெரியும் மார்பக விளிம்புகள். வலது கையில் முழங்கை வரை வளையல்கள். ஆழ்ந்த பர்கண்டி சிவப்பு லிப்ஸ்டிக். லேசான ஸ்ப்ரேயுடன் தோள் வரையிலான தலைமுடி. அவள் உடலின் மினுமினுப்பும், நடையும், கண்களும் இளமை வேகத்தில் பொங்கின.

''வாழ்க்கையில் மீண்டும் கொஞ்சம் ஆர்வம் வந்திருக்கிறது.'' காபியைப் பருகியபடி சதுர்புஜ் சொன்னார்.

ரம்பா கலகலவென்று சிரித்தாள்.

''வர்ஷா, ஒரு செய்தி.'' சதுர்புஜ் சிகரெட் பற்றவைத்தார், ''எனக்கு டைரக்ட் பண்ண சான்ஸ் கிடைத்திருக்கிறது.''

சில நாட்களுக்கு முன்பு அவர் ஒரு விருப்பத்தைத் தெரிவித்தார் . மிஸஸ் குல்கர்னியிடம் பேசுவதாக வர்ஷா சொல்லியிருந்தாள். ஹர்ஷையும் அவளையும் வைத்து உயரிய நாடகத் திறனோடு கூடிய ஒரு கலை ஃபிலிம் தயாரிக்கும் யோசனை இருந்தது. மிஸஸ் குல்கர்னி ஆதரவாகவே இருந்தாள். அவள்

வர்ஷாவோடு நட்புறவு கொண்டிருந்த சிலரின் பெயர்களை - ஒரு புரொஃபஷனல் ஃபிலிம் இயக்குநர், ஒரு கலை ஃபிலிம் இயக்குநர், ஒரு ஃபிலிம் தயாரிப்பாளர், கலை ஃபிலிம்களுக்கு படக்கதை எழுதும் ஒரு இலக்கிய ஆசிரியர், ஒரு ஃபிலிம் விமரிசகர் - ஆலோசித்து, ஆலோசித்து ஒரு படக்கதைக் குழுவையும் அமைத்துக் கொண்டாள். கடனுக்கு விண்ணப்பிக்கும் இரணடு ஃபார்ம் செட் வர்ஷாவிடம் தந்தாள். ஹர்ஷ் எண்ட்ரியுடன் உட்கார்ந்து நாவலின் ஒரு விரிவான சினிமா ட்ரீட்மெண்ட் வரிவடிவம் எழுத சதுர்புஜிடம் தந்தான். கடைசியில் சதுர்புஜ் ரம்பாவுக்கு துணைக் கதாநாயகி பாத்திரம் தரவேண்டுமென்ற ஒரு அதிசயமான கோரிக்கையை முன் வைத்தார்.

''எனக்கு இது உடன்பாடில்லை.'' என்றாள் வர்ஷா, ''இலக்கியப் படைப்பில் மாற்றங்கள் கொண்டுவருவதற்கு கலை அடிப்படையிலான காரணம் இருக்க வேண்டும். உங்களுக்குப் பிடித்த 'காட் ஃபாதர் ஃபிலிம்' நாவலில் பல மாற்றங்கள் செய்துதான் எடுக்கப்பட்டிருக்கிறது, ஆனால் ஒவ்வொரு மாற்றமும் நன்கு யோசித்து, கலை அடிப்படையில், கதை அமைப்பைக் கட்டுக்குள் அமைப்பதாக செய்யப்பட்டிருக்கிறது - மனம் போனபடி திணிக்கப்பட்டதாக அல்ல. நீங்கள் இந்த ஃபிலிமில் ரம்பாவையே கதாநாயகியாக போட்டுக் கொள்ளுங்கள். நான் ப்ராஜக்டை முடித்து வெளியிட முழு முயற்சியும் செய்வேன்.''

''இந்த நிலைமையில் படத்தில் எனக்கு இஷ்டமில்லை.'' என்றான் ஹர்ஷ்.

ஒரு வினாடி சதுர்புஜின் பார்வையும் ஹர்ஷின் பார்வையும் கலந்து நிலைத்து நின்றது.

''ஏன் என்று தெரிந்து கொள்ளலாமா?'' என்று சதுர்புஜ் கேட்டார்.

''நான் என்னுடன் சமமான தரத்தில் உள்ள நடிகைகளுடன் தான் நடிக்கிறேன். இது உங்களுக்குத் தெரியும். நானும் இதற்குள் மிக உயரமான நிலைக்கு சென்றிருப்பேன், நான்...'' ஹர்ஷ் நிறுத்திவிட்டான்.

ரம்பா நீண்ட பெருமூச்சு விட்டாள். அவள் கஞ்சன் பிரபாவின் சிறிய வார்ப்பாக தோன்றினாள். சும்மா இருக்கும் வரை அவள் அழகாகத் தெரிந்தாள், வாயைத் திறந்தால் கவர்ச்சி மறைந்து விட்டது. ஊமை பொம்மை பாத்திரம் அவளுக்கு மிகவும் பொருத்தமாக இருக்கும் என்று ஹர்ஷ் வர்ஷாவிடம் சொன்னான்.

"சாரு ஸ்ரீ உங்களுக்கு சமமான நடிகையா?" என்று சதுர்புஜ் கோபமாகக் கேட்டார்.

"அவள் பெரிய ஸ்டார்-" என்று எரிந்து விழுந்தான் ஹர்ஷ்.

இருவருக்கும் இடையில் இறுக்கம் தோன்றத் தொடங்கியது. முதல் மோதல் வர்ஷா வீட்டில்தான் நிகழ்ந்தது.

"பதேர் பாஞ்சாலியைப் பார்க்கும் போது தனக்கு தூக்கம் தான் வந்தது என்று வீர் சொன்னபோது நீங்கள் ஏன் சிரித்தீர்கள்?" என்று ஹர்ஷ் வெறுப்புடன் கேட்டான்.

"நான் அவருடைய விஸ்கியைக் குடித்துக் கொண்டிருந்தேன். சிரிப்பது பண்பாட்டின் அவசியமாக இருந்தது."

நானும்தான் அவருடைய விஸ்கியைக் குடித்துக் கொண்டிருந்தேன். எனக்கும் கொஞ்சம் பண்பாடு இருக்கிறது."

"பப்ளிக் ஸ்கூல் அக்சென்ட்டோடு உங்கள் ஆங்கில வாதத்தை அவர் பொறுத்துக் கொள்வார். என்னிடம் அந்தத் தகுதி இல்லை." சதுர்புஜ் காயம்பட்ட குரலில் சொன்னார்.

"உங்களுக்கு உங்கள் பின்னணியும், கௌரவமும் நினைவு இல்லையா? நீங்கள் இப்படி நடந்து கொண்டால் உங்களுக்கும், கமர்ஷியல் சர்க்யூட்டில் உள்ள மற்றவர்களுக்கும் இடையில் என்ன வித்தியாசம்?"

"ஹர்ஷ், நான் இங்கே என் வித்தியாசத்தை விளக்க வரவில்லை, என் சொந்தக்காலில் நிற்பதற்காக வந்திருக்கிறேன். நீங்கள் எதிரில் இருப்பவர்கள் பேச்சை தைரியமாக வெட்டிப் பேசுவீர்கள். ஏனென்றால், உங்களுக்கு குடும்ப ஆதரவு இருக்கிறது. ஆனால் எனக்கு எந்த ஆதரவும் இல்லை."

ஒரு வினாடி இருவர் பார்வையும் கலந்து நிலைத்தது.

★ ★ ★ ★

''தகவல் தெரிந்து சந்தோஷமாக இருந்தது.'' என்று வர்ஷா புன்னகை செய்தாள்.

சதுர்புஜ் மேற்கொண்டு விவரித்தார்; தயாரிப்பாளர் தோஷி தன் மகளுக்கு ஒரு பிரேக் தர விரும்புகிறார். காதல் - கதை. ரம்பாவுக்கு துணைக் கதாநாயகி பாத்திரம் கிடைக்கிறது. வர்ஷா கதாநாயகியின் ஆசிரியையாக கௌரவத் தோற்றம் ஏற்பாளா? ஆறு காட்சிகளில் வரும் பாத்திரம். அது ஃபிலிமை விற்பதற்கு உதவியாக இருக்கும்.

''செய்கிறேன்.'' என்றாள் வர்ஷா.

''நீங்கள் அந்த முட்டாள் தோஷியைப் பொறுத்துக் கொள்வீர்களா?'' என்று ஹர்ஷ் வெடித்தான், ''அவன் 'பிளாக் பஸ்டர் தேசாயை' இருபதாம் நூற்றாண்டின் மிகச் சிறந்த இயக்குநராக நினைக்கிறான் என்பது உங்களுக்குத் தெரியுமா? அவன் தன் ஃபிலிம் கதையைத் தானே எழுதுகிறான், இசை அமைப்பாளர்களுக்கு யோசனை சொல்கிறான் என்பதும் உங்களுக்குத் தெரியுமா? அவன் நடப்பில் இருக்கிற எல்லா ஃபார்முலாவையும் லிஸ்ட் பண்ணி வைத்திருப்பது தெரியுமா?''

''தெரியும்.'' என்று சதுர்புஜ் தலையை அசைத்தார், '' 'நடுக்கம்' படம் ஃப்ளாப் ஆனபிறகு அவர் ஐயாயிரம் ரூபாய் எடுத்துக் கொண்டு உங்களிடம் சைன் வாங்க வந்ததும், நீங்கள் 'உன் ஊடல்களில் என் சொர்க்கம் இருக்கிறது' என்ற ஹீரோவின் முதல் வசனத்தைப் படித்ததுமே அவருக்கு வாசலைக் காட்டியதும் தெரியும்...''

ஹர்ஷ் பெருமூச்சு விட்டான் '' 'தங்கள் தங்கள் நரகம்' நாடகத்தை டைரக்ட் செய்தது நீங்கள்தான் என்று என்னால் நம்ப முடியவில்லை.''

''ஹர்ஷ் நீங்கள் சினிமா கதாநாயகர், நான் கேரக்டர் ஆக்டர்.'' சதுர்புஜ் நிதானமான குரலில் சொன்னார், ''நான் என் கையைக்

கொஞ்சம் வலுவாக்கிக் கொள்ள விரும்பினால் ஆரம்பத்தில் நான் இவர்களை அனுசரித்துதான் போக வேண்டும். நான் என்.எஃப்.டி.சி. ப்ராஜெக்ட் செய்வதில் நீங்கள் வெறுப்பு அடைந்திருக்கிறீர்கள். மன்னியுங்கள், உயர்தரமான, அழகிய கற்பனைகள் நிறைந்த ஃபிலிம்களில் என் நம்பிக்கை குறைந்துவிட்டது, ஏனென்றால் அதை வாங்குபவர் யாருமில்லை. முட்டாள்கள் வரிசையில் நின்று புரொஃபஷனல் சினிமாவில் அதிருஷ்டத்தை அள்ளிக் கொண்டிருக்கிறார்கள், நானும் இந்த கோல்டு ரஷ்ஷில் என் அதிருஷ்டத்தைத் தேடிக் கொள்ள விரும்புகிறேன்.''

''நீங்கள் இப்படி உங்கள் உணர்வுகள் அழிந்து போக விடுவீர்களா?'' என்றான் ஹர்ஷ்.

''என் உணர்வுகள் என்னை எங்கே கொண்டு செல்ல முடிந்தது?'' என்றார் சதுர்புஜ் எரிச்சலோடு, ''பாபர்லேன் ரெயில்வே குவார்ட்டர்ஸ் வரைதானே?'' அவர் தன்னைக் கட்டுப் படுத்திக் கொள்ள முயற்சித்தார், ஆனால் கோப அலை தீவிரமாக இருந்தது, ''நீங்களும் உச்ச தர கலைக்காக பலியாகாதீர்கள். கண்ணைத் திறந்து சுற்றி நடப்பதைப் பார்த்து உண்மையை உணர்ந்து கொள்ளுங்கள்.''

★ ★ ★ ★

''ஆனால், நீ இல்லையா? உன்னிடம் நிறைய நம்பிக்கை இருக்கிறது, உன் மௌனத்தில் கூட நம்பிக்கை இருக்கிறது. உன்னையே பார்த்துக் கொள். மிருதுவான சருமம், கர்வம் நிறைந்த கன்னம், கட்டிப் போடும் கண்கள், அவை எல்லாம் அறிந்தவை. சற்று அதிகமாகவே இதயத்தைத் துளைக்கும் கண்கள், அறிவு நிறைந்த கண்கள், அவை நிறைய அறிந்தவை.''

'ஆடமி'ன் வசனத்தைப் படித்தபோது சித்தாமணி இயல்பாக இல்லை. அவனுடைய லயிப்பும் மேம்போக்காக இருந்தது.

சதுர்புஜ் கடிகாரத்தைப் பார்த்தார். அவர் எட்டரை மணிக்கு சஹாய் வீட்டிற்குப் போக வேண்டியிருந்தது. ரம்பாவும் அங்கேயே வந்து சந்திப்பதாக இருந்தாள்.

வர்ஷாவின் மனம் சோர்ந்துவிட்டது. முன்பயிற்சியில் அவளைத் தவிர யாருக்கும் உற்சாகம் இல்லாதது வெளிர்படையாக தெரிந்தது.

''வர்ஷா, நான் என்ன செய்வேன்?'' மறுநாள் பிற்பகல் சிந்தாமணி செட் ஸ்டுடியோவிற்கு வந்து விமான டிக்கெட்டைக் காட்டினான், ''நான் நாளைக் காலை பெங்களூர் லொக்கேஷனில் ரிப்போர்ட் செய்ய வேண்டியிருக்கிறது. மூன்று நாள் ஷெட்யூல்.''

''வாழ்த்துக்கள்.'' வர்ஷா புன்னகை செய்தாள்.

★ ★ ★ ★

''வசந்தம் வந்துவிட்டது, இது மழைக்கால நஷ்டங்களை சீர் செய்யும் காலம்.'' ஹர்ஷ் வசனத்தை சொல்லிவிட்டு சதுர்புஜைப் பார்த்தான், ''பைண்டிரிஸ், ஆடம் இருவரும் காதலில் அடிபட்டவர்கள், அதனால் இரண்டாவது காட்சியில் காதலின் முகப்பு வண்ணம் தந்தபிறகு சற்று கனத்த சுரத்தில் தொடங்குகிறேன். சரியா?''

சதுர்புஜ் சரியென்று தலையசைத்தார்.

வர்ஷா தன்னை மறந்து இருந்தாள். ஹர்ஷ் இன்று முதல் முறையாக முன்பயிற்சிக்கு வந்திருந்தான், அவன் பாத்திர சித்தரிப்பு மிகவும் இயற்கையாகவும், வர்ஷாவின் உரையை மிகவும் ஒட்டியும் இருந்தது, ஆகையால் பிம்பங்களின் கட்டமைப்பும், ஒலி அமைப்பும் மகிழ்ச்சி தரக் கூடிய வகையில் அமைந்திருந்தது.

சிந்தாமணி வாழ்க்கையில் முதல் முறையாக விமானத்தில் சென்று பெருமை அடைந்த அன்று மாலை வர்ஷா 'ப்ருத்வி'க்குப் போயிருந்தாள். ஸ்டார்டம் ஆகும் எதிர்பார்ப்பில் கஃபேயில் சுற்றிக் கொண்டிருக்கும் நாடகக் கல்லூரி மக்களைப் பார்க்கலாம், நாடகத்திற்கு ஏற்ற நடிகனைத் தேடலாம், நாடகத்தில் கொஞ்சம் செலவழிக்க அவனுக்கு நேரம் இருக்கிறதா என்று கேட்கலாம் என்று நினைத்திருந்தாள். அவள் முன்பு தனக்குப் பரிச்சயமானவர்கள் சூழ காபி குடித்துக் கொண்டிருந்தபோது வீட்டில் ஹர்ஷின் போன் வந்தது, ''ஜல்லி, அக்கா இருக்கிறாளா?''

''அக்கா மிகவும் வருத்தமாக இருக்கிறார்கள் ஹர்ஷ் அண்ணா!'' (வர்ஷா மிகவும் வேண்டிக் கொண்டதன்பேரில் தற்சமயத்திற்கு இந்த அழைப்பு ஒப்புக் கொள்ளப்பட்டிருந்தது). ''டிராமா ஹீரோ கிடைக்கவில்லை. ஜுஹுவில் தேடப் போயிருக்கிறாள்.''

பத்து - பன்னிரண்டு நாட்களாக ஹர்ஷை சந்திக்க வில்லை. 'முக்தி'யின் ஒரு சின்ன ஷெட்யூல் முடிந்துவிட்டது. அவன் எடிட்டிங் - டப்பிங்கில் மும்முரமாக இருப்பான் என்று வர்ஷாவுக்குத் தெரியும். பிறகு நான்கு ரீல்களை வைத்து வினியோகஸ்தரிடம் பணம் வாங்கி அடுத்த ஷூட்டிங்கைத் திட்டமிட வேண்டும். தன் மிகப் பெரிய கனவுக்கு வடிவம் தரும் முயற்சியில் உள்ள ஹர்ஷின் ஒருமுகப்பட்ட ஈடுபாட்டில் தன் 'நான்கு பருவங்'களால் பாதிப்பு ஏற்படுத்துவது வர்ஷாவுக்கு சரியாக தோன்றவில்லை. இரண்டாவது காரணம் நாடக மேடையைக் குறித்த ஹர்ஷின் பவித்திரமான உணர்வு. நாடகமேடையை சினிமாவுக்கான 'ஸ்டெப்பிங் ஸ்டோனா'கப் பயன்படுத்தும் தன் நண்பர்களிடம் அவனுக்கு கோபம் இருந்தது. தன் வேலைகளில் மும்முரமாக இருக்கும் நிலையில் நாடகம் நடத்த திட்டமிடுவதைக் கேட்டாலே ஹர்ஷ் புருவத்தை நெரிப்பான் என்று வர்ஷாவுக்கு பயமாக இருந்தது.

''என்ன விஷயம் வர்ஷா?''

வர்ஷா திரும்பி வந்தபோது ஹர்ஷ் டிராயில் ரூமில் உட்கார்ந்து ஜல்லிக்கு ஆங்கில உரையாடலை சொல்லிக் கொடுத்துக் கொண்டிருந்தான். ஹேமலதாவும், ஜுமக்கியும் மயங்கிப்போய் அருகில் உட்கார்ந்திருந்தார்கள்.

வர்ஷா எல்லா விஷயத்தையும் சொன்னாள், ''நான் என்.சி.பி.ஏ.க்கு போன் செய்தேன். அவர்கள் வார இறுதியில் மூன்று நாட்கள் தந்திருக்கிறார்கள். பிறகு 'ப்ருத்வி' யிலும் மூன்று நாட்கள் கிடைத்திருக்கிறது. ஆனால், ஆக்டர் கிடைக்கவில்லை. நாடகக் கல்லூரி மாணவன் ஒருவன் சரியாக இருக்கிறான், ஆனால், அவன் என்னை விட வயதில் சிறியவனாக தோன்றுகிறான்.''

ஹர்ஷ் கையை நீட்டி ஸ்கிரிப்டை வாங்கினான். பிறகு ''படித்துப் பார்க்கிறேன்'' என்றான்.

★ ★ ★ ★

வர்ஷா சதுர்புஜ் வீட்டு அழைப்பு மணியில் விரலை வைத்தாள். பில்டிங் சூனியமாக இல்லை. அப்படி இருந்தும் அழைப்புமணி மிக ஓங்கி சற்று பயம் தருவதாக இருந்தது.

''நாம் தனியாக வந்து தவறு செய்து விட்டோமா?'' என்று வர்ஷா சற்று அடங்கிய குரலில் சொன்னாள்.

முன்பயிற்சியின் நான்காவது நாள். மணி ஏழரை ஆகி விட்டிருந்தது. சதுர்புஜ் இன்னும் வரவில்லை. அவர் தினமும் தாமதமாக வந்து கொண்டிருந்தார், காட்சியில் சரியாக கவனம் செலுத்தவும் இல்லை. தான் சதுர்புஜை வலுவில் இழுத்துக் கொண்டு விட்டோமோ என்று வர்ஷாவுக்கு சற்று குற்ற உணர்வு ஏற்பட்டது. கூடவே கொஞ்சம் கோபமும் வந்தது. எந்த சதுர்புஜிடம் புதுடில்லியில் நாடகத் தொடர்புடைய, கதை தொடர்பான ஒவ்வொரு கேள்விக்கும் பதில் இருந்ததோ, யார் மாடலின் உதவியோடு குரூப்பிங்சையும், மூவ்மெண்ட்சையும் நிர்ணயித்துக் கொண்டு வருவாரோ அவரே இப்போது மும்பையில் மனதளவில் காட்சிக்காக எந்த வகையிலும் தன்னைத் தயார் செய்து கொள்ளாமலே வந்தார். நல்லது - கெட்டது எதுவும் ரிகர்சலில் உடனுக்குடன் செய்தார்.

ஹர்ஷும் அவளும் தாங்களே அசைவுகளைத் தீர்மானிக்கத் தொடங்கினார்கள். முன்பயிற்சிக்காக வர்ஷா தன் பில்டிங் முதல் மாடியில் விற்கப்படாத ஒரு ஃபிளாட்டைத் திறந்துவிட செய்திருந்தாள்.

''அக்கா...'' ஜல்லி மூச்சிறைக்க ஓடிவந்தாள், ''சதுர்புஜிடமிருந்து போன் வந்தது, காப்பாற்றுங்கள், ஆபத்து என்றார்... லைன் கட் ஆகிவிட்டது.''

கதவு கொஞ்சம் திறந்தது, சபாரி - சூட் அணிந்த ஒரு வாட்டசாட்டமான இளைஞன் காணப்பட்டான்.

''என்ன?'' என்று அவன் வறண்ட குரலில் கேட்டான்.

''சதுர்புஜைப் பார்க்கவேண்டும்.'' ஹர்ஷின் குரல் உறுதியாக ஒலித்தது. கடுமையாகவும் இல்லை, இதமாகவும் இல்லை.

இளைஞனின் முகத்தில் சந்தேகம் தோன்றியது, அவன் கதவை மூட யோசித்தான்.

''ப்ளீஸ்...'' வர்ஷா கதவில் கையை வைத்தாள்.

வர்ஷாவைப் பார்த்ததும் அவன் அதிர்ந்து போனான், பின்னால் விலகினான், ''வாருங்கள். நாங்கள் இங்கு சண்டை போட வரவில்லை. ஒரு பெண்ணிடம் கையை ஓங்குவதில் என்ன லாபம்? இது பம்பாய். உன்னாவ் இல்லை.''

இன்னும் இரண்டு அந்நிய மனிதர்கள் நின்றிருந்தார்கள். அவர்கள் சாதாரணமாக இருந்தார்கள், முதலில் வந்த இளைஞனைப் போல முரட்டுத்தனம் இல்லை.

சதுர்புஜ் ஒரு நாற்காலியில் அசையாமல் உட்கார்ந்திருந்தார். ரம்பா மேக்ஸி அணிந்து மெத்தையில் படுத்திருந்தாள்.

''வர்ஷா, ஹர்ஷ்... வாருங்கள்.'' என்றாள் ரம்பா, ''இவர் பூஷண்... என் லோக்கல் கார்டியன்.''

சபாரி சூட் இளைஞன் வணக்கம் தெரிவித்தான். வர்ஷா தலையை அசைத்தாள். பிறகு இருவரும் சதுர்புஜ் எதிரில் உட்கார்ந்தார்கள்.

சதுர்புஜ் கண் இமைக்காமல் எதிரில் பார்த்துக் கொண்டிருந்தார்.

சில வினாடிகள் மௌனம் நிலவியது.

''பூஷண், நீங்கள் போங்கள்.'' என்றாள் ரம்பா.

''ஆர் யூ ஷ்யூர்?''

ரம்பா ஆமாம் என்று தலையசைத்தாள்.

''நான் சற்று நேரம் கழித்து போன் செய்கிறேன்.'' என்று பூஷண் சதுர்புஜைப் பார்த்துக் கொண்டே சொன்னான். பிறகு

வெளியே போய்க் கொண்டே இரண்டு மனிதர்களுக்கும் சமிக்ஞை செய்தான். இரண்டாவது மனிதன் வெளியே சென்று லாட்சை மூடினான்.

சதுர்புஜ் இப்போதும் எதிரிலேயே பார்த்துக் கொண்டிருந்தார். அவர் நிலைமையின் காரணமாக கோபமும் அவமானத்தால் வருத்தமும் கொண்டிருப்பதாக வர்ஷாவுக்குத் தோன்றியது.

''வர்ஷா, நீங்கள் சொல்லுங்கள், என் மீது என்ன தவறு?'' என்றாள் ரம்பா, ''நான் கன்ஸீவ் ஆகியிருக்கிறேன் என்று போன வாரம் தெரிந்தது. என்னை பருவா கிளினிக்குக்கு அழைத்துச் செல்லும்படி காமெடியனிடம் (சதுர்புஜை ரம்பா அப்படித்தான் அழைத்தாள்) சொன்னேன், அவர் மறுத்துவிட்டு சந்தோஷம் கொண்டாட ஆரம்பித்தார், நீங்களே சொல்லுங்கள், நாங்கள் இருக்கும் நிலையில் குழந்தை பெற்றுக் கொள்ள முடியுமா? என் வீட்டினர் என்னை 'டிஸ்ஓன்' பண்ணி விட்டார்கள். கோவிலில் மாலை மாற்றி நாங்கள் கல்யாணம் செய்து கொண்டோம் (இது வர்ஷாவுக்கு புதிய செய்தி) மூன்று மாதங்களில் லீவ் - லைசென்சில் வாங்கிய இந்த ஃபிளாட்டை காலி செய்ய வேண்டியிருக்கும், அடுத்த மாதம் முதல் பட ஷூட்டிங் தொடங்கும், காமெடியன் குழந்தை, குழந்தை என்றே ஜெபித்துக் கொண்டிருந்தார். ஆயிரம் சொல்லியும் அவர் கேட்கவில்லை. நேற்று முன் தினம் அவர் ஷூட்டிங் போனபோது நான் கிளினிக்குக்குப் போய் விட்டேன். பூஷண் என்னுடன் இருந்தார். இன்று மாலை நான் திரும்பியபோது இவர் என்னை அடித்தார்...''

சதுர்புஜ் அப்படியே அசையாமல் உட்கார்ந்திருந்தார். என்ன யோசித்துக்கொண்டிருந்தார் என்று தெரியவில்லை - சுஷீலாவைப் பற்றியா, அனுபமாவைப் பற்றியா அல்லது தன் வாழ்க்கையைப் பற்றியா...

★ ★ ★ ★

''நான் மாளவிகா ராஜ்யாதியக்ஷ்.'' இளம்பெண் தன்னம்பிக்கை மிக்க முறையில் சொன்னாள், ''கல்யாணி சொன்னாள்...''

அவள் சாதாரண சேலையில் கவர்ச்சியாக இருந்தாள். மேக்அப் இல்லாத முகம். விரிந்த முடியுடன் நெற்றியில் பொட்டு. எஸ்.என்.டி.டி. பல்கலைக்கழகத்தில் ஆசிரியையாக இருந்தாள்.

இப்போது நாடகத்தை இயக்குவது யார் என்று இரண்டு நாட்களாக வர்ஷா கவலையில் இருந்தாள். நாம் இருவரும் சேர்ந்து செய்யலாம் என்று ஹர்ஷ் சொன்னான். ஆனால் வர்ஷா அதற்கு ஒத்துக் கொள்ளவில்லை. 'நான்கு பருவங்'களில் இரண்டே பாத்திரங்கள் தான், அவர்கள் எப்போதும் மேடையில் இருப்பார்கள். அவர்கள் நடிப்பில் மூழ்கியிருப்பார்களா, அல்லது பிம்ப அமைப்பு எப்படி இருக்கிறது, ஒலி அமைப்பு எப்படி இருக்கிறது என்று பார்ப்பார்களா? இதே குழப்பத்தில் அவள் கல்யாணிக்கு போன் செய்த போது அவள் மாளவிகாவின் பெயரை சொன்னாள். வர்ஷா ஹர்ஷிடம் கேட்டபோது அவன் ஒத்துக் கொண்டான், ''நான் அவளை சந்தித்ததில்லை, ஆனால் சோஃபியாவில் அவளுடைய 'பிக்னிக்'கைப் பார்த்திருக்கிறேன். நமக்குத் தகுதியாக இருக்கக்கூடும்.''

''இந்த நாடகத்தைப் பற்றி உங்கள் கருத்து என்ன?'' என்று கேட்டாள் வர்ஷா.

''ஆர்னால்டு வெஸ்கரின் நாடகங்களில் இது ஒன்றுதான் எனக்குப் பிடிக்கும்.'' மாளவிகா புன்னகை செய்தாள், ''இதில் சமகால காதல் சோகம், உணர்வுகள், கைலோடோஸ்கோபிக் அழகுகள் இருக்கின்றன. ஒரு பெண், ஒரு ஆண், மாறும் பருவங்கள். இது வெளி உலக பாதிப்புகள் இல்லாத ஒரு காதல் கதை. இருவருடைய பழைய நினைவுகளின் உறுத்தல்களால் சண்டை ஏற்படுகிறது. இன்றைய வாழ்க்கையில் காதலிப்பது எவ்வளவு கடினமாகி விட்டது என்பதை இந்த நாடகம் வேதனை மிக்க முறையில் தெளிவுபடுத்துகிறது.''

★ ★ ★ ★

வர்ஷாவுக்கு ஒரு மாதம் மிக நன்றாகக் கழிந்தது. நீண்ட நாட்களுக்குப் பிறகு உணர்வுகளின் ஆழமான நிலையில் மும்முரமாக செயல்பட்டாள். தன்னுடைய 'கிராஃப்ட்டை' இயல்பாகவும், ஆழமாகவும் செய்யவும், அர்த்தம் நிறைந்த

கருப்பொருளைத் திரட்டி, துலக்கி, வெளிப்படுத்தவும் வாய்ப்பு கிடைத்தது. நாடகக்கதையில் அவளுடைய தனிப்பட்ட உணர்வுகள் ஒலித்தது மற்றொரு சுவையான விஷயம். 'வெட்ரிஸி'ன் உணர்வு பூர்வமான கடந்த காலத்தின் கனத்த நிழல் அவளுடைய நிகழ்காலத்தில் படியும் போது அவளுக்கு சித்தார்த்தின் நினைவு வந்தது. மூன்றாவது காட்சியில் 'ஆடமு'டனான சண்டை அவளுக்கும் ஹர்ஷுக்கும் இடையே ஏற்பட்ட இறுக்கத்தை நினைவுபடுத்தியது. நாடகத்தின் பல வரிகள் அவளுக்கு மிகவும் பிடித்திருந்தன, ''நம் இறைவனைப் போல அனைவரையும் காக்காத ஏதாவது ஒரு இறைவனை நீ பார்த்திருக்கிறாயா?'' 'மனதின் தனிப்பட்ட வலிகள் இருக்கின்றன.' - 'உன் மௌனம் மிகவும் வாட்டுகிறது.'...

வர்ஷா காலையிலிருந்தே மாலையை எதிர்பார்க்கத் தொடங்கிவிடுவாள். ஆனால் உணர்வுகளின் அடிப்படையோடு 'மாஸ்டர்' காட்சிகளில் நடிக்கும்போது உள்ளே முன்பு போல எரிச்சல் இல்லை. மாலை ஆறு மணிக்கு உணர்ச்சி வேகத்தோடு அவள் திரும்பி வரும்போது மாளவிகா, ஹர்ஷ், எண்ட்ரி மூவரும் முன்பயிற்சி ஃபிளாட்டில் உட்கார்ந்திருப்பார்கள். ஜல்லிக்கு புரொடக்ஷன் மானேஜர் வேலை கொடுக்கப்பட்டிருந்தது, அவள் சற்று நேரத்திற்கொரு முறை உற்சாகமாக மேலேயிருந்து காபி தெர்மாஸ் பிளாஸ்கும், ஸ்நேக்சும் எடுத்துக் கொண்டு வருவாள் (அவளுடைய சின்ன அக்காவின் வாழ்க்கை அற்புதமாக, மனதைக் கவரும் வண்ணங்கள் நிரம்பியதாக இருந்தது). ஆச்சரியத்தால் நிறைந்த ஹேமலதாவும், ஜுமக்கியும் கொஞ்ச நேரம் உட்கார்ந்திருந்துவிட்டுப் போவார்கள். (''வர்ஷா பாத்ரூமில் இருக்கிறார்கள்'' என்ற நிரந்தர போன்டேக் இப்போது மாறி ''வர்ஷா ரிகர்சலில் இருக்கிறார்கள்'' என்று ஆகிவிட்டது. எப்போதாவது சோகமான முகத்தோடு பாண்டே வந்து உட்காருவார் (''ஐயோ பாவம், கேரியர் கிராஃப்ட் என்று புன்னகையை அடக்கியபடி வர்ஷா நினைத்துக் கொள்வாள்.).

''இன்றைய வாழ்க்கையின் யந்திரத்தனம், உணர்வுக் குறைகளைப் பிடிப்பது ரஜியா சுல்தான், ஜோன் ஆஃப் ஆர்க்கின் வாழ்க்கையில் நிகழ்ந்த போராட்டங்களை சித்தரிப்பதை விட மிகக்

கடினம்.'' என்று டைம்ஸ் ஆஃப் இண்டியா' இண்டர்வியூவில் சொன்னாள், ''இரண்டாவது சரித்திர காலத்தில் நடந்ததாகவும், தீவிரமான செயல்களோடு கூடியதாகவும் இருப்பதால் பிந்தியது எளிதாகி விடுகிறது. ஒரு நடிகை என்ற முறையில் 'டைம்ஸ் ஆஃப் தி ஷ்ரு' அல்லது ஆண்ட்டிகனி' வாயிலாக ஒரு வேளை நான் அதிக தாக்கத்தைப் பெற முடியும், ஆனால் இன்றைய நுண்ணிய கருப்பொருளில் தகுந்த கலைவடிவத்தை நிர்ணயிப்பதும் நம் அடிப்படை வேலையாக இருக்க வேண்டும்.''

இந்த நாடகத்தை ஒட்டிய ஒரு எதிர் விளைவு புரொஃபஷனல் சினிமாவில் நிகழ்ந்தது. விமல், ஹுசைன், நீரஜாவின் நண்பர்கள் கூட்டம் அவளுடைய நாடக பக்தி, பிரதிபலனை எதிர்பாராத உழைப்பின் நெஞ்சைத் தொடும் தன்மையைப் பாராட்டினார்கள். ''சினிமாவின் ஜட சூழ்நிலையில் இத்தகைய அலை வரவேற்கத்தக்கது.'' என்று விமல் 'மிட் டே'யில் சொன்னார். விரோதிகளில் முதல் குரலை கஞ்சன் பிரபா 'சினே ப்ளிட்சி'ல் எழுப்பினாள், '' 'நான்கு பருவங்கள்' புரொஃபஷனல் சினிமாவில் வர்ஷா வசிஷ்டின் பருவம் முடியப் போவதைக் காட்டும் முன் அறிகுறி. இப்போது அவள் வாழ்க்கையின் ஊற்று 'நாவல்டி', 'கேலக்சி' யின் டிக்கெட்-கவுண்டர்கள் அல்ல, 'டாடா', 'ப்ருத்வி'யின் டிக்கெட்-கவுண்டர்கள்.''

டிக்கெட் - கவுண்டர் விஷயம் வர்ஷாவுக்கு வேடிக்கையாகவே ஆயிற்று. 'டாடா'வில் மூன்று ஷோவும் ஹவுஸ் ஃபுல்லாக இருந்தது, பின்னர் 'பிருத்வி' யும் ஹவுஸ் ஃபுல். அடுத்த மாதம் மீண்டும் நடத்தப்பட்ட காட்சிகளிலும் அதே நிலை. வர்ஷா நாடகக்குழுவிற்கு 'குதுப் மினார் யூனிட்' என்று பெயர் வைத்திருந்தாள். காட்சி பட்ஜெட் இருபத்தையாயிரம் ரூபாய் என்று நிச்சயித்திருந்தார்கள். ஆனால் ஐயாயிரம்தான் செலவாயிற்று. நேஷனல் சென்டர் ஃபார் பர்ஃபார்மிஸ்ட் விண்ணப்பித்திருந்தது. சந்திரபிரகாஷ் 'அச்சிடும் தொழில் செய்பவர்கள் தயவா'ல் செய்தித்தாள்களில் மிகுதியான விளம்பரம் செய்தார், பைடர் ரோடிலும், ஜுஹு பீச் முன்பும் வர்ஷா வசிஷ்டின் 'நான்கு பருவங்க'ளின் இரண்டு பெரிய ஹோல்டிங் வைத்தார். ஒரு டஜன் காட்சிகளுக்குப் பிறகு 'குதுப் மினார் யூனிட்'டின் சேமிப்புக்

கணக்கில் இருபதாயிரம் ரூபாய் வருமானம் இருந்தது. வர்ஷா பிரமித்துப் போய் கணக்கைப் பார்த்துக் கொண்டு உட்கார்ந்திருந்தாள். சக உழைப்பாளர்கள் ஒன்றும் வாங்கிக் கொள்ளவில்லை. ''அழகான ஒரு திருப்தி, உங்களுடனும், ஹர்ஷூடனும் வேலை செய்தது எனக்குப் போதும்.'' என்றாள் மாளவிகா. ''பிறகு நாம் 'நைட் ஆஃப் இரு ஆனா' செய்வோம். இந்தப் பணம் அப்போது உதவும்.'' என்றான் ஹர்ஷ். நாடகக்காட்சி அதன் முக்கிய வடிவத்தில் அமைந்தது, ஆனால் நாடக அமைப்பு, வெளிப்பாட்டின் ஆழ்ந்த ஆலோசனை இல்லாமல் இருந்தது.

★ ★ ★ ★

''வர்ஷா, ஸ்டேஜுக்குப் போங்கள்.'' முதல் காட்சிக்குப் பிறகு மாளவிகா புன்னகையுடன் சொன்னாள்.

கைதட்டல் ஒலி இன்னும் நிற்கவில்லை. டில்லி நாடக மேடையில் சாதாரணமாக கர்ட்டன் கால் முறை வழக்கத்தில் இல்லை. கடைசியில் வர்ஷா ஹர்ஷின் கையைப் பற்றிக் கொண்டு மேடை மேல் தோன்ற நேர்ந்தது. அவள் மூன்று முறை குனிந்து நன்றியுடன் பார்வையாளர் கூட்டத்திற்கு வணக்கம் தெரிவித்தபோது சந்திரபிரகாஷ் இரண்டு பெரிய பூங்கொத்துக்களை எடுத்துக் கொண்டு மேலே வந்தார். பிறகு விமல்... போட்டோ கிராஃபர்களின் ஃப்ளாஷ்லைட்டுகள் பளிச்சிட ஆரம்பித்தன...

''வர்ஷா அத்தை...'' பேக்ஸ்டேஜுக்கு வந்ததுமே சிரிப்பொலி கேட்டது.

பாவலாவை அடையாளம் கண்டு கொள்ள வர்ஷாவுக்கு ஒரு வினாடி கூட ஆகவில்லை, அவள் முன்பை விட மிகவும் உயரமாக வளர்ந்து விட்டிருந்தாள்.

''ரீட்டா...''

வர்ஷா தாவி கழுத்தைக் கட்டிக் கொண்டாள். நீண்ட இடைவெளிக்குப் பிறகு தற்செயலாக சந்தித்த ஆவேசம் கனமாக இருந்தது.

சுற்றியிருந்தவர்கள் புன்னகையோடு இந்த சந்திப்புக் காட்சியைப் பார்த்துக் கொண்டிருந்தார்கள்.

★ ★ ★ ★

''சுகுமார், நீங்கள் பந்தயத்தில் தோற்றுவிட்டீர்கள்.'' தன் டிராயிங் ரூமில் ரீட்டா குற்றம் சாட்டினாள்.

சுகுமார் ஜேஃபர்சன் இண்டியா தலைமைக் காரியாலயத்தில் ஒரு பிரிவின் தலைவராக வந்து விட்டிருந்தான். கர்மைக்கேல் ரோடில் மூன்று பெட்ரூம் கொண்ட ஃபிளாட்டில் ஒரு வாரத்திற்கு முன் குடியேறிவிட்டான்.

''இந்தா, வாங்கிக் கொள்.'' சுகுமார் உடனே பர்சிலிருந்து ஒரு நூறு ரூபாய் எடுத்து முன்னால் வைத்தான்.

பாவலாவும் ரிக்கியும் சிரித்தார்கள். சின்னக் குழந்தை நிக்கியை மடியில் வைத்திருந்த ஆயாவும் புன்னகை செய்தாள்.

''இது என்ன சித்துவேலை?'' என்று ஒயினைப் பருகிக் கொண்டே வர்ஷா கேட்டாள்.

''நீங்கள் மம்மியை அடையாளம் கண்டுபிடிக்கமாட்டீர்கள் என்று டாடி சொன்னார்.'' என்று பாவலா சொன்னாள்.

''ம். எனக்கு இப்படி ஒரு கெட்ட பெயர் ஏற்படுத்துகிறீர்களா நீங்கள்?'' என்றாள் வர்ஷா.

''நான் என்ன செய்வேன்? நீ என் இரண்டு கடிதத்திற்கு பதிலே எழுதவில்லை.'' என்றாள் ரீட்டா.

''உன் கடைசி கடிதம் கிருஹப்பிரவேசத்தன்று கிடைத்தது (மறுநாள் வாழ்த்துக் கடித பண்டிலில் ரீட்டாவின் கடிதம் இருந்தது.) நீ கவரில் 'தனிப்பட்டது' என்று எழுதினாயா, இல்லையா?''

ரீட்டா ஒரு வினாடி யோசித்தாள். ''இல்லை என்று நினைக்கிறேன்.''

''நான் என்ன செய்வேன் ரீட்டா? எங்கெங்கே பார்ப்பது? மன்சூரின் கடிதமும் இப்படித்தான் மாயமாகி விட்டது. நல்ல வேளையாக அவர் எனக்கு போன் செய்து விட்டார்.''

''நானும் இரண்டு முறை போன் செய்தேன்.''

''அப்படியா?''

"காலையில் ஷூட்டிங் போயிருப்பதாக தகவல் கிடைத்தது, நான் என் பெயரை சொல்லி உன்னுடைய ஃப்ரண்ட் என்று சொன்னபோது ஆமாம், நிச்சயமாக என்று சிரித்துக் கொண்டே சொன்னார்."

"என் செக்ரட்டரியாக இருந்திருக்கும்." என்றாள் வர்ஷா. இது விஷயமாக பாண்டேயைக் கண்டிக்க வேண்டும் என்று நினைத்துக் கொண்டாள்.

"ஒருமுறை மாலையில் போன் செய்தேன். பாத்ரூமில் இருக்கிறார் என்று ஒரு பெண் சொல்லிவிட்டு உடனே வைத்து விட்டாள். எனக்கு எதுவும் சொல்ல வாய்ப்பே தரவில்லை."

"தங்கையாக இருப்பாள். நான் அவள் காதைத் திருகுகிறேன்." என்றாள் வர்ஷா, "நீ ஒருமுறை வந்திருக்கக் கூடாதா?"

"அடுத்த ஞாயிற்றுக் கிழமை நாங்கள் வருவதாக இருந்தோம்." ரீட்டா பெரிய குழந்தைகளின் பக்கம் கையைக் காட்டினாள், "அநேகமாக உனக்குத் தெரிந்திருக்காது, இங்கே ஸ்கூல்கள் இரண்டு ஷிஃப்ட்களில் நடக்கின்றன. பாவலா திரும்பி வரும்போது ரிக்கி போகும் நேரம்... அந்த மூன்றாவது பிசாசு நாள் முழுதும் என்னை உரசிக் கொண்டே இருக்கும்."

வர்ஷா நிக்கியை வாங்கி மடியில் வைத்துக் கொண்ட போது அது பரிச்சயமான பாவத்தில் புன்னகை செய்தது. பிறகு அவள் கழுத்து செயினை இழுத்தது. துறுதுறுத்த கண்கள் நிலைகொள்ளாமல் சுழன்றன. சிவந்த கொழுகொழுவென்ற உடல் தாறுமாறாக குலுங்கியது. வாயில் பால் மணம். சின்னஞ்சிறிய இரண்டு பற்கள். வர்ஷாவினுள் மெல்லிய பாசரேகை ஓடியது. மிருதுவான கன்னத்தில் முத்தமிட்டு, "டேய்... உனக்கு பல் முளைத்துவிட்டது..." என்றாள்.

"வர்ஷா," ரீட்டா புன்னகை செய்தாள், "எந்த வயதில் பல் முளைக்கும் என்று உனக்குத் தெரியுமா?"

★ ★ ★ ★

ரீட்டாவின் பழைய நைட்டி ஒன்றை அணிந்துகொண்டு வர்ஷா பாத்ரூமிலிருந்து வந்தாள், அது தளர்வாக இருந்தது,

கதவை மூடியபடி ''எத்தனை வருஷங்கள் ஆகிவிட்டன, ஆனால், என் அதிருஷ்டம் மாறவில்லை.'' என்றாள்.

''அப்படியென்றால்?''

''கல்யாணம் ஆன தோழியின் டபுள்காட்டில் அவளுடைய கணவனின் இடத்தில் தூங்குவது...'' வர்ஷா சலிப்பு பாவனையைக் காட்டினாள்.

ரீட்டா கலகல வென்று சிரித்தாள், பிறகு பாராட்டும் குரலில் சொன்னாள், ''ஃபிகரை நிலை நிறுத்தி வைத்துக் கொள்வதற்கும் உனக்கு தேசிய விருது கொடுக்க வேண்டும்.''

''நிறைய விருதுகள் கிடைத்துவிட்டது ரீட்டா.'' வர்ஷா கட்டிலில் உட்கார்ந்தாள், ''இப்போது நான் பல் முளைக்கும் வயதைப் பற்றி கற்றுக் கொள்ள விரும்புகிறேன்.''

ரீட்டா அவளை ஆழமாகப் பார்த்தாள்.

இப்போது ரீட்டா பருமனான, நிறைவான பெண்மணியாகக் காணப்பட்டாள் - தாம்பத்ய சுகத்திலும், பாசத்திலும் நிறைந்து தளும்பினாள். இந்த இல்லத்தரசியின் திருப்தியான கண்களில் மண்டிஹவுஸ் இளம் நடிகையின் பொறுமையற்ற ஆசைகள் மறைந்துவிட்டிருந்தன. நான் ரிப்பர்ட்டரியின் கலை - அக்னி குண்டத்தில் வெந்து கொண்டிருந்தபோது, பிறகு தொழிலின் நிச்சயமற்ற, உணர்வு நிலைப்பாடில்லாத நிலைகளுக்கிடையில் அரபிக்கடலின் கொந்தளிப்பில் மூழ்கி ஆழத்தில் போய்க் கொண்டிருந்த போது, ரீட்டா தன் ஸ்திரமான, நன்கு அமைந்த சம்சார சாகரத்தில் கணவனின் தோளில் தலை வைத்து ஆழ்ந்த, சுகமான தூக்கத்தில் இருந்தாள், மழலைமொழி, கள்ளமற்ற புன்னகைகளால் ஒளிவீசிக் கொண்டிருந்தாள். ரீட்டாவின் நிறைவேறாத கலை - ஆர்வத்தைக் குறித்து இன்று முதல் முறையாக வர்ஷா மனதில் இரக்கம் எழவில்லை.

சுகுமாரின் உடலும் சதை போட்டிருந்தது. முடியில் நரை தோன்ற ஆரம்பித்திருந்தது.

நாங்கள் இளமையின் இறுதிக்கோட்டை நெருங்கிக் கொண்டிருக்கிறோம் என்று வர்ஷா நினைத்துக் கொண்டாள்.

ஒரு மணி நேரத்திற்கு முன்பே சண்டித்தனம் செய்த பிள்ளைகளை ரீட்டா சாப்பிடச் செய்து தூங்க அனுப்பி விட்டாள். இருவரும் தங்கள் நோட்புக்கில் வர்ஷாவிடம் கையெழுத்து வாங்கிக் கொண்டார்கள், ''நாங்கள் எங்கள் ஃப்ரண்ட்ஸுக்குக் காட்டுவோம்-'' ரீட்டா புன்னகையுடன் அந்தக் காட்சியைப் பார்த்துக் கொண்டிருந்தாள்.

''சுகுமார், நீங்கள் இன்று பிள்ளைகள் அறையில் தூங்குங்கள்.'' என்று ரீட்டா கட்டளையிட்டாள். ''காலையில் அவர்களைத் தயார் செய்து ஸ்கூலுக்கு அனுப்பிவிடுங்கள். நானும் வர்ஷாவும் நேரம் கழித்துதான் எழுந்திருப்போம். பிறகு எங்கள் ப்ரெக்ஃபாஸ்டைத் தயார் செய்து விட்டு எங்களை எழுப்பிவிடுங்கள்.'' '' ஓக்கே மேடம்!'' சுகுமார் பட்லர் பாவனையில் பதில் அளித்தான். பிள்ளைகள் சிரித்தார்கள்.

''ஏன் உனக்குக் கிடைத்ததில் உனக்கு சந்தோஷம் இல்லையா?'' என்று கேட்டாள் ரீட்டா.

''மனதின் ஒரு நிலையில், ஒரு எல்லை வரை மட்டும். மகிழ்ச்சி என்ற சொல்லில் எனக்கு இப்போது நம்பிக்கை இல்லை என்று சொன்னால் உனக்கு ஆச்சரியமாக இருக்கும்.''

ரீட்டா சில வினாடிகள் அவளைப் பார்த்துக் கொண்டே இருந்தாள். பிறகு ''உன்னுடைய எல்லா படங்களையும் நான் பார்த்திருக்கிறேன். 'எரியும் பூமி'யை வி.சி. ஆரில் பலமுறை பார்த்தேன். வர்ஷா, நீ மிக உயர்ந்த கலை சிகரத்தை அடைந்திருக்கிறாய். எனக்கு உன்னைப் பார்த்தால் மிகவும் பெருமையாக இருக்கிறது. உன் திறமை, உன் அர்ப்பணம் எனக்குப் பெருமையாக இருக்கிறது. நீ கல்யாணம் செய்து கொண்டிருந்தால் இப்படியான கலை உன்னதம் சாத்தியமாகியிருக்காது.'' என்றாள்.

''ஆமாம்.'' வர்ஷா நீண்ட பெருமூச்சு விட்டாள்.

''தியேட்டரில் உனக்கு 'ஓவேஷன்' கிடைத்தபோது எனக்கு மெய் சிலிர்த்துவிட்டது. நீ பூச்செண்டு வாங்கிய போது எனக்கு

என்.எஸ்.டி. நாட்கள் நினைவு வந்தது. நாம் இருவரும் ஒரே அறையில் இருந்தோம், ஆனால் நம் விதி முற்றிலும் ஒன்றுக்கொன்று விரோதமாகப் போயிற்று, அந்த ஒரு வினாடி சுகுமார் எனக்கு விரோதியாகவே தோன்றினார்.''

''அந்த ஒரு வினாடி உன்னைப் பார்த்திருந்தால் நீ மிகவும் பாக்கிய சாலி என்று சொல்லியிருப்பேன். உனக்குள் சூனியப் புயல் அடித்துக் கொண்டிருக்கவில்லை. 'ஓவேஷன்' உருவமற்றது. நள்ளிரவு இருட்டில் பயங்கரமான கனவு கண்டு தூக்கம் கலைந்தால், அதன் தொடுகையில் அமைதி பெற முடியாது.'' என்றாள் வர்ஷா.

''நீ உணர்வு நிலையில் இப்படி தனித்திருப்பாய் என்று நான் நினைக்கவேயில்லை.''

''தனித்தும் இல்லை ரீட்டா! ஓரத்தில் மூன்று பேர் இருக்கிறார்கள்.'' வர்ஷா லேசாக புன்னகை செய்தாள், ''சித்தார்த்தைப் பற்றி நீ படித்திருப்பாய். சந்திரபிரகாஷ் பெயரை 'பிசினஸ் இண்டியா' வில் பார்த்திருப்பாய். அவர் சமீபத்தில் என்னிடம் கல்யாணப்பேச்சு பேசியிருக்கிறார்.''

''அப்படியென்றால்?''

''எதிர்பார்த்துக் கொண்டிருக்கிறேன்.'' வர்ஷா சோகமாக புன்னகை செய்தாள், ''பாதி வாழ்க்கை இப்படி கழிந்து விட்டது.''

''யாரை எதிர்பார்க்கிறாய்? ஹர்ஷூக்கு ஏதாவது நிகழுமென்றா?''

வர்ஷா ஒரு வினாடி தயங்கினாள். பிறகு மெல்ல சொன்னாள், ''ஆமாம்''.

''ஹர்ஷ் நம்மோடு ஏன் வரவில்லை வர்ஷா? நான் மிகவும் வற்புறுத்தினேன்.''

''ஒழுங்காக நிலை பெற்று விட்ட பழைய நண்பர்கள் வீட்டிற்குப் போக ஹர்ஷ் விரும்புவதில்லை.''

ரீட்டாவைப் போல நெருக்கமானவர்களிடம் கூட ஹர்ஷைப் பற்றி அதிகமாக பேச வர்ஷா விரும்பவில்லை. அவள் கொட்டாவி

விட்டாள்.

ரீட்டா வேறுபல விஷயங்களைப் பேச விரும்பினாள். பல வருஷங்கள் கழித்து நாடகக் கல்லூரி சிநேகிதி கிடைத்திருந்தாள். கார்ப்பரேட் கல்ச்சரில் அழுந்திக் குன்றிப் போயிருந்தாள். ஆனால் வர்ஷா களைத்துப் போயிருந்தாள். நாளைக் காலை செட். ஸ்டுடியோவில் ஆறு மணி நேர ஷிஃப்ட் இருந்தது. மாலையில் டாடா தியேட்டருக்கு வந்த இயக்குனரிடம் மறுநாள் காலை எட்டு மணிக்குள் கட்டாயம் வந்துவிடுவதாக சொல்லியிருந்தாள். ஏழு மணிக்கு அவளை அழைத்துப் போக டிரைவர் வந்துவிடுவான்.

''நீ தூங்கு வர்ஷா!''

வர்ஷா பர்சிலிருந்து காம்போஸ் மாத்திரையை எடுத்துக் கொண்டு தண்ணீர் கிளாசை எடுத்தாள்.

''நீ தூங்குவதற்கு மாத்திரை எடுக்கிறாயா?'' ரீட்டா அவளையே பார்த்துக் கொண்டிருந்தாள்.

''எப்போதாவது . இன்று தூங்கும் இடமும் மாறிவிட்டது இல்லையா? நான் சான்ஸ் எடுக்க விரும்பவில்லை.''

ரீட்டா லேம்ப் ஸ்விட்சை அணைக்க கையை நீட்டியபோது கதவைத் தட்டும் ஒலி கேட்டது.

''வர்ஷா!'' என்றான் சுகுமார், ''உனக்கு போன்...''

ரீட்டா கார்ட்லெஸ்பட்டனை அழுத்தி அவளிடம் தந்தாள்.

''வர்ஷா, இப்போதுதான் லாஸ் ஏஞ்செல்சிலிருந்து போன் வந்தது.'' மிஸஸ் குல்கர்னியின் குரல் கேட்டது, '' 'யூனிவர்சல் காரர்கள் உன்னைத் தங்கள் புதுஃபிலிமில் ஒப்பந்தம் செய்ய விரும்புகிறார்கள்.''

10. 'இன் அண்ட் அஸ்' என்னும் சக்தியின் உச்ச எல்லை

''வர்ஷா, நீங்கள் இப்போது சம்பளம் என்று பார்த்தால் கஞ்சன்பிரபாவை விட கொஞ்சம்தான் பின்னால் இருக்கிறீர்கள்.'' நீரஜா புன்னகையுடன் அவளிடம் 'ஃபிலிம் இன்ஃபர்மேஷனி'ன் புதிய பதிப்பைக் காட்டினாள்.

நீரஜாவின் சந்தோஷத்திற்கு மதிப்பு தருவதற்காக வர்ஷா அந்த எண்ணை ஒரு பார்வை பார்த்துக் கொண்டாள். பதிப்பைக் கையில் வாங்கவில்லை.

''டீ குடியுங்கள், அக்கா!'' ஜுமக்கி அவள் தோளில் பெரிய துண்டை விரித்தாள். வர்ஷா டீயைக் குடித்ததும் குளிரின் மத்திம உணர்வு சற்று கட்டுப்பட்டது போல இருந்தது.

கம்பெனி புதுப் படத்தின் முழுப் பொறுப்பையும் இந்த முறை நீரஜா ஏற்றிருந்தாள். நாரங்க் செட்டுக்குக் கூட வரவில்லை. மிகுந்த பொறுப்புடன் நீரஜா இன்னும் கவனமாக இருந்தாள்.

செட்டின் இன்னொரு மூலையில் இசை நடனத்தில் பங்கு பெறும் 'ஜூனியர் ஆர்டிஸ்ட்' உடம்பைத் துடைத்துக் கொண்டே டீ குடித்துக் கொண்டிருந்தார்கள். ஒரு வினாடிக்குப் பிறகு வர்ஷா பார்வையைத் திருப்பிக் கொண்டாள்.

''வர்ஷா, கஷ்டம் ஒன்றுமில்லையே!'' சூப்பர் ஸ்டார் மைனாக் உலாவிக் கொண்டே பக்கத்தில் வந்தார்.

நம்பர் 'ஒன்'னுடன் ஃபிலிம் சைன் செய்ததும் புரொஃபஷனல் தட்டில் வர்ஷா கனத்து விட்டாள். ''கஞ்சன் பிரபா தூது விட்டாள். வர்ஷா எங்கள் கேம்பில் இருக்கிறார், இந்தப் பாத்திரத்திற்கு மிகவும் ஏற்றவர் என்று சொல்லிவிட்டேன்.'' என்றாள் நீரஜா.

''இல்லை.'' என்றாள் வர்ஷா புன்னகையுடன், ''மழை சீன் முதல் முறையாக செய்கிறேன், அதனால்...''

''உங்கள் இமேஜ் உங்களைக் காப்பாற்றி விடுகிறது.'' டீயைப் பருகியபடி மைனாக் புன்னகை செய்தார்.

வெவ்வேறு விழாக்களில் நான்கு - ஐந்து முறை அவள் மைனாக்கை சந்தித்திருந்தாள். கூட நடிப்பது இதுதான் முதல் முறை. சினிமா ஸ்டார்களின் கர்வத்தை குறித்து வர்ஷா பயந்து கொண்டிருந்தாள், ஆனால் மைனாக்குடன் இதுவரை அதிருப்தியான அனுபவம் எதுவும் ஏற்படவில்லை. அவருடைய நடவடிக்கை எப்போதும் உயர்வாகவும், உற்சாகம் தருவதுமாக இருந்தது. நேரம் தவறாமல் இருப்பதிலும் அவளுக்கு சமமாக இருந்தார். முதல் நாள் காலை ஆறு மணி ஷிஃப்டுக்கு வர்ஷா சரியான சமயத்தில் வந்து சேர்ந்த போது அவருடைய ஆகாய வண்ண மெர்சிடிஸ் வெளியே நின்றிருந்தது. ''மைனாக் சார் பதினைந்து நிமிடம் முன்பே வந்துவிட்டார், மேக் அப் போட்டுக் கொண்டு தயாராக உட்கார்ந்திருக்கிறார்.'' என்று நீரஜா புன்னகையுடன் அறிவித்தாள்.

''ஒன் டூ த்ரி ஃபோர்...'' டான்ஸ் டைரக்டர் ஆண் நடிகர்களுக்கு ரிகர்சல் பார்த்துக் கொண்டே தாளம் தரத் தொடங்கினார்.

''நனைந்த மஞ்சள் மயில்கள்...'' பாடல் ஒலிகள் டேப்பில் ஓடத் தொடங்கின. இரண்டாவது அடிக்காக அவள் ஒயிலாக நடக்க வேண்டியிருந்தது.

ஒரு உதவியாளர் ரைன் மெஷினை இயக்கினார். இரண்டாவது உதவியாளர் நான்கு மூலைகளிலும் இருந்த நான்கு காமிராக்களில் ஒன்றின் இடத்திற்கு மாறினார்.

"உங்கள் ஹாலிவுட் ஃபிலிம் எப்போது தொடங்குகிறது?" என்று கேட்டார் மைனாக்.

"ஒரு வாரம் கழித்து."

"என் இயக்குனர் நண்பர் பிரதாப் உங்களை வந்து சந்திப்பார். தேதிகளில் அவரோடு கொஞ்சம் ஒத்துழைப்பு செய்வீர்களா? எனக்கு முதல் லீடிங் ரோல் அவர்தான் தந்தார், என்னைக் கேவலப்படுத்தி தரவில்லை என்பதுதான் பெரிய விஷயம்."

வர்ஷா அதிர்ச்சி அடைந்தாள். சூப்பர் ஸ்டாருடன் அவளுக்கு இரண்டாவது படம்.

"நான் முழுமையாக அட்ஜஸ்ட் செய்கிறேன், சார்."

"நான் உங்களோடு கம்ஃபர்ட்டபிளாக உணர்கிறேன். ஸ்டார்டம் உங்கள் கலை சிந்தனையிலும், வாழ்க்கை முறையிலும் அடிப்படை நிலையில் மாற்றம் எதுவும் செய்யவில்லை."

இதை டேப்பில் பதிவு செய்து பாண்டேக்கு காட்ட வர்ஷாவின் மனம் விரும்பியது. வர்ஷாவைப் போலவே மைனாக்கும் உலகத்திடமிருந்து விலகி இருந்தார். அவர் கம்பீரத்தன்மை வாய்ந்தவர் என்று நீரஜா சொல்லியிருந்தாள். தன் வீட்டில் பார்ட்டிகள் தருவதில்லை, முகஸ்துதி செய்பவர்களை அண்ட விடுவதில்லை. அவர் அருகில் சிகரெட் பாக்கெட்டையும், டீ கப்பையும் ஏந்தி நிற்க உதவி ஆள்கள் இல்லை. தான் பேசிக்கொண்டிருக்கும்போது யாராவது இடைமறித்துப் பேசினாலும் பொறுத்துக் கொள்வார்.

மைனாக்கையும் தன்னையும் போன்றவர்கள் உலகப் புகழ் கிடைத்த பிறகும் தங்களுக்கே உரிய வாழ்க்கை முறையை நிலைநிறுத்த முடியும். மக்கள் விரும்புபவர்களாக இருக்கும் வரை அவர்கள் வாழ்க்கைமுறை பத்திரமாக இருக்கும்.

"ஹர்ஷைப் பற்றி எதுவும் செய்தி உண்டா?"

வர்ஷா புன்னகை செய்தாள், "'முக்தி' ஷூட்டிங் ஆரம்பித்து விட்டது."

"நீங்கள் ஒரு முறை ஒழுங்கு முறையான விதிகளுக்குள் வந்துவிடுங்கள், பிறகு உங்களுக்கு விருப்பமானதை ஒரு எல்லை வரை நீங்கள் செய்யலாம் என்று சொன்னேன். அவர் ஒத்துக் கொள்ளவில்லை. அவர் முயற்சி வெற்றி அடைந்து கொண்டிருப்பதில் எனக்கு சந்தோஷம்.''

வர்ஷா தனக்குள் சொல்லிக் கொண்டாள், ''ஆமீன்! (அப்படியே ஆகட்டும்)''

★ ★ ★ ★

இந்த நாட்களில் வாழ்க்கை சுகமானதாக வர்ஷாவுக்குத் தோன்றியது. மிக அமைதியாக இருந்தது. 'ஸ்லேபி'னால் புரொஃபஷனல் ரேட்டிங் அதிகமாகி விட்டிருந்தது. 'ப்ளேஸ் ஆஃப் ஹோப்' அவளுடைய கலை அம்சத்தை கனமாக்கிவிட்டது.

இதைத் தவிர இன்னும் இரண்டு காரணங்கள் இருந்தன.

சித்தார்த் விஷயமாக ஏற்பட்ட இரண்டு குற்ற உணர்வு மங்கிக் கொண்டிருந்தது. 'உங்கள் இயக்குநர் ஸ்ரீ தேசாய் வந்திருந்தார். என் தேதிகளால் ஃபிலிம் வளர்ச்சியில் தடங்கல் ஏற்பட்டிருக்கிறது என்று அவர் நினைக்கிறார். நான் அவரிடம் மன்னிப்பு கேட்டு இனி ஒத்துழைப்பு தருவதாக சொல்லியிருக்கிறேன். 'ஆகாஷ் தீப்' பாதியில் நின்று விட்டது உங்கள் வாழ்க்கையை எப்படி பாதிக்கும் என்று என்னை விட உங்களுக்கு நன்றாகத் தெரியும். சில வாரங்கள் என்னைப் பார்க்கும் வேதனையைப் பொறுத்துக் கொண்டால் மிகவும் உதவியாக இருக்கும்.

ஃபிலிம் முடிந்ததும் என் நிழல் கூட உங்கள் மீது விழாது என்று நான் உறுதி கூறுகிறேன். நீங்கள் தீர்மானிக்கும் தேதிகளை மீராவிடம் சொல்லி அனுப்புங்கள். எனக்கு போன் செய்யும் கஷ்டத்திலிருந்து நீங்கள் தப்பலாம். நல்வாழ்த்துக்களுடன்...'

மூன்றாம் நாள் இரவு அழைப்பு மணி ஒலித்தது. வர்ஷாவையும் சேர்த்து முழு 'மகளிர் மையமு'ம் தொலைக் காட்சியில் மூழ்கியிருந்தது. அந்தத் தொடர் ஒவ்வொரு புதன் கிழமை மாலையிலும் குடும்பங்களை ஆக்கிரமித்துக் கொண்டது, அதில் டில்லி நாடகமேடையின் பல தெரிந்த முகங்கள் இருந்தார்கள்.

"ஹலோ!" சித்தார்த் எதிரில் நின்றான்.

முன்னை விட மெலிந்திருந்தான். முகத்தில் மெல்லிய சங்கடம். இயக்குநரின் நிலையைக் குறித்து எழும் வர்ஷாவின் அனுதாபம் இன்று இன்னும் ஆழமாயிற்று. புகழ் பெற்ற இயக்குநராக இருந்தும் அவன் ஸ்டார் வீட்டிற்கு வரத்தான் வேண்டியிருந்தது.

"வேறு அறையில் உட்காருவோமா?" வர்ஷா டி.வி. முன்னால் உட்கார்ந்திருந்த மூன்று பெண்களையும் பார்த்தாள்.

"வேண்டாம். பரவாயில்லை." சித்தார்த் எதிரில் உட்கார்ந்தான். "இன்று நானும் சீரியல் பார்க்கிறேன்."

சற்று நேரத்திற்குப் பிறகு அறை காலியாகிவிட்டது. ஜல்லியும் ஹேமலதாவும் உள்ளே போய் விட்டார்கள், காபிக் கப்பை வைத்துவிட்டு ஜுமக்கி சமையல் அறைக்குப்போய் விட்டாள்.

"உங்களைப் பற்றி தவறான எண்ணம் எதுவும் எனக்கு இல்லை." சித்தார்த் கீழே பார்த்தவண்ணம் மெல்ல சொன்னான், "அடி எதிர்பாராததாக இருந்தது, அதனால் தடுமாறிவிட்டேன்."

முதல் பார்வையில் இன்று சித்தார்த் வர்ஷாவுக்கு ஷூட்டிங் முதல் நாளன்று கேட்ட டெக்னிக் சொற்களைப் போலவே அந்நியமாகத் தோன்றினான். அவனுடைய இந்தப் பேச்சால் தூரம் சற்று குறைந்தது, ஆனால் கூச்சம் நிறைந்த இறுக்கம் இன்னும் நீங்க வில்லை. தன்னுடைய பழைய லயிப்பைக் குறித்து கொஞ்சம் ஆச்சரியமும் உள்ளுக்குள் எழுந்தது. உறவுகள் நம் நெஞ்சில் எவ்வாறு மாறிக்கொண்டே இருக்கின்றன என்று நினைத்துக் கொண்டாள்.

"இப்போது இரண்டு - மூன்று ஷெட்யூலில் 'ஆகாஷ் தீப்'பை முடித்து விட விரும்புகிறேன்." சித்தார்த் ஒரு மடக்கு காபி குடித்தான், "உங்களுக்கு இன்னும் பதினைந்து நாட்கள் வேலை இருக்கும்."

"ஃபாரின் ஃபிலிமிற்குப் பிறகு எப்போது வேண்டுமானாலும் வைத்துக் கொள்ளுங்கள்." என்றாள் வர்ஷா.

சித்தார்த் சில வினாடிகள் மௌனமாக இருந்தான். பிறகு சொன்னான், '' நான் உங்களை சந்திக்க விரும்பவில்லை. மன்னியுங்கள்.''

வர்ஷா பெருமூச்சு விட்டாள், ''எனக்குப் புரிகிறது.''

சித்தார்த்துக்கு திடீரென்று இருமல் வந்துவிட்டது.

''உங்களுக்கு உடம்பு சரியில்லையா?''

''இல்லை. சரியாகத்தான் இருக்கிறது.'' சித்தார்த் கைக்குட்டையால் முகத்தைத் துடைத்துக் கொண்டான்.

''யாராவது வேலைக்காரன் வைத்துக் கொள்ளுங்கள். மீரா சொன்னாள்...'' சட்டென்று வர்ஷா நிறுத்திவிட்டாள். 'நீங்கள் தனியாக இருந்து வாடுகிறீர்கள்' என்று சொல்வது சரியாகத் தோன்றவில்லை.

''எல்லாரும் உங்களைப் போல அதிருஷ்டசாலிகள் இல்லை.'' சித்தார்த் லேசாக புன்னகை செய்தான்.

அது அன்று மாலை முதல் புன்னகை.

''அப்படியென்றால்?''

''ஜுமக்கியைப் போல எங்கே கிடைப்பார்கள்?''

வர்ஷாவும் புன்னகை செய்தாள்.

இரண்டாவது காரணம், ஹர்ஷின் கசப்பான கோபமுகத்தில் களங்கமற்ற புன்னகை.

தயாரான நான்கு ரீல்களையும் பார்த்து அவள் தன்னை மறந்தாள். வினியோகஸ்தர் மேகானி சில வாரங்கள் பயணமாக அயல்நாடு போயிருந்தார். அவர் திரும்பி வந்தவுடன் பெரிய ஷெட்யூல் தயாராகிக் கொண்டிருந்தது. ஒரு நீண்ட ஷெட்யூலில் ஃபிலிமை முடித்துவிடவேண்டும் என்று ஹர்ஷும் எண்ட்ரியும் பிடிவாதம் செய்தார்கள். 'ஸ்க்ரீன்' போன்ற ட்ரேட் பேப்பர்களில் ஹர்ஷ், எண்ட்ரியின் படங்களுடன் 'தலைசிறந்த வெற்றிக் கலைஞர்களின் மறு பிரவேச சங்கநாதம்' என்ற தலைப்பில் நீண்ட கட்டுரை பிரசுரமாகியிருந்தது.

'தற்கால சினிமா சண்டைக் காட்சிகள், கண்ணீர் பெருக்கும் சோகங்களில் வழி தவறி திரிந்து கொண்டிருக்கிறது, கலை ஃபிலிம் வெறும் உருவகங்களில் வடமேற்கின் அறிவில் கட்டுப் பட்டிருக்கிறது.' என்று எண்டரி சொல்லியிருந்தான், ''ஊடகத்தின் சக்தி மிக்க கற்பனை வளத்துடன் நெஞ்சைத் தொடும் கதைகளின் படம் பிடிப்பதின் மூலமே பார்வையாளர்களை சினிமா தியேட்டருக்கு வரவழைப்பதில் நாம் வெற்றி அடைய முடியும் என்பது என் கருத்து. பிரபாத், ராஜ்கமல், விமல்ராய், குருதத் ஆகியோர் விட்டுச் சென்றவற்றை நாம் நினைவில் வைக்கவேண்டும்.''

★ ★ ★ ★

'வாருங்கள், பாண்டே சார்!'' ஹர்ஷ் புன்னகையோடு பாண்டேயின் வணக்கத்திற்கு பதில் சொன்னான்.

பாண்டே அவ்வளவு சந்தோஷமாக இருப்பதை வர்ஷா அரிதாகத்தான் பார்ப்பாள்.

பாண்டே ஒப்பந்தப் பத்திரத்தை வர்ஷா முன் வைத்தார், ''நம் சினிமா உலகத்தில் ஸ்டார்களின் அல்ட்டிமேட் விருப்பம் - டபுள் ரோல்! ஃபிலிமின் ஒவ்வொரு ப்ரேமிலும் அவன் இருப்பான். விளம்பரங்களில் அவன் பெயர் ஃபிலிம் பெயருக்கு மேல் இருக்கும். கடைசியில் நம் பெயர் இப்போது 'இன் அண்ட் அஸ்' போன்ற மந்திரச் சொல்லோடு இணைந்திருக்கிறது - ஸ்டார்டமின் இறுதி உரைகல் ... வர்ஷா வசிஷ்ட் - இன் அண்ட் அஸ் - 'ராதாவும் சீதாவும்'...''

''டபுள் ரோல் சுகமான பூம்படுக்கை.'' ஹர்ஷ் அவளை சீண்டினான்.

வர்ஷா புன்னகை செய்தாள்.

முதல் நாள் இயக்குநரிடம் பேசியாயிற்று. இந்த ஃபிலிமில் அவள் சம்பளம் கஞ்சன்பிரபா சம்பளத்திற்கு சமமாக இருந்தது.

''ஹர்ஷ், நீங்கள் உங்கள் கையால் பால்பாயிண்ட் பேனா தருகிறீர்களா?''

ஹர்ஷ் வினயமாக வர்ஷா முன் பால் பாயிண்ட் பேனாவை நீட்டினான். வர்ஷா புன்னகையுடன் கையெழுத்திட்டாள்.

பாண்டே இரண்டு காப்பிகளையும் ப்ரீஃப்கேசில் வைத்துக் கொண்டார்.

''ஹர்ஷ், உங்களிடம் ஒரு விண்ணப்பம்.'' என்றார் பாண்டே, ''உங்கள் வேலையையும் நானே பார்க்கட்டுமா? மேடத்திடம் அனுமதி வாங்கிக் கொண்டுவிட்டேன்.''

''சரி.'' என்றான் ஹர்ஷ்.

'' 'முக்தி' ரிலீசுக்கு முன் ஏதாவது படத்தில் சைன் பண்ண விரும்புவீர்களா?''

ஹர்ஷ் கொஞ்சம் யோசித்தான், ''இவ்வளவு நாள் அதை எதிர்பார்த்தாகி விட்டது. இன்னும் கொஞ்ச நாள் எதிர்பார்ப்போமே!''

''அது சரிதான்.'' (செக்ரட்டரி எஜமானுக்கு எதிராக எப்படி பேசுவார்!) சற்று தயக்கத்துடன் பாண்டே சொன்னார், ''அப்படி சைன் பண்ணுவதிலும் நன்மை இருக்கிறது. சுறுசுறுப்பான கலைஞராக மார்க்கெட்டில் பெயர் இருக்கும். ஆனால் சம்பளம் குறைவாகத்தான் கிடைக்கும்.''

ஹர்ஷ் ஒரு வினாடி மௌனமாக இருந்தான்.

''இவ்வளவு தூரம் விளையாடியாயிற்று, இன்னும் கொஞ்சம்!''

பாண்டே சிரித்துக் கொண்டே வணக்கம் சொல்லிவிட்டுப் போய்விட்டார்.

★ ★ ★ ★

''என்ன எழுதிக் கொண்டருக்கிறீர்கள்?'' சற்று நேரத்திற்குப் பிறகு வர்ஷா குளித்துவிட்டு வெளியே வந்த போது ஹர்ஷ் அவள் ரூமில் கார்ப்பெட்டில் உட்கார்ந்து பேடில் ஏதோ எழுதிக் கொண்டிருந்தான். பக்கத்தில் ஆஷ் - ட்ரேயில் சிகரெட், காபி கப்

(வெளியில் சீரியலுடன் ஒட்டியிருந்த 'மகளிர் - மையம்' இப்போது தனியாக அறையில் வர்ஷா - ஹர்ஷ் இருவரும் இருந்தால் கூச்சப்படுவ தில்லை. ஜுமக்கியின் போக்கு ஆரம்பத்திலிருந்தே இயல்பாக இருந்தது. ஜல்லியும், ஹேமலதாவும் முதலில் கொஞ்சம் கூச்சப் பட்டார்கள், பிறகு இயல்பாகிவிட்டார்கள்).

'' 'முக்தி'க்குப் பிறகு 'வர்ஷா - ஹர்ஷ் கம்பைன்' நிறுவப் பட்டுவிடும்.'' என்றான் ஹர்ஷ், ''இந்த பேனரின் முதல் ஃபிலிம் - 'மாநகரத்தில் காதல்' அது பம்பமாய் நெரிசலில் வேலை தேடி அலையும் இளம் ஆண் - பெண்களின் காதல் கதையாக இருக்கும். இருவரும் தங்கள் - தங்கள் கேரியரில் சமநிலையில் மிகவும் ஆர்வத்தோடு இருக்கிறார்கள், இருவருடைய கேரியரே வில்லன் வேலையை செய்கிறது. அவர்கள் சந்திக்க விரும்புகிறார்கள், உணர்வுகளின் போட்டியில் முன்னேற விரும்புகிறார்கள், ஆனால் தொழில்முறையிலான போட்டி தடையாகிவிடுகிறது. தன் வேலைகளை எளிதாக்கிக் கொள்ளும்படி கணவன் மனைவியிடம் கூறுகிறான், அதனால் போராட்டம் ஆழமாகிவிடுகிறது. அதன் பிறகு பெரிய நெருக்கடியான நிலை ஏற்படுகிறது. மனைவிக்கு உயரிய பதவி உயர்வு கிடைக்கிறது, தனக்கு கிடைக்கும் என்ற முழு நம்பிக்கையுடன் இருந்த கணவனுக்கு கிடைக்கவில்லை. தனிமையாலும், இயந்திரத்தனமான அலுவலக வேலையாலும் களைத்துப் போய் தன் உடைந்துபோன கர்வத்தைக் கட்டுப்படுத்தி கடைசியாக கணவன் மனைவியிடம் திரும்பி வருகிறான்.''

ஒரு வினாடி இருவர் பார்வையும் கலந்து நிலைத்தது. பின்னர் இருவரும் மெல்ல புன்னகை செய்தார்கள். இது எங்கள் கதைதான் என்று வர்ஷா நினைத்துக் கொண்டாள்.

''பிக்சரில் பின்னணியில் ஒரு பாட்டு வரும், அது ஆரம்பத்தில் மாநகர சின்னங்களோடு - நெரிசல் நிறைந்த லோக்கல், சர்ச் கேட் ஸ்டேஷன், சிவப்பு விளக்கு, ஹவுஸ் ஃபுல் போர்டு போன்றவை - ஆனால் சூப்பர் இம்போஸ் கிரெடிட் டைட்டில்களோடு ஓடும். இந்தப் பாட்டு ஃபிலிம் முடிவில் கதாநாயகி கல்யாணத்திற்கு ஒப்புக்கொள்ளும்போது மறுபடியும் ஒலிக்கும். எண்ட்ரிதான் இயக்குநர்.''

சிறிது நேரம் அமைதி நிலவியது.

‘‘இங்கு குழுக்கள்தான் படங்கள் தயாரிக்கின்றன என்பதை நீ பார்த்திருப்பாய். ஃபிலிம் தயாரிப்பு செலவு யாருக்கு எவ்வளவு பங்கு இருக்கிறதோ அந்த அளவுக்குதான் அவன் உரிமையும் இருக்கும். தயாரிப்பாளர், அவருடைய குடும்பத்தினர், அவருடைய நெருங்கிய நண்பர்கள், வினியோகஸ்தர், கதாநாயகன், கதாநாயகி - எல்லாரும் ஃபிலிமை எங்கிருந்து எங்கே கொண்டு போகிறார்கள் என்று உனக்குத் தெரியும். உண்மையில் ஃபிலிம் ஒரு கனவின் நனவு வடிவம் என்பது என் கருத்து. நம் பேனர் ஃபிலிம்கள் இப்படித்தான் இருக்கும்.’’

ஹர்ஷின் பார்வை வர்ஷாவுக்கு நடைமுறைக்கு ஒவ்வாததாகத் தோன்றவில்லை. இங்கே யூனிட்டில் எல்லாரையும் விட முக்கியமானவர் கதாநாயகன், பிறகு கதாநாயகி. இவர்கள் இருவரும் தயாரிப்பாளர்களாகவும் இருந்தால் அந்த நிலைமை ‘விருப்பம் அதன் உச்ச எல்லை வரை’ என்பதை நிரூபிப்பதாக இருக்கும். ஹர்ஷ் ஏன் ‘முக்தி’க்காக பல யோசனைகளை நிராகரித்தான் என்பது இன்று வர்ஷாவுக்கு முழுமையாக விளங்கியது. துணைக் கதாபாத்திரம் அவனுக்கு கொஞ்சம் பணம் மட்டும்தான் தரக்கூடும், ஆனால் முக்கிய பாத்திரம் கதாநாயகன் என்ற மகிழ்ச்சியைத் தரும். ஆனால் இந்தப் படங்கள் மனதிற்குப் பிடித்த பல அம்சங்களின் கலவையாக இருந்தன - ஒரு மையப் பாத்திரத்தைக் கொண்டு சுழலும் கதை அமைப்பு இல்லை. ஹர்ஷ் பல நடிகர்கள் செய்யக்கூடியதைப் போலவே தன் திறனுக்கேற்ப ‘முக்தி’ கதையைத் தெரிவு செய்திருந்தான், ஆனால் அவன் தன் நிர்ணயிக்கப்பட்ட கொள்கைகளுக்கேற்ப அதைத் திரையிலும் உருவாக்கிக் கொண்டிருந்தான். ஒரு சிலர்தான் அவ்வாறு செய்யக் கூடியவர்களாக இருந்தார்கள். ‘முக்தி’ முடிந்த பிறகு இது நூறு சதவிகிதம் என்னுடைய ஃபிலிம் என்று அவன் கர்வத்துடன் சொல்ல முடியும்.

‘‘நம்முடைய இரண்டாவது படம் ‘உண்மையும் பொய்யும்’ நாவலைத் தழுவியது.’’ ஹர்ஷ் மரத்தைப் பார்த்துக் கொண்டே சொன்னான். ‘‘இதன் முதல் ஷூட்டிங் பாகிஸ்தானில் ஷூட்

செய்யப்படும். இது பெரிய கேன்வாசில் அழகான, அதிக செலவில் தயாரிக்கப்படும் படம். இதில் நீ 'தாரா' வாகவும், நான் 'ஜயதேவா'கவும் நடிப்போம். சகோதரன் - சகோதரியாக நடித்து நாம் இந்திய சினிமா வரலாற்றில் ரிக்கார்ட் ஏற்படுத்துவோம். இந்தியா - பாகிஸ்தான் பிரிவினையின் போது ஏற்பட்ட அழிவின் அப்படையில் அமைந்த இந்த முதல் படம் சிறந்த கலைஞர்களின் ஊர்வலமாக அமையும். இந்த ஃபிலிம் எல்லா விருதுகளையும் வெல்லும், டிக்கெட் கவுண்டர்கள் அமர்க்களப்படும். இயக்குநர் எண்ட்ரிதான். இந்தப் படம் ஆங்கிலம் - ஹிந்தி இரண்டு மொழிகளிலும் ஒரே சமயத்தில் தயாராகும்.''

அவள் காற்றில் பறப்பதைப் போல உணர்ந்தாள்.

''இப்போது நாம் பர்சோவாவில் நம் வீட்டிற்குப் போய்விட்டோம், வீட்டில் நம் முதல் குழந்தையும் பிறந்து விட்டது.'' காபியைப் பருகிக் கொண்டே ஹர்ஷ் சொன்னான், ''நாம் வெளிப்படங்களை விடாமல் செய்து கொண்டிருக்கிறோம். நீ ஒரு ஷிஃப்ட், நான் இரண்டு, சரியா?''

''நானும் இரண்டு ஷிஃப்ட் செய்வேன்'' என்று வர்ஷா சிணுங்கினாள்.

''இல்லை, நீ களைத்துப் போய் விடுவாய். வீட்டிலும் உனக்கு பொறுப்புகள் இருக்கிறது, இல்லையா.'' என்றான் ஹர்ஷ், ''மூன்றாவது ஃபிலிமை நான் இயக்குவேன், எந்தப் பாத்திரமும் ஏற்க மாட்டேன். ஆண்களால் நிர்வகிக்கப்படும் ஒரு நிறுவனத்தில் பணிக்கு வரும் ஒரு பெண்ணைப் பற்றியது. அவள் கீழ்த்தரமாக பார்க்கப்படுகிறாள், ஆனால் தன் திறமையாலும், புத்திசாலித் தனத்தாலும் மெல்ல, மெல்ல எல்லோரும் தன் சிறப்பை ஒப்புக் கொள்ளும்படி செய்து விடுகிறாள்.''

''நான் சமீபத்தில்தான் இப்படி ஒரு கதையைப் படித்தேன். அந்தப் பத்திரிக்கை இங்கேதான் எங்கேயாவது இருக்கும்.''

''தேடி எடுத்துவை.'' ஹர்ஷ் சிகரெட் புகையை இழுத்தான், ''நம் கம்பெனி சமூக - அரசியல் விஷயங்களை விழிப்புடன் பயன்படுத்தும். ரேட் ஃபோர்டால் 'தி கேண்டிடேட்', 'ஆல் தி

பிரசிடெண்ட்'ஸ் மேன்' ஆகிய படங்களைத் தயாரிக்க முடிந்தால் நாம் இருண்டகால இருட்டைப் பற்றி ஃபிலிம் தயாரிக்க முடியாதா? 'ஹன்னா கே', 'மிஸ்ஸிங்' போன்ற அரசியல் திரில்லர்களையும் நாம் தயாரிப்போம். 'சாரியட்ஸ் ஆஃப் பைர்' ஸ்போர்ட்ஸ் ஃபிலிம்களுக்கு டாபூ இல்லை என்று உறுதிப்படுத்திவிட்டது. நாமும் தியான் சந்தி அல்லது பி.டி. உஷா போன்றவர்களை உருவாக்க முயற்சிப்போம். நாம் பஹதூர் ஷா ஜஃபர் போன்றவர்களின் சரித்திரத்தை 'தி லாஸ்ட் எம்பயர்' போன்ற படங்களாக ஆக்குவோம். நம் வைல்டு லைஃப் மிக வளமானது. 'அவுட் ஆஃப் ஆஃப்ரிக்கா' போன்ற படங்களை நாம் ஏன் செய்யக்கூடாது? 'மஹாபாரதம்' தயாரிப்பு மதிப்பு மிகுந்தது. நம் சக்தியை மீறி நாம் ஒரு இசை ஃபிலிம் தயாரிப்போம். மன்சூர் எனக்கு ஒரு கதை சொன்னார்'' மரத்தைப் பார்த்துக் கொண்டே ஹர்ஷ் ஆவேசமானான், ''நம் கம்பெனி தலைசிறந்த நடிகர்கள், டெக்னீஷியன்களின் குழுவாக இருக்கும் - டிக்டேட்டரின் சொற்களில் 'அஷ்டதிக்கு யானைகளின் போராட்டம்'... எப்போதும் ஃப்ளோரில் நம்முடைய ஒரு படம் தயாராகிக் கொண்டு இருக்கும். பேனர் புகழ் பெற்ற பிறகு நாம் நம்முடைய எல்லா ஃபிலிம்களிலும் வேலை செய்ய வேண்டும் என்ற அவசியம் இருக்காது. புதிய, திறன் மிக்க கலைஞர்களுக்கும் நாம் வாய்ப்பு அளிப்போம். நாம் கதையை மட்டும் பார்த்துவிட்டு ஓக்கே சொல்வோம், பிறகு எல்லாவற்றையும் இயக்குநர் பொறுப்பில் விட்டுவிடுவோம். லூக்காசைப் போல நம்முடையது அர்ப்பணித்துக் கொண்ட ஒரு கோர்சாக இருக்கும்... குளிர்காலத்தில் நாம் டில்லியில் இருப்போம், டில்லியில் ஷூட்டிங் நடக்கும் பொழுது நாம் வேலை செய்வோம்...''

''போதும் ...'' வர்ஷாவுக்கு திடீரென்று பயம் வந்துவிட்டது, ''நிறைய பிளானிங் பண்ணாதீர்கள் - எனக்கு பயமாக இருக்கிறது.''

★ ★ ★ ★

''ஹாய் ...'' ஜான் வில்சன் கதவைத் திறந்தார், ஆழமான பார்வையால் அவளை அளந்தார்.

இவ்வளவு வயதாகியும் ஜானின் சுறுசுறுப்பு பிரமிப்பூட்டுவதாக இருந்தது. நரைத்த முடி, தாடிக்கிடையே

மின்னிய கூரிய கண்கள் ஒரு வினாடி அசாதாரண நிலைக்குக் கொண்டு சென்றன.

தாஜ் ஹோட்டல் வி.ஐ.பி. ஸுட்டில் நுழையும் போது வர்ஷாவுக்கு தன் ஆத்மசக்தியைத் திரட்டிக் கொள்ள வேண்டியிருந்தது.

''என் மனைவி மார்த்தா...'' என்று ஜான் அறிமுகப்படுத்தினார்.

கைகுலுக்கிவிட்டு வர்ஷா எதிரில் உட்கார்ந்தாள். இப்போது நான் ஹாலிவுட்டின் ஒரு மிகச் சிறந்த, மதிப்பிற்குரிய இயக்குநரின் எதிரில் இருக்கிறேன் என்று வர்ஷா நினைத்துக் கொண்டாள்.

ஜான் இதுவரை முப்பது ஃபிலிம்கள் செய்திருந்தார். அவற்றில் ஒன்றை வர்ஷா திவ்யாவோடு ஷாஜஹான்பூரில் பார்த்திருந்தாள். (ஒரு நாள் இந்த இயக்குநரின் எதிரில் இப்படி உட்காருவோம் என்று அப்போது நினைத்துக் கூட பார்த்திருப்பாளா?). பிறகு டில்லியில் ஆறு, ஏழு படங்கள் பார்த்தாள், பின்னர் ஃபிலிம் விழாவில் மாவல்களில் அவருடைய ரிட்ராஸ்பெக்டிங். அவருக்கு அமெரிக்காவில் ஆஸ்கார் விருதும், பிரிட்டனில் அதற்கு சமமான விருதும், ஃப்ரான்சில் சீசர் விருதும், மேலும் பல இண்டர்நேஷனல் விருதுகளும் கிடைத்திருந்தன. கடந்த இருபது ஆண்டுகளாக ரேட்டிங் கணக்கில் மூன்று தலைசிறந்த இயக்குநர்களில் எப்போதும் அவர் பெயர் இருந்தது. புகழ் பெற்ற எத்தனையோ கலைஞர்கள், டெக்னீஷியன்களுக்கு அவர் 'ப்ரேக்' கொடுத்து வேலை கொடுத்திருந்தார், சிட்னி போலக் அவருடைய உதவியாளராக இருந்தவர், டஸ்டின் ஹாப்மன் வார்ட்ரோப் இன்சார்ஜாக இருந்தார், ஜாக் நிக்கல்சன் படக்கதை எழுதினார், ப்ரூஸ் டர்ன், மேரி டைட்லர் மூர், ஜெசிகா லேக் ஆகியோருக்கு முதல் 'ஸ்பீக்கிங் பார்ட்' அவர்தான் தந்தார்.

அவர் எல்லா வகையான ஃபிலிம்களும் தயாரித்திருந்தார் - இலக்கியப் படைப்புகள் அடிப்படையில் அமைந்தவை, க்ரைம் திரில்லர், போர்க்கதை, காதல் - கதை, இசை ஃபிலிம்கள். அவர் உலகின் ஆறு கண்டங்களிலும் ஷூட் பண்ணியிருந்தார். இந்தியாவில் இது அவருடைய இரண்டாவது படம். அவர் தன்

கொள்கைகளில் மிகவும் திடமானவராகக் கருதப்பட்டார். ஸ்டார் - தயாரிப்பாளர் ஹாரியட் டெய்லரின் மிக அதிக சம்பளம் பேசப்பட்ட ஃபிலிமை நிராகரித்துவிட்டார், ஏனெனில் அவர் ஹவுஸ் கமிட்டி ஆஃப் அன் - அமெரிக்கன் ஆக்டிவிட்டீஸின் முன் தன் இடது சாரி நண்பர்களுக்கு எதிராக டெஸ்டிஃப் செய்திருந்தார்.

ஜான் பிடிவாதக்காரராகவும், பர்ஃபெக்ஷனிஸ்டாகவும் கருதப்பட்டார். அவருடைய ஒவ்வொரு ஃபிலிமும் முடிந்த பிறகு ஒரு முக்கிய கலைஞருக்கு நெர்வஸ் பிரேக் டவுன் வந்துவிடும் என்று சொல்லப்பட்டது. அவருடைய சில வசனங்கள் பிரசித்தி பெற்றவை, 'உணர்வுகள் இந்தத் தொழிலை விட்டு நீண்ட நாட்களுக்கு முன்பே விடை பெற்றுச் சென்றுவிட்டன', 'ஆரஞ்சு சுளையை ஆல்கஹால் தாங்கியிருப்பது போல மோசமான விமரிசனங்கள் இயக்குநரைத் தாங்கி நிற்கின்றன.' ' முதல் ஃபிலிம் எடுத்து முடித்த அன்று இறைவன் தூக்க மாத்திரை எடுக்க நேர்ந்தது.'

"நீங்கள் ஸ்கிரிப்டை படித்து விட்டீர்களா?" என்று கேட்டார் ஜான்.

வர்ஷா காபியைப் பருகினாள், "படித்து விட்டேன்."

ஹாலிவுட்டில் வெளியிடப்பட்ட படக்கதைகளை வர்ஷா படித்திருக்காவிட்டால் 'பாலஸ் ஆஃப் ஹோப்' படக்கதையைப் பார்த்து திகைத்துப் போயிருப்பாள். டெக்னிகல் சொற்கள் சித்தார்த்தின் படக்கதைகளிலும் நிறைய இருக்கும். இங்கு ஒவ்வொரு காட்சியிலும் இரண்டு பக்கங்களிலும் வரிசை எண் தரப்பட்டிருந்தது. பிறகு ஸ்கிரீனிங் டைம். முதல் அரண்மனை ஷாட் பதினேழு செகண்டுக்கு இருந்தது. நேரம் ஒதுக்கப்பட்டிருப்பதன் அவசியம் வர்ஷாவுக்கு புரிந்தது. ஜானுக்கு பதினைந்தாவது படத்திலிருந்து வெளியீட்டு உரிமை கிடைத்திருந்தது.

ஃபேட் இன் ஆன்

பாலஸ் ஆஃப் ஹோப். இரவு.

இடைக்கால அழகிய மாளிகை. லோ - ஆங்கிள் ஷாட். உயர்ந்த தூண்கள், நீண்ட தாழ்வாரங்கள், பெரிய உயர்ந்த முகப்பு வாசல், பெரிய ஜன்னல்கள். காமிரா மெல்ல, மெல்ல பல மாடிகள்,

உள் - வெளிப் பகுதிகளில் நகர்கிறது. இடைக்காலத்தில் விரிந்து, பரந்த ஒரு சாம்ராஜ்யத்தின் அதிகார மையமாக இருந்து இன்று ஒரு ஐந்து நட்சத்திர ஹோட்டல் சங்கிலியின் ஒரு பகுதியாக ஆனது வரை - இந்த மாளிகை நிறைய கண்டிருக்கிறது. ஷாட்டின் தொடக்கத்திலிருந்து சவுண்ட் டிராக் ஒலித்தது. பல உரையாடல் பகுதிகள், சிரிப்பு, இசை, அழுகை ஒலிகள் கேட்கின்றன...

ஜிம்மும் டோரதியும் இங்கு வந்து தங்குகிறார்கள். ஜிம் ஒரு இந்திய வரலாற்று புரொஃபசர், டோரதி டிராவல் ரைட்டர். ஜெய்ப்பூர் வந்ததுமே இந்த காதல் - ஜோடிகளிடையே புரியாத ஒரு இறுக்கம் தோன்றத் தொடங்குகிறது. ஹோட்டலில் அசிஸ்டெண்டாக இருக்கும் இந்தியப் பெண் சுப்ரியாவைப் பார்த்து ஜிம் திகைத்துப் போகிறான். சுப்ரியாவின் முகம் நன்கு பரிச்சயமானதாக அவனுக்குத் தோன்றுகிறது. இரவு அவன் கனவு காண்கிறான், அதில் அவன் சுப்ரியாவிடம் அவள் ஜாதகத்தை வாங்குகிறான், தன் ஜாதகத்துடன் (ஆமாம், அவன் ஐந்து வருஷங்களுக்கு முன் வாரணாசியில் தன் ஜாதகத்தைக் கணித்து வாங்கியிருந்தான்!) அதையும் ஒரு சிறந்த ஜோதிடரிடம் தருகிறான். ''போன பிறவியில் இவள் உங்கள் காதலி, மனைவி. அவள் அரசகுமாரி மஹாஸ்வேதா, நீங்கள் போலீஸ் சூப்ரிண்டெண்ட் ஜார்க்.'' என்று ஜோதிடர் கூறுகிறார். அடுத்த கனவில் ஜிம் டோரதியைப் பார்க்கிறான், அவள் கமிஷனர் மகள், அவனைக் காதலிக்கிறாள். அதன் பிறகு கடந்தகால நிகழ்ச்சிகளின் காட்சிகளும், நிகழ்கால காட்சிகளும் இதே வகையாக பின்னப்பட்டிருந்தன. இறுதியில் டோரதி இந்தியாவிலிருந்து போய்விடுகிறாள், ஜிம்மும் சுப்ரியாவும் திருமணம் செய்து கொள்கிறார்கள்.

''ஹௌ டு யூ ரிஆக்ட் டு திஸ் பீஸ் ஆஃப் ஷிட்?'' என்று ஜான் கேட்டார்.

வர்ஷா ஹாலிவுட் சொற்களைக் கொஞ்சமாவது அறிந்திருக்கா விட்டால் நிச்சயம் தடுமாறிப் போயிருப்பாள் (அவள் மனதிற்குள்ளேயே சில புத்தங்களுக்கும், எண்ட்ரிக்கும் நன்றி சொன்னாள், அந்தக் கிருபையால்தான் பீஸ் ஆஃப் ஷிட், கீப் ஒன் வேர்ட் ஃபார் தி ஷிட், தி ஸ்கிரிப்ட் இஸ் லிக்குவிட், டேஃபார் நைட், பெனிஸ் எக்ஸ்டென்ஷன், தி பிக்சர் இஸ் சாஃப்ட் பட் இட்

ஹேஸ் லெக்ஸ், ஓவர் ஏஜ், ஆன் ஸ்பெக்ஸ் போன்றவற்றின் அர்த்தத்தைப் புரிந்து கொண்டாள்.)

"மனதைக் கவர்வதாக இருக்கிறது." என்றாள் வர்ஷா.

"இதில் மெட்டா ஃபிசிக்கல் மானிட இயற்கை என்னை மிகவும் கவர்ந்தது. கடந்தகால, நிகழ்கால பிம்பங்கள் கண்முன் நிற்றல் - இது இந்த ஃபிலிமின் காட்சி சவால். மேலை நாட்டு, கீழை நாட்டு அனுபவ களங்கள், வாழ்க்கை முறைகளின் மோதல், பவித்திரமான உணர்வு ஒருமிப்பு மூலம் அவை அமைதி ஆதல் - இதுதான் கதை." ஜான் சற்று நிறுத்தினார், "இண்டர்நேஷனல் திருமணங்களில் நீண்ட நாட்களாக எனக்கு ஒரு மயக்கம் உண்டு... ஒரு மனிதனை தன் நாடு, தன் மொழி, தன் கலாச்சாரத்தை துறக்கச் செய்யும் அந்த ஈடுபாட்டின் தன்மை எப்படி இருக்கும் என்று மயங்குகிறேன்."

"நீங்கள் இதனால்தான் இந்த விஷயத்தைத் தேர்ந்தெடுத்தீர்களா?"

"சில நடைமுறைக் காரணங்களும் இருக்கின்றன." என்று ஜான் புன்னகை செய்தார், "இது பெஸ்ட் செல்லர் கதை. ஸ்டுடியோ இதன் உரிமையை வாங்கி வைத்திருந்தது. சீஃப் என் பழைய நண்பர். என் வற்புறுத்தலால் அவர் என்னுடன் சேர்ந்து தயாரித்த சென்ற படத்தில் நஷ்டம் ஏற்பட்டுவிட்டது. இந்த ப்ராஜெக்டில் எனக்கு புரொஃபஷனல் வெற்றி வாய்ப்பு காணப்பட்டது. இதில் மேலை நாட்டுப் பார்வையாளர்களைக் கவரும் பல விஷயங்கள் இருக்கின்றன. புரியாத அம்சங்கள் பல நிறைந்த கீழை நாடு, சிங்க வேட்டை, பால்ய விவாகம், உடன்கட்டை ஏறுதல், யானைமேல் ஏறி போலோ, ராஜா - ராணி, அரண்மனை சதிகள், பாம்புகளின் சஞ்சாரம், தடாக - நடனம் - இந்தியர்கள் நீங்கள் இந்தத் தயாரிப்பில் எவ்வளவு தூரம் ஒத்துழைப்பு தருகிறீர்கள் என்று பார்க்கிறேன்."

ஜானின் பார்வையில் மீண்டும் அந்தக் கூர்மை மின்னியது.

மார்த்தா வர்ஷாவைப் பார்த்து புன்னகை செய்தாள். புன்னகை அர்த்தம் நிறைந்ததாக இருந்தது. அந்த அர்த்தம் என்ன என்று வர்ஷா யோசித்தாள்.

★ ★ ★ ★

"டோரதி மௌனமாக உட்கார்ந்திருக்கிறாள்." என்றார் ஜான், "இப்போது அவள் ஜிம்மின் கனவுகளால் கவலைப்படத் தொடங்கியிருக்கிறாள். இந்தக் கனவுகளின் தன்மை, விரிவு, ஒழுங்கு முறை அவளை சஞ்சலத்தில் ஆழ்த்தத் தொடங்கியிருக்கிறது."

பூங்காவில் குடையின் கீழ் உட்கார்ந்திருந்த ஜேனட் தலையை அசைத்தாள்.

மூன்றாவது நாள் ஷூட்டிங். சுற்றி திருவிழா போல கூட்டம். யூனிட் ஆட்கள் நூற்று இருபது பேர் இங்கும், அங்கும் சிதறி இருந்தார்கள். ஹோட்டல் காம்பவுண்டிற்கு வெளியில் போலீஸ் சூழ்ந்திருந்தது. போலீஸ்காரர்கள் ஷூட்டிங் பார்க்க வந்திருந்த ஆயிரக்கணக்கான மக்களைக் கட்டுப்படுத்திக் கொண்டிருந்தார்கள்.

வேலையின் திட்டமிட்ட தன்மை வர்ஷா மீது தாக்கம் விளைவித்தது. தினமும் முதல்நாள் இரவே மறுநாளைக்கான கால்ஷீட் தரப்பட்டது. செகண்ட் யூனிட் தனியாக உதிரிக்காட்சிகளை எடுத்துக் கொண்டிருந்தது.

முதல் இரண்டு நாட்கள் மூன்று பாத்திரங்களுடைய தனிக் காட்சிகள் படமாக்கப்பட்டன. சிந்தனையில் ஆழ்ந்தவனாக ஜிம் பூங்காவில் உலாவிக் கொண்டிருக்கிறான், ஆர்வத்துடன் கடைத்தெருவில் சுற்றுகிறான், எதிர்காலத்தைக் கூறும் கார்டைப் பொறுக்கித் தரும் கிளியைப் பார்க்கிறான், டோரதி தனியாக பால்கனியில் உட்கார்ந்திருக்கிறாள், டென்னிஸ் விளையாடுகிறாள், ஒரு இந்தியப் பெண்ணிடம் சுமங்கலி சின்னங்களின் முக்கியத்துவத்தை விசாரித்து தெரிந்துகொள்கிறாள். சுப்ரியா தன் அலுவலகத்தில் உத்தரவிட்டுக் கொண்டிருக்கிறாள், ஹோட்டலில் இங்கும், அங்கும் மேற்பார்வை பார்த்துக் கொண்டிருக்கிறாள், சமையல் அறையில் உணவுப் பொருள்களின் தரத்தை சோதித்துக் கொண்டிருக்கிறாள்.

"ஜேனட், கன்னத்தில் கைவைத்து உட்காராதே. தோற்றுப் போய்விடக் கூடாதே என்று இப்போதே கவலையாக இருக்கிறது." என்றார் ஜான்.

வர்ஷா ஜேனட்டின் சுறுசுறுப்பான உடலையும், நீலக் கண்களையும் பார்த்துக் கொண்டிருந்தாள்.

ஜேனட் மார்ஷல் தான்யேல் டிராமா ஸ்கூலில் கழித்த மூன்று ஆண்டுகளை தன் நடிப்பு - கேரியரின் ஆதாரமாக நினைத் திருந்தாள், அங்கே 'தி ட்ரூ ஜெண்டில்மென் ஆஃப் வரோனா', 'மேஜர் ஃபார் மேஜர்' ஆகிய இரு நாடகங்களால் பெயர் வாங்கியிருந்தாள். பிறகு அவள் பல நாடுகளிலிருந்து நியூயார்க் வரும் புத்தம் புதிய கலைஞர்கள் கூட்டத்தோடு கம்யூனிகேஷன்ஸ் குரூப்பில் அட்மிஷன் ஆகப் போயிருந்தாள். அடுத்த இரண்டு ஆண்டுகள் சிறிய பாத்திரங்களை ஏற்பதிலும், சென்ட்ரல் பார்க் பப்ளிக் தியேட்டர் காம்ப்ளக்சில் ஷேக்ஸ்பியர் நாடகங்களை நடிப்பதிலும் கழிந்தது, அங்கு ஏராளமான பிரசித்தி பெற்ற சினிமா, நாடக இயக்குநர்கள் அறிவைத் தேடி வந்து கொண்டிருந்தார்கள். அடுத்தபடி பிராட்வேயில் இட் இஸ் ஏ பிட்டி முக்கிய பாத்திரம், அதற்காக அவளுக்கு 'தியேட்டர் வேர்ள்ட்' விருதும், டோனி நாமினேஷனும் கிடைத்தது. அடுத்த இரண்டு ஆண்டுகளில் அவள் நாடக மேடையோடு டெலிஃபிலிம், 'ஹாலோ காஸ்ட்'டும் செய்தாள், அதில் அவள் கேஸ் சேம்பரில் உயிரை விடும் யஹூதிப் பெண் இங்கா வாய்ஸ் பாத்திரத்தை ஏற்றாள். இந்தப் பாத்திரம் ஹாலிவுட்டில் நுழைய காரணமாக அமைந்தது. ஃப்ரேட் ஜிஜோமின் இயக்கத்தில் 'தி செடக்ஷன் ஆஃப் டி.ஸ்மித்' கலைப்படமாகவும், புரொஃபஷனல் படமாகவும் வெற்றி பெற்றது. அடுத்த மூன்று ஆண்டுகள் அவள் ப்ராட்வேயிலும், ஹாலிவுட்டிலும் சமமாக ஓய்வின்றி நடித்தாள். சென்ற ஆண்டு காரல் ரைஸ் இயக்கிய 'தி ஹவுஸ் வைஃபி'ல் அவளுக்கு ஆஸ்கார் விருது கிடைத்தது. இப்போது அவள் திறன் மிக்க புதிய தலைமுறை நடிகைகள் - டயானா கிரிட்டன், மேரிஸ் ஸ்ட்ரீப், ஜெ ஸிக்கா லாக் - வரிசையில் இடம் பெற்றாள்.

பாரம்பரிய அர்த்தத்தில் சொல்வதானால் ஜேனட் அழகானவள் இல்லை (பார் அமவுண்ட் ஸ்டுடியோ சீஃபுக்கு அவள் கண்களைப் பார்த்ததும் கோழிக் கண்கள் நினைவு வந்தது). ஆனால் பார்வையாளர் சமுதாயத்திற்கு அவளுடைய தனித்துவத்தின் வளமான சிக்கல் கவர்ச்சிக்குக் காரணமாக அமைந்தது, அவள் ஒவ்வொரு புதிய படத்திலும் தன் திறனின் ஒரு புதிய பக்கத்தை வெளிப்படுத்தினாள். வாழ்நாள் முழுதும் ஒரே பாத்திரத்தின் எல்லையற்ற மாற்றங்களைக் காட்டிய ஜோன் க்ராட்போர்டு அல்லது

லாரா டர்னர் போன்ற பழைய ஃபேஷன் ஸ்டார் ஆவதில் அவளுக்கு விருப்பமில்லை. அவள் தன் பாத்திரத்தில் தன்னை ஒன்றச் செய்து அவளை அடையாளம் காண இயலாதபடி செய்யும் வகையை சேர்ந்த நடிகை. ''சில வருடங்களுக்கு முன்னர் ஸ்டுடியோ கலைஞர்களின் புரொஃபஷனல் வாழ்க்கையையும், தனிப்பட்ட வாழ்க்கையையும் கட்டுப்படுத்திக் கொண்டிருந்த காலகட்டத்தில் நான் ஹாலிவுட்டில் அடி எடுத்து வைத்திருக்கவேமாட்டேன்.'' என்று அவள் சொல்லியிருந்தாள். ஒரு ஸ்டார் எல்லாருக்கும் பிடித்தமானவராக இருக்க வேண்டும் என்ற கருத்தை அவள் கடுமையாக எதிர்த்தாள், தன் சொந்த வாழ்க்கையில் பிறர் தலையீட்டை அவள் சகிக்க மாட்டாள்.

ஜேனட் இதுவரை மனித வாழ்க்கை நடைமுறைகளில் புதிய உள்நோக்கை எடுத்துக்காட்டாத எந்தப் படத்திலும் நடித்ததில்லை. அவளுடைய ஒவ்வொரு படமும் பெண் உள்ளத்தின் சிறப்பான பகுதியை ஆய்வு செய்வதாக இருந்தது.

''பாப், நீங்கள் அந்த மரத்திற்குப் பின்னாலிருந்து வருகிறீர்கள்.'' என்று ஜான் கையைக் காட்டினார்.

ராபர்ட் தலையை ஆட்டினான்.

''காம்போஸ் செய்யுங்கள் பீட்டர்! இமேஜ் ஷார்ப்பாக இருக்கிறது - இருவரும் சமமான ப்ரஃபெரன்சில்.''

சினிமேட்டோ கிராஃபர் தலையை ஆட்டினார்.

ஷார்ப் விஷன் ப்ளிப் போர்டு காமிராவை வர்ஷா அப்போதுதான் முதல் முறையாக பார்த்தாள். இதில் ஃபார்வர்ட் டு - ரிவர்ஸ் மோட்டார் இருந்தது, ஸ்பீடு வேரியேஷன் இருந்தது, காமிராவுக்குள்ளேயே கலர் கரெக்ஷன் இருந்தது. கலைஞர்களிடம் டிரான்ஸ்மிட்டர் இணைந்த மினி - மைக்ரோஃபோன் இருந்தது, அதனால் உரையாடல்கள் காம்பவுண்டில் நின்றிருந்த சவுண்ட் வேனில் ரிக்கார்டு ஆகிக் கொண்டே இருந்தது. அங்கே மிக்சர் இணைக்கப்பட்டிருந்தது. பைலட் டிரக் மிக்ஸ்டு ஆகி வெளியே வந்துகொண்டிருந்தது. இவ்வாறு அமைதியான சூழல் காட்சிகளில் டப்பிங் செய்ய வேண்டிய அவசியம் ஏற்படவில்லை.

"வாருங்கள். ரிஹர்ஸ் செய்வோம்." என்றார் ஜான்.

இது ராபர்ட்டும் ஜேனட்டும் இணைந்து நடிக்கும் முதல் படம். அவர்களிடையே இருந்த தொடர்பு நாகரிகமாக இருந்தது. 'ஆஷா மஹலி'ல் ராபர்ட்டின் சம்பளம் மூன்று மில்லியன் டாலர், லாபத்தில் எட்டு சதவிகிதம், ஜேனட்டின் சம்பளம் ஒரு மில்லியன். வர்ஷாவுக்கு பெரிய இந்திய புரொஃபஷனல் சினிமாவை விட மூன்று மடங்கு சம்பளம்.

ராபர்ட் மரத்தில் சாய்ந்தபடி கீழே பார்த்துக் கொண்டிருப்பதை வர்ஷா பார்த்தாள். அவன் காட்சிக்காக ஒருமிப்பைத் திரட்டிக் கொண்டிருந்தான்.

ராபர்ட் சிம்ப்ஸன் தன் பால்யகாலத்தின் இறுதியையும், இளமைப்பருவத்தின் முதல் பகுதியையும் க்ரீன்பீச் வில்லேஜில் கழித்தான். அதற்கு முந்திய வாழ்க்கையைக் குறித்து அவன் கூறுவதெல்லாம் முன்னுக்குப் பின் முரணாக இருந்தன. "நான் கல்கத்தா தெருக்களில் அனாதையாக திரிந்தேன்." "எனக்கு நினைவு தெரிந்த நாளிலிருந்து நான் ரிமாண்ட் ஹோமில் இருந்தேன்." போன்றவை சில எடுத்துக்காட்டுகள். நீண்டகாலம் வரை அவன் மனதில் நடிப்புக்கலையின் மீது வெறுப்புதான் இருந்தது. "அது ஆண்களுக்கு ஏற்றது அல்ல, மென்மையானவர்களுக்கும், பெண்மைக்குணம் உடையவர்களுக்கும்தான் அது ஏற்றது." இத்தகைய மனப்பான்மை இருந்தும் மக்கள் விருப்பம் அவனை நாடகமேடைக்குத் தள்ளியது. விதியின் விளையாட்டுதான்.

தியேட்டர் கில்டில் லீ ஸ்ட்ராஸ்பர்க்கும் ஸ்டெல்லா எட்லரும் அவனுக்கு ஆசிரியர்களாக மிகக் குறைவாகவும், வேதனை தருபவர்களாக மிகுந்த அளவிலும் பங்காற்றியபோது அவன் தன் நடிப்புத் திறனின் பெருமையை உயர்த்திக் கொண்டிருந்தான். ப்ராட்வேயில் 'டால் ஸ்டோரி' மூலம் அவன் முதன் முதலில் அடி எடுத்து வைத்தான். அதில் அவன் பாஸ்கெட் பாலைத் தூக்கி எறிந்தபடியே மேடைக்கு வந்து 'கேளுங்கள், அவர்கள் வந்து விட்டார்கள்.'' என்று ஒரு வரி பேசினான். அந்த ஒரு வசனத்திலேயே அவனுடைய 'மேடைத்தகுதி' உறுதிப்படுத்தப்பட்டு விட்டது. அடுத்த மூன்று ஆண்டுகளில் அவன் ஏற்ற பாத்திரங்கள்

பெரிதாகிக் கொண்டே சென்றன. பிறகு 'ரோஜ் டைட்டு'வில் 'ஜாக்' வந்தது. அது அவனை 'பத்து ஆண்டுகளுக்கு மிகப் பெரிய எதிர்பார்ப்புகளுடன் கூடிய நடிகனாக' நிலைநிறுத்தியது. 'நியூயார்க் டைம்சி'ன் நாடக விமரிசகர் 'பாப் எச்சரிக்கையாக இல்லாவிட்டால் சினிமாவில் ஸ்டார் ஆகிவிடும் ஆபத்து இருக்கிறது.'' என்று எச்சரித்தார்.

முதல் ஃபிலிம் 'தி கம்ப்ளிகேட்'டே அவ்வாறு செய்து விட்டது. அது வெஸ்டர்ன் படம். "வெஸ்டர்ன் கடந்தகால, முற்றிலும் எஸ்கேப்பிசத்தின் மனதைக் கவரும் தாழ்வாரம்." என்றான் ராபர்ட்." இங்கு விஷயங்கள் தெளிவாக இருக்கின்றன. ஆண்கள் ஆண்களாகவே இருக்கிறார்கள், பெண்கள் பெண்களாகவே இருக்கிறார்கள். இந்தியர்கள் கொல்லப்படலாம், குதிரைக் கொள்ளைக்காரர்கள் தூக்கில் இடப்படலாம், சுபமுடிவைத் தேடுவது எளிது, ஏனெனில் எல்லா நடவடிக்கைகளும் பண்பாட்டையே வலியுறுத்துகின்றன. ஆனால் 'தி காம்ப்ளிகேட்'டில் ஆணின் தன்மை, சட்ட ஒழுங்குகள், சுதந்திரம், உடல் அமைப்பு ரீதியிலான போராட்டம் ஆகியவையே தீவிரமாக ஆராயப்படுகின்றன. இந்தியர்களின் வதம், எல்லைகள் அதாவது அமெரிக்க ஆத்மாவை சாதனை, துப்பாக்கி ஏந்தியவர்களின் சின்னமாக சித்தரிப்பதன் வழி தனிப்பட்ட மனிதனின் துன்பத்தைப் பெரிதாக்குவது - இவற்றிலேயே அமெரிக்காவின் தோல்வியைத் தேடமுடியும்."

ஜான் வென், கிளிட் ஈஸ்ட்வுட் இருவரையும் விட்டு விலகி புதுமை, புதிய அர்த்தம் நிறைந்த வெஸ்டர்ன் அவனைக் கவர்ந்தது, இத்தகைய ஒரு படமான 'தி ஷேடோஸி'ல் அவனுக்கு அக்காடெமி விருது கிடைத்தது. கலைச் சவாலை முழு ஈடுபாட்டுடன் ஏற்றுக் கொள்வதாலும், ஒவ்வொரு பாத்திரத்திற்கும் தக்கவாறு தன்னுள் புதிய உணர்வுக்களத்தைத் தேடுவதாலும், தன் இயற்கையான, சூட்சும நடிப்புத் தன்மையை எப்போதும் சீர்படுத்திக் கொண்டே செல்வதாலும் அவன் தனக்கு ஒரு சிறப்பான இடத்தை அமைத்துக் கொண்டான், தன் தலைமுறையின் சிறந்த நடிகர்கள் - டிவீரோ, ஹாப்மன், அலபச்சீனா ஆகியவர்கள் வரிசையில் வைத்து எண்ணப் பட்டான்.

ராபர்ட் அருகில் வந்து ''ஹாய்...'' என்றான்.

ஜேனட் மௌனமாக எதிரில் பார்த்துக் கொண்டிருந்தாள்.

''நான் உன்னை ஜிம்மில் தேடிக் கொண்டிருந்தேன்.'' ராபர்ட் எதிரில் உட்கார்ந்தான்.

ஜேனட் பெருமூச்சு விட்டாள்.

''உனக்கு சரியாக தூக்கம் வரவில்லையா?''

ஜேனட் தலையசைத்தாள், ''இல்லை''

''ஏன்?'' ராபர்ட்டின் முகத்தில் நிச்சயமற்ற புன்னகை பரவியது.

ஜேனட்டின் முகத்தில் நிழல் போல பரவியது, ''இங்கே எனக்கு எல்லாம் வினோதமாக இருக்கிறது.''

''ஏன்? இது நம்பிக்கை மாளிகை. இங்கே வந்து எல்லார் மனதிலும் நம்பிக்கை பிறக்கிறது. சுப்ரியா என்ன சொன்னாள், நினைவு இல்லையா?''

''நீங்கள் லைன்களை மாற்றிக் கொண்டிருக்கிறீர்கள்.'' என்று ஜேனட் குற்றம் சாட்டிவிட்டு ஜானைப் பார்த்தாள்.

''நான் இயல்பாக இருக்க விரும்புகிறேன், அப்போதுதான் எல்லாம் நம் கைப்பிடிக்குள் இருக்கும்.'' ராபர்ட்டும் ஜானைப் பார்த்தான், ''பாத்திர நிர்வாகம் இப்படித்தான் விஸ்தரிக்கும், உறவுகள் செழிக்கும்.''

''சினிமாவில் ரிஹர்சல் நாடகமேடை போல இருக்க முடியாது. நான் என் டிராமாட்டிக் டிரஸ்டையும், எமோட்டிவ் லேபலையும் நிர்ணயித்துவிட்டேன். நீங்கள் வசனத்தை மாற்றிக் கொண்டே போனால் நான் சூட்சும உணர்வு அலைகளின் தன்மைகளை சரியான நேரத்தில் வெளிப்படுத்த முடியாது.''

''அப்படி ஒரு வாய்ப்பு மிக அரிது.''

ராபர்ட் கடுமையாக ஜேனட்டைப் பார்த்தான்.

வர்ஷாவின் மூச்சு நின்று விட்டது. அவள் எதிரில் பரஸ்பரம் விரோதமான இரு நடிப்புத்தன்மைகள் மோதிக் கொண்டிருந்தன.

அவள் தன்னை ஒரு எல்லை வரை ஜேனட்டை ஒத்தவளாக உணர்ந்தாள்.

''நாம் டேக் எடுப்போம்.''

வர்ஷா ஜானின் கலை முடிவை மனதிற்குள்ளேயே பாராட்டினாள்.

''கட்!'' திடீரென்று ஜானின் உரத்த குரல் ஒலித்தது, ''பாப், ஏன் என்று கேட்பதற்கு முன் நீங்கள் சற்று அதிக நேரம் இடைவெளி விட்டுவிட்டீர்கள். அதைக் கொஞ்சம் குறையுங்கள்.''

''இவளுக்கு ஏன் தூக்கம் வரவில்லையென்று நான் யோசிக்கிறேன். இவள் தூக்கமின்மைக்குக் காரணம் என் கனவா?'' ராபர்ட்டின் குரலில் சிறந்த ஒரு நடிகையின் ஒருமிப்பை உடைக்கும் சங்கடம் இருந்தது.

''எனக்குப் புரிகிறது. ஆனால் நீண்ட இடைவெளி காட்சியின் சுவாரசியத்தை நஷ்டப்படுத்திவிடும்.''

இரண்டாவது, மூன்றாவது நான்காவது டேக்கிலும் ஜான் இந்த இடத்தில் குறைக்கச் சொன்னார்.

''நீங்கள் பாத்திர நிர்வாகத்தைப் பாழாக்கிக் கொண்டிருக்கிறீர்கள்.'' ராபர்ட் ஆவேசமாக குற்றம் சாட்டினான்.

''நீங்கள் காட்சியின் சுவாரசியத்தை!'' ஜானின் குரலும் அதே வகையில் ஆவேசமாக இருந்தது.

ஏழாவது டேக் ஜானுக்கு சந்தோஷம் அளிப்பதாக இருந்தது.

இப்போது அடுத்த ஷாட்டில் வர்ஷாவும் இருந்தாள். மனதிற்குள் கண்ணனை நினைத்தபடி வர்ஷா முன் பயிற்சி செய்தாள். (அவள் தன் இயல்பான இந்திய உச்சரிப்பிலேயே பேசும்படி ஜான் அவளிடம் சொல்லியிருந்தார்). 'ஆக்ஷன்' என்ற கட்டளை பிறந்ததும் வர்ஷா பூம்பாத்திகளிலிருந்து வெளியே வந்தாள். முகத்தில் மெல்லிய புன்னகை.

''ஹாய்...'' என்றான் ஜிம்.

''நீங்கள் இந்தியாவின் பிராந்திய கிராமிய நடனம் பார்க்க விரும்பினீர்கள், இல்லையா?'' என்றாள் வர்ஷா, ''அதற்கு ஏற்பாடு

செய்யப்பட்டிருக்கிறது. இன்று மூன்று மணிக்கு உங்களுக்கு வசதிப்படுமா?''

''கட்!''

வர்ஷா ஐயத்துடன் ஜானைப் பார்த்தாள்.

''உங்களுடைய இந்த மூன்று அங்குலப் புன்னகையின் அர்த்தம் என்ன?'' ஜானின் குரல் கோபமாக ஒலித்தது.

''நான் பாத்திரத்தில் மெல்லிய மிஸ்ட்டீரியஸ் செய்ய விரும்புகிறேன். அடுத்த காட்சி ஜிம்மின் ட்ரீம் சீக்குவென்ஸ். அதில் ராஜகுமாரி இவ்வகையான மோனாலிசா புன்னகையுடன்தான் காணப்படுகிறாள்.'' வர்ஷா எல்லாருடைய பார்வையும் தன் மீது நிலைத்திருப்பதை உணர்ந்தபடி தெளிவுபடுத்தினாள், ''அத்துடன் சுப்ரியா ஹாஸ்பிட்டாலிட்டி இண்டஸ்ட்ரியில் இருக்கிறாள், இத்தகைய புன்னகை அவளுடைய ஜாப் - டெ ஃபஷனின் ஒரு பகுதி.''

அப்போது ஒரு வினாடி தாமதித்து ஜான் ஒரு அதிசய வேலை செய்தார்.

''நீ என்ன நினைக்கிறாய்?'' என்று ஸ்கிரிப்ட்-கேர்ள் ஜூலியிடம் கேட்டார்.

வர்ஷாவின் முகம் சிவந்தது. ஆழந்த மௌனத்தில் அவளுக்குத் தன் குரல் கேட்டது, ''என்னைப் பொறுத்தவரை இந்த ஃபிலிமின் டைரக்டர் நீங்கள்தான்.''

★ ★ ★ ★

வார இறுதிக்குள் இறுக்கம் தீவிரமாகிவிட்டது. அது பல கோணங்களில் இருந்தது - ஜேனட்டுக்கும் ராபர்ட்டுக்குமிடையில், ஜானுக்கும் ஜேனட்டுக்குமிடையில், வர்ஷாவுக்கும் ராபர்ட்டுக்கு மிடையில், ஜானுக்கும் ராபர்ட்டுக்குமிடையில். முதல் வாரத்திலேயே ஃபிலிம் ஷெட்யூல் பின்தங்கிவிட்டது. ஸ்டுடியோவிலிருந்து வெறுப்புமிக்க டெலெக்ஸ்கள் வரத் தொடங்கின.

வர்ஷாவின் சிறிய புன்னகையை ஜான் தற்சமயத்திற்கு ஒத்துக்

கொண்டார், ''நான் ரஷ்கள் பார்த்துவிட்டு தீர்மானிக்கிறேன்.'' என்று எச்சரிக்கையும் செய்தார்.

வர்ஷா தன் பாத்திரத்திற்காக அதிக சிரமம் எடுத்துக் கொள்ளவில்லை. கடந்த காலம், நிகழ்காலம் ஆகிய இரண்டு காலங்களிலும் வரும் தன் பாத்திரத்தை வேற்றுமைப்படுத்திக் காட்டுவதற்காக மேனரிசம், காட்சித் தொடர்பின் சில சின்னங்களை நிர்ணயித்திருந்தாள். (எடுத்துக்காட்டாக, மூன்றாவது காட்சியில் அவள் தன் அலுவலக மேஜையில் ஒரு பூங்கொத்தை வைக்கிறாள், ஐந்தாவது காட்சியில் மாளிகை மாடிக்கு ராஜகுமாரி கையில் ஒரு ரோஜாப்பூவுடன் வருகிறாள்).

ஜான் எரிச்சலுடன் அவளைப் பார்த்தார், ''இதை நீங்கள் எப்படி ஜஸ்டிஃபை செய்வீர்கள்?''

''பெண்ணின் இளமை, உற்சாகம், காதலுடன் பூவின் நெருக்கத்தை ஜஸ்டிஃபை செய்ய வேண்டியது அவசியமா? அப்படி செய்யத்தான் வேண்டுமென்றால் மூன்றாவது காட்சியின் மூலபாவம் எதிர்பார்ப்பு வெளிப்படுகிறது, ஐந்தாவது காட்சியின் மூலபாவம் உல்லாசம் வெளிப்படுகிறது. அழகு என்ற நோக்கில் - ராஜகுமாரி, ஹோட்டலின் சிறந்த ஒரு அலுவலர் இருவருக்கும் பூக்களின் ஆர்வம் நியாயமானது.''

''நான் ரொமான்டிக் ஆக விரும்பவில்லை.''

''இது ஒன்பதாவது காட்சியில் சிதார் போல என்னுடைய பண்பாடு மிக்க குண சித்திரத்தின் டீடெய்ல்தான்.''

ஜான் மேலோட்டமாக காட்சியைப் பார்த்துவிட்டு'' நல்லது. உங்கள் எண்ணத்தை செயலில் கொண்டு வாருங்கள். நான் ரஷ்களைப் பார்த்துவிட்டு இறுதி முடிவு எடுக்கிறேன்.'' என்றார்.

மாலையில் வர்ஷா ஜேனட்டிடம் ''ரஷ்கள் வந்த பிறகு என் எல்லாக் காட்சிகளையும் ரீஷூட் செய்வார்கள் என்று தோன்றுகிறது.'' என்றாள்.

இரண்டாவது முறை வர்ஷாவின் கற்பனை மிக்க எண்ணத்தைக் கேட்டதும் ஜான் அவளை உற்றுப் பார்த்தார். ''நான் டைரக்டர் கில்டு, அமெரிக்காவுக்கு உங்கள் மெம்பர் ஷிப் கார்டு

ஆர்டர் தருகிறேன். அது வந்த பிறகு இந்தக் காட்சியை ஷூட் பண்ணுவோம்.''

லஞ்ச் சமயம் வர்ஷா ஜேனட்டுடன் அரட்டை அடித்துக் கொண்டிருந்தபோது அந்த வழியாகப் போய்க்கொண்டிருந்த மார்த்தா சட்டென்று நின்றாள். வர்ஷா தன் சேலையில் கில்டின் போலி கார்டை பின் போட்டு குத்தியிருந்தாள். மார்த்தா விழுந்து விழுந்து சிரித்தாள். பிறகு ஜானைக் கையைப் பிடித்து இழுத்துக் கொண்டு வந்தாள். ஜான் கம்பீரமாக கார்டை ஒரு முறை பார்த்தார், பிறகு வர்ஷாவைப் பார்த்தார், ''சரி. நீங்கள் எனக்கு சமமாக ஆகிவிட்டதால் அந்தக் காட்சியை இன்றே ஷூட் பண்ணி விடுவோம்.''

வர்ஷா ஸ்டார்களின் பண்பாடற்ற நடத்தையையும் மனம் போன போக்குத் தன்மையையும் பற்றி பலமுறை படித்திருக்கிறாள், பார்த்துமிருக்கிறாள். ஐந்தாவது நாள் இந்த அறிவு இன்னும் விரிவடைந்தது.

ஜானிடம் எரிந்து விழுந்த பிறகு ராபர்ட் தன் ஸூட்டுக்குப் போய்விட்டான். நான்கு மணிக்குள் அவன் பதினெட்டு மார்ட்டினி குடித்து விட்டான், அத்துடன் லஞ்சுக்குப் பிறகு ஏழு பாட்டில் ஒயின். பலமுறை அழைத்த பிறகு கடைசியில் அவன் ஷாட்டுக்கு வந்தபோது அவனுக்கு காட்சி லைட்டிங் பிடிக்கவில்லை, ''இது என்னுடைய ஒரு பழைய படத்தின் ஒரு காட்சியை நினைவுபடுத்துகிறது.''

''உங்கள் டெக்னிக்கல் நினைவு சக்தி அபாரமாக இருக்கிறது என்பதோடு நீங்கள் ஒளி அமைப்பிலும் திறமைசாலி என்பதை நான் இனி நினைவில் வைத்துக் கொள்கிறேன். ''என்று ஜான் கிண்டல் செய்தார்.

இரவு வர்ஷா ஜூலியுடன் ஒரு கிளாஸ் பீர் குடிக்க பாருக்குப் போனபோது ராபர்ட் ஸ்டூலில் உட்கார்ந்து விஸ்கி குடித்துக் கொண்டிருந்தான்.

''ஒரு நோயாளி இதய மாற்று அறுவை சிகிச்சைக்காக சர்ஜனிடம் போனான்.'' ஜூலி அவளுக்கு ஹாலிவுட் ஏஜெண்டின் துணுக்கை சொல்லிக் கொண்டிருந்தாள், ''நான் உனக்குத் செலக்ட்

செய்வதற்கு அவகாசம் தருகிறேன்." என்றார் சர்ஜன், "என்னிடம் இருபத்தைந்து வயது பயில்வானின் இதயம் இருக்கிறது, அறுபது வயது ஹாலிவுட் ஏஜெண்டின் இதயமும் இருக்கிறது. எதைப் பொருத்தட்டும், சொல்." நோயாளி பதில் சொன்னான், "ஏஜெண்டினுடையது பொருத்தமாக இருக்கும்." "உன் மூளை பிசகிவிட்டதா? இளைஞன், பலசாலி, தங்கப்பதக்கம் வாங்கியவனுடைய இதயத்திற்கு பதில் ஒரு கிழவனின் இதயத்தைக் கேட்கிறாயே, ஏன்?" "நான் ஏஜெண்டின் இதயத்தையே விரும்புகிறேன், ஏனெனில் அவன் அதைப் பயன்படுத்தியே இருக்க மாட்டான்."

வர்ஷா சிரிக்கத் தொடங்கினாள்.

ஜூலி போன் செய்வதற்காக எழுந்து சென்ற போது ராபர்ட் அழைத்தான், 'வர்ஷா!"

வர்ஷா அருகில் சென்றாள்.

"நீங்கள் மனதிற்குள் என்னைத் திட்டிக் கொண்டிருந்தீர்கள் இல்லையா?"

"ஆமாம்." வர்ஷா அவன் அருகில் ஸ்டூலில் உட்கார்ந்தாள்.

"இன்று காலை என்ன நடந்தது என்று உங்களுக்குத் தெரியுமா?"

வர்ஷா என்ன என்று கேட்கும் பாவனையில் பார்த்தாள்.

"நான் நியூயார்க்குக்கு என் பழைய மனைவிக்கு போன் செய்தேன். நான் என் மகனிடம் பேச விரும்பினேன். ஆனால் அவள் அவனை லைனுக்கு வரவிடவில்லை." ராபர்ட் சிகரெட் பற்ற வைத்தான், "பிறகு சிக்காகோவுக்கு இன்னொரு பழைய மனைவிக்கு போன் செய்தேன். நான் என் மகளிடம் பேச விரும்பினேன். ஆனால் அவள் வீட்டில் இல்லை. ஜானுடன் நடந்த சண்டையின் பின்னணியில் இந்தக் காரணமும் இருந்தது."

வர்ஷா நீண்ட பெருமூச்சு விட்டாள்.

"உங்களுக்குத் தெரியுமா, என் பெரும் பகுதி வருமானம் எலிமனியிலேயே போய்விடுகிறது... என் ஸ்டார்டம் இன்னும் எத்தனை நாள்?"

''நான் என்ன சொல்வது?''

''அதிக பட்சம் இன்னும் ஒரு வருஷம். ஆழமான உணர்வு ஃபிலிம்கள் மிகவும் குறைந்துவிட்டன. சயன்ஸ் ஃபிக்ஷன், காமிக் புக் பிக்சர்சில் எனக்கு ஆர்வம் இல்லை. இணைந்து வேலை செய்வதற்கு நான் தகுதியற்றவன் என்று கருதப்படுகிறது.''

''அதில் என்ன தவறு?'' என்று வர்ஷா மெல்லிய புன்னகையுடன் சொன்னாள்.

''நான் பழி வாங்கிக் கொண்டிருக்கிறேன். ஹாலிவுட்டில் ஆரம்பத்தில் மிகுந்த அவமானங்களைப் பொறுத்துக் கொண்டேன். என் முதல் படத்திற்கு எனக்கு ஸ்கிரீன் டெஸ்ட் எடுத்தபோது நான் பிராட்வே ஸ்டார் இல்லாதது போலவும், லாஸ் ஏஞ்சல்ஸ் ஸ்ட்ரக்ளர் போலவும் என்னைப் பார்த்தார்கள்.''

இங்கு புதிய, புதிய புகழ் விரும்பும் பல தயாரிப்பாளர்கள், இயக்குநர்களை வர்ஷா பார்த்திருந்தாள். அவர்களுடைய அசைவுகள், அவற்றின் தீவிரம், ஆழம், முழு உத்வேகம், தங்களைக் குறித்த அவர்களுடைய எண்ணம் - எல்லாவற்றையும் பார்த்து வர்ஷா மிகவும் கூசினாள், குன்றினாள்.

''உங்களுக்கு உங்கள் ரோல் பிடித்திருக்கிறதா?''

''ஆமாம்.''

''உங்கள் ரோலும், ஜேனட்டின் ரோலும் நன்றாக இருக்கிறது. என்னுடையது நன்றாக இல்லை. என் வசனமும் நன்றாக இல்லை.''

''படிக்கும் போது எனக்கும் அப்படித்தான் தோன்றியது, ஆனால் செய்யும் போது அப்படி இல்லை. இது ஜானின் இயக்க முறையின் விளைவாக இருக்கலாம்.''

''அப்படித்தான் இருக்கும்.'' என்று வர்ஷா புன்னகை செய்தள், ''இந்த முறையில் 'செவன் சமுராய்' எடுத்தாலும் 'டர்ட்டி ஹேரி' போலத்தான் தோன்றும்.''

ராபர்ட் சிரித்தான். பிறகு புதிய பெக்கை எடுத்தான். ஒரு மடக்கு குடித்துவிட்டு, ''நீங்கள் தியேட்டரில் இருந்தீர்களே!

உங்களுக்கு அந்த நாட்கள் நினைவு வரவில்லையா?'' என்று கேட்டான்.

''நிறைய வருகிறது.''

''நானும் நியூயார்க்கில் சந்தோஷமாகத்தான் இருந்தேன், ஆனால் வருமானம் குறைவு.''

நானும் டில்லியில் சந்தோஷமாக இருந்தேன், ஆனால் வருமானம் குறைவு என்று வர்ஷா நினைத்துக் கொண்டாள்.

''இந்தக் கேரியர் மோடில் என் கவலை அதிகரித்துவிட்டது. என் மீது எத்தனை குற்றச்சாட்டுகள் இருக்கின்றன என்று உங்களுக்குத் தெரியாது.''

வர்ஷாவுக்குத் தெரிந்திருந்தது. இரண்டு பழைய மனைவிகள், மூன்று பிள்ளைகள் இருந்தார்கள், அவனுடைய ஒரு பழைய காதலியும் ஒரு மிகப் பெரிய தொகையை நஷ்டஈடாகக் கேட்டு கோர்ட்டில் மனு செய்திருந்தாள். தன் குழந்தையின் தந்தை ராபர்ட் தான் என்பது அவள் குற்றச்சாட்டு. பவர்லி ஹில்ஸ் பங்களாவில் ஒரு டஜன் வேலையாட்கள் இருந்தார்கள் - பாதுகாப்பாளர்கள், ஹவுஸ்கீப்பர், பட்லர், பிரைவேட் செக்ரட்டரி. அவனுடைய 'ஆன் டூ ரேஜி'ல் மேக் அப் மேன், டாக்டர், டிராமா கோச், சொந்த உதவியாளர் கூடவே போவார்கள்.

சிறிது நேரத்திற்குப் பிறகு தன் கட்டிலில் உட்கார்ந்து வர்ஷா சிந்தனையில் ஆழ்ந்தாள், கொஞ்சம் மெல்லிய சோர்வு, கொஞ்சம் பச்சாத்தாபம், தன் மீதே சந்தேகம் - ஒரு குறிப்பிட்ட வயதை அடைந்ததும் உணர்வு பூர்வமான மனிதர்களின் ஒரு பிரிவு உள்ளுக்குள் வெறுமை, லேசான கோபம், நிம்மதி இழக்கச் செய்யும் அர்த்தமின்மையில் அவதிப்படுதல்...

★ ★ ★ ★

''வர்ஷா, நீங்கள் கடவுளை நம்புகிறீர்களா?'' என்று கேட்டாள் ஜேனட்.

சற்று நேரத்திற்கு முன் அழைப்புமணி ஒலித்தது. வர்ஷாவுக்கு தூக்கம் வந்துவிட்டிருந்தது, ஆனால் ஜேனட் வற்புறுத்திக் கேட்ட

பிறகும் அவள் தூக்கம் வருகிறதென்று சொல்லவில்லை. காரணம் ஜேனட் அவளிடம் அக்கறை கொண்டிருந்தாள், முதல் முறையாக இரவில் வந்து எழுப்பியிருந்தாள்.

"ஆமாம்."

ஜாக் டேனியலை ஒரு வாய் பருகிவிட்டு அவள் மீண்டும் கேட்டாள், "உங்களுக்கு மன அமைதி கிடைக்கிறதா?"

"கிடைக்கிறது. ஆனால் நான் விரும்பும் அளவு இல்லை."

"நீங்கள் கீதை படிக்கிறீர்களா?"

"எப்பொழுதாவது."

"நான் கொஞ்ச நாட்களுக்கு முன் படித்தேன்." சற்று நேரம் அவள் மௌனமாக இருந்தாள், "நான் மிக்கை விட்டு பிரிந்தபோது அமைதி இழந்திருந்தேன், எனக்கு மனிதப் பிறவி, மறுபிறப்பு கருத்துகள் பிடித்திருந்தன. ஏன்? ஏனெனில் இவற்றால் மானிடப் பண்புகளில் நம்பிக்கை உறுதிப்படுகிறது."

மிக் - விஷயத்தைப் பற்றி வர்ஷா படித்திருந்தாள். இவர்களுடைய கலை வாழ்க்கை, சொந்த வாழ்க்கையைப் பற்றி அவளுக்கு நிறைய தெரியும், ஆனால் இவர்களுக்கு தன்னைப் பற்றி ஒன்றும் தெரியாது என்பதை நினைக்க அவளுக்கு வேடிக்கையாக இருந்தது.

"அப்போதுதான் என் மீது மக்களுக்கு இருக்கும் அன்பை சமூக மேம்பாட்டிற்குப் பயன்படுத்தவேண்டும் என்று எனக்குத் தோன்றியது. நான் 'ஹோஷ்' ப்ராஜெக்டில் ஈடுபடத் தொடங்கினேன். என் முயற்சியால் ஏழை நாடுகளை சேர்ந்த ஐநூறு குழந்தைகள் ஸ்பான்சர் செய்யப்பட்டார்கள். நானும் மூன்று குழந்தைகளை ஸ்பான்சர் செய்திருக்கிறேன், அவர்களில் ஒரு குழந்தை இந்தியாவில், மீரட்டில் இருக்கிறாள். அவள் பெயர் ரேணு. அடுத்த பத்து வருடங்களுக்கு அவளுடைய கல்விப்பொறுப்பு என்னுடையது. ஷூட்டிங் முடிந்ததும் நான் அவளைப் பார்க்க போவேன்." ஒரு வினாடி நிறுத்தி பிறகு சொன்னாள், "நான் இந்த விஷயத்தை யாரிடமும் சொன்னதில்லை."

வர்ஷா தலையை ஆட்டினாள்.

''நான் இப்போது வைல்டு லைஃப், இக்காலஜிக்காகவும் சேவை செய்ய விரும்புகிறேன்.'' என்றாள் ஜேனட், ''சில மாதங்களுக்கு நான் தென்கிழக்கு ஆசியாவிலேயே இருப்பேன். காட்மண்டுக்கும், திபேத்துக்கும் கூட போவேன்.''

''உங்களுடைய அடுத்த படம் எப்போது தொடங்கும்?''

''அடுத்த ஆண்டு. இந்த ஆண்டு நான் ஓய்வெடுத்துக் கொள்வேன்.''

வர்ஷாவுக்குக் கொஞ்சம் பொறாமையாக இருந்தது.

திடீரென்று ஜேனட் சொன்னாள், ''இன்று நான் மிகவும் அமைதியின்றி இருக்கிறேன். தனிமையில் இருக்கப் பிடிக்கவில்லை. இங்கேயே இருக்கட்டுமா?''

''கட்டாயம்'' ஜேனட் எப்படி ஆபத்திலிருந்து தப்பிக்க விரும்புகிறாள் என்று வர்ஷா புரிந்துகொண்டு விட்டாள். இரண்டு ஆண்டுகளுக்கு முன் தற்கொலை செய்து கொள்ள அவள் முயன்றிருந்தாள்.

இரண்டு உதறலில் ஆடைகளைக் கழற்றிவிட்டு ஜேனட் போர்வைக்குள் புகுந்துவிட்டாள். வர்ஷா முதல் உதறலின் தொடக்கத்திலேயே முகத்தைத் திருப்பிக் கொண்டு விட்டாள்.

''நீங்கள் இப்படித்தான் தூங்குவீர்களா?'' ஜேனட் இயல்பாக அவள் லுங்கி - சட்டையைக் காட்டினாள்.

வர்ஷா ஒன்றும் அறியாத பிள்ளை போல ஆமாம் என்று தலையாட்டினாள், ''கூட்டுக் குடும்பங்களில் வளர்ந்து பெரியவர்களானதால் எங்கள் பழக்க வழக்கங்கள் வேடிக்கையாக ஆகிவிடுகின்றன.''

கல்யாணமான தோழியின் கட்டிலில் தூங்குவதை விட இந்த மாற்றம் நன்றாக இருக்கிறது என்று வர்ஷா தன் கட்டிலில் படுத்துக் கொண்டு நினைத்துக் கொண்டாள். (இந்த விஷயம் தீனாதஸ்தூருக்குத் தெரிந்தால்?)

இன் அண்ட் அஸ் .... எல்லை

தன் புன்னகையை அடக்கிக் கொண்ட வர்ஷாவுக்கு பூமியில் சமாதானம் ஆகாத இறுக்கங்களிடையே மனிதனின் இருப்பு சிக்கியிருக்கிறது என்ற கீர்க்கே காதின் கருத்து நினைவு வந்தது.

★ ★ ★ ★

"சியர்ஸ்!"

பேங்க் வெட் ஹாலில் ஃபேர்வெல் பார்ட்டி நடந்து கொண்டிருந்தது. ஃபிலிம் ஷெட்யூல் ஒரு மாதம் தள்ளிப் போய்விட்டது. ஃபிலிம் கொஞ்சம் ஓவர் பட்ஜெட் ஆகிவிட்டது. ஆனால் ஜானும், முழு யூனிட்டும் மகிழ்ச்சியுடன் இருந்தார்கள்.

"வர்ஷா, 'கிரேட் டிடெக்டர்' பார்த்த பிறகு ஹிட்லருக்கு சாப்ளினிடம் ஏற்பட்ட வெறுப்பு உனக்கு என்னிடம் ஏற்பட்டது, இல்லையா?" என்று ஜான் புன்னகையோடு கேட்டார்.

"சந்தேகமில்லாமல்." வர்ஷாவும் புன்னகை செய்தாள்.

ஆறாவது வாரத்திலிருந்து ஜானுடனான தொடர்பு சீர்படத் தொடங்கியது. நடிகர்களைத் தன்வசப்படுத்த ஜானின் முறை இது, நீங்கள் உறுதியாக ஜானை எதிர்த்து நின்றதால் நான் உங்களிடம் ஒன்றும் சொல்லவில்லை என்று பிறகு மார்த்தா சொன்னாள். எந்த வகையான மனிதர்களுக்கு இந்த முறை தக்கதாக இருக்கும் என்று வர்ஷாவுக்குத் தெரியாது, ஆனால் குறைந்தபட்சம் அவளுக்குத் தக்கதில்லை. தன் பாத்திரத்தை நிர்வகிப்பதிலும், அயல்நாட்டு யூனிட்டுடன் வேலை செய்வதிலும் இருந்த இறுக்கமே அவளுக்குப் போதும்.

நடிகர்களைத் தன் வசப்படுத்த இயக்குநர் பயன்படுத்தும் தன்னிச்சையான இந்த நடைமுறை அவளுக்கு வருத்தத்தைத்தான் தந்தது. அவளுக்கு தினமும் இரவில் காம்போஸ் வேண்டியிருந்தது. பகல் நேரத்திலும் மூளை நரம்புகள் முணுமுணுத்துக் கொண்டே இருந்தன. மண்ணிலிருந்து செடியை வேரோடு பிடுங்கும்போது வேரோடு சின்னஞ்சிறிய சல்லிவேர்களும் பிடுங்கப்பட்டு வருவதுபோல எப்போது ஜானுடன் மோதல் ஏற்பட்டு எல்லாவற்றையும் தெளிவாக்க வேண்டியிருக்குமோ என்று தன் உரையின் எல்லா தத்துவங்களையும் அவை சார்ந்தவற்றையும் கவனத்தில் கொண்டு எச்சரிக்கையுடன் இருப்பாள் வர்ஷா. அவள் இரண்டாவது வாரத்திலேயே தான் ப்ராஜெக்டிலிருந்து

நீக்கப்படுவதற்குத் தயாராக்கிக் கொண்டிருந்ததில் தனக்குள் அபார சக்தியைப் பெற்றிருந்தாள், ஆனால் உள்ளுக்குள் குன்றிப் போயிருந்தாள். இயக்குநரின் உதவியாளருக்கு எதிராளியாவது இது முதல் அனுபவம்.

ஆறாவது வாரத்தில் தன்னைப் பற்றி ஜானின் உண்மையான கருத்து என்ன என்று அவளுக்குத் தெரிந்தது. ஜான் 'லைஃப்' பத்திரிக்கையில் 'என் வயது, அனுபவத்தால் நான் வர்ஷா வசிஷ்டை அச்சுறுத்த நினைத்தேன், ஆனால் கொம்பை நீட்டிப் பாயும் காளையைப் போல அவர் என் மீது கலைப் பாய்ச்சல் பாய்ந்துவிட்டார்... வர்ஷா தன் பாத்திரத்தை அதன் எல்லா சாத்தியக்கூறு விரிவுகளிலும் தேடுகிறார், களைத்துப் போனாலும் அதில் முழு கவனமும் செலுத்துகிறார், அப்போதுதான் தெரிவு செய்யும்போது நீங்கள் எல்லா கோணங்களையும் பரிசீலித்தீர்களா; இல்லையா என்பது தெரியும். பயிற்சி இல்லாமல் நீங்கள் விஷயத்தை அறிந்து கொள்ள முடியாது, அது உண்மையாகவும் தோன்றாது. தன்னை அர்ப்பணித்துக் கொண்ட நடிகன் உடலளவிலும், மனதளவிலும் பாத்திர மயமாக வேண்டும். வர்ஷா வசிஷ்ட் அவ்வாறு தன்னை அர்ப்பணித்துக் கொண்ட ஒரு நடிகை. ஃபிலிம் ஒரு பிரமை, ஆனால் வர்ஷாவின் கலை ஆர்வம் அதை செயற்கையாக இருக்க விடுவதில்லை. வர்ஷாவை மரமாக நடிக்கச் சொன்னால் அவர் ஆறு மாதங்கள் காட்டிற்குப் போய் நின்றுவிடுவார். அவர் கற்பனைத் திறனால் நான் கவரப்பட்டிருக்கிறேன். நன்கு யோசித்துத் தீர்மானிக்கப்பட்ட அவருடைய இம்ப்புரொவைசேஷன் பாத்திரத்தின் வரிவடிவத்தில் மனதைக் கவரும் வண்ணங்களை நிறைக்கின்றன... காமிரா லேசோடு வர்ஷாவின் எரோட்டிக் கெமிஸ்ட்ரி இருக்கிறது. ஆக்ஷனுக்குப் பிறகு அவர் இளமையின் முதல் காதல் உணர்வின் ஆழமான வினாடியை வெளிப்படுத்துகிறார். ஆக்டிங் அவருக்கு ஆர்காஸ்ம்.'' என்று பேட்டி அளித்திருந்தார்.

வர்ஷா ஸ்தம்பித்துவிட்டாள். அவளுக்கு இந்த விஷயம் முன்பே தெரிந்திருந்தால் அவள் அனாவசியமான இறுக்கத்திலிருந்து விடுபட்டிருப்பாள் என்பதோடு அவள் நடிப்பும் இன்னும் சிறப்பாக இருந்திருக்கும்.

மார்த்தா அதை ஒத்துக் கொள்வில்லை. ''ஜான் ஷூட்டிங் சமயத்தில் தன்னையும், கலைஞர்களையும் உச்சநிலையில் வைத்துவிடுகிறார். இதன் விளைவு எப்போதும் மகிழ்ச்சி தருவதாக அமைந்திருக்கிறது'' என்றான்.

ஹாலிவுட் மக்களின் மனோபாவத்தை வர்ஷா சற்று புரிந்து கொண்டு விட்டிருந்தாள். இவர்களுக்கு ஏன் மனோசிகிச்சை தேவைப்படுகிறது என்று முன்பெல்லாம் ஆச்சரியப்படுவாள். இப்போது இவர்கள் இவ்வளவு காலம் எப்படி பைத்தியக்கார ஆஸ்பத்திரிக்கு செல்லாமல் தப்பித்திருக்கிறார்கள் என்று ஆச்சரியப்பட்டாள்.

''ஜான், இனி உங்கள் துரதிருஷ்டம் பிடித்த முகத்தைப் பார்க்க வேண்டியிருக்காது என்று எனக்கு எவ்வளவு சந்தோஷமாக இருக்கிறது, தெரியுமா?'' என்றான் ராபர்ட்.

ஜான் சிரித்தார், ''என் சந்தோஷமும் உங்களுடையதை விட குறைந்தது அல்ல.''

ராபர்ட்டுடன் வர்ஷாவின் உறவு பிந்திய வாரங்களில் சற்று சீர்பட்டு விட்டது இதன் ஒரு சுவாரசியமான பலனாக அவன் வர்ஷாவை ப்ளர்ட் செய்யத் தொடங்கிவிட்டான், ''வர்ஷா, நீங்கள் ஒரு ரகசியங்கள் நிறைந்த இளம் பெண். வரைவு செய்வதற்கு கஷ்டமான ஜீவன்களை எனக்குப் பிடிக்கும்.''

''நன்றி!'' வர்ஷா தன் மோனாலிசா புன்னகையை வெளிப்படுத்தினாள்.

''மாலையில் என்ன புரோகிராம்?''

''கீதை படிப்பேன்.''

''உங்கள் கலாச்சாரத்தின் இன்னொரு பெருமைக்குரிய நூல், இல்லையா?''

''என் ஆர்வம் நான்காவது பகுதியில்தான்.''

''எப்போதாவது முதல் பகுதியையும் பயில வேண்டும்.''

''அது என் வயதிற்குத் தகுந்ததாக இல்லை.''

''ஓ, இப்போது உங்கள் வயது என்ன?''

''இந்தியக் கலாச்சாரத்தின் வயது என்னவோ அதுதான்''

இப்படியான சொல்போருக்குப் பின்னர் ராபர்ட் விளையாட்டாக சிரித்துவிடுவான்.

'பாலஸ் ஆஃப் ஹோப்'பில் மூன்றாவது வாரத்திலிருந்து ராபர்ட்டை நெர்வஸ் பிரேக் டவுனுக்குள்ளான பாத்திரமாக்க ஜான் விரும்பினார். கொஞ்ச நாட்கள் ராபர்ட் எதிர்த்து நின்றான் (சக்தி வலுவை அதிகரித்துக் கொள்வதற்கு அவன் மீண்டும் மீண்டும் நியூயார்க்குக்கும், சிக்காகோவுக்கும் போன் செய்தான்). பிறகு ஆயுதத்தைக் கீழே போட்டு விட்டு செட்டில் தன் பாத்திரத்திற்கு அர்த்தம் தேடுவதை நிறுத்திவிட்டான். (இதற்குப் பின்னால் பேங்கிலும், ஆயுள் காப்பீட்டு நிறுவனத்திலும் தன் மதிப்பு குறைந்துவிடும் பயம் காரணமாக இருந்தது). ஆனல் இந்த சமாதானத்தின் அவஸ்தை அவன் முகத்தில் பளிச்சிட்டது.

''உங்களுக்கு என்ன புரோகிராம்?'' என்று கேட்டாள் வர்ஷா.

''நாளை நான் எல்.ஏ.க்கு கிளம்புகிறேன்.'' ராபர்ட் புன்னகை செய்தான், ''டு மைசிட்டி, பீச் ஹேஸ் டு பி சீன் டு பி டிஸ்பிலீவ்டு!''

ஷாம்பேன் கோப்பையை எடுத்துக் கொண்டு வர்ஷா வெளியே வந்தாள். பசுமைப் பரப்பில் நிலவுப் பனி படிந்திருந்தது. சுற்றிலும் அமைதி. பூங்காவிலிருந்து வந்த சுத்தமான காற்றலைகளில் பூக்களின் மணம் கமழ்ந்தது.

''நீ இங்கேயா உட்கார்ந்திருக்கிறாய்!'' பின்னால் ஜேனட்டின் குரல் கேட்டது.

ஜேனட்டுடன் நல்ல நட்பும், பரஸ்பர புரிதல் உணர்வும் ஏற்பட்டிருந்தது. அவள் இல்லையென்றால் லொக்கேஷனில் மிகவும் தனித்து இருந்திருப்பாள் என்பதுதான் உண்மை. ஜானுடன் இறுக்கம் நிலவிய நாட்களில் ஜேனட் அவளுக்குத் துணையாக இருந்தது மட்டுமல்ல, யூனிட்டின் பிற இந்தியர்களோடு ஏற்படும் இனவேற்றுமைக்கு விரோதமாகவும் இருந்தாள் (சில இந்தியக் கலைஞர்களும், டெக்னீஷியன்களும் ஐந்து நட்சத்திர ஹோட்டலில்கள்தான் தங்கவைக்கப்பட்டிருந்தார்கள், ஆனால்

அவர்களுக்கு சாப்பாடு போன்றவற்றிற்கு ஒரு குறிப்பிட்ட சிறுதொகைதான் கிடைத்தது. ஆகையால் அவர்கள் சாப்பிடுவதற்கு அருகிலிருந்த மலிவான ஹோட்டல்களுக்குப் போக வேண்டியிருந்தது. வெள்ளையர்களுக்கான ரூம் சர்வீஸ் முழு செலவையும் - மது உள்பட - கம்பெனி ஏற்றுக்கொண்டது. இந்தியர்களில் வர்ஷாவுக்கு மட்டும் இந்த வசதி கிடைத்திருந்தது. கார் ஏற்பாடு செய்வதில் வர்ஷாவிடம் வித்தியாசம் பாராட்டப்பட்டது - அவளுக்கு இந்திய கார்தான் தரப்பட்டது, அயல்நாட்டுக் கார் அல்ல. "நான் இந்த விஷயங்களைப் பெரிதாக நினைப்பதில்லை, ஜேனட்!" என்றாள் வர்ஷா, "என் செக்ரட்டரிக்குப் பிடிக்கவில்லையென்றாலும் நான் பம்பாயில் இதிலும்தான் போகிறேன்." என்று எதிரில் ஓடிய ஆட்டோரிக்ஷாவைக் காட்டினாள்.).

"வர்ஷா, நான் அடுத்த மாதம் பம்பாய் வருகிறேன்." ஜேனட் நாற்காலியை அருகில் இழுத்துப் போட்டு உட்கார்ந்தாள்.

"நான் எதிர்பார்த்துக் கொண்டிருப்பேன்."

சற்று நேரம் மௌனம். ஜேனட்டின் முதல் படமான 'சாணக்யா'வில் வர்ஷா ரீட்டாவுடன் சேர்ந்து அவளைப் பார்த்திருந்தாள். அவளுடைய திறமையைக் குறித்து மனதில் மதிப்பு ஏற்பட்டது. சுல்தான் கஞ்சின் சில்பில் இன்றைய இந்த நிலை வரை வருவாள் என்று அப்போது கற்பனை கூட செய்ய முடியுமா?

வாழ்க்கை எல்லையற்ற எதிர்பாராத நிகழ்வுகளால் நிறைந்திருக்கிறது என்று வர்ஷா நினைத்துக் கொண்டாள்.

அப்போது பின்னால் காலடி ஓசை கேட்டது.

"வர்ஷா மேடம், இப்போதுதான் உங்களுக்கு பம்பாயிலிருந்து போன் வந்தது - வந்தனா பாவல்கர்." புரொடக்ஷன் உதவியாளர் தாஸ் உணர்வு பொங்க அறிவித்தார், "உங்களுக்கு 'சந்திர கிரஹண'த்திற்காக ஃபிலிம் ஃபேர் மிகச் சிறந்த நடிகை விருது கிடைத்திருக்கிறது!"

11. உங்கள் சந்திப்பு மங்களகரமாகட்டும்

திடீரென்று கல்யாண காலம் வந்துவிட்டது.

'ஆஷா மஹல்' ஷூட்டிங் முடிந்தவுடனே வர்ஷா லக்னோ போய்விட்டாள். பாண்டே போனில் மிகவும் வலியுறுத்தி சொன்னார், "மேடம், இரண்டு நல்ல படங்கள் வருகிறது. நீங்கள் நேராக வந்துவிடுங்கள்."

"சினிமா எனக்கு மிகவும் போர் அடித்துவிட்டது, பாண்டே சார்!" என்றாள் வர்ஷா, "இந்த வாரம் முழுதும் வேறு சூழ்நிலையில் ரிலாக்ஸ் செய்யப்போகிறேன்."

நான்கு நாட்கள் வர்ஷா திவ்யாவுடன் அரட்டை அடித்தாள், தூக்கத்திற்கான மிச்சமிருந்த கோட்டாவைத் தூங்கி கழித்தாள், பிரியாவுடன் பேட்மிண்டன் விளையாடினாள், ஐந்தாவது நாள் மாலை மிட்டு தன்வீட்டில் விருந்து வைத்திருந்தான். அவன் ஹஜரத்கஞ்சைத் தவிர சௌக்கிலும் ஒரு மெடிக்கல் ஸ்டோர் திறந்திருந்தான். இரண்டு குழந்தைகள் இருந்தார்கள். திருப்தியான இல்வாழ்க்கையின் சுகம் வயிற்றில் தொந்தி வடிவத்தில் காணப்பட்டது.

"நீண்ட நாட்கள் கழித்து லக்னோ நினைவு வந்திருக்கிறது." என்றான் மிட்டு.

மிட்டுவுக்கு தன் பழைய ஆர்வங்கள் நினைவு வந்தன, வர்ஷா முகத்தில் புன்னகை மலர்ந்தது. உணர்வுகளின் இது என்ன நியதி!

உங்கள் சந்திப்பு மங்களகரமாகட்டும்

என்று வர்ஷா நினைத்துக் கொண்டாள். சிவந்த முகத்துடன், நல்ல ஆடை - அணிகலன்களுடன் மிட்டுவின் மனைவி ட்ரேயை ஏந்தியபடி ரோஹனின் முன் நின்றாள். என் கலை ஆர்வம் தீவிரமாக இல்லாதிருந்திருந்தால் இன்று இந்த வீட்டில் இந்த பாத்திரத்தை நான் ஏற்றிருப்பேன் என்று வர்ஷா நினைத்துக் கொண்டாள். அதிசயமான ஒரு குதூகலம் மட்டும் மனதில் எழுந்தது.

இரவு வீடு திரும்பியதும் திவ்யா, "நீண்ட நாட்களுக்குப் பிறகு லக்னோ வந்திருக்கிறாய். எப்படி இருக்கிறது?" என்று கேட்டாள்.

அவர்கள் டிராயிங் ரூமில் உட்கார்ந்திருந்தார்கள். 'சௌம்யமுத்ரா' படம் புத்தக ரேக்கின் பக்கத்தில் ஒட்டியிருந்தது.

"மிகவும் மன அமைதி கிடைத்தது."

அவள் கோடை லீவில் நாடகத்தில் நடிக்க முதல்முதல் லக்னோ வந்ததை நினைவு கூர்ந்து பேச விரும்பினாள். ஆனால் அந்த நாட்களை நினைவு கூரும் போது உணர்ச்சி வசப்பட்டுவிடுவாளோ என்று பயமாக இருந்தது.

"டவுன் கொஞ்சம் மாறிவிட்டது, இல்லை?"

"நாம் மாறும் அளவு நகரங்கள் மாறுவதில்லை."

திவ்யா புன்னகை செய்தாள்.

அவள் நினைத்ததைத்தான் வர்ஷா சொன்னாள். மாநிலத் தலைநகரின் எந்த ரவீந்திர மேடையில் அவள் நடிக்க அஞ்சினாளோ அதே மேடையில் அன்று மாலை சங்கீத நாடக அக்காடெமி முதல் மந்திரி தலைமையில் அவளுக்கு பாராட்டு விழா நடந்தது. பார்வையாளர்கள் அரங்கிற்கு உள்ளேயும் வெளியேயும் நிரம்பி வழிந்த அவ்வளவு கூட்டத்தை அதற்கு முன் பார்த்ததில்லை என்று ரோஹன் பிறகு சொன்னான்.

திவ்யா தன் உரையில் சொன்னாள், "மீடியாக்கள் எல்லா புகழையும் எனக்கே தருகின்றன. உண்மை அது அல்ல. நான் செய்ததெல்லாம் வர்ஷாவின் கைகளில் ஒரு சாவியைக் கொடுத்தது மட்டும்தான். நான்கு பக்க கதவுகளும் அவளுக்கு

சாத்தப்பட்டிருந்தன. அவள் எந்தக் கதவில் சாவியைப் போட்டாளோ அது திறந்துகொண்டுவிட்டது. வர்ஷா வெளியே வந்துவிட்டாள், தன் நீண்ட பாதையில் முன்னேறி சென்றுவிட்டாள். அவள் எப்போதாவது எங்கள் பக்கம் திரும்பிப் பார்ப்பதற்கு நன்றி தெரிவித்துக் கொள்கிறோம்.''

எல்லாருக்கும் நன்றி கூறி வர்ஷா சொன்னாள், ''எந்த நீண்ட பாதையில் நடந்து நான் இந்த இடத்தை அடைந்திருக்கிறேனோ அது திகைப்பூட்டுவது, சிக்கலானது, மாயங்கள் நிறைந்தது. யாரும் உணர்விழப்பதிலிருந்தும், சித்ரவதைப்படுவதிலிருந்தும் தப்பிக்க விரும்பினால் அவர் தன் காலடிச்சுவடுகளைப் பார்த்துக் கொள்வதும், தன் மூல வேர்களை மறக்காமலிருப்பதும் அவசியம். என்னுடைய இந்தப் பயணம் இவ்வகையான ஒரு முயற்சிதான். திவ்யா என்னிடம் தந்த சாவி மதிப்பு மிக்க ஒரு பொக்கிஷம் போல இன்றும் என்னிடம் பத்திரமாக இருக்கிறது, நீண்ட, கடினமான பாதையின் பல கலை தொடர்பான, தனிப்பட்ட வாழ்க்கை தொடர்பான தடைகள் அதனால் அகன்று விட்டன... இன்று இப்போது நான் திவ்யா ஒளிக்கீற்று போல அந்த சாவியை என்னிடம் தந்த அந்த திக்கு தெரியாமல் தவித்த இருண்ட கணங்களை நினைத்துப் பார்க்கிறேன்...''

''வர்ஷா, மகாதேவ் அண்ணன்...'' பிரியா ரிசீவரை நீட்டினாள்.

விழாவில் சீஃப் செக்ரட்டரி ஸ்ரீ சஹாயுடன் பரிச்சயம் ஏற்பட்டது. வர்ஷாவுக்கு சட்டென்று நினைவு வந்தது, கிருஹப்பிரவேச சமயத்தில் தான் வரமுடியால் போன வழியற்ற நிலையைக் கூறி மகாதேவ் அண்ணன் தான் ஒதுக்கப்பட்டு விட்ட சோகக் கதையை எழுதியிருந்தார். வர்ஷா அதை சீஃப் செக்ரட்டரியிடம் கூறினாள் - அண்ணனிடம் விவரம் கேட்டு ரோஹனிடம் சொல்லுங்கள், என்னால் முடிந்ததை செய்கிறேன் என்று சஹாய் சொன்னார். ரோஹன் வந்ததுமே இட்டாவாவில் இருந்த தன் நண்பனான ஒரு போலீஸ் சூப்ரிண்டெண்டுக்கு போன் செய்து மகாதேவைக் கூப்பிடும்படி வற்புறுத்தினான். மகாதேவ் வீட்டிற்கு போலீஸ் சூப்ரிண்டெண்ட் அனுப்பிய ஹெட்கான்ஸ்டபிள் வேறு யாருமல்ல, மகாதேவனின் மாமனார்தான்! (அதிசயமான

ஒத்துப்போகும் சம்பவங்கள் சினிமாவில் மட்டுமல்ல என்று வர்ஷா புன்னகையுடன் நினைத்துக் கொண்டாள்).

''வர்ஷா, ('யசோதா' என்ற பெயரை மறந்துவிட்டுக் கடைசியாக இந்தப் பெயரைத்தான் ஒத்துக் கொள்ள நேர்ந்தது!), நீயா?'' அண்ணன் கவலையுடன் நிலை குலைந்து போனார்.

''ஆமாம். நீங்கள், அண்ணி, குழந்தைகள் எல்லாரும் நன்றாக இருக்கிறீர்களா?''

''ஆமாம். எல்லாரும் நன்றாக இருக்கிறார்கள்.''

''நீங்கள் எனக்கு கொஞ்சம் உங்கள் கேஸ் விவரத்தை எழுதிக் கொடுங்கள்.''

ரோஹனிடம் காகிதத்தைக் கொடுக்கும்போது வர்ஷாவுக்கு ஷாஜஹான்பூர் சோக நாட்களும் அதில் அண்ணன் வகித்த பாத்திரமும் நினைவு வந்தது (சினிமா பத்திரிக்கைகளின் வீண்புரளிகளுக்கு இடையில் வர்ஷா மீது குற்றம் சாட்டுவதில் அண்ணனுக்கும் கிஷோருக்கும் சண்டை வந்துவிட்டது, பெரியவன், சம்பாதிப்பவன் என்ற தன்னம்பிக்கை நிறைந்த கிஷோர், 'ஐ ஹேவ் சீன் ஆல் யுவர் 'கொடுமைஸ்' (பாவம், அவனுக்கு 'கொடுமை' என்ற சொல்லுக்கு ஆங்கிலம் தெரியவில்லை!) ஆன் சின்ன அக்கா!'' என்று மகாதேவ் முகத்தில் அறைந்தாற்போல் சொல்லி விட்டான் என்று ஜல்லி சொல்லியிருந்தாள்.)

''வர்ஷா, எல்லாரும் மைசூர் போவோம்.'' பிரியா சிணுங்கினாள், '' மிக நன்றாக இருக்கும்.''

''நான் டில்லி போக வேண்டும் பிரியா! அனுபமாவுக்கு கல்யாணம் .'' வர்ஷா அவள் தலையைத் தடவினாள்,

''கோடையில் போவோம்.''

அப்போது போன் மணி ஒலித்தது.

''ஷிவானி...'' பிரியா ரிசீவரை நீட்டினாள்.

''டார்லிங், எவ்வளவு கஷ்டப்பட்டு உன்னைப் பிடிக்க வேண்டியிருக்கிறது.'' ஷிவானியின் குரல் கேட்டது, ''நாளைக் காலை நீ டில்லி வருகிறாய், இல்லையா?''

"நாளைக்கா? இரண்டு நாட்கள் கழித்துதானே வருவதாக இருக்கிறேன்?"

"என் பல்லக்கை எடுத்தபிறகுதான் வருவாயா?"

★ ★ ★ ★

"நல்லதாய்ப்போயிற்று." ஷிவானியின் அண்ணன் சந்தோஷப் புன்னகையுடன் சொன்னார்.

புரோகிதர்களின் மந்திர ஒலியுடன் ஷிவானி ஹோம குண்டத்தை ஏழு முறை சுற்றி வலம் வந்து கொண்டிருந்தாள். முன்னாள் என்.ஆர்.ஐ. ஸ்டேட்டஸில் இருக்கும் வினய் - அப்பாவின் ஒரு பழைய நண்பரின் மகன். மாடர்ன் ஸ்கூலில் அவன் ஷிவானியுடனும், ஹர்ஷுடனும் ஒன்றாகப் படித்தவன், செயிண்ட் ஸ்டீஃபன்சில் ஹர்ஷின் கிளாஸ்மேட். ஷிவானியிடம் வினய்யின் ஈடுபாடு இளம் வயதிலேயே வெளிப்பட்டது. ஆனால் ஹர்ஷின் காரணமாக அவன் தன்னைக் கட்டுப்படுத்திக் கொள்ள வேண்டியிருந்தது.

"சென்ற ஆண்டு வினய் ஒரு மாதம் இந்தியா வந்தபோது நான் உணர்வுகள் சூனியமான நிலையில் இருந்தேன்." என்றாள் ஷிவானி, "அஷ்வின் தன்னை விலக்கிக் கொண்டு விட்டான். அப்பா, அண்ணனுடன் அவன் 'வாய்ஸ்' ஒத்துப் போகவில்லை. ஏதாவது ஸ்டாண்டு எடுப்பதைப் பற்றி யோசிக்கும் அளவுக்கு நானும் அவனிடம் ஈடுபாடு கொள்ளவில்லை. எங்களை அறியாமலே நாங்கள் ஒருவரை விட்டு ஒருவர் பிரிந்துவிட்டோம். நீண்ட நாட்களுக்குப் பிறகு சந்தித்திருந்தாலும் நான் வினய்யிடம் மிகவும் இனிமையை உணர்ந்தேன். வினய்யை அப்பா, அண்ணனுக்கும் மிகவும் பிடித்திருந்தது. பிறகு எங்கள் தொழில்முறை நலமும் இணைந்தது. மாண்ட்ரியலில் இருக்கும் வினய்யின் கம்பெனி ரெடிமேட் ஆடைகளுக்கான ஒரு பெரிய ஆர்டரை எங்கள் கம்பெனிக்கு தந்தது. போன வெள்ளிக் கிழமை வினய் திடீரென்று என்னிடம் கல்யாணப் பேச்சை எடுத்ததும் நான் 'சரி' சொல்லிவிட்டேன். வினய் வீட்டினரும் அவசரமாக ஏற்பாடு செய்துவிட்டார்கள். ஒருவேளை வினய் ஏதாவது கனடாப்

பெண்ணைக் கல்யாணம் செய்து கொண்டு விட்டால் என்ன செய்வது என்று பயம்.'' ஷிவானி கலகலவென்று சிரித்தாள். அந்த சிரிப்பு கவலைகளிலிருந்து விடுபட்டதாக, வெற்றி ஒளி வீசுவதாக இருந்தது. சில மணி நேரங்களில் தன் மனதிற்கு உகந்த வகையில் மணமகளாகப் போகும் இளம் பெண்தான் அப்படி சிரிக்க முடியும்.

"நீ அங்கேயே போய்விடுவாயா?" என்று கேட்டாள் வர்ஷா.

இரண்டு நாட்களுக்கு முன் ஷிவானி தன் வேலையை ராஜிநாமா செய்துவிட்டாள். நாளைக் காலை அவள் வினய்யுடன் ஒரு ஆடைகள் கண்காட்சியில் பங்கேற்க மேற்கு ஜெர்மனி போகிறாள் (''இது எங்கள் வொர்க்கிங் ஹனிமூன்!'' என்றாள் ஷிவானி.).

"சில வருஷங்கள்.'' ஷிவானி புன்னகை செய்தாள், "நம் பையன் ஆபீசை நிர்வகிக்கும் அளவு பெரியவன் ஆனதும் இந்தியா திரும்பிவிடலாம் என்கிறார் வினய்.''

அஷ்வினைப் பற்றி பேசும் போது ஷிவானியின் கண்களில் இருந்த மகிழ்ச்சியை விட அதிக கவர்ச்சியான ஆழம் இப்போது காணப்பட்டது.

"வர்ஷா, நான் நிஜமாகவே பயந்து கொண்டிருந்தேன். என் தோழிகளில் தனியாக இருந்தவள் நான் மட்டும்தான்.''

"என்னை ஏன் மறந்துவிட்டாய்?''

"நீ அன் அட்டாச்டு பெண் இல்லையே!'' என்று ஷிவானி புன்னகை செய்தாள். அவள் வர்ஷாவின் கண்களை நேராகப் பார்த்தாள். அத்தகைய தைரியம் அவள் பார்வையில் காணப்பட்டதே இல்லை. ஏதாவது பொறாமை இழை ஷிவானியின் மன ஆழத்தில் மிச்சம் கிடந்துவிட்டதா? அவள் விதி நிச்சயமாக ஹர்ஷிடமிருந்து விலகிச் செல்லும் இந்தத் தருணத்தில் ஏதாவது நனைந்து அணைந்த நெருப்புத் தணல் இருக்கிறதா? என் தனி வழியை நான் என் முழு விருப்பத்துடன் ஏற்றுக் கொண்டேன் என்ற வெற்றியின் வண்ணம் அந்த தைரியத்தில் படிந்திருக்கிறதா?

வர்ஷா கண் இமைகளைத் தாழ்த்திக் கொண்டாள்.

வலது பக்கம் இருந்த கூட்டத்தில் சுஜாதா - யோகேஷ், அம்மா இருந்தார்கள் (வர்ஷா அவர்களுடன்தான் உட்கார விரும்பினாள், ஆனால் ஷிவானியின் அண்ணி அவளை இழுத்துக் கொண்டு போய்விட்டாள்.) பாலம் விமான நிலையத்திலிருந்து வர்ஷா நேராக அம்மா வீட்டிற்குப் போய்விட்டாள். அனுபமாவும், சுஜாதாவும் அவளை அழைத்துச் செல்ல தனித்தனியாக காரில் வந்திருந்தார்கள். அனுபமா வந்தது நல்லதாயிற்று. ஹர்ஷவர்தனைப் பற்றி அதிகம் பேச்சு எழவில்லை.

''ஹர்ஷ் நீண்ட நாட்களாக கடிதம் எதுவும் எழுதவில்லை.'' என்றாள் அம்மா.

''மிகவும் வேலையாக இருப்பார் அம்மா! 'முக்தி' படத்தின் இரண்டாவது ஷெட்யூல் தொடங்க வேண்டும், இல்லையா!''

''ரஞ்சனா யார்?'' என்றாள் சுஜாதா.

''எங்கள் சிநேகிதி அக்கா!'' ஒரு வினாடி யோசித்து விட்டு வர்ஷா தொடர்ந்தாள், ''மிடில் - ஏஜ்டு 'முக்தி' பட புரொட்யூசர்.'' வர்ஷா முடிந்தவரை தன் முகத்தை வெறுமையாக வைத்துக் கொண்டாள்.

''ஹர்ஷுக்கு பணக்கஷ்டம் எதுவும் இருக்கிறதா?''

''அப்படி ஒன்றும் கஷ்டம் இல்லை. ரஞ்சனாவுடைய ஃபிளாட் மிகவும் பெரியது. நான் எவ்வளவோ வற்புறுத்தினேன், ஆனால் 'சில்வர் சேன்டி'ல் இருக்க அவர் தயாராக இல்லை.''

''நல்லதுதான்.'' என்றாள் அம்மா.

'' 'முக்தி' யைப் பற்றி நான் மிக நல்ல ரிப்போர்ட் படித்தேன்.'' என்றாள் சுஜாதா.

சுஜாதாவின் போக்கு சற்று மாறியிருந்தது. முந்திய அன்பான, சகோதரனின் திறனில் மிகுந்த நம்பிக்கை கொண்ட சகோதரி நம்பிக்கையின்மை, நிராசையின் கண்ணாடி சில்லுகளைப் பொறுக்கிக் கொண்டிருந்தாள்.

''இப்போது ஆண்டவன் விட்ட வழி.'' என்றாள் அம்மா.

''பார், ஷிவானிக்கும் கல்யாணம் நடந்து கொண்டிருக்கிறது. நீ இண்டர்நேஷனல் ஸ்டார் ஆகிவிட்டாய்.'' சுஜாதா புன்னகை செய்தாள்.

''ஸ்ரீ கிருஷ்ணன் மனம் வைத்தால், எல்லாம் சீக்கிரமே நடக்கும் அக்கா!'' வர்ஷா கையைக் கூப்பினாள்.

★ ★ ★ ★

அனுபமாவும் உமேஷும் கையெழுத்திட்டவுடன் மாஜிஸ்ட்ரேட், ''கங்கிராஜுலேஷன்ஸ்!'' என்றார்.

''வாழ்த்துக்கள், அனுபமா!'' வர்ஷா கைகுலுக்கினாள். புன்னகை செய்த அனுபமாவின் கைப்பிடியில் உற்சாக அழுத்தம் இருந்தது. கண்கள் மலர்ந்திருந்தன. ஒரு வினாடி கோவிலில் சதுர்புஜுக்கு மாலை சூட்டிய அனுபமாவின் அந்தப் பழைய அழகு வர்ஷாவின் கண் முன் எழுந்தது.

மெய் மறந்த நிலையில் இருந்த அனுபமாவின் தாய் - தந்தையர் அவளை ஆசீர்வதித்தார்கள். கல்யாணம் முதலில் போபாலில்தான் நடப்பதாக நிச்சயமாகியிருந்தது, ஆனால் எளிமை, எளிமை என்று அனுபமாவும் உமேஷும் பிடிவாதம் பிடித்ததைக் குடும்பத்தினர் ஒத்துக் கொண்டார்கள். ''பெண் நல்ல வழிக்கு வந்துவிட்டாள், அதுவே பெரிய விஷயம்.'' என்றாள் அம்மா.

எல்லாருடைய மகிழ்ச்சிக்கும் காரணம் மாப்பிள்ளையின் தகுதி. உமேஷ் ராமஜஸ் காலேஜில் லெக்சரராக இருந்ததோடு இரண்டு டில்லி தொழிலாளர் அமைப்புகளோடு இணைந்திருந்தான். தொழிலாளர் குடியிருப்புகளில் நாடகம் நடத்தும் போதுதான் அனுபமாவுடன் சந்திப்பு ஏற்பட்டது. ''நான் உங்களை திருமணம் செய்து கொள்வேன் என்று தோன்றுகிறது.'' என்று நான்கு மாதங்களுக்கு முன் அனுபமா எழுதியிருந்தாள்.

சிநேகன் விருந்தாளிகளுக்கு குளிர்பான பாட்டில்களைத் தரத் தொடங்கினார்.

புர்வாயியின் மடியில் சிரித்த முகத்துடன் குழந்தை இருந்தது.

வர்ஷா அவன் கன்னத்தைத் தட்டியபோது அவன் கையைக் காலை ஆட்டி பதில் அளித்தான்.

''இப்போதே மிமிக்ரி செய்யத் தொடங்கிவிட்டான்.'' புர்வாயி செல்லமாக சொன்னான், ''தியேட்டர் ஆள்கள் வம்சம் இல்லையா!''

முதல் நாள் மாலை வர்ஷா அவர்களுடைய டிஃபென்ஸ் காலனி வீட்டிற்குப் போயிருந்தாள். சிநேகன் இப்போது கேமக்காவின் இரண்டு கம்பெனிகளில் போர்டு ஆஃப் டைரக்டர்ஸ் உறுப்பினராக இருந்தார். ''எல்லாம் மாறிவிட்டது, வர்ஷா!'' என்றார் சிநேகன், ''நாங்கள் நாடகம் பார்த்தே ஒரு வருஷம் ஆகியிருக்கும்!''

வர்ஷா மனதில் 'மண்டிஹவுஸ் சாபம்' என்ற வரிகள் எழுந்தன. சிநேகன் அவளைப் பார்த்தபோது அவள் மெல்ல புன்னகை செய்தாள். ஒன்றும் சொல்லவில்லை.

வர்ஷா மெல்ல நடந்து லானின் எதிர்ப் பக்கம் வந்தாள். இவ்வளவு நாட்களுக்குப் பிறகு ஜோட்பாக் வீட்டில் இருப்பதே சுகமாக இருந்தது. மயங்கிய கண்களுடன் தன் கொடி மண்டபத்தைப் பார்த்தாள். அவள் அறை மாறாமல் அப்படியேதான் இருந்தது. மேஜை மேல் அவளுடைய சில புத்தகங்கள், நாடகங்கள் எழுதிய காகிதங்கள் இருந்தன. அவள் 'தங்கள் - தங்கள் நரகத்'தின் பக்கங்களைப் புரட்டினாள். அவள் தன் வசனத்தை எழுதி வைத்துக் கொள்வது வழக்கம். மார்ஜினில் குறிப்புகள் எழுதுவாள் - 'இங்கிருந்து குரல் ஆழம்', 'இங்கே பெருமூச்சு'...

''அம்மா - அப்பா போனதும் உன் அறை மீண்டும் காலியாகிவிடும்.'' என்றாள் அனுபமா, ''இந்த அறை சாதாரணமாக பூட்டித்தான் இருக்கும்.''

வர்ஷா தன் பொருள்களை பம்பாய்க்கு எடுத்துப் போகவில்லை. அவற்றை இந்த வீட்டிலிருந்து அகற்றுவது அவள் நிரந்தரமாக டில்லியை விட்டு நீங்குவதற்கு சமம், அதை அவளால் தாங்கிக் கொள்ள முடியவில்லை. ஆனால், அனுபமா கல்யாணத்திற்குப் பின் நிலைமை மாறிவிடுமோ என்று அவள் இன்று யோசித்தாள். இந்த அறை ஸ்டடி ரூம் போல பயன்படுத்தப்படும். வர்ஷா ரிப்பர்ட்டரியிலிருந்து ராஜினாமா

செய்யும் வரை அனுபமா வீட்டு செலவில் அவள் பங்கு என்ற வகையில் அனுப்பிய செக்கை அனுபமா வாங்கிக் கொண்டாள். ஆனால் ராஜிநாமா செய்த அடுத்த மாதம் செக் அனுப்பியபோது அனுபமா அதைத் திருப்பி அனுப்பி "இப்போது நீ இங்கே இல்லாதபோது நான் இந்த செக்கை எப்படி வாங்கிக் கொள்வேன்? உன் அறை உன்னுடையதுதான், ஆனால் நீ மீண்டும் இங்கு வந்து தங்கும் போது பணம் கொடு. நான் இங்கு யாரையும் தங்க வைக்கப் போவதில்லை, அதனால் கவலைப்படத் தேவையில்லை. இந்தப் பெரிய படம் முடிந்ததும் வந்துவிடு. நீ இல்லாமல் என் வாழ்க்கையின் பாட்டர்னும் மாறிவிட்டது, அது நன்றாக இல்லை." என்று எழுதியிருந்தாள்.

"வர்ஷா மேடம்! வணக்கம்!" சூர்யபான் எழுந்து கை கூப்பினார், விஷமப் புன்னகையுடன் சொன்னார், "கிரின்லால் முன் திடீரென்று ஆலிவர் வந்துவிட்டதுபோல் உன் முன் என் கால்கள் நடுங்குகின்றன."

ரவீந்திர பவனுக்குள் கார் நுழைந்ததும் வர்ஷாவின் நெஞ்சு படபடத்தது. லாபியில் ரிப்பர்ட்டரியின் புதிய நாடகம் 'பகவதஜ்ஜுக்கம்'' போஸ்டர் ஒட்டியிருந்தது. அவள் தனக்குப் பழக்கமான காவலாளியை நலம் விசாரித்தாள். வர்ஷாவை எதிரில் பார்த்துவிட்டு காவலாளி அதிர்ந்துபோனான். சீக்கிரமே வர்ஷாவை சுற்றி கூட்டம் சேர்ந்துவிட்டது.

லிஃப்டிலிருந்து வெளியே வந்து தன் அலமாமேட்டரில் நுழையும் போது மெய்சிலிர்த்தது. பக்கத்திலிருந்த சுவரில் அவளுடைய 'மூன்று சகோதரிகள்' படம் ஒட்டியிருந்தது. லாபியில் வர்ஷாவின் கால்கள் தயங்கின. அவளுடைய இன்று வரையிலான வாழ்க்கைக்கும் இந்த இடத்திற்கும் மிக நெருங்கிய தொடர்பு இருக்கிறது. இன்று அவள் இந்த நிலையில் இருப்பதற்குக் காரணம் இந்த சுவர்கள்தான். அந்த சுவரைத் தொட்டு நெற்றியில் ஒற்றிக் கொள்ள அவள் மனம் விரும்பியது.

"அதிருஷ்டம்தான் வர்ஷாவின் தரிசனம் கிடைத்தது." தாழ்வாரத்தில் வந்து கொண்டிருந்த அலுவலக கிளார்க் நின்று

விட்டார், தாவி சூர்யபானின் அறைக் கதவைத் திறந்துவிட்டார், "பாருங்கள், யார் வந்திருக்கிறார்கள் என்று!"

சூர்யபான், அர்ச்சனா, மமதா முன் உட்கார்ந்திருந்த வர்ஷா என் உலகம் மாறிவிட்டது என்று நினைத்துக் கொண்டாள்.

"பழைய ஆட்களில் நாங்கள் மூன்று பாவிகள் மட்டும்தான் மீதி இருக்கிறோம்." என்று அர்ச்சனா புன்னகை செய்தாள்.

சூர்யபானும், அர்ச்சனாவும் அவளிடம் இயல்பாக இருந்தார்கள், மமதா சற்று கூச்சப்பட்டாள். காஸ்டிங் விஷயமாக நடந்த பழைய இறுக்கத்தை நினைத்துக் கொண்டிருக்கிறாளோ என்று வர்ஷா யோசித்தாள்.

"'மிஸ் ஜூலி'யுடன் நாங்கள் சீசனைத் தொடங்கினோம்." சூர்யபான் புரொஷரை முன்னால் நீட்டினார்.

"நைனாவைப் பற்றி மிகவும் புகழ்ந்து பேச கேட்டிருக்கிறேன்." என்றாள் வர்ஷா.

"அவளும் ரிப்பர்ட்டரியை விட்டுப் போய்விட்டாள்." சூர்யபான் புன்னகை செய்தார், "இங்கு நூற்றிரண்டு எபிசோட் சீரியல் ஒன்று தயாராகிக் கொண்டிருக்கிறது. அதில் அவளுக்கு முக்கிய பாத்திரம் கிடைத்திருக்கிறது. ஒரு எபிசோடுக்கு ஆயிரத்து ஐநூறு ரூபாய் சம்பளம். எவ்வளவு ஆயிற்று என்று கணக்கு போட்டுக் கொள்."

"முன்பெல்லாம் இங்கு ஒரு இடத்திற்கு பத்து பேர் வந்து நிற்பார்கள்." என்றாள் அர்ச்சனா, "இப்போது 'சி' கிளாஸ் ஆக்டர் கூட இங்கு நீண்ட நாட்கள் இருக்க விரும்புவதில்லை."

"சென்ற ஆண்டு ஸ்கூல் அட்மிஷன் கமிட்டியில் நான் இருந்தேன்." என்றார் சூர்யபான், "தியேட்டரை சினிமாவில் நுழைவதற்கான ஸ்டெப்பிங் ஸ்டோனாக பயன்படுத்த நினைத்தவர்களைப் போலத்தான் எல்லாரும் இருந்தார்கள்."

"நான்கு, ஐந்து மூன்றாம் ஆண்டு மாணவர்கள் பரிட்சை முடிந்த அன்று இரவு வண்டியிலேயே பம்பாய்க்குக் கிளம்பிப்

போய்விட்டார்கள்." என்றாள் மமதா, "ஸ்டார் ஆவதற்கு ஒரு நாள் தாமதம் செய்வானேன்?"

"எங்கள் பம்பாய் படையெடுப்பில் சில நன்மைகளும் ஏற்பட்டிருக்கின்றன." என்றாள் வர்ஷா, "கலை - ஃபிலிம்களோடு நாங்கள் முன்பே இணைந்திருக்கிறோம். பயிற்சி பெற்ற கலைஞர்கள் சினிமாவில் மிகவும் நம்பிக்கைக்குரியவர்களாக திறமைசாலிகளாக, தர்க்க பூர்வமாக இருக்கிறார்கள் என்று நிலைநாட்டியிருக்கிறோம். சீரியல்களிலும், டெலி ஃபிலிம்களிலும் நாம்தான் நிறைந்திருக்கிறோம். மிக மெதுவாகத்தான் சீர்படும் என்பது உண்மைதான், ஆனால் இந்த நிலைமையின் சில பக்கங்கள் நிச்சயம் சீர்படும்... எங்கள் தனிப்பட்ட வாழ்க்கையில் கிடைத்த லாபத்தை இங்கு நான் குறிப்பிடவில்லை."

பல புதிய கலைஞர்களோடு சந்திப்பு ஏற்பட்டது.

"வர்ஷா மேடம், நீங்கள்தான் எங்கள் லட்சிய நடிகை." என்று ஒரு நடிகை தன் கருத்தை வெளிப்படுத்தினாள்.

"இந்த செஷன் முடிவில் நாங்களும் ரிப்பர்ட்டரியை விட்டுப் போகிறோம்." என்று இன்னொருத்தி சொன்னாள். "நாங்கள் ட்ரெய்னி அப்ரெண்டிஸ்கள்."

கொஞ்ச நேரத்திற்கு முன் வர்ஷாவுக்கு ஏற்பட்ட சிலிர்ப்பு சோகமாக மாறியது.

"... 'நான்கு பருவங்கள்' பற்றி நான் படித்தேன் வர்ஷா!" என்றார் சூர்யபான், "நன்றாக இருந்தது. உன் புரொடக்ஷனை நீ ஏன் இங்கே கொண்டுவரக் கூடாது? ட்ரேட் ஃபேர் அத்தாரிட்டி ஸ்பான்சர் செய்கிறது."

"வர்ஷா மேடம் இப்போது ஹாலிவுட்டிற்குத் தயார் செய்து கொண்டிருக்கிறார்கள்." என்று ஒரு நடிகன் சொன்னான், "இவர்களுக்கு நேரம் எங்கே இருக்கும்?"

வர்ஷா புன்னகை செய்துவிட்டு பேசாமல் இருந்து விட்டாள்.

"டிக்டேட்டர் எங்கே இருக்கிறார்?" என்று கேட்டாள் வர்ஷா.

(சென்ற ஆண்டு டாக்டர் அடல் திடீரென்று ஸ்கூலிலிருந்து ராஜிநாமா செய்து விட்டார். செய்தித்தாளைப் பார்த்து வர்ஷா திகைத்துப் போனாள். உடனே அவர் வீட்டு நம்பருக்கு போன் செய்யத் தொடங்கியவள் நிறுத்திவிட்டாள். என்ன பேசுவாள்? நீங்கள் ஏன் ராஜிநாமா செய்தீர்கள் என்று என்னிடம் சொல்லுங்கள் என்றா? அவருக்குப் பதில் சூர்யபானுக்கு போன் செய்தாள். ''அவர் இரண்டு நாட்களுக்கு முன் அயல் நாடு போய்விட்டார். தியேட்டர் ஆர்க்கிடெக்சர் பற்றி ஒரு பெரிய புத்தகம் எழுதிக் கொண்டிருக்கிறார். ஸ்கூல் யூனியனில் ஓரிரு மேடை விரோத கருத்துகள் நுழைந்திருக்கின்றன, அவர்கள் அன்ரீசனபிள் கோரிக்கைகளில் பிடிவாதமாக இருந்தார்கள், அவருடைய இரண்டு, மூன்று திட்டங்களை நீண்ட நாட்களாக பேப்பர் வெயிட்டின் கீழ் போட்டு அமுக்கி விட்ட கலாச்சார அமைச்சரகத்தின் மீதும் அவருக்கு வெறுப்பு ஏற்பட்டிருந்தது.''

அவர் இடத்தை ஆதித்யாவின் பேட்ச் ஷியாம் மோகன் எடுத்துக் கொண்டிருந்தார். கொஞ்ச நாட்கள் வர்ஷா மீது அதிசயமான சோகம் பரவியிருந்தது. பிறகு தசரதனின் இடத்தில் ராமன், சுபத்ராதேவி இடத்தில் கஞ்சன் பிரபா - இதுதான் உலக நியதி என்று அவள் தனக்குத் தானே அறிவுறுத்திக் கொண்டாள்.)

''டிக்டேட்டர் இப்போது லண்டனில் இருக்கிறார்.'' என்றார் சூர்யபான். '' இண்டியா ஆபீஸ் லைப்ரெரி கன்ஸல்ட் செய்து கொண்டிருக்கிறார். புத்தகத்தின் ஆறு அத்தியாயங்கள் முடிந்துவிட்டன.''

மனதின் ஒரு மூலையில் வர்ஷாவுக்கு டாக்டர் அடல் அங்கே இல்லாதிருந்தது நல்லதாகவே தோன்றியது. கல்லூரியிலிருந்து கலைஞர்கள் ஓடும் காட்சியைப் பார்ப்பதிலிருந்து தப்பித்துவிட்டார்.

★ ★ ★ ★

''சில்பில், இப்போது ஜல்லிக்கும் கல்யாணமாகிவிட்டது.'' என்றார் அத்தான், ''இப்போது நீ என்ன சொல்கிறாய்?''

வர்ஷா பம்பாய் திரும்பியபோது தடுமாறிவிட்டாள். எல்லா இடத்திலிருந்தும் தேதி கேட்டு நெருக்கினார்கள். நீரஜாவின் புதிய

செட் தயாராக நின்றது. 'கொள்ளைக்காரி' ஃபிலிமின் இன் டோர் வேலை முடிந்திருந்தது, அவர்கள் இப்போது லொக்கேஷனுக்குப் போக விரும்பினார்கள. ஒரு கலை ஃபிலிம் ஃப்ளோருக்குப் போக தயாராக இருந்தது, மற்றொன்று டப்பிங் செய்ய வேண்டியிருந்தது. சித்தார்த் புது ஷெட்யூல் தொடங்க விரும்பினான். ஒரு பழைய படத்தில் பேட்ச் வொர்க் செய்ய வேண்டியிருந்தது. இரண்டு தயாரிப்பாளர்கள் தங்கள் கதையை சொல்ல ஆலாய்ப் பறந்தார்கள்.

சாந்தா குரூஸ் விமான நிலையத்திலிருந்து வர்ஷா பாண்டேயுடன் நேராக நீரஜாவின் செட்டுக்குப் போய்விட்டாள். ஏதோ ஒரு ஃபிலிமுக்காக மைனாக் லொக்கேஷனுக்குப் போகவேண்டியிருந்தது. அவரிடம் அந்த ஒரு வாரம்தான் இருந்தது. நீரஜா கொஞ்சம் பயந்து போயிருந்தாள். 'ஆஷா மஹல்' காரணமாக அவள் படம் பின்தங்கிப் போயிருந்தது.

''நீரஜா, கவலைப் படாதீர்கள்.'' என்றாள் வர்ஷா, ''மைனாக் சாருடனான காட்சிகளை இந்த வாரத்தில் முடித்துவிடுகிறேன். நான் இல்லாத அவர் காட்சிகளை நீங்கள் முடித்து விட்டீர்கள். இந்த மாதம் முழுதும் நான் உங்கள் ஷெட்யூலை எல்லாவற்றிற்கும் முன்பாக வைத்துவிடுகிறேன். நேரம் கிடைத்தால் இரண்டாவது ஷெட்யூலை சித்தார்த்துடன் வைத்துக் கொள்கிறேன்.''

இரவு பத்து மணிக்கு வர்ஷா வீடு திரும்பியபோது 'மகளிர் மையம்' வரவேற்பதற்காக வாசலில் நின்றிருந்தது.

''என்ன, நான் இல்லாத நேரத்தில் வி.சி. ஆரில் ஆயிரம் படமாவது பார்த்திருப்பீர்களே!'' வர்ஷா சிரித்துக் கொண்டே கேட்டாள்.

''என்ன அக்கா, நாள் முழுதும் போர் அடித்துப் போயிருந்தோம்.''

''அக்கா, இவ்வளவு நீண்ட நாள் தேதி கொடுக்காதீர்கள்.'' என்றாள் ஹேமலதா.

ஜல்லி புன்னகை மட்டும் செய்தாள். தனக்குள் மூழ்கியவளாகத் தோன்றினாள்.

குளிக்கும்போது ஹர்ஷ் வரவில்லை போலிருக்கிறது என்று வர்ஷா நினைத்துக் கொண்டாள். ஹர்ஷ் விமான நிலையத்திற்கு வருவான் என்று அவள் எதிர்பார்த்தாள், அங்கே வராததால் இரவு நேராக வீட்டிற்கு வந்திருப்பான் என்று நினைத்தாள்.

"அக்கா, கொஞ்சம் ஒயின் தரட்டுமா?" என்று கேட்டாள் ஜல்லி.

நீண்ட நாட்களுக்குப் பிறகு தினப்படி வாழ்க்கையில் இணைத்துக் கொள்வது சங்கடமாக இருந்தது, ஆனால் வீட்டில் இருப்பது ஆறுதலாக இருந்தது. இந்த இடத்தில் அவள் உட்கார்ந்திருப்பதைப் பார்த்து ஹர்ஷ் அவளுக்கு 'குடும்பத் தலைவி' விருது வழங்கியிருந்தான். அதே போல சாப்பாட்டு மேஜையில், எப்படி என்று தெரியவில்லை, ஹர்ஷுக்கென்று ஒரு இடம் பத்திரமாக இருந்தது.

"அக்கா, இதை இன்னும் கொஞ்சம் கொஞ்சிக் கொள்ளுங்கள்." ஹேமலதா புன்னகை செய்தாள்.

குருபக்குடன் வர்ஷாவின் இனிய சந்திப்பு முடிந்துவிட்டது, ஆனால் அது அவள் மடியில் ஏறும் முயற்சியுடன் முனகிக் கொண்டே இருந்தது.

"ஜீசஸ்... ஷீ ஹேஸ் பிக்கம் டிமாண்டிங் லைக் ஏ லவர்!" என்றாள் ஜல்லி.

வர்ஷா ஒரு வினாடி திடுக்கிட்டாள், பிறகு இயல்பாகி விட்டாள். ஒரு நாளைக்கு பத்து முறை 'ஊப்ஸ்', 'டச் புட்', 'அக்கா, கமான் யார்!' என்று குரலெழுப்பிக் கொண்டிருப்பது ஜல்லியின் வழக்கம்.

"ஹர்ஷைப் பற்றி ஏதாவது செய்தி உண்டா?" வர்ஷா குருபக்கின் முதுகைத் தடவினாள்.

"அநேகமாக தினமும் வந்து கொண்டிருந்தார். இல்லையென்றால் போனாவது செய்வார்." என்றாள் ஜல்லி.

"எங்கள் எல்லாரையும் மவுண்ட் மேரி ஃபேருக்கு அழைத்துப் போனார்." என்றாள் ஹேமலதா.

''பத்து நாட்களாக ஒன்றும் தகவல் இல்லை.'' என்று ஜல்லி அவளைப் பார்த்தாள், ''நான் போன் செய்தபோது டவுனுக்கு வெளியே போயிருக்கிறார் என்று சொல்லிவிட்டு ரஞ்சனா போனை வைத்துவிட்டார்கள்.''

வர்ஷா சில வினாடிகள் மௌனமாக இருந்தாள். நாளை எண்ட்ரிக்கு போன் செய்யலாம் என்று நினைத்துக் கொண்டாள்.

''என் பையில் லட்டு பாக்கெட் இருக்கும்.'' என்றாள் வர்ஷா, ''ஹர்ஷுக்காக அம்மா கொடுத்தனுப்பினார்கள்.''

''ஃபிரிஜ்ஜில் வைத்துவிடுகிறேன்.'' என்று ஹேமலதா எழுந்து சென்றாள்.

''குக்கர் சவுண்டே வரவில்லை!'' என்று ஜுமக்கியும் சமையல் அறைக்கு போய்விட்டாள்.

வர்ஷாவுக்கு சற்று விசித்திரமாக இருந்தது.

''அக்கா உங்களிடம் ஒன்று சொல்லவேண்டும்.'' என்றாள் ஜல்லி.

அவள் முகத்தில் அப்படி ஒரு பயத்தை வர்ஷா பார்த்ததே இல்லை. இன்று எப்போதும் போல அலங்காரமும் இல்லை.

''நீங்கள் திட்டமாட்டீர்களே?''

''என்ன விஷயம்?'' வர்ஷாவுக்கு குழப்பமாக இருந்தது. ஒன்று இவள் கையால் ஏதோ விலைமதிப்பான பொருள் கெட்டுப் போயிருக்கவேண்டும், அல்லது காரை எங்காவது மோதியிருக்க வேண்டும் என்று நினைத்தாள் (கடந்த சில நாட்களாக அவள் கார் ஓட்டத் தொடங்கியிருந்தாள் - ஹர்ஷ் அண்ணன் தயவு!)

''அக்கா, நான் ஒன்றும் தப்பு செய்யவில்லை. நான் உங்கள் காலைத் தொட்டு சத்தியம் செய்கிறேன்.'' ஜல்லி கையை நீட்டி அவள் காலைத் தொட்டாள். அவள் குரல் அடைபட்டது, கண்களை உயர்த்தி அவளால் நேராகப் பார்க்க முடியவில்லை.

''ஜல்லீ, இன்னும் நீ எத்தனை முறை சத்தியம் செய்வாய்?''

''அவர் இல்லை.... நைனரஞ்சன்.....'' ஜல்லி மென்று விழுங்கினாள்.

''யார்?''

''யூ ஆர் டூ மச் அக்கா!... உங்களைப் பார்க்க எத்தனை முறை வந்திருக்கிறார்... 'மாக்கன் சோரி'ன் கிரேண்ட் சன்...''

'வட இந்திய சங்கம்' உத்தரப்பிரதேசத்தின் பெருமை என்ற வகையில் வர்ஷாவைப் பாராட்டி கௌரவித்திருந்தது. அதன் தலைவர் கோபால் மிஷ்ர், அவர் மகன் முராரி இருவரையும் வர்ஷா சந்தித்திருந்தாள், முராரியின் மகன் நைனரஞ்சனும் விழா தொடர்பாக நான்கு, ஐந்து முறை வர்ஷாவைப் பார்க்க வந்திருந்தான். முதல் முறை வந்ததற்குக் காரணம் வர்ஷாவின் வாழ்க்கை விவரம் கேட்பதற்கு. அதைப் பாராட்டுமலரில் பிரசுரிக்க வேண்டியிருந்தது.

சுமார் ஐம்பது ஆண்டுகளுக்கு முன் கோபால் மிஷ்ர் ஒரு பையும், சத்துமாவு பொட்டலமும் எடுத்துக் கொண்டு பம்பாய் வந்தார். இப்போது அவர் மாக்கன் சோர் பிரைவேட் லிமிடெட் மானேஜிங் டைரக்டர், அவருக்கு கொலாபாவில் இருபத்திரண்டு கடைகள் இருந்தன. மாக்கன் சோர் சுத்தமான பால், தயிர், உன்னதமான இனிப்புகளுக்கு புகழ்பெற்று விளங்கியது. தலைமை அலுவலகமும், மூன்றடுக்கு வீடும் ஜோஜேஷ்வரியிலேயே இருந்தது, அங்கேதான் இன்னொருவருடைய டெய்ரியில் தன் பால் கறக்கும் தொழிலை கோபால் மிஷ்ர் தொடங்கினார்!

முதல் முறை நைனரஞ்சனை சந்தித்ததுமே வர்ஷா மயங்கிப்போனாள். அவனுடைய வசீகரத் தோற்றம், கள்ளமற்ற தன்மை, பணிவு பார்த்ததுமே யாரையும் கவர்வதாக இருந்தது (வாழ்க்கை விவரம் கொடுத்த பிறகு ''நீங்கள் எங்கே போக வேண்டும்? நான் உங்களை அதற்கு அருகில் எங்காவது இறக்கிவிடுகிறேன்.'' என்று வர்ஷா கூறியபோது நைன் கூச்சப்பட்டான். குற்ற உணர்வுடன் ''நான் வண்டி கொண்டு வந்திருக்கிறேன்.'' என்றான். வீட்டில் ஐந்து பேர் இருக்கிறார்கள், கார்களும் ஐந்து இருக்கின்றன என்று பிறகு தெரிந்தது தன்னை அறிமுகப்படுத்திக் கொண்ட போது 'நான் மாக்கன் சோரிலிருந்து

வருகிறேன்' என்று மட்டும்தான் சொன்னான்.). விழா சமயத்தில் அவன் செழுமை வர்ஷாவுக்கு நன்றாகத் தெரிந்தது. கச்சிதமான உடல்வாகு, பெரிய, பெரிய கண்கள், மைக்கேல் ஜாக்சன் முடியுடன் அவன் லார்ட் ஜிம்மின் கமீஜ், பியரே கார்தானின் டிரவுசரில் விருந்தாளிகளை வரவேற்றுக் கொண்டிருந்தான்.

''நைனரஞ்சன், நீங்கள் கவிஞராக இருந்திருக்க வேண்டியவர்.'' என்று வர்ஷா அவனை சீண்டினாள்.

''நைனை நீங்கள் கவிஞன் என்றே நினைத்துக் கொள்ளுங்கள், வர்ஷா மேடம்!'' கோபால் மிஷ்ர் சிரித்தார், ''வித்தியாசம் இவ்வளவுதான், இவன் படைப்புகள் காதால் கேட்பவை அல்ல, நாவால் ருசிப்பவை. இவன் கையால் செய்த கேசரியா பர்ஃபியை சாப்பிட்டுப் பாருங்கள். இரண்டு வினாடியில் கரைந்துபோகாவிட்டால், கேளுங்கள். ஃபேக்டரியில் குவாலிட்டி கமிட்டி கண்ட்ரோல் நைனின் கையில்தான். எந்த தட்டு கோவா சரியாக இருக்கிறது, எது சரியாக இல்லை என்று வாசனையைப் பார்த்தே சொல்லிவிடுவான்.''

''அப்படியானால்... என்ன ஆயிற்று?''

வர்ஷாவின் முகபாவத்தைப் பார்த்து ஜல்லி வாடிப் போனாள். வறண்ட தொண்டையுடன் சொல்லத் தொடங்கினாள், விழா முடிந்து மூன்று, நான்கு நாட்களுக்குப் பிறகு ஜல்லி பாந்த்ராவில் ஆங்கில - உரையாடல் வகுப்பு முடிந்து இன்ஸ்டிடியூட்டிலிருந்து வெளியே வந்தபோது 'திடீரென்று' மாருதி காரிலிருந்து இறங்கிய நைனைப் பார்த்தாள். 'மிஷ்ர் குடும்பத்துடன் அக்காவுக்கு நல்ல உறவு' இருந்ததால் அவள் நைனுடன் காபி குடிக்க நேர்ந்தது.

பிறகு கொஞ்ச நாட்கள் கழித்து நைனுடன் நியூடாக்கிசில் இரண்டு மாட்னி ஷோ பார்த்தாள் - 'பிரேக் டான்ஸ்', 'டக் டர்ஃப்'. வீடியோ லைப்ரெரிக்கு வருவதற்கு முன்பே வீட்டுக்குக் கொண்டு வந்து வர்ஷாவிடம் ஜல்லி சபாஷ் வாங்கிய 'தி அன் பியரபிள் லைட்னெஸ் ஆஃப் பீயிங்' கேசட் நைன் கொடுத்ததுதான். வர்ஷா லொக்கேஷனுக்குப் போயிருந்த நாட்களில் ஜல்லி நைனுடன் போனில் பேசிக் கொண்டிருக்கையில் ஹேமலதா அவளைக் கையும்

களவுமாக பிடித்தபோது காதல்கதையின் புனிதமான ஓட்டத்தில் அணை போடும் தடை எழுந்தது.

வீட்டு கௌரவத்திற்கு பங்கம் வந்துவிடுமோ என்ற பயத்தில் ஹேமலதா நடுங்கினாள், ''ஜல்லி, அக்காவிடம் கேட்காமல் காதல் செய்ய உனக்கு தைரியம் எப்படி வந்தது? அக்கா காதில் விழுந்தால் எவ்வளவு வருத்தப்படுவார்கள்? அண்ணனுக்குத் தெரிந்தால் என்னைத்தானே திட்டுவார்கள்?'' அண்ணி தன் தீர்ப்பை வழங்கிவிட்டாள், '' அக்கா வரும்வரை கோச்சிங் கிளாசுக்கு உன்னுடன் நான் வருவேன். ஏதாவது தாறுமாறாக நடந்துவிட்டால் எல்லாரும் என்னைத்தான் குற்றம் சொல்வார்கள்.''

மாலையில் ஹர்ஷ் வந்த போது வீட்டின் இறுக்கம் வெளிப்படையாக இருந்தது. 'ஜல்லி தப்பான பாதையில் அடியெடுத்து வைத்துவிட்டதை' அண்ணி அவனிடம் சொன்னாள். ஹர்ஷ் அந்த வாரம் முழுதும் நைனைப் பற்றி அங்கே - இங்கே விசாரித்து தெரிந்து கொண்டான். பிறகு அவன் வெளியில் எங்கேயோ நைனை இண்டர்வியூ செய்தான். அதை எழுதி ஜல்லி கண் முன்னாலேயே அவளிடம் காட்டாமல் அண்ணியிடம் கொடுத்துவிட்டான். ஹர்ஷ் கண்டிப்பாக சொன்னதின் பேரில் ஜல்லி அக்கா வரும் வரை நைனை சந்திக்க மாட்டேன் என்று சத்தியம் செய்து கொடுத்தாள். நைனுடன் போனில் கூட பேசமாட்டேன் என்று ஜல்லி உறுதி சொன்னாள்.

''ஹூம்...'' வர்ஷா பெரிய கிழவி போல் ஹூங்காரம் செய்தாள். அவள் தன் சிரிப்பை அடக்கிக் கொண்டிருந்தாள். ''போன வாரம் நைனிடமிருந்து போன் வந்தது. நான் 'ஹலோ' மட்டும் சொல்லிவிட்டு வேறு ஒன்றும் பேசவில்லை. அண்ணியைக் கூப்பிட்டு ரிசீவரைக் கொடுத்து விட்டேன். நைன் அண்ணியிடம் என்ன பேசினார் என்று எனக்குத் தெரியாது.''

''ஹேமலதா சரியாகத்தான் சொல்லியிருக்கிறாள். பெரியவர்களிடம் கேட்காமல் எங்காவது காதல் செய்வார்களா?''

பசுவதை செய்த குற்றவாளியைப் போல் ஜல்லி எதிரில் உட்கார்ந்திருந்தாள்.

உங்கள் சந்திப்பு மங்களகரமாகட்டும்

வர்ஷா லேசாக இருமினாள் (முதல் முறையாக 'குடும்பத் தலைவி' பாத்திரம் விசேஷமான சுவாரசியம் கொண்டதாக உறுதிப்பட்டுக் கொண்டிருந்தது.), "நைனை எங்களுக்குப் பிடிக்காவிட்டால்?"

"நீங்கள் சொல்கிறபடியே செய்வேன்."

இதுதான் புதிய தலைமுறையின் காதல் என்று வர்ஷா நினைத்துக் கொண்டாள், இண்டெக்ரிட்டி இல்லை, அபாயத்தை எதிர்கொள்ளும் துணிவு இல்லை.

அவள் மௌனத்தை வேறு வகையாகப் புரிந்துகொண்ட ஜல்லி உடைந்து போனாள், "நான் தப்பு செய்துவிட்டேன், அக்கா! என்னை மன்னித்துவிடுங்கள்."

"யோசிக்கிறேன்." என்று சில வினாடிகள் வர்ஷா யோசித்தாள். பிறகு "ஹேமா…" என்று குரல் கொடுத்தாள்.

"வந்து விட்டேன், அக்கா!" ஹேமலதா உடனே மற்றொரு அறையிலிருந்து வெளிப்பட்டு வந்தாள்.

"ஹர்ஷ் கொடுத்த காகிதத்தைக் கொஞ்சம் காட்டுகிறாயா?"

ஹேமலதா முந்தானையில் மறைத்து வைத்திருந்த காகிதத்தை நீட்டினாள்.

"நைனரஞ்சன் மிகவும் நல்லவன், உழைப்பாளி, திறமையானவன். நான் வர்ஷாவிடம் அவனுக்காக மிகவும் சிபாரிசு செய்கிறேன். மதிப்பெண் தரவேண்டுமானால் நம் பெண்ணுக்கு நாற்பது, நைனுக்கு நூற்றுக்கு நூறு."

வர்ஷா ஹேமலதாவைப் பார்த்தாள், இருவர் முகத்திலும் புன்னகை.

ஜல்லியின் தலை குனிந்திருந்தது.

அப்போது அழைப்பு மணி ஒலித்தது.

"'மாக்கன் சோர்' வந்திருக்கிறார்." ஜுமக்கி விஷமப் புன்னகையுடன் சொன்னாள் (அவள் நைனுக்கு இந்தப் பெயரையே வைத்துவிட்டாள்!).

நைன் வணக்கத்துடன் உள்ளே நுழைந்தான், ''அக்கா, நமஸ்தே!... அண்ணி, நமஸ்தே!'' பிறகு ஜல்லியைப் பார்த்து ''ஹலோ...'' என்றான்.

அக்கா காலைப் பார்த்தபடி ஜல்லி ''ஹலோ...'' என்றாள்.

''உட்காருங்கள், நைன்!'' என்றாள் வர்ஷா.

நைன் எதிரில் உட்கார்ந்தான். அவன் முழுதும் விழிப்பான நிலையில் இல்லை.

''அக்கா நான் போகட்டுமா?'' ஜல்லி எழுந்தாள்.

ஹேமாவும் எழத் தொடங்கியபோது வர்ஷா அவளை உட்காரும்படி கையைக் காட்டினாள்.

''நைன் நான் வந்துவிட்டேன் என்று உங்களுக்கு எப்படி தெரியும்?''

''என்ன அக்கா, ஒரு இண்டியன் ஏர்லைன்ஸ் ஆபீசர் எங்கள் பழைய வாடிக்கையாளர். நீங்கள் வந்ததுமே எனக்கு போன் பண்ணச் சொல்லியிருந்தேன்.'' நைன் புன்னகை செய்தான், ''என்னிடம் பேசுவதற்கு அப்படி என்ன அவசரம் என்று கேட்பீர்கள். காரணம் இதுதான், அப்பா வாரணாசியில் என் திருமண விஷயமாக பேசிக் கொண்டிருக்கிறார். போன வாரம் நான் தாத்தா - பாட்டியிடம் 'ஜூவைல்' (ஜல்லி என்ற பெயரின் மாற்றம்) பற்றி சொன்னேன். தாத்தா உங்களை சந்திக்க விரும்புகிறார். அவர் எப்போது வரலாம்?''

வர்ஷாவுக்கு விடுதலை உணர்வு நிறைந்த ஆச்சரியம் ஏற்பட்டது. அவள் காதல் விவகாரம் என்று நினைத்தது உண்மையில் கல்யாணப் பேச்சு!

''நீங்கள் பைத்தியக்காரர், நைன்!'' வர்ஷா சிரித்தாள், ''தாத்தா, ஏன் வரவேண்டும்? நாங்கள் பெண் வீட்டினர். நாங்கள் வருகிறோம்.''

அப்போது போன் ஒலித்தது.

''ஆமாம். எல்லாம் சரியாக இருக்கிறது... நீங்கள் நன்றாக இருக்கிறீர்களா... ஆமாம், அக்கா இங்குதான் இருக்கிறார்கள். இன்று

காலையில்தான் வந்தார்கள்..." ஹேமா புன்னகையுடன் ரிசீவரை நீட்டினாள். "ஷாஜஹான் பூரிலிருந்து... போன மாதம் அங்கே போன் வந்துவிட்டது."

வர்ஷாவுக்கு ஆச்சரியமாக இருந்தது.

"நான் சந்தோஷமாக இருக்கிறேன் கிஷோர்! நீ எப்படி இருக்கிறாய்?... ஹேமாவைப் பற்றி கவலைப் படாதே. கொஞ்சம் குண்டாக்கி அனுப்புகிறேன்."

ஹேமலதா முந்தானையால் முகத்தை மூடிக் கொண்டு சிரித்தாள்.

"அப்பாவா, இங்கேயா?... நானே உன்னைக் கேட்கலாம் என்றிருந்தேன்... ஒரு நிமிஷம்..." வர்ஷா ஹேமலதாவைப் பார்த்தாள், "இங்கே அப்பா கடிதம் எதுவும் வந்திருக்கிறதா?"

ஹேமலதா இல்லையென்று தலையாட்டினாள்.

"ஏதோ குளறுபடி அக்கா! பதினெட்டு நாட்களுக்கு முன் ராமேஸ்வரத்திலிருந்து வந்த கடிதத்தில் உடம்பு சரியில்லை, நான் பம்பாய் போய்விட்டு அங்கே வர உத்தேசித்திருக்கிறேன் என்று எழுதியிருந்தார். அவர் அங்கே உங்களிடம் இருப்பார் என்று நினைத்துக் கொண்டிருந்தேன். இன்று காலையில் வந்த ஹேமலதாவின் கடிதத்தில் அவள் அப்பாவைப் பற்றி கேட்டிருக்கிறாள். போன வாரம் பெரிய அண்ணன் கடிதம் வந்திருந்தது. அவருக்கும் ஒன்றும் தகவல் இல்லை."

"கடிதத்தில் ஏதாவது விலாசம் இருந்ததா?"

"ஹிந்து தர்மசாலா என்று எழுதியிருந்தது."

"அவரிடம் பணம் குறைந்துவிடவில்லையே?"

"பணம் குறைந்திருக்காது. இரண்டாயிரம் ரூபாய் எடுத்துக் கொண்டு போயிருக்கிறார். தேவைப்பட்டால் தந்தி அடியுங்கள் என்று சொல்லியும் இருந்தேன்."

வர்ஷா ஒரு வினாடி யோசித்தாள்.

கிஷோரின் குரல் நிலைகொள்ளாமல் இருந்தது, "அக்கா,

அவர் நிச்சயம் உடம்பு சரியில்லாமல் போயிருப்பார்.''

''நீ பயப்படாதே. நான் விவரம் விசாரிக்கிறேன்.''

★ ★ ★ ★

ஒரு மணி நேரத்திற்குப் பிறகு ஒரு டி.சி.பி. வந்தார். அப்பா போட்டோவையும் மற்ற விவரங்களையும் வாங்கிக் கொண்டு போனார். (வர்ஷா மஹாராஷ்டிரா உள்துறை அமைச்சருக்கு போன் செய்திருந்தாள்). சந்திர பிரகாஷின் மேனேஜர் ஒருவரும் அப்பா படத்தை வாங்கிக் கொண்டு போனார். சந்திர பிரகாஷ் தன் மெட்ராஸ் ஆபீசுக்கு டெலக்ஸ் அனுப்பினார், ''காலையில் குரியர் சர்வீசில் போட்டோ போய்விடும்.'' என்று போனில் அவர் ஆறுதல் அளித்தார்.

அடுத்த மூன்று நாட்கள் இறுக்கத்தில் கழிந்தன.

அடுத்த நாள் பிற்பகலிலிருந்து விதம் விதமான ரிப்போர்ட்கள் வரத் தொடங்கின. பன்னிரண்டு நாட்களுக்கு முன் சர்மா ஹிந்து தர்மசாலாவை விட்டுப் போய் விட்டிருந்தார். உள்ளூர் ஆஸ்பத்திரிகள் ரிஜிஸ்டரில் அவர் பெயர் இல்லை, இந்த வயதுள்ள, அடையாளம் தெரியாத உடலும் இல்லை என்று டி.சி.பி. சொன்னார். ''அப்பாவின் தோற்றத்தோடு ஓரளவு ஒத்துப் போன ஒருவர் மதுரை பஸ்ஸில் காணப்பட்டிருக்கிறார். என் செக்யூரிட்டி - ஆபீசர் ஃபாலோ - ஆன் செய்து கொண்டிருக்கிறார்.'' என்று இரவு சந்திரபிரகாஷ் சொன்னார்.

★ ★ ★ ★

மூன்றாம் நாள் பிற்பகல் வர்ஷா மைனாக்குடன் ஒரு காதல் காட்சி ஷூட்டிங்கில் இருந்தாள், வர்ஷாவின் டிரைவர் வெளியில் நின்றிருந்த டயோட்டா கண்ணாடியைத் துடைத்துக் கொண்டிருந்தான்.

சர்மா போர்பந்தர் ஸ்டேஷனில் இறங்கினார். வண்டி லேட். சுமார் அறுபத்து மூன்று மணி நேரப் பயணத்திற்குப் பின் வயதான தேகம் களைத்து விட்டது. அத்தோடு காய்ச்சலும் இருந்தது. ஒரு கையில் நிறம் இழந்து மங்கிய பழைய டிரங்க்பெட்டி, இன்னொரு கையில் கயிறு போட்டுக் கட்டிய படுக்கை. கதவுப் பக்கம் நடந்த

சர்மா சட்டென்று நின்று விட்டார். 'ஸ்லாப்' ஃபிலிமின் வண்ண போஸ்டரில் சில்பில்லின் புன்னகை பூத்த முகம் அவரைப் பார்த்துக் கொண்டிருந்தது.

வெளியே வந்த சர்மா திகைத்துவிட்டார். பெருந்திரளான கூட்டத்தைப் பார்த்து மயக்கம் வந்தது. மூச்சு நின்றுவிடும் போல இருந்தது.

"என்ன செய்ய வேண்டும், என்ன செய்ய வேண்டாம் என்று புரியவில்லை. நீங்கள் வருவதைப் பற்றி முன்கூட்டியே சொல்ல முடியவில்லையென்றால் ஸ்டேஷனுக்குப் போய் அக்காவுக்கு போன் செய்யுங்கள், அக்கா ஸ்டுடியோவில் இருப்பாள், ஆனால் ஜல்லி கார் எடுத்துக் கொண்டு வந்து விடுவாள்," என்று கிஷோர் சொல்லியிருந்தான்.

சர்மா பிறகு ஸ்டேஷனுக்குள் வந்தார், பல லோக்கல் போன்கள் இருந்தன. ஒன்றின் அருகில் சென்று அவர் ஆராய்ந்து பார்த்தார், பயன்படுத்தும் குறிப்பைப் படித்தார். அங்குமிங்கும் பார்த்துவிட்டு எச்சரிக்கையாக ரிசீவரை எடுத்து காதில் வைத்தார், ஆனால் அமர்க்களமான டயல் டோனைக் கேட்டதுமே தைரியம் பறந்துவிட்டது. சுடும் நெருப்பைப் போல அதைத் திருப்பி வைத்துவிட்டார்.

சர்மா பிறகு ஸ்டேஷனுக்கு வெளியே வந்துவிட்டார். டாக்சி வரிசை அருகில் போலீஸ்காரன் நின்றிருந்தான், சர்மா தயக்கத்துடன் அவனிடம் சென்று பர்சோவா என்று பேச்செடுத்தார். தங்கள் ஊர் போலீசைப் போல முதலில் புருவத்தை நெரிப்பான், பிறகு பேசுவான் என்று நம்பினார். அவன் மிக நல்ல மனதோடு ஒரு டாக்சிக்காரனிடம் கேட்டு பர்சோவா போக நூறு ரூபாய் ஆகும் என்று சொல்லிவிட்டான்.

போலீஸ்காரரின் அறிவுரைப்படி அவர் மீண்டும் ஸ்டேஷன் பக்கம் திரும்பினார், லோக்கல் வண்டிகள் பகுதியில் நுழைந்தார். டீ ஸ்டால்காரன் அவருடைய அடுத்த கட்ட நடவடிக்கையை சொன்னான். அரைமணி நேரம் வரிசையில் நகர்ந்து சென்று அவர் அந்தேரிக்கு டிக்கெட் வாங்கினார். பிறகு மத்திய ரெயில்வேயின்

பாந்த்ரா போகும் லோக்கலில் ஏறி உட்கார்ந்துவிட்டார் (ஒருவர் பின் ஒருவராக இரண்டு சக பயணிகளிடம் அவர் சரியான வண்டியில் தான் ஏறியிருக்கிறாரா என்று கேட்டுக் கொண்டார்.).

பாந்த்ரா வந்ததும் நீண்ட பாலத்தில் இரண்டு முறை அலைந்தார், ஒரு நல்ல மனிதர் உதவியுடன் மேற்கத்திய ரெயில்வேயின் ப்ளாட்ஃபார்ம் நம்பர் ஒன்றில் இரண்டாம் வகுப்பு பெட்டி நிற்கும் இடத்தில் நிற்க வைக்கப்பட்டார். ஒன்றன் பின் ஒன்றாக மூன்று வண்டிகளில் மூச்சு திணற அவர் ஏற முயற்சித்தார், ஆனால் முடியவில்லை. கடைசியில் ஒரு இளைஞனின் உதவியால் நான்காவது வண்டியில் இந்த முயற்சி வெற்றி பெற்றது. பிறகு இன்னொரு இளைஞன் உதவி செய்திருக்காவிட்டால் சர்மா அந்தேரியில் இறங்குவதற்கு பதில் போரிவலியில் இறங்கியிருப்பார்.

வி.டி.யில் இறங்கி கிட்டத்தட்ட மூன்று மணிநேரத்திற்குப் பிறகு சர்மா 'சில்வர் சேன்ட்' பங்களா கேட்டை அடைந்தபோது பில்டிங்கின் உன்னதத்தைப் பார்த்து பயந்துவிட்டார்.

"ஏ கிழவா, எங்கே நுழைகிறாய்?" யூனிஃபார்ம் அணிந்த காவல்காரன் அதட்டினான்.

சர்மா வெலவெலத்துப் போய் சில்பில்லின் மாற்றுப் பெயரை சொன்னார்.

"மேடம் வெளியே போயிருக்கிறார்கள்."

அப்போதுதான் பின்னால் வந்த வர்ஷாவின் டயோட்டா ஹார்ன் அடித்தது (ஜல்லி இன்ஸ்டிடியூட் போகும் நேரம் ஆகிவிட்டது.).

"எக்ஸ்கியூஸ் மி சார்," வெள்ளை யூனிஃபார்மும், சேப்பும் அணிந்த டிரைவர், "நீங்கள் வர்ஷா மேடத்தின் அப்பா இல்லை?" என்று கேட்டான்.

★ ★ ★ ★

"அப்பா, இப்படித்தான் செய்வதா?" வர்ஷா முதல் முறையாக அப்பாவைக் குற்றவாளிக் கூண்டில் நிறுத்தினாள், "ஒரு கார்டு எழுதிப்போட்டிருக்கலாமே. எல்லாரும் எவ்வளவு கவலைப்பட்டுப் போய்விட்டோம்!"

அவர் இரண்டாவது பெட்ரூமில் படுக்க வைக்கப்பட்டார். புதிய கம்பளம் போர்த்தியிருந்தார். விஷமம் செய்து பிடிபட்ட சிறுவனைப் போல அவர் புன்னகை செய்தார்.

ஜல்லியிடமிருந்து செய்தி கேட்டு வேலையை விட்டு விட்டு வர்ஷா ஓடி வந்த போது டாக்டர் கத்ரே அப்பாவைப் பரிசோதித்துக் கொண்டிருந்தார் (ஜல்லியின் புத்திசாலித்தனத்தை வர்ஷா மெச்சிக் கொண்டாள்).

''கவலைப்பட ஒன்றுமில்லை. பலவீனமான உடம்போடு நனைந்துபோனதில் காய்ச்சல் வந்திருக்கிறது. கொஞ்ச நாட்கள் ஓய்வெடுத்தால் சரியாகிவிடும்.''

ஜல்லி பிரஸ்கிரிப்ஷனை டிரைவரிடம் கொடுத்தாள்.

''சூடாக ஏதாவது சாப்பிட கொடுங்கள். வெஜிடபிள், டொமோட்டோ சூப் பகலில் மூன்று, நான்கு முறை கொடுங்கள்'' என்ற டாக்டர் தன் பையை எடுத்தார், ''நான் நாளைக் காலை வருகிறேன். ஐயா, இனிமேல் நீங்கள் இந்திய சுற்றுப் பயணத்திற்குக் கிளம்புவதானால் கூட யாரையாவது அழைத்துப் போங்கள்.''

மகளிர் - மையம் புன்னகை செய்தது.

''அப்பா, நீங்கள் எங்கே போய்விட்டீர்கள்?'' ஜல்லி ஓவல் கலந்த பாலை நீட்டியபடி கேட்டாள்.

'சில்வர்சேன்டி'ல் குடும்ப உறுப்பினர்களோடு தன் உறவு இயல்பு சற்று மாறிவிட்டதை அப்பா உணர்ந்தார். உன்னதத்தைப் பற்றிய அவருடைய கோட்பாட்டிற்கு முற்றிலும் அன்னியமான தன்மை சில்பில் வீட்டில் இருந்தது. ''அப்பா, இங்கே எல்லாமே குப்பையாகக் கிடக்கிறது.'' என்று ஜல்லி அவரை ரூமிலேயே படுத்திருக்கும்படி வற்புறுத்தினாள், ஆனால் அவர் உல்லாசம் நிரம்பிய ஆர்வத்துடன் ஃபிளாட்டை ஆராய்ந்தார். குக்கிங் ரேஞ்ச், ஹாட்கேஸ், ஆட்டோமேடிக் டோஸ்டர், மிக்சர்,கிரைண்டர், ஃப்ரிஜ், வாஷிங் மெஷின், ஆறு லாங் பிளேயிங் தானாகவே நிர்வாகம் ஆகும் டர்ன் டேபிள், பெரிய, பெரிய ஸ்பீக்கர்கள், டி.வி. வி.சி.ஆர். ஏர்கண்டிஷனர்- அவர் எல்லாவற்றையும் ஆராய்ந்தார். வெள்ளை

யூனிஃபார்மில் அவர் பார்த்து மிரண்ட டிரைவர் வர்ஷாவின் டிரைவர். வர்ஷாவின் காரைப் பார்த்தே அவர் பிரமித்துப் போனார். இங்கு அவர் முதல் முறையாக பார்த்த மாநகர நவநாகரிக மங்கை ஜல்லிதான். அவள் அவருக்கு சற்று பரிச்சயமானவளாக தோன்றினாள்.

அப்பா வந்திருக்கும் செய்தியை காவலாளி வந்து சொன்னதும் ஜல்லி மூச்சிறைக்க வெளியே ஓடி வந்துவிட்டாள். ஹேமலதாவிற்கு டங்க்ரீசைக் கழற்றிவிட்டு சேலை உடுத்திக் கொள்ள நேரம் கிடைத்தது. ''அக்கா, நான் ஜேப்ரா பேண்ட் அணிந்திருந்ததை அப்பா பார்த்துவிட்டார். மாற்றிக் கொள்ளும் நினைவே வரவில்லை.'' என்று அவள் பிறகு விளக்கம் அளித்தாள். ''ஏதாவது சொன்னால், அக்காதான் வாங்கிக் கொடுத்தாள் என்று சொல்லிவிடு.'' என்று வர்ஷா 'காம சூத்திரத்'தை தன் வார்ட்ரோபில் வைத்துக் கொண்டே அபயம் தந்தாள். ஆனால் அப்பா ஒன்றும் சொல்லவில்லை. ஜல்லியின் புதிய உடைகளை ஒரு பார்வை மட்டுமே பார்ப்பார்.

''ஒன்று சொல்லட்டுமா?'' என்று ஒரு வினோதமான முறையில் புதிய தலைமுறையை அவர் முதல்முறையாக அழைத்தார். ''அஸ்வமேத யாகத்தின்போது ரகுவின் குதிரை முதல் முறையாக நாட்டைவிட்டு வெளியே புறப்பட்டதுபோலத்தான் நானும் முதல்முறையாக உத்திரப்பிரதேசத்தை விட்டு வெளியே கால் எடுத்து வைத்தேன். தென்னக பாண்டிய மன்னர்கள் தாமிரபரணியும், கடலும் சங்கமிக்கும் இடத்தில் திரட்டிய முத்துக்களை தாங்கள் சேர்த்த புகழையே ரகுவுக்கு அர்ப்பணித்தார்கள். கொஞ்சம் புண்ணியத்தை சேர்ப்போம் என்று நானும் யோசித்தேன். அதனால் மதம் கொண்ட யானை போல பைத்தியம் பிடித்து தஞ்சாவூர், மகாபலிபுரம், மதுரை... என்று சுற்றிக் கொண்டேயிருந்தேன். ராமேஸ்வரத்தில் ஒரு சித்த ஜோதிடரிடம் உன் ஜாதகத்தையும் சில்பில்லின் ஜாதகத்தையும் காட்டினேன். சில்பில்லுக்கு ஒரு வருஷத்தில் கல்யாண யோகம் என்று சொன்னார். ஆனால் உன் கிரஹங்களில் ராகு ஓங்கி நிற்கிறது. திருப்பதி போய் ராகு நிவாரணத்திற்கு பிரார்த்தனை செய்யுங்கள் என்று அவர் சொன்னார்.''

''உடம்பு சரியில்லையென்றால் முதலில் இங்கு வந்திருக்கலாமே.'' என்றாள் வர்ஷா, ''நான் உங்களைக் கொஞ்சம் வசதியாக அனுப்பியிருப்பேன். ஹேமலதாவும், ஜல்லியும் கூட உங்களோடு வந்து தரிசனம் செய்வார்கள்.''

''எனக்கு ஜல்லியைப் பற்றி மிகவும் கவலையாக இருக்கிறது, சில்பில்!'' அப்பா தன் போக்கில் சொல்லிக் கொண்டே போனார், ''நீ உன் மனம் போன போக்கில் செய்கிறாய், ஆனால் சுதந்திரமாக இருக்கிறாய். ஜல்லி ஏதாவது வேலைக்குப் போகக் கூட தகுதியில்லை. என்னிடம் ஒன்றும் இல்லை. கிஷோர் வேலைக்கு புதிது, மகாதேவ் தலையில் தன் வீட்டு பாரமே பெரிய பாரமாக விழுந்திருக்கிறது.''

வர்ஷா ஒரு வினாடி அப்பாவின் பலவீனமான முகத்தைப் பார்த்தாள், பிறகு மெல்லிய குரலில் சொன்னாள், ''நீங்கள் கவலைப்படாதீர்கள் அப்பா! ஸ்ரீகிருஷ்ணன் அருளால் எல்லாம் நல்லபடியாக நடக்கும்.''

ஜல்லி ஏன் சட்டென்று வெளியே ஓடிவிட்டாள் என்று சர்மாவுக்குப் புரியவில்லை.

★ ★ ★ ★

குருபக்குடன் அப்பாவின் மோதல் முதல்நாள் பிற்பகல் அரங்கேறியது.

''அடேடே...'' அவர் லிவிங் ரூமிற்கு வந்ததுமே திடுக்கிட்டு நின்றுவிட்டார்.

ஜல்லியின் மடியில் உட்கார்ந்திருந்த குருபக் புதிதாக வந்தவரைப் பார்த்ததுமே பாய்ந்தது, அவருக்கு நேர் எதிரில் உட்கார்ந்து பரிசீலிக்கத் தொடங்கியது (வீட்டுக்கு வழக்கமாக வரும் இரண்டு ஆண்கள் - ஹர்ஷும், பாண்டேயும் மிகவும் அன்பாக இருந்தார்கள். தன் இயல்பான அறிவால் ஹர்ஷ் குடும்பத்தின் தலைவனாக ஆகப் போகிறான், அவனை மரியாதைக்குரிய இடத்தில் வைக்கவேண்டும் என்று குருபக் அறிந்து கொண்டது. ஹர்ஷ் தொட்டதுமே அவன் கால்களை சுற்றி வந்து தன்

மகிழ்ச்சியைத் தெரிவிக்கும். குருபக் ஹர்ஷைக் குறித்து கொண்டிருந்த அந்த மனோபாவத்தைத்தான் குருபக்கைக் குறித்து பாண்டே கொண்டிருந்தார். அது தன் எஜமானியின் வளர்ப்புப் பிராணி என்பதால் அவர் குருபக்குடன் நல்லுறவு கொண்டிருந்தார்.

அப்பா ஒரு இனிய சொல் சொல்லியிருந்தாலும் குருபக் சந்தோஷமாகியிருக்கும், ஆனால் அவர் அதை உறுத்துப் பார்த்தார். இந்திர நீலமணியை பாலில் போட்டதும் பால் நிறம் மாறி கருமையாவது போல் குருபக்கின் இதமான உணர்வு வேண்டாத உணர்வாக மாறிவிட்டது. அது ஒன்றின் பின் ஒன்றாக மூன்று முறை குலைத்து தன் வெளிப்படையான விரோத நடவடிக்கையை வெளிப்படுத்தியது. (முதல் காரணம் அது ஹர்ஷின் சொற்களில் சொல்வதானால் 'நான்கு கால்களில், ததும்பும் எமோஷன்', இரண்டாவது காரணம், குணசித்திர நடிகையின் அருகாமையால் மிகவும் 'எமோட்டிவ்' ஆகிவிட்டது).

"வீட்டுக்குள் நாய்..." அப்பா வெறுப்புடன் சொன்னார்.

ஜல்லி தாவி ஓடி குருபக்கை மடியில் மறைத்துக் கொண்டாள், நிலைமைக்குத் தக்கவாறு அதை அதட்டினாள், "குருபக், வாயை மூடு!"

"வேதபாடம் செய்யும் பிராமணன் வீட்டில் நாய் இருப்பது சாஸ்திரங்களில் தடை செய்யப்பட்டிருக்கிறது." என்று அப்பா பிரகடனம் செய்தார்.

வர்ஷா தைரியத்தை வரவழைத்துக் கொண்டு வாதம் செய்தாள், "இது மிகவும் விஸ்வாசமானது அப்பா! தருமபுத்திரர் கூட தன் நாயை விட்டுவிட்டு சுவர்க்கத்திற்குப் போக தயாராக இல்லை!"

"அது துவாபர யுகம். அப்போது மிருகங்கள் கூட கலியுகத்தின் மகாபுருஷனை விட சிறப்பாக இருந்தன."

"இது லேப் - டாக் அப்பா!" என்று ஜல்லி தன் அறிவுத்திறனை வெளிப்படுத்தினாள், "பேசாமல் மடியில் உட்கார்ந்திருக்கும்."

"நல்லது! பம்பாயில் 'ஹெட் - டாக்' கூட இருக்கிறதா?"

மாநகரத்தில் தன் எல்லைகளை நாள்தோறும் புதியதாக விஸ்தரித்துக் கொண்டு போன ஜல்லிக்கு இந்தக் கேள்விக்கு விடை ஒன்றும் தோன்றவில்லை.

"இதற்கு என்ன பெயர் வைத்திருக்கிறீர்கள்? இது ஆண் நாயா?"

ஜல்லி இல்லையென்று தலையாட்டினாள்.

"இது இன்னொரு அபச்சாரம். கடவுள் பிராணிகளை எப்படி படைத்திருக்கிறாரோ அதற்கு விரோதமாக தன் விருப்பத்தைப் புகுத்தும் ஆபத்தான, உண்மையற்ற விஷமம்." அப்பா திடமாக மகளிர் மையத்தைப் பார்த்தார், "இந்த அழகான பெயர்களின் பின்னால் சில்பில்லின் மூளைதான் இருக்கும்! (அப்பா இன்னும் 'யசோதா' என்ற பெயரை அவள் துறந்ததை மறக்கவில்லை) இது உன் கண்டுபிடிப்புதானா?"

வர்ஷா தலையை லேசாக ஆட்டினாள்.

"சில்பில், உனக்கு என்ன ஆகிவிட்டது?" அப்பா திகைத்துப் போனார், "கவிகுல குருவிற்குப் பிரியமான பூவின் பெயரை ஒரு நாய்க்குட்டிக்கு வைத்திருக்கிறாயே? காவிய சாஸ்திரத்தில் உசிதம் என்பதற்கும் ஒரு அணி இருக்கிறது."

"'குருபக்!' இந்தப் பெயர் எனக்கு மிகவும் பிடிக்கும்." என்று வர்ஷா மெல்லிய குரலில் சொன்னாள், "இதன் வடிவத்தைப் பார்த்ததும் இன்னும் பிடித்துவிட்டது."

அப்பா இன்னும் கடுமையாக ஏதோ சொல்லவிருந்தார், ஆனால் சில்பில்லின் பயந்த முகத்தைப் பார்த்து நிறுத்திவிட்டார். பிறகு கூடவே அவருக்கு ஒரு அடிப்படை விஷயம் நினைவு வந்தது, "இது மாமிசம் தின்னுமே! நான் இதற்கு இலை, தழையைத்தான் ஊட்டுகிறேன் என்று சொல்லாதே!"

வர்ஷா கீழே பார்த்தாள்.

''சில்பில்!'' இந்த முறை அப்பாவின் குரல் அடைபட்டது, ''இதுவரை கல்யாணமாகாத பெண்ணின் வீட்டில் வந்து இருக்கிறேனே என்ற வருத்தத்திலேயே துயரத்தில் ஆழ்ந்திருக்கிறேன். ஒரு சரயு நதிக்கரை பிராமணன் நாய்க்கு மாமிசம் சமைக்கும் அதே சமையல் அறையில் சாப்பிடவேண்டும் என்று விரும்புகிறாயா?''

''மன்னித்து விடுங்கள் அப்பா!'' வர்ஷா எழுந்து நின்று குற்ற உணர்வோடு சொன்னாள், ''நீங்கள் இனி இதை இந்த வீட்டில் பார்க்க மாட்டீர்கள்.''

குருபக்கைக் கையில் தூக்கிக் கொண்டு வர்ஷா வெளியில் வந்துவிட்டாள். பின்னாலேயே கோபத்துடன் ஜல்லி. ஜல்லி தன் கோபத்தை வெளிப்படுத்த கதவை ஓங்கி சாத்தினாள்.

வர்ஷா இன்னும் ஒரு பெண்ணுக்குத் தாயாகவில்லை. அதனால் அவளுக்கு கன்யாதான அனுபவம் இல்லை. ஆனால் இப்போது அவளுக்குள் ஒலித்த ஷஹனாயி இசை ஒலிகளின் கனம் மகளைப் பிரியும் தாயின் துயரத்தை விட குறைந்தது இல்லை.

மருத்துவ நூலில் தொடுதல் - தெரபியும் ஒரு வைத்திய முறையாகக் கூறப்பட்டுள்ளது. குருபக்கிற்கு அது தெரியுமா என்று தெரியவில்லை, ஆனால் 'நான்கு கால்களில் உணர்வு' என்பதால் தன் எஜமானியின் கைகளில் கட்டுப்பட்டு அது வர்ஷாவின் உணர்வுகளையும், 'மகளிர் மைய' உணர்வுகளையும் புரிந்து கொண்டது. பிறகு வர்ஷாவின் கழுத்தில் முகத்தை வைத்துக் கொண்டது.

ஜல்லி வர்ஷாவையும், குருபக்கையும் அணைத்துக் கொண்டு அழுவதுபோல் ஆகிவிட்டாள், ''குருபக்கை விரட்டி விடாதீர்கள் அக்கா!'' அவள் கண்களில் கண்ணீர்.

''பைத்தியம், ஏன் அழுகிறாய்?'' என்றாள் வர்ஷா, அவள் கண்களும் நிறைந்திருந்தன.

மௌனமான சில வினாடிகள் கனத்து, நீண்டு இருந்தன. செய்தித்தாள்களில் வர்ஷா எப்போதிலிருந்து கோ - எக்ஸிஸ்டென்ஸ்' என்ற சொல்லைப் படிக்கிறாளோ, ஆனால் இன்று

இப்போது அவளுக்கு முதல் முறையாக அதன் முள்ளாக குத்தும் அர்த்தம் விளங்கியது.

''இப்போது நான் என்ன செய்வது?'' பத்து திசையிலிருந்தும் கேட்பது போல வர்ஷா கேட்டாள்.

கதவு திறந்தது. அதை மெல்ல மூடிவிட்டு ஜுமக்கி வந்தாள். அவள் கண்களும் வறண்டு இருந்தன. ஆனால், அதிலும் மகளைப் பிரியும் துன்பம் இருந்தது.

''அக்கா,'' ஜுமக்கி கீழே கையைக் காட்டினாள், ''மிஸஸ் டிசௌஸா...''

வர்ஷா ஜுமக்கியைப் பார்த்தாள்.

வர்ஷா தலைமையில் ஜல்லியும் ஜுமக்கியும் படிகளில் இறங்கத் தொடங்கினார்கள்.

''அப்பா இஸ் டூ மச்!'' ஜல்லி எரிந்து விழுந்தாள், ''ஹி இஸ் ஸோ ஆர்த்தோடாக்ஸ். திஸ் இஸ் நாட் ஷாஜஹான்பூர்!''

வர்ஷாவுக்கும் கோபம் இருந்தது, ஆனால் ஒன்றும் சொல்லவில்லை.

மிஸஸ் டிசௌஸா எத்தனையோ முறை அழைத்தும் வர்ஷா இதுவரை அவள் வீட்டிற்கு செல்ல முடியவில்லை. இன்று ஸ்டாரை முழு குடும்பத்துடன் கவலையோடு பார்த்து அவள் ஸ்தம்பித்துவிட்டாள்.

''மிஸஸ் டிசௌஸா,'' வர்ஷா நனைந்த புன்னகையுடன் சொன்னாள், ''ஐ ஹேவ் கம் டு யூ வித் ஏ கிரேட் ப்ராப்ளம்.''

★ ★ ★ ★

தன் கண்களில் திடீரென்று சகுந்தலை குடியேறியதால் நகரத்திற்கு திரும்பிப் போவதைத் தள்ளிப் போட்டுக் கொண்டே இருந்த துஷ்யந்தனுக்கு விதூஷகன் மாதவ்யனின் வேட்டைக்காக காட்டில் காத்திருந்த துயரம் வெந்த கன்னத்தில் கட்டி புறப்பட்டதைப் போல் இரட்டித்ததைப் போன்ற அதே மாதிரியான அனுபவம் அன்று மாலையே வர்ஷா தொலைதூரத்தில் நாரிமன் -

பாயிண்டில் ஹை - ரைஸ் ஒஹேஜா சேம்பர்சின் பதினெட்டாவது ஃப்ளோரில் இருந்த மல்ட்டி - நேஷனல் ஜெனித் : இண்டியா அலுவலகத்தில் இரண்டு டேக்குகளுக்கிடையில் விமலுடன் அரட்டை அடித்துக் கொண்டிருக்கையில் திடீரென்று ஜல்லி எண்ட்ரி ஆவதைப் பார்த்து அவளுக்கு உண்டாயிற்று (அப்போது விமலின் செக்ரட்டரி பாத்திரத்தில் அவள் ஸ்கர்ட் - பிளவுசில் எலக்ட்ரிக் டைப்ரைட்டர், மூன்று டெலிபோன்கள் இருந்த கண்ணாடி டாப் மேஜையின் முன் ரிவால்விங் நாற்காலியைத் திருப்பி பர்ஸனல் கம்ப்யூட்டரை அமுக்கிக் கொண்டிருந்தாள்).

வர்ஷாவின் கலகலத்த சிரிப்பு பாதியிலேயே நின்றுவிட்டது (அப்பாவின் குளோஸ் - அப் எதிரில் வந்ததுடன் இருபதாம் நூற்றாண்டிலிருந்து கி.மு. நான்காம் நூற்றாண்டின் 'காளிதாஸ் கிரந்தாவலி' யின் கடினமான ஒழுங்குமுறையை உணர்ந்தாள்!).

''ஜல்லி, என்ன அடாவடி செய்கிறாய், அக்காவிடம் இப்போது பார்த்து ரிப்போர்ட் - கார்டு காட்ட வந்திருக்கிறாய்!'' விமல் சிரித்துக் கொண்டே எழுந்தார் (வர்ஷா மற்ற கதாநாயகிகளைப் போல் ஷூட்டிங் நேரத்தில் குடும்ப விஷயங்களை எடுத்துக் கொண்டு வரமாட்டாள், அதற்குப் பின்னால் ''நான் எந்த நிலைமையையும் தனியாக சமாளிக்கக் கூடியவள்.'' என்ற தன்னம்பிக்கை இருந்தது, அதனால் ஜல்லியின் திடீர் வருகைக்கு ஏதோ முக்கிய காரணம் இருக்கிறது என்று விமலுடன் யூனிட்டிற்கும் புலப்பட்டது. பிறகு 'மேடத்'தின் 'காணாமல் போன' அப்பா இன்று தான் திரும்பி வந்திருந்தார்.).

''அக்கா, அப்பா என்னிடம் ஜுமக்கியின் ஜாதி என்ன என்று கேட்கிறார்.'' என்றாள் ஜல்லி கவலையோடு. இருவர் பார்வையும் கலந்தன.

''நான் அவருக்கு மாத்திரை கொடுத்தபோது ஜுமக்கி தண்ணீர் எடுத்துக் கொண்டு வந்துவிட்டாள். நிறைய பேர் இருந்ததால் அவர் கிளாசை வாங்கிக் கொண்டு விட்டார். பிற்பகலில் ஜுமக்கி அவருக்கு டீ கொடுத்தாள். கொஞ்ச நேரத்திற்குப் பின் நான் டீ குடிக்காமல் அப்படியே இருந்ததைப் பார்த்தேன். பிறகு அண்ணி தன் கையாலேயே டீ தயார் செய்து கொடுத்துவிட்டு வந்தாள்.

பாவம், ஜுமக்கிக்கு அழுகையே வந்துவிட்டது...'' ஜல்லியின் முகத்தில் கோபம் பரவியது, ''அக்கா, திஸ் இஸ் தி லிமிட்! இப்போது குருபக்கைப் போல ஜுமக்கியையும் நாடு கடத்த வேண்டியிருக்குமா?''

வர்ஷா நீண்ட பெருமூச்சு விட்டாள். பிறகு மனதிற்குள்ளேயே தன்னைத் திட்டிக் கொண்டாள். நீண்ட நாட்கள் மாநகரங்களில் இருந்ததால், ஆவணி மாத மேகம் போல 'லிபரல்' கலைக் களங்களில் திரிந்து கொண்டிருந்ததால் அவள் இத்தகைய அடிப்படை விஷயங்களை மறந்துவிட்டாள்.

''ஜல்லி, இங்கிருந்து பாண்டேக்கு போன் செய். கொஞ்சம் கங்கை நீருக்கு ஏற்பாடு செய்யச் சொல். பிறகு அப்பா கண்முன் நம் பாவப்பட்ட சமையல் அறையை சுத்தம் செய்து விடு. சில பாத்திரங்களை அப்பாவுக்காக தனியாக ஒதுக்கி வை. அவருக்கு இரண்டு வேளையும் நீயும் ஹேமலதாவும் சாப்பாடு தயாரித்து விடுங்கள். காலை - மாலை எனக்கு சமயம் கிடைக்கும் போது நானும் உதவி செய்கிறேன். இந்த வேலையைத் தனியாக ஹேமலதாவை செய்ய விட்டு விடாதே. அவள் ஏதாவது தப்பாக நினைத்துவிடக் கூடாது. அப்பாவுக்கு காய், பருப்பு, அரிசி கழுவும் வேலையைக் கூட ஜுமக்கியை செய்ய விட வேண்டாம். நான் இரவு திரும்பி வரும்போது ஜுமக்கியை சமாதானப் படுத்திக் கொள்கிறேன். ஃப்ரிஜ்ஜில் இருக்கும் முட்டை, டீப் ஃப்ரிஜரில் இருக்கும் மட்டன் - சிக்கனை எடுத்து காவலாளியிடம் கொடுத்துவிடு. நாமும் இனி வெங்காயம் - பூண்டு கூட சாப்பிடக் கூடாது. அப்பாவுக்கு வாசனை எட்டிவிடும்.''

''நீங்கள் தினம் காலையில் இரண்டு அவித்த முட்டை சாப்பிடவேண்டும் என்று டாக்டர் கத்ரே சொல்லியிருக்கிறாரே!'' என்றாள் ஜல்லி.

''ஜல்லி, நாம் பதினாறு வருஷங்கள் 'சாப்பிடத் தகாததை' சாப்பிடாமல் மெலிந்தா போய்விட்டோம்?'' வர்ஷா தன் குரலைத் தணித்துக் கொண்டாள்.

''கோச்சிங் கிளாஸ் முடிந்து நான் தினமும் ஃபாஸ்ட் ஃபுட் ஜாயிண்ட் போவேன், மட்டன் ஹாம்பர்கர் சாப்பிடுவேன்.'' என்று

ஜல்லி போர்க்கொடி உயர்த்தினாள், ''அவர் என்னைத் தடுத்து விடுவாரா? வொய் கான்ட் ஹி அலௌ அஸ் அவர் ஃஸ்ப்ரிடம்?''

''வீட்டில் விரோதமான எண்ணப்போக்குடன் கோ - எக்ஸிஸ்டென்ஸ் இளம் தலைமுறைக்கு எப்போதும் ஒரு சவாலாகவே இருக்கிறது.'' அனுபவம் முதிர்ந்த அரசியல் அறிஞரைப் போல வர்ஷா சொன்னாள், ''நீ வீட்டிற்குப் போனதும் லிக்கர் - கேபினட்டில் இருக்கும் பாட்டில்களைப் பின்னால் மறைத்து வைத்து விடு, முன்னால் க்ராக்கரி போட்டுவிடு. பூட்டி சாவியை ஜுமக்கியிடம் கொடுத்துவிடு. அப்பா இருக்கும் வரை 101, 'சில்வர் சேன்ட்' குஜராத்தாக இருக்கட்டும்.''

மதிப்பீடுகளின் மோதல் ஜல்லிக்கு தீவிரமாக இருந்தது. அவள் புன்னகை செய்யவில்லை.

''அப்பா தூங்கி எழுந்ததும் அவர் தன் 'பிரபு' வை எந்த அறையில், எந்த திசையில் பிரதிஷ்டை செய்வார் என்று கேள். வடக்கு திசையில் வைப்பாரோ? ஷாஜஹான்பூரில்...''

முகத்தைத் தூக்கி வைத்துக் கொண்டு ஜல்லி இடைமறித்தாள், ''டிஸ்க்கில் சைக்களிக் லைட்ஸ் எந்த திசையில் பிரதிஷ்டை செய்திருக்கிறது என்று மட்டும்தான் எனக்குத் தெரியும்.''

''ஜல்லி, நீ என்ன பிராமணப் பெண்!'' என்றாள் வர்ஷா கவலையோடு.

''எனக்குத் தெரியும், வி.சி.ஆரைத் தள்ளி வைத்து விட்டு பிரபுவைப் பிரதிஷ்டை செய் என்றுதான் அப்பா சொல்வார்!''

''அதில் கெடுதல் என்ன?'' வர்ஷா புன்னகை செய்தாள், ''மடோனாவின் பாப் - இசை கேசட்டால் உனக்குள்ளும் அசுரத்தன்மைகள் தோன்ற ஆரம்பித்திருக்கிறது. காலை - மாலை 'ஜய ஜகதீஷ் ஹரே!' பாடினால்...''

''ஜய ஜகதீஷ் ஹரே பாடுவாள் என் பாட்டி! நான் காலை - மாலை ஹாட் - பேண்ட்ஸ் அணிந்து கொண்டு பிரபு முன் ஏரோபிக்ஸ் செய்வேன்''

''ராமபிரான் உன்னை சபித்துவிடுவார். அகல்யா மாதிரி

கல்லாகி விடுவாய்.'' ''அப்படியானால் 54, சுல்தான் கஞ்ச் விதிகளை விட கல் கடினமாக இருக்காது.'' ''இப்போது உனக்கு 54, சுல்தான் கஞ்ச் விதிகளைப் பற்றி என்ன கவலை?'' வர்ஷா புன்னகையுடன் அவள் காதைப் பிடித்துத் திருகினாள், ''உனக்குத் தான் விடுதலை கிடைத்து விட்டதே!''

★ ★ ★ ★

''அப்பா, வாழ்த்துக்கள்!'' விமல் சர்மா முன் கையைக் கூப்பினார்.

குடும்பம் முழுதும் - அப்பா, மகாதேவ், மோகினி அண்ணி, அத்தான், அக்கா, கிஷோர் - மந்திரத்தால் கட்டுண்டது போல பார்த்துக் கொண்டிருந்தது. மைனாக்கும் தன் மனைவியோடு வந்திருந்தார்.

'சில்வர் சேன்ட்' முன்புறம் ஷாமியானா போடப்பட்டிருந்தது. பாண்டே, கிஷோர், நீரஜா, எண்ட்ரி நால்வரும் எல்லா காரியங்களையும் நிர்வகித்தார்கள். ஓரிரு முறை ஹர்ஷும் எட்டிப் பார்த்தான். கல்யாணத்திற்குப் பிறகு பேசிக் கொள்ளலாம் என்று வர்ஷா நினைத்துக் கொண்டாள்.

''ப்ரைடுடன் (மணப்பெண்ணுடன்) என்னையும் போட்டோ எடுங்கள்!'' என்று மீதா சிணுங்கினாள்.

''வர்ஷா மணமகள் ஆகும் போது உன்னைப் போட்டோ எடுப்போம்.'' என்றாள் ஷோபா அண்ணி.

சற்று நேரத்திற்கு முன் சப்தபதி முடிந்தது. இப்போது பெண் - மாப்பிள்ளை வாழ்த்துக்களைப் பெற்றுக் கொண்டிருந்தார்கள். வர்ஷா மெல்லிய புன்னகையுடன் ஜல்லியைப் பார்த்தாள். நீரஜா சீராக் பியூட்டி பார்லரில் அவளை மணப்பெண் அலங்காரம் செய்து அழைத்து வந்திருந்தாள்.

''சுல்தான் கஞ்சில் 'மல்லிகைப் பூ கொண்டு வாருங்கள், பெண்ணை அலங்கரியுங்கள்' என்று பாடிக் கொண்டிருந்த அதே ஜல்லிதான் இவள் என்று யாராவது நம்புவார்களா?'' என்றார் அத்தான்.

இப்போது ஜல்லிக்கு மிகவும் சின்ன வயது, நிச்சயதார்த்தத்தை மட்டும் முடித்து விடுவோம், கல்யாணம் மூன்று வருஷம் கழித்து வைத்துக் கொள்வோம் என்று வர்ஷா விரும்பினாள். முராரி மட்டும்தான் அதை ஒத்துக் கொண்டார். அப்பா, கோபால் மிஷ்ர், நைன் எல்லாரும் கல்யாணம் உடனே நடந்து விடவேண்டும் என்று நினைத்தார்கள். ஜல்லியே அப்படித்தான் நினைத்தாள். அப்பா ஆவேசத்துடன் ரகுவம்சத்தை மேற்கோள் காட்டத் தொடங்கினார், ''மன்னன் தசரதனைப் போல இப்போது என் நிலை எண்ணெய் தீர்ந்து அணையும் நிலையில் உள்ள அந்த விடியற் காலை தீபத்தைப் போல ஆகிவிட்டது.'' ''என் மூச்சு இருக்கும் போதே வீட்டிற்கு மருமகள் வந்துவிடவேண்டும். இதுதான் என் கடைசி ஆசை.'' என்றார் கோபால் மிஷ்ர்.

இத்தகைய கருத்து ஒற்றுமைக்குப் பிறகு வர்ஷா ஆயுதத்தைக் கீழே போட்டுவிட்டாள். மிஷ்ர் குடும்பத்தின் இரண்டாவது கோரிக்கையில் மாப்பிள்ளையின் அப்பாவும், தாத்தாவும் உறுதியாக இருந்தார்கள், ''வர்ஷா மேடம், கல்யாணம் முற்றிலும் எளிமையாக இருக்க வேண்டும். உடுத்திய ஆடையோடு மருமகள் வேண்டும்.''

வர்ஷா நீரஜாவுடன் உட்கார்ந்து போட்ட பட்ஜெட் வீணாய்ப் போயிற்று. ''நல்லதாய்ப் போயிற்று, வர்ஷா! நீங்கள் செலவு குறைவாகவே எல்லாம் முடித்துவிட்டீர்கள்.'' என்றாள் நீரஜா.

இரண்டு வாரத்திற்கு முன்பிருந்து குடும்பத்தினர் வரத் தொடங்கினார்கள். காயத்திரி கல்யாணத்திலும் 54, சுல்தான் கஞ்சில் சந்தோஷ அலை எழுந்தது, ஆனால் அதில் விடுதலை உணர்வு முக்கியத்துவம் பெற்றிருந்தது. அந்தக் கல்யாணத்தின் தன்மை நீண்ட, கடினமான பாதையில் நடந்து செல்லும் சில பலவீனமான யாத்ரீகர்கள் ஒரு நொண்டி சக பிரயாணியிடமிருந்து விடுதலை பெற்றது போல இருந்தது. ஆனால் ஜல்லியின் கல்யாணம் உள்ளிருந்து பொங்கும் மகிழ்ச்சி அலைகளின் வெளிப்பாடாக இருந்தது. வீட்டினர் முகத்தில் இவ்வளவு கலப்பில்லாத உற்சாகத்தை தான் ஒருபோதும் பார்த்ததில்லை என்பது வர்ஷாவின் கவனத்தில் பதிந்தது.

மிஷ்ரா குடும்பத்தின் உன்னதமான பங்களாவிலிருந்து திரும்பும்போது கிஷோர் தன் வீட்டினர் முன் சொன்னான், ''சின்ன அக்காவால் இந்த நாளைப் பார்க்கும் அதிருஷ்டம் கிடைத்தது.''

''ஸ்டார் கிளாமர்.'' என்று அத்தான் வர்ஷாவைப் பார்த்து புன்னகை செய்தார்.

சர்மா 54, சுல்தான் கஞ்சின் முன்னேற்றத்தில் இரண்டு சினிமாக்களின் ஒத்துழைப்பை நினைத்து திகைத்தார். 'மதர் இண்டியா' வால் காயத்திரி கல்யாணம் நடந்து குடும்பத்திற்கு புதுவாழ்வு கிடைத்ததென்றால் 'எரியும் பூமி' யால் ('வட இந்திய சங்கம்' வர்ஷாவுக்குப் பாராட்டு விழா நடத்த அதுவே காரணமாக அமைந்தது.) ஜல்லி குடும்ப கிராஃபில் எல்லாருக்கும் மேலே போய்விட்டாள்.

''ஜல்லி, நீ நாள் முழுதும் என்ன செய்வாய்?'' என்று அத்தான் சீண்டினார், ''உங்கள் பங்களாவில் ஐந்து கார்கள், பன்னிரண்டு வேலைக்காரர்கள் இருக்கிறார்கள்.''

''ஜல்லி ராணி நாள் முழுதும் இனிப்பு சாப்பிடுவாள்'' என்றாள் மோகினி அண்ணி.

''மாமனார் காலை நான்கு மணிக்கே எழுப்பி பன்னிரண்டு பசுக்களைப் பால் கற என்ற சொல்லிவிட்டால்?'' அத்தான் கவலையோடு கேட்டார்.

''பால் கறக்க வேலைக்காரர்கள் இருக்கிறார்கள்.'' ஜல்லி கண்ணை உருட்டினாள், ''ஐ ஆம் ஏ மாடர்ன் கேர்ள்! ஐ வில் ஸ்டாண்ட் தி ஆஃபீஸ் அண்ட் லுக் ஏஃப்டர் தி ஃபேமிலி பிசினஸ்!''

''மகளே வர்ஷா, இப்போது நாங்கள் விடைபெற்றுக் கொள்கிறோம்.'' என்றார் கேபால் மிஷ்ர், ''விடியற்காலையில் இவர்களுக்கு ஃப்ளைட்.'' (பெண் - மாப்பிள்ளை கோவா போய்க் கொண்டிருந்தார்கள். ஃபோர்ட் அனுவாடா பீச்சில் 'ஹனிமூனர்ஸ் ஸூட்' புக் ஆகியிருந்தது.).

ஜல்லி கல்யாணம் வர்ஷாவின் முழு இணைப்பும் இருந்த முதல் குடும்ப நிகழ்ச்சி. பிறகு அவள் தன்னை ஆராய முயற்சித்தாள். விடைபெறுதலில் இவ்வளவு ஆழமான, தாங்க முடியாத உணர்வின் காரணம் என்ன? அவள் எப்போதும் குடும்பத்தில் ஒட்டியும், ஒட்டாமலும்தான் இருந்து வந்தாள், தனியாக, சாமர்த்தியமில்லாதவளாக. இந்த திறன் மிக்க தருணத்தில் அவள் ஒரு குடும்ப நிகழ்ச்சியை தன்னை அறியாமலே மிகத் திறமையாக நடத்தி முடித்துவிட்டாள், அதில் ஒரு பக்கம் ஜல்லியுடன் அவளுடைய புதிய நெருக்கமும் அதிகரித்திருந்தது, மறுபக்கம் குடும்பம் அவளுக்கு நன்றி விசுவாசமாகிவிட்டது. 54, சுல்தான் கஞ்சுடன் இருந்த ஒட்டாமை விலகி அந்தக் குறையை மனதிற்குகந்த வகையில் இது நிறைவு செய்தது.

''மகளே வர்ஷா, நீ மிகவும் புத்திசாலி...'' கோபால் மிஷ்ர் அவள் தோளில் தட்டினார்.

வர்ஷா கண்ணீரைத் துடைத்துக் கொண்டாள்.

கிஷோர் ஜல்லியை அணைத்தபடி முன்னே சென்றான்...

மண ஊர்வலம் முடிந்து விடை தரும்போது அப்பா கண்களில் கண்ணீர் நிறைந்தது, ''சில்பில், நீ ஜல்லியைக் கரையேற்றிவிட்டாய்...'' அவர் அடைபட்ட குரலில் சொன்னார், ''விஷ்வஜித் யக்ஞத்திற்குப் பிறகு ரகுவிற்கு நான்கு உலக புண்ணியம் கிடைத்தது போல் உனக்கும் கிடைக்கட்டும் மகளே...''

★ ★ ★ ★

வர்ஷா புன்னகை செய்தாள்.

''இந்த ஸ்டார் புன்னகையால் வேலை ஒன்றும் நடக்காது.'' என்றார் அத்தான், ''இப்போது வாயைத் திறந்து பதில் சொல்லத்தான் வேண்டும். கலை - சாதனைகள் நிறைய செய்தாகி விட்டது. கல்யாணம் எப்போது?''

இப்போதுதான் எல்லாரும் வி.சி.ஆரில் 'சந்திர கிரஹணம்' பார்த்திருந்தார்கள். வர்ஷாவின் திறனுக்கு சாட்சியாக முழு

குடும்பமும் இருந்தது. தங்கள் சில்பில்லின் வாழ்க்கை - முறை எவ்வளவு அற்புதமாக ஆகிவிட்டது என்று குடும்பம் ஆச்சரியப்பட்டு ஸ்தம்பித்திருந்தது.

வேலைக்காரர்கள், ஜுமக்கி, டிரைவர் சரி, ஆனால் பிரைவேட் செக்ரட்டரி, ஹேர் டிரஸ்ஸர் வைத்திருப்பதைப் புரிந்து கொள்ள குடும்பத்தினருக்கு கொஞ்ச நாள் பிடித்தது. எத்தனை முறை போன் ஒலி! வர்ஷா பெரும்பாலும் 'பாத்ரூமி'ல் இருந்தாள்! யாராவது அனுப்பிய மூன்று, நான்கு பூங்கொத்துகள் டிராயிங் ரூம் மூலையில் எப்போதும் இருந்தன.

ஒரு விஷயத்தை எல்லாரும் ஒத்துக் கொண்டார்கள். வர்ஷா மிகவும் உழைக்கிறாள். ஹேமலதா ''அக்கா பாவம், தூங்கக் கூட நேரமில்லாமல் தவிக்கிறாள்.'' என்று சொல்லியிருந்தாள். முதல் நாள் குடும்பம் முழுதும் ஃபிலிமாலயா செட்டில் ஷூட்டிங் பார்க்கப் போயிருந்தது.

''உங்கள் கட்டளை போல.'' என்றாள் வர்ஷா.

அத்தானோடு அக்காவும், மோகினி அண்ணியும் கூட சிரித்தார்கள்.

''உன் உடம்பையும் கவனித்துக்கொள்.'' என்றார் மகாதேவ் அண்ணன்.

''ஆமாம், பார், முகம் எப்படி வாடியிருக்கிறது.'' என்று அண்ணி ஒத்துப் பாடினாள்.

உத்தரப் பிரதேச தலைமை செக்ரட்டரி ஸ்ரீ சஹாய் தான் சொன்ன சொல்லை நிறைவேற்றினார். மூன்று வாரங்களில் அண்ணனுக்கு ஹர்தோயிக்கு மாற்றலுடன் பதவி உயர்வும் கிடைத்தது. குவார்ட்டர்ஸ் கிடைத்தது. இங்கேயிருந்து அவர் நேராகப் போய் ஜாயின் பண்ணவிருந்தார்.

''சில்பில் ராணி, எங்களுக்கு கொஞ்சம் உதவி செய்கிறாயா?'' என்று இரண்டு நாட்களுக்கு முன் அண்ணி தனியாகக் கேட்டாள். மேற்கொண்டு, அண்ணன் இட்டாவாவில் ஒரு பழைய வீடு பார்த்திருக்கிறார், கொஞ்சம் பணம் அவர் பிராவிடட்

ஃபண்டிலிருந்து கிடைத்துவிடும், கொஞ்சம் பணம் அண்ணியின் அப்பா கடனாகத் தருவார், அவள் ஒரு இருபத்தையாயிரம் ரூபாய் தர முடியுமா என்ற விவரத்தை சொன்னாள். (வர்ஷா வீட்டில் 'கூரையைப் பொத்துக் கொண்டு கொட்டும் இயந்திரம்' பற்றி அண்ணி விசேஷமாக விசாரித்து தெரிந்து கொண்டிருந்தாள். கல்யாணத்திற்குப் போட்ட பட்ஜெட்டில் நான்கில் ஒரு பங்கு கூட செலவாகவில்லை என்பது அவளுக்குத் தெரியும் என்று வர்ஷாவுக்குத் தெரியும். அத்தோடு சில்பில்லின் பெரிய அண்ணன் தம்பி - தங்கைகளுக்காக வாழ்நாள் முழுதும் வயிற்றில் கல்லைக் கட்டிக் கொண்டிருந்திருக்கிறார்!). வர்ஷா சரி என்றாள். ''இது உன் கடன்.'' என்று அண்ணி மகிழ்ச்சியோடு சொன்னாள், ''மெல்ல, மெல்ல அடைத்து விடுவோம்.'' ''என்ன பேச்சு பேசுகிறீர்கள், அண்ணி!'' வர்ஷா புன்னகை செய்தாள், ''இது சின்னவனுக்கு என் சமர்ப்பணம்.''

நாம் நம் நண்பனையம், காதலனையும் மாற்ற முடியும். ஒத்த உறவுகளை மாற்ற முடியாது என்று வர்ஷா நினைத்துக் கொண்டாள்.

''சில்பில்லுக்கு சாப்பிட எங்கே நேரம் இருக்கிறது?'' என்றார் அப்பா, ''கருக்கலில் கிளம்புகிறாள், நடு ராத்திரி திரும்பி வருகிறாள்.''

அப்பாவுக்கு திடீரென்று சில்பில்லின் மீது பாசம் பெருக்கெடுத்தது.

''ஹலோ...'' போன் ஒலித்தது ஹேமலதா ரிசீவரை எடுத்தாள், ''ஒரு நிமிஷம்...'' பிறகு இயலாமையோடு சொன்னாள்,'' யாரோ இங்கிலீஷில் பேசுகிறார்கள்.''

''யெஸ்?'' ஜுமக்கி சமையல் அறையிலிருந்து ஓடி வந்தாள், 'ரைட் நௌ ஷி இஸ். ப்ளீஸ் கால் டுமாரோ.''

''ஜல்லி போய்விட்டாள். இப்போது நான் ஒரு டெலிபோன் ஆப்பரேட்டரைத் தேடவேண்டும்.'' என்றாள் வர்ஷா, ''ஜுமக்கி பாவம் எதைத்தான் கவனிப்பாள்!''

''இப்போது அம்மா இருந்திருந்தால்...'' காயத்திரி நீண்ட பெருமூச்சு விட்டாள்.

''சில்பில், பிறகு ஹர்ஷ்வர்தனைக் காணவேயில்லையே?'' என்றார் அத்தான்.

''தன் ஃபிலிமில் மாட்டிக் கொண்டிருக்கிறார்.''

கல்யாண சந்தடியில் ஹர்ஷை அவ்வப்போது பார்த்ததோடு சரி. ''வினியோகஸ்தர் தரப்பிலிருந்து சற்று பிரச்னை.'' என்று மட்டும் அவன் சொல்லியிருந்தான். வர்ஷா எண்ட்ரியிடம் கேட்ட போது அவன், ''கல்யாணத்திற்குப் பிறகு பேசுவோம்.'' என்றான்.

''அக்கா கல்யாணம் ஷாஜஹான்பூரில் நடக்கும்!'' திடீரென்று கிஷோர் அறிவித்தான், ''நான் கன்யாதானம் செய்வேன்.''

முதல் நாள் வர்ஷா தன் அறையில் கார்ப்பெட்டில் உட்கார்ந்துகொண்டு ஹேமலதாவுக்கு ஒரு பின்னல் வேலை கற்றுத் தந்து கொண்டிருந்தாள் (ஜுமக்கியுடன் குடும்பம் முழுதும் பாபுல்நாத் கோவிலுக்குப் போயிருந்தது), அப்போது கிஷோர் கதவருகில் வந்து நின்றான், ''ஹேமா, நான் அக்காவோடு கொஞ்சம் பேசவேண்டும். நீ ஒரு பத்து நிமிஷம் போனைக் கவனிக்கிறாயா?'' என்றான்.

உடனே ஹேமா ''சரி'' என்று சொல்லி விட்டுப் போய்விட்டாள்.

ஒரு வினாடி வர்ஷா அதிர்ந்தாள். இன்று கிஷோரும் அவளை வேலிக்குள் அடைக்க முயற்சிக்கப் போகிறானா?

''அக்கா, நான் எப்போதாவது கடவுளிடம் ஏதாவது வேண்டிக் கொண்டால் அது உன் சந்தோஷம்தான்... நீ என்னவெல்லாம் துன்பப்பட்டாய் என்று நான் கண்ணால் பார்த்திருக்கிறேன்...'' உணர்ச்சி வேகத்தால் அவனால் ஒன்றும் பேசமுடியவில்லை. எத்தனை மனவேதனைகள், இறுக்கங்களுக்குப் பிறகு அவன் இப்போது பேச வந்திருந்தான் என்பது தெளிவாக இருந்தது. அவனிடம் பாவம், தன் எண்ணங்களை சரியாக வெளியிடும் திறன் கூட இல்லை. நடுங்கும் உணர்வு மட்டும்தான் இருந்தது, ''உன் கல்யாணத்தன்றுதான் எனக்கு நிம்மதி உண்டாகும்... இதை அப்பாவைப் போலவோ, அண்ணனைப் போலவோ அபவாதம் நேருமோ என்ற எண்ணத்தில் நான் பேசவில்லை...''

கிஷோர் வந்ததுமே இரண்டு நாட்களாக ஹர்ஷைப் பார்க்க பரபரத்தான் (நீண்ட நாட்கள் முன் ஹேமா எழுதிய ஒரு கடிதத்தில் ஹர்ஷின் கம்பீரமான தோற்ற வர்ணனையையும், சிறந்த குணங்களையும் படித்திருந்தான்.) மூன்றாவது நாள் அந்த வரலாற்று முக்கியத்துவம் வாய்ந்த சந்திப்பு நடந்தபோது வர்ஷா இல்லை. ஹேமலதா பிறகு இனிய புன்னகையுடன் சொன்னாள், "அக்கா, உங்கள் செல்லத்தம்பி ''ராஜஹம்சம் முத்தைத் தவிர வேறு எதைப் பொறுக்கும்!'' என்று சொன்னார்'' என்றாள். மின்சாரப் பொருள்களோடு இருந்ததால் கிஷோருக்கு 'காளிதாஸ் - கிரந்தாவலி'யை ஆழ்ந்து படிக்க வாய்ப்பில்லாமல் போய்விட்டது, "மஹாநதி சமுத்திரத்தை விட்டு வேறு எங்கு போய் சங்கமிக்கும் என்ற உவமை நல்ல உவமை!'' என்று வர்ஷா நினைத்துக் கொண்டாள்.

இன்று இன்னொரு விஷயமும் மாறுபட்டிருந்தது. இது வரை கிஷோரின் கையைத்தான் வர்ஷா பிடித்திருப்பாள், இப்போது கிஷோர் அவள் கையைப் பற்றியிருந்தான்.

கிஷோர் இந்தப் பாத்திரத்தை ஏற்றதைப் பார்த்து வர்ஷா அதிர்ந்துபோனாள். பிறகு மெல்ல, மெல்ல தேர்ந்தெடுத்த சொற்களில் 'முக்தி' பட சிக்கலைப் பற்றி சொன்னாள், "சுய கௌரவம் காரணமாக ஹர்ஷ் நிச்சயமில்லாத நிலையில் கல்யாணம் செய்து கொள்ள விரும்பவில்லை. படம் முடிந்ததும், உனக்கு மன நிம்மதி தந்துவிடுவேன் என்று உறுதி அளிக்கிறேன்.''

வர்ஷா தன் தலையை வருடுவது போலவே நிறைந்த உணர்வுடன் கிஷோர் அவள் தலையை வருடினான். உள்ளுக்குள் லேசான ஆச்சரியத்துடன் கிஷோர் இப்போது உண்மையில் பெரியவனாகி விட்டான் என்று வர்ஷா நினைத்துக் கொண்டாள்.

ஆராய்ந்து பார்த்தால் ஹர்ஷை அடுத்து அவள் திடமான உறவு கொண்டிருந்த ஆண் கிஷோராகத்தான் இருப்பான், ஆனால் ஹர்ஷோடு ஒப்பிடுகையில் நினைவு தெரிந்து அவள் கிஷோருடன் தான் ஹர்ஷை விட பத்து மடங்கு நாட்களைக் கழித்திருப்பாள்.

சகோதர - சகோதரி உறவின் இது என்ன 'நியதி' என்று அவள் மெல்லிய புன்னகையுடன் நினைத்துக் கொண்டாள். ('சபிக்கப்பட்ட' சொல்லின் காலத்திற்குப் பிறகு 'நியதி' அவளுக்குப் பிடித்த சொல்லாகி விட்டது!)

''நீ சின்ன வயதில் எனக்கு ஒரு கதை சொல்வாய்.'' என்றான் கிஷோர், ''இப்போது நீ அதே ராஜகுமாரியைப் போல கண்ணீர் விட்டுக் கொண்டிருக்கிறாய், வீட்டினர் முத்து பொறுக்குவதில் முனைந்திருக்கிறார்கள். நீ உழைத்து சம்பாதித்த பணத்தை அண்ணிக்கு அள்ளிக் கொடுக்கிறாய் (கிஷோரின் 'வர்ஷா எலக்ட்ரிக்கல்ஸ்' வர்ஷாவின் ஆரம்ப கால உதவியில்தான் திறக்கப்பட்டது, ஆனால் அவன் முழுதும் கணக்கு பண்ணி வைத்திருந்தான். வருஷம் முடிந்ததுமே லாபத்தில் ஒரு பங்குடன் வட்டியையும் சேர்த்து வர்ஷாவுக்கு செக் அனுப்பியிருந்தான். வர்ஷா, 'நான் உன்னிடம் வட்டி வாங்குவேனா?' என்று அதட்டி செக்கைத் திருப்பி அனுப்பிவிட்டிருந்தாள். இப்போது அவன் வர்ஷாவை சட்டப்படி பங்குதாரராக்க நடவடிக்கை மேற்கொண்டிருந்தான். 'சுல்தான் கஞ்ச் வீடு இப்போது கிஷோருடையதாகி விட்டது.' தங்கள் பெரிய மகனை எல்லாவற்றிலும் பங்குதாரராக்கும் கோரிக்கையை அண்ணி மறைமுகமாக வைத்தாள். இதை ஒத்துக் கொள்ளாத கிஷோர் வேறு வழியில்லாமல் செய்தி கொண்ட போகும் ஜல்லியிடம் ''குழந்தை பெரியவனாகி கடையில் வேலை செய்யத் தொடங்கினால் பத்து - பதினைந்து சதவிகிதப் பங்கு நிச்சயம் உண்டு. அதற்கு முன் எப்படி தரமுடியும்? அண்ணன் முதலில் அப்பாவுடன் சேர்ந்து வீட்டை நிர்வகித்தார். இப்போது நான் தனியாக நிர்வகிக்கிறேன்.'' என்று சொல்லிவிட்டான். 'சில்பில்லின் ஹனுமானி'டம் அண்ணி இதைத்தான் எதிர்பார்த்தாள்!), அவள் ஒருபோதும் உன்னைக் கண் மலர்ந்து கூட பார்த்தில்லை.''

''அப்படி சொல்லக் கூடாது, கிஷோர்!'' வர்ஷா நீண்ட பெருமூச்சு விட்டாள், ''அண்ணன் குடும்பத்திற்காக நிறைய செய்திருக்கிறார். கல்யாணத்திற்கு முன் அவர் தனக்காக ஐம்பது ரூபாய் மட்டும்தான் வைத்துக் கொள்வார், மீதி முழு சம்பளத்தையும் அப்பாவிடம் கொடுத்து விடுவார். அப்பாவிடம்

நான் இரண்டிற்கு மேல் வேஷ்டி, சட்டை பார்த்ததேயில்லை. தொப்பி கிழிந்து கொண்டே போகும், அவர் அங்கும், இங்கும் தைத்து போட்டுக் கொள்வார். இரண்டு சிட்டிகைப் புகையிலையைத் தவிர அவருக்கு சந்தோஷம் எதுவுமில்லை. அவருடைய இரண்டு வேளை சாப்பாடு ... என்னால் மறக்கவே முடியாது. எனக்கு ஆறு, ஏழு வயது இருக்கும். சப்பாத்தி போட கற்றுக் கொண்டிருந்தேன். அப்பா இன்னும் கொஞ்சம் பருப்பு கேட்டார். அம்மா பாத்திரத்தைப் பார்த்துவிட்டு, போதும், இவ்வளவுதான் இருக்கிறது, இன்னும் பிள்ளைகள் எல்லாரும் சாப்பிடவேண்டும் என்று சொல்லிவிட்டாள். அப்பா சரி,சரி என்று சொல்லிவிட்டு வேகம், வேகமாக உப்பு கலந்து வெறும் சாதத்தை சாப்பிட்டு விட்டு எழுந்துவிட்டார். மனைவியிடம் இரண்டு கரண்டி பருப்பு அதிகம் கேட்டுவிட்ட அவமானம்தான் அவர் முகத்தில் இருந்தது...''

வர்ஷாவின் கண்களில் முதலில் இரண்டு துளி கண்ணீர்தான் துளிர்த்தது, பிறகு அவள் குமுறி அழுதாள்...

எதிரில் அவளுடைய மகோன்னதமான செல்வம் விரிந்து கிடந்தது. அலமாரியில் பதினைந்து, இருபதாயிரம் ரூபாய் கட்டுகள் எப்போதும் இருந்தன, நவீன் மாமாவின் ஆலோசனையின் பேரில் அவள் ஐந்து கம்பெனிகளின் பெரிய அளவிலான ஷேர்களை வாங்கியிருந்தாள். ரோஹனின் ஒரு கம்பெனியில் அவள் இருபத்தைந்து சதவிகித பார்ட்னர். பனவேல் அருகில் ஐந்து ஏக்கர் ஃபார்ம் வாங்க சட்ட நடவடிக்கைகள் நடந்து கொண்டிருந்தன, இப்போதுதான் தவணை முறையில் ஒரு பங்களா வாங்கும் விஷயம் யோசனையில் இருந்தது (அஜிம் பிக்சர்சின் அடுத்த தயாரிப்பு விஷயமாக பேச வந்த முனவ்வர் பாண்டேயின் வலுவான வற்புறுத்தலால் - ''மேடம், ஃபிளாட்டில் இருக்கும் ஸ்டார் உயர்வுதான், ஆனால் பொதுவாக மார்க்கெட்டில் பங்களா ஸ்டார் மதிப்புதான் உயர்ந்தது.'' - என்று சொன்னார், ஆனால் வர்ஷா ஜூமக்கியை மட்டும் துணையாக வைத்துக் கொண்டு இவ்வளவையும் எப்படி சமாளிப்பது என்று நினைத்து தட்டிக் கழித்தாள்), ஆனால் சிறு பிராயத்தின் ஆழமான 'ப்ளாக் பீரியடி' ன் தழும்புகளை அழிக்க முடியவில்லை. அவள் எவ்வளவு உன்னதமான பங்களாவில் வசிக்கத் தொடங்கினாலும் 54, சுல்தான்

கஞ்சின் துன்ப நினைவுகள், நிறைவேறாத ஆசைகளின் கோல்டு ஸ்டோரேஜ் அவளுடைய செல்வச் செழிப்பான வாழ்க்கையில் கனத்துக் கொண்டுதான் இருக்கும்.

''அக்கா...'' கதவருகில் ஹேமலதாவின் கவலைக் குரல் ஒலித்தது.

பொது அறையில் உட்கார்ந்திருந்த ஹேமலதா வர்ஷாவின் அழுகை ஒலியைக் கேட்டு பதறினாள். தாழ்வாரத்திற்கு வந்து இரண்டு வினாடி நின்றாள். நடு நாத்தனாரிடம் ஹேமலதாவுக்கு உண்மையான 'லாயல்டி' இருந்தது. கல்யாணத்திற்கு முன் அவளைப் பார்க்க வந்த போது வர்ஷாவின் மென்மையான போக்கை அவள் பார்த்திருந்தாள், கல்யாணத்திற்குப் பிறகு 54, சுல்தான் கஞ்சை லேசாக ஆராய்ந்த போது தன் கணவனின் செழிப்புக்குக் காரணத்தை அறிந்து கொண்டாள், பிறகு இவ்வளவு நாட்கள் 'சில்வர் சேன்டி'ல் இருக்கும் போது வர்ஷாவின் அன்பைப் பார்த்து 'இப்படி ஒரு நாத்தனார் ஏழு ஜென்ம புண்ணியத்தால்தான் கிடைக்கிறாள்' என்ற அவள் எண்ணம வலுப்பெற்றது.

''நீங்கள் அக்காவிடம் என்ன சொன்னீர்கள்?'' என்று ஹேமலதா கிஷோரைக் கேட்டாள் (கணவனிடம் அநேகமாக அவள் இப்போதுதான் முதல் முறையாக இப்படி குற்றம் சாட்டும் பாவனையில் பேசியிருப்பாள்.).

வர்ஷா ஈரக்கண்களால் ஒன்றுமில்லையென்று தலையை ஆட்டிவிட்டு கையை நீட்டி ஹேமலதாவைத் தன் பக்கத்தில் உட்கார வைத்துக் கொண்டாள்.

அன்னியர்கள் 'நரகமாக' இருப்பது போலவே குடும்பத்தினர் இன்றியமையாத 'சித்ரவதை', குடும்ப உறவுகள் எப்போதும் நடக்கும் மஹாபாரதம், அதில் வெற்றி - தோல்வி இல்லை என்று கண்ணீரைத் துடைத்துக் கொண்டு நினைத்துக் கொண்டாள்.

★ ★ ★ ★

கிஷோரின் அறிவிப்பிற்குப் பிறகு மகாதேவ் அண்ணன் சும்மா இருந்தார், ஆனால் மோகினி அண்ணி முகத்தில் கடுமை பரவியது.

"தம்பி அக்காவை கன்யாதானம் செய்து கொடுக்கிறானா!" என்று காயத்திரி புன்னகையோடு நிலைமையை சமாளித்தாள்.

"காலத்திற்குத் தக்கவாறு நியமங்களும் மாறுகின்றன." என்றார் அப்பா, "அக்கா கன்னியாக இருக்கும் போதே தம்பி, தங்கைகளுக்கு கல்யாணமாகும்போது, கல்யாணமான தம்பி அக்காவை ஏன் கன்யாதானம் செய்து கொடுக்கக்கூடாது? பழையதாக இருப்பதாலேயே எந்தப் பொருளும் நல்லதாகி விடுவதில்லை, புதியதாக இருப்பதாலேயே எதுவும் கெட்டதாகி விடுவதுமில்லை என்று கவிகுலகுரு சொல்லியிருக்கிறார். ஞானிகள் இரண்டையும் ஆராய்ந்து சிறந்ததை எடுத்துக் கொள்கிறார்கள்."

ஜனகருடைய சிவதனுசு போல திடமான அப்பாவின் கோட்பாடுகள் திடீரென்று 'ஃப்ளெக்சிபில்' ஆகத் தொடங்கிவிட்டன என்று வர்ஷா வேடிக்கையாக நினைத்துக் கொண்டாள், இது 'ஆர்வங்களின் சமாதியில் எரியும் மன அகல்விளக்கு' இல்லையே!

12. 'கில்லிங் ஃபீல்ட்ஸ்' (கொல்லும் களங்கள்)

"வர்ஷா, ஹர்ஷ் தன்னை அழித்துக் கொள்ளும் பாதையில் போய்க் கொண்டிருக்கிறான்." எண்ட்ரி காபியைப் பருகியபடி சொன்னான்.

குடும்பத்தினர் சென்ற நான்காவது நாள். அப்பா மட்டும் இருந்தார். இரண்டு வாரங்களில் மருந்துகள் கோர்ஸ் முடிந்துவிடும், அப்பா இங்கேயே இருந்தால் நல்லது என்று டாக்டர் கத்ரே சொல்லியிருந்தார். தன் உடம்பைப் பற்றி அப்பா கவலைப்படவில்லை - ஜல்லி பொறுப்பிலிருந்து விடுதலை கிடைத்துவிட்டது. வர்ஷாவும், கிஷோரும் வற்புறுத்தியதால் ஒத்துக் கொண்டார். நைன்ரஞ்சனை அவருக்கு மிகவும் பிடித்துப் போய்விட்டதும் ஒரு காரணம் ("ஜல்லி - நைன் ஜோடி வனஜ்யோத்சனா கொடியும் மாமரமும் போல!").

போரிபந்தர் ஸ்டேஷனில் குடும்பத்தினருக்கு விடை கொடுத்துவிட்டு வர்ஷா திரும்பினாள். அழைப்பு மணி அடித்தபோது ஜுமக்கி கதவைத் திறந்தாள். இரண்டு மணி நேரத்தில் வீடு முன்பு போல சீராக்கப்பட்டுவிட்டது. குழந்தைகள் பண்ணி வைத்த அலங்கோலங்கள் மங்கிவிட்டன. சூனியம்தான் பரவியிருந்தது. உற்சவத்திற்குப் பின் நிலவும் வெறுமை.

"ஜுமக்கி, ஒரு கப் டீ கொடு, பிறகு நான் ஷூட்டிங் போகிறேன்." என்றாள் வர்ஷா, இன்று சித்தார்த் அவள்

வற்புறுத்தலின் பேரில் இரண்டு மணி ஷிஃப்ட் வைத்திருந்தான்.

''ஒன்றும் சாப்பிடவில்லையா?''

வர்ஷா வேண்டாமென்று தலையாட்டினாள், பிறகு ''அப்பா இன்னும் திரும்பி வரவில்லையா?'' என்று கேட்டாள்.

அப்பா காந்திவலியில் ஒரு பழைய தெரிந்த மனிதரைப் பார்க்கப் போயிருந்தார்

''நியோகியிடமிருந்து போன் வந்திருந்தது. மாலையில் அப்பாவை நேஷன் பார்க்குக்கு அழைத்துப் போவதாக சொன்னார்.''

ஜல்லி, ஹேமலதாவின் கொலுசு ஒலி இல்லாமல் வீடு அமைதியாக இருந்தது. வி.சி.ஆர். எப்படி அழுதுகொண்டிருக்கிறது என்று வர்ஷா நினைத்துக் கொண்டாள்.

''பாருங்கள் அக்கா, இவர் சொல்வதைக் கேளுங்கள்.'' தன் பெட்டியை சீராக்கியபடி ஹேமலதா செல்லமாக புகார் செய்தாள், ''ஸ்கர்ட் - பிளவுஸ் வீட்டில் போட்டுக் கொள்கிறேன் என்றால் அத்தோடு கடைத்தெருவிற்கு அழைத்துப்போவேன் என்கிறார். அண்டை வீட்டுப் பெண்கள் வார்த்தையிலேயே கொன்று விட மாட்டார்களா?''

''முதலில் பூல்வதி அத்தை வரிந்து கட்டிக் கொண்டு வந்துவிடுவாள்.'' வர்ஷா புன்னகையோடு அபிநயித்தாள், ''கடவுளே! பாருங்கள், இந்த வீட்டு மருமகளை! சுல்தான் கஞ்சை மரீன் டிரைவ் ஆக்கிவைத்திருக்கிறாள்!''

மெல்லிய புன்னகையுடன் வர்ஷா டீயைக் குடித்தாள். பிறகு சோகம் இன்னும் ஆழமாயிற்று. 'சில்வர் சேன்டி'லிருந்து போகும் போது ஹேமலதாவின் மனதின் ஒரு பகுதி சற்று வருந்தியது, ஆனால் கணவனின் அருகாமையால் சந்தோஷமாகவே இருந்தாள். எல்லாருக்கும் தங்களுக்கென ஒரு வாழ்க்கை இருக்கிறது என்று வர்ஷா நினைத்துக் கொண்டாள்.

''ஜூமக்கி, இப்போது எனக்கு உன்னைப் பற்றிதான் கவலை.''

இந்த விஷயம் இரண்டு, மூன்று முறை எழுந்தது. டில்லியில் தோட்டக்காரன் லக்ஷ்மணுடன் ஜுமக்கி நட்பாக இருந்தாள். இடையிடையில் அவள் அவனுடன் சுற்ற அல்லது மத்தியான ஷோ பிக்சர் பார்க்க போவாள்.

''அவனிடமிருந்து கடிதம் வருகிறதா?''

ஜுமக்கி நம்பிக்கையான புன்னகையுடன் ஆமாம் என்று தலையாட்டினாள்.

''அப்படியானால், என்ன நினைத்திருக்கிறாய்?''

முதல் கல்யாணத்தில் பட்ட காயம் இன்னும் ஆறாததால் இந்த விஷயத்தில் ஜுமக்கி உற்சாகம் காட்டவில்லை. பணத்தட்டுப்பாடு இல்லாமல் வர்ஷா வீட்டில் சந்தோஷமாக இருந்தது இரண்டாவது காரணம். இங்கே ஜுமக்கிக்கு தனிப்பட்ட செலவு எதுவும் இல்லை. சம்பளம் முழுதும் பேங்க் ரிக்கரிங் டிபாசிட்டில் சேர்ந்து கொண்டிருந்தது. துணிமணியும் வர்ஷாவே எடுத்து விடுவாள், வருஷத்தில் மூன்று மாத சம்பளம் போனஸ்.

அவர்கள் எஜமானி - வேலைக்காரி உறவிலிருந்து விலகி சென்று விட்டார்கள். ஜுமக்கியின் முகத்தில் இருந்த நெருக்க ஒளியைப் பார்த்துவிட்டு வர்ஷா பிறகு ஒன்றும் பேசவில்லை.

★ ★ ★ ★

எண்ட்ரியையே பார்த்தபடி வர்ஷா ஸ்தம்பித்து உட்கார்ந்திருந்தாள். மூளை நரம்புகளில் சம்மட்டி அடி தாக்கியது.

''நான் இந்த விஷயத்தை உங்களிடம் சொல்லாமல் மறைத்து வைத்திருந்தேன். அதற்கு இரண்டு காரணங்கள்.'' எண்ட்ரி பெருமூச்சு விட்டான், ''நீங்கள் மிகவும் வேலையாக இருந்தீர்கள், அதனால் அதிகமான இறுக்கத்தை உங்கள் மீது சுமத்த விரும்பவில்லை. சதுர்புஜும் அப்படித்தான் நினைத்தார். இரண்டாவது, 'முக்தி'க்குப் பிறகு நிலைமை சீராகிவிடும் என்ற நம்பிக்கை எனக்கு இருந்தது. ஷூட்டிங்கிற்கு முன்பும், ஷூட்டிங் சமயத்திலும் எல்லாம் சீராகத்தான் இருந்தது. ஆனால் பிறகு நிலைமை சிக்கலாகி விட்டது.''

வர்ஷா நின்றுபோன மூச்சை இழுத்தாள்.

சிகரெட் பிடித்தபடி எண்ட்ரி மெல்ல, மெல்ல சொல்லிக் கொண்டேயிருந்தான். வர்ஷா 'ஆஷா மஹல்' லொக்கேஷனில் இருந்தபோது ரஞ்சனாவிடம் ஹர்ஷ் சண்டை போட்டுக் கொண்டுவிட்டான். அப்போது அவன் கொஞ்ச நாட்கள் நந்தா வீட்டில் இருந்தான். ஆனால், வேலை இல்லாமல் ஹெராயின் மிகுதியாக எடுத்ததால் அவன் பழக்கங்கள் விசித்திரமாகி விட்டன. அவன் இரவு நான்கு, ஐந்து மணி வரை விழித்திருப்பான், பிறகு பகலில் தூங்குவான். நந்தா வீட்டில் சிறு குழந்தைகள் இருந்தார்கள். நந்தா வீட்டினர் அவனிடம் மன்னிப்பு கேட்டு தங்கள் கஷ்டத்தை சொன்னார்கள். பிறகு அவன் சதுர்புஜ் வீட்டுக்குப் போய் விட்டான், அவருடன் அவன் உறவு இறுக்கமாகத்தான் இருந்தது.

அவனுக்கு ஏற்கனவே ரம்பாவைப் பிடிக்காது. சில நாட்களுக்குப் பிறகு ஒருநாள் இரவு நேரம் கழித்து வீடு திரும்பியபோது ஹர்ஷுக்கும், ரம்பாவுக்கும் இடையில் சண்டை மூண்டுவிட்டது. சதுர்புஜும் ரம்பாவைத்தான் ஆதரித்தார், ''ஹர்ஷ், நாங்கள் இருவரும் வேலை செய்கிறோம். பதினாறு மணி நேரம் வேலை செய்துவிட்டு வந்து தூங்கத் தொடங்கினோம். ''ஹர்ஷ் அந்த வினாடியே வெளியேறி விட்டான். பிறகு கொஞ்ச நாட்களை அவன் கெஸ்ட் ஹவுசில் எண்ட்ரியின் ரூமில் கழித்தான். அங்கே வெளி விருந்தாளிகள் தங்குவதற்கு சில விதிமுறைகள் இருந்தன, ஆனால் எண்ட்ரியின் பழைய நண்பன், மதிப்பிற்குரியவன் என்பதால் அந்த சலுகை வழங்கப்பட்டது.

ஆனால், ஹர்ஷின் இரவு - விழிப்பின் காரணமாக பக்கத்து அறையிலிருந்த ஒருவர் மேனேஜரிடம் புகார் செய்து விட்டார். அவர் ஹர்ஷை வெளியேற்றும்படி எண்ட்ரிக்கு உத்தரவிட்டு விட்டார். அது வரை ஹர்ஷ் யாருடன் இருக்கிறானோ அவர்களிடமே டிரக் ஸீக்கும் பணம் வாங்கிக் கொள்வான். இந்த விஷயத்தாலேயே முதல் முறை வித் டிராவில் சிம்ப்டம்சின் எரிச்சலில் எண்ட்ரியிடமும் சண்டையாகிவிட்டது. அடுத்த படையெடுப்பு நாடகக் கல்லூரியின் பழைய மாணவர் ராமதேவ் வீடு. அவர் ஒரு வருஷத்துக்கு முன் 'ஆக்டர்ஸ் அக்காடெமி' என்ற ஒன்றை நிறுவியிருந்தார். மாதம் ஆயிரம் ரூபாய் சம்பளத்தில் அவன் நடிப்பு சொல்லித் தரவேண்டும்

என்று சொல்லியிருந்தார். இப்போது ஹர்ஷ் அவரிடம்தான் இருக்கிறான்.

வர்ஷா செயலிழந்து உட்கார்ந்திருந்தாள். ஹர்ஷ் எத்தனை முறை, எந்த எல்லை வரை அவளைத் திடுக்கிடச் செய்து கொண்டேயிருப்பான்?

★ ★ ★ ★

''வர்ஷா மேடம், நீங்களா...'' ராமதேவ் அவளைப் பார்த்து பதட்டமானார், ''என்னைக் கூப்பிட்டு அனுப்பியிருக்கலாமே...''

''ஹர்ஷைப் பார்க்க வந்தேன்.'' என்றாள் வர்ஷா.

வர்ஷா ரிப்பர்ட்டரியில் இரண்டாவது ஆண்டு இருந்த போது ராமதேவ் 'ரூபாங்கன்' நாடகத்தை இயக்குவதற்கு வந்தார். வர்ஷா ஆடை, அலங்காரத்தைக் கவனித்தாள். நன்கு பழகக்கூடியவராக, இனிமையாகப் பேசுபவராக இருந்ததால் ராமதேவுடன் நட்பு ஏற்பட்டுவிட்டது.

அவர் ரவீந்திரபவனுக்குப் பின்னால் தோபி காட்டில் இருந்தார். முன் பயிற்சியின் போது ஒரு ட்ரெய்னி அப்ரெண்டிஸ் சந்தோஷ் கன்னாவுடன் அவருக்கு காதல் ஏற்பட்டு கல்யாணமும் ஆகிவிட்டது, அவள் கன்னாட் பிளேசில் ஒரு பெரிய துணிக்கடை அதிபரின் கடைசி மகள். 'ரூபாங்கன்' கடைசி காட்சிக்குப் பிறகு ராமதேவ் ஜங்க்புராவில் வீட்டு மாப்பிள்ளையாகி 'ஃபேபுலஸ் : ஃபேப்ரிக்ஸி'ல் வாடிக்கையாளர்களைக் கவனிக்க ஆரம்பித்தார். மனைவியால் வாழ்க்கைப் பிரச்னை தீர்ந்தது, ஆனால் கமீஜ் துணி கிழித்து, கிழித்து சலித்த துன்பம் வேதனைப் படுத்திக் கொண்டிருந்தது.

ஊடகத்தை மாற்றும் கூட்டம் பம்பாயை நோக்கி நகர்ந்தபோது ராமதேவுக்கும் தன் அதிர்ஷ்டத்தை சோதித்துப் பார்க்கும் ஆர்வம் எழுந்தது. சந்தோஷ் தன் அப்பா கொடுத்த சிறிது பணத்தில் விலே பார்லேயில் பன்னிரண்டு மாத லீஸ் அண்ட் லைசென்சில் ஒரு சிறிய ஃபிளாட் எடுத்து புதிய கலைப்பாதையில் போராட்டத்திற்கு ஆதாரம் அமைத்தாள், ராமதேவ் ஒரு புரொஃபஷனல் இயக்குநரின் இரண்டாவது உதவியாளர் ஆனார்.

சில மாதங்களிலேயே ராமதேவின் மன உறுதி தளரத் தொடங்கியது. சுதந்திரமாக ஃபிலிம் இயக்கும் நிரந்தர எதிர்பார்ப்பே இதற்கு அடிப்படைக் காரணம். இரண்டாவது காரணம் ஐம்பதுகளின் கதாநாயக நடிகர் பூபேந்திரகுமார் (அவருக்கு இப்போது குணசித்திர நடிகராக ஒன்றிரண்டு படங்களில்தான் வாய்ப்பு கிடைத்தது) 'லைம் லைட் சென்டரி'ல் ஆயிரம் ரூபாய் சம்பளத்தில் நடிப்பு சொல்லித் தரும்படி சொன்ன யோசனை.

நாளடைவில் ராமதேவ் நகரத்தில் இருந்த இரண்டு, மூன்று நிறுவனங்களை நுண்மையாக ஆராய்ந்தார். எல்லாவற்றையும் விட வெற்றிகரமான நிறுவனம் ஃபிலிம் இன்ஸ்டிடியூட்டின் ஒரு கடந்த கால நடிப்பு - ஆசிரியருடையது, அவர் 'ஸ்டார் சன்ஸ்'களுக்கு டிரெயினிங் தருவதில் நிபுணராக கருதப்பட்டார். அடுத்து, இரண்டாவது நிலையில் இருந்தவர்கள் ஒரு வகையில் துன்பப்பட்டவர்கள், அவர்கள் முன்னர் புரொஃபஷனல் சினிமாவில் ஒரு வகையில் செழித்திருந்தவர்கள். அவர்களுடைய விளம்பரங்கள் முக்கியமாக 'ஸ்க்ரீனி'லும், 'ஸ்டார் அண்ட் ஸ்டைலி'லும் காணப்பட்டன.

பெரும்பாலான மாணவர்கள் பப்ளிக் ஸ்கூல் அல்லது பம்பாய், டில்லி, சண்டிகர் போன்ற பெரிய நகரங்களை சேர்ந்தவர்கள். ரிலையன்ஸ் இண்டஸ்ட்ரீஸ் தன் ஷேர்களின் ரிக்கார்டு - பிரேக் விற்பனைக்காக தன் புதிய வட்டாரத்தைத் தேடியது போல ராமதேவ் தன் 'ஆக்டர்ஸ் அக்காடெமி'க்காக கிளாமர் விரும்பிகளைப் பெறுவதற்கு புதிய களத்தைத் தோற்றுவிக்க எண்ணினார். அவர் 'ஃபிலிம் பூங்கொத்துகள்', 'ஃபிலிம் மொட்டுகள்' ஆகிய பத்திரிக்கைகளில் விளம்பரம் தந்தார். இடையில் வர்ஷாவின் படத்துடன் 'ஃபிலிம் ஸ்டார் வர்ஷா வசிஷ்டின் வழிகாட்டுதலி'ல் என்ற கவர்ச்சி.

விரைவிலேயே ராமதேவ் விலாசத்திற்கு உத்தரப் பிரதேசம், மத்தியப் பிரதேசம், பீஹார், ராஜஸ்தான், ஹிமாச்சல் பிரதேஷ், ஹரியானா ஆகிய மாநிலங்களின் சிறிய நகரங்கள், கிராமங்களிலிருந்து ப்ராஸ்பெக்டசுக்காக ஐம்பது ரூபாய் மணி ஆர்டர்கள் மழை கொட்டத் தொடங்கியது. ஒரு நாள் இண்டர்வியூ செய்வதற்கு அவர் ஜனபத் இம்பீரியல் ஹோட்டலுக்குப் போனார்,

கில்லிஸ் ஃபீல்ட்ஸ் (சொல்லும் துறைகள்)

மாலை ஏழு மணிக்கு இருபத்துநான்கு புகழ் விரும்பிகள் வழி மூன்று மாதப் படிப்பிற்கு ஆறாயிரம் ரூபாய் பேங்க் டிராஃப்ட்டும், நுழைவுக் கட்டணமாக இருநூற்றைம்பது ரூபாய் பணமும் சேர்ந்து விட்டதைக் கண்டார்.

முதல் பேட்சை நடத்தும்போது ராமதேவ் ஸ்டார் - தயாரிப்புத் தொழிலின் சிறு நுண்மைகளைத் தெரிந்துகொண்டார். அடுத்த பேட்சுக்கு அவர் ஹாஸ்டல் வசதி ஏற்படுத்தினார் (மூன்று ஃபிளாட்களை லீசுக்கு எடுத்து ஒரு அறைக்கு நான்கு மாணவர்களாக தங்கச் செய்தார், இரண்டு வேலைக்காரர்கள் சாப்பாடு தயாரித்து பரிமாறினார்கள், ஒவ்வொரு மாணவனிடமிருந்தும் மாதம் இரண்டாயிரம் ரூபாய் வசூலித்தார்), ஆயிரம் ரூபாய் கட்டணம் வாங்கி ஒவ்வொரு மாணவனுடைய பன்னிரண்டு போட்டோக்களை தயார் செய்தார் (வெவ்வேறு ஆடை, அலங்காரங்களில், போஸ்களில் புரொஃபஷனலும், குளோஸ் அப்பும் பத்து போட்டோக்கள், பல தயாரிப்பாளர்களுக்கு இவற்றை அனுப்புவது இன்றியமையாததாக இருந்தது!)

ஆயிரம் ரூபாய் செலவில் ‘ஸ்க்ரீன் பிரசென்ஸ்’ சோதனைக்காக வீடியோ ஷூட்டிங் செய்தார். சினிமா நகரத்தின் ஆடம்பரத்தில் மயங்கிய, ஹிந்தியைக் கூட முறையாக பேச முடியாத, கிளாமர் - ஜுரம் ஏறிய கிராமத்து மக்கள் இத்தகைய ‘இண்டென்சிவ்’ கல்வி முறையையும், தங்கள் மனம் கவரும் அழகையும் பார்த்து தடுமாறிப் போனார்கள்! போனஸாக ஒருநாள் அவர்கள் வர்ஷாவின் செட்டுக்கு அழைத்துச் செல்லப்பட்டார்கள். பிறகு கோர்ஸ் -முடிவு விழாவில் டிப்ளமா வழங்கவும் வர்ஷா வந்திருந்தாள்.

தொடக்கத்தில் ராமதேவ் ஏறக்குறைய நாடகக் கல்லூரி பாட திட்டத்தையே பயன்படுத்தினார், ஆனால் ஸ்டார் ஆவதற்குக் குறுக்கு வழி தேடுபவர்களுக்கு அது பயன்படாது என்பது சீக்கிரமே புலப்பட்டது. பிறகு ஸ்டார் ஆவதற்கு மூன்று மாத நீண்ட காலத்தை செலவழிக்க விரும்பாதவர்களும் அவரிடம் வந்தார்கள்! அதனால் ராமதேவ் இரண்டு நாளிலிருந்து நான்கு வாரங்கள் வரையிலான க்ரஷ் கோர்சுக்கும் ஏற்பாடு செய்தார். இப்போது கோர்சில் ஸ்டானிஸ்லாவஸ்கிக்குப் பதிலாக பல்வேறு புரொஃபஷனல்

சினிமா காட்சிகள் நடித்து காட்டப்பட்டன, டூ - இன் - ஒன்னில் டேப்பை ஓடவிட்டு ஆடல் - பாடல் பயிற்சி தரப்பட்டது.

''வர்ஷா மேடம், இப்போது நான் கோர்சை இன்னும் விசேஷமாக்கி விட்டேன்.'' காபி கப்பை வர்ஷா முன் வைத்தபடி ராமதேவ் சொன்னார், ''நான் வில்லன், சிரிப்பு நடிகர், குண சித்திர நடிகர்களுக்கான கல்வியும் தொடங்கிவிட்டேன். ஆனால், கஷ்டம் இதுதான், இங்கே வருபவன் எல்லாம் நேராக ஹீரோ ஆக விரும்புகிறான். வட பாரதத்தில் முகம் பார்க்கும் கண்ணாடி குறைந்து விட்டது.''

காபியைக் குடித்தபடி வர்ஷா புன்னகை செய்தாள், முந்தின பேட்ச் இறுதியில் ஒரு நாள் மாலை பிருத்வி தியேட்டரை புக் பண்ணி அழைக்கப்பட்ட சில முன் பயிற்சியாளர்கள் நடித்துக் காண்பித்தார்கள். இரண்டு, மூன்று பேருக்கு காவல்காரன், டாக்சி டிரைவர் போன்ற வேலைகள் கிடைக்கத் தொடங்கின.

''டிரெயினிங் முடிந்ததும் இவர்கள் என்ன செய்வார்கள்?'' என்று கேட்டாள் வர்ஷா.

''வீட்டிலிருந்து மணி ஆர்டர் வந்து கொண்டிருக்கும் வரை ஸ்ட்ரக்கிள் நடக்கும். பிறகு வீட்டிற்குத் திரும்பிப் போய் விடுவார்கள்.'' ராமதேவ் புன்னகை செய்தார், ''இரண்டு, மூன்று பேர் தைரியமாக ஸ்டுடியோக்களின் இந்த 'கில்லிங் ஃபீல்ட்ஸி'ல் போராடிக் கொண்டே இருக்கிறார்கள். பிறகு மெல்ல, மெல்ல மன ரீதியாகவும், உடல் ரீதியாகவும் இறக்கத் தொடங்கிவிடுகிறார்கள்.''

''உங்களைக் கஷ்டப்படுத்துவதில்லை?''

''வீட்டில் நான் வேலைக்காரனிடம் சொல்லி வைத்திருக்கிறேன். அவன் அவர்களை உள்ளே நுழையவிடமாட்டான். இங்கே அலுவலகத்தில் ஒன்றிரண்டு முறை பேசுகிறேன். பிறகு எனக்கு வேலை இருக்கிறது என்று கண்டித்து சொல்லிவிடுவேன்.''

பக்கத்து அறையில் 'இந்த உலகம் கிடைத்து விட்டாலும்தான் என்ன' பாட்டு ஒலித்துக் கொண்டிருந்தது. நிலைமையின் சோகச்

சூழலில் வர்ஷா வருந்தினாள். திரையில் ஆடுவது, பாடுவது ஹர்ஷுக்கு தொடக்கத்திலிருந்தே பிடிக்காது, ஆனால் இன்று வாழ்க்கையை ஓட்டுவதற்கு அவன் இதையே செய்ய நேர்ந்துவிட்டது. முன்பே திரையில் இவ்வாறு செய்திருந்தால் இன்று இந்த நிலை ஏன் நேர்கிறது!

"ஹர்ஷ் தற்போது உங்களிடம்தான் இருக்கிறாரா?" என்று கேட்டாள் வர்ஷா.

"இரண்டு - மூன்று நாட்கள் என்னுடன் வீட்டிற்கு வந்தார்." ராமதேவ் சற்று சங்கடப்பட்டார், "இப்போது இங்கேயே தூங்கிக் கொள்கிறார்."

அவர் எதிரில் சோபாவைக் காட்டினார்.

"ஹர்ஷ் நன்றாக இருக்கிறார், இல்லையா?"

"என்ன சொல்வது, வர்ஷா மேடம்!" ராமதேவ் நீண்ட பெருமூச்சு விட்டார்.

சில வினாடிகள் மௌனத்திற்குப் பிறகு வர்ஷா சொன்னாள், "என்னவென்று என்னிடம் சொன்னால் நல்லது."

"எப்படியோ சமாளித்துக் கொண்டிருக்கிறேன். ராமா, ராமா என்று இந்த பேட்சை முடித்துவிட வேண்டும்... காலை ஒன்பது மணிக்கு எங்கள் கிளாஸ் தொடங்குகிறது. நேற்று முன் தினம் எட்டரை மணியிலிருந்து எழுப்ப ஆரம்பித்தால் பத்தரை மணிக்கு தான் எழுந்தார். இரவு - பகல் டிரிப். கிளாசுக்கு இடையில் எப்போது விழுந்து விடுவாரோ என்று பயமாக இருக்கும். நீங்களே சொல்லுங்கள், இது மாணவர்கள் மீது எவ்வளவு கெடுதலான விளைவை ஏற்படுத்தும்... பணத்தைப் பொறுத்தவரை, என்னை விடுங்கள், மாணவர்களிடமும் கடன் வாங்கியிருக்கிறார், இரண்டு, மூன்று பேருக்கு டிரக்ஸ் பழக்கத்தையும் ஏற்படுத்தியிருக்கிறார்."

எண்ட்ரி அவளை ஓரளவு இதற்கெல்லாம் மனதளவில் தயார்படுத்தியிருந்தாலும், வர்ஷா கனத்த துயரத்தால் நடுங்கினாள்.

"ராமு, நான் ஒன்று சொல்கிறேன், கேட்கிறீர்களா?" வர்ஷா பர்சிலிருந்து ஒரு செக்கை எடுத்து நீட்டினாள், "ஹர்ஷ் பணம்

கேட்டால், கொஞ்சம் கொஞ்சம் கொடுங்கள். அடிக்ட் ஆனவர்களின் வழக்கம் உங்களுக்குத் தெரியும்.'' அவள் ராமதேவைப் பார்த்தாள். அடுத்து திருட்டுதான் ஹர்ஷ் இன்னும் செய்யாதது. வர்ஷா உதட்டைக் கடித்து தன் உணர்வுகளைக் கட்டுப்படுத்திக் கொள்ள முயற்சித்தாள்.

''வர்ஷா மேடம், நான் அக்காடெமியில் எப்போதும் உங்களைப் பற்றி சொல்வேன். நான் உங்களுக்கு மிகவும் கடமைப்பட்டிருக்கிறேன். இந்த பேட்சில் நான் ஹர்ஷை சமாளித்துக் கொள்கிறேன். ஆகிற செலவை பிறகு உங்களுக்கு சொல்கிறேன். தற்போது இதை நீங்களே வைத்திருங்கள்.''

அவர் செக்கை வர்ஷாவிடமே திருப்பித் தந்தார்.

★ ★ ★ ★

''முதல் முறை ரஞ்சனா என்னை மேகானியிடம் அழைத்துப் போனபோது நான் அவருக்கு விரிவாக கதையை சொன்னேன் .'' என்றான் ஹர்ஷ், ''நான் ஆங்கிலத்தில் பேசத் தொடங்கினேன், ஆனால் என் எக்ஸ்பிரஷன் அவருக்குத் திகைப்பூட்டியதால் நான் ராஷ்ட்ரபாஷாவிற்கு வந்துவிட்டேன். அவர் புரிந்து கொள்ளும் திறனைப் பார்த்துவிட்டு நான் ஃபிலிம் கதையை அவர் புரிந்து கொள்ளும் வகையில் விளக்கினேன். தலைப்பின் அர்த்தம் என்ன என்பது வரை வெளிப்படையாக சொன்னேன். நீங்களே படித்துப் பாருங்கள் என்று ஸ்கிரிப்டைத் தந்தபோது அவர் நான் ஏதோ 'யூலிசஸை' அவர் முன் வைத்துவிட்டது போல பயந்தார்.'' பின்னர் கசப்புடன் தொடர்ந்தான், ''ராஸ்கல், 'ட்ரேட் கைடை'த் தவிர வேறு என்ன படிக்கிறான்! இவன் அம்மா...'' இவர்கள் கையில் இருபதாம் நூற்றாண்டின் மிக சக்தி வாய்ந்த ஊடகம் தத்தளித்துக் கொண்டிருக்கிறது!''

ஹர்ஷ் சோர்ந்து, பலவீனமாகத் தோன்றினான். கண்கள் சிவந்திருந்தன. இன்று ஜீன்சும், டீ ஷர்ட்டும் அணிந்திருந்ததால் சட்டையில் சுருக்கம் இல்லை.

அவர்கள் பாதி சிதிலமான ஒரு அரண்மனை தர்பார் காலி செட்டில் இருந்தார்கள். மேக் அப் ரூமில் யாராவது வந்து

இடைஞ்சல் செய்வார்கள் என்று வர்ஷா அங்கே உட்கார விரும்பவில்லை.

"மேகானி உங்களிடம் சட்டதிட்டங்களை சொல்லவில்லையா?"

"எனக்கு கடவுள்தான் சாட்சி வர்ஷா! அவன் என்ன சொன்னானோ அதன்படிதான் நாங்கள் செய்தோம். அவன் இரண்டு பாட்டு இருக்க வேண்டும் என்று சொன்னான். நாங்கள் அப்படியே செய்தோம். பாடல்கள் பேக் கிரவுண்டில் இருக்கின்றன என்று இப்போது முட்டாள்தனமாக சொல்கிறான். நாங்கள் அப்படித்தான் நினைத்தோம். அப்போதுதான் நான் ஸ்கிரிப்டைக் காட்ட விரும்பினேன். ட்ரீட்மெண்டைப் பற்றி அவன் எந்தக் கட்டுப்பாடும் சொல்லவில்லை. பிறகு அவன் சாருஸ்ரீக்கு ரோல் தரும்படி வற்புறுத்தினான். நாங்கள் அதையும் ஒத்துக் கொண்டோம். நீங்கள் சாருஸ்ரீயை சைவமாக்கிவிட்டீர்கள். பாட்டோடு சில சூடான மூச்சுகளும் இல்லையென்றால் என்ன பாட்டு அது? என்று இப்போது அந்த மடையன் சொல்கிறான். சூடான சீன்கள் ஸ்கிரிப்டில் இல்லவே இல்லை. அது தீமுக்குத் தேவையே இல்லை. காதல் ஃபிலிமில் லோ கீயில் இருக்கிறது. என் ரத்தம் கொதிக்க ஆரம்பித்தது, காலரைப் பிடித்து ஒரு அறை விடலாமா என்று தோன்றியது..."

"ரஞ்சனா என்ன சொல்கிறாள்?"

"இரட்டை நாக்காக இருக்கிறாள். என் முன் இருக்கும் போது எனக்கு ஆமாம் போடுகிறாள், இரண்டு பேரும் முன்னால் இருந்தால் சும்மா இருந்து விடுகிறாள்."

"இப்போது மேகானி என்ன செய்யச் சொல்கிறார்?"

"சாருஸ்ரீயை வைத்து இரண்டாவது பாட்டை மறுபடியும் பிக்சரைஸ் செய்யச் சொல்கிறான் - ரிவீலிங்காக, எர்ராட்டிக்காக, முதலில் அது பிக்சரை பெக்சர் ஆக்கிவிடும், அப்படியே செய்வதாக இருந்தாலும் பணம் எங்கே இருக்கிறது?"

"ரஞ்சனாவின் பணம் முழுதும் செலவாகிவிட்டதா?"

''ஆமாம். பதினைந்தாயிரம் ரூபாய் அதிகம் செலவாகி விட்டதாக சொல்கிறாள்.''

''அவ்வளவு எப்படி செலவாயிற்று?'' என்று வர்ஷா குழம்பினாள், ''வொர்க்கர்சுக்கு தினசரி சம்பளம், டிரான்ஸ்போர்ட்... கொஞ்சம் கணக்கு பண்ணி பாருங்கள். எப்படி செலவாயிற்று?''

''அவள் தன் டைரியை என்னிடம் காட்டினாள். நான் கோபத்தில் இருந்தேன். அவள் எதை ஒன்றைப் பத்தாக்கியிருக்கிறாள் என்று பார்க்கவில்லை.''

''ஃபிலிம் பாதியில் நின்றுபோவதில் அவளுக்கு நஷ்டம் இல்லையா? கடைசியில் அவள்தான் புரொட்யூசர்!''

ஹர்ஷின் முகத்தில் நிழல் படர்ந்தது.

''அவள் தன் மஹாபலேஷ்வர் ப்ராப்பர்டியை விற்றிருக்கிறாள். அது வீணாகி விடாதா?''

''அவள் ப்ராப்பர்ட்டியை விற்கவில்லை, லீசுக்கு விட்டிருக்கிறாள். மஹாபலேஷ்வரிலிருந்து திடீரென்று போன் வந்த போது ரகசியம் வெளிப்பட்டது.'' ஹர்ஷ் அவளைப் பார்த்தான். ''விற்றதாக நாடகமாடியது என்னை நன்றி உணர்வால் கட்டுப்படுத்துவதற்குதான். அப்போதுதான் சிலநாட்களாக உணர்வு ரீதியாக என்னை ப்ளாக்மெயில் செய்யும் அவள் முயற்சி பலவந்தப்படுத்துவதாக மாறியது... நான் தனியாக இருக்கிறேன், நான் உங்களுக்காக மிகவும் கஷ்டப்பட்டிருக்கிறேன், உங்களை சந்தித்த பிறகு என் உள் மன அழுகை குறைந்து இருக்கிறது, நீங்கள் இல்லாமல் எப்படி இருப்பேன், இப்படி... அவள் மனதில் என்ன இருந்தது,தெரியுமா? 'முக்தி' அடுத்த ஷெட்யூல் நடப்பதாக இருந்தால் அதற்கு முன் எனக்கும் அவளுக்கும் சிவில் மேரேஜ் நடந்து விடவேண்டும்.''

வர்ஷாவின் தொண்டையில் முள் போல் ஏதோ குத்தத் தொடங்கியது. கற்பனையின் உச்சத்தில் கூட அவளால் அப்படி யோசிக்க முடியவில்லை.

ஃபிலிம் தலைப்பு எத்தனை நிலைகளில் அர்த்தம்

நிரம்பியதாக இருக்கிறது, எத்தகைய குணசித்திரங்கள் சினிமா நகரத்தில்தான் இருப்பார்கள் என்று வர்ஷா நினைத்துக் கொண்டாள். ரஞ்சனா உணர்ச்சிபூர்வமாக ஹர்ஷின் அறிவு, அவன் கனவு பற்றிக் கூறிய அந்த சந்திப்பு நினைவு வந்தது. கனவின் இந்தப் பங்களிப்பிற்குப் பின்னால் ரஞ்சனாவின் தன் வாழ்வை சீராக்கிக் கொள்ளும் விருப்பம் கனிந்து கொண்டிருந்தது என்று அவளால் யோசித்துப் பார்க்கக் கூட முடிந்ததா? (''மனிதத் தன்மை இருவகைப்பட்டது - சாதாரணம், ஃபிலிம்!'' என்று ஒருமுறை இருண்ட மனநிலையில் நீரஜா சொன்னாள், ''புரொஃபஷனல் சினிமா சூழலில் சுவாசிக்கும் ஒருவன் தன் தந்தைக்கு கொள்ளி போடும் போது கூட இதனால் எனக்கு என்ன லாபம் என்று யோசிக்கிறான்.'')

''நான் அவளுக்கு இதமாக உணர்த்த முயற்சி செய்தேன்.'' ஹர்ஷ் சிகரெட் பற்ற வைத்தான், ''எனக்கும் உனக்கும் இடையே உள்ள நட்பின் தன்மை வேறு. பிக்சர் ஒன்றுமில்லாமல் போய்விட்டாலும் நீ எங்கள் குடும்பத்தில் ஒருத்தி போலவே இருப்பாய். நானும் வர்ஷாவும் எப்போதும் உன்னை கவனித்துக் கொள்வோம். மிகவும் கடினமான நாட்களில் நீ எனக்கு துணையாக இருந்திருக்கிறாய் என்றெல்லாம் சொன்னேன். ஆனால் அவள் பைத்தியம் பிடித்தது போல ஆகிவிட்டாள். கத்தி எடுத்து நெஞ்சில் குத்திக் கொள்ள முயற்சித்தாள். என் மனம் கசந்துவிட்டது. தற்கொலை செய்து கொள்ள விரும்புபவன் மற்றவர்களுக்கு முன் ரிஹர்சல் செய்ய மாட்டான். இரவு ஒரு மணி இருக்கும். நான் அவளை அப்படியே விட்டுவிட்டு வெளியேறிவிட்டேன்.''

வர்ஷா சில வினாடிகள் யோசித்தாள்,'' அப்படியானால் ரஞ்சனாவுக்கு இவ்வளவு தொகை லீசிலா கிடைத்தது?''

''பூனா இண்டஸ்ட்ரியலிஸ்ட் நண்பர் மாதவிடமிருந்து கிடைத்தது.'' ஹர்ஷ் நீளமாக சிகரெட் புகையை இழுத்தான், ''நான் ரஞ்சனாவிடம் சொல்லாமல் மாதவை சந்தித்தபோது உண்மை வெளியாயிற்று. ஆரம்ப ரீல்களுக்குப் பிறகு பிக்சரில் மாதவுக்கு பணம் தொடர்பான பொறுப்பு எதுவும் இல்லை, ஃபிலிம் வெற்றி பெற்றால் மாதவுக்கு அவன் பணம் சிறிது வட்டியுடன்

திருப்பித் தரப்படும், ஏதாவது குளறுபடி ஆகிவிட்டால் மாதவ் தன் டாக்ஸ் ரிட்டர்னில் இந்த நஷ்டத்தைப் பயன்படுத்திக் கொள்வான் என்று அவர்களுக்குள் ஒரு அண்டர்ஸ்டாண்டிங் இருந்தது."

ஹர்ஷ் கசப்பான துயரத்துடன் புன்னகை செய்தான், "ரஞ்சனா தன் தனிமையை சொல்லி அழுதாள். எனக்குத் தெரியாதா என்ன? மாதவ் அவளுடைய பழைய பார்ட் டைம் காதலன், மேகானியுடனும் அவள் நட்பு அலுவலகத்தோடு நிற்கவில்லை." ஹர்ஷ் சில வினாடிகள் எதிரில் பார்த்துக் கொண்டிருந்தான், பிறகு நீண்ட பெருமூச்சு விட்டான், "இதெல்லாமே மிகவும் அருவருப்பானவை!"

ஹர்ஷின் முகத்தில் எல்லையற்ற அவமானம் நிறைந்த நிலையில் உறுத்தும் இறுக்கம் தென்பட்டது. கலை மதிப்புகள் மிக்க ஃபிலிமை உருவாக்குவதற்கு ஹர்ஷுக்கு எத்தனை வகையான சித்திரவதைகளைக் கடந்து செல்ல வேண்டியிருக்கிறது என்று வர்ஷா நினைத்துக் கொண்டாள்.

"நான் எப்படியான ஒரு சேற்றில் மாட்டிக் கொண்டிருக்கிறேன்!"

ஹர்ஷின் கண்கள் நனைந்துவிட்டதாக வர்ஷாவுக்குத் தோன்றியது. ஆனால் அவன் பூட்சால் சிகரெட்டை அழுத்தித் தேய்த்தான். அதே மாதிரி தன் மனக் கொந்தளிப்பை அவன் அழுத்திக் கொண்டிருந்ததாக தோன்றியது.

"நீங்கள் எந்த இடத்தைத் தெரிவு செய்திருக்கிறீர்கள்!" நீரஜா புன்னகையோடு வந்தாள்.

வர்ஷா தன் சாயம் போன சிம்மாதனத்தில் சற்று நகர்ந்து உட்கார்ந்து நீரஜாவுக்கு இடம் அளித்தாள். ரஷ்கள் நன்றாக வந்துவிட்ட உற்சாகத்தில் இருக்கிறாள் என்று வர்ஷா நினைத்துக் கொண்டாள்.

"நீங்கள் இருவரும் வெளியில் இப்படி ஒட்டி உட்காராதீர்கள்." ஹர்ஷ் புன்னகை செய்தான், "தீனா தஸ்தூர் சும்மா விடமாட்டாள்."

நீரஜா கலகலவென்று சிரித்தாள்.

டிரக்ஸ் விஷயம் இன்று அப்படியே இருந்துவிட்டது என்று வர்ஷா நினைத்துக் கொண்டாள். ஒன்றும் கெட்டுப் போய் விடவில்லை. இரண்டு நாட்கள் கழித்துதான் டாக்டர் மர்ச்செட் வர்ஷாவுக்கு அப்பாயிண்ட்மெண்ட் கொடுத்திருந்தார். அடிக்ட் ஆனவரின் உளவியல் பூர்வமான பரிசோதனைக்குப் பின்னரே இந்த உணர்வு பூர்வமான விஷயத்தைத் தொடுவது நல்லது. தான் ஒரு அடிக்ட் என்று ஹர்ஷ் ஒரு போதும் ஒத்துக் கொள்ள மாட்டான் என்பதை வர்ஷா தன் அனுபவத்தில் அறிந்திருந்தாள். மோதல் ஏற்படும், பலன் ஒன்றும் கிடைக்காது.

★ ★ ★ ★

''சொல்லுங்கள், வர்ஷாமேடம்!'' ரஞ்சனா டீயைக்குடித்தபடி கேட்டாள்.

வர்ஷா காலையில் போன் செய்து ஒரு பத்து நிமிஷம் பேச அவளால் எப்போது வரமுடியும் என்று கேட்டிருந்தாள். எனக்கு மாலையில் ஜுஹு வரவேண்டியிருக்கிறது, நானே வந்துவிடுகிறேன் என்று ரஞ்சனா சொன்னாள்.

''முக்தி' யை என்ன செய்வது?''

ஹர்ஷ் சொன்ன உணர்வு இறுக்கத்தின் மெல்லிய இழை கூட ரஞ்சனா கண்களில் காணப்படவில்லை

அவள் தன் ஷிஃபான் பிரிண்டட் சேலையில் மிகவும் கவர்ச்சியாக தோன்றினாள்.

''என்ன செய்யலாம்?'' என்று ரஞ்சனா வர்ஷாவைப் பார்த்தாள், ''என்னிடம் பணம் இல்லை, மேகானி உதவி செய்ய மறுத்துவிட்டார்.''

''உங்கள் எல்லாருடைய உழைப்பும் வீணாய்ப்போவதுதான் எனக்கு வருத்தமாக இருக்கிறது.''

ரஞ்சனா யோசனையுடன் டீயைப் பருகினாள், ''அது உண்மைதான்'' பிறகு கண் இமைக்காமல் அவளைப் பார்த்தாள்.

ஒரு வினாடி வர்ஷா நிலைகுலைந்தாள். ஹர்ஷ் விஷயமாக எத்தனை பேர் போட்டியை நான் சகித்துக்கொள்ளவேண்டியிருக்கிறது! முதலில் ஷிவானி, பிறகு சாருஸ்ரீ, இப்போது ரஞ்சனா...

''ஹர்ஷ் உங்களிடம் என்னைப் பற்றி என்ன சொன்னார்?'' ரஞ்சனாவின் கண்களில் பழைய தைரியம் வந்திருந்தது. ஹர்ஷுடனான இறுதி மோதலில் பெரிய ரிஸ்க் எடுத்துக்கொண்டாள். அந்த உணர்வு அவள் கண்களில் மின்னியது.

வர்ஷா சற்று ஆறுதல் மூச்சு விட்டாள். யாரை அவள் தன் முக்கிய விரோதியாக நினைத்திருந்தாளோ அவள் தன் ஒரே ஒரு தவறான கேள்வியால் தன் பலவீனமான நிலையை வெளிப்படுத்தி விட்டாள்.

''பிக்சரைக் குறித்த சில கருத்து வேற்றுமைகளை சொன்னார்.''

இப்போது வர்ஷாவுக்கு முதல் முக்கிய விஷயம் ஃபிலிம்தான். எப்படியாவது 'முக்தி' முடிந்துவிட்டால் இந்த எல்லா பிரச்னைகளும் தானாகவே சீராகிவிடும்.

''ஹர்ஷ் என்னிடம் அதிகப்பிரசங்கித்தனம் செய்திருக்கிறார். அவர் கனவில் நான் என் உடல்-மனம்-பொருளால் துணையாக மட்டும் இருக்கவில்லை, என் நண்பர்களையும் துறந்தேன். பிறகும்..'' திடீரென்று ரஞ்சனா விம்மத் தொடங்கினாள், அவள் கண்களில் கண்ணீர் பெருகிறது.

வர்ஷா திகைத்துவிட்டாள். ரஞ்சனாவையும், அழுகையையும் இணைப்பது கடினமாக இருந்தது. ஹர்ஷ் தன் வீட்டிலிருந்து வெளியேறியதில் ரஞ்சனாவுக்கு தோல்வி உணர்வு ஏற்பட்டிருக்கும் என்று நினைத்தாள். இன்று அவள் உண்மையை ஒத்துக்கொண்டாள். ரஞ்சனா மேல் திரண்டிருந்த கோபமும் வருத்தமும் துளித்துளியாக வடியத் தொடங்கியது.

''ரஞ்சனா....'' அவள் ரஞ்சனாவின் கைமேல் தன் கையை வைத்து இதமாக அழுத்தினாள்.

''எனக்கு மட்டும் ஏன் இப்படியெல்லாம் நடக்கிறது?''

பதிலுக்கு சமுத்திர அலைகள் ஆர்ப்பரித்தன. இப்போது 'முக்தி' முடிந்துவிடுமா என்று வர்ஷா யோசித்தாள்.

★ ★ ★ ★

"பாருங்கள், வர்ஷா மேடம்!" மேகானி வெட்டு ஒன்று துண்டு இரண்டாக பேசினார். "நான் இங்கே தொழில் செய்ய உட்கார்ந்திருக்கிறேன், சினிமா வரலாற்றில் என் பெயரைப் பொறிப்பதற்காக இல்லை. நான் ஹர்ஷுக்கும், ரஞ்சனாவுக்கும் எந்த உறுதிமொழியும் செய்து தரவில்லை, அதில் நான் தவறிவிட்டதாக நீங்கள் குற்றம் சாட்ட முடியாது."

"நாங்கள் உங்கள் மீது குற்றம் சாட்டவில்லை." என்றாள் நீரஜா.

இவர் எதிரில் உட்கார்ந்து ஹர்ஷுக்கு எத்தனை வருத்தம் ஏற்பட்டிருக்கும் என்று வர்ஷா யோசித்தாள்.

"ஐம்பது லட்சம் செலவழித்து எடுத்து இருபதுகோடிக்கு பிசினஸ் ஆகும் படத்தைத்தான் நான் விரும்புகிறேன். இருபது லட்சம் செலவில் ஒரு கோடி தரும் படத்தைக் கூட நான் பொறுத்துக்கொள்வேன். போட்ட பணத்தைத் கூட எடுக்க முடியாமல் படம் எடுப்பதால் என்ன பயன்?"

"நீங்கள் பார்த்த ரீல்களிலிருந்து உங்களுக்கு அப்படித்தான் தோன்றுகிறதா?" என்று கேட்டாள் நீரஜா.

"ஸ்பீடு குறைவு, தூங்கி எழுந்திருப்பதிலும், டீ குடிப்பதிலும் ஹீரோ எத்தனை அடிகளை வீணாக்குகிறான்!"

"கதாநாயகனின் வாழ்க்கைமுறை, கொள்கைகளால் உடைந்துபோன நிலைமையை எஸ்டாபிளிஷ் செய்வது அவசியம்." என்றாள் வர்ஷா. "சினிமா இலக்கணப்படி ஃபிலிமின் தொடக்கத்தில் மட்டும்தான் இதற்கு கொஞ்சம் சமயம் கிடைக்கிறது."

"இதை ஆரம்பத்தில் கமெண்ட்ரியில் சொல்லக்கூடாதா?"

"அது சினிமாட்டிக் முறை இல்லை."

"ஹீரோவின் அம்மா கேரக்டரைப் போடுங்கள், அவள் போன் செய்கிறாள், நமக்கு எல்லாம் தெரிந்துவிடுகிறது.''

"கதாநாயகன் உலகத்தில் முற்றிலும் தனித்து விடப்படுகிறான். உணர்வு நிலையில் அவன் தன் காதலியோடு மட்டுமே இணைந்திருக்கிறான். அப்போதுதான் இந்த உறவின் முக்கியத்துவம் கண்முன் வருகிறது. அதோடு சினிமா என்பது அறிவிப்பு இல்லை, அனுபவம்.''

மேகானி சற்று நேரம் டூத்பிக்கால் பல் குத்தினார், "கதை கட்டிப்போடுவதாக இல்லை. பிறகு பலாத்கார காட்சியும் காட்டப்படவில்லை, அதன் ரிப்போர்ட்டிங் மட்டும்தான் இருக்கிறது.''

"நம் பாத்திரத்தின் மீது சாட்டப்பட்ட பலாத்கார குற்றம் பொய்யானது. அதை எப்படி காட்டுவது?''

"இப்படி கதையைத் தேர்ந்தெடுப்பதற்கு என்ன அர்த்தம்?''

"நம் இன்றைய சமூக - அரசியல் அமைப்பில் கொள்கைப் பிடிப்புள்ள மனிதன் மூச்சு திணறுகிறான். தன் திடமான கொள்கைகளில் உறுதியாக உள்ள கதாநாயகன் பண்புகளில் நம்பிக்கையை வளர்க்கிறான். இந்தக் கேசின் மூலம் தன் சிதிலமடைந்த நம்பிக்கையை மீண்டும் பெறுகிறான்.''

"இது மெசேஜ் பிக்சர் ஆகிவிட்டது.'' மேகானி முணுமுணுத்தார்.

பியூன் காபிக் கோப்பைகளை வைக்கத் தொடங்கினான்.

"கோர்ட் சீன் எப்படி இருக்கும்?'' மேகானி நீண்ட பெருமூச்சுடன் கேட்டார்.

"மிகவும் இண்டென்ஸ், நாடக சக்தி நிறைந்து இருக்கும்.''

சற்று நேரம் அமைதி நிலவியது. மேகானி தங்க முலாம் பூசிய கேசிலிருந்து சிகரெட் எடுத்தார், பிறகு கல் பதித்த மூன்று மோதிரங்கள் மின்ன வெள்ளி லைட்டரால் அதைப் பற்ற வைத்தார். "என் மகள் சோஃபியாவில் படிக்கிறாள். அவளுக்கு ஆர்ட்

கஷ்டமானது. நேற்று மாலை அவள் 'தி அவுட் சைடர்' கேசட் பார்த்துக் கொண்டிருந்தாள். நானும் உட்கார்ந்தேன். சற்று நேரம் கழித்து நான் கதையில் டெம்போ இல்லை என்று சொன்னேன். அதன் ரைட்டருக்கு நோபல் பரிசு கிடைத்திருக்கிறது என்று என் மகள் சொன்னாள். நோபல் பரிசு என்றதுமே நான் எழத் தொடங்கினேன். அப்போது பிக்சரில் ஒரு கோர்ட் சீன் வந்தது. நம் படங்களில் கோர்ட் சீன் எப்படி கம்பீரமாக இருக்கும் என்று உங்களுக்குத் தெரியும். இப்போது கதை சரியாக விடும் என்று நான் நினைத்தேன். நீ ஏன் கொலை செய்தாய் என்று ஹீரோவிடம் கேட்கும்போது அவன் தயங்கிக் கொண்டே சொல்கிறான், அங்கே ஒரே ஈயாக இருந்தது... கோர்ட் சீன் மோசமாகிவிட்டது..." சிகரெட் புகையை இழுத்தபடி மேகானி புன்னகை செய்தார், "விஷயம் இதுதான் வர்ஷா மேடம், கமர்ஷியல் ஹிந்தி பிக்சர் வாசனையே இல்லை!"

"நீங்கள் கமர்ஷியல் என்று சொல்வது ஃபார்முலாக்களைத்தான் என்றால் நிச்சயமாக அது என் படத்தில் இல்லை."

"ஆனால், ஹீரோ - ஹீரோயின் காதலாவது இருக்க வேண்டும். சாருஸ்ரீ பெயரை சொல்லி பார்வையாளனை நாம் சினிமா தியேட்டர் வரை இழுக்கலாம், ஆனால் அவன் இரண்டரை மணி நேரம் எப்படி உட்காருவான்?"

"கதையின் பிடிப்பில்." என்றாள் வர்ஷா, "மரத்தை சுற்றி ஆடுவது, பாடுவதுதான் காதலா?"

மேகானி ஒரு வினாடி வர்ஷாவைப் பார்த்தார், பிறகு சற்று யோசித்தார்," பிக்சரில் ரிலீஃப் இல்லையே என்று எனக்கு பயமாக இருக்கிறது. இதில் யாராவது கவர்ச்சி டான்சரைப் போட முடியுமா? கோர்ட் ரூமில் களைத்துப் போய் ஒரு நாள் மாலை ஹீரோ பாரில் போய் உட்காருகிறான், அங்கே காபரே டான்ஸ் நடந்துகொண்டிருக்கிறது. டான்சருக்கு அவன் மீது விருப்பம் உண்டாகிறது. இப்படி ஒன்றிரண்டு பாடல் சிச்சுவேஷனும் கிடைத்துவிடும்."

வர்ஷா முடியாதென்று தலையை ஆட்டினாள். உள்ளுக்குள் கசப்பு பொங்கியது. இந்த அலுவலகத்தில் எத்தனை பேருடைய கனவுகள் கெட்ட கனவுகளாக மாறியிருக்கும்!

''விஷயம் இதுதான் மேடம், எனக்கு கதை கிளாஸசுக்குதான் அப்பீலாவதாகத் தோன்றுகிறது. மாஸசுக்கு இல்லை. நீங்கள் ஷூட் பண்ணியிருப்பது முழுதும் மலபார் ஹில்லுக்குதான் . இப்போது முஜப்பர்பூரைப் பற்றியும் கொஞ்சம் யோசியுங்கள். உங்கள் படித்த ஜனங்கள் மினர்வா வரை வரமாட்டார்கள். வீட்டிலேயே கேசட் பார்த்துக் கொள்வார்கள் என்பதையும் நினைவில் வையுங்கள். சாதாரண பார்வையாளனுக்கு...''

''சாதாரண பார்வையாளனின் விருப்பத்தில் நீங்கள் என்ன நிபுணரா?'' வர்ஷா ஆவேசமானாள், ''சாருஸ்ரீயின் சூடான அங்க வர்ணனையில் ஒரு பாட்டை பிக்சரைஸ் செய்து விட்டால் படம் ஹிட்டாகிவிடுமா? நீங்கள் விரும்பும் இந்த ஃபார்முலாக்கள் நிறைந்த, முதல் வாரத்திலேயே டிக்கட் கவுண்டரில் ஈ மொய்க்கத் தொடங்கிய எத்தனை படங்களின் பெயர்கள் உங்களுக்கு வேண்டும்? 'பாதிப் பொய்'யில் எந்த ஃபார்முலாவும் இல்லை, பிறகு கேலக்சியில் ஒரு டிக்கெட் ஐம்பது ரூபாயக்கு ஏன் ப்ளாக்கில் விற்கப்பட்டது?''

''ஃப்ளுக் தொழிலில் எக்ஸெப்ஷன்களும் இருக்கின்றன வர்ஷா மேடம், ரூல் இல்லை.''

'' 'முக்தி' ஃபிலிம் நான் - ரிக்கார்டிங் ஃபினாமினன் ஆகாது என்று இப்போதே உங்களுக்குத் தெரியுமா?''

''பார்வையாளருக்கு எது பிடிக்கும் என்ற அறிவு ஓரளவு எனக்கு இருக்கிறது.''

''அறிவு இல்லை, சாமர்த்தியம், அதனால் நீங்கள் எங்கள் உழைப்பையும், அறிவையும் டப்பாக்களில் அடைத்துக் கொண்டிருக்கிறீர்கள்.''

''இது தொழில், வர்ஷா மேடம்! மனதில் பயம் இருக்கும் போது ரிஸ்க் எடுக்க முடியுமா?''

''தெளிவாக உங்கள் முடிவை சொல்லுங்கள், பார்வையாளன் என்பதையே திருப்பித் திருப்பி சொல்லாதீர்கள்.''

சற்று நேரம் அமைதி நிலவியது. குளிர்சாதனம் இருந்தும் இறுக்கத்தின் வெப்பம் பரவியது.

''வர்ஷா மேடம், நீங்கள் என்னை நாடி வந்திருக்கிறீர்கள். அதற்கு நான் நன்றி செலுத்தவேண்டும்.'' என்றார் மேகானி, ''படம் முடிந்து ரிலீஸிங்கில் ப்ராப்ளம் என்றால் நான் கமிஷன் பேசசில் அல்லது வேறு ஏதாவது வழியில் காரியத்தை முடித்து விடுவேன். ஆனால் இப்போது முதல் வாட்டர்லூ போரே முன்னால் நிற்கிறது. வேறு யாராவது டிஸ்டிரிபியூட்டர்ஸிடம் பேசிப் பாருங்கள், முதலில் சாருஸ்ரீ பாட்டை பிக்சரைஸ் பண்ணுங்கள்.''

வர்ஷா மெல்லிய புன்னகையுடன் சொன்னாள், ''கவிகுல திலகம் காளிதாசைப் பற்றிக் கேட்டிருப்பீர்கள்?''

மேகானி ஆமாம் என்று தலையாட்டினார்.

''ரகு சக்ரவர்த்தி தன் விஸ்வஜித் யாகத்தில் எல்லாவற்றையும் தானம் செய்தபிறகு கௌத்ஸ்யரிஷி அவனிடம் வந்தார். ரகு மண்பாத்திரத்தால் விதிப்படி அவருக்கு பூஜை செய்து ''ரிஷி சிரேஷ்டரே, சூரியன் தன் ஒளியால் உலகத்தை எழுப்புவது போல் தங்களுக்கு ஞான ஒளி வழங்கி எழுப்பிய குரு நலமா? தங்கள் ஆசிரமத்தில் எல்லாரும் நலமா? சொல்லுங்கள், நான் தங்களுக்கு என்ன சேவை செய்யட்டும்?'' என்று கேட்டான். மண் பாத்திரத்தைப் பார்த்து தொங்கும் முகத்துடன் கௌத்ஸ்யர் சொன்னார், ''அரசே, உன் ராஜ்யத்தில் எங்களுக்கு எல்லா வகையான சுகமும் கிடைத்திருக்கிறது. நான் உன்னிடம் பொருளை யாசித்து வந்தேன், ஆனால் தாமதமாக வந்துவிட்டேன் என்று தோன்றுகிறது. சக்ரவர்த்தியாக இருப்பினும் நீ எல்லாவற்றையும் தானம் செய்துவிட்டு கிரணங்கள் அனைத்தும் தேவதைகளால் மெல்ல, மெல்ல அபகரித்துக் கொள்ளப்பட்ட சந்திரனைப் போல இருக்கிறாய். இப்போது நான் வேறு யாராவது ஒருவர் வீட்டு கதவைத்தான் தட்டவேண்டும். ஏனெனில், சாதக பட்சி கூட நீரில்லாத மேகத்திடம் நீரை யாசிப்பதில்லை. உனக்கு மங்களமுண்டாகட்டும்.'' இவ்வாறு சொல்லிவிட்டு அவர் எழத்

தொடங்கிய போது ரகு அவரைத் தடுத்து ''ரிஷி சிரோமணியே, தங்களுக்கு என்ன தேவை என்று சொல்லுங்கள்.'' என்று கூறினான், விஸ்வஜித் யாகம் செய்த பிறகும் ரகுவிடம் துளிக் கூட கர்வம் இல்லாததை கௌத்ஸ்யர் கண்டார், ஆகையால் இல்லறத்தையும், துறவறத்தையும் ஒருங்கே பாதுகாக்கும் சக்ரவர்த்தியிடம் தன் மனதிலிருந்ததை சொன்னார், ''கல்வி கற்று முடிந்ததும் குருவிடம் நான் என்ன குருதட்சிணை தரட்டும்? என்று கேட்டேன். உன் குருபக்தியே போதும், அதுவே மிகவும் சந்தோஷம் என்றார். நான் பிடிவாதம் பிடித்ததும் அவர் கோபமுற்று, ''நான் உனக்கு பதினான்கு கலைகளை கற்றுத் தந்திருக்கிறேன், ஆகையால் எனக்கு பதினான்கு கோடி தங்கக்காசுகளைக் கொண்டு வந்து கொடு.'' என்றார்.' ரகு பணிவுடன் கூறினான், ''தங்களைப் போன்ற வேத சிரோமணிகள் என் அரண்மனையிலிருந்து நிராசை அடைந்து போனால் அந்த அவப்பெயரை நான் தாங்கிக் கொள்ள முடியாது. நீங்கள் எங்கள் யக்ஞசாலைக்கு வாருங்கள். அங்குள்ள மூன்று அக்னிகளுடன் நான்காவது அக்னியாக இரண்டு, மூன்று நாட்கள் ஓய்வு எடுங்கள். அதற்குள் நான் ஏதாவது முயற்சி செய்கிறேன்.'' கௌத்ஸ்யர் மகிழ்ச்சியுடன் ரகு சொன்னதை ஒத்துக் கொண்டார். ரகு நன்கு யோசித்து பூமியில் எங்கும் செல்வம் இல்லை, இப்போது குபேரனிடமே செல்வத்தைப் பெறுவோம் என்று முடிவு செய்தான். காற்றலைகளில் மேகங்கள் எங்கும் செல்வதைப் போல வசிஷ்டரின் மந்திரங்களால் பவித்திரமான ரகுவின் ரதமும் சமுத்திரம், ஆகாயம், மலைகள் எங்கும் செல்லக்கூடியதாக இருந்தது. தன் அஸ்திரங்களைத் சீர்செய்து வைத்துவிட்டு ரகு மாலை ஆனதும் தன் ரதத்திலேயே தூங்கிவிட்டான், காலையில் ரகு கிளம்ப இருந்தபோது சேவகர்கள் வந்து காலியாக இருந்த அரண்மனை களஞ்சியத்தில் வெகு நேரமாக ஸ்வர்ணமழை பொழிந்திருக்கிறது என்ற அதிசயமான தகவலை சொன்னார்கள். ரகு அஸ்திரங்களோடு கிளம்பும் தகவலை அறிந்ததுமே குபேரன் இப்படி ஒரு 'இனிஷியேட்டிவ்' செயலை செய்துவிட்டான்... நாங்கள் உங்களிடம் மேரு பர்வதத்தின் ஒரு பகுதியைக் கேட்கவில்லை. ஒரு சின்ன துண்டு தந்தால் போதும், எல்லா காரியமும் முடிந்துவிடும்.''

''நீங்கள் எவ்வளவு நல்ல நடிகையோ அவ்வளவு நல்ல நாரேட்டராகவும் இருக்கிறீர்கள்.'' என்றார் மேகானி, ''பாருங்கள்,

என் கண்கள் கலங்கிவிட்டன'', உண்மையாகவே அவர் கண்களில் கண்ணீர்த் துளி. அவர் கைக்குட்டையை எடுத்து கண்ணைத் துடைத்துக் கொண்டார். சில வினாடிகள் எதிரில் பார்த்துக் கொண்டிருந்தார். பிறகு நீண்ட பெருமூச்சு விட்டு சொன்னார், ''ஐயோ, நானும் இப்படி ஒரு 'இனிஷியேட்டிவ்' எடுக்க முடிந்தால்...''

நீரஜாவுக்கு சைகை காட்டிவிட்டு வர்ஷா எழுந்து நின்றாள், ''மேகானி சார், நீங்கள் நன்றாக இருங்கள்!''

''எனக்கு ட்வெண்டியத் செஞ்சரி ஃபாக்ஸ் ஸ்டுடியோ சீஃபின் ஒரு ஸ்டேட்மெண்ட் மிகவும் பிடித்தமானது...'' மேகானி கதவைத் திறந்துகொண்டே சொன்னார், ''ப்ளாக்பஸ்டர் இருபதாம் நூற்றாண்டின் புத்தம் புதிய ஃபார்ம். நம் முழு ஆர்ட் சினிமாவும் சேர்ந்து 'அமர் அக்பர் அந்தோணி'க்கு எதிர் நிற்க முடியுமா?''

★ ★ ★ ★

''தாவூத், என்னை தொந்தரவு செய்யாதே.'' வர்ஷா எரிந்து விழுந்தாள்.

இரண்டாவது உதவியாளன் அதிர்ந்து விட்டான்.

''சாரி மேடம்!''

அவன் வெளியே போய் கதவை மூடிவிட்டான்.

சோபாவில் படுத்து வர்ஷா கண்களை மூடிக் கொண்டாள். மேகானியை சந்தித்து நான்கு நாட்கள் ஆகிவிட்டன. ஆனால் கசப்பு இன்னும் போகவில்லை. வினியோகஸ்தர்கள் மிகக் கடுமையான பிசினஸ் ஆள்கள் என்று கேள்விப்பட்டிருந்தாள் (எண்ட்ரியின் சொற்களில் 'பூவேலை செய்யும் கசாப்புக்காரர்கள்...'), ஆனால் அவர்கள் இப்படி கடினமான பாறையாக மாறி வழியை அடைப்பார்கள் என்று அவள் நினைக்கவில்லை. நாரங்க், ஹுசைன், வீர் மூலம் இன்னும் நான்கு வினியோகஸ்தர்களையும் சந்தித்தாள்.

'முக்தி' போன்ற படத்திற்கு டில்லி - உ.பி. வினியோகஸ்தர் அரோடா மிகவும் தாங்கக் கூடியவராக தோன்றினார். ஆனால் எல்லாரும் முதலில் படத்தை முடியுங்கள் என்றே சொன்னார்கள்.

ஆரம்ப ரீல்களால் என்ன தீர்மானம் செய்ய முடியும்? கதாநாயகன் விமலாக இருந்தாலாவது அரைகுறை ஃபிலிமில் கைவைக்க ஒருமுறை யோசிக்க இடமிருக்கிறது. விமலின் இமேஜ் படத்தைக் காப்பாற்றிவிடும். ஸ்டார் கதாநாயகன் இல்லாததால் சிக்கலாக இருக்கிறது. சூனியத்தில் எப்படி ரிஸ்க் எடுக்க முடியும்? மார்க்கெட் நிலவரம் மந்தமாக இருக்கிறது, சினிமா தியேட்டர்களை மூடிக் கொண்டே இருக்கிறார்கள். வீடியோ பைரஸி, கேபிளால் தொழில் படுத்துவிட்டது.

மார்க்கெட் சீராவதற்காக ஹர்ஷின் வாழ்க்கை காத்திருக்குமா?

அவள் 'ஆகாய தீபத்'தில் ஒன்றி இருக்க விரும்பிய சமயத்தில் தான் இந்தத் தடைகள் எல்லாம் அவளை அலைக்கழித்துக் கொண்டிருந்தன. இதுவரை அவள் ஏற்ற பாத்திரங்களில் நளினி அவள் மனத்திற்குகந்த பாத்திரமாக இருந்தது - ஒரு உன்னதமான பாத்திரம் (''ஆண் முக்கியத்துவம் வாய்ந்த சமுதாயத்தில் ஒரு இளம்பெண் தன்னை கிரமமாக வடிவுறுத்திக் கொண்டே செல்லும் நடவடிக்கை...'' சித்தார்த் ஒரு வாக்கியத்தில் ஃபிலிமின் கதை மையத்தைக் கூறியிருந்தான். தன் காதலிக்காக கணவன் தன் மனைவியைக் கைவிட்டு விடுகிறான். அவள் தன் கால்களில் நின்று இரண்டு குழந்தைகளையும் வளர்க்கிறாள், தானும் உயர்கல்வி பெற்றுக் கொண்டே போகிறாள். அலுவலக அதிகாரி ஆண் என்ற கர்வத்தில் அவளை அவமதித்துக் கொண்டே இருக்கிறான், நளினி போராடத் தயாராக இருப்பதைப் பார்த்து தூரத்தில் ஒரு பின்தங்கிய கிராமத்தில் அவளை மாற்றச் செய்கிறான். தன் திறனாலும், உறுதியாலும் நளினி ஒவ்வொரு அக்னி பரிட்சையிலும் வெற்றி பெறுகிறாள். கடைசியில் தலைமை அலுவலகத்தில் உயர்பதவியில் அவள் அமர்த்தப்படுகிறாள், கணவனும் மன்னிப்பு கேட்டபடி அவளிடம் திரும்பி வருகிறான். ஆனால் நளினி அவனை ஏற்க மறுக்கிறாள். அவள் ஆத்மபலம் பெற்றிருக்கிறாள்).

அறைத்திரையை இழுத்துவிட்டு இருட்டாக்கி மூட் ஏற்படுத்திக்கொள்ள வேண்டிய அவசியத்தை அவள் முதல் முறையாக உணர்ந்தாள். கண்ணை மூடினால் மேகானியின் முகம் முன்னால் வந்தது. கண்ணைத் திறந்தால் கண்கள் சிவந்த ஹர்ஷின் முகம்.

ஒரு வாரத்திற்கு முன் சந்திரபிரகாஷ் வந்திருந்தார், ''என் கல்யாண யோசனை எத்தனை நாள் கிடப்பில் போடப்பட்டிருக்கும்?'' (அவளுடைய மறுப்பை அவர் காதில் போட்டுக்கொள்ளவேயில்லை.) மூன்று நாட்களுக்கு முன் சுமந்த் போன் பண்ணியிருந்தார், ''வர்ஷா மேடம், வாழ்க்கையை எப்படி அமைத்துக்கொள்வதாக உத்தேசம்?''

வர்ஷா மெல்ல கேட்டாள், ''கடவுளே, என் வாழ்க்கை ஏன் இப்படி சிக்கலாகி இருக்கிறது?''

லேசாக கதவைத் தட்டும் ஒலி.

''எண்டர்!''

சித்தார்த் மெல்ல உள்ளே வந்தான், ''வர்ஷா நன்றாக இருக்கிறீர்களா?''

''ஆமாம்.'' என்றாள் வர்ஷா, ''லைட்டிங் முடிந்துவிட்டதா?''

''ஆமாம், ஷாட் ரெடியாக இருக்கிறது.''

''வருகிறேன். ஒரே நேரத்தில் டேக்கை முடித்துவிடுங்கள்...'' ஒரு வினாடி தயங்கிவிட்டு போய்விட்டான்.

அவனுடனான உறவில் மெல்ல. மெல்ல இறுக்கம் குறையத் தொடங்கியிருந்தது. தொடுதல் நின்றுவிட்டது. வர்ஷா எப்போதாவது சொந்த விஷயம் பற்றி கேட்பாள், சித்தார்த் அதுவும் இல்லை.

வர்ஷா வெளியே வந்தாள். கூடியிருந்த ஆட்கள் மௌனமாக நின்றார்கள். வர்ஷா நேராக சென்று நின்றாள் (சித்தார்த் ஷாட்டைப் பற்றி விரிவாக சொல்லியிருந்தான்.) ஒவ்வொன்றாக சித்தார்த்தின் கட்டளைகள் ஒலித்தன. சிறுவன் மஞ்சுல் கட்டிலில் தூங்குவது போல் படுத்திருந்தான். நாள் முழுதும் அவன் வர்ஷாவோடு விஷமம் செய்துகொண்டிருப்பான். ஆனால் இன்று அவனும் 'அக்கா'வின் மூட் சரியில்லையென்று பேசாமல் இருந்தான்.

''ஆக்ஷன்!''

★ ★ ★ ★

''நீண்ட நாள் சென்று உங்களைப் பார்ப்பதில் சந்தோஷம்,'' சாரு ஸ்ரீ புன்னகை செய்தாள்.

வர்ாவுக்கு தான் சாதாரண நிலையில் இருந்தபோது நடந்த முதல் சந்திப்பு நினைவு வந்தது. இப்போதுதான் யாஸ்மினும், சதானந்தும் வினயமாக அவளை வந்து சந்தித்துவிட்டுப் போயிருந்தார்கள். தான் சில ஆண்டுகளுக்கு முன் ஹர்ஷைத் தேடும் முயற்சியில் இருந்தபோது நடந்த போன் உரையாடல்கள் நினைவு வந்தன.

தனக்கு முன் இருக்கும்போதும் இன்று சாருஸ்ரீயின் கண்களில் போட்டியிடும் பாவம் இல்லாதிருப்பதாக வர்ஷாவுக்கு முதல் முறையாகத் தோன்றியது (நட்பின் ஆரம்பத்தில் ஷிவானியின் கண்களில் தெரிந்த அதே குறிப்பு. வர்ஷாவின் விழிப்புணர்வை மதிப்பிடும் கூரிய பார்வையில் அமைதியும், திடமும் இருந்தது, நான் உணர்வது உண்மையாக இருந்தால், இதற்குப் பின்னால் என்ன காரணம் இருக்கமுடியும் என்று வர்ஷா யோசித்தாள்.)

''என்ன விஷயம் வர்ஷா?''

'''முக்தி' படப் பாட்டை ரீஷூட் பண்ணவேண்டியிருக்கும்.''

''பணப்பிரச்சினை என்று கேள்விப்பட்டேனே!'' சாருஸ்ரீ அவளைப் பார்த்தாள்.

''கொஞ்சம் பணம் என் பொறுப்பு. மீதி கிரெடிட்டில் இருக்கிறது.''

டீயைக் குடித்தபடி சாருஸ்ரீ தயங்கினாள். பிறகு நீண்ட பெருமூச்சு விட்டு மக்கை கண்ணாடி மேஜை மேல் வைத்தாள். அவள் சில்க் லுங்கியும், மோனோகிராம் சட்டையும் அணிந்திருந்தாள். வலது கை முழுதும் வளையல்கள். பின் சுவர் முழுதும் அடைத்த அவளுடைய ஃப்ளோ அப். இன்னொரு சுவரில் வெவ்வேறு ஆடை- அணிகளில் அவளுடைய படங்களின் கொலாஜ். அறை அலங்காரம் ஸ்டார்டமுக்கு ஏற்ப, கர்வத்தைக் காட்டுவதாக இருந்தது. (பாண்டேயும் வி.வி. மோசனாகிராம் ஹவுஸ்கோட்டும், டிராயிங் ரூமில் எதிர்சுவரில் பரவும் ஃப்ளோ அப்பும் ஏற்பாடு செய்வதாக சொன்னார். வர்ஷா காதிலேயே

போட்டுக்கொள்ளவில்லை. என் வீடு போலோ விளையாடும் விளையாட்டு அரங்கம் இல்லை என்று அவள் எண்ணினாள்.)

"வர்ஷா, செல்லுலாயிடு 'முக்தி' காலம் தாழ்த்திவிட்டது." சாருஸ்ரீ புன்னகை செய்தாள், "நான் இந்தத் தொழிலிலிருந்து விடுதலை பெறப் போகிறேன். இன்னும் அறிவிக்கவில்லை, ஆனால் விரைவிலேயே நான் கல்யாணம் செய்துகொள்ளப் போகிறேன். என் வருங்காலக் கணவர் பெங்களூரில் இருக்கிறார். இந்த பங்களாவை விற்கப்போகிறேன். வாங்கிக்கொள்கிறீர்களா?"

இப்போது வர்ஷா புன்னகை செய்தாள்.

"இதுதான் நடைமுறை வழக்கம். இந்த இடத்தை சுபத்ராதேவியிடமிருந்து வாங்கினேன்."

"இந்தப் பொருள்களில் எனக்கு மிகுந்த ஆர்வம் இல்லை."

"ஐயோ, என் தம்பியும் உங்களைப் போல இருந்திருந்தால் நன்றாக இருந்திருக்கும். என்னுடைய இந்தத் தீர்மானத்தால் வீட்டில் சோகம் கப்பி விட்டது... என் வாழ்க்கை மாறிக்கொண்டிருக்கிறது. ஆனால்...." சாருஸ்ரீ சட்டென்று நிறுத்தினாள்.

"வாழ்த்துக்கள் என்று சொல்வதைத் தவிர வேறு என்ன சொல்வேன்?"

வர்ஷாவுக்கு சாருஸ்ரீயின் வீட்டில் நிலவிய கருத்து வேறுபாடுகளை அறிந்துகொள்ள ஆர்வமில்லை. தன் பிரச்சனைகளின் தலைவலியே போதுமானதாக இருந்தது.

"நான் என் கடந்த கால காதலர்களுக்கு சரியான துணை தந்திருக்கிறேன்." ஒரு வினாடி அவளைப் பார்த்துவிட்டு சாருஸ்ரீ விஷமமாகத் தொடர்ந்தாள், "கவலைப்படாதீர்கள். ஹர்ஷிடம் நான்தான் அதிக உறவு கொண்டாடினேன். என் மார்க்கெட் ஸ்டாண்டிங் முன்பு போல இருந்திருந்தால் நான் வாய்ப்பை விட்டிருக்க மாட்டேன். ஆனால் முதல் நம்பருக்காக உங்களுக்கும், கஞ்சன்பிரபாவுக்கும் ஃபினிஷிங் டை ரிப்ளே நடந்து கொண்டிருக்கிறது. நீங்களே ஏன் இந்த ரோலை செய்யக்கூடாது?"

முதலில் இந்தத் தீர்வை எண்ட்ரி சொல்லியிருந்தான். பிறகு ஹர்ஷ் சந்தோஷமாக ஒப்புதல் தெரிவித்தான். வர்ஷாவும் தயாராக இருந்தாள், ஆனால், ஒரு முறை சாரு ஸ்ரீயிடம் பேசிவிடுவது அவசியம் என்று நினைத்தாள். (தீனா தஸ்தூர் அண்ட் கம்பெனி மிகவும் தூண்டி விட்ட போதிலும் சாருஸ்ரீ வீண்புரளிகளுக்கு இடம் தரவில்லை.) 'முக்தி' ஃபிலிம் எடுக்க ஏற்பாடுகள் நடந்து கொண்டிருந்த நாட்கள் அவளுக்கு நினைவு வந்தது. அப்போது அவளுடைய மார்க்கெட் ரேட்டிங் சாதாரணமாக இருந்தது, அதனால் ஹர்ஷ் கூட அவள் பெயரைக் குறிப்பிடவில்லை. இந்தத் தயக்கத்தினாலேயே அவள் தானே இந்தத் தீர்வை முதலில் சொல்லவில்லை.

போர்ச்சில் விடை தரும் போது சாருஸ்ரீ சொன்னாள், "ஒரு பிக்சரில் உங்களோடு நடிக்கவேண்டும் என்ற என் ஆசை பூர்த்தி அடையாமலே போய்விட்டது."

"நல்லதுதான்." என்று வர்ஷா புன்னகையுடன் தன் கார் கதவைத் திறந்தாள், "ஒன்றிரண்டு ஆசைகள் பூர்த்தி ஆகாமலே நின்றால்தான் கடவுள் நம்பிக்கை நிலைத்து நிற்கிறது."

13. 'ஒன் ஃப்ளூ ஓவர் தி குக்கூ'ஸ் நெஸ்ட்'

''குடிப்பதற்கு ஏதாவது தருகிறாயா?'' ஹர்ஷ் இதமாகக் கேட்டான்.

''தினமும் இரவு இங்கு வந்துவிடுங்கள். எங்கேயாவது போகவேண்டியிருந்தாலும் நான் வீட்டில் இல்லையென்றால் ஜுமக்கியிடம் நம்பர் கொடுத்துவிட்டுப் போங்கள், இல்லையென்றால் நான் பாதி இரவில் உங்கள் அறைக்கு கண்காணிப்பதற்கு வந்துவிடுவேன்.'' என்று வர்ஷா கண்டித்து சொல்லியிருந்தாள்.

வர்ஷா ஒரு வினாடி யோசித்தாள். அப்பா இருந்ததால் மது அலமாரி மூடியிருந்தது.

''அப்பாதான் தூங்கி விட்டாரே.'' ஹர்ஷ் மெல்லிய புன்னகையுடன் சொன்னான்.

வர்ஷா வெளியே போயிருந்ததால் அப்பா தன் வழக்கப்படி எட்டு மணிக்கு சாப்பிட்டுவிட்டு ஒன்பது மணி சீரியலைப் பார்த்துவிட்டு தூங்கப் போயிருந்தார்.

''ஜுமக்கி...'' வர்ஷா ஓசைப்படாமல் கைகாட்டினாள்.

ஹர்ஷ் தன் தினப்படி வாழ்க்கையில் டிரக்ஸ் எடுக்கும் சமயத்தைக் கொஞ்சம் மாற்றியிருக்கிறான் என்று வர்ஷா நினைத்துக் கொண்டாள். இரவு அவன் வர்ஷா வீட்டிற்கு வரவேண்டியிருக்கும்போது சரியாக இருக்கிறான். கடைசியாக

எடுத்த டோஸின் தாக்கம் இருட்டுவதற்கு முன் முடிந்துவிடும் போலிருக்கிறது, இங்கிருந்து போன பிறகு அடுத்த டோஸ் எடுப்பான் போலிருக்கிறது.

"சியர்ஸ்!" ஹர்ஷ் ஒரே மூச்சில் கால் பங்கு விஸ்கியைக் குடித்துவிட்டான். அவனுடைய டிரிங்க் சிவப்பாக இருந்தது. பட்டியாலா பேக்கில் சிறிது தண்ணீர் கலந்திருந்தது. அத்துடன் ஒப்பிடுகையில் வர்ஷாவின் டிரிங்க் லேசாக இருந்தது. ஹர்ஷ் சிகரெட் பற்ற வைத்தான். சுற்றிலும் பார்த்தான். கொஞ்சம் யோசித்தான், "உன் மகளிர் - மையம் இப்போது பாதியாக குறைந்து விட்டது."

"ட்ராஜான் விமன் போல நானும் ஜுமக்கியும்தான் இப்போது எஞ்சியிருக்கிறோம்."

தங்கள் தங்கள் வீடுகளில் ஒளி வீசும் ஜல்லி, ஹேமலதாவின் வடிவங்கள் வர்ஷா கண்முன் எழுந்தன.

"நீண்ட நாட்கள் கழித்து ராயல் சேலஞ்ச் குடித்தேன்." என்றான் ஹர்ஷ்.

வர்ஷா கிளாசை உதட்டில் வைத்தாள். நீண்ட நாட்களுக்குப் பிறகு குடித்தது நன்றாக இருந்தது.

அப்பாவால் வாழ்க்கை நடைமுறை மாறியிருந்தது. இந்த நிலைமை ஒரு பெரிய உள்மனப் போராட்டத்தை உண்டாக்கிவிட்டது. அப்பா இல்லாதிருந்தால், ஆக்டர்ஸ் அக்காடெமியிலிருந்து திரும்பி வரும்போது கையோடு ஹர்ஷை வீட்டிற்கு அழைத்துக் கொண்டு வந்திருப்பாள். ஜல்லியும், ஹேமலதாவும் மட்டும் இருந்தாலும் தயக்கம் இருந்திருக்காது. ஹர்ஷைத் தன் மாஸ்டர் பெட்ரூமிலேயே வைத்திருப்பாள். ஆனால் அப்பாவின் பலவீனமான முகம் கண் முன் வந்தபோது வர்ஷாவுக்கு அப்படி செய்ய தைரியம் வரவில்லை. அவர் ஹர்ஷைக் குறித்த வர்ஷாவின் கவலையை உணர்ந்து கொள்ள மாட்டார், சில்பில் தன் காலில் நிற்கிறாள், ஆகையால் மனம் போன போக்கில் நடந்து கொண்டிருக்கிறாள் என்று நினைப்பார். நினைவு தெரிந்து வாழ்க்கையில் முதல் முறையாக அப்பாவுடன் நெருக்கம்

வந்திருந்தது. அவரைப் புண்படுத்தக் கூடாது என்ற எண்ணத்தில் அவள் பலவீனமாகி விட்டாள்.

மாற்று வழிகளை அவள் யோசித்துப் பார்த்திருந்தாள். பாண்டேயிடம் சொல்லி யாராவது எஸ்டேட் ஏஜெண்ட் உதவியுடன் ஒரு சிறிய ஃபிளாட் வாடகைக்கு எடுக்கலாம். ஆனால் அங்கு ஹர்ஷ் தனியாகவே இருப்பான். அக்காடெமியில் போன் இருந்தது. ஆண்கள் வந்துபோய்க் கொண்டிருந்தார்கள். மாணவர்கள் தங்கும் ஃபிளாட்டும் பக்கத்திலேயே இருந்தது.

டில்லியில் யாராவது சினிமாவுக்கு வர விரும்பும் நல்ல நடிகன் இருந்தால் உடனே சொல்லுங்கள் என்று அவள் சிந்தாமணிக்கு போன் செய்தாள். ஹர்ஷுக்கு நண்பன் வேண்டும்.

''இங்கிருந்து அம்மாவுக்கு போன் செய்கிறீர்களா?'' என்று கேட்டாள் வர்ஷா.

ஹர்ஷுக்கு தூக்கிவாரிப் போட்டது.

''நீ அக்காடெமி நம்பரைக் கொடுத்து விட்டாயா?'' என்று கேட்டான்.

''இல்லை.'' வர்ஷா தரையைப் பார்த்தாள், ''பொய் சொன்னேன்.''

ஹர்ஷ் எதிரில் பார்த்துக் கொண்டிருந்தான். பிறகு நீண்ட பெருமூச்சு விட்டு சொன்னான், '' என்ன பேசுவது...''

சில வினாடிகள் மௌனம் நிலவியது. பிறகு ஹர்ஷ் அவள் கைமேல் தன் கையை வைத்தான். அவன் கீழே கார்ப்பெட்டில் உட்கார்ந்திருந்தான், வர்ஷா ஸ்டூலில் உட்கார்ந்திருந்தாள்.

ஹர்ஷ் மெல்ல கூறினான், ''ஐயோ, நான் என்னைத் தேடி வந்த வாய்ப்புகளை எல்லாம் உதறியிருக்காவிட்டால்...''

வர்ஷாவின் மனதின் ஒரு பகுதி ஒரு வினாடி சந்தோஷத்தில் துள்ளியது. ஹர்ஷிடம் உண்மையை ஒத்துக் கொண்டு பச்சாத்தாபப்படும் உணர்வு வந்துவிட்டால் வருங்காலத்தில் நம்பிக்கை இருக்கிறது. ஏதோ சொல்ல விரும்பி நிறுத்திவிட்டாள். ஒரேயடியாக சந்தோஷத்தை வெளிப்படுத்தி விடக்கூடாது.

"ஹர்ஷ், நாளை டாக்டர் மர்ச்செட்டைப் பார்க்கப் போவாமா?"

இதை சொல்வதற்கு இதுதான் தக்க சமயம் என்று அவளுக்குத் தோன்றியது.

"ஏன்?"

"டிடாக்சிஃபிக்கேஷனுக்கு."

ஹர்ஷ் ஒரு வினாடி அவளைக் கூர்ந்து பார்த்தான். பிறகு திடுக்கிட்டது போல கேட்டான், "எனக்கு என்ன ஆகிவிட்டது? உனக்கு நான் நார்மலாகத் தோன்றவில்லையா?"

வர்ஷாவும் ஒரு வினாடி இடைவெளி விட்டாள், "நீங்கள் யார், யாரிடம் டிரக்ஸ் வாங்குகிறீர்கள் என்று எனக்குத் தெரியும். இடையிடையே நீங்கள் மேட்ரெக்சும், டெமரோலும் எடுக்கிறீர்கள். இப்போது வயிற்றில் வலி தொடங்கியிருக்கிறது."

ஹர்ஷின் முகபாவம் மாறிவிட்டது, "எண்ட்ரி உன்னிடம் நிறைய உளறியிருக்கிறான்."

வர்ஷா பேசாமல் இருந்தாள். முதலில் அடிக்ட் ஆனவரிடம் சீர்படவேண்டும் என்ற தீவிர விருப்பம் ஏற்பட வேண்டும் என்று டாக்டர் மர்ச்செட் கூறியிருந்தார்.

"வர்ஷா, நான் என் மனோநிலையை நன்றாக அலசி சொல்லமுடியும், என்னிடம் ஒரு முக்கிய விருப்பமும் இருக்கிறது. 'முக்தி' முடிந்துவிட்டால் நான் டிரக்சை விட்டுவிடுவேன்..." ஹர்ஷின் குரல் தழுதழுத்தது.

"விடமுடியும் என்று தெரியும்போது ஏன் விட மாட்டேன் என்கிறீர்கள்?"

"அது இல்லாமல் என்னால் வெளி உலகத்தை சந்திக்க முடியவில்லை." ஹர்ஷ் நிம்மதி இல்லாமல் தலையைக் குலுக்கினான், "'முக்தி' முடிந்துவிட்டால்..."

ஹர்ஷின் உள்ளம் அந்த ஒரு விஷயத்தாலேயே உடைந்து

கொண்டிருந்தது. வர்ஷா எரிந்து விழாமல் தன்னைக் கட்டுப்படுத்திக் கொண்டாள். தன்னை சேர்ந்தவர் என்ற உணர்வால் அவனை வளைக்க வேண்டும் என்று டாக்டர் மர்ச்செட் சொல்லியிருந்தார்.

"ஹர்ஷ், கடவுள் காப்பாற்றுவார், ஆனால் உங்களுக்கு ஏதாவது ஆகிவிட்டால்?... அம்மாவின் வாழ்நாள் இன்னும் கொஞ்ச காலம்தான். அழுது புலம்பி கழித்து விடுவாள். சுஜாதா மிகவும் வருந்துவாள், ஆனால் அவளுக்கு அவள் வாழ்க்கை இருக்கிறது. ஆனால் நான் என்ன செய்வேன்?"

ஹர்ஷ் அவளை கண் இமைக்காமல் பார்த்தான். பிறகு இணைந்த முழங்கால்களில் தலையை வைத்துக் கொண்டான். தெளிவில்லாத தொனியில் சொன்னான், "கொஞ்ச நாள்தான்..."

"இதை எத்தனை நாளாக சொல்வீர்கள்?" இப்போது வர்ஷாவுக்கு கோபம் வந்துவிட்டது, "நீங்கள் இது வரை கலை நோக்குடனேயே சினிமாவில் அலைந்து கொண்டிருக்கிறீர்கள், இதை நான் பொறுத்துக் கொள்வேன். நம்மிடம் இதற்கு தர்க்க நியாயம் இருக்கிறது. ஆனால், நீங்கள் டிரக்ஸ் இல்லாமல் இருக்க முடியாது என்ற அளவுக்குப் போய்விட்டதை என்னால் பொறுத்துக் கொள்ள முடியாது... நாளை உங்களுக்கு ஏதாவது ஆகிவிட்டால் சுஜாதாவும், அம்மாவும் என் கழுத்தைப் பிடிப்பார்கள், இல்லையா? உண்மையை மறைத்து, மறைத்து நான் களைத்துவிட்டேன். நீங்கள் என்னை அல்லது டிரக்ஸை, இரண்டில் ஒன்று தெரிவு செய்ய வேண்டும். இப்போதே உண்மையை சொல்லவேண்டும்."

ஹர்ஷ் அவள் மடியில் தலையை வைத்துக் கொண்டான். அடைபட்ட குரலில் சொன்னான், "உன்னை விட்டால் எனக்கு வேறு யார் இருக்கிறார்கள்..."

வர்ஷா அவன் முடியை விரல்களால் அளைந்தாள். அவள் கண்களும் நிறைந்தன. ஹர்ஷ் டில்லியில் மேடையோடு நின்றிருந்தால் சிறிய, உயரிய கலைக்களனில் வெற்றிகரமாகவும், சந்தோஷமாகவும் இருந்திருந்திருப்பான், ஆனால் கலைக் கள விரிவின் ஆசை அவனை - வர்ஷாவையும் - இந்த இருண்ட தருணத்திற்கு கொண்டு வந்துவிட்டது.

திடீரென்று தாங்கள் தனிமையில் இல்லை என்று வர்ஷாவுக்குத் தோன்றியது.

அப்பா தாழ்வாரத்தில் நின்று அவளைப் பார்த்துக் கொண்டிருந்தார்.

★ ★ ★ ★

''சில்பில், நீ மதுவும் அருந்துகிறாயா?'' என்று கேட்டார் அப்பா.

ஒரு வினாடி வர்ஷா அதிர்ந்து பேசாமல் நின்றாள். பிறகு மெல்ல தலையாட்டுவதைத் தவிர வேறு வழி இல்லை.

நான்கு நாட்களாக இப்படி ஒரு நிலையை எதிர்பார்த்து பயந்து கொண்டிருந்தாள். புதிய அன்பின் காரணமாக அவளுடைய 'குணக்கேட்டு'டன் சமரசம் செய்து கொள்ள அப்பா முயற்சித்திருப்பார், முடியவில்லை போலிருக்கிறது!

''ஏன்?'' அப்பா குரலில் சங்கடமும், குழப்பமும் இருந்தது.

''ஆர்வத்தாலும், அட்வென்ச்சராலும் முதலில் தொடங்கியது.'' வர்ஷா மெல்லிய குரலில் கூறியபடி குற்றவாளிக் கூண்டில் ஏறினாள்.

''ஆர்வம் கொள்வதற்கு இது என்ன வாழ்க்கையைக் குறித்த தத்துவப் புதிரா?'' அப்பா சற்று எரிச்சலுடன் சொன்னார், ''உலகத்தின் நியதிச் சக்கரம் எப்படி சுழல்கிறது, மரணத்திற்குப் பிறகு மனிதன் என்ன ஆகிறான் - இது ஆர்வம். இமயமலை மீது ஏற முயற்சித்தல், சைக்கிளில் உலகத்தை சுற்றுதல் - இது அட்வென்ச்சர். வீட்டில் உட்கார்ந்து கொண்டு சாராயம் குடிப்பதில் என்ன அட்வென்ச்சர்?''

வர்ஷா மனதிற்குள் அப்பாவின் தர்க்க நியாயத்தை ஒத்துக் கொண்டாள். இந்த விஷயத்தில் அவருடைய நோக்கு இவ்வாறு சீராக இருக்கும் என்று அவள் எதிர்பாக்கவில்லை. சொல்லும்போதே தான் சரியான சொற்களைப் பயன்படுத்தவில்லை என்று உணர்ந்தாள். ஆனால் முதல் காரணமான அனுபவ ஆசை என்பதை அவள் சொல்ல விரும்பவில்லை.

"நான் தவறாக சொல்லிவிட்டேன். உண்மையில் அனுபவ ஆர்வம்தான் முக்கிய காரணம்." வர்ஷா எச்சில் விழுங்கினாள், "நீங்கள் 'ஆர்வம்' என்பதற்கு பதில் 'உற்சாகம்' என்று வைத்துக் கொள்ளலாம். ஒரு விதத்தில் அதுதான் என்னைத் தூண்டியது."

"அனுபவத்திற்காக யாரும் செய்யத்தகாததை செய்ததாக நான் எங்கும் படித்ததில்லை." அப்பா ஸ்தம்பித்துவிட்டார்." வால்மீகி அனுபவத்திற்காக கொள்ளை அடிக்கவில்லை, வசந்தசேனா அனுபவத்திற்காக வேசி ஆகவில்லை."

"என் தொழிலில் கற்பனையும், உள்நோக்கும்தான் உதவி செய்கின்றன. ஆனால் அதற்கு முதலில் உணர்வுகளை அனுபவ பூர்வமாக்கிக் கொள்ள வேண்டும். ஷாஜஹான்பூரில் நான் பெற்ற அனுபவங்கள் ஒரு சிறிய எல்லைக்குட்பட்டவை. அதை விஸ்தரிக்கவேண்டியது எனக்கு அவசியமாக இருந்தது."

"ஒரு குடிகாரன்தான் தேவதாஸ் பாத்திரத்தை செய்ய முடியும் என்று சொல்கிறாயா?"

(அப்பா இளமையில் பருவாவின் இந்தப் படத்தையும் பார்த்திருக்கிறாரா? ஆமாம் என்றால், குடும்பத்தின் இளைய தலைமுறை நினைப்பதுபோல் அவர் தன் வாழ்க்கையில் வர்ஷாவின் இரண்டு படங்களைத் தவிர மூன்று அல்ல, நான்கு படங்கள் பார்த்திருக்கிறார்!)

"நடிகன் குடிகாரனாக இருக்க வேண்டிய அவசியம் இல்லை, ஆனால் அவனுக்கு மதுவின் ருசி அனுபவமாகியிருந்தால் அவனுக்குத் தன் நடிப்பைத் தத்ரூபமாக்குவதில் உதவி கிடைக்கும்." என்றாள் வர்ஷா இதமாக, "குணசித்திரத்தின் உள்ளே போவதற்காக எல்லா கவனமான நடிகர்களும் இப்படியான யுக்தியைக் கையாளுகிறார்கள்."

"தத்ரூபத்தை கவனத்தாலும் கொண்டு வரமுடியுமா?"

"முடியும்." வர்ஷா ஒரு கேசட்டை எடுத்துக் காட்டினாள், "'நேஞ்சிங் புல்' பாத்திரத்திற்காக டி நீரோ பாக்சிங் கற்றுக் கொண்டார், நடுவயதுத் தோற்றத்தைக் காட்டுவதற்காக பீர் குடித்து குடித்து தன் சமமான வயிற்றை தொந்தியாக்கிக் கொண்டார்."

ஒரு வினாடி அப்பா கேசட்டில் டி நீரோவின் முகத்தைப் பார்த்தார். பிறகு "இப்போது உனக்கு அனுபவம் ஆகிவிட்டது. பிறகு மதுவிற்கு என்ன அவசியம்?" என்று கேட்டார்.

"அவசியம் இல்லை. களைத்துப் போயிருக்கும்போது அல்லது இறுக்கமான மனநிலையில் இருக்கும் போது, ரிலாக்ஸ் செய்து கொள்வதற்கு அது உதவியாக இருக்கிறது."

"இது நம் பரம்பரைக்கு உகந்தது இல்லை." என்றார் அப்பா, "நம் ஏழு தலைமுறையில், பெண்ணை விடு, எந்த ஆண்பிள்ளையும் கூட மதுவைத் தொட்டிருக்க மாட்டான்."

எதிர்த்தரப்பின் 'வம்ச - பரம்பரை' வாதத்தைக் குறித்து எரிந்து விழுவது குழந்தைகள் பெரியவர்களானதின் அறிகுறி அல்ல, பொருளாதாரத் தன்னாட்சியின் 'அர்ரகன்ஸ்' என்று தற்சார்பு நிலை அடைந்த பிறகு வர்ஷாவுக்குத் தோன்றியது. தர்க்க நியாயத்திற்கு விடை தர்க்க நியாயத்தாலேயே தரவேண்டும்.

"நியோகி குஸ்தி போட்டுக் கொண்டிருந்த போது தினமும் மாலையில் கஞ்சா எடுத்தார். இப்போதும் அவருக்கு அந்த வழக்கம் இருக்கிறது." என்றாள் வர்ஷா.

"நியோகி பெண் இல்லை."

வாதத்தின் கதவு மூடப்பட்டுவிட்டது. இப்போது வர்ஷா முன் ஒரே ஒரு வழிதான் திறந்திருந்தது.

"குடும்பத்தின் ஏழு தலைமுறைகளில் எந்தப் பெண்ணும் வேலை செய்து சம்பாதித்ததில்லை, ஆனால் நான் செய்கிறேன்."

அப்பா ஒரு வினாடி அவளைப் பார்த்துக் கொண்டேயிருந்தார். பிறகு உள்ளே திரும்பிவிட்டார்.

"மிஸஸ் குல்கர்னி, நான் மிகவும் நம்பிக்கையோடு உங்களிடம் வந்திருக்கிறேன்." வர்ஷா மெல்லிய புன்னகையுடன் சொன்னாள்.

ரமண் ராஜ்தான் நிகழ்ச்சி நடந்த அதே டிராயிங் ரூம். அந்த நிகழ்ச்சிக்குப் பிறகு மிஸஸ் குல்கர்னியுடன் இறுக்கநிலை வந்துவிட்டது. பிறகு ஒரு விழாவில் நேருக்கு நேர் சந்தித்தபோது வர்ஷா வணக்கம் கூறி பேச்சைத் தொடங்கினாள். பிறகு அவர்களுடைய நிறுவனத்தின் ஒரு படத்தில் நடிக்கும்படி கேட்டபோது வர்ஷா ஏற்றுக் கொண்டாள். மிஸஸ் குல்கர்னி போன் செய்து நன்றி தெரிவித்தாள்.

"என்ன விஷயம் வர்ஷா?"

வர்ஷா சுருக்கமாக 'முக்தி' தயாரிப்பின் சிக்கலைக் கூறினாள். பிறகு "நிறுவனம் இந்த ப்ராஜெக்டை டேக் ஓவர் செய்ய முடியுமா?" என்று கேட்டாள்.

"முடியும், முடியாது - இரண்டிற்கும் என்னிடம் தர்க்க நியாயங்கள் இருக்கின்றன." சில வினாடிகள் யோசித்துவிட்டு மிஸஸ் குல்கர்னி சொன்னாள்,, "இரண்டு ஆண்டுகளுக்கு முன் நாங்கள் இந்த மாதிரி ஒரு ப்ராஜெக்டை எடுத்தோம். அந்த ஃபிலிம் அனுபவம் திருப்தியாக இல்லை. எந்த வினியோகஸ்தரும் அதை எடுக்க முன்வரவில்லை. நாங்களே ஃபிலிம் ரிலீசுக்கு வேறு வழியைக் கையில் எடுத்தோம். இண்டர்நேஷனல் விருதை விடுங்கள், தேசீய விருது கூட கிடைக்கவில்லை."

வர்ஷாவின் முகம் வாடியது. பிறகு மெல்லிய புன்னகையுடன் சொன்னாள், "இப்போது 'முடியும்' என்பதற்கும் ஏதாவது சொல்லுங்கள்."

"நீங்களும் எண்ட்ரியும் ஃபிலிமில் சம்பந்தப்பட்டிருக்கிறீர்கள் என்பதுதான்." மிஸஸ் குல்கர்னியும் புன்னகை செய்தாள்.

சில வினாடிகள் அமைதி நிலவியது.

"ரமணின் கேசில் நான் உங்களிடம் ஒத்துழைப்பை எதிர்பார்த்தேன். ஹர்ஷ் பிடிவாதக்காரர் என்று எனக்குத் தெரியும், ஆனால் உங்கள் சுபாவம் வேறு." மிஸஸ் குல்கர்னியின் முகத்தில் வறண்ட தன்மை காணப்பட்டது, "பிறகு ஹர்ஷ் பத்திரிக்கைகளுக்கு கொடுத்த செய்திகளில் என் மீது ஏன் பாய்ந்தார்? ரமண் உங்கள்

மீது உசிதமில்லாத போக்கை வெளிப்படுத்தினால் அதற்கு நானா பொறுப்பு? ஹர்ஷ் மிகவும் கீழ்த்தரமான மனப்போக்கைக் காட்டியிருந்தார்.''

''நான் என் சார்பாகவும், ஹர்ஷ் சார்பாகவும் மன்னிப்பு கேட்டுக் கொள்கிறேன்.'' என்று வர்ஷா வறண்ட குரலில் சொன்னாள், '' ஒரு வகையில் என் வாழ்க்கையே 'முக்தி' யை சார்ந்திருக்கிறது என்பதைப் புரிந்து கொள்ளுங்கள்.''

பிறகு சற்று நேரம் அமைதி நிலவியது. மிஸஸ் குல்கர்னி. ஸ்பூனால் கப்பை கலக்கிக் கொண்டேயிருந்தாள். இறுக்கத்தினால் வர்ஷாவின் உள்ளங்கையில் ஈரம் கசிந்தது.

''ஸ்ரீ சாதான் போசுக்கும் உங்களுக்கும் உறவு எப்படி?''

புகழ் பெற்ற சினிமா டைரக்டர் போஸ்தான் நிறுவனத் தலைவர்.

''நல்ல உறவுதான். அவர் என்னிடம் ஒரு காமெடி பண்ணும்படி சொல்லியிருக்கிறார்.''

''அப்படியானால் நீங்கள் அவரை ஒரு முறை சந்தியுங்கள். போர்டின் மூன்று உள் உறுப்பினர்களிடமும் பேசிவிட்டால் நல்லது. மீட்டிங்கில் ஒருவர் சொல்ல பிறகு மூன்று பேரும் ஆதரித்தால் வேலை சுலபம்.''

''சரி. அடுத்த இரண்டு, மூன்று நாட்களிலேயே இந்த வேலையை முடித்து விடுகிறேன்.''

''அதற்குப் பிறகு என்னிடம் தெரிவியுங்கள், முறைப்படி நான்கு ரீல்களையும் அனுப்பிவிடுங்கள். புரொட்யூசர் யாரோ ரஞ்சனாதானே?''

வர்ஷா ஆமாம் என்று தலையசைத்தாள். பிறகு மிஸஸ் குல்கர்னியின் கையைப் பற்றிக் கொண்டு உணர்ச்சி பொங்கக் கூறினாள். ''இன்றைய இந்த சந்திப்பை நான் மறக்கவே மாட்டேன்.''

★ ★ ★ ★

முள்கம்பி வேலி அருகே நின்றிருந்த ஹர்ஷ் மயங்கிய பாவத்துடன் சுற்றுமுற்றும் பார்த்தான், ''இங்கு வீசும் காற்றே வேறாக இருக்கிறது.''

ஃபார்மை சுற்றி இரு புறமும் பாம்பு போல ஆறு ஓடிக் கொண்டிருந்தது. மேலே சுத்தமான நீல ஆகாயம். சுற்றிலும் சாந்தி ததும்பும் அமைதி.

ஆனால் வர்ஷா இந்தக் காட்சியை விட அதிகமாக ஹர்ஷைப் பார்த்துதான் மெய்மறந்தாள்.

சற்று முன்பு டாக்டர் மர்ச்செட் சிரித்துவிட்டு சொன்னார் ''வர்ஷா, ஹர்ஷைப் பாருங்கள். ஏதாவது வித்தியாசம் தெரிகிறதா?''

வர்ஷாவால் ஒன்றும் சொல்ல முடியவில்லை. உணர்ச்சிவேகத்தால் கண்களில் கண்ணீர் நிறைந்தது. ஹர்ஷின் முகத்தில் ரிப்பர்ட்டரி நாட்களின் பிரகாசமான ஒளி திரும்பி வந்திருந்தது, உடல் வண்ணம் முன்பு போல மெருகேறி கண்களில் ஜீவ ஒளி மின்னியது.

''செயிண்ட் ஸ்டீஃபென்சில் இருந்தது போலவே இருக்கிறார்.'' என்றாள் ஜல்லி.

''ஜல்லி, அப்போது நீ எங்கே என்னைப் பார்த்தாய்?''

''அக்கா கண்களில்...'' ஜல்லி கிசுகிசுத்தாள் (கல்யாண வாழ்க்கையில் காதல் நிறைந்த சீண்டல் அறிவு பெருகியிருந்தது!)

வர்ஷா டிடாக்சிக்கேஷனைப் பற்றி பேசியபோது இன்னும் மாதக் கணக்கில் ஹர்ஷைக் கட்டுக்காவல் செய்ய வேண்டியிருக்கும் என்று நினைத்தாள். ஆனால் அதன் விளைவைப் பார்த்து உள்ளுக்குள் பிரமித்து விட்டாள். மறுநாள் காலை ஒன்பது மணிக்கு டாக்டர் மர்ச்செட்டின் கிளினிக்கில் சந்திப்பதென்று தீர்மானமாகியிருந்தது. வர்ஷா சரியான சமயத்தில் உள்ளே நுழைந்த போது ஹர்ஷ் அங்கே இருப்பான் என்று நினைக்கவேயில்லை. ஆனால் அவன் வரவேற்பறையில் உட்கார்ந்து பத்திரிக்கை படித்துக் கொண்டிருந்தான்.

அடுத்த சில வாரங்களை வர்ஷா வாழ்க்கையில் ஒரு போதும் மறக்கமாட்டாள். ஆரம்ப நாட்களில் ஹர்ஷ் பட்ட கஷ்டத்தை கண் கொண்டு பார்க்கமுடியவில்லை. டிரக்ஸ் இல்லாமல் அவன் அடிபட்ட பசு போல துடித்தான். இரவு முழுதும் தூக்கம் இல்லை. தண்ணீர் கிளாசை எடுக்கும்போதும் கை நடுங்கியது. ஹர்ஷ் கிளினிக்கிலிருந்து ஓடி விட்டான் என்று எந்த நேரத்திலும் டாக்டர் மர்ச்செட்டின் போன் வரக்கூடும் என்று வர்ஷா அதற்கு தயாராக இருந்தாள். ஆனால் ஹர்ஷ் தன்னிடம் இருப்பதாக அவன் சொன்ன மன உறுதியை நிலைநிறுத்திக் காட்டிவிட்டான்.

"வர்ஷா, இது என்ன நான் கேள்விப்படுவது?" என்று மூன்று நாட்களுக்கு முன் சுஜாதா போனில் கேட்டாள், "நான் காலை ஃப்ளைட்டில் அங்கு வருகிறேன்!"

"அக்கா, இத்தனை நாட்கள் பொறுத்திருந்தீர்கள், இன்னும் ஒரு வாரம் பொறுங்கள். மறுபிறவி எடுத்த உங்கள் சகோதரனையும் பாருங்கள், 'முக்தி' பட ஷூட்டிங்கையும் பாருங்கள்!"

உணர்ச்சி வசப்பட்ட சுஜாதாவுடன் அவள் ஒரு மணி நேரம் பேசிக் கொண்டிருந்தாள். இடையிடையே அம்மாவும் லைனில் வந்தாள்.

"இந்த இடத்திற்கு ஏதாவது பெயர் வைப்போம்." என்றான் ஹர்ஷ்.

ஃபார்மின் ஒரு பகுதியில் மா, நாவல், தென்னை மரங்கள் இருந்தன, இன்னொரு பகுதியில் காய்கறி செடிகள். இடது பக்க ஓரம் நீள - அகல தோட்டம் சூழ்ந்த காட்டேஜ். எந்த அறை ஜன்னலைத் திறந்தாலும் பசுமை நேராக கண்ணில் இறங்கியது.

"வர்ஷா, ஒரு நல்ல ஃபார்ம் விற்பனைக்கு வந்திருக்கிறது. வாங்கிக் கொள்கிறாயா?" என்று கேட்டார் விமல்.

அவள் இரண்டாவது ஞாயிற்றுக்கிழமை லீவில் அவரை சந்திக்கப் போயிருந்தாள். ஒரு வினாடி தடுமாறி நின்றாள். தன்னுடைய ஒரு பிசினஸ் நண்பர் தன் ஃபேக்டரியை விஸ்தரிப்பதற்காக ஃபார்மை விற்க விருக்கிறார், விமல் மோட்டு பெயரில் அதை வாங்க விரும்புகிறார், ஆனால் வீர் அதை யார்

பராமரிப்பது என்கிறார், ஏற்கனவே பூனா அருகில் ஒரு பெரிய ஃபார்ம் இருக்கிறது, சற்று மலிவாகவே இந்த ஃபார்ம் கிடைக்கிறது என்ற விவரங்கள் தெரிய வந்தது. வர்ஷாவிடம் 'ஆஷா மஹலி'ல் கிடைத்த பணம் இருந்தது. நீரஜாவிடமும், பாண்டேயிடமும் கலந்தாலோசித்து விட்டு வர்ஷா வாங்கிக் கொண்டாள்.

''வீக் எண்டில் இங்கே இருப்போம்.'' என்றான் ஹர்ஷ்.

''நீரஜா தன்னுடைய ஒரு சின்ன புல்டெரியரைத் தருகிறாள்.'' என்றாள் வர்ஷா.

''இங்கே உதவியாக இருக்கும். அதற்கு ஏதாவது ஒரு பெயர் யோசிக்க வேண்டியிருக்கும்.''

வர்ஷா புன்னகை செய்தாள், ''என்ன விஷயம்? பெயர் வைப்பதைப் பற்றி மிகவும் கவலைப்படுகிறீர்கள்!''

அவர்கள் மரங்களிடையே மெல்ல நடந்து கொண்டிருந்தார்கள்.

ஜல்லி, நைன், அப்பா மூவரும் தூரத்தில் எதிர் திசையில் காணப்பட்டார்கள்.

''இப்போது சொல், எதுவும் நல்ல செய்தி உண்டா?''

''ஒரு வாரம் கழித்து 'முக்தி' ஷூட்டிங்கிற்குத் தயாராக இருங்கள். எண்ட்ரி ஷெட்யூல் செய்து கொண்டிருக்கிறார்.''

ஹர்ஷ் நின்று விட்டான், '' என்ன சொல்கிறாய்?''

மிஸஸ் குல்கர்னியின் உதவியால் நிறுவன போர்டு மீட்டிங் சீக்கிரமே நடந்தது. ப்ராஜெக்ட் ஒப்புக் கொள்ளப்பட்டுவிட்டது. மூன்று, நான்கு நாட்களில் பணம் கிடைக்கும் என்ற ஆறுதல் இருந்தது. ஹர்ஷுக்கு புன்னகை செய்யவே சற்று நேரம் பிடித்தது.

நிலைமையின் விசித்திரம் இருவர் மீதும் தாக்கம் விளைவித்தது. நாடகமேடை, சினிமா இரண்டிலும் ஹர்ஷ்தான் வர்ஷாவின் முன்னோடி, ஆனால் சினிமா நகரத்தின் தயவால் ஷாஜஹான்பூரின் எளிய சில்பில் ஸ்டார்டமினால் புகழ் உச்சிக்கு

சென்று எல்லையற்ற சக்தி வாய்ந்த ஒரு ஐ.ஏ.எஸ். தந்தையின் அபார அறிவுத்திறன் வாய்ந்த புதல்வனின் வாழ்க்கைக்கு புத்துயிர் அளித்துக் கொண்டிருந்தாள்.

கைகோர்த்தபடி இருவரும் சில வினாடிகள் மௌனமாக நடந்தார்கள். காதலர்களிடையே கை தொடுதலின் மகத்துவம் வர்ஷாவுக்குள் புதிய வகையில் பதிந்தது. பல ஆண்டுகளுக்கு முன் இண்டியா கேட்டில் ஹர்ஷின் முதல் முத்தம் நினைவு வந்தது. அதன் பிறகு சுகம், இறுக்கம், நிச்சயமின்மை, துயரம் ஆகிய உணர்வுகளின் நிழல்களில் ஊர்ந்தபடி எத்தனையோ தொடுதல்களின் அழகிய பயணம் இருந்தது, அவற்றையெல்லாம் தாண்டி அவர்கள் இந்த வினாடியை அடைந்திருந்தார்கள். தன் முந்திய அனுபவங்களை நினைவு கூர்ந்து இந்த ஆண்மகனுடன் என் விதி மிகவும் டிராஜிக்கான வகையில் இணைந்திருக்கிறது என்று வர்ஷா நினைத்துக் கொண்டாள்.

"நீ சுஜாதாவின் கடிதத்தைப் படித்தாயா?" என்று கேட்டான் ஹர்ஷ்.

"இல்லை. நவீன் மாமா கையை நீட்டியதும் கவரை அப்படியே கொடுத்துவிட்டேன்."

" 'முக்தி' ஷூட்டிங் முடிந்ததும் டில்லி போவோம். கல்யாணத்தை வசந்த விஹார் பங்களாவிலேயே எளிமையாக நடத்துவோம் என்று அம்மா சொல்கிறாள். பாராத் எங்கே நடத்துவோம் என்று சுஜாதா கேட்டிருக்கிறாள்."

"ஜோட் பாக்."

"கன்னியாதானம் யார் செய்வார்கள்?" ஹர்ஷ் புன்னகை செய்தான்.

"கிஷோரும் ஹேமலதாவும்..." சற்று நிறுத்தி வர்ஷா தொடர்ந்தாள், "கல்யாணத்திற்குப் பிறகு அம்மாவை நம்முடனேயே அழைத்து வருவோம்."

ஹர்ஷ் சரியென்று தலையசைத்தான், " 'முக்தி'க்குப் பிறகு, நான் எல்லா ஃபிலிமும் செய்ய தயாராக இருக்கிறேன் என்று

பாண்டேயிடம் சொல்லிவிடுவேன். இண்டெலக்சுவல் கேள்வியும் கேட்கமாட்டேன், பண விஷயமான பேரமும் பேச மாட்டேன்.''

வர்ஷா ஹர்ஷைப் பார்க்கவில்லை, தொடுதலின் ஆழத்தை மட்டும் உணர்ந்தாள்.

சில வினாடிகள் அமைதி நிலவியது.

''நீ ஒரு வரலாற்று உண்மையை நோட் பண்ணினாயா?'' என்றான் ஹர்ஷ் , ''ப்ரேண்டோவின் ஏஜெண்டும், க்ளிஃப்டின் ஏஜெண்டும் ஒருவராக இருந்ததைப் போல நம் இருவருடைய ப்ரைவேட் செக்ரட்டரியும் ஒருவர்தான்.''

எதிரில் பார்த்தபடி வர்ஷா புன்னகை செய்தாள்.

பிறகு சில வினாடிகள் மௌனம்.

தூரத்தில் எங்கோ குழல் இசை எழுந்தது - மெல்லிய, உற்சாகமான ஒலி. அமைதியை லேசாக துளைத்தாலும் அது அந்தக் காட்சியின் ஒரு பகுதியாகவே தோன்றியது.

''என்னைப் பொறுத்தவரை குழல் ஒலி கிருஷ்ணனுக்கு காந்தாரி கொடுத்த சாபத்தோடு இணைந்திருக்கிறது.'' என்றான் ஹர்ஷ்.

''என் ஆராதனைக்குரியவனைப் பற்றி அமங்கலமாகப் பேசாதீர்கள்.''

''ஓ, நான் மறந்தே போய்விட்டேன். ஸ்ரீகிருஷ்ணனின் பக்தை என் பக்கத்திலிருக்கிறாள்...'' ஹர்ஷ் சிரித்து விட்டான்.

என் மடி எல்லா வகையிலும் நிறையப் போகிறது என்று வர்ஷா நிம்மதியாக நினைத்துக் கொண்டாள். கண்ணன் தன் பக்தைக்கு துணை செய்கிறார். ஹரே கிருஷ்ணா கோவிலிலிருந்து ஆயுள் உறுப்பினராகும்படி இரண்டு முறை போன் வந்துவிட்டது. டில்லியிலிருந்து ஸ்ரீமதி வர்தனாகி திரும்பும்போது கட்டாயம் உறுப்பினராகி விடுவேன்.

''இது என்ன?'' ஹர்ஷ் நின்றான்.

மரங்களின் நெரிசலில் ஒரு சுவற்றின் மேல் கூரை. காய்ந்த இலைகளின் மீது நடந்து முன்னால் சென்றார்கள். ஹர்ஷ் மூங்கில் துண்டுகளால் ஆன கதவை விலக்கினான்.

அங்கே ஒரு ஆட்டுக்குட்டி அவர்களை பயத்துடன் பார்த்தது.

"நீ ஆடுகளும் வளர்க்கிறாயா?"

வர்ஷா சிரித்துவிட்டு ஆட்டுக்குட்டியின் முதுகில் செல்லமாக தடவினாள், அது முகப்புவரை வந்தது, பிறகு கீழே பச்சை இலைகளைக் கடிக்கத் தொடங்கியது.

சட்டென்று அவர்கள் ஒருவர் அணைப்பில் ஒருவர் கட்டுண்டார்கள். முத்த சங்கிலித் தொடர் தீவிரமாக, கனமாக இருந்தது. தன் உள்ளும் புறமும் ஹர்ஷுடன் இப்படியான முழுமையான சாந்தியின் ஆழ்ந்த அனுபவத்தை வர்ஷா முதல் முறையாக உணர்ந்தாள். அவர்கள் இருவருக்கிடையிலும், அவர்களுக்கும் வெளி உலகிற்கும் இடையிலும் இருந்த இழை விலகியது. இப்போது எந்த - கலை, தொழில், குடும்ப - பயம் அல்லது இறுக்கத்தின் நிழலும் இல்லை.

முத்தத்தின் கனத்தை உடைக்காமல் அவர்கள் காய்ந்த புல் குவியல் மேல் கவிழ்ந்தார்கள்.

★ ★ ★ ★

"ஹர்ஷுக்கு என்ன வியாதி?" என்று கேட்டார் அப்பா.

நீண்ட நாட்கள் வரை அவருக்கு ஒன்றும் தெரியாது. ஹர்ஷ் கிளினிக்கில் இருந்த விஷயம் மறைத்து வைக்கப்பட்டிருந்தது. பிறகு அவருக்கு அது தெரியவந்தபோது ஜல்லி 'வயிற்று உப்புசம், வலி' என்று சொல்லிவிட்டாள். ஃபார்ம் ஹவுசிலிருந்து திரும்பி வந்து இரண்டு நாட்கள் வரை அப்பா அமைதி இல்லாமல் இருந்தார்.

வர்ஷா நீண்ட பெருமூச்செறிந்தாள், "டிரக்ஸ் காரணமாய்..."

"என்ன டிரக்ஸ்?" அப்பா ஸ்தம்பித்துவிட்டார்.

வர்ஷா தெளிவுபடுத்த வேண்டியிருந்தது.

மெல்ல மெல்ல அப்பா முகத்தில் கோபம் துளிர்த்தது, ''அவனும் அனுபவத்திற்காகத்தான் தொடங்கினானா?''

பொதுவாக மாநகர புதிய தலைமுறையையும், முக்கியமாக நாடகமேடை, கலைசினிமா பரம்பரையையும் அவர் பொறுத்துக் கொண்டுதான் இருந்தார் (வர்ஷா மீது அன்பு டிஸ்ஸால்வு ஆகத் தொடங்கியிருந்தது). அதிசயமான யூனி செக்ஸ் ஆடைகள் (பையன் யார், பெண் யார் என்றே தெரியவில்லை!), 'ஷிட்', 'பால்ஸ்', 'ஸ்க்ரூ' போன்ற தைரியமான சொற்கள் நிறைந்த தூள் பறக்கும் ஆங்கிலம், நீண்ட முடி, தேய்ந்த ஜீன்சால் அவர் இவர்களுக்கு 'சங்கரனின் நண்பர்கள்' என்று பெயர் சூட்டியிருந்தார். அவர் ஒரு முறை மீரா சிகரெட் பிடிப்பதையும், ஹர்ஷ் கஞ்சா உருக்குவதையும்,, பார்த்துவிட்டார். மது அலமாரியின் பால் - யூனிட்டைத் திறந்து அதையும் பரிசோதித்து விட்டார். நீரஜா புளூ ஃபிலிம் 'எக்ஸ்டெசி' கேசட்டை ('' வர்ஷா, ஐ ஆம் ஃபீலிங் ஹார்னி யார்!'') கையில் மறைக்கும் போதே ஒரு பார்வை பார்த்துவிட்டார். ஃபிலிமின் 'பாடப்பொருள்' என்ன என்பது அதன் உறையிலேயே தெளிவாக இருந்தது.

'ப்ளே பாய்', 'பேண்ட் ஹவுஸ்' எல்லாவற்றையும் வர்ஷாவின் கட்டளைப்படி ஜுமக்கி குப்பைக்காரனிடம் கொட்டிவிட்டாள், ஆனால் அப்பாவின் 'மனுஸ்மிருதி' மனோபாவத்தைத் திடுக்கிடச் செய்ய 'டிபானியரு'ம், 'ஃபிலிம் ஃபேவரு' மே போதுமானதாக இருந்தது. புத்தக அலமாரியில் படங்களோடு அயல்நாட்டு ஃபிலிம் கதைகளையும் அவர் பார்த்துவிட்டார். 'உயரிய கலை' என்பதால் வர்ஷா அவற்றை மறைத்துவைப்பது அவசியம் என்று நினைக்கவில்லை, ஆனால் அப்பா 'குடும்பத்தோடு ஒருவர் பார்க்கக்கூடிய கலையே ஒப்புக் கொள்ளத்தக்கது' என்று சொல்லி வர்ஷாவின் அழகியல் பார்வையை வினாக்குறியோடு பார்த்தார்.

வர்ஷா இரவில் நேரம் கழித்து திரும்புவது, ஆண்கள் போன் செய்வது, 'ஆண் நண்பர்கள்' (இந்த சொல்லே அவரை நிலைகுலையச் செய்தது) நேரம் கெட்ட நேரத்தில் வருவது, முறையற்ற உரையாடல் (எண்ட்ரி வர்ஷாவின் கையைப் பற்றியதைப் பார்த்து அவர் உணர்விழந்து போனார்.) - எல்லாம்

அவர் பொறுமை சக்திக்கு சவாலாக இருந்தன. 'கொள்ளைக்காரி' ஃபிலிம் பேனரில் வர்ஷா பலாத்காரம் செய்யப்படும் அருவருப்பான காட்சியைப் பார்த்து அவர் மிகவும் அமைதியிழந்தார் (வினியோகஸ்தர் சென்சார் செய்த பகுதியைத்தான் விளம்பரத்தில் பயன்படுத்தியிருந்தார்.) பிறகு எப்போதும் போல வர்ஷாவின் வாழ்க்கை குறித்த பார்வையும் அவருக்கு கோபம் ஊட்டியிருந்தது. மகளிர் பல்கலைக்கழகம் ஏற்பாடு செய்த விவாதப் பேச்சில் (அதை டி.வி. ஒளிபரப்பியது.) வர்ஷா 'பொருளாதார தற்சார்பு இன்றைய பெண்களின் வாழ்க்கை அடிப்படை' என்று கூறியிருந்தாள்.

அன்று மாலையே அப்பாவோடு மோதல் நிகழ்ந்தது, "நீ புலந்த் ஷஹர் பையனைக் கல்யாணம் செய்து கொண்டிருந்தால், இன்று உன் வீடு நிறைந்திருக்கும். உன்னுடைய இன்றைய 'சூனியமான வாழ்க்கை'யை விட அது எல்லா வகையிலும் மேம்பட்டதாக இருந்திருக்கும்." வர்ஷா சற்று தர்க்கம் செய்ய முயற்சித்தபோது அவர் "நீ என்ன சுகமாகவா இருக்கிறாய்?" என்ற கனத்த கேள்வியை அவளுடைய மெல்லிய தோள்களில் வைத்துவிட்டார். ஒரு காலத்தில் இளம் வயதின் காரணமாக மகாதேவ் அண்ணனிடம் என் சுக - வரைவும், உங்கள் சுக - வரைவும் வெவ்வேறு என்று அவள் சொல்ல முடியாமல் போனதைப் போலவே இன்று தன் வீட்டிலேயே அப்பாவைப் புண்படுத்திவிடுமோ என்ற பயத்தில் அவள் சும்மா இருந்துவிட்டாள்.

ஸ்டார்டமின் ஒரு இன்றியமையாத அம்சமும் - வர்ஷாவை சுற்றி எப்போதும் சுழலும் கண்களின் ஆலவட்டம் - அவருக்கு கோபம் ஊட்டியது. வர்ஷாவோடு ஹரே கிருஷ்ணா கோவிலுக்குப் போனாலும் ரசிகர்கள் கூட்டம் குடும்பத்தை சூழ்ந்துகொண்டது. பிறகு ஹர்ஷுடன் வர்ஷாவுக்கு இருந்த உறவின் தன்மையும் அவருக்குப் புலனாயிற்று. ஒரு நாள் மாலை வீட்டிற்குத் திரும்பியபோது ஹர்ஷ் வர்ஷாவின் அறையில் அவள் கட்டிலில் தூங்குவதைப் பார்த்துவிட்டார் (வர்ஷா பாவம், காலையிலிருந்து ஸ்டுடியோவில் இருந்தாள்.).

மத்திய வர்க்க பண்பாட்டினால் ஒன்றும் கேட்கமுடியவில்லை, ஆனால் உள்ளுக்குள் ஆடிப்போய் விட்டார் (உமா - மகேஸ்வரன் தனித்திருக்கும் சமயத்தில் வாயில் காக்கும் காவலாளியின் பெயரை ஜுமக்கிக்கு சூட்டி அவர் மனத்திற்குள் '101, சில்வர் சேன்டின் பிரமத்' என்ற பட்டத்தை வழங்கியிருந்தார்.)

சினிமா நகரத்தில் எதுவும் - அபாரமான சம்பாத்தியத்தையும் சேர்த்து - அப்பாவுக்குப் பிடிக்கவில்லை என்பதுதான் சங்கடத்தை இன்னும் ஆழமாக்கியது. ''மன ஆரோக்கியத்திற்கு அபாரமான செல்வம் உகந்ததல்ல. இதனால் மதிப்புகள், கொள்கைகளின் இணைவில் குளறுபடி உண்டாகிறது. நீ சேர்த்து வைத்துள்ள செல்வம் 'சவல' (மங்கல்) வகையை சேர்ந்தது, (சாஸ்திரங்களில் செல்வம் மூன்று வகை என்று சொல்லப் பட்டிருக்கிறது என்று அவர் விளக்கம் அளித்தார்)

தன் ஜாதிக்கேற்ற வகையில் சம்பாதிக்கும் பணம் 'சுக்ல' (வெண்மை), தன்னை விட தாழ்ந்த ஜாதிக்கேற்ப சம்பாதிக்கும் பணம் 'சவல', சூதாட்டம், களவு, சூழ்ச்சி ஆகியவற்றின் விளைவு கிருஷ்ண (கருமை).'' (அப்பா தன் பணத்தை மூன்றாவது வகையில் சேர்க்காததற்காக வர்ஷா ஸ்ரீகிருஷ்ணனுக்கு நன்றி தெரிவித்தாள்).

வர்ஷா தன் அறையில் வெகு நேரம் சோகத்துடன் படுத்திருந்தாள். விமலின் வீட்டில் அவள் 'லட்சிய ஸ்டார்' ஆகக் கருதப்பட்டாள். விமலின் வயது முதிர்ந்த தந்தை கன்னிப்பெண்களை விருந்துக்கு அழைக்கும்போது அவள் பெயரை முதலில் வைத்திருந்தார். ஜல்லியின் வாழ்க்கையை சீராக்கியவள் என்பதோடு அப்பா தன்னை வேறொரு கோணத்திலும் மதிப்பீடு செய்ய வேண்டும் என்று வர்ஷாவின் மனதில் ஒரு பகுதி விரும்பியது. இவ்வளவு விருதுகள், புகழ், செல்வம் இருந்தும் அதற்கான ஒரு நம்பிக்கையும் கண்ணுக்குப் புலனாகவில்லை.

'அபாரமான செல்வம்' சம்பாதிக்கும் குணம் வர்ஷாவைப் பொறுத்தவரை முக்கியமானதாக இல்லாமல், ஹர்ஷை மதிப்பீடு செய்வதற்கு முக்கியமான உரைகல்லாக அமைந்ததுதான் சுவாரசியமான உண்மை. (''கடைசியில் வீட்டை நடத்துபவன் ஆண்தான்.''). அவன் உயர்ந்த ஜாதியாவதற்கு இதுதான் முக்கியமான

விஷயம். ''ஜாதி - பேதம் ஹிந்து தர்மத்தின் அடிப்படை.'' என்றார் அப்பா, ''ஜல்லி நிச்சயம் காதலிக்கும் தவறை செய்தாள், ஆனால் அவள் கல்யாணம் எட்டு வகை கல்யாணங்களில் தாய்தந்தையரின் சம்மதத்தோடு நடக்கும் மிக உத்தமமான 'பிரஹம' விவாகமாகக் கருதப்படும். ஆனால், ஹர்ஷுடன் உன் கல்யாணம் எல்லாவற்றிலும் தாழ்வான 'பைசாச' விவாகமாகத்தான் இருக்கும்.''

''அப்பா, உங்களிடம் ஒரு அனுமதி பெறவேண்டும்.'' வர்ஷா தைரியத்தை வரவழைத்துக் கொண்டு சொல்லியே விட்டாள். அப்பா அவளை திடமாக பார்த்தார்.

''மூன்று நாட்கள் கழித்து ஹர்ஷைக் கிளினிக்கிலிருந்து அனுப்பிவிடுவார்கள். அவரை இங்கே தங்கவைக்கட்டுமா?'' ''அப்படியென்றால்?'' அப்பாவால் புரிந்துகொள்ள முடியவில்லை.

''இன்னும் சில நாட்கள் அவரைத் தனியாக விடவேண்டாம் என்று டாக்டர் சொல்லியிருக்கிறார். ஏதாவது ஒரு பலவீனமான நொடியில் அவர் மீண்டும் டிரக்ஸ் பக்கம் திரும்பக் கூடும். இங்கே நானும், ஜுமக்கியும் கவனித்துக் கொள்வோம்.''

அப்பாவின் முகம் நெருப்பாயிற்று. ''சில்பில், நீ வெட்கம் - மானத்தை சுத்தமாக விற்றுத் தின்றுவிட்டாயா?...'' ஆவேசத்தில் அவர் எழுந்து நின்று விட்டார். ''அப்பா, நான் வேறு வழி யில்லாமல்தான் சொல்கிறேன்.'' வர்ஷா உதட்டைக் கடித்துக் கொண்டாள்.

''வைத்துக் கொள். உன் இஷ்டம் போல வைத்துக் கொள். உன் வீடு, உன் ராஜ்ஜியம்...'' வேகமாக தாழ்வாரத்திற்கு சென்றபடி சொன்னார், ''நான் போகிறேன்.''

★ ★ ★ ★

வர்ஷா அழைப்பு மணியின் மேல் விரலை வைத்தாள்.

''வர்ஷா மேடம், நமஸ்தே!... ஹர்ஷ் சார், நமஸ்தே!'' கதவருகே சுசீலா நின்றிருந்தாள், சற்று சங்கடத்துடன் நின்றிருந்தாள்.

வர்ஷாவும் ஹர்ஷும் சமாளித்துக் கொள்ள சில வினாடிகள் பிடித்தது.

''அண்ணி, உங்களைப் பார்த்தது சந்தோஷமாக இருக்கிறது.''

யாரிரோடு புது பில்டிங்கில் சதுர்புஜின் கிருஹப் பிரவேசம். நீண்ட நாட்களுக்குப் பிறகு அவருடன் போனில் பேசினாள். குண சித்திர நடிகராக அவர் மிகவும் வேலையாக இருந்தார். அவர் இயக்கிய ஃபிலிம் ரிலீசாகி வெற்றி பெற்றிருந்தது. ஒரு புகழ் பெற்ற தயாரிப்பாளர் அவரை தன் ஸ்டார்காஸ்ட் ஃபிலிமில் சைன் பண்ண செய்திருந்தார், அதில் மைனாக் நடிப்பார் என்று எதிர்பார்க்கப்பட்டது. அவரிடம் மேலும் இரண்டு ப்ராஜெக்டுகளும் வந்திருந்தன, அதைப் பற்றி யோசித்துக் கொண்டிருந்தார். அவர் இசை அமைத்த ஃபிலிம் தோல்வி அடைந்தது, ஆனால் அதன் இரண்டு பாடல்கள் மக்களால் விரும்பப்பட்டன. ஓரளவு பாடகர் கேரியரும் வந்து கொண்டிருந்தது.

சாதாரணமாக அலங்கரிக்கப்பட்ட ஒரு பெட்ரூம் ஃபிளாட்.

''வர்ஷா, இவரைத் தெரியுமா?:'' என்று கேட்டார் சதுர்புஜ்.

நிக்கர் - டீ ஷர்ட் அணிந்த வீரு கையைக் கூப்பினான், ''அக்கா, நமஸ்தே!''

உன்னாவிலிருந்து வந்து நேராக பம்பாய் சூழலில் கலந்து போய் அந்த சிறுவன் பயந்து போயிருந்தான்.

முகப்பிற்கு வந்து சதுர்புஜ் சொன்னார், ''மூன்று மாதங்களுக்கு முன் ரம்பா என்னை விட்டுப் போய்விட்டாள்.''

வர்ஷா பேச்சிழந்து நின்றாள்.

''ஏன் தெரியுமா?''

சதுர்புஜின் முகத்தில் ஆவேசமோ, இறுக்கமோ இல்லை. கண்கள் மட்டும் சூனியமாக இருந்தன.

''ஹர்ஷ் அவளைப் பற்றி உண்மையான அபிப்ராயம் சொன்னார், ஆனால் அப்போது என் கண்கள் மோகத்தில் குருடாக இருந்தன.''

வர்ஷாவின் முகம் இருண்டு விட்டது. அவளால் ஒன்றும் சொல்லமுடியவில்லை. அனுபமா பிரிந்து சென்று விட்டதால்

சதுர்புஜ் பொது இடத்தில் கண்ணீர் விட்டு அழுத பாலம் விமான நிலைய சம்பவம் நினைவு வந்தது.

"அவள் புரொட்யூசர் ஆனந்தின் அடுத்த படத்தில் கதாநாயகி, அவருடனேயே இருப்பதென்று போய் விட்டாள்." இரண்டு வினாடிகளுக்குப் பிறகு சதுர்புஜ் துயரப் புன்னகை செய்தார், "அன்று மாலை அவள் திரும்பி வந்தாள், சட்டென்று தன் பொருள்களை மூட்டை கட்டத் தொடங்கினாள். நான் திகைத்துப் போனேன். என்னைத் தடுக்க முயற்சி செய்ய வேண்டாம் என்று கூறினாள். பூஷண் வெளியிலேயே நின்றான். எனக்கு அப்படி ஒன்றும் தடுக்கும் எண்ணம் இல்லை. பிறகு இந்த லேம்ப் நான் வாங்கினேன், அந்த மிக்சி நான் வாங்கினேன் என்று பொருள்களை எண்ணத் தொடங்கினாள். எல்லாவற்றையும் எடுத்துக் கொண்டு போ என்று நான் சொன்னேன், சட்டென்று அந்த அடி விழுந்ததில் நான் நிலைகுலைந்து போயிருந்தேன், ஆனால் உள்ளுக்குள் நான் மிகவும் அமைதியான விரக்தியை உணர்ந்தேன். பல வாரங்கள் என்ன செய்வதென்று தெரியாத தடுமாற்றத்தில் இருந்தேன், பிறகு சுசீலாவின் கடிதம் கிடைத்தது."

"இதய உணர்வுகளைப் பொறுத்தவரை எல்லாம் முடிந்தபிறகு புத்திசாலித்தனமாக அடி எடுத்து வைத்திருக்கிறீர்கள்."

நீண்ட பெருமூச்சு விட்டுவிட்டு சதுர்புஜ் சொன்னார், "அலைந்து . திரிந்ததின் வெட்டித்தனம் என்முன் வெளிப்பட்டிருக்கிறது."

இன்றைய 'கிருஹபிரவேசம்' (புதுமனை புகுவிழா) அர்த்தமுள்ளதாக இருந்தது என்று நினைத்துக் கொண்டாள் வர்ஷா.

"ஹர்ஷ், யூ ஆர் லுக்கிங் கிரேட்!" என்றார் ஆதித்யா.

டிஃபெக்டர்கள், பம்பாய் நண்பர்கள் எல்லாருடைய கருத்தும் அதுதான்.

சிந்தாமணி கிளாசை நீட்டியபோது ஹர்ஷ் வேண்டாமென்று தலையாட்டினான், "ஐ ஆம் ஆன் தி வேகன்..."

ஹர்ஷ் கிளினிக்கில் இருந்த விஷயம் எண்ட்ரியைத் தவிர வேறு எந்த நண்பருக்கும் தெரியாது. நீண்ட நாட்களுக்குப் பிறகு பாண்டே சொன்ன ஒரு விஷயத்தை வர்ஷா ஒத்துக் கொண்டாள், ''மேடம், இண்டஸ்ட்ரியில் மக்கள் விஷயத்தை அதிகப்படுத்தி விடுகிறார்கள். ஹர்ஷை இப்போது கஞ்சாவோடு மட்டும்தான் இணைக்கிறார்கள். வைத்தியம் செய்யும் விஷயம் வெளிப்பட்டால் ஹர்ஷை ஒப்பந்தம் செய்வதை தயாரிப்பாளர்கள் விரும்பமாட்டார்கள்.'' பிறகு புன்னகையுடன் தொடர்ந்தார், ''' முக்தி' க்குப் பிறகு அவர் ஸ்டார் ஆவது உறுதி.'' (கிளினிக்கில் ஹர்ஷின் ஆரோக்கியம் சீராகி வருவதைப் பார்த்து பாண்டே உருகிவிட்டார். விரைவிலேயே அவருடைய வருமானம் இரட்டிப்பாக வாய்ப்பு இருந்தது!).

இன்று வர்ஷா அன்று நடந்ததை நினைத்துப் பார்க்கையில், பார்ட்டியின் தொடக்கம் தப்பாகிவிட்டது என்று தோன்றியது. தம்ப்ஸ் அப் பாட்டிலைக் கையில் பிடித்தபடி ஹர்ஷ் ஜன்னலுக்கு எதிரில் நின்று வீருவிடம் நகர வாழ்க்கையில் சமுத்திரத்தின் இடம் என்ன என்ற சொல்லிக் கொண்டிருந்தான். இராவதி வர்ஷாவிடம் நல்ல பப்ளிக் ஸ்கூல்களில் எப்படி கட்டாயமாக டொனேஷன் கொடுக்கவேண்டியிருக்கிறது என்று சொல்லிக்கொண்டிருந்தாள். அவள் பார்வையை உயர்த்தியபோது ஹர்ஷின் முன் எண்ட்ரி நின்றிருந்தான், ஹர்ஷின் முகபாவத்தைப் பார்த்து வர்ஷாவின் இதயத்துடிப்பு ஒரு வினாடி தடுமாறியது, ரத்த அழுத்தம் குறைந்தது.

மூன்று நாட்களுக்கு முன் திடீரென்று மிஸஸ் குல்கர்னியிடமிருந்து போன் வந்திருந்தது, ''வர்ஷா, உங்கள் புரொட்யூசர் காண்ட்ராக்ட் படிவத்தில் கையெழுத்திட்டு திருப்பி அனுப்பவில்லை.''

வர்ஷா ஒரு வாரத்திற்கு முன் காண்டிராக்ட் படிவத்தை ரஞ்சனாவுக்கு அனுப்பிவிட்டிருந்தாள். ரஞ்சனா கையெழுத்திட்டு தானே நிறுவனத்துக்கு அனுப்பிவிடுவாள் என்று அவள் டிரைவரிடம் சொல்லியிருந்தாள். விதிகள் தெளிவாக இருந்தன நிறுவனம் முதலில் தன் தயாரிப்பு செலவை எடுத்துக்கொண்டு தயாரிப்பாளருக்கான தொகையைத் தரும். நிறுவனத்திற்கு

'போதுமான' லாபம் கிடைத்தால் 'பரஸ்பரப் பேச்சு வார்த்தையின் அடிப்படையில் முடிவாகும் குறிப்பிட்ட சதவிகித தொகை' தயாரிப்பாளருக்கு தரப்படும்.

வர்ஷாவின் கையும் காலும் பதறியது. உடனே ரஞ்சனாவுக்கு போன் செய்தாள்., ''ரஞ்சனா, நான் டிரைவரை அனுப்புகிறேன். கையெழுத்திட்டு காண்ட்ராக்ட் படிவத்தை அவனிடம் கொடுத்துவிடுகிறீர்களா, ப்ளீஸ்?''

''வர்ஷா, என் மனம் கொஞ்சம் மாறிவிட்டது.'' என்றாள் ரஞ்சனா.

''அப்படியென்றால்?'' வர்ஷாவின் கால்கள் வலுவிழந்தன.

''உங்கள் நிறுவனம் என் தயாரிப்பு செலவை இப்போதே கொடுத்துவிட்டால் நான் 'முக்தி'யின் எல்லா உரிமைகளையும் அவர்களுக்கே விட்டுவிடுகிறேன்.''

''என்ன சொல்கிறீர்கள் ரஞ்சனா? உங்களிடம் எப்படி சொல்வேன்? நான் போர்டில் எவ்வளவு கஷ்டப்பட்டு பேசி இந்த ப்ராஜெக்டை ஒத்துக் கொள்ள செய்திருக்கிறேன், சாதரிடமும், மற்றவர்களிடமும் எப்படி கை கூப்பி நின்றேன்...''

''நான் ஒத்துக் கொள்கிறேன், வர்ஷா, ஆனால் 'முக்தி'யால் எனக்கு ஒன்றும் கிடைக்கவில்லை. பணம் மட்டுமாவது கிடைத்தால் மனம் சமாதானமாகிவிடும். ஐந்து லட்சம் ரூபாய்க்கு செக் தயார் செய்யும்படி மிஸஸ் குல்கர்னியிடம் சொல்லுங்கள். குட் நைட்!'' ரிசீவரை வைத்து விட்டாள்.

இரவு முழுதும் வர்ஷா புரண்டு, புரண்டு படுத்தாள். காலையில் எண்ட்ரிக்கு போன் செய்து ரஞ்சனாவைப் போய் பார்க்கும்படி சொன்னாள். பிற்பகலில் எண்ட்ரி ஸ்டுடியோவுக்கு வந்து நீங்கள் இயக்குநர் மட்டும்தான், கணக்கு வழக்கைப் பற்றி உங்களிடம் பேசமுடியாது என்று ரஞ்சனா சொல்லிவிட்டதாக சொன்னான்.

மாலையில் வர்ஷா மிஸஸ் குல்கர்னியிடம் சென்றாள்.

''இது சாத்தியமில்லை, வர்ஷா!'' அவளால் தன் குரலில் வருத்தத்தை மறைக்க முடியவில்லை, ''ரஞ்சனா செய்துள்ள செலவு அதிகபட்சம் ஒன்றரை லட்சம் வரும். ஃபிலிமை விற்ற பிறகுதான் நாங்கள் அவளுக்குரிய தொகையைத் தரமுடியும். அந்தத் தொகை எவ்வளவு என்று எங்கள் ஃபைனான்ஸ் நிபுணர் தீர்மானிப்பார். இப்போது நடந்த போர்டு மீட்டிங்கில் 'முக்தி' ப்ராஜெக்ட் முன் வைக்கப்பட்டிருக்கிறது. அப்போது முன் வைக்கப்பட்ட தயாரிப்பாளர் கடிதத்தில் அவருடைய தொகையின் அட்வான்ஸ் பற்றி எதுவும் குறிப்பிடப்படவில்லை. அடுத்த மீட்டிங் நடக்க மூன்று மாதம் ஆகும். ஏறக்குறைய இருபத்தையாயிரம் ரூபாய் அட்வான்ஸ் கொடுக்க போர்டு ஒத்துக் கொள்ளக்கூடும், அதற்கு மேல் இல்லை. நாங்கள் அரைகுறை ஃபிலிமை வாங்கி ரிஸ்க்தான் எடுக்கிறோம். நாங்கள் முன்பு இரண்டு அரைகுறை ஃபிலிம்களை இந்த விதிகளின் கீழ்தான் வாங்கினோம். 'முக்தி' ப்ளாக்பஸ்டரும் இல்லை, நாங்கள் புரொஃபஷனல் தயாரிப்பாளரும் இல்லை. ஃபிலிமை முடிப்பது ரஞ்சனாவையும் சேர்த்து, எல்லாருக்கும் நல்லது.''

ஃபிலிம் பாதியில் நின்று விட்டால் எல்லாரையும் விட நஷ்டம் ஹர்ஷுக்குதான் என்று வர்ஷா மனதிற்குள் சொல்லிக் கொண்டாள்.

ஹர்ஷ் வர்ஷாவை சைகை காட்டி அழைத்தான்.

''கை நிறைய உணவு கிடைத்தும் ஒருவன் பசியால் செத்துவிடுவான் என்று சொன்னால் யாராவது ஒப்புக் கொள்ள முடியுமா?'' எண்ட்ரி வேதனை நிறைந்த இறுக்கமான புன்னகையோடு சொன்னான், ''நான் நிறுவன அலுவலகத்திற்கும் போய் விட்டுதான் வருகிறேன். இரண்டு லட்சத்திற்கான நம் செக் தயாராக இருக்கிறது. புதன் கிழமை காலை ஏழு மணிக்கு பழைய லொக்கேஷனிலிருந்து நாம் தொடங்கலாம்... விதியின் விளையாட்டைப் பாருங்கள், நிறுவன பியூன் செக்கை எடுத்துக் கொண்டு வர்ஷா வீட்டுக்கு கிளம்பிக் கொண்டிருந்தான், சட்டென்று ஒரு கிளார்க் ஃபைலைப் பார்த்துவிட்டு இதில் தயாரிப்பாளரின் கையெழுத்திட்ட காண்ட்ராக்ட் படிவம் இல்லையென்று சொன்னான்!''

''ரஞ்சனா இப்படி சொன்னாளா?'' ஹர்ஷ் வர்ஷாவைப் பார்த்தான்.

வர்ஷா ஆமாம் என்று தலையாட்டினாள். மூன்று நாட்களாக அவள் வேலை மும்முரத்திலும், இறுக்கத்திலும் இருந்தாள். ஹர்ஷை சந்திக்கவே யில்லை. இன்று கிளினிக்கிலிருந்து இங்கு வரும்போது அவள் சாதாரணமாக அலுவலகத்தில் ஏதோ சிக்கல், இரண்டு நாளில் சரியாகிவிடும் என்று மட்டும் சொல்லியிருந்தாள்.

ஹர்ஷ் கர்ஜித்தான், ''மோசக்காரி... அவள் செய்த செலவு ஒரு லட்சம்தான் இருக்கும். சரி, மிஞ்சிப் போனால் ஒன்றரை லட்சம். மாதவிடமிருந்து மூன்று லட்சம் கொண்டு வந்திருக்கிறாள். இதில் ஒன்றரை லட்சம் முன்பே சுருட்டிக் கொண்டு விட்டாள். இப்போது நேராக ஐந்து லட்சத்திற்கு வாயைப் பிளக்கிறாளா? மூளை, கீளை பிசகிவிட்டதா? 'முக்தி'யின் உரிமைகளோடு தன்னையும் விற்றாலும் அந்த நாய்க்கு எவன் ஐந்து லட்சம் தருவான்?''

செயிண்ட் ஸ்டீஃபன்சில் வடிவமைக்கப்பட்ட, உயர்ந்த, சாஃபிஸ்டிகேட்டட் மொழி வளம் சினிமா நகரத்தின் இந்த இடத்திற்கு வந்து அருவருக்கத்தக்க சாக்கடையாகிவிட்டது.

''நாசகாரி... அவள் பிறப்பே டவுட் ஃபுல்லானது. அவள் அம்மாவும் ஆக்ட்ரஸ்தான். பெரியவள் மட்டும்தான் கணவனுக்குப் பிறந்தவள். மீதி நான்கு பேரும் யார், யாருக்கோ பிறந்தவர்கள். அம்மா போதையில் இருந்தால் ரஞ்சனாவின் அப்பா பெயர் ஷிந்தே என்பாள், நினைவில் இருந்தால் மிஸ்த்ரி... அவளுக்கே தெரியாதோ என்னவோ...''

''வாருங்கள்.'' வர்ஷாவுக்கு வாழ்க்கையில் முதல் முறையாக ஹர்ஷின் மேல் வெறுப்பு உண்டாயிற்று.

''வர்ஷா, நீங்கள் காலையில் அவளை சந்தித்தீர்களா?''

''நான் நீரஜாவை அழைத்துக் கொண்டு அவளிடம் போயிருந்தேன்.'' என்றாள் வர்ஷா ''ஒன்றரை லட்சத்திற்கு 'முக்தி'யின் உரிமையை என்னிடம் விற்றுவிடுங்கள் என்றேன், அவள் மறுத்துவிட்டாள்.''

ஹர்ஷின் நெற்றி நரம்புகள் புடைத்தன. அவன் முக்காலி மேல் இருந்த போனை எடுத்தான்.

"ஹர்ஷ், வேண்டாம்." வர்ஷா அவனைத் தடுக்க முயற்சித்தாள், "நீங்கள் நாளைக் காலை அவள் வீட்டிற்குப் போய் இதமாக..."

"உனக்கு அந்த நாயைத் தெரியாது." ஹர்ஷின் உதடுகள் துடித்தன, "என்னை அவள் வீட்டு வாசலில் பார்த்தால் அவள் ஐந்து லட்சத்தை ஆறு லட்சமாக்கிவிடுவாள்."

வர்ஷா ஒன்றும் செய்ய முடியாமல் பார்த்துக் கொண்டிருந்தாள். ஹர்ஷ் ஆவேசமாக நம்பரை சுழற்றினான். ஆண்டுக்கணக்கான போராட்டத்தின் விளைவு (பலருடைய வாழ்க்கைகள் அதை சார்ந்திருந்தன) சில வினாடிகளில் தெரியவிருந்தது.

இறைவா, ரஞ்சனா வீட்டில் இருக்கக்கூடாது என்று வர்ஷா வேண்டிக்கொண்டாள்.

"இது என்ன நான் கேள்விப்படுவது?" என்றான் ஹர்ஷ் மவுத்பீசில்.

வர்ஷா ஜன்னலுக்கு வெளியே பார்க்கத் தொடங்கினாள், பர்சோவா கிராமத்தின் வெளிச்சங்கள் மின்னிக் கொண்டிருந்தன. காற்றில் மெல்லிய மீன் மணம் மிதந்தது.

"யூ பிட்ச், யூ ஸ்லட்... யூ ஸ்டிக்கிங் கேன்ட்..." ஹர்ஷ் ரிசீவரை ஓங்கி வீசினான்.

"'டெக்கன் அல்சரு'க்கு (ஔரங்கஜீப் இருபத்தைந்து ஆண்டுகள் நடத்திய, கடைசியில் தோல்வி அடைந்த தென்னிந்திய படையெடுப்பிற்கு வரலாற்றாசிரியர்கள் இந்தப் பெயர்தான் அளித்திருந்தார்கள்) டில்லி தர்பாரில் இப்போது எந்த மருந்தும் இல்லை." சிநேகன் தோளில் பையைத் தொங்கவிட்டபடி நாடக தோரணையில் கதவருகில் நின்றார்.

★ ★ ★ ★

மணி பத்து அடிக்க ஐந்து நிமிஷங்கள்.

''நண்பர்களே!'' வர்ஷா கையைத் தட்டி அறிவித்தாள், ''ஐந்து நிமிடங்களில் யார் இங்கு வரப்போகிறார், தெரியுமா?'' அவள் புன்னகையுடன் பார்வையை சுழல விட்டாள், ''டிக்டேட்டர்!''

காலையில் வர்ஷா பாத்ரூமிலிருந்து வெளியே வந்தபோது ஜுமக்கி, ''அக்கா, டாக்டர் அடலிடமிருந்து போன் வந்தது.'' என்றாள்.

''என்ன சொல்கிறாய்?'' வர்ஷா அதிர்ந்தாள்.

''ஆமாம் அக்கா!'' டாக்டர் அடல் யாரென்று ஜுமக்கிக்குத் தெரியும். ''அவர் இந்த நம்பரை கொடுத்திருக்கிறார்.''

வர்ஷா ஒரு நிமிடம் யோசித்தாள். பிறகு டைரக்டரி என்கொயரிக்கு போன் செய்து டாக்டர் அடல் தந்திருந்த நம்பரின் முகவரியை அறிந்துகொண்டாள். அது ஜுஹூவில் இருந்தது. வர்ஷா பதினைந்து நிமிடத்தில் அங்கே போய் விட்டாள். நரம்புகளில் மெல்லிய நடுக்கத்துடன் அழைப்பு மணியை அழுத்தினாள். ஒரு சிறுமி பொம்மையை அணைத்தபடி வெளியில் வந்தாள்.

''நான் டாக்டர் அடலைப் பார்க்க வந்தேன்.''

''தாத்தா யோகா செய்து கொண்டிருக்கிறார்.'' அவள் கையை மேலே தூக்கி மூச்சை அடக்கி அபிநயம் பிடித்தாள்.

பின்னாலேயே ஒரு இளம்பெண் வந்தாள். தோற்றத்திலிருந்து அவள் டாக்டர் அடலின் மகள் என்று வர்ஷா புரிந்துகொண்டாள்.

''வாருங்கள் வர்ஷா!'' என்றாள் அவள்.

ஒரு நிமிடத்தில் டாக்டர் அடல் புன்னகையோடு டிராயிங் ரூமுக்கு வந்தார். ''ஹலோ வர்ஷா...''

வர்ஷா பதறிப்போய் எழுந்தாள். நீண்ட நாட்களுக்குப் பிறகு அவரைப் பார்த்தாள். வயதானதின் சின்னங்கள் தெரிந்தன. ஆனால் நடையில் முன்பு போலவே வேகமும், கண்களில் தீட்சண்யமும் இருந்தது.

''நன்றாக இருக்கிறாயா?'' அவர் எதிரில் உட்கார்ந்தாள்.

"இருக்கிறேன், சார்!"

"நாங்கள் நேற்று இரவு 'சந்திர கிரஹணம்' பார்த்தோம். நன்றாக இருந்தது."

வர்ஷா லேசாக புன்னகை செய்தாள்.

"இப்போது நம் மக்கள் பலபேர் இங்கே வந்து விட்டார்கள்."

"ஆமாம் சார்!" வர்ஷா டீயைப் பருகினாள், "சார், என் வீட்டிற்கு வர எப்போது சமயம் கிடைக்கும்? இங்கே உள்ள எல்லாருக்கும் சொல்லி அனுப்புகிறேன்."

"நானும் சந்திக்கதான் விரும்புகிறேன், ஆனால் நாளை டில்லி போகவேண்டும். ஒரு மாதம் கழித்து மீண்டும் வருவேன். அப்போது கட்டாயம் சந்திக்கிறேன்."

"சார், இன்று மாலை கொஞ்சம் நேரம் இருக்குமா? சதுர்புஜ் வீட்டு கிருஹப்பிரவேசம். எல்லாரும் வருவார்கள்."

"அப்படியா?" டாக்டர் அடல் புன்னகை செய்தார், "சரி."

"நான் உங்களை அழைத்துப் போக எப்போது வரட்டும்?"

அவர் ஒரு வினாடி யோசித்தார், "நீ சொல்லிவிடு. நானே பத்து மணிக்கு வந்துவிடுவேன்."

வர்ஷா பேடில் முகவரியை எழுதினாள். பிறகு மெல்லிய புன்னகையோடு சொன்னாள், "இப்போது நான் க்விக் மார்ச் செய்யட்டுமா, சார்? லெஃப்ட், ரைட், லெஃப்ட்..."

★ ★ ★ ★

"வர்ஷா, ஏன் கதை அளக்கிறாய்? நாங்கள் இங்கே வந்து இவ்வளவு நாட்களாகி விட்டது." என்றாள் இராவதி "அவர் போன் கூட செய்வதில்லை, வீட்டிற்கு வருவது அப்புறம்."

தாங்கள் நெருக்கமாக இருந்தும் டாக்டர் அடல் தங்களுக்கு போன் செய்யாமல் வர்ஷாவுக்கு போன் செய்ததால் நனைந்த குயில்

போல அபசுரம் எழுப்புகிறாள் என்று வர்ஷா நினைத்துக் கொண்டாள்.

"இரா மேடம், வர்ஷா அப்படி வேடிக்கை செய்ய மாட்டாள்." என்றாள் ரீட்டா.

"வர்ஷா, நீ சொல்வது உண்மையாக இருந்தால் இன்றைய தினம் வரலாற்றில் இடம் பெறும்." சதுர்புஜ் உணர்ச்சிவசப்பட்டார்.

ஹர்ஷ் மெல்ல கேட்டான், "நீ ஏன் முன்பே சொல்லவில்லை?"

"சர்ப்ரைஸ் தர விரும்பினேன்."

ஹர்ஷ் சற்று இயல்பை இழந்தான். டாக்டர் அடலின் 'ப்ளூ - ஐடு பாயி'ன் இந்தப் போக்கைப் பார்த்து வர்ஷா குழப்பத்தில் ஆழ்ந்தாள்.

சதுர்புஜ் கதவைத் திறந்துவிட்டு தாழ்வாரத்தில் நின்றார்.

பத்து அடிக்க சில வினாடிகள் இருந்தபோது லிஃப்ட் கீழேயிருந்து மேலே வந்து நின்றது, கதவு திறந்தது.

"குட் ஈவினிங், சார்!" சதுர்புஜ் வணங்கி வரவேற்றார்.

"வாழ்த்துக்கள்!" டாக்டர் அடல் அவர் கையைக் குலுக்கினார்.

டாக்டர் அடல் உள்ளே வந்து உட்கார்ந்தார், "நான் மூன்று நாட்களுக்கு முன் லண்டனிலிருந்து வந்தேன். புத்தகம் முடிந்து விட்டது. சீக்கிரமே பப்ளிஷ் ஆகிவிடும். பப்ளிஷர் லண்டனில்தான் இருக்கிறார். இன்னும் சில போட்டோக்கள் அனுப்ப வேண்டும். பிரின்ஸ் ஆஃப் வேல்ஸ் மியூசியத்தில் இன்று ரீபிரிண்டுக்கு கொடுத்தேன்."

சதுர்புஜ் ட்ரேயில் ஜானி வாக்கர் பாட்டிலை எடுத்துக் கொண்டு வந்தபோது டாக்டர் அடல் மறுத்து விட்டார், "இல்லை, எனக்காக விசேஷமாக ஒன்றும் வேண்டாம். எல்லாரும் குடிப்பதையே எனக்கும் கொடுங்கள்."

சிந்தாமணி டைரக்டர் ஸ்பெஷலை எடுத்தபோது டாக்டர் அடல், "ஏன் சதுர்புஜ், இது ஃபிலிம் டைரக்டர்களுக்கு மட்டுமா, தியேட்டர் டைரக்டர்களும் இதைத் தொடலாமா?" என்றார்.

சிரிப்புக்கிடையில் அவர் 'சியர்ஸ்' என்று சொல்லி தன் கிளாசை உயர்த்தினார். பிறகு அங்குமிங்கும் சென்று எல்லாரிடமும் அளவளாவினார். இரண்டு சிறிய டிரிங்குகளுடன் ஒன்றரை மணி நேரத்திற்குப் பிறகு அவர் விடைபெற்றார்.

சில ஆண்டுகளுக்கு முன் வர்ஷா உணர்ச்சிவசப்பட்டதைக் கண்டித்த அதே டாக்டர் அடல் வெளியே போகும் போது சற்று உணர்ச்சிவசப்பட்டார், "சினிமாவில் உங்கள் வெற்றி, சினிமா களத்தில் டிராமா ஸ்கூலின் மதிப்பு ஆகியவற்றால் எங்கள் கல்விமுறை சரியானது என்பது உறுதியாகி இருக்கிறது. இதில் எனக்கு மிகவும் சந்தோஷம்."

★ ★ ★ ★

"ஹர்ஷ், உங்களிடம் டிக்டேட்டர் என்ன சொன்னார்?" என்று கேட்டார் சிநேகன்.

ஹர்ஷ் டீ கப்பைப் பக்கத்தில் வைத்துக் கொண்டு பேசாமல் உட்கார்ந்திருந்தான். சிநேகனின் கேள்வியைக் கேட்டு திடுக்கிட்டான்.

டாக்டர் அடல் எல்லாரிடமும் டிராயிங் ரூமில்தான் பேசினார், ஹர்ஷை மட்டும் தோளில் கை வைத்து முகப்பிற்கு அழைத்துச் சென்றார் ("நான் தனிப்பட்ட முறையில் டாக்டர் அடலுக்கு அருகில் இருக்கக்கூடும்." என்று பத்திரிக்கைகளில் 'முக்தி'யைப் பற்றி புகழ்ந்து செய்திகள் வந்தபோது சூர்யபான் போனில் சொன்னார், "ஆனால் நான் அவருடைய மிகப் பிடித்த நடிகன் அல்ல. அந்தப் பெருமை ஹர்ஷவர்தனுக்கு உரியது. அவன் மிக தொலைதூரம் செல்வான் என்று அவருக்கு உறுதியான நம்பிக்கை இருக்கிறது. ஹர்ஷுக்கு 'நடுக்கத்'திற்காக இண்டர் நேஷனல் விருது கிடைத்தபோது அவரை எவ்வளவு பரவசமாக பார்த்தேன் தெரியுமா, வர்ஷா, என் மெய் சிலிர்த்தது...")

"கொஞ்சம் காரியமுறைக்குத் தக்கபடி நடந்து கொள்வது நல்லது என்று சொன்னார்." ஹர்ஷ் மெல்லிய குரலில் சொன்னான்.

"அதை எப்போது அமல்படுத்துவீர்கள்? தலை நரைத்த பிறகா?" சிநேகனின் குரல் கூர்மையாக இருந்தது.

வர்ஷா திடுக்கிட்டு சிநேகனின் கிளாசைப் பார்த்தாள் இல்லை, முதல் பெக்தான், அதிலேயே இரண்டு மடக்கு தான் குடித்திருந்தார்.

சிநேகனின் கோபத்திற்குக் காரணம், நட்பு நிரம்பிய நல்லெண்ணம்தான் என்று எல்லாருக்கும் தெரியும், ஆகையால் எல்லாரும் மௌனமாக இருந்தார்கள்.

"நீங்கள் பம்பாய் கிளம்பியபோது புதுடில்லி ஸ்டேஷனில் நின்று நான் இதோ ஹிந்தி ஃபிலிமுக்கு உன்னத நடிகன், உன்னத ஸ்டார் கிடைத்து விட்டான் என்று நினைத்தேன்." சிநேகனின் குரல் இறுக்கத்தினால் மேலும் கூர்மையாயிற்று. "எங்கள் எல்லார் நம்பிக்கையிலும் நீங்கள் எப்படி கரியைப் பூசிவிட்டீர்கள்!"

"ஹர்ஷ், நீங்கள் எங்களுக்கு துரோகம் செய்துவிட்டீர்கள்." ஆதித்யா நீண்ட நேரம் கழித்து வாயைத் திறந்தார், "நான் வெகு நாட்கள் கழித்து பம்பாய் வந்தேன், ஆகையால், வெறும் குணசித்திர நடிகனாகவே இருந்துவிட்டேன். ஆனால், நீங்கள் சரியான சமயத்தில் வந்தீர்கள். முக்கிய பாத்திரங்களை ஏற்கும் வாய்ப்பு உங்கள் காலடியில் வந்து விழுந்தது. நாடகமேடையில் என் பரம்பரைக்கு நீங்கள் புதிய வேகம் தந்துவிட்டீர்கள் என்று நினைத்தேன். இப்போது சினிமாவிலும்..." கடைசி வாக்கியத்தை முடிக்கும் முன் அவர் குரல் அடைபட்டது. அவர் ஒரே மூச்சில் கால் கிளாசைக் காலி செய்துவிட்டார் (அது ஆறாவதோ, ஏழாவதோ பெக்).

"நம்மவர்களில்..." சிநேகன் ஹர்ஷைத் தீவிரமாகப் பார்த்தார்.

"சிநேகன்! விடுங்கள்!" சதுர்புஜ் இதமாக அவரைத் தடுக்க முயன்றார்.

"என்னைத் தடுக்காதீர்கள்!" சிநேகன் அவரை அதட்டினார்,

அடுத்த வினாடி ஹர்ஷையே பார்த்தார், ''நம்மவர்களில் நீங்கள் தான் எல்லோருக்கும் முன்பு வந்தீர்கள். வர்ஷா ஸ்டார் ஆகிவிட்டார். சதுர்புஜும் தனக்கென ஒரு இடம் தேடிக்கொண்டார். சிந்தாமணி, ராம தேவ் ஃபிளாட்டுகள் புக் ஆகிவிட்டன. பின்னால் வந்த புதியவர்களும் நேஷனல் நெட்வொர்க்கில் நாடு முழுதும் எக்ஸ்போசர் ஆகி, ஒவ்வொரு எபிசோடுக்கும் இரண்டாயிரத்திலிருந்து பத்தாயிரம் ரூபாய் வரை வாங்கிக் கொண்டிருக்கிறார்கள். பணம் சம்பாதிப்பதில் எனக்கு ஆர்வம் இல்லை என்று நீங்கள் சொல்லலாம். ஆனால், கலைக்காகவும் நீங்கள் என்ன செய்தீர்கள்?''

''ஏன்? நடிப்பைப் பொறுத்தவரை ... ஹர்ஷ் பலவீனமான குரலில் தொடங்கினான்.

''அதுதான் எங்கள் வருத்தம் ஹர்ஷ்!'' சிநேகன் இன்னும் ஆவேசமானார், ''நடிப்பைப் பொறுத்தவரை நீங்கள் எங்களுக்கு சுகமான ஆச்சரியம் அளித்தீர்கள், அதனாலேயே எங்கள் வருத்தம் இன்னும் அதிகரிக்கிறது. அந்த முதல் ஃபிலிமிற்குப் பிறகு நீங்கள் என்ன செய்தீர்கள்?... சிந்தாமணி, ஹர்ஷின் நடிப்பைப் பற்றி டிக்டேட்டர் என்ன சொன்னார்?''

''ஹர்ஷின் பாத்திரம் ஏற்கும் த்ரஸ்ட் எனக்கு ஆலிவரை நினைவூட்டுகிறது, அவருடைய வளமான குரல், டிக்ஷனில் 'பர்ட்டனின் சீர்மையும், ஒளியும் இருக்கிறது என்றார்'' என்றான் சிந்தாமணி. ''ப்ரேண்டோவைப் போல ஹர்ஷின் கிராஃப் கோணல்மாணலாக போவதில்லை. அவருடைய இயல்பு கிளிஃப்டைப் போல அறிவுபூர்வமானது, சிக்கலானது, நுண்மையானது. அவர் டிநீரோவைப் போல தன் குணசித்திரத்தை சித்தரிப்பதில் நுண்மையைப் பொறித்தார், அவரிடம் டீனைப் போல தன் பாத்திரத்தினின்றும் அந்நியமாக விலகிச் செல்லும் திறனும் இருக்கிறது. சந்தேகமில்லாமல் அவர் இன்று பாரதத்தின் தலைசிறந்த நடிகர்.''

வர்ஷாவால் மேற்கொண்டு பார்க்க முடியவில்லை. ஹர்ஷின் முகம் வெளுத்தது, கண்கள் கீழே தாழ்ந்தன, நெற்றி நரம்புகள் துடித்தன...

வர்ஷா தன் கண்களைத் தொட்டுப் பார்த்தாள். இல்லை, காய்ந்திருந்தது, ஆனால் உள்ளே பயங்கரமான அழுகை பிரவாகம் எடுத்தது. அவள் மீண்டும் மீண்டும் முகத்தில் தண்ணீரை வாரி அடித்துக் கொண்டாள். பிறகு துவாலையில் முகத்தைப் பொத்திக் கொண்டாள்.

கதவைத் தட்டும் ஒலி கேட்டு அவள் மோனம் கலைந்தது.

''வர்ஷா...'' ரீட்டாவின் குரல்.

வர்ஷா தளர்ந்த கைகளால் கதவைத் திறந்தாள்.

''வாழ்த்துக்கள்...'' ரீட்டா அவளைத் தோளோடு சேர்த்து அணைத்துக் கொண்டாள், ''உனக்கு பத்மஸ்ரீ விருது கிடைத்திருக்கிறது.''

அவள் உற்சாகத்தைப் பார்த்ததும் தன்னிடம் முறையாக ஒப்புதல் பெற்றுக் கொள்ளப்பட்ட செய்தியை வர்ஷாவால் சொல்ல முடியவில்லை (அவள் 'உத்தரப்பிரதேசத்தின் பெருமை' என்று முதல் மந்திரி ஸ்ரீசஹாய் அவளை முன் மொழிந்திருந்தார்.).

சதுர்புஜ் அவள் கைகளைப் பிடித்துக் கொண்டு நாட்டியமாடும் பாவனையில் டிராயிங் ரூமுக்கு இழுத்துச் சென்றார். சுற்றியிருந்த முகங்கள் புன்னகை செய்து கொண்டும், வாழ்த்துக்கள் தெரிவித்துக் கொண்டும் இருந்தன. வர்ஷாவின் காதுகளில் இப்போதும் தண்ணீர் ஒலி கேட்டுக் கொண்டிருந்தது.

எல்லாரும் இருந்தார்கள் - ஹர்ஷைத் தவிர!

கார்ப்பெட்டில் அவனுடைய இடம் காலியாக இருந்தது. அவன் கோப்பையில் அரை இஞ்ச் டீ இருந்தது. அவனுடைய குஷன் சார்த்தி வைக்கப்பட்டிருந்தது. அதன் நடுவில் ஹர்ஷின் முழங்கை அழுந்திய அடையாளம் இருந்தது...

14. சோக அறை

யாருமற்ற காட்டில் வர்ஷா முள் புதர்களிடையே ஓடிக் கொண்டிருந்தாள். கனத்த இருள். கைகளிலும், கால்களிலும் முள்கள் குத்தும்போது அவள் வலியின் மிகுதியை அடக்கிக் கொண்டு போகும் வழியை கொஞ்சம் மாற்றிக் கொண்டாள். ஆனால், இரண்டு, மூன்று வினாடிகளுக்குப் பிறகு முள்களின் கூர்நுனிகள் இங்கும், அங்கும் குத்திக் கிழித்தன. பின்னால் அவளைத் தாக்க வரும் ஒலிகள். அவர்களுடைய வேகமான மூச்சுக்களால் அச்சம் தோன்றியது. அவளுக்குப் பின்னால் தூரத்தில் சூழ்ந்திருந்த வட்டத்தில் டோலக் வாத்தியம் அடிக்கப்பட்டுக் கொண்டிருந்தது. பயமுறுத்தும் தழல்கள் அவளை நெருக்கின. அடுத்த அடி எடுத்து வைத்த அவள் திடுக்கிட்டாள். கால்களுக்குக் கீழே பூமி இல்லை. அவள் எங்கே வந்துவிட்டாள்? கீழே என்ன இருக்கிறது? தடுமாறியபடி அவள் பின்னால் திரும்பிப் பார்க்க முயற்சித்தாள். இருட்டின் மெல்லிய கனத்த அடுக்குகளுக்கு அப்பால் ஒன்றும் காணப்படவில்லை. டோலக்கின் ஆவேச ஒலி இன்னும் நெருங்கி வருவதாகத் தோன்றியது.

வர்ஷாவின் கண்கள் மெல்ல, மெல்ல திறந்தன. பிறகு கண்கள் இன்னும் நன்கு திறப்பதாக தோன்றியது. ஆனால், அவற்றில் இருட்டு நிறைந்திருந்தது, அது மெல்ல மெல்ல விலகத் தொடங்கியது. சுற்றிலும் இப்போது மங்கலாக இருந்தது. நான் எங்கே இருக்கிறேன் என்று யோசித்தாள். கழுத்தின் பின்பகுதி

வலித்தது. அவளுக்கு என்ன ஆகிவிட்டது? அவள் கையை நீட்டி பின்னால் தொட விரும்பினாள். ஆனால் கைகள் வலுவிழந்து இருந்தன. அவளால் கையை அசைக்கக் கூட முடியவில்லை. என்னை பாரிசவாயு தாக்கிவிட்டதா? "யார் அங்கே?" என்றாள். ஆனால் அவளுக்கே ஒன்றும் கேட்கவில்லை. என் காதுகளுக்கு என்ன ஆகிவிட்டது?

... கனத்து சோர்ந்த இமைகள் மீண்டும் மூடிக் கொண்டன. அவள் மீண்டும் தன் இருண்ட உலகத்தில் இருந்தாள்.

தான் அதிசயமான நிலையில் இருப்பதாக அவளுக்குத் தோன்றியது. அவள் உணர்வுகளின் ஒரு பகுதி மயக்கத்திலும், ஒரு பகுதி விழிப்பிலும் இருந்தது. ஒரே சமயத்தில் நான் விழித்துக் கொண்டும், தூங்கிக் கொண்டும் இருக்கிறேனா என்று அவள் யோசித்தாள்.

கண்களில் எழுந்த அழகுகள் கலேடோஸ்கோப் போல வினாடிக்கு வினாடி மாறின. வெயிலில் தகித்த பாலைவனம் திடீரென்று பூந்தோட்டமாயிற்று, அதில் சிறிய துளைகள் கொண்ட பூவாளியால் தண்ணீர் தெளிக்கப்பட்டுக் கொண்டிருந்தது. மாலையின் நிச்சலனமான சூனியத்தில் யாருமற்ற காட்டில் பாலத்தின் மீது ரயில் ஓடியது. இஞ்சின் நீளமான விசில் ஊதியது, அது அடுத்த வினாடி டிஸ்கோவின் உன்மத்த லயத்தில் மாறியது. எரிந்து எரிந்து அணையும் வண்ணமயமான குங்கும அலைவரிசை ஷார்ப் ஃபோகசில் வரத் தொடங்கியது. ஜுஹூ சாலையில் ஓடும் பல பாதைகளின் க்ளோஸ் ஷாட், அது பார்த்துக் கொண்டிருக்கும்போதே டிஸ்ஸால்வ் ஆகி நால்வழிச் சாலையின் சிவப்பு விளக்கு பின்னணியில் பிச்சை எடுக்கும் பிச்சைக்கார கிழவியின் குளோஸ் அப்பில் மாறிவிட்டது.

திடீரென்று மின்சக்தி நின்றதும் திரை பிம்பங்கள் சவுண்ட் டிராக்கின் குளறுபடியோடு மறைவது போல களைப்பினால் வர்ஷா செயலிழந்துபோகத் தொடங்கினாள்.

அவள் உணர்வுத்தளத்தில் சற்று எழுந்தபோது தன் கண்களிலேயே சூர்யோதயம் ஆகிவிட்டது போல தோன்றியது.

சோக அறை

"வர்ஷா..." மிருதுவான உள்ளங்கை அவள் நெற்றியைத் தொட்டது.

இந்தக் குரலை நான் எங்கே கேட்டிருக்கிறேன் என்று வர்ஷா யோசித்தாள். கண்ணைக் கூசச் செய்யும் வெளிச்சத்தில் திறந்த இமைகள் மீண்டும் இமைத்தன.

"இல்லை, வெளிச்சம் வரவிடுங்கள்." யாரோ ஆணின் குரல்.

பிறகு யாரோ அவள் நெற்றியில் விரலை வைத்தார்கள்.

"வர்ஷா, கொஞ்சநேரம் எழுந்து உட்காருகிறாயா?"

பிறகு யாரோ அவளைத் தூக்கி உட்காரவைத்தார்கள். வர்ஷா மெல்ல, மெல்ல கண்களைத் திறந்தாள். ஜன்னல் திரை ஒரு பக்கம் விலகியிருந்தது. மங்கிய வெயில் அறைக்குள் நிறைந்திருந்தது.

லைட்டிங்கிற்கு எவ்வளவு நேரம் ஆகிறது என்று நினைத்துக் கொண்டாள் வர்ஷா.

"குடி!"

கோப்பை அவள் வாய் முன் இருந்தது. வர்ஷா அதன் விளிம்பில் உதட்டை வைத்தாள். உள்ளுக்குள் சூடான குளிர்ச்சியின் தொடுதல்.

பரிச்சயமில்லாத ஒரு ஆண் சொன்னார், "இஞ்செக்ஷனுக்கு கொஞ்சம் பலன் இருக்கிறது."

இது என்ன சீன் என்று வர்ஷா யோசித்தாள். இன்று பிற்பகல் ஷாட்டா?

"சால்வை போட்டுக் கொள்கிறாயா?" யாரோ சால்வையைப் போர்த்தினார்கள்.

இந்த முறை வர்ஷா ஒரு வினாடி கண் இமைக்காமல் பார்த்தாள். முகம் பரிச்சயமானது போல் தோன்றியது. அவள் வர்ஷாவின் கையைப் பற்றினாள். அந்த முகத்தில் சங்கடமும், இறுக்கம் நிறைந்த கவலையும் இருந்தன. பிறகு வர்ஷாவின் பார்வையில் புல் பேக் டு ரீவீல் போன்ற டேக்கிங் தோன்றியது.

வர்ஷா தெளிவில்லாமல் சொன்னாள், "அனுபமா..."

உணர்ச்சியினால் நிறைந்திருந்த அனுபமா அவள் கையை அழுத்தினாள்.

இவள் எப்போது செட்டுக்கு வந்தாள் என்று வர்ஷா யோசித்தாள்.

"தட் இஸ் குட்!" கழுத்தில் ஸ்டெதாஸ்கோப் அணிந்த ஆண் சொன்னார். பிறகு அவள் எதிரில் நாற்காலியை இழுத்துப் போட்டு உட்கார்ந்தார். பிறகு ஸ்டெதாஸ்கோப்பை அவள் மார்பில் வைத்தார்.

யாரோ புது நடிகர் என்று வர்ஷா நினைத்துக் கொண்டாள்.

"கோம்ஸ், கேட்டைத் தள்ளிவிடு." மீண்டும் அதே குரல்.

இந்த ஜன்னல் என் கொடி மண்டபத்தை நோக்கியுள்ள அதே ஜன்னல்தான். இது என் ஜோட்பாக் வீடு. மேஜை மேல் இன்னும் என் புத்தகங்கள் இருக்கும் என்று நினைத்தாள் வர்ஷா. நான் எப்போது டில்லி வந்தேன்?

வெளியில் ஏதோ கார் வந்து நின்றது. பிறகு உணர்ச்சிவசப்பட்ட பெண்குரல் கேட்டது. வர்ஷாவின் மனதில் கொஞ்சம் பரிச்சயமான மணிகள் கிணுகிணுத்தன. அறை காலியாகி விட்டதாகத் தோன்றியது.

வெயில் மங்கி மறைந்து கொண்டிருந்தது. வெளியில் அவளுடைய கொடி-மண்டபத்தின் பறவைகள் சலசலத்தன. காற்றின் மெல்லிய குளிர் தொடங்கியது. வர்ஷா சால்வையை நன்றாக போர்த்திக் கொண்டாள்.

தாழ்வாரத்தில் காலடி ஓசை கேட்டது... ஆடும் காது வளையங்களோடு ஒரு முகம் அவள் முன் தோன்றியது.

வர்ஷாவின் இருண்ட உலகத்தில் கூக்குரல் ஒன்று ஒலித்தது. பின்னர் அது பல சுரங்களில் எதிரொலிக்கத் தொடங்கியது.

வர்ஷா உடைந்துபோன, அடைபட்ட குரலில் "ஷிவானி..." என்றாள். பின்னர் மனதின் ஆழத்தில் சூறாவளி போல எழுந்தது, வர்ஷா கதறி அழத் தொடங்கினாள்.

★ ★ ★ ★

சற்றுநேரம் கழித்து பழைய நினைவுகளை ரீ ப்ளே செய்யும் நிலைக்கு வந்தாள்.

வர்ஷாவுக்கு பத்மஸ்ரீ விருது கிடைத்த செய்தியால் கிருஹப் பிரவேச பார்ட்டியில் உணர்ச்சி வெள்ளத்திற்கிடையில் ஹர்ஷ் வெளியே போய்விட்டான். அவன் எப்போது எழுந்து போனான் என்று யாரும் கவனிக்கவில்லை. கீழே காவலாளியிடம் அரட்டை அடித்துக் கொண்டிருந்த வர்ஷாவின் டிரைவர் அவர் வேகம், வேகமாக வெளியே போய்விட்டார் என்று சொன்னான். வர்ஷா சதுர்புஜ் வீட்டிலிருந்தே அக்காடெமிக்கு போன் செய்தாள். ஆனால் போன் ஒலித்துக் கொண்டே இருந்தது, யாரும் எடுக்கவில்லை. ஹர்ஷ் திடீரென்று போய்விட்டதை யாரும் பெரிதாக எடுத்துக் கொள்ளாததுதான் பெரிய கஷ்டம். இராவதி முகத்தை சுளித்தும் ஆதித்யா புதிதாக ஒரு பெக் எடுத்துக் கொண்டார், 'கஞ்சன்' ஃபிலிமின் மறந்துபோன வசனங்களை சொல்லி உருகிக் கொண்டிருந்தார், அரைகுறையாக இருந்தாலும் அத்தனை வருடங்களுக்குப் பின்னரும் வரிகள் அவருக்கு நினைவிருந்தன.

சதுர்புஜ் வீட்டிலிருந்து கிளம்பும்போது மணி இரண்டரை ஆகிவிட்டிருந்தது. புறப்படும்போது வர்ஷா மீண்டும் அக்காடெமிக்கு போன் செய்தாள். இப்போதும் போன் ஒலித்துக் கொண்டே இருந்தது, யாரும் எடுக்கவில்லை. ராமதேவும் தன் வீட்டிற்கு போன் பண்ணி கேட்டார்.ஹர்ஷ் அங்கும் வரவில்லை. வர்ஷா தன் வீட்டிற்கு போன் செய்தாள். ஹர்ஷ் வரவில்லையென்று ஜுமக்கி சொன்னாள். ஹர்ஷ் 'சில்வர் சேன்டு'க்கு போயிருப்பான், தனக்குப் பிடித்த ஃபிலிமான 'தி அன்பியரபிள் லைட்னஸ் ஆஃப் பீயிங்' பார்த்துக் கொண்டிருப்பான் என்று வர்ஷா நம்பினாள். (அப்பா வெறுப்படைந்து போய்விட்டார். மூன்று நாட்கள் கழித்து கிளினிக்கிலிருந்து டிஸ்சார்ஜ் ஆனதும் ஹர்ஷ் இங்கேயே இருப்பதென்று நிச்சயமாகியிருந்தது).

''நீரஜா, இப்போது என்ன செய்வது?''

இரவு மூன்று மணிக்கு வர்ஷா அக்காடெமி அழைப்பு மணியை அழுத்தினாள். கதவு திறக்கவில்லை. உள்ளே வெளிச்சமும் இல்லை. ஹர்ஷ் வரவில்லையென்று காவலாளி சொன்னான்.

''போலீஸுக்கு போன் செய்வோம்.'' என்றாள் நீரஜா.

டீ.என். நகர் போலீஸ் டூட்டி ஆபீசர் ஜோஷி வர்ஷாவை அடையாளம் கண்டு கொண்டார் (அப்பாவைத் தேடும் முயற்சியில் அவரும் பங்கு பெற்றிருந்தார்). வர்ஷா இருண்ட டிரக் - நிலையத்தைப் பற்றி சொல்லி அங்கே செல்வோம் என்று சொன்னாள்.

''நீங்கள் அங்கே வருவது ப்ராப்பராக இருக்காது, மேடம், '' என்றார் ஜோஷி, ''அதற்கு அவசியமும் இல்லை. நாங்கள் அந்த இடத்தையும், சுற்றியுள்ள இரண்டு , மூன்று இடங்களையும் பார்க்கிறோம். ஒரு மணி நேரத்தில் உங்களுக்கு போன் செய்கிறோம்.''

நீரஜா அவளுடன் உட்கார்ந்தே இருந்தாள். ஜுமக்கி காபி போட்டு எடுத்து வந்தாள்.

ஒரே நாள் மாலையில் ஒன்றன் பின் ஒன்றாக மூன்று சம்பவங்கள் நிகழ்ந்துள்ளன - ரஞ்சனாவின் கிருபையால் 'முக்தி' தடைபட்ட செய்தி ஹர்ஷை அடைந்தது, வலுவிழந்து சோர்ந்த நிலையில் டாக்டர் அடலை ஹர்ஷ் சந்தித்தது, சிநேகனுடன் மோதல் (இந்த சங்கிலியில் பத்மஸ்ரீ விருதையும் சேர்த்துக் கொள்ளலாமா?).

விடிகாலை நான்கு மணிக்கு ஜோஷியின் போன் வந்தது ''மேடம், அந்த இடங்களில் எல்லாம் ஹர்ஷ் இல்லை. நான் ஹெட்குவார்ட்டர்சுக்கு தகவல் அனுப்பியிருக்கிறேன். காலைக்குள் தகவல் கிடைக்க வேண்டும். ஹர்ஷே திரும்பி வந்துவிடவும் கூடும்.''

மூன்று மணி நேரம் நீரஜாவும் ஜுமக்கியும் தூங்கினார்கள். வர்ஷா புரண்டு, புரண்டு படுத்தாள். நீரஜா அவளுக்கு தைரியம் சொன்னாள், ஆனால் வர்ஷாவின் கண்முன் மீண்டும், மீண்டும் சிநேகனின் கண்டனத்தால் வேதனை நிறைந்த ஹர்ஷின் முகம் தோன்றியது.

காலை ஏழரை மணிக்கு வர்ஷா டப்பிங்கிற்காக 'சுதீப்' பிற்குப் போய்விட்டாள். அதன் ரஃப் கட்டை அவள் முன் கூட்டியே பார்க்கவில்லை. தன் வேலையை சரியாக செய்ய வேண்டும் என்ற

சோக அறை

உணர்வில் அவள் கவலை சற்று பின்னடைந்தது. அவள் மனம் ஒன்றி இரண்டு காட்சிகளை பூர்த்தி செய்தாள்.

காபிக்காக பத்து நிமிடம் ப்ரேக் விடப்பட்டது. இயக்குநர் அவள் அருகில் உட்கார்ந்து அடுத்த ஃபிலிமுக்கான கதையை சொல்லிக் கொண்டிருந்தார். அப்போதுதான் மூச்சிறைக்க பாண்டே வருவதை அவள் பார்த்தாள். ஒரு வினாடி வர்ஷாவின் ரத்த ஓட்டம் நின்றது.

"மேடம்..." பாண்டே தொண்டை அடைக்கக் கூறினார்.

வர்ஷாவின் உள்ளங்கை ஈரமாயிற்று.

"பர்சோவா பீச்சில் ஹர்ஷின் சடலம் கிடைத்திருக்கிறது..."

★ ★ ★ ★

விமான ஜன்னலுக்கு வெளியே இருள், இருள். அவை இருட்டு மேகங்கள், அவற்றைக் கிழித்துக் கொண்டு விமானம் சென்றது. தன் உள் நிலை, வெளி இயற்கையுடன் ஒன்றியிருப்பதாக வர்ஷாவுக்குத் தோன்றியது.

"சரி. ஒன்று எடுத்துக் கொள்." நீரஜா ஒரு காம்போஸ் மாத்திரையை அவள் உதடுகளுக்கிடையில் தள்ளினாள்.

வர்ஷாவின் பர்சில் காம்போஸ் நிறைந்த பாட்டிலைப் பார்த்துவிட்டு நீரஜா அதைத் தன் வசப்படுத்திக் கொண்டாள்.

வர்ஷா முழங்காலை மடித்து சீட்டில் காலை வைத்துக் கொண்டு குலைந்துபோய் உட்கார்ந்திருந்தாள். துப்பட்டாவால் தலை மூடியிருந்தது. ஒரு பக்கம் நீரஜா, மறு பக்கம் அன்னு. நவீன் மாமாவும், மாமியும் அடுத்த வரிசையில் இருந்தார்கள். அநேகமாக இண்டியன் ஏர்லைன்ஸ் இப்படி ஒளியிழந்த ஒரு ஸ்டாரை அப்போதுதான் முதல் முறையாகப் பார்த்திருக்கும்.

சாந்தாகுரூஸ் விமான நிலையத்தில் 'விபத்தில் உடன் இருப்பவர்கள்'' எல்லாரும் ஹர்ஷவர்தனின் உடலை வழியனுப்புவதற்கு வந்திருந்தார்கள்.

காலிகுலா இரண்டு நாய்களுக்கிடையில், நாயைப் போல இறந்துபோயிருந்தான்...

சிநேகன் தன்னை மிகப் பெரிய குற்றவாளியாக நினைப்பதாக சதுர்புஜ் சொன்னார். வர்ஷா எதுவும் சொல்லும் நிலைமையில் இல்லை, ஆனால் யார் மீதாவது குற்றம் சொல்லுவதாக இருந்தால், அது ஹர்ஷ் மீதுதான் என்று மனதின் ஒரு மூலையில் உணர்வு இருந்தது. ஒரு புறம் உயரிய கலை, பிடிவாதம், தன்மதிப்பு, மறுபுறம் அகங்காரம். இந்த 'கில்லிங் ஃபீல்ட்ஸ்' ராஜ குமாரனுக்கு காயம் பட்டுவிடக்கூடாதே என்று எப்போதும் கவனமாக இருக்கும் மோதிலால் நேரு சாலையோ, சவுத் ப்ளாக் பகுதியோ இல்லை.

பர்சோவா கிராமத்தில் கடற்கரையை ஒட்டி ஒரு மண்டபம் இருந்தது. சதுர்புஜின் வீட்டிலிருந்து கிளம்பி டிரக்ஸ் எடுத்துக் கொண்டு ஹர்ஷ் இங்குதான் வந்திருந்தான். அவன் துயரத்தில் தன்னை மறந்தோ அல்லது வேண்டுமென்றோ ஓவர்டோஸ் எடுத்திருந்தான். காலையில் அவன் காலடியில் ஒரு நாய் உட்கார்ந்திருந்தது, மற்றொன்று அவன் முகத்தை நக்கிக் கொண்டிருந்தது...

வர்ஷா கண்களை அகல திறந்து பார்த்துக் கொண்டேயிருந்தாள். ஹர்ஷின் ஒளியிழந்த முகத்தில் ஈக்கள் மொய்த்தன. இவன் செயிண்ட் ஸ்டீஃபன்சின் மிகத் திறமையான மாணவன். வாஷிங்டன் டி.சி.யிலோ, மாஸ்கோவிலோ நாட்டின் தூதுவராக இல்லைதான், ஆனால் இண்டர்நேஷனல் அளவில் உயர்ந்த நடிகன். ஷிவானி, சாருஸ்ரீ போன்ற அழகிய,பணக்காரப் பெண்கள் அவன் வாழ்க்கைத் துணைவியாக ஏங்கினார்கள். எந்த வகையில் பார்த்தாலும் ஹர்ஷ் ஆகாயத்தில் இருக்க வேண்டியவன், ஆனால் அவன் மண்டபத்தின் தூசு படிந்த தரையில் காய்ந்த குப்பைகளுக்கிடையில் கிடந்தான்.

இரவு வர்ஷா சதுர்புஜ் வீட்டிலிருந்து திரும்பும் போது முக்கியமான தெருவில் அவள் கார் இந்த மண்டபத்திற்கு கிட்டத்தட்ட ஐநூறு அடி தூரத்தில் திரும்பியது. 'சில்வர் சேன்டி'ற்கும் இந்த மண்டபத்திற்கும் இடையில் ஒரு பர்லாங்குக்கும் குறைவான தூரம்தான். வர்ஷா ஜோஷிக்கு போன் செய்து

கொண்டிருந்தபோது ஹர்ஷ் கடும் வலியில் துடித்துக் கொண்டிருந்தான்...

ஹர்ஷின் முகத்தில் அந்த சித்திரவதையின் அடையாளங்கள் இருந்தன... காய்ந்த, விகாரமான உதடுகள், முகத்தில் வலியின் நடுக்கம்...

அவள் நடுங்கும் கைகளால் ஹர்ஷின் நெற்றியைத் தொட்டாள். ஹர்ஷின் எத்தனையோ ஸ்பரிசங்கள் வர்ஷாவின் உடலிலும், நினைவிலும் பத்திரமாக இருந்தன. சலனமின்றிக் கிடந்த ஹர்ஷைத் தொடும் போது அந்த எல்லா ஸ்பரிசங்களும் உடம்பில் ஒன்றாக எழுந்துவிடுமோ என்ற பயம் எழுந்தது, ஆனால் அப்படி ஒன்றும் நிகழவில்லை. ஒருவகையான குளிர் நடுக்கத்துடன் அவள் நெற்றி வியர்த்தது.

வர்ஷா அசைவற்று நின்றாள். உணர்வுகள் இல்லாத சூனிய நிலை. இதுவரை அவளுக்கு அழுகை வரவில்லை. ("நீங்கள் '2000 - ஆம் ஆண்டின் வேலைக் காரி' கம்பிகளில் ஷார்ட் சர்க்யூட் ஆன, ஒரு பாவனையில் முகம் ஃப்ரீஜான ரோபோ ஆகிவிட்டீர்கள்.'' என்று நீரஜா பல மாதங்களுக்குப் பிறகு சொன்னாள்.).

"வர்ஷா மேடம்..."

விமான நிலைய லவுஞ்சில் தொலைக்காட்சி குழுவைப் பார்த்து வர்ஷா மிகவும் வெறுப்படைந்தாள். நாள் முழுதும் நீரஜாவும், பாண்டேயும் அவளோடு யாரையும் பேசவிடாமல் அவளைப் பாதுகாத்தார்கள். ரீசீவரை கிரேடிலிருந்து எடுத்து வைப்பது சாத்தியமாக இல்லை. நவீன் மாமாவுக்கும் டில்லிக்கும் இடையில் போன் தொடர்பு இருந்து கொண்டே இருந்தது.

தன் தனிப்பட்ட, ஆழ்ந்த துயரத்தில் வர்ஷா தன்னையே சமாளிக்க முடியாமல் இருந்தாள், இங்கே அவள் காமிராவை சமாளிப்பாள் என்று எதிர்பார்க்கப்பட்டது.

வந்தனா பவால்கரைப் பார்த்து வர்ஷா நின்று விட்டாள்.

"ஹர்ஷ் சாரைப் பற்றி ஒரு நிகழ்ச்சி நாங்கள் இன்றே நேஷனல் நெட் வொர்க்கில் ஒளிபரப்புகிறோம்.'' என்றாள்

வந்தனா, ''ஹர்ஷ் சாருக்கு அவருக்கு உரிய சிறப்பு அளிக்கப்பட வேண்டும். நீங்கள் எதுவும் கூற விரும்பவில்லையென்றால் நான் உங்களின் அந்த உணர்வை மதிக்கிறேன்.'' (ஒரு பத்திரிக்கை நிருபர் வாயிலிருந்து இத்தகைய நல்ல வார்த்தைகளை வர்ஷா முதல் முறையாக கேட்டாள்...).

காமிரா இயங்கிக் கொண்டிருந்தது. நீரஜா, ஜல்லி, நைனரஞ்சன், நாடகக் கல்லூரி நண்பர்கள் எல்லாரும் கவலையுடன் வர்ஷாவைப் பார்த்துக் கொண்டிருந்தார்கள்.

வர்ஷா தன் வறண்ட உதடுகளை நாக்கால் தடவிக் கொண்டாள். பின்னர் தெளிவில்லாத குரலில் சொன்னாள், ''எனக்கு என் நிலா ஒரேயடியாக அணைந்துவிட்டது...''

★ ★ ★ ★

நவீன் மாமா கொள்ளி போட முன்னால் சென்றார்.

வர்ஷா நீரஜாவிற்கும், அனுபமாவிற்கும் இடையில் நின்றிருந்தாள்.

பாலம் விமான நிலையத்திற்கு மேல் விமானம் அர்த்த சந்திர வடிவத்தில் வட்டம் அடித்தபோது வர்ஷா கண்களை அகலத்திறந்து வெளியில் பார்த்துக் கொண்டிருந்தாள். கீழே ஒளி விளக்குகள் நகரத்தை ஒளிமயமாக்கிக் கொண்டிருந்தன. இவற்றில் எங்கோ தன் கணவனோடு அவள் வாழ வேண்டிய வசந்த விஹார் வீட்டின் விளக்கும் இருக்கும்.

''மகனே, இந்த வீட்டிற்கு நீ பல்லக்குடன் வரவேண்டியவன்...'' அம்மா சடலத்தின் மீது குனிந்து கதறிக் கொண்டிருந்தாள்.

''பம்பாய் உன்னை எப்படி திருப்பி அனுப்பியிருக்கிறது...'' என்று சுஜாதா அழுதாள்.

வர்ஷா மூலையில் முழங்காலில் தலையைக் குனிந்தபடி உட்கார்ந்திருந்தாள். அனுபமா அவள் தோளில் சால்வையைப் போர்த்தினாள். பாலம் விமான நிலைத்திலிருந்து கிளம்பும்போது நீரஜா இன்னும் ஒரு காம்போஸ் மாத்திரையைக் கொடுத்திருந்தாள்.

வர்ஷாவுக்குள் குளிர்ந்த இருள் பரவியது. காதுகளில் அம்மா, சுஜாதாவின் புலம்பல் நிறைந்திருந்தது. இந்தக் காட்சி உண்மைதானா என்று அவள் யோசித்தாள். இல்லை, இந்தக் கனவு கலைந்து அவள் கண்ணைத் திறப்பாள், எதிரில் புன்னகை செய்தபடி ஹர்ஷ் நிற்பான். அவள் கண்ணைத் திறந்தபோது அழுகையால் விகாரமான அம்மாவின் முகம் தெரிந்தது.

''நீ ஏன் திருப்பி, திருப்பி பொய் சொன்னாய்?'' சுஜாதா திடீரென்று வர்ஷா மீது எரிந்து விழுந்தாள், ''வைத்தியம் செய்ததைக் கூட ஏன் மறைத்தாய்?... கடைசி முறையாக அவன் முகத்தையாவது பார்த்திருப்பேனே... 'முக்தி' ஷூட்டிங்கைப் பார்க்கலாம் என்று சொன்னாயே, இப்போது காட்டு 'முக்தி' ஷூட்டிங்கை...''

வர்ஷாவின் மனதில் மேல் மட்டத்தில்தான் சுஜாதாவின் நடவடிக்கைகள் ரிஜிஸ்டர் ஆயின. அவள் ஒரு முறை முகத்தை உயர்த்தினாள், எப்போதும் அவளைக் குறித்து ஒரு அண்டர் ஸ்டாண்டிங்கும், அனுதாபமும் நிறைந்த சுஜாதாவின் கண்களில் இன்று கோபம் கொந்தளித்தது... வர்ஷாவின் தலை மீண்டும் கவிழ்ந்தது. கடவுளே, என்னைக் கொஞ்ச நாட்கள் நினைவிழக்கச் செய்துவிடு என்று அவள் மனதிற்குள் வேண்டிக்கொண்டாள். என் மீது கோபப்படுவானேன்? (சுஜாதாவும் அம்மாவும் சடலத்தை எதிர்கொண்ட போது பல ஆண்டுகள் கழித்து திரும்பிய சகோதரன் கொலையுண்ட பிறகு சகோதரி அம்மாவிடம் 'இந்த உலகத்தில் எல்லாம் அர்த்தமற்றது' என்று நீதானே சொன்னாய் என்று சொல்லும் 'க்ராஸ் பர்ப்பசஸ்' காட்சி வர்ஷாவுக்கு நினைவு வந்தது.)

... ஒரு குச்சி சடசடத்தது. பின்னர் நெருப்பு கொழுந்து விட்டெரிந்தது. காற்றின் வீச்சால் நெருப்புத் தழல்கள் தீவிரமாகின்றன, பிறகு இடது, வலது பக்கங்களில் பரவுகின்றன.

திடீரென்று சுஜாதாவின் அழுகை வெடித்தெழுந்தது. வர்ஷா தலைக்குள் அதன் எதிரொலியை உணர்ந்தாள். ஆனால் உணர்வுகள் உதட்டைத் தாண்டி வெளியே வரவில்லை, உள்ளுக்குள்ளேயே திரிந்தன. அதன் கூரிய வெட்டுக்களால் வர்ஷாவின் உடல் அதிர்ந்தது...

★ ★ ★ ★

''ஸ்தூல (பௌதிக) உடலின் உள் இருக்கும் ஆத்மாவின் இருப்பை அறிவதுதான் தர்மத்தின் முதல் படி.'' என்றார் சுவாமிஜி.

திவ்யாவின் அருகில் சலனமில்லாமல் உட்கார்ந்திருந்த வர்ஷா வெறிச்சிட்டு எதிரில் பார்த்துக் கொண்டிருந்தாள். லக்னோவில் நிம்மதியற்ற மூன்றாவது நாள்.

''ஆத்மாவின் இருப்பை அறிந்த பின்னரே உண்மையில் வாழ்க்கையை அறிந்து கொள்ள முடியும். எண்ணம், புலன்கள், உணர்வு, இச்சாசக்தி, அறிவு எல்லாம் இந்த உடலின் காரியங்கள். ஆத்மா இவற்றிலிருந்து வேறுபட்டு, உயர்ந்து விளங்குகிறது. ஆத்மா ஆகாயம் போல விரிந்தது. உடல் அழிந்த பின்னரும் ஆத்மா அழிவதில்லை. மரணத்தைக் கண்டு வருந்துவது மூடத்தனம். ஏனெனில் ஆத்மா நித்தியமானது. கிருஷ்ண பரமாத்மா சொன்னார், நீ துயரப்பட வேண்டாதவர்களுக்காக துயருறுகிறாய், ஆனால் ஞானிகளைப் போல பேசுகிறாய், ஞானிகள் இறந்தவர்களுக்காகவும் வருந்துவதில்லை, இருப்பவர்களுக்காகவும் வருந்துவதில்லை...''

நான் ஞானி இல்லை என்று வர்ஷா நினைத்துக் கொண்டாள்.

''பூமியில் எல்லா உயிர்களிலும் வியாபித்துள்ள ஆத்மா அழிவற்றது என்பதை உணர்ந்துகொள். அது பிறவாதது, நித்தியமானது, சாசுவதமானது, பழையது. அது எங்கும் நிறைந்தது, ஸ்திரமானது, நிலையானது, பழமையானது. அது கண்ணுக்குப் புலப்படாதது, சிந்தனைக்கு அப்பாற்பட்டது, உருவமற்றது. அது நித்தியமான, அழிக்க ஒண்ணாதது.''

''வாருங்கள், திவ்யா'' வர்ஷா முணுமுணுத்தாள், ''மலிவான இலக்கியக் குவியலிலிருந்து மூன்று ரூபாய்க்கு நானும் இந்தப் புத்தகத்தை வாங்க முடியும்.''

★ ★ ★ ★

''உலகைத் துறத்தல் ஒரு தீர்வாகாது.'' வர்ஷா விஸ்கியைப் பருகியபடி சொன்னாள்.

பிற்பகல் சாய்ந்து கொண்டிருந்தது. வர்ஷாவுக்கு ஜன்ம ஜன்மாந்தரங்களுக்கு முன் நல்ல வெயிலில் ஒபராயில் ஆதித்யா மது

அருந்துவதைப் பார்த்து ஆச்சரியப்பட்ட நாள் நினைவு வந்தது.

''அது பலவீனமானவர்களும், கோழைகளும் தங்கள் திறனின்மையை ஒத்துக் கொள்வது. தங்கள் தோல்விகளின் இறுக்கத்தில் உயிரோடு வாழ்பவர்களே உண்மையானவர்கள், உயர்ந்தவர்கள். தன் மிக மோசமான வடிவத்திலும் வாழ்க்கை மரணத்தை விட எல்லா வகையிலும் உயர்ந்தது.''

பீர் மக்கை கையில் தாங்கியபடி திவ்யா அவளையே பார்த்துக் கொண்டிருந்தாள்.

''தற்கொலை செய்து கொள்பவன் தனக்கு நெருக்கமானவர்களை எத்தகைய துயரக் கூண்டில் அடைத்துவிட்டு செல்கிறான் என்று அறிவதில்லை. தன் துச்சமான சுய நலத்தின் காரணமாக அவன் தன் துக்கத்திலேயே மூழ்கி இருந்து விடுகிறான். அவனால் விட்டுச் செல்லப் பட்டு துன்பத்தின் தகிப்பில் வெந்தபடி தன் கர்ம பாதையில் திரும்பிச் செல்பவர்கள் வணக்கத்திற்குரியவர்கள்.'' வர்ஷா டன்ஹில் சிகரெட்டைப் புகைக்கத் தொடங்கினாள்.

''தற்கொலை அவ்வளவு தாழ்வானது அல்ல.'' என்றாள் திவ்யா, ''ஓர் இருண்ட கணத்தில் மனிதன் பலவீனமாவதின் விளைவு அது.''

''கலைப் பாதையில் இருண்ட கணங்கள் வந்து கொண்டேதான் இருக்கின்றன. அவற்றைக் கண்டு பலவீனமானால் வாழ்க்கையில் முன்னேற எந்த வாய்ப்பும் இருக்காது.'' என்றாள் வர்ஷா கடுமையாக. ''அத்தோடு அது அர்த்தமற்ற மரணம். ரஞ்சனா தடங்கல் விளைவித்ததால் 'முக்தி' யின் கதவு நிரந்தரமாக மூடப்பட்டுவிட்டது என்று ஹர்ஷ் நினைத்து விட்டார். உண்மை அது அல்ல. கிருஹப் பிரவேச பார்ட்டிக்கு மறுநாள் நான் நந்தா, ஹுசைன், வீர் மூவரிடமும் பேசி இரண்டு லட்சம் கொடுத்து 'முக்தி' ஃபிலிமை ரஞ்சனாவிடமிருந்து வாங்கும் விஷயத்தை முடிவு செய்திருந்தேன். தொழிலில் புகழ் பெற்ற இத்தகையவர்களிடம் முரண்டு செய்து வெறும் கையோடு அனுப்புவதற்கு ஒரு சாதாரண டான்ஸ்- டைரக்டருக்கு சாதாரணமாக தைரியம் வராது. நாரங்க்

மூன்றாவது முறையாக இம்பா தலைவராகியிருக்கிறார், ஹுசைன் டைரக்டர்ஸ் அசோசியேஷன் செக்ரட்டரி. காயம் பட்ட உணர்வுகளோடு ரஞ்சனாவின் நான்கு ரீல்களை மறந்துவிட்டு நிறுவனம் புதிதாகவே ஃபிலிமைத் தயாரிக்கவும் தயாராக இருந்தது. படக்கதை ஹர்ஷ், எண்ட்ரியினுடையது, அதன் மீது ரஞ்சனாவுக்கு எந்த அதிகாரமும் இல்லை. நாம் ஷூட்டிங் செய்யத் தொடங்கினால் அவள் ஸ்டே ஆர்டர் வாங்க முடியாது. நாம் உடனே தொடங்கிவிட முடியாது என்பது உண்மைதான். முதலில் நாம் நிறுவனத்தின் படக்கதை குழுவிடம் கதையைத் தந்து அனுமதி வாங்க வேண்டும், பிறகு ஒரு மூன்று மாதங்களுக்குப் பிறகு போர்ட் மீட்டிங்கில் இரண்டாவது முறை ஒப்புதல் கிடைக்கும். ஃபிலிம் தொழிலைப் பற்றி கொஞ்சமாவது தெரிந்தவர்களுக்கு ஆறு, ஏழு மாத தாமதம் சாதாரணம் என்று தெரியும்.''

திவ்யா அவளைப் பார்த்துக் கொண்டேயிருந்தாள். ''இந்த விஷயம் ஹர்ஷுக்குத் தெரியாதா?''

வர்ஷா தலையை ஆட்டினாள், ''ஒன்று, பேச நேரம் கிடைக்கவில்லை. இரண்டாவதாக, எல்லாம் தீர்மானமான பிறகு ஹர்ஷிடம் சொல்ல விரும்பினேன்...'' ஒரு வினாடி தன்னுள் மூழ்கி இருந்தாள். 'முக்தி'யை மீண்டும் எடுக்க முடியும் என்று சுஜாதா நம்பவில்லை. சுஜாதா ஏன் எனக்கு விரோதமாக மாறிவிட்டாள் என்று வர்ஷா யோசித்தாள். சுஜாதா உடனே பம்பாய் வருவதற்கு வர்ஷா ஒத்துக் கொள்ளாததற்குக் காரணம் கிளினிக்கில் சுஜாதாவைப் பார்த்து ஹர்ஷ் அவமானத்தில் குன்றுவான் என்பதுதான். பிறகு 'முக்தி' ஷூட்டிங்கில் ஹர்ஷ் மும்முரமாக இருப்பதைப் பார்த்த பிறகு தான் சுஜாதாவுக்கு உண்மையான சந்தோஷம் ஏற்படும். அவள் தனக்கே உரிய வகையில் சகோதர - சகோதரியிடம் தன் நெருக்கத்தை வெளிப்படுத்தியிருந்தாள்.

ஹர்ஷின் மரணம் அம்மாவை மட்டும் இன்னும் நெருக்கமாக்கியிருந்தது (ஹர்ஷுக்காக வர்ஷா என்னவெல்லாம் செய்தாள் என்று நவீன் மாமா விவரமாக செல்லியிருந்தார்.) காரியம் முடிந்த இரண்டாவது நாள் வர்ஷா ஏன் அழவில்லை என்பதே அம்மாவுக்கு மிகப் பெரிய கவலையாகிவிட்டது.

''இந்த வீட்டில்தான் நீ மருமகளாகி வர இருந்தாய்.'' அம்மா அவளைத் தன் மார்போடு அணைத்துக் கொண்டாள். ''வாய்விட்டு அழடி பெண்ணே, இல்லை யென்றால் இந்த துக்கம் பெரிய காயமாகி இதயத்தை வெடிக்கச் செய்துவிடும்...''

இரண்டு அறை கொடுத்து அவளை அழவைக்க முயற்சித்தாள். பிறகு வர்ஷாவுக்கு பதில் தானே அழ ஆரம்பித்தாள்...

வர்ஷா ஜன்னல் முன் நின்றாள். கீழே தெரு கோலாகலமாக இருந்தது. பெண்கள், ஆண்கள், குழந்தைகள் சிரித்து கலகலத்தார்கள். வேகமாக தெருவைக் கடந்தார்கள். நான் மட்டும்தான் என் துயர அறையில் அடைபட்டிருக்கிறேன். வெயில் சுகமாக இருந்தது, குளிரும் இருந்தது. ஆகாயம் நீலமாக இருந்தது. காற்றலைகளும் லேசாகவும், மென்மையாகவும் இருந்தது.

வர்ஷா முணுமுணுத்தாள், ''நான் இன்னும் உயிரோடு இருக்கிறேன்.''

இப்போது என் வாழ்க்கையில் ஹர்ஷ் இல்லாத ஒரு அத்தியாயம் தொடங்கியிருக்கிறது. எத்தனையோ வருஷ அந்தரங்கங்கள், விருப்பங்கள், நினைவுகளுடன் இப்போது நான் ஹர்ஷ் இல்லாத வாழ்க்கையைப் புதிதாக தொடங்கவேண்டும் (பொருள்களை சுமக்கும் வண்டி போல இப்போது நான் நினைவுகளை சுமக்கும் வண்டி!).

15. உணர்வு நிலை விதவை

"வர்ஷா" அம்மா கூச்சம் நிறைந்த தயக்கத்துடன் கேட்டாள், "நீ ஹர்ஷ் மூலமாக கர்ப்பமாகியிருக்கிறாய் என்பது உண்மையா?"

லக்னோவிலிருந்து வந்ததும் வர்ஷா வீட்டிற்கு வரவில்லை, நேராக ஸ்டுடியோ போய் விட்டாள். (அடுத்த சில நாட்கள் 'காய்ச்சலில் அபிநயம்' நாட்களாக இருந்தன.). சாந்தாகுரூஸ் விமான நிலையத்தில் ஜல்லியும், நைனரஞ்சனும் பாண்டேயுடனும், தயாரிப்பாளர் ரெட்டியுடனும் அவளை எதிர்பார்த்திருந்தார்கள். ஜல்லியும், நைனும் தினமும் போன் செய்ததோடு அவளைப் பார்க்க டில்லிக்கும், லக்னோவுக்கும் வந்திருந்தார்கள் (அவள் 'சோக-காய்ச்சலி'ல் விழுந்திருந்தாள் - சதுர்புஜின் கொடை) கிஷோரும் அவளைப் பார்க்க முதலில் டில்லிக்கு வந்தான். பிறகு ஹேமலதாவையும் அழைத்துக் கொண்டு லக்னோ வந்தான். அத்தான் ஹர்ஷின் மரணத்தை 'படைத்தவனின் கருணையற்ற கொடூரம்' என்றார். மோகினி அண்ணி ஒரு சிறிய இரங்கல் கடிதம் அனுப்பியிருந்தாள். அதில் 'மகாதேவ் அண்ணன் மிகவும் வருந்தியதாக' குறிப்பு இருந்தது. அப்பா ஊமையாகிவிட்டார்.

"அக்கா, நன்றாக இருக்கிறாயா?" ஜல்லி அவள் கையைப் பற்றிக் கொண்டாள்.

பெரிய கண்ணாடியில் மறைத்த கண்களுடன் வர்ஷா ஆமாம் என்று தலையாட்டினாள். முந்தின நாள் மாலை மாத்திரை எடுத்திருந்தாள். இனி பகலில் மாத்திரை எடுக்கக்கூடாது என்று தீர்மானித்திருந்தாள். இந்தப் பாதுகாப்பு - சாதனம் இல்லாமலே தன்

தினசரி வாழ்க்கைக்குத் திரும்ப முயற்சிக்கவேண்டும். ஆனால் விடியற்காலையிலேயே மாத்திரை தேவைப்பட்டது. ஏதாவது எடுப்பதற்கு கையை நீட்டினால் ஒரு வினாடி விரல்கள் வலுவிழந்து வெலவெலத்தன. இருந்தாற் போலிருந்து தொண்டையில் முள் போல் குத்தியது. உள்ளிருந்து பலவீன அலை பொங்கியது. விமான பயணத்தின் போது தன்னைக் கட்டுப் படுத்திக் கொள்ளும் முயற்சியுடன் அவள் 'கீதை' படித்துக் கொண்டிருந்தாள். ஏர் ஹோஸ்டஸ் காலை சிற்றுண்டி ட்ரே கொண்டு வந்தாள், ஆனால் ஒன்றும் சாப்பிடத் தோன்றவில்லை. கருங்காப்பி மட்டும் ஒன்றன் பின் ஒன்றாக மூன்று கப் குடித்தாள். ஏர் ஹோஸ்டஸ் ஒவ்வொரு முறையும் புன்னகையுடன் சுடுநீர் கொண்டு வந்தாள்.

''மன்னியுங்கள், நான் உங்களுக்கு சிரமம் கொடுக்கிறேன்.'' என்று வர்ஷா மன்னிப்பு கேட்டுக் கொண்டாள்.

''நிச்சயமாக இல்லை, மிஸ் வசிஷ்ட்!'' ஹோஸ்டஸ் புன்னகையுடன் தலையை ஆட்டினாள்.

நீங்கள் எவ்வளவு துயரத்தில் ஆழ்ந்திருக்கிறீர்கள் என்று எனக்குத் தெரியும் என்ற பாவம் அவள் கண்களில் தெரிந்தது.

செய்திப் பத்திரிக்கைகள் ஹர்ஷின் மரணத்தைக் குறித்து விரிவாக எழுதியிருந்தன. பல சினிமா பத்திரிக்கைகள் அட்டைப் படக் கதையாக ஆக்கியிருந்தன, சில பத்திரிக்கைகள் வர்ஷாவின் புகைப்படங்களுடன் 'ப்ளாக் விடோ', 'உணர்வு நிலை விதவை' என்று தலைப்புகள் தந்திருந்தன.

வெளியே வரும் வர்ஷாவின் கால்கள் மீண்டும் வலுவிழந்து வெலவெலத்தன.

''நைன், எனக்கு ஒரு கப் கருங்காப்பி வாங்கித் தருகிறீர்களா?'' என்று கார்க் கதவைப் பிடித்தபடி வர்ஷா கேட்டாள்.

நைன் உடனே திரும்பினான்.

ஜல்லி அவளைத் தாங்கி உட்கார வைக்கத் தொடங்கினாள், ''இப்போதே வேலையைத் தொடங்குவதற்கு என்ன அவசரம்?''

''எல்லாருக்கும் நஷ்டம் ஏற்படுகிறது, ஜல்லி.''

நைன் அவளிடம் காகிதக் கப்பைத் தந்தான்.

வர்ஷா நான்கு மடக்கு காப்பியைப் பருகியதும் சற்று திடம் வந்தது.

''மேடம், நீங்கள் சொன்னபடி பதினைந்து நாட்கள் தந்துவிட்டோம்.'' கொஞ்ச நேரம் பேசாமல் இருந்துவிட்டு பாண்டே மீண்டும் தொடர்ந்தார், ''பன்னிரண்டு நாட்கள் இரண்டு, இரண்டு ஷிஃப்டுகள் இருக்கிறது.''

வர்ஷா ஆமாம் என்று தலையசைத்தாள். ''யாருடைய ஷெட்யூலாவது தொடங்கினால் அட்ஜஸ்ட் செய்துகொள்ளலாம். நான் விடியற் காலையிலிருந்து நள்ளிரவு வரை வேலை செய்ய விரும்புகிறேன்.''

இருண்ட கட்டிடங்களின் மீது இருண்ட வானம் கவிந்திருந்தது. பகலின் வெளிச்சத்தில் சோகம் நிறைந்த அவலம் படிந்திருந்தது. காற்றில் உஷ்ணம்.

தான் இந்தக் காட்சியின் ஒரு பகுதி இல்லை போலவும், ஸ்டில் லைஃப் படத்தைப் பார்த்துக்கொண்டிருப்பது போலவும் வர்ஷாவுக்குத் தோன்றியது.

இப்படியே மெல்ல, மெல்ல கசப்பை விழுங்கியபடி நான் ஹர்ஷ் இல்லாத வாழ்க்கையை வாழ பழகவேண்டியிருக்கும் என்று வர்ஷா ஆழ்ந்த பெருமூச்சுடன் நினைத்துக்கொண்டாள்.

★ ★ ★ ★

'அக்கா...''

நள்ளிரவில் வர்ஷா வீட்டை அடைந்தபோது ஜூமக்கி கதவுக்கு வெளியே நின்றிருந்தாள். லேசான விம்மலுடன் குலுங்கினாள். வர்ஷா அவள் கழுத்தைக் கட்டிக்கொண்டாள்.

வீடு எப்போதும் போல ஒழுங்காக இருந்தது. ஆனால் முற்றிலும் சூனியமாக இருந்தது. பின்னால் கடல் அலைகள் கரையின் மீது சிதறிக்கொண்டிருந்தன.

ஒரு வினாடி வர்ஷா கார்ப்பெட்டில் ஹர்ஷ் குஷனை வைத்துக்கொண்டு உட்கார்ந்திருக்கும் மூலைப்பகுதியைப் பார்த்துக்கொண்டே இருந்தாள். பக்கத்தில் சாம்பல் கிண்ணம். எப்போதாவது கையில் டி.வி. ரிமோட் கண்ட்ரோல்.

இனி ஹர்ஷ் இங்கே உட்கார்ந்திருப்பதைப் பார்க்கமுடியாது... சுவாமிஜி சொன்னார், நீ கொல்லப்பட்டால் சுவர்க்கத்தை அடைவாய், உயிரோடு இருந்தால் பூமியை ஆள்வாய். ஆகையால், குந்தியின் மகனே, போர் செய்ய நிச்சயித்து எழுந்து நில்.

ஹர்ஷ் தோற்றான், கொல்லப்பட்டும் விட்டான் (அவனுக்கு சுவர்க்கம் கிடைப்பதிலும் எந்த ஆட்சேபணையும் இல்லை.)

''ஜுமக்கி, இப்போது நம் வாழ்க்கை நடைமுறை மாறிக்கொண்டிருக்கிறது.'' என்றாள் வர்ஷா.

''நினைத்துப் பார் உஜாகர்சிங்!'' வர்ஷா பல்லைக் கடித்தாள், ''அந்த அமாவாசை இரவு நீ என்ன செய்தாய் நீசப்பயலே?''

கையை ஓங்கி வீசினாள்.

ஹண்டரின் சாட்டை சொடுக்குடன் கூச்சல் எழுந்தது, ஆனால் அத்துடன் 'ஓ, மை காட்' என்ற சத்தமும் கேட்டது..

''கட்!'' என்று இயக்குனர் கத்தினார்.

''வர்ஷா மேடம்!'' முனகலுடன் தீனாநாத் புன்னகை செய்தான், ''நிஜமாகவே உங்கள் வீட்டிற்கு நான் தீ வைத்துவிட்டது போல உங்கள் கை என் மீது இறங்கியது.''

இயக்குனர் ''மேடம், இன்று நீங்கள் அப்செட்டாகி இருக்கிறீர்கள்.'' என்றபோது வர்ஷா மன்னிப்பு கேட்டாள்.

....வர்ஷா பச்சை இலைக்கொத்தை நீட்டிய போது ஆட்டுக்குட்டி சில வினாடிகள் கவலையோடு அதைப் பார்த்துக்கொண்டிருந்தது. வர்ஷா அதை முத்தமிட்டபோது தயக்கத்துடன் முன்னால் வந்தது. பிறகு இலைகளை வாயில் வாங்கிக் கொண்டது.

வைக்கோல் குவியல் முன்பு போலவே மூலையில் கிடந்தது.

சுற்றிலும் அதே மௌனம்.

மூங்கில் துண்டுக் கதவு திறந்திருந்தது. மெல்லிய காற்றில் மரங்கள் சரசரத்தன.

'லீவு நாட்களில் நான் இங்கே வரத் தொடங்கிவிட்டேன் ஹர்ஷ்!' வர்ஷா மனதிற்குள் சொல்லிக்கொண்டாள்.

நேற்று காலை அவள் டாக்டர் மிஸஸ் மேத்தாவின் கிளினிக்கிற்குப் போயிருந்தாள். தன் ரிப்போர்ட்டைப் பார்த்துக்கொண்டே உட்கார்ந்திருந்தாள். அப்போதிலிருந்து மனம் உளைந்துகொண்டே இருந்தது. காலையில் இந்த நீண்ட தூர டிரைவில் கண்கள் கனத்திருந்தன.

"வர்ஷா, நீங்கள் சரியாக தூங்கவில்லை போலிருக்கிறது.'' என்றாள் நீரஜா.

வர்ஷா ஆமாம் என்று தலையாட்டினாள்.

ஹர்ஷின் குழந்தையைப் பெற்று வளர்க்கும் ஆவல் அவளுக்குள் வலுப்பெற்றுக் கொண்டிருந்தது.

அவள் இதுவரை வாழ்ந்த வாழ்க்கையில் ஹர்ஷ் எல்லாரையும் விட முக்கியத்துவம் வாய்ந்த ஆண் மகன். பல மோதல்கள் இருந்தும் அவனுடனான அவள் உறவு திடமாக, உறுதியாக நிலை பெற்றிருந்தது. இப்போது அந்த உறவின் ஒரு அடையாளம் அவளுக்கு கிடைக்கவிருந்தது. அதன் வாயிலாக ஹர்ஷுடனான உறவு நிரந்தரமாகக் கூடும்.

இந்தத் தீர்மானம் முள்கள் நிரம்பிய பாதையாக இருக்கும் என்பது தெளிவான நிச்சயம். ஹர்ஷ் தன்னைத் தானே கொன்று கொண்டதை அவள் கோழைத்தனமாக நினைத்தாள். அவளும் கோழையாக மாறி கிளினிக்கில் இதற்கு ஒரு விடுதலை பெற்று வெளி உலகிற்கு ஒரு மாசற்ற வாழ்க்கையை வாழ்வதா?

அர்த்தமற்ற விவாதங்களில் விழ அவள் தயாராக இல்லை. ஆனால், அவள் வயிற்றில் வளரும் குழந்தை ஹர்ஷின் நினைவு மட்டுமல்ல, அவளுடைய அம்சமும் அதில் இருந்தது. இது அவர்கள் இருவரும் இணைந்து பங்கு கொண்ட பிணைப்பு. தன் கலை

தவத்தை அடுத்து இது வர்ஷாவின் எல்லாவற்றையும் விட முக்கியமான மானிட உறவுச் சங்கிலி.

இந்த உயிரை ஏற்றுக் கொள்வது அவளுடைய எதிர்கால வாழ்வின் போக்கையும் தன்மையையும் மாற்றிவிடும் என்று அவளுக்குத் தெரியும்.

★ ★ ★ ★

''ஆமாம், அம்மா!'' என்று வர்ஷா திடமான குரலில் சொன்னாள்.

'சில்வர் சேன்டு'க்கு அம்மாவும் சுஜாதாவும் முதல் முறையாக வந்திருந்தார்கள். சந்தோஷத்திற்குப் பதில் வீட்டில் இறுக்கம் நிறைந்திருந்தது. ஜுமக்கி டீ ட்ரேயை வைத்துவிட்டு பேசாமல் வெளியே போய்விட்டாள்.

ஒரு தீர்மானத்திற்கு வந்தவுடனே வர்ஷா தன்னுடைய முக்கியமான நான்கு, ஐந்து தயாரிப்பாளர்களிடம், விரைவில் என் தொடர்பான காட்சிகளை முடித்துவிடுங்கள், இல்லையென்றால் நான் மீண்டும் ஷூட்டிங்கிற்கு வர ஐந்து, ஆறு மாதங்கள் பிடிக்கும் என்று சொல்லிவிட்டாள். பண நெருக்கடி இருந்தவர்களுக்கு வர்ஷா எல்லா பண வசதிகளும் செய்து தருவதாக ஆறுதல் அளித்தாள். உடனே, இந்த அவசரத்திற்கு என்ன காரணம் என்ற கேள்வி நிச்சயம் எழும். இதில் மூடி மறைத்து எதுவும் சொல்லாமல் உண்மையான காரணத்தை சொல்லி விடுவது என்று வர்ஷா தீர்மானித்திருந்தாள்.

அவர்கள் முக பாவத்தைப் பார்த்ததும் மேற் கொண்டு எப்படியான மோதலை சந்திக்க நேரும் என்று வர்ஷா புரிந்து கொண்டு விட்டாள்.

''மேடம், இந்த முறை நீங்கள் எல்லை மீறி போகிறீர்கள்.'' மாலையில் பாண்டேயுடன் மோதல் நிகழ்ந்தது, ''நீங்கள் கால் பதித்து நின்று கொண்டிருக்கும் கிளையையே கோடாலியால் வெட்டிக் கொண்டிருக்கிறீர்கள். கேரியர் என்று பார்த்தால் இப்போது கல்யாணம் செய்து கொள்ளும் தீர்மானமே சரியில்லை. கல்யாணத்திற்குப் பிறகு ஹீரோயின்கள் மக்கள் விருப்பத்தில் ஒரேயடியாக விழுந்துவிடுகிறார்கள். ஆனால், நான் சும்மா

இருந்தேன். பிறகு கடவுளின் விருப்பம் வேறு விதமாக இருந்தது. இப்போது உங்கள் வாழ்க்கை குறித்த தீர்மானங்களை முதல் தரமான வகையில் எடுக்க வேண்டும். கஞ்சன் பிரபா தன் போன படத்தை ஃப்ளாப் ஆக்கிவிட்டாள். நம்முடைய அடுத்த ரிலீஸ் ஹிட்டாகிவிட்டால் நம் சம்பளத்தை உச்சநிலைக்கு உயர்த்தலாம். நீங்கள் எமோஷனல் ஆக்ட்ரஸ், கஞ்சன் பிரபாவைப் போல இளைஞர்களுக்கு மட்டுமே பிடித்தமான நடிகை இல்லை - நான் உங்களுக்கு எழுதித் தருகிறேன், நம்பர் ஒன் நடிகை ஸ்தானத்திலிருந்து ஐந்து ஆண்டுகளுக்கு உங்களை யாரும் அசைக்கமுடியாது. கலை சினிமாவை உதறிவிட்டால் இன்னும் நீண்ட நாட்கள் கூட நீங்கள் இந்த ஃபீல்டில் உச்சத்தில் இருக்க முடியும். ஆனால் நீங்கள் இப்படி ஒரு அழிந்து போகும் ஆபத்தான வேலையை செய்கிறீர்கள். ஒரு தாய் - அதிலும் கல்யாணமாகாத ஒரு தாய் ஹீரோயினுக்கு இண்டஸ்ட்ரியில் இடமே இல்லை மேடம்!''

''பாண்டே சார்!'' வர்ஷா திடமான குரலில் சொன்னாள், ''என் சொந்த வாழ்க்கையைப் பற்றி விமரிசிக்க உங்களுக்கு எந்த உரிமையும் இல்லை என்று ஏற்கனவே ஒரு முறை சொல்லியிருக்கிறேன்.''

''நீங்கள் தெரிந்தே தப்பான பாதையில் போகிறீர்கள், மேடம்! நான் எப்படி வாயை மூடிக்கொண்டிருப்பேன்? கடைசியில் உங்கள் நன்மையில்தானே என் நன்மை அடங்கியிருக்கிறது.''

''நீங்கள் விரும்பினால் என் நன்மையிலிருந்து உங்கள் நன்மையைத் துண்டித்துக் கொள்ளுங்கள்.''

அவள் தன் படகில் ஓட்டை போடுவதைப் போல பாண்டே அவளைப் பார்த்தார்.

வர்ஷா கூடியவரை தன்னை சினிமா பத்திரிக்கைகளிலிருந்து தூரமாக வைத்துக் கொண்டாள். ஆனால், போகும்போது, வரும்போது பாந்த்ரா, பைடர் ரோடு ஹோர்டிங்கில் பார்வை விழத்தான் செய்தது. பத்திரிக்கை அலுவலகங்களிலிருந்து போன் வந்தால் 'நோ காமெண்ட்ஸ்' என்று சொல்வது வழக்கமாகிவிட்டது (ஆரம்பத்தில் ரிசீவரை எடுத்ததுமே ஜுமக்கி, 'ஹலோ!' என்று சொல்லாமல் 'நோ கமெண்ட்ஸ்' என்று சொல்லும் அளவுக்கு

எல்லா அழைப்பையும் நிராகரித்து தப்பிக்கவேண்டியிருந்தது. ஒரு முறை போனை எடுத்ததுமே ரீட்டா முந்திக் கொண்டு ''ஜுமக்கி, நான் விளக்கம் எதுவும் கேட்கவில்லை. வர்ஷாவையும், உன்னையம் நிக்கி பிறந்தநாளுக்கு கூப்பிடத்தான் போன் செய்தேன்.'' என்றாள்.).

வதந்தி - ஆற்றில் வெள்ளம் பெருக்கெடுத்தது. வர்ஷாவின் கர்ப்பம் தேசிய முக்கியத்துவம் பெற்று விட்டது. ஒரு சிலர் இந்த நிலையை ஹர்ஷுடன் இணைத்துப் பேசினார்கள்.

''நீ பப்ளிசிட்டி செய்வதற்கு முன் எங்களுக்கு ஏன் தகவல் சொல்லவில்லை?'' என்று சுஜாதா கோபமாகக் கேட்டாள்.

''முதலில், 'ஸ்டார் டஸ்ட்' தன் இஷ்யூவை வெளியிடுவதற்கு முன் என்னிடம் ஷெட்யூல் அனுப்புவதில்லை. இரண்டாவது, நான் உங்களுக்குத் தகவல் சொல்வதற்கு என்ன அர்த்தம்?'' வர்ஷாவின் குரலும் கடுமையாக இருந்தது.

''ஏன்? எங்களுக்கு சொல்வது உன் கடமை இல்லையா?''

''கடமையை செய்வது என் பொறுப்பு மட்டும்தானா? நான் மணந்துகொள்ள இருந்த கணவனின் சடலத்திற்கு முன் நீங்கள் என் மீது முட்டாள்தனமாக குற்றம் சுமத்தினீர்கள்! இங்கு நான் என் துயரம், வேதனைகளோடு தனியாக வெந்து கொண்டிருக்கிறேன். எப்படி இருக்கிறாய் என்று நீங்கள் ஒருமுறையாவது கேட்டீர்களா?'' சுஜாதாவுடனான உறவு கசந்துபோன வருத்தம் வர்ஷாவின் தொண்டையில் கல் போல அடைத்தது, ''உங்கள் கல்யாணத்தின் போது நீங்கள் காலி செய்த இடத்தை நான் நிரப்புவேன் என்று சொன்னீர்கள். உங்கள் வீட்டில் நான் இந்த என்னுடைய பங்கை நிறைவேற்றும் மிக முக்கியமான தருணத்தில் நீங்கள் என்னிடம் முகத்தைத் திருப்பிக் கொண்டீர்கள்.'' வர்ஷா கடுமையாக தன் ஷாஜஹான்பூர் நடையில் பேசத் தொடங்கினாள். சுஜாதா முன் அவள் மனம் இளகவே மாட்டாள்.

''வர்ஷா, கடைசியில் இந்த கர்ப்பத்துடன் ஹர்ஷுக்குத் தொடர்பு இருக்கிறது...'' அம்மாவின் முகபாவம் வேறு வகையாக இருந்தது, குரல் வேறு வகையாக இருந்தது, பார்வை வேறு வகையாக இருந்தது.

வர்ஷாவின் கடுமை மாறாமல் அப்படியே இருந்தது. "உங்களுக்கு போன் செய்யலாம் என்று ஒரு முறை நினைத்தேன். பிறகு கூச்சமாக இருந்தது..." வர்ஷா சட்டென்று நிறுத்தினாள்.

சில வினாடிகள் நிலவிய மௌனம் கனத்தும், நீண்டும் தோன்றியது.

"சமூக நியதி என்று பார்த்தால் நீ எப்படிப் பட்ட சவால்கள் நிறைந்த பாதையில் அடி எடுத்து வைக்கிறாய் என்று உனக்குத் தெரிந்திருக்கும்." சுஜாதா நிதானமான குரலில் சொன்னாள்.

வர்ஷா எச்சரிக்கையானாள். சுஜாதா ஒரு போர் நடவடிக்கை எடுத்திருக்கிறாள் என்றும், ஒன்றன் பின் ஒன்றாக எழும் இந்தக் கேள்விகள் அவளை ஒரு மூலையில் கொண்டு நிறுத்திவிடும் என்றும் தோன்றியது.

அவள் ஆமாம் என்று தலையசைத்தாள்.

"நீ வாழ்க்கை முழுதும் தனித்தே இருக்க நேரலாம்!"

வர்ஷா மீண்டும் ஒப்புக் கொள்ளும் பாவனையில் தலையை அசைத்தாள்.

"இன்னும் நீண்ட நாள் உன் முழு வாழ்க்கையும் எதிரில் இருக்கிறது." குரல் இப்போது மென்மையாக இருந்தது, "எதிர்காலத்தில் சட்டரீதியாக நீ இணைந்து வாழ விரும்பும் யாராவது ஒருவர் கிடைக்கலாம். அப்போது உனக்கு உன்னுடைய இந்த முடிவால் பச்சாத்தாபம் ஏற்படாதா?"

வர்ஷா சில வினாடிகள் யோசித்துவிட்டு மறுக்கும் பாவனையில் தலையை அசைத்தாள்.

சுஜாதா உடனே அம்மாவைப் பார்த்தாள். பிறகு முன் போலவே மென்மையான குரலில் கேட்டாள், "நீ ஏன் இதிலிருந்து விடுபட்டுவிடக் கூடாது?"

இப்போது அம்மாவும் அதே கேள்விக்கு விடைதேடும் பாவனையில் வர்ஷாவைப் பார்த்தாள்.

நான் நினைத்தது சரியாகப் போயிற்று என்று வர்ஷா நினைத்துக் கொண்டாள்.

''நாங்கள் உனக்கு நல்லதைத்தான் விரும்புகிறோம் மகளே!'' என்றாள் அம்மா.

''நான் நீண்ட நாள் சூனியத்திலேயே வாழ வேண்டும்.'' வர்ஷா அடைபட்ட குரலில் சொன்னாள், ''இனி இதுதான் எனக்கு ஆறுதல் தரும்.''

''இதை வளர்ப்பதில் நாங்கள் உனக்கு உதவி செய்ய விரும்பவில்லையென்றால்?'' சுஜாதா உறுதியான பார்வையில் அவளைப் பார்த்தாள்.

''உங்களிடம் யார் உதவி கேட்டது?'' வர்ஷாவின் முகம் கோபத்தில் சிவந்தது, ''நான் எவ்வளவு ஏழ்மையான கஷ்டத்தில் பிறந்தேனோ அந்த நிலையில் என் குழந்தை பிறக்காது. அது தன் அப்பாவைப் போலவே வாயில் வெள்ளி ஸ்பூனோடு பிறக்கும்... இப்படியான அற்ப விஷயம் சினிமா நகரத்தில் பிறந்தவர்கள் மனதில் தோன்றுகிறது. நீங்கள் டில்லியில் கௌரவமான குடும்பத்தில் பிறந்தவர்கள்.''

சுஜாதா கோபத்தோடு எழுந்தாள், ''வாருங்கள், அம்மா!''

வர்ஷாவும் எழுந்தாள். அம்மா எழுந்திருக்க சில வினாடிகள் பிடித்தது.

வர்தன் குடும்பம் நீண்ட நாட்கள் அவளுக்கு மிக உயர்ந்த குடும்பமாக - தன் குடும்பத்தை விட மிக நெருக்கமானதாக இருந்தது. இன்று எல்லாம் நன்றாக இருந்திருந்தால் மாமியாராகவும, நாத்தனாராகவும் இருந்திருக்க வேண்டிய இருவரும் அவள் வீட்டிற்கு வந்துவிட்டு விரோதபாவத்துடன் வெளியேறிக் கொண்டிருந்தார்கள்.

இல்லை, அவர்களைத் தடுப்பதில் அர்த்தம் இல்லை. அவள் தேர்ந்தெடுக்க நேர்ந்த பாதை வேறு, அது தனித்து நிற்கவேண்டிய ஒன்று.

அவள் நீண்ட பெருமூச்சுடன் 'பாருங்கள் ஹர்ஷ், உங்களுக்குப் பிறகு என்னவெல்லாம் நடக்கிறது, பாருங்கள்!'

★ ★ ★ ★

சில மாதங்கள் வரை வெளி உலகம் நிதானமாகவும் பயங்கரமாகவும் இருந்தது. அஜய், கஞ்சன் பிரபா போன்ற சிலர் அருவருப்பான புன்னகையுடன் பார்த்தார்கள், நந்தா, ஹுசைன் போன்ற சிலர் நேருக்கு நேர் பார்ப்பதைத் தவிர்த்தார்கள், இராவதி போன்ற சிலர் குடும்ப விசேஷங்களுக்கு அவளை அழைப்பதை நிறுத்தி விட்டார்கள். சந்திரபிரகாஷிடமிருந்து போன் வருவது நின்றுவிட்டது. சுமந்த் தன் ஒரு கம்பெனி விழாவுக்கு அழைத்திருந்தார், ஆனால் அவர் என்றும் கேட்கும் "தனித்து வாழ்க்கை எப்படி போகும்?" என்ற கேள்வியை விட்டுவிட்டார்.

வர்ஷா முழு முனைப்புடன் தன் வேலையில் மூழ்கியிருந்தாள். விடியற்காலையில் ஷூட்டிங் போய்விட்டு நள்ளிரவு வீடு திரும்புவாள். தூக்க மாத்திரைகள், மது எல்லாம் முன்பே நின்று விட்டது. குழந்தை பிறப்பு, வளர்ப்பு புத்தகங்கள் அலமாரியில் நிறைந்தன. அவள் நேரம் கிடைக்கும் போதெல்லாம் அந்தப் புத்தகத்தின் பக்கங்களைப் புரட்டுவாள்.

இதுவரை அவள் குழந்தைகளைப் பற்றி விசேஷ கவனம் காட்டியதில்லை. செடி - கொடிகள் போல, பறவைகள் போல குழந்தைகளும் பிறந்து வளர்கிறார்கள் என்று நினைத்திருந்தாள். ஆனால் தன் வயிறு பெரிதாக, பெரிதாக விழிப்பு ஏற்படத் தொடங்கிவிட்டது. போகும்போது, வரும்போது குழந்தைகள் எதிர்பட்டால் வர்ஷா மெல்லிய புன்னகையுடன் அவர்களை நுண்மையாகப் பார்ப்பாள் - அதன் நடை, கை அசைவுகள், பேசும் முறை.

பெண் என்பவள் ஒரு அன்னை என்பதாலேயே அவள் சிறப்பானவள் என்று வர்ஷா நினைத்துக் கொண்டாள்.

திவ்யா, ஷிவானி கடிதங்களால் மனதில் திடம் வளர்ந்தது. கிஷோரும், ஹேமலதாவும் தொடர்ந்து கடிதம் எழுதிக் கொண்டிருந்தார்கள்.

உணர்வுநிலை விதவை 939

தூற்றல் பேச்சுகள் உச்சநிலையை எட்டியபோது அப்பாவின் கடிதம் வந்தது - ''சீதாபிராட்டி மீது சுமத்தப்பட்ட பயங்கரமான களங்கத்தைக் கேட்டு ராமனின் இதயம் நெருப்பில் கனிந்த இரும்பு சம்மட்டி அடியால் துண்டுபடுவது போல துண்டுபட்டது. இப்போது என் முன் இரண்டு வழிகள்தான் இருக்கின்றன - ஒன்று நான் இந்த அபவாதத்தைக் காதில் போட்டுக் கொள்ளாமலே இருந்துவிடுவது அல்லது களங்கமற்ற மனைவியைத் துறப்பது என்று மனதில் எண்ணினார். துறந்து களங்கத்தைத் துடைக்க எண்ணினார். ஏனெனில் புகழ் பெற்றவர்களுக்கு புகழ்தான் எல்லாவற்றையும் விட பிடித்தமானது, முக்கியமானது. இப்போது சீதா கர்ப்பவதியாக இருந்தபோதும் என் களங்கத்தைத் துடைப்பதற்காக நான் தந்தையின் கட்டளையை ஏற்று ராஜ்யத்தைத் துறந்தது போல அவளைத் துறப்பேன். அவள் களங்கமற்றவள் என்பதை நான் அறிவேன், ஆனால் அவதூறு சத்தியத்தை விட வலுவானது. நிர்மலமான சந்திரனில் விழும் பூமியின் நிழலைக் கண்டு மக்கள் அதை சந்திரனின் களங்கம் என்று கூறுவதையும் உலகம் உண்மை என்று நம்புவதைப் பாருங்கள் என்று கூறினார்' என்று கவிகுலகுரு (மகாகவிகாளிதாசர்) எழுதியிருக்கிறார்,...''

வர்ஷாவின் கண்களில் கண்ணீர் நிறைந்தது. வெகு நேரம் சோகத்துடன் உட்கார்ந்திருந்தாள். பிறகு அலமாரியைத் திறந்து 'சில்வர் சேன்டை' விட்டுப் போகும்போது அப்பா உணவுக் கட்டணமாக வைத்துவிட்டுப் போன நூறு ரூபாய் நோட்டின் அருகில் பத்திரமாக வைத்தாள்.

★ ★ ★ ★

''அக்கா, ஹர்ஷ் அண்ணனின் அம்மா வந்திருக்கிறார்கள்.'' ஜுமக்கி பயத்தோடு தெரிவித்தாள்.

வர்ஷா கிளினிக்கிலிருந்து திரும்பிய ஐந்தாவது நாள். ஆண் குழந்தை பிறந்திருந்தது - ஹர்ஷைப் போல சிவப்பாக, ஆனால் முகம் அம்மாவைப் போல இருந்தது.

''இப்போதே கர்வப்படாதே!'' என்றாள் ரீட்டா, ''குழந்தைகளின் ஃபீச்சர்ஸ் ஒரு வருஷத்திற்குப் பிறகுதான் வடிவாகும்.''

ரீட்டா பகலில் பெரும்பகுதி நேரம் குழந்தையைப் பார்த்துக் கொள்ள வந்துவிடுவாள்.

ரீட்டா ஒரு துளி பாலை உள்ளங்கையில் விட்டு சூடு பதம் பார்த்தாள். பிறகு நிப்பிளைக் குழந்தையின் வாயில் வைத்தாள், ''ஒரு களத்தில் நீ என்னைப் பின்னுக்குத் தள்ளிவிட்டாய், ஆனால் இன்னொன்றில் நான் உனக்கு நிறைய கற்றுத் தர முடியும்.''

வர்ஷா புன்னகையுடன் ஒத்துக் கொண்டாள், பாசத்துடன், குழந்தையைப் பார்த்துக் கொண்டேயிருந்தாள்... இப்போது அவள் ஒரு முழுமையான பெண் - அன்னை, ஆனால் மனைவியாகாத அன்னை. மனைவி என்ற அந்த ஒரு நிலையை அவள் அலட்சியப்படுத்திவிட்டாள் (டாக்டர் மேத்தா மட்டும் சிநேகிதியாக இல்லாவிட்டால் கிளினிக்கில் அட்மிட் ஆவதே கஷ்டமாக இருந்திருக்கும்.). பிரசவத்திற்குப் பிறகு குழந்தை முதல்முறையாக அவள் பக்கத்தில் படுக்கவைக்கப்பட்டபோது குழந்தையைப் பார்க்கும் ஆவல் நிறைவேறியதும் வர்ஷாவின் மனதில் எழுந்த விருப்பம் இதுதான் - 'ஐயோ, இன்று ஹர்ஷ் இருந்தால்...'

இந்த ஐந்து நாட்களில் ஒரு புறம் தான் முன்னை விட தனித்து விடப்பட்டு விட்டதாகவும், மறுபுறம் அதனாலேயே குழந்தையுடன் தன் பிணைப்பு இன்னும் திடமாகிக் கொண்டே போவதாகவும் பலமுறை அவள் மனதில் தோன்றியது.

அம்மா வந்த செய்தியைக் கேட்டு வர்ஷா ஆச்சரியப்படவில்லை. 'சில்வர் சேன்டி'லிருந்து போன பிறகு சுஜாதாவுடன் எந்தத் தொடர்பும் இல்லை. ஆனால் அம்மா அடிக்கடி போன் செய்து அவள் நிலையை விசாரித்தாள், ஆலோசனைகள் சொன்னாள், இரண்டு, மூன்று முறை அழவும் தொடங்கினாள். நவீன் மாமா, மாமி, அன்னு மூவரும் நல்ல தொடர்பு வைத்திருந்தார்கள், பிரசவ நாளன்று கிளினிக்குக்கு வந்திருந்தார்கள், வர்ஷா விஷயமாக அம்மாவுக்கும், சுஜாதாவுக்கும் இடையில் சண்டை நடந்துகொண்டிருக்கிறது என்று அன்னு சொன்னாள்.

''வாருங்கள் அம்மா...'' வர்ஷா எழுந்து வரவேற்றாள்.

அம்மா கம்பை ஊன்றி வந்தபோது வர்ஷா உடனே முன்னால்

சென்று துணை செய்தாள்.

அம்மா குழந்தையைப் பார்த்த பார்வையைக் கண்டு வர்ஷா மனம் இளகினாள். அம்மா குழந்தையை முத்தமிட்டு மார்போடு அணைத்துக்கொண்டாள் .. பின்னர் வம்ச பரம்பரை உடையாமல் இருந்த சுகமோ, ஹர்ஷ் இல்லாத துயரமோ அல்லது இரண்டுமோ .... அம்மாவின் கண்களில் கண்ணீர் பெருக்கெடுத்தது.

"விதியின் விளையாட்டைப் பார்..." அம்மா தொண்டை அடைக்க சொன்னாள். "இன்று அவன் அப்பாவும் இல்லை அவனும் இல்லை."

வர்ஷாவால் ஒன்றும் சொல்லமுடியவில்லை. அம்மாவின் கையைத் தன் கையில் எடுத்துக்கொண்டாள். சற்று நேரத்திற்குப் பிறகு அம்மா கண்ணீரைத் துடைத்துக்கொண்டாள். பிறகு ஒரு காகிதத்தை எடுத்தாள், "எங்கள் புரோகிதரிடம் குழந்தையின் ஜாதகத்தைக் கணித்தேன்."

வர்ஷாவுக்கு இந்த நினைவே இல்லை. அவள் புன்னகையுடன் குழந்தையின் ஜாதகத்தை வாங்கிக்கொண்டாள்.

"சுஜாதா என்னிடம் கோபித்துக்கொண்டு இருக்கிறாள்." அம்மா வர்ஷாவைப் பார்த்தாள்.

வர்ஷாவின் கண்கள் தாழ்ந்தன. இந்த விஷயம் அவள் அதிகார வட்டத்திற்கு அப்பாற்பட்டது.

"நியாயம் எதுவோ அதைத்தான் செய்திருக்கிறேன்." அம்மா இன்னும் சில காகிதங்களை வெளியில் எடுத்தாள், "வசந்தவிஹார் பங்களாவை குழந்தை பெயருக்கு எழுதியிருக்கிறேன். முனீர்க்கா ஃபிளாட் சுஜாதாவினுடையது. ஹர்ஷின் அப்பா விட்டுச் சென்ற ஃபிக்சட் டெபாசிட், ஷேர், பணம் எல்லாவற்றையும் இரண்டு குழந்தைகளுக்கும் சரிசமமாகப் பிரித்துக் கொடுத்திருக்கிறேன். நீ அடுத்த மாதம் ஒரு முறை டில்லி வரவேண்டியிருக்கும். என் கண் முன்னாலேயே பங்களாவை உன் உரிமையாக்கிக்கொள். நவீனிடம் சொல்லிவிட்டேன். அவனும் உன்னுடன் வருவான்... ஹர்ஷின் அப்பாவுடைய ஆத்மா இதை முழுதும் அங்கீகரிக்கும் என்று எனக்கு முழு நம்பிக்கை இருக்கிறது."

பின்னிணைப்பு

காதலின் இறுதி வரைவு

''அக்கா!'' கதவுக்கு வெளியில் ஜுமக்கியின் மெல்லிய குரல் கேட்டது.

''வா.'' வர்ஷா புரண்டு படுத்தாள். சற்று நேரத்திற்கு முன்பே தூக்கம் கலைந்துவிட்டிருந்தது, ஆனால் கொஞ்சம் களைப்பாகவும், சோம்பலாகவும் இருந்தது.

''ரூப் எல்லா பத்திரிக்கைகளையும் எடுத்துக் கொண்டு வந்திருக்கிறார்.'' என்று ஜுமக்கி புன்னகையோடு தெரிவித்தாள்.

வர்ஷாவும் புன்னகை செய்தாள். மணியைப் பார்த்தபோது எட்டு அடித்துக் கொண்டிருந்தது. அவள் சிறியதாக சோம்பல் முறித்தாள்.

ஜுமக்கி ஏர்கண்டிஷனரை நிறுத்தினாள். ஜன்னலைத் திறந்து திரையை விலக்கினாள். வெளி வெளிச்சம் உள்ளே நுழைந்தது. வர்ஷா தலையைத் திருப்பினாள். கடல் அமைதியாக இருந்தது. அலைகள் வெவ்வேறு கோடுகளில் மின்னிக் கொண்டிருந்தன.

''அக்கா, டீயை இங்கே கொண்டு வரட்டுமா, வெளியே வருகிறீர்களா?''

''வெளியே வருகிறேன்.''

ரூப் காலையிலேயே வந்துவிடுவது அவளுக்குப் பிடித்திருந்தது. கொஞ்ச நேரம் அரட்டை அடிக்கலாம்.

அவள் பாத்ரூமுக்கு வந்தாள். முகத்தில் தண்ணீரை வாரி அடித்துக் கொண்டாள். பிறகு மிருதுவான துண்டால் முகத்தைத் துடைத்துக் கொண்டாள்.

கவுன் அணியும் போது தன் உடல் அமைப்பின் மீது பார்வை விழுந்தது. முகம் சற்று உப்பியிருந்தது. கண்களிலும் முன்பு போல இப்போது வெறுமை இல்லை.

''குட் மார்னிங்!'' ரூப் இரண்டு டோஸ்களுக்கிடையில் ஆம்லெட்டை வைத்துக் கொண்டே புன்னகை செய்தான், ''எனக்கு ஸ்ட்ரக்கிள் சமயத்தில் மிகவும் பசிக்கும் என்று உங்களுக்குதான் தெரியுமே!''

வர்ஷா புன்னகையோடு கார்ப்பெட்டில் உட்கார்ந்தாள். ட்ரேயை அருகில் இழுத்து இரண்டு கப்களில் டீயை ஊற்ற ஆரம்பித்தாள்.

''எனக்கு பம்பாய் மிகவும் அன்னியமாகத் தோன்றுகிறது.'' ரூப் ப்ளேட்டில் ஜாமைப் போட்டுக் கொண்டே சொன்னான்.

''பரிச்சயமில்லாதவர்களுடன் பயணம் செய்து கொண்டே இருங்கள்.'' வர்ஷா புன்னகை செய்தாள், ''நெருக்கம் பிறந்துவிடும்.''

ரூப்பை அவள் சென்ற ஆண்டு 'மேக தூத்' தியேட்டரில் 'தி ரோஸ் டட்டூ'வில் பார்த்தாள். மிகவும் கவரப்பட்டாள். பேக்ஸ்டேஜுக்கு சென்று வாழ்த்துகள் தெரிவித்தாள் ('ஆதித்யா, சூர்யபான், ஹர்ஷவர்தனின் பரம்பரையை ரூப் மேலே கொண்டு செல்வான்' என்று ஷாலினி காத்யாயன் தன் விமரிசனத்தில் அறிவித்திருந்தாள் செமஸ்டர் முடிந்ததும் ரூப் ரிப்பர்ட்டரியை விட்டுப் போய் விட்டான்.).

''ரிவ்யூஸ் பார்த்தீர்களா!''

''பார்க்கிறேன்.'' வர்ஷா டீ குடித்தாள். வயதான பிறகு இப்போது விமரிசனங்களைப் பார்க்க ஆர்வம் இருந்ததே தவிர நடுங்கும் பரபரப்பு இல்லை.

'' 'இண்டியா போஸ்டி'ல் டிக்டேட்டரைப் பற்றி மூன்று பாராகிராஃப் இருக்கிறது, உங்களைக் குறித்து இரண்டு, என்னை

மூன்று வரிகளில் அடக்கிவிட்டார்கள்.'' ரூப் செயற்கை வெறுப்பைக் காட்டினான்.

''உங்களைப் பற்றியும் மூன்று பாராகிராஃப்கள் எழுதப்படும்.'' வர்ஷா புன்னகை செய்தாள், ''கொஞ்சம் பொறுத்திருங்கள்.''

டாக்டர் அடல் இரண்டு மாதங்கள் பம்பாயில் தங்கி வர்ஷாவின் குதுப்மினார் யூனிட்டிற்காக 'ஏ டே பை தி ஸீ' யை இயக்கியிருந்தார். பம்பாயில் திறமையான இயக்குநர்கள் கிடைக்கவில்லை. ஆதித்யா, சதுர்புஜ், சிந்தாமணி - எல்லாரும் அவளை தைரியமிழக்கச் செய்தார்கள், ஆனால் அவள் தைரியத்தை வரவழைத்துக் கொண்டு டாக்டர் அடலுக்கு ஒரு சிறிய கடிதம் அனுப்பினாள். ஒரு வாரத்தில் அவருடைய ஒப்புதல் பதில் வந்துவிட்டது.

இப்போது நான் துயர அறையிலிருந்து வெளியே வந்துவிட்டேன் என்று வர்ஷா நினைத்துக் கொண்டாள்.

...ஹர்ஷ் இறந்து ஒரு ஆண்டு ஆகிவிட்டது. சுஜாதா வருஷ திதியைக் கொண்டாடினாள், ஆனால் வர்ஷாவைக் கூப்பிடவில்லை. ஐந்து மாதங்களுக்கு முன் அம்மாவின் மூச்சு தூக்கத்திலேயே அடங்கி விட்டது. வர்ஷா அனுதாபம் தெரிவிப்பதற்காக முனீர்க்கா போயிருந்தாள். சுஜாதாவுக்கு வணக்கம் சொல்லிவிட்டு ஒரு ஓரமாக உட்கார்ந்தாள். பன்னிரண்டு பேர் இருந்திருப்பார்கள். சுஜாதா அவளிடம் எதுவும் பேசவில்லை. ஆனால், யோகேஷ் நல்ல விதமாக நடந்து கொண்டார், நவீன் மாமாவும், மாமியும், அன்னுவும் வர்ஷாவுடனான தங்கள் உறவு எத்தகையது என்பதை மறைக்க முயற்சிக்கவில்லை. சிறிது நேரத்திற்குப் பிறகு சுஜாதாவுக்கு வணக்கம் சொல்லிவிட்டு அவள் வெளியே வந்து விட்டாள்.

''நான் பத்து எண்ணுகிறேன்... ஒன்று...''

ஜுமக்கி பால் கிளாசை ஹேமந்த் வாயில் வைத்தாள், குழந்தை ப்ளாக்குகளுக்கிடையில் தன்னை மறந்து ஏதோ செய்வதில் முனைந்திருந்தான்.

''அக்கா, நான் பிற்பகல் ஃபார்முக்குப் போகட்டுமா?'' என்று

கேட்டாள் ஜுமக்கி, ''ஞாயிற்றுக்கிழமை உங்களுடன் திரும்பி வந்துவிடுகிறேன்.''

மூன்று மாதங்களுக்கு முன் ஜுமக்கிக்கும், லக்ஷ்மணுக்கும் கல்யாணம் நடந்தது. லக்ஷ்மண் ஃபார்ம் பொறுப்பை எடுத்துக் கொண்டான். ஜுமக்கி ஃபார்முக்கு போய்க் கொண்டு, வந்து கொண்டு இருந்தாள், ஆனால் 'சில்வர் சேன்டை' விட்டுப் போக அவள் ஒப்புக் கொள்ளவில்லை. வர்ஷாவுக்கும் இந்த ஏற்பாடு பிடித்திருந்தது.

''ஜல்லிக்கு போன் செய்து விடுகிறேன். லஞ்ச் டைமில் ஹேமந்தை அழைத்துக் கொண்டு போய்விடுவாள்.''

''சரி.'' என்றாள் வர்ஷா.

ஹேமந்தின் முதல் பிறந்தநாள் வரவிருந்தது. வசந்தவிஹாரில் கொண்டாட வர்ஷா நிச்சயித்திருந்தாள். சுஜாதாவை அழைப்பதா, இல்லையா என்று இன்னும் தீர்மானிக்கவில்லை, தன் குடும்பம் முழுதும் பங்கெடுத்துக் கொள்ளும் என்று நவீன் மாமா சொல்லி யிருந்தார் (சுஜாதா அம்மாவின் உயிலை ஆட்சேபித்து கோர்ட்டில் வழக்கு தொடர யோசித்திருப்பதாக மாமி சொன்னாள். வர்ஷா கோர்ட் நோட்டீஸைப் பெற தன்னைத் தயார் செய்து கொண்டாள். மனித உறவுகளின் இயல்பைக் குறித்து புதிய வகையில் ஆச்சரியம் தோன்றியது.).

அவளுடைய குடும்பத்தைப் பொறுத்தவரை நிலைமை முன் போலவே இருந்தது. ஜல்லி, கிஷோர், ஹேமலதா மூவரும் அவளுடைய சக பிரயாணிகள். அக்கா, மகாதேவ் அண்ணன், அப்பா மூவரும் பேசுவதில்லை என்ற தடையை வைத்திருந்தார்கள் (அப்பாவின் போக்கிற்குப் பின்புலத்தில் தலைமுறை வித்தியாசம் இருப்பதை வர்ஷா எப்போதும் அறிந்திருந்தாள், ஆனால் கோபால் மிஷ்ர் எல்லா ஆண்டையும் போல ஆடம்பரமாக பிறந்தநாள் விழா கொண்டாடியபோது வர்ஷாவுக்கு அழைப்பு அனுப்பத் தயங்கவில்லை. தலைமுறை வித்தியாசம் ஷாஜஹான்பூருக்குதான் ஏற்றது போலிருக்கிறது என்று வர்ஷா நினைத்துக் கொண்டாள்.).

அடுத்த மாதம் வர்ஷா ஷாஜஹான்பூர் போக

வேண்டியிருந்தது. மகன்லால் நகரசபை சேர்மன் ஆகிவிட்டார். வர்ஷாவுக்கு நகர மக்கள் - பாராட்டு விழா நடக்கவிருந்தது. அப்பா விழாவுக்கு வருவாரா, மாட்டாரா என்று தெரியவில்லை. 54, சுல்தான் கஞ்ச் போய் அப்பாவின் காலில் வணங்கி ஹேமந்திடம் 'தாத்தா காலில் விழுந்து கும்பிடு' என்று சொல்வதென்று வர்ஷா தீர்மானித்திருந்தாள். பிறகு என்ன நடக்குமோ தெரியாது.

''குட்மார்னிங் மேடம்!'' கோஸ்வாமி உள்ளே வந்தார். ''கட்டர் சாஹபுக்கு காலை ஷிஃப்ட் கொடுத்திருக்கிறோம். பில்லே சாரின் இன்ஸ்டால்மெண்ட் சாயந்திரத்திற்குள் வந்துவிடும். ஹைதராபாத்திலிருந்து ராவ் வந்திருக்கிறார். அவரிடம் பேசுவதற்கு லொக்கேஷனுக்கு அழைத்து வரட்டுமா?''

வர்ஷா சரி என்று தலையசைத்தாள்.

★ ★ ★ ★

வர்ஷா வதந்திகளுக்கு இலக்காகியிருந்தபோது நீரஜாவின் ஃபிலிம் ரிலீஸ் ஆகி மிகவும் வெற்றி பெற்றது. பாண்டே ஆனந்த குதூகலத்தோடு 'நம்பர் ஒன்' என்று அறிவித்தபடி வர்ஷா அவளுடைய சம்பளத்தை அதிகரிக்கும்படி வற்புறுத்தினார். விமல், நாரங்க் இருவரின் அறிவுரையை மதித்து வர்ஷா அதற்கு சம்மதிக்கவில்லை (''வர்ஷா, உங்கள் ஸ்டார்டம் உடல் - கவர்ச்சியை ஆதாரமாகக் கொண்டது அல்ல, ஒவ்வொரு ரிலீசுக்கும் சம்பளத்தை அதிகரித்துக் கொண்டே போய் ஒன்பது, பத்து படங்கள் செய்தாள், இரண்டு படம் ஃப்ளாப் ஆனதும் மார்க்கெட்டை விட்டுப் போய்விட்டாள் என்ற வகையை சேர்ந்தது அல்ல. நீங்கள் நீண்ட தூரம் செல்லும் ஸ்ட்ராங்கான, எமோஷனல் ஆக்ட்ரஸ் (இந்த சொல்லை நினைத்தால் இப்போது கூட வர்ஷாவால் புன்னகையை அடக்க முடியவில்லை.) நீண்ட நாள் நீடித்திருப்பதற்கு தயாரிப்பாளர்களிடம் நேரத்தை அதிகப்படுத்துங்கள், சம்பளத்தை அல்ல.'').

மூன்று மாதங்களுக்குப் பிறகு வர்ஷாவின் அடுத்த படம் தோல்வி அடைந்தபோது அவர்களுடைய இந்தக் கருத்து எவ்வளவு உண்மை என்பது தெரிந்தது. அந்தத் தோல்விப் படம் ரிலீசாவதற்கு முன் வர்ஷா பழைய சம்பளத்தில் இரண்டு படங்கள் சைன்

பண்ணியிருந்தாள், அவற்றின் தயாரிப்பாளர்கள் அவளை விலக்க நினைக்கவில்லை.

ஆனால் பாண்டே மிகவும் கடுப்பாகிவிட்டார்.

இதற்குள் கஞ்சன்பிரபா புரொஃபஷனலில் மிகவும் கீழே போய்விட்டாள். அவள் இடத்தைப் பல்லவி அனங்கி நிரப்பக்கூடிய சாத்தியக்கூறு இருந்தது. கவர்ச்சிக் காட்சிகள் நிறைந்த அவளுடைய புதிய படம் பல மையங்களில் வெற்றிகரமாக ஜூபிலியை நோக்கி போய்க் கொண்டிருந்தது. வெகு வேகமாக ஃபிலிம்களில் சைன் பண்ணியபடி அவள் மெட்ராசிலிருந்து பம்பாய் வர யோசித்துக் கொண்டிருந்தாள்.

மாதத் தொடக்கம். வர்ஷா காலையில் பாண்டேயின் சம்பளக் கணக்கைத் தீர்த்துவிட்டாள். பாண்டே சற்று கவலையாக இருக்கிறார் என்று வர்ஷாவுக்குத் தோன்றியது. பிறகு அவருடன் சண்டையிட்ட பிறகு தான் நிறைய யோசிக்கத் தொடங்கிவிட்டோம் என்று தன்னைத் தானே சமாதானப்படுத்திக் கொண்டாள். அதன் பிறகு பாண்டே போனும் செய்யவில்லை, வீட்டிற்கு வரவும் இல்லை.

''வர்ஷா, செய்தியைக் கேட்டீர்களா?'' காலையில் நீரஜாவிடமிருந்து போன் வந்தது, ''உங்கள் பாண்டே பல்லவி அனங்கியின் முந்தானையைப் பிடித்துக் கொண்டு விட்டார்.''

இரண்டு நாட்கள் கழித்து பாண்டேயிடமிருந்து போன் வந்தது, ''மேடம், எனக்கு வேறுவழியில்லை.''

''எனக்கு உங்கள் மீது கோபம் எதுவும் இல்லை பாண்டே!'' என்றாள் வர்ஷா, ''என் நல்வாழ்த்துக்கள் என்றும் உங்களுடன்.''

விதியின் விளையாட்டு என்று சொல்வதா, சினிமா நகரத்தின் விசித்திரம் என்று சொல்வதா? கொஞ்ச நாட்களில் பல்லவி அனங்கியின் 'இரவு ராணி' யும் வர்ஷாவின் 'ஆகாய தீபமு'ம் பம்பாயில் ஒன்றாக ரிலீஸ் ஆயிற்று. முதல் படம் பன்னிரண்டு பிரிண்டும், இரண்டாவது படம் இரண்டு பிரிண்டும் போடப்பட்டிருந்தன. நான்காவது வாரம் பல்லவி 'நாவல்டி'யில்

காலை ஷோவில் மட்டுமே இருந்தாள், வர்ஷா எட்டு தியேட்டர்களில் நான்கு ஷோக்களிலும் இருந்தாள்.

''மேடம், வாழ்த்துக்கள்!'' பாண்டே காலையிலேயே பூங்கொத்து எடுத்துக் கொண்டு சங்கோஜத்துடன் வந்தார், ''உங்கள் ஆர்ட் ஃபிலிம் ஹிட்டாகி விட்டது.''

வர்ஷா புன்னகை செய்தாள், ''எல்லாம் தலையில் எழுதியது, பாண்டே!''

பாண்டே சில வினாடிகள் நின்றார். அவர் மனதில் வர்ஷாவிடம் திரும்பி வரும் எண்ணம் இருந்தால் அது வர்ஷாவுக்கு சம்மதமில்லை. ஏ ஸ்டார் இஸ் அஸ் குட் அஸ் ஹிஸ் லேட்டஸ்ட் ஃபிலிம்! என்ற அவருக்குப் பிடித்தமான கொள்கையில் அவளுக்கு நம்பிக்கையில்லை.

★ ★ ★ ★

''பார்ட்டி இருக்கிறதென்று சொன்னீர்களே!'' வர்ஷாவுக்கு சற்று ஆச்சரியமாக இருந்தது.

சித்தார்த் ஆமாம் என்று தலையசைத்தான்.

''ஆனால் இங்கே யாரும் இல்லை.''

''பார்ட்டி என்றால் குறைந்தது இரண்டு பேர் வேண்டும் - ஒருவர் விருந்தினர், மற்றவர் விருந்து கொடுப்பவர்!'' சித்தார்த் அவளையும் தன்னையும் சுட்டிக் காட்டினான், ''இருவரும் இருக்கிறோமே!''

வர்ஷா புன்னகையுடன் சோபாவில் உட்கார்ந்தாள்.

அவள் இரண்டு மாதங்களுக்குப் பின் இந்தியா திரும்பி யிருந்தாள். பாரீசில் அவளுடைய ஃபிலிம்கள் மீண்டும் திரையிடப் பட்டன. பின்னர் மேற்கு ஐரோப்பாவில் நான்கு இடங்களில் 'பாலஸ் ஆஃப் ஹோப்' ரிலீசுக்கு அவள் அழைக்கப்பட்டிருந்தாள். பிறகு லாஸ் ஏஞ்செல்சில் இரண்டு வாரங்கள் அவள் ஜேனட்டின் ஹவுஸ் கெஸ்ட்டாக இருந்தாள். பிறகு கனடாவில் ஒரு வாரம் ஷிவானியுடன் இருந்தாள்.

''சியர்ஸ்!'' சித்தார்த் புன்னகை செய்தான்.

வர்ஷா கிளாசை உயர்த்தி ஒரு மடக்கு பருகினாள்.

''ஜெட் லாருக்குப் பிறகும் புத்துணர்வுடன் இருக்கிறீர்கள்.''

''நம் மண்ணின் தாக்கம்.''

தான் வந்து இறங்கியபோது தனக்கு உண்டான உணர்ச்சிப் பெருக்கு அவளுக்கு நினைவு வந்தது. அதற்கு ஒரு காரணம் குழந்தை ஹேமந்த். ஜல்லியிடமிருந்து அவனை வாங்கி மார்போடு அணைத்துக் கொள்ளும்போது கண்களில் கண்ணீர் நிறைந்தது.

''இங்கே மீடியாவில் உங்கள் புதிய படங்களைப் பற்றி பல தலைப்புச் செய்திகள் வந்துவிட்டன.'' சித்தார்த் கபாப் ப்ளேட்டை நீட்டினான்.

''மூன்று படங்கள்.'' வர்ஷா ஒரு துண்டை வாயில் வைத்தாள், ''ஒன்று சயன்ஸ் ஃபிக்ஷன். நமக்குத் தெரியாத ஏதோ ஒரு பிளானெட்டைச் சேர்ந்த ஒரு பெண் ஸ்பேஸ்ஷிப் கோளாறினால் அமெரிக்காவில் சிக்கி விடுகிறாள். கதை எனக்குப் பிடிக்கவில்லை. ஒரு ஃப்ரெஞ்ச் கதை நன்றாக இருந்தது. ஒரு ஃபிரெஞ்ச் இளைஞன், இண்டாலஜிஸ்ட், குளிர்காலத்தில் புதுடில்லி வருகிறான், ஒரு ஹிந்துஸ்தானி யூனிவர்சிட்டி லெக்சரருடன் காதல் ஏற்படுகிறது. காதல் கதை. மூன்றாவது படம் நியூயார்க்கில் ஒரு இந்திய பிசினஸ்மேன் கதை. ஒரு இந்திய நடனப் பெண் நியூயார்க் போகிறாள், அங்கு கலாச்சார மோதல்களுக்கிடையில் அமெரிக்காவில் புகழ்பெற்ற ஒரு பாடகனுடன் காதல் ஏற்படுகிறது.''

''இந்தக் கதையில் உணர்வுப் போராட்டங்களுக்கு நிறைய வாய்ப்பிருக்கிறது.'' என்றான் சித்தார்த்.

''நான் டான்சர் இல்லை என்பதுதான் சிக்கல்.''

''ஏன்? நீங்கள்தான் டான்ஸ் ஆடுவீர்களே!''

''ஆர்ட் ஃபிலிம் ஷெட்யூலில் செய்யும் இரண்டு, மூன்று ஒயிலான நடைகள் வேறு, பரத நாட்டியம், கதக் வேறு.''

"ஃபிலிமில் நடனம் எப்படியாவது மேனேஜ் பண்ணிவிடுவார்கள். உடல் அசைவுகள் ஒருவருடையது, குளோஸ் அப் வேறொருவருடையது."

"அது எனக்கு திருப்தியாக இருக்காது. நடனத்திற்கு பதில் வேறு ஏதாவது ஒரு கலையைப் போட முடியுமா என்று யோசியுங்கள் அல்லது எனக்கு பதில் வேறு யாராவது டான்சரையே போடுங்கள் என்று சொல்லியிருக்கிறேன்."

சித்தார்த் மறுக்கும் பாவனையில் தலையை அசைத்தான், "அந்த டான்சர் நடிகையாக இருக்க மாட்டாள். நாம் நடனத்தை மேனேஜ் பண்ண முடியும், நடிப்பை மேனேஜ் பண்ண முடியாது. டான்ஸ் ஃபிலிமின் நாடகக் காட்சிகளில் உணர்வு பூர்வமான நடிப்பிற்கு இடமிருக்க முடியாது. கதை - ஃபிலிம் டான்ஸ் - டாக்கு மெண்ட்ரி இல்லை, மனித உணர்வுகளின் அனல் பறக்கும் பயணம்."

வர்ஷா ஒரு வினாடி சித்தார்த்தைப் பார்த்தாள், "என்ன இது? நீங்கள் அழகியல் ரீதியில் வாதம் செய்தால் ஒப்புக் கொள்வேன். ஹாலிவுட் மக்கள் புரொஃபஷனலாகத்தான் வாதம் செய்கிறார்கள்."

"நீங்கள் புரொஃபஷனல் வாதத்தை ஏற்க மாட்டீர்களே, அதனால்தானே பாண்டே உங்களை விட்டுப் போய்விட்டார்."

இருவரும் சிரித்தார்கள்.

நீண்ட நாட்களுக்குப் பிறகு முதல்முறையாக சித்தார்த்தின் வீட்டில் தனியாக உட்கார்ந்து பேச வாய்ப்பு கிடைத்தது. 'ஆகாய தீபம்' விஷயமாக அவன்தான் சற்று சங்கோஜத்துடன் அவள் வீட்டிற்கு வருவான், விரைவில் போய்விடுவான்.

"மிக தாமதமாக கேட்கிறேன்." சித்தார்த் புன்னகை செய்தான், "நீங்கள் ஏன் நடனம் எதுவும் கற்றுக் கொள்ளவில்லை? நீங்கள் 'திரிவேணி'யை தினமும் ஒரு வட்டம் அடித்துக் கொண்டிருந்தீர்கள்."

ஒரு வினாடி மறந்து போன நினைவுகளைப் போல அந்த நாட்கள் வர்ஷாவின் மனதில் எழுந்தன. "அப்போது நான்

நாடகத்தில் முழுமையாகக் கட்டுண்டிருந்தேன்.'' இருபத்தைந்து ஆண்டுகள் முழுமையாக ரிப்பர்ட்டரியில் கழிப்பது என்ற தன் தீர்மானத்தை நினைத்து மெல்லிய புன்னகை எழுந்தது... பின்னர் ரிப்பர்ட்டரிக்கு தான் கடைசியாக சென்றது நினைவு வந்தது. எல்லா முகங்களும் புதிய முகங்கள். புதிய நடிகைகளின் வழக்கமான புகார்கள் - அர்ச்சனாவும், மமதாவும் நடிப்பு கற்பித்துக் கொண்டிருந்தார்கள். சூர்யபான் ராஜிநாமா செய்து விட்டிருந்தார். அவர் 'சாணக்கியா' தொடர் நாடகத்தில் ஒரு எபிசோடுக்குப் பத்தாயிரம் ரூபாய் சம்பளத்தில் மையப் பாத்திரம் ஏற்றிருந்தார்... வர்ஷா சில வினாடிகள் முன் பயிற்சி நடக்கும் 'சித்திரவதை அறை'யில் தனியாக நின்றிருந்தாள். பிறகு தலையைக் குனிந்து கொண்டு வெளியே வந்துவிட்டாள்.

''இரண்டு ப்ராஜெக்ட்டுகள் மெச்சூராகிக் கொண்டிருக்கின்றன.'' சித்தார்த் சிகரெட் பற்ற வைத்தான், ''ஒரு ஃபிலிம் சிறிய பட்ஜெட் படம். நான்தான் புரொட்யூஸ் பண்ணுகிறேன். மற்றொன்று காஸ்ட்லி படம், ஏனென்றால் கார்ப்பரேட் பேக் கிரவுண்ட் படம்... மார்ச் மாதம் உங்கள் டேட்ஸின் நிலை என்ன?''

''டைரியைப் பார்க்க வேண்டும்.'' என்றாள் வர்ஷா, ''ஜுமக்கிக்கு போன் செய்யட்டுமா?''

''அப்படி ஒன்றும் அவசரம் இல்லை. இரண்டு, மூன்று நாட்களில் சொல்லுங்கள்.''

வர்ஷா சரியென்று தலையை அசைத்தாள், ''நான் எந்த ஃபிலிமில் இருக்கிறேன்?''

''இரண்டிலும்.'' சித்தார்த் புன்னகை செய்தான், ''நான் என்ன செய்வேன்? ஏதாவது கதையை யோசித்தாலே கதாநாயகியாக உங்கள் இமேஜ்தான் முன்னால் வந்து நிற்கிறது.''

சித்தார்த் கண் இமைக்காமல் அவளையே பார்த்துக் கொண்டிருந்தான் - மனதைத் துளைக்கும் அதே ஆழமான பார்வை (இப்போதுதான் இந்தக் கண்களால் ஆழமான தனிமையைக் காண்கிறேனோ?)...

ஹர்ஷின் மரணத்திற்குப் பிறகு அவதூறுகள் எழத்

தொடங்கியபோது சித்தார்த் அவளுக்கு ஒரு சிறிய கடிதம் அனுப்பியிருந்தான் - 'உங்களுக்கு இப்போது நடந்து கொண்டிருப்பதை என்னால் கற்பனை செய்து பார்க்கத்தான் முடிகிறது. தூக்கமில்லாத நடு இரவில் யாரோ ஒருவனின் சமவேதனை உணர்வு உங்களுடன் இருக்கும் என்பதை நினைவில் வையுங்கள்.'

"வர்ஷா என்னைக் கல்யாணம் செய்து கொள்வீர்களா?"

சித்தார்த் அவளை அழைத்தபோது அவளுடைய வெற்றுப் பார்வை கேசட் - கலெக்ஷனில் இருந்தது. சித்தார்த் ஏதோ கேசட்டைப் பார்க்கும்படி சொல்வான் என்று நினைத்தாள். அவன் சொன்னதைக் கேட்டு ஒரு வினாடி எல்லா உணர்வுகளும் கண்களில் குவிந்தன. பிறகு, மெல்ல மெல்ல மனம் தன் சமதளத்திற்குத் திரும்பத் தொடங்கியது.

"பல இயக்குநர்கள் கதாநாயகிகளைத் திருமணம் செய்து கொள்கிறார்கள்." சித்தார்த் கவனமாக சொற்களைப் பயன்படுத்தினான், "அவர்களில் சிலர் இது உணர்வுரீதியிலான உறவு, இதற்குத் தொழில் ரீதியிலான கோணம் எதுவும் இல்லை என்று விளக்கம் சொல்லியிருக்கிறார்கள். உங்களுக்கும் எனக்குமிடையிலான தொழில் - உறவு தொழில் - உறவாகவே இருக்கும் என்று இப்போதே உங்களுக்குத் தெளிவுபடுத்திவிட விரும்புகிறேன். என்னுடைய ஃபிலிம்களுக்கு நீங்கள் வழக்கம் போல சம்பளம் வாங்கிக் கொள்வீர்கள். என் பேங்க் அக்கவுண்டில் உங்களுக்குப் பங்கு இருக்கும். உங்கள் அக்கவுண்டிலும் சொத்திலும் எனக்கு எந்த சம்பந்தமும் இருக்காது, நீங்கள் என் வீட்டில் இருப்பீர்கள். இந்த ஃபிளாட்டில் விரைவில் என் அலுவலகம் திறக்கப்படும். வசிப்பதற்குப் பெரிய இடம் வாங்க இருக்கிறேன். உங்களுக்கு என்னென்ன வசதிகள் பழக்கமோ அத்தனை வசதிகளையும் ஏற்படுத்தித் தருவேன். எனக்கு ஒரு ஐம்பத்திரண்டு எபிசோட் சீரியல் அப்ரூவல் ஆகியிருப்பது உங்களுக்குத் தெரிந்திருக்காது."

சித்தார்த் சற்று இறுக்கமான நிலைக்கு ஆளாகியிருப்பதாகத் தோன்றியது.

''குழந்தை நம்மோடு இருப்பான் என்று சொல்லத் தேவையில்லை.''

வர்ஷா நீண்ட பெருமூச்சு விட்டாள். திடீரென்று அவன் இவ்வாறு கேட்டது மின்னல் தாக்கியதுபோல இருந்தது.

மெல்ல மெல்ல வர்ஷா இருண்ட நிலையிலிருந்து வெளியே வந்திருந்தாள். ('துயரமும் நிலைத்திருப்பதில்லை, துயரமும் பொய்மைதான்.' அவளுக்கு காலிகுலாவின் வசனம் நினைவு வந்தது.) ஆனால் நினைவு முள்கள் உறுத்திக் கொண்டே இருந்தன. இன்னும் நீண்ட நாட்கள்... ஒருக்கால் இறுதி வரை... உறுத்தல் இருந்து கொண்டே இருக்கும் என்று தோன்றுகிறது.

மெல்ல, மெல்ல ஹர்ஷ் இல்லாத வாழ்க்கை பழக்கமாகிக் கொண்டிருந்தது. முன்பு உணர்வுகளில் மையம் கொண்டிருந்த அந்த உறவு இப்போது மங்கி பின்புலத்தில் இருந்தது. இல்லாத ஹர்ஷை அழைப்பது குறைந்துவிட்டது. பரபரப்பு மிக்க வாழ்க்கை நடைமுறையில் ஓய்வு கிடைத்த இரண்டு, மூன்று வினாடிகளில் மட்டுமே உணர்வு நிலையில் தன் தனிமையை அவள் உணர்ந்தாள்.

இரண்டு புதிய ஆண்கள் அவள் நட்பு வட்டத்தில் அடி எடுத்து வைத்திருந்தார்கள். டில்லியில் முன்பு பரிச்சயமாகியிருந்த ஓவியர் அசீம் இப்போது பம்பாய் வந்திருந்தார். நியூயார்க் என்.ஆர்.ஐ. சுஷீலும் வர்ஷாவுக்குப் பிடித்தமானவராக இருந்தார். ஃபிலிமுக்கு இறுதி வடிவம் தருவதற்காக அவர் விரைவில் பம்பாய் வருவதாக இருந்தார்.

இப்போதும் நான் தெரிவு செய்தால், உரைகல்லில் காலிகுலாதான் தேருவான் என்று வர்ஷா உள்ளுக்குள் மெல்லிய புன்னகையுடன் நினைத்துக் கொண்டாள் - 'யாரையாவது நீ காதலிக்கிறாய் என்றால் அதன் அர்த்தம் அந்த மனிதனின் பக்கத்திலேயே இருந்து நீ வயது முதிர்வதற்குத் தயாராக இருக்கிறாய் என்பதுதான்.'

(இறுதியில், வர்ஷாவுக்கு காதலின் இறுதி வரைவு கிடைத்தே விட்டது!).

''எனக்கு யோசிக்க அவகாசம் வேண்டும்.'' என்று மெல்லிய குரலில் சொன்னாள் வர்ஷா.

★ ★ ★ ★

தோட்டத்தில் வெள்ளி நிலவொளி பொழிந்துகொண்டிருந்தது. வெட்டி சீராக்கப்பட்ட புல், செடிகள், மரக் கிளைகளின் மேல் மெல்லிய வெள்ளித்திரை போர்த்தியிருந்தது. சுத்தமான காற்று.

சுற்றிலும் ஆழ்ந்த மௌனம். மௌனத்தின் இந்தப் போக்கை நான் இங்குதான் உணர்கிறேன் என்று வர்ஷா நினைத்துக் கொண்டாள்.

பின்னால் காட்டேஜ் ஜன்னல்களில் வெளிச்சம் நிறைந்திருந்தது, அதன் தூய்மையான பின்னணியில் செடிகள் அசைந்து கொண்டிருந்தன.

காற்றலை வந்து வீசியபோது மேஜை மேல் வைத்திருந்த புத்தகத்தின் பக்கங்கள் படபடத்தன (அடுத்த மாதம் பம்பாயில் நடக்கவிருந்த இண்டர்நேஷனல் ஃபிலிம் விழாவில் வந்தனா பாவல்கரின் 'வர்ஷாவின் பருவகால கலைப்பயணம்' வெளியீடு இருந்தது.).

மாலையில் ''உங்கள் சகிப்புத் தன்மையின் முதல் அடி முடிந்துவிட்டது.'' என்ற வந்தனா ''இந்தப் படிநிலையின் முடிவு பற்றி நீங்கள் என்ன நினைக்கிறீர்கள்?'' என்று கேட்டாள்.

வர்ஷா சில வினாடிகள் எதிரில் பார்த்துக் கொண்டிருந்தாள். ஆகாயத்தில் மேற்கு திசையின் ஒரு மூலையில் வட்டமான மஞ்சள் ஒளி மறைந்துகொண்டிருந்தது. சுற்றிலும் புகை போல சிவப்பு, கத்தரிப்பூ வண்ணப் புள்ளிகள் ஒழுங்கின்றி ஒவ்வொரு வினாடியும் தங்கள் வண்ணத்தை மாற்றிக் கொண்டிருந்தன.

''எனக்கு மிகவும் சந்தோஷமாக இருக்கிறது.'' வர்ஷா மெல்ல, மெல்ல சொன்னாள்,'' ஆனால் கூடவே இன்னதென்று விளங்காத சோகமும் இருக்கிறது.'' அவளுக்கு 'ஆஷா மஹல்' ஷூட்டிங் சமயம் ராபர்ட் பேசிய அந்தரங்கப் பேச்சுகளுக்குப் பிறகு

தன் மனதில் தோன்றிய எண்ணம் நினைவு வந்தது, ''கொஞ்சம் மெல்லிய சோர்வு, கொஞ்சம் பச்சாத்தாபம், தன் மீதே சந்தேகம் - ஒரு குறிப்பிட்ட வயதை அடைந்ததும் உணர்வு பூர்வமான மனிதர்களின் ஒரு பிரிவு உள்ளுக்குள் வெறுமை, லேசான கோபம், நிம்மதி இழக்கச் செய்யும் அர்த்தமின்மையில் அவதிப்படுகிறது - முக்கியமாக ஷோ பிசினஸில் இணைந்துள்ளவர்கள். ஏனெனில், தெரிவுகள், இறுக்கம், வலிகள் நிறைந்த விரோத உணர்வு அவர்களை சுற்றி ஏராளமாக இருக்கிறது...''

வர்ஷா டேப் சுழன்று கொண்டிருந்த டேப் ரிக்கார்டரையே பார்த்துக் கொண்டிருந்தாள்.

''இப்போது மெல்ல மெல்ல நான் 'சீகலி'ன் நீனாவின் கருத்தை ஒப்புக் கொள்கிறேன்...'' நம் தொழிலில் முக்கியமானது புகழ் இல்லை, தாங்கும் திறன் என்று எனக்குத் தோன்றுகிறது. பொறுப்பை நிறைவேற்றவேண்டும், நம்பிக்கை வைக்க வேண்டும்...''

வந்தனா தன் நோட் புக்கில் ஏதோ எழுதத் தொடங்கினாள்.

மௌனம் சட்டென்று கலைந்தது.

''அம்மா...'' பிரியாவின் நீண்ட கைகளைப் பார்த்து ஹேமந்த் கத்தினான்.

அவன் லக்ஷ்மணைப் போல பூம்பாத்தி அருகில் குத்துக் காலிட்டு உட்கார்ந்து தன் சிறிய களைவெட்டியால் புல்லைப் பிடுங்கிக் கொண்டிருந்தான். குருபக் அவன் முன் தூங்கி வழிந்து கொண்டு உட்கார்ந்திருந்தது. ஹேமந்துக்கு 'சில்வர் சேன்டை' விட ஃபார்ம் மிகவும் பிடித்திருந்தது. காய் பறிப்பது, ஹேண்ட் பம்ப்பை அடிப்பது, பசு - கன்றுக்கு தீனி போட்டு தண்ணீர் காட்டுவது - இந்த வேலைகள் அவனுக்கு மிகவும் பிடித்திருந்தன. காலையில் எழுந்ததும் வில்லிலிருந்து புறப்பட்ட அம்பு போல அவன் ஃபார்மில் காணாமல் போய்விடுவான். ஜுமக்கி பால் கிளாசைக் கையில் எடுத்துக்கொண்டு இங்கும் அங்கும் கூப்பிட்டுக் கொண்டு அலைவாள்.

''பிரியா...'' பிரம்பு நாற்காலி மேல் மௌனமாக உட்கார்ந்திருந்த திவ்யா வெகு நேரம் கழித்து வாயைத் திறந்தாள்.

''மம்மி, சட்டை முழுதும் அழுக்காக்கிவிட்டான்.'' ஹேமந்திடமிருந்து களைவெட்டியைப் பிடுங்கும் முயற்சியில் பிரியா சொன்னாள்.

''துவைத்துக் கொள்ளலாம்.'' திவ்யா தனக்கே உரிய குரலில் சொன்னாள்.

''அதையும் கழுவி விடலாம்.''

நீலமும் மஞ்சளுமான மினி டிஸ்கோ டிரஸ் பாக்கெட்டில் கையை விட்டபடி பிரியா ஹேமந்தை உறுத்துப் பார்த்தாள், ''அழுக்குப் பையன்...''

களைவெட்டி பிடுங்கப்படும் பயம் போனவுடனே சுற்றுப்புறத்தை முற்றிலும் அசட்டை செய்து விட்டு ஹேமந்த் மீண்டும் பாத்தியில் குனிந்து விட்டான்.

''இனி ஹேமந்த் தன் அப்பாவைப் பற்றி கேட்கத் தொடங்குவான்.''

வர்ஷா கண்ணைத் திறந்தபோது தண்ணீரில் மூழ்கி விட்டு நீரின் மேல் பரப்பிற்கு வருவது போலத் தோன்றியது ('வலியின் உறவி'ல் ஒரு காட்சிக்காக அவள் ஜுஹூவின் மிகப் பெரிய 'ஹொராயிசன்' நீச்சல் குளத்தில் நீந்தக் கற்றிருந்தாள்). நிலைத்திருந்த மௌனம் கலைந்தது, இருட்டிலிருந்து வெளியே வந்ததும் வெளிச்சத்தின் மாறும் வண்ணம் மின்னத் தொடங்கியது.

''அவனுக்குப் பதில் சொல்வேன்.'' வர்ஷா நீண்ட பெருமூச்சு விட்டாள். பிறகு மெல்லிய புன்னகையுடன் தொடர்ந்தாள், ''வாழ்நாள் முழுதும் அதைத்தான் செய்தேன்.''

சுற்றுப்புற மௌனத்தில் வேலைக்காரர்களின் குடிசைகள் இருந்த திசையிலிருந்து குழலின் மத்திம ஒலி கேட்டது.

வர்ஷா எழுந்து மேஜை அருகில் வந்தாள். ஐஸ்கட்டி கூடையில் இருந்த ஒயின் பாட்டிலை எடுத்து இரண்டு கிளாஸ்

ஊற்றத் தொடங்கினாள்.

லானில் கனத்த கம்பளத்தின் மீது வெள்ளை விரிப்பு விரித்திருந்தது. மேலே குஷன் இருந்தது. மேஜை மேல் கரண்டி - கிளாஸ்களுடன் ப்ளேட்கள் இருந்தன.

திவ்யா ஊஞ்சலில் உட்கார்ந்திருந்தாள். ஊஞ்சல் லேசாக ஆடியபோது மேக்சியின் கழுத்துப் பகுதி பைப்பிங்கும், நெற்றி முடியின் வெண்மையும் மின்னின.

"திவ்யா களைப்பாக இருக்கிறதா? சாய்வு நாற்காலியில் உட்கார்ந்து கொள்கிறீர்களா? அல்லது குஷன் தரட்டுமா?"

திவ்யா கிளாசை எடுத்தபடி மெல்லிய புன்னகையுடன் சொன்னாள், "நான் நன்றாகத்தான் இருக்கிறேன்."

திவ்யா இந்த உலகில் இன்னும் சில நாள்தான் விருந்தாளியாக இருக்கக் கூடும் என்று இப்போது யாராவது சொல்லமுடியுமா என்று வர்ஷா நினைத்துக் கொண்டாள்.

★ ★ ★ ★

முந்தின நாள் வ்ரானகாஸ்கோப்பி மூலம் திவ்யாவுக்கு மூச்சுக்குழாயில் கேன்சர் என்று தெரியவந்தது. திவ்யாவின் சுய கட்டுப்பாட்டில் தளர்ச்சி இல்லை. அவள் கைகளைப் பற்றியபடி வர்ஷா வெறிச்சிட்ட மனதோடு உட்கார்ந்திருந்தாள். உலக நியதியில் இத்தகைய தர்க்கவிதிகளுக்கு உட்படாத நிகழ்வுகள் ஏன்? (ஹர்ஷைப் போல) திவ்யாவுக்கும் இது சாகும் வயதா?... திவ்யா இல்லாத தன் உலகைப் பற்றி அவளால் கற்பனை செய்து பார்க்க முடியுமா?

இரவு லக்னோவில் ரோஹனுக்குப் போன் செய்தபோது அவன் அழுதுவிட்டான். வர்ஷா நீண்ட நாட்களுக்குப் பிறகு (ரோஹன் விஷயத்தில் முதல் முறையாக) திவ்யாவின் நனைந்த குரலைக் கேட்டாள், "ரோஹன், நீங்களே அழுதால் பிரியாவை யார் தேற்றுவார்கள்?"

பிரியாவுக்கு இன்னும் சொல்லப்படவில்லை. திவ்யா அந்தப் பொறுப்பை வர்ஷாவிடம் ஒப்படைத்திருந்தாள். மறுநாள் காலை

பிரியாவை ஃபார்ம் சுற்றிக் காட்டும் சாக்கில் அழைத்துச் சென்று சொல்லலாம் என்றுவர்ஷா நினைத்திருந்தாள். ('நதி தீரத்தை அடைந்ததும் கண்ணீரைத் துடைத்துக் கொண்டு லக்ஷ்மணன் அடைபட்ட குரலில் அவளிடம் கணவன் அவளைத் துறந்துவிடுவது என்று செய்த முடிவை பயங்கரமான மேகம் ஒன்று நெருப்பைப் பொழிவது போல சொன்னான்.)... பிரியா எப்படி இதை எதிர்கொள்வாள்? மரத்தில் நெற்றியை முட்டிக் கொண்டு கதறி அழத் தொடங்குவாளா? அல்லது பேசாமல் கண்ணீர் பெருகும் கண்களுடன் எதிரில் பார்ப்பாளா?

அவள் என்ன சொல்லி பிரியாவை தைரியப் படுத்துவாள்? இல்லை, இப்போதே பதற வேண்டிய அவசியம் இல்லை. ஆப்பரேஷன் வெற்றி பெற்று, வியாதி இன்னும் பரவவில்லை என்று தெரிந்தால் திவ்யா நம்மிடையே எப்போதும் போல உயிர் வாழ்வாள். அவ்வப்போது பரிசோதனைகள் செய்ய வேண்டியிருக்கும், அவ்வளவுதான். ஆனால், வியாதி பரவிவிட்ட நிலை பின்னால் தெரியவந்தால்?

நாளைய தினம் இதுவரையிலான பிரியாவின் வாழ்க்கையில் மிக முக்கியமான நாளாகவும், துயரம் தருவதாகவும் இருக்கும்.

பிரியாவைப் போன்ற ஒரு பாத்திரம் வர்ஷாவுக்கு கிடைத்தால் அதை எப்படி நிர்வகிப்பாள்?

வர்ஷாவுக்கு நீண்ட நாட்களுக்கு முன்பு ரோஹனும், மிட்டுவும் ஷாஜஹான்பூருக்கு வந்து மூன்று நாட்கள் இருந்துவிட்டு லக்னோ திரும்பிச் சென்ற அன்று மாலை நினைவு வந்தது. அப்போது திவ்யா, வர்ஷா இருவரும் சோகமாக இருந்தார்கள். திவ்யாவுக்கு அவளால் ஒன்றும் செய்ய முடியவில்லை, ஆனால் திவ்யா, "டிராமா ஸ்கூலில் அட்மிஷன் கிடைக்காவிட்டால் லக்னோவில் என்னோடு இரு, உனக்கு ஒரு மாறுபட்ட வாழ்க்கைக்கு ஏற்பாடு செய்தாகிவிட்டது" என்று அவளை தைரியப்படுத்தினாள்.

கொஞ்ச நாட்கள் கழித்து இன்றைய இந்த மாலை நேரத்தையும் நான் இதே ஆழத்துடன் நினைத்துப் பார்ப்பேன் என்று வர்ஷா நினைத்துக் கொண்டாள்.

''வைத்தியம் செய்வதற்காக வெளிநாடு போகும் எண்ணத்தை விட்டுவிடச் சொல்லி நீயும் ரோஹனிடம் சொல்...'' என்றாள் திவ்யா, ''நான் என் கடைசி மூச்சை என் பிறந்த மண்ணிலேயே விட விரும்புகிறேன்.''

வர்ஷாவுக்கு அது சம்மதமில்லை, ஆனால் அந்த நேரத்திற்கு அவள் விருப்பத்தை மதித்து சும்மா இருந்தாள். (அவள் முன்பு 'மெர்சி கில்லிங்'கை ஆதரித்து திவ்யாவிடம் வாதம் செய்திருந்தாள்.)

''ஒரே ஒரு ஆசைதான் இருக்கிறது, 'இல்லாமல்' போவதற்கு முன் (அவள் 'இறப்பு' என்ற சொல்லிற்கு பதில் 'இன் காமிரா' வில் பயன்படும் சொல்லையே பயன்படுத்தினாள்.) உன்னை மணப்பெண்ணாக பார்க்கவேண்டும்! '' திவ்யா புன்னகை செய்தாள்.

வர்ஷா தனக்குப் பிடித்த கருத்தை வெளியிட்டாள், ''ஏதாவது ஆசை நிறைவேறாமல் இருந்து விட்டால் தான், வாழ்க்கையில் பற்று இருந்து கொண்டே இருக்கும்.''

பிரியா வெளியே வந்தபோது ஜன்னல் வெளிச்சத்தில் அவளுடைய மூன்று, நான்கு நீண்ட நிழல்கள் ஒன்றை மற்றொன்று வெட்டியபடி பூம்பாத்திகளில் பரவியது.

'ஜு வைலிடமிருந்து போன் வந்தது. ஒரு மணி நேரத்தில் நைன், நீரஜா, மீரா, சித்தார்த் எல்லாரும் வந்து விடுவார்கள்...'' என்று பிரியா உற்சாகமாக சொன்னாள், ''எவ்வளவு சந்தோஷமாக இருக்கும். நான் இங்கேயே டூ - இன் - ஒன் போட்ட ஜுவைலுடன் டான்ஸ் ஆடுவேன்.'' ஒரு வினடி நிறுத்தி திவ்யாவுக்கு எச்சரிக்கை விடுத்தாள்,'' அம்மா, இன்று என்னை சீக்கிரம் தூங்கச் சொல்ல வேண்டாம், ப்ளீஸ்...''

இரண்டு வினாடி திவ்யா சும்மா இருப்பதைப் பார்த்துவிட்டு வர்ஷா ''சொல்லமாட்டார்கள்'' என்று ஆறுதல் அளித்தாள்.

இன்றைய இந்தப் பார்ட்டியை அவள் நிறுத்தி விட விரும்பினாள், ஆனால் திவ்யா தடுத்துவிட்டாள், ''இதே சாக்கில் நான் அவர்களை எல்லாம் மீண்டும் பார்ப்பேன். எனக்கு பார்ட்டி, சங்கீதம், கலகலப்பு சுகமாக இருக்கிறது!''

வர்ஷா விரிப்பில் படுத்திருந்தாள், தலைமாட்டில் குஷன். கைகளை இணைத்து தலைக்குக் கீழ் வைத்திருந்தாள்.

ஒரு வினாடி நின்று பிரியா செருப்பைக் கழற்றி விட்டு வர்ஷா பக்கத்தில் படுத்துக் கொண்டாள். சில வினாடிகள் மேலே பார்த்துக் கொண்டிருந்தாள். பின்னர் மயங்கிய குரலில் சொன்னாள், "இட் இஸ் ஸோ பியூட்டிஃபுல்!" (நீண்ட நாட்களுக்கு முன்பு 'சபிக்கப்பட்ட' என்ற சொல் வர்ஷாவுக்குப் பிடித்தமானதாக இருந்ததைப் போலவே இப்போது பியூட்டி ஃபுல் என்ற சொல் பிரியாவுக்குப் பிடித்தமானதாக இருந்தது. தான் அழகைத் தேடத் தொடங்கிய மிஷ்ரிலால் டிகிரி கல்லூரி நாட்களின் மங்கிய நினைவுகள் வர்ஷாவுக்குள் **எழுந்தன.**).

பார்வைக்கு எட்டியவரை ஆகாயத்தில் நட்சத்திரங்கள் மின்னின. வெவ்வேறு மூலைகளில் கொத்து கொத்தாக தகதகத்தன.

"பாருங்கள், நட்சத்திரம் விழுகிறது..." பிரியா வேகமாக எழுந்தாள், "ஏதாவது வேண்டிக் கொள்ளுங்கள்..." அவள் கண்களை மூடி வேகம் வேகமாக ஏதோ முணுமுணுக்கத் தொடங்கினாள்.

வர்ஷா திவ்யாவின் பக்கம் பார்த்தாள். பின்னர் இருவரும் புன்னகை செய்தார்கள்.